சந்தியா பதிப்பகம்

வரலாறு நெடுகிலும் பிறரிடம் உயர்ந்தபட்ச மரியாதையையும் கண்காணிப்புக்கு எதிரான அச்சுறுத்தலையும் பெற்றுவந்த கள்ளர் சமூகத்தின் அடையாளங்களைப் பதிவுசெய்யும் முயற்சியே இந்நூல். தொடர்ந்து போராடும் தீரமிக்க சமூகத்தின் காலனியகாலத்து எதிர்ப்புரட்சியைத் தொகுத்து அளிக்கும் இனவரைவியலாக விரிகிறது இது. சாதிப்பெருமை பேசும் தமிழ்ச் சமூகத்தில் சாதிப்பெயரைச் சொல்லிச் சொல்லியே பொதுவாழ்வின் மையத்திலிருந்து விளிம்பு நிலைக்குத் தள்ளப்பட்ட பூர்வகுடிகளின் எழுச்சியைப் பேசும் இந்நூல், பொய்களை ஆராதிக்கவில்லை; உண்மைகளைத் தேடச் செய்கிறது; பொதுவாசகரிடம் புரிந்துணர்வைக் கோருகிறது.

பல்லாண்டுக்கால உழைப்பில் இந்நூலை உருவாக்கி இருக்கும் இரா. சுந்தரவந்தியத்தேவன் உசிலம்பட்டியில் வழக்கறிஞராகப் பணிபுரிகிறார்.

பிறமலைக் கள்ளர் வாழ்வும் வரலாறும்

இரா. சுந்தரவந்தியத்தேவன்

சந்தியா பதிப்பகம்
சென்னை - 600 083

முதற்பதிப்பு	:	*2011*
இரண்டாம் பதிப்பு	:	*2012*
மூன்றாம் பதிப்பு	:	*2013*
நான்காம் பதிப்பு	:	*2014*
ஐந்தாம் பதிப்பு	:	*2017*

பிறமலைக் கள்ளர் வாழ்வும் வரலாறும்
இரா. சுந்தரவந்தியத்தேவன்

அளவு: டெமி ● தாள்: 60gsm ● பக்கம்: 712
அச்சு அளவு: 11 புள்ளி ● விலை: ரூ. 850/-
அச்சாக்கம்: அருணா எண்டர்பிரைஸஸ்,
சென்னை - 40.

சந்தியா பதிப்பகம்
புதிய எண் 77, 53வது தெரு, 9வது அவென்யூ,
அசோக் நகர், சென்னை - 600 083.
தொலைபேசி: 044 - 24896979

ISBN: 978-93-81319-84-0

PIRAMALAI KALLAR VAAZHVUM VARALAARUM

ERA. SUNDARAVANTHIYA DEVAN ©

Printed at Aruna Enterprises.,
Chennai - 40.

Typeset
Nithya Krishnamurthy

Published by
Sandhya Publications
New No. 77, 53rd Street, 9th Avenue, Ashok Nagar,
Chennai - 600 083. Tamilnadu
Ph: 044 - 24896979

Price Rs. 850/-

sandhyapublications@yahoo.com
sandhyapathippagam@gmail.com
www.sandhyapublications.com

SAN-492

சமர்ப்பணம்

அறிவைத் தேடி அலைவதும், பெற்ற அறிவை முறைப்படுத்திச் சமூகத்திற்குத் திருப்பித் தருவதுமே, மனிதப் பிறப்பின் மாண்பு என எங்களுக்குப் போதித்த எங்கள் மண்ணின் முதல் மார்க்சியவாதி தோழர் து. பால்ராஜ் அவர்களின் தியாக வாழ்க்கைக்கு.

பொருளடக்கம்

என் நண்பன் சுந்தர்
- ஆனந்த பாண்டியன் 9
என்னுரை 13

பகுதி - 1
கள்ளர்கள் வாழ்வும் பண்பாடும்

பண்டைய தமிழகமும் சாதி அமைப்பும் 31
கள்ளர் இனத்தோற்ற வரலாறுகளும் குலப்பிரிவுகளும் 42
பண்டைய தமிழகத்தின் நாடுகள் அமைப்பும்
கள்ளர் நாடுகளும் 60
பிறமலைக் கள்ளர் பூர்வீகமும்,
புறமலைப் பகுதியில் குடியேறுதலும் 107
இராஜதானி - எட்டுநாடு, 24 உபகிராமங்கள் 133
தெய்வங்களும் வழிபாடுகளும் 220
சடங்குகளும், பழக்கவழக்கங்களும் 347
திருமண உறவுமுறைகளும், பெயர் வைத்தலும் 404
குடும்ப அமைப்பும், உறவு விளித்தலும் 457
விவசாயமும், பிறதொழில்களும் 461

பகுதி - 2
கள்ளர்கள் அரசியல் வரலாறு

நாயக்கர் காலம் 473
பாளையக்காரர் காலம் 503
பிரிட்டிஷ் காலம் 528
தற்காலம் 603
முடிவுரை 667

துணைநூற்பட்டியல் 670

பின்னிணைப்புகள் 675
ஆவணங்கள் மற்றும் புகைப்படங்கள்

என் நண்பன் சுந்தர்

சுந்தரை 2001இல் மதுரை வட்டாரத்தில் என்னுடைய முனைவர் பட்ட ஆராய்ச்சியை நான் ஆரம்பிக்கும்பொழுது முதன்முறையாகச் சந்தித்தேன். என் தாத்தாவின் பழ மண்டிக்குப் பின்பக்கம் சுந்தரின் அத்தை இல்லம் இருந்தது. அவனது அத்தையின் கணவர் திரு. முத்துக்கருப்பத் தேவரை என் ஆய்விற்காகச் சந்திப்பதற்குச் சென்றிருந்தேன். அங்குதான் அவனைச் சந்தித்தேன்.

அந்த முதல் சந்திப்பிலேயே காலனியாதிக்கத்தைப் பற்றியும், கள்ளர் வரலாற்றைப் பற்றியும் பல கதைகளையும், நிகழ்வுகளையும் பரிமாறிக் கொண்டோம். அப்பொழுது "எட்கர் தர்ஸ்டன் எழுதிய Castes and Tribes of Southern India, Volume K ஒரு பிரதி என் கையிலே இருக்கு" என்று சொன்னான். "கள்ளர்களைப் பற்றியும் எழுதப் பட்டிருந்த அந்தப் புத்தகத்தைச் சென்னையிலுள்ள ஒரு பழங்கால நூலகத்திலிருந்து எடுத்து வந்து விட்டேன், அது தொலைந்துபோய் விட்டது எனக் கூறி நூலகத்திற்கு அபராதத்தைக் கட்டிவிட்டு வைத்துக் கொண்டேன்" என்றும் சொன்னான். "நம்மளைப் பற்றிய புத்தகம் நம்ம கையிலேதானே இருக்கணும், அது தானே நியாயம்" என்று அவன் சொன்ன போது "காலனியாதிக்கத்தை எதிர்த்துக், கள்ளன் எப்படித் திருப்பி அடிக்கிறான் பாரு" என்று நான் என்னுடைய ஆய்விற்கான களப்பணி நாட்குறிப்பில் எழுதினேன்.

என்னுடைய களஆய்வைத் தொடங்குவதற்குத் தேவையான அடிப்படை உதவிகளைச் சுந்தர் செய்தான். என் கள ஆய்வுக் காலத்தில் பல கிராமத்திற்கு என்னை அழைத்துச் சென்று, அந்தக் கிராமத்தவர்களுக்கும் அங்கிருந்த அவனது உறவினர்களுக்கும் என்னை அறிமுகம் செய்து வைத்தான். அது, களப்பணிகளைச் சிரமமில்லாமல் செய்வதற்கு எனக்குப் பேருதவியாக இருந்தது.

அது போக மிக முக்கியமாக, அவனுடைய அறிவுப்பூர்வமான, நுட்பமான நகைச்சுவைகள் மூலம் என்னை உற்சாகப்படுத்தினான். அது நான் சோர்வடையாமல், களைப்படையாமல் எனது ஆற்றல் உயிரோட்டத்தோடு இருப்பதற்கு வழி செய்தது. அவனது நகைச்சுவைத் துணுக்குகள் மிகவும் கூர்மையானதாகவும், ஆழமானதாகவும் இருக்கும். அதற்குள் உண்மைகள் மறைந்திருக்கும்.

நான் என் ஆய்வுக்கான களப்பணிகளை முடித்துவிட்டு 2002இல் அமெரிக்காவிற்குத் திரும்பிவிட்டேன். அப்பொழுதிலிருந்து மின்னஞ்சல் (E-mail) மூலமாக அடிக்கடி எழுதிக் கொள்வோம். சாதிய உளவியல் படிநிலையை மனதில் வைத்து, இப்படிக்கு "ஐந்தறிவு" என்று அவன் எழுதுவான். அதற்குப் பதிலாக இப்படிக்குத் "திருட்டுத்தராசு" என்று நான் எழுதுவேன். 2008இல் அவன் எழுதிய ஒரு கடிதத்தில், "ஒரு நம்பமுடியாத செய்தியை உன்னுடன் பரிமாறிக் கொள்ள வேண்டும்" என்று எழுதினான். இப்பொழுது நான் சுத்த சைவமாகி விட்டேன். "அசைவ உணவுகளை நான் எடுப்பதே இல்லை. என்னுடைய சைவப்பரிசோதனை இத்தோடு ஆறாவது மாதம். அதாவது நான் சிங்கத்தின் நிலையிலிருந்து எருமைமாட்டின் நிலைக்கு மாறிவிட்டேன்" என்று எழுதினான்.

இப்படி அவன் என்ன சொன்னாலும் அதில் ஒரு பகுப்பாய்வுத் தெளிவிருக்கும். "பாவம்" என்ற சொல்லைப் பற்றி அவன் சொன்ன விஷயத்தை நான் எப்பொழுதும் மறக்கமாட்டேன். அதாவது ஒருவரைப் பார்த்து இரக்கப்படும்பொழுது அவரைப் பார்த்துப் "பாவம்" என்று சொல்லுவது தமிழர் வழக்கம்.

"இந்தியச் சமூகத்தில் ஒருவர் படுகின்ற கஷ்டத்திற்கு அவர் முற்பிறவியில் செய்த பாவமே காரணம் என்று நம்புவதால் அவரது கஷ்டத்தைக் குறிப்பிடும்பொழுது பாவம் என்று சொல்கின்றனர். அது ஒரு வகையில் அவர்களது கஷ்டங்களை நியாயப்படுத்தி ஏற்றுக் கொள்வதற்கான ஒரு கருத்தோட்டம்" என்று கூறினான். அன்றிலிருந்து இந்தச் சொல்லை என் உதடுகள் உச்சரிக்கும் போதெல்லாம் சுந்தரின் நினைவே வரும்.

"எப்படி இதை நினைத்தாய்?" என்று கேட்டேன், "என்னை நோக்கி மனிதர்கள் அதிகமாகப் பயன்படுத்திய வார்த்தை" என்று சொன்னான்.

நான் மதுரைப் பகுதியில் கலாச்சார வரலாற்றைப் பற்றி Crooked Stalks என்ற புத்தகத்தை எழுதியிருக்கிறேன். அதில் பெரும்பாலும் இப்பகுதியில் வாழும் பிறமலைக் கள்ளர் சமூகத்தை மையப்படுத்தி, கடந்தகாலம் என்பது எப்படி இன்றும் நிகழ்கால

வாழ்க்கையோடு கலந்து பொதிந்திருக்கிறது என்பதை விரிவாக எழுதியிருக்கிறேன். இது தான் நானும், சுந்தரும் அதிகமாகப் பகிர்ந்து கொண்ட விஷயமாகும்.

சுந்தரும், நானும், எழுத்தாள நண்பர் சு. வெங்கடேசனுடன் இணைந்து மதுரை வட்டாரத்தின் கள்ளர் – காவல் மரபுகள், 1896இல் கள்ளர் எதிர்ப்புக் கலகம், காலனியாதிக்கத்தின் குற்றப் பரம்பரைச் சட்டம், பிரெஞ்ச் மானுடவியலாளர் லூயிஸ் டூமெண்ட் பற்றிய நினைவுகள் ஆகியவற்றின் மூலங்களைத் தேடியலைந்து எங்களுக்குள் பரிமாறிக் கொண்டோம்.

2003ஆம் ஆண்டு தொடக்கத்தில் சுந்தர் குற்றப் பரம்பரைச் சட்டத்தைப்பற்றி ஒரு விரிவான புத்தகம் எழுதுவதற்குத் தான் திட்டமிட்டிருப்பதாக என்னிடம் சொன்னான். ‘‘அதற்கு முன்பாகக் கள்ளர்களைப் பற்றி மானுடவியல் அடிப்படையில் ஒரு சின்ன நூல் எழுதப் போகிறேன்’’ என்றும் சொன்னான். ‘‘இதோ அந்தச் சின்ன தீப்பொறி இப்படிப் பெரியளவிற்கு வளர்ந்ததை அப்பொழுதே நான் யூகித்திருந்தேன். பிறகு 2005இல் நாங்கள் மறுபடியும் உசிலம் பட்டியில் சந்தித்தோம். அப்பொழுது அவன் “தான் மானுடவியல் ஆய்வில் கிறுக்குப் பிடித்து அலைகிறேன்”என்று சொன்னான்.

மனிதர்களது வாழ்க்கைக்குள் மறைந்து கிடக்கின்ற உண்மைகளை, கடந்த காலப் பதிவுகளை வெளியில் கொண்டு வருவதற்கு எப்படி கிறுக்குப்பிடித்து அலைந்திருக்கிறான் என்பதை விவரித்தான். பல நூறு ஆண்டு கால வரலாறுகள் இன்றும் இந்த மக்கள் மத்தியில் உயிரோட்டமாக உள்ளது என்று என்னிடம் சொன்னான். அதாவது அவர்களது வழக்குக்கதைகளில், அவர்களது பழக்கவழக்கங்களில் அவர்களுக்குள்ளேயும், வெளியேயும் போட்டுக் கொண்ட சண்டைகளில், அவர்கள் ஒருவருக்குள் ஒருவர் கொண்டுள்ள உறவுமுறைகளில் எப்படிப் பலநூறு ஆண்டுகால வரலாறுகள் பொதிந்து கிடக்கின்றன என்று விவரித்தான். ஆனால் அந்த உயிரோட்டமுள்ள தெளிந்த நீரூற்றைப் போன்ற நினைவுகள் இப்பொழுது கொஞ்சம், கொஞ்சமாக மறைந்து கொண்டிருக் கின்றன. அவற்றைத் தற்காத்து அடுத்த தலைமுறைக்கு வழங்க வேண்டும் என்பதற்காகத் தான், சுந்தர் காலத்தை எதிர்த்துப் போராடினான். அந்தப் போராட்டத்தின் பலனை இப்பொழுதுதான் பார்க்க முடிகிறது.

சுமார் 10 வருடங்களுக்கு முன்பு சுந்தரும் நானும் ஒரு கூட்டத்தில் மதுரையில் அருகருகே அமர்ந்திருந்தோம். அப்பொழுது

சுந்தர் விளையாட்டாக (நெஞ்சை சுட்டிக் காட்டி) "இது சிந்திக்கல, (பிறகு தலையைச் சுட்டிக்காட்டி) இதுதான் சிந்திக்குது. ஆனால் இதனைச் சிந்திக்க வைக்கிற ஆற்றல் (மீண்டும் நெஞ்சை சுட்டிக் காட்டி) இதுக்குத் தான் இருக்கிறது" என்று சொன்னான். கடந்த 9 ஆண்டுகளாகச் சுந்தர் தனது வக்கீல் தொழிலைக்கூட ஒதுக்கி வைத்து விட்டு இந்தப் புத்தகத்தை எழுதியிருக்கிறான். இந்தப் புத்தகத்தில் ஒரு பக்கத்தைக் கூட நான் படிக்கவில்லை. ஆனால் இதில் சொல்லப்பட்டவை என்னவென்று தெரியாவிட்டாலும் அவனது ஆழமான இதயத்தின் உண்மைதான் வெளிப்படும் என நம்புகிறேன்.

முனைவர் ஆனந்த பாண்டியன்
11.11.11

பால்டிமோர்
அமெரிக்க ஐக்கியநாடுகள்
(U.S.A.)

என்னுரை

விவசாயியாய், காவல்காரனாய், வழிப்பறிக் கொள்ளைக்காரனாய் அதே சமயம் கல்வியின் மகத்துவம் தெரிந்தவனாய் ஒருசேர வாழ்ந்து மடிந்த என் கொள்ளுப்பாட்டன் கள்ளப்பட்டி சுந்தரத் தேவனை நினைவுகூர்ந்து இதை எழுதுகின்றேன்.

நான் பள்ளியில் படித்துக் கொண்டிருந்த காலம், ஒன்பதாம் வகுப்பு என்று எனக்கு ஞாபகம்; தமிழ்ச் செய்யுள் பாடத்தில் தமிழறிஞர் ந.மு. வேங்கடசாமி நாட்டார் அவர்களின் செய்யுள் ஒன்று மனப்பாடப்பகுதியில் வைக்கப்பட்டிருந்தது. அந்தச் செய்யுளிற்குக் கீழே ஆசிரியர் குறிப்பு என்ற தலைப்பில் வேங்கடசாமி நாட்டாரால் எழுதப்பட்ட புத்தகங்கள் பட்டியலிடப் பட்டிருந்தன. அதில் *கள்ளர் சரித்திரம்* என்ற நூலின் பெயரும் இருந்தது. அதைப் பார்த்து விட்டு, அப்பொழுது எனக்குத் தமிழாசிரியராய் இருந்தவரிடம் விளக்கம் கேட்டேன். அவரால் எனக்குச் சரியாகப் பதிலளிக்க இயலவில்லை. சிலநாட்கள் கழித்து என்னுடைய தாய்வழிப் பாட்டனார் போத்தம்பட்டி நாட்டாண்மைக் காரர் துரைச்சாமித் தேவரிடம் சென்று, "தாத்தா, உங்களுக்கு வேங்கடசாமி நாட்டாரைத் தெரியுமா? அவர் எழுதிய 'கள்ளர் சரித்திரம்' புத்தகத்தைப் பற்றித் தெரியுமா?" எனக் கேட்டேன். அவர் சற்று சிந்தித்து விட்டு, "அவர் ஒரு மிகப்பெரிய தமிழறிஞர். அப்புத்தகத்தைத் தெளிந்த இலக்கிய ஆதாரங்களோடு எழுதி யிருக்கிறார். ஆனால் அதில் ஒரு வரிகூட நம்மைப் பற்றிக் குறிப்பிட வில்லை" என்றார். "நாம் என்றால் யார்?" என்று கேட்டேன். "பிறமலைக் கள்ளர்" என்றார். "ஏன் நம்மைப்பற்றி எழுதவில்லை" என மீண்டும் கேட்டேன். அவர் கண்களைச் சற்று குறுக்கிக் கொண்டு, "ஏண்டா! நம்ம ஏழைக் கூட்டமில்ல, வெள்ளைக்காரன்

பார்வையில் கொலைகாரன், கொள்ளைக்காரன். நம்மல சொந்தம்ன்னு சொன்னா அவங்களுக்கு ஆபத்து வந்துருமில்ல" எனச் சொல்லி விட்டு முகத்தைத் திருப்பிக் கொண்டார். நான் சிறுவனாக இருந்ததனால் அதைப் பற்றியே மீண்டும், மீண்டும் தொண தொணவெனக் கேட்டுக் கொண்டேயிருந்தேன். அவர் சற்று சிரித்து விட்டு, "இப்பொழுதெல்லாம் சொன்னால் உனக்குப் புரியாது. பெரியவனானதும் இந்தப் புத்தகத்தைப் படி. அப்ப புரியும்" எனச் சொல்லி எழுந்து போய்விட்டார். எனது தாத்தாவின் வரிகள் அப்பொழுது எனக்கு முழுமையாகப் புரியாவிட்டாலும் 'இந்த மனிதர்கள் ஏதோ ஒரு வலியைச் சுமந்து கொண்டிருக்கிறார்கள்' என்பது மட்டும் புரிந்தது. இப்படித்தான் கள்ளர்களது சரித்திரம் முதன்முறையாக எனக்கு அறிமுகமானது. அப்பொழுதிலிருந்தே இவர்களது வரலாறு பற்றி அறிந்து கொள்ள வேண்டும் என்ற ஆர்வமும் பிறந்தது.

●

உசிலம்பட்டி பள்ளியில் படிக்கின்ற காலத்தில் எனது மூத்த தாய்மாமன் தோழர் பால்ராஜ் மூலமாக மார்க்சியக் கொள்கை எனக்கு அறிமுகமானது. இக்கொள்கையால் ஈர்க்கப்பட்டு மார்க்சிஸ்ட் கம்யூனிஸ்ட் கட்சியின் அனுதாபியாக மாறினேன். அதன் மாணவரமைப்பான இந்திய மாணவர் சங்கத்தில் இணைந்து செயலாற்றினேன். மார்க்சியக் குழுக்களோடு எனக்கு ஏற்பட்ட தொடர்பு, சமூகத்தைப் பன்முகத் தன்மையோடு நோக்குவதற்கும், வரலாற்றை அடித்தட்டு மக்களின் நிலையிலிருந்து பார்ப்பதற்கும் பயன்பட்டது.

பிறகு பள்ளிப்படிப்பை முடித்துவிட்டுச் சென்னைப் புதுக் கல்லூரியில் இளங்கலைப் பட்டம் பயின்றேன். வாசிப்புப் பழக்கம் அதிகமுடையவனாகையால் கல்லூரிக் காலங்களில் எனக்கு வாய்ப்புக் கிடைக்கும் பொழுதெல்லாம் அதிக நேரத்தை எங்கள் கல்லூரி நூலகத்திலும், சென்னையில் புகழ்பெற்ற கன்னிமாரா நூலகத்திலும் கழிப்பேன். அப்பொழுதெல்லாம் கள்ளர்களைப் பற்றி ஏதாவது ஒரு புத்தகமோ, குறிப்புகளோ கிடைத்தால் அதைப் படித்துக் குறிப்பு எடுத்து விடுவேன்.

இந்த ஆர்வத்தினால் இளங்கலைப் பட்டப்படிப்பு இறுதியாண்டு இறுதிப் பருவத் தேர்வில் ஒரு பாடத்தில் தவறிவிட்டேன். அதனால் அந்த ஒரு வருடம் உசிலம்பட்டியில் இருக்க வேண்டிய நிலை ஏற்பட்டது. அப்பொழுது முறைசாரா கல்வியை வளர்த்தெடுப்

பதற்காகத் தமிழக அரசாங்கத்தால் ‘அறிவொளி இயக்கம்’ என்ற திட்டம் நிறைவேற்றப்பட்டுக் கொண்டிருந்தது. அதன் பொறுப் பாளராகத் தோழர் U.P. முத்து என்ற பள்ளி ஆசிரியர் செயல்பட்டு வந்தார். அவர் உசிலம்பட்டி பகுதி பிரபல கம்யூனிஸ்ட் தலைவர் U.P. பால்ச்சாமி அவர்களின் தம்பி, எனக்கு நெருங்கிய உறவினர். சிறந்த மார்க்சியவாதியான அவர் என்னை அறிவொளி இயக்கத்தில் இணைந்து பங்காற்றுவதற்கு அழைத்தார். அறிவொளி பிரச்சாரத்திற்காக உசிலம்பட்டி பகுதியிலுள்ள பல்வேறு கிராமங் களுக்கு அழைத்துச் சென்றார். அதுவரை எனது சொந்த ஊரான அயோத்திபட்டி, போத்தம் பட்டி, என் தாயார் அதிக நாட்கள் ஆசிரியையாகப் பணியாற்றிய கவண்டன்பட்டி, நல்லி வீரன்பட்டி ஆகிய கிராமங்களைத் தவிர வேறு எந்தக் கிராமத்திற்கும் நான் சென்றது கிடையாது. இந்த வாய்ப்பு உசிலம்பட்டி பகுதியிலுள்ள எல்லாக் கிராமங்களுக்கும் செல்வதற்கும் அக்கிராம மக்களோடு நேரடியாகப் பேசுவதற்கும், பழகுவதற்கும் உதவியது. அப்பொழுது அம்மக்கள் தங்களது முன்னோர்களைப் பற்றியும், சாமிகளைப் பற்றியும் சொன்ன கதைகள், இவர்களுக்குள் ஏதோ ஒரு மிகப்பெரிய வரலாறு ஒளிந்து கொண்டிருப்பதை எனக்கு உணர்த்தின. அவற்றையெல்லாம் முறைப்படுத்தி ஒரு ஆய்வுக்குள் உட்படுத்த வேண்டும் என்ற எண்ணம் அப்பொழுதுதான் எனக்கு முதன்முதல் தோன்றியது.

அதன் பின்பு தோல்வியடைந்த பாடத்தில் தேர்ச்சி பெற்ற நான் முதுகலைப் படிப்பிற்காக மறுபடியும் சென்னைக்குச் சென்று விட்டேன். பிறகு சென்னைச் சட்டக் கல்லூரியில் சேர்ந்து சட்டம் பயின்றேன். சட்டப்படிப்பை முடித்துவிட்டு ஏதாவது ஒரு வழக் கறிஞரிடம் ஜூனியர் வக்கீலாகச் சேர்வதற்கு முயற்சி செய்தேன். பல வழக்கறிஞர்கள் என்னை ஜூனியராகச் சேர்த்துக் கொள்ள யோசித்தனர். அதனால் வெறுப்படைந்து மீண்டும் உசிலம்பட்டிக்குத் திரும்பிவிட்டேன். அப்பொழுது ஒருநாள் எனது மூத்த அத்தை திருமதி இராஜம்மாள் அவர்களின் இல்லத்திற்குச் சென்றிருந்தேன். அவரது கணவர் முத்துக்கருப்பத்தேவர் அவர்கள் வருவாய்த் துறையிலும், கள்ளர் சீரமைப்புத்துறையிலும் அதிகாரியாக இருந்து ஓய்வு பெற்றவர். உசிலம்பட்டி பகுதி மக்கள் மத்தியில் ஒரு சமூக அமைப்பை உருவாக்க வேண்டும் என்பதற்காகத் ‘தமிழ் மாநில பிறமலைக் கள்ளர் உறவின்முறை’ என்ற அமைப்பை உருவாக்கிச் செயல்பட்டு வந்தார். அவரைச் சந்திப்பதற்காக ஒரு இளைஞன் வந்தான். அவருடன் ஏதோ ஆங்கிலத்தில் பேச ஆரம்பித்தான். தான் அமெரிக்க பல்கலைக் கழக மாணவனென்றும், தனது பெயர்

ஆனந்த பாண்டியனென்றும், தான் மானுடவியல் துறையில் முனைவர் பட்ட ஆய்விற்காகப் பிறமலைக் கள்ளர் சமூகத்தை ஆய்வு செய்வதற்காக வந்திருக்கிறேன் என்றும் தன்னை அறிமுகப்படுத்திக் கொண்டான்.

நான் அவனுடன் பல விசயங்களையும், கள்ளர் சம்பந்தமாக நான் படித்த புத்தகங்களைப் பற்றியும் பகிர்ந்து கொண்டேன். அவனும் அதைக் கேட்டு விட்டு, பிறகு என்னை வீட்டில் சந்திப்பதாகக் கூறிச் சென்றான். சில நாட்கள் கழித்து உசிலம்பட்டிக்கு வந்து என்னை இல்லத்தில் சந்தித்தான். நானும், அவனும் பல்வேறு விஷயங்களைப் பகிர்ந்து கொண்டோம். அவன் கம்பம் பள்ளத் தாக்குப் பகுதியில் வாழ்கின்ற கள்ளர்களைப் பற்றி ஆய்வு செய்யப் போவதாக என்னிடம் சொன்னான். அவன் ஆய்வு செய்ய இருக்கின்ற அந்தக் கிராமத்திற்கு அவனை அறிமுகப்படுத்தி அவன் ஆய்விற்கான ஆரம்ப கட்ட உதவியைச் செய்தேன். அவனுடைய களப்பணி காலத்தில் என்னை அவன் பல்வேறு கிராமங்களுக்கு அழைத்துச் செல்வான். அக்கிராமத்தவர்களுடன் எந்த ஆங்கிலக் கலப்பும் இல்லாமல் பாமரத் தமிழில் பேசுவான்.

கிராமத்தவர்கள் சொல்கின்ற ஒவ்வொரு வார்த்தைக்கும் முக்கியத்துவம் அளிப்பான். அவர்களுடைய எல்லா வார்த்தை களையும் பதிவு செய்வான். "நாம் எந்த மனிதர்களை ஆய்வு செய்கி றோமோ முதலில் அவர்களை மதிக்கக் கற்றுக் கொள்ள வேண்டும். அப்பொழுதுதான் நாம் அவர்களைப் பற்றி முழுமையாக அறிந்து கொள்ள முடியும்" என்று அவன் சொன்ன வார்த்தைகள் இன்றும் என் மனதில் ஆழமாகப் பதிந்துள்ளன. அப்படி அவனோடு சேர்ந்து நான் பயணித்துக் கொண்டிருந்த காலகட்டத்தில் மார்க்சிய கம்யூனிஸ்ட் கட்சியைச் சேர்ந்த தோழர் K. தேவராஜ் அவர்கள் தமிழ்நாடு முற்போக்கு எழுத்தாளர் சங்கத்தைச் சேர்ந்த சு. வெங்கடேசன் என்பவரை என் இல்லத்திற்கு அழைத்து வந்து எனக்கு அறிமுகம் செய்து வைத்தார். அவர் கள்ளர்களைப் பற்றிச் சில ஆய்வுகளைச் செய்து கொண்டிருப்பதாகவும், அவர்களின் வாழ்க்கையை மையமாக வைத்து ஒரு வரலாற்று நாவலை எழுதுவதற்கு முயற்சித்துக் கொண்டிருப்பதாகவும் என்னிடம் சொன்னார். அவரும், நானும் முதல் சந்திப்பிலேயே பல்வேறு விஷயங்களைப் பகிர்ந்து கொண்டோம். இருவரும் மார்க்சியக் கொள்கையில் ஈர்ப்புடையவராகையால் பல்வேறு விஷயங்களில் கருத்தியல் ரீதியாகப் பல ஒற்றுமைகள் இருப்பதை உணர்ந்தோம். அதன்பிறகு அமெரிக்க ஆய்வாளர் ஆனந்த பாண்டியனை

அவருக்கு நான் அறிமுகம் செய்து வைத்தேன். மூவரும் இணைந்து செயல்பட ஆரம்பித்தோம். பல்வேறு விஷயங்களை ஆனந்த பாண்டியன் எங்கள் இருவரோடும் பகிர்ந்து கொள்வான். நாங்களும் அப்படியே.

சிலகாலம் கழித்து, நான் என் வழக்கறிஞர் பணிக்காக மீண்டும் சென்னைக்குச் சென்று விட்டேன். காவல்துறை அதிகாரியாகயிருந்த எனது தாய்மாமன் என்னைப் பிரபல வழக்கறிஞர் K.S. தினகரனிடம் அறிமுகம் செய்து வைத்தார். அவர் என்னை அப்போதைய உயர் நீதிமன்ற வழக்கறிஞரும், தற்போதைய உயர்நீதிமன்ற நீதிபதியுமான நீதியரசர் M. சத்தியநாராயணனிடம் ஜூனியர் வழக்கறிஞராகச் சேர்த்து விட்டார். நான் ஜூனியர் வழக்கறிஞராகப் பணியாற்றிய பொழுதும் என் மனம் முழுமையாக வக்கீல் தொழிலில் ஈடுபடவில்லை. என் சிந்தனையில் எப்பொழுதும் ஆய்வு, படிப்பு, எழுத்து போன்றவையே ஓடிக் கொண்டிருந்தன. இதைப் புரிந்து கொண்ட சத்திய நாராயணன் அவர்கள், நான் நூலகங்களுக்குச் செல்வதற்கும், பல புதிய புத்தகங்களை வாங்குவதற்கும் பேருதவி செய்தார். "வாடிய பயிரைக் கண்டபோதெல்லாம் வாடினேன்" எனக் குறிப்பிட்ட வள்ளலாரைப் போல, என் முகம் வாடிய பொழுதெல்லாம் அதை உணர்ந்து, நான் கேட்காமலேயே எனக்கு உதவி செய்தார். அவர் செய்த நிதியுதவிகளே கன்னிமாரா நூலகத்திலிருந்து பல அரிய ஆவணங்களைப் பிரதி எடுப்பதற்கும், ஆய்வு சம்பந்தப்பட்ட பல புதிய புத்தகங்களை வாங்குவதற்கும் எனக்கு உதவியாகயிருந்தன.

நான் உயர்நீதி மன்றத்தில் வழக்கறிஞராக இருந்தபொழுது என்னுடன் வழக்கறிஞராகப் பணியாற்றிய வழக்கறிஞர் நண்பர்கள் சிவக்குமார், ஸ்ரீபாலாஜி, ராம்குமார் ஆகியோரும், நெல்லை மகாராஜன், மாங்குளம் மகேந்திரன், தஞ்சை திருமாவளவன் ஆகியோரும் எனக்கு ஆய்வு சம்மந்தமான சிறு சிறு உதவிகளைச் செய்து என்னை ஊக்கப்படுத்தினர். இதற்கிடையில் ஆனந்த பாண்டியன் தன்னுடைய களப்பணியை முடித்து விட்டு அமெரிக்காவிற்குச் செல்லும் பொழுது, தமிழ்நாடு அரசு ஆவணக் காப்பத்திலிருந்து எடுத்த சில ஆவணங்களை என்னிடமும், சு. வெங்கடேசனிடமும் கொடுத்து விட்டுச் சென்றான்.

இப்படிப் படிப்பு, பேச்சு என்று கழிந்து கொண்டிருந்த காலத்தில் கல்லூரி நாட்களில் தொடங்கிய மது அருந்தும் பழக்கத்தால் உடல் நலமும் மனநலமும் ஒருங்கே பாதிக்கப்பட்டு வாழ்வை வெறுத் திருந்தேன். அப்போது வழக்கறிஞர் நண்பர்கள் என்னை வேறு

விசயத்தில் ஈடுபடுத்த முயற்சித்தனர். நானும் வழக்கறிஞர் தொழிலைச் சிறிது காலம் நிறுத்தி வைத்துவிட்டு எனக்கு ஏற்கனவே விருப்பமாயிருந்த கள்ளர்கள் ஆய்வுப் பணியில் என்னை முழுமையாக ஈடுபடுத்திக் கொண்டேன். இதனை முடித்த பிறகுதான் வக்கீல் தொழிலை ஆரம்பிப்பது என்று எனக்குள்ளே ஒரு தீர்க்கமான முடிவையும் எடுத்துக் கொண்டேன். அதன்பிறகு நீதிமன்றத்திற்குச் செல்வதை நிறுத்திவிட்டு, சென்னையில் புகழ்பெற்ற நூலகமாகிய கன்னிமாரா நூலகம், நான் தங்கியிருந்த அயனாவரம் பகுதியிலிருந்த அரசு கிளை நூலகம், அடையாற்றிலிருந்த M.I.D.S. நூலகம், தரமணியிலுள்ள உலகத் தமிழராய்ச்சி நிறுவன நூலகம் போன்ற நூலகங்களுக்குச் சென்று பல்வேறு புத்தகங்களைப் படித்துக் குறிப்புகளை எடுக்கத் தொடங்கினேன். இப்படியாக ஒரு வருடம் கழிந்தது. இனிமேல் களப்பணிகள் மூலம்தான் பல தரவுகளைத் திரட்ட முடியும் என்ற நிலை வந்தவுடன் சென்னையைக் காலி செய்து விட்டு உசிலம்பட்டிக்கு வந்து விட்டேன். மதுரையில் உயர்நீதிமன்றக் கிளை தொடங்கிவிட்ட காரணத்தினால், “நான் மதுரையில் வக்கீல் தொழில் செய்யப் போகிறேன்” என்று சொல்லி ஊராரையும் என் குடும்பத்தாரையும் சமாளித்துவிட்டுக் களப்பணிகளுக்கு ஆயத்தமானேன்.

●

வக்கீல் தொழிலைத் திடீரென்று நிறுத்திவிட்டதால் வருமானம் சுத்தமாக நின்று விட்டது. எனக்குப் பெரியளவில் பொருளதாரப் பின்னணியும் கிடையாது. களப்பணியையும் ஆரம்பிக்க வேண்டும். சற்றுத் திகட்டலாக இருந்தது. உறவினர்களிடமும் வெளிப்படையாகச் சொல்ல முடியாது. அப்படிச் சொன்னால், “உன் தொழிலைச் செய்யாமல், ஏன் இதைச் செய்கிறாய்” என்று கேள்வி கேட்பார்கள். அப்படியிருக்கையில் என்னுடைய நிலைமையைப் புரிந்து கொண்ட என் பள்ளி ஆசிரியர் பொன் சின்னிவீரன் அவர்கள் என்னை அழைத்துச் சிறிது பணம் கொடுத்து, “உன் பணிகளை ஆரம்பி, தேவைப்படும் பொழுதெல்லாம் தேவையான உதவிகளைச் செய்கிறேன்” எனக் கூறி அனுப்பி வைத்தார். ஆங்கிலம் என்ற மொழியை, என்னைப் போன்ற பாமரர்களும் ஓரளவிற்குப் புரிந்து கொள்வதற்குக் காரண கர்த்தவாக இருந்த அவரே இந்த உதவியையும் செய்தார். இதே போல நண்பர் வழக்கறிஞர் சேம்பர் செல்வமும் சிறிது பணம் கொடுத்து உதவினார். அந்தச் சிறிய அளவு நிதியை வைத்துக் கொண்டு நானும், எனது மைத்துனன் நாட்டாண்மை

ரவிக்குமாரும் ஒரு TVS–50யை எடுத்துக்கொண்டு ஒவ்வொரு ஊராகச் செல்ல ஆரம்பித்தோம். ஒவ்வொரு கிராமத்திற்கும் சென்று அவ்வூரில் இருக்கின்ற பொதுமந்தையிலுள்ள பெரியவர்களைச் சந்தித்து, 'நாங்கள் இப்பகுதி மக்களை ஆராய்ச்சி செய்து ஒரு வரலாறு எழுதப்போகிறோம்' என்று சொல்லுவோம். அவர்கள் எங்களை அன்போடு அழைத்து ஊர்ப்பொது இடத்தில் அமரவைத்து அவ்வூர் பற்றிய கதைகளையும், சாமி பற்றிய கதைகளையும் மடமடவெனச் சொல்ல ஆரம்பிப்பார்கள். சில சமயங்களில் அவர்களுக்கு அது பற்றித் தெளிவாகத் தெரியாவிட்டால், இதைப் பற்றி யார் தெளிவாகச் சொல்லுவார்கள் என்று தங்களுக்குள் பேசி அந்தப் பெரியவர்களை அழைத்து வருவார்கள். சிலசமயங்களில் அப்படிக் கதை சொல்கின்ற திறன் படைத்த பெரியவர்கள் வரமுடியாத சூழ்நிலையிருந்தால் அவர்கள் இருக்கின்ற இல்லத்திற்கோ அல்லது தோட்டத்திற்கோ எங்களை அழைத்துச் செல்வார்கள். ஆண் பெண் வேறுபாடற்று எல்லோரும் எனக்குக் கதை சொன்னார்கள்.

தொடக்க காலத்தில் என்னிடம் ஒலிப்பதிவுக் கருவியோ, புகைப்படக் கருவியோ கிடையாது. அதனால் அவர்கள் சொல்கின்ற விசயத்தை யெல்லாம் என் மைத்துனன் ரவிக்குமார் வேகவேகமாகக் குறிப்பெடுத்துக் கொள்வான். நானும் மிக உன்னிப்பாக அவற்றைக் கவனித்துக் கொண்டிருப்பேன். அவர்களின் உதடுகளிலிருந்து கோர்வையாகச் செய்திகள் வருவதைக் கேட்கும் பொழுது எனக்கு மிகவும் ஆச்சரியமாயிருக்கும். மேலும் மாசிப்பச்சைத் திருவிழா, கிடாய் வெட்டுத் திருவிழா போன்ற திருவிழா நாட்களில் அந்தந்தக் கிராமங்களுக்குச் சென்று இரவு முழுவதும் தங்கி அங்கு நடக்கின்ற நிகழ்வுகளை நேரடியாகக் கண்டு களிப்பேன். குறிப்பாக மாசிப் பச்சைத் திருவிழாக்களின் போது பலநாட்கள் பாப்பாபட்டியிலும், கருமாத்தூரிலும், இன்னும் பல கிராமங்களிலும் அங்கேயே இரவு பகலின்றி முழுவதும் தங்கியிருந்து குறிப்புகளைத் திரட்டினேன். சில கிராமங்களில் நடக்கின்ற தனிச்சிறப்புமிக்கத் திருவிழாக்களுக்கு எனக்கு முன்கூட்டியே தகவல் வந்துவிடும். மேலும், சாமி இறக்கி கோடாங்கி பிடித்தல், பூசாரி பிடித்தல், தேவர் பிடித்தல் போன்ற நிகழ்வுகளுக்கும் எனக்கு அழைப்புக் கொடுப்பார்கள். நான் அங்குச் சென்று அவற்றையெல்லாம் நேரடியாகக் கண்டுகளிப்பேன். அப்பொழுதெல்லாம் அந்தக் கிராம மக்கள் என்மீது காட்டிய அன்பும், எனக்களித்த ஒத்துழைப்பும் என்றும் மறக்க முடியாதவை. குறிப்பாக முண்டுவேலன்பட்டிக்கு நான் களப்பணிக்குச் சென்றிருந்த பொழுது அந்தக் கிராமத்து மக்கள் அனைவரும் ஒன்று திரண்டு

வந்து எனக்கு வழிச்செலவிற்குப் பணம் கொடுத்து அனுப்பி வைத்த காட்சியை என்னால் ஒரு பொழுதும் மறக்க முடியாது. எந்த மனிதர்களைப் படிப்பறிவற்றவர்கள், பாமரர்கள் என்று நினைத் தோமோ, அவர்களுக்குள் எவ்வளவு விஷயங்கள் மண்டிக் கிடக்கிற தென்பதைக் கண்டு வியந்தேன்.

உலகிலேயே மிகப்பெரிய அறிவு ஒருவர் தன்னைப் பற்றித் தெரிந்து வைத்திருப்பது தான். அதாவது தன்னையும், தன் குடும்பம், தன் சமூகம், தன் பண்பாடு போன்றவற்றையும் பற்றி தெரிந்து வைத்திருப்பது. இந்த முரட்டு மனிதர்கள் பலநூறு வருட வாழ்க்கையைத் தங்கள் மூளையில் இன்னும் சுமந்து கொண்டிருக் கிறார்கள் என்பதைப் பார்த்து வியந்தேன். முதலில் அவர்கள் சொல்லுகின்ற கதைகள் எனக்கு முழுமையாகப் புரியாது. சில சமயங்களில் சில கதைகள் பாமரத்தனமாக இருக்கும். இதெல்லாம் தேவையா என்றுகூட யோசிப்பேன். அப்பொழுதெல்லாம் இந்தக் கதைகளை ஒரு போதும் புறக்கணிக்கக்கூடாது என்று ஆனந்த பாண்டியன் சொன்ன வரிகள் எனக்கு ஞாபகத்திற்கு வரும். அதனால் அவற்றையெல்லாம் உன்னிப்பாகக் கேட்பேன். இப்படி ஒவ்வொரு கிராமத்திலும் களப்பணி ஆய்வை முடித்துவிட்டு வந்த பின்பு அங்கு நடந்த எல்லா நிகழ்வுகளையும், அவர்கள் எல்லாரும் சொன்ன விஷயங்களையும் என் களப்பணி நாட்குறிப்பில் அப்படியே பதிவு செய்து விடுவேன். இப்படி சென்று கொண்டிருந்த பொழுது ஒரு நாள், ஒரு டீக்கடையில் நின்று பேசிக் கொண்டிருந்தேன். எனது பள்ளித் தோழன் கவணம்பட்டி சோலை கருப்பத்தேவன் ஏதோ ஒரு கதையைச் சொல்லிக் கொண்டிருந்தான். அந்தக் கதையை நான் எங்கேயோ கேட்டதைப் போல் எனக்கு ஞாபகம் வந்தது. உடனே வீட்டிற்கு வந்து பிரெஞ்ச் ஆய்வாளர் லூயிஸ்ட் டூமண்ட் எழுதிய "சவுத் இண்டியன் சப்காஸ்டு" புத்தகத்தைப் புரட்டிப் பார்த்தேன். அதில் அவன் சொன்ன கதை அப்படியே பதிவு செய்யப்பட்டிருப் பதைக் கண்டு வியந்தேன். அவன் ஒரு சாமானியனல்லன். இச் சமூக வரலாற்றின் பெட்டகம் என்பதை உணர்ந்தேன். பல்கலைக் கழகங்களில் செய்யப்படுகின்ற எந்த ஒரு ஆய்விற்கும் வழிகாட்டியாக ஒரு பேராசிரியர் இருப்பது வழக்கம். அந்த வகையில் என்னுடைய ஆய்விற்கும் ஒரு வழிகாட்டி தேவைப்பட்டது. இச்சோலைக் கருப்பத் தேவனை எனக்கு நானே வழிகாட்டியாக ஏற்றுக் கொண்டேன். நான் சேகரித்த எல்லா விஷயங்களையும் அவனோடு பரிமாறிக் கொள்வேன். அதில் எனக்குப் புரியாத விஷயங்களுக்கு அவன்

விளக்கம் கொடுத்துப் புரிய வைப்பான். இப்படிக் களப்பணிகள் சென்று கொண்டிருந்த பொழுது சில மாதங்கள் கழித்து ஆனந்த பாண்டியன் அமெரிக்காவிலிருந்து மீண்டும் வந்து என்னைச் சந்தித்தான். என் களப்பணிகளுக்கு உதவியாக ஒரு புகைப்படக் கருவியும், ஒரு சிறிய டேப்ரிக்கார்டரும் வாங்கி வந்து பரிசளித்தான். அதன் பின்பு கிராமத்தவர்கள் சொல்கின்ற எல்லா விஷயங்களையும் நேரடியாகப் பதிவு செய்ய ஆரம்பித்தேன். பின்பு இக்களப் பணிகளுக்கு எனக்கு உதவிகரமாகயிருந்த மைத்துனர் ரவிக்குமார் தனியார் பாதுகாப்பு நிறுவனத்தின் அதிகாரியாகப் போய் விட்டார். அதன் பின்பு கருமாத்தூரைச் சேர்ந்த நண்பர் நடிகர் அருளானந்தமும், நண்பர் வாலாந்தூர் ஜெகவீரபாண்டியனும் அப்பொறுப்பை ஏற்று என்னோடு களப்பணியில் உடனிருந்து உதவிகளைச் செய்தனர்.

பிறமலைக் கள்ளர்கள், தங்களுடைய மூதாதையர்களெல்லாம் மதுரைக்குக் கிழக்குப் பக்கத்திலுள்ள கிராமங்களிலிருந்து வந்தவர் களென்று சொல்கிறார்கள். எனவே, மதுரைக்குக் கிழக்குப் பகுதியிலுள்ள கிராமங்களில் களப்பணிகளை முழுமையாக மேற் கொண்டால் தான் இவர்களது மூலங்களை முழுமையாக அறிந்து கொள்ள முடியும் என்பதை உணர்ந்து இப்பகுதிகளில் என் ஆய்வுகளை மேற்கொள்ளத் திட்டமிட்டேன். 2007ஆம் ஆண்டு இறுதியில் நவம்பர் மாதத்தில் மேலூர் நகரத்தில் அறை எடுத்துத் தங்கினேன். அப்பொழுது சிவகங்கையில் பத்திரிகை நிருபராயிருந்த என் தம்பி வெற்றிபாண்டியன் பல ஊர்களுக்கு என்னை உடனிருந்து அழைத்துச் சென்றான். அப்பகுதிகளில் எனக்குப் பல கிராமங்களில் நல்ல வரவேற்பளித்தார்கள். அதில் சில பெரியவர்கள் என்னோடு செய்திகளைப் பகிர்ந்து கொள்ளத் தயங்கினர். அப்பொழுது பார்வர்டு பிளாக் கட்சியின் தலைவர்களில் ஒருவரான வழக்கறிஞர் சுரேந்திரன் அவர்கள் அப்பெரியவர்களோடு தொலைபேசியில் தொடர்பு கொண்டு அவர்களிடம் என்னை அறிமுகம் செய்து வைத்தார். அதன் பின்பு என் களப்பணி அப்பகுதியில் சூடுபிடிக்க ஆரம்பித்தது. அப்பகுதியில் நான் களப்பணியிலிருந்த பொழுது கிழக்கு நாட்டின் முக்கியக் கிராமமான வெள்ளலூர் கிராமத்தில் கருணாகரன் அம்பலம் என்ற வாலிபரைச் சந்தித்தேன். அவர் கள்ளர் நாடுகளையெல்லாம் பட்டியலிட்டுப் பல முக்கிய கிராமங்களுக்கு அழைத்துச் சென்று, அங்குள்ள கிராமத்துப் பெரியவர்களையெல்லாம் எனக்கு அறிமுகம் செய்து வைத்தார். அதன் மூலம் பல தரவுகளைத் திரட்டினேன். கிடாரிபட்டி கடுக்கான் அய்யாவு அம்பலம், நரசிங்கம்பட்டி இராமசாமி அம்பலம், மேலூர் ஐந்துகரை பெரியம்பலக்காரர் தர்மர் அம்பலம், வெள்ளலூர்

பெரியம்பலம் கந்தசாமி அம்பலம், சிறுகுடி பகுதியிலுள்ள கீழையூரைச் சேர்ந்த வீரணன் அம்பலக்காரர், பட்டமங்கலத்தைச் சேர்ந்த காந்தி தொண்டைமான், மல்லாகோட்டை ஏரியூர் பெரிய அம்பலக்காரர் சபாபதி அம்பலம், கண்டர் மாணிக்கம் பெரியம்பலம் போன்ற பெரியவர்களைச் சந்தித்துப் பல தரவுகளைத் திரட்டினேன். பிறகு காரைக்குடிக்குச் சென்று உஞ்சனை பெரியஅம்பலம் இராமசாமி அம்பலக்காரர் போன்றோரைச் சந்தித்தேன். நான் அப்பகுதியில் தங்குவதற்கு முன்னாள் எம்.எல்.ஏ. உமா தேவன் பேருதவி செய்தார்.

பிறகு பிரான்மலைப் பகுதிகளில் தரவுகளைத் திரட்டுவதற்காகச் சிங்கம்புணரியில் தங்கி களப்பணியை ஆரம்பித்தேன். என்னுடைய மைத்துனரின் நண்பர் அடைக்கலம் சேர்வை இதற்கு உதவினார். பிரான்மலையின் மலைச் சேர்வை, சிங்கப்புணரியைச் சேர்ந்த மந்திரி போன்றோர் அப்பகுதியைச் சேர்ந்த பல தரவுகளை எனக் களித்தனர். பின்பு தஞ்சைப் பகுதிக்குச் சென்றேன். என்னுடைய உறவினரும் தமிழ் மாநில பிறமலைக்கள்ளர் பேரவைத் தலைவருமான திரு. ஜெயச்சந்திரன் என்னைத் தமிழ் நாடு கள்ளர் சங்கத் தலைவர் டாக்டர் சீனிவாச வன்னியருக்கு அறிமுகம் செய்து வைத்தார். அவர் மூலம் தஞ்சைக் கள்ளர்கள் பற்றிய முக்கியத் தரவுகளும், ஆவணங்களும் கிடைத்தன. இப்படியாக நான் களப்பணிகளைச் செய்கின்ற காலங்களில் கள்ளர்களைப் பற்றி ஆய்வு செய்கின்ற பல ஆய்வாளர்களும் என்னை வந்து சந்தித்தனர். குறிப்பாகக் குற்றப்பரம்பரைச் சட்டம் பற்றி ஆய்வு செய்த செந்தமிழ்க் கல்லூரி மாணவி செல்வி சுமதியும், இலண்டன் பல்கலைக்கழகத்தின் மானுடவியல் துறையில் பிறமலைக் கள்ளர்களைப்பற்றி ஆய்வு செய்த திருமதி திவ்யா ஜனார்த்தனனும் என்னைச் சந்தித்தனர். அவர்களும் என்னோடிணைந்து களப்பணிகளைச் செய்தனர். குறிப்பாக, திவ்யா ஜனார்த்தனன் மதுரைக்கருகேயுள்ள நாகமலைப் புதுக்கோட்டையில் தங்கி இப்பகுதிகளில் களப்பணிகளை மேற் கொண்டார். எங்களுக்குள் நாங்கள் சேகரிக்கின்ற தரவுகளைப் பகிர்ந்து கொண்டோம். ஆய்வாளர் சுமதியும், திவ்யா ஜனார்த்தனனும் அவர்கள் சேகரித்த ஆவணங்கள் பலவற்றை எனக்கு அளித்தனர்.

●

களப்பணிகள் முழுவதும் முடிந்து விட்ட பின்பு இவற்றை யெல்லாம் முறைப்படுத்தி எழுதுவதற்கு அமர்ந்தேன். ஆனால் எதை எப்படி எழுதுவது என்று எதுவுமே பிடிபடவில்லை. நண்பன்

ஆனந்த பாண்டியனிடம் தொடர்பு கொண்டு எனக்கிருக்கின்ற சிரமங்களைச் சொன்னேன். அதற்கு அவன் "விதை விதைத்தவுடன் முளைத்து விடுமா? இப்பொழுது தான் உன் மூளையில் இந்த விஷயங்களையெல்லாம் விதைத்திருக்கிறாய். அது வளர்வதற்குச் சில காலங்கள் காத்திரு" எனப் பதிலளித்தான். அதனால் களப்பணி முடிந்து ஒரு வருடகாலம் எதையுமே நான் எழுத ஆரம்பிக்கவில்லை. சொந்த வாழ்க்கையிலும் சில மனச்சோர்வுகள் உருவாகின. அந்த ஒரு வருடம் நான் யாரிடமும் அதிகமாகப் பேசுவதுகூட கிடையாது. நான் இத்தரவுகளின்மூலம் சேகரித்த விஷயங்களை மனதிற்குள் அசைபோட்டுக் கொண்டே இருப்பேன். சில குழப்பங்கள் வரும் பொழுது மறுபடியும் மறுபடியும் சில கிராமங்களுக்குச் சென்று விடுவேன். அப்பொழுது அந்தக் கிராமத்தவர்கள் என்னைப் பார்த்து, "இவர் சும்மா வந்து எதையாவது கேட்டுக் கொண்டே இருக்கிறாரே" என்று கேலியாகப் பேசுவதுமுண்டு. பிறகு ஒரு வருடம் கழித்து இனியும் தாமதிக்கக்கூடாது; கட்டாயம் எழுத வேண்டுமென்று முடிவெடுத்தவுடன் ஏற்கனவே எழுதப்பட்டிருந்த இனவரைவியல் புத்தகங்களைச் சேகரித்துப் படிக்க ஆரம்பித்தேன். அதில் குறிப்பாக, பேரா. மாற்கு எழுதிய *அருந்ததியர் வாழும் வரலாறு*, நாஞ்சில் நாடன் எழுதிய *நாஞ்சில் நாட்டு வெள்ளாளர் வாழ்க்கை*, பத்மாவதி எழுதிய *நரிக்குறவர் இனவரைவியல்*, பக்தவத்சல பாரதி எழுதிய *தமிழர் மானுடவியல்* போன்ற புத்தகங்களை வாங்கிப் படித்தேன். அவற்றைப்படித்த பின்பு அப் புத்தகங்களை மையமாக வைத்து அவற்றில் எதை எழுதியிருக் கிறார்கள்? எதை எழுதவில்லை? என்ற இரண்டு கேள்விகளை எனக்குள் எழுப்பி அவற்றை என் களப்பணி தரவுகளோடு பொருத்திப் பார்த்து, அதன்பின்பு எனக்குக் கிடைத்த முடிவுகளின் அடிப்படையில் அத்தியாயங்களைப் பட்டியலிட்டு எழுத ஆரம்பித்தேன்.

ஆனால் அப்படி எழுதப்பட்ட இனவரைவுகள் அந்தக் குறிப்பிட்ட சாதிகளை அதற்குள் மட்டும் வைத்து விளக்குவதைக் கண்டேன். சமூகத்தின் ஒரு அங்கம் தான் சாதி. அது ஒரு தனித்த அமைப்பல்ல. ஒவ்வொரு சாதிக்கும் சில தனித் தன்மைகள் இருந்தாலும், அந்தச் சாதி மட்டும் சமூகத்தில் தனித்து இயங்க இயலாது. அதனால் தமிழ்ச் சமூகத்தைப் பற்றி ஒரு பொதுவான தெளிவில்லாமல் யாராலும் அவர்களின் சொந்த சாதியைப் பற்றி புரிந்து கொள்ள இயலாது என்பதை உணர்ந்து தமிழ்ச் சமூகத்தின்

பொது வரலாற்றிலிருந்து தொடங்கினேன். இதுவரை எழுதப்பட்ட எல்லா இனவரைவுகளும் அச்சமூகத்தின் பண்பாட்டு வரலாற்றிற்குக் கொடுக்கின்ற முக்கியத்துவத்தை அதன் அரசியல் வரலாற்றிற்குக் கொடுத்ததில்லை. ஒரு சமூகத்தின் அரசியல் வரலாற்றை எழுதாமல், அதன் பண்பாட்டை மட்டும் விளக்குவதென்பது, ஒரு வலுவான அடித்தளம் இல்லாமல் வெறும் மேற்கூரையை மட்டும் வேய்வதற்குச் சமம். மேலும் பிறமலைக் கள்ளர்கள் ஒரு தனித்தன்மை கொண்ட சாதியாகையால் இவர்களுக்கென்று ஒரு நெடிய அரசியல் வரலாறு இருக்கிறது. அதனால் இவர்களது பண்பாட்டையும், அரசியலையும் இணைத்து எழுதுவது என்று முடிவு செய்து இதை இரண்டு பகுதிகளாகப் பிரித்தேன். முதல் பகுதியில் இவர்களது வாழ்க்கை யையும் பண்பாட்டுக் கூறுகளையும் பிரித்து அவற்றைப் பத்து அத்தியாயங்களாக எழுதினேன். அடுத்தப் பகுதியில் பார்வர்டு பிளாக்கின் வளர்ச்சி வரையுள்ள இன்றைய அரசியலை எழுதினேன்.

கள்ளர்களின் நாட்டார் தெய்வங்களுக்கும், வைதீக பெரும் தெய்வங்களுக்குமுள்ள இடைவெளியை எனக்கு முதன்முறையாகக் கோடிட்டுக் காட்டியவர் தொல்லியல் ஆய்வாளர் அண்ணன் K.T. காந்திராஜன் அவர்களே. அவர் எனக்குள் ஏற்படுத்திய புரிதலையும் வழிகாட்டுதலையும் மையமாக வைத்தே இவர்களது தெய்வங்களையும், வழிபாட்டு முறைகளையும் எழுதினேன்.

இவ்வாறு அத்தியாயங்களைப் பட்டியலிட்டு ஒவ்வொன்றாக எழுத ஆரம்பிக்கும் பொழுது, அவற்றை யாரிடமாவது கொடுத்துக் கருத்து கேட்க வேண்டும் என்று நினைத்தேன். என்னுடைய கையெழுத்தை யாரும் எளிமையாகப் புரிந்து கொள்ள இயலாது. நான் எழுதியதெல்லாம் வேறு ஒரு கையெழுத்திற்கு மாற்ற வேண்டும் என நான் எண்ணியபொழுது, என் ஒன்றுவிட்ட அக்காள் மகள் செல்வி. கல்வியா ஜெயக்கனி, காந்திகிராம பல்கலைக்கழக மாணவி சண்முகப்பிரியா, நண்பர் அறிவழகன் போன்றோர் எழுத்துப்பணியில் தொடக்க காலத்தில் எனக்கு உதவி செய்தனர். இவர்கள் எல்லோரும் வெவ்வேறு பணிகளுக்குச் சென்றுவிட்ட பின்பு அறிவொளி இயக்கக் காலத்திலிருந்து எனக்கு அறிமுகமான அன்னம்பாரி பட்டியைச் சேர்ந்த தோழி வனிதா ஒச்சம்மாள் அவர்கள் ஒன்றரை வருடகாலம் என்னுடனேயே இருந்து எனது எழுத்துப்பணிகளுக்கு பேருதவி செய்தார். அவரது கையெழுத்து அச்சடித்தாற்போல மிகவும் அழகாகவும், நேர்த்தி யாகவும் இருக்கும். அவரது உழைப்பும், ஒத்துழைப்பும் இல்லாமல்

போயிருந்தால் இப்பணியை நான் ஒருபொழுதும் நிறைவு செய்திருக்க முடியாது. தலித் சமூகத்தைச் சேர்ந்த அவருக்கு, நானும், இப்பிறமலைக் கள்ளர் சமூகமும் மிகுந்த கடமைப் பட்டிருக்கிறோம்.

இச்சமயத்தில் தமிழ்நாடு குடிநீர் வாரியத்தில் தலைமைப் பொறியாளராய் இருந்து ஓய்வு பெற்ற திரு. ம. இளங்கோவன் அவர்களை, ஒரு நாள் ஆசிரியர் தனராஜ் என் இல்லத்திற்கு அழைத்து வந்தார். அவர் நான் எழுதியிருந்த விஷயங்களை வாசித்துப் பார்த்து என்னை ஊக்கப்படுத்தினார். அவர் மூலமாகத்தான் நான் ஒரு நல்ல படைப்பை உருவாக்கிக் கொண்டிருக்கிறேன் என்பதை உணர்ந்தேன். அடிப்படைப் பணிகளுக்குத் தேவையான நிதி உதவிகளைச் செய்தார். அவரது உதவிக்குப் பின்பு தான் என்னால் என் பணிகளை விரைவாகச் செய்ய முடிந்தது. இப்படி எழுதிக் கொண்டிருக்கின்ற காலத்தில் இதை எப்படி வெளியிடப் போகிறோம் என்ற எண்ணம் இருந்து கொண்டேயிருக்கும். அப்பொழுது என் உறவினர் திரு. சுபகுண ராஜன் அவர்கள் நூல் வெளியிடுவதாக என்னிடம் சொல்லி என்னை ஊக்கப்படுத்துவார். காவ்யா சண்முக சுந்தரமும் இதனை வெளியிடு வதற்கு முன்வந்தார். ஆனால் சில சூழ்நிலை காரணமாக இப் பொறுப்பை அவர்களிடம் நான் ஒப்படைக்க இயலவில்லை. அதற்காக வருந்துகிறேன்.

சுமார் இரண்டு வருடங்களுக்கு முன்பு ஒரு பொது நிகழ்ச்சியில் நண்பர் ஒருவரைச் சந்தித்தேன். அவர் என்னிடம், "உங்களுடைய எழுத்துப்பணிகளை முடித்துவிட்டு என்னைத் தொடர்பு கொள்ளுங்கள்." நான் வெளியீட்டிற்கு ஏற்பாடு செய்கிறேன் என்று சொல்லிவிட்டுச் சென்றார். என் பணிகள் ஓரளவிற்கு முடிகின்ற தருவாயில் நான் அவரைத் தொடர்பு கொண்டேன். என்னுடைய புத்தகத்தின் முன் வரைவை எழுதி அனுப்பச் சொன்னார். நான் அனுப்பிய முன்வரைவை அவர் சந்தியா பதிப்பகத்திடம் அனுப்பி வைத்து அனுமதியைப் பெற்றுத் தந்தார். சந்தியா பதிப்பகத்தின் பொறுப்பாளர் திரு. தி. சௌந்தரராஜன் அய்யா அவர்கள் என்னை நேரடியாகச் சந்திக்காமலேயே என் படைப்பை முழுமையாக ஏற்றுக் கொண்டு, இப்படைப்பு நிறைவாக வருவதற்கு எல்லா விதமான ஒத்துழைப்பையும் அளித்தார்.

நான் நீண்டு எழுதிய அனுபவமில்லாதவனாகையால் எனது வாக்கிய அமைப்பில் சில பிழைகளும், இடர்ப்பாடுகளும் இருந்தன. அவற்றையெல்லாம் படித்துச் சரி செய்ததோடு 'எடிட்டிங்

வேலையையும் மேற்கொண்டு இந்த நூலை நன்முறையில் பதிப்பித்து உதவியவர் தமிழாசிரியர் முனைவர் ப. சரவணன் அவர்கள். அவராலேயே இப்படைப்பு முழுமைபெற்றது என்பது மிகையற்ற உண்மை. அதே போல்ச் சற்றும் சிரமம் பாராமல் இந்நூலை அழகூட்டிய நித்யா கிருஷ்ணமூர்த்தி (சென்னை), அவரோடு ஒத்துழைப்பு நல்கிய கற்பகவள்ளி சீனிவாசன் ஆகியோர்க்கும் நன்றி.

மேலும் இப்படைப்பு முழுவதையும் தட்டச்சு செய்த மதுரை ராம்குமார் அவர்களுக்கும், புகைப்படங்கள், வரைபடங்கள் எடுக்க உதவி செய்த நண்பர் உசிலை மூணுமாடி பாலசுப்பிரமணி அவர்களுக்கும், தம்பிகள் பகவான், நாகராஜ் அவர்களுக்கும், இவ்வாய்வுக் காலங்களில் எனக்கு அமைதியான சூழலை உருவாக்கி உதவிய வழக்கறிஞர் தன்ராஜ், திரு. வின்சென்ட்ராமன், திருமதி. பூங்கனி சித்தி ஆகியோருக்கும் என் நன்றிகளை உரித்தாக்குகின்றேன். இக்களப்பணி தளத்திற்கு வெளியில் நின்று என் ஆய்விற்குத் தேவையான எல்லா உதவிகளையும் செய்து உதவிய என் நண்பர் சென்னை சம்ஜெட் அலி, உளவியல் நிபுணர் முகம்மது சபி அவர்களுக்கும், தோழர் “உசிலை” வெங்கடேசன், தோழர் சிவமணி, தோழர் பாலை பரமன் ஆகியோருக்கும் என் நன்றி.

மேலும், என் களப்பணி காலத்தில் அதிக உதவிகள் செய்த வழக்கறிஞர் ரோசன், வழக்கறிஞர் மானூத்து ராம்குமார், நண்பர்கள் ஜெயகுமார், பத்மநாபராஜா, தம்பி பிரேம் ஆகியோருக்கும், என்னோடு நின்று எனக்கு ஆக்கமும் ஊக்கமும் அளித்த நுகர்வோர் பாதுகாப்புக்குழு பெரியவர்கள் ஆசிரியர் திரு. சின்னக்கண்ணன், பேரா. சீனியப்பன், ஆசிரியர் I.C. இராஜேந்திரன், “பார்வர்டு பிளாக்” I. ராஜா, அரசு வழக்கறிஞர் திரு. செந்தில்குமார், ஆசிரியர் திரு. ஜெயபால் தேவனேசன், ஆசிரியர் திரு. தன்ராஜ், ஆசிரியர் திரு. மனோகரன், L.I.C. கணேசன், திரு. குபேந்திரன், தம்பி “பார்வர்டு பிளாக்” மணிகண்டன் ஆகியோருக்கும் என் நன்றிகளை உரித்தாக்குகின்றேன்.

திருமலை நாயக்கர், எட்டு நாட்டுக் கள்ளர் தலைவர் திருமலை பின்னத் தேவருக்கு அளித்த செப்பேடுகளையும், இராஜ சின்னங் களையும் பிரதி எடுப்பதற்கு எனக்கு அனுமதியளித்த தருமத்துப்பட்டி திருமலை மூக்குப்பறி தவமணி கல்யாணித் தேவருக்கும்; பசும்பொன் தேவரைப்பற்றியும், பார்வர்டு பிளாக் இயக்கத்தைப் பற்றியும், எனக்குப் பல்வேறு அரிய தகவல்களை அளித்து உதவிய அவ்

வியக்கத்தின் "வரலாற்றுப் பெட்டகம்" தோழர் V.S. நவமணி அவர்களுக்கும் என் நெஞ்சார்ந்த நன்றிகளை உரித்தாக்குகின்றேன்.

இதுவரை உதவி செய்த எல்லோருக்கும் நான் நன்றியைத் தெரிவித்தாலும் சிலருக்குத் தனிப்பட்ட முறையில் நன்றி தெரிவிப்பது என் கடமை. அவ்விதத்தில் என் வாழ்க்கைப்பாதையில் எல்லாக் காலத்திலும் தன் அன்புக்கரங்களால் என்னைப் பற்றி வழிநடத்திச் சென்ற என் தாய்மாமன் D. இராஜேந்திரன் (காவல்துறை கண்காணிப்பாளர், ஓய்வு) அவர்களுக்கும், நாட்டாண்மை புஞ்சன் ஜெயச்சந்திர ஜீவா, என் அன்பு அண்ணன் கருணாகரன் அவர்களுக்கும் என் நன்றி.

அதே போல என் அன்புச் சகோதரியாய், என்னைத் தாங்கி நிற்கும் பேழையாய், என் வளர்ப்புத் தாயாய், என்னோடு வலம் வரும் என் மாமன் மகள் மருத்துவர் அம்பிகா அவர்களுக்கும், அவரது கணவர் பாசமிகு அண்ணன் இராஜாஜி அவர்களுக்கும் என் நன்றி.

மேலும், உயிர்த்தோழன் P. சத்தியமூர்த்திக்கும், பாசமிகு தங்கை விஜயலெட்சுமிக்கும், அன்புக் குழந்தைகள் மோத்தி மனோஜ், கவிபாரதி, வாஞ்சிநாதன், ஜீவமீனாட்சி ஆகியோருக்கும், என் கல்லூரி காலம் முதல் என்னைப் பற்றிப் பிடித்திருக்கும் என் 'பாசமிகு ஆக்டோபஸ்', நண்பன் பா. பாலாஜி பிரபுவிற்கும் எனது நன்றி.

இதுவரை "நன்றி" என்ற ஒற்றைச் சொல்லை எல்லோருக்கும் கூறினாலும், என்னையும் மனிதனாக்கி இந்த மண்ணில் உலவ விட்டிருக்கும் என் அன்பு அன்னை D. இரஞ்சிதத்திற்கும், காலமும் சூழலும் எங்களைப் பிரித்தாலும், என்றும் என் அன்பிற்குப் பாத்திரமான என் தந்தை இராஜாராம் தேவருக்கும் எப்படி நன்றி கூறுவேன்?

களப்பணிகாலங்களில் என்னோடு நின்றதோடு என் புத்தகத்தின் முதல் வாசகனாய், அதிலுள்ள ஒவ்வொரு வரிகளையும், படித்து படித்து மகிழ்ந்து ஆனந்தக் கூத்தாடிய என் அன்பு மைத்துனன் திரு. விஜய் பிரதீப்குமார் எனது புத்தக வெளியீட்டு விழாவிற்கு சில நாட்களுக்கு முன்பு சாலைவிபத்து ஒன்றில் அகாலமரணமடைந்து விட்டார். என் நினைவுகளில் என்றும் நிலைத்திருக்கும் அவருக்கும் என் நெஞ்சார்ந்த நன்றி. முதல்பதிப்பு வெளியீட்டு விழாவிற்கு எனக்குப் பேருதவியாகயிருந்த தோழர் தினகரன் ஜெய், பேராசிரியர். புவனேஸ்வரன், தோழர்

சின்னமருது, தோழர். துரைச்சாமி செல்லூர் ஆசைத்தம்பி, நண்பர் யோகராஜன், பாஸ்கரன், செல்லூர் பிறமலைக்கள்ளர் முற்போக்கு இளைஞர் பேரவை நண்பர்கள், நண்பர் லயன்ஸ் ரமேஷ், நாம் தமிழர் கட்சி தம்பிமார்கள் குறிப்பாக வெற்றிக்குமரன், சகோதரர் பாரதி அச்சகம் ஜோதிபாசு, நுகர்வோர் பாதுகாப்புக்குழு பெரியவர்கள், பிறமலைக் கள்ளர் பேரவை பெரியவர்கள். P.K.M. இளைஞர் மேம்பாட்டு அறக்கட்டளை பெரியவர்கள். பிரசிடெண்சி சர்வீஸ் கிளப் பெரியவர்கள், தொழிலதிபர் டாக்டர் V.S. ராஜ்மோகன் அவர்களுக்கும் என்னோடு ஒத்துழைத்த அனைத்து நல்உள்ளங்களுக்கும் என் நெஞ்சார்ந்த நன்றிகளை உரித்தாக்குகின்றேன். இந்நூலின் முதல் பதிப்பை வெளியிட்டு பெருமைப்படுத்திய எழுத்தாளர் எஸ். ராமகிருஷ்ணன் அவர்களுக்கும் பங்கெடுத்து சிறப்பித்த பேராசிரியர் முத்தையா அவர்களுக்கும் என் நன்றிகளை உரித்தாக்குகிறேன்.

எல்லாவற்றிக்கும் மேல் முதல் பதிப்பு வெற்றியடைய எனக்கு பேராதரவு அளித்த உறவினர்களுக்கும் தமிழ் மக்களுக்கும் எனது நன்றிகளை சமர்ப்பிக்கிறேன்.

'பூங்கனி இல்லம்'
பயணியர் விடுதி சாலை
உசிலம்பட்டி 625 532
கைபேசி : 9943899896
e-mail : sunderpdevar@yahoo.co.in

இரா. சுந்தரவந்தியத்தேவன்
03.04.2012

பகுதி - 1

கள்ளர்கள்
வாழ்வும் பண்பாடும்

பண்டைய தமிழகமும் சாதி அமைப்பும்

நெடியோன் குன்றமும், தொடியோள் பௌவமும்
தமிழ் வரம்பு அறுத்த தண்புனல் நல்நாடு
(சிலப்பதிகாரம், 8:1)

உயர்ந்தோங்கிய மலையாகிய திருவேங்கடத்தை வடக்கு எல்லையாகவும், எல்லோரும் பணிந்து தொழக் கூடிய குமரி அன்னை வீற்றிருக்கும் குமரிமுனையைத் தெற்கு எல்லையாகவும் கொண்ட நீர்வளம் நிறைந்த நற்றமிழ் நாடு எனப் பண்டைய தமிழகத்தின் எல்லைகளைச் *சிலப்பதிகாரத்தில்* இளங்கோவடிகள் வரையறை செய்கின்றார். இந்த எல்லைக்குட்பட்ட பகுதிகளில் வாழ்கின்ற மக்கள் தமிழர்கள் என அழைக்கப்பட்டனர். தமிழர்கள் திராவிட இனக் குழுமத்தின் ஒரு பிரிவினராவர்.

பண்டைய தமிழ் மக்களைப் பற்றித் தெரிந்து கொள்வதற்கு முன் திராவிடர் என்ற இனக்குழுமத்தினைப் பற்றிச் சற்றுத் தெரிந்து கொள்வோம்.

திராவிடர்களின் தோற்றம்

இன்றைய நவீன இந்தியா 1. திராவிடர் 2. ஆரியர் 3. மங்கோலியர் என்று மூன்று வேறுபட்ட உடல் கூறுகளைக் கொண்ட இனக் குழுமங்களை உள்ளடக்கியதாக உள்ளது என மானுடவியலாளர்கள் குறிப்பிடுகின்றனர்.[1]

அதில் தென்னிந்தியாவில் பெரும்பகுதியில் வாழ்கின்ற தமிழர், மலையாளி, தெலுங்கர், கன்னடர், வேறு சில பழங்குடியினர் ஆகியோர்தம் நேர் மூதாதையரே பண்டைய திராவிடர் எனலாம்.

பண்டைய திராவிடர்கள் தொல் பழங்காலத்தில் இந்தியா முழுவதும் பரவி வாழ்ந்தனர். திராவிட மொழிகளின் கிளை மொழிகளான பிராகுவி, வில்லி, சந்தால் போன்றவை இன்றும் வடஇந்தியப் பகுதிகளில் பேசப்படுகின்றன. இது திராவிடர்கள் அக்காலத்தில் இந்தியா முழுவதும் பரவி வாழ்ந்தனர் என்பதற்குச் சான்று பகர்கிறது.

அதாவது ஆரியர்களின் வருகைக்கு முன்பு இவர்கள் இந்தியா முழுவதும் பரவி இருந்தனர். ஆரியர்களது வேதங்கள் இவர்களை தஸ்யூக்கள் என அழைக்கின்றன. இவர்களே அவ்வேதங்களில் அசுரர்கள் என்றும் ராட்சஸர்கள் என்றும் குறிப்பிடப்படுகின்றனர். இத்தஸ்யூக்கள் வலிமையான அரண்மனைகளைக் கொண்ட நகரங்களை உருவாக்கி உயர்ந்த நாகரீக நிலையில் வாழ்ந்து வந்தனர் என்றும் நாகரீகமற்ற அரை காட்டுமிராண்டிகளாக இந்தியாவிற்குள் நுழைந்த ஆரியர்கள், இவர்களை மூர்க்கத்தனமாகத் தாக்கி அவர்களின் நாகரிகத்தை அழித்ததோடு, அவர்களைத் தெற்குநோக்கி விரட்டிய பிறகு தங்களது ஆதிக்கத்தினை வட இந்தியாவில் நிறுவினர் என்றும் எஸ்.கே.என். பிஸ்வாஸ் குறிப்பிடுகின்றார்.[2]

திராவிடர்கள் ஆரியர்களுக்கு முன்பே இந்தியா முழுவதும் பரவி இருந்தாலும், இவர்களும் இந்தியாவிற்கு வெளியில் இருந்து தான் இப்பகுதிக்கு வந்து குடி அமர்ந்தனர் எனச் சில ஆய்வாளர்கள் முன்மொழிகின்றனர்.

திராவிடர்களின் முன்னோர்கள் மத்தியத் தரைகடல் பகுதியைச் சேர்ந்தவர்கள். திரேத்தாத் தீவில் "தெர்மிலை" என்றும், சின்ன ஆசியாவில் "தர்ம்மிலி" என்றும் இருந்த இரு கிளை வகுப்பினரைச் சேர்ந்தவர்கள். ஆரியத்தில் "திரமிட" அல்லது "த்ரமிள" என்றும் அழைக்கப்பட்டனர். அதுவே பின்பு திராவிட எனத் திரிந்தது. அம்மக்கள் மத்தியத் தரைக்கடல் பகுதியை விட்டு வெளியேறி தென்னிந்தியாவில் வந்து குடியேறிய பின்பு அப்பெயர் தமிழ் என மருவியது என வங்காள அறிஞர் பட்டாச்சாரியாவும், வீ.ராகவ அய்யங்காரும் குறிப்பிடுகின்றனர்.[3]

இவர்களின் கருமையான நிறம் நடுத்தர உயரமுடைய கட்டையான உருவம், சிறிய புருவங்கள், நீண்ட தலை, நீண்ட உருண்டையான முகத்தோற்றம் போன்ற உருவ அமைப்பை வைத்துப் பார்க்கும் பொழுது இவர்கள் மத்தியத் தரைக்கடல் பகுதியைச் சேர்ந்தவர்களே எனவும், இதற்குத் தெலுங்கு பிராமணர்களது உருவ அமைப்பும், கள்ளர் சமூகத்தவர்களது

உருவ அமைப்பும், இன்றும் சான்றாக உள்ளது எனவும் வரலாற்றாசிரியர் க.அ. நீலகண்ட சாஸ்திரி குறிப்பிடுகின்றார்.[4] மேலும் இவர்கள் புதிய கற்காலத்தின் பிற்பகுதியில் இந்தியாவில் வந்து குடியேறியிருக்கலாம் எனவும் அவர் குறிப்பிடுகின்றார்.

இங்ஙனம் பல ஆய்வாளர்கள், திராவிடர்கள் மத்தியத் தரைக்கடல் பகுதியிலிருந்து வந்தவர்கள் எனக் குறிப்பிட்ட போதிலும் அதனைச் சில ஆய்வாளர்கள் முற்றிலும் மறுக்கின்றனர்.

அறிஞர் ரைஸ்லி (H.Risley) என்பவர் திராவிடர்களே இந்தியாவின் பூர்வீகக்குடிகள் என்றும், அவர்கள் தற்போது ஆரிய, சித்திய, மங்கோலிய இனக் கலப்புற்று வேறுபட்டுள்ளனர் என்றும் குறிப்பிடுகின்றார்.[5]

தற்பொழுது குமரிமுனைக்குக் கீழ் இந்தியப் பெருங்கடல் உள்ளது. ஆனால் பல்லாயிரம் வருடங்களுக்கு முன்பு அது நிலத்தால் ஆன பெரிய கண்டமாக இருந்தது. இது தற்போதைய மடகாஸ்கர், மலாய் தீபகற்பம், தென் இந்தியா, ஆப்பிரிக்கா, ஆஸ்திரேலியா ஆகியவற்றை இணைத்து இருந்தது. அது லெமூரிய கண்டம் என அழைக்கப் பெற்றது.

அக்காலத்தில் மிகப்பெரிய பிரளயம் ஏற்பட்டு அக்கண்டம் கடலுக்குள் மூழ்கி அழிந்தது. அந்த லெமூரிய பூர்வீகக் குடிகளே திராவிடர்கள். அவர்கள் வாழ்ந்த பகுதி கடல்கோள்களால் மூழ்கியதனால் அவர்கள் வடக்கு நோக்கி நகர்ந்து தற்போதைய இந்தியப் பகுதியில் குடியமர்ந்தனர்.

கிறித்துவ வேதமான பைபிளும் பிரளயம் பற்றி எடுத்துப் பேசுகிறது. நாற்பது நாட்கள் தொடர்ந்து அடைமழை பொழிந்து நீர் இருமடங் காயிற்று. அதனால் பெரிய பிரளயம் தோன்றியதாக அது குறிப்பிடுகிறது.

தமிழ் மரபுகளும், இலக்கியங்களும் கடல் கோள்களால் தெற்குப் பகுதி அழிந்தது எனவும் அங்கு வாழ்ந்த திராவிடர்கள் வடக்கு நோக்கி வந்து குடியமர்ந்தனர் எனவும் சுட்டிக்காட்டுகின்றன. தற்போது இந்தியப் பெருங்கடல் பகுதியில் நடக்கின்ற நிலவியல் ஆய்வுகளும் அப்பகுதியில் இருந்த கண்டத்தைப் பற்றிக் குறிப்பிடுகின்றன.

இதனை வைத்துப் பண்டைய லெமூரிய கண்டத்தின் பூர்வீக குடிகளே இன்றைய திராவிடர்கள் எனச் சேஷையங்கார் குறிப்பிடுகின்றார்.[6]

எது எப்படி இருப்பினும் சுமார் 5000 ஆண்டுகளுக்கும் மேலாய் இந்த மண்ணில் நிலைத்து வாழ்கின்ற திராவிடர்களை இந்தியாவின் பூர்வீகக் குடிகள் என அழைப்பதில் எந்த இடர்ப்பாடும் இல்லை.

பண்டைய தமிழ் மக்கள்

திராவிட இனக்குழுமத்தின் பிரதான இனம், தமிழ் இனம் ஆகும். இந்தத் தமிழர்கள் நாம் ஏற்கனவே குறிப்பிட்டது போல வடவேங்கடம் முதல் தென்குமரி வரை பரவி வாழ்ந்தனர். இன்று தனிமொழியாக இருக்கும் மலையாளம் அன்று தமிழோடு இணைந்து இருந்தது. பழந்தமிழர் இயற்கைச் சூழலுக்கேற்பத் தங்களது வாழ்வியலைத் தகவமைத்து வாழ்ந்து வந்தனர். புவியானது மலையும், காடும், பள்ளத்தாக்கும், கடற்கரையுமாகப் பகுக்கப்பட்டு நானிலமாக வழங்கப்படுகின்றது. இதில் மலையும், காடும், பருவ நிலை மாற்றங்களால் வறண்டு போகும் பொழுது வறண்ட நிலங்களும் உருவாகின்றன. இந்த இயற்கைப் பிரிவுகளையே பழந்தமிழர்கள் முறையே குறிஞ்சி, முல்லை, மருதம், நெய்தல், பாலை என ஐந்து வகை நிலங்களாக வகைப்படுத்தினர்.

ஐந்து வகை நிலமக்கள்

குறிஞ்சி, முல்லை, மருதம், நெய்தல், பாலை என ஐந்து வகை நிலங்களின் பூகோள தட்ப வெப்ப, இயற்கைச் சூழலுக்கேற்ப அதில் வாழக்கூடிய மக்கள் பல இனக்குழுக்களாய்ப் பிரிந்து வாழ்ந்தனர்.

குறிஞ்சிநிலம்

இது மலை சார்ந்த பகுதியாக இருந்ததனால் இதில் வாழ்பவர்கள் குன்றவர் அல்லது குறவர் எனவும் மலைப்பகுதிகளில் வேட்டையாடிப் பிழைப்பு நடத்துவதனால் வேட்டுவர் எனவும் அழைக்கப்பெற்றனர்.

குன்றின் மேல் ஏறி இறங்கி வாழ்பவர்கள் உடல் வலிமையுடையவர்களாகவும் முருகு அல்லது இளமை உடையவர்களாகவும் இருந்ததனால் அவர்களது தெய்வம் முருகன் எனப்பட்டான். மலைகளில் மரங்கள் காற்றினால் உராய்ந்து அடிக்கடி தீ விபத்துக்கள் ஏற்பட்டதனால், அதனைக் கட்டுப்படுத்துகின்ற ஆற்றல் படைத்தவனாகக் கருதப்பட்ட முருகன் சேயோன் அல்லது தீயைப் போல் சிவந்தவன் என அம்மக்களால் அழைக்கப்பட்டான்.

முல்லை நிலம்

காடும், காடு சார்ந்த இடமும் முல்லை நிலம் எனப்பட்டது. இது மலைப்பகுதியான குறிஞ்சிக்கு அடுத்தாற்போல் அமைந்திருந்தது. இதில் வாழக்கூடிய மக்கள் ஆயர் அல்லது இடையர் எனப்பட்டனர். இந்நிலம் மலைசார்ந்த குறிஞ்சிக்கும், பள்ளத்தாக்குச் சார்ந்த மருதத்திற்கும் இடைப்பட்ட பகுதியில் இருந்ததனால், இதில் வாழ்ந்தவர்கள் இடையர் எனப்பட்டனர்.

இவர்கள் மேய்ச்சல் நிலம் அதிகமாக இருந்த காடு சார்ந்த பகுதிகளில் வாழ்ந்ததனால் ஆடு, மாடு போன்ற கால்நடைகளை வளர்த்துக் கொண்டு வாழ்ந்தனர்.

காடுகள் வறண்ட காலங்களில், வேட்டையாடியும் பிழைத்தனர். அடர்ந்த காடுகள் உள்ள பகுதியில் மழைப்பொழிவு அதிகமாக இருக்கும். அதனால் முல்லை நிலத்தார் கரிய மேகங்களை அல்லது அதில் திரளும் நீலவானத்தை மாயவன் அல்லது மாயோன் என்றும் கரியவன் அல்லது மால் என்றும் வழிபட்டனர்.

மருதநிலம்

நீர்வளம் நிறைந்த செழிப்பான நிலம் மருதநிலம் எனப்பட்டது. இதில் வாழ்ந்த மக்கள் களமர் அல்லது உழவர் எனப்பட்டனர். களங்கள் நிறைந்த செழிப்பான வயல்களில் உழைத்து வாழ்ந்ததனால் களமர் எனவும் உழுதுண்டு வாழ்ந்ததனால் உழவர் எனவும் அழைக்கப்பெற்றனர்.

இவர்கள் நேரடியாக நிலத்தினைப் பயன்படுத்தி வாழ்ந்ததனால், அந்நிலத்தின் தலைவன் வேந்தன் எனப்பட்டான். அவர்கள் அவ்வேந்தனைத் தங்கள் தெய்வமாய் வழிபட்டனர். அத்தகைய வேந்தன் வழிபாடே பிற்காலத்தில் இந்திர வழிபாடாக வளர்ந்தது.

நெய்தல் நிலம்

கடலும் கடல் சார்ந்த இடமும் நெய்தல் நிலமாகும். இங்கு வாழும் மக்கள் நுளையர், பரதவர் எனப்பட்டனர். இவர்கள் மீன்பிடித் தொழில் செய்து வந்த காரணத்தினால் காற்று, பெருமழை, புயல் போன்றவற்றை எதிர்கொள்ள வேண்டியிருந்தது. அதனால் இவர்கள் இந்த மழையையே வருணன் என்ற கடவுளாய் வழிபட்டனர்.

பாலை நிலம்

மழைப் பொழிவு குறைந்த பகுதிகளில் நிலம் வறண்டு காணப்படும். அவ்வகை நிலங்களில் பால் உடைய இலைகளைக் கொண்ட கள்ளி, கற்றாழை, பனை, வேம்பு போன்ற செடி கொடிகள் விளையு மாதலால், அவ்வகை நிலம் பாலைநிலம் எனப்பட்டது.[7]

அந்நிலத்தில் வாழ்வோர் எயினர், எயிற்றியர், மறவர், மறத்தியர், குரும்பர், கள்ளர் எனப்பட்டனர்.

இப்பாலை நில மக்கள் வழிப்போக்கரை கொள்ளையடித்தும், அவர்களுடன் போரிட்டும், கொன்றும் வாழ்ந்து வந்தனர். அதனால் அப்பகுதிகளில் பிணங்கள், குவியல் குவியலாய் கிடக்கும். அப்பிணங்களைத் தின்பவளாகவும், போரில் தங்களுக்கு வெற்றி தேடித் தருபவளாகவும் கருதப்பட்ட பெண் தெய்வத்தைக் கொற்றவை எனப் பெயரிட்டு வணங்கினர்.

பழந்தமிழகத்தில் சாதிகளின் தோற்றம்

மக்கள் ஐந்து வகை நிலப் பிரிவின் அடிப்படையில் பல இனக் குழுக்களாய் பிரிந்து வாழ்ந்து வந்தாலும், ஒரு நிலப்பகுதியில் உள்ளவர்கள் பிறிதொரு பகுதிக்குச் சென்று வாழ்வதில் எந்தத் தடையுமில்லை. ஒரு பகுதியில் விளைந்த பொருள்கள் பிறிதொரு பகுதிக்கு எடுத்துச் சென்று விற்பதிலும், ஒருவர் சமைத்த உணவினை மற்றொருவர் உண்பதிலும் எந்தத் தடையுமில்லை. ஒரு இனக்குழு மற்றொரு குழுவோடு தன்னை ஒப்பிட்டு உயர்வு தாழ்வு பாராட்டிக் கொள்ளவில்லை. ஒரு இனக்குழுவிற்குள் அகமணம் கடைப்பிடிக்கப்பட்ட போதிலும் அதனை மீறுவது பெருங்குற்றமாகக் கருதப்படவில்லை. இவ்வாறு பல இனக் குழுக்களாய் வாழ்ந்து வந்த தமிழர்கள், ஆரியத்தின் தாக்கத்தால் பல சாதிகளாக உடையத் துவங்கினர். சாதியின் வெளிப்படையான தோற்றுவாய்க்குக் காரணம் பிராமணர்களே. தொடக்க காலத்தில் பிராமணர்கள் பிற சாதிக் குழுக்களிடமிருந்து தங்களை வேறுபடுத்திக் கொள்ள ஏற்படுத்திய புறத்தடையே, சாதியாக உருவெடுத்தது.[8]

பின்னாளில் தொழிலின் அடிப்படையில் பல பிரிவுகள் ஏற்பட்டு, பின்பு அவை பிறப்பின் அடிப்படையில் நிலைபெற்றன. அவற்றிற்குள் ஏற்பட்ட இனக்கலப்புகள் இடப்பெயர்ச்சி, தொழில் வகை மாற்றங்கள், உள்ளும் வெளியிலும் நடைபெற்ற அரசியல் மற்றும் அதிகார மோதல்கள் காரணமாக அவை பல கிளைச்

சாதிகளாய் உடைந்தன எனப் பல ஆய்வாளர்கள் குறிப்பிடுகின்றனர். ஆனால் நாகரிகத்திற்கு ஆட்பட்டு நிலைகுலையத் தொடங்கிய பழைய இனக்குழுக்கள் தான், பின்பு சாதிகளாய்த் திரிந்தன எனக் குணா குறிப்பிடுகின்றார்.⁹

இவ்வகையாகப் பழந்தமிழகத்தில் உருவான சாதி அமைப்பை மூன்று காலகட்டங்களாகப் பகுத்துப் பார்க்கலாம். அதாவது சங்ககாலம், இடைக்காலம், தற்காலம். இந்த மூன்று காலநிலைகளிலும், இவ் வமைப்பு எவ்வாறு இருந்தது என்பது பற்றிச் சற்று காண்போம்.

சங்ககாலத்தில் சாதிகள்

அந்தணர், அரசர், வணிகர், வேளாளர் என்ற நான்கு வகுப்பினர் இருந்ததாகத் தொல்காப்பியர் குறிப்பிடுகின்றார்.¹⁰ மேலும் இவர் ஆயர் அல்லது இடையர்களைப் பற்றியும் வேடுவர் அல்லது வேடர்களைப் பற்றியும் குறிப்பிடுகின்றார்.

தொல்காப்பியர் இலக்கண ஆசிரியராகையால் இலக்கண மரபுகளுக்கு உட்படுத்தப்படாத மறவர், வலையர், புலையர் போன்ற சமூகங்களைப் பற்றிக் குறிப்பிடவில்லை.¹¹

ஆரியத்தின் தாக்கத்தால் தமிழ்ச் சமூகத்தில் சாதி அமைப்பு உருவான பொழுதும், அது ஆரிய சாதியமைப்பான பிராமணர், சத்திரியர், வைசியர், சூத்திரர் என்ற நான்கு வர்ண அமைப்பில் தன்னை உள்ளடக்கிக் கொள்ளவில்லை. புரோகிதம் செய்யும் பார்ப்பனர் சமூகத்தின் உயர்நிலையில் இருந்தனர். இவர்கள் சமயக்குரவர்களாக இருந்ததோடு, தங்களை இருபிறப்பாளர்களாய் அழைத்துக் கொண்டு பூணூல் அணிந்தனர்.

அவர்களுக்கு அடுத்தபடி மதிப்புடையவர்களாய் உழவர் அல்லது வேளாளர் இருந்தனர். சமுதாயத்தைப் பொறுத்தமட்டில் இவ்வேளாளரே உயர்ந்த வகுப்பினராவர். அவர்களே பெருநிலக் கிழார்களாய் இருந்தனர். அவர்கள் வெள்ளத்தை ஆண்டவர்கள் என்றும், காராளர் அல்லது முகிலை ஆண்டவர்கள் என்றும் அழைக்கப்பட்டனர். சேர, சோழ, பாண்டியர் ஆகிய மூவேந்தரும் வேளீர்கள் எனப்பட்ட குறுநில மன்னர்களும் இவ்வேளாள மரபினர் என்றும் வி. கனகசபை பிள்ளை குறிப்பிடுகின்றார்.¹²

அவர்களுக்கு அடுத்தபடியாக முல்லைவாழ் ஆயர்களும் அல்லது இடையர்களும், வேட்டுவர்களும் இருந்தனர். அவர்களுக்கு அடுத்தபடியாகப் பொற்கொல்லர், கருமான், தச்சர், குயவர் முதலிய

கலைத்தொழிலாளர்களும் இருந்தனர். அதற்கு அடுத்து மீன்பிடி தொழில் செய்வோரும் வேட்டையாடும் வலையரும் இருந்தனர். சமூகத்தின் கடைநிலையில் தோட்டி அல்லது புலையர் போன்றோர் வைக்கப்பட்டிருந்தனர்.

இவ்வாறு சாதிகள் பிரிக்கப்பட்டிருந்த போதிலும் ஐயர், செட்டியார், பிள்ளை எனச் சாதிப்பட்டங்களைப் பயன்படுத்துகின்ற வழக்கம் சங்ககாலத்தில் இல்லை. இவ்வழக்கம் இடைக்காலத்தில் தோன்றியவையே. ஆனால் தேவன் என்ற பட்டத்தைப் பெயருக்குப் பின் ஒட்டாகச் சேர்க்கின்ற வழக்கம் சங்க காலத்திலேயே இருந்தது.

இடைக்காலத்தில் சாதிகள்

இவ்வாறு சங்ககாலத்திலேயே சாதிகள் நிலைபெற்றிருந்தாலும், இடைக்காலத்தில் தான் அதாவது பிற்காலச் சோழர்களது ஆட்சிக் காலத்தில் தான் தமிழகத்தில் சாதி அமைப்பு வேரூன்றி இறுகத் துவங்கியது.

சோழர்களது பூர்வீக பட்டயம் ஒன்று, 98 வகைச் சாதிகளை, சோழ மன்னர்கள் ஏற்படுத்தியதாகக் குறிப்பிடுகின்றது.[13] இவ்வகைச் சாதிகள் வலங்கை பிரிவு – இடங்கை பிரிவு என இரண்டு தொகுதிகளாய்ப் பிரித்து வைக்கப்பட்டிருந்தன. இதில் விவசாயத்தோடு தொடர்புடைய சாதிகள் வலங்கை பிரிவு என்றும், வணிகத்தோடு தொடர்புடைய சாதிகளும் கைவினைஞர் சாதிகளும் இடங்கை பிரிவு சாதிகள் என்றும் அழைக்கப்பட்டன.

இந்த விவசாயத்தோடு தொடர்புடைய சாதியினர் சோழ மன்னனது அரசவையில் வலது பக்கம் அமர்ந்ததனால் அவர்கள் வலங்கை சாதியென்றும் வணிகத்தோடு தொடர்பு உடைய சாதிகள் இடது பக்கம் அமர்ந்ததனால் இடங்கை சாதியென்றும் அழைக்கப்பட்டனர்.

'வலங்கை' பிரிவினர்

வெள்ளாளன், அகம்படியான், இடையன், சாலியன், பட்டணவன், சாணான், குறுவன், குறும்பன், வள்ளுவன், பறையன் முதலியோர் இப்பிரிவைச் சேர்ந்தவர்கள் எனப் பாவாணர் குறிப்பிடுகிறார்.

ஆனால், எம்.வெங்கட ராமையா என்பவர் தமது நூலில் வெட்டி வடுகர், துளுவ வடுகர், வெள்ளாள செட்டி, ரெங்காரி வடுகர், சலுப்பன், சாலியக்காரன், சுண்ணாம்புக்காரன், உப்பிலியன்,

மேலக்காரன், தெலுங்கு அம்பட்டன், வண்ணான், கமலவடுகர், கொல்லர், சேனியர், இடையர், கோமுட்டி, மாறய செட்டி, வலையர், தமிழ் அம்பட்டன் போன்ற மேலும் பல சாதிகளை இப்பட்டியலில் சேர்க்கிறார்.

'இடங்கை' பிரிவினர்

கம்மாளன், பேரிச்செட்டி, நகரத்துச்செட்டி, கைக்கோளன், பள்ளி வேடன், இருளன், பள்ளன், மறவன், இரட்டைமாட்டு செக்கான் முதலியோர் இப்பிரிவைச் சேர்ந்தவர்கள் எனப் பாவாணர் குறிப்பிடுகிறார்.[14] ஆனால், கலைக்களஞ்சியம், இடங்கை சாதி யினராகக் கம்மாளர், பேரிச்செட்டி, நகரத்துச்செட்டி, கொல்லர், தெலுங்கு இடையர், பள்ளர், இருளர் என்ற பட்டியலைத் தருகிறது.

வலங்கை இடங்கை ஆகிய இரண்டு பிரிவினருக்கும் தனித்தனியான உரிமைகளும், கடமைகளும் வரையறுக்கப்பட்டன. இவை மீறப்படும் பொழுதோ அல்லது மறுக்கப்படும் பொழுதோ இவையிரண்டும் கடுமையாக மோதிக் கொண்டன. இந்த மோதல்கள் பல சமயங்களில் பெருங் கலவரங்களாக உருவெடுத்தன. இவ்வகைக் கலவரங்கள் சோழர் ஆட்சிக் காலத்தில் இருந்து 19ஆம் நூற்றாண்டின் இடைப்பகுதி வரை தொடர்ந்தன எனப் பிரஞ்சு ஆய்வாளர் 'துபாய்ஸ்' குறிப்பிடு கின்றார். ஒவ்வொரு சாதியும் தனித்தனி குலப்பட்டங்களைப் பயன்படுத்திக் கொள்கின்ற வழக்கம் பிற்காலச் சோழர் ஆட்சிக் காலத்தில் தான் உருவானது.

தற்காலத் தமிழகத்தில் சாதி

தற்காலத்திலும், தமிழ்ச் சமூகம் சாதி சார்ந்த சமூகமாகவே உள்ளது. சாதிகளுக்கு அப்பாற்பட்ட அரசியல் இயக்கங்களும், அமைப்புகளும், ஓரளவிற்கு வெற்றி பெற்றிருந்தாலும், இன்றும் அவற்றில் சாதிகளின் ஆதிக்கமும், தாக்கமும் அதிகமாகவே உள்ளது. இடதுசாரி அரசியல் தவிர மற்ற அனைத்து இயக்கங்களும் சாதிய ஆதிக்கத்திற்கு உட்பட்டே செயல்படுகின்றன. தென்னிந்திய சாதியப் படிநிலைப்படி பிராமணரல்லாத அனைத்துச் சாதிகளும் சூத்திர சாதிகளாகவே கருதப்படுகின்றன. தற்காலத்தில் ஒரு சில சாதிகள் தங்களைச் சத்ரிய, வைசிய அந்தஸ்து கொண்ட சாதிகளாகக் கூறிக் கொண்டாலும் தென்னிந்தியப் பார்ப்பனியத்தின் கணக்குப்படி – தாழ்த்தப் பட்டோர் நீங்கலாக – அனைத்துச் சாதிகளும் சூத்திரசாதிகளே. தாழ்த்தப்பட்டோர், பஞ்சமன் எனப்படுவர். இந்தச் சூத்திரசாதிகளே இருபதாம் நூற்றாண்டின் முற்பகுதியில் பிராமணர் அல்லாதோர்

அரசியலாகத் தோன்றி பிற்படுத்தப்பட்டோர் அரசியலாக உருவெடுத்தது. அந்தப் பிற்படுத்தப்பட்டோர் அரசியலே திராவிட இயக்க அரசியலுக்கு ஊற்றுக்கண்ணாய் அமைந்தது.

இந்தப் பிற்பட்டோர் அரசியல் கருக்கொண்டு உருவாகத் துவங்கிய காலத்தில், தமிழ்ச் சாதிய அமைப்பில் பெரிய மாற்றங்கள் உருவாகத் தொடங்கின. அதுவரை தங்களைத் தனித்தனி சமூகங்களாய் அடையாளப்படுத்திக் கொண்ட சில சமூகங்கள், ஒத்த வரலாறு கொண்ட, ஒத்த குணாம்சம் கொண்ட, ஒத்த தொழில் வகை கொண்ட சில சமூகங்களோடு ஒரு இணைப்பை ஏற்படுத்திக் கொண்டு தங்களை ஓர் பேரினக் குழுவாக அடையாளப்படுத்திக் கொள்ளத் துவங்கின. உதாரணமாக அதுவரை பள்ளி (படையாட்சி), கவுண்டன், நாயகன் எனப் பல பிரிவுகளாய் இருந்தவர்கள் தங்களுக்குள் ஓர் இணைப்பை ஏற்படுத்திக் கொண்டு அக்னி குலத்தவர்கள் அல்லது வன்னியகுல சத்திரியர் என்ற பேரினக் குழுவாய்த் தங்களை அடையாளப்படுத்திக் கொண்டனர்.

அதுபோல நத்தமான், மலையமான், சுருதிமான் உடையான் எனப் பல குழுக்களாய் இருந்தவர்கள் தங்களைப் பார்கவ குலம் அல்லது துளுவ வேளாளர் என்ற பேரின அடையாளத்திற்குள்ளும்; பல பிரிவுகளைச் சேர்ந்த வெள்ளாளர்கள் தங்களைக் கங்கை குலத்து வெள்ளாளர்கள் எனவும்; அம்பலக்காரன், மூப்பன், வலையன் போன்ற தனிக்குழுக்கள் தங்களை முத்தரையர் எனவும் அடையாளப் படுத்திக் கொண்டனர். அதுபோலத் தென்தமிழகத்தின் பிரதான குழுக்களும், பண்டைய தமிழரின் போர் மரபினருமாகிய கள்ளர், மறவர், அகமுடையார் என்றோர் தங்களை முக்குலத்தோர் என்ற பேரினச் சமூகமாக அடையாளப்படுத்திக் கொண்டனர்.[15]

தாழ்த்தப்பட்ட பல பிரிவுகளைச் சேர்ந்த பறையர்கள் தங்களை ஆதிதிராவிடர்கள் என்ற ஓரின வகைக்குள்ளும் பலவகைப் பள்ளர்கள் தங்களைத் தேவேந்திரகுலத்து வேளாளர் என ஓரின வகைக்குள்ளும்[16] பல பிரிவு சக்கிலியர்கள் தங்களை அருந்ததியர் என்ற ஓரின வகைக்குள்ளும் அடையாளப்படுத்திக் கொண்டனர்.[17]

இவ்வாறு பல பிரிவுகள் தங்களுக்குள் ஒன்றிணைந்து அரசியலுக் காகவும், சமுதாய இயக்கங்களுக்காகவும் தங்களை ஓர் இனமாக அடையாளப்படுத்திக் கொண்டாலும், சமுதாய ரீதியில் அவை தனித்தனி அகமணக் குழுக்களாகவே இயங்குகின்றன. அவற்றிற்குள்

பெரும்பாலும் திருமண உறவு கிடையாது. ஒவ்வொரு குழுவும் தங்களுக்கென்று தனித்த பண்பாட்டுக் கூறுகளைக் கொண்டதாகவே உள்ளது. இவ்வகை ஒவ்வொரு அகமணக் குழுக்களது தனித்த வரலாறுகளையும், பண்பாட்டுக் கூறுகளையும் ஆய்வு செய்வதன் மூலம்தான், தமிழ்ச் சமூகத்தின் சமூக, பண்பாட்டுத் தளத்தின் பன்முகத் தன்மையை நம்மால் முழுமையாகத் தெரிந்து கொள்ள முடியும்.

அந்த அடிப்படையில் முக்குலத்தோர் என்ற பேரின அடையாளத்திற்குள் தங்களை இணைத்துக் கொள்ளும் கள்ளர் என்ற சாதியின் கிளைச் சாதியான 'பிறமலைக் கள்ளர்' என்ற சமூகத்தின் பண்பாடு மற்றும் வரலாறு பற்றி இந்நூல் ஆய்வு செய்கின்றது.

அடிக்குறிப்புகள்

1. பி.ஆர் சேஷையங்கார், *தமிழர் இந்தியா*, (மொ.ஆ : க.ப. அறவாணன்), ப.*41*
2. S.K. Biswas, *Autochthon of India and the Aryan invasion*, 1995, P. 67
3. தேவநேய பாவாணர், *தமிழர் வரலாறு*, 2000, ப.*17*
4. K.A. Nilakanda Sastri, *History of South India*, 1958, pp. 56,60
5. H. Risley, *People of India*, P 46
6. பி.ஆர்.சேஷையங்கார், முன்குறிப்பிட்டது, ப.44
7. தேவநேய பாவாணர், முன்குறிப்பிட்டது, பக். 71, 102
8. அரங்க முருகையன், *காலம் தோறும் ஜாதி*, ப.8
9. குணா, *வகுப்பும் சாதியும் வர்ணமும்*, ப.14
10. தொல்காப்பியம், மரபியல் நூற்பா
11. வி. கனகசபை பிள்ளை, *1800 ஆண்டுகளுக்கு முற்பட்ட தமிழகம்*, (மொ.ஆ: கா. அப்பாதுரை), 2003, ப. 185
12. மேற்படி, பக். 179 – 180
13. அரங்க. முருகையன், *காலந்தோறும் சாதி*, ப. 138
14. தேவநேய பாவாணர், முன்குறிப்பிட்டது, ப. 128
15. முனைவர் கோ. கேசவன், *சுயமரியாதை இயக்கமும், பொதுவுடைமையும்*, 1999, பக். 68 – 69
16. தங்கராஜ், *பள்ளர் யார்*, ப.60
17. மாற்கு, *அருந்ததியர் வாழும் வரலாறு*, 2001, ப. 182

கள்ளர் இனத்தோற்ற வரலாறுகளும் குலப்பிரிவுகளும்

பண்டைய தமிழரின் போர்மரபினராகிய கள்ளர், மறவர், அகமுடையார் என்ற மூன்று சமூகங்களும் முக்குலத்தோர் அல்லது தேவர்கள் என்ற பொது அடையாளத்தின்கீழ் அழைக்கப்படுகின்றனர். இங்ஙனம் இவர்கள் மூவரும் ஓரினமாக அறியப்பட்டாலும் இதில் கள்ளர்கள் ஒரு தனித்த சமூகமாகவே வாழ்கின்றனர். இவர்கள் மறவர், அகமுடையார் பிரிவுகளில் திருமண உறவு வைத்துக் கொள்வதில்லை. இவர்கள் தமிழகத்தில் திருச்சி, தஞ்சை, திருவாரூர், நாகப்பட்டினம், புதுக்கோட்டை, சிவகங்கை, மதுரை, தேனி, திண்டுக்கல் ஆகிய மாவட்டங்களைப் பூர்வீகமாகக் கொண்டு வாழ்ந்து வருகின்றனர்.

1971ஆம் வருடத்திய மக்கள்தொகைக் கணக்கெடுப்பின்படி, தமிழகம் முழுவதும் ஒட்டுமொத்தமாகக் கள்ளர்கள் 9,75,712 பேர் உள்ளனர். எனத் தமிழ்நாடு பிற்படுத்தப்பட்டோர் ஆணையத்தின் அறிக்கை குறிப்பிடுகிறது[1]

ஆனால், இவ்வறிக்கையில் குறிப்பிடப்பட்டுள்ள கணக்கு, துல்லியமானதாக இல்லை. கள்ளர் சீரமைப்புத்துறை பற்றிச் சென்னைப் பல்கலைக்கழகத்தில் ஆய்வு செய்து வரும் திருமதி. மஞ்சு கணேஷ் தோராயமாக 50 லட்சம் முதல் 60 லட்சம் பேர் இருக்க வாய்ப்புள்ளது என்கிறார்.[2]

மேலும், தமிழகத்தில் பிற்காலச் சோழர்கள் காலத்தில் நிலவிய சாதி பகுப்பான வலங்கை, இடங்கை பிரிவுகள் இரண்டிலும் இவர்கள் இடம் பெறவில்லை.[3]

இது இவர்கள் சமூகத்தின் பொது நீரோட்டத்திலிருந்து விலகி தனித்தன்மையுடன் வாழ்ந்த இனக்குழுவினர் என்பதனை நமக்கு உணர்த்துகிறது.

இக்கள்ளர் இனத்தின் தோற்றம் பற்றிப் பல வரலாற்று அறிஞர்கள் பலவிதமான கருத்தாக்கங்களை முன்னிறுத்துகின்றனர். அவற்றைப் பற்றிப் பின்வருமாறு காண்போம்.

தோற்ற தொன்மக் கதை

இவ்வினத்தின் தோற்றம் பற்றிய வரலாற்று அறிஞர்களின் கருத்துக்களை அறிந்து கொள்வதற்கு முன்பு, இவர்கள் மத்தியில் தொன்று தொட்டு வழக்கில் இருந்து வரும் தொன்மக்கதையைப் பற்றிச் சிறிது பார்ப்போம்.

தமிழகத்தில் உள்ள அனைத்துச் சாதியினருக்கும் அவர்களின் தோற்றம் பற்றி ஏதாவது ஒரு தொன்மக் கதை வழக்கில் இருந்து வருகிறது. அதுபோல் கள்ளர்கள் மத்தியிலும் அவர்களது தோற்றம் பற்றிய ஒரு தொன்மக் கதை வழக்கில் இருந்து வருகிறது. அது:

“அக்காலத்தில், அகல்யை என்ற பெண் வாழ்ந்து வந்தாள். அவள் அழகும் நற்குணமும் நிறைந்தவள். அவளை மணப்பதற்குத் தேவர் குலத் தலைவனான இந்திரன் உட்பட பலர் போட்டியிட்டனர். ஆனால் ‘கௌதம ரிஷி’ என்பவர் போட்டியில் வெற்றி பெற்று அவளை மணந்தார். இதனால் கோபம் அடைந்த இந்திரன் அகல்யையைக் குறுக்கு வழியில் அடைந்துவிடத் திட்டமிட்டான். ரிஷி கௌதமர் வியாபாரத்திற்கு வெளியில் சென்ற நேரம் பார்த்து, இந்திரன் அவரைப் போல் மறுஉருவம் பூண்டு வந்து அகல்யையோடு உறவு கொண்டான். வந்திருப்பவன் தன் கணவனல்லன் என்பதனை அகல்யையால் அறிந்து கொள்ள முடியவில்லை.

அவன் மூலம் அகல்யைக்கு மூன்று ஆண் குழந்தைகள் பிறந்தன. அப்போது உண்மையான ரிஷி கௌதமர் வியாபாரப் பணி முடிந்து வீடு திரும்பினார். அவர் வருவதைக் கண்டு அஞ்சிய இந்திரன் மறைந்து விட்டான். அகல்யை அப்பொழுதுதான் இதுவரை தன்னோடு உறவு கொண்டவன் தனது உண்மைக் கணவன் அல்லன் என்பதைப் புரிந்து கொண்டாள். நடந்த தவறை எண்ணி அஞ்சி நடுங்கினாள். வீடு திரும்பிய தனது உண்மைக் கணவர் ரிஷி கௌதமர் தனது மூன்று பிள்ளைகளைப் பார்த்தால், சபித்து விடுவாரே என அஞ்சி அவள் தனது பிள்ளைகளை ஓடி ஒளிந்து கொள்ளுமாறு சொன்னாள்.

அப்போது மூத்த மகன் கதவுக்குப் பின் ஒளிந்து கொண்டான். அவன் பார்ப்பதற்குக் கள்வனைப்போல் இருந்தான். அவனே கள்ளன் எனப்பட்டான். அவளது இரண்டாவது மகன் மரத்தில் ஏறி ஒளிந்து கொண்டான். மரத்தில் இருந்ததால் அவன் மறவன் எனப்பட்டான். மூன்றாவது மகன் எங்கும் ஓடி ஒளிந்து கொள்ளாமல் கம்பீரமாக வீட்டிற்கு உள்ளேயே நின்றான். அகம்பாவத்தோடு நின்றதால், அவன் அகமுடையான் எனப்பட்டான். இங்ஙனம் கள்ளன், மறவன், அகமுடையான் என மூவரும் இந்திரனுக்குப் பிறக்கின்றனர். இப்படி இந்திரனுக்குப் பிறந்த மூவரும் இப்பூவுலகில் வாழ்வதற்கு வழியற்று இருந்தனர். அப்பொழுது அவர்கள் தங்கள் தந்தையான இந்திரனிடம் சென்று வாழ்வதற்கு வழிகேட்டனர். அதற்கு இந்திரன் இந்தப் பூவுலகை மூன்று பகுதிகளாகப் பிரித்து வடக்குப் பகுதியைக் கள்ளர்களுக்கும், மத்திய பகுதியை மறவர்களுக்கும், தெற்குப் பகுதியை அகமுடையாருக்கும் பகிர்ந்து அளித்தான்.⁴ அதோடு இம்மூவரும் தனது பிள்ளைகள் என அடையாளப்படுத்தும் வகையில் அவர்களுக்குத் தேவர்கள் எனப் பட்டம் சூட்டினான் இந்திரன்" என இக்கதை முடிகிறது.

இத்தொன்மக் கதை கள்ளர், மறவர் பற்றிய எல்லாக் குறிப்புகளிலும், புத்தகங்களிலும் பதிவு செய்யப்பட்டுள்ளது.⁵ இவர்கள் மத்தியில் இன்றும் பரவலாக வழக்கில் உள்ளது.⁶

இத்தொன்மக் கதை முற்றிலும் கற்பனையானதே; என்றாலும் இந்த மூன்று சமூகத்தாரும் ஏதோ ஒரு வகையில் ஒரு பொது மூதாதையரிடமிருந்து வந்தவர்கள் என்பதை இக்கதை மூலம் நாம் யூகிக்கலாம். (இத்தொன்மம் பற்றி "இந்திர குலத்தவர்கள்" என்ற உபதலைப்பின் கீழ் நாம் விரிவாக ஆராய்வோம்.) அதற்கு முன்பாக இச்சமூகத் தோற்றம் பற்றிப் பல்வேறு அறிஞர்களால் முன்னிறுத்தப் படுகின்ற பல்வேறு வரலாற்று அனுமானங்கள் பற்றிப் பார்ப்போம்.

நாகமரபினர்

அக்காலத்தில் தமிழகத்தின் வடக்குப் பகுதிகளில் நாகர் என்ற மக்கள் வாழ்ந்து வந்தனர். அவர்கள் மிகவும் முரட்டு சுபாவம் உடையவர்கள். அந் நாகரில் எயினர், மறவர், பரதவர், ஒளியர், அருவாளர் எனப் பல பிரிவினர் இருந்தனர். இவர்களில் மிகவும் கொடூரப் பண்பினர் எயினரே. இவர்கள் வேட்டையாடியும் வழிப்போக்கர்களைச் சூறையாடியும் வாழ்ந்து வந்தனர். இவர்களின் வழிவந்தோரே இவர்களது பண்பிற்கேற்ப இன்றும்

கள்வர் அல்லது கள்ளர் என அழைக்கப்படுகின்றனர் என வி. கனகசபை பிள்ளை குறிப்பிடுகின்றார்.[7]

இக்கூற்றை இராமநாதபுரம் அரசர் ராஜ ராஜேஸ்வர சேதுபதி அவர்களும் ஒத்துக்கொள்கிறார். அவர் கரந்தைதமிழ்ச் சங்கத்தின் ஐந்தாவது ஆண்டு விழாவில் ஆற்றிய உரையில், சோழர்களுக்கும் முன்பாக இப்பொழுதுள்ள மறவர், கள்ளர் சாதியரின் முன்னோர்கள் நாகர் என்ற பெயரோடு இப்பகுதியை ஆட்சி புரிந்து வந்தனர் எனக் குறிப்பிடுகின்றார்.

ஆனால் இந்நாகர்கள் தமிழர்கள் அல்லர் எனவும், தமிழருக்குப் பகையாய் வாழ்ந்த ஒரு கொள்ளைக் கூட்டத்தார் எனவும் கனகசபை பிள்ளை குறிப்பிடுகிறார். இக்கூற்றை திரு. ந.மு. வேங்கடசாமி நாட்டார் கடுமையாக மறுத்ததோடு, நாகர்கள் முற்றிலும் தமிழர்களே என்கிறார்.[8]

வேங்கட மரபினர்

சங்க காலத்தில் தமிழகத்தில் வடக்கு எல்லையாய் கருதப்பட்ட திருவேங்கட மலைப்பகுதிகளில் களவர் அல்லது கள்வர் என்ற இனத்தார் வாழ்ந்து வந்தனர். இவர்கள் யானைகளை அடக்குவதிலும், பயிற்றுவிப்பதிலும், வல்லவர்களாய் இருந்தனர். அவர்களைப் 'புல்லி' என்ற மன்னன் ஆண்டு வந்தான். அப் புல்லி என்ற மன்னனைப் பற்றிச் சங்க இலக்கியங்களில் பல பாடல்கள் பாடப்பட்டுள்ளன.

"கழல் புனை திருந்தடிக்கள்வர் கோமான்
மழபுலம் வணக்கிய மாவண் புல்லி
விழவுடை விழக்கு சீர் வேங்கடம்"

எனவும்,

"பொய்யா நல்லிசை மாவண் புல்லி
புல்லி - வியன்றலை நன்னாட்டு வேங்கடம்"

"மா அல்யானை மறப்போர் புல்லி
காப்புடை நெடுவரை வேங்கடம்"

என அகநானூற்றிலும்,

"கடுமான் புல்லி கடிந்தோரே"

என நற்றிணையிலும்,

காவேர் கனையுந் தாழ்நீர் படப்பை
நெடுவிளை கழனி யம்பர் கிழவோன்

"நல்வருவிந்தை வாழியர் புல்லிய
வேங்கட விறல் வரை பட்ட
ஓங்கல் வானத்துரையினும் பலவே"

எனப் புறநானூற்றிலும் புல்லியின் திறன் குறித்துப் பல பாடல்கள் பாடப்பட்டுள்ளன. இப்புல்லி ஆட்சி புரிந்த வேங்கட பகுதி தமிழகத்தின் வட எல்லையாக இருந்தது. அவன் அப்பகுதியை கி.மு. 175 முதல் 150 வரை ஆட்சி புரிந்தான்.⁹

அப்புல்லியின் வம்சத்தவரே பிற்காலத்தில் தொண்டை மண்டலத்தின் பல்லவ வம்சத்தை உருவாக்கினர் எனவும் அப் பல்லவர்களின் வாரிசுகளே கள்ளர்கள் எனவும் வேங்கடசாமி நாட்டார் குறிப்பிடுகின்றார்.¹⁰ மேலும், இப்பல்லவ வம்சத்தில் தோன்றிய கள்ளர்களே பிற்காலத்தில் சோழர்களோடு கலந்தனர் எனவும் இவர் குறிப்பிடுகின்றார்.

தெலுங்கு மொழியில் எழுதப்பட்ட தொண்டைமான் வம்சாவளி, புதுக்கோட்டை அரசர்களின் முன்னோர்கள் திருவேங்கட மலைப்பகுதியிலிருந்து தெற்கு நோக்கி வந்து முதலில் 'அன்பில்' என்ற கிராமத்தில் குடி அமர்ந்தனர் எனவும் பிறகு தான் இப் புதுக்கோட்டைப் பகுதிக்கு வந்தனர் எனவும் குறிப்பிடுகிறது.¹¹

மேலூர் பகுதி கள்ளர்களில் ஒரு பிரிவினரான வெள்ளலூர் நாட்டுக் கள்ளர்கள், தங்கள் மூதாதையர்கள் வேங்கட மலைகளிலிருந்து வந்து இப்பகுதியில் குடியமர்ந்தனர் என கள ஆய்வின் போது அவர்களில் முக்கியத் தகவலாளரான காவல்கார அம்பலம் என்னிடம் தெரிவித்தார். இதே கருத்தை அப்பகுதியில் இருந்த பல தகவலாளர்கள் கூறினர்.¹²

களப்படை மரபினர்

அக்கால மன்னர்களிடம் குறிப்பாகப் பல்லவ மன்னர்களிடம் மூன்று விதமான படைப்பிரிவுகள் இருந்தன. முதல் பிரிவு "களப்படை" எனப்பட்டது. இது எதிரி நாடுகளுக்குள் ஊடுருவி, உளவு பார்ப்பது, கொள்ளை அடிப்பது என்பதன் மூலம் உள்நாட்டில் அமைதியின்மையை ஏற்படுத்துவது, ஆநிரைகளைக் கவர்ந்து வருவது போன்ற செயல்களில் ஈடுபட்டது. இரண்டாம் பிரிவு "மறப்படை" எனப்பட்டது. இது வீரமிக்க படை அல்லது முக்கிய ராணுவமாகும். இவர்கள் யுத்தகளத்திற்குச் சென்று நேரடியாகப் போர் புரிந்தனர். மூன்றாம் பிரிவு "அகப்படை" எனப்பட்டது. இப்படை உள்நாட்டுப் படை அல்லது பாதுகாப்புப் படையாகும். இது கோட்டை கொத்தளங்கள், கோவில்கள்,

வயல்வெளிகள் போன்றவற்றைப் பாதுகாத்து நின்றது. இந்த மூன்று படைப் பிரிவினரே பிற்காலத்தில் முறையே, களப்படை "கள்ளர்" என்றும், மறப்படை "மறவர்" என்றும், அகப்படை "அகம்படையார்" என்றும் மூன்று சமூகங்களாக வளர்ந்தனர் எனச் சில அறிஞர்கள் கருதுகின்றனர்.[13]

இம்முப்படைப் பற்றிய குறிப்புகள் தஞ்சை மாவட்டத்திலுள்ள அத்தி வட்டி சிவன் கோயில் கல்வெட்டில் உள்ளதாகப் பாகனேரி நாட்டுக் கள்ளர்களைப் பற்றி ஆய்வு செய்த ஆத. முத்தையா குறிப்பிடுகிறார்.[14]

களப்பிரர் மரபினர்

கி.பி. 3ஆம் நூற்றாண்டிலிருந்து கி.பி. 7ஆம் நூற்றாண்டு வரை தமிழகத்தை ஆட்சி செய்தவர்கள் களப்பிரர் எனப்படுவர். இவர்களது காலம் தமிழகத்தின் இருண்ட காலம் எனப்படுகிறது. ஏனெனில் அக்காலத்தைப் பற்றிய எந்த இலக்கிய சான்றுகளும் கிடைக்கவில்லை. ஆனால் வேள்விக்குடி செப்பேடுகள் கிடைத்த பின்பு இவர்களைப் பற்றி ஓரளவு அறிந்து கொள்ள இயன்றது. துவக்க காலத்தில் இவர்கள் கர்நாடகப் பகுதியில் இருந்த "களப்பப்பு" என்ற தேசத்தில் சிற்றரசர்களாக இருந்து வந்தனர். அதன் பிறகு தெற்கு நோக்கி வந்து மூவேந்தர்களையும் அடக்கி தமிழகம் முழுவதையும் தங்கள் ஆட்சியின் கீழ் கொண்டு வந்தனர். அக்களப்பிரரே தங்களது ஆட்சி அதிகாரத்தை இழந்த பின்பு கள்ளர் என்ற அடையாளத்தைப் பெற்றனர் எனத் தமிழ்நாடு பிற்படுத்தப்பட்டோர் ஆணையத்தின் அறிக்கை குறிப்பிடுகின்றது.[15]

தமிழகத்தின் வடக்கு எல்லைப் பகுதியான வேங்கட பகுதியில் வாழ்ந்த களவர் அல்லது கள்வர் இனத்தவரே பிற்பகுதியில் களப்பிரர் ஆனார்கள்.[16] அதனால் கள்வர், களப்பிரர் எனப்படுவோர் ஒருவரே என கிருஷ்ணசாமி அய்யங்கார் குறிப்பிடுகின்றார். ஆனால் கன்னட மொழிக்காரர்களான இக்களப்பிரர் வேறு, தமிழ் மரபில் வந்த கள்ளர்கள் வேறு எனக் களப்பிரர் பற்றியே தனி ஆய்வு செய்த மயிலை. சீனி. வேங்கடசாமி குறிப்பிடுகின்றார்.[17]

சோழர் குலத்தவர்

தஞ்சைப் பகுதியில் கள்ளர்கள் அதிகம் வாழ்வதனால், கள்ளர்கள் சோழர் குலத்தவர்களாக இருக்கலாம் என்ற கருத்து தற்காலத்தில் அதிகமாக முன்னிறுத்தப்படுகிறது. இக்கருத்தை டாக்டர் பர்னல், வேங்கடசாமி ராவ் போன்றோர் வலியுறுத்துகின்றனர்.

சீனிவாச அய்யங்கார், கள்ளர்கள் சோழ வம்சத்தவர் என்றும் மறவர்கள் பாண்டிய வம்சத்தவர் என்றும் சிலர் கருதுவதாகக் குறிப்பிடுகிறார்.[18]

தஞ்சைப் பகுதியில் வாழ்கின்ற கள்ளர்களது குலப்பட்டங்கள் பல, சோழர்களது பெயர்களோடும், குலப்பட்டங்களோடும் ஒத்து வருவதனால் சிலர் அவ்வாறு கருதுகின்றனர்.

தொண்டை மண்டலத்துக் குறும்பர்கள்

பண்டைய காலத்தில் தமிழகத்தின் வடக்குப் பகுதியான தொண்டை மண்டலத்தில், குறும்பர்கள் என்ற மக்கள் வாழ்ந்து வந்தனர். அவர்கள் கி.பி. முதல் ஆயிரமாவது ஆண்டுகளின் துவக்கத்தில் கர்நாடகப் பகுதியிலிருந்து வந்து இப்பகுதியில் குடியமர்ந்து வாழ்ந்து வந்தனர்.[19]

இவர்கள் ஆடு, மாடுகளை மேய்த்துக் கொண்டு பிழைப்பு நடத்தியதோடு, தாங்கள் வாழ்கின்ற பகுதிகளை நாடுகள், கோட்டங்கள் என்று இரு பிரிவுகளாகப் பிரித்து வாழ்ந்து வந்தனர்.

இவர்கள் மிகவும் முரட்டு சுபாவம் உடையவர்கள். சோழ மன்னன் கரிகாலன் இப்பகுதியை வெற்றி கொண்டு இம்மக்களைத் தெற்குப் பகுதிக்குத் துரத்தி அடித்தான். அதன் பிறகு அப்பகுதியில் பல வேளாள குடிகளைக் குடியேற்றினான். நாடிழந்த குறும்பர்கள் தெற்கு நோக்கி வரும் பொழுது கொள்ளை, கொலை போன்ற சட்டப்பூர்வமற்ற செயல்களில் ஈடுபட்டுக் கொண்டே வந்தனர். அதனால் இவர்கள் கள்ளர் என்ற அடையாளத்தைப் பெற்றனர்.

இன்றைய கள்ளர்கள் தொண்டை மண்டலத்தில் வாழ்ந்த குறும்பர்களின் ஒரு பகுதியினரே எனவும், அவர்களே பாண்டிய மண்டலத்தில் குடியேறி, இங்கும் தாங்கள் வாழ்கின்ற பகுதியைப் பல நாடுகளாகப் பிரித்து வாழ்ந்து வந்தனர் எனவும் ஐரோப்பிய ஆய்வாளர் "டெய்லர்" குறிப்பிடுகிறார். இக்கருத்துக்கு நெல்சனும் உடன்படுகின்றார்.[20] சமீபத்தில் பாகனேரி கள்ளர்களைப் பற்றி ஆய்வு செய்த பேரா. ஆத.முத்தையாவும் முற்றிலும் இக் கருத்துடையவரே.[21]

பாலை நிலத்து மறவர்கள்

சங்க காலத்து மறவர்கள் பாலைநிலத்து மறவர் என்றும், மறவக்குடி மறவர் என்றும் போர் மறவர் என்றும் மூன்று பிரிவுகளாய் இருந்தனர்.[22]

வறண்ட நிலப்பகுதியில் வாழ்கின்ற மக்கள் தங்களது வாழ்வியல் சூழ்நிலை காரணமாக இரக்கமற்ற முரட்டு சுபாவம் உடையவர்களாகவும், அப்பகுதி வழியாகச் செல்வோரைத் துன்புறுத்தி வாழ்வோராகவும் இருந்தனர். இவர்கள் பாலைநில மறவர் எனப்பட்டனர். மற்றொரு பிரிவினர் போர்த்தொழிலையே தங்கள் குலத்தொழிலாய்ச் செய்து வந்தனர். இவர்கள் மறக்குடி மறவர் எனப்பட்டனர். இன்னும் சிலர் வேறு தொழில்களைச் செய்து வந்தாலும், யுத்த காலங்களில் போர் உடை தரித்துச் சண்டைக்குச் சென்றனர். இவர்கள் போர் மறவர் எனப்பட்டனர். பாலை நில மறவர்களில் ஒரு பிரிவினரே பிற்காலத்தில் கள்ளர் என்ற அடையாளத்தைப் பெற்றிருக்கலாம் எனச் சில ஆய்வாளர்கள் கருத்து தெரிவிக்கின்றனர்.

இவ்வாறு கள்ளர்களின் தோற்றம் பற்றிப் பல வகையான வரலாற்று அனுமானங்கள் முன்னிறுத்தப்பட்டாலும் இவர்கள் குறும்பர்களின் ஒரு பிரிவினர் என்பதனையே பல அறிஞர்கள் முன்னிறுத்துகின்றனர். ஆனால் இன்றும் தமிழகத்தின் வட மாவட்டங்களில் குறும்பர் இன மக்கள் வாழ்ந்து வருகின்றனர்.

இவர்கள் குறும்பாடுகளை மேய்ப்போராகவும், ஆட்டுத் தோல்களை வைத்துக் கம்பளி ஆடை நெய்வோராகவும் உள்ளனர். இவர்கள் தங்கள் தாய்மொழியாகக் கன்னட மொழியையே இன்று வரை பேசியும் வருகின்றனர்.

ஆனால், கள்ளர் இனத்தவர் புராதனமான தமிழ்ச் சமூகத்தின் ஒரு பிரிவினராவர். இவர்கள் தமிழைத் தவிர வேறுமொழி பேசுவதில்லை. அதனால் கர்நாடகப் பகுதியிலிருந்து வந்த குறும்பர்களின் வாரிசுகள் என்பது எள்ளளவும் பொருந்தாது. பாலை நிலத்தில் வாழ்ந்த மக்கள் இரக்கமற்றவர்களாய் அல்லது மறமிக்கவர்களாய் இருந்ததனால் மறவர் என்றும் எதிரிகள் மீது தொடர்ந்து அம்புகளை எய்வதனால் எயினர் என்றும் பிறருடைய பொருட்களை அபகரித்து வாழ்ந்ததனால் கள்ளர் என்றும் அழைக்கப்பட்டனர் எனத் தேவநேய பாவாணர் குறிப்பிடுகின்றார்.[23]

சங்க காலத்தில் கள்வர் என்ற அடையாளம் கொண்ட மக்கள் இருந்தனர். “கல்” என்ற சொல்லிற்குத் “திண்மை” அல்லது “உறுதி” என்று பொருள். இதன்படி வலிமையுடையவர்கள் என்ற பொருளின் அடிப்படையிலேயே இவர்கள் கள்வர் என அழைக்கப்பட்டனர் எனக் கிருஷ்ணசாமி அய்யங்கார் குறிப்பிடுகின்றார்.[24]

இவற்றையெல்லாம் வைத்துப் பார்க்கும் பொழுது, **“பாலை நிலத்து மறவர்களின் ஒரு பிரிவினரே கள்ளர்’’** என்ற அடையாளத்தைப் பெற்றனர் என்பதே சாலப் பொருந்தும்.

எது எப்படியிருப்பினும் கள்ளர் என்ற அடையாளம் கொண்ட இனக்குழுக்கள் சுமார் 2000 ஆண்டுகளுக்கு முன்பே தமிழகத்தின் வடக்குப் பகுதிகளில் வாழ்ந்து வந்தனர் என்பதனையும், அவர்கள் வேற்றுநாட்டாரின் தொடர் படையெடுப்பின் காரணமாகவும், அப்பகுதியில் ஏற்பட்ட பஞ்சம் மற்றும் வெள்ளம் போன்ற இயற்கை நிகழ்வுகள் காரணமாகவும் அப்பகுதியிலிருந்து வெளியேறி தெற்குநோக்கி வந்து சோழ, பாண்டிய, மண்டலங்களில் பரவி குடியமர்ந்தனர் என்பதனையும் பல்வேறு அறிஞர்களின் கூற்றுப்படி உறுதி செய்ய முடிகின்றது.

கள்ளர் : சொல் - பொருள் - விளக்கம்

"கள்ளர்" என்னும் சொல்லின் பொருள் பற்றிப் பலவிதமான கருத்துக்கள் கூறுப்படுகின்றன. தென்னிந்திய திராவிட மொழிகளில் "கள்ளன்" என்ற சொல் பெரும்பாலும் "திருடன்" அல்லது "கொள்ளையன்" என்ற அர்த்தத்திலேயே பயன்படுத்தப்படுகின்றது. "தமிழ் லெக்சிகனும்" கள்ளன் என்ற சொல்லிற்குத் திருடன் என்று பொருள் கூறுவதோடு கரியவன், நடுச்சொல்லோன், முசுடு, நண்டு, கற்கடகம், யானை என்ற பொருள்களையும் குறிப்பிடுகின்றது.

கள்ளர் என்னும் சாதிப்பெயர் எப்பொருளை ஒட்டியது என்பது ஆராயத்தக்கது. கள்ளர் என்பதற்குக் கொள்ளையடிப்போர் என்பது பொருள் என்கிறார் ந.சி. கந்தையா பிள்ளை.[25]

அயல்நாட்டு ஆராய்ச்சியாளர் பலரும் கள்ளர், கொள்ளைத் தொழில் மேற்கொள்வோர் என்றே குறிப்பிடுகின்றனர்.[26]

ஆனால், *"கள்ளர் சரித்திரம்"* என்ற புத்தகத்தின் ஆசிரியர் தமிழ்ப் பேரறிஞர் ந.மு. வேங்கடசாமி நாட்டார் இதனைப் பின்வரும் வரிகளில் கடுமையாக மறுக்கின்றார். "பொய்யடிமையில்லாப் புலவர் பெருமக்கள் கள்வர் சோமான் புல்லி எனவும், கள்வர் பெருமகன் தென்னன் எனவும் சிறப்பிக்கப்பட்டு இருத்தலை அறியும் அறிவுடையார் எவரும் கள்ளர் என்னும் குலப்பெயர்க்கு உயர்பொருள் கொள்ளாமல் இரார்.... பல்லவ, சோழ, மன்னரது வழியினராய் இன்றைக்கும் இருந்து வரும் ஒரு பெரிய வகுப்பினர் தமது தீச்செயல் பற்றி இட்ட பெயரினைத் தமது குலப்பெயராக ஒருங்கே ஏற்றுக் கொண்டனரென்பது எவ்வளவு அறியாமையாகும்" என்கிறார்.

கள்வன் என்னும் சொல்லிற்குத் *திவாகரம், பிங்கலம்* ஆகிய நிகண்டுகள் கருமை நிறமுடையோன் எனப் பொருள் கூறுவதை

எடுத்துக்காட்டி, "இந்திர குலத்தவர்" எனினும், "கள்வர் குலத்தவர்" எனினும் இந்தியப் பழங்குடியினரான தமிழர் என்பதே பொருள் என்கிறார் வா.கோபால்சாமி ரெகுநாத ராசாளியார்.[27]

கள்ளர் எனும் சொல்லிற்கு அரசாங்க ஒற்றராய் தொழில் புரிந்தோர் என்பது பொருள் என்கிறார் மா. இராசமாணிக்கனார். அதனை அவர் கீழ்க்கண்டவாறு விளக்குகிறார்.

"கள்தல் – பறித்தல், கள்ளன் – பறிப்பவன், கள்ள அறை – பிறர் அறிய முடியாதபடி அமைந்துள்ள அறை. அறை – பெட்டி – பிறர் அறியாவகை அமைக்கப்படும் அறை. எனவே கள்ளன் பிறர் அறியாவகையில் அவரைப் பற்றிய உண்மைகளை அறிபவன். அறிந்து அரசாங்கத்திடம் தெரிவிப்பவன், ஒற்றன் எனப் பொருள் கொள்வது பொருத்தமாகும். அதனால் தமிழ் அரசர்களிடம் அரசாங்க ஒற்றர்களாய்ப் பணிபுரிந்தவர்களே கள்ளர் எனப் பொருள் கொள்வதே பொருத்தமாகும்" எனக் கூறுகிறார்.[28]

"களமர்" என்னும் சொல்லிற்கு மருதநில மக்கள் என்றும் உழவரென்றும் பொருளுண்டு.[29] இக்களமர் என்ற சொல்லே "களவர்" என்றும் "கள்ளர்" என்றும் வழங்கப்பட்டது என பி.முத்துத் தேவர் கூறியுள்ளார்.[30]

களப்படையினர் என்ற சொல்லே பிற்காலத்தில் கள்ளர் என மருவியது என அ. கிருஷ்ணசாமி வாண்டையார் கூறுவார்.[31]

அக்காலத்தில் களம் சென்று பகையை அழித்தவர்கள் அல்லது போர்க்களத்திற்கு நேராகச் சென்று பகைவர்களை அழித்தவர்களே களம் வென்ற வீரர்கள் என்ற பதத்தில் கள்ளர்கள் என அழைக்கப் பட்டனர் என்கிறார் ஆ. ஆண்டியப்ப தேவர்.[32]

கள்வன் சென்ற சொல்லிற்கு யானை என்னும் பொருளும் உண்டு. வேங்கடமலையில் வாழ்ந்த கள்வர் இனத்தார் யானைகளைக் கொன்று அவற்றின் தந்தங்களைப் பண்டமாற்று முறை செய்து வாழ்ந்து வந்தனர்.[33] யானைகளை அடக்கும் தொழிலை மேற் கொண்டதனால், யானைகளைக் குறிக்கும் கள்வன் என்ற பெயரையே பெற்றனர் எனப் பேரா. ஆத. முத்தையா குறிப்பிடுகின்றார்.[34]

போரில் பகைவருடைய உயிர், பொருள், நாடு முதலியவற்றைக் கவர்ந்தமையால் மூவேந்தர்கள் கள்வர் என்று பெயர் பெற்றனர் என்றும் அதன் அடிப்படையிலேயே கள்ளர் என்னும் சாதிப்பெயர் தோன்றியது என்றும் சுவாமிநாத உபாத்தியாயர் கருதுகிறார்.[35]

இவ்வாறு கள்வர் என்ற சொல்லிற்குப் பலவகை சொல், பொருள் விளக்கங்கள் சொல்லப்பட்ட போதிலும், இச்சொல்லின்

பொருள் முழுமையாகப் புரிந்து கொள்வதற்குக் கள்வர் இனத்தவரின் வாழ்வியலை மானுடவியல் நோக்கில் ஆய்வு செய்வது அவசியமாகும்.

இம்மக்கள் பெரும்பாலும் பாலைநிலம் என்னும் வறண்ட மேட்டு நிலப்பகுதிகளில் வாழ்ந்து வந்தனர்.[36] தாங்கள் வாழ்கின்ற நிலப்பகுதிகளில் உழுது பயிரிட்டும், வேட்டையாடியும் வாழ்ந்து வந்தனர். ஆனால் அவை மிகவும் வறண்ட பகுதிகளாக இருந்ததனால் வருடத்தில் பல மாதங்கள் மழையின்றி பயிர்த்தொழில் செய்ய இயலாததாக இருந்தன. அவ்வகையில் பற்றாக்குறை ஏற்படுகின்ற காலங்களில் இம்மக்கள் தங்கள் பகுதிகளைக் கடந்து செல்கின்ற வழிப்போக்கர்களைக் கொள்ளையிட்டும், அருகிலுள்ள செழிப்பான பகுதிகளில் விளைந்து கிடக்கக் கூடிய தானியங்களை அறுத்து வந்தும், அங்குள்ள கால்நடைகளைக் கடத்தி வந்தும் வாழ்ந்து வந்தனர்.[37]

மேலும் இவர்கள் சமூகத்தின் பொதுக்கட்டுமானத்திலிருந்து ஒதுங்கி, தாங்கள் வாழ்கின்ற பகுதிகளைப் பல நாடுகளாய்ப் பிரித்து வாழ்ந்து வந்தனர். அக்காலத்தில் தமிழகத்தில் நிலவிய சாதிப் பகுப்பு முறையான இடங்கை – வலங்கை என்ற இரண்டு சாதி அடுக்கு களிலும் இவர்கள் இடம் பெறவில்லை.[38] இது இவர்கள் சமூகத்தின் பொது நீரோட்டத்திலிருந்து விலகி தனித்து வாழ்ந்து வந்தனர் என்பதற்குச் சான்று பகர்வதாய் உள்ளது.

இவ்வாறு களம் சார்ந்த வாழ்க்கையிலும், அக்கால அரசாட்சி களுக்கும் கட்டுப்படாமல் தனித்து வாழ்ந்து வந்ததால் அக்கால மன்னர்களாலும், அவர்கள் சார்ந்த அதிகார வர்க்கத்தாலும், அந்த அதிகார வர்க்கத்திற்குக் கட்டுப்பட்டு வாழ்ந்த மக்களாலும், இவர்கள் கட்டுப்படாதவர்கள் என்ற பொருளில் கலகக்காரர்களாய், கள்ளர்களாய் அடையாளப்படுத்தப்பட்டனர். இவ்வகையில் இவர்கள் அரசு சார்ந்த அதிகார மையத்திற்கு எதிர்ப்பானவர்களாய் வாழ்ந்து வந்த போதிலும் ஒரு சில மன்னர்கள் தங்களது எதிரி நாடுகளைப் பலவீனப்படுத்துவதற்கான களப்படையினராய் இவர்களைப் பயன்படுத்திக் கொண்டனர்[39] அதில் சில கள்ளர் குழுக்கள் அம்மன்னர்களுக்கு ராணுவ சேவை செய்து அதற்கு வெகுமதியாகச் சில பகுதிகளுக்கான நிர்வாக அதிகாரங்களைப் பெற்றனர். அவர்கள் சோழ, பாண்டிய பேரரசுகளின் வீழ்ச்சிக்குப் பின்பு அப்பகுதிகளைத் தங்களது முழுக் கட்டுப்பாட்டின்கீழ் கொண்டு வந்து அவற்றிற்கான குறுநில மன்னர்களாக உயர்ந்தனர்.

அக்கால கள்ளர்களது களவு சார்ந்த வாழ்க்கையைப் பற்றிப் பேசும்பொழுது அதனை இக்காலக் களவு குற்றங்களோடு

அப்படியே நேர்கோட்டில் பொருத்திப் பார்க்கக்கூடாது. அக்காலத் தமிழகத்தில் ஒரு சில பகுதிகள் மட்டுமே நீர்வளம் மிக்க பகுதிகளாய் இருந்தன. மற்ற பகுதிகள் எல்லாம் வறண்ட பகுதிகளாயிருந்ததனால், அப்பகுதிகளில் வாழ்ந்த மக்களுக்குக் களவு என்பது ஓர் வாழ்வியல் ஆதாரங்களில் ஒன்றாக இருந்தது.

கள்ளர்கள் மட்டும் அல்லாமல் இவ்வகை வறண்ட பகுதிகளில் வாழ்ந்த மறவர்கள், குறவர்கள், வலையர்கள், பறையர்கள், ஊராளி கவுண்டர்கள், ஒரு சில பள்ளிகள், வன்னியர்கள் போன்றோரும் களவு சார்ந்த வாழ்க்கையோடு தொடர்புடையவர்களாய் இருந்தனர்.

கள்ளர்களது கொள்ளை, வழிப்பறி, மாடுகளைக் கடத்துதல், உணவு தானியங்களைக் கொள்ளையடித்தல் போன்ற செயல்களுக்குப் பெரும்பாலும் அவர்களது வறண்ட பொருளாதாரச் சூழ்நிலையே காரணம் என அமெரிக்க ஜான்காப்கின்ஸ் பல்கலைக்கழக மானுடவியல் பேராசிரியர் ஆனந்தபாண்டியன் குறிப்பிடுகிறார். மேலும் **கள்ளர்கள் பெரும்பாலும் வறண்ட பகுதிகளை உழுது பயிரிட்டு வாழ்கின்ற விவசாயிகளாகவே வாழ்ந்தனர்.** கடுமையான பஞ்ச காலங்களில் மட்டுமே கொள்ளைகளில் ஈடுபட்டனர் எனவும் அவர் குறிப்பிடுகின்றார்.

பசியின் கொடுமையால் சாவதைக் காட்டிலும், சட்டத்தை மீறி வாழ்வதே மேல் என்கிறது ஒரு சீனப் பழமொழி[40] முறைப் படுத்தப்படாத ஒரு சமூகத்தில் நாட்டுப்புறக் கொள்ளையர்களே பொருளாதார ஏற்றத்தாழ்வுகளைச் சமப்படுத்துகின்ற சோசலிஸ்டுகள் என இத்தாலிய அறிஞர் அந்தோனியா கிராம்ஸி குறிப்பிடுகின்றார்.[41]

மேலும் உணவு தானியங்களைக் கொள்ளையடிப்பதும், ஆநிரைகளைக் கவர்ந்து வருவதும் பண்டைய தமிழரின் போர் முறைகளில் ஒன்றாகும் என அரங்க. முருகய்யன் குறிப்பிடு வதையும் நாம் கவனத்தில் கொள்ள வேண்டும்.[42]

இந்திர குலத்தவர்கள்

கள்ளர், மறவர், அகமுடையார் ஆகிய மூவரும் தங்களை இந்திர குலத்தவர்கள் என அழைத்துக் கொள்கின்றனர். தொண்டைமான் மன்னர்களது குடும்ப வரலாறும், அவர்களை இந்திரன் வம்சத்தில் வந்தவர்கள் என்றுதான் கூறுகிறது. முக்குலத்தோர்களின் தோற்றம் குறித்த தொன்மக் கதை, இவர்கள் தேவர்களின் தலைவனான இந்திரனுக்குப் பிறந்த பிள்ளைகள் எனக் குறிப்பிடுவதை நாம் ஏற்கனவே கண்டோம். இத்தொன்மக் கதைகளின் உட்கூறுகளைச் சற்று ஆய்வு செய்வோம்.

தமிழகத்திலுள்ள ஒவ்வொரு சாதிக்கும் ஒருவகைத் தோற்றத் தொன்மக் கதை வழக்கில் உள்ளது. இத்தோற்ற தொன்மக் கதைகள் முற்றிலும் கற்பனையானதாக இருந்தாலும், அவை வழங்கப்படும் சமூக, பண்பாட்டு வரலாற்றுச் சூழல்களின் தர்க்க உறவுகளை நாம் அறிந்து கொள்வதற்கு உதவுகின்றன.[43] இதன் அடிப்படையில் பார்க்கும் பொழுது ஒவ்வொரு சாதியின் தொன்மக் கதையும், தங்களது தோற்றத்தினை ஏதாவது ஒரு கடவுளோடு தொடர்பு படுத்திக் கொள்கின்றன. பெரும்பாலும் இக்கடவுள்கள் அந்தச் சாதியரின் தொழில் வகையோடு தொடர்புடைய கடவுள்களாகவே இருக்கின்றன.

உதாரணமாக விவசாயம் செய்து வாழ்கின்ற வேளாண்மை மரபினரான வெள்ளாளர்கள் தங்களது தோற்றத்தினைக் கங்கா தேவியோடு தொடர்புபடுத்திக் கொள்கின்றனர். கங்கா தேவிக்கு "மரபாளன்" என்னும் மகன் பிறந்தான். அவன் வம்சத்தவரே இவ் வெள்ளாளர்கள். முதலில் இவர்கள் கங்கைச் சமவெளியில் வாழ்ந்து பின்புதான் தெற்கு நோக்கி வந்து தமிழகத்தில் குடிய மர்ந்தனர் என இவர்களது தொன்மக் கதை கூறுகிறது.[44]

வெள்ளாளர்கள் வேளாண்மை சமூகமாகையால், நீர்க் கடவுளாய் கருதப்படும் கங்காதேவியோடு தங்களது தோற்றத்தைத் தொடர்பு படுத்துகின்றனர் என்பதை இத்தொன்மம் நமக்கு உணர்த்துகிறது.

அதுபோல மயானத் தொழில் செய்கின்ற அரிசனங்கள் தங்களை, மயானக் கடவுளாகக் கருதப்படும் சிவனின் வியர்வை யிலிருந்து தோன்றியவர்கள் எனக் கூறிக் கொள்கின்றனர்.[45] சாம்பகமூர்த்தி எனப்படும் அந்தச் சிவனின் வழித்தோன்றல்கள் என்பதனால், 'சாம்பான்' என்ற பட்டத்தைத் தங்களது குலப் பட்டமாகச் சூடிக் கொள்கின்றனர்.

வலைகளை வைத்து வேட்டைத் தொழில் செய்து வந்த வலையர்களின் தோற்றத் தொன்மக் கதை அவர்களை முதலில் வேட்டைக்காரராய் இருந்து பின்பு சமயக்குரவராய் மாறிய 63 நாயன்மார்களில் ஒருவராய் கருதப்படும் கண்ணப்ப நாயனாரின் வழித்தோன்றல்கள் எனக் குறிப்பிடுகின்றது.[46]

இதே போல் முக்குலத்தோர் பற்றிய தொன்மக் கதை அவர்களின் தோற்றத்தைப் போர்க் கடவுளாய் கருதப்படும் இந்திரனோடு தொடர்புபடுத்துகின்றது. இந்திரன் ஆரியர்களின் போர்க்கடவுளாகக் கருதப்பட்டான். "இந்திரன் இஷ்டதேவன் மட்டுமல்ல. வீரத்தின் நிலைக்களனுமாவான்" என இந்திரனை வீரத்தின் அடையாளமாக ரிக்வேதம் குறிப்பிடுகிறது.[47]

பண்டைய தமிழகத்தின் மருதநில மக்கள் தங்களது தலைவனான வேந்தனைத் தெய்வமாகக் கருதி, அவனுக்கு விழா எடுத்து வழிபட்டு வந்தனர். அவன் மழைக்கடவுளாய் கருதப்பட்டான். ஆரியத்தின் தாக்கத்திற்குப் பின்பு தமிழர்களின் இந்த வேந்தன் வழிபாடு, இந்திர வழிபாடாய் மாற்றப்பட்டது. அது வரை மழைக்கடவுளாய் கருதப்பட்ட வேந்தன், இந்திர நிலைக்கு உயர்த்தப்பட்டதும் போர்க் கடவுளாய் அடையாளப்படுத்தப்பட்டான்.

இதன்படி முக்குலத்தோர் பற்றிய தொன்மக் கதை அவர்களைப் போர் மரபினர் என்று அடையாளப்படுத்துகின்ற வகையில் (அதாவது, அவர்களது தோற்றத்தினைப்) போர்க் கடவுளான இந்திரனோடு தொடர்புபடுத்தி புனையப்பட்டு இருக்கலாம்.[48]

ஆரிய சமூகத்தில் போர்த் தொழில் செய்யும் சாதியினர் சத்திரிய அந்தஸ்த்தில் சமூகத்தில் உயர்ந்த நிலையில் வைக்கப்பட்டு இருந்தனர். ஆனால் பண்டைய தமிழக சாதிய அடுக்குமுறையில் போர்த் தொழில் செய்யும் சாதியினர் சூத்திர அந்தஸ்த்தில் இடை நிலையிலேயே வைக்கப்பட்டிருந்தனர்.[49]

இவ்வகையில் போர் மரபினரான முக்குலத்தோரும் இடைநிலை சமூகமாகவே அக்காலத்தில் கருதப்பட்டனர். போர் மரபினர் என்ற முறையில் இவர்களது இந்திரத்தொடர்பு ஒத்துக் கொள்ளப் பட்டாலும், சமூகத்தின் இடைநிலையில் இருந்தவர்கள் என்ற நிலையில் அவர்களது அந்தத் தொடர்பு முறையான வகையில் இல்லாமல் கள்ளத்தனமாக உருவானது என்ற குறைபாட்டோடு இத்தொன்மைக் கதை புனையப்பட்டு இருக்கலாம்.

கள்ளர், மறவர், அகமுடையார் தங்களை இந்திரகுலத்தவர் என அடையாளப்படுத்துகின்ற வகையில் தேவர் என்ற குலப் பட்டத்தைச் சூடிக்கொள்கின்றனர். முக்குலத்தோர் மட்டும் அல்லாமல் நாடார்களது தோற்றத் தொன்மக் கதையும், பள்ளர்களது தோற்றத் தொன்மக்கதையும் அவர்களைத் தேவேந்திரனுக்குப் பிறந்தவர்கள் எனக் கூறுகிறது.[50]

ஆனால் அவர்களின் தோற்றம் பற்றிய தொன்மக் கதைகள் வேறுவிதமாக வழக்கில் உள்ளன.

கள்ளர் : குலப் பிரிவுகள்

தமிழ்ச் சமூகத்தின் ஒரு சாதி, பல கிளைச் சாதிகளாகப் பிரிந்துள்ளது. ஒவ்வொரு கிளைச் சாதியும் தனித்த அகமனக் குழுவாய் இயங்கு

கின்றன. ஒரு சாதி பல கிளைச் சாதிகளாகப் பிரிவதற்குப் பல காரணிகள் உள்ளன. குறிப்பாக இடப்பெயர்ச்சி, இனக்கலப்பு, பழக்கவழக்கங்களில் ஏற்படக் கூடிய மாறுதல்கள், தெய்வ நம்பிக்கையில் ஏற்படக்கூடிய மாறுதல்கள், ஒரு சாதிக்குள்ளேயும், வெளியேயும் ஏற்படக்கூடிய அரசியல் மாற்றங்கள், தொழில் பகுப்பு முறை போன்றவைகள் இக்கிளைச் சாதிகள் தோன்றுவதற்குக் காரணிகளாக உள்ளன.

உதாரணமாகப் போர் மரபினராகிய மறவர்கள் தாங்கள் வாழ்கின்ற பகுதியைச் சுற்றிப் பெரிய கோட்டைகளை உருவாக்கி வாழ்ந்து வந்தனர். அக்கோட்டைகளின் தன்மைகளுக்கேற்பப் பல உட்பிரிவுகளாய் பிரிக்கப்பட்டனர். கொண்டையன் கோட்டை மறவர், கருதன் கோட்டை மறவர், செககோட்டை மறவர், அணில் ஏறாகோட்டை மறவர், செவ்வேற் கோட்டை மறவர், கொற்றவாள் கோட்டை மறவர், உப்புக்கோட்டை மறவர், அகத்தா கோட்டை மறவர், அம்பொன்னேறி கோட்டை மறவர், கெறண்டை கோட்டை மறவர் எனக் கோட்டைகளின் அடிப்படையிலும் – சிறுதாலி கட்டி மறவர், பெருந்தாலி கட்டி மறவர் என அணிகின்ற தாலியின் அடிப்படையிலும் – வன்னிய மறவர், வன்னிக்கொத்து மறவர், பண்டார மறவர், காரண மறவர் என வம்சாவளி அடிப்படையிலும் – செம்ப நாட்டு மறவர், நல்லமங்கள நாட்டு மறவர், ஆறு வட்டவகை நாட்டு மறவர், ஆப்பநாட்டு மறவர், குறிஞ்சிக் காட்டு மறவர் என வாழ்கின்ற பகுதிகளின் அடிப்படையிலும் பல பிரிவுகளாய்ப் பிரிக்கப்பட்டுள்ளனர்.[51]

அகமுடைய சமூகத்தார், மறவர் குல அரசர்களுக்கு நெருங்கிய உறவினர்களாகவும், அவர்களுடைய படைத் தளபதிகளாகவும் இருந்து வந்தனர். அதனால் அந்த அரசர்களோடு இருக்கின்ற உறவின் அடிப்படையில் பல உட்பிரிவுகளாய்ப் பிரிக்கப் பட்டுள்ளனர்.

இராஜகுல அகமுடையார், இராஜபோக அகமுடையார், இராஜவாசல் அகமுடையார், கோட்டைப் பற்று அகமுடையார், பிள்ளைபேர் அகமுடையார் எனவும், வாழ்கின்ற பகுதியின் அடிப்படையில் "ஐ வழி நாட்டு அகமுடையார்", மலைநாட்டு அகமுடையார், நாட்டு மங்கள அகமுடையார் எனவும் பல பிரிவுகளாகப் பிரிக்கப்பட்டுள்ளனர்.[52]

இவற்றைப் போலக் கள்ளர்கள் தாங்கள் வாழ்கின்ற பகுதிகளைப் பல நாடுகளாகப் பிரித்து வாழ்ந்து வந்தனர். அந்த நாடுகளின் அடிப்படையில் பல உட்பிரிவுகளாய் பிரிந்துள்ளனர்.

விசாங்க நாட்டுக் கள்ளர், கூத்தப்பல் நாட்டுக் கள்ளர், பெரிய சூரியூர் நாட்டுக் கள்ளர், தஞ்சைக் கள்ளர் என்ற ஈசநாட்டுக் கள்ளர், அம்பு நாட்டுக் கள்ளர், விசங்கி நாட்டுக் கள்ளர், வாரபூர் நாட்டுக் கள்ளர், பாலையூர் நாட்டுக் கள்ளர், பாகனேரி நாட்டுக் கள்ளர், பட்டமங்களம் நாட்டுக் கள்ளர், பதினாலு நாட்டுக் கள்ளர், மல்லா கோட்டை நாட்டுக் கள்ளர், கவிநாட்டுக் கள்ளர், நாலூர் நாட்டுக் கள்ளர், பூங்குன்றம் நாட்டுக் கள்ளர், அஞ்சூர் நாட்டுக் கள்ளர், ஆறூர் வட்டவகை நாட்டுக் கள்ளர், கண்டர் மாணிக்கம் நாட்டுக் கள்ளர், ஏழூர் பற்று நாட்டுக் கள்ளர், பனங்குடி நாட்டுக் கள்ளர், சேருங்குடி அல்லது சிறுகுடி நாட்டுக் கள்ளர் வெள்ளளூர் நாட்டுக் கள்ளர், மேல நாட்டுக் கள்ளர், கள்ளர்குலத் தொண்டைமான், புறமலைநாடு அல்லது பிறமலை நாட்டுக் கள்ளர் எனப் பல உட்பிரிவுகளாய் உள்ளனர்.

மேற்கூறிய ஒவ்வொரு கிளைச் சாதியும் ஒரு தனி அகமனக் குழுக்களாக இயங்குகின்றன. அவை தங்களுக்குள்ளேயே திருமண உறவுகளை வைத்துக் கொள்கின்றன. தங்களுக்கென்று தனித்துவமான சடங்குமுறைகளையும் பழக்கவழக்கங்களையும் கடைபிடிக்கின்றன. அவை வாழ்கின்ற பூகோள சூழ்நிலைக்கேற்ப சமூக, பொருளாதார தளத்திலும் ஒன்றுக்கொன்று மாறுபட்ட நிலையில் உள்ளன.

மேற்கூறிய கள்ளர் உட்பிரிவுகளைப் பற்றி அடுத்த அத்தியாயத்தில் விரிவாகப் பார்ப்போம்.

அடிக்குறிப்புகள்

1. Report of Tamilnadu Backward commission, vol. II, P.5
2. திருமதி. மஞ்சுகணேஷ், ஆய்வாளர், சென்னைப் பல்கலைக் கழகம், பே.நா. 18.10.2010
3. Black Burn, *The Kallars: A Tamil Criminal Tribe Reconsidered*, Tribe, 1978, P. 1
4. Louis Dumount, *The South Indian Sub Caste*, 1986, P. 12
5. ந.மு. வேங்கடசாமி நாட்டார், *கள்ளர் சரித்திரம்*, ப. 42, & ஆசீர்வாத உடையாத் தேவர், மறவர் சரித்திரம், 1984 (III) ப.3
6. சோ.மு. ராமசாமி தேவர் (85), வி.கள்ளபட்டி, பே. நா: 10.6.2003, & அரிச்சந்திரன் (50), கீழக்குயில்குடி, பே.நா: 19.07.2005 & கடுக்கான் அம்பலம் (76), கிடாரிபட்டி, பே.நா: 26.08.2007 & ராமையா அம்பலம் (60), வெள்ளலூர், பே.நா: 18.08.2009 & சுப்பிரமணியன் சேர்வை (62), உஞ்சனை, பே.நா: 05.10.2009
7. வி. கனகசபை பிள்ளை, *1800 ஆண்டுகளுக்கு முற்பட்ட தமிழகம்*, 2003, ப.

8. ந.மு. வேங்கடசாமி நாட்டார், முன்குறிப்பிட்டது, ப. 18
9. டாக்டர். பத்மாரமேஷ், *சங்ககால மன்னர்களின் காலநிலைத் தொகுதி (பாகம் – 2),* ப. 94
10. ந.மு. வேங்கடசாமி நாட்டார், முன்குறிப்பிட்டது, 1984, ப. 36
11. Nicholos Diriks, *Hollow Crown,* 1989, P. 157
12. காவல்கார அம்பலம் (70), பே.நா: 18.08.2009
13. Louis Dumount, *The South Indian Sub Caste,* P. 12
14. ஆத.முத்தையா, *பாகனேரி நாட்டு மக்களின் மரபும் பண்பாடும்,* 1998, ப. 40
15. Tamilnadu Backward Classes Commission Report, Volume II. P. 28
16. Louis Dumount, *The South Indian Sub Caste,* 1986, P. 13
17. மயிலை சீனி. வேங்கடசாமி, *களப்பிரர் ஆட்சியில் தமிழகம்,* 2006, ப. 11
18. ந.மு. வேங்கடசாமி நாட்டார், முன்குறிப்பிட்டது, 1984, ப. 17
19. Nicholos Diriks, *Hollow Crown,* 1989, P. 90
20. J.H. Nelson, *Madura Country Manual,* 1868, P.50
21. ஆத. முத்தையா, *பாகனேரி நாட்டு மக்களின் மரபும் பண்பாடும்,* 1998, ப. 41
22. பேரா. முத்தையா, *சங்க கால மறவர்,* ப. 28
23. தேவநேய பாவாணர், *தமிழர் வரலாறு II,* ப. 96
24. K.N.Singh, *People of India,* 1998, P. 564
25. ந.சி. கந்தையா பிள்ளை, *தென்னிந்திய குலங்களும் குடிகளும்,* ப. 21
26 (i) J.H. Nelson, Madura Country Manual, 1868, P. 49
   (ii) J.H.Hutton, Caste in India, P.12
   (iii) Edgar Thurston, Caste and Tribes of Southern India, 1909, P. 53
   (iv) A Sauliere of Cit. P.337
   (v) W.Francis, Census of India 1901, Vol. xi, (Madras Part), P.158
27. ந.மு. வேங்கடசாமி நாட்டார், முன்குறிப்பிட்டது, 1984, ப. 41
28. முக்குலத்தோர் சிறப்புமலர், மா. ராசமாணிக்கனார் கட்டுரை, 1966, ப. 14
29. ச. பவானந்தம் பிள்ளை, *தமிழ் அகராதி,* ப. 12
30. பி. முத்துத் தேவர், *மூவேந்தர்குல தேவர் சமூக வரலாறு,* 1982, ப. 119
31. முக்குலத்தோர் சிறப்புமலர், கிருஷ்ணசாமி வாண்டையார் கட்டுரை, 1966, ப. 20
32. ஆண்டியப்பத் தேவர், *முன்னேற்ற முழக்கம் பத்திரிகை,* ப. 3
33. *அகநானூறு,* பாடல் 61, & பக்தவச்சலம், *புதுக்கோட்டை சமஸ்தான சரித்திரம்,* ப. 8
34. ஆத. முத்தையா, முன்குறிப்பிட்டது, ப. 42
35. சுவாமிநாத உபாத்தியாயர், *சூரியகுல கள்ளர் சரித்திரம்,* 1926, ப. 35
36. தேவநேய பாவாணர், *தமிழ் இலக்கிய வரலாறு,* 2000, ப. 21
37. ----------, *தமிழர் வரலாறு,* ப. 43
38. Black Burn, *The Kallars A Criminal tribes Reconsidered,* South Asian Journal, 1978, P.1
39. தேவநேய பாவாணர், *தமிழ் வரலாறு,* 2000, ப. 121

40. Anand Pandian, *Famine Crimes*, P.1
41. எஸ். வி. ராஜதுரை, *கிராம்ஸியின் வாழ்வும் சிந்தனையும்*, ப. 20
42. அரங்க. முருகய்யன், *காலந்தோறும் சாதி*, ப. 174
43. பக்தவச்சல சாரதி, *தமிழர் மானுடவியல்*, 2008, ப. 102
44. சர்குணவள்ளி, *நாட்டுப்புற வழிபாட்டு மரபுகளும்*, ப. 128
45. பக்தவச்சல பாரதி, *முன்குறிப்பிட்டது*, ப. 110
46. மேற்படி, ப. 108
47. ராகுல்ஜி, *ரிக் வேதகால ஆரியர்கள்*, ப. 53
48. Anand Pandian, *Landscapes of Redemptions*, University of California, 2004, P. 32
49. டி.ஆர். சேஷையங்கார், *தமிழர் இந்தியா*, ப. 113
50. பக்தவச்சல பாரதி, *தமிழர் பண்பாட்டு மானுடவியல்*, 1999, ப.
51. ஆசீர்வாத உடையாத் தேவர் (எ) குழந்தைசாமி பிள்ளை, *மறவர் சரித்திரம்*, 1938, ப. 71
52. மீ. மனோகரன், *மருதுபாண்டிய மாமன்னர்கள்*, 1994, ப. 587

பண்டைய தமிழகத்தின் நாடுகள் அமைப்பும் கள்ளர் நாடுகளும்

நாடு என்பது தமிழகத்தின் பூர்வீகமான குறுகிய சமூகப் பொருளாதார அரசியல் பகுப்பு முறையாகும். ஒவ்வொரு பெரிய மண்டலங்களும் பல சிறிய நாடுகளாய் பிரிக்கப்பட்டு இருந்தன. குறிப்பிட்ட எண்ணிக்கையிலுள்ள ஊர்களின் நிலவியல் தொகுப்பு "நாடு" எனப்படும்.[1] ஒவ்வொரு நாட்டிற்கும் ஒரு பெயர் உண்டு. இவ்வகையில் கள்ளர் மிகுதியாக வாழ்கின்ற பகுதிகளும் பல நாடுகளாகப் பிரிக்கப்பட்டு இருந்தன. இந்நாடுகள் அமைப்புப் பண்டைத் தமிழகத்தில் எவ்வாறு பரவி அமைந்திருந்தது என்பதனைச் சற்று பார்ப்போம்.

தமிழரது நாடு தமிழ்நாடு எனவும் தமிழகம் எனவும் வழங்கப்பட்டு வருகின்றது. வடக்கில் வேங்கட மலையும், தெற்கில் குமரிக் கடலும், கிழக்கில் வங்கக் கடலும், மேற்கில் அரபிக் கடலும் எல்லைகளாகக் கொண்ட பகுதி தமிழகம் என நெடுங்காலமாக வழங்கப்பெற்றது.

அக்காலத்தில் இன்றைய கேரளப்பகுதி தனித்த மொழி அடையாளத்தைப் பெறவில்லை. தமிழகமானது தொன்று தொட்டு சேர, சோழ, பாண்டிய மன்னர்களால் ஆளப்பட்டு வந்தது. அதனாலேயே தமிழகம் சோழமண்டலம் எனவும் பாண்டிய மண்டலம் எனவும் சேரமண்டலம் எனவும் மூன்று பிரிவுகளுடையதாய் இருந்தது. பின்பு தொண்டை மண்டலம், கொங்கு மண்டலம் என இரண்டு பிரிவுகளும் உண்டாயின.

சோழ மண்டலம்

சோழ மன்னர்களால் ஆளப்பட்ட பகுதி சோழநாடு அல்லது சோழ மண்டலம் எனஅழைக்கப்பட்டது. இப்பகுதி 'காவேரி நதி'

பாய்ந்து நீர்வளம் மிக்க பகுதியாக இருந்ததனால் நெல் விளைச்சல் மிகுதியாக இருந்தது. அதனால் அப்பகுதி உணவுப் பஞ்சமற்று, 'சோறுடைத்த நாடு' எனப்பட்டது. அச் சோறு என்ற சொல்லே "சோழ" என மருவியது.[2] அதனாலேயே அப்பகுதியை ஆண்டவர்கள் சோழர்கள் என அழைக்கப்பட்டனர் என்று பாவாணர் கூறுகிறார்.

இச்சோழமண்டலம் காவேரி நதியின் கழிமுகப்பகுதியில் இருந்ததனால் பல சிற்றாறுகளால் சூழப்பட்டு இருந்தது. இவ்வாறு நீரால் சூழப்பட்ட பகுதி என்று பொருள்படும் வகையில் நீர்சூழ் நாடு என அழைக்கப்பட்டது. அந்தச் சூழ் என்ற சொல்லே, சோழ என மருவி பிற்காலத்தில் சோழ நாடு என அழைக்கப்பட்டது எனவும் சில அறிஞர்கள் குறிப்பிடுகின்றனர்.[3]

இப்பகுதி சூரியன் உதிக்கின்ற கிழக்குப் பகுதியில் அமைந்திருந்த தனால் இச்சோழ மன்னர்கள் தங்களைச் "சூரிய" குலத்தவர்கள் என அழைத்துக் கொண்டனர்.

மேலும் இப்பகுதி 'காவேரி நதி' கடலிலே கலக்கின்ற கழிமுகப் பகுதியாக இருந்ததால் அப்பகுதியில் சதுப்பு நிலக் காடுகள் அதிகமாக இருந்தன. அக்காடுகளில் புலிகள் மிகுதியாக வாழ்ந்தன. அதனால் சோழ மன்னர்கள் தங்களது இலச்சினையாகப் 'புலிக் கொடி'யைப் பயன்படுத்தினர்.[4]

இவர்கள் சென்னி, கிள்ளி, வளவன், செம்பியன், புன்னாடவன் போன்ற பட்டங்களைச் சூடிக்கொண்டனர்.

இச்சோழமண்டலம் 240 சதுர மைல் அளவு பரவியிருந்தது.[5] இச்சோழ மண்டலம் நாடு, கூற்றம், வளநாடு என மூன்று அடுக்குகளாய்ப் பிரிக்கப்பட்டிருந்தது. இவை மூன்றும் ஒன்றுக்கொன்று மேல்நிலை அடுக்குகளாகும். இதில் பல ஊர்கள் சேர்ந்தது ஒரு நாடு எனவும் பல நாடுகள் சேர்ந்தது ஒரு கூற்றம் எனவும் பல கூற்றங்கள் சேர்ந்தது வளநாடு எனவும் பிரிக்கப்பட்டிருந்தது.

அங்ஙனம் இப்பகுதி மங்களநாடு, மருகன் நாடு, மழநாடு, புலியூர் நாடு, அழுந்தூர் நாடு, அக்கூர் நாடு, அம்பர் நாடு, அதிகை மங்கைநாடு, இடையள நாடு, நறையூர் நாடு, தேவூர் நாடு, பொய்கை நாடு, மண்ணநாடு, நென்மணி நாடு, புறங்கரம்பை நாடு, பனையூர் நாடு, திரைமூர் நாடு, பிரம்பூர் நாடு, குடும்பூர் நாடு, மிழலை நாடு, குறுக்கை நாடு, விளதூர் நாடு, திருக்கழுகுமலை நாடு, திருவாலி நாடு, வெண்ணெய்யூர் நாடு, நாங்கூர் நாடு, கொண்டல் நாடு, ஒக்கூர் நாடு, உரத்தூர் நாடு, பாப்ப நாடு, பைங்கா நாடு, அம்பி

நாடு, கற்பிங்க நாடு, ஊமத்த நாடு, காசா நாடு, தென்னலை நாடு, குழித்தண்டலை நாடு, நல்லூற்று நாடு, ஏரியூர் நாடு, இடையாற்று நாடு, ஊற்றுத்தூர் நாடு எனப் பல நாடுகளாய்ப் பிரிக்கப்பட்டிருந்தது.[6]

இவ்வகை நாடுகள் சில சேர்ந்தது கூற்றம் எனப்பட்டது. "களப்பாளன்" என்னும் மன்னன் காலத்தில் இவ்வகைக் கூற்றங்கள் உருவாக்கப்பட்டன. அவை வெண்டாழை கூற்றம், வேளூர் கூற்றம், ஆர்வல சேற்றூர் கூற்றம், பட்டினம் கூற்றம், நிறை கூற்றம், அண்டாட்ட கூற்றம், கலார் கூற்றம், ஆவூர் கூற்றம், பாம்பூர் கூற்றம், பொய்யூர் கூற்றம், வெண்ணீர் கூற்றம், தஞ்சை கூற்றம், கிழார் கூற்றம் எனப் பல கூற்றங்களாகப் பிரிக்கப்பட்டன.

இராசராச சோழன் காலத்தில் "நாடுகளையும், கூற்றங்களையும் ஒன்று சேர்த்துப் பல வளநாடுகள் உருவாக்கப்பட்டன. "இராசராச வளநாடு, பாண்டிகுலசனி வளநாடு, கடலடையாகிலங் கொண்டான் வளநாடு, உய்யக்கொண்ட வளநாடு, இராசேந்திர வளநாடு, சத்திரிய சிகாமணி வளநாடு, கேரளாந்தரக வளநாடு, இராசாசிராய வளநாடு, விருதராச வளநாடு, அருள்மொழித்தேவ வளநாடு, நித்திலிநோத வளநாடு எனப் பன்னிரண்டு வளநாடுகளாய் வகுக்கப்பட்டன.[7]

பாண்டிய மண்டலம்

பாண்டிய மண்டலம் பாண்டிய மன்னர்களால் ஆளப்பட்டு வந்தது. இது 560 சதுர மைல் பரவியிருந்தது.[8] "பாண்டியா என்ற வடமொழிச் சொல்லின் திரிபே "பாண்டியன்" எனச் சிலர் கருத்துரைக்கின்றனர். ஆனால் பண்டைய தமிழ் இலக்கியங்கள் "பாண்டி" என்ற சொல்லிற்கு "எருது" எனப் பொருள் உரைக்கின்றன.

பாண்டிய மண்டலம் பெரும்பாலும் முல்லை நிலப்பகுதிகளை உள்ளடக்கியதாக இருந்ததனால் இப்பகுதியில் வாழும் மக்கள் தங்கள் கால்நடைகளையே பெரிய செல்வமாகக் கருதினர். அதனால் அதில் உள்ள "பாண்டியம்" என்ற எருதுகளை அடக்கித் தன்வயப்படுத்தியவனே அவர்களது தலைவனாய் பாண்டியன் என்று அழைக்கப் பெற்றான்.[9] அதுவே இப்பகுதியை ஆள்கின்ற மன்னர்களின் அடையாளமாக, பாண்டியன் என்ற பட்டமாக மாறியது. பாண்டியன் என்ற சொல்லிற்குத் "தொன்மையானவன்" அல்லது "பழைமையானவன்" எனப் பொருளுண்டு எனச் சிலர் கூறுகின்றனர்.

மேலும் இப்பகுதி மிகுந்த வெப்பமண்டலப் பகுதியாக இருந்ததனால் இங்கு வாழும் மக்கள் வெப்பத்தைத் தணித்துக்

குளிர்ச்சி தரும் சந்திரனது ஒளியையே பெரிதும் விரும்பினர். அதனால் பாண்டியர்கள் தங்களை “மதிகுலத்தவர் அல்லது சந்திர குலத்தவர்கள்'' என அழைத்துக் கொண்டனர். இதன்படி மதி குலத்தவர்களால் ஆளப்பட்ட பகுதியின் தலைநகரம் மதிரை எனப் பட்டது. அதுவே பின்பு மதுரை என மருவியது.[10] மருத மரங்களால் சூழப்பட்ட ஊராகையால் மருதை எனப்பட்டது. பின்பு அதுவே மதுரை எனத் திரிந்தது எனச் சொல்வோரும் உண்டு.[11]

இவர்கள் செழியன், மாறன், வழுதி, வேம்பன், பஞ்சவன், கைதவன், தமிழ்நாடன் போன்ற பட்டங்களைச் சூடிக் கொண்டனர்.

இப்பாண்டிய நாட்டில் இயற்கைத் துறைமுகங்கள் மிகுந்து இருந்தன. அங்கு முத்துக்குளித்தல் தொழில் சிறப்புற்றிருந்தது. அவ்வகையில் இப்பகுதி கடல் வளத்தில் சிறப்புற்றிருந்ததால் அதனை அடையாளப்படுத்துகின்ற வகையில் பாண்டிய மன்னர்கள் தங்களது இலச்சினையாக மீன் கொடியைப் பயன்படுத்தினர்.[12]

இப்பாண்டிய மண்டலமும் பல உள்நாடுகள், கூற்றங்கள், வளநாடுகள் என மூன்று நிலைகளில் பிரிக்கப்பட்டிருந்தது.[13]

இரணியமுட்ட நாடு, புறப்பறளை நாடு, களக்குடி நாடு, தென்பறம்பு நாடு, வடபறம்பு நாடு, பொங்கலூர் நாடு, தென்கல்லக நாடு, செவ்விருக்கை நாடு, பூங்குடி நாடு, கீரனூர் நாடு, வானவன் நாடு, களாந்திருக்கை நாடு, அள நாடு, துறையூர் நாடு, வெண்பைக்குடி நாடு, நெச்சுர நாடு, சூரன்குடி நாடு, ஆசூர் நாடு, ஆண்மா நாடு, ஆரி நாடு, கீழ்வேம்ப நாடு, மேல்வேம்ப நாடு, தென்வாரி நாடு, வடவாரி நாடு, குறுமாறை நாடு, குறுமலை நாடு, முள்ளிநாடு, திருவழூதி நாடு, முரப்பு நாடு, தென்களவழி நாடு, அடலையூர் நாடு, திருமலை நாடு, கீழ்செம்பி நாடு, செம்பி நாடு, வடதலைச்செம்பி நாடு, குட நாடு, திருமல்லி நாடு, வெண்புல நாடு, பருத்திக்குடி நாடு, புறமலை நாடு, துருமா நாடு, கீழ்செம்பி நாடு, இடைக்குள நாடு, கோட்டூர் நாடு எனப் பல நாடுகளாகவும் – ஒல்லையூர் கூற்றம், பாகனூர் கூற்றம், தும்பூர்க் கூற்றம், கீழ்க்களக் கூற்றம், கானப்பேர்க் கூற்றம், கொழூவூர்க் கூற்றம், முத்தூர்க் கூற்றம், மிழலைக் கூற்றம் எனக் கூற்றங்களாகவும் பிரிக்கப்பட்டிருந்தன.

சில நாடுகளையும், கூற்றங்களையும் தன்னகத்துக் கொண்டு விளங்கிய பெருநிலப்பரப்பு வளநாடு என்று வழங்கப்பட்டது. இத்தகைய வளநாடுகள் பாண்டிய மண்டலத்தில் கி.பி ஒன்பதாம், பத்தாம் நூற்றாண்டுகளிலும் பிற்காலங்களிலும் இருந்தன என்று

தெரிகிறது. அவை மதுரோதய வளநாடு, வரகுணநாடு, கேளர சிங்க வளநாடு, திருவழுதி வளநாடு, சீவல்லப வளநாடு, பராந்தக வளநாடு, அமிதகுண வளநாடு என்பனவாம்.

சேர மண்டலம்

சேர மன்னர்களால் ஆளப்பட்ட பகுதி சேரநாடு அல்லது சேர மண்டலம் என அழைக்கப்பட்டது. தற்போதைய கேரள மாநிலமே அன்றைய தமிழகத்தின் ஒரு பகுதியாகச் சேரநாடு எனப்பட்டது. இது 800 சதுரமைல் பரவியிருந்தது.[14] இது பெரும்பாலும் மழைச்சாரல்களைக் கொண்ட நாடாகையால் சாரல்நாடு எனப் பட்டது. அச்சாரல் என்ற சொல்லே "சேர" என பிற்காலத்தில் மருவியது.[15]

மலைநாடான இந்நாட்டில் மூங்கிலும், பிறவும், ஒன்றோடொன்று உரசி அடிக்கடி நெருப்பு பற்றியதால், சேரமன்னர்கள் தங்களை நெருப்புக்குலம் என அழைத்துக்கொண்டனர்.[16]

இச்சேரநாடு மலைவளம்மிக்க பகுதியாக இருந்ததால், வேட்டை யாடுதலே இம்மக்களின் பிரதானத் தொழிலாக இருந்தது. அதனால் சேர மன்னர்கள் தங்கள் இலச்சினையாக "வில்" கொடியைப் பயன்படுத்தினர். இவர்கள் குட்டுவன், வானவன், வில்வன், பொறையன், மலையன், கோதை, உதியன், கொங்கன், பூழியன் போன்ற பட்டங்களைச் சூடிக்கொண்டனர்.

சேரமண்டலம் ஐந்து உள்நாடுகளாகப் பிரிக்கப்பட்டிருந்தது. அவை பூழிநாடு, குட நாடு, குட்ட நாடு, வேணாடு, கற்கா நாடு ஆகியன.[17] இம்மூன்று பெரும்பிரிவுகளோடு தொண்டை மண்டலம், கொங்கு மண்டலம் என இரண்டு சிறுமண்டலங்களும் இருந்தன.

தொண்டை மண்டலம்

இத்தொண்டை மண்டலம் வடவேங்கட மலையிலிருந்து (திருப்பதிமலை) தென் பெண்ணை ஆற்றுச் சமவெளி வரை பரவியிருந்தது. இப்பகுதி தொண்டையார் என்னும் மன்னர்களால் ஆளப்பட்டு வந்தது என்பதனை "வினை நவில் யானை விறற்போர்த் தொண்டையார் – வேங்கடம்" என்னும் அகநானூற்றுப்பாடல் மூலம் அறிய முடிகிறது. இத் தொண்டையர் மரபினரே பிற்காலத்தில் "பல்லவர்" எனப் பெயர் பெற்றுப் பல்லவப் பேரரசை நிறுவினர் எனச் சிலர் கருதுகின்றனர்.

ஆனால் பல்லவரும் இத் தொண்டையரும் வெவ்வேறு மரபினர் எனவும் தமிழர்களாகிய இத் தொண்டையரை வெற்றிகொண்டே,

வடக்கில் இருந்து வந்த பல்லவர்கள் தங்கள் அரசினை இப்பகுதியில் நிறுவினர் என்றும் கூறுகின்ற கருத்தே பெரும்பாலான அறிஞர்களால் முன்னிறுத்தப்படுகின்றது. மேலும் இப்பகுதியில் நாகமரபில் வந்த அருவாளர்கள் அல்லது குரும்பர்கள் அதிகமாக வாழ்ந்ததனால் இது அருவா நாடு எனவும் அழைக்கப்பெற்றது.

இப்பகுதி 24 கோட்டங்களாகவும், 79 நாடுகளாகவும் பிரிக்கப் பட்டிருந்தது. அவை :

புழல் கோட்டம், புலியூர் கோட்டம், ஈக்காடு கோட்டம், மணவூர் கோட்டம், செங்கோடு கோட்டம், பையூர் கோட்டம், எயில் கோட்டம், தாமல் கோட்டம், ஊத்துக்காடு கோட்டம், களத்தூர் கோட்டம், செம்பூர் கோட்டம், ஆமூர் கோட்டம், ஈத்தூர் கோட்டம், வெங்குன்றம் கோட்டம், பல்குன்றம் கோட்டம், இளங்காடு கோட்டம், கலியூர் கோட்டம், சிறுகரை கோட்டம், படுவூர் கோட்டம், கடிகை கோட்டம், செந்திருகை கோட்டம், குன்றபட்டிரம் கோட்டம், வேங்கட கோட்டம், வேலூர் கோட்டம் என 24 கோட்டங்களாகப் பிரிக்கப்பட்டிருந்தது. ஒவ்வொரு கோட்டமும் பலநாடுகளாய் பிரிக்கப்பட்டிருந்தது. அவை : ஞாயிறு நாடு, அடுகிநாடு, ஆத்தூர்நாடு, எழுமூர்நாடு, குன்னத்தூர்நாடு, போரூர்நாடு, மாங்காடுநாடு, அமரூர்நாடு, கோட்டூர்நாடு, பாளையூர்நாடு, காக்கனூர்நாடு, கச்சிநாடு, பசலைநாடு, இல்லத்தூர் நாடு, கொன்னூர்நாடு, புரிசைநாடு, பெருமூர்நாடு, பொன்னலூர்நாடு, அத்திக்காத்தூர்நாடு, விற்பதிநாடு, சேவூர்நாடு, வெங்கல்நாடு, தண்டகம்நாடு, தாமலூர்நாடு, குன்னம்நாடு, மாகறல்நாடு, கோனேரிநாடு, கருவீடுநாடு, நீலளூர்நாடு, குறும்பறம்நாடு, வள்ளிப்புரம்நாடு, பாத்தூர்நாடு, நடுநாடு, போரையூர்நாடு, பட்டணம்நாடு, முடந்தூர்நாடு, குமுழிநாடு, பழுவூர்நாடு, அறம் உறங்காநாடு, பெருநகர்நாடு, அரசூர்நாடு, மருதநாடு, நெல்லூர்நாடு, தெள்ளாறுநாடு, பாசூர்நாடு, தாச்சூர்நாடு, மேயூர்நாடு, சிங்கம்நாடு, பொருதவளநாடு, பொன்னூர்நாடு, தென்னத்தூர்நாடு, மாகுணம்நாடு, கலியூர்நாடு, திருப்புலிவனம்நாடு, விற்பேடுநாடு, எரிகீழ்நாடு, பாவூர்நாடு, அயிந்தநாடு பெருந்திமிரிநாடு, ஆர்க்காடுநாடு, செங்குன்றம்நாடு, பெருங்கஞ்சிநாடு, பரஞ்சிநாடு, மேல்களத்தூர்நாடு, போலியூர்நாடு, வலக்குளம்நாடு, ஆலத்தூர்நாடு, அருங்குளம்நாடு, மங்கலம்நாடு, வெங்களூர்நாடு, நின்னயம்நாடு, குடகாரைநாடு, பொத்தப்பிநாடு, தொண்டையான்நாடு, ஒழுகறை நாடு, நென்மிலிநாடு, மாத்தூர்நாடு என 79 நாடுகளாகப் பிரிக்கப் பட்டிருந்தது.[18]

கொங்கு மண்டலம்

இன்றைய தமிழகத்தின் வடமேற்குப் பகுதி கொங்கு மண்டலம் என அழைக்கப்படுகின்றது. இப்பகுதி பெரும்பாலும் சேர மன்னர்களின் ஆதிக்கத்தின் கீழ் இருந்து வந்தது. கொங்கு என்ற சொல்லிற்குத் "தேன்" என்று பொருள். இது மலை வளமிக்க பகுதியாக இருந்ததால் இப்பகுதியில் தேன் மிகுதியாகக் கிடைத்தது. அங்ஙனம் தேன் மிகுதியாகக் கிடைக்கின்ற பகுதி எனப் பொருள் படுகின்ற வகையில் கொங்கு மண்டலம் என அழைக்கப்பட்டது.

இம் மண்டலத்தில் கோட்டம், கூற்றம், வளநாடு என்னும் பதங்கள் காணப்படவில்லை. அஃது 24 நாடுகளாய் மட்டும் பிரிக்கப்பட்டிருந்தது. அவை ஆறைநாடு, பொன்கலூர் நாடு, வாரக்க நாடு, காவடிக்கா நாடு ஆனைமலை நாடு, நல்லுருக்க நாடு, வையாபுரி நாடு, அண்ட நாடு, தென்கரை நாடு, காங்க நாடு, மண நாடு, வெங்கால நாடு, தலைய நாடு, கிழங்கு நாடு, தட்டைய நாடு, ஒருவங்க நாடு, காஞ்சிக்கோயில் நாடு, குறும்பு நாடு, வடகரை நாடு, அரைய நாடு, பூந்துறை நாடு, வாழவந்தி நாடு, இராசிபுர நாடு, பூவானிய நாடு, முதலியவையாகும்.[19]

இவ்வாறு பிரிக்கப்பட்டிருந்த ஒவ்வொரு நாடும் பல ஊர்களைக் கொண்டதாக இருந்தது. அவை அப்பகுதியில் வாழ்ந்த பெரும் பான்மை சமூகத்தாரின் சமுதாய அவைகளால் நிர்வகிக்கப்பட்டு வந்தன. அந்தச் சமுதாய அவைகளுக்குத் தலைமை தாங்கியவர்கள் நாட்டார் எனப்பட்டனர். இந்த நாட்டார் நீர்ப்பாசன உரிமைகள், வழிபாட்டு உரிமைகள், மக்களின் சமூக வாழ்வியல் உரிமைகள் போன்றவற்றைக் கட்டுப்படுத்தி முறைப்படுத்தினர்.[20]

பிற்காலச் சோழர்கள் ஆட்சியில் இந்நாடுகளின் அமைப்பில், பெருத்த மாற்றங்கள் நிகழ்ந்தன. சில சிறிய நாடுகள் ஒன்றாக்கப் பட்டு வளநாடுகள் என்ற பெயரில் பெரிய நாடுகள் உருவாக்கப் பட்டன. இப்பெரிய நாடுகளை நிர்வகிப்பவர்கள் பெரிய நாட்டார் எனப்பட்டனர்.

நீர்வளமிக்க பகுதிகளிலேயே இவ்வகை பெரிய வளநாடுகள் உருவாக்கப்பட்டன. இவ்வளநாட்டின் நாட்டு அவைகள் பெரும் பாலும் வேளாளர்களால் கட்டுப்படுத்தப்பட்டிருந்தன. இவ்வகை நாடுகளின் அமைப்பு 15ஆம் நூற்றாண்டின் பிற்பகுதியில் பெரிய சிதைவுக்குள்ளாயின.[21]

பாண்டியர்களது வீழ்ச்சிக்குப் பின் மதுரையில் ஆட்சிப் பொறுப்பேற்ற நாயக்கர்கள் "பாளையம்" என்ற அமைப்பைத்

தமிழகத்தில் புகுத்தினர். இந்தப் பாளையம் என்ற சொல் "பாலிகாடு" என்ற தெலுங்குச் சொல்லிருந்து பெறப்பட்டதாகும்.[22] இதற்கு இராணுவம் குழுமியிருக்கின்ற இடம் என்று பொருள்.[23] அதன்படி இந்தப் பாளையத்தை உடையவர்கள் பாளையக்காரர் எனப்பட்டனர். விஸ்வநாத நாயக்கன் தமிழகத்தை 72 பாளையங்களாகப் பிரித்தார். தனது தளபதிகளாய் இருந்த தொட்டியன் குல நாயக்கர்களுக்குப் பெரும்பான்மையான பாளையங்களைப் பகிர்ந்து அளித்தார்.

ஏற்கனவே இருந்த பாண்டிய அரசர்களுக்கு இராணுவ சேவை செய்வதற்காகச் சில மறவர், வன்னியர்குலத் தலைவர்கள் அவர் களிடமிருந்து சில பகுதிகளுக்கான நிர்வாக அதிகாரங்களைப் பெற்றிருந்தனர். அவர்களையும் அப்பகுதிகளுக்குப் பாளையக்காரர் களாய் நியமித்தார்.[24]

மேலும் ஸ்தல, திசை, தேசக் காவல்காரர்களாய் இருந்த ஒருசில கள்ளர் குலத் தலைவர்களும் பாளையக்காரர் நிலைக்கு உயர்த்தப் பட்டனர்.[25]

இப்பாளையக்காரர்கள் தங்களது பாளையத்தின் நீதி, நிர்வாகம், பாதுகாப்பு ஆகிய மூன்றையும் தங்களது முழுமையான கட்டுப் பாட்டில் வைத்துக்கொண்டனர். அதற்காக அவர்கள் தங்களது மக்களிடமிருந்து வரி வரிசூல் செய்து கொண்டனர். அதில் ஒரு பகுதியை மதுரை நாயக்கப் பேரரசுக்குத் திறையாகச் (வரியாக) செலுத்தினர். அவர்கள் தங்களுக்கெனத் தனிப்படை வைத்துக் கொண்டனர். போர்க் காலங்களில் தங்களது படையினை பேரரசுக்குக் கொடுத்து உதவினர்.

இப்பாளையக்கார அமைப்பின் தாக்கத்தால் அதுவரை தமிழ்ச் சமூகத்தின் புராதன குறுகிய சமூக, அரசியல் அமைப்பாகயிருந்த நாடுகள் எனும் அமைப்பு தன் முக்கியத்துவத்தை இழந்து, வெறும் நிலவியல் பிரிவுகளாய் சுருங்கிவிட்டது. அதன் அதிகாரம் நாடுகளின் தலைவர்களான நாட்டார்களிடமிருந்து புதிதாக வந்த பாளையக்காரர்களின் கைகளுக்கு மாறியது.[26]

அக் காலகட்டத்தில், கள்ளர்கள் மட்டும் – குறிப்பாக மதுரை நாட்டுக் கள்ளர்கள் – தங்களது ராணுவத்தன்மை காரணமாக தங்களது நாடுகள் அமைப்பைத் தற்காத்துக் கொண்டனர். அக்கள்ளர் நாடுகள் அரசியல் ரீதியாக எந்த ஒரு மேல் ஆதிக்கத்திற்கும் கட்டுப்படாத தன்னரசு நாடுகளாய் திகழ்ந்தன. அவை மதுரையிலிருந்த மைய அரசிற்கு எந்த ஒரு வகையிலும் வரியோ, கெஸ்தியோ செலுத்தவில்லை என மதப்பிரசாரத்திற்காகத் தமிழகத்திற்கு வந்த இயேசு சபைப் பாதிரியார்கள் குறிப்பிடுகின்றனர்.[27]

அவர்களை நோக்கி யாராவது வரி கேட்டு வந்தால் "வானம் பொழிகிறது பூமி விளைகிறது நாங்களும் எங்கள் எருதுகளும் உழைத்து அறுவடை செய்கிறோம். அப்படி இருக்கையில் அதன் முழுப்பயனையும் நாங்கள் தானே அனுபவிக்க வேண்டும் எங்களுக்கு இணையான உங்களுக்கு (மன்னர்களுக்கு) ஏன் கட்டுப்படவேண்டும் ஏன் வரி கொடுக்க வேண்டும்" எனக் கூறி மறுத்தனர்.[28] இவ்வாறு கள்ளர்களின் நாடுகள் அரசியல் தனித் தன்மைகளோடு தன்னரசு நாடுகளாய்த் திகழ்ந்ததால் பிற்காலத்தில் நாடுகள் அமைப்பு என்பது கள்ளர்களுக்கு மட்டும் உரித்தான சமூக, அரசியல், நிலவியல் அமைப்பாக நிலைபெற்றுவிட்டது. அதனால்தான் 17, 18 ஆம் நூற்றாண்டுகளில் ஐரோப்பாவிலிருந்து சமயப்பணி செய்வதற்காகத் தமிழகம் வந்த இயேசு சபைப் பாதிரியார்கள், தாங்கள் வாழ்கின்ற பகுதிகளைப் பல நாடுகளாய்ப் பிரித்து வாழ்வது, கள்ளர்களுக்கு மட்டும் உரிய வழிமுறை எனத் தங்களது குறிப்புகளில் பதிவு செய்து விட்டனர்.

பண்டைய கள்ளர் நாடுகள்

தமிழகம் முழுவதும் 93 வகைக் கள்ளர் நாடுகள் இருப்பதாக, குமாரசாமி மேல்கொண்டார் தனது செப்புப் பட்டயத்தில் குறிப்பிடுகின்றார். அவ்வகைக் கள்ளர் நாடுகள் திருச்சி மண்டலம், தஞ்சை மண்டலம், புதுக்கோட்டை மண்டலம், மதுரை மண்டலம் ஆகிய பகுதிகளில் பரவி அமைந்திருந்தன. அவற்றில் பிரதானமான கள்ளர் நாடுகளைப் பற்றிப் பின்வரும் பக்கங்களில் பார்ப்போம்.

திருச்சி மண்டலம்

திருச்சி மண்டலத்தில் விசாங்க நாடு, கூத்தாப்பல் நாடு, பெரிய சூரியூர் நாடு என மூன்று கள்ளர் நாடுகள் உள்ளன.

விசாங்க நாடு

அன்பில் கிராமத்தைச் சுற்றியுள்ள பகுதி விசாங்கநாடு என அழைக்கப்படுகிறது. அவ்விசாங்க நாட்டுக் கள்ளர்கள் தந்தை வழியில் சோழகர், மங்களார், தென்பாண்டியர், பலந்தார், குழந்தார் போன்ற பல பட்டங்களைப் பயன்படுத்துகின்றனர்.

ஒரே பட்டப்பெயரை உடையவர்கள் பங்காளிகளாய் கருதப்படு கின்றனர். இவர்கள் சப்பாணி, கருப்பன், காளி, மதுரைவீரன், மாரியம்மன், ஆவுடையார், அய்யனார் போன்ற குலதெய்வங்களை

வழிபடுகின்றனர். கைம்பெண் மணமும், மணவிலக்கும் இவர்கள் மத்தியில் அனுமதிக்கப்படுவதில்லை.[29]

கூத்தாப்பல் நாடு

திருச்சி மாவட்டத்திலுள்ள கூத்தாப்பல் கிராமத்தைச் சுற்றிய 60 கிராமங்கள் கூத்தாப்பல் நாடு என அழைக்கப்படுகிறது. இதில் கூத்தாப்பல், அரசங்குடி, பழங்கானன்குடி, வெங்கூர், தட்டனூர், இடந்தபட்டி, முடுக்குபட்டி, சத்திரபட்டி, திருவளச்சிப்பட்டி, இலந்தைப்பட்டி, மலிங்கிப்பட்டி, கடம்பங்குடி, விளம்பங்குடி போன்றவை முக்கியக் கிராமங்கள் ஆகும். இவர்கள் ஐந்து கரைகளாகப் பிரிக்கப்பட்டுள்ளனர்.

ஒவ்வொரு கரையிலும் பல உட்பிரிவுகளும் உள்ளன. ஒவ்வொரு கரையைச் சேர்ந்தவரும் ஒரு பட்டப்பெயரைப் பயன் படுத்துகின்றனர். மறவராயர், சோம நாயக்கர், சேர்வராயர், நாட்டார், அதியமான், தொண்டைமான், கருத்துண்டார், சோழதிராயர், பெரும்பந்த்ரான், பண்ந்ரான், கரைகாச்சி, சேதுரான் போன்றவை அப்பட்டப்பெயர்கள். இவர்கள் முருகன், காளி, பிடாரி, முனி யாண்டவர், அய்யனார், மாரியம்மன், அங்காளம்மன், அழகர்சாமி, மதுரைவீரன் போன்றவற்றைக் குலதெய்வங்களாக வணங்குகின்றனர்.

இச்சமூக வழக்கப்படி கைம்பெண் மணமும், மணவிலக்கும் முழுமையாக அனுமதிக்கப்படுகிறது.[30]

பெரிய சூரியூர் நாடு

இம்மாவட்டத்திலுள்ள (திருச்சி) பெரிய சூரியூர் கிராமத்தைத் தலைமை இடமாகக் கொண்ட பகுதி பெரிய சூரியூர் நாடு எனப்படுகிறது. இப்பெரிய சூரியூர் கள்ளர்கள், பதினைந்து கரைகளாகப் பிரிக்கப்பட்டுள்ளனர். ஒவ்வொரு கரையைச் சேர்ந்த வரும் பின்வரும் வகையில் பதினைந்து பட்டப் பெயர்களைப் பயன்படுத்துகின்றனர். ராஞ்சி, பெரியசாமி, பிச்சராஞ்சி, தட்ட ராஞ்சி, அழிர தத்தம், பூசாரி பெரியநாயகன், முருகசேனை, ஆறுமுகராஞ்சி, வல்லத்தெரியூர், குருகண்டார், பண்டாரார், அவை சோழன்படார், கடுரார் போன்ற பட்டங்களைப் பயன்படுத்து கின்றனர்.

ஒவ்வொரு கரையைச் சேர்ந்தவரும் பங்காளிகளாய் கருதப்படு கின்றனர். ஒவ்வொரு கரைக்கும் ஒரு கரைக்காரர் உள்ளார். இந்தப் பதினைந்து கரைகளுக்கும் சேர்த்து ஒரு தலைவர் உள்ளார். அவர்

'ராஞ்சிப்பெரியார்' அல்லது 'ரங்கப்பெரியார்' என அழைக்கப் படுகிறார்.

இவர்கள் நட்காடகுடி பெரிய சாமி, கருப்பணசாமி, அழகர்சாமி, மாரிமுத்து, சங்கிலி, முனியாண்டி, சிவன் போன்ற தெய்வங்களைத் தங்கள் குலதெய்வமாக வழிபடுகின்றனர். இவர்கள் வழக்கப்படி கைம்பெண்மணமும், மணவிலக்கும் முழுமையாக அனுமதிக்கப் படுகிறது.[31]

தஞ்சை மண்டலம், தஞ்சைவள நாடு

தஞ்சை மண்டலத்தில் வாழ்கின்ற கள்ளர்கள் பொதுவாகத் தஞ்சை வளநாட்டுக் கள்ளர்கள் அல்லது தஞ்சைக் கள்ளர்கள் என அறியப் படுகின்றனர். இத்தஞ்சை வளநாடு கீழ்வரும் வகையில் நாற்பது உள்நாடுகளாய்ப் பிரிக்கப்பட்டுள்ளது.

அவை காசா நாடு, கீழ்வேங்கை நாடு, கோனூார் நாடு, தென்மை நாடு, கன்னந்தக்குடி நாடு, உரத்த நாடு, உக்கூர் நாடு, திருமங்கலக்கோட்டை நாடு, தென்பத்து நாடு, ராஜவள நாடு, பைங்கா நாடு, வடுகூர் நாடு, கோயில்பத்து நாடு, சுந்தர நாடு, குளநீர்வள நாடு, பாப்பா நாடு, வீரமநரசிங்கம்பேட்டை நாடு, வாகரை நாடு, வடமலை நாடு, கொற்கை நாடு, ஏரிமங்கல நாடு, செங்கல நாடு, மேலதூவக்குடி நாடு, கீழதூவக்குடி நாடு, மீசேங்கிலி நாடு, தண்டுமுண்ட நாடு, அடைக்கலம்காத்த நாடு, பிரம்பை நாடு, பிங்க நாடு, பின்னயூர் நாடு, கண்டிவள நாடு, வல்ல நாடு, தந்தி நாடு, ஆலங்குடி நாடு, வீரக்குடி நாடு, கானாடு, கோனாடு, பெங்கனூர் நாடு, காரியோக நாடு, ஊமத்த நாடு என நாற்பது உள்நாடுகளாகப் பிரிக்கப் பட்டுள்ளன.[32]

இதில் உதாரணத்திற்குத் தஞ்சை கள்ளர்களின் பூர்வீக பகுதியாய் கருதப்படும், மேட்டுநிலப்பகுதியான 18 பட்டி கிராமங்களைப் பற்றிச் சற்றுப் பார்ப்போம். இம்மேட்டு நிலப்பகுதியில் கொற்கை நாடு, கீழத்தூவக்குடி நாடு, வீரமநரசிங்கம்பேட்டை நாடு என மூன்று நாடுகள் உள்ளன.[33]

இதில் கொற்கை நாடு என்பது, செங்கிப்பட்டி, கூனம்பட்டி, சின்னமுத்தாண்டிப்பட்டி, செந்தூரப்பட்டி, பாலையப்பட்டி, காரியபட்டி, கோயில்பட்டி என்ற ஏழு கிராமங்களை உள்ளடக்கியது.

இதில் செங்கிப்பட்டி இந்நாட்டின் தலைமை கிராமமாகவும், அதிலுள்ள காட்டாரியம்மன் கோயில் இந்நாட்டின் பொதுக் கோயிலாகவும் கருதப்படுகிறது. மேல்கொண்டார் எனப் பட்டமிடும்

வம்சாவளியினர் இந்நாட்டின் தலைமை வம்சாவளியினராக உள்ளனர். கீழத்தூவக்குடி நாடு என்பது முத்துவீரகண்டியன்பட்டி, ஆவாரம்பட்டி, நந்தவனம்பட்டி, சடையம்பட்டி, புங்கனூர், வேலுபட்டி, மனையேரிபட்டி என்ற 7 கிராமங்களை உள்ளடக்கிய தாகும். முத்துவீரகண்டியன்பட்டி, இந்நாட்டின் தலைமைக் கிராமமாகும். ஆவாரம்பட்டியிலுள்ள பிடாரியம்மன் இந்நாட்டின் பொதுக் கோயிலாகும். கண்டியர் எனப் பட்டமிடும் வம்சாவளியினர் இந்நாட்டின் தலைமை வம்சாவளியாய்க் கருதப்படுகின்றனர்.

வீரமநரசிங்கம் பேட்டை நாடு என்பது கரையாம்பட்டி, புதுப்பட்டி, மதுரூரான்கோட்டை போன்ற கிராமங்களை உள்ளடக்கியது. வீரமநரசிங்கம் பேட்டையிலுள்ள வீரசக்தி அம்மன் இந்நாட்டின் பொதுத் தெய்வமாகும். மதுரூரார் எனப் பட்டம் இடுகின்றோர் இந்நாட்டின் தலைமை வம்சாவளியாய்க் கருதப்படுகின்றனர்.

மேற்கூறிய மூன்று நாடுகளைப் போலவே இத் தஞ்சை கள்ளர் நாடுகளில் ஒவ்வொரு நாட்டிற்கும் ஒரு தலைமை இடமும் ஒரு பொதுக் கோயிலும் உள்ளன. ஏதாவது ஒரு வம்சாவளி அதற்குரிய தலைமை வம்சாவளியாகக் கருதப்படுகிறது.

நாடுகளின் கிராம அவைகளுக்குத் தலைமை தாங்குபவர்கள் அம்பலார் எனவும் நாட்டின் பொது அவைக்குத் தலைமை தாங்குபவர்கள் நாட்டார் எனவும் அழைக்கப்படுகின்றனர்.

மேற்கூறிய 40 உள்நாடுகளைக் கொண்ட தஞ்சை வளநாட்டில் வாழ்கின்ற கள்ளர்கள் தஞ்சைக் கள்ளர்கள் என அழைக்கப் படுகின்றனர். இவர்கள் ஒரு தனி அகமணக் குழுவாய் வாழ்கின்றனர். இவர்களில் தந்தை வழியில் 348 வம்சாவளிகள் உள்ளனர். ஒவ்வொரு வம்சாவளியும் ஒரு பட்டப்பெயரைச் சூடிக்கொள் கின்றனர். ஒரே பட்டப்பெயரை உடையவர்கள் பங்காளிகளாய் கருதப்படுகின்றனர். இவர்கள் பழக்கவழக்கங்களில் பிராமணிய வழிமுறை களைப் பெரிதும் பின்பற்றுகின்றனர். கைம்பெண்மணம், மணவிலக்கு போன்றவற்றை இவர்கள் அனுமதிப்பதில்லை. இத் தஞ்சைக் கள்ளர்கள் பயன்படுத்துகின்ற பட்டங்கள் பின்வருமாறு:[34]

1. அங்கராயர், 2. அசையாத்துரையார், 3. அச்சுதப்பண்டாரம், 4. அடைக்கப்பட்டார், 5. அடைவளைந்தார், 6. அண்ணுண்டார், 7. அண்ணூத்திப்பிரியர், 8. அதிகமான், 9. அத்திரியர், 10. அம்மாலைத் தேவர், 11. அபிரப்பிரியர், 12. அரசாண்டார், 13. அரசுக்குழைத்தார், 14. அரியபிள்ளை. 15. அருமைநாடார், 16. அருவாத்தலைவர், 17. அருவாநாட்டார், 18. அலங்காரப்பிரியர்,

19. அன்னவாசல்ராயர், 20. ஆச்சராயர், 21. ஆட்சிப்பிரியர், 22. ஆதாழியார், 23. ஆதித்த நெடுவாண்டார், 24. ஆரம்பூண்டார், 25. ஆர்சுற்றியார், 26. ஆலத்தொண்டமார், 27. ஆலம்பிரியர். 28. ஆவத்தியார், 29. ஆளற் பிரியர், 30. ஆள்காட்டியார், 31. இடங் காப்பிறந்தார், 32. இராங்கிப் பீலியர் (இராங்கியார்) 33. இராயமுண்டார், 34. இராஜப்பிரியர், 35. இராஜாளியார், 36. இருங்கள்ளர், 37. ஈங்கொண்டார், 38. ஈழத்தரையர், 39. ஈழமுண்டார், 40. உத்தமுண்டார், 41. உய்யங் கொண்டார், 42. உலகங்காத்தார், 43. உலகுடையார், 44. உழுவாண்டார், 45. ஊறந்தைராயர், 46. ஊமத்தரையர், 47. ஊராத்தியார், 48. ஊரான்பீலியர், 49. எண்ணுட்டுப்பிரியர், 50. எத்திரியப்பிரியர். 51. எத்தொண்டார், 52. ஒண்டிப்புலியார், 53. ஒளிராயர், 54. ஓசையார், 55. ஓட்டம்பிடிக்கியார், 56. ஓந்தரையர் (ஓமாந்தரையர்), 57. ஓயாம்பிலியர், 58. ஓனுயர், 59. கக்கொடையார், 60. கங்கநாடர், 61. கச்சியராயர், 62. கடம்பராயர், 63. கடாத் தலைவர், (கடாரத்தலைவர்), 64. கடாரந்தாங்கியார், 65. கட்ட வெட்டியார். 66. கண்டபிள்ளை, 67. கண்டர்சில்லி, 68. கண்டியார், 69. கதவாடியார், 70. கரடியார் (கருடியார்), 71. கரமுண்டார், 72. கரம்பையார், 73. கருப்பட்டியார், 74. கருப்பூண்டார், 75. கரும்பூரார், 76. கலிங்கராயர், 77. கலியனார், 78. கவுண்டர் (கண்டர்) 79. களத்துவென்றார், 80. களந்தண்டார், 81. களப்பாடியார், 82. களப்பிலார், 83. களமுடையார் 84. களவார், 85. கனகராயர், 86. கன்னப்படையார், 87. கஸ்தூரிமுண்டார், 88. கஸ்தூரியர், 89. காங்கெயர், 90. காசிநாடார், 91. கடவராயர், 92. காடுவெட்டி, 93. காரைக்காச்சியார், 94. காலக்குடியர், 95. காவாலி, 96. காவெட்டார், 97. கிளாக்கடையார் (கிளாக்கர்), 98. கிளிகண்டார், 99. கிளியிநார். 100. கருடையார், 101. கீரைக்கட்டையார், 102. கீவுடையார், 103. குங்கிலியர், 104. குச்சராயர், 105. குடிக்கரண்டார், 106. குடிபாலர், 107. குமரையண்டார், 108. குறுக்கண்டார், 109. கூசார், 110. கூராயர், 111. கூழாக்கியார், 112. கைராயர், 113. கொங்கணர், 114. கொங்ககரையர், 115. கொடுப்புலியார், 116. கொடும்புராயார் (கொடுமளூர்ராயர்), 117. கொட்டையாண்டார், 118. கொத்தப்பிரார், (கொற்றப்பிரியர்) 119. கொல்லத்தரையர், 120. கொழுந்தராயர். 121. கொன்றையர், 122. கொன்னமுண்டார், 123. கோதண்டப்புலியர், 124. கோபாலர், 125. கோழயர், 126. கோறர், 127. சக்கராயர், 128. சங்கரதேவர் (சங்கரர்) 129. சங்காத்தியார், 130. சமையர், 131. சம்பிரத்தேவர், 132. சர்க்கரை, 133. சர்க்கரையப்ப நாடாள்வார், 134. சவுட்டியர், 135. சவுளியார், 136. சன்னூடர், 137. சாணர்,

(சானூரர்) 138. சாதகர், 139. சாமுத்திரியர், 140. சிட்டாச்சியார், (சிற்றட்சியார்) 141. சிங்கப்பீலியர் (சிங்கப்புலியர்) 142. சிங்காரிக்கர், 143. சிட்டாச்சியார் (சிற்றட்சியார்) 144. சிந்துராயர், 145. சிறுநாட்டு ராயர், 146. சிறுமாடர், 147. சீனத்தரையர் 148. சுக்கிரர், 149. சுண்டையார், 150. சுந்தர், 151. சுரக்குடியார், 152. சுரைப்பிடுங்கியார், 153. செம்படையார், 154. செம்பியமுத்தரசர், 155. செம்மை கொண்டார், 156. செம்மைக்காரர், 157. செயங்கொண்டார், 158. செனவராயர் (சன்னவராயர், சனகராயர்) 159. சென்னண்டார், 160. சேண்டாப்பிரியர், 161. சேதிராயர், 162. சேப்பிழார், 163. சேர்வைகாரர், 164. சேலைக்கொண்டார், 165. சேனாபதியார், 166. சோணையர், 167. சேனைநாடார், 168. சேணருண்டார், 169. சோணையர், 170. சோதிரையர், 171. சோமணநாயக்கர், 172. சோமரசர், 173. சோழகர், 174. சோழங்கதேவர், 175. சோழங்கநாடார், 176. சோழங்கர், 177. சோழதரையர், 178. சோழப்பிரியர், 179. சோழன் கிளையார், 180. ஞானிசேவகர், 181. தஞ்சைராயர், 182. தனஞ்சராயர், 183. தாக்கலக்கியார், 184. தாளிதியார், 185. தானாதியார், 186. திண்ணாப்பிரியர், 187. திராணியார், 188. திருக்காட்டியார். 189. திருப்பூவாட்சியர், 190. துண்டுராயர் (துண்டீராயர்) 191. துறவாண்டார், 192. தெத்துவென்றார், 193. தென்கொண்டார், 194. தென்னரயர், 195. தேசிராயர், 196. தேவண்டார், 197. தேவர், 198. தொண்டார், 199. தொண்டைமான், 200. தொண்டைமான்கிளையார், 201. தொரைண்டார், 202. நந்தியராயர், 203. நரங்கியப்பிலியர், 204. நரங்கியர், 205. நல்லவன்னியர், 206. நல்லிப்பிரியர். 207. நாடாள்வார் (நாடாவார் நாடார், நாட்டார்), 208. நாட்டரையர், 209. நாய்க்கர், 210. நாய்க்காடியார், 211. நார்த்தவார், 212. நாளவிளங்கியார், 213. நெடுங்காளியார், 214. நெடுத்தவார், 215. நெடுவாண்டார், 216. நெறிமுண்டார், 217. நைனியார், 218. பசும் பிடியார், 219. பஞ்சரமார், 220. படைத்தலையார், 221. படை யெழுச்சியார், 222. பணிபூண்டார். 223. பண்ணியமுண்டார், 224. பதுங்கராயர், 225. பக்தளார், 226. பம்பாளியார், 227. பரங்கிராயர், 228. பருத்திகொண்டார், 229. பல்லவராயர், 230. பல்லவாண்டார், 231. பவட்டுவார் (பாட்டுவார்) 232. பழங்கொண்டார் (பழனங் கொண்டார்) 233. பன்னிக்கொண்டார், 234. பண்ணையார், 235. பாண்டியர், 236. பாண்டுராயர் (பாண்டியராயர்) 237. பாப்பிரியர், 238. பாப்புடையார், 239. பாப்புரெட்டியார், (பாப்புவெட்டியார்) 240. பாலாண்டார், 241. பாலியார், 242. பால்நாட்டார், 243. பால்ராயர், 244. பாவுடையார், 245. பிசலண்டார், 246. பிச்சாடியார், 247. பிச்சையன்கிளையார், 248. பிலியராயர், 249. பீலிமுண்டார், 250. புட்டில் கழிந்தார், 251. புண்ணாக்கர், 252. புலிக்குட்டியார்,

253. புள்ளராயர், 254. புறம்பயத்தார், 255. பூச்சியார், 256. பூவாட்சியார், 257. பூழிராயர். 258. பூணையர், 259. பேதரையர், 260. பொறைபொறுத்தார், 261. பொன்பூண்டார், 262. பொன்ன முண்டார், 263. பொன்னாரம்பூண்டார், 264. பொன்னானியார், 265. போயந்தார், 266. போரைச்சுற்றியார், 267. போர்காட்டியர், 268. போர்பொறுக்கியார், 269. போர்மூட்டியர், 270. மங்கலார், 271. மங்காத்தேவர், 272. மட்டையர், 273. மணவாளர், 274. மண்கொண்டார், 275. மண்டராயர், 276. மயிலாண்டார், 277. மலையரார், 278. மல்லிகொண்டார், 279. மழவராயர், 280. மழுவாடியார், 281. மண்வெற்றிக்கூழ் வழங்கியார், 282. மன்னையார், 283. மாங்காட்டார், 284. மாதைராயர், 285. மாதையாண்டார், 286. மாத்தூராயர், 287. மாந்தரையர், 288. மாமணக்காரர், 289. மாம்பழத்தார். 290. மாலையிட்டார், 291. மாவலியார், 292. மாவெட்டியார், 293. மாளிச்சுத்தியார், (மாளிச்சர்) 294. மானங்காத்தார், 295. மானமுத்தரையர், 296. மானவிழுங்கியார், 297. மான்சுத்தியார், 298. முடிகொண்டார், 299. முணுக்காட்டியார், 300. முண்டார் 301. முதலியார், 302. முனையரையர், (முனையதரையர்) 303. மூங்கிலியர், 304. மூவரையர், 305. மெய்க்கன் கோபாலர், 306. மெனக்கடார், 307. மேல்கொண்டார், 308. மேனாட்டரையர், 309. மொட்டத்தேவர், 310. யுத்தப்பிரியர், 311. வங்கணர், 312. வங்காரமுத்தரையர், 313. வடுராயர், 314. வம்பாளியார், 315. வல்லத்தரையர், 316. வல்லரண்டார், 317. வல்லாளத்தேவர், 318. வல்லிடியார், 319. வளம்பர், 320. வன்னிமுண்டர், 321. வன்னியர், 322. வாச்சார், 323. வாட்டாச்சியர், 324. வாணதரையர், 325. வாண்டாப்பிரியர், 326. வாண்டையார், (வண்டைராயர்) 327. வாயாடியார், 328. வாலியர், 329. வாள்வெட்டியார், 330. விசலண்டார், 331. விசாதேவர் (விஜயதேவர்) 332. விசுவரார், 333. விசையராயர், 334. விஞ்சைராயர், 335. விருதுளார், 336. வில்லவராயர், 337. விற்பனர், 338. விசண்டார், 339. விணதரையர். 340. வீரங் கொண்டார், 341. வீரப்புலியர், 342. வெங்கிராயர், 343. வெட்டுவார், 344. வெண்டர் (வென்றார்), 345. வெள்ளங்கொண்டார், 346. வேணுடையார் 347. வேளுடையார், 348. வைராயர்.

கந்தர்வக்கோட்டை நாடு

இந்நாடு புதுக்கோட்டை மாவட்டத்திலுள்ள கந்தர்வக்கோட்டை கிராமத்தைத் தலைமையிடமாகக் கொண்டு அமைந்திருக்கிறது. இது இன்று புதுக்கோட்டை மாவட்டத்தில் இருந்தாலும், அக்காலத்தில்

புதுக்கோட்டை தொண்டைமான் ராஜ்யத்தின் கீழ் இருக்கவில்லை. தஞ்சை மண்டலத்தோடு சேர்ந்திருந்தது. இவர்கள் அம்பலார், மறவராயர், சானாயர், காடவராயர் போன்ற பட்டங்களைப் பயன் படுத்துகின்றனர். ஒரே பட்டத்தைப் பயன்படுத்துபவர்கள் பங்காளிகளாய் கருதப்படுகின்றனர். இவர்கள் மதுரைவீரன், முருகன், அங்காளம்மன், மாரியம்மன் போன்ற தெய்வங்களை வழிபடுகின்றனர். இவர்கள் மத்தியில் கைம்பெண் மணமும் மணவிலக்கும் முழுமையாக அனுமதிக்கப்படுகின்றன.

புதுக்கோட்டை மண்டலம்

தஞ்சை மண்டலத்தைப் போலப் புதுக்கோட்டை மண்டலத்தில் வெசங்கிநாடு, அம்புநாடு, குலமாங்கல்யநாடு, பெருங்கள்ளூர்நாடு, வாரப்பூர்நாடு, வீர்குட்டிநாடு, தயைநாடு, செங்காதுதிநாடு, பாலையூர்நாடு, கவிநாடு, வளநாடு, உஞ்சனைநாடு, ஆலங்குடிநாடு என 34 வகை கள்ளர் நாடுகள் உள்ளதாக “டிரிக்ஸ்” குறிப்பிடுகிறார். இக்கள்ளர் நாடுகள் பெரும்பாலும் இன்று இருக்கக்கூடிய குளத்தூர், ஆலங்குடி, திருமயம் ஆகிய மூன்று தாலுகாக்களில் பரவி அமைந்துள்ளன. இதில் அம்புநாடு, விசங்கிநாடு, வாரப்பூர்நாடு போன்றவை மிகப் பிரதானமானவையாகும். அவற்றைப் பற்றிச் சற்று விளங்கப் பார்ப்போம்.

அம்பு நாடு

அம்புகோயிலை மையமாகக் கொண்டு அமைந்துள்ள பகுதி அம்புநாடு என அழைக்கப்படுகிறது. இது இன்றுள்ள ஆலங்குடி தாலுகாவின் வடகிழக்கு மூலையில் அமைந்திருக்கிறது. இப்பகுதி கள்ளர்கள், அம்புநாட்டுக் கள்ளர்கள் எனப்படுகின்றனர். இது புதுக்கோட்டை தொண்டைமான் அரசர்கள் பிறந்த கிளைச் சமூகமாகும்.

வேங்கட மலையில் (திருப்பதி) யானைகளை அடக்கி அதன் தந்தங்களை விற்று வாழ்ந்து வந்த கள்ளர் வகுப்பாரில் ஒரு பிரிவினர் அங்கிருந்து வெளியேறி திருச்சிக்கு அருகிலுள்ள அன்பில் என்ற கிராமத்தில் முதலில் குடியமர்ந்தனர். அப்போது இப்புதுக் கோட்டைப் பகுதியில் வேளாளர்கள் வாழ்ந்து வந்தனர். அவர்கள் கானாடு வேளாளர்கள், கோனாடு வேளாளர்கள் என இரண்டு பிரிவாய் இருந்தனர். அவர்களுக்குள் ஏற்பட்ட மோதலால் கானாடு வேளாளர்கள் தங்கள் பாதுகாப்பிற்காக அன்பில் கிராமத்தில் இருந்த கள்ளர் வகுப்பாரில் ஒரு பிரிவினரை இப்பகுதியில் குடியமர்த்தினர்.

அன்பில் கிராமத்திலிருந்து இப்பகுதிக்கு வந்தவராகையால், அன்பில் நாட்டுக் கள்ளர்கள் என அழைக்கப்பட்டனர். அச்சொல்லே பிற்காலத்தில் அம்புநாடு என மருவியது. இம்மரபில் வந்த தொண்டைமான் வம்சத்தினர் தங்களது போர்த்திறனால் அப்பகுதியில் மன்னர்கள் நிலைக்கு உயர்ந்தனர்.

இந்த அம்புநாடு ஒன்பது குப்பங்களாய்ப் பிரிக்கப்பட்டு இருக்கிறது. ஒவ்வொரு குப்பத்திலும் பல பட்டப் பெயர்களைக் கொண்ட வம்சாவளியினர் இடம் பெற்றுள்ளனர்.

1. வடதெரு குப்பம்

மாணிக்கராயர், பன்னிகொண்டார், ராசாளியார், அருச்சிட்டியார், தொப்பையார், காடுவெட்டியார், வெள்ளாள விடுதித் தேவர், உண்ஞ்சியவிடுதி ஜமீன்தார், காளியராயர் விடுதி ஜமீன்தார், அக்கார வட்டம் மணியம்.

2. தென்தெரு குப்பம்

பல்லவராயர், தொண்டைமான், ராங்கியார், காளியராயர், தேவர், தெரன்சிரார், குறந்தைராயர், வளங்கொண்டார், ஆறார், வேட்டுவர், சம்பட்டியார், சேப்பலார், மகாளி, மறவராயர், நாரங்கியார்.

3. வடக்களூர் குப்பம்

சம்பட்டியார்

4. கள்ளக் கோட்டைக் குப்பம்

சிங்கம்புடையார்

5. கரம்பக்குடிக் குப்பம்

தென்னதிராயார், மறவராயர், வளங்கொண்டார், நாரங்கியார்.

6. நெய்வேலிக் குப்பம்

மன்னவேளார், காளிராயர், மறவராயர், மதியபிலியார்.

7. அம்மானி பத்துக்குப்பம்

காளிங்கராயர், சுக்கிரர்.

8. பந்துவக்கோட்டைக் குப்பம்

தேவர், காளிங்கராயர், சுக்கிரர், மறவராயர்.

9. வெள்ளாள விடுதிக் குப்பம் :

சிங்கம்புலியார், அரசுகுட்டியார், முத்துப்பிள்ளை.

இதில் தென்தெருக் குப்பத்தில் முதல் ஐந்து வம்சாவளிகள் அரசுக்கு அஞ்சு என அழைக்கப்படுகின்றன. அவர்களிடம் மட்டுமே தொண்டைமான் அரசர்கள் திருமண உறவு வைத்துக்கொள்கின்றனர். அதனால் மீதி பத்து வம்சாவளிகள் 'புதி பத்து' என அழைக்கப் படுகின்றன.

இதில் தொண்டைமான் வம்சத்தவர் இப்பகுதியின் அரசர்களாக இருந்தாலும், இத் தென்தெருக் குப்பத்திலுள்ள பல்லவராயர் வம்சத்தவரே இக்கிளைச் சமூகத்தின் தலைவர்களாக அல்லது பெரிய அம்பலக்காரர்களாகக் கருதப்படுகின்றனர். ஒவ்வொரு வம்சாவளியினருக்கும் ஒரு அம்பலக்காரர் நியமிக்கப்படுகிறார். அவ் அம்பலக்காரர் கொடிவழியில் அப்பொறுப்பைப் பெறுகிறார். அம்பு கோயில் அவ் ஒன்பது குப்பத்திற்கும் பொதுக் கோயிலாகவும், அதிலுள்ள வீரமாகாளியம்மன் பொதுத் தெய்வமாகவும் கருதப்படுகிறது.

இவர்கள் மத்தியில் கைம்பெண்மணம், மணவிலக்கு கடுமையாகத் தடை செய்யப்பட்டுள்ளன.[35]

விசங்கி நாடு

இது புதுக்கோட்டை மாவட்டத்தின் வடபகுதியில் பரவி அமைந் துள்ளது. இந்நாடு ஐந்து உள்நாடுகளாகப் பிரிக்கப்பட்டுள்ளது. அவை : 1. வெசங்கிநாடு, 2. துளசிம்மநாடு, 3. செங்கலிநாடு, 4. வடமலைநாடு, 5. தென்மலைநாடு.

இதில் வெசங்கிநாட்டில் மேல்நாடு, கீழ்நாடு என இரு உள்நாடுகள் உள்ளன. ஒவ்வொரு நாட்டிற்கும் 36 கிராமங்கள் உள்ளன. விசலியூரில் உள்ள விசலிகோயில் இந்நாட்டில் பொதுக்கோயிலாகக் கருதப்படுகின்றது. சோழாதிராயர், பலந்தார், வல்லத்தரசு, பண்டாரத்தார், பந்தூரார், தென்னதிராயர், முனைந் திராயர், தென்கொண்டார், நரங்கியார் போன்ற பட்டங்களை இவர்கள் சூடிக்கொள்கின்றனர். கைம்பெண்மணம், மணவிலக்கு இவர்கள் மத்தியில் அனுமதிக்கப்படுகின்றன.

வாராப்பூர் நாடு

வாராப்பூர் நாடு 18 கிராமங்களை உள்ளடக்கியது ஆகும். அய்யனார் இந்நாட்டின் பொதுத் தெய்வமாகக் கருதப்படுகின்றது.

மதுரை மண்டலம்

இன்றைய மதுரை, தேனி, திண்டுக்கல், இராமநாதபுரம், சிவகங்கை, விருதுநகர் மாவட்டங்களை உள்ளடக்கிய பகுதி அன்றைய வெளி நாட்டு ஆய்வாளர்களால் மதுரைநாடு அல்லது மதுரை மண்டலம் (Madurai Country) என அழைக்கப்பட்டது.

இம்மதுரை மண்டலத்தில் கீழ்வரும்வகையில் 10 கள்ளர் நாடுகள் இருப்பதாகப் பிரான்சிஸ் என்ற ஆய்வாளர் குறிப்பிடுகின்றார். அவை மேலநாடு, சிறுகுடிநாடு, வெள்ளளூர்நாடு, மல்லாக்கோட்டை நாடு, பாகனேரி நாடு, கண்டர்மாணிக்கம் அல்லது கண்ணங் கோட்டைநாடு, கண்டதேவி, புறமலைநாடு, தென்னிலைநாடு, பழையநாடு என்பனவாகும்.[36]

ஆனால் 15க்கும் மேற்பட்ட கள்ளர் நாடுகள் இப்பகுதியில் இருப்பது கள ஆய்வில் தெரிய வருகிறது. அவை மதுரை நகரத்திற்குக் கிழக்குப் பகுதியில் அழகர் மலையிலிருந்து புதுக்கோட்டை கடற்கரை வரை அமைந்துள்ளன. அதற்கு மேற்குப் பகுதியில் புறமலைநாடு அமைந்துள்ளது. இதில் ஒவ்வொரு நாட்டைப் பற்றிச் சற்று விளங்கக் காண்பதற்கு முன் இப்பாண்டிய மண்டலத்தில் கள்ளர்கள் எவ்வாறு குடியமர்ந்தனர் எனச் சற்றுப் பார்ப்போம்.

பாண்டிய மண்டலத்தில் கள்ளர் குடியேற்றம்

முற்காலத்தில் இவர்கள் தமிழகத்தில் வடபகுதியில் அதாவது திருவேங்கட மலை முதல் தென்பெண்ணை ஆறுவரை பரவியிருந்த தொண்டை மண்டலத்தில் வாழ்ந்து வந்தனர். அங்ஙனம் வாழ்ந்து வந்தவர்கள் கடுமையான பஞ்சம், படையெடுப்பு போன்ற காரணங்களுக்காகத் தெற்கு நோக்கி இடம் பெயர ஆரம்பித்தனர். அதில் ஒரு குழுவினர் தஞ்சைப் பகுதிகளிலும் மற்றொரு குழுவினர் மதுரை மண்டலத்திலும் குடியேறினர் எனப் பல ஆய்வாளர்கள் குறிப்பிடுகின்றனர். இந்தக் குடியேற்றம் பற்றி மதுரை நாட்டுக் கையேடு (Madurai Country Manual) என்ற புத்தகத்தை எழுதிய ஆங்கில ஆய்வாளர் நெல்சன் பின்வருமாறு குறிப்பிடுகிறார்.

"காஞ்சிபுரம் பகுதியில் உள்ள வளநாட்டிலிருந்து சில கள்ளர்கள் தங்களது வேட்டை நாய்களுடனும், வேல், கம்பு, குண்டாந்தடி, வளரிதடி போன்ற ஆயுதங்களுடனும் வேட்டையாடிக் கொண்டே தெற்கு நோக்கி வந்தனர். அவ்வாறு அவர்கள் வரும் பொழுது மதுரை நகருக்கு அருகே உள்ள மேலூர் என்ற கிராமத்தில் மயில் ஒன்று அவர்களது வேட்டை நாய்களுடன் எதிர்த்து சண்டையிட்டது.

இதனைப் பார்த்த கள்ளர்கள் சாதுவான மயில் வலிமைமிக்க வேட்டை நாய்களுடன் சண்டையிடுவதனால் இப்பகுதி வீரம் விளைந்த மண்ணாக இருக்கும் எனக் கருதி அப்பகுதியிலேயே குடியமர்ந்தனர். அதன் பிறகு காஞ்சிபுரம் பகுதியில் இருந்த தங்களது உறவினர்களையும் அழைத்து வந்து இப்பகுதியில் குடியமர்த்தினர்.

அப்பொழுது இப்பகுதியில் வெள்ளாளர்கள் அதிகமாக வாழ்ந்து வந்தனர். அவர்களே பெரிய நிலக்கிழார்களாக இருந்தனர். புதிதாக வந்த கள்ளர்கள் அவர்களிடம் பண்ணையாட்களாகவும், காவல்காரர்களாகவும் வேலையில் அமர்ந்தனர். முதலில் தங்களது எஜமானர்களுக்குக் கட்டுப்பட்டு நடந்த கள்ளர்கள், தங்களது எண்ணிக்கை பெருகப் பெருக எஜமானர்களின் சட்டதிட்டங்களுக்குக் கட்டுப்பட மறுத்தனர். கள்ளர்கள் முரட்டுச் சுபாவம் உடையவர்களாகையால் அவர்களைக் கட்டுப்படுத்த வெள்ளாள எஜமானர்கள் கடுமையான தண்டனைமுறைகளை அமல்படுத்தினர். இதனால் ஆத்திரமடைந்த கள்ளர்கள் தங்களைப் பாதுகாத்துக் கொள்வதற்காகப் பின்வரும் சட்டதிட்டங்களை உருவாக்கி அவற்றை தங்களது எஜமானர்கள் மீது திணித்தனர் அவை:

1. எஜமான் தாக்கும் பொழுது கள்ளன் ஒருவனுக்குப் பல் உடைந்தால் எஜமானர் பாதிக்கப்பட்டவனுக்கு 10 காளி சக்கரம் பணம் இழப்பீடாகக் கொடுக்க வேண்டும்.

2. எஜமானால் தண்டிக்கப்படும் பொழுது கள்ளன் ஒருவன் காது செவிடானால் அவனுக்கு எஜமான் 6 காளி சக்கரம் இழப்பீடாகத் தரவேண்டும்.

3. கள்ளன் ஒருவனின் தோள்பட்டை உடைந்தால் எஜமான் அவனுக்கு 30 காளிசக்கரம் இழப்பீடாக அளிக்க வேண்டும். தவறும் பட்சத்தில் அதற்குப் பதிலாக எஜமானரது தோள்பட்டை உடைக்கப்பட வேண்டும்.

4. ஒரு கள்ளனது கையோ அல்லது காலோ உடைக்கப்பட்டு ஊனப்படுத்தப்பட்டால், எஜமான் 20 காளிசக்கரம் பணம் அபராதமாக அளிப்பதோடு, அவனுக்குக் கொஞ்சம் உணவு தானியங்களும், உடைகளும் கொடுக்க வேண்டும். அவற்றோடு சேர்த்து நன்செய் நிலமும், இரண்டு குறுக்கம் புன்செய் நிலமும் அவற்றில் விவசாயம் செய்ய விதைகளும் தரவேண்டும்.

5. கள்ளன் ஒருவன் கொல்லப்பட்டுவிட்டால் எஜமான் 100 காளி சக்கரம் இழப்பீடாகக் கொடுக்க வேண்டும். தவறும்பட்சத்தில் பழிக்குப் பழி கொடுக்க வேண்டும்.

இவ்வகைச் சட்டங்கள் நடைமுறைப்படுத்தப்பட்டதால் வெள்ளாள எஜமானர்கள் தங்களது ஆதிக்கத்தை இழக்கத் துவங்கினர். அதில் சிலர் மிகவும் ஏழ்மை நிலைக்குத் தள்ளப்பட்டனர்.

மேலும் சிலர் கள்ளர்களோடு ஏற்பட்ட மோதலில் கொலை செய்யப்பட்டனர். இதனால் பீதியடைந்த வெள்ளாளர்கள் தங்களது உடைமைகளை விட்டுவிட்டு அங்கிருந்து வெளியேறினர். வெள்ளாளர்கள் வெளியேறிய பின்பு கள்ளர்கள் அப்பகுதியைத் தங்கள் முழு கட்டுப்பாட்டின் கீழ் கொண்டு வந்தனர். இவ்வாறு தாங்கள் புதிதாகப் பெற்ற பகுதியில் பல தன்னரசு நாடுகளை நிறுவினர்."[37]

அப்போது பாண்டிய மன்னர்கள் மத்தியில் அரசுரிமைக்காக உள்நாட்டுப்போர் நடைபெற்றது. அதில் மன்னனது பட்டத்து ராணியின் மகனும், தேவதாசி குலத்தில் பிறந்த இளைய தாரத்து மகனும் மோதிக்கொண்டனர். இதில் இளையதாரத்து மகன், தனது பாதுகாப்பிற்காகக் கள்ளர்களைச் சோழமண்டலத்திலிருந்து வரவழைத்துப் பாண்டியநாட்டில் குடியேற்றினான். அவர்களைத் தனக்காகச் சண்டையிடக்கூடிய படையாட்களாக அவன் பயன் படுத்தினான். இவ்வாறு படையாட்களாக மன்னனது இளைய தாரத்து வாரிசுகளால் அழைத்து வரப்பட்ட கள்ளர்கள் பல்கிப் பெருகி இப்பகுதியிலேயே நிலைத்துவிட்டனர் என இவர்கள் மத்தியில் மற்றொரு கதையும் வழக்கிலுள்ளதாக நெல்சன் குறிப்பிடுகிறார்.[38]

கி.பி 11ஆம் நூற்றாண்டில் சோழர்கள் பாண்டிய நாட்டை கைப்பற்றியபொழுது, தாங்கள் கைப்பற்றிய பகுதியைப் பாது காப்பதற்காக, சோழநாட்டில் இருந்த ஒரு சில கள்ளர் வகுப்பினரை இப்பாண்டிய மண்டலத்தில் குடியேற்றினர். அவர்கள் வம்சத் தவர்களே இப்பாண்டிய நாட்டுக் கள்ளர்கள் எனத் தனது மக்கள் தொகைக் கணக்கெடுப்புப் பதிவேட்டில் பிரான்சிஸ் குறிப்பிடுகிறார்.[39] ஆனால் "கள்ளர்களது குடியேற்றம் எந்த மன்னர்களாளோ அல்லது எந்த மன்னர்களுக்காகவோ ஏற்பட்டதல்ல. அவர்கள் ஒரு சுதந்திரமான இனக் குழுக்களாவர். அதனால் அவர்கள் தன்னெழுச்சி யாகவோ அல்லது சுயமாகவோ வந்து பாண்டிய மண்டலத்தில் குடியேறினர்'' என பிளாக்பென் கருதுகிறார்.[40]

மேலூரைச் சுற்றியுள்ள நடுவி நாட்டுக் கள்ளர்கள் தங்களது மூதாதையரான இளமன், சொக்கன் ஆகிய இருவரும் காஞ்சி புரத்திலிருந்து தனது மூன்று சகோதரிகளோடு வேட்டை நாய்கள்

புடைசூழ, வளரிதடி போன்ற ஆயுதங்களுடன் தெற்கு நோக்கி வந்தனர். அப்பொழுது இப்பகுதியில் இருந்த முயல்கள் அவர்களது வேட்டை நாய்களை எதிர்த்துச் சண்டையிட்டு விரட்டின. அதனைக் கண்ட அவர்களிருவரும் இப்பகுதி தங்களுக்கு அனுகூலமாக இருக்கும் எனக் கருதி அங்குக் குடியமர்ந்தனர். அவர்களது மூன்று சகோதரிகளையும் அங்குக் காட்டுவாசிகளாகத் திரிந்த மூவருக்கும் மணம் முடித்துக் கொடுத்து அவர்களையும் தங்களோடு சேர்த்துக் கொண்டு ஒரு தனி இனக்குழுவாக வளர்ந்தனர் என ஒருசாரார் கூறுகின்றனர்.[41]

மேலூர் நகரத்தில் அமைந்திருக்கும் காஞ்சிவனம் கோயில் இந்நாட்டின் பொதுக் கோயிலாகக் கருதப்படுகின்றது. இக் காஞ்சி வனம் சாமி காஞ்சிபுரத்தில் உள்ள வளநாட்டிலிருந்து தனது வேட்டைநாய்களுடன் தெற்கு நோக்கி வந்து மேலூர் நகரத்தில் குடிகொண்டது என இச் சாமி பற்றிய வழக்குக் கதையும் கூறுகிறது.

இப்பகுதி உள்ள கள்ளர்கள் காஞ்சிவரம் பகுதியிலிருந்து வந்து குடியமர்ந்தனர் என்பதற்கு இக்காஞ்சி வனம் சாமி வழிபாடு இன்றும் சான்று பகர்வதாக உள்ளது.

காஞ்சிவனம் சாமி

மேலும் வெள்ளளூர் நாட்டுக் கள்ளர்களும், தங்களது முன்னோர்கள் வேங்கி நாட்டிலிருந்து இப்பகுதியில் வந்து குடியமர்ந்தனர் எனக் கூறுகின்றனர். தொண்டை மண்டலத்தின் வடக்குப் பகுதியே வேங்கிநாடு அல்லது வேங்கடநாடு என அழைக்கப்பட்டது. அப்பகுதியிலிருந்து திருமன் என்பவர் தனது சலுப்புலி, செம்புலி, நண்டன் என்ற மகன்களுடன் இப்பகுதியில் வந்து குடியமர்ந்தார். அப்பொழுது இப்பகுதியில் காராள வெள்ளாளர்கள் வாழ்ந்து வந்தனர். அவர்களிடம் இம்மூவரும் முதலில் பண்ணையாட்களாய் குடியமர்ந்தனர். அதன் பிறகு அதே வேங்கி நாட்டிலிருந்து இரண்டு சகோதரர்கள் தங்களது தாயுடன் இப்பகுதியில் குடியமர்ந்தனர். ஏற்கனவே இங்குக் குடியேறிய மூவரும் பிறகு வந்த இரண்டு சகோதரர்களுடன் ஒரு உறவுப் பிணைப்பை உருவாக்கிக் கொண்டு வெள்ளளூர் நாட்டுக் கள்ளர் என்ற தனிக் குழுவினராய் உருவாயினர் என்கின்றனர்.[42]

பிறமலைக் கள்ளர்களது நேரடிமுன்னோர்கள் மதுரைக்குக் கிழக்குப் பகுதியிலிருந்து வந்தார்கள் எனச் சொன்னாலும், அவர்களது குலச் சாமிகள் எல்லாம் தமிழகத்தின் வடக்குப் பகுதியிலிருந்து வந்ததாகக் குறிப்பிடுகின்றனர். அவர்களது பிரதான குலதெய்வங்களான கருமாத்தூர் மூணுசாமிகள் வடக்கிலிருந்து பாலாறு, நொய்யல் ஆறு, கொள்ளிடம், காவேரி ஆகியவற்றைக் கடந்து தெற்கு நோக்கி வந்து தற்போதைய கருமாத்தூரில் குடிகொண்டதாகக் குறிப்பிடுகின்றனர். இவ்வழக்குக் கதை அவர்களது முன்னோர்கள் வடக்குப் பகுதியில் இருந்து தெற்கு நோக்கி வந்து குடியமர்ந்ததைக் குறிப்பிடுவதாக, மானுடவியல் அறிஞர் சோலை கருப்பத் தேவர் குறிப்பிடுகின்றார்.[43] மேலும், தங்கள் பிள்ளைகளுக்கும் காஞ்சிவனம், புன்னைவனம், வளநாடு எனப் பெயர் வைக்கும் வழக்கம் இவர்கள் மத்தியில் இன்றளவும் வழக்கத்தில் உள்ளது.

இதன்படி பார்க்கும் பொழுது பாண்டிய நாட்டில் உள்ள பெருவாரியான கள்ளர்கள் தொண்டை மண்டலத்திலிருந்து – இன்றைய காஞ்சிபுரம் பகுதியிலிருந்து – இப்பகுதிக்கு வந்து குடியேறியவர்களே. பிறகு சோழநாட்டிலிருந்தும் சில கள்ளர்கள் வந்து இப்பகுதியில் குடியமர்ந்தனர். குறிப்பாக மேலநாட்டுக் கள்ளர்களின் முக்கிய ஊரான வல்லாளப்பட்டியை உருவாக்கிய வல்லாளத்தேவன், சோழ மண்டலத்திலிருந்து பொன்னமராவதி வழியாக வந்து இப்பகுதியில் குடியமர்ந்ததாக அவர்களது வழக்குக் கதையொன்று கூறுகின்றது.[44] சோழமண்டலத்திலிருந்து ஏற்பட்ட குடியேற்றங்கள் பிற்பகுதியில் ஏற்பட்டதாக இருக்கலாம்.

கள்ளர் வரலாற்று வரைபடம்

கள்ளர் குடியேற்ற காலவரிசை அட்டவணை:

பல்லவர் காலம்:

(4முதல் 7ம்நூற்றாண்டு) தொண்டைமண்டலம்
(வேங்கடமலை முதல் பாலாற்று சமவெளி வரை)

சோழர் காலம்:

(10முதல் 13ம்நூற்றாண்டு) காவிரி சமவெளி

1200-1400	- வெள்ளாற்று சமவெளி(புதுக்கோட்டை)
1400	- திருப்பத்தூர், மேலூர்,திண்டுக்கல்,பழனி மற்றும் திருநெல்வேலி
1600	- அழகர்மலை,மேலூர் பகுதியிலிருந்து பிறமலை(ஆனையூர்) பகுதியில் குடியேருதல்
1800	- பிறமலை பகுதியிலிருந்து கம்பம் பள்ளத்தாக்கு, பெரியகுளம்,திண்டுக்கல்,பழனி,
1900	- சிலோன், திருவாங்கூர்
1925	- தஞ்சாவூர் மற்றும் புதியநீர்ப்பிடிப்பு பகுதிக்கு திரும்புதல்

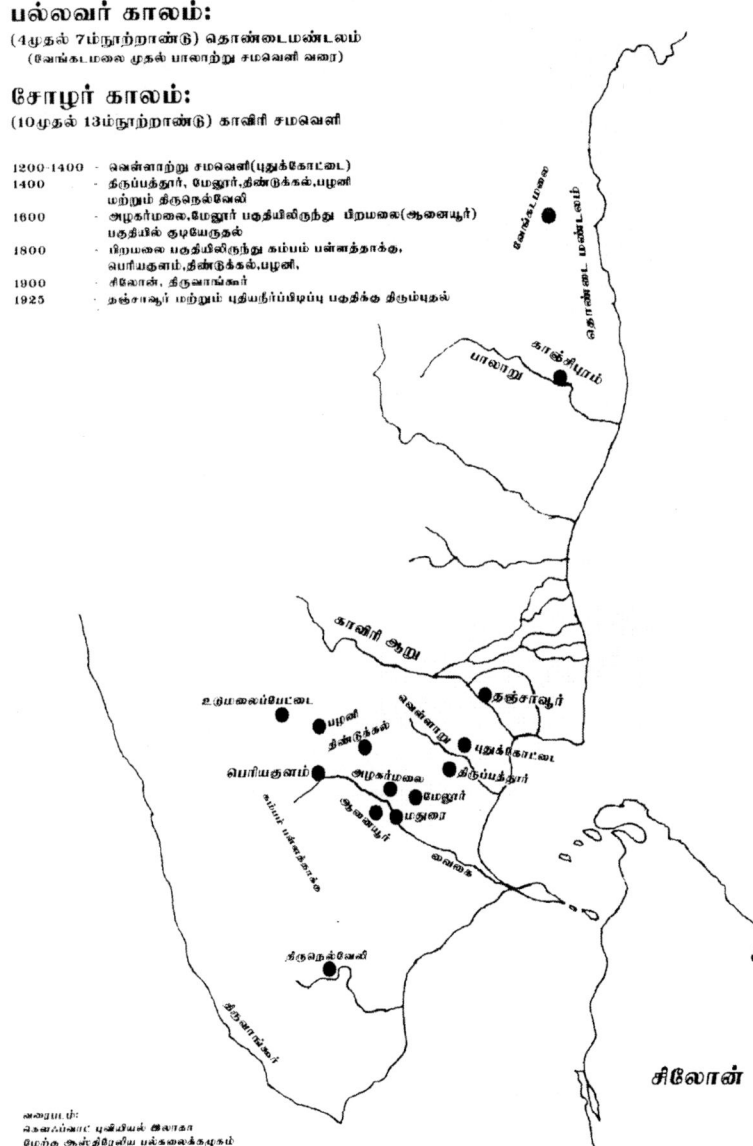

வரைபடம்:
கொவ்ப்வாட் புவியியல் இலாகா
மேற்கு ஆஸ்திரேலிய பல்கலைக்கழகம்

இவ்வகையில் பாண்டிய மண்டலத்தில் குடியேறிய கள்ளர்கள் தங்களுக்குள் பல நாடுகளை உருவாக்கிக் கொண்டனர். இந்நாடுகள் அன்றிருந்த அரசு அதிகாரத்திற்குக் கட்டுப்படாமல் தன்னிச்சையாகச் செயல்பட்டதனால் அவற்றைத் தன்னரசு நாடுகள் என மதுரைவீரன் கதைப்பாடல் குறிப்பிடுகின்றது. ஒவ்வொரு நாட்டிற்கும் தலைவர் – நாட்டார் எனப்பட்டார். அந் நாட்டார்கள் 'அம்பலம்' என்ற பட்டத்தைச் சூடிக்கொண்டனர். அதனால் இவர்கள் 'நாட்டார் கள்ளர்கள்' அல்லது 'நாட்டுக் கள்ளர்கள்' எனவும் 'அம்பலக்காரர்கள்' எனவும் அழைக்கப்பட்டனர்.

இனி, நாம் பாண்டிய மண்டலத்திலிலுள்ள கள்ளர் நாடுகள் பற்றிச் சற்று விரிவாகக் காண்போம்.

பாண்டிய மண்டலத்துக் கள்ளர் நாடுகள்

மேலநாடு

மேலூர், கள்ளர் நாடுகளில் மேற்குப் பகுதியில் அமைந்திருப்பதனால் இது மேலநாடு என அழைக்கப்படுகின்றது. கிழக்கில் தெற்குத்தெரு கிராமத்திலிருந்து, மேற்கில் தல்லாகுளம், அம்பலக்காரன், மண்டகப் படி வரையிலும், வடக்கில் அழகர் மலையிலிருந்து தெற்கில் திருமோரூர் கிராமம் வரையிலும் பரவி இருக்கின்ற பகுதி, மேலநாடு எனப்படுகிறது. இந்நாட்டுக் கள்ளர்கள் மேலநாட்டுக் கள்ளர்கள் அல்லது அழகர்மலைக் கள்ளர்கள் என அழைக்கப்படுகின்றனர். இந்நாடு வடக்குத் தெரு, தெற்குத்தெரு, மேலத்தெரு, பாளையப்பட்டு, பத்துக்கட்டு, பறப்புநாடு என ஆறு பகுதிகளாகப் பிரிக்கப் பட்டுள்ளது.

வடக்குத் தெரு : வடக்குத் தெரு என்பது வல்லாளபட்டி, அரிட்டாபட்டி, கள்ளபட்டி, சிலுக்குபட்டி, கிடாரிபட்டி, அரியப்பன்பட்டி, புதூர், தேக்காலிப்பட்டி, சின்னவல்லாளபட்டி, மாங்குளம் போன்ற கிராமங்களையும் இன்னும் பல கிராமங்களையும் உள்ளடக்கியதாகும். வடக்குத் தெருவிற்கு 50 கரைகள் உள்ளன. ஒரு கரைக்கு ஒரு அம்பலம் என 50 அம்பலங்கள் உள்ளனர்.

தெற்குத் தெரு : வெள்ளாலப்பட்டி என்ற ஒரே கிராமத்தை மட்டும் உள்ளடக்கியது. இங்கு நான்கு மந்தைகள் உள்ளன. நான்கு மந்தைகளுக்கும் சேர்த்து 36 கரைகள் உள்ளன. ஒரு கரைக்கு ஒரு அம்பலம் என 36 அம்பலங்கள் உள்ளனர்.

மேலத் தெரு : மேலத்தெரு என்பது நரசிங்கம்பட்டி, வெள்ளரிப்பட்டி, பூசாரிப்பட்டி, முசுண்டேரிபட்டி, முத்துப்பட்டி,

ராமராசபுரம், பெரியபெருமாள்பட்டி, சின்னபெருமாள்பட்டி, கழுங்குபட்டி, மலைபட்டி, முண்வலப்பட்டி, கட்டப்பட்டி போன்ற கிராமங்களையும் இன்னும் பல கிராமங்களையும் உள்ளடக்கியது.

பாளையப்பட்டு : பாளையப்பட்டு என்பது வெள்ளிகுன்றம், மாத்தூர், பெருகப்பட்டி, தேத்தான்பட்டி, செக்கிகுளம், பூண்டி, அழகாபுரி போன்ற கிராமங்களையும் இன்னும் பல கிராமங்களையும் உள்ளடக்கியது.

பத்துக்கட்டு : பத்துக்கட்டு என்பது திருமூர், கொடிகுளம், நரசிங்கம், வெள்ளியேந்தல்பட்டி, சிட்டம்பட்டி, தாமரைபட்டி, ஆனைமலை, ஒத்தவீடு (கடை), உத்தங்குடி போன்ற கிராமங்களையும் இன்னும் பல கிராமங்களையும் உள்ளடக்கியதாகும்.

பறப்பு நாடு : திருவாதவூர், இடையபட்டி, கட்டையன்பட்டி, ஆமூர், முக்கம்பட்டி, சுண்ணாம்பூர் போன்ற கிராமங்களையும் இன்னும் பல கிராமங்களையும் உள்ளடக்கியதாகும்.[45]

மேல நாட்டுக் கள்ளர்கள் அழகர்கோவில் திருவிழாக்களில் பெரும்பங்கு வகிக்கின்றனர். சித்திரைத் திருவிழாவின்போது மதுரையை நோக்கி வருகின்ற அழகர் இந்த மேலநாட்டுக் கள்ளர் போன்றே வேடம் தரித்து வருகின்றார். கையில் வளரித்தடி, சாட்டை கம்பு, (மேலநாட்டுக் கள்ளர் இன ஆண்கள் இடுவது போன்ற) கொண்டை, தலையில் உருமால், (அவர்கள்) காதுகளில் அணிகின்ற பெரியவளையம் போன்ற வண்டிக்கடுக்கன் ஆகியவற்றை அணிந்து, கள்ளர் போல் வேடமிட்டு வருகின்றார்.[46]

மேலநாட்டின் மேற்கு எல்லையான தல்லாகுளம் அம்பலக்காரன் மண்டகப்படிக்கு அருகில் உள்ள சென்றாய பெருமாள் கோயிலில் தனது கள்ளர் வேடத்தைக் கலைத்து அழகராக மாறி ஆற்றில் இறங்கி மீனாட்சி அம்மன் கோயிலுக்குச் செல்கின்றார்.

இவ்வாறு கள்ளர் வேடமிட்டு வருவதால்தான் அழகர், கள்ளர் அழகர் அல்லது கள்ளழகர் என அழைக்கப்படுகின்றார். அழகர் கோயில் ஆடி வெள்ளியன்று நடைபெறுகின்ற தேர்த் திருவிழாவில் மேலநாட்டு வடக்குத்தெரு, தெற்குத்தெரு, மேலத்தெரு, பாளையபட்டு போன்றவற்றைச் சேர்ந்தவர்கள் தேர்வடம்பிடித்து இழுக்கின்றனர். வெள்ளிகுன்றம் பாளையக்காரருக்கும், வடக்குத் தெருவின் பெரிய அம்பலக்காரரான வல்லாளபட்டி தெற்குவளவு அம்பலக்காரருக்கும் முதன்மை அளித்த பின்பு, வடக்குத் தெருவில் உள்ள 50 அம்பலங்களில் ஒரு அம்பலம் சுழற்சி முறையில் தேர்ந்தெடுக்கப்பட்டு, அவர் தேரின் மீது ஏறி நின்று வெள்ளை வீசிய பின்பு தேரோட்டம் ஆரம்பிக்கும்.

அதுபோன்றே பத்துக்கட்டைச் சேர்ந்தவர்கள் திருமூர் தேர்திருவிழாவிலும், பறப்பு நாட்டைச் சேர்ந்தவர்கள் திருவாதவூர் தேர்திருவிழாவிலும் முதன்மை பெறுகின்றனர். மேலநாட்டின் தலைமைக் கிராமம் வல்லாளபட்டியாகும். இக்கிராமம் பொன்ன மராவதி பகுதியிலிருந்து வந்த வல்லாளத்தேவன் என்பவரால் உருவாக்கப்பட்டதாகும். இது தெற்குவளவு, மேலவளவு, நடுவளவு, வடக்குவளவு என நான்கு மந்தைகளாகப் பிரிக்கப்பட்டுள்ளது. இதில் தெற்கு வளவில் நான்கு கரைகளும், மேலவளவில் மூன்று கரைகளும், நடுவளவில் இரண்டு கரைகளும் வடக்கு வளவில் ஒரு கரையுமாக, மொத்தம் 10 கரைகள் உள்ளன. இதில் ஒவ்வொரு கரைக்கும் ஒரு அம்பலம் நியமிக்கப்படுகின்றார். அதன் உட்பிரிவான ஒவ்வொரு மந்தைக்கும் ஒரு பெரிய அம்பலக்காரர் இருக்கிறார். இதில் தெற்குவளவு பெரிய அம்பலக்காரர்தான் வடக்குத் தெருவிற்கே பெரிய அம்பலக்காரராகக் கருதப்படுகிறார்.

இது போல மேலநாடு முழுவதும் ஆறு பகுதிகளாகவும், ஒவ்வொரு பகுதியும் பல கிராமங்களாகவும், ஒவ்வொரு கிராமமும் பல மந்தைகளாகவும், ஒவ்வொரு மந்தையும் பல கரைகளாகவும் பிரிக்கப்பட்டுள்ளது. ஒவ்வொரு கரைக்கும் ஒரு அம்பலமும், ஒவ்வொரு கிராமத்திற்கும் ஒரு பெரிய அம்பலக்காரரும், நியமிக்கப் படுகின்றனர். வடக்குத் தெருவின் பெரிய அம்பலக்காரர் மேல நாட்டிற்கே பெரிய அம்பலக்காரராய் கருதப்படுகிறார்.

இவர்கள் தந்தை வழியில் பல கரைகளாக உள்ளனர். ஒவ்வொரு கரையும் ஒரு பங்காளிகளாய் கருதப்படுகின்றனர். அக் கரைகளின் அடிப்படையில் திருமணஉறவுகள் செய்கின்றனர். இவர்கள் மத்தியில் கைம்பெண்மணம், மணவிலக்கு அனுமதிக்கப்படுகின்றன.

நடுவிநாடு (அ) பழையநாடு : கள்ள நாடுகளின் மையப் பகுதியில் அமைந்துள்ளதால் இது நடு நாடு அல்லது நடுவிநாடு என்று அழைக்கப்படுகிறது. சுமார் 1000 ஆண்டுகளுக்கு முன்பு காஞ்சிபுரத்திலிருந்து வந்த கள்ளர்கள் முதன் முதலில் குடியேறி உருவாகிய நாடு என்பதனால் இது பழைய நாடு எனவும் அழைக்கப்படுகின்றது.

இந்நாடு பூர்வீகமாக 18 பட்டிகளை உள்ளடக்கியதாகும். அவை: 1. மேலூர் 2. சொக்கம்பட்டி 3. மலயம்பட்டி 4. கட்டகன்பட்டி 5. ஒத்தவீடு, 6. மேலத்தெரு, 7. நடுவளவு, 8. புதுசிக்காம்பட்டி, 9. பழையசிக்காம்பட்டி, 10. பல்லவராயன்பட்டி, 11. நொண்டிகோயில் பட்டி, 12. வெள்ளநாதன்பட்டி, 13. கொண்டப்பநாயக்கன்பட்டி, 14. கூனூத்துப்பட்டி, 15. தெற்குப் பட்டி, 16. உசிலம்பட்டி, 17. சின்ன

அரசன்பட்டி, 18. கருத்தபுலியான்பட்டி ஆகியன. இதில் மேலூர் இந்நாட்டின் தலைமைக் கிராமமாகும். இந்தப் பூர்வீக 18 பட்டிகள் இன்று பல கிராமங்களாகப் பெருகி உள்ளன.

இவர்கள் மத்தியில் தந்தை வழியில் 12 கரைகள் உள்ளன. இந்த 12 கரைகளும் ஏழுகரை, ஐந்து கரை என இரண்டு தொகுதி களாகப் பிரிக்கப்பட்டுள்ளன. சொக்கன் கரை, சேராப்புலிகரை, வீராச்சிகரை, கள்ளன்கரை, வெள்ளப்பரப்பயா கரை, வழுக்கன்கரை, வலங்கை கரை என எழு கரைகள் ஒரு தொகுதியாக உள்ளது. இதில் சொக்கன் கரை தலைமைக் கரையாகும். இந்த ஏழு கரைக்கும் ஒரு பெரிய அம்பலக்காரர் தலைமைக் கரையான சொக்கன் கரையிலிருந்து தெரிவு செய்யப்படுகின்றார்.

இளமன்கரை, வெள்ளநாதன்கரை, ஓஞ்சிகரை, வன்னியன்கரை, கண்ணம்பட்டியான்கரை என ஐந்து கரைகள் ஒரு தொகுதியாக உள்ளது. இதில் இளமன்கரை தலைமைக் கரையாகும். இந்த ஐந்து கரைக்கும் ஒரு பெரிய அம்பலக்காரர் இளமன் கரையிலிருந்து தெரிவு செய்யப்படுகின்றார்.

மேலூர் நகரத்தில் உள்ள காஞ்சிவனம் கோயில் இந்நாட்டின் பொதுக் கோயிலாகும். இக்கோயில் வருடத்திற்கு ஒருமுறை – புரட்டாசிமாதம் – குதிரை எடுப்பு விழா நடத்தப்படுகின்றது.[47]

நாவினிபட்டி, சூரக்குண்டு, ஆட்டுக்குளம், வண்ணாம்பாறைபட்டி, எட்டிமங்கலம் போன்றவை முதலில் நடுவி நாட்டோடு தான் சேர்ந்திருந்தன. ஆனால் நாட்டிற்குள் ஏற்பட்ட சில முரண்பாட்டால் அவை இதிலிருந்து பிரிந்து சென்று தனித்தனியாக அம்பலங்களை அமர்த்திக் கொண்டன. ஆனால் அவர்கள் இன்றும் காஞ்சிவனம் கோயிலுக்கு வந்து சாமிகும்பிட்டு செல்கின்றனர். இவர்கள் மத்தியில் கைம்பெண் மணமும், மணவிலக்கும் அனுமதிக்கப்படுகின்றது.

வெள்ளளூர்நாடு : சிறுகுடி நாட்டை வடக்கு எல்லையாகவும் அஞ்சூர் நாட்டை தெற்கு எல்லையாகவும், மல்லாக்கோட்டை நாட்டை கிழக்கு எல்லையாகவும், நடுவிநாட்டை மேற்கு எல்லை யாகவும் கொண்டு அமைந்திருப்பது வெள்ளளூர் நாடாகும். இந் நாடு தற்போதைய மேலூர் தாலுகாவின் தென்கிழக்குப் பகுதியிலும் சிவகங்கை தாலுகாவின் மேற்குப் பகுதியிலும் பரவி அமைந்திருக் கின்றது. இவர்களின் மூதாதையர்கள் வடவேங்கிட நாட்டிலிருந்து இப்பகுதியில் வந்து குடியேறியதாக மரபு வழிக் கதைகள் கூறுகின்றன. இந்நாடு சுமார் 350 வருடங்களுக்கு முன்பு மிகப்பெரிய அழிவிற்கு உள்ளானதாம்.[48] நாட்டில் உள்ள அனைவரும் சிதறி ஓடிவிட்டனர். வீரணன் அம்பலக்காரர் இந்தப் பேரழிவிலிருந்து தப்பியர்களை

ஒன்று திரட்டி முறைப்படுத்தினார். இது வெள்ளளூர் மாகாணம், அம்பலக்காரன்பட்டி மாகாணம், மலம்பட்டி மாகாணம், உறங்கான்பட்டி மாகாணம், குறிஞ்சிப்பட்டி மாகாணம் என 5 மாகாணங்களாகப் பிரிக்கப்பட்டுள்ளது.

வெள்ளளூர் மாகாணம் : இது மேலவலசை, ஒத்தப்பட்டி, வெள்ளநாயகம்பட்டி, மட்டங்கிப்பட்டி, கட்டச்சோலைப்பட்டி, இடையவலசை ஆகிய கிராமங்களை உள்ளடக்கியதாகும்.

அம்பலக்காரன்பட்டி மாகாணம் : இது ஓடைப்பட்டி, ஒத்தப்பட்டி, தேவன் பெருமாள்பட்டி, நாயத்தான்பட்டி, புதுப்பட்டி கட்டகாளைபட்டி, கோட்ட நத்தம்பட்டி, பழையூர்பட்டி, முருகன்பட்டி ஆகிய கிராமங்களை உள்ளடக்கியதாகும்.

உறங்கான்பட்டி மாகாணம் என்பது புலிமலைப்பட்டி, சூரத்துப்பட்டி, கல்லம்பட்டி, அய்யமுத்தன்பட்டி, குப்பச்சிப்பட்டி, தம்பட்டமலைப்பட்டி, கொட்டானிபட்டி, அழகச்சிபட்டி, கண்மாய்பட்டி, புதுப்பட்டி, தர்மசாணப்பட்டி ஆகிய கிராமங்களை உடையதாகும்.

குறிஞ்சிப்பட்டி மாகாணம் என்பது ஆலம்பட்டி, கோவில்பட்டி, கூலிபட்டி, முத்தம்பட்டி, உச்சரிச்சான் பட்டி, ஆதினிபட்டி, குறிஞ்சிப்பட்டி ஆகிய கிராமங்களை உள்ளடக்கியதாகும்.

மலம்பட்டி மாகாணம் என்பது மலம்பட்டி, கன்னிமார்பட்டி, கூட்டரவுபட்டி, உசிலம்பட்டி, சீவலப்பட்டி, கண்டாங்கிபட்டி, தேவன்கோட்டை, மேட்டுப்பட்டி, மலைஅழச்சிபட்டி, சோனைபட்டி ஆகிய கிராமங்களை உள்ளடக்கியதாகும்.

இந்த ஐந்து மாகாணத்திலும் பரவி வாழும் கள்ளர் இனமக்கள் தந்தை வழியில் முண்டவாசிகரை, வேங்கைபுலிகரை சம்மட்டிகரை, நைக்கான்கரை, சாயும்படை தாங்கிகரை, வெக்காலிகரை, சலிபுலி கரை, திருமான்கரை, செம்புலிகரை, கோப்பன்கரை, மழவராயன்கரை என 11 கரைகளாகப் பிரிக்கப்பட்டுள்ளனர். இதில் ஒரு கரையைச் சேர்ந்தவர்கள் பங்காளிகளாகக் கருதப்படுகின்றனர். அவர்கள் தங்கள் கரையைத் தவிர மற்ற பத்துக் கரைகளோடும் திருமண உறவு வைத்துக் கொள்கின்றனர். முதலில் இக்கரைகள் ஆறு தகப்பன் மக்கள், நான்கு தகப்பன் மக்கள், என இரண்டு தொகுதிகளாக இருந்தது எனவும், அப்பொழுது ஆறு தகப்பன் மக்கள் நான்கு தகப்பன் மக்களோடு மட்டும் திருமண உறவு வைத்துக் கொண்டனர் எனவும் ஆனால் அவ்வழக்கு நாளடைவில் சிதைவுற்று தங்கள் கரையைத் தவிர மற்ற எல்லாக் கரைகளோடும்

திருமண உறவு வைத்துக் கொள்ளும் வழக்கம் வந்துவிட்டது எனவும் இந்நாட்டின் பெரிய அம்பலக்காரர் தெரிவிக்கின்றார்.[49]

இங்கு ஒவ்வொரு கரைக்கும் இரண்டு அம்பலம் என 24 அம்பலகாரர்கள் தெரிவு செய்யப்படுகின்றனர். ஒவ்வொரு கரைக்கு இரண்டு இளங்கச்சிகள் தெரிவு செய்யப்படுகின்றனர். இளங் கச்சிகள் என்பவர்கள் அம்பலக்காரர்களுக்கு உதவியாளர்கள் ஆவர். இது மட்டுமல்லாமல் கிராம சபையைக் கூட்ட உதவுவதற்காக ஒவ்வொரு கிராமத்திற்கும் ஒரு ஊர் கூட்டியும் தெரிவு செய்யப் படுகின்றார். இந்நாட்டின் பெரிய அம்பலக்காரர், கரை அடிப்படையில் இந்த 11 கரைக்காரர்களுக்குள் சுழற்சி முறையில் தெரிவு செய்யப்படுகின்றார். இவரே கரை அம்பலங்களின் கூட்டத்திற்கும், நாட்டுக் கூட்டத்திற்கும் தலைமை வகிக்கின்றார். இவரது முடிவே இறுதியானதாகக் கருதப்படுகின்றது. அம்பலக் காரர்களது நாட்டுக்கூட்டம், வருடத்திற்கு ஒருமுறை வெள்ளளூர் பெரிய மந்தையில் கூடுகிறது. நாடு சிதைவுற்று முறைப்படுத்தப்பட்ட காலத்திற்குப் பின்பு இதுவரை கீழ்வரும் பத்துப் பெரிய அம்பலக் காரர்கள் பொறுப்பில் இருந்துள்ளனர்.[50] அவர்கள் விபரம் வருமாறு:

1. வீரணன் அம்பலக்காரர் – அம்பலக்காரன்பட்டி 2. கொண்ட விலி அம்பலக்காரர் – ஆதினிபட்டி 3. முத்தழகு அம்பலக்காரர் – ஆலம்பட்டி 4. முத்தணன் அம்பலக்காரர் – புலிமலைப்பட்டி 5. வெள்ளையன் அம்பலக்காரர் – அழக்கச்சிபட்டி 6. வெள்ளபிச்சன் அம்பலக்காரர் – வெள்ளளூர் 7. வெள்ளச்சாமி அம்பலக்காரர் – நாயத்தான்பட்டி. 8. வீரணன் அம்பலக்காரர் – கோட்டநத்தம்பட்டி. 9. சிவராமன் அம்பலக்காரர் – வெள்ளளூர். 10. கந்தசாமி அம்பலக் காரர் – கோட்டநத்தம்பட்டி.

ஏழை காத்த அம்மன் கோயிலும், வல்லடியான் கோயிலும் இந்நாட்டின் பொதுக் கோயில்களாகும். இவற்றிற்கு முறையே புரட்டாசி மற்றும் மாசி மாதங்களில் 10 நாள்கள் விழா எடுத்து சிறப்பிக்கின்றனர். இவர்கள் மத்தியில் கைம்பெண் மணமும், மணவிலக்கும் அனுமதிக்கப்படுகிறது.

சேருங்குடி நாடு (சிறுகுடிநாடு) சேருங்குடி நாடு என்பது, பாண்டியநாட்டின் வடபகுதியிலும் பிரான்மலை எனப்படும் பறம்புநாட்டிற்குத் தெற்கேயும், மல்லாகோட்டை நாட்டிற்கு மேற்கேயும் பழைய நாட்டிற்குக் கிழக்கேயும் அமைந்திருக்கின்றது. இது இன்றைய மேலூர் தாலுகா, நத்தம் தாலுகா, திருப்பத்தூர் தாலுகாக்களில் பரவி அமைந்திருக்கின்றது. சுமார் 1000 ஆண்டுகளுக்கு முன்பு தொண்டைமண்டலத்திலிருந்து கள்ளர்

குலத்தைச் சேர்ந்த மூன்று கூட்டத்தார், மண்டன் அம்பலம், தனுஷ்கோடி அம்பலம், சின்னான் பிச்சன் அம்பலம் ஆகியோரது தலைமையில் இப்பகுதியில் வந்து குடியமர்ந்தனர். இங்ஙனம், மூன்று கூட்டத்தாரும் சேர்ந்து குடிகொண்டு வாழ்கின்ற நாடாகையால் இது சேருங்குடி நாடு எனப்பட்டது. அச்சொல்லே சிறுகுடி என மருவி அழைக்கப்படுகின்றது. இந்நாடு மேலவகை, நடுவகை, கீழவகை, என மூன்று பகுதிகளாகப் பிரிக்கப்பட்டிருக் கின்றது.[51]

மேலவகை தும்பைப்பட்டிற்கு மேற்கேயுள்ள கிராமங்கள் மேலவகை எனப்படுகின்றது. தும்பைபட்டி மேலவளவு, வெள்ளாள பட்டி, மஞ்சுநாயக்கன்பட்டி, செங்குளம், சிறுகுடி, ஓரக்காபட்டி, சேக்கிபட்டி, கச்சிராயன்பட்டி, குன்னனூர், சானிபட்டி, அலங்கம் பட்டி, கைலம்பட்டி, சென்னைசரம்பட்டி, அஸ்வத்தான்பட்டி, கோவில்பட்டி, கரையிபட்டி, வஞ்சிப்பட்டி, வீரசூடாமணிபட்டி, குன்னாரம்பட்டி, அவனியாபுரம், வீரபாண்டி, பூலாம்பட்டி, கொடிமங்கலம், தோண்டநேரி, பண்ணகுடி சொந்தகை, கருவனூர், துவரிமான், விரகனூர், அஞ்சுளிபட்டி, சாணார்பட்டி போன்றவை மேலவகையைச் சார்ந்தவையாகும்.

நடுவகை அட்டபட்டிக்கு வடக்கேயும், தெற்கேயும் உள்ள கிராமங்கள் நடுவகை எனப்படுகின்றது. இவ்வகையைச் சேர்ந்த கிராமங்கள் பின்வருமாறு: அட்டபட்டி, சாத்தமங்கலம், கொடுக்க பட்டி, பூதமங்கலம், தனியாமங்கலம், குமரிபட்டி, சாத்தினிபட்டி, கோழிகுண்டுபட்டி, புரண்டிபட்டி, பெருமாள்பட்டி, கீழையூர், இலுப்பட்டி ஆகியன.

கீழவகை கீழவளவிற்குக் கிழக்கேயுள்ள கிராமங்கள் கீழவகை யாகும். இக் கீழவகை கீழவளவு, கொங்கம்பட்டி, மலம்பட்டி, இலுப்பைப்பட்டி, ஜெமினிபட்டி, காயாம்பட்டி போன்ற கிராமங்களை உள்ளடக்கியதாகும்.

நடுவகையில் உள்ள அட்டப்பட்டி இந்நாட்டின் (சிறுகுடி நாட்டின்) தலைமைக் கிராமமாகும். இங்குள்ள பெரிய பனையூர் அய்யனார் இந்நாட்டின் பொதுக்கோயிலாகும்.

இந்நாட்டின் ஒவ்வொரு கிராமத்திற்கும் ஒரு பெரிய அம்பலக்காரர் உள்ளார். இவர்கள் பரம்பரை வழியில் இப் பொறுப்பினைப் பெறுகின்றனர். ஒருவர் அம்பலமாக இருந்தால் அவருக்குப் பிறகு அவரது மூத்த மகன் பெரிய அம்பலமாகப் பொறுப்பேற்கிறார். இந்த அம்பலங்கள் அனைவரும் வருடத்திற்கு ஒரு முறை

அட்டபட்டியில் கூடி கோயில் விசயங்களையும் நாட்டில் உள்ள பிற சர்ச்சைகளையும் பேசித் தீர்க்கின்றனர்.[52]

இவர்கள் அம்பலம் என்ற பட்டத்தினைக் குலப்பட்டமாகப் பயன்படுத்துகின்றனர். இவர்கள் ஆண்டி, மந்தை அய்யனார், வீரமாகாளி, போன்ற குலதெய்வங்களை வழிபடுகின்றனர். தாங்கள் வணங்குகின்ற குலதெய்வங்களின் அடிப்படையில் பல வகுப்பு களாகப் பிரிந்துள்ளனர். அக் குலதெய்வங்களின் அடிப்படையில் திருமண உறவு வைத்துக் கொள்கின்றனர். கைம்பெண் மணம், மணவிலக்கு ஆகியன அனுமதிக்கப்படுகிறது.

மல்லாக்கோட்டை நாடு வடக்கே பறம்புநாடு என்ற ஐந்து நிலை நாட்டையும், தெற்கே வெள்ளளூர் நாட்டையும், மேற்கே சிறுகுடி நாட்டையும், கிழக்கே பட்டமங்கலம் நாட்டையும் எல்லை களாகக் கொண்டு அமைந்திருக்கின்ற கள்ளர் நாடு மல்லாக்கோட்டை நாடு எனப்படும்.

சுமார் 1000 வருடங்களுக்கு முன்பு, தமிழகத்தின் வடக்குப் பகுதியிலிருந்த வளநாட்டிலிருந்து நரசிங்கத்தேவன், மண்ணத்தேவன், பொன்னத்தேவன், வல்லாளத்தேவன், சீறும்புலிதேவன் என்ற ஐந்து பேர் தலைமையில் கள்ளர்கள் கூட்டம் ஒன்று தெற்கு நோக்கி வந்தது. இப்பகுதிக்கு வரும் பொழுது மயில் ஒன்று இவர்களது வேட்டை நாய்களை எதிர்த்துச் சண்டையிட்டது. அதனால் இப்பகுதி வீரமிக்கது எனக் கருதி இங்குக் குடியமர்ந்தனர். அதனால் மயில் ஆட்சி செய்கின்ற பகுதி எனப் பொருள்படுகின்ற வகையில் இப்பகுதிக்கு மயில்ராயன் கோட்டைநாடு எனப் பெயரிட்டனர். அப்பெயரே மல்லாக்கோட்டை என மருவியது.[53]

இப்பகுதிக்குக் கள்ளர்கள் வருவதற்கு முன்பு கார்காத்த வெள்ளாளர்கள் பெருமளவு வாழ்ந்து வந்தனர். அவர்களே பெரிய நிலச்சுவான்தார்களாய் இருந்தனர். புதிதாக வந்த கள்ளர்கள் அவர்களிடம் பண்ணையாட்களாய் வேலைக்கு அமர்ந்தனர். சிறிது காலம் கழித்துப் பண்ணையாட்களுக்கும் நிலச்சுவான்தார்களுக்கும் மோதல் மூண்டது. அம்மோதலில் கள்ளர்களிடம் தாக்குப்பிடிக்க முடியாமல் வேளாளர்கள் அப்பகுதியை விட்டு வெளியேறினர். அதன் பிறகு அப்பகுதியைக் கள்ளர்கள் தங்கள் முழுக்கட்டுப்பாட்டில் கொண்டு வந்தனர். இவ்வாறு தாங்கள் புதிதாகப் பெற்ற பகுதியில் கள்ளர் தன்னரசு நாட்டை உருவாக்கினர்.

இம்மல்லாக்கோட்டை நாடு, எட்டுத் தலைமை கிராமங்களாகவும் இரண்டு வட்டங்களாகவும் பிரிக்கப்பட்டுள்ளது. ஒவ்வொரு

தலைமைக் கிராமத்திற்குள்ளும் பல துணைக் கிராமங்களும் ஒவ்வொரு வட்டத்திற்குள்ளும் பல கிராமங்களும் உள்ளன. அவை பின்வருமாறு :

கட்டானிபட்டி என்பது பொன்குண்டுபட்டி, நடுப்பட்டி, கீழபட்டி, பெரியகோட்டைபட்டி போன்ற இன்னும் சில ஊர்களை உள்ளடக்கியது இது.

மாம்பட்டி என்பது ஒப்புலியான்பட்டி, கச்சபட்டி, வலையபட்டி, சத்திரபட்டி, துப்பைபட்டி, இடையபட்டி, தோப்புபட்டி, இருப்பப்பட்டி, போன்ற ஊர்களை உள்ளடக்கியது.

மல்லாக் கோட்டை என்பது மல்லாக்கோட்டை, சித்தமல்லிப் பட்டி, ஓடைபட்டி போன்ற ஊர்களை உள்ளடக்கியது.

நாமனூர் என்பது அம்மச்சிபட்டி, லெட்சுமிபுரம், உசிலம்பட்டி, கருத்தன்பட்டி போன்ற இன்னும் சில ஊர்களை உள்ளடக்கியது.

அழகுமாநகரி என்பது அழகுமாநகரி, உசிலம்பட்டி, காட முத்தன்பட்டி போன்ற இன்னும் சில ஊர்களை உள்ளடக்கியது.

ஏரியூர் என்பது ஏரியூர், ஆபத்தாரனப்பட்டி, உலகினிப்பட்டி, கணேசபுரம், வலையபட்டி, குலுங்கப்பட்டி, தேத்தாய்ப்பட்டி (எ) வலையப்பட்டி போன்ற கிராமங்களை உள்ளடக்கியது.

ஜெயங்கொண்ட நிலை இது ஜெயங்கொண்டநிலை என்ற ஒரே கிராமத்தை மட்டும் உள்ளடக்கியது.

வடவன்பட்டி என்பது வடவன்பட்டி, நைனாபட்டி, கல்லம்பட்டி போன்ற கிராமங்களை உள்ளடக்கியது.

இந்த 8 தலைமைக் கிராமங்கள் போக வடக்கு வட்டம், தெற்கு வட்டம் என்ற இரண்டு வட்டங்களும் உள்ளன.

வடக்கு வட்டம் சத்ருசம்ஹார கோட்டை என்ற எஸ்.எஸ். கோட்டை என்னும் கிராமத்திற்கு வடக்கேயுள்ள கிராமங்கள் வடக்குவட்டம் எனப்படுகிறது. இதில் மாத்தூர், கொல்குடிப்பட்டி, ஐயாப்பட்டி, வேட்டங்குடிப்பட்டி, கருப்பூர், எருமைப்பட்டி, முத்தானிப்பட்டி, கூத்தாடிப்பட்டி, உடம்பட்டி, மருதிப்பட்டி போன்ற கிராமங்கள் உள்ளன.

தெற்கு வட்டம் ஆழ்வாய் கோட்டைக்குத் தெற்கேயுள்ள கிராமங்கள் தெற்கு வட்டம் எனப்படுகிறது. இதில் பெருங்குடி, சிங்கினிப்பட்டி, மதகுப்பட்டி போன்றவை முக்கிய கிராமங்களாகும்.

இந்த 10 தலைமைக் கிராமங்களுக்கும், ஒவ்வொரு பெரிய அம்பலக்காரர் உள்ளனர். அவர்கள் வம்சாவளி அடிப்படையில் அப் பொறுப்பினைப் பெறுகின்றனர். இந்த 10 பெரிய அம்பலக்காரர்களும் வடவன் பட்டியில் ஒன்று கூடி நாட்டு விவகாரங்கள் பற்றிக் கலந்து ஆலோசிக்கின்றனர். வடவன் பட்டியிலுள்ள திருவிடை அய்யனார் கோயிலும், மல்லாக்கோட்டையிலுள்ள சந்திவீரன் கோயிலும் நாட்டின் பொதுக் கோயில்களாகக் கருதப்படுகின்றன. அவற்றிற்கு முறையே மாசிமாதமும், ஆணிமாதமும் 10 நாட்கள் விழா எடுத்து வழிபடுகின்றனர்.

இவ்வகையில் நிலவியல் அடிப்படையில் 10 பகுதிகளாகப் பிரிக்கப்பட்டிருப்பதோடு, மல்லாக்கோட்டை கள்ளர்கள் தந்தை வழியில் பல கூட்டங்களாகவும் பிரிக்கப்பட்டுள்ளனர். ஒரே கூட்டத்தினைச் சேர்ந்தவர்கள் பங்காளிகளாகக் கருதப்படுகின்றனர். அதனால் அவர்கள் ஒரே கூட்டத்திற்குள் திருமணம் செய்து கொள்வதில்லை. சில கூட்டங்களைத் தங்களுக்குள் பங்காளி உறவு உடையவர்களாகவும் கருதுகின்றனர். அவ்வகைப் பங்காளிக் கூட்டங்களோடும் அவர்கள் திருமண உறவு கொள்வதில்லை. இவர்கள் மத்தியில் அறுபதிற்கும் மேற்பட்ட கூட்டங்கள் உள்ளன. அவற்றில் சில பின்வருமாறு:

நரசிங்கத்தேவன்கூட்டம், வல்லாளத்தேவன்கூட்டம், மண்ணத்தேவன்கூட்டம், பொன்னத்தேவன்கூட்டம், சீறும்புலித்தேவன்கூட்டம், ஊதாரப்புலிகூட்டம், வாய்க்கானிகூட்டம், வீன்றான்கூட்டம், கட்டயன்கூட்டம், தென்னங்கிகூட்டம், கருவக்கூட்டம், நெத்தியான்கூட்டம், ஆப்புளிக்கூட்டம், வாளுக்குவேலிகூட்டம், சேவானிக்கூட்டம், சின்னாதிக்கூட்டம், ஒப்புலியான்கூட்டம், வெங்கிழவன்கூட்டம், மண்டவலன்கூட்டம் மருதன்கூட்டம், அன்னக்கொடிகூட்டம், வண்டிக்காரன்கூட்டம், வாச்சார்கூட்டம், பல்லவராயன்கூட்டம், காடவராயன்கூட்டம், கூவானிக்கூட்டம், அரியன்கூட்டம், பாரிவீரன்கூட்டம், சீத்துக்கூட்டம், மாலவிட்டான்கூட்டம், காக்ரேயன்கூட்டம், ஜாடிக்கூட்டம், பச்சிக்கூட்டம், சேர்வைக்காரன் கூட்டம், முக்களம்கூட்டம், சிலம்பம்கூட்டம், பொல்லாங்கூட்டம் போன்ற 60க்கும் மேற்பட்ட கூட்டங்கள் உள்ளன.[54]

மல்லாக் கோட்டை கள்ளர்கள் பெரும்பாலும் அம்பலம் என்ற பட்டத்தினைப் பயன்படுத்துகின்றனர். இவர்களில் சிலர் சிவகங்கை அரசர்களிடமும், மருது பாண்டியர்களிடமும் படைத்தளபதிகளாகவும் படையாட்களாகவும் இருந்தனர். குறிப்பாக, வடக்கு வட்டம் திருமலை கிராமத்தைச் சேர்ந்த கருவா பாண்டியன் சேர்வை, மருதுபாண்டியர்களிடம் தளபதியாக இருந்தார்.[55] அதனால் வடக்கு

வட்டத்தினை சேர்ந்தவர்களும் மல்லாக்கோட்டை பெரிய அம்பலக்காரர் வம்சத்தவரும் "சேர்வை" என்ற பட்டத்தினைச் சூடிக்கொள்கின்றனர். சிலர் தேவர் என்ற பட்டத்தினையும் பயன்படுத்துகின்றனர். ஆனால் இது சமீபத்தில், 20 அல்லது 30 வருடங்களுக்குள் உருவான வழக்கமாகும் என ஏரியூர் பெரிய அம்பலக்காரர் என்னிடம் தெரிவித்தார்.[56] இவர்கள் மத்தியில் கைம்பெண்மணமும், மணவிலக்கும் அனுமதிக்கப்படுகிறது.

நாலூர்நாடு இந்நாடு கிழக்கே ஆறூர் வட்டவகை நாட்டினையும், வடக்கே வெள்ளளூர் நாட்டினையும், மேற்கேயும், தெற்கேயும், அஞ்சூர் நாட்டினையும் எல்லைகளாகக் கொண்டு அமைந்திருக்கின்றது. இப்பகுதி இன்றைய சிவகங்கை ஒன்றியத்தில் பரவி அமைந்திருக்கின்றது. இவர்கள் மல்லாகோட்டை நாட்டிலிருந்து தாங்கள் பிரிந்து வந்தவர்கள் எனக் கூறுகின்றனர்.

இது தமறாக்கி, அரசனூர், கிளாதிரி, இலுப்பக்குடி என நான்கு தலைமைக் கிராமங்களைக் கொண்ட நாடு ஆகையால் நாலூர்நாடு என அழைக்கப்படுகின்றது.[57] ஒவ்வொரு தலைமைக் கிராமங்களும் பல உட்கிராமங்களைக் கொண்டிருக்கின்றன.

தமறாக்கி, இந்நாட்டின் தலைமைக் கிராமமாகும். இங்குள்ள அய்யனார் கோயிலும், ஏழைகாத்த அம்மன் கோயிலும் இந் நாட்டின் பொதுக் கோயில்களாகக் கருதப்படுகிறனது. இவற்றிற்குக் கார்த்திகை மாதம் மது எடுப்புத் திருவிழா நடத்தப்படுகின்றது.

இந்நாலூர் நாட்டுக் கள்ளர்கள் தந்தை வழியில் பல கூட்டங் களாகப் பிரிக்கப்பட்டுள்ளனர். சோழளகுகூட்டம், நாட்டான்கூட்டம், உரியன்கூட்டம், பொடுகிகூட்டம், மாளகூட்டம், வைரவன்கூட்டம், எமரசன்கூட்டம், மூலகட்டான்கூட்டம், கொழும்புரம்கூட்டம், வெறிக்காளைகூட்டம், ஆண்டியப்பன்கூட்டம், மாயழகுகூட்டம், பிச்சிகூட்டம் எனப் பல கூட்டங்கள் உள்ளன. ஒரு கூட்டத்தைச் சேர்ந்தவர்கள் பங்காளிகளாகக் கருதப்படுகின்றனர்.

நான்கு தலைமைக் கிராமங்களுக்கும் நான்கு பெரிய அம்பலக் காரர்கள் உள்ளனர். இவர்கள் வம்சாவளி அடிப்படையில் இப் பொறுப்பினைப் பெறுகின்றனர். தமறாக்கியின் பெரிய அம்பலக் காரர் நாட்டின் அம்பலக்காரராய் கருதப்படுகின்றார். இவர்கள் மத்தியிலும் கைம்பெண் மணமும், மணவிலக்கும் அனுமதிக்கப்படு கின்றது.

அஞ்சூர்நாடு இது தெற்குப் பகுதியிலுள்ள கடைசி கள்ளர் நாடாகும். ஐந்து தலைமைக் கிராமங்களை உள்ளடக்கிய

நாடாகையால் அஞ்சூர் நாடு எனப்படுகின்றது. இதில் ஏனாதி, பூவந்தி, கீரனூர் – சுண்ணாம்பூர், செம்பூர், மடப்புரம் என ஐந்து கிராமங்கள் உள்ளன. இந்த ஐந்து கிராமங்களுக்கும் ஐந்து அம்பலங்கள் உள்ளனர். இதில் ஏனாதி, பூவந்தி, கீரானூர் – சுண்ணாம்பூர் ஆகிய மூன்று ஊர்களிலும் கள்ளர்கள் வாழ்கின்றனர். செம்பூரில் கோனர்களும், மடப்புரத்தில் நாடார்களும் மிகுதியாக வாழ்கின்றனர். அதனால் முதல் மூன்று ஊர்களில் அம்பலங் களாகக் கள்ளர்களும், செம்பூரில் கோனார்களும், மடப்புரத்தில் நாடார்களும் அம்பலங்களாக உள்ளனர். திருப்புவனத்தில் உள்ள சௌந்தர நாயகி புஷ்பனேஸ்வரர் ஆலயத்தில் இந்த ஐந்து அம்பலங்களுக்கும் முதன்மை அளிக்கப்படுகிறது.[58]

ஏனாதி, இந்நாட்டின் தலைமைக் கிராமமாகும். ஏனாதி கிராம அம்பலக்காரர் நாட்டின் பெரிய அம்பலக்காரராய் கருதப்படுகிறார். இங்குள்ள தன்னாயிர மூர்த்தி அய்யனார் கோயில், இந்நாட்டின் பொதுக்கோயிலாகும். இந்த அஞ்சூர் நாட்டுக் கள்ளர்கள் தந்தை வழியில் பல கூட்டங்களாகப் பிரிக்கப்பட்டுள்ளனர். ஒரே கூட்டத்தைச் சேர்ந்தவர்கள் பங்காளிகளாகக் கருதப்படுகின்றனர். கைம்பெண் மணமும், மணவிலக்கும் அனுமதிக்கப்படுகின்றன.

ஆறூர் வட்டவகை நாடு

இந்நாடு தெற்கே பனங்குடி நாட்டையும் வடக்கே மல்லாக்கோட்டை நாட்டையும், கிழக்கே பாகனேரி நாட்டையும், மேற்கே வெள்ளூர் மற்றும் நாலூர் நாட்டையும் எல்லைகளாகக் கொண்டு அமைந் துள்ளது. இது இன்றைய சிவகங்கை தாலுகாவில் உள்ளது.

இந்நாடு இருபத்திரண்டரை கிராமங்களை உள்ளடக்கியதாகும். அவை : ஒக்கூர், குலுக்கப்பட்டி, மேலமங்கலம், கருங்காபட்டி, காஞ்சிரங்கால், ஈசனூர், பங்காம்பட்டி, நாலுகோட்டை, கூவாளிபட்டி, இடையமேலூர், சாலூர், பேரணிபட்டி, மேலப்பூங்குடி, கீழப்பூங்குடி, பிரவலூர், புதூர், முத்துப்பட்டி, பொன்னாங்குளம், பொன்னாம் பட்டி, பாப்பாத்தியம்மன் கோவில், சோழபுரம், கீழமங்களம் ஆகியன.

இதில் பாப்பாத்தியம்மன் கோயில்பட்டி சிறிய கிராமமாக இருந்ததனால் அதற்கு ½ கிராம அந்தஸ்து அளிக்கப்பட்டுள்ளது.

மேலும் இந்நாடு வடக்கு வட்டவகை, தெற்கு வட்டவகை என இரண்டு பகுதிகளாகப் பிரிக்கப்பட்டுள்ளது. நாலு கோட்டை கிராமத்தைத் தலைமையாகக் கொண்ட 11 கிராமங்கள் வடக்கு

வட்டவகை என்றும், ஒக்கூர்க் கிராமத்தைத் தலைமைக் கிராமமாகக் கொண்ட 11 கிராமங்கள், தெற்கு வட்டவகை என்றும் அழைக்கப் படுகின்றது. நாலு கோட்டை கிராமத்தின் பெரிய அம்பலக்காரர், வடக்கு வட்டவகையின் நாட்டு அம்பலக்காரராகவும், ஒக்கூர் கிராமத்தின் பெரிய அம்பலக்காரர் தெற்கு வட்டவகையின் நாட்டு அம்பலக்காரராகவும் கருதப்படுகின்றார்.

இந்த ஆறூர் வட்டவகை நாட்டுக் கள்ளர்கள் தந்தை வழியில் பல வகையறாக்களாகப் பிரிக்கப்பட்டுள்ளனர். பெரிய அம்பலம் வகையறா, சின்ன அம்பலம் வகையறா, அழகிச்சி வகையறா, உண்டவி வகையறா, சமந்தன் வகையறா, அங்களிய நண்டன் வகையறா, பெரியமுத்தன் வகையறா, குண்டக்காலி வகையறா எனப் பல வகையறாக்களாகப் பிரிக்கப்பட்டுள்ளனர். ஒரே வகை யறாக்களைச் சேர்ந்தவர்கள் பங்காளிகளாகக் கருதப்படுகின்றனர். சோழபுரம் சிவன்கோயில் இந்நாட்டின் பொதுக்கோயிலாகும். கைம்பெண்மணமும், மணவிலக்கும் அனுமதிக்கப்படுகின்றன.[59]

பட்டமங்கலம் நாடு என்பது தெற்கே பாகனேரி நாட்டையும், மேற்கே மல்லாக் கோட்டை நாட்டையும், வடக்கே பூங்குன்ற நாட்டையும், கிழக்கே கண்டரமாணிக்க நாட்டையும் எல்லைகளாகக் கொண்டு பரவி இருக்கின்றது.[60] இப்பகுதி இன்றைய சிவகங்கை மாவட்டத்தில் திருப்பத்தூர் தாலுகாவில் அமைந்துள்ளது.

சுமார் 400 ஆண்டுகளுக்கு முன்பு தொண்டைமான் புதுக் கோட்டைப் பகுதியிலிருந்து ஒரு கர்ப்பிணிப் பெண் பட்ட மங்கலத்திற்கு வந்தாள். அவளுக்குச் சூரிய உதயத்தின் போது ஒரு ஆண் குழந்தை பிறந்தது. சூரிய உதயத்தில் பிறந்ததாலும் தொண்டைமான் வம்சத்தான் என்பதாலும், அவனுக்குச் சூரிய தொண்டைமான் எனப் பெயரிட்டனர். பிறகு, இங்கு ஏற்கனவே பொன்னமராவதிப் பகுதியிலிருந்து வந்து குடியிருந்த அபயம் காத்த அம்பலம் தனது மகளைச் சூரியத் தொண்டைமானுக்கு மணம் முடித்துக் கொடுத்தார். இந்த அபயம் காத்த அம்பலத்தினை நாட்டுச் சேர்வைக்காரராகவும், சூரியத் தொண்டைமானை நாட்டு அம்பலக்காரராகவும், அந்நாளில் செல்வாக்கோடு திகழ்ந்த வெளியாத்தூர் பெரியகாராள வெள்ளாளர் நியமித்தார். இந்த இருவரின் வம்சத்தவர்களே பட்டமங்கலம் நாட்டுக் கள்ளர்கள். இப்பட்டமங்கலம் நாடு ஆறு தெருக்களாகப் பிரிக்கப்பட்டுள்ளது. இந்த 6 தெருவிற்கும் உட்கிடை கிராமங்களாக மொத்தம் 22 ½ கிராமங்கள் உள்ளன.[61] அவை:

கீழத்தெரு: கீழபட்டமங்கலம், வெளியாடி.

மேலத்தெரு: மேலபட்டமங்கலம், சுப்பா குளப்பட்டி, வேலரைப்பட்டி.

வடக்குத்தெரு: வடக்கி பட்டமங்கலம், நைனாபட்டி.

தெற்குத்தெரு: சுள்ளங்குடி.

காட்டு இருப்பு முதல் தெரு: பண்ணைதிருத்தி, உதிரிப்பட்டி.

காட்டு இருப்பு இரண்டாம் தெரு: கக்காட்டு இருப்பு, முத்து வடுகநாதபுரம், புதூர், கருவேல்குறிச்சி, தானிப்பட்டி, வைரவன்பட்டி, கத்தாளம் பட்டி, ஓலைகுடி, கருங்குளம், சாமந்தன்பட்டி, பூரியன்குடி, மைக்குடிப் பட்டி, கோட்டை சிறைபட்டி.

பட்டமங்கலத்தில் உள்ள மதிகண்ட விநாயகர் அழகுசுந்தரி அம்மாள் கோயில் இந்நாட்டின் பொதுக்கோயிலாகும். திருக் கோட்டியூர் சௌமிய நாராயணன் பெருமாள் கோயில் தேர்த் திருவிழாவில் இப் பட்டமங்கலம் நாட்டாருக்கும், மல்லாக் கோட்டை நாட்டாருக்கும் முதன்மை அளிக்கப்படுகின்றது.

மேலும், இப் பட்டமங்கலம் கள்ளர்கள் மத்தியில் தந்தை வழியில் பல கூட்டங்கள் உள்ளன. ஒரே கூட்டத்தைச் சேர்ந்தவர்கள் பங்காளிகளாகக் கருதப்படுகின்றனர். சில கூட்டங்கள் பங்காளி கூட்டங்கள் எனவும், மாமன் மைத்துனன் கூட்டங்கள் எனவும் அழைக்கப்படுகின்றனர். இவ்வகையில் இவர்கள் மத்தியில் 158 கூட்டங்கள் உள்ளன. கைம்பெண் மணமும், மணவிலக்கும் அனுமதிக்கப்படுகின்றன.

பாகனேரி நாடு இது, தற்போதைய சிவங்கை மாவட்டத்தில் உள்ள காளையர் கோவில், கல்லல் திருப்பத்தூர், சிவகங்கை ஊராட்சி ஒன்றியங்களின் பகுதிகளை உள்ளடக்கியது. இந்நாடு சுமார் 400 வருடங்களுக்கு முன் உருவாக்கப்பட்டு, இங்கு வாழும் மக்களால் ஒருவகை தன்னாட்சி முறையில் பேணிக்காக்கப்பட்டு வருகிறது. இப்பகுதியில் வாழும் கள்ளர்கள் தஞ்சை, புதுக் கோட்டை, புதுக்குடியிலிருந்து இப்பகுதிக்கு வந்து குடியமர்ந்தனர். முதலில் இவர்கள் இங்கு வாழ்ந்த வேளாளர்களிடம் பணிபுரிந்து வந்தனர். இவர்களில் சிலர் பிணம் சுடும் பணியையும் செய்தனர்.

இந்நிலையில் ஒருநாள் புதுக்கோட்டையைச் சேர்ந்த கள்ளர் குல வீரன் ஒருவன் வேட்டையாட அப்பகுதிக்கு வந்தான். உடன் வந்த ஒருவனை அனுப்பிச் சுருட்டுக்கு நெருப்பு கொண்டுவரச் செய்தான். கொண்டு வந்த நெருப்புத் துண்டுகளுடன் ஒரு சுண்டு விரலும் இருக்கக் கண்டு நெருப்பு இருந்த இடத்திற்குச் சென்றான்.

அங்கு பிணம் சுட்டுக் கொண்டிருந்த 'திருமுடி' என்பவனை அணுகி விபரம் கேட்டபொழுது தான் கள்ளர் குலத்தவன் என்றும் அங்கு வலிமையுடன் வாழும் வேளாளர்கள் தங்களுக்கு இப் பணியைத் தந்திருப்பதாகவும் கூறினான். அது கேட்டுச் சினமுற்ற வீரன் அடுத்துவரும் வெள்ளியன்று கள்ளர்கள் வீடுகளில் அடையாளம் தெரியும் பொருட்டு வேப்பந்தழையைச் சொருகி வைக்குமாறு கூறிச் சென்றான். அவனும் அவ்வாறே செய்ததோடு தனக்கு ஆதரவாக இருந்த ஒரு வேளாளர் வீட்டிலும் வேப்பந் தழையைச் சொருகி வைத்தான். குறித்த நாளில் பல வீரர்களுடன் வந்து வேப்பந்தழைகள் சொருகாத வீடுகளையெல்லாம் கொளுத்தி அங்கிருந்த வேளாளர்களைத் துரத்தினான். அது முதல் இந்நாடு, கள்ளர்களின் ஆளுகைக்குள் இருந்து வருகிறது. இந்நிகழ்ச்சியின் போது பிணம் சுட்டவனது உதவியால் தப்பிய ஒரு வேளாளர் குடும்பத்தின் மரபினர் மட்டும் அங்கேயே வாழ்ந்து வந்தனர். இச் செவிவழிச் செய்திக்கு ஆதாரமாக இக்காலத்திலும் இங்கு வாழ்ந்து வருகின்ற ஒரே வேளாளர் குலத்தவரே அவ்வாறு தப்பியவரின் மரபினர் என்று கூறுகின்றனர். இந்நாடு முழுவதும் இக்கதை பெருவழக்கமாக உள்ளது.

இந்நாடு 22½ கிராமங்களை உள்ளடக்கியதாகும். கடைசி அரை கிராமம் இப்பொழுது முழுக் கிராம அந்தஸ்து பெற்று மொத்தம் 23 கிராமங்களாய் உள்ளன. அவை: 1. நகரம்பட்டி, 2. காடனேரி, 3.மாங்காட்டுப்பட்டி, 4. பாகனேரி, 5. நெய்பதப்பட்டி, 6.புலவன் பட்டி, 7. கற்றப்பட்டி, 8. வடக்கு காடனேரி, 9.அம்மன்பட்டி, 10. வீளனேரி, 11. காளையார்மங்கலம், 12. கருங்காலக்குடி, 13. கௌடிப்பட்டி, 14. பனங்குடி, 15. கோவினிப்பட்டி, 16. கீழக்கோட்டை, 17. கீரனூர், 18. முத்தூர், 19. பையூர், 20. வீரணியூர், 21. அல்லூர், 22. சித்தத்தூர், 23. பெரியகண்ணூர்.

இந்த இருபத்தி இரண்டரை கிராமங்கள் 128 கிராமங்களாகப் பெருகி இருக்கின்றன. புல்வநாயகியம்மன் இந்நாட்டின் பொதுத் தெய்வமாகும். நாட்டின் தலைவர் நாட்டார் எனப்படுகின்றார்.

பாகனேரிக் கள்ளர்கள் தாய்வழிச் சமூகத்தின்பாற்பட்டவர்கள். இவர்களது திருமண உறவுகள் தாய் வழியில் வருகின்ற கிளைகளின் அடிப்படையிலேயே அமைகின்றன. அம்மத்தா கிளை, நாலு பெண்டு கிளை, ரக்ச கிளை, அப்பிய கிளை, அரியான் கிளை என ஐந்துவகை தாய்வழிக் கிளைகள் உள்ளன. இதன்படி தாய் மாமனும், சகோதரி மகளும் ஒரே கிளையைச் சேர்ந்தவராய் கருதப்படுகின்றனர். அதனால் தாய்மாமன் – சகோதரி மகள் திருமணம் இவர்கள் மத்தியில் கடுமையாகத் தடை செய்யப்

பட்டுள்ளது. கைம்பெண்மணமும், மணவிலக்கும் முழுமையாக அனுமதிக்கப்படுகின்றன. இவர்கள் தேவர், அம்பலம், சேர்வை என்ற பட்டங்களைக் குலப்பட்டங்களாகப் பயன்படுத்துகின்றனர். "தேவர்" என்பது தற்பொழுது பெரும்பாலும் எல்லோராலும் பயன் படுத்தப்பட்டாலும், அதனைப் பயன்படுத்துகின்ற பழக்கம் இவர்கள் மத்தியில் அண்மை காலத்தில் உருவானதே எனப் பேரா.ஆத. முத்தையா குறிப்பிடுகின்றார்.[62]

கண்டர் மாணிக்கம் நாடு மேற்கே பட்டமங்கலம் நாட்டையும், கிழக்கே பாளைய நாட்டையும் வடக்கே ஏழூர் – பத்து நாட்டையும், தெற்கே குண்ணங்கோட்டை மற்றும் பாகனேரி நாட்டையும் எல்லைகளாகக் கொண்டு அமைந்திருப்பது, கண்டர் மாணிக்கம் நாடாகும். இந்நாடு இன்றைய சிவகங்கை மாவட்டத்தின் திருப்பத்தூர் காரைக்குடிப் பகுதிகளில் பரவி அமைந்திருக்கின்றது. கண்டு கொண்ட மாணிக்கம் என்ற சொல்லே கண்டர் மாணிக்கம் என மருவியது.

இந்நாடு பின்வரும் 13½ தாய்க் கிராமங்களை உள்ளடக்கியதாகும். அவை: 1. கண்டர் மாணிக்கம், 2. வெளியாத்தூர். 3. நடுவிக்கோட்டை மேலையூர், 4. நடுவிக் கோட்டை கீழையூர், 5. கூத்தங்குடி, 6. மேல்குடி, 7. பொன்னங்குடி, 8. கொங்கரேத்தி, 9. தெற்குப்பட்டு, 10. கள்ளிப்பட்டு, 11. பெரிச்சிசோலில், 12. செம்பனூர், 13. கருஞ்சி வலையப்பட்டி, புதுப்பட்டி ½ கிராமம்.

இந்த 13 ½ கிராமங்கள் இப்பொழுது 30க்கும் மேற்பட்ட கிராமங்களாகப் பல்கிப் பெருகி இருக்கின்றன.

இக் கண்டர் மாணிக்க நாட்டுக் கள்ளர்கள், புதுக்கோட்டை மாவட்டத்தில் திருமயம் தாலுகாவில் குடியமர்ந்துள்ளனர். அங்கு அவர்கள் 32 கிராமங்களாகப் பரவி உள்ளனர். அது பழுவஞ்சி பெருமாநாடு என அழைக்கப்படுகின்றது.

இவர்கள் தந்தை வழியில் பல வகைகளாகப் பிரிந்துள்ளனர். கொண்டவகை இலட்சுமணப் பெருமாள் வகை, சோழவகை, நாட்டரசன் வகை, சங்கட்டான் வகை, ஆண்டிவகை, வழங்கினான் வகை எனப் பல வகைகள் உள்ளன. ஒரே வகையைச் சேர்ந்தவர்கள் பங்காளிகளாகக் கருதப்படுகின்றனர். ஆரம்பத்தில் இவர்கள் கிளை வழியில் தாய்வழிச் சமூகமாகவே இருந்தனர் எனவும் மிகவும் சமீபத்திலேயே கிளைகள் மறைந்து தந்தை வழிச் சமூகமாக மாறினர் எனவும் இந்நாட்டு அம்பலக்காரர், பேராசிரியர் அம்பலத்தரசன் கூறுகிறார்.[63]

பதினாலு நாடு சிவகங்கை நகரத்திலிருந்து கிழக்குப் பக்கமாகப் புதுக்கோட்டை கடற்கரை வரை பரவியுள்ள கள்ளர் நாடுகள் பதினாலு நாடுகள் என அழைக்கப்படுகின்றன. இது இன்றுள்ள சிவகங்கை மாவட்டம், சிவகங்கை தாலுகா, தேவகோட்டை தாலுகா, காரைக்குடி தாலுகா, திருப்பத்தூர் தாலுகா, ராமநாதபுரம் மாவட்டம் திருவாடனை தாலுகா, புதுக்கோட்டை மாவட்டம் – ஆவுடையார் கோயில் தாலுகா, திருமயம் தாலுகா, அறந்தாங்கி தாலுகா, காளையர் கோவில் தாலுகா போன்ற பகுதிகளில் பரவி அமைந்துள்ளது.[64]

அக்காலத்தில் இப்பகுதியைச் சோழவளநாட்டிலிருந்து வந்து குடியமர்ந்த காராள வெள்ளாள குலத்தைச் சேர்ந்த கங்கராஜன் என்ற மன்னன் ஆண்டு வந்தான். அவன் இப்பகுதியைச் சிங்க வளநாடு, காராள வளநாடு, கங்கை வளநாடு என மூன்றாகப் பிரித்து கண்டதேவி கிராமத்தைத் தலைமையகமாகக் கொண்டு ஆண்டு வந்தான்.

அப்பொழுது பாசிக்குடி நத்தம் வளநாட்டிலிருந்த உச்சனை கிராமத்தில் மாசோழான், நல்லாளான், விசையாதான் என்ற மூன்று சகோதரர்கள், தங்களது தங்கை சிரியாளுடன் வாழ்ந்து வந்தனர். அப்பொழுது அப்பகுதியை ஆண்ட ராஜா ஒருவன் பெண் பித்தனாக இருந்தான். பருவமடைந்த எல்லாப் பெண்களையும் கற்பழித்து வந்தான். அவன், தங்கை சிரியாள் மீதும் ஆசைப்பட்டான். அவனது ஆசைக்கு மூன்று சகோதரர்களும் இணங்கவில்லை. அதனால் இம்மூவரையும் சிரச்சேதம் செய்ய உத்தரவிட்டான். தங்கள் உயிருக்கு ஆபத்து வந்துவிடும் எனப் பயந்து அந்த மூவரும் தங்களது தந்தையையும், தங்கையையும் அழைத்துக்கொண்டு இரவோடு இரவாகத் தப்பித்துத் தெற்குநோக்கி வந்து எழுவன் கோட்டை கண்மாயிக்கு அருகே குடிசை போட்டு வாழத் தொடங்கினர். அச் சமயம் ஒரு நாள் கடுமையாக மழை பெய்து எழுவன் கோட்டை கண்மாய் நிரம்பி அதன் கரைகள் உடைகின்ற நிலை ஏற்பட்டது. அப்பொழுது கங்கராஜன் உடைகின்ற கண்மாயை அடைப்பவர்களுக்குச் சன்மானம் அளிக்கப்படும் என அறிவித்தான். அதே சமயத்தில் அம்முயற்சியில் தோற்பவர்களது தலை துண்டிக்கப்படும் எனவும் அறிவித்தான். இதைக் கேட்ட மூன்றாவது சகோதரன் விசையாதான் மன்னனிடம் சென்று தாங்கள் அந்தக் கண்மாயின் ஓட்டைகளை அடைப்பதாகச் சொன்னான். அதற்குச் சன்மானமாகத் தாங்கள் வாழ்வதற்கு மூன்று குடிசைகளும், வணங்குவதற்கு ஒரு சாமியும்

வழங்கினால் போதும் எனச் சொன்னான். அதற்கு மன்னனும் சம்மதித்தான்.

மறுநாள் காலையில் இம்மூவரும், தந்தையுடனும் தங்கையுடனும் சேர்ந்து கண்மாயின் ஓட்டையை அடைக்க ஆரம்பித்தனர். தந்தை மண் உருண்டைகளை உருட்டித் தர, தங்கை சிரியாள் அதைக் கொண்டு சென்று சகோதரர்களிடம் கொடுத்தாள். இளையவன் விசையாதான் தண்ணீரில் மூழ்கிச்சென்று கரையின் கீழ் ஓட்டை களை (கீழ் அணைகளை) அடைத்தான். மூத்தவன் மாசோழான் கரையின் மேல் பகுதியில் ஏற்பட்ட விரிசல்களை அடைத்தான். நடுவிளான் நல்லாளான் கரையின் மையப்பகுதியில் ஏற்பட்ட விரிசல்களை அடைத்தான்.

இவ்வாறு இந்த ஐந்து பேரும் சேர்ந்து கண்மாய்க் கரையை உயர்த்தி கரை உடைவதைத் தடுத்தனர். இதைப் பார்த்து சந்தோஷமடைந்த மன்னன் கங்கராஜன், சகோதரர்கள் மூவரையும், தான் ஆண்ட மூன்று நாடுகளுக்கும் தலைவர்களாய் நியமித்தான். அம் மூன்று நாடுகளையும் தங்கள் கட்டுப்பாட்டில் கொண்டு வந்த இச் சகோதரர்கள் அதனைப் பெயர் மாற்றம் செய்து நான்கு நாடுகளாய் தங்களுக்குள் பகிர்ந்து கொண்டனர். சிங்க வளநாட்டை கீழனை உஞ்சனை நாடு என்றும், காரளா வளநாட்டை மேலனை செம்பொன்மாரிநாடு என்றும், கங்கை வளநாட்டை கண்ணனை தென்னிலை நாடு எனவும் பெயர் மாற்றம் செய்தனர். மேலும் ஒரு பகுதியைப் பிரித்து இரவு சேரிநாடு எனப் பெயரிட்டு தங்கை சிரியாளுக்குக் கொடுத்தனர்.[65]

இவ்வகையில் உஞ்சனை நாடு, செம்பொன்மாரிநாடு, தென்னிலைநாடு, இரவு சேரிநாடு என நான்கு பிரிவுகளாய் பிரித்து வாழ்ந்து வருகையில், அவர்களது பூர்வீகப் பகுதியான பாசிக்குடி நத்தம் வளநாட்டிலிருந்து அவர்களது உறவினர்கள் பலர் வந்து இப்பகுதியில் குடியேறினர். அவர்களுக்கும் நாடுகளைப் பகிர்ந்து கொடுத்ததில், மொத்தம் 14 நாடுகள் உருவாயின. மேற்கூறிய நான்கு நாடுகள் மையநாடுகளாக இருந்த போதிலும், ஒவ்வொரு நாட்டிற்கும் சில உள்நாடுகளும் சில சேர்க்கை நாடுகளும் உள்ளன.

உஞ்சனை நாடு இது 32 ½ கிராமங்களை உள்ளடக்கியதாகும். உஞ்சனை இதன் தலைமைக் கிராமமாகும்.

உள்நாடுகள் உஞ்சனை நாட்டிற்குச் சில உள்நாடுகளும் உண்டு அவை :

1. நடுவிநாடு : 9 ½ கிராமங்களை உள்ளடக்கியது. வெங்களூர் – தலைமை கிராமம்.

அமராவதி செஞ்சை நாடு : 12 ½ கிராமங்கள். தலைமைக் கிராமம் – அமராவதி செஞ்சை.

சாக்கையநாடு : 22 ½ கிராமங்கள். தலைமைக் கிராமம் – சாக்கவயல்

செயங்கொண்டான் நாடு : 11 ½ கிராமங்கள். தலைமைக் கிராமம் – ஜெயங்கொண்டான்.

கண்டதேவிநாடு : 11 ½ கிராமங்கள். தலைமைக் கிராமம் – கண்டதேவி. இதற்கு 2 ½ சேர்க்கை நாடுகள் உள்ளன.

2. வடபோகி நாடு : 22 ½ கிராமங்கள். தலைமைக் கிராமம் – ஆம்பங்குடி.

3. ஏம்பல்நாடு : 22 ½ கிராமங்கள். தலைமைக் கிராமம் – ஏம்பல் ½ நாடு : ஆத்தங்கரைநாடு. மேலவட்டம். தலைமைக் கிராமம் – ஆத்தங்கரை.

4. செம்பொன்மாரிநாடு : 22 ½ கிராமங்கள். தலைமைக் கிராமம் – செம்பொன்மாரி உள்நாடு: கோபாலநாடு – 22 ½ கிராமங்கள். தலைமைக் கிராமம் – கும்பங்குடி

5. முத்துநாடு : 96 ½ கிராமங்கள். தலைமைக் கிராமம் – ஆனையடி.

6. தேர் போகிநாடு : 22 ½ கிராமங்கள். தலைமைக் கிராமம் – அண்டக்குடி. ½ நாடு : ஆத்தங்கரை கீழவட்டம்.

7. தென்னிலைநாடு : 96 ½ கிராமம். தலைமைக் கிராமம் – எழுவன் கோட்டை.

8. குன்னங்கோட்டைநாடு : 22 ½ கிராமம். தலைமைக் கிராமம் – கல்லல்.

9. கப்பலூர்நாடு : 58 ½ கிராமம். தலைமைக் கிராமம் – கப்பலூர். ½ நாடு : சிலாமீகநாடு. மேலவட்டம்.

10. இரவு சேரிநாடு : 22 ½ கிராமம். தலைமைக் கிராமம் – இரவு சேரி.

11. இரும்பாநாடு : 42 ½ கிராமம். தலைமைக் கிராமம் – இரும்பாநாடு.

12. ஏழு கோட்டைநாடு : 96 ½ கிராமம். தலைமைக் கிராமம் – சித்தனூர். ½ சிலாமீகநாடு. கீழ வட்டம்.

உஞ்சனைநாடு, செம்பொன் மாரிநாடு, தென்னிலைநாடு, இரவுசேரிநாடு என்ற நான்கு மைய நாடுகளுக்கும் ஒவ்வொரு பெரிய அம்பலக்காரர்கள் உள்ளனர். இந்த நான்கு பெரிய அம்பலக்காரர்களும் பதினாலு நாடுகளுக்கும் தலைமை அம்பலக் காரர்களாகக் கருதப்படுகின்றனர். இதுபோக ஒவ்வொரு நாட்டிற்கும்

அதிலுள்ள ஒவ்வொரு கிராமத்திற்கும் பெரிய அம்பலங்கள் உள்ளனர். இவ் அம்பலங்கள் வம்சாவளியின் அடிப்படையில் இப்பொறுப்பினைப் பெறுகின்றனர். இந்த 14 நாட்டுக் கள்ளர்களும் சன்னவனம் சாரங்கோட்டை சிவன் கோயிலில் கூடித் தங்களுக்குள் ஏழு தாய்வழிக் கிளைகளை உருவாக்கினர். அவை :

1. சோலையான் கிளை, 2. தொண்டைமான்கிளை, 3. அரியா தான்கிளை, 4. அரசியாகிளை, 5. பிச்சையாகிளை, 6. குருவிலிகிளை 7. பெஸ்தான்கிளை ஆகியன. தாய்வழியில் அமைந்திருக்கின்ற இக்கிளைப்படி தாய்மாமனும் சகோதரி மகளும் ஒரே கிளையைச் சேர்ந்தவர்களாவர்.[66] அதனால் தாய்மாமன் அக்காள்மகள் திருமணம் இவர்கள் மத்தியில் கடுமையாகத் தடை செய்யப் பட்டுள்ளது. கைம்பெண்மணமும், மணவிலக்கும் அனுமதிக்கப் படுகின்றன. இவர்கள் பொதுவாகப் பதினாலு நாட்டு ஏழு கிளை கள்ளர்கள் எனவும், சிவகங்கை நாட்டார் கள்ளர்கள் எனவும் அழைக்கப்படுகின்றனர். இவர்கள் அம்பலம், சேர்வை என்ற பட்டத்தைப் பயன்படுத்துகின்றனர்.

மேற்கூறிய 13 வகை நாடுகள் மட்டுமல்லாமல், பூங்குன்றம் நாடு, ஏழூர்பத்து நாடு, பணங்குடிநாடு போன்ற கள்ளர் நாடுகளும் உள்ளன. அவை மட்டுமல்லாமல் கொட்டங்குடி, பதினெட்டாம்குடி, சூரக்குண்டு, ஆட்டுக்குளம், நாவினிப்பட்டி, வண்ணாம்பாறைப் பட்டி போன்றவை நாட்டு அந்தஸ்தினைப் பெறாமல் தங்களுக்குள் தனி அம்பலங்களை உருவாக்கிக் கொண்டு தனிக்குழுக்களாக இருக்கின்றன. இவை பெரும்பாலும் நாட்டுத் தலைவர்களின் இளையதாரத்து மக்களால் உருவாக்கப்பட்டு இருக்கலாம். அதனால் அவற்றிற்கு நாடு எனும் அந்தஸ்து அளிக்கப்படாமல் இருந்திருக்கலாம் என நாட்டுக் கள்ளர்களின் முக்கியத் தகவலாளரான கிடாரிப்பட்டி அம்பலக்காரர் என்னிடம் தெரிவித்தார்.[67]

அக்காலத்தில் கள்ளர்கள் இப்பகுதிகளில் மிகுதியாக வாழ்ந்ததால், இவை கள்ளர் நாடுகள் என அழைக்கப்பட்டாலும், இப்பகுதிகளில் கள்ளர்கள் மட்டுமல்லாமல் பறையர், வலையர், கோனார்கள், பள்ளர்கள், நகரத்தார்கள், வெள்ளாளர்கள், நாயக்கர்கள் போன்றோரும் இன்னும் சில சமூகத்தாரும் பாரம்பரியமாக வாழ்ந்து வருகின்றனர்.

இவ்வாறு மதுரை நகரத்தின் கிழக்கு நுழைவு வாயிலிலிருந்து புதுக்கோட்டை கடற்கரை வரை பரவி வாழ்கின்ற மதுரை மண்டலத்துக் கள்ளர்கள், தாங்கள் வாழ்ந்த பகுதிகளைத் தங்களுக்குள் பல நாடுகளாகப் பிரித்து அவற்றில் அம்பலம் என்ற

அதிகார அமைப்பை உருவாக்கி, அதன்படி தங்களைத் தாங்களே நிர்வகித்துக் கொண்டு வாழ்ந்து வந்ததால் அவர்கள் நாட்டுக் கள்ளர்கள் அல்லது நாட்டார் கள்ளர்கள் எனவும் அம்பலக்காரர்கள் எனவும் பொதுவாக அறியப்படுகின்றனர்.

இவை மட்டுமல்லாமல் மதுரை நகரத்திற்கு மேற்குப் பகுதியில் வாழ்கின்ற கள்ளர்கள் புறமலை அல்லது பிறமலைக் கள்ளர்கள் எனப்படுகின்றனர். இவர்கள் கிழக்குப் பகுதியில் வாழ்கின்ற நாட்டுக் கள்ளர்களிடமிருந்து சற்று மாறுபட்ட சமூக அமைப்பை உருவாக்கி வாழ்ந்து வருகின்றனர். இனி, இவர்களது தோற்றம் சமூக வாழ்க்கை மற்றும் வரலாறு பற்றி அடுத்தடுத்த அத்தியாயங்களில் விரிவாகப் பார்ப்போம்.

அடிக்குறிப்புகள்

1. கி. பார்த்திபராஜா, *நாட்டார் சாமிகள்*, ப. 37
2. தேவநேய பாவாணர், *பண்டைய தமிழர் நாகரீகமும் பண்பாடும்*, 2000, ப. 17
3. டாக்டர்.மா. இராசமாணிக்கனார், *சோழர் வரலாறு*, 2009, ப. 89
4. தேவநேய பாவாணர், *பழந்தமிழராட்சி*, 2000, ப. 18
5. கால்டுவெல், *திருநெல்வேலி சரித்திரம்*, 2007, ப. 39
6. ந.மு. வேங்கடசாமி நாட்டார், *கள்ளர் சரித்திரம்*, 1984, ப. 66
7. சுவாமிநாத மாதவராயர், *சூரியகுல கள்ளர் சத்திரம்*, 1926, ப. 25
8. கால்டுவெல், முன்குறிப்பிட்டது, ப. 39
9. தேவநேய பாவாணர், *பண்டைய தமிழர் நாகரீகமும் பண்பாடும்*, 2000, ப. 16, 17
10. ----------------, *பழந்தமிழராட்சி*, 2000, ப. 18
11. க.ப. அறவாணன், *தமிழ்ச் சமுதாய வரலாறு*, ப. 304
12. தி.வை. சதாசிவ பண்டாரத்தார், *பாண்டியர் வரலாறு*, 2007, ப. 3
13. மேற்படி, ப. 114
14. கால்டுவெல், முன்குறிப்பிட்டது, ப. 39
15. தேவநேய பாவாணர், *பழந்தமிழராட்சி*, ப. 18
16. மேற்படி, 2000, ப. 18
17. வி. கனகசபைபிள்ளை, *1800 ஆண்டுகளுக்கு முற்பட்ட தமிழகம்*, 2003, ப. 36
18. மேற்படி, பக். 57 – 58.
19. புலவர் குழந்தை, *கொங்குநாடு*, 2009, ப. 60
20. Nicholos Diriks, *Hollow Crown*, 1989, P. 32
21. Ibid. P.153
22. ஆசீர்வாத உடையாத்தேவர், *மறவர் சரித்திரம்*, 1938, ப. 32
23. Dr.M.Renganathan, *Zamindari System in the Madras Presidency 1802 - 1948*, 2010, P.26

24. K. Rajayan, *Rise and Fall of Poligars of Tamilnadu*, 1974, P. 4
25. Ibid. P. 8
26. Nicholos Diriks, *Hollow Crown*, P. 52
27. Letter of Father Martin to Father De.Villete, *Marava in the Mission of Madura*, November 8th 1709 (மேற்கோள் : Sathyanatha Aiyer, *History of the Nayaks of Madura*, Annexure 304 - 305)
28. Edgar Thurston, *Caste and Tribes of Southern* Vol. K, 1909, P.
29. K.N. Singh (Ed), *People of India*, D.Xaviour Article, P. 537
30. Ibid. PP. 548 - 550
31. Ibid. P. 558
32. ந.மு. வேங்கடசாமி நாட்டார், *முன்குறிப்பிட்டது*, 1984, ப. 75
33. Dr.V.Karuppaiyan, *Kingship and polity among the upland kallars of Tanjavur*, Unpublished Thesis, University of Madras, 1981
34. ந.மு. வேங்கடசாமி நாட்டார், *முன்குறிப்பிட்டது*, 1984
35. Nicholos Diriks, *Hollow Crown*, 1989, PP. 215 - 222
36. W.Francis, *Census of India 1901*, Vol XV, P. 158
37. J.H.Nelson, *The Madura Country Manual*, 1868, P. 45
38. Ibid. P. 48
39. Edgar Thurston, *Caste and tribes of Southern India*, Vol. k, 1909, P. 61
40. Black Burn, *The Kallars the Criminal tribs Reconsidered*, South Asian Journal, 1978, P. 12
41. தர்மர் அம்பலம் (55), ஐந்துகரை பெரிய அம்பலக்காரர், நடுவிநாடு, மேலூர் தெற்குப்பட்டி, பே. நா : 10.11.2007
42. ராமையா அம்பலம் (77), ஏழைகாத்த அம்மன் கோயில் காவல்காரர், வெள்ளளூர், பே. நா: 18.8.2009
43. சோலை. கருப்பத்தேவன் (37), கவணம்பட்டி, பே. நா: 18.8.2009
44. போஸ் அம்பலம்(50), வல்லாளபட்டி தெற்கு வளைவு, பே.நா : 13.11.2007
45. கடுக்கான் அய்யாவு அம்பலம் (81), கிடாரிபட்டி, பே.நா : 4.9.2009
46. தொ.பரமசிவம், *பண்பாட்டு அசைவுகள்*, 2004, பக்கம் – 150
47. தர்மர் அம்பலம், ஐந்துகரை பெரிய அம்பலக்காரர், மேலூர் – தெற்குப்பட்டி, பேட்டிநாள்: 10.11.2007
48. *Letter of Father Martin to Father De.Villete*, November 8th 1709 (மேற்கோள் : Sathyanatha Aiyer, *History of the Nayaks of Madura*, Annexure 304 - 305)
49. ம.சு.க. கந்தசாமி அம்பலம், பெரிய அம்பலக்காரர், வெள்ளளூர் நாடு, கோட்டநத்தம்பட்டி, பே.நா : 11.11.2007
50. வெ.கருப்பையா அம்பலம் (78), சின்ன ஒக்கப்பட்டி, பே.நா : 18.08.09
51. பழ. வீரணன் அம்பலம்(வெளியீட்டாளர்) சேருங்குடிநாடு மூன்று வகை நாட்டார்கள் முக்குலத்தோர் சங்க வெளியீடு, ப. 5
52. பழ. வீரணன் அம்பலம்(77), கீழையூர், பே.நா : 18.08.2009
53. சபாபதி அம்பலம், வயது 75, பெரிய அம்பலகாரர், மாம்பட்டி, பே. நா. 07.09.09
54. புருஷோத்தமன் சேர்வை (49), ஏரியூர், பே.நா: 7.09.2009
55. மீ. மனோகரன், *மருதுபாண்டிய மாமன்னர்கள்*, 1994, ப. 244

56. ராமசுப்பு அம்பலம்(60), பெரியஅம்பலக்காரர், ஏரியூர், பே. நா: 7.09.2009
59. முத்தையா அம்பலம்(87), ஒக்கூர், பே. நா: 20.9.09
60. பல்லவராயன் குமரேசன் பிள்ளை(60), பட்டமங்கலம், பே.நா: 24.9.09
61. காந்தி தொண்டைமான்(55), பட்டமங்கலம், பே. நா: 24.9.09
62. ஆத.முத்தையா, *பாகனேரி நாட்டுமக்களின் நாட்டார் மரபும் பண்பாடும்*, ப. 108
63. பேரா. அம்பலத்தரசு, நாட்டு அம்பலக்காரர், கண்டர் மாணிக்கம், பே.நா: 24.9.09
64. ராம. ராம. ராமசாமி அம்பலக்காரர்(50), பெரிய அம்பலக்காரர், கீழனை உஞ்சனைநாடு, பே.நா: 5.10.2009
65. சுப்பிரமணியம் சேர்வை, *பதினாலு நாட்டார் சரித்திரம்*, பக். 10–11
66. மேற்படி, ப. 16
67. கடுக்கான் அய்யாவு அம்பலம்(77), கிடாரிபட்டி, பே.நா: 26.08.07

பிறமலைக் கள்ளர் பூர்வீகமும், புறமலைப் பகுதியில் குடியேறுதலும்

மதுரை நகரத்துக்கு மேற்குப் பகுதியில் வாழ்கின்ற பிறமலைக் கள்ளர்கள், மேல்நாட்டு கள்ளர்கள் என்றும், ஆனையூர் கள்ளர்கள் என்றும் ஐரோப்பிய ஆய்வாளர்களால் குறிப்பிடப்படுகின்றனர். இப்பகுதியில் உள்ள ஆனையூர் கிராமம், பாண்டியர் ஆட்சிகாலம் முதல் இப் பகுதிக்கான வருவாய் தலைமையகமாக (Revenue Head Quarters) இருந்தது. அதனால் அதனைச் சுற்றியுள்ள பகுதிகளில் வாழ்ந்த கள்ளர்கள் ஆனையூர் கள்ளர்கள் எனப்பட்டனர்.

புறமலைநாடு

திருப்பரங்குன்ற மலை கிழக்கு எல்லையாகவும், ரத்தினகிரி மலை (கணவாய்மலை) மேற்கு எல்லையாகவும், குண்டாறு தெற்கு எல்லையாகவும் நாகமலை வடக்கு எல்லையாகவும் கொண்டு அமைந்துள்ள பகுதியே புறமலை அல்லது பிறமலைநாடு என முத்துத்தேவர் குறிப்பிடுகிறார்.[1] இவற்றை அறுதியிடப்பட்ட எல்லைகளாகக் கொள்வதைக் காட்டிலும், பொதுவான நிலவியல் குறிகளாகவே கொள்ளலாம். ஏனெனில் நாகமலைக்கு வடக்கேயும் சில பூர்வீகக் கள்ளர் கிராமங்கள் உள்ளன. அதனால் வைகை ஆற்றங்கரையையே இதன் வடக்கு எல்லையாகக் கருதமுடியும்[2] என ஆனந்த பாண்டியன் குறிப்பிடுவதும் கவனிக்கத்தக்கது.

இது, இன்றைய மதுரை மாவட்டத்தின் உசிலம்பட்டி ஒன்றியம், செல்லம்பட்டி ஒன்றியம், சேடப்பட்டி ஒன்றியம், திருமங்கலம் ஒன்றியம், திருப்பரங்குன்றம் ஒன்றியத்தின் மேற்குப் பகுதி, சோழவந்தான் ஒன்றியத்தின் தென்பகுதிகளை உள்ளடக்கியதாகும்.

இப்பகுதியைப் பூர்வீகமாகக் கொண்ட கள்ளர்கள் பிறமலைக் கள்ளர் என அழைக்கப்படுகின்றனர். இவர்கள் இப்பகுதியைப் பூர்வீகமாக கொண்டிருந்தாலும் மதுரை நகரத்திலும், தேனி, திண்டுக்கல் மாவட்டங்களிலும் பரவி வாழ்கின்றனர்.

1931க்குப் பின் சாதிவாரிக் கணக்கெடுப்பு நடைபெறவில்லை என்பதால் இவர்களது எண்ணிக்கையை அறுதியிட்டுக் கூற இயலவில்லை. ஆனால் 1920இல் வெளியிடப்பட்ட அரசு ஆணை ஒன்று இவர்கள் மொத்தம் 70,000 பேர் இருப்பதாகக் குறிப்பிடுகிறது.[3] 1975இல் இவர்களது எண்ணிக்கையைத் தோராயமாக 3,50,000 இருக்கும் என ஆய்வாளர் சண்முகலட்சுமி, அறிக்கை ஒன்றில் குறிப்பிடுகிறார்.[4]

ஆனால் சமீபத்தில் இவர்களைப் பற்றி ஆய்வு செய்த அமெரிக்க ஆய்வாளர் ஆனந்த பாண்டியன் பிறமலைக் கள்ளர்களது மக்கள் தொகை ஒரு மில்லியனுக்கும் சற்றுக் குறைவாக இருக்கும் எனக் கணக்கிடுகின்றார்.[5] அதாவது இவர்களது தற்போதைய மக்கள் தொகை தோராயமாகப் பத்து லட்சமாக இருக்க வாய்ப்புள்ளது.

புறமலைப் பகுதியில் கள்ளர் குடியேற்றம்

சென்ற அத்தியாயத்தில் நாம் பார்த்த மதுரைக்குக் கிழக்குப் பக்கத்தில் அமைந்துள்ள கள்ளர் நாடுகளிலிருந்து பல கள்ளர் குழுக்கள் அவர்களுக்குள் ஏற்பட்ட உள் முரண்பாடு காரணமாகச் சிறுகச் சிறுக வெளியேறி மதுரைக்கு மேற்குப் பகுதியில் குடியேறினர். இவ்வகை இடப்பெயர்ச்சியும், குடியேற்றமும் எப்பகுதியிலிருந்து எதற்காக எங்ஙனம் நடந்தது என்பதனை ஆராய்வதற்கு முன்பு அதன் காலம் பற்றி ஆய்வு செய்வோம்.

குடியேறிய காலம்

கி.பி. 8ஆம் நூற்றாண்டில் கள்ளர்கள் இப்பகுதியில் வந்து குடியமர்ந்தனர் என வரலாற்றாசிரியர் ஆர். கே. கண்ணன் குறிப்பிடுகின்றார்.[6] ஆனால், கள்ளர்களின் குடியேற்றம் பற்றிய வழக்குக் கதைகள் அவர்கள் இப்பகுதிக்கு வருவதற்கு முன்பு, தெலுங்கு பேசுகின்ற நாயக்கர்கள், கன்னடம் பேசுகின்ற காப்பிளியர்கள் பெருமளவிலும் ஒரு சில காராள வெள்ளாளக் குடிகள் சிறுமளவிலும் இப்பகுதியில் வாழ்ந்து வந்ததாகக் குறிப்பிடுகின்றன. கி.பி. 8ம் நூற்றாண்டில் தெலுங்கு பேசுகின்ற மக்கள் தமிழக பகுதியில் இல்லை என்பது தெளிவு. கி.பி. 1535இல் தான் நாயக்கர்களது ஆதிக்கம் மதுரை பகுதியில் உருவானது.[7]

அதன் பின்பு தான் தெலுங்கு பேசக்கூடிய மக்கள் இப்பகுதியில் குடியேறினர்; பல கிராமங்களை அமைத்து வாழ்ந்து வந்தனர். அதன் பிறகு தான் மதுரைக்குக் கிழக்குப் பக்கத்திலிருந்து கள்ளர்கள் கொஞ்சம் கொஞ்சமாக இப்பகுதியில் குடியமரத் துவங்கினர். கி.பி. 1655இல் உரப்பனூரைச் சேர்ந்த திருமலை பின்னத்தேவன் என்பவரைப் இப்பகுதியின் தலைவராகப் பட்டங்கட்டி திருமலை நாயக்கர் ஒரு பட்டயத்தை வழங்குகின்றார். அப்பட்டயத்திலேயே 'நாடு எட்டு' என்ற வார்த்தை குறிப்பிடப் பட்டுள்ளது. அதன்படி நாடு எட்டிற்கும் கம்பளி விரித்து நீதிபரி பாலனம் செய்கின்ற அதிகாரம் திருமலை பின்னத்தேவருக்கு அளிக்கப்படுகின்றது. இதை வைத்துப் பார்க்கும்பொழுது 1650களிலேயே இவர்கள் மத்தியில் எட்டுநாடு என்ற அமைப்பு உருவாகிவிட்டது. அப்படியென்றால் அதற்கு 2அல்லது 3 தலை முறைகளுக்கு முன்பாக இவர்கள் இப்பகுதியில் குடியேறியிருந்தால் தான் அந்த நிலைப்பாட்டை அடைந்திருக்க முடியும். இதன்படி பார்த்தால் இவர்களது குடியேற்றம் 16ஆம் நூற்றாண்டின் இறுதி ஆண்டுகளில் நிகழ்ந்திருக்கலாம். அமெரிக்க மானுடவியல் அறிஞர் ஸ்டுவர்டு ப்ளாக்பர்ன், கள்ளர்கள் 1600இல் ஆனையூர் பகுதியில் குடியேறினர் எனக் குறிப்பிடுகின்றார்.[8]

பிரான்மலைக் கள்ளர்களா? அல்லது புறமலைக் கள்ளர்களா?

சுமார் 400 ஆண்டுகளுக்கு முன்பு பிரான்மலைப் பகுதியில் பிரான்மலை கள்ளர் என்ற ஒரு வகுப்பார் வாழ்ந்து வந்தனர். அவர்களில் ஒரு சிலர் அவ்வகுப்பாரிடமிருந்து பிரிந்து வந்து மதுரைக்கு மேற்குப் பகுதிகளில் குடியமர்ந்தனர். அவர்கள் பிரான்மலைக் கள்ளர்கள் எனப்பட்டனர். அச் சொல்லே மருவி பிரமலை எனப்பட்டது. பிரான்மலைக் கள்ளர் என்ற பெயரில் இன்றும் ஒரு வகுப்பார் அப்பகுதியில் வாழ்ந்து வருகின்றனர் எனப் பலர் சொல்லியும், எழுதியும் வந்துள்ளனர். இன்று வரை இக்கருத்து பரவலாகப் பதியப்பட்ட அல்லது அறியப்பட்ட கருத்தாக இருந்து வருகின்றது. இக்கருத்தின் உண்மை தன்மைப் பற்றி ஆய்வு செய்வதற்கு முன் பிரான்மலையின் அமைவிடம், அதன் வரலாறு, அங்குப் பூர்வீகமாக வாழ்கின்ற சமூகங்கள் பற்றிய விளக்கங்கள் ஆகியனவற்றைக் காண்போம்.

பிரான்மலை அமைவிடம்

பிரான்மலைக் குன்றுகள் சிவகங்கை மாவட்டம் திருப்பத்தூர் வட்டத்தில், திருப்பத்தூர் – திண்டுக்கல் நெடுஞ்சாலையிலுள்ள

சிங்கணபுரிக்கு வடக்கே 12 கி.மீ. தொலைவில் உள்ளது. இது பறம்புமலை, செங்கண்ணான்மலை, ஒடுவன்பட்டிமலை என மூன்று தொடர் மலைக்குன்றுகளை உள்ளடக்கியது.

பிரான்மலை வரலாறு

இது சங்ககாலத்தில் பறம்புமலை என அழைக்கப்பட்டது. அக்காலத்தில் பாரி என்னும் மன்னன் அப்பகுதியை ஆண்டு வந்தான். அவன் கடையெழு வள்ளல்களில் தலைமகன் ஆவான். படர்வதற்குக் கொம்பின்றித் தவித்த முல்லைக் கொடிக்குத் தான் ஏறி வந்த தேரினை அளித்தான். அவன் பறம்பு மலையைச் சூழ்ந்திருந்த 300 கிராமங்களைத் தன்னகத்தே கொண்டு ஆட்சி புரிந்து வந்தான். அவன் தமிழகத்தில் தொண்மையான வேளிர் குலத்தைச் சேர்ந்தவன். அதனால் அவன் 'வேள்பாரி' எனவும் அழைக்கப்பட்டான். பாரியின் கொடைத் திறனையும், அவன் நாட்டின் வளத்தையும் கபிலர், ஔவையார், பெருஞ்சித்திரனார், மதுரை நக்கீரனார், மிளைகந்தனார் முதலான புலவர்கள் பாடி யுள்ளனர். இவர்களது பாடல்களே பாரியினது பறம்பினை அறிய ஆவணங் களாக உள்ளன.[9]

பாரி ஆண்ட நாடு பறம்புநாடு எனவும், அவன் வாழ்ந்த மலைக் கோட்டை பறம்பு மலை எனவும் வழங்கி வந்தது. பறம்புமலை நீர்வளமும், வனவளமும் நிறைந்திருந்தது பற்றிப் பல சங்கப் பாடல்கள் மூலம் அறிய முடிகின்றது. பறம்பு மலையின் நீர்வளம் பற்றி மிளைகந்தனார் என்னும் புலவர்,

> பாரி பறம்பில் பனிச்சுனைத் தெண்ணீர்
> தை இத்திங்கள் தண்ணிய தரினும் (குறுந். 196)

எனவும், புறத்திணை நன்னாகனார்

> பாரி பறம்பிற் பனிச்சுனைத் தெண்ணீர்
> ஏழு ருண்மையின் இகழ்ந்தோர் போல (புறம் . 176)

எனவும் பாடியுள்ளார்.

இவ்வளவு வளமிக்க இம்மலை சங்க காலத்தில் பறம்புமலை என அழைக்கப்பட்டு, பின்னர் பல பெயர்களால் வழங்கப்பட்டு வந்துள்ளது. கி.பி. ஏழாம் நூற்றாண்டில் இங்கு வந்த திருஞான சம்பந்தர் இதனைத் திருக்கொடுங்குன்றம் எனப் பாடியுள்ளார். இம்மலை, பின்னர் வந்த நூற்றாண்டுகளிலும் திருக்கொடுங்குன்றம் என்றே பெயர் பெற்றிருந்தது என்பது பல கல்வெட்டுகளால் தெரிய வருகிறது.[10]

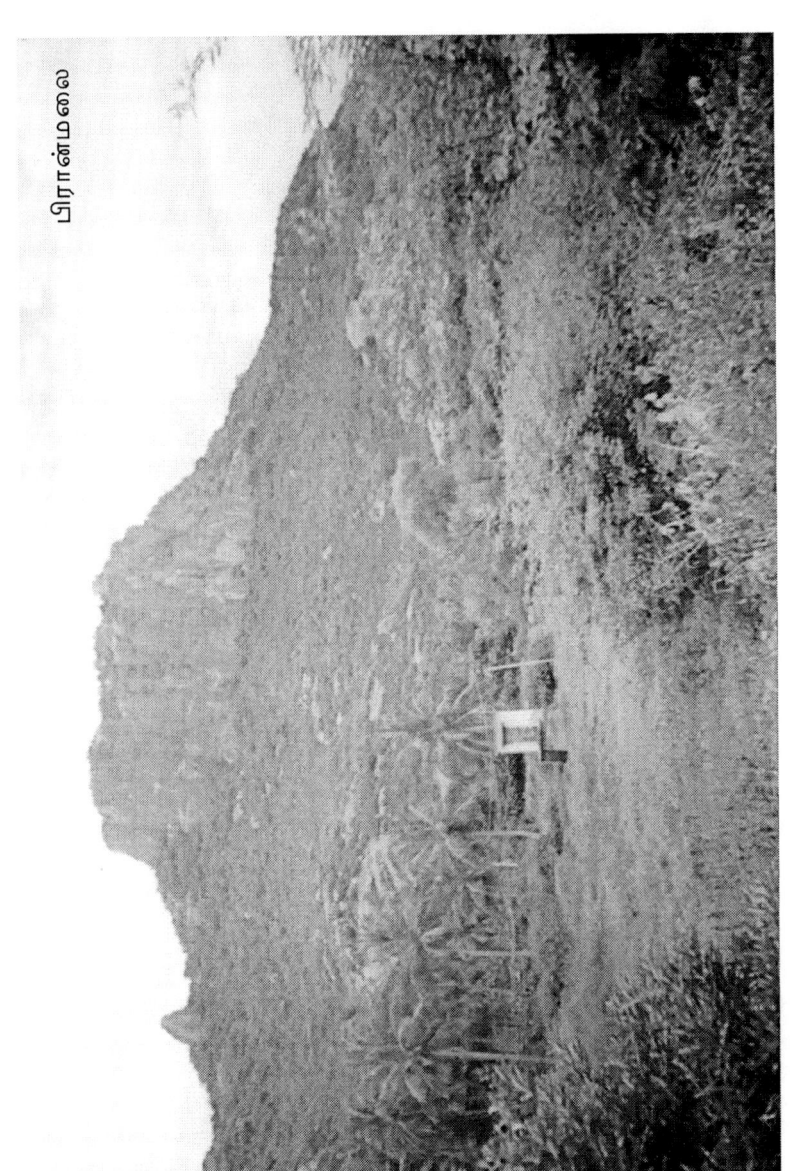

பிரான்மலை

கி.பி. 12ஆம் நூற்றாண்டுக் கல்வெட்டில் புறமலைநாட்டுக் கொடுங்குன்றம் என்றே காணப்படுகிறது. உகரம் அகரமாகவும், அகரம் உகரமாகவும் பேச்சு வழக்கில் மாறுவது இயல்பு. அதன்படி சங்க காலத்தில் பறம்புமலை எனப்பட்டது, பறமலை எனவும் அச்சொல்லே மருவி புறமலை எனவும் மாறியிருக்க வாய்ப்புண்டு. இப்பெயர் மேலும் மாற்றம் பெற்று பிராய்மலை எனக் கி.பி. 13ஆம் நூற்றாண்டில் வழங்கப்பெற்றது.[11] பிறகு 16ஆம் நூற்றாண்டில் – நரசிங்கராயர் காலத்தில் – பிரான்மலை என்று வழங்கப்பட்டது.[12] அன்று முதல் இன்றுவரை பிரான்மலை என்றே அழைக்கப்பட்டு வருகின்றது.

பிரான்மலைத் திருத்தலம்

பிரான்மலைக் கோயில் மங்கைபாகர் திருக்கோயில் என அழைக்கப்படுகின்றது. இங்குச் சிவபெருமான் திருமணக்கோலத்தில் உள்ளார். தேவாரப் பதிகங்கள் பாடப்பட்ட 270 திருத்தலங்களில் இதுவும் ஒன்றாகும்.

கோயில் அமைப்பு

இக்கோயிலின் வடிவமைப்பு மிகவும் அற்புதமானதாகும். பிரம்மாண்டமாக வானைமுட்டி, எட்டி நிற்கும் குன்றைப் பின்புல மாகக் கொண்டு இக்கோயில் கட்டப்பட்டுள்ளது. பாதாளம், பூமி, கயிலாயம் ஆகிய மூன்று பகுதிகளாக அமைக்கப்பெற்றுள்ளது. மலையின் அடிவாரத்தைப் பாதாளமாகவும், மேல் உயரப் பகுதியைப் பூமியாகவும், அதற்குமேல் உச்சி பகுதியைக் கயிலாய மாகவும் கருதி அம் மூன்று பகுதிகளையும் உள்ளடக்கிய வாறு மிகப்பெரிய சுற்றுமதில் எடுக்கப்பட்டுள்ளது. அது சுந்தரபாண்டியன் திருமதில் என அழைக்கப்படுகின்றது.

பாதாள திருக்கோவிலில், திருக்கொடுங்குன்றநாதர் சன்னதி உள்ளது. அத்திருக்கோயிலின் திருச்சுற்றில் வடமேற்கு மூலையில் குயிலமுதநாயகி அம்மன் சந்நிதிக்குச் செல்லும் திருவாயில் உள்ளது. அதில் குயிலமுதநாயகி அம்மன் சிலை, கிழக்கு முகமாக அமைக்கப்பட்டிருக்கின்றது. சுப்பிரமணியசுவாமி திருக்கோயில், குயிலமுதநாயகி திருக்கோயிலுடன் இணைந்து தனிக் கோயிலாக உள்ளது. அதில் முருகன், வள்ளி தெய்வானையுடன் மேற்கு முகமாக எழுந்தருளியுள்ளார். அதற்கு அடுத்து சாளா அமைப்பைக் கடந்தால் அழகிய யானைசிற்பம், பலிபீடம், கொடிமரம் ஆகியவை உள்ளன.

திருக்கொடுங்குன்றநாதர் சந்நிதிக்கு நேர் கிழக்கே பதினாறு கால் மண்டபம் ஒன்று உள்ளது. அந்த மண்டபத்திற்கு வடக்கே அமைக்கப்பெற்றுள்ள படிக்கட்டுகளில் ஏறிச்சென்று பூமி பகுதியை அடைய வேண்டும். புதிதாகக் கட்டப்பட்டுள்ள இராஜகோபுரம், அங்கே மிகுந்த பொலிவுடன் நிற்கிறது.

பிரான்மலை வட்டவகையில் பிரசித்தி பெற்ற பைரவர் கோயில், பூமி பகுதியில் தான் உள்ளது. இம்மலையைச் சுற்றியுள்ள கிராம மக்கள் குறிப்பாக, வலையர் குலமக்கள் இப்பைரவரை தங்கள் குலதெய்வமாகக் கருதி புனுகு, வடைமாலை சாத்தி வழிபடுகின்றனர். இப் பைரவரே இக்கோயிலின் காவல்தெய்வமாகக் கருதப்படு கின்றார். இவர் சேத்திரபாலகர் என அழைக்கப்படுகின்றார். பைரவர் திருக்கோயிலுடன் இணைந்து தனி விமானச் சிறப்புடன் விசுவநாதப் பெருமாள் ஆலயம் உள்ளது. இதில் விசுவநாத பெருமாள் சிலை கிழக்கு முகமாக அமைக்கப்பட்டிருக்கின்றது. இச் சந்நிதிக்குத் தெற்கே விசாலாட்சி அம்மன் சந்நிதி உள்ளது.

பூமி தளத்திலிருந்து மேல் நோக்கி அமைக்கப் பெற்று படிக்கட்டுகளில் வடக்கு முகமாக ஏறிச்சென்றவுடன் மேற்கே லெட்சுமி மண்டபமும், கிழக்கே மங்கைபாகர் ஆறுகால் மண்டபமும் உள்ளன. ஆறுகால் மண்டபத்தை ஏகாந்த மண்டபம் என அழைக் கின்றனர். ஏகாந்த மண்டபத்திற்கு வடக்கே மூலவர் சந்நிதிக்கு நேரே விசாலமான பெரியதொரு மண்டபத்தை மாறவர்மன் சுந்தர பாண்டியன் உருவாக்கியுள்ளான். இம்மண்டபம் சுந்தரபாண்டியன் மண்டபம் எனப் பெயர் பெற்றுள்ளது. இந்த மண்டபத்திலிருந்து சந்நிதிக்குச் செல்லும் வழியில் தேவசபா மண்டபம் உள்ளது. மங்கை பாகரின் மங்கலத் திருக்கோலத்தைக் கண்டு மகிழ, தேவர்கள் கூடியிருந்த இடமாகத் தேவசபா மண்டபம் கருதப்படுகின்றது.

தேவசபா மண்டபத்திலிருந்து மேற்கே தீர்த்த மண்டபத்திற்குள் சென்றதும், கருவறைக்கும் அர்த்த மண்டபத்திற்கும் இடையே, மேடையமைந்த சந்நிதியின் முக மண்டபம் உள்ளது. முகமண்ட பத்திற்கு மேற்கே குடைவரை, கருவறை உள்ளது. இக்கருவறை, பாறைகளைக் குடைந்து நீண்ட சதுரவடிவில் தூண்களே இல்லாது அமைக்கப்பெற்றுள்ளது. கருவறைக்குள் குடைவரையைச் செதுக்கும் போதே, பாறையிலேயே சிவபெருமான் – பார்வதி திருமணக்கோலம் சிலையாகச் செதுக்கப்பட்டுள்ளது. இவ்வகையில் இங்குத் திருமணக்கோலத்தில் எழுந்தருளி உள்ளதால் இது தென்கயிலாயம் என அழைக்கப்படுகின்றது.[13]

பிரான்மலையைச் சுற்றியுள்ள கிராமங்களும் அதன் பூர்வீகக் குடிகளும்

பிரான்மலை என்பது செங்கண்ணான் மலை, ஒடுவன்பட்டிமலை, பறம்புமலை என்ற மூன்று தொடர்மலைக் குன்றுகளை உள்ளடக்கியதாகும். இக்குன்றுகள் இரண்டாயிரத்து ஐந்நூறுஅடி உயரமுடையதாகும். இக் குன்றுகளைச் சுற்றியும் மற்றும் அதன் உள் பகுதியிலும் பல கிராமங்கள் உள்ளன. பிரான்மலை என்ற பாப்பா பட்டி, மதகுப்பட்டி, கழுகுமலைப்பட்டி, புதுப்பட்டி, ஒடுகன்பட்டி, சேர்வைக்காரன்பட்டி, கிருகாக்கோட்டை, மேலப்பட்டி, பிள்ளையார் பட்டி, வேங்கைப்பட்டி, வையாபுரிப்பட்டி, தேனம்மாள்பட்டி, சிறுமருதூர், மேட்டுப்பட்டி, செல்லியம்பட்டி, வாருபட்டி, கொல்லுப் பட்டி, கட்டுக்கூட்டுபட்டி, சீகம்பட்டி, கீழவயல், வாரப்புதூர், சிலுக்குமூக்கன்பட்டி, கீழவண்ணார்ப்பு, கொடுங்குன்றம்பட்டி, பிச்சகளம்பட்டி, மேலவண்ணார்ப்பு போன்ற கிராமங்கள் மலையைச் சுற்றிலும், அதில் சில மலையின் உட்பகுதியிலும் அமைந்துள்ளன.

இக்கிராமங்களில் அம்பலக்காரர்கள் எனப்படுகின்ற வலையர்கள், இடையர்கள், பள்ளர்கள், ஈசநாட்டுக் கள்ளர்கள், இளமகர்கள், அகமுடையார்கள், வெள்ளாளர்கள் போன்ற சமூகத்தவர்கள் பரவி வாழ்கின்றனர்.[14]

இவ்வகையில் பல சமூகத்தவர்கள் பரவி வாழ்ந்தாலும், அம்பலக்காரர்கள் எனப்படுகின்ற வலையர்களே இப்பகுதியில் பெரும்பான்மையாக உள்ளனர். இதில் பிரான்மலை என்னும், பாப்பாப்பட்டி, கழுகுமலைப்பட்டி, ஒடுகன்பட்டி, கிருகாக்கோட்டை, மேலப்பட்டி, பிள்ளையார்பட்டி, வேங்கைப்பட்டி, சிறுமருதூர், வாருபட்டி, திருவாண்டியூர், வண்ணார்ப்பு, கீழவயல், சிலுக்கு மூக்கன்பட்டி, கீழவண்ணார்ப்பு, கொடுங்குன்றம்பட்டி, பிச்சங்களம் பட்டி போன்ற கிராமங்களில் வலையர் குலமக்கள் பூர்வீகமாக வாழ்ந்து வருகின்றனர். இவர்கள் தங்களைப் பாரியின் வம்சத்தில் வந்தவர்கள் எனக் கூறுகின்றனர். பாரி, சங்க இலக்கியங்களில் வேள்பாரி என வேளிர்குலத்தவனாகச் சுட்டப்படுகின்றான். ஆனால், தமிழக நாட்டுப்புறக் கோவில் திருவிழாக்களில் “பாரிவேட்டை” என்பது முக்கிய நிகழ்வாய் இன்றளவும் உள்ளது. இதன்படி பார்க்கும்பொழுது, மலைவளம் கொண்ட நாட்டை ஆண்ட பாரி, வேட்டைச் சமூகத்தினைச் சேர்ந்தவனாக இருக்கலாம். அதனால் வேட்டைச் சமூகமான வலையர்கள் தங்களைப் பாரியின் வம்சத்தவர் எனக் கூறிக்கொள்வது ஏற்புடையதாக உள்ளது.

இப் பாரியின் வம்சத்தில் வந்த "உறங்கான் வள்ளி பச்சை" என்ற வலையர் குலத் தலைவன், ஒரு முறை மலையில் வள்ளிக் கிழங்கு தோண்டிக் கொண்டிருந்த பொழுது ஒரு அம்மன் சிலை அவன் கையில் கிடைத்தது. அவ் அம்மனை வைத்து அவன் வழிபட்டு வந்தான். அப்பொழுது அவன் அங்கு ஓடுகின்ற மான்களை வேட்டையாடும் பொழுது அவனது வில்லில் இருந்து வெளிப்பட்ட அம்பு ஒன்று தவறுதலாக அம்மனின் வலது கண்ணைத் தைத்து விட்டது. அதைக்கண்டு அதிர்ச்சி அடைந்த அவ்வலையர் குலத்தலைவன் இரவு, பகல் உறங்காமல் கண் விழித்துப் பூசை செய்து வந்தான். இவ்வாறு உறங்காமல் கண் விழித்துப் பூசை செய்து வந்ததனால் அவன் "உறங்காவள்ளி பச்சை" என அழைக்கப்பட்டான்.

அம்பு பட்டு ஒரு கண்ணை இழந்ததால் பொட்டைமங்கம்மாள் எனவும் தேனும், தினைமாவும் கேட்டதனால் தேனம்மாள் எனவும் அழைக்கப்பட்ட அம்மனைக் கொடுங்குன்ற நாதரான சிவபெருமான் மணந்து கொண்டு மங்கைபாகராய் இங்கு வீற்றிருக்கின்றார் என இத்திருத்தலம் பற்றிய வழக்குக் கதை ஒன்று கூறுகின்றது.

இக்கோயிலில் உள்ள வைரவர்சாமி இப்பகுதியில் உள்ள ஆரூர் வட்டவகை ஏழூர் – பத்து வலையர்களுக்குக் குல தெய்வமாகும். குறிப்பாக, மதகுப்பட்டி, பிரான்மலை மதகுப்பட்டி, சிலந்தக்குடி, முத்துப்பட்டி, ஆலவிலாம்பட்டி, வலையராதிரினப்பட்டி, அம்மச்சி பட்டி, நீலத்தநல்லூர், பேரனிப்பட்டி, திருமன்பட்டி, கொடுங்குன்றம் பட்டி, வில்லிபட்டி, தேத்தான்பட்டி, அலங்கன்பட்டி, வீரப்பட்டி, கோட்டத்தரப்பட்டி போன்ற கிராமங்களில் உள்ள "உறங்காவள்ளி பச்சை" வம்சத்தைச் சேர்ந்த வலையர்களுக்கு உரிமையுடையதாக உள்ளது.[15]

இப் பைரவர், பிரான்மலைக் கோயிலுக்கும் மலைக்கும் காவல் தெய்வமாகக் கருதப்படுகின்றார்.

இப்பிரான்மலைப் பகுதியில் வாழ்கின்ற வலையர் சமூகம், தானமநாட்டு வலையர், செட்டிநாட்டு வலையர், சறகுவலையர், ராஜவலையர், கள்ளவலையர், தாலிகட்டி வலையர் எனப் பல பிரிவுகளாய் உள்ளனர். இவர்கள் அம்பலக்காரர் எனப் பட்டம் சூடிக் கொள்கின்றனர். இவ்வலையர்களே பிரான்மலையின் பூர்வீகக் குடிகளாவர்.

இவர்களுக்கு அடுத்து பிரான்மலைக்குத் தெற்கே 'இளமாக்கள்' என்ற சமூகத்தவர் வாழ்கின்றனர். இவர்கள் வாழுகின்ற பகுதி ஐந்து நிலைநாடு என அழைக்கப்படுகின்றது.

திருமய நாட்டிற்கு மேற்கே கள்ளர் (சேருங்குடி கள்ளர்) நாட்டிற்கு வடக்கே, துவறங்குறிச்சி நாட்டிற்குக் கிழக்கே பிரான்மலை பாதைக்கும், ஐந்து முகநாட்டிற்கும் தெற்கே அமைந்துள்ள பகுதி, ஐந்து நிலைநாடு எனப்படுகின்றது. இந்நாடு முல்லை மங்கலம் சதுர்வேதமங்கலம், கண்ணமங்கலம், சீர் சேர்ந்த மங்கலம், வேழமங்கலம் என ஐந்து மங்கலங்களாகப் பிரிக்கப்பட்டுள்ளன. ஒவ்வொரு மங்கலத்திற்கும் பல கிராமங்கள் உள்ளன.

இந்த ஐந்து மங்கலங்களிலும் இளமாக்கள் என்ற சமூகத்தவர்கள் பெருவாரியாக வாழ்கின்றனர். அவர்கள் தங்களைப் பாண்டிய மன்னனது இளைய தாரத்து மக்கள் என்கின்றனர். இளைய தாரத்து மக்கள் என்றே சொல்லே இளமகர்கள் என மருவியது எனவும் குறிப்பிடுகின்றனர். ஆனால் அக்காலத்தில் பிறந்த குழந்தை ஒன்று இலை மீது வைக்கப்பட்டுத் தண்ணீரில் விடப்பட்டது. அதனைப் பார்த்த ஊர் பெரியவர் ஒருவர் அக் குழந்தையை எடுத்து வளர்த்து வந்தார். அவன் வளர்ந்து பெரியவனானதும் இலையிலிருந்து வந்தவன் என்று பொருள்படுகின்ற வகையில் இலைமகன் என அழைக்கப்பட்டான். இச்சொல்லே இலமகன் என மருவி அவனது வம்சத்தவர்கள் இலமக்கள் என அழைக்கப்படுகின்றனர் என்று வழக்குகதையொன்று கூறுகிறது. தற்காலத்தில் இவர்கள் தங்களைத் தேவர் சமூகத்தின் ஒரு பிரிவினராக அடையாளப்படுத்திக் கொள்கின்றனர்.[16]

ராஜகுல அகமுடையர் வகுப்பார் ஒரு சில கிராமங்களில் வாழ்கின்றனர். அவர்களில் ஒரு வம்சத்தவரைச் சிவகங்கை அரசர்கள் பிரான்மலையின் சேர்வைக்காரர்களாக நியமித்துள்ளனர். அப் பரம்பரையில் வந்தோர் இன்றும் மலைச் சேர்வை குடும்பத்தவர் என அழைக்கப்படுகின்றனர்.

அடுத்துப் பள்ளர்களும், கோனார்களும் கணிசமாக வாழ்கின்றனர். அவர்கள் மறவர் நாட்டிலிருந்து அதாவது இன்றைய இராமநாதபுரம் மாவட்டத்திலிருந்து வந்து இப்பகுதியில் குடியமர்ந்ததாகக் குறிப்பிடுகின்றனர்.

மேலும் சிறுகுடி வேளாளர், காராள வேளாளர் போன்ற வேளாள குடிகளும் பாரம்பரியாக இப்பகுதியில் வாழ்ந்து வருகின்றனர்.

அதற்கடுத்து பிரான்மலைக்கு அருகாமையிலுள்ள வையாபுரிப் பட்டி, மேட்டுப்பட்டி, சீகம்பட்டி, செல்லியம்பட்டி, கீழவயல், வாராப்பூர், சேர்வைக்காரன்பட்டி போன்ற கிராமங்களில் ஈசநாட்டுக் கள்ளர் என்ற ஒரு வகுப்பார் வாழ்கின்றனர். அவர்கள்

புதுக்கோட்டை மாவட்டம் ஆலங்குடி பகுதியிலிருந்து சமீபத்தில் அதாவது சுமார் 150 வருடங்களுக்கு முன்பு இப்பகுதியில் வந்து குடியமர்ந்தவர்களாவர்.[17]

ஆனால், பிரான்மலைக் கள்ளர் என்ற தனித்த வகுப்பார் இப்பகுதியில் இல்லை. பிரான்மலையையும் அதனைச் சுற்றியுள்ள பறம்பு நாட்டையும் கள்ளர் என்ற ஒரு வகுப்பார் பூர்வீகமாகக் கொண்டு வாழ்ந்ததாக எந்த ஒரு அக, புறச் சான்றுகளும் நமக்குக் கிடைக்கவில்லை. ஆனால் பிரான்மலை நாட்டின் தெற்கு எல்லைவரை கள்ளர் நாடுகள் பரவி அமைந்துள்ளன. குறிப்பாகத் தெற்கு எல்லை வரை சிறுகுடிக் கள்ளர் நாடும், தென் கிழக்கு எல்லை வரை மல்லாக் கோட்டை கள்ளர் நாடும் பரவி அமைந்துள்ளது.

புறமலை என்பதே பிறமலை என மருவியது

சுமார் 1000 ஆண்டுகளுக்கு முன்பு தொண்டை மண்டலத்திலிருந்து வந்து மதுரைக்குக் கிழக்குப் பகுதியில் சில கள்ளர்கள் குடியமர்ந்தனர் என்பதனையும், அதன் பிறகு சோழமண்டலத்திலிருந்து சில கள்ளர்கள் இப்பகுதியில் குடியமர்ந்தனர் என்பதனையும், அவ்வாறு குடியமர்ந்த கள்ளர்கள் அப்பகுதியில் பல தன்னரசு நாடுகளை அமைத்தனர் என்பதனையும், சென்ற அத்தியாயத்தில் விரிவாகப் பார்த்தோம்.

இக் கிழக்குக் கள்ளர் நாடுகளிலிருந்து அவர்களுக்குள் ஏற்பட்ட உள் முரண்பாடுகள் காரணமாகச் சில கள்ளர் குழுக்கள் சிறுகச் சிறுக வெளியேறி மதுரைக்கு மேற்குப் பகுதியில் குடியமர்ந்தனர். இவ்வாறு மேற்குப் பகுதியில் குடியமர்ந்த கள்ளர்கள் முதலில் தங்களது குடியேற்றங்களை இப்பகுதியிலுள்ள பல மலைகளுக்கு அருகாமையில் அமைத்தனர். அதாவது திருப்பரங்குன்றம் மலை, கீழக்குடிமலை, மேலக்குடிமலை, நாகமலைத் தொடர், கொங்கர் புளியங்குளமலை, ரத்தினகிரிமலை (கணவாய் மலை), வெள்ளை மலை, அடுப்புமலை, திடியன்மலை, புத்தூர் மலை போன்ற மலைகளுக்கு அருகாமையில் குடியமர்ந்தனர்.

இவ்வாறு புதிதாகக் குடியமர்ந்த கள்ளர்களை அவர்களது கிழக்கு நாட்டுச் சகோதரர்கள் (அம்பலக்காரர்கள்) கள்ளர் நாடுகளுக்குப் புறத்தில் (புறத்தே) அல்லது வெளியில் பல மலைகளுக்கு அருகாமையில் வாழ்கின்ற கள்ளர்கள் எனப் பொருள் படுகின்ற வகையில் புறமலைக் கள்ளர்கள் என அழைத்தனர்.

இப்புறமலைக் கள்ளர்கள் தங்களது கீழைய சகோதரர்களை ஏற்கனவே இருந்த கள்ளர் நாடுகளுக்குள் வாழ்கின்ற கள்ளர்கள் எனப் பொருள்படுகின்ற வகையில் நாட்டுக் கள்ளர்கள் என அழைத்தனர். அச் சொல்லே நாட்டார் கள்ளர் என மருவி அழைக்கப்படுகின்றது.

பழைய ஆவணங்களில் எல்லாம் இப்பகுதி, புறமலை நாடு என்றே அழைக்கப்படுகின்றது. குறிப்பாக, கர்னல் மெக்கன்சியால் 19ஆம் நூற்றாண்டின் தொடக்கப் பகுதியில் தொகுக்கப்பட்ட ஓலைச் சுவடியில், *கள்ளர் சாதிவிளக்கம்* என்னும் நூலில் புறமலை நாடு என்று எழுதப்பட்டுள்ளது.[18] 1901இல் எடுக்கப்பட்ட பிரான்ஸிஸ் மக்கள் தொகைக் கணக்கெடுப்பு ஆவணத்திலும் “புறமலை நாடு” என்றே பதியப்பட்டுள்ளது.[19] 1909இல் எட்கர் தர்ஸ்டனின் *தென்னிந்திய குலங்களும், குடிகளும்* என்ற புத்தகத்திலும் புறமலை என்றே குறிப்பிடப்பட்டுள்ளது.[20] பிரபல பிரெஞ்ச் மானுடவியல் அறிஞர் லூயிஸ் டூமண்ட்டும் புறமலை என்பதே பொருத்தமான பதம் எனச் சொல்கின்றார். மேலும் அவர் பிறமலைக்கள்ளர்களில் எந்த ஒரு வம்சாவளியும் பிரான்மலையிலிருந்து தாங்கள் நேரடியாக இங்கு வந்தவர்கள் என்று சொல்லவில்லை எனவும் மதுரை நகரத்திற்கு அருகேயுள்ள சில ஊர்களிலிருந்து தான் (அம்பலக்காரர் ஊர்கள்) பிரிந்து வந்ததாக சொல்கின்றனர் எனவும் குறிப்பிடுகின்றனர்.[21]

அதுபோல இவர்கள் மத்தியில் இன்றும் வழக்கத்திலுள்ள வரலாற்றுக் கதைகளில் இவர்களில் எந்த ஒரு வம்சாவளியும் பிரான்மலையிலிருந்து நேரடியாக இடம்பெயர்ந்து வந்ததாகச் சொல்லப்படவில்லை. மேலும் இவர்களது வழிபாடுகளிலோ அல்லது பெயர் வைத்தல் போன்ற வழக்கங்களிலோ பிரான்மலையை அடையாளப்படுத்துகின்ற எந்த ஒரு கூறுகளையும் என்னால் காண இயலவில்லை. எனது களப்பணி காலத்தில் அன்னம்பாரிப் பட்டியைச் சேர்ந்த பறையர்கள் மட்டும் பிரான்மலை அய்யன் என்ற தெய்வத்தைத் தங்களது குலதெய்வமாக வணங்கி வருவதைப் பார்க்க முடிந்தது. அதனை அவர்களது முன்னோர்கள் பிரான்மலையிலிருந்து நேரடியாகப் பிடிமண் எடுத்து வந்து வணங்குவதாகச் சொல்கின்றனர். ஆனால் கள்ளர்கள் பிரான் மலையிலிருந்து வந்தவர்கள் என்பது வெறும் கருத்தோட்டமாக இருக்கிறதே தவிர இப்புறமலை நாட்டிலுள்ள எட்டு நாடு, இருபத்தி நாலு உபகிராமங்களில் பிரான்மலை என்ற சொல் தாங்கிய எந்தப் பதிவுகளையும் என்னால் காண இயலவில்லை.

மேற்கூறிய விசயங்களை அடிப்படையாகக் கொண்டு ஆராயும் பொழுது பிரான்மலைக் கள்ளர் என்ற சொல்லே "பிரமலைக் கள்ளர்" என மருவியது என்பதனைக் காட்டிலும் "புறமலைக் கள்ளர்" என்ற சொல்லே பிறமலைக் கள்ளர் என மருவியது எனக் கருதுவதே பொருத்தமானதாகும்.

கிழக்கு நாடுகளிலிருந்து இப்பகுதியில் குடியேறுதல்

இப் பிறமலைக் கள்ளர்களின் நேரடி மூதாதையர்கள், மதுரைக்குக் கிழக்குப் பக்கத்திலிருந்து வந்து இப்பகுதியில் குடியேறினர் என ஏற்கனவே நாம் குறிப்பிட்டுள்ளோம். இவர்களில் பலர் கிழக்குப் பக்கத்திலிருந்து வந்தவர்கள் எனப் பொதுவாகச் சொன்னாலும் சிலர் தாங்கள் கிழக்குப் பக்கத்திலுள்ள எந்தக் கிராமங்களிலிருந்து வந்தோம் என்பதனை இன்றும் நினைவுகூர்கின்றனர். "திடியன் தூங்காத்தேவன் வம்சாவளியினர் வெள்ளளூரிலிருந்தும், அதே திடியன் நாட்டின் மற்றொரு கிராமமான உச்சப்பட்டியைச் சேர்ந்த வர்கள் அழகர் மலைக்கு அருகிலுள்ள மாங்குளத்திலிருந்தும், கொக்குளத்துக்காரர்களும், தோப்பூர்காரர்களும் நரசிங்கம் பட்டியிலிருந்தும், நாட்டார்மங்களத்தைச் சேர்ந்தவர்கள் வெள்ளாரிப் பட்டியிலிருந்தும், மதிப்பனூர்காரர்கள் மேலவளவிலிருந்தும், பன்னியான்காரர்களும் சாத்தங்குடிக்காரர்களும் தெற்குத் தெரு வெள்ளாளப்பட்டியிலிருந்தும் இப்பகுதிக்கு வந்து குடியேறியதாகச் சொல்கின்றனர். மேலும் கருமாத்தூர்காரர்கள் வல்லாளப்பட்டியி லிருந்தும், உரப்பனூரைச் சேர்ந்த பின்னத்தேவன், சுந்தத் தேவன் வம்சத்தவர் ஓவலூர் என்ற கிராமத்திலிருந்தும் இப்பகுதியில் வந்து குடியமர்ந்ததாகச் சொல்கின்றனர். இவற்றை லூயிஸ் டூமண்ட்டும் பதிவு செய்துள்ளார்.[22]

மேற்கூறிய கிராமங்கள் எல்லாம் மதுரை நகரத்திற்குச் சில மைல் தொலைவில்தான் அமைந்துள்ளன. அக் கிராமங்களில் உள்ள அம்பலக்காரர்களிடமிருந்து, பிரிந்து வந்து இப்பகுதியில் குடியேறினார்கள் எனப் பல தகவலாளர்கள் என்னிடம் தெரிவித்தனர். மேலும் அம்பலக்காரர்கள் மூத்த தாரத்து மக்கள் என்றும் தாங்கள் இளைய தாரத்து மக்கள் என்றும் அவர்களோடு மோதல் கொண்டே தாங்கள் இப்பகுதிக்கு வந்ததாகவும் பலர் என்னிடம் தெரிவித்தனர். இது சம்பந்தமாகப் பல கதைகள் இன்றும் வழக்கில் உள்ளன.

உதாரணமாக வீராகோயிலை வழிபடும் கவணம்பட்டி கூலமக்கள் வம்ச வரலாற்றினைப் பார்ப்போம். "மதுரைக்குக் கீழ்ப்பக்கம் பதினெட்டு நாடு. அதில் ஒரு நாட்டில் இந்த ஐந்து

பேர்களுடைய தகப்பன் குமார அம்பலம் மகன் வேசனத்தேவன் அந்த நாட்டில் குடியிருந்து ஐந்து பேர்களைப் பெற்றெடுத்து வளர்த்து வந்த சமயம், அந்தக் கிராமத்தில் ஒருவருக்கொருவர் சண்டை ஏற்பட்டு அந்தச் சண்டை பொறுக்கமாட்டாமல் தகப்பனும் பிள்ளைகளும் சேர்ந்து மதுரை கீழமாசி வீதியில் தெற்கு, வடக்குத் தெருவில் குடியேறினார்கள்.

அப்பொழுது திருமலை நாயக்கர் காலம். அந்தக் காலத்தில் வடநாட்டிலிருந்து ஒரு ராஜா, நான் என் குதிரையை எல்லை வைத்து அடிக்கிறேன். அப்படி ஓடும் குதிரையை, தொடுத்து யார் பிடிக்கிறார்களோ அவர்களுக்கு நான் கப்பம் கொடுக்கிறேன். அப்படி உன் நாட்டில் என் குதிரையைப் பிடிக்காமல் போய் விட்டால் நீங்கள் எனக்குக் கப்பம் கட்டவேண்டும் எனத் திருமலை நாயக்கரைக் கேட்டான். அப்பொழுது திருமலை நாயக்கர் வகையறாவினர் உத்தப்பநாயக்கர் ஜமீன் வகையறாவில் கல்யாணம் செய்திருந்தனர். அவர்கள் யாரும் அக் குதிரையைப் பிடிக்க முன்வரவில்லை. அப்போது குமாரம்பலம் மகன் வேசனத்தேவன் 'ஐந்து பிள்ளைகள் தகப்பன் நான் குதிரையை தேர்பிடிக்கிறேன்' என்று சொல்லி, குதிரையைத் தெற்குத் தெரு (கீழமாசிவீதி)வில் வடக்கு முகமாக எல்லை வைத்து குதிரை ஓட, பின் வேசனத்தேவன் தொடுத்து ஓடி குதிரை வாலைப் பிடித்து இழுக்க, குதிரையும் அதன்மேல் சவாரி செய்தவனும் இறந்து போனார்கள்.

அதன் பிறகு திருமலை நாயக்கரிடம் வாங்குவதை எல்லாம் வாங்கிக்கொண்டு தாயும் பிள்ளைகளும் திருப்பரகுன்றம் வந்து சேர்ந்தார்கள். அங்கு அவர்கள் ஆடு, மாடுகளை வளர்த்துக் கொண்டு சன்னாசி கிணற்றுக்குப் பக்கத்தில் குடியிருந்தார்கள். அப்படி இருக்கும் போது அண்ணன்கள் சேர்வை சொக்கலாத்தேவன், நெட்டுடையாத்தேவன், குஞ்சா வீரணத்தேவன் மூவரும், தங்கைகள் கருத்தவீரக்கா, செவத்தவீரக்கா இருவரையும் கூப்பிட்டு நாங்கள் இருவரும் ஆடு, மாடு மேய்க்கப் போகிறோம், நீங்கள் பத்திரமாக இருங்கள் எனச் சொல்லிப் போனார்கள். அண்ணன்கள் சொல்லைக் கேட்காமல் தங்கைள் இரண்டு பேரும் ஈசல் பிடிக்கப்போய் தண்ணீரில் மூழ்கி இறந்து விடுகிறார்கள். அதன்பிறகு அண்ணன்மார் மூவரும் பெருங்காமநல்லூர் பொட்டலில் ஆடு, மாடு மேய்த்து வாழ்கின்றனர். அப்புறம் கவணம்பட்டி பொட்டலில் கிடை அமர்த்திக் குடியிருக்கின்றனர். அப்பொழுது நாலக்கரையான், வேளச்சேரி கொன்னக் கொசவனிடமிருந்து வீரபத்திரசாமியை தூக்கி வருகின்றான். அவனுடன் நாகமலையில் கல் உடைத்துக் கொண்டிருந்த கல்லுக்குட்டியும் உடன் வருகிறான். கொண்டு வந்த

சாமியை நாலாக்கரையான் கவணம்பட்டி பொட்டலில் இறக்கி வைக்க, அப்பொழுது அங்குக் கிடை போட்டிருந்த கூலமக்கள், தங்கள் கிடாய் ஒன்றை வெட்டிச் சக்தி நிறுத்துகின்றனர். கல்லுக் குட்டி, சாமிக்குப் பூசை செய்கிறான். சாமி அங்குக் குடிகொள்கிறது. அப்போது கவணம்பட்டியில் காப்பிளிய கவுண்டன் வாழ்கின்றான். அவனை இந்தக் கூலமக்கள் மூவரும் சேர்ந்து கொலை செய்கின்றனர். அதன்பின் அந்த ஊரைக் கைப்பற்றி அங்கு வாழ்ந்து வருகின்றனர்."[23]

மேற்கூறிய வழக்குக் கதை மூன்று விசயங்களை உணர்த்துகிறது. அதாவது மதுரை கிழக்குப் பக்கம் 18 கள்ளர் நாடுகள் இருந்தன. அதில் ஒன்றில் வாழ்ந்த குமார அம்பலத்தின் மகன் வேசனத்தேவர் என்பவர் தனது பிள்ளைகளுடன் வெளியேறினார். அந்நாடுகளில் ஏற்பட்ட உள் சண்டை காரணமாகவே அப்பகுதியிலிருந்து வெளியேறிய அவர் மேற்கு நோக்கி வந்தார் என்ற மூன்று விசயங்கள் இக்கதை மூலம் நமக்குத் தெரியவருகின்றது.

லூயிஸ் டூமேண்ட்டும் அம்பலக்காரர்கள் என்ற மூலத்திலிருந்து பிரிந்துவந்த தனிக் கிளையே பிறமலைக் கள்ளர்கள் எனத் தெரிவிக்கின்றார்.[24]

அம்பலக்காரர்களுடன் மோதல் கொண்டே தாங்கள் இப்பகுதிக்கு வந்ததாகப் பல தகவலாளர்கள் என்னிடம் தெரிவித்தனர். அதாவது அம்பலம் என்று பட்டப்பெயர் கொண்ட மூத்த தாரத்து மக்கள், இளைய தாரத்து மக்களின் உரிமைகளைப் பறித்து அவர்களை அப்பகுதியிலிருந்து விரட்டினர் என இப்பகுதியில் உள்ள பல தகவலாளர்கள் என்னிடம் தெரிவித்தனர். இதே கருத்தை அம்பலக் காரர்களின் முக்கியத் தகவலாளரான கிடாரிப்பட்டி கடுக்கான் அம்பலமும் என்னிடம் தெரிவித்தார்.[25]

ஆனால் ஸ்டூமேண்ட் இவ்வகை மோதல்கள் தாரஅந்தஸ்து வேறுபாட்டில் மட்டுமல்லாமல், தகுதி வேறுபாட்டிலும் ஏற்பட்டிருக் கலாம் என்கிறார். அதாவது அவரது கூற்றுப்படி தேவர்கள் (பிறமலைக் கள்ளர்கள்) கள்ளர்களுக்கும், கள்ளர் அல்லாதோருக்கும் ஏற்பட்ட இனக்கலப்பில் உருவானவர்களாக இருக்கலாம் என்கிறார். குறிப்பாகக் கள்ளர்களுக்கும், முஸ்லீம்களுக்கும் ஏற்பட்ட இனக்கலப்பில் உருவானவர்களாக இருக்கலாம் எனவும், அதனால் தூய கள்ளர்களுக்கும், கலப்பில் உருவான கள்ளர்களுக்கும் தகுதி அடிப்படையில் ஏற்பட்ட மோதலே இவர்கள் அப்பகுதியை விட்டு வெளியேறுவதற்குக் காரணமாக அமைந்தது எனக் குறிப்பிடு கின்றார்.[26]

மேற்கூறிய லூயிஸ் டூமண்டின் கூற்றினைச் சற்று ஆய்வு செய்வோம். எந்த ஒரு சமூகமும் தூய இரத்தத்தில் வந்ததில்லை என்பது உண்மையே. ஆனால் அவரது கூற்றுப்படி இனக்கலப்பினால் மட்டும் உருவானவர்களாக இருந்தால் அவர்கள் அப்பகுதியிலேயே ஒரு தனி இனக்குழுவாய் உருவாகி இருப்பர். அப்பகுதியை விட்டு வேறு பகுதிக்கு வந்திருக்க வேண்டிய அவசியம் இருந்திருக்காது. மேலும் அவர்கள் முஸ்லீம்களோடு ஏற்பட்ட ரத்தக்கலப்பில் உருவானவர்களாக இருந்தால் உருவ வகையில் பெரிய மாற்றங்கள் ஏற்பட்டிருக்கும். ஆனால் அவர்களது உருவம் திராவிட உருவச் சாயலுக்கு இன்றும் சான்றாக உள்ளது. அதனால் இவர்கள் முஸ்லீம்களோடு இனக்கலப்பு கொண்டு உருவானவர்கள் என்பது முற்றிலும் பொருந்தாது.

ஒரு சமூகத்திற்குள் ஏற்படுகின்ற உள்மோதலுக்குத் தரம், அந்தஸ்து என்பதே அடிப்படைக் காரணங்களாக இருக்கும் என லூயிஸ்டூமண்ட் கருதுகிறார். அதனுள் ஏற்படுகின்ற அதிகார மோதல்கள் அரசியல் மோதல்கள் போன்றவற்றைக் கணக்கில் எடுத்துக்கொள்ளத் தவறுகிறார். “சாதி” என்ற அமைப்பிற்குரிய அரசியல் தன்மைகளைப் பார்க்கத் தவறுகின்றார். ஒரு சாதி மற்றொரு சாதியைக் கட்டுப்பாட்டில் வைத்துக் கொள்வதற்குச் செலுத்துகின்ற அதிகாரம், ஒரு சாதிக்குள் ஒரு குழு மற்றொரு குழுவைத் தனது கட்டுப்பாட்டில் வைத்துக் கொள்வதற்காக அதன் மீது செலுத்துகின்ற அதிகாரம் போன்ற அரசியல் நிகழ்வுகளைக் கவனத்தில் எடுத்துக் கொள்வதற்கு ஸ்டூமண்ட் தவறுகின்றார். இவ்வகையில் ஒரு சாதிக்கு உள்ளேயும், வெளியேயும் நடக்கின்ற அதிகார மோதல்கள், அரசியல் நிகழ்வுகள் சாதியின் அமைப்பையே மாற்றி விடுகின்றன.[27] அது சில சமயங்களில் ஒரு சாதியிலிருந்து பிரிந்து சென்று மற்றொரு கிளைச் சாதி உருவாவதற்கும் காரணமாக அமைந்து விடுகின்றது. இவ்வகையில் மதுரை கிழக்குப் பகுதியில் வாழ்ந்த கள்ளர் குழுக்கள் மத்தியில் ஏற்பட்ட அதிகார மோதலே ஒரு சில கள்ளர் குழுக்கள் அப்பகுதியை விட்டு வெளியேறுவதற்குக் காரணமாக அமைந்திருக்கும் என நான் கருதுகிறேன். இது பற்றி பின்வரும் பகுதிகளில் ஆய்வு செய்வோம்.

மதுரைக்குக் கிழக்குப் பகுதியில் குடியேறிய கள்ளர்கள் தாங்கள் வாழ்கின்ற பகுதியில் பல தன்னரசு நாடுகளை உருவாக்கினர் என்பதனை நாம் ஏற்கனவே கண்டோம். இந்நாடுகளை நிர்வகிப்பதற்கு “அம்பலம்” என்ற அதிகார அமைப்பை உருவாக்கியிருந்தனர். தங்கள்

குழுவிலேயே ஒருவரை அம்பலமாக நியமித்துக் கொண்டனர். கரை அம்பலம், ஊர் அம்பலம், தெரு அம்பலம், மாகாண அம்பலம், நாட்டு அம்பலம் எனப் பல நிலைகளில் அம்பலங்களை நியமித்துக் கொண்டனர். அம்பலம் என்பதற்கு ஊரின் பொது அவை எனப் பொருள். ஊர் மக்கள் ஒன்று கூடி ஒரு விசயத்தை அல்லது பிரச்சனையை அம்பலப்படுத்தி (வெளிப்படுத்தி) தீர்வு காண்கின்ற அவை என, இது அழைக்கப்படும். இந்த அம்பலப்படுத்துகின்ற பொது அவைக்குத் தலைமை தாங்குபவன் அம்பலம் அல்லது அம்பலக்காரன் எனப்பட்டான். அவனே வழக்குகளுக்கு இறுதி தீர்ப்பு வழங்கினான். "அம்பலப் பதவி", பெரும்பாலும் வம்சாவளி அடிப்படையிலேயே நிர்ணயிக்கப்பட்டது. அம்பலக்காரராய் நியமிக்கப்பட்டவர்களின் வம்சாவளியினர் "அம்பலம்" என்ற பட்டத்தைச் சூடிக் கொண்டனர். இப்பதவியை அடையாதவர்களின் வம்சாவளியினர் தங்களது குலப்பட்டமான தேவர் என்ற பட்டத்தைச் சூடிக்கொண்டனர். இந்த இரு அடையாளங்களைக் கொண்ட குழுக்களிடையே அதிகார மோதல்கள் ஏற்பட்டுச் சண்டைகள் நடந்தன. இதனைப் புரிந்து கொள்வதற்கு டூமண்ட் தனது புத்தகத்தில் பதிவு செய்துள்ள கொக்குளம் நாட்டார்களின் தோற்ற வரலாற்றுக் கதையினை நாம் பார்ப்போம்.

கிழக்கு நாட்டிலுள்ள நரசிங்கம்பட்டியில் ராமசாமி அம்பலக் காரர் வம்சாவளியைச் சேர்ந்த நரசிங்கத்தேவர், வெள்ளை பின்னத் தேவர் என்ற இரண்டு சகோதரர்கள் வாழ்ந்து வந்தனர். இவர்களது தந்தை பெயர் கன்னத்தேவன். அவன், அவனது தகப்பனின் இரண்டாம் தாரத்து மகனாவான். ஒரு (நாள்) சமயம் தேவர் என்று பட்டம் சூட்டிக் கொள்கின்ற இனத்துக் குடும்பப் பெண், ஒரு தகராற்றில் அம்பலக்கார இனத்துப் பெண்ணின் காதுகளை அறுத்து விட்டாள். அதனால் இந்த வழக்கை விசாரிப்பதற்கு அம்பலக்காரர் அவை கூடியது. காது அறுத்தது நிரூபிக்கப்பட்டதனால், அபராதம் விதிக்கப்பட்டது. காது அறுத்ததற்கு 1/8 பங்கு பணம் பொதுவாக அபராதமாக விதிக்கப்படும். ஆனால் காது அறுத்ததற்கு ஒரு அபராதமும், மூத்த வாரிசுகளான அம்பலக்கார வீட்டுப் பெண்ணை அறுத்ததற்காக ஒரு அபராதமும் என இரண்டு மடங்கு அபராதம் விதிக்கப்பட்டது. அம்பலக்காரர்கள் தங்களது அதிகாரத்தைப் பயன்படுத்தி தேவர்களது சொத்தின் பெரும் பகுதியை அபகரிக்க முயன்றனர். அம்பலக்காரர்களின் தீர்ப்பை தேவர்கள் ஒத்துக் கொள்ள மறுத்து எதிர்த்தனர். இதனால் ஆத்திரமடைந்த அம்பலக்காரர்கள், அந்த இரண்டு தேவர்

சகோதரர்களது விளைநிலங்களைத் தீ வைத்துக் கொளுத்தி, அவர்களது உடைமைகளைக் கொள்ளையடித்தனர். இதனால் இனிமேல் இங்கு இருக்க இயலாது எனக் கருதி இரண்டு தேவர்களும் தெற்குத் தெரு வெள்ளாளப் பட்டியில் இருந்த தங்களது இரண்டு மைத்துனர்களான, ஓரப்புலியத்தேவன், உறங்காப்புலியத் தேவன் ஆகியோரையும் அழைத்துக் கொண்டு மேற்கு நோக்கி வந்து முதலில் அனுப்பப் பட்டியிலும், பின்பு கொக்குளத்திலும் குடியமர்ந்தனர்."[28]

மேற்கூறிய வழக்காற்றை நாம் உற்றுப் பார்க்கும்பொழுது இரண்டு தேவர்கள் அம்பலக்காரர்களை எதிர்த்தனர் என்பதனையும், அம்பலக்காரர்களின் தீர்ப்பிற்குக் கட்டுப்பட மறுத்தனர் என்பதனையும், இதனால் ஆத்திரமடைந்த அம்பலக்காரர்கள் அவர்களது உடமைகளைக் கொள்ளையிட்டு அவர்களை வலுக் கட்டாயமாக அப்பகுதியை விட்டு வெளியேற்றினர் என்பதனையும் அறிந்து கொள்ள முடிகின்றது. இவ்வாறு அம்பலக்காரர்களது அதிகாரத்திற்குக் கட்டுப்படாத தேவர்கள், அப்பகுதியை விட்டுச் சிறுக, சிறுக வெளியேறி மதுரைக்கு மேற்குப் பகுதியில் குடியேறத் துவங்கினர். முதலில் இங்குள்ள பல மலைகளுக்கு அருகாமையில் தங்கள் குடியிருப்புகளை அமைத்தனர். இவ்வாறு குடியமர்ந்த தேவர்கள் தங்களுக்குள் பெண் கொடுத்து பெண் எடுத்து ஒரு உறவுப் பிணைப்பை உருவாக்கி ஒரு தனி இனக்குழுவாய் வாழ்ந்தனர்.

இவர்கள் வருவதற்கு முன்பாக இப்பகுதியில் கார்காத்த வெள்ளாளர்கள், கொங்கு வெள்ளாளர்கள், வேட்டுவ வெள்ளாளர்கள், தெலுங்கு பேசுகின்ற கவரா நாயக்கர்கள், தொட்டிய நாயக்கர்கள், கன்னடம் பேசுகின்ற காப்பிளிய கவுண்டர்கள், இடையர்கள், வலையர்கள், பிராமணர்கள், சக்கிலியர்கள் போன்றோர் பரவலாக வாழ்ந்து வந்தனர். இங்ஙனம் பலர் பரவலாக வாழ்ந்து வந்தாலும் கார்காத்த வெள்ளார்களும், தொட்டிய நாயக்கர்களுமே மிகுதியாக வாழ்ந்து வந்தனர்.

புதிதாகக் குடியேறிய (கள்ளர்கள்) தேவர்கள் வேளாள நிலக்கிழார்களிடமும், நாயக்க நிலக்கிழார்களிடமும் பிராமண நிலக்கிழார்களிடமும் துவக்கத்தில் காவல்காரர்களாகவும், பண்ணையாட்களாகவும் குடியமர்ந்தனர். இவர்கள் எண்ணிக்கையில் பெருத்த பின்பு தங்களது வேளாள, நாயக்கர், பார்ப்பாண பண்ணை யார்களுடன் மோதல் கொண்டு அவர்களை வெளியேற்றினர். அதன்பின் இப்பகுதியைத் தங்களது முழுக்கட்டுப்பாட்டின் கீழ்க் கொண்டு வந்தனர்.

அம்பலக்கல்

இவ்வாறு தாங்கள் புதிதாகப் பெற்ற பகுதியை தங்களது கிழக்கு நாட்டுச் சகோதரர்களைப்போல் எட்டு நாடுகளாய் பிரித்தனர். ஆனால் அவர்களைப் போல் அம்பலம் என்ற அதிகார அமைப்பை உருவாக்கிக் கொள்ளவில்லை. அதே சமயம் அந்த அமைப்பின் நினைவாக ஊர்களில் உள்ள பொது அமர்வு கல்லிற்கு "அம்பலக் கல்" எனப் பெயரிட்டனர். (பாண்டிய நாட்டுக் கள்ளர்களிலேயே அம்பலம் என்ற அதிகார அமைப்பை ஏற்படுத்திக் கொள்ளாத கள்ளர்கள் பிறமலைக் கள்ளர்கள் மட்டுமே).

ஆனால் தங்களுக்குள் ஒருவரைப் பெரிய தேவராக நியமித்துக் கொண்டனர். (அத்தேவர் பொறுப்பு, ஒரு போதும் வம்சாவளி அடிப்படையில் நிர்ணயிக்கப்படாது. சுழற்சி முறையில்தான் பெரிய தேவர்கள் தெரிவு செய்யப்பட்டனர்.) தங்களை எட்டு நாட்டுத் தேவர்கள் என அழைத்துக் கொண்டனர். தங்களது கீழைய சகோதரர்களால் (அம்பலக்காரர்களால்) புற மலையான்கள் அல்லது புறமலைக் கள்ளர்கள் என அழைக்கப்பட்டனர். மேற்கூறிய விசயங்களைச் சுருங்கக் கூறின், கிழக்குக் கள்ளர் நாடுகளில் அம்பலம் என்ற அதிகார அமைப்பை எதிர்த்துக் கலகம் செய்த தேவர்கள் (கள்ளர்கள்) அங்கிருந்து வெளியேறி மதுரைக்கு மேற்குப் பகுதியில்

சிறுக, சிறுகக் குடியேறி தங்களுக்குள் ஓர் உறவுப் பிணைப்பை உருவாக்கிக் கொண்டு உருவான தனி இனக்குழுவே புறமலை அல்லது பிறமலைக் கள்ளர்கள் எனலாம்.

பிறமலைக் கள்ளர்களின் குலப்பட்டம்

தமிழ்ச் சமூகத்தில் ஒவ்வொரு சாதியும் ஒரு குலப் பட்டத்தைப் பயன்படுத்துகின்றது. அச்சாதியைச் சேர்ந்தவர்கள் அப்பட்டங் களைத் தங்கள் பெயருக்குப் பின்னே சூடிக் கொள்வர். உதாரணமாக வெள்ளாளர்கள் பிள்ளை மற்றும் முதலியார் என்றும், வன்னியர்கள் படையாட்சி, கவுண்டன், நாயகன் என்ற பட்டங் களையும் இட்டுக் கொள்வர். இவ்வகைப் பட்டங்கள் எப்படி உருவாயின என்பதற்குச் சில உதாரணங்களைப் பார்ப்போம்.

தமிழ்ச் சமூகத்தின் பூர்வீகமான விவசாய சமூகமான வெள்ளாளர்கள் பிள்ளை, முதலியார் என்ற பட்டங்களைப் பயன் படுத்துகின்றனர். அவ்வெள்ளாளர்கள் பயிர்த் தொழில் செய்து வந்தவர்களாகையால் அவர்கள் பயிர்களைப் பிள்ளைகளைப் போல் பேணிக்காத்து வளர்ப்பதனால் "பிள்ளை" என்றும் அவ் வெள்ளாளர்களில் ஒரு சிலர் வேளீர் குலத் தலைவர்களாக சேர, சோழ, பாண்டிய மன்னர்களுக்காகப் படை நடத்திச் சென்றதனால், 'படைக்கு முதலில் சென்றவர்கள்' என்ற பொருளில் முதலியார் என்றும் பட்டம் சூட்டிக் கொண்டனர். அதில் சிலர் 'நிலம் உடையவர்கள்' என்னும் பொருளில் உடையார் என்றும் பட்டம் சூட்டிக் கொண்டனர்.

அமைதி காலத்தில் நெசவாளர்களாகவும், போர்க் காலத்தில் செங்குந்தம் என்னும் ஆயுதத்தைத் தூக்கிக் கொண்டு களம் செல்லும் வீரர்களாகவும் இருந்த கைக்கோளர்கள் அல்லது செங்குந்தர்கள் 'படைக்கு முன் செல்லுபவர்' என்னும் பொருளில் முதலியார் எனப் பட்டம் சூட்டிக்கொண்டனர்.

அதுபோல பள்ளிப்படை என்னும் பெயரில் மன்னர்களால் படையாட்களாய் பயன்படுத்தப்பட்ட வன்னியர்கள் படையாட்சி என்று பட்டமிட்டுக் கொண்டனர். பிற்காலத்தில் அதில் சிலர் கவுண்டன் என்றும் நாயக்கன் என்றும் பட்டம் சூடிக் கொண்டனர். சமூகத்தின் பூர்வீகமான அல்லது மூத்த தொழிலான வேட்டைத் தொழிலைச் செய்து வந்த வலையர்கள் தங்களை மூப்பன் என்று அழைத்துக் கொண்டனர். அதில் சிலர் அம்பலக்காரன் என்றும் பட்டமிட்டுக் கொண்டனர்.

மலைவளம் மிக்க கொங்குமண்டலத்தில் விவசாயம் செய்து வாழ்ந்து வந்த கொங்கு வெள்ளாளர்கள் கவுண்டன் என்று பட்டமிட்டுக் கொண்டனர். கொங்குமண்டலம், மலைவளம் மிக்க பகுதியாகையால் பறவைகளும், விலங்குகளும் விவசாயத்திற்குப் பெரிதும் இடையூறாக இருந்தன. விவசாயிகள் பரண்களைக் கட்டி அதன்மேல் ஏறி கவன்கற்களை வீசி அவ்விலங்குகளையும், பறவை களையும் விரட்டினர். இவ்வாறு கவன் வீசி பறவைகளை விரட்டி விவசாயம் செய்கிறவன் கவுண்டன் எனப்பட்டான்.[29] அவர்களைப் போல மலைவளம் மிக்க பகுதிகளில் விவசாயம் செய்து வாழ்கின்ற காப்பிளியர்களும், குரும்பர்களும், கவுண்டர் எனப் பட்டமிட்டுக் கொண்டனர்.

தமிழகத்தின் வணிகச் சாதியினர் பெரும்பாலும் செட்டியார்கள் என்று பட்டமிட்டுக் கொண்டனர். அக்காலத்தில் எட்டிச் சென்று பொருள்களை விற்பவன் என்ற பொருளில் எட்டி என அழைக்கப் பெற்றனர். எட்டி என்ற அச்சொல்லே மருவி செட்டி என்று அழைக்கப்பெற்றது.

இனி, முக்குலத்தோர்களின் குலப்பட்டம் பற்றிப் பார்ப்போம். இதில் அகமுடையார் சாதியினர், சேர்வை, தேவர், உடையார், முதலியார், பிள்ளை போன்ற பட்டங்களைச் சூடிக் கொண்டனர். தமிழகத்து அகமுடையார்கள் இரண்டு வகையினராய் உள்ளனர். தமிழகத்தின் வட மாவட்டங்களில் வாழ்கின்ற அகமுடையார்கள் தங்களை வெள்ளாளர்களின் ஒரு பிரிவினராகவே அடையாளப் படுத்துகின்றனர். அதனால் அவர்கள் முதலியார், உடையார், பிள்ளை எனப் பட்டமிட்டுக் கொண்டனர். அகம் என்ற சொல்லிற்கு நிலம் என்ற பொருளும் உண்டு. அவ்வகையில் நிலம் உடையவர்கள் என்ற பொருளில் இவர்கள் அகமுடையார் என அழைக்கப்பட்டனர்.

ஆனால் தமிழகத்தின் தென் மாவட்டங்களில் அதாவது தஞ்சை மாவட்டத்திற்குக் கீழே வாழ்கின்ற அகமுடையார்கள் தங்களை முக்குலத்தோரில் ஒரு பிரிவினராக அடையாளப் படுத்து கின்றனர். ஏனெனில் இவர்கள் அகமுடையார்கள் இல்லை எனவும் அகம்படியர் எனவும், அதாவது உள்நாட்டுப் பாதுகாப்பில் ஈடுபட்ட படையினர் என்ற பொருளில் இவர்கள் அகம்படையர் எனப்பட்டனர் எனவும் சிலர் கருத்து கூறுகின்றனர்.

முக்குலத்தோரில் ஒரு பிரிவினரான இவ் அகம்படியர்கள் தேவர், சேர்வைக்காரன் போன்ற பட்டங்களைச் சூடிக் கொண்டனர்.

சேர்வை என்ற பட்டமே இவர்களிடம் பெரும் வழக்காக உள்ளது. சேர்வைக்காரன் என்ற சொல்லிற்குப் படையின் தளபதி என்று பொருள் என எட்கர் தர்ஸ்டன் குறிப்பிடுகின்றார்.[30]

அக்காலத்தில் மன்னர்களுக்கு, இன்று இருப்பதைப் போல நிலைத்த ராணுவம் இல்லை. யுத்த காலங்களில் மட்டும் சண்டைக்கு ஆள் சேர்ப்பர். அவ்வாறு சண்டைக்கு ஆள் சேர்ப்பவன் சேர்வைக்காரன் எனப்பட்டான்.[31] அவனே அதன் தளபதியாகவும் இருந்தான். அகம்படியார் குலத்தில் பலர் மறவர்குல மன்னர்களிடம் படைத் தளபதிகளாக இருந்தனர். அதனால் அவர்கள் சேர்வைக் காரன் எனப் பட்டமிட்டுக் கொண்டனர். அதுபோல புதுக்கோட்டை சிவகங்கை அரசர்களிடம் படைப் பணி செய்த ஒரு சில கள்ளர் குழுக்களும் "சேர்வைக்காரன்" எனப் பட்டம் இட்டுக் கொண்டனர்.

மறவர்கள் பெரும்பாலும் தேவர் என்றே பட்டமிடுகின்றனர். அதில் சிலர் சேர்வை, கரையாளர், ராயர், தலைவர், வன்னியர் எனப் பட்டமிட்டுக் கொண்டனர்.[32]

திருச்சி, தஞ்சை, புதுக்கோட்டை மண்டலத்தில் வாழும் கள்ளர்கள் ஒவ்வொரு வம்சாவளிக்கும் ஒரு பட்டம் எனப் பலநூறு பட்டங்களைப் பயன்படுத்துகின்றனர். மதுரை நகரத்திற்குக் கிழக்குப் பகுதியில் உள்ள நாட்டுக் கள்ளர்கள் பெரும்பாலும் அம்பலம் என்ற பட்டத்தையே பயன்படுத்துகின்றனர். அதில் சிலர் சேர்வை எனவும் பட்டமிட்டுக் கொள்கின்றனர். அம்பலக்காரன் என்பதற்குச் சபையின் தலைவன் என்று பொருள் என எட்கர் தர்ஸ்டன் குறிப்பிடுகின்றார்.

மதுரைக்கு மேற்குப் பகுதியைப் பூர்வீகமாகக் கொண்ட பிறமலைக் கள்ளர்கள் தேவர் என்ற பட்டத்தைத் தங்கள் குலப் பட்டமாகப் பாரம்பரியமாகப் பயன்படுத்தி வருகின்றனர். நாயக்கர் காலத்தில் இவர்களுக்கு அளிக்கப்பட்ட செப்பேடுகளிலேயே இவர்களது பெயர்கள் தேவர் என்ற பட்டத்தைத் தாங்கி உள்ளன. இவர்களது முன்னோர்கள் இப்பகுதிக்கு வருவதற்கு முன்பாகவே "தேவர்" என்ற அடையாளத்தைப் பெற்றிருந்தனர் என்பதனை இவர்கள் மத்தியில் வழக்கத்தில் உள்ள வழக்காறுகள் மூலம் நம்மால் அறிந்து கொள்ள முடிகின்றது. இனி, "தேவர்" என்ற பட்டம் எக்காலத்திலிருந்து எப்பொருளில் பயன்படுத்தப்பட்டு வந்துள்ளது என்பது பற்றிச் சற்றுப் பார்ப்போம்.

தேவர் என்ற சொல்லைப் பெயருக்குப் பின் பட்டமாகப் பயன் படுத்துகின்ற வழக்கம் சங்ககாலம் தொட்டு வழக்கில் இருந்து

வந்துள்ளது. பல சங்கப் புலவர்கள் இங்ஙனம் பெயர் பெற்றிருந்தனர். இளந்தேவனார், ஈழத்துபூதன் தேவனார், தேவகுலத்தான், தேவனார், பூதன் தேவனார், பெருந்தேவனார், மதுரை தமிழ்க் கூத்தன் நாகன் தேவனார், வாயிலான் தேவன் என்று எட்டுச் சங்கப் புலவர்கள் இப்பெயர் தாங்கியிருந்தனர்.[33]

ஆனால் அக்காலத்தில் இது ஒரு குறிப்பிட்ட சாதியினர் பயன் படுத்துகின்ற பட்டமாக இருக்கவில்லை. மேற்கூறிய ஒவ்வொரு புலவரும் வெவ்வேறு வகுப்பினைச் சார்ந்தவர்கள் என்பது குறிப்பிடத்தக்கது.

இடைக்காலத்தில் தமிழகத்தில் ஆட்சியிலிருந்த பிற்காலச் சோழ மன்னர்கள் பொன் மாளிகையில் துஞ்சியதேவர், இராச ராசத்தேவர், மதுராந்தங்கத்தேவர் எனப் பெயர் பெற்றிருந்தனர். அதுபோல பிற்காலப் பாண்டியரும், சுந்தரபாண்டியத்தேவர், குலசேகரப் பாண்டியத்தேவர், வீரபாண்டியத்தேவர் எனப் பெயரிட்டுக் கொண்டனர். இக்காலத்திலும் இது ஒரு குறிப்பிட்ட சாதிப் பிரிவினருக்கான பட்டமாக இல்லை. பேரரசர்களும், அவர்களுக்குக் கீழ் இருந்த சில தளபதிகளும், குறுநிலமன்னர்களும் தங்களது முதன்மையை அல்லது அதிகாரத்தைக் காட்டுகின்ற வகையில் தேவர் எனப் பட்டம் சூடிக் கொண்டனர். உதாரணமாகப் பிற்காலப் பாண்டிய மன்னர்களின் பேரரசரான சுந்தரபாண்டியன், சுந்தர பாண்டியத் தேவர் என அழைக்கப்பட்டான். ஆனால் அவனுடன் பிறந்த மற்ற சகோதரர்கள் தேவர் என்ற பட்டத்தைச் சூடிக் கொள்ளவில்லை.

அக்காலத்தில் இப்பட்டம் தனிநபர் சார்ந்த பட்டமாக இருந்ததேயொழிய ஒரு குழு சார்ந்த பட்டமாக இருக்கவில்லை என்பதனைக் காட்டுகின்றது. சமூகத்தில் உயர்நிலையை அடைந் தோர் அப்பட்டத்தைச் சூடிக்கொண்டனர்.

"தேவர்" என்ற சொல்லிற்குக் கடவுள் அல்லது வானவர் எனப் பெரும்பாலும் பொருள் கொள்கின்றனர். ஆனால் "முதன்மையான தலைவன்" என்று பொருள் என, கால்டுவெல் குறிப்பிடுகின்றார்.[34] இதற்கு ராணுவத்தின் முதன்மையான தலைவன் எனப் பொருள் கொள்ளலாம். (முக்குலத்தோர்கள் தங்களைப் போர்மரபினர் என அடையாளப்படுத்துகின்ற வகையில் இந்திர குலத்தவர்கள் எனக் கூறிக் கொள்கின்றனர் என்பதனை நாம் கடந்த அத்தியாயங்களில் பார்த்தோம்.)

பிற்காலச் சோழ, பாண்டியப் பேரரசுகளின் வீழ்ச்சிக்குப் பின்பு தமிழகத்தில் தமிழ் பேசாத இனத்தவரே பெரும்பாலும் அரசியல்

அதிகாரத்தில் இருந்தனர். ஆனால் அதில் ஒரு சில கள்ளர், மறவர் இனக் குழுக்கள் மட்டும், தங்களது இராணுவ வலிமை காரணமாகத் தாங்கள் வாழ்கின்ற பகுதிகளுக்கான அரசியல் அதிகாரத்தைப் பெற்றனர். அப்பகுதிகளுக்கான குறுநில மன்னர்களாய் உயர்ந்தனர். இவர்கள் அதற்கு முன்பு இருந்த தமிழ்ப் பேரரசர்கள் பயன்படுத்திய தேவர் என்ற பட்டத்தினை தாங்கள் முதன்மையான தலைவர்கள் என்று அடையாளப்படுத்தும் விதமாக "தேவர்" என்று சூடிக் கொண்டிருக்கலாம். அது இவர்களையும், இவர்கள் சார்ந்த இனக் குழுவையும் அடையாளப்படுத்துகின்ற பொதுப் பட்டமாகப் பிற்காலத்தில் வளர்ந்திருக்கலாம். தஞ்சை கள்ளர்கள் பயன்படுத்து கின்ற பல பட்டங்கள் சோழ மன்னர்களின் பட்டங்களோடும் பெயர்களோடும் பொருந்தி வருவதை நம்மால் இன்றும் பார்க்க முடிகின்றது.

"தெவ்வர்" என்ற சொல்லிற்குப் பகைவன், கொடியவன் என்று பொருள். கள்ளர், மறவர் இனக்குழுக்கள் முரட்டு சுபாவம் உடையவர்களாய் இருந்ததனால், அமைதியான குடிகளுக்குப் பகைவர்களாகக் கருதப்பட்டனர். அதனால் பகைவர், முரட்டு சுபாவம் உடையவர் என்ற பொருளில் "தெவ்வர்" என அவர்களால் அழைக்கப்பட்டனர். அச்சொல்லே தேவர் என மருவி இருக்கலாம் எனவும் சிலர் கூறுகின்றனர்.[35] ஆனால் இது ஏற்புடையதாக இல்லை.

முக்குலத்தோர்கள் பொதுவாகத் தேவமார்கள் என அறியப் பட்டாலும் மறவர்களில் பெரும்பான்மையான பிரிவினரும், சில பகுதிகளில் வாழ்கின்ற அகமுடையார்களும், பிறமலைக் கள்ளர்களும் மட்டுமே தேவர் என்ற பட்டத்தினைத் தங்கள் குலப்பட்டமாகப் பாரம்பரியமாகப் பயன்படுத்தி வருகின்றனர். கள்ளர்களிலேயே தேவர் என்ற பட்டத்தைக் குலப்பட்டமாக பயன்படுத்தி வருகின்ற கள்ளர்கள், பிறமலைக் கள்ளர்கள் மட்டுமே. சில காலங்களுக்கு முன்பு வரை கள்ளிக்கோட்டை வெள்ளாளர்களுக்கும் தேவர் எனப் பட்டமிருந்தது குறிப்பிடத்தக்கது.[36]

இவ்வாறு சாதிப்பட்டங்களைப் பயன்படுத்துகின்ற வழக்கம் பெரியாரின் சுயமரியாதை இயக்கத்தின் தாக்கத்தால் தற்காலத்தில் அரிதாகி வருகின்றது. இருந்த போதிலும் ஒருவர் தனது சாதியினைச் சொல்லும்பொழுது இப்பட்டங்களையே தங்களது சாதிக்கான அடையாளமாகச் சொல்கின்ற வழக்கம் இன்றளவும் உள்ளது. உதாரணமாக ஒரு வெள்ளாளர் தன்னை ஒரு வெள்ளாளர் என்று சொல்வதனைக் காட்டிலும் தன்னை ஒரு பிள்ளைமார் என்றோ,

முதலியார் என்றோ அல்லது கவுண்டர் என்றோதான் சொல்லிக் கொள்கிறார். அதுபோல பிறமலைக் கள்ளர் ஒருவர் தன்னை அடையாளப்படுத்தும் பொழுது தன்னை “தேவமார்” என்றுதான் அடையாளப்படுத்திக் கொள்கிறார்.

அடிக்குறிப்புகள்

1. *முத்துதேவர், மூவேந்தர் குல முக்குலத்து தேவமார் வரலாறு, 1982, ப. 143*
2. Anand Pandian, *Crooked Stalks* P.
3. Notes To G.O No. 2329 Home (JUDICTAL) 18th Sept - 1920 P. 3
4. Anand Pandian, *Landscapes of Redemptions*, University of California, 2004, P. 38
5. Anand Pandian, *Crooked Stalks* P. 4
6. *ஆர்.கே. கண்ணன், தேவர்கள் வரலாறு, 2006, ப. 135*
7. *குடவாயில் பாலசுப்பிரமணியன், தஞ்சை நாயக்கர் வரலாறு, 1999, ப. 34*
8. Black Burn, *The Kallars A Criminal tribes Reconsidered*, South Asian Journal, 1978, P. 2
9. *இரா. சேது, பாரியது பறம்பு (கட்டுரை),* சிங்கம்புணர் சேவுகப் பெருமாள் ஐயனார் கோவில் திருகுடமுழுக்கு விழாச் சிறப்புமலர், *2001, ப. 67*
10. Annual Report of Epigraphy (A.R.E) 383 Of 1923.
11. A.R.E. 163 Of 1935 - 36
12. A.R.E. 207 Of 1924
13. குன்றக்குடி சேவுகப் பெருமாள், பிரான்மலை என்னும் பாரீசுவரம் *(கட்டுரை), சேவுகப் பெருமாள் ஐயனார் கோவில் திருகுடமுழுக்கு விழாச் சிறப்புமலர், 2001, ப. 69 – 71*
14. *சுவாமி வேலு, மலைச்சேர்வைக்காரர் வம்சம்,* பே.நா *: 6.9.2009.*
15. *பிரான்மலை மங்கை பாகர்கோயில் பைரவர் சந்நிதி – பெயர்ப்பலகை*
16. சிவகங்கை மந்திரி, ஐந்துநிலை நாட்டார் வம்ச பரம்பரை வரலாறு, *(கட்டுரை) சேவுகப் பெருமாள் ஐயனார் கோயில் சிறப்பு மலர் 2001,* ப. *75 – 77*
17. *அடைக்கலம் சேர்வை (45), வையாபுரிப்பட்டி,* பே.நா: *6.09.09*
18. *கள்ளர் சாதி விளக்கம்* (R 370 a), Government oriental manuscription Library, University of Madras.
19. W.Francies, *Census of India 1901*, Vol. XV P. 158
20. Edgar Thurston, *Caste and Tribes of Southern India*, Vol. K. P.
21. Louise Dumount, *The South Indian Sub Caste*, P. 16, (puramalei : from the outer mountain, would be preferable. Piranmalei, ‘mountain of the Lord’, is the name of a hill located so far to the east that it seems unlikely to have played a role in the immediate origin of the Pramalai Kallar. According to their own traditions, the Pramali Kallar detached themselves from the eastern group (Ambalakkarar), but

the villages they left were very close to Madurai, and they do not refer themselves to piranmalei hill, which is located some twenty miles fruther east, at the eastern edge of the Ambalakkarar area).

22. Ibid P. 148
23. கவணம்பட்டி கூலமக்கள் மூன்றுதேவர் வம்ச வரலாற்றுக் குறிப்பு : வெளியிடப்படாத எழுத்துக் குறிப்பு (பக்.17–22), எழுதியவர் பெரியசாமித் தேவர், கவணம்பட்டி.
24. Louise Dumount, *The South Indian Sub Caste*, P. 148
25. கடுக்காண் அய்யாவு அம்பலம்(77), கிடாரிபட்டி, பே.நா : 4.9.2009
26. Louise Dumount, *The South Indian Sub Caste*, 1986, P. 152 - 153
27. Nicholos Diriks, *Hollow Crown*, 1989, P. 5
28. Louise Dumont *The South Indian Sub Caste*, PP. 149 - 150
29. அரங்க மு.முருகையன், *காலந்தோறும் சாதி*, ப. 48
30. Edgar Thurston, *Caste and tribes of southern India*, Vol. K, P. 91
31. சுப்ரமணியம் சேர்வை, *பதினாலு நாட்டார் சரித்திரம்*, ப. 15
32. ஆசீர்வாத உடையாத்தேவர், *மறவர் சரித்திரம்*, ப. 127
33. பேரா. முத்தையா, *சங்க கால மறவர்*, பக். 143, 144
34. கால்டுவெல், *திருநெல்வேலி சரித்திரம்*, பக். 52 – 53
35. அந்தோணிசாமி நாடார், *சான்றோர் வரலாறு*, ப. 138
36. நாஞ்சில் நாடன், *நாஞ்சில் நாட்டு வெள்ளாளர் வாழ்க்கை*, ப. 89

இராஜதானி - எட்டுநாடு, 24 உபகிராமங்கள்

பிறமலைப் பகுதி இராஜதானி, எட்டு நாடுகள், 24 உப கிராமங்கள் என மூன்று அடுக்குகளாக அமைந்துள்ளது. இதன் தலைமைக் கிராமம் ராஜதானி என அழைக்கப்படுகிறது. இவ்வகை அமைப்பு எக்காலத்தில் உருவாக்கப்பட்டது என்பதனை அறுதியிட்டுச் சொல்ல இயலவில்லை. ஆனால் 1655இல் திருமலை நாயக்கர், உரப்பனூர் திருமலை பின்னத்தேவனுக்கு அளித்த பட்டயத் திலேயே எட்டு நாடு என்று குறிப்பிடப்பட்டுள்ளது. அதனை வைத்துப் பார்க்கும் பொழுது அதற்கு ஒரு சில தலைமுறைகளுக்கு முன்பாக இவ்வமைப்பு உருவாக்கப் பட்டிருக்கலாம். இந்த எட்டு நாடுகள் உருவாக்கப்பட்ட பின்பு புதிதாக உருவான கிராமங்கள் அவற்றிற்குத் துணை கிராமங்கள் என்ற வகையில் உப கிராமங்களாக அடுத்த நிலையில் வைக்கப்பட்டிருக்கலாம்.

நாயக்க மன்னர்களது பிரதிநிதிகளின் மேற்பார்வையில் இவ்வமைப்பு உருவாக்கப்பட்டதாக ஒரு எழுத்தாளர் குறிப்பிடு கின்றார். இவர்கள் இப்பகுதிக்கு வருவதற்கு முன்பாக இப்பகுதியில் தெலுங்கு பேசுகின்ற நாயக்க மக்களே பெருவாரியாக வாழ்ந்து வந்தனர். அவர்களை வெளியேற்றிவிட்ட பிறகே இப்பகுதியை கள்ளர்கள் தங்கள் கட்டுப்பாட்டில் கொண்டு வந்தனர். அவ்வாறு வெளியேற்றப்பட்ட நாயக்கர்களின் மேற்பார்வையில் நாடு பகிரப் பட்டதாகச் சொல்வது ஏற்புடையதாக இல்லை.

கள்ளர்கள் தாங்களாகவே சுயமாகத் தாங்கள் வாழ்கின்ற பகுதியை எட்டு நாடுகளாகப் பகிர்ந்து கொண்டனர். அதில் தன்னரசு ஆட்சியை உருவாக்கினர். அதன் பிறகு திருமலை

நாயக்கர் அவருக்கு அறிமுகமான பின்னத்தேவர் என்பாருக்குத் தனது 'திருமலை' என்ற பெயரைப் பட்டமாக வழங்கி திருமலை பின்னத்தேவர் எனப் பெயரிட்டு இந்த எட்டு நாட்டின் தலைவராக நியமித்தார். அவருக்குத் துணையாக இரண்டு தேவர்களையும் நியமித்தார். அவர் வாழ்ந்த உரப்பனூர் கிராமம் எட்டு நாட்டின் தலைமை இடமாகக் கருதப்பட்டது. அதுவரை தன்னரசாய்த் திகழ்ந்த இக் கள்ளர் நாடு உரப்பனூர் ராஜதானி என்ற பெயரில் நாயக்க மன்னர்களின் நேரடிக் கட்டுப்பாட்டின்கீழ் கொண்டு வரப்பட்டது. இப் பின்னத் தேவருக்கும் நாயக்க மன்னருக்கும் எவ்வகையில் அறிமுகம் கிடைத்தது, அவரது அதிகாரம் எவ்வகையில் கட்டமைக்கப்பட்டது போன்றவற்றை வரலாறு பற்றிய பகுதியில் நாம் விரிவாகக் காண்போம். இனி ராஜதானி – எட்டுநாடு – 24 உபகிராமம் என்ற இந்த மூன்று அடுக்குகளின் அமைப்பு பற்றிச் சற்று விரிவாகக் காண்போம்.

மரபுவழி வரலாற்றுக் கதைகள்

இந்த எட்டு நாடுகள், 24 உபகிராமங்களின் தோற்ற வரலாறுகளை அவர்கள் மத்தியில் இன்றும் வழக்கில் உள்ள மரபுவழி வரலாற்றுக் கதைகள் மூலம் பதிவு செய்கிறேன். இவ்வகைக் கதைகள் சற்றுப் புனைவுகளோடு சொல்லப்பட்டிருந்தாலும் அடித்தட்டு மக்களின் வரலாறுகளை அறிந்து கொள்வதற்கு இவை மட்டுமே மூலங்களாக உள்ளன. இவை ஒவ்வொரு காலத்திலும், வெவ்வேறு நபர்களால் வெவ்வேறு வகையில் சொல்லப்பட்டாலும் பெரும்பாலும் ஒரே பொருண்மையை உணர்த்துவதாகவே உள்ளன.

நான் களப்பணிக்காக இப்பகுதியிலுள்ள ஒவ்வொரு கிராமத்திற்கும் சென்ற பொழுது அவ்வூரில் உள்ள **திறன் படைத்த தகவலாளர்கள் எனக்குச் சொன்ன வழக்குக் கதைகள் மூலம் இவற்றை எழுதுகிறேன்.** பெரும்பாலும் இவ்வூர் மக்களின் முன்னிலையிலேயே இவ்வகைக் கதைகளை ஒலிநாடாக்களில் பதிவு செய்தேன். இவற்றிற்கு வேறுபட்ட கதைகளும் வழக்கில் இருக்கலாம்.

இராஜதானி – உரப்பனூர்

உரப்பனூர், புறமலைக்கள்ளர் நாட்டின் தலைமைக் கிராமமாகக் கருதப்படுகின்றது. 'ஓர் அப்பன் ஊர்' என்ற சொல்லே உரப்பனூர் என்று மருவியது என்கின்றனர். இது கீழ் உரப்பனூர், மேல்

உரப்பனூர், ஊராண்ட உரப்பனூர் என மூன்று கிராமங்களாக உள்ளது. உரப்பனூர் கண்மாய்க்குக் கீழ்ப்புறமாக அமைந்துள்ளது கீழ் உரப்பனூர் என்றும், அதற்கு மேல் புறமாக அமைந்துள்ளது மேல் உரப்பனூர் என்றும், வடக்குப் பகுதியில் உள்ளது ஊராண்ட உரப்பனூர் என்றும் அழைக்கப்படுகின்றது. இவை இன்றைய திருமங்கலம் ஒன்றியத்தில் அமைந்திருக்கின்றன.

மரபுவழி வரலாற்றுக் கதை

மதுரை நகருக்குக் கிழக்கே நாட்டுக் கள்ளர்களின் முக்கிய ஊரான ஒவலூர் என்ற கிராமத்திலிருந்து புன்னைத்தேவன், சுந்தத்தேவன் என்ற இரண்டு மைத்துனர்கள் அங்கிருந்த அம்பலக்காரர்களோடு முரண்பட்டு மதுரைக்கு மேற்குப் பகுதிக்கு இடம் பெயர்ந்தனர்.[1] அப்பொழுது இவ்வூரில் ஒரே ஒரு காராள வெள்ளாளர் குடும்பம் மட்டுமே இருந்தது. அவர் பெரிய நிலச்சுவான்தாராக வாழ்ந்து வந்தார். அவரிடம் இவ் இருவரும் பட்டி, பரவுக் காவல் காரர்களாகப் பணியில் அமர்ந்தனர். அவர்களுக்கு முன்பாக வெங்க கழுவத்தேவன் என்பவர் அதே வெள்ளாளரிடம் கண்மாய்க் காவல்காரராய் இருந்து வந்தார். கண்மாய்க் கரைகளைக் காவல் காத்ததனால் அவர் கரைக்காரத்தேவர் எனப்பட்டார். அந்தக் காராள வெள்ளாளருக்குப் பிள்ளையில்லாததால் அவரை அங்குப் புதிதாகக் குடியேறிய கள்ளர்கள் அப்பன் என்று அழைத்தனர். அதனால் ஒரே அப்பன் (வெள்ளாளர்) வாழ்ந்த ஊர் என்ற வகையில் இது ஓர் அப்பன் ஊர் என அழைக்கப்பட்டது. அப் பெயரே உரப்பனூர் என மருவியது. இவ்வூர்ப் பெயர் விளக்கம் பற்றி வேறொரு மரபுக்கதையும் வழக்கில் உள்ளது. (அதனை அடுத்துப் பார்ப்போம்.) அக் காராள வெள்ளாளர் பிள்ளையின்றி இறந்து விட இங்குக் குடியேறிய தேவர்கள் அவரது சொத்துகளைத் தங்களுக்குள் பகிர்ந்து கொண்டு வாழத் துவங்கினர். அடுத்து விளாச்சேரியை சேர்ந்த வெள்ளையத்தேவர் என்பவரும் சுந்தத் தேவரது மகளை மணந்து இங்கு வந்து குடியமர்ந்தார்.

கீழ உரப்பனூர்

கீழ உரப்பனூர் சோழவந்தான் திருமங்கலம் நெடுஞ்சாலையில் அமைந்துள்ளது. திருமலை நாயக்கமன்னரால் எட்டு நாட்டின் கள்ளர் தலைவராகப் பட்டயம் வழங்கப்பட்ட திருமலை பின்னத் தேவரது வம்சாவளியினர்க்கு இது பூர்வீகக் கிராமமாகும்.[2] இப் பின்னத்தேவர் பெரிய தேவர் என அழைக்கப்படுகின்றார்.

ஆதித் திருமலைப் பின்னத்தேவருக்குக் கட்டப்பின்னத் தேவன், காரிபின்னத்தேவன் என்று இரு சகோதரர்கள் இருந்தனர். இவர்கள் இருவரும் தமது அண்ணனோடு முரண்பாடு கொண்டு வெளியேறி முறையே, வாகைக் குளத்திலும், வெள்ளைமலைப் பட்டியில் குடியேறினர். அதே போல இவனது இளைய தாரத்து மகன் வெள்ளை பின்னத்தேவன் என்பவனும் புத்தூர் நாட்டில் திருமணம் செய்து கொண்டு வேப்பனூத்து கள்ளப்பட்டியில் குடியேறினான்.

ஆதித் திருமலைப் பின்னத்தேவனுக்கு அவரது நிர்வாகச் செலவிற்காகத் தருமத்துப்பட்டி, உச்சப்பட்டி என்ற இரண்டு கிராமங்களை மானியமாகத் திருமலை நாயக்கர் வழங்கினார். அந்த ஆதித் திருமலைப் பின்னத்தேவனுக்கு இரண்டு ஆண்பிள்ளைகள். அதில் மூத்தவன் அவருக்கு அடுத்து பெரிய தேவராகப் பொறுப் பேற்றான். அவரது வாரிசுகள் தருமத்துப்பட்டி கிராமத்தில் குடிய மர்ந்தனர். அவர்கள் இன்றும் அக் கிராமத்திலேயே வாழ்ந்து வருகின்றனர். அக் கிராமம் மதுரை திருமங்கலம் நெடுஞ்சாலைக்கு அருகில் அமைந்துள்ளது. அதில் இளையவனின் வாரிசுகள் இன்றும் கீழ உரப்பனூரிலேயே வாழ்ந்து வருகின்றனர்.

வணங்குகின்ற குலக்கோயில்கள்

இக் கீழ உரப்பனூர் திருமலை பின்னத்தேவன் வம்சாவளியினர் கல்யாண கருப்புசாமிக் கோயிலையும், புன்னூர் அய்யன் கோயிலையும் தங்கள் குலக் கோயில்களாக வணங்கி வருகின்றனர். இதில் கட்டப் பின்னத்தேவன் வம்சாவளியினர் கல்யாண கருப்புக் கோயிலிலிருந்து பிடிமண் எடுத்துச்சென்று வாகைகுளத்தில் வைத்து வணங்கு கின்றனர். வெள்ளை பின்னத்தேவர் வம்சாவளியினர் புன்னூர் அய்யன் கோயிலிலிருந்து பிடிமண் எடுத்துச்சென்று வேப்பனூத்து கள்ளப்பட்டியில் வைத்து தங்கள் குலதெய்வமாக வணங்குகின்றனர். அதுபோலக் காரிப்பின்னத்தேவன் வம்சாவளியினர் புன்னூர் அய்யன் கோயிலிருந்து பிடிமண் எடுத்துச்சென்று வெள்ளைமலைப் பட்டியில் வைத்து வழிபடுகின்றனர்.

மேல உரப்பனூர்

இது உரப்பனூர் கண்மாய்க்கு மேல் புறத்தில் அல்லது மேற்குப் பக்கத்தில் இருப்பதனால் மேலஉரப்பனூர் எனப்படுகின்றது. இங்குப் பத்ரகாளி சுந்தத்தேவர், வெள்ளையத்தேவர், கரைக்காரத் தேவர் என மூன்று தேவர்கள் உள்ளனர். (ஒரு தேவர், என்பது

ஒரு வம்சாவளியைக் குறிக்கின்ற சொல்லாகப் பிறமலைக் கள்ளர்கள் மத்தியில் பயன்படுத்தப்படுகின்றது) இந்த மூவருக்கும் ஒரு ஒரு சிறு தேவர்கள் என மொத்தம் 6 தேவர்கள் உள்ளனர்.[3]

இதில் கரைக்காரத்தேவர் முதல் தேவராகக் கருதப்படுகின்றனர். ஏனெனில் அவரது முன்னோர்கள் இக்கிராமத்தில் முதலில் குடியேறினர். ஆகையால் அவர் முதல் தேவராகக் கருதப்படுகின்றனர். அவருக்கு அவரது வம்சத்திலேயே ஒரு சிறிய தேவர் உள்ளார். பத்ரகாளி சுந்தத்தேவருக்கும் ஒரு சிறிய தேவர் உள்ளார். வெள்ளையத் தேவர் மூன்றாவது தேவராவர். அவருக்கும் ஒரு சிறிய தேவர் உள்ளார். ஆக மொத்தம் ஆறு வம்சாவளியினர் இங்கு வாழ்கின்றனர்.

வணங்குகின்ற குலக்கோயில்கள்

கரைக்காரத்தேவர் வம்சத்தவர்கள் கருமாத்தூர் கழுவநாத கோயிலைத் தங்கள் குலக்கோயிலாக வணங்குகின்றனர். வெள்ளையத்தேவன் வகையறாக்கள் விளாச்சேரி ஆதிசிவன் கோயிலைத் தங்கள் குலக்கோயிலாக வழிபடுகின்றனர்.

பத்ரகாளி சுந்தத்தேவன் வகையறாக்கள், சித்தாலை சுந்தரவள்ளியம்மன் கோயிலைக் குலக்கோயிலாக வணங்குகின்றனர்.

ஊராண்ட உரப்பனூர்

இது உரப்பனூர் கண்மாய்க்கு வடக்குப் பகுதியில் அமைந்துள்ளது. இதில் வடமலை சுந்தத்தேவன் வகையறாக்கள் மிகுதியாக உள்ளனர். இவ்வூர் எங்ஙனம் உருவானது என்பதற்கு மரபுவழி வரலாற்றுக்கதை ஒன்று வழக்கில் உள்ளது.

மரபுவழி வரலாற்றுக்கதை

கீழூர் திருமலை பின்னத்தேவரை, திருமலை நாயக்கர் எட்டு நாட்டுக் கள்ளர் தலைவராய் நியமித்தபொழுது சுந்தத்தேவர் என்பவரை தனது மந்திரியாரின் பெயரான வடமலை என்ற பெயரைப் பட்டமாக வழங்கி பின்னத்தேவருக்குத் துணைத்தேவராக நியமித்தார். அவர் வடமலை சுந்தத்தேவர் எனப்பட்டார். சில தலைமுறைகள் கழித்துப் பின்னத்தேவருக்கும் சுந்தத்தேவருக்கும், அதிகாரப்போட்டி உருவானது. சுந்தத்தேவர் மிகவும் கெட்டிக் காரராக இருப்பதைப் பார்த்துப் பின்னத்தேவர் பொறாமை கொண்டார். அதனால் வடமலை சுந்தத்தேவரைக் குடும்பத்தோடு அழிப்பதற்குத் திட்டமிட்டார். கல்லினால் ஒரு பொய் மண்டபத்தைக்

கட்டி தனது மைத்துனரான சுந்தத்தேவரைக் குடும்பத்தோடு விருந்திற்கு அழைத்தார். அவர்கள் அனைவரும் சாப்பிட்டுக் கொண்டிருக்கையில் கல்லினால் செய்யப்பட்ட பொய்மண்டபத்தை இடியச்செய்து அதில் உள்ளிருந்த அனைவரையும் கொலை செய்தார். அதில் சுந்தத்தேவரது மனைவியும், ஒரு மகனும் மட்டும் உயிர் தப்பினர். அவர் மனைவி உயிருக்குப் பயந்து தெற்கு நோக்கி ஓடிவிட்டாள். உயிர் தப்பிய சிறுவனும் தெற்குநோக்கி ஓடி, சேத்தூர் ஜமீனை அடைந்தான்.

அங்கு ஒரு பள்ளர் குலக் குடும்பர் விவசாயியாய் வாழ்ந்து வந்தார். அவர் நூறு ஏறுபூட்டி விவசாயம் செய்கின்ற அளவிற்குப் பெரிய நிலச்சுவான்தாராக இருந்தார். ஒருமுறை அவர் நூறு ஏர் பூட்டி உழுது கொண்டிருந்த பொழுது மிகவும் களைப்படைந் திருந்ததைப் பார்த்த சிறுவன் சுந்தன் அவரிடம் சென்று 'கலப்பையைக் கைமாற்றி' விடுங்க நான் உழுகிறேன்' எனச் சொல்லி, கலப்பையை வாங்கி தான் உழ ஆரம்பித்தான். அவன் நன்றாக உழுவதைப் பார்த்து சந்தோசமடைந்த அவர், "தம்பி நீ யாரப்பா? உன் குலம் என்ன? கோத்திரம் என்ன? எங்கிருந்து வந்திருக்க" என விசாரிக்க ஆரம்பித்தார். தான் தேவர்குலத்தைச் சேர்ந்தவன் எனச் சொன்னால் தன்னை வைத்துக் கொள்ளமாட்டார் என நினைத்து தானும் பள்ளர் குலத்தைச் சேர்ந்தவன்தான் எனச் சொன்னான். சந்தோசமடைந்த அவர் அவனைத் தனது குடும்பத்தில் ஒருவனாக வைத்துக் கொண்டார். நாட்கள் ஓடின.

சிலகாலம் கழித்து அச் ஜமீனில் புலி ஒன்று புகுந்து அட்டகாசம் செய்து வந்தது. அதனை யாராலும் வேட்டையாட முடியவில்லை. யாரேனும் அதனை வேட்டையாடினால் தக்க சன்மானம் தரப்படும் என ஜமீன்தார் அறிவித்தார். அதனைக் கேட்ட சுந்தன் காட்டுக்குச் சென்று புலியைக் கொன்று அதன் பல்லையும் வாலையும் எடுத்து வந்து ஜமீன்தாரிடம் காட்டினான். அதனைப் பார்த்து வியந்த ஜமீன்தார் இவ்வளவு தைரியசாலியாக இருக்கிறாயே உன்னுடைய உண்மையான குலம் என்ன? கோத்திரம் என்ன? என்று விசாரிக்கத் துவங்கினார். அப்பொழுது அவன் தான் தேவர் குலத்தைச் சேர்ந்தவனென்றும் தனது குடும்பம் பற்றியும் அதற்கு ஏற்பட்ட அவலத்தையும் ஜமீன்தாரிடம் சொன்னான். இதனைக் கேட்டு மனமுருகிய ஜமீன்தார் உனக்கு என்ன சன்மானம் வேண்டு மானாலும் கேள் நான் தருகிறேன் என்றார். அதற்குச் சுந்தன், 'மகாராஜா எனக்குப் பொன்னோ பொருளோ சன்மானமாக வேண்டாம். என் குடும்பத்தை அழிச்சவங்களைப் பழிக்குப் பழி

எடுக்கணும்; அதனால எனக்குத் துணைக்கு ஒரு படைகொடுத்து அனுப்புங்க' எனக் கேட்டான். ஜமீன்தார் அதற்குச் சம்மதித்து ஒரு பெரும்படையை அவனுடன் அனுப்பினார்.

அவன் தனது படைகளுடன் இங்கு வந்து படைகளை ஓரிடத்தில் மறைத்து வைத்துவிட்டு சாமியார் போல் வேடமிட்டுச் சொந்த ஊருக்குள் நுழைந்தான். அப்பொழுது தனது தந்தையின் பண்ணையாட்களாய் இருந்த பள்ள வீட்டிற்குச் சென்று தான் யார் என்ற உண்மையைச் சொன்னான். மறுநாள் களத்தில் நெல் அளக்கும் பொழுது தனது பெயரைச் சொல்லி அள எனச் சொல்லிவிட்டுத் தனது படை இருக்கும் இடத்திற்குச் சென்று விட்டான். தனது படைகளை நெல் அளக்கும் வயலிற்கு அருகில் இருக்கச் செய்தான். மறுநாள் காலையில் நெல் அளக்கும் பொழுது, அப் பள்ளன், ''வடமலை சுந்தத்தேவன் குறுணி' என நெல் அளந்தான். அதனைக்கேட்ட பின்னத்தேவன் ஆட்கள் "எங்கடா சுந்தத்தேவன் இருக்கான் இல்லாதவன் பேரில் என்னடா அளக்கிறே" எனக் கத்தினர். உடனே "இந்தா இருக்கேண்டா" எனச் சத்தமிட்டுக் கொண்டே தனது படைகளுடன் பாய்ந்து, பின்னத் தேவரையும் அவரது ஆட்கள் அனைவரையும் வெட்டிச்சாய்த்தான். பின்னத்தேவர் வீட்டில் ஒரு ஆள் இல்லாமல் கொன்றான். பின்னத்தேவருக்கும் நிறைய மனைவிகள். அதில் ஒரு மனைவி பிரசவத்திற்காகத் தனது தாய்வீடு சென்றிருந்தாள். அவளுக்கு ஒரு ஆண்பிள்ளை பிறந்தது. அவனது வாரிசுகளே இன்றுள்ள பின்னத்தேவன் வகையறாக்கள். பின்னத்தேவனது ஆட்களை அழித்து தனது ஊரைக் கைப்பற்றினான். அதன் பிறகு திருமலை நாயக்கரிடம் சென்று தனக்கு நடந்ததைக் கூறினான். அதனை அறிந்த திருமலை நாயக்கர் அவனைப் பாராட்டி அவனுக்கு வடமலை சுந்தத்தேவன் எனப் பெயரிட்டு அந்த நாட்டின் தலை வனாக்கினார். சிறிது காலம் கழித்து அந்தச் சுந்தத்தேவனையும், பின்னத்தேவனது ஆட்கள் மறைந்திருந்து கொலை செய்து விடுகின்றனர். இவ்வாறு உயிர் தப்பிய ஓர் அப்பனால் உருவாக்கப் பட்ட ஊராகையால் ஓர் அப்பன் ஊர் எனப்பட்டது. அதுவே உரப்பனூர் என மருவியது. அதுவரை கீழூர், மேலூர் எனப்பட்டவை அதன்பின்பு கீழ உரப்பனூர், மேல உரப்பனூர் என அழைக்கப் பட்டன.

இவ்வாறு பள்ளர்களால் பாதுகாக்கப்பட்டு வளர்க்கப்பட்ட தனால் அவன் பள்ளசுந்தத்தேவன் என்றும் பின்னத்தேவனோடு சண்டையிட்டு தனது தந்தையின் பட்டத்தை மீட்டதனால் வடமலை சுந்தத்தேவன் என்றும் அழைக்கப் பெற்றான். தனது

தந்தையின் அதிகாரத்தை மீட்டு இப்பகுதியை ஆட்சி செய்ததனால் அவன் வாழ்ந்த ஊர், ஊர் ஆண்ட உரப்பனூர் எனப்பட்டது.[4]

வடமலை சுந்தத்தேவனுக்கு நான்கு ஆண்பிள்ளைகள். 1. பெத்தன சுந்தத்தேவன், 2. குப்பண சுந்தத்தேவன், 3. சுந்தப்பிள்ளை சுந்தத்தேவன். 4. கோலி வயிரசுந்தத்தேவன். இந்த நான்கு தேவர்களின் வம்சாவளியினர் ஊராண்ட உரப்பனூர், கரடிக்கல், மாவிலிப்பட்டி, தென்பழஞ்சி, வடபழஞ்சி, வெள்ளைப்பாறைபட்டி நடுவக்கோட்டை என்ற ஏழூர்களில் பரவி வாழ்கின்றனர்.

குலக்கோயில்கள்

இவர்கள் பின்னத்தேவரின் ஆட்களால் கொலை செய்யப்பட்ட தங்களது பாட்டன் பள்ள சுந்தன் என்ற வடமலை சுந்தத்தேவனை பட்டவன் சாமியாகத் தங்களது குலதெய்வமாக வணங்குகின்றனர். சித்தாலை சுந்தர வள்ளியம்மன் கோயிலையும் தங்களது குலக் கோயிலாக வணங்குகின்றனர்.

எட்டு நாடுகள்

பிறமலைப் பகுதி, எட்டு நாடுகளாகவும் இருபத்திநான்கு உப கிராமங்களாகவும் பிரிக்கப்பட்டுள்ளது. இவை எங்ஙனம் நாடுகள் என்றும் உபகிராமங்கள் என்றும் இரண்டு நிலைகளில் பிரிக்கப் பட்டன என்பதனை அறுதியிட்டுக் கூற இயலவில்லை. முதலில் உருவாக்கப்பட்டவை நாடுகள் என்றும் அதன்பின்பு உருவான கிராமங்கள் அதற்குத் துணையான உபகிராமங்கள் எனவும் பிரிக்கப் பட்டிருக்கலாம் என ஒரு பெரியவர் என்னிடம் தெரிவித்தார். நாட்டினைப் பகிர்க்கின்ற காலத்தில் ஒன்றுக்கு மேற்பட்ட கிராமங்களாய் பல்கி இருந்தவை நாடு என்ற நிலையிலும், தனித்த ஒற்றைக் கிராமங்களாய் இருந்தவை துணைக் கிராமங்கள் என்ற நிலையிலும் வைக்கப்பட்டிருக்கலாம் என மற்றொரு தகவலாளர் தெரிவித்தார். நாடுகளைப் பூர்வீகமாகக் கொண்டவர் எண்ணிக்கை மிகுதியாகவும், உபகிராமங்களைப் பூர்வீகமாகக் கொண்டவர்களின் ஜனத்தொகை குறைவாகவும் இருப்பதனை இன்றும் நம்மால் பார்க்க முடிகின்றது.

இனி, எட்டு நாடுகள் பற்றிப் பார்ப்போம். பிறமலைப்பகுதி, திடியன், வாலாந்தூர், புத்தூர், கருமாத்தூர், பாப்பாப்பட்டி, கொக்குளம், வேப்பனூத்து, தும்மக்குண்டு என எட்டு நாடுகளாய் பிரிக்கப் பட்டுள்ளது.

பிறமலைநாடு
தலைமையிடம்
நாடுகள்
உபகிராமங்கள்
மற்ற முக்கிய கிராமங்கள்
நகரங்கள்
சாலைகள்
வைகை ஆறு
நாகமலை
இரத்தினகிரிமலை
பாப்பாபட்டி (நாடு)
அய்யனார்குளம்
உசிலம்பட்டி
வாலாந்தூர் (நாடு)
கொடிக்குளம்
முதலைக்குளம்
விக்கிரமங்கலம்
காடுபட்டி
மேலக்கால்
தாராபட்டி
பன்னியான்
கொக்குளம் (நாடு)
செக்காணுரணி
நாட்டாமங்கலம்
கருமாத்தூர் (நாடு)
புத்தூர் (நாடு)
திடியன் (நாடு)
வகுரணி
வேப்பனூத்து (நாடு)
வாலைக்குளம்
தும்மக்குண்டு (நாடு)
சொரிக்காம்பட்டி
புங்கங்குளம்
சித்தாலை
அல்லிகுண்டம்
மானூத்து
பெருங்காமநல்லூர்
காளப்பன்பட்டி
பன்னிக்குண்டு
உரப்பனூர் (ராஜதானி)
சாத்தங்குடி
பூசலப்புரம்
மதிப்பனூர்
திருமங்கலம்
வடிவேல்கரை
கீழக்குயில்குடி
சாக்கிலிபட்டி
விளாச்சேரி
தோப்பூர்
செட்டிகுளம்
கப்பலூர்
திருப்பரங்குன்றம்
மதுரை
வரைபடம்:
பகவான்
உசிலம்பட்டி.

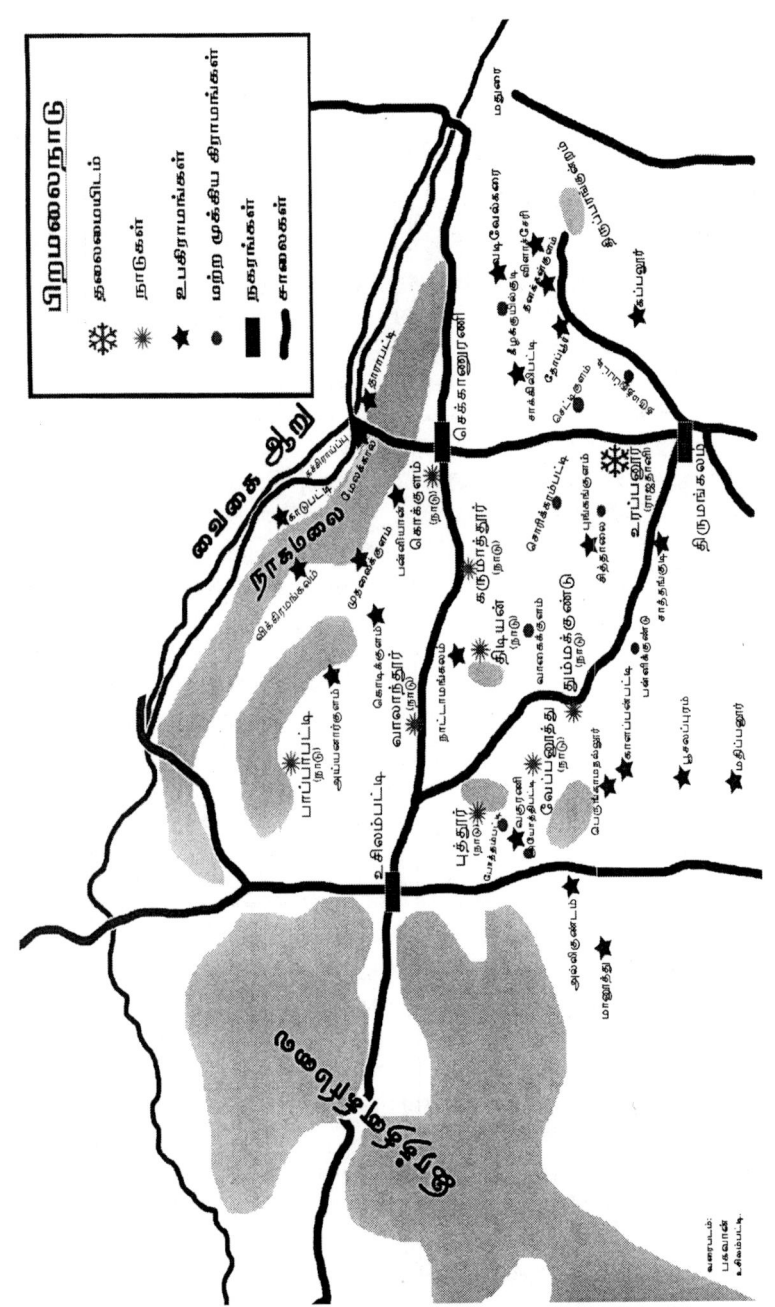

எது முதல்நாடு

இதில் எது முதல்நாடு என்ற சர்ச்சை திடியன் நாட்டிற்கும், வாலாந்தூர் நாட்டிற்கும் இடையே பல தலைமுறைகளாக நடந்து வருகின்றது. இது பற்றி லூயிஸ் டூமண்ட் என்ற ப்ரெஞ்ச் ஆய்வாளர் பிறமலைக்கள்ளர் பற்றிய தனது புத்தகத்தில் எழுதியிருப்பது வருமாறு:

திருமலை பின்னத்தேவர் தனது மகளை வாலாந்தூர் சின்னிவீரத்தேவருக்குத் திருமணம் செய்து கொடுத்திருந்தார். அவரது தந்தையின் சகோதரியை அதாவது அவரது அத்தையை திடியன் தூங்காத்தேவர் திருமணம் செய்திருந்தார். ஒவ்வொரு வருடமும் பங்குனி மாதத்தில் திருப்பரங்குன்றத்திலிருந்து திடியனுக்குச் சாமி ஊர்வலம் நடைபெறும். அவ் ஊர்வலத்தின் போது திடியன் தூங்காத்தேவருக்கு நான்கு முதன்மைகள் அளிக்கப்பட்டன. முதல் முதன்மை அவர் பெரிய தேவரின் நான்கு மந்திரிகளில் ஒருவர் என்பதற்கும், இரண்டாவது முதன்மை முதல் நாட்டுதேவர் என்பதற்கும், மூன்றாவது முதன்மை திடியன் கோயிலுக்குக் காவல்காரர் என்பதற்கும், நான்காவது முதன்மை மங்கம்மா சாலை காவல்காரர் என்பதற்கும் அளிக்கப்பட்டது. இதனைப்பார்த்த திருமலை பின்னத்தேவரது மகள் தனது கணவனும் இந்த வீட்டு மருமகன் தானே! அவருக்கும் ஏதாவது ஒரு முதன்மை அளிக்கக்கூடாதா? எனத் தந்தையிடம் கூறி வருந்தினாள். அதற்கு அவர் “அடுத்த வருடம் உனக்கு இந்த வருத்தம் வராது” எனக் கூறி அனுப்பி வைத்தார். அந்த வருடத்தின் இறுதியில் பெரிய தேவர் தலைமையில் நாட்டுக்கூட்டம் திடியன் தாமரை ஊருணியில் கூடியது.

அதில் பெரியதேவர் எழுந்து கூட்டத்தினரைப் பார்த்து “சகோ தரர்கள் எப்படி தங்களது பங்கினைப் பகிர்ந்து கொள்வார்கள்” எனக் கேட்டார். அதற்குக் கொக்குளத்து தேவர் எழுந்து “சரி பாதியாகப் பகிர்ந்து கொள்வார்கள்” எனப் பதில் அளித்தார். அதற்குப் பெரியதேவர் “எனது தந்தையின் சகோதரிக்கும், எனது மகளுக்கும் எனது உரிமையைச் சரிபாதியாகப் பகிர்ந்து தரலாம் தானே” எனச் சபையோரைப் பார்த்துக் கேட்டார். அதற்கு அனைவரும் தரலாம் எனப் பதிலளித்தனர். அதன்பின் அவர் தனது அதிகாரத்தைப் பயன்படுத்தி வாலாந்தூர் நாட்டை எட்டு நாட்டிற்கும் முதல்நாடாக அறிவித்தார். அதற்குரிய முதன்மையை இந்த வருட பங்குனித் திருவிழாவில் தனது மருமகன் சின்னி வீரத்தேவருக்கு முதல்நாட்டு தேவருக்குரிய முதன்மை அளிக்கப்

படும் என அறிவித்தார். திடியன் நாட்டினர் உள்பட அனைவரும் மாற்றத்தினை ஏற்றுக் கொண்டனர். வாலாந்தூர் முதல் நாடாக்கப் பட்டது. அதற்குப் பதிலாக வாலாந்தூர் கண்மாயில் மீன்பிடிக்கும் பொழுது திடியன் நாட்டினருக்கு முதலில் சொல்லிவிட வேண்டும் என இருவருக்கும் ஒப்பந்தம் செய்யப்பட்டது. அதனை இரு நாட்டினரும், மற்ற சபையோரும் ஒருமனதாக ஒத்துக் கொண்டனர். மூன்று தலைமுறைகள் அமைதியாகக் கழிந்தன. அதன் பின்பு ஒருமுறை வாலாந்தூர் கண்மாயில் மீன்பிடிக்கும் பொழுது அவர்கள் திடியன் நாட்டிற்குச் சொல்லி விடவில்லை. அதனால் இருவருக்கும் மோதல் வெடித்தது. இதற்குத் தீர்வுகாண தேவர்சபை தாமரை ஊருணியில் கூட்டப்பட்டது. வாலாந்தூர்காரர்கள் தங்களது வாக்குறுதியை மீறியதால் அவர்களுக்குக் கொடுக்கப்பட்ட முதல்நாடு அந்தஸ்த்தை ரத்து செய்ய வேண்டும் எனத் திடியன் நாட்டினர் வலியுறுத்தினர். அவர்களுக்கு அளிக்கப்பட்ட முதல்நாடு அந்தஸ்த்தை மாற்றாமலேயே அவர்களுக்கு வேறு தண்டனையை வழங்க வேண்டும் என மற்றவர்கள் வலியுறுத்தினர். இதனைத் திடியன் நாட்டார் ஏற்றுக்கொள்ளவில்லை. இன்றும் சிந்துப்பட்டி பெருமாள் கோயிலில் பழைய மரபுப்படி திடியன் நாட்டினருக்கே முதல்நாடு முதன்மை அளிக்கப்படுகின்றது.[5]

மேற்கூறிய வழக்காறுப்படி முதலில் திடியன் முதல்நாடாக இருந்தது என்பதும் பிறகு வாலாந்தூருக்கு முதல்நாடு அந்தஸ்து அளிக்கப்பட்டது என்பதும் நமக்குத் தெரியவருகின்றது.

கள்ளர்கள் தாங்களாகவே தங்களுக்குள் நாடுகளை உருவாக்கிக் கொண்டு அதில் தன்னாட்சி செலுத்தி வந்தனர். அங்ஙனம் தன்னரசாய்த் திகழ்ந்த கள்ளர் நாட்டில் திடியன் முதல் நாடாகக் கருதப்பட்டது. திடியன் நாட்டின் தூங்காத்தேவர் மிகப்பெரிய வீரர் என்பதோடு அவர்தான் இப்பிறமலை பகுதியில் முதன்முதலில் குடியேறிய கள்ளர் ஆவார். அதனால் முதலில் உருவானது என்ற வகையில் அவர் வாழ்ந்த பகுதி முதல் நாடாகக் கருதப்பட்டது.

பிறகு திருமலை நாயக்கரின் ஆட்சிகாலத்தில் உரப்பனூர் ராஜதானி (ராஜதானி என்பதற்கு மாகாணம் என்று பொருள்) என்ற பெயரில் மதுரை அரசின் நேரடிக் கட்டுப்பாட்டின் கீழ் இக்கள்ளர் நாடு கொண்டு வரப்பட்டது. உரப்பனூரைச் சேர்ந்த பின்னத்தேவர் என்பவர் திருமலை பின்னத்தேவர் என்ற பட்டத்துடன் இவ் எட்டு நாட்டின் தலைவராக நியமிக்கப்பட்டார். அவர் தனது மருமகனைக் கௌரவிக்கின்ற வகையில் வாலாந்தூர் நாட்டை தனது அதிகாரத்தின் கீழ் இருந்த உரப்பனூர் ராஜதானிக்கு முதல்நாடாக ஆக்கினார்.

இதன்படி பார்க்கும்பொழுது இக்கள்ளர் நாடு தன்னரசு நாடாக இருந்த பொழுது திடியன் முதல் நாடாகக் கருதப்பட்டது. அதன்பின் நாயக்க அரசின் கட்டுப்பாட்டின்கீழ் கொண்டு வரப்பட்ட பின்பு உரப்பனூர் இராஜதானியின் முதல்நாடாக வாலாந்தூர் கருதப்பட்டது எனக் கருதலாம். இவ்வகையில் இவ்விரண்டு நாடுகளும் வெவ்வேறு காலகட்டங்களில் முதல்நாடு அந்தஸ்தினைப் பெற்றிருந்தன. (எது முதல் நாடு என்ற பிரச்சினை இன்றளவும் உள்ளது. இப்பிரச்சனை நீதி மன்றங்கள் வரை கூடக் கொண்டு செல்லப் பட்டுள்ளது. ஒரு சமயம் ஒருவர் இப் பிரச்சனையை ஜெனிவாவில் உள்ள ஐக்கியநாடுகள் சபையின் மனிதஉரிமை ஆணையத்தின் கவனத்திற்கே கொண்டு சென்று விட்டார்.)

ஆனால் பிறமலைகள்ளர் எல்லோருக்கும், சேர்ந்து வழிபாடு செய்கின்ற ஒரு பொதுக்கோயிலோ அல்லது எல்லோரும் கூடுகின்ற ஒரு பொது நிகழ்வோ இல்லை. அப்படி இருந்திருந்தால் அந் நிகழ்ச்சியில் முதன்மைகளையும் பொறுப்புகளையும் பகிர்ந்தளிப்பதில் சர்ச்சை ஏற்பட்டால் அதற்குத் தீர்வு காண வேண்டிய அவசியம் இருந்திருக்கும். ஆனால் வெறும் பெயர்ப் பலகையில் எழுதிக் கொள்வதைத் தவிர வேறு எந்த வகையிலும் இதற்கு முக்கியத்துவ மில்லை. அதனால் நவீன இந்திய நாட்டை உருவாக்கி வாழ்கின்ற இக்காலகட்டத்தில் இதனைச் சர்ச்சையாகக் கருதவேண்டிய அவசியம் இல்லை.

திடியன் நாடு

திடியன் கிராமத்தைத் தலைமைக் கிராமமாகக் கொண்ட நாடாகையால் இது திடியன் நாடு எனப்படுகின்றது. இத் திடியன் நாடு கள்ளர்கள் தன்னரசு நாடுகளை உருவாக்கி தன்னாட்சி செய்து வந்த காலத்தில் எட்டு நாட்டுக்கும் முதல் நாடாகக் கருதப்பட்டது.

அமைவிடமும் உள்ளடங்கிய கிராமங்களும்

இந்நாடு இன்றைய உசிலம்பட்டி வட்டம் செல்லம்பட்டி ஒன்றியத்தில் அமைந்துள்ளது. திடியன், அம்பட்டையன்பட்டி, உச்சப்பட்டி, நல்ல பெருமாள்பட்டி, வலங்காங்குளம், கீழச்செம்பட்டி, மேலச்செம்பட்டி, மாயம்பட்டி, பொறுப்பு மேட்டுப்பட்டி ஆகிய கிராமங்களை உள்ளடக்கியதாகும். மேற்கூறிய கிராமங்கள் இன்று திடியன் பஞ்சாயத்து, செம்பட்டிப் பஞ்சாயத்து என இரண்டு கிராமப் பஞ்சாயத்துக்களாக உள்ளன.

மரபுவழி வரலாற்றுக்கதை

தூங்காத்தேவர் இந்நாட்டின் நிறுவனத் தலைவராவார். அவரே இப்புறமலைப் பகுதியில் குடியேறிய முதல் கள்ளராகக் கருதப்படு கின்றார்.[6] அவர் மேலூருக்குக் கிழக்கேயுள்ள வெள்ளளூர் நாட்டில் வாழ்ந்து[7] அங்குள்ள அம்பலக்காரர்களோடு முரண்பாடு கொண்டு வெளியேறி இப்பகுதியில் குடியமர்ந்தார். அப்பொழுது திடியன் கிராமத்தில் காராள வெள்ளாளர் ஒருவர் வாழ்ந்து வந்தார். அவரிடம் முதலில் காவல்காரனாய் வேலையில் அமர்ந்தார். பிறகு அவரது வீரத்தைப் பார்த்து திருமலை நாயக்கரின் அரண்மனையில் காவல்பொறுப்பு கிடைத்தது. அவரது காவல் பொறுப்பிற்குக் கட்டுப்பட்ட பகுதியில் ஒரு பொருள் களவு போனது அதனைத் தூங்காத்தேவரால் கண்டுபிடிக்க முடியவில்லை. அப்பொழுது மாங்குளத்தைச் சேர்ந்த அழகியாத்தாள் பேரன்கள் பேயம்பலம், பிச்சையம்பலம் என்ற இரண்டு நாட்டுக்கள்ளர்கள்[8] அப்பொருளைக் கண்டுபிடித்து தூங்காத்தேவரிடம் கொடுத்தனர். இவ்வாறு தனக்கு உதவிய அவ்விருவரையும் அழைத்து வந்து தன் நாட்டில் பங்கு கொடுத்து பங்காளிகளாய்ச் சேர்த்துக் கொண்டார். ஒரு சமயம் திருப்பரங்குன்றத்தில், திருவிழாவில் நாடகம் ஒன்று நடைபெற்றது. அப்பொழுது தூங்காத்தேவர் நான் திருமலைமன்னரின் தொண்டன் எனச் சொல்லி கம்பளம் விரித்தார். இதனை அவரது எதிரிகள், திருமலை நாயக்கர் ஒரு முண்டன் எனச் சொன்னதாக மன்னரிடம் தவறாகச் சொன்னார்கள். உண்மையை உணராத மன்னர் தூங்காத்தேவனை சிரச்சேதம் செய்து கண்மாயில் தூக்கி எறியச் செய்தார். மடை காவலாளியான பள்ளன் ஒருவன் அவரது பிரேதம் கண்மாயில் மிதப்பதைப் பார்த்து, அவரது கடைசி மனைவி (சிக்கந்தர் மலைக் காவலாளியின் மகள்) ஒய்யண்டம்மாளிடம் சொன்னான். அதைக்கேட்ட அவள், திருமலை நாயக்கரைச் சபித்து விட்டு மேற்கு நோக்கி வந்து கருமாத்தூர் கோட்டை மந்தைக்கு அருகே சிதைமூட்டி உயிர் துறந்தாள். இன்றும் திடியன் நாட்டு மக்கள் அவளைச் சீலைக்காரி அம்மனாய் வழிபட்டு வருகின்றனர்.

ஆதி தூங்காத்தேவருக்குத் திம்மத்தேவர் என்ற மகன் இருந்தார். அவருக்கு இரண்டு மனைவிகள். இளைய மனைவிக்கு ஒரே மகன். அவரது பெயர் காமாட்சித்தேவர். அவருக்கு மூத்ததாரத்து மக்கள் பங்குத் தர மறுத்தனர். அவர் தனக்கு உதவிக்காகச் சேத்தூர் ஜமீன் காவல்காரர்களாய் இருந்த ஏராத்தேவர், நல்லாத்தேவர் என்ற இருவரை அழைத்து வந்தார்.[9]

அவர்களும், அவர்களது ஆட்களும் மூத்த தாரத்து மக்களை அடித்துக் கொலை செய்தனர். காமாட்சித் தேவருக்குப் பங்கினை

மீட்டுக் கொடுத்தனர். பங்கினை மீட்டுக் கொடுத்த அந்தச் சேத்தூர் ஜமீன் காவல்காரர்கள் இருவருக்கும் காமாட்சித் தேவர் தன் நாட்டில் பங்கு கொடுத்து பங்காளிகளாய்ச் சேர்த்துக் கொண்டார்.

காமாட்சித்தேவர் தனது மகளை வலங்காங்குளத்தில் திருமணம் செய்து கொடுத்தார். தனது மகள் வழிப் பேரன்களுக்கும் நாட்டில் பங்கு கொடுத்து நாட்டின் பாகஸ்தர்களாகச் சேர்த்துக் கொண்டார்.

கீழ்நாடு மாங்குளத்தைச் சேர்ந்த பேயம்பலமும், பிச்சையம் பலமும் மேல்நாடு வந்து பேயத்தேவன், பிச்சைத்தேவன் எனப் பெயரிட்டுக் கொண்டனர். பிச்சைத்தேவனது மகன் கருப்பத்தேவன் களவிற்காக ஆப்பநாடு சென்றான். அப்பொழுது முஸ்ராம் படை ஒன்று அங்குள்ள மறவர்களைத் தாக்கியது. அந்த முஸ்ராம் படையின் தளபதியைக் கருப்பத்தேவன் கொன்றுவிட்டான். அதனால் அவனைப் பாராட்டி அம்மறவர்கள் தங்கள் மகள் கொண்டயன் கோட்டை மறத்தி சிவத்தம்மாளை அவனுக்கு மணம் முடித்துத் தந்தனர். அவன் மற்றொரு களவு சம்பந்தமான பிரச்சினையில் மன்னனின் காவலாளிகளால் கொல்லப்பட்டுவிட்டான். அவனது மனைவி கொண்டம்மாள் என்ற சிவத்தம்மாள் அவன் இறந்த துக்கம் தாளாமல் சிதைமூட்டி உயிர்துறந்தாள். அப்பொழுது அவளது சேலையின் ஒரு பகுதி மட்டும் தீயில் வேகாமல் இருந்தது. அதனை கருப்பத்தேவனது சகோதரர்கள் எடுத்து வந்து உச்சப் பட்டியில் வைத்துக் கோயில்கட்டி வணங்கினர். அவர்களது வாரிசுகள் இன்றும் அந்தச் சிவத்தம்மாளை சீலைக்காரி சாமியாய் வணங்கி வருகின்றனர்.

திடியன்நாட்டுத் தேவர்களும் அவர்களது வம்சாவளியினர் வாழ்கின்ற கிராமங்களும்

திடியன் நாடு பலதரப்பட்ட வம்சாவளிகளைக் கொண்ட நாடாக உள்ளது. மொத்தம் ஒன்பது தேவர்கள் இந்நாட்டின் பாகஸ்தர்களாக உள்ளனர். இதில் முதல் ஆறு தேவர்கள் பங்காளி உறவு உடையவர் களாகவும் அடுத்த மும்மூன்று தேவர்கள் அவர்களுக்கு மாமன் மைத்துனர்களாகவும் கருதப்படுகின்றனர். அவர்கள் வருமாறு[10]:

1. காமாட்சித்தேவர் 2. பேயத்தேவர் 3. பிச்சத்தேவர் 4. வாரமிளகித்தேவர் 5. நல்லாத்தேவர் 6. ஏராத்தேவர் மற்றும் பெத்தராமுத்தேவர். 7. வசகழுவத்தேவர் 8. மெய்யத்தேவர் 9. அரிகுரும்பத்தேவர்.

இதில் காமாட்சித்தேவர் கூட்டம், நல்லாத்தேவர் கூட்டம், பெத்தராமுத்தேவர் கூட்டம், ஏராத்தேவர் கூட்டம் போன்றோர் அம்பட்டையன் பட்டியிலும், பொறுப்புமேட்டுப் பட்டியிலும் வாழ்கின்றனர். பேயத்தேவர் கூட்டம் பிச்சத்தேவர் கூட்டம், வாரமிளகித்தேவர் கூட்டம் உச்சபட்டியிலும், வசகழுவத்தேவர் கூட்டம், மெய்யத்தேவர் கூட்டம் அரிகுரும்பத்தேவர் கூட்டம் போன்றோர் வளங்கான் குளத்திலும் வாழ்கின்றனர்.

இவர்கள் வணங்குகின்ற குலக் கோயில்கள்

காமாட்சித்தேவர் கூட்டமும், ஏராத்தேவர் கூட்டமும் திடியன்மலை தெற்கு அடிவாரத்திலுள்ள சோணை கருப்புக்கோயிலைக் குலக் கோயிலாய் வணங்குகின்றனர். நல்லாத்தேவர் கூட்டம் வாலகுருநாதர் கோயிலையும் பெத்தராமுத்தேவர் கூட்டம் திடியன் மலைக்கு வடக்குப்புறமுள்ள தென்கரை முத்தையாக்கோயிலையும் வணங்குகின்றனர். பிச்சத் தேவர் கூட்டம் உச்சப்பட்டியிலுள்ள பதினெட்டாம்படி கருப்புக்கோயிலைக் குலக் கோயிலாய் வணங்குகின்றனர். பேயத்தேவர் கூட்டமும், வசகழுவத் தேவர் கூட்டமும் கருமாத்தூர் கழுவநாதர் கோயிலைக் குலக் கோயிலாய் வணங்குகின்றனர். வாரமிளகித்தேவர் கூட்டம் உச்சப் பட்டியிலுள்ள தென்கரை முத்தையா கோயிலைக் குலக்கோயிலாய் வணங்குகின்றனர். வலங்காங்குளத்திலுள்ள பூண்டத்தேவர் கூட்டம் அங்குள்ள அழகர்கோயிலையும், மெய்யத்தேவர் கூட்டம் கண்ணாத்தாள் கோயிலையும், அரிகுரும்பத்தேவர் கூட்டம் நல்லகுரும்படையார் கோயிலையும் குலமரபுக் கோயிலாய் வணங்கி வருகின்றனர்.

இவ்வாறு ஒவ்வொரு வகையறாக்களும் தனித்தனிக் கோயில்களை வணங்கி வந்தாலும் திடியன்மலைமேல் இருக்கும் மலைராமன் கோயிலும், மலையடிவாரத்திலுள்ள தாமரைக்குளம் அருகேயுள்ள கைலாசநாதர் கோயிலும் இந்நாட்டின் பொதுக் கோயில்களாகும். இக்கோயிலை தேவர்களும் சேர்ந்து வழிபடுகின்றனர். இக்கோயில் விழாக்களில் இவ்வொன்பது தேவர்களுக்கும் வரிசைப்படி முதன்மை அளிக்கப்படுகிறது.

வாலாந்தூர் நாடு

வாலாந்தூரைத் தலைமைக் கிராமமாகக் கொண்டநாடு வாலாந்தூர் நாடு எனப்படுகிறது. முன்பு இப்பகுதியில் வால்ராசா என்ற தெலுங்கு

பேசுகின்ற நிலச்சுவான்தார் வாழ்ந்து வந்தார். அவர் பெயராலேயே வால்ராசாஊர் எனப்பட்டது. அதுவே பிற்காலத்தில் மருவி வாலாந்தூர் என அழைக்கப்படுகிறது. இன்றும் இந்த ஊரின் ஒரு பகுதி வால்ராசாபுரம் என்றே அழைக்கப்படுகிறது. இவ் வாலாந்தூர் நாடு உரப்பனூர் ராஜதானிக்கு முதல் நாடாகக் கருதப்பட்டது.

அமைவிடமும், உள்ளடங்கிய கிராமங்களும்

இது, இன்றைய உசிலம்பட்டி வட்டத்திலுள்ள செல்லம்பட்டி ஒன்றியத்திலும், உசிலை ஒன்றியத்திலும் அமைந்துள்ளது. வாலாந்தூர் ஆரியப்பட்டி, சொக்கத்தேவன்பட்டி, சக்கிலியன் குளம், கன்னியம் பட்டி, போன்றவை பூர்வீகக் கிராமங்களாகும். குப்பணம்பட்டி, கருத்திவீரன் பட்டி, கட்டக்கருப்பன்பட்டி, பூதிப்புரம், கிருஷ்ணாபுரம், தவசித்தேவன்பட்டி, மேலப்பட்டி, வின்னகுடி, ஆனையூர், சிறுபட்டி, இராமநாதபுரம், கிழக்குத்தெரு போன்ற கிராமங்களும் இவ்வாலாந்தூர் நாட்டிற்கு உட்பட்ட கிராமங்களாகும்.

மரபு வழி வரலாற்றுக் கதை

மதுரைக்குக் கிழக்குப் பக்கத்திலிருந்து ஒரு தாய் தனது இரண்டு ஆண்பிள்ளைகளுடன் மேற்கு நோக்கி வந்தாள். அதில் ஒருவன் கைப்பிள்ளையாகவும், ஒருவன் நடமாடுகின்ற சிறுவனாகவும் இருந்தான். அத் தாய் வாலாந்தூர் கிராமத்திற்கு அருகிலுள்ள காட்டுப்பகுதியில் ஓய்வெடுத்துக் கொண்டிருந்தாள். அப்பொழுது, அவளது மூத்த மகன் ஒரு மான்குட்டி வருவதனைக் கண்டு அதனுடனேயே காட்டிற்குள் ஓடிப்போனான். ஓடியவன் திரும்பவே இல்லை. எங்குத் தேடிப்பார்த்தும் அவனைக் கண்டுபிடிக்க முடிய வில்லை. பிறகு அவள் தனது கைக்குழந்தையுடன் பாப்பாப்பட்டிக்குச் சென்றாள். அங்கிருந்த பிராமண நிலக்கிழாரிடம் வீட்டு வேலை களைச் செய்து வாழ்ந்து வந்தாள். ஆண்டுகள் பல உருண்டன.

சில ஆண்டுகள் கழித்து ஆனையூரைச் சேர்ந்த ஜமீன்தார் ஒருவர் காட்டிற்குள் வேட்டையாட சென்றபொழுது காட்டு விலங்குகளோடு விலங்காக ஒரு மனிதன் அலைந்து கொண்டிருப் பதைக் கண்டார். தனது ஆட்களிடம் சொல்லி அவனைப் பிடித்து வரச்செய்தார். உடம்பெல்லாம் சடை வளர்ந்திருந்ததால் அவனுக்குச் சடப்புலி எனப் பெயரிட்டனர். அவன் யார் என்பதனைத் தெரிந்து

கொள்ள ஊர் முழுவதும் தண்டோரம் போட்டார். இதனை அறிந்த பாப்பாப்பட்டியில் இருந்த தாய் தனது மகன் சில ஆண்டுகளுக்கு முன் தொலைந்து போனான் என்று எடுத்துச் சொல்லி, இவன் என் மகனே எனச் சொன்னாள். ஆனால் ஜமீன்தார் அதனை ஏற்க மறுத்தார். அவள் அவன் அருகிலே சென்று என் மகனே எனச் சொல்லி கட்டியணைத்து அழுதாள். அப்பொழுது அவளது மார்பிலிருந்து பால் சுரந்தது இதனைப் பார்த்த ஜமீன்தார் அவன் அவளது மகன்தான் என்பதை ஒத்துக் கொண்டார். அவன் காட்டு விலங்குகளோடு விலங்காக வளர்ந்திருந்தனால் அவன் சராசரி மனிதனாக இல்லை. அவனைச் சராசரி மனிதனாக மாற்றுவதற்கு ஒரு பெண்ணைத் திருமணம் செய்து வைத்தனர். அப்பெண்ணிற்கு ஒரு ஆண்பிள்ளை பிறந்தது. அவன் கருமாத்தூரில் திருமணம் செய்தான். அவனுக்கு நான்கு ஆண்பிள்ளைகளும் மூன்று பெண் பிள்ளைகளும் பிறந்தனர். அந்த ஆண்பிள்ளைகளின் வாரிசுகளே வாலாந்தூர் நாட்டைச் சேர்ந்த நான்கு தேவர் வம்சாவளியினர் ஆவர்.[11]

இதில் மூத்தவரான மொந்தக்குட்டித் தேவர் இவர்களிடமிருந்து பிரிந்து சென்று செல்லம்பட்டிக்கு அருகிலுள்ள சங்கம்பட்டியில் குடியேறினார்.

நாட்டின் தேவர்களும், பூர்வீக ஊர்களும்

இவ் வாலாந்தூர் நாடு ஒரே பங்காளிகளைக் கொண்ட நாடாகும். இங்குச் சின்னிவீரத்தேவர், கட்டக்கெடாய்த்தேவர், வெள்ளை யாண்டித்தேவர், சின்னக்காமத்தேவர் என நான்கு வம்சாவளிகள் உள்ளனர். இதில் சின்னிவீரத்தேவர் ஆரியபட்டியையும், கட்டக் கெடாய்தேவர் சொக்கத்தேவன் பட்டியையும், வெள்ளையாண்டித் தேவர் சக்கிலியன் குளத்தையும், சின்னக்காமத்தேவர் கன்னியம் பட்டியையும் பூர்வீகமாகக் கொண்டு வாழ்ந்து வருகின்றனர்.

வணங்குகின்ற குலக்கோயில்கள்

வாலாந்தூரில் உள்ள அங்காளம்மன் இந்நாட்டின் பொதுத்தெய்வ மாகும். இந்த நான்கு தேவர் வம்சாவளியினரும் இதனைத் தங்களது பொதுக் குல தெய்வமாக வழிபடுகின்றனர். குருவப்பநாயுடு பரம்பரையினர் இக்கோயிலின் பூசாரிகளாக உள்ளனர். மேலும் இந்த நான்கு வம்சாவளியினரும் தங்களுக்கென்ற தனித்தனி குல தெய்வங்களையும் வணங்கி வருகின்றனர். சின்னிவீரத்தேவர்

வகையறாக்கள் ஆரியப்பட்டியிலுள்ள கல்யாணிகருப்புக் கோயிலையும், கட்டக் கெடாய்தேவர் வகையறாக்கள் சொக்கத்தேவன் பட்டியிலுள்ள அய்யனார் கோயிலையும், வெள்ளையாண்டித்தேவர் வகையறாக்கள் சக்கிலியன் குளத்திலுள்ள பெத்தனசாமி கோயிலையும், சின்னக்காமத்தேவர் வகையறாக்கள் கன்னியம் பட்டியிலுள்ள காமாட்சியம்மன் கோயிலையும் வணங்குகின்றனர்.

புத்தூர் நாடு

நாடு வரிசையில் இது மூன்றாவது நாடாகக் கருதப்படுகின்றது. புத்தூர் என்ற கிராமத்தைத் தலைமையிடமாகக் கொண்ட நாடாகையால், இது புத்தூர் நாடு எனப்படுகின்றது.

அமைவிடமும், உள்ளடங்கிய கிராமங்களும்

இது இன்றைய உசிலம்பட்டி வட்டம் உசிலம்பட்டி ஒன்றியத்தில் அமைந்துள்ளது. புத்தூர் கே. போத்தம்பட்டி, மலைப்பட்டி, சிரங்கம்பட்டி, நாவார்பட்டி, குருவிளாம்பட்டி, அய்யம்பட்டி, கல்யாணிபட்டி, நல்லுத்தேவன்பட்டி, லிங்கப்பநாயக்கன்பட்டி, மீனாட்சிபுரம், வில்லாணி, மூப்பப்பட்டி, பெருமாள்பட்டி, கரையாம் பட்டி, வலையபட்டி, பண்ணைப்பட்டி, விளாம்பட்டி, வடுகபட்டி, கல்லுப்பட்டி, இராமநாதபுரம் மேற்குத்தெரு, சிக்கம்பட்டி, சில்லாம் பட்டி, உசிலம்பட்டி, கவணம்பட்டி, அன்னம்பாரிபட்டி, வடகாட்டுப்பட்டி, மாமரத்துப்பட்டி, கொங்கப்பட்டி கருக்கட்டான் பட்டி போன்ற கிராமங்களை உள்ளடக்கியதாகும். இது இன்று உசிலம்பட்டி நகராட்சி, போத்தம்பட்டி பஞ்சாயத்து, நல்லுத்தேவன் பட்டி பஞ்சாயத்து, வடுகபட்டி பஞ்சாயத்து, சிக்கம்பட்டி பஞ்சாயத்து எனப் பல பஞ்சாயத்துக்களாக உள்ளது.

நாட்டின் வம்சாவளிகளும் அவற்றின் மரபு வழி வரலாற்றுக் கதைகளும்

இந்நாடு நான்கு வேறுபட்ட வம்சாவளிகளைக் கொண்டதாகும். இதில், ஒவ்வொரு வம்சாவளியும் ஒரு கரை என அழைக்கப்படு கின்றது. இந்த நான்கு வம்சாவளிகளும் நான்கு கரைகளாகப் பிரிக்கப்பட்டுள்ளன. பின்னத்தேவன் கரை, இராமசாமி தேவன் கரை, ஒச்சான் படிவுத்தேவன் கரை, பெரும்புலி அழகாத்தேவன் கரை என நான்கு கரைகளாகப் பிரிக்கப்பட்டுள்ளன.

முதல்கரை - பின்னத்தேவன் கரை

புத்தூர் பின்னத்தேவன் கரை முதல் கரையாகக் கருதப்படுகின்றது. இக் கரைக்குரியவர்கள், கே. போத்தம்பட்டி, மலைப்பட்டி, விளாம்பட்டி, அய்யம்பட்டி, கல்யாணிப்பட்டி, நல்லுத்தேவன்பட்டி, லிங்கநாயக்கன்பட்டி, மீனாட்சிபுரம், கரையாம்பட்டி போன்ற கிராமங்களில் வாழ்கின்றனர்.

மரபு வழி வரலாற்றுக்கதை

மேலூருக்கருகில் நரசிங்கம்பட்டியிலிருந்த ராமசாமி அம்பலத்தின் இரண்டாம் தாரத்து மகன் பெயர் கன்னத்தேவன். அவருக்கு நரசிங்கத்தேவன், வெள்ளைப்பின்னத்தேவன் என்ற இரண்டு மகன்கள் இருந்தனர். இவர்களிருவரும் அங்கிருந்த ஊர்ப் பெரிய அம்பலத்துடன் சண்டையிட்டனர். அதனால் அம்பலக்காரர்கள் இவர்களது வயல்களைத் தீ வைத்து கொளுத்தினர். அவர் களிருவரும் இனி இங்கு வாழமுடியாது எனக் கருதி தெற்குத் தெருவில் இருந்த தங்களது மைத்துனர்கள் உரப்புலியத்தேவன், உறங்காப்புலியத்தேவன் இருவரையும் அழைத்துக் கொண்டு மேல்நாடு நோக்கி வந்தனர்.

இவர்கள் முதலில் அனுப்பப்பட்டியில் குடியமர்ந்தனர். பிறகு நரசிங்கத்தேவர் கொக்குளத்தில் குடியமர்ந்தனர். மைத்துனர்கள், உரப்புலியத்தேவன் பன்னியானிலும், உறங்காப்புலியத்தேவன் முதலைக்குளத்திலும் குடியமர்ந்தனர். நரசிங்கத்தேவரது தம்பி வெள்ளைப்புன்னைத்தேவன் அனுப்பப்பட்டியில் இருக்கும் பொழுதே இறந்து விடுகிறார். அவரது மனைவி சின்னக்காள் தனது மச்சானுடன் கோபித்துக் கொண்டு பூங்கொடி அய்யனார் சாமியின் பிடிமண்ணை ஒரு வலசக்கூடையில் சுமந்து கொண்டு தனது மூத்தமகன் பெரிய பின்னத்தேவனையும் இளைய மகன் சின்ன பின்னத்தேவனையும் அழைத்துக் கொண்டு மேற்கு நோக்கி வந்தாள் அவள். நீண்டதூரம் நடந்து வந்து களைப்படைந்ததனால், தான் ஓய்வு எடுப்பதற்காகக் கொண்டு வந்த வலசக்கூடையை நல்லுத்தேவன்பட்டி கண்மாய்க்கரைக்கு அருகேயுள்ள ஆலமரநிழலில் இறக்கிவைத்தாள். சிறிது நேரம் ஓய்வு எடுத்தப்பின்பு, கூடையைத் தூக்கமுயற்சித்த அவளால் அதனைத் தூக்க முடியவில்லை. தான் கொண்டு வந்த சாமி இங்கேயே குடிகொண்டு விட்டதாகக் கருதி, தனது இரண்டு மகன்களுடன் அங்கேயே குடிசைப் போட்டு வாழத் துவங்கினாள். அவர்கள் பெரியவர்களாக வளர்ந்த பின்பு பெரிய

பின்னத் தேவனுக்குக் கிழக்குப் பகுதியையும், சின்னபின்னத் தேவனுக்கு மேற்குப் பகுதியையும் பகிர்ந்தளித்தாள்.

இதில் பெரிய பின்னத்தேவனுக்கு உடையாத்தேவன், உலங்காத் தேவன் என்ற இரண்டு பிள்ளைகள் இருந்தனர். மூத்தவன் உடையாத் தேவன் கருமாத்தூர் பொன்னாங்கன் கூட்டத்தில் திருமணம் செய்தான். அவனுக்கு நீண்டகாலமாக, பிள்ளையில்லை. ஒரு சமயம் அவரது மாடு ஒன்று தம்பிக்குச் சொந்தமான குளுதானியில் தண்ணீர் குடித்தது. அப்பொழுது தம்பியின் மனைவி "இந்த மலட்டுப் பயலுடைய மாடு என் குளுதானியில் தண்ணீர் குடிக்கிறதே" எனச் சொல்லிக் கடிந்து கொண்டாள். இதனைக் கேட்ட அவர் சாமியின் அருள் வந்து சாமியாடிக் கொண்டே தான் திருமணம் செய்த கருமாத்தூர் ஒச்சாண்டம்மன் கோயில் பூசாரியிடம் சென்று "உன் வீட்டில் தானே கல்யாணம் செய்தேன் எனக்குப் பிள்ளைவரம் கொடு எனக் கேட்டார்" அதற்கு அந்தப் பூசாரி "பிள்ளைவரம் கொடுக்கிறேன் அப்படி பிள்ளை பிறந்தால் என்னையத்தான் மொதச் சாமியாக்கும்பிடணும், எனக்குத்தான் பேர் குடுக்கணும் சம்மதமா?" எனக் கேட்க, உடையாத்தேவரும் அதற்குச் சம்மதித்தார். பூசாரி, கோயில் பிடிமண் கொடுத்துப் "போய் வா" எனச் சொல்லி அனுப்பி வைத்தார். அதன் பிறகு உடையாத்தேவருக்கு இரண்டு ஆண்பிள்ளைகள் பிறந்தனர். அதில் ஒருவர் போத்தம்பட்டியிலும் மற்றொருவர் மலைப்பட்டியிலும் குடியமர்ந்து வாழ்கின்றனர்.[12]

சின்னப் பின்னத்தேவர் என்ற வெள்ளைப்பின்னத்தேவர் நீர்வளம், நிலவளம், மலைவளம் மிக்க பகுதியில் பெரிய நிலக் கிழாராக வாழ்ந்து வந்தார். அதனால் அவர் துரை வெள்ளைப் பின்னத் தேவர் என அழைக்கப்பட்டார். அவர் மூப்பப்பட்டி தோழண்டி பத்தனோடுச் சேர்ந்து பல மருத்துவ நுணுக்கங்களை அறிந்திருந்ததால் சித்தர் வெள்ளைப்பின்னத் தேவரென்றும் அழைக்கப்பட்டார். அவரது வம்சத்தவர் நல்லுத்தேவன்பட்டி, லிங்கநாயக்கன்பட்டி, மீனாட்சிபுரம் போன்ற கிராமங்களைப் பூர்வீகமாகக் கொண்டு வாழ்கின்றனர்.

இராமசாமித்தேவன் கரை

இது இரண்டாவது கரையாகக் கருதப்படுகின்றது. இக் கரைக் குரியவர்கள் வலையபட்டி, விளாம்பட்டி, பண்ணைப்பட்டி போன்ற கிராமங்களில் வாழ்கின்றனர்.

மரபுவழி வரலாற்றுக் கதை

தெற்குத்தெரு வெள்ளாளப்பட்டியைச் சேர்ந்த சிங்கார அம்பலத்தின்[13] இளையதாரத்து மகன்கள் உரப்புலியத்தேவன், உறங்காப்புலியத் தேவன் ஆகிய இருவரும் தங்களது மைத்துனர்கள் நரசிங்கத்தேவன், வெள்ளைப் பின்னத்தேவன் ஆகியோருடன் சேர்ந்து, தங்களது குல தெய்வங்களான முத்துக்கருப்பணசாமி, வீரபத்திரசாமி கோயில் பிடிமண்ணை எடுத்துக்கொண்டு மேல்நாடு (பிறமலை) நோக்கி வந்தனர். அதில் உறப்புலியத்தேவன் பன்னியானிலும், உறங்காப் புலியத்தேவன் முதலைக்குளத்திலும் குடியமர்ந்தனர். உறப்புலியத் தேவனுக்குக் கொங்காபுலியான் என்ற மகன் பிறந்தான். அந்தக் கொங்காபுலியானின் மகன்களில் ஒருவன் புத்தூர் நாடு வந்து குமாராகோயில் காவல்காரனாக வலையபட்டியில் குடியமர்ந்தான். அவனுக்குக் கழுவத்தேவன், நல்லுத்தேவன் என்ற இரண்டு ஆண் பிள்ளைகள் இருந்தனர். அதில் மூத்தவன் கழுவத்தேவன், தனது தாய்மாமன் மகள் கொக்குளம் சிவனம்மாளை மணந்தான். அவள் கர்ப்பவதியாக இருக்கும் பொழுதே, கழுவத்தேவன் இறந்து போனான். கர்ப்பவதியாக இருந்த அண்ணன் மனைவியைத் தம்பி நல்லுத்தேவனுக்கு மணம் முடித்து வைத்தனர். அவளுக்கு ஒரு ஆண் குழந்தை பிறந்தது. கர்ப்பத்தில் இருக்கும் பொழுதே தந்தை இறந்து பிறந்தவனாகையால் அவனை ஊரர் அரைவயிற்று சின்னாத்தேவன் என அழைத்தனர். தம்பி நல்லுத்தேவனுக்கு நீண்டகாலமாகப் பிள்ளையில்லை. அதனால் அவன் மனைவியை அடிக்கடி கடிந்து கொண்டேயிருந்தான். இதனால் வெறுப்புற்ற அவள் தனது கவலையை வாய்விட்டுச் சொல்லி அழுதாள். அப்பொழுது சங்கம் புதருக்குள் இருந்த ஒரு சிறுமி போன்ற பெண் தெய்வம் ஒன்று தன்னை வணங்கினால் பிள்ளை தருவதாகச் சொல்லி மறைந்தது. அவள் அதனை வழிபடத் துவங்கினாள். அதன் பிறகு அவளுக்கு ஒரு அழகிய இரட்டை ஆண் குழந்தைகள் பிறந்தனர். அந்த இருவர் வம்சாவளியினரே ராமசாமிதேவன் கரையைச் சேர்ந்தவர்களாவர்.[14]

ஒச்சான் படிவுத்தேவன் கரை

இது மூன்றாவது கரையாகும். இக் கரையைச் சேர்ந்தவர்கள் சீரங்கம்பட்டி, நாவார்பட்டி, குருவிளாம்பட்டி, போத்தம்பட்டி, பண்ணைப்பட்டி போன்ற கிராமங்களில் வாழ்கின்றனர்.

மரபுவழி வரலாற்றுக் கதை

ஒரு சமயம் புத்தூர் நாட்டிற்கும், வாலாந்தூர் நாட்டிற்கும் அஸ்வமா நதி நீரைப் பகிர்ந்து கொள்வதில் மோதல் ஏற்பட்டுக் கலகம் உண்டாகியது. அதில் ஆரியப்பட்டி ஆட்கள் நல்லுத்தேவன்பட்டி வெள்ளைப் பின்னத்தேவரது மாடுகளை ஓட்டிச் சென்றுவிட்டனர். மாடுகளைத் திருப்பித் தரவேண்டும் என்றால் புத்தூர் நாட்டில் தங்களுக்குள் ஒரு கரையைத் தரவேண்டும் எனக் கேட்டனர். அதற்குப் புத்தூர் ஆட்கள் சம்மதித்து, ஒரு கரையை அளித்தனர். அதில் ஆரியப்பட்டி சின்னிவீரத்தேவர் தனது நல்லத்தா மகனான ஒச்சான் படிவுத்தேவனைக் குடியமர்த்தினார்.[15]

அன்று முதல் அது ஒச்சான் படிவுத்தேவன்கரை எனப்பட்டது. இவர்கள் ஒச்சான்படிவுக் கூட்டம், சரகுப் படிவுக் கூட்டம், ஒட்டுப் படிவு கூட்டம், வீட்டுப்படிவுக் கூட்டம் என நான்கு பங்காளிகளாக உள்ளனர்.

பெரும்புலி அழகாத்தேவன் கரை

இது நான்காவது கரையாகும். இக் கரையைச் சேர்ந்தவர்கள் வடுகபட்டி, கல்லுப்பட்டி, இராமநாதபுரம்மேற்குத்தெரு, ஆகிய ஊர்களில் வாழ்கின்றனர்.

மரபுவழி வரலாற்றுக் கதை

பேய் அழகாத்தேவன் என்பவர் அழகர் மலைப்பகுதியில் மாடு மேய்த்து வாழ்ந்து வந்தார். அவருக்குப் பெரிய அழகாத்தேவன், சின்ன அழகாத்தேவன், அழகம்மாள் என்ற மூன்று பிள்ளைகள் இருந்தனர். முஸ்ராம் படையொன்று அவர்களைத் தாக்கியது. அதில் பேய் அழகாத்தேவன் கொல்லப்பட்டார். அவரது மூன்று பிள்ளைகளும் உயிர் தப்பி மேல்நாடு நோக்கி வந்தனர். மூத்தவன் பெரிய அழகாத்தேவன் தொட்டப்ப நாயக்கர் அரண்மனையில் காவல்காரனாய்ச் சேர்ந்தான். அவன் அந்த வீட்டு ஜமீன் வம்சத்து பெண்ணுடன் கள்ள உறவு வைத்திருந்தான். அதனால் ஜமீன் ஆட்கள் அவனைக் கொன்றுவிட்டனர். அண்ணன் இறந்த துக்கம் தாளாமல் தங்கை அழகம்மாளும் சிதைமூட்டி இறந்து போனாள். இளையவன் சின்ன அழகாத்தேவன் நாவார்ப்பட்டி படிவுத்தேவன் மகள் நல்லம்மாளை மணந்தான். அவள் கர்ப்பிணியாக இருக்கும் பொழுதே அவனும் இறந்து போனான். அதன் பிறகு நல்லம்மாளுக்கு ஒரு ஆண் மகவு பிறந்தது. அவனுக்கு அழகாத்தேவன் எனப் பெயர் வைத்தனர். அவன் தனது பாட்டன் படிவுத்தேவன்

வீட்டிலேயே வளர்ந்து வந்தான். அதுசமயம் புலி ஒன்று தொட்டப்பநாயக்கனூர் ஜமீனில் நுழைந்து அட்டகாசம் செய்தது. அதனைக் கொலை செய்பவர்களுக்குத் தகுந்த சன்மானம் வழங்கப்படும் எனத் தொட்டப்பநாயக்கனூர் ஜமீன் அறிவித்தார். அப் புலியை யாரோ கொன்று போட்டு விட்டனர். தற்செயலாகக் காட்டிற்குச் சென்ற அழகாத்தேவன் அதனைப் பார்க்கிறான். அதன் முகமுடியையும், நாக்கையும் வெட்டி எடுத்து வந்து தனது பாட்டனார் படிவுத்தேவரிடம் காண்பிக்கிறான். படிவுத்தேவன் அதனைக் கொண்டு சென்று ஜமீன்தாரிடம் காண்பித்து தனது பேரன் அழகாத்தேவன்தான் அப்புலியைக் கொன்றதாகவும், அதற்காக அவனுக்குச் சன்மானம் கொடுக்க வேண்டுமெனவும் கேட்டார். இதனை ஏற்றுக்கொண்ட ஜமீன்தார் அவனுக்குப் பெரும்புலி அழகாத்தேவன் எனப் பட்டமளித்து, அவனுக்கு என்ன சன்மானம் வேண்டுமெனக் கேட்கிறார்.

அதற்குப் படிவுத்தேவர், "தனது பேரனுக்கு வாழ்வதற்கு ஊரும் இல்லை, நாடும் இல்லை அதனால் அவன் வாழ்வதற்கு இந்தப் புத்தூர் நாட்டில் ஒரு பங்கு கொடுக்கணும்" என்று கேட்க ஜமீன்தார் இன்றோட இந்தப் புத்தூர் நாட்டில இருக்கிற மூனு கரையோட சேர்த்து நாலாவது கரையா உன் பேரனுக்கு ஒரு கரை உரிமை தர்றேன்" என்று சொன்னார்.

இதனை மற்ற மூன்று கரைக்காரர்களும் ஏற்றுக்கொள்ள மறுக்கின்றனர். ஜமீன்தார் அவர்களைச் சமரசம் செய்ய முயற்சிக் கிறார். ஆனால் அவர்களோ ஒரு நிபந்தனை விதிக்கின்றனர். அழகாத்தேவனுடைய தாய் நல்லம்மாளுக்கும் புத்தூரில் உள்ள தாசிக்கும் இடையே மல்யுத்தம் நடக்க ஏற்பாடு செய்வது, அதில் நல்லம்மாள் வெற்றி பெற்றால் அவளது மகனுக்கு இப் புத்தூர் நாட்டில் ஒரு கரை அளிப்பது எனத் தீர்மானிக்கின்றனர். அதன்படி குமாரகோயில் திடலில் போட்டி நடக்கிறது. இருவரும் கடுமையாகச் சண்டையிடுகின்றனர். இறுதியில் நல்லம்மாள் தாசியின் மார்பை கடித்து துப்பி அவளைக் கொலை செய்கிறாள். இவ்வாறு நல்லம்மாள் இப்போட்டியில் வெற்றி பெற்றதனால் அவளது மகனுக்கு ஒரு கரை அந்தஸ்து அளிப்பதற்கு எல்லோரும் ஒத்துக்கொள்கின்றனர். அன்று முதல் ஜமீன்தார் அவனுக்கு அளித்த பட்டத்துடன், அக்கரை பெரும்புலி அழகாத்தேவன் கரை என அழைக்கப்படுகின்றது.[16]

இக்கதை வேறு ஒரு வகையிலும் சொல்லப்படுகின்றது. அதாவது, அழகாத்தேவனே அப்புலியைக் கொன்றான் அதனாலேயே அவனுக்குப் பெரும்புலி அழகாத்தேவன் எனப் பட்டமளிக்கப்பட்டது என்ற வகையிலும் சொல்லப்படுகிறது.

வணங்குகின்ற குலக்கோயில்கள்

புத்தூரில் உள்ள வாலகுருநாத கோயிலையும் நல்லுத்தேவன்பட்டிக்கு அருகில் உள்ள துர்க்கையம்மன் கோயிலையும் நாலுகரைக்காரர்களும் பொதுக் கோயில்களாக வணங்குகின்றனர். இதில் வாலகுருநாதர் கோயிலுக்குக் கம்மாளர் குல ஆசாரிகள் பூசாரிகளாக உள்ளனர்.

நாலுகரைக்காரர்களும் தனித்தனிக் குலதெய்வங்களை வணங்குகின்றனர். முதல் கரையான பின்னத்தேவன் கரையைச் சேர்ந்தவர்கள் நல்லுத்தேவன்பட்டி கண்மாய்க் கரையில் உள்ள பூங்கொடி அய்யனார் கோயிலைத் தங்கள் குலக் கோயிலாக வணங்குகின்றனர். இவர்களில், போத்தம்பட்டி, மலைப்பட்டியிலுள்ள உடையாத்தேவன் வம்சத்தவர் மட்டும், போத்தம்பட்டியிலுள்ள ஒச்சாண்டம்மன் கோயிலைத் தங்களது வம்சத்தவர்களுக்கு மட்டுமான உப குலக்கோயிலாக வணங்குகின்றனர். அவர்கள் இதனைத் தங்கள் தாய்வழி கோயிலான கருமாத்தூர் ஒச்சாண்டம்மன் கோயிலிருந்து பிடிமண் எடுத்து வந்து இங்கு வைத்து வழிபடுகின்றனர்.

இரண்டாவது கரையான இராமசாமிதேவன் கரையைச் சேர்ந்தவர்கள் புத்தூர் வாலகுருநாத கோயிலில் உள்ள வீரபத்திர சாமியையும், சின்னக்கா அம்மன் கோயிலையும் தங்கள் குலக் கோயிலாக வணங்குகின்றனர். அதில் அரை வயிற்று சின்னாத்தேவன் கூட்டத்தார் கருமாத்தூர் கழுவநாத கோயிலைக் குலக்கோயிலாக வணங்குகின்றனர்.

மூன்றாவது கரையான ஒச்சான் படிவுத்தேவன் கரையைச் சேர்ந்தவர்கள் பூதத்துஅய்யனார் கோயிலைக் குலக்கோயிலாக வணங்குகின்றனர். இவர்களில் மற்ற பங்காளிகளான சரகுபடிவு, ஒட்டுப்படிவு, வீட்டுப்படிவு வகையறாக்கள் கொடிக்குளத்திலுள்ள நல்லதங்காள் கோயிலிலிருந்து பிடிமண் எடுத்து வந்து, நாவார் பட்டியில் வைத்து கோயில்கட்டி தெய்வமாக வணங்கி வருகின்றனர். புத்தூர் மலைக்கு அருகிலுள்ள பாலகருப்பு கோயிலைக் காவல் தெய்வமாக வணங்குகின்றனர்.[17]

நாலாவது கரையான பெரும்புலி அழகாத்தேவன் கரையைச் சேர்ந்தவர்கள், வடுகப்பட்டியிலுள்ள கருப்புக் கோயிலையும், புத்தூரில் உள்ள அழகாத்தாள் கோயிலையும் குலக்கோயிலாக வணங்குகின்றனர்.

புத்தூர் நாட்டில் வாழ்கின்ற பிற வம்சாவளிகள்

இந்த நாலு கரைகளைச் சேர்ந்த வம்சாவளிகள் போக இன்னும் பல வம்சாவளிகள் இங்குப் பாரம்பரியமாக வாழ்ந்து வருகின்றனர். "காணி இல்லாதவன் கருமாத்தூரான், பூமி இல்லாதவன் புத்தூரான்" என்ற பழமொழி இன்றளவும் வழக்கில் உள்ளது. அக்காலத்தில் வாழ்வதற்குச் சரியான நிலபுலன்கள் இல்லாதவர்கள் நீர்வளம், நிலவளம், மலைவளம் நிறைந்த புத்தூர் நாட்டிற்கு வந்து வாழத் துவங்கினர். அதன்படி மற்ற பகுதிகளைச் சேர்ந்த பல வம்சாவளிகள் இங்குக் குடியமர்ந்து வாழ்ந்து வருகின்றனர்.

கருமாத்தூர் நாட்டைச் சேர்ந்த தடியன் கொல்லிக் கூட்டத்தார் ஒத்தப்பட்டி, வில்லாணி பெருமாள்பட்டி, நக்கலப்பட்டி, பூச்சிப்பட்டி போன்ற கிராமங்களில் வாழ்கின்றனர். தடியனும், கொல்லிக் கூட்டத்தார் இருவரும் மாமன், மைத்துனர் ஆவர். இவர்கள் இருவரும் இணைந்து கருமாத்தூர் பொன்னாங்கன் அல்லது ஒச்சாண்டம்மன் கோயிலைத் தங்கள் குலக்கோயிலாக வணங்குகின்றனர். சூடான் கூட்டத்தாரும் வில்லாணி பெருமாள் பட்டியில் உள்ளனர். வடுகப்பட்டியில் கல்லுக்குட்டி வகையறாக்களும் சில்லாம்பட்டியில் நாலாக்கரையான் வகையறாக்களும் கவணம் பட்டி மற்றும் மலைப்பட்டியில் கூலமக்கள் வகையறாக்களும் வாழ்கின்றனர். இவர்கள் மூவரும் இணைந்து கவண்டன் பட்டியிலுள்ள வீராகோயிலைத் தங்கள் குலக்கோயிலாக வணங்குகின்றனர்.

கருமாத்தூர் ஆண்டரச்சான் மரபில் வந்த பாப்பாபட்டி பூசாரி வகையறாக்களும் புத்தூர் நாட்டில் வாழ்கின்றனர். இவர்கள் குட்ட ஒச்சனத்தேவன், அன்னம்பாமாவத் தேவன், இரட்டை வீரத்தேவன். மூங்கில் பெரிய கருப்பத்தேவன், சிவத்த கருப்பத்தேவன் என ஐந்து பங்காளிகளாக உள்ளனர். இந்த ஐந்து பங்காளிகள் முறையே உசிலம்பட்டி கருப்புக் கோயில் தெரு, கீழப்புதூர், அன்னம் பாரிப்பட்டி, வடகாட்டுப்பட்டி, உசிலை சின்னமந்தை காளியம்மன் கோயில் தெரு ஆகிய ஊர்களில் வாழ்கின்றனர். இந்த ஐந்து பங்காளிகளில் சுழற்சி முறையில் தெரிவு செய்யப்பட்ட ஒருவரே பாப்பாப்பட்டி ஒச்சாண்டம்மன் கோயில் பெரிய பூசாரியாக உள்ளார். இவர்கள் உசிலம்பட்டியிலுள்ள சின்னக்கருப்புசாமி கோயிலைத் தங்களுக்கென்ற தனித்த குலக்கோயிலாகவும் வணங்குகின்றனர்.

புத்தூர் நாட்டின் வடக்கு எல்லையில் அமைந்துள்ள வடகாட்டுப் பட்டியில் வீரணன் கூட்டமும், கொங்கபட்டியில்

சோரன் கூட்டமும் வாழ்கின்றனர். இவர்கள் பன்னியானிலிருந்து இங்கு வந்து குடியமர்ந்தவர்களாவர். அங்கிருந்து கொண்டு வரப்பட்ட வீரபுத்திரசாமியை புத்தூர் வாலகுருநாத கோயிலில் வைத்து தங்களது குலதெய்வமாக வணங்குகின்றனர்.[18]

மலைப்பட்டியில் கன்னி கூட்டத்தார் வாழ்கின்றனர். இவர்கள் தேவதானப்பட்டியிலுள்ள காமாட்சியம்மன் கோயிலைத் தங்கள் குலக்கோயிலாக வழிபடுகின்றனர்.

கருமாத்தூர் நாடு

கருமாத்தூர், நாடுகள் வரிசையில் நான்காவது நாடாகக் கருதப் படுகிறது. இது கள்ள நாட்டின் மையப்பகுதியில் இருப்பதனால் நடு நாடு எனவும் அழைக்கப்படுகிறது. இதனை வழிபாட்டுத் தலைமையகம் எனச் சொல்லலாம். ஏனெனில் பிறமலைக் கள்ளர்களின் பெருவாரியான வம்சாவளிகள் இங்குள்ள கோயில் களையே தங்களது குலக்கோயில்களாக வழிபடுகின்றனர்.

அமைவிடமும், உள்ளடங்கிய கிராமங்களும்

இது இன்றைய உசிலை வட்டம், செல்லம்பட்டி ஒன்றியத்தில் அமைந் திருக்கின்றது. கருமாத்தூர் நாடு 24 கிராமங்களை உள்ளடக்கியதாகும் அவை:

1. கரிசல்பட்டி, 2.வடக்கம்பட்டி, 3.முண்டுவேலன்பட்டி, 4. நத்தம்பட்டி, 5. கோவிலாங்குளம், 6. செல்லம்பட்டி, 7. ஒத்தப்பட்டி, 8. கருகப்பிள்ளை, 9. புலித்தேவன்பட்டி, 10. கோட்டையூர், 11. பூசாரிப்பட்டி, 12. மாயகுரும்பன்பட்டி, 13. மொட்டையாண்டிப்பட்டி 14. மூணாண்டிப்பட்டி, 15. செட்டிக்குளம், 16. கேசம்பட்டி, 17. புதுப்பட்டி, 18. கழுங்குப்பட்டி, 19. வீரம்பட்டி, 20. கரையாம்பட்டி, 21. கருமாத்தூர், 22. பாலூத்துப்பட்டி, 23. பூச்சம்பட்டி, 24. எழுவம்பட்டி.

மரபு வழி வரலாற்றுக் கதை

அக்காலத்தில் கருமாத்தூர் என்ற பெயரில் கிராமம் ஒன்று இல்லை. அதன் அருகேயுள்ள கோட்டையூரில் தானப்பமுதலியார் என்ற காராள வெள்ளாளர் பெரும் நிலக்கிழாராய் வாழ்ந்து வந்தார். கடுகாஞ்சி நாயக்கர், வடவேல் நாயக்கர், மொண்டிவேல் நாயக்கர்,

செல்லப்ப நாயக்கர், கோவள நாயக்கர் என ஐந்து நாயக்கர்களும் ஐந்து ஊர் கட்டி வாழ்ந்து வந்தனர்.

அப்பொழுது கீழ்நாடு வல்லாளப்பட்டியில் விண்ணுலகாத் தேவன், மண்ணுலகாத்தேவன் என்ற இரண்டு கள்ளர்கள் வாழ்ந்து வந்தனர். அவர்கள் இருவரும் மாமன், மைத்துனராவர். அவர்கள் இருவரும் அங்கிருந்த அம்பலக்காரர்களுடன் மோதல் கொண்டு வெளியேறி மேல்நாடு நோக்கி வந்து கோட்டையூரில் இருந்த தானப்பமுதலியாரிடம் காவல்காரர்களாகப் பணி அமர்ந்தனர். விண்ணுலகாத் தேவன், திடியன் தூங்காத்தேவனது கொழுந்தியாளை மணந்தார். மண்ணுலகாத் தேவன், தூங்காத்தேவனது சகோதரியை மணந்தார். அப்பொழுது அவள் ஏற்கனவே சிக்கந்தர் மலையான் என்பவரை மணந்து அவர் இறந்துவிட, ஒரு ஆண் பிள்ளையுடன் கைம்பெண்ணாக இருந்தாள். அக் கைம்பெண்ணை மணந்த மண்ணுலகாத் தேவன் அவளது மகனையும் தன் மகனாக ஏற்றுக் கொண்டார். அவனுக்குத் தனது பாத்தியத்தில் முதல் பங்கினை அளித்தார். அவன் மதம் கொண்ட யானை ஒன்றினை அடக்கியதால் பிற்காலத்தில் மதயானை எனப்பட்டான். பிறகு மண்ணுலகாத் தேவனுக்கு நான்கு ஆண்பிள்ளைகள் பிறந்தனர். விண்ணுலகாத் தேவனுக்குக் கேசத்தேவன் என்ற மகன் பிறந்தான். திடியன் தூங்காத்தேவன் தனது வயதான காலத்தில் இரண்டாம் தாரமாக ஒரு பெண்ணை மணந்தார். அவள் மூலம் குரும்பத்தேவன் என்ற ஆண் பிள்ளை பிறந்தது. அக் குரும்பத்தேவனுக்குத் தூங்காத் தேவரின் மூத்த மனைவியர்தம் மக்கள் தங்கள் நாட்டில் பங்கு தர மறுத்தனர். அதனால் கேசத்தேவன் தனது பெரியப்பா மகனான குரும்பத்தேவனை அழைத்து வந்து தனது நாட்டில் பங்கு கொடுத்தான். குரும்பத்தேவன், பெரியப்பா மகன் என்பதால் அவனுக்கு முதல் பங்கு கொடுத்தான். இவ்வாறு இருக்கும் பொழுது பண்ணையாரான தானப்ப முதலியார் அவர்களை மிகவும் கீழ்த்தரமாக நடத்தியதோடு அவர்களது பெண்பிள்ளைகளையும் மானபங்கம் செய்ய முயற்சித்தார். அதனால் ஆத்திரம் அடைந்த மண்ணுலகாத்தேவனது மக்கள் அவரது கோட்டையைத் தீவைத்து அழித்ததோடு அவர் குடும்பத்தைச் சேர்ந்தவர்களையும் கொலை செய்தனர்.[19]

தானப்ப முதலியின் மகள் ஒருத்தி கர்ப்பவதியாக இருந்தாள். அந்தக் கர்ப்பவதியின் கருவை அழித்து மண்ணுலகான் மகன் கட்ராண்டி அவளையும் கொலை செய்தான். அதன்பின் அப்பகுதியைத் தங்கள் கட்டுப்பாட்டின் கீழ்க் கொண்டு வந்தனர். இவ்வாறு வெள்ளாளன் கருவை மாற்றி கள்ளன் கருவை

உருவாக்கிய ஊர் என்ற வகையில் இது கருவை மாற்றிய ஊர் என்றழைக்கப்பட்டது. அதுவே பிற்காலத்தில் கருமாத்தூர் என மருவி அழைக்கப்பட்டது.

அதன் பிறகு ஊர்கட்டி வாழ்ந்த ஐந்து நாயக்கர்களுடன் மோதி அவர்களையும் இப்பகுதியை விட்டு வெளியேற்றினர். அதன்பின் வடவேல் நாயக்கன் வாழ்ந்த ஊரை வடக்கம்பட்டி என்றும், மொண்டிவேல் நாயக்கன் வாழ்ந்த ஊரை முண்டுவேலன்பட்டி என்றும், செல்லப்ப நாயக்கன் வாழ்ந்த ஊரைச் செல்லம்பட்டி என்றும், கடுக்காஞ்சி நாயக்கன் வாழ்ந்த ஊரைக் கரிசல்பட்டி என்றும், கோவளநாயக்கன் வாழ்ந்த ஊரைக் கோவிலாங்குளம் என்றும் பெயர் மாற்றம் செய்து கள்ளர்கள் வாழத்துவங்கினர்.

சிலகாலம் கழித்து இந்த மூன்று தேவர்களுக்குள் சண்டை ஏற்பட்டது. அப்பொழுது குரும்பத்தேவன் தனது பாதுகாப்பிற்காகத் தனது நல்லத்தா மகன் காக்குவீரத்தேவனை உச்சப்பட்டியிலிருந்து அழைத்து வந்து குடியமர்த்தினான். அவனுக்கு ஒரு தேவர் பங்கு அளித்தான். அதுபோலக் கேசத்தேவன் தனது பாதுகாப்பிற்காகத் தனது நல்லத்தா மகன் பரிசப்புலியை இங்குக் குடியமர்த்தி அவனுக்கு ஒரு தேவர் என்ற பட்டமும் அளித்தான்.

மதயானை தனக்கு உதவியாக இருந்த தனது தம்பி சின்னுடையானுக்கும் ஒரு தேவர் பதவியை அளித்தான். மேலும் சில காலம் கழித்து இவர்களுக்குள் மறுபடியும் சண்டையேற்பட்டது. கேசத் தேவன் வகையறாக்கள் தங்களது பழைய பண்ணையார் தானப்ப முதலியார் வம்சத்தவருக்கு விசுவாசமாக இருப்பதாகக் கருதி, மற்ற அனைவரும் கேசத்தேவனோடு சண்டையிட்டு நாட்டைவிட்டே துரத்தினர். அவர்கள் கொக்குளத்திற்கு அருகேயுள்ள கிண்ணி மங்கலத்தில் குடியேறினர். சில தலைமுறைகள் கழித்து இவர்களுக்குள் சமாதானம் ஏற்பட்டது. அதன்படி கேசத்தேவன் வம்சத்தவர் நாட்டிற்கு வெளியே வாழ்ந்தாலும், கருமாத்தூர் நாட்டில் அவர்களுக்குரிய காணி உரிமை அங்கீகரிக்கப்பட்டது.

கருமாத்தூர் நாட்டுத் தேவர்கள்

அக்காலத்தில் கருமாத்தூர் நாட்டின் நிர்வாகக் கட்டமைப்பு ஆறு தேவர்களாக வகைப்படுத்தப்பட்டுள்ளது. அதில் முதல் மூன்று தேவர்கள் பெரிய தேவர்களாகவும், அடுத்த மூன்று தேவர்கள் துணைத் தேவர்களாகவும் கருதப்படுகின்றனர். 1. குரும்பத்தேவர், 2.மதயானைத்தேவர், 3. கேசத்தேவர், 4. காக்குவீரத்தேவர்,

ஆறு கல்தூண்கள் - கோட்டை மந்தை (கருமாத்தூர்)

5.சின்னுடையான் தேவர், 6. பரிசப்புலித்தேவர் ஆகியோர் அந்த அறுவர் ஆவர். இதில் குரும்பத்தேவர் கருமாத்தூர் நாட்டின் பெரியதேவராகக் கருதப்படுகிறார். இந்த ஆறு தேவர்களை அடையாளப்படுத்தும் விதமாக, கோட்டைமந்தை கோவில் முன்பு ஆறு கல்தூண்கள் நிறுவப்பட்டுள்ளன. இங்கு நடக்கும் திருவிழாவில் ஆறு தேவர்களுக்கும் முதன்மையளிக்கப்படுகின்றது.

நாட்டில் வாழும் வம்சாவளிகளும்
வணங்குகின்ற குலக் கோயில்களும்

குரும்பத்தேவர் கூட்டம்

உடையான் குரும்பன், ஒய்யான் குரும்பன், பெரிய குரும்பன், பேக்காத்தி குரும்பன் என நான்கு பங்காளிகள் உள்ளனர். இவர்கள் முண்டுவேலன்பட்டி, வடக்கம்பட்டி, கோட்டையூர், கேசவம்பட்டி, மாயக்குரும்பன்பட்டி, கழுங்குப்பட்டி, பூச்சம்பட்டி, பூசாரிப்பட்டி போன்ற ஊர்களைப் பூர்வீகமாகக் கொண்டு வாழ்கின்றனர். இவர்கள் கருமாத்தூரில் உள்ள கடசாரி நல்லகுரும்பன் கோயிலைக் குலக்கோயிலாக வணங்குகின்றனர்.[20]

மண்ணுலகாத்தேவன் கூட்டம்

மண்ணுலகாத் தேவனது மதயானை, சின்னுடையான், கொல்லி, ஆண்டரச்சான், கட்ராண்டி, புளுத்தான் ஆகியோர் ஆறு பங்காளிகளாக உள்ளனர். இவர்கள் கருமாத்தூர், கரிசல்பட்டி, செல்லம்பட்டி, கோவிலாங்குளம், ஒத்தப்பட்டி, கருகபிள்ளை, புலித்தேவன்பட்டி, மொட்டையாண்டிப் பட்டி, மூணான்டிபட்டி, புதுப்பட்டி, வீரம்பட்டி, எழுவம்பட்டி போன்ற கிராமங்களைப் பூர்வீகமாகக் கொண்டு வாழ்கின்றனர்.[21]

இவர்கள் கருமாத்தூரில் உள்ள பொன்னாங்கன் என்ற ஒச்சாண்டம்மன் கோயிலைக் குலக்கோயிலாக வணங்குகின்றனர். பொன்னாங்கன் கோயிலை வணங்குவதால் பொன்னாங்கன் கூட்டத்தார் எனவும் அழைக்கப்படுகின்றனர்.

கேசத்தேவன் கூட்டம்

கருமாத்தூர் நாட்டில் ஏற்பட்ட உள்சண்டையால் நாட்டைவிட்டுத் துரத்தப்பட்டுக் கொக்குளத்திற்கு அருகேயுள்ள கிண்ணியமங்கலத்தில் வாழ்கின்ற இவர்கள் இரண்டு பங்காளிகளாக உள்ளனர்.[22]

கேசத்தேவன் வகையறாக்கள் முதலில் கழுவநாத கோயிலையே, தங்கள் குலக்கோயிலாக வழிபட்டு வந்தனர். இவர்களுக்குள் ஏற்பட்ட சண்டை காரணமாக இவர்கள் நாட்டைவிட்டு விரட்டப்பட்டதனால் இக்கோயிலை வழிபடுகின்ற உரிமையை இழந்தனர். சிறிது காலத்திற்குப் பின்பு கேசத்தேவன் வகையறாக்கள் கருமாத்தூர் நாட்டில் தங்களுக்குள்ள உரிமையை மீட்டனர். அதன்பின்பு கோட்டை மந்தை கருப்புசாமியைத் தங்கள் குலக்கோயிலாக வழிபட்டு வருகின்றனர்.

காக்குவீரன் கூட்டம்

உச்சப்பட்டியிலிருந்த பேயத்தேவன் மகன் ராணிசோழத்தேவன் வம்சத்தவரே காக்குவீரன் கூட்டம் எனப்படுகின்றனர். இவர்கள் 1. மங்காங்கழுவத்தேவன், 2. வெள்ளிக்கருப்பத் தேவன், 3. குள்ளக் கருப்பத்தேவன், 4. பேக்கருப்பத் தேவன், 5. சித்தா செகுடத்தேவன், 6. பரதேசித்தேவன், 7. கோராண்டித்தேவன் என ஏழு பங்காளி களாக இருந்தனர். இதில் சித்தா செகுடத்தேவன், பரதேசித்தேவன் இருவருக்கும் வாரிசு இல்லாமல் போனதால் இன்று ஐந்து பங்காளிகளாக உள்ளனர். மேலும் இவர்கள் வடக்கம்பட்டி,

முண்டுவேலன்பட்டி, நத்தப்பட்டி போன்ற கிராமங்களில் வாழ்கின்றனர்.

இவர்கள் கருமாத்தூரில் உள்ள காக்குவீரன் கருப்புக்கோயிலை தங்கள் குலக்கோயிலாக வணங்குகின்றனர்.[23]

பரிசப்புலிக் கூட்டம்

தேவகூட்டம், பரிசப்புலிக்கூட்டம் என இரண்டு பங்காளிகளாக உள்ளனர். இவர்கள் செல்லம்பட்டி, சங்கம்பட்டியில் வாழ்கின்றனர். கருமாத்தூர் கோட்டை மந்தை கருப்புக்கோயிலைக் குலக்கோயிலாக வணங்குகின்றனர்.[24]

தடியன் கூட்டம்

தடியத்தேவன், கருமாத்தூர் மதயானைக் கூட்டத்தில் வந்த மண்ணுலகாத்தேவனது மகள் வழிப் பேரனாவான். அவன் பொன்னாங்கன் கூட்டம் ஆறு பங்காளிகளுக்கும் அக்காள் மகனாகக் கருதப்படுகின்றான். அவனது வம்சத்தவர்கள் பெரிய தடியன், சின்னத்தடியன் என்று இரண்டு பங்காளிகளாக உள்ளனர். இவர்கள் பூச்சம்பட்டி, செட்டிக்குளத்திலும், புத்தூர் நாட்டில் ஒத்தப்பட்டி, வில்லாணி பெருமாள்பட்டி, சீமானூத்து கிராமங்களைப் பூர்வீகமாகக் கொண்டு வாழ்கின்றனர். இவர்களும் கருமாத்தூர் ஒச்சாண்டம்மன் கோயிலையே தங்களது குலக்கோயிலாக வணங்குகின்றனர்.

மாயன் கூட்டம்

இவர்கள் மதயானை ஆறு பங்காளிகளிடமிருந்து பிரிந்து சென்றவர்களாவர். இவர்கள் பெரும்பாலும் கருமாத்தூர் நாட்டிற்கு வெளியில் வாழ்கின்றனர். தாடையம்பட்டி, தர்மத்துப்பட்டி, விருவீடு, கட்டக்கருப்பன்பட்டி, மாதரை, முத்துப்பாண்டிப்பட்டி, பூதிபுரம் போன்ற கிராமங்களில் வாழ்கின்றனர். இவர்கள் கருமாத்தூரில் உள்ள நல்ல மாயன்கோயிலைக் குலக்கோயிலாக வணங்குகின்றனர்.

கருத்தி, செம்பான்கூட்டம்

இவர்கள் பூச்சம்பட்டி செட்டிகுளத்தைப் பூர்வீகமாகக் கொண்டு வாழ்கின்றனர். இவர்கள் கருமாத்தூர் குரும்பத்தேவர் கூட்டத் தாருக்கு அக்காள் மக்களாய் கருதப்படுகின்றனர். அவர்களுக்கு

மாமன் மைத்துனர்களாக இருந்தாலும், கருமாத்தூர் கடசாரி நல்ல குரும்பன் கோயிலையே தங்களது குலக்கோயிலாய் வணங்கு கின்றனர்.

பாப்பாப்பட்டி நாடு

இது நாடுகள் வரிசையில் ஐந்தாவது நாடாகும். இது முன்பு பார்ப்பனர்கள் வாழ்ந்த ஊராகையால் முதலில் பாப்பார்பட்டி என அழைக்கப்பட்டது. அதுவே பிற்காலத்தில் மருவி பாப்பாபட்டி என அழைக்கப்படுகிறது.

அமைவிடமும், உள்ளடங்கிய கிராமங்களும்

இது இன்றைய உசிலம்பட்டி ஒன்றியம், மற்றும் செல்லம்பட்டி ஒன்றியத்தில் பரவி அமைந்துள்ளது. லிங்கப்பநாயக்கனூர், பகாத் தேவன்பட்டி, பேயம்பட்டி, சுளிஓச்சாம்பட்டி, பசுக்காரன்பட்டி, கொப்பிலிபட்டி, பாப்பாப்பட்டி, கீரிப்பட்டி, மேக்கிலார்பட்டி, துரைச்சாமிபுரம், புதூர் போன்ற பூர்வீக ஊர்களையும், செம்மேட்டுப்பட்டி, பொட்டுலுப்பட்டி, அய்யம்பட்டி, ஒருபட்டி, புதுப்பட்டி போன்ற பரப்பு கிராமங்களையும் உள்ளடங்கியதாகும்.

மரபுவழி வரலாற்றுக் கதை

மதுரை கிழக்குப் பக்கத்திலிருந்து ஒரு தாய், கணவன் இறந்துவிட வடகிரி, தென்கிரி என்ற இரண்டு குழந்தைகளுடன் மேல்நாடு நோக்கி வந்தாள். அதில் ஒரு பிள்ளை வாலாந்தூர் அருகே காட்டுப்பகுதியில் தொலைந்து விட்டான். மற்றொரு பிள்ளையுடன் பாப்பாப்பட்டிக்குச் சென்று அங்கிருந்த பிராமணர் ஒருவரிடம் இல்லப் பணியாளாய் வேலையில் அமர்ந்தாள்.

அப்பிள்ளை வளர்ந்து பெரியவனானான். அவனுக்கு அங்கிருந்த பெண் ஒருத்தியை திருமணம் செய்து வைத்தனர். அவள் மூலம் அவனுக்கு இரண்டு ஆண் குழந்தைகள் பிறந்தனர். அதில் மூத்தவன் பகாத்தேவன், அடுத்தவன் கீரித்தேவன்.

இதில் பகாத்தேவன் கருமாத்தூர் ஒச்சாண்டம்மன் கோயில் பூசாரி ஆண்டரச்சான் மகள் ஆண்டாயியைத் திருமணம் செய்தான். பகாத்தேவனுக்கு அவள் மூலம் எட்டு ஆண் பிள்ளைகள் பிறந்தனர். அவனது தம்பி கீரித்தேவனுக்கு இரண்டு ஆண்பிள்ளைகள் பஞ்சாயி, உலகாயி என்ற பெண்பிள்ளைகளும் பிறந்தனர்.

ஒரு சமயம் மாசித் திருவிழாவின்போது பகாத்தேவன் மனைவி ஆண்டாயி தனது தகப்பன் கோயிலான கருமாத்தூர் ஒச்சாண்டம்மன் கோயிலுக்குச் சென்று பொங்கல் வைத்தாள். ஏனெனில் அவள் கணவனுக்கென்று தனிக்கோயிலோ சாமியோ இல்லை. அதனால் அவள் தன் அப்பன் கோயிலுக்குச் சென்று பொங்கல் வைத்தாள். அப்படிப் பொங்கல் வைக்கும் பொழுது கோயில் பூசாரி எல்லோர் பானையிலும் ஒரு கரண்டி அரிசி எடுப்பது வழக்கம். அதன்படி அனைவரது பானையிலிருந்தும் அரிசி எடுத்து வருகையில் ஆண்டாயி தனது தகப்பனாகிய பூசாரியைப் பார்த்து, "எனது பானையில் இரண்டு கரண்டி அரிசி எடுத்துக் கொள்ளுங்கள். என்னுடன் வந்திருக்கும், கொழுந்தனது மனைவியின் பானையில் அரிசி எடுக்க வேண்டாம்" எனக் கூறினாள்.

ஆனால் அவர் அதனை ஏற்காது, அவளது கொழுந்தன் மனைவி பொங்கல் வைத்த பானையிலிருந்தும் ஒரு கரண்டி அரிசியை எடுத்து விட்டார். தனது சொல்லைக் கேட்காது தனது அப்பன் செய்ததைப் பார்த்து ஆத்திரமடைந்த ஆண்டாயி, கொதித்துக் கொண்டிருந்த பொங்கல் பானையைத் தலையில் சுமந்து கொண்டு மேற்கு நோக்கி ஓட ஆரம்பித்தாள். மகள் கோபித்துக்கொண்டு ஓடுவதைப் பார்த்த பூசாரி, "அக்கா கோவிச்சுக்கிட்டு ஓடுறா அவளைக் கூப்பிட்டு வாங்கடா" என்று சொல்லி கொட்டடித்துக் கொண்டிருந்த பறையர் குல பிரம்பனையும், தன் மகன் ஆண்டரச்சானையும் அனுப்பி வைத்தார். அவர்கள் இருவரும் அவளை அக்கா, அக்கா என்று அழைத்துக்கொண்டே பின்தொடர, அவள் அவர்களைத் திரும்பிப் பார்க்காமல் ஓடிச்சென்று இன்றைய பாப்பாபட்டிக்கு அருகிலுள்ள புளியந்தோப்பிற்குள் தலையிலிருந்த கொதிபானையை இறக்கி வைத்தாள். ஆத்தா ஓடுவதைப் பார்த்த அவளது பிள்ளைகளும் அவளைப் பின்தொடர்ந்து ஓடி வந்தனர். அப்பொழுது அவள் அருள் இறங்கி "நான்தாண்டா ஒச்சாயி கிழவி பேசுறேன் என்னைய என் மக்கள் பத்துப்பேரும் குலசாமிகும் பிடுங்க, என் கூட ஓடிவந்த என் தம்பி ஆண்டரச்சான் எனக்குக் கோயில் பூசாரி யாகவும், என் தம்பி பிரம்பன் கொட்டுப் பூசாரியாகவும் இருக்கணும், அவங்க கை மேலேயும் உங்க கை கீழேயும் இருக்கணும்" என அருள் வாக்குச் சொன்னாள். அன்று முதல் அந்தப் பத்துப் பேரும் அதனைத் தங்கள் குலதெய்வமாக வணங்கி வருகின்றனர்.[25]

ஆண்டரச்சான் வழி வந்த ஐந்து பங்காளிகளும் அதற்குப் பூசாரியாக இருக்கின்றனர்.

நாட்டிற்குரிய தேவர்கள்

இந்நாடு ஒரே பங்காளிகளைக் கொண்ட நாடாகும். இவர்கள் இரண்டு தகப்பன் மக்களாக, பத்துத் தேவர்களாக அல்லது பத்துப் பங்காளிகளாக உள்ளனர். பெரிய தேவர் ஒச்சாத்தேவர், மோளத்தேவர், சுளி ஒச்சாத்தேவர், கட்டக்காளைத்தேவர், உடையார்த்தேவர், பொட்டுலுபந்தித்தேவர், ஆங்கித்தேவர், மதியத்தேவர், கீரித்தேவர், கூலத்தேவர் எனப் பத்துத் தேவர்கள் உள்ளனர். இதில் லிங்கப்பநாயக்கனூர் ஒச்சாத்தேவரே நாட்டின் பெரிய தேவராகக் கருதப்படுகிறார்.

இதில் பெரியதேவர் ஒச்சாத்தேவர் வகையறாக்கள் லிங்கப்பநாயக்கனூரையும், மோளத்தேவர் வகையறாக்கள் பகாத்தேவன்பட்டி, பேயம்பட்டியையும், சுளி ஒச்சாத்தேவர் வகையறாக்கள் சுளி ஒச்சாம்பட்டியையும், கட்டக்காளைத்தேவர், உடையார் தேவன் வகையறாக்கள் பசுக்காரன்பட்டியையும், பொட்டுழுப்பந்திதேவன், ஆங்கித்தேவன் வகையறாக்கள் கொப்பிலிபட்டியையும், மதியத் தேவன் வகையறாக்கள் பாப்பாப்பட்டியையும், கீரித்தேவன் வகையறாக்கள் கீரிப்பட்டியையும், கூலத்தேவன் வகையறாக்கள் மேக்கிலார்பட்டியையும் பூர்வீகக் கிராமங்களாகக் கொண்டு வாழ்ந்து வருகின்றனர்.

வணங்குகின்ற குலக்கோயில்

இப் பாப்பாப்பட்டி பத்து வம்சாவளிகளும் பாப்பாப்பட்டி ஒச்சாண்டம்மன் கோயிலைத் தங்களது குலக்கோயிலாக வணங்குகின்றனர்.

கொக்குளம் நாடு

இது நாடுகள் வரிசையில் ஆறாவது நாடாகக் கருதப்படுகின்றது. கொக்குளம் கிராமம் இதன் தலைமைக் கிராமமாகும். இது திருமங்கலம் ஒன்றியத்தில் அமைந்துள்ளது. கொக்குளம், கழுதைப் பாறைப்பட்டி, சிக்கம்பட்டி, தேங்கல்பட்டி, ஒத்தப்பட்டி, அய்யம்பட்டி என்ற ஆறு பூர்வீகக் கிராமங்களை உள்ளடங்கியதாகும். இவையில்லாமல் செக்கானூரணி என்ற சிறிய வணிக நகரமும் உள்ளது.

மரபுவழி வரலாற்றுக் கதை

சுமார் 400 வருடங்களுக்கு முன்பு மதுரைக்குக் கிழக்கே மேலூருக்கு அருகிலுள்ள நரசிங்கம்பட்டியில் ராமசாமி அம்பலக்காரர் என்பவர்

வாழ்ந்து வந்தார். அவருக்கு இரண்டு தாரங்கள். அவரது முதல் தாரத்து மக்கள் அம்பலம் என்ற பட்டத்தைச் சூடிக்கொண்டனர். இரண்டாம் தாரத்து மக்கள் தேவர் என்ற பட்டத்தைச் சூடிக் கொண்டனர். அவ்வகையில் அவரது இரண்டாம் தாரத்து மகன் கன்னத்தேவன் என அழைக்கப்பட்டான். அந்தக் கன்னத்தேவனுக்கு நரசிங்கத்தேவன், வெள்ளைபின்னத்தேவன் என இரண்டு ஆண் பிள்ளைகள் இருந்தனர். ஒரு சமயம் நரசிங்கத்தேவனது மனைவி அம்பலகாரப் பெண்ணோடு சண்டை போட்டு அவளது காதை அறுத்துவிட்டாள். இந்தப் பிரச்சினையை பைசல் செய்வதற்காக ஊர்ப் பொதுச்சபை கூடியது. அதற்குத் தலைமைதாங்கிய பெரிய அம்பலக்காரர் காது அறுத்த குற்றத்திற்காக ஒரு பங்கு அபராதம், மூத்த வாரிசுகளான அம்பலக்காரர்களை எதிர்த்த குற்றத்திற்காக ஒரு பங்கு அபராதம் என இரண்டு மடங்கு அபதாரம் விதித்தார். அபராதத்திற்காக இவர்களது சொத்துக்கள் முழுவதும் பறிமுதல் செய்யப்பட்டன. பெரிய அம்பலத்தின் இந்த நியாயமற்ற தீர்ப்பை ஏற்றுக்கொள்ள மறுத்த தேவர்கள் இருவரும் அவர்களை எதிர்த்துக் கலகம் செய்தனர். அம்பலகாரர்கள் பெருவாரியாக இருந்ததனால் இவர்களது வெள்ளாமைகளைத் தீ வைத்துக் கொளுத்தி இவர்களது உடமைகளையும் கொள்ளையடித்தனர்.

அதன் பிறகு அங்கு வாழ்வது சாத்தியமற்றது என்பதனை உணர்ந்த நரசிங்கத்தேவனும், வெள்ளைப்பின்னத்தேவனும் அவ்வூரிலிருந்து தங்களது குல தெய்வமான ஆதிசிவன் கோயிலி லிருந்தும் அய்யனார் கோயிலிலிருந்தும் பிடிமண்ணை எடுத்துக் கொண்டு மேல்நாடு நோக்கி வந்தனர். மேலும் பக்கத்து ஊரான தெற்குத் தெரு வெள்ளாளப்பட்டியில் இருந்த தங்களது மைத்துனர் களான உரப்புலியத்தேவன், உறங்காப்புலியத்தேவன் என்ற இருவரையும் தங்களுடன் அழைத்து வந்தனர். இவர்களுடன் பறையர் சமூகத்தைச் சேர்ந்த மூவரும் அவர்களது குலச்சாமிகளான சின்னச்சாமி, சீலைக்காரி கோயில்களது பிடிமண்ணை எடுத்துக் கொண்டு வந்தனர். அனைவரும் முதலில் அனுப்பப்பட்டியில் குடியமர்ந்தனர். பிறகு மைத்துனர்களில் ஒருவர் பன்னியானிலும், மற்றொருவர் முதலைக்குளத்திலும் குடியேறினர். தம்பி வெள்ளைப்பின்னத்தேவன் மனைவி தன் பிள்ளைகளுடன் புத்தூர் நாடு சென்று குடியமர்ந்தார். நரசிங்கத்தேவரும் அவருடன் வந்த மூன்று பறையர்களும் கொக்குளத்தில் குடியமர்ந்தனர். அப்பொழுது கொக்குளத்தில் அம்மையப்ப முதலியார் என்ற காராள வெள்ளாளர் ஒருவர் பெரிய நிலக்கிழாராக வாழ்ந்து வந்தார். மேலும் அவர்

பேக்காமன் கருப்பசாமி கோயிலின் பூசாரியாகவும் இருந்தார் அவரிடம் நரசிங்கத்தேவர் காவல்காரராய்ப் பணியில் அமர்ந்தார்.

நரசிங்கத்தேவருக்குக் கன்னத்தேவன், பின்னத்தேவன் என்ற இரண்டு பிள்ளைகள் இருந்தனர். அதில் கன்னத்தேவன் பன்னியானைச் சேர்ந்த தன் தாய்மாமன் மகளை மணந்தார். அவருக்கு வெறியத்தேவன் என்ற ஒரு ஆண்பிள்ளை பிறந்தது. கன்னத்தேவன் இறந்துவிட, அண்ணன் மனைவி இளம் வயதுடைய வளாக இருந்ததால் தம்பி பின்னத்தேவனுக்கே மணமுடித்து வைத்தனர். அதன்மூலம் கருப்பத்தேவன், கட்டப்பின்னத்தேவன் என்ற இரண்டு ஆண்பிள்ளைகளும், சிவனம்மாள் என்ற ஒரு பெண் பிள்ளையும் பிறந்தனர். அதன்பிறகு பின்னத்தேவர் சேத்தூர் ஜமீனுக்குக் காவலிற்குச் சென்ற பொழுது அங்கு ஒரு பெண்ணை மணந்தார். அதன் மூலம் சேத்தூரத்தேவன் என்ற மகன் பிறந்தான். அடுத்து பின்னத்தேவர் கருமாத்தூரைச் சேர்ந்த ஒரு பெண்ணை மணந்து அதன் மூலம் சடச்சித்தேவன் என்ற மகன் பிறந்தான். மேலும் அவர் வயதான காலத்தில் ஒரு பெண்ணை நான்காவது மனைவியாக மணந்து கொண்டார். அதன் மூலம் கன்னித்தேவன் என்ற மகன் பிறந்தான்.[26]

வாழுகின்ற வம்சாவளிகளும், வணங்குகின்ற குல தெய்வங்களும்

கொக்குளம் நாடு ஒரே பங்காளிகளைக் கொண்ட நாடாகும். இதில் ஒரே மரபில் வந்த ஆறு வம்சாவளிகள் உள்ளன. ஒவ்வொரு வம்சாவளியும், ஒரு கரை எனப்படுகிறது. அதன்படி வெறியத்தேவன் கரை, கட்டப்பின்னத்தேவன் கரை, கருப்பத்தேவன் கரை, சேத்தூரத்தேவன் கரை, சடச்சித்தேவன் கரை, கன்னித்தேவன் கரை என ஆறுகரைகள் உள்ளன.

வெறியத்தேவன் கரை, கட்டப்பின்னத்தேவன் கரை, கருப்பத் தேவன் கரை ஆகிய மூன்று கரைக்காரர்கள் மட்டும் ஆதிசிவன் கோயிலைத் தங்கள் குலக்கோயிலாக வணங்குகின்றனர். இவர்கள் மூவருக்கு மட்டும் ஆதிசிவன் கோயிலில் பங்கு கொடுக்கப்பட்டிருக் கின்றது. இவர்கள் ஆதிசிவன் கோயிலைத் தங்களுக்குள் பகிர்ந்து கொண்டு தனித்தனி இடத்தில் கோயில் கட்டி வணங்கி வருகின்றனர்.[27]

சேத்தூரான் கரையைச் சேர்ந்தவர்களும், சடச்சிக்கரையைச் சேர்ந்தவர்களும், கருமாத்தூர் கழுவநாதசாமி கோயிலைத் தங்களது குலக்கோயிலாக வணங்குகின்றனர்.

கன்னித்தேவன் கரையைச் சேர்ந்தவர்கள் காமாட்சியம்மன் கோயிலைத் தங்களது குலக்கோயிலாக வணங்குகின்றனர். பேக்காமன் கருப்பசாமி கொக்குளம் நாட்டின் காவல் தெய்வமாகும். இந்த ஆறு கரையைச் சேர்ந்தவர்களும் இதனைப் பொதுக் காவல் தெய்வமாக வணங்கி வருகின்றனர்.

வேப்பனூத்து நாடு

இது, நாடுகள் வரிசையில் ஏழாவது நாடாகும். நாடுகள் பிரிக்கப்படும் பொழுது வேப்பனூத்துக் கிராமம் இப்பகுதியின் முக்கியக் கிராமமாக இருந்தது. அதன் பேரில் இது வேப்பனூத்து நாடு என அழைக்கப் படுகின்றது.

அமைவிடமும் உள்ளடங்கிய கிராமங்களும்

இது இன்றைய உசிலைவட்டம் செல்லம்பட்டி ஒன்றியத்தில் அமைந்துள்ளது. வேப்பனூத்து, கள்ளப்பட்டி, கறையாம்பட்டி, பேயம்பட்டி, காரிகுட்டிப்பட்டி, (முத்தையன்பட்டி) கட்டத்தேவன் பட்டி, ஒத்தப்பாறைப்பட்டி, கிழக்குஓணாப்பட்டி, கூழ்நாயக்கன் பட்டி, நடுப்பட்டி, மேலவேப்பனூத்து என 12 பட்டிகளை உள்ளடங்கியதாகும். இதில் மேலவேப்பனூத்து என்ற கிராமம் அழிந்து விட்டது. அதனால் இப்பொழுது 11 கிராமங்கள் உள்ளன. இந்த 11 கிராமங்களும் வேப்பனூத்துப் பஞ்சாயத்து என்ற தனி பஞ்சாயத்தாக உள்ளது.

மரபு வழி வரலாற்றுக் கதை

ராஜதானி – கீழஉரப்பனூர் திருமலை பின்னத்தேவர், எட்டு நாட்டுக்கும் பெரிய தேவராக இருந்ததனால் பல ஊர்களுக்குப் பஞ்சாயத்துக்குச் செல்வது வழக்கம். ஒரு சமயம் அவர் மதிப்பனூருக்கு ஒரு பஞ்சாயத்தைத் தீர்ப்பதற்காகத் தனது பட்டத்துக் குதிரையின் மீது சென்று கொண்டிருந்த பொழுது, குதிரையில் அமர்ந்தவாறே வெற்றிலை எச்சிலை துப்பிக்கொண்டே சென்றார். அது அவ்வழியாகச் சென்று கொண்டிருந்த ஒரு பெண்ணின் மீது தெறித்துவிட்டது. அதை கவனிக்காமல் பின்னத்தேவர் சென்று விடுகிறார். மதிப்பனூர் மந்தையில் ஊர்பஞ்சாயத்தைக் கூட்டி வெள்ளிப்பிரம்பு, பிடிசெம்பு வைத்து ராஜகம்பளம் விரித்து அதில் அமர்ந்து திருமலைப் பின்னத்தேவர் பஞ்சாயத்தைத் தொடர்ந்தார். “யார் மீது பிராது, பிராது குடுக்குறவங்க முறி வைக்கலாம் எனச்

சொல்லும் பொழுது கூட்டத்திலிருந்த ஒரு இளம் பெண் முன்னே வந்து, அய்யா நான் இந்த ஊர் பெரியவர் மாயத்தேவர் மகள் மாயவனம் எனச் சொல்ல பின்னத்தேவர் அவளைப் பார்த்து சரிம்மா என்ன பிரச்சினை யார்மீது பிராது கொடுக்க வந்திருக்க என கேட்டார். "அய்யா, ராசாதிராசா எட்டு நாட்டுப் பெரியதேவர் திருமலைப் பின்னத்தேவர் மேல பிராது குடுக்க வந்திருக்கேன்" எனச் சொல்லி, பஞ்சாயத்தார்கள் முன்பு முறி வைத்தாள். இதைக் கேட்டு அதிர்ச்சியடைந்து என் மேல பிராதா! என ஒரு நிமிடம் யோசித்துவிட்டு, "சரி பிரச்சினை எதுவா இருந்தாலும் இருக்கட்டும். என் மேல பிராதுன்னு வந்த பின்னாடி இந்தக் கம்பளத்துல உக்காந்து தீர்ப்ப குடுக்கற இடத்துல நான் இல்ல, அதனால நானே எழுந்து நிற்கிறேன். ஊர் பெரியவங்கலெல்லாம் கூடி இந்தப் பிரச்சினையை பைசல் செய்யுங்க. பஞ்சாயத்து என்ன முடிவு சொல்லுதோ அதற்கு நானும் கட்டுப்படுறேன்" எனச் சொல்லி அவர் ராஜகம்பலத்திலிருந்து எந்திரிச்சு பஞ்சாயத்தார் முன்பு கை கட்டி நின்றார்.

பஞ்சாயத்தார் மாயவனத்தைப் பார்த்து என்னம்மா உன் பிராது எனக் கேட்டனர். "அய்யா நான் ஊர் கோடியில் நடந்து போய் கொண்டிருந்தபொழுது பெரியதேவர் துப்பிய வெத்தலை எச்சில் என்மேல பட்டுருச்சு; எட்டு நாட்டுப் பெரிய தேவர் ராசாதிராசா திருமலை பின்னத்தேவர் எச்சில்பட்ட பின்னாடி இன்னொரு ஆம்பள எச்சில் என் மேல படுறத நான் விரும்பல. அதனால வாழ்ந்தா நான் அவரோட தான் வாழ்வேன், இல்லையினா வாழ்க்கை பூரா நான் கன்னியாகவே இருப்பேன்" எனச் சொல்ல, பஞ்சாயத்தார் அவளைச் சமாதானம் செய்ய முயன்றனர். இம்புட்டு பிடிவாதமா இருக்கிற பிள்ளைய வேற ஒருத்தனுக்குக் கட்டி வக்கிறது நியாயமா இருக்காது எனக் கருதி திருமலை பின்னத்தேவரே அவளைக் கட்டிக்கிறனும்னு சொல்லி பஞ்சாயத்தார் தீர்ப்பு சொன்னார்கள்.

பின்னத்தேவர் அதற்குச் சம்மதிக்க சற்றுத் தயங்கினாலும், ஏற்கனவே நான் வடமலை சுந்தத்தேவன் மகளை கல்யாணம் பண்ணி ஆண் ஒன்னு, பெண் ஒன்னும் இருக்கு, அதனால இந்தப் பிள்ளையைக் கல்யாணம் பண்ணினாலும் என் ஊருக்குக் கூட்டிட்டுப் போக முடியாது. இங்கேயே இருக்கட்டும். ஆண்பிள்ளை பிறந்தால் சொத்துல பங்கு தருவேன். பெண்பிள்ளை பிறந்தால் சீதனம் தருவேன் எனச் சொன்னார். அதனை பஞ்சாயத்தாரும் ஏற்றுக் கொண்டனர். அதன் பிறகு அவர் அடிக்கடி மதிப்பனூருக்கு

வந்து அவளைப் பார்த்துக் கொண்டார். அவர்களுக்கு ஒரு ஆண்பிள்ளை பிறந்தது. அவன் ஆதிப் பின்னத்தேவன் என அழைக்கப்பட்டான். அவன் வளர்ந்து பெரியவனானதும் அவனை அழைத்து வந்து அவனுக்குரிய பங்கைக் கொடுத்து கீழஉரப்பனூரில் குடியமர்த்தினார்.

அப்படி அவன் உரப்பனூரில் வாழ்ந்து கொண்டிருந்த பொழுது அவன் அப்பனின் மூத்த தாரத்து மக்களுக்கும், அவனுக்கும் அடிக்கடி மோதல் ஏற்பட்டு வந்தது. மூத்த தாரத்து மக்கள் எல்லாம் சேர்ந்து அவனை எப்படியாவது கொலைசெய்து விட வேண்டும் எனத் திட்டமிட்டனர். ஒருமுறை அவர்கள் அனைவரும் தங்கள் கலப்பையைக் கொண்டு அவரவர் நிலத்தை உழுது கொண் டிருந்தனர். அவர்களைப்போல இளையதாரத்து மகனும் உழுது கொண்டிருந்தான். அப்பொழுது அவன் மிகவும் களைப்படைந்த தனால் கலப்பையை அப்படியே விட்டு விட்டு ஓய்வெடுப்பதற்காக, தன் வீட்டிற்குச் சென்றுவிட்டான். சிறிது நேரம் கழித்து அவன் திரும்பி வந்து பார்க்கும் பொழுது அவனது கலப்பையைக் காண வில்லை. அதனால் அவன் உழுது கொண்டிருந்த அண்ணன் காராமணித்தேவனைப் பார்த்து எங்கே என் கலப்பை எனக் கேட்டான். அதற்கு அவன் தெரியாது எனச் சொல்ல வாக்குவாதம் முற்றியது. அந்தச் சந்தர்ப்பத்தைப் பயன்படுத்தி காராமணி தம்பியெல்லாம் ஒன்று சேர்ந்து பின்னத்தேவனை தார்க்குச்சியால் அடித்துக் கொலை செய்து விட்டனர். கொலை செய்யப்பட்ட பொழுது அவனது மனைவி நிறைமாதக் கர்ப்பினியாய் பிரசவத்திற்காக மதிப்பனூரிலுள்ள தன் தாய் வீட்டிற்குச் சென்றிருந்தாள். அங்கு அவளுக்கு ஒரு ஆண் குழந்தை பிறந்தது. அவனுக்கு ஆதி வெள்ளைப் பின்னத்தேவன் எனப் பெயரிட்டாள். குழந்தை பிறந்த சில மாதங்களிலிலேயே அவளும் இறந்துவிட்டாள். அப்பொழுது அவளது தங்கை பூசலப்புரம் கட்ராண்டி ஒச்சாத்தேவனைக் கல்யாணம் செய்திருந்தாள். அவள் தன் அக்காள் இறந்துவிட பால்குடி மாறாத தன் அக்காள் மகனை தானே தூக்கிச் சென்று பாலூட்டி தன் சொந்த பிள்ளையைப் போல் வளர்த்து வந்தாள். அவன் வளர்ந்து பெரியவனானதும் தனது தந்தையின் சொந்த ஊரான உரப்பனூருக்குச் சென்று தனது பங்காளிகளுடன் சண்டையிட்டுத் தன் தந்தைக்குரிய பங்கினை மீட்டெடுத்து அங்கேயே வாழ ஆரம்பித்தான்.

அவன் நல்லுத்தேவன் பட்டியில் பெரும் புகழோடு வாழ்ந்து வந்த துரை வெள்ளைப் பின்னத்தேவரது மகள் பெருமாயியை

கல்யாணம் செய்தான். அவன் மனைவி அவனுடன் வாழ மறுத்து தாய்வீடு சென்று விட்டாள். அவன் அவளை வாழ்வதற்காகப் பலமுறை அழைத்தும் அவள் வரவில்லை. இதனால் கோபமடைந்த அவன் தனது மாமனாரது பட்டத்துக் குதிரையின் வாலை வெட்டிச் சென்றுவிட்டான். இதைப் பார்த்து ஆத்திரமடைந்த துரை வெள்ளைப் பின்னத்தேவர் தனது படைப் பட்டாளங்களோடு உரப்பனூர் நோக்கி படையெடுத்துச் சென்றார். தனது சம்மந்தி துரை வெள்ளைப் பின்னத்தேவர் வருகிறார் என்பதனைக் கேள்விப் பட்ட உரப்பனூர் திருமலை பின்னத்தேவர் மேளதாளங்கள் முழங்க அவரை வரவேற்றார். இதனைப் பார்த்து ஆச்சரியமடைந்த துரை வெள்ளைபின்னத்தேவர் "நான் சண்டைக்குத் தானே வந்திருக்கிறேன் ஏன் மேளதாளங்களோடு வரவேற்கிறார்கள்" எனக் கேட்க அதற்குத் திருமலை ராஜா பின்னத்தேவர் அது எனக்கு தெரியாது சம்மந்தி வருகிறார் எனச் சொன்னார்கள். அதனால் மரியாதையோடு வரவேற்கிறேன் எனச் சொன்னார். இதனைக் கேட்ட துரை வெள்ளைப் பின்னத்தேவர் சமாதானம் அடைந்தார்.

பிறகு அனைவரும் பஞ்சாயத்தைக் கூட்டுகின்றனர். சபையோர் "ஏன் வாழ மறுக்கிறாய், மாப்பிள்ளையைப் பிடிக்கவில்லையா?" என, அந்தப் பெண்ணைக் கேட்டனர். அதற்கு அவள் மாப்பிள்ளை பிடித்திருக்கின்றது. ஆனால் அடிக்கடி தனது தாய் வீட்டிற்கு வந்து செல்ல இயலவில்லை மற்றபடி ஒண்ணும் இல்லை என்கிறாள். துரை வெள்ளைப்பின்னத்தேவன் தனது மருமகனைப் பார்த்து என் ஊருக்குப் பக்கத்தில் வந்து வாழ சம்மதமா எனக் கேட்கிறார். அவனும் அதற்குச் சம்மதிக்கின்றான். அதன்பின்பு தனது மகளையும், மருமகனையும் அழைத்து வந்து தனது காவல் எல்லைக்கு உட்பட்ட வேப்பனூத்து கிராமத்திற்கு அருகில் குடியமர்த்தினார். அப்பொழுது அப்பகுதியில் கடுக்காஞ்சி நாயக்கர் வம்சத்தவர்கள் அதிகமாக வாழ்ந்து வந்தனர். அங்கு இந்த ஒரே ஒரு கள்ள வீடு மட்டும் இருந்தது. அதனால் நாயக்கர்கள் அதனை ஒரு கள்ளன் வாழ்கின்ற ஊர் என்று பொருள்படுகின்ற வகையில் "கள்ளன்பட்டி" என அழைத்தனர். அதுவே பிற்காலத்தில் "கள்ளப்பட்டி" என மருவி அழைக்கப்படுகிறது. அதன் பின்பு, "வாழ்வதற்கு பூமி கொடுத்தீர்கள் காலையில் எழுந்தவுடன் கை கூப்பி வணங்குவதற்குச் சாமி இல்லையே" என்று துரை வெள்ளைப் பின்னத்தேவரைப் பார்த்து மகள் கேட்க, அதற்கு அவர் "மலைராமனை சீதனமாகத் தருகிறேன் அதனை முதல் தெய்வமாக வணங்கிக் கொள்" என்று சொல்லி மலைராமனை தாய்வீட்டுச் சீதனமாக மகளுக்கு அளித்தார்.[28]

நாட்டிற்குரிய தேவர்களும், வாழ்கின்ற ஊர்களும்

இங்குக் குடியேறிய உரப்பனூர் பின்னத்தேவருக்கு மூன்று பிள்ளைகள் பிறக்கின்றனர். வெள்ளைப் பின்னத்தேவன், நல்லாத் தேவன், மாயகட்டத்தேவன் என மூன்று பிள்ளைகள் பிறந்தனர். இந்த மூன்று தேவர்களது வாரிசுகளே இன்று பல்கிப் பெருகி 12 பட்டிகளில் வாழ்கின்றனர். இதில் வெள்ளைப் பின்னத்தேவன் வகையறாக்கள் கள்ளப்பட்டி, வேப்பனூத்து, கரையாம்பட்டி, பேயம் பட்டி, காரிகுட்டிபட்டி முத்தையன்பட்டி, கிழக்குப்பாறைப் பட்டி ஆகிய கிராமங்களில் வாழ்கின்றனர்.

நல்லாத்தேவன் வகையறாக்கள் கிழக்கு ஓணாப்பட்டி, கூழ்நாயக்கன்பட்டி, நடுப்பட்டி போன்ற கிராமங்களிலும் மாயகட்டத்தேவன் வகையறாக்கள் கட்டத்தேவன்பட்டி, ஒத்தபாறைப்பட்டி போன்ற கிராமங்களிலும் வாழ்கின்றனர்.

வணங்குகின்ற கோயில்கள்

இந்த மூன்று தேவர்களின் வம்சாவளிகள், தாய்வழியில் கிடைத்த மலைராமனை முதல் தெய்வமாக வணங்குகின்றனர். அடுத்து தந்தை வழி கோயிலான புன்னூர் அய்யன் கோயிலைக் கீழ உரப்பனூரில் இருந்து பிடிமண் எடுத்து வந்து கள்ளபட்டியில் வைத்துத் தங்களது குலக்கோயிலாக வணங்கி வருகின்றனர்.

கள்ளப்பட்டி கண்மாய்க் கரையில் இருக்கும் வெண்டி கருப்பு (முத்தையா) கோயிலைத் தங்களது காவல் தெய்வமாக வணங்குகின்றனர்.

தும்மக்குண்டு நாடு

இது நாடுகள் வரிசையில் எட்டாவது நாடாகையால் கடைநாடு எனக் கருதப்படுகின்றது. இங்கு அக்காலத்தில் தும்பைய நாயக்கர் என்பவர் வாழ்ந்து வந்தார். எனவே இது தும்பையநாயக்கன் வாழ்ந்த ஊர் என்பதால் தும்பையக் குண்டு என அழைக்கப்பட்டது. அதுவே தும்மக்குண்டு என மருவியது.

அமைவிடமும், உள்ளடங்கிய கிராமங்களும்

இது இன்றைய செல்லம்பட்டி ஒன்றியத்தில் அமைந்துள்ளது. தும்மக்குண்டு பெருமாள்பட்டி, கரிசல்பட்டி, பிச்சம்பட்டி, உடையாம் பட்டி, பெருமாள் கோவில்பட்டி, ரெட்டியப்பட்டி, புதுப்பட்டி, சிவன்கோயில்பட்டி, திருட்டுப்பட்டி, ஸ்ரீரங்கம், போணிக்கம்பட்டி

என 12 பட்டிகளை உள்ளடக்கியதாகும். இதில் சில ஊர்கள் இன்று அழிந்துவிட்டன.

மரபுவழி வரலாற்றுக் கதை

அக்காலத்தில் தும்பையநாயக்கன் என்பவர் இப்பகுதியில் ஜமீனைப்போல் வாழ்ந்து வந்தார். அப்பொழுது பணிக்கர் என்ற முரட்டுச் சாதியர் இப்பகுதியில் இருந்தனர். அவர்கள் தும்பைய நாயக்கனுக்குத் தொடர்ந்து தொல்லை கொடுத்து வந்தனர். அவர்களை ஒடுக்குவதற்காகக் கருமாத்தூர் மதயானை வம்சத்தில் பிறந்த சின்னுடையான் என்பவனை அழைத்து வந்து இப்பகுதிக்குக் காவலாளியாக நியமித்தார். சின்னுடையான் பணிக்கர்களை ஒடுக்கிவிரட்டி அடித்தான். அந்தச் சின்னுடையானுக்கு இரண்டு மனைவிகள். இதில் இளைய மனைவியின் மகன் பணிக்கத்தேவன் வயதில் மூத்தவன். மூத்த மனைவியின் மகன் சின்னாங்கி உடையாத்தேவன் வயதில் இளையவன். இந்த இருவருக்கும் யார் முதல் பங்கைப் பெறுவது என்பதில் போட்டி ஏற்பட்டது. இப் பஞ்சாயத்து தும்பைய நாயக்கரிடம் எடுத்துச் செல்லப்பட்டது. அவர் திடியன் பெருமாள் கோயிலில் இருவரும் பொங்கல் வையுங்கள், யார் பொங்கல் முதலில் பொங்குகிறதோ, அவரே மூத்தவராக முதல் பங்கைப் பெறுவார் எனத் தீர்ப்பளித்தார். அதன்படி இருவரும் திடியன் தாமரை ஊருணியில் பொங்கல் வைத்தனர். இதில் சின்னுடையான் சின்ன பானையில் பொங்கல் வைக்கின்றான். பணிக்கத்தேவன் பெரியபானையில் பொங்கல் வைக்கின்றான். சிறிய பானையில் வைக்கப்பட்ட பொங்கல் முதலில் பொங்கிவிடுகிறது. அதனால் வயதில் இளையவனாக இருந்தாலும் மூத்ததாரத்து மகன் சின்னாங்கி உடையாத்தேவனே முதல் பங்குப் பெற தகுதியுடையவன் எனத் தும்பைய நாயக்கர் அறிவித்தார். இந்தத் தீர்ப்பால் அதிருப்தி அடைந்த பணிக்கத் தேவன் கோபித்துக்கொண்டு காளப்பன்பட்டிக்குச் சென்று விட்டான். இந்தச் சின்னாங்கி உடையாத்தேவன் சித்தாலை சுந்தத்தேவரது மகளை கல்யாணம் செய்திருந்தான். அதன் மூலம் மூன்று ஆண் பிள்ளைகள் பிறந்தனர். இவர்களது வம்சாவளிகளே தும்மக்குண்டு 12 பட்டியில் வாழ்கின்றனர்.[29]

நாட்டிற்குரிய தேவர்கள் அல்லது வம்சாவளிகள்

இது ஒரே மரபில் வந்த பங்காளிகளை மட்டும் உள்ளடக்கிய நாடாகும். சின்னாங்கி உடையாத்தேவன், கருத்த ஒச்சாத்தேவன், வெள்ளை ஒச்சாத்தேவன் என மூன்று பங்காளிகளாக வாழ்கின்றனர்.

வணங்குகின்ற கோயில்கள்

இந்த மூன்று வம்சாவளிகளும் கருமாத்தூர் ஒச்சாண்டம்மன் கோயிலிருந்து பிடிமண் எடுத்து வந்து, தங்களுக்குள் மூன்று பங்காகப் பிரித்து தனித்தனியாகக் கோயில் கட்டிக்கொண்டு அவற்றை தங்களது குலக்கோயிலாக வணங்கி வருகின்றனர்.

சித்தாலை சுந்தத்தேவரிடமிருந்து, தாய் வழியில் பெற்ற வைரவன் சாமிக்குத் தும்மக்குண்டில் கோயில்கட்டி மூவருக்கும் பொதுக் காவல் தெய்வமாக வணங்குகின்றனர். இதில் கருத்த ஒச்சாத்தேவன் மரபில் வந்த ஒருவர் தனது பிள்ளைக்கு முருகனது பெயரையே வைத்தார். பொதுவாகக் கருமாத்தூர் மூணுசாமி, ஒச்சாண்டம்மனை வணங்குபவர்கள் முருகன் எனப் பெயர் வைக்கமாட்டார்கள். அதனால் இவர் முருகன் பெயர் வைப்பதனை இந்நாட்டார்கள் எதிர்த்தார்கள். அவர் அதற்கு உடன்பட மறுக்க அவரை நாட்டை விட்டுத் தள்ளி வைத்து விட்டார்கள். அவரது வம்சத்தவர் இங்கிருந்து பிடிமண் எடுத்துச் சென்று சிந்துப்பட்டி போத்தம்பட்டியில் வைத்து கோயில்கட்டி வணங்கி வருகின்றனர். இவர்கள் கந்தன் கூட்டத்தார் என அழைக்கப்படுகின்றனர்[30]

உபகிராமங்கள்

பிறமலை நாடு எட்டு நாடு என்றும் 24 உபகிராமங்கள் என இரண்டு அடுக்குகளாகப் பிரிக்கப்பட்டுள்ளன என்பதனை நாம் முன்பே கண்டோம். உபகிராமங்கள் என்பதற்குத் துணைக் கிராமங்கள் எனப் பொருள்படும் என ஒரு தகவலாளர் என்னிடம் தெரிவித்தார். ஒரு நாட்டிற்கு 3 உப கிராமங்கள் என 8 நாட்டிற்கும் 24 உபகிராமங்கள் என, மற்றொரு தகவலாளர் தெரிவித்தார். ஆனால் மேற்கூறிய கூற்று தெளிவானதாக இல்லை. லூயிஸ் டூமண்ட் அவர்கள் நாடுகளும், உபகிராமங்களும் தகுதி அடிப்படையில் வேறுபட்டுள்ளன எனவும், எல்லா உபகிராமங்களும் நாடுகளின் தலைவர்ளான இரண்டாம் தாரத்து மகன்களால் உருவாக்கப் பட்டவை எனவும் குறிப்பிடுகின்றார்.[31]

ஆனால் எல்லா உபகிராமங்களும் இவ்வகையில் உருவாக்கப் பட்டவை அல்ல. உபகிராமங்களின் மூல வரலாறுகளை ஆய்வு செய்யும்பொழுது சில உபகிராமங்கள் நாடுகளின் தலைவர்களது இரண்டாம் தாரத்து மகன்களுக்கு அளிக்கப்பட்டவையாக உள்ளன என்பதும், சில உபகிராமங்கள் நாடுகளிலிருந்து நேரடியாகப்

பிரிந்து சென்று உருவாகியிருக்கின்றன என்பதும், சில உபகிராமங்கள் தனித்த வரலாறுகளைக் கொண்டவையாகவும் உள்ளன என்பதும் நமக்குத் தெரிய வருகிறது. இன்னும் சில இடங்களில் உபகிராமங் களிலிருந்து பிரிந்து வந்த சில வம்சாவளிகள், நாடுகளிலும் சில காணி உரிமையைப் பெற்றிருக்கின்றன. மேலும் டூமண்ட் குறிப்பிடுவதைப் போல் தகுதி அடிப்படையில் நாடுகளுக்கும், உபகிராமங்களுக்கும் நடைமுறையில் எந்த வேறுபாடும் இல்லை. நாடுகளைச் சேர்ந்த வம்சாவளிகளின் எண்ணிக்கை அதிகமாக இருப்பதும், உபகிராமங்களைச் சேர்ந்த வம்சாவளிகளது எண்ணிக்கைக் குறைவாக இருப்பதனையும் தவிர வேறு எந்தத் தகுதி வேறுபாடும் நடைமுறையில் இல்லை. அதனால் நாம் முன்பு குறிப்பிட்டதைப் போல இந்த அமைப்பு உருவாக்கப்படும் பொழுது, ஒன்றிற்கு மேற்பட்ட கிராமங்களாய் உருவாகி இருந்தவை நாடுகள் என்ற அந்தஸ்திலும் தனித்த கிராமங்களாய் இருந்தவை உபகிராமங்கள் என்ற அந்தஸ்திலும் பிரிக்கப்பட்டிருக்கலாம் எனக் கருதுவது பொருத்தமாகும்.

பொதுவாக 24 உபகிராமங்கள் என்று சொல்லப்பட்டாலும், எந்தெந்தக் கிராமங்கள் அதில் உள்ளடங்கும் என்பதில் வேறுபட்ட பட்டியல்கள் தரப்படுகின்றன. இதில் ஆரியப்பட்டி கோடாங்கி பெரிய பெருமாள் தேவர் ஒரு பட்டியலையும், முத்துத் தேவர் ஒரு பட்டியலையும், டூமண்ட் ஒரு பட்டியலையும் தருகின்றனர்.

கோடாங்கி பெரியபெருமாள் தேவரின் பட்டியல்

ஆரியப்பட்டி K.P. கருப்பணன் என்பவரது தந்தை கோடாங்கி பெரிய பெருமாள் தேவர் சுமார் 65 ஆண்டுகளுக்கு முன்பு தனது வீட்டுக் கணக்கு நோட்டில் எட்டு நாடுகள் 24 உபகிராமங்கள் பற்றிய பட்டியலை எழுதி வைத்துள்ளார். இது எனது களப் பணிக் காலத்தில் இப்பகுதி சமூக அமைப்பு பற்றி எனக்குக் கிடைத்த முக்கிய ஆவணமாகும்.[32] அவை :

1. விக்கிரமங்கலம், 2. நாட்டார்மங்கலம், 3. வகுரணி, 4. காளப்பன்பட்டி, 5. மானூத்து, 6. அல்லிக்குண்டம், 7. பொசுங்கு நகரம், 8. பிச்சங்குளம், 9. சாத்தங்குடி, 10. வடபழஞ்சி, 11. சாக்கிலிப்பட்டி, 12. தோப்பூர், 13. கப்பலூர், 14. தனக்கன்குளம், 15. விளாச்சேரி, 16. வடிவேல்கரை (கீழக்குயில்குடி), 17. சூடாபுளியங் குளம், 18. பன்னியான், 19, தாராப்பட்டி, 20. மேலக்கால், 21.

கச்சிராப்பு, 22. காடுபட்டி, 23. அய்யனார்குளம், 24. கொடிக்குளம். (காண்க : பின்னிணைப்பு – 1)

முத்துத்தேவர் பட்டியல்[33]

1. விக்கிரமங்கலம், 2. நாட்டார் மங்கலம், 3. அய்யனார் குளம், 4. பன்னியான், 5. தாராப்பட்டி, 6. மேலக்கால் கச்சிராப்பு, 7. காடுப்பட்டி, 8. கொடிக்குளம், 9. வகுரணி, 10. அல்லிக்குண்டம், 11. மானுத்து, 12. பெருங்காமநல்லூர், 13. காளப்பன்பட்டி, 14. பூசநாதிபுரம் என்ற பூசலப்புரம், 15. மதிப்பனூர், 16. சாத்தங்குடி, 17. புங்கங்குளம், 18. சாக்கிலிபட்டி, 19. தோப்பூர், 20. மேல்நாடு செட்டிகுளம், 21. கப்பலூர், 22. விளாச்சேரி 23. வடிவேல்கரை, 24. சூடாபுளியங்குளம்.

லூயிஸ் டூமண்ட் பட்டியல்[34]

1. விக்கிரமங்கலம், 2. நாட்டார்மங்கலம், 3.அய்யனார்குளம், 4. கொடிக்குளம், 5. முதலைக்குளம், 6. பன்னியான், 7. வடிவேல்கரை, 8. விளாச்சேரி, 9. தனக்கன்குளம், 10. சாக்கிலிபட்டி, 11. தோப்பூர், 12. மேல்நாடு செட்டிகுளம், 13. கப்பலூர், 14. சாத்தங்குடி, 15. பன்னிக்குண்டு, 16. அம்மாப்பட்டி, 17. காளப்பன்பட்டி, 18. பூசலப்புரம், 19. மதிப்பனூர், 20. பெருங்காமநல்லூர், 21. மானூத்து, 22. அல்லிக்குண்டம், 23. வகுரணி, 24. மறவன்குளம்.

மேலும் அவர் காடுபட்டியும் கச்சிராப்பும், தாராப்பட்டியும் உபகிராமங்களில் ஒன்றாகச் சிவணாண்டி சேர்வை வரிசைப் படுத்துவதாகக் குறிப்பிடுகின்றார்.

1. விக்கிரமங்கலம்

விக்கிரமங்கலம் உபகிராம வரிசையில் முதல் கிராமமாகும். நாடுகள் பகிரப்படும் பொழுது அந்தக் கூட்டத்திற்கு இக்கிராமத்தின் தலைவர் ஆண்டித்தேவர் கலந்து கொள்ளாததனால் இதற்கு நாடு அந்தஸ்த்து அளிக்கப்படவில்லை எனவும், ஆனால் அடுத்த அடுக்கான உபகிராமங்களின் முதல் கிராம அந்தஸ்து அளிக்கப் பட்டது எனவும் டூமண்ட் குறிப்பிடுகின்றார். விக்கிரமபாண்டியன் என்னும் மன்னனால் உருவாக்கப்பட்ட கிராமமாகையால் அவன் பெயரில் விக்கிரமங்கலம் என அழைக்கப்படுகின்றது. இது நாகமலை அடிவாரத்தில் இன்றைய செல்லம்பட்டி ஒன்றியத்தில் அமைந்துள்ளது.

மரபுவழி வரலாற்றுக் கதை

ஊராண்ட உரப்பனூரைச் சேர்ந்த வடமலை சுந்தத்தேவன் வம்சத்தில் பிறந்த எழுமத்தேவன், சோமதேவன் என்ற இரண்டு சகோதரர்கள் கண்ணனூரில் வந்து குடியமர்ந்தனர். அவர்கள் அப்பொழுது கழுவநாத கோயில் பூசாரியாக இருந்த உச்சப்பட்டி ராணி சோழத்தேவன் மகள்களைத் திருமணம் செய்தனர். எழும தேவனுக்குச் சிலுக்கன்தேவன், குப்பன் தேவன் என்ற இரண்டு மகன்களும், தம்பி சோமதேவனுக்கு ஆண்டித்தேவன் பரட்டண்டித் தேவன் என இரண்டு பிள்ளைகளும் பிறந்தனர். இதில் ஆண்டித் தேவன் பாப்பாபட்டி 10 தேவர்களுடன் பிறந்த பஞ்சாயி என்ற பெண்ணை மணந்தார். அவள் பிள்ளையில்லாமல் இறந்துவிட அதன்பிறகு அவர் கச்சிராய்ப்பைச் சேர்ந்த மதனதங்காள் என்ற பெண்ணை மணந்தார். அக்காலத்தில் கச்சிராய்ப்பு கிராமம் அம்மயநாயக்கனூர் ஜமீன்தாரின் கட்டுப்பாட்டில் இருந்தது. அப்பொழுது அப்பகுதியில் புலி ஒன்று அட்டகாசம் செய்து கொண்டிருந்தது. அதனை அடக்குபவருக்குத் தக்க சன்மானம் அளிக்கப்படும் என ஜமீன்தார் அறிவித்தார். தனது மாமனார் வீட்டிற்கு விருந்திற்கு வந்திருந்த ஆண்டித்தேவர் அந்தப் புலியை தனது கோடரியால் வெட்டிக் கொலை செய்தார். ஆண்டித் தேவரது வீரத்தைப் பாராட்டிய அம்மையநாயக்கனூர் ஜமீன்தார் அவரை அப்பகுதிக்குக் காவல்காரராய் நியமித்து விக்கிரமங்கலம் கிராமத்தில் குடியமர்த்தினார். இதனால் அதுவரை அப்பகுதியின் காவல்காரராய் இருந்த காடுபட்டி அருதிவீரத்தேவருக்கும், ஆண்டித் தேவருக்கும் பகைமை ஏற்பட்டது. அந்தச் சமயத்தில் ஆண்டித் தேவரது குதிரை கால் இடரி அரிதிவீரத்தேவரது மகன் ஒருவன் கொல்லப்பட்டுவிட்டான். அதனால் ஆத்திரமடைந்த அருதிவீரத் தேவர் தன் மகன் இறந்ததற்குப் பழியாக ஆண்டித்தேவரது ஒரே பிள்ளையைப் பழி கேட்டார். அக்காலத்தில் பழிக்குப்பழி கொடுப்பது வழக்கம். அதற்கு ஆண்டித்தேவரும் சம்மதித்தார்.

இதற்கிடையில் ஆண்டித்தேவர் வேறு சில நபர்களால் கொலை செய்யப்பட்டு விடுகிறார். ஆனால் அரிதி வீரத்தேவருக்கு அளித்த வாக்குப்படி தனது ஒரே பிள்ளையைப் பழிகொடுக்க வேண்டிய சூழல் ஏற்படுகிறது. ஆனால் தனது ஒரே பிள்ளையைப் பழி கொடுக்க விரும்பாத மதனதங்காள் தனது மச்சான் மக்களான சிலுக்கத்தேவன், குப்பன் தேவனிடம் சென்று ஆலோசனை கேட்கிறாள். அவர்கள் பழிகொடுக்கும்பொழுது பிள்ளை போன்ற பொம்மையைச் செய்து ஏமாற்றிவிடும்படி ஆலோசனை

கூறுகின்றனர். அதன்படி பழி கொடுக்கும் நாளன்று மாவில் ஒரு பிள்ளையைப் போல பொம்மை செய்து எடுத்துச் செல்கிறாள். பழி கொடுக்கும் பொழுது பழிக்காக வெட்டப்படும் பிள்ளையை மூன்று முறை தூக்கி எறிவது வழக்கம். அப்படி மூன்றாவது தடவையாக எறிகையில் பழிகேட்பவர் தங்களது கூர்வாளால் வெட்டவேண்டும். அதன்படி மதனதங்காள் தனது சொந்த பிள்ளையை இரண்டுமுறை தூக்கி எறிகின்றாள். மூன்றாவது முறை எறியும் பொழுது தனது உண்மை பிள்ளைக்குப் பதிலாகத் தான் செய்து வைத்திருந்த பொம்மை பிள்ளையைத் தூக்கி எறிய அதனைச் சரியாகக் கவனிக்காத அருதி வீரத்தேவர் அந்தப் பொம்மையை வெட்டி விடுகிறார். அவர் அதனைச் சரியாகக் கவனிக்காமல் வெட்டியதால் வெட்டியது வெட்டியதுதான் எனக் கூறி பழி கொடுக்கப் பட்டுவிட்டதாக ஜமீன்தார் அறிவிக்கிறார்.

இவ்வாறு உயிர் பிழைத்த அந்த ஒரே ஆண்பிள்ளை பெரியவனாகி கொக்குளத்தில் திருமணம் செய்கிறான். அவனுக்கு ஒரு பெண் பிள்ளையும் ஐந்து ஆண்பிள்ளைகளும் பிறக்கின்றனர்.[35]

வம்சாவளிகளும், வாழ்கின்ற கிராமங்களும்

விக்கிரமங்கலம் ஆண்டித்தேவரது வம்சாவளிகள் ஐந்து பங்காளி களாக உள்ளனர். ஆண்டித் தேவர், செங்குந்த தேவர், செம்பட்டையத்தேவர். செம்பாதித்தேவர், நல்ல பிள்ளைத் தேவர் என ஐந்து பங்காளிகளும் விக்கிரமங்கலம், கோவில்பட்டி, சொக்கன் கோவில்பட்டி, கீழப்பெருமாள்பட்டி, நரியம்பட்டி, மம்பட்டிப்பட்டி, வைத்தான், கள்புளிச்சான் பட்டி என்ற எட்டு ஊர்களைப் பூர்வீகமாகக் கொண்டு வாழ்கின்றனர்.

வணங்குகின்ற கோயில்கள்

இவர்கள் கருமாத்தூர் கழுவநாத அல்லது விருமப்ப கோயிலைத் தங்களது குலக்கோயிலாக வணங்குகின்றனர். தாய்வழியில் கிடைத்த கருப்புக் கோயிலைத் தங்களது காவல் தெய்வமாக வணங்கு கின்றனர்.

2. நாட்டார் மங்கலம்

இது இன்றைய செல்லம்பட்டி ஒன்றியத்தில், வாலாந்தூர், திடியன், கருமாத்தூர் நாடுகளுக்கு இடைப்பட்ட பகுதியில் அமைந்துள்ளது.

மரபுவழி வரலாற்றுக் கதை

மதுரைக்குக் கிழக்குப் பக்கத்தில் மேலூருக்கு அருகில் வெள்ளரிப் பட்டி என்ற கிராமத்தில் உறங்காப் புளியத்தேவர் என்பவர் வாழ்ந்து வந்தார். அவரது மகன்கள் உலகாத்தேவன், ஒந்தாத் தேவன். அவர் இறந்துவிட இருவரும் அங்கிருந்த அம்பலக்காரர் களோடு முரண்பாடு கொண்டு தங்களது தாயுடன் மேல்நாடு நோக்கி வந்தனர். அப்பொழுது இவ்வூரில் வேடுவர்கள் அதிகமாக வாழ்ந்து வந்தனர். அவர்களது பெயரால் இது வேடுவமங்கலம் என அழைக்கப்பட்டது. புதிதாகக் குடியேறிய கள்ளர்கள் இருவரும் காவல்காரர்களாய் பணியில் அமர்ந்தனர். இவ்வாறு இங்குக் குடியேறி வாழ்ந்து வந்த பொழுது கள்ளர்களின் குடும்பப் பெண்களை வேடுவ இளைஞர்கள் தொடர்ந்து அவமானப்படுத்தி வந்தனர். தண்ணீர் எடுக்கச் செல்லும்பொழுது, அவர்களது பானைகளைத் தங்களது கவட்டைக் கற்களால் அடித்து உடைத்து அவர்களைத் துன்பப்படுத்தினர். இதனால் ஆத்திரமடைந்த கள்ளர்கள் அதனை எதிர்த்து கேட்டபொழுது, அவர்களையும் அடித்துத் துன்புறுத்தினர். அதனால் சகோதரர்கள் இருவரும் தங்களது பூர்வீக ஊரான வெள்ளரிப்பட்டிக்குச் சென்று தங்களது அம்பலக்கார சகோதரர்களிடம் தங்களுக்கு நடக்கும் அவமானங் களைச் சொல்லி வருந்தினர்.

இதைக் கேட்டு ஆத்திரமடைந்த அம்பலக்காரர்கள், “உங்கள் இருவர் வீட்டிலும் உங்களுக்கு வேண்டப்பட்டவர்கள் வீட்டிலும் வேப்பங்குழையைச் செருகி வையுங்கள். பிறகு நாங்கள் வந்து பார்த்துக் கொள்கிறோம்” எனச் சொல்லி அனுப்பி வைத்தனர். அதன்படி இவர்கள் இருவரும் தங்கள் வீடுகளிலும், தங்களுக்குச் சாதகமாக இருந்த பள்ளர் ஒருவர் வீட்டிலும் வேப்பங்குழையைச் செருகி வைத்தனர். மறுநாள் அதிகாலையில் வந்த நாட்டுக் கள்ளர்கள் வேப்பங்குழையைச் செருகாத எல்லா வீடுகளையும் அடித்து நொறுக்கி தீ வைத்துக் கொளுத்தினர். இதனால் பீதி அடைந்த வேடுவர்கள் இக் கிராமத்தை விட்டு வெளியேறி ஓடினர். அதன் பிறகு அக் கிராமத்தைத் தங்களது கள்ளர் சகோதரர்களிடம் ஒப்படைத்து விட்டு வெள்ளரிப்பட்டிக்குத் திரும்பிச் சென்றனர். இவ்வாறு நாட்டார்கள் அல்லது நாட்டுக்கள்ளர்கள் வந்து மீட்டுக் கொடுத்த தனால், அதற்கு அவர்கள் நினைவாக நாட்டார்மங்கலம் எனப் பெயர் சூட்டினர்.

இதில் உலகாத்தேவன் கருமாத்தூர் பொன்னாங்கன் கூட்டத்தில் திருமணம் செய்தார். ஒந்தாத் தேவர் வாலாந்தூர் நாலு தேவர்களுடன் பிறந்த அங்கயற்கன்னியைத் திருமணம் செய்தார்.

அதனால் நாட்டார் மங்கலத்துக் காரர்கள், வாலாந்தூர் காரர்களுக்கு அக்காள் மக்களாய் கருதப்படுகின்றனர். வாலாந்தூர் காரர்களது கோயில் திருவிழாக்களில் இவர்கள் கெடாய் வெட்டுகின்றனர். இவர்களுக்கு ஓர் முதன்மையும் அளிக்கப்படுகின்றது.[36]

அதன்பின் ஒந்தாத்தேவன் பாப்பாபட்டியைச் சேர்ந்த பெண்ணை இரண்டாம் தாரமாக மணந்துகொண்டார். அவளுக்கு ஒரு ஆண் குழந்தை பிறந்தது. அதற்கு அவள் தனது குலசாமி ஞாபகமாக ஒச்சாத்தேவன் எனப் பெயர் வைத்தாள். அவள் தனது கணவனோடும், தனது மச்சான் உலகாத்தேவனோடும் சண்டையிட்டு தன் மகனுக்கென்று தனிப் பங்கினைப் பெற்றாள்.

வம்சாவளிகளும், வாழ்கின்ற ஊர்களும்

இவர்கள் உலகாத்தேவர், ஒந்தாத்தேவர், ஒச்சாத்தேவர் என மூன்று வம்சாவளிகளாய் உள்ளனர். இம்மூன்று வம்சாவளிகளும், நாட்டார் மங்கலம், அய்யம்பட்டி, சக்கரைப்பட்டி, பெரிய வாகைக்குளம், சின்ன வாகைக்குளம், பெருங்காமநல்லூர் முதலிய ஊர்களைப் பூர்வீகமாகக் கொண்டு வாழ்கின்றனர்.

வணங்குகின்ற கோயில்கள்

தங்களுக்கு முன்பு இருந்த வேட்டுவர்களால் வழிபடப்பட்டு வந்த நாட்டார்மங்கலத்தில் உள்ள ஆதிசிவன் கோயிலையே தங்களது குலக்கோயிலாக வணங்கி வருகின்றனர்.

3. அய்யனார் குளம்

இது இன்றைய செல்லம்பட்டி ஒன்றியத்தில் அமைந்துள்ளது. அக்காலத்தில் இங்கு அய்யர்கள் அதிகமாக வாழ்ந்ததால் முதலில் அய்யர்குளம் என அழைக்கப்பட்டது. அச் சொல்லே அய்யனார் குளம் என்று மருவியது.

மரபுவழி வரலாற்றுக் கதை

திடியன் நாடு – வலங்கான்குளத்தைச் சேர்ந்த அரிகுரும்பன் வம்சத்தில் பிறந்த குரும்பத்தேவன் என்பவர், அய்யனார்குளத்தில் இருந்த அய்யர்களின் நிலபுலன்களைக் காவல்காக்கின்ற பரவுக் காவல்காரராய் பணியில் அமர்ந்தார். அவர் பாப்பாபட்டி பத்துத் தேவர்களுடன் பிறந்த உலகாயி என்ற பெண்ணைத் திருமணம்

செய்தார். அதன் மூலம் குள்ளத்தேவன் என்ற ஆண் குழந்தை பிறந்தது. அடுத்து இரண்டாவதாக அவர் மனைவி கர்ப்பமாக இருக்கும்பொழுது குரும்பத்தேவரது காவல் எல்லையில் களவு போனது. அதற்குக் குரும்பத்தேவன் தான் காரணம் எனத் தவறாகப் புரிந்து கொண்டு அவரை யானைக்காலில் வைத்து இடரி கொலை செய்துவிட்டனர். அவரது மனைவி உயிர் தப்பி ஓடி திருப்பரங் குன்றத்தில் ஒரு பெரியவர் வீட்டில் தஞ்சம் புகுந்தாள். குள்ளத் தேவன் தப்பிச் சென்று தாய்மாமன் வீட்டில் தஞ்சம் புகுந்தான். அவர்கள் வீட்டிலேயே வளர்ந்து அவன் பெரியவனானதும் அவர்கள் அவனுக்குப் பெண் கொடுத்தனர். அவன் தனது தகப்பன் ஊரில் குடியேறி வாழ்ந்து வந்தான். பெரியவர் வீட்டில் தஞ்சம் புகுந்த அவனது தாய் அங்கு ஒரு ஆண் பிள்ளையைப் பெற்றெடுத்து வளர்த்து வந்தாள். அவன் வளர்ந்து பெரியவனானதும் தான் யார்? தனது அப்பன் யார், தனது சொந்த ஊர் எது? எனத் தாயைப் பார்த்துக் கேட்க ஆரம்பித்தான். அதனால் வருத்தமடைந்த தாய் அவனை அழைத்துக் கொண்டு அய்யனார் குளம் வந்தாள். அங்கு வந்ததும் அவளது மூத்தமகன் குள்ளத்தேவனைப் பார்த்து நடந்ததையெல்லாம் சொல்லி அழுதாள். நீண்ட காலம் கழித்துத் தாயைப் பார்த்ததால் சந்தோசமடைந்த அவன் தாய்க்கு ஆறுதல் கூறி, தனது தம்பிக்குத் தனது பங்கில் பாதி பங்கு விட்டு ஊரிலேயே குடியமர்த்தினான். தம்பி வளர்ந்து பெரியவனானதும் அவனுக்குக் கல்யாணம் செய்து வைக்க முடிவு செய்தான். தனது தாய் மாமனான பாப்பாப்பட்டி 10 தேவர்களில் ஒருவரான மோலத் தேவரிடம் சென்று அவனுக்குப் பெண் கேட்டான். “உன் தம்பி யாருக்குப் பிறந்தான் எப்படிப் பிறந்தான் என்பது தெரியாது” அதனால் அவனுக்குப் பெண் தர இயலாது எனக் கூறி பெண் தர மறுத்தனர். குள்ளத் தேவன் இவன் தனது சொந்தத் தம்பியே எனக் கூறி வாதாடினான். அதை ஏற்க மறுத்த அவர்கள் “நீ, இவன் உன் தம்பி தான் எனக் கலப்பையைப் போட்டுச் சத்தியம் செய்” என்றனர். அதன்படி குள்ளத்தேவன் “இவன் என் சொந்தத் தம்பியே” எனக் கூறி, தான் உழுகின்ற கலப்பையைப் போட்டுத் தாண்டி சத்தியம் செய்தான். அப்பொழுது தாய்மாமன்கள் நீ சொல்வதை ஒத்துக்கொள்கிறோம். ஒருவேளை நீ சொன்னது பொய்யாக இருந்தால், “நீ ஒரு ஏறுக்கு மறு ஏறு கட்டமாட்டாய், உன் வம்சம் பல்கிப் பெருகாது” எனச் சொல்லி அவனது தம்பியையும், தங்களது அக்காள் மகனாக ஏற்றுக்கொண்டு பெண் கொடுத்தனர். அதன் பின்பு அண்ணனும் தம்பியும் ஒற்றுமையுடன் வாழத் துவங்கினர்.

அய்யனார் குளத்துக்காரர்கள் பாப்பாப்பட்டி 10 தேவர்களுக்கு அக்காள் மக்களாவர். அவர்களது பாப்பாப்பட்டி ஒச்சாண்டம்மன் கோயில் திருவிழாவில் இவர்கள்தான் கெடாய் வெட்டுகின்றனர். இவர்களுக்கு ஒரு முதன்மையும் அளிக்கப்படுகின்றது.[37]

வாழ்கின்ற வம்சாவளிகளும் வணங்குகின்ற கோயிலும்

இவர்கள் குள்ளத்தேவர், சின்னத்தேவர் என இரண்டு தேவர்களாக உள்ளனர். இவர்கள் இருவரும் வலங்கான்குளத்தில் உள்ள கடசாரி நல்லகுரும்பன் கோயிலிலிருந்து பிடிமண் எடுத்து வந்து அய்யனார் குளத்தில் வைத்துக் கோயில் கட்டி குலக்கோயிலாக வணங்குகின்றனர்.

4. கொடிக்குளம்

கொடிக்குளம் இன்றைய செல்லம்பட்டி ஒன்றியத்தில், கருமாத்தூர் கிராமத்திற்கு வடமேற்கே அமைந்துள்ளது.

மரபுவழி வரலாற்றுக் கதை

மதுரைக்குக் கிழக்குப் பக்கத்திலிருந்து ஒஞ்சி, மஞ்சி என்ற இரண்டு சகோதரர்கள் அங்கிருந்த அம்பலக்காரர்களுடன் சண்டையிட்டு மேற்கு நோக்கி ஓடிவந்தனர். அதில் அண்ணன் ஒஞ்சி தெற்கு நோக்கிச் சென்று வத்ராய்ப்புக்குப் பக்கத்திலுள்ள கூமாப்பட்டி கொடிக்குளம் என்ற கிராமத்திற்குச் சென்றுவிட்டான். தம்பி மஞ்சி மேல்நாடு வந்து தற்போதைய கொடிக்குளம் கிராமத்திற்குப் பக்கத்தில் குடியமர்ந்து வாழ்ந்து வந்தான். இதில் ஒஞ்சிக்குப் படிவுத்தேவன் என்ற மகன் பிறந்தான். மஞ்சிக்குப் பிறவியத் தேவன் என்ற மகன் பிறந்தான். படிவுத்தேவன் பெரியவனாகி அவ்வூரின் பண்ணையாரிடம் பண்ணையாளாகப் பணியில் அமர்ந்தான்.

ஒருநாள் படிவுத்தேவன் மாடுகளை மேய்ச்சலுக்காக, காட்டிற்கு ஓட்டிச் சென்றான். படிவுத்தேவன் வைத்திருந்த பிரம்பு கூடைக்குள் பெண்குழந்தை ஒன்று படுத்துறங்கிக் கொண்டிருந்ததைக் கண்டு அதிர்ந்து போய், பேயோ பிசாசோ குழந்தை வடிவில் வந்து மிரட்டுவதாக எண்ணிக் கூடைக்குள் இருந்த அக்குழந்தையைக் கீழே தூக்கி எறிந்து விட்டுச் சென்றான்.

மறுநாள் வழக்கம்போல் படிவுத்தேவன் காட்டிற்குள் பண்ணை மாடுகளை மேய்க்க வந்தபோது, இரண்டு மாடுகள் நொடிப் பொழுதிற்குள் சட்டென்று மறைந்துபோயின. இதனால் மிரண்டு போன படிவுத்தேவன், பண்ணையாரிடம் ஓடிச்சென்று நடந்த

விபரத்தைக் கூறினார். படிவுத்தேவன் கூறியதை நம்ப மறுத்த பண்ணையார் அவனை அடித்துத் துன்புறுத்தி உணவு தர மறுத்து விட்டார். பசி ஒருபுறம், பயம் ஒரு புறமாகத் தூக்கத்தைத் துரத்தின. இதனால் பண்ணையாரின் வீட்டுத் திண்ணையிலேயே படுத்து விட்டான்.

சற்று நேரத்தில் அவனிடம் வந்த அப் பெண்குழந்தை, அவனை "அண்ணே! அண்ணே!" என்று அழைத்துத் தட்டி எழுப்பி - தொடை மீது சட்டென ஏறி அமர்ந்தது. அது அவனிடம் அண்ணே "நான்தான் நல்லதங்காள் வந்துள்ளேன். இந்த ஊரில எனக்கு இருக்கப் பிடிக்கவில்லை அதனால் என்னை வடக்கே தூக்கிக் கொண்டு போ" என்றது.

நான் தான் நல்லதங்காள் என்று அப் பெண்குழந்தை கூறியதைக் கேட்ட படிவுத்தேவன் அதனை நம்பவில்லை. அவனது நம்பிக்கை யின்மையை உணர்ந்த அந்தக் குழந்தை, "அண்ணே பண்ணை யிலிருந்து மாடுகள் இரண்டையும் இக் கிராமத்திலிருக்கும் குளத்தில் நான்தான் மறைத்து வைத்துள்ளேன்" என்று கூறியதுடன் அந்த மாடுகள் இரண்டையும் அவன் கண்முன் கொண்டு வந்து நிறுத்தியது.

அதன்பின், அப் பெண்குழந்தை நல்லதங்காள்தான் என்பதனை உணர்ந்த படிவுத்தேவன், அக் குழந்தையைத் தனது பிரம்புக் கூடைக்குள் தூக்கி வைத்துக் கொண்டு வடக்கு நோக்கிப் புறப் பட்டான். அக் குழந்தை தற்போதைய கொடிக்குளம் கிராம எல்லையை அடைந்தவுடன் "இறக்கி வைத்து விடு" என்றது. அதற்குப் படிவுத் தேவன் "என்னம்மா சொல்கிறாய் இங்கே எந்த இடத்தில் உன்னை உட்கார வைப்பது என்று கேட்டான். உடனே அப்பெண் குழந்தை "அண்ணே! அண்ணே! இந்த மேற்குப் பக்கத்தில் எங்க அண்ணன் பெருமாள் இருக்கார், அவரிடம் போய் இருப்பதற்கு ஒரு இடம் கேட்கிறேன்" எனக் கூறிச் சென்றது. பெருமாளும் அதனை தன் இடத்தில் இருந்து கொள்ள அனுமதி அளித்தது.

அப்பொழுது படிவுத்தேவனது நல்லப்பன் மகன் பிறவியத்தேவன் நல்லதங்காளது மகிமையைக் கேள்விப்பட்டு அதனைக் கும்பிட வந்தான். படிவுத் தேவன் அவனைத் தடுத்து, "நீ யார் என்று எனக்குத் தெரியாது அதனால் உன்னைக் கும்பிட விடமாட்டேன்" எனத் தடுத்தான். அதற்குப் பிறவியத்தேவன் நான் உனது நல்லப்பன் மஞ்சித்தேன் மகன் பிறவியத்தேவன் என்றான். அதனைப் படிவுத்தேவன் நம்ப மறுத்து, தான் நம்ப வேண்டுமென்றால் "நீ பச்சைப் பானையில், புல் அரிசியிட்டுப் பச்சை வாழை மரத்தை

வைத்துத் தீ மூட்டி பொங்கலிட்டு அது பொங்கி வரும்பொழுது தனது கைகளாலேயே அதனை அலசி விட வேண்டும். அப்படிக் கலக்கும் பொழுது கைகள் பொத்துப் போகாமல் இருந்தால் உன்னை என் தம்பி என நம்புகிறேன்" என்றான். பிறவியத்தேவனும் அவ்வாறே செய்தான். அவனது கைகள் பொத்துப் போகவில்லை. உடனே படிவுத்தேவன் பிறவியத் தேவனைத் தனது தம்பியாக ஏற்றுக்கொண்டான். வத்ராய்ப்பு கொடிக்குளத்திலிருந்து நல்லதங்காள் சாமி வந்து இங்குக் குடி கொண்டதனால் இந்த ஊருக்கும் கொடிக் குளம் எனப் பெயரிட்டு அண்ணன் தம்பி இருவரும் அங்கேயே வாழத் துவங்கினர்.[38]

வம்சாவளிகளும், வாழ்கின்ற ஊர்களும்

படிவுத்தேவன் கூட்டம், பிறவியத்தேவன் கூட்டம் என இரண்டு வம்சாவளிகளாக வாழ்கின்றனர். கொடிக்குளம், வடுகப்பட்டி, உடன்காட்டுப்பட்டி, பிறவியன்பட்டி, அகிலாண்டபுரம் போன்ற ஐந்து ஊர்களில் வாழ்கின்றனர்.

வணங்குகின்ற குலக்கோயில்கள்

இந்தப் படிவுத்தேவன், பிறவியத்தேவன் வகையறாக்கள், கொடிக் குளத்தில் உள்ள நல்லதங்காள் கோயிலைத் தங்களது குலக்கோயிலாக வணங்குகின்றனர்.

5. முதலைக்குளம்

முதலைக்குளம் செல்லம்பட்டி ஒன்றியத்தில் உள்ளது. முதலில் தோண்டப்பட்ட குளம் என்ற வகையில், முதல் குளம் என்று அழைக்கப்பட்டது. அதுவே முதலைக்குளம் என மருவியது.

மரபுவழி வரலாற்றுக் கதை

மதுரைக்குக் கிழக்குப் பக்கத்திலுள்ள தெற்குத் தெருவிலிருந்து கொங்காப்புலியான், ஏராப்புலியான் என்ற இரண்டு சகோதரர்களும் அங்குள்ள அம்பலக்காரர்களுடன் சண்டையிட்டு விட்டு மேல்நாடு நோக்கி வந்தனர். அதில் கொங்காப்புலியான் பன்னியானில் குடியேறினான். ஏராப்புலியான் முதலைக்குளத்தில் குடியேறினான். மூணுசாமிகளும், பேச்சியம்மனும் வடக்கிலிருந்து நாகமலையைக் கடந்து வரும் பொழுது ஏராப்புலியானின் மகன் ஒச்சாத்தேவன் பேச்சியம்மனது பல்லக்கைத் தூக்கி வந்தான். அதனால் பல்லக்கு

ஒச்சாத்தேவன் என அழைக்கப்பட்டான். அவனது தம்பி, தண்டிலைத் தூக்கி வந்தான் அவன் தண்டில் ஒச்சாத்தேவன் என அழைக்கப்பட்டான். இதில் பல்லாக்கு ஒச்சாத்தேவன் திருமலைநாயக்கரால் கள்ளநாட்டில் நான்கு பெரியதேவர்களில் ஒருவராக நியமிக்கப்பட்டார். எட்டுநாட்டின் பெரியதேவரான திருமலைபின்னத்தேவரின் மூன்று மந்திரிகளில் ஒருவராகவும் நியமிக்கப்பட்டார்.[39]

வம்சாவளிகளும், வாழ்கின்ற ஊர்களும்

இவர்கள் பல்லக்கு ஒச்சாத்தேவன், தண்டில் ஒச்சாத்தேவன் என இரண்டு வம்சாவளிகளாக உள்ளனர். இவர்கள் முதலைக்குளம், நடு முதலைக்குளம், கஸ்பா முதலைக்குளம், கீழப்பட்டி போன்ற கிராமங்களில் வாழ்கின்றனர்.

இதில் பல்லக்கு ஒச்சாத்தேவன் மரபில் வந்த ஒருவர் வகுரணி கிராமத்தில் குடியமர்ந்தார். அவரது வம்சாவளியினர், வகுரணி சந்தைப்பட்டி, மேட்டுப்பட்டி, அயோத்திப்பட்டி, கணவாய்ப்பட்டி போன்ற கிராமங்களில் வாழ்கின்றனர்.

வணங்குகின்ற கோயில்கள்

இவர்கள் கருமாத்தூர் ஒச்சாண்டம்மன் கோயிலிலிருந்து பிடிமண் எடுத்து வந்து, முதலைக்குளத்தில் கோயில் கட்டி அதனை குலக் கோயிலாக வழிபடுகின்றனர். முதலைக்குளத்தில் உள்ள கருப்புப் கோயிலைத் தங்களது காவல் தெய்வமாகவும் வழிபடுகின்றனர்.

6. பன்னியான்

இக்கிராமம் செல்லம்பட்டி ஒன்றியத்தில் உள்ளது. அக்காலத்தில் இப்பகுதியில் பன்றிகள் அதிகமாக இருந்தது. அவை இங்கிருந்த விளை பொருட்களைக் கடித்து நாசம் செய்து வந்தன. அதனால் இவ்வூரைப் பன்னியான் எனக் கூறுகின்றனர். வேறு ஒரு வகையான பொருளும் வழக்குக் கதையில் சொல்லப்படுகிறது.

மரபுவழி வரலாற்றுக் கதை

நரசிங்கம்பட்டியிலிருந்து நரசிங்கத்தேவர், வெள்ளைப் பின்னத் தேவர் என்ற இரண்டு சகோதரர்கள் அவ்வூரிலிருந்து வெளியேறி வரும் பொழுது, தெற்குத் தெருவிலிருந்த சிங்கார அம்பலத்தின்

இளைய தாரத்து மக்கள், உரபுலியாத்தேவன், உறங்கா புலியத் தேவன் என்ற தங்களது மைத்துனர்கள் இருவரையும் அழைத்துக் கொண்டு மேல்நாடு நோக்கி வந்தனர்.[40]

அவர்கள் தங்களது குலதெய்வங்களான முத்துக்கருப்பணசாமி, வீரபத்திரசாமியின் பிடிமண்ணை தெற்குத் தெருவிலிருந்து எடுத்துக் கொண்டு வந்தனர். அங்ஙனம் வந்த உரப்புலியத் தேவனுக்கு, கொங்காப்புலியான் என்ற மகனும், உறங்காப்புலியானுக்கு ஏராப் புலியான் என்ற மகனும் இருந்தனர். இதில் ஏராப்புலியான் முதலைக் குளத்திலும், கொங்காப்புலியான் பன்னியானிலும் குடியேறினர்.

அக்காலத்தில் நாகமலைப் புதுக்கோட்டையைச் சேர்ந்த சேர்வைக்காரர் ஒருவர் மதுரை மன்னருக்காகக் கப்பம் வசூலித்து வந்தார். அவர் கொங்காப்புலியானிடம் கப்பம் கேட்டார். ஆனால் அவன் கப்பம் கட்ட மறுத்தான். அவனைக் கைதுசெய்து புதுக் கோட்டைக்கு அழைத்துச் சென்று எரிகின்ற செங்கல் சூளைக்குள் இறக்கினர். அப்பொழுதும் அவன் தலைவணங்காமல், (தலை குனியாமல்) நிமிர்ந்தவாரே உள்ளே சென்றான். அவன் அனல் தாங்காமல் இறந்துபோனாலும், அவனது உடல் தலைநிமிர்ந்தவாரே இருந்தது. அவ்வாறு அவன் எதற்கும் பணியாமல் இருந்ததனால், அவன் பணியாதவன் என்ற பொருளில் பனியான் எனப்பட்டான். அதனால் அவன் வாழ்ந்த ஊர் பனியான் என அழைக்கப்பட்டது. அதுவே பிற்காலத்தில் பன்னியான் என மருவியது.[41]

வாழ்கின்ற வம்சாவளிகள்

பன்னியான் கிராமம் மேலத்தெரு, கீழத்தெரு என இரண்டு தெருக்களாகப் பிரிக்கப்பட்டிருக்கின்றது. இதில் மேலத்தெருவைச் சேர்ந்தவர்கள் முதல் பங்காளிகளாகக் கருதப்படுகின்றனர். இவர்கள் ஒந்தாண்டித் தேவன், ராமுகழுவத்தேவன், நல்லாண்டித் தேவன், கோடாங்கித்தேவன், நண்டுத்தேவன் என ஐந்து பங்காளி களாக உள்ளனர். கிழக்குத் தெருவைச் சேர்ந்தவர்கள் பெரியாண்டித் தேவன், கழுவத்தேவன், பூலத்தேவன், மலையத்தேவன் என நான்கு பங்காளிகளாக உள்ளனர்.

வணங்குகின்ற குலக்கோயில்கள்

இவர்கள் கிழக்கு நாடு தெற்குத் தெருவிலிருந்து பிடிமண் எடுத்து வந்து முத்துக்கருப்பண சாமியையும், வீரபத்திரசாமியையும் தங்களது

குடும்பத் தெய்வங்களாக வழிபட்டு வந்தாலும், கருமாத்தூர் கழுவநாத கோயிலைத் தங்களது குலக்கோயிலாக வழிபட்டு வருகின்றனர். இவர்கள் கொக்குளத்திற்கு அக்காள் மக்களாவர்.

7. வடிவேல்கரை (கீழக்குயில்குடி)

இக்கிராமம் மதுரை நகரத்திலிருந்து 6 கிலோ மீட்டர் தொலைவில், திருப்பரங்குன்றம் ஒன்றியத்தில் அமைந்துள்ளது.

மரபுவழி வரலாற்றுக் கதை

சுமார் 350 வருடங்களுக்கு முன்பு வேளச்சேரியில் குப்பையாண்டித் தேவர் என்பவர் பெரும் நிலக்கிழாராக வாழ்ந்து வந்தார். இவர் இப்பகுதியில் முக்கியக் காரியக்காரராகக் கருதப்பட்டதனால் இப்பகுதியில் நடக்கும் பல பஞ்சாயத்துக்களை விசாரித்துப் பைசல் செய்து வந்தார். அங்ஙனம் ஒரு பஞ்சாயத்திற்கு ஆலங்குளம் சென்றிருந்தபோது அங்கிருந்த ஒரு இளம் பெண்ணுடன் அவருக்கு நட்பு ஏற்பட்டது. அது காதலாக மலர்ந்து அவள் கர்ப்பவதி யானாள். ஆனால் குப்பையாண்டித் தேவருக்கு ஏற்கனவே திருமணமாகி ஏழு ஆண்பிள்ளைகள் இருந்தனர். அதனால் அவர் இந்த இளம்பெண்ணைத் திருமணம் செய்து கொள்ள மறுத்தார். ஆத்திரமடைந்த அந்தப் பெண் பஞ்சாயத்தைக் கூட்டினாள். வேளச்சேரி பெரிய மந்தையில் பஞ்சாயத்து கூடியது. ஊருக்கே பெரிய மனிதராக இருந்த குப்பையாண்டித் தேவருக்கு பிரச்சனை யென்றதால் அவ்வூரில் அவருக்கு அடுத்து முக்கியஸ்தராக இருந்த சித்திரக்கோடாங்கித் தேவர், இப் பஞ்சாயத்தை விசாரித்தார். இருதரப்பையும் விசாரித்த பின்பு இருவருக்கும் இருந்த உறவு உறுதி செய்யப்பட்டது. கடைசியில் கர்ப்பவதியான அந்த இளம் பெண்ணைக் குப்பையாண்டித் தேவர் கல்யாணம் செய்து கொள்ளத் தேவையில்லை என்றும் ஆனால் அவளுக்குப் பிறக்கின்ற பிள்ளைக்குக் குப்பையாண்டித்தேவரே அப்பன் என்றும் முடிவு செய்யப்பட்டது. அதனால் அவளுக்கு ஆண்பிள்ளை பிறந்தால் பங்கிற்கு வரலாம் எனவும், பெண் பிள்ளை பிறந்தால் சீதனத்திற்கு வரலாம் எனவும் சித்திரக்கோடாங்கி தீர்ப்பளித்தார். இதனை ஒத்துக் கொண்டு அந்தப் பெண் ஆலங்குளத்திற்குச் சென்று தனது தாய் வீட்டில் வாழ ஆரம்பித்தாள். அவளுக்கு ஒரு ஆண்பிள்ளை பிறந்தது. அவனுக்குப் பெரிச்சித்தேவன் எனப் பெயரிட்டாள். அவன் வளர்ந்து பெரியவனானான். ஜல்லிக்கட்டு போன்ற வீர விளையாட்டுக்களில் கெட்டிக்காரனாக இருந்தான். இதனால்

அவனை அப்பன் பெயர் தெரியாதவனுக்கு என்னடா இவ்வளவு ரோசம் எனச் சொல்லி கேலி செய்தனர். அதனால் ஆத்திரமடைந்த அவன் தன் தாயிடம் சென்று தனது அப்பன் யார் என்று கேட்டுச் சண்டையிட்டான். காலம் வரும்போது சொல்கிறேன் எனச் சொல்லி வந்த அவனது தாய் இனிமேல் அதனை மறைக்கக் கூடாது என நினைத்து அவனது பிறப்பு பற்றிய விவரத்தைச் சொன்னாள். உடனே அவன் என் அப்பனைப் பார்க்க வேண்டும் என அவன் அம்மாவைக் கேட்டான்.

அவள் அவனை அழைத்துக் கொண்டு விளாச்சேரிக்குச் சென்றாள். அப்பொழுது குப்பையாண்டித்தேவர் தனது நிலத்தில் ஏர் பூட்டி உழுது கொண்டிருந்தார். அவரது மூத்த தாரத்து மகன்கள் ஏழு பேரும் முன்னமாக ஏர்பிடித்து உழுது கொண்டிருந்தனர். தகப்பன் அவர்களுக்குப் பின்பாகக் கடைசி ஏரைப் பிடித்து உழுது கொண்டிருந்தார். அப்பொழுது "கடைசியாக ஏர்பிடித்து உழுது கொண்டிருக்கிறாரே அந்தக் கிழவன் தான் உன் அப்பன்" எனப் பெரிச்சித்தேவனுக்கு அடையாளம் காட்டினாள். உடனே அவன் தன் தகப்பனிடம் சென்று தான் யார் என்று சொல்லாமலேயே "நீங்கள் மிகவும் களைப்படைந்திருக்கிறீர்கள். அதனால் நான் உழுகிறேன்" எனச் சொல்லி, அப்பன் ஏரை தான் வாங்கி உழ ஆரம்பித்தான். அதற்கு அவன் அப்பன் ஏதோ, ஆடு மாடு மேய்க்கின்ற பையன் வந்து தனக்கு உதவுவதாக நினைத்துக் கொண்டான்.

இப்படிப் புதிதாக ஒருவன் வந்து ஏர் உழுவதனையும், அவனது தாயைப்போன்ற ஒருத்தி அருகில் உள்ளதனையும் கவனித்த மூத்த தாரத்து மக்கள் இவனிடம் வந்து தம்பி நீ யார்? உன்னை நாங்கள் பார்த்ததே இல்லையே எனக் கேட்டனர். அதற்கு "நான் தான் உங்கள் தம்பி அண்ணே" எனப் பதிலளித்தான். அவனையும், அவனது தாயையும் பார்த்தவர்கள், உடனே அவன் யார் என்பதனைப் புரிந்துகொண்டனர். "அட நீ தானா, நீயும் உன் தாயும் இன்னுமா உயிரோடு இருக்கிறீர்கள்" எனச் சொல்லி அவனை மாட்டை அடிக்கின்ற சாட்டைக்கம்பால் அடிக்கத் துவங்கினர். இதனைப் பார்த்த அப்பன், தாயின் முகத்தைச் சற்றுக் கூர்ந்து பார்த்த பின்பு வந்தவன் தன் மகன் என்பதனை உணர்ந்து கொண்டு, அவன் தனது மூத்த தாரத்து மக்களைப் பார்த்து "தம்பியை அடிக்காதீங்கடா" எனச் சொல்லிக்கொண்டே ஓடிப் போய் தடுத்தான். அப்படி தடுக்கின்ற அப்பனையும் சேர்த்து அடித்துத் துவைத்தனர். ஏழு பேர் சேர்ந்து தொடர்ந்து சாட்டையால் அடித்தனால் பெரிச்சித்

தேவன் மயங்கி விழுந்து விட்டான். உடனே தாய் அழுது கொண்டே ஊருக்குள் ஓடி ஏற்கனவே பஞ்சாயத்து செய்த சித்திரக் கோடாங்கியிடம் சென்று முறையிட்டாள். சித்திரக்கோடாங்கியும் வந்திருப்பது யார் என்பதனை உணர்ந்து கொண்டு பஞ்சாயத்தை கூட்டினார். பஞ்சாயத்தில் ஏற்கனவே முடிவு செய்ததைச் சுட்டிக்காட்டி குப்பையாண்டித் தேவரைப் பார்த்து அவனுக்குரிய பங்கினைக் கொடுத்து விடும்படி பஞ்சாயத்தார் கூறினர். அதற்குக் குப்பையாண்டித் தேவரும் சம்மதித்தார். ஆனால் அவரது மூத்ததாரத்து மக்கள் அன்று நடந்த பஞ்சாயத்தெல்லாம் எங்களுக்குத் தெரியாது, இவன் எங்க அப்பனுக்குத் தான் பிறந்தவன் என்பதனை நம்ப வேண்டும் என்றால் அவனது தாய் குளித்து முழுகி முருகன் கோயிலை இடமிருந்து வலதுபுறம் வலம் வந்து கருங்கிடாய், செங்கிடாய் மீது சத்தியம் செய்ய வேண்டும். அப்பொழுது தான் நாங்கள் நம்புவோம் என்றனர். அது போலவே குளித்து முழுகி முருகன் கோயிலை வலம் வந்து “நான் குப்பையாண்டித் தேவனுக்குப் பெத்தது உண்மையாக இருந்தால், இந்த ஒண்ணும் நூறாய் பழுகட்டும். என்னை நம்பாத அந்த மூத்த வாரிசுகளில் ஒண்ணு மட்டும் தழைச்சு மற்ற ஆறுபேரும் அழிஞ்சு போகட்டும். நான் சொன்னது பொய்யா இருந்தா என்னுடைய இந்த ஒண்ணும் அழிஞ்சு போகட்டும்” எனச் சொல்லிக்கொண்டே கருங்கிடாய், செங்கிடாய் மீது சத்தியம் செய்தாள். அதன் பிறகு மூத்த தாரத்து மக்கள் அவனுக்குப் பங்கு கொடுக்க சம்மதித்தனர். மூத்த தாரத்து மக்கள் வளமான விளாச்சேரிப்பகுதியைத் தங்கள் வசம் வைத்துக்கொண்டு அக்காலத்தில் பொட்டல்காடாய் கிடந்த வடிவேல்கரை, தட்டனூர், பொட்டைக்குளம் போன்ற ஊர்களை பெரிச்சத்தேவனுக்குக் கொடுத்தனர்.

பெரிச்சத்தேவனும் அவனது தாயும் வடிவேல்கரையில் குடியேறி வாழத் துவங்கினர். பெரிச்சத்தேவனுக்குக் கல்யாண வயது வந்துவிட அவனுக்கு அவன் தாய் பெண் பார்த்தாள். கழுவநாத கோயிலை வணங்குகின்ற விக்கிரமங்கலத்தைச் சேர்ந்த ஒரு பெண்ணை அவனுக்கு மணம் செய்து வைத்தாள். அவனுக்குப் பெரியாண்டித்தேவன், சின்னப்புலித்தேவன், குட்டிப்பிச்சைத்தேவன் என மூன்று பிள்ளைகள் பிறந்தனர்.

இவ்வாறு இவர்கள் இங்கு வாழ்ந்து வரும் பொழுது முஸ்ராம் படை இவர்கள் ஊரைத்தாக்கியது. அண்ணன் தம்பி மூவரும் உயிர்தப்பி ஓடினர். அண்ணன் பெரியாண்டி மலைக்காட்டில் ஒளிந்து கொண்டான். இரண்டு தம்பிகளும் பயந்து சிதறி ஓடி

ஒளிந்தனர். அதில் சின்னப்புலித்தேவன் தெற்கே ஆறாம்புலிக் கோட்டைக்குத் தப்பிச் சென்றுவிட்டான். கடைசிப் பையன் மதுரை புதுமண்டபத்திற்குத் தப்பிச்சென்று அங்கிருந்த தையற்காரன் வீட்டில் வளர்ந்தான். தம்பிகளைத் தொலைத்த அண்ணன் பெரியாண்டியின் கனவில் மலையடிக் கருப்புதோன்றி உன் பெரிய தம்பி சின்னப்புலி ஆறாம்புலிக் கோட்டையிலும், சின்னதம்பி மதுரை புதுமண்டபத்திலும் வாழ்கின்றார்கள் எனக் கூறி மறைந்தது. உடனே பெரியாண்டி அங்குச் சென்று இருவரையும் ஊருக்கு அழைத்து வந்தார்.

இங்ஙனம் மீண்டும் தங்கள் ஊரில் சகோதரர்கள் குடியமர்ந்து வாழத் துவங்கினர். மூவருக்கும் கல்யாண வயது வந்ததனால், கல்யாணம் செய்தனர். அண்ணன் பெரியாண்டித்தேவன் கண்ணனூரிலும், சின்னப்புலிதேவன் புள்ளநேரியிலும், குட்டிப்பிச்சைதேவன் ஒத்தப்பட்டியிலும் கல்யாணம் செய்தனர்.

இவர்கள் மூவரும் தங்களது தந்தை வழிச் சாமியான விளாச்சேரி ஆதிசிவனை வணங்குவதற்கு விளாச்சேரி சென்றனர். அதற்கு மூத்ததாரத்து மக்கள், ஊரார் தீர்ப்புப்படி பூமியில்தான் பங்கு தருவோம். சாமியில் பங்கு தர மாட்டோம் எனக் கூறி இவர்களை விரட்டி விட்டனர். இதனால் கவலையடைந்த மூவரும் தங்களது தாய்மாமன்களான விக்கிரமங்கலம், கண்ணனூர்காரர்களிடம் சென்று தங்களுக்குக் கும்பிட சாமியில்லை எனச் சொல்லி வருத்தப்பட்டனர். அதனைக்கேட்டு வருத்தமடைந்த கண்ணனூர் காரர்கள் தங்களது குல தெய்வமான கழுவநாத கோயிலில் பங்கு கொடுத்தனர். அன்றிலிருந்து வடிவேல்கரையும் 22 மணிக் கிராமங்களில் ஒன்றாகக் கருதப்படுகிறது.[42]

வம்சாவளிகளும், வணங்குகின்ற தெய்வங்களும்

இவர்கள் பெரியாண்டித்தேவன், சின்னப்புலித்தேவன், குட்டிப் பிச்சைத்தேவன் என மூன்று வம்சாவளிகளாக வாழ்கின்றனர். வடிவேல்கரை இவர்களுக்கு ஆதி ஊராக இருந்தாலும், கீழக் குயில்குடியில்தான் இந்த மூன்று வம்சாவளியினரும் பெரு வாரியாக வாழ்கின்றனர்.

இவர்கள் தாய் வழியில் தங்களுக்குக் கிடைத்த கழுவநாத கோயிலைத் தங்கள் குலக்கோயிலாக வழிபடுகின்றனர். கீழக்குடி மலையடிவாரத்தில் உள்ள மலையடிக் கருப்புக் கோயிலைக் காவல் தெய்வமாக வழிபடுகின்றனர்.

8. தனக்கன்குளம்

இக்கிராமம் திருப்பரங்குன்றம் ஊராட்சி ஒன்றியத்தில் அமைந்திருக்கின்றது.

மரபுவழி வரலாற்றுக் கதை

பால் அழகாத்தேவன், கிருக்காண்டித்தேவன் என்ற இரண்டு சகோதரர்கள் திருப்பரங்குன்றத்திற்குக் கிழக்கில் உள்ள செட்டிக் குளத்தில் வாழ்ந்து வந்தனர். அப்பொழுது அந்தக் கிராமத்தில் கோயிலில் உள்ள விலைமதிக்கத்தக்க முத்து ஒன்று தொலைந்து போனது. அந்த ஊர்க்காரர்கள் இவர்கள் இருவரும் கள்ளர்கள் என்பதனால் இவர்கள்தான் களவாடியிருப்பார்கள் எனச் சந்தேகித்தனர். இதனால் பயந்து போன இருவரும் அந்த ஊரை விட்டு வெளியேறி மேற்கு நோக்கி வந்தனர். அப்பொழுது அந்தக் கிராமத்தில் இரண்டு கோனார்கள் ஊர்கட்டி பெரிய நிலச்சுவான்தார்களாக வாழ்ந்து வந்தனர். அவர்களிடம் சென்று தாங்கள் வந்த காரணத்தைச் சொல்லி தங்கள் பிழைப்புக்கு ஏதாவது வழி செய்யுமாறு கேட்டனர். அதற்கு அந்தக் கோனார் "நீங்க தேவமார்களாக இருப்பதனால் இந்த ஊருக்குப் பரவு காவல்காரர்களாய் இருந்து கொள்ளுங்கள்" எனக் கூறி அவர்களை அங்கேயே குடியமர்த்தினர். மேலும் காவல் மானியமாகச் சிறிது நிலமும் கொடுத்து அதில் விவசாயம் செய்து வாழ்ந்து கொள்ளுங்கள் எனச் சொன்னார்.

அந்த இருவரும் வளர்ந்து பெரியவர்களானதும் அண்ணன் பாப்பாபட்டியிலும் தம்பி கருமாத்தூரிலும் கல்யாணம் செய்தனர். இதில், மனைவி கர்ப்பமாக உள்ளபோதே அண்ணன் இறந்துவிடுகிறார். அந்தப் பெண் பெரிய நாட்டாண்மை கோனாரிடம் சென்று ஆண்பிள்ளை பிறந்தால் பங்கிற்கு வருவேன், பெண்பிள்ளை பிறந்தால் சீதனத்திற்கு வருவேன் எனச் சொல்லி விட்டு தன் தாய்வீட்டிற்குப் பிரசவத்திற்காகப் பாப்பாபட்டி சென்று விட்டாள். அங்கு அவளுக்கு ஆண்பிள்ளை பிறந்தது. அவள் தன் பிள்ளையை வைத்து அங்கேயே வாழ்ந்து வரும் பொழுது பிள்ளை பெரியவனாகி தன் தகப்பன் யார்? தன் சொந்த ஊர் எது? எனக் கேட்க ஆரம்பித்தான். அதனால் அவள் அவனிடம் நடந்ததைக் கூறி தனக்கன்குளத்திற்கு அழைத்து வந்தாள். அப்பொழுது அங்குள்ள வயக்காட்டில் கிருக்காண்டித்தேவன் ஏர் பூட்டி உழுது கொண்டு இருந்தான். அவனைக்காட்டி அவன்தான் உன் நல்லப்பன்

அவனிடம் சென்று பங்கு கேள் என மகனை அனுப்பிவைத்தாள். அவன் சென்று நல்லப்பனிடம் நேரடியாகப் பங்கு கேட்காமல், "நீங்கள் மிகவும் களைப்பாய் இருக்கிறீர்களே நீங்க போய் கொஞ்சம் நேரம் இளைப்பாருங்க நான் உழுகிறேன்" என்றான். இந்த வயசான காலத்தில என் பெத்த பிள்ளைங்ககூட என்ன இப்படிப் பாத்துக்கல என் மேல இவ்வளவு கரிசனம் காட்டுறியே நீ யாரப்பா? எனக் கேட்க, நான் தான் உன் அண்ணன் மகன் என்று அவன் சொன்னவுடன் அவன் அருகிலிருந்த அவன் தாயைச் சற்று உற்றுப் பார்த்துவிட்டு அவர் தன் மதினி என்பதை உணர்ந்து கொண்டு என்னோட அண்ணன் மகனா? வந்திட்டியாப்பா எனச் சொல்லி கட்டியணைத்து கண்ணீர் வடித்தான். அவன் வாயைத்திறந்து தன் பங்கைக் கேட்பதற்கு முன்பாகவே பக்கத்திலிருந்த முட்புதர்கள் நிறைந்த காட்டைக்காட்டி, "அது தான் உன் பங்கு எடுத்துக்க" என்றான். அந்த நிலம் வெறும் கல்லும், முள்ளும் புதரும் மண்டிக் கிடந்ததைப் பார்த்து இதை எப்படி விவசாயத்திற்குப் பயன் படுத்துவது என மலைத்து நின்றான். அதற்கு அவன் சித்தப்பன், "என்னா! இப்பிடி கிடக்கே என்று நினைக்கிறியா ஏறு பூட்டி உழுதாக்கூட, மண்ணுமேல ஆசை வந்திரும்னு அப்படியே போட்டு உனக்காக பத்திரமா வச்சிருக்கேன்" எனச் சொன்னான். அதைக் கேட்ட அண்ணன் மகனும் அதனை ஏற்றுக்கொண்டான். அதன்பின் சிற்றப்பனும் அண்ணன் மகனும் அந்த ஊரில் வாழத் துவங்கினர். அந்த இருவரது வம்சாவளிகளே தனக்கன் குளத்தில் வாழ்கின்றனர்.[43]

வாழ்கின்ற வம்சாவளிகளும் வணங்குகின்ற கோயிலும்

இவர்கள் பால்அழகாத்தேவன், கிருக்காண்டித்தேவன் என இரண்டு பங்காளிகளாக வாழ்கின்றனர். இவர்கள் இருவருக்கும் துவக்கத்தில் சாமி இல்லை. அழகர் மலைக்குச்சென்று அழகர்சாமியையே தங்கள் குல தெய்வமாக வணங்கி வந்தனர். அப்பொழுது ஒரு முறை மாசிப் பச்சையன்று கழுவநாத கோயில் கோடாங்கி ஒருவர் சாமியாடிக் கொண்டே இந்த ஊருக்கு வந்தார். அன்றிரவு படுத்துக் கொள்வதற்கு இவர்களது திண்ணையில் இடம் கேட்டார். இவர்களும் இடமளித்தனர். மறுநாள் காலையில் எழுந்து தனக்குப் படுப்பதற்கு இடமளித்ததனால் உங்களுக்கு என்ன ஆசி வேண்டும் எனக் கோடாங்கி கேட்டார். அதற்கு அவர்கள் தங்களுக்கென்று கும்பிடுவதற்குச் சாமி இல்லை என்றும் இன்றும் அழகர்மலைக்குச் சென்று தான் சாமி கும்பிடுகிறோம் என்றும் சொல்கின்றனர். அதற்குக் கோடாங்கி இனி உங்களுக்கு அக் குறை இருக்காது

எனக் கூறி இனிமேல் தன்னையே குலதெய்வமாக வணங்கிக் கொள்ளுங்கள் எனச் சொல்கிறார். அன்றிலிருந்து தனக்கன் குளத்தை சேர்ந்த இந்த இரண்டு தேவர் வம்சாவளிகள் கருமாத்தூர் கழுவநாத கோயிலைத் தங்களது குலக்கோயிலாக வணங்கி வருகின்றனர். தனக்கன்குளம் அக்கோயிலுக்குரிய 22 மணிக்கிராமங்களில் ஒன்றாகும். இந்த இரண்டு வகையறாவில் ஒரு உட்பிரிவாகிய மாட்டுக்காரன் கூட்டம், இன்றும் அழகர் மலைக்குச் சென்று கெடாய் வெட்டிச் சாமி கும்பிடுகின்றனர்.

9. விளாச்சேரி

இக் கிராமம் திருப்பரங்குன்றம் ஒன்றியத்தில் அமைந்துள்ளது. இது பிறமலை நாட்டின் கிழக்கு எல்லையில் அமைந்துள்ள முதல் கள்ளர் கிராமமாகும்.

மரபுவழி வரலாற்றுக் கதை

மதுரைக்குக் கிழக்குப் பகுதியிலிருந்த குப்பையாண்டித்தேவர், வெள்ளையத்தேவர் என்னும் இரண்டு கள்ளர்கள் இங்கிருந்த அய்யனார் கருப்புக்குக் காவல்காரர்களாக வந்து குடியமர்ந்தனர். அப்பொழுது கூடை முடைவதற்காக அங்கிருந்த செடிகளை வெட்டினர். அங்கிருந்த கடம்ப மரம் ஒன்றையும் வெட்டினர். அப்படி வெட்டப்பட்ட கடம்ப மரத்தூர் ஒன்றிலிருந்து இரத்தம் வழிந்தோடியது. அது அங்கிருந்த குறவர்கள் கண்ணிற்குத் தெரிய வில்லை. ஆனால் காவல்காரராய் இருந்த வெள்ளையத்தேவர் கண்களுக்குத் தெரிந்தது. அதனைக் கண்டு பயந்து போன வெள்ளையத்தேவர், இது ஏதோ தெய்வச்செயல் எனக் கருதி அதனைக் கும்பிடத் துவங்கினார். அவரது கண்களுக்கு அக் கடம்ப மரத்திலிருந்து சிவன் காட்சியளித்தார். அன்று முதல் அவர் அதனை ஆதிசிவனாக வழிபடத் துவங்கினார். இதில் குப்பையாண்டி தேவர் பெரும் நிலக்கிழாராக இருந்ததோடு மீனாட்சியம்மன் கோயில் காவல்காரராகவும் இருந்தார்.[44]

வாழ்கின்ற வம்சாவளிகளும் வணங்குகின்ற கோயில்களும்

இங்குக் குப்பையாண்டிக் கூட்டம், வெள்ளையன் கூட்டம் என இரண்டு வகையறாக்கள் உள்ளனர். இதில் குப்பையாண்டி கூட்டமானது, குப்பையாண்டித்தேவர், கல்யாணித்தேவர், கழுவத்தேவர் என மூன்று பங்காளிகளாக உள்ளனர். இந்த மூவரது

வம்சாவளியும் கருமாத்தூர் கழுவநாத கோயிலிருந்து பிடிமண் எடுத்து வந்து இங்குக் கோயில் கட்டி அதனைத் தங்களது குலக்கோயிலாக வழிபடுகின்றனர்.

வெள்ளையன் கூட்டத்தார் பெரிய வெள்ளையத்தேவன், சின்ன வெள்ளையத்தேவன், கூனன், பட்டியான் என நான்கு பங்காளிகளாக உள்ளனர். இவர்கள் விளாச்சேரியிலும், மேல உரப்பனூரிலும் வாழ்கின்றனர். இங்குள்ள ஆதிசிவன் கோயிலைத் தங்களது குலக்கோயிலாக வணங்குகின்றனர்.

இந்தக் குப்பையாண்டிக் கூட்டமும், வெள்ளையன் கூட்டமும் பங்காளி உறவு உடையவர்களாக உள்ளனர். இவர்கள் இருவரும் இங்குள்ள அழகுநாச்சியம்மன் கோயிலைத் தங்கள் இரண்டு வகை யறாக்களுக்குமான பொதுவான காவல்தெய்வமாக வணங்கு கின்றனர்.

10. சாக்கிலிபட்டி

இக் கிராமம் திருப்பரங்குன்றம் ஒன்றியத்தில் அமைந்துள்ளது. இங்குச் சக்கிலியர்கள் அதிகம் வாழ்ந்து வந்ததனால் முதலில் சக்கிலியப்பட்டி என்றே அழைக்கப்பட்டு வந்தது. அதுவே பிற்காலத்தில் சாக்கிலிப்பட்டி என மருவியது.

மரபுவழி வரலாற்றுக் கதை

முதலில் சக்கிலியர்கள் இங்கு அதிகமாக வாழ்ந்து வந்தனர். அப்பொழுது இப்பகுதியில் அதிகமாக களவு போனது. அதிலிருந்து தங்களைப் பாதுகாத்துக் கொள்வதற்காக, மேல உரப்பனூரில் இருந்த பேய்க்கழுவத்தேவரை அழைத்து வந்து இங்குக் காவல் காரராய் நியமித்தனர். அதன்பிறகு கண்டுகுளம் என்ற கிராமத்தில் நடந்த காவல் தகராற்றில் ஒருவரைக் கொலை செய்து விட்டு ஒச்சாத்தேவர் என்பவர் இந்தக் கிராமத்திற்கு ஓடி வந்து விட்டார். பேய் அழகாத்தேவர் அவரையும் தனது மகனாக ஏற்றுக்கொண்டு தனது பங்கில் சரிபாதியை அவருக்கு அளித்தார். அதனால் இந்த இருவரது வம்சாவளிகளும் பங்காளி உறவுடையவர்களாக வாழ்ந்து வருகின்றனர்.[45]

வாழ்கின்ற வகையறாக்களும், வணங்குகின்ற கோயில்களும்

பேய்க் கழுவத்தேவன் கூட்டம், ஒச்சாத்தேவர் கூட்டம் என இரண்டு வகையறாக்கள் வாழ்கின்றனர். இதில் பேய்க் கழுவத்தேவன்

வகையறாக்கள், கருமாத்தூர் கழுவநாத கோயிலைத் தங்களது குலக்கோயிலாக வழிபடுகின்றனர். ஒச்சாத்தேவன் வகையறாக்கள், கருமாத்தூர் பொன்னாங்கன் கூட்டம் ஆறு பங்காளிகளுக்குப் பெண் வாரிசுகளாவர். இவர்களும் கருமாத்தூர் ஒச்சாண்டம்மன் கோயிலையே தங்கள் குலக்கோயிலாய் வணங்குகின்றனர்.

11. தோப்பூர்

இக் கிராமம் திருப்பரங்குன்றம் ஒன்றியத்தில் உள்ளது. அக்காலத்தில் கடம்ப மரங்கள் மிகுதியாகப் பெரிய, பெரிய தோப்புகளாக இருந்ததனால் இக்கிராமம் தோப்பூர் எனப்பட்டது.

மரபுவழி வரலாற்றுக் கதை

மதுரைக்குக் கிழக்கேயுள்ள நரசிங்கம்பட்டியிலிருந்து சொக்கத் தேவர் என்பவர் பிழைப்பிற்காக மேல்நாடு நோக்கி வந்தார். அப்பொழுது இங்கு நாயக்கர்கள் மிகுதியாக வாழ்ந்து வந்தனர். அவர்களுக்குக் காவல்காரராய் இங்குக் குடியமர்ந்தார். கடம்ப மரங்கள் நிறைந்த ஊராக இருந்ததனால், அவர் கடம்பவனம் சொக்கன் என அழைக்கப்பட்டார். அவருக்கு இரண்டு பிள்ளைகள் பிறந்தனர்.

ஒரு சமயம் நாட்டார்மங்கலம் சிவன் கோயில்காரர்கள், தங்களது சாமியைத் தூக்கிக்கொண்டு திருப்பரங்குன்றம் வந்தனர். திருப்பரங்குன்றத் திருவிழா முடிந்து அவர்கள் ஊர்திரும்பி செல்கின்ற வழியில் இளைப்பாறுவதற்காக இத் தோப்பூரில் சாமியை இறக்கி வைத்தனர். இறக்கி வைத்த சாமியைத் தூக்க முடியவில்லை. அப்பொழுது சொக்கத்தேவன் தனது பிள்ளை களுடன் சென்று நான் கும்பிட சாமி இல்லாமல் இருக்கிறேன். அதனால் என்னையும் உன் பிள்ளையாக ஏற்றுக்கொள் எனச் சொல்லி கோடாங்கியிடம் வரம் கேட்டார். உடனே சாமி ஆடி வந்த கோடாங்கி "இனிமேல் நீயும் என் பிள்ளைதான் என்னைக் கும்பிட்டுக்கொள்" எனச் சொல்லி திருநீறு வழங்கினார். அதன் பின்பு தான் அச் சாமியை நாட்டார்மங்கலத்துக்குத் தூக்கிச்செல்ல முடிந்தது.[46]

வம்சாவளிகளும் வணங்குகின்ற குலக்கோயிலும்

கடம்பவனம் சொக்கத்தேவருக்கு, மாயத்தேவர், சுப்பத்தேவர் என இரண்டு ஆண்பிள்ளைகள். இந்த இரண்டு தேவர் வம்சாவளியினரும்

நாட்டார்மங்கலம் ஆதிசிவன் கோயிலைத் தங்களது குலக் கோயிலாக வணங்கி வருகின்றனர்.

12. சூடாப்புளியங்குளம்

இக் கிராமம் திருப்பரங்குன்றம் ஒன்றியத்தில் அமைந்துள்ளது. இது சொல் வழக்கில் சூடாப்புளியங்குளம் என்றும் அரசுப்பதிவுகளில் வேடர் புளியங்குளம் என்றும் அழைக்கப்படுகிறது.

மரபுவழி வரலாற்றுக் கதை

மதுரைக்குக் கிழக்குப் பக்கத்தில் திருப்பரங்குன்றத்துக்கு அருகில் கள்ளர் இனத்தைச்சேர்ந்த அண்ணன் தம்பி இருவர் தங்கள் தங்கையுடன் வாழ்ந்து வந்தனர். அதில் மூத்த அண்ணன் அந்த ஊர்க் காவல்காரராய் இருந்தார். அப்பொழுது அந்த ஊர் கோயிலிலிருந்த விலைமதிக்கக்கூடிய முத்துக்கள் களவு போய் விட்டது. இவர்கள்தான் அதைக் களவாடியிருப்பார்கள் என ஊர்க்காரர்கள் இவர்களைச் சந்தேகப்பட்டனர். மூவரையும் பிடித்து ஊர்ப் பொது இடத்தில் கட்டி வைத்து அவமானப்படுத்தினர். அதன் பிறகு களவு போன முத்தை ஊர்க்காரர்கள் வேறு ஒரு இடத்திலிருந்து கண்டுபிடித்து எடுத்தனர். இதனால் தவறுதலாகச் சந்தேகப்பட்டதை எண்ணி, மனம் வருந்திய தங்கை ஊர் பொது இடத்தில் தீ வளர்த்து அதில் இறங்கி தன்னை மாய்த்துக் கொண்டாள். இவ்வாறு முத்துக்காகத் தன்னை மாய்த்துக்கொண்டதனால் அவள் முத்துச்சூடி என அழைக்கப்பட்டாள். அவளது தம்பி, கோயில் தேர்க்காலடியில் விழுந்து தன்னை மாய்த்துக் கொண்டான். அதனால் அவன் தேரடி முத்தையா என அழைக்கப்பட்டான். இதன் பிறகு அந்த ஊரில் வாழப்பிடிக்காத மூத்த அண்ணன் மேல்நாடு நோக்கி வந்து வேடர் புளியங்குளத்தில் குடியேறினான். அப்படி அவர் வாழ்ந்து வரும்பொழுது வாலாந்தூர் அங்காளம்மன் சாமி ஊர்வலம் அந்தப் பக்கமாக வந்த பொழுது அவர் அதனைச் சூடம் ஏற்றி வரவேற்றார். அதனைப் பார்த்த வாலாந்தூர் நான்கு தேவர்கள் தங்கள் சாமியைச் சூடமேற்றி வரவேற்றதால் அவரைச் சூடாத்தேவர் என அழைத்து தங்கள் சாமியில் பங்கு கொடுத்தனர். அதற்கு அவர், அவர்களைப் பார்த்துக் "கும்பிடுவதற்குச் சாமி குடுத்தீர்கள். ஆனால் எவனும் எனக்குப் பெண் கொடுக்க மாட்டேங்கிறாங்க அதனால் எனக்குப் பெண் கொடுத்து வாழ வையுங்கள்" எனக் கேட்டார். அதனை அவர்களும் ஏற்றுக்கொண்டு

தன் தங்கைகளில் இளையவளை அவருக்கு மணம் முடித்து வைத்து அவரை மைத்துனராக்கிக் கொண்டனர். தங்கள் கோயிலிலுள்ள ஆணிமுத்துக் கருப்பணசாமியை அவளுக்குச் சீதனமாக அளித்தனர்.

அக்காலத்தில் இவ்வூருக்குக் கிழக்குப் பகுதியில், வேடர்கள் அதிகமாக வாழ்ந்தனர். அதனால் கிழக்குப் பகுதியில் உள்ளவர் களுக்கு வேடர்கள் பெயரில் வேடர் புளியங்குளம் என்றும் மேற்குப் பகுதியில் வாழ்பவர்களுக்குக் கள்ளரது பெயரில் சூடாப் புளியங்குளம் என்றும், அழைக்கப்பட்டது.[47]

வம்சாவளிகளும், வணங்குகின்ற கோயில்களும்

பெரிய சூடாத்தேவர், சின்ன சூடாத்தேவர் என இரண்டு பங்காளி களாக உள்ளனர். இந்த இரண்டு பங்காளிகளது வம்சத்தவர்கள் புத்தூர் நாட்டில் உள்ள வில்லாணி பெருமாள் பட்டி கிராமத்திலும் வாழ்கின்றனர். இவர்கள் வாலாந்தூர் நாலு தேவர்களுக்கு மாமன் மைத்துனர் உறவுடையவர்களாக இருந்தாலும் வாலாந்தூர் அங்காளஈஸ்வரி கோயிலையே தங்களது குலக்கோயிலாக வணங்குகின்றனர்.

13. சாத்தங்குடி

இக் கிராமம் திருமங்கலம் ஒன்றியத்தில் அமைந்துள்ளது. இது சாத்தப்பக் குடும்பன் என்பவர் உருவாக்கிய ஊராகையால் அவர் பெயரில் சாத்தப்பன்குடி என அழைக்கப்பட்டது. அதுவே பிற்காலத்தில் சாத்தங்குடி என மருவியது.

மரபுவழி வரலாற்றுக் கதை

மதுரைக்குக் கிழக்குப் பக்கமிருந்த தெற்குத்தெரு வெள்ளாளப் பட்டியில் மலையப்பிள்ளை, உலகாப்பிள்ளை, வளந்தான்பிள்ளை என்ற மூன்று கள்ளர் சகோதரர்கள் தங்கள் தாயுடன் வாழ்ந்து வந்தனர். அங்கிருந்த அம்பலக்காரர்களுக்கும், இவர்களுக்கும் காவல் சம்பந்தமாக மோதல் வெடித்தது. அம்பலக்காரர்கள் இவர்களது உடமைகளுக்குத் தீ வைத்தனர். இனி இங்குத் தாக்குபிடிக்க இயலாது என்பதனை உணர்ந்து இந்த மூன்று சகோதரர்களும் தங்களது தாயை அழைத்துக்கொண்டு மேல்நாடு நோக்கி வந்தனர். அப்பொழுது மடப்புரம் என்ற கிராமத்தில் தங்கி இருந்தபோது பசிக் கொடுமை வாட்டியது. அதனால் மதுரை நகருக்குக் களவிற்காகச் சென்றனர். ஒரு வீட்டைக் கன்னம் வைத்துக் களவாடிக்கொண்டிருந்த பொழுது அவ்வீட்டின்

காவலாளி அதனைக் கண்டு கத்தினான். உடனே அவனும், ஊராரும் சேர்ந்து இம்மூவரையும் துரத்த ஆரம்பித்தனர். இவர்கள் தப்பித்து ஓடி மடப்புரம் அய்யனார் கோயிலுக்குள் நுழைந்து அய்யனார் சாமியின் குதிரை சிலையின் கால்களது மறைவில் ஒளிந்து கொண்டனர். தேடி வந்தவர்கள் இவர்களைக் கண்டுபிடிக்க இயலாமல் திரும்பிச் சென்றுவிட்டனர். அந்த அய்யனார் சாமியின் குதிரையின் கால்கள்தான் தங்களது உயிரை காப்பாற்றின என நம்பி அக்கோயிலின் பிடிமண்ணை எடுத்துக் கொண்டு மேல்நாடு நோக்கி வந்தனர்.

மேல்நாடு நோக்கி வந்தவர்கள் முதலில் உரப்பனூர் கண்மாயின் மேல்புறம் குடிசைபோட்டுக் குடியிருந்தனர். அப்பொழுது சாத்தங்குடியில் அகமுடையார் சாதியார் மிகுதியாக வாழ்ந்து வந்தனர். அதில் சங்கரத்தேவர் என்பவர் சாப்டூர் ஜமீனில் காவலாளியாக இருந்து வந்தார். ஒரு சமயம் சாப்டூர் ஜமீன்தாருக்குச் சொந்தமான இரண்டு காளைகள் காணாமல் போய்விட்டன. அவற்றை யாராலும் கண்டுபிடிக்க இயலவில்லை. ஆத்திரமடைந்த ஜமீன்தார் கண்டுபிடித்துத் தராவிட்டால் காவல்காரன் சங்கரத்தேவனை யானைக்காலில் இட்டு இடரிவிடுவதாக எச்சரித்தார். அதனால் பயந்து போன சங்கரத்தேவர் அதை எப்படியாவது கண்டுபிடித்து விட முயற்சித்தார். அவரால் அதனைக் கண்டுபிடிக்க முடியவில்லை. அப்பொழுது சிலர் உரப்பனூர் கண்மாயின் மேல்புறத்தில் கிழக்கிலிருந்து வந்த மூன்று கள்ளர்கள் தங்கள் தாயுடன் குடிசை போட்டு வாழ்வதாகவும், அவர்கள் துப்புதுலக்குவதில் வல்லவர்கள் எனவும் அவர்களிடம் சென்று கேட்டால் களவு போன மாடுகளை எப்படியாவது கண்டு பிடித்துத் தந்துவிடுவார்கள் எனவும் சங்கரதேவரிடம் கூறினர்.

உடனே சங்கரத்தேவர் அவர்களை நாடிச் சென்றார். அவர் சென்ற பொழுது அவர்கள் அங்கு இல்லை. அவர்களது தாயார் மட்டும் இருந்தார். அவரைப் பார்த்துச் சங்கரத்தேவர், “அக்கா, மருமக்கள்மார் இல்லையா?” என வினவினார். அதற்குத் “தம்பி, உன்னோட மருமகன்கள் வந்துருவாங்க, செத்த ஒக்காறு” எனக் கூறி உட்கார வைத்தார். பிறகு அந்த மூவரும் வந்தனர். “உங்களோட தாய்மாமன் வந்திருக்கான், அவனை என்னாண்டு கேளுங்கடா” எனக் கூறினார். அவர்களிடம், சங்கரதேவர் வந்த விபரத்தைச் சொல்லி, களவு போன மாடுகளை எப்படியாவது கண்டுபிடித்துக் கொடுங்கள் எனக் கேட்டார். அதற்கு அவர்கள் “நாங்கள் கண்டுபிடித்துக் கொடுத்தா எங்களுக்கு என்ன தருவீங்க?” எனக் கேட்டனர். “கோத்திரம் ஒன்னா இருந்தாலும் குலம் வேறையா

இருக்கிறதுனால, உறவுலபாதி கொடுக்க முடியாது, அதனால ஊருல பாதி தர்றேன்" என்றார். அதற்கு அவர்களும் சம்மதித்து அந்த மாடுகளைத் தேடினர். தெற்கு நாட்டுக் குறவர்கள் அந்த மாடுகளை களவாடிச் சென்றிருப்பதைத் துப்பறிந்து அதனை அவர்களிடமிருந்து மீட்டு வந்து சங்கரதேவரிடம் ஒப்படைத்தனர். வாக்களித்தபடி மூவரையும் அழைத்துச் சென்று சாத்தங்குடியில் குடியேற்றி தனது பங்கில் சரிபாதியைச் சங்கரத்தேவர் வழங்கினார். அன்று முதல் அந்த மூவரது வம்சாவளியும் அங்கு வாழ்ந்து வருகின்றனர்.[48]

வம்சாவளிகளும், வணங்குகின்ற கோயில்களும்

மலையப்பிள்ளை, உலகாப்பிள்ளை, வளந்தான்பிள்ளை என மூன்று வம்சாவளிகளாக உள்ளனர். இவர்கள் மூவரும் மடப்புரம் அய்யன் கோயிலிலிருந்து பிடிமண் எடுத்து வந்து இங்குக் கோயில்கட்டி அந்த அய்யன் கோயிலைத் தங்களது குலக்கோயிலாக வழிபடு கின்றனர். கருமாத்தூர் கழுவநாதர் கோயிலுக்குரிய 22 மணிக் கிராமங்களில் சாத்தங்குடியும் ஒன்றாகும்.

14. கப்பலூர்

இக் கிராமம் திருமங்கலம் ஒன்றியத்தில் அமைந்துள்ளது. இக்கிராமத்தின் அமைப்பு கப்பல் போன்ற வடிவத்தில் அமைந் துள்ளதால் இது கப்பலூர் எனப்பட்டது என்கின்றனர்.

மரபுவழி வரலாற்றுக் கதை

திருமலை நாயக்கர் காலத்தில் சொக்கப்ப நாயக்கர் என்பவர் இங்கு வாழ்ந்து வந்தார். அவர் திருமலை மன்னரின் பாளையக் காரர்களில் ஒருவராவர். அக்காலத்தில் இப்பகுதியில் களவு பயம் அதிகமாக இருந்தது. அக் களவு பயத்திலிருந்து தங்கள் குடிகளைக் காப்பதற்காக மேல உரப்பனூரில் சுந்தன் கூட்டத்தில் பிறந்த ராமுத்தேவர், கன்னி ராமுத்தேவர் என்ற இரண்டு சகோதரர்களை அழைத்து வந்து இங்குக் காவல்காரர்களாய் குடியமர்த்தினார். அக்காலத்தில் திருமலை மன்னரின் அரண்மனைக் காவலிற்குப் பாளையக்காரர்கள் தங்களது காவல்காரர்களைச் சுழற்சிமுறையில் அனுப்ப வேண்டும். அவ்வகையில் சொக்கப்ப நாயக்கரது முறை வந்தது. அவர் தனது காவல்காரர்களை அரண்மனைக் காவலுக்கு அனுப்பினார். அன்றிரவு அரண்மனைக் கஜானாவில் களவு

போனது. அங்கிருந்தவர்கள், இந்த இரண்டு சகோதரர்களும் கள்ளர்கள் என்பதனால் சந்தேகம் கொண்டனர். அவர்கள் தாங்கள் களவு செய்யவில்லை எனச் சொன்னாலும் யாரும் அவர்களை நம்பவில்லை. உடனே அவர்கள் இருவரும் தப்பித்து ஓடி வந்தனர். அவர்களை அரண்மனைச் சேவகர்கள் துரத்தித் தாக்கினர். கப்பலூர் கண்மாய் கரைக்கு அருகில் வரும் பொழுது இருவரையும் சேவகர்கள் வேல்கம்பால் குத்திவிட, அதில் அண்ணன் குடல் சரிந்து அந்த இடத்திலேயே உயிர் இழந்தார். தம்பி, குத்தி வெளியே வந்த குடலைப் பிடித்துக் கொண்டே ஓடி வந்து சொக்கப்ப நாயக்கரிடம் நடந்ததையெல்லாம் சொல்லிவிட்டு அவரது காலடியில் விழுந்து உயிர்விட்டார். சொக்கப்பநாயக்கர் இறந்து போன அந்த இரண்டு சகோதர்களது குடும்பத்தவர்களுக்குக் காவல் மானியத்திற்காக அவ்வூரில் சரிபாதியை வழங்கி அங்கேயே குடியமர்த்தினார்.[49]

வாழ்கின்ற வம்சாவளிகளும்,
வணங்குகின்ற குலக்கோயிலும்

ராமுத்தேவர் வகையறா, கன்னி ராமுத்தேவர் வகையறா என்ற இரண்டு தேவர்களாக (வம்சாவளிகளாக) உள்ளனர். இவர்கள் கருமாத்தூர் கழுவநாதகோயிலைத் தங்களது குலக்கோயிலாக வணங்குகின்றனர். மேலும் பாப்பாத்தியம்மன், எல்லையம்மன் போன்ற பெண் தெய்வங்களையும் தங்களது குலதெய்வமாக வணங்குகின்றனர்.

15. மேல்நாடு செட்டிகுளம்

இக் கிராமம் திருமங்கலம் ஒன்றியத்தில் அமைந்துள்ளது.

மரபுவழி வரலாற்றுக் கதை

கீழ உரப்பனூரில் பிறந்த இரண்டு சிறுவர்கள் கண்மாய் தோண்டும் வேலைக்குச் சென்றனர். அங்குச் சிலர் அவர்களை அடித்துத் துரத்தினர். அவர்கள் இருவரும் அங்கிருந்து தப்பி ஓடி இக்கிராமத்தில் வந்து குடியமர்ந்தனர். அவர்கள் இருவரும் துடிப்புமிக்கவர்களாக இருந்ததைப் பார்த்த நாயக்கர்கள் இவ்வூரின் காவல்காரர்களாய் நியமித்தனர். இருவரும் வளர்ந்து திருமண வயதினை அடைந்தனர். அவர்கள் யாரிடம் சென்று பெண் கேட்பது எனத் தெரியாமல் தவித்தனர். அப்பொழுது அவர்களது கனவில் கருப்பசாமி தோன்றி, "கருமாத்தூர் நாடு முண்டுவேலம் பட்டியிலுள்ள பெரிய குரும்பத் தேவனிடம் போய் கேள். உங்களுக்கு அவன் பெண் தருவான்"

எனச் சொல்லி மறைந்தது. அதேபோல் அந்தச் சாமி பெரிய குரும்பத்தேவன் கனவிலும் தோன்றி, "அண்ணன் தம்பி இருவர் உன்னிடம் பெண் கேட்டு வருவார்கள் அவர்களை வந்தவுடன், வாங்க மருமக்கமார்களே என அழைத்து உனது இரண்டு பெண் களையும் கொடு" எனச் சொல்லி மறைந்தது. அதன்படியே இருவரும் சென்று பெண் கேட்டனர். பெரிய குரும்பத்தேவனும் அவர்களை முறையாக வரவேற்று தனது பெண்களை மணம் முடித்துக் கொடுத்தார்.

வாழ்க்கைக்குப் பெண்கொடுத்து விட்டீர்கள், ஆனால் எங்கள் குலத்தை விருத்திசெய்ய தெய்வமில்லையே என வருத்தப்பட்டனர். உடனே குரும்பத்தேவன் தனது சாமியையே சீதனமாக அளித்து அவர்களை வழி அனுப்பினான்.[50]

வம்சாவளிகளும், குலக்கோயிலும்

இவர்கள் இரண்டு தேவர்களாக உள்ளனர். இந்த இரண்டு வகையறாக்களும் தங்களுக்குப் பெண்வழியில் சீதனமாகக் கிடைத்த கருமாத்தூர் தாழைக்கோயில் எனப்படும் நல்ல குரும்படையான் கோயிலைத் தங்களது குலக்கோயிலாக வணங்குகின்றனர்.

16. அல்லிக்குண்டம்

இக் கிராமம் உசிலம்பட்டி ஒன்றியத்தில் அமைந்துள்ளது. இங்கிருந்த கோயில் குளத்தில் அல்லிச்செடிகள் அதிகமாக இருந்ததனால் இது அல்லிக்குண்டம் என அழைக்கப்பட்டது.

மரபுவழி வரலாற்றுக் கதை

அக்காலத்தில் இக் கிராமத்தில் அய்யர்களும், காராள வெள்ளா ளர்களும், வலையர்களும் மிகுதியாக வாழ்ந்து வந்தனர். அப்பொழுது விக்கிரமங்கலத்தைச் சேர்ந்த விருமப்பன் என்பவர் இவர்களுக்குக் காவல்காரராய் இங்கு வந்து குடியேறினார்.

அப்பொழுது மதுரைவீரன் கள்ளர்களைக் கருவறுப்பதற்காக மேல்நாடு நோக்கி படையெடுத்தான். அவனது படையினர் ஒவ்வொரு ஊராகக் கள்ளர்களை அழித்துக்கொண்டே அல்லி குண்டம் வந்தனர். அதனைப் பார்த்துப் பயந்து தன்னைப் பாதுகாத்துக் கொள்வதற்காக இந்த ஊர்க்காவல்காரன் விருமப்பன் ஊரில் இருந்த பெரிய தனக்காரரான காராளப்பிள்ளை வீட்டில் சென்று ஒளிந்து கொண்டான். மதுரைவீரனது படையாட்கள் அவனைத் தேடி

வந்தனர். அப்பொழுது "தன் வீட்டினுள்ளேயிருப்பவன் கள்ளன் அல்லன் அவன் என் மகனே" எனக் கூறி, விருமப்பனது உயிரைக் காராளப்பிள்ளை காப்பாற்றினார். இவ்வாறு காராள பிள்ளையால் தன் பிள்ளை எனக் கூறி உயிர் காப்பாற்றப்பட்டதனால் அவன் விருமப்பிள்ளை என அழைக்கப்பட்டான். அவன் கள்ளப்பட்டியில் கல்யாணம் செய்தான்.

அவனுக்கு நல்லவத்தேவன், மாயத்தேவன் என இரண்டு மகன்கள் பிறந்தனர். நல்லவத்தேவன் கண்டமனூர் ஜமீனில் காவல்காரனாய் இருந்தான். புத்தூர்நாடு நல்லுத்தேவன்பட்டி, வெள்ளைப் பின்னத்தேவன் இவர்களது பெரியாத்தா மகனாவான். அவனுக்கும், அவனது மைத்துனன் படிவுத்தேவனுக்கும் சேவல் கட்டுப் போட்டியில் மோதல் ஏற்பட்டது. அவன் வெள்ளைப் பின்னத்தேவனது சேவலை யாருக்கும் தெரியாமல் விஷம் வைத்துக் கொன்றுவிட்டான்.

இதனால் ஆத்திரமடைந்த வெள்ளைப்பின்னத்தேவன் படிவுத்தேவனுடன், ஏன் இப்படிச் செய்தாய்? எனச் சொல்லிச் சண்டையிட்டான். ஆனால் படிவுத்தேவன் ஆள்பலம் மிக்கவனாக இருந்ததனால் பின்னத்தேவனை அடித்து ஊரைவிட்டுத் துரத்தினான். உயிருக்குத் தப்பி ஓடிய பின்னத்தேவன் கண்டமனூர் சென்று தனது நல்லத்தா மகன் நல்லவத்தேவனிடம் நடந்ததை யெல்லாம் சொல்லி வருந்தினான். அதற்கு நல்லவதேவன் "நீ ஊருக்குப் போ அண்ணே நான் வந்து பார்த்துக் கொள்கிறேன்" என ஆறுதல் கூறி அனுப்பி வைத்தான். படிவுத்தேவனைத் தீர்த்துக் கட்ட திட்டமிட்டு ஊருக்கு வந்தான்.

படிவுத்தேவன் பெருங்கொண்ட விவசாயியாக இருந்ததால், அவன் ஆடி முதல் தேதியன்று, 1000 ஏர் பூட்டி தனது நிலத்தில் உழவைத் துவங்குவது வழக்கம். அதில் அவனே முதல் ஏர் பூட்டுவான். அது போல் ஆடி முதல் தேதி வந்தது. அதற்கு முதல் நாள் இரவே அங்கிருந்த சங்கம் புதர் செடிகளை வெட்டி அதனுள் நல்லவத்தேவன் ஒளிந்து கொண்டான். படிவுத்தேவன் தனது குலதெய்வமான நல்லதங்காளை பற்றி வருந்திப் பாடிவிட்டு தனது ஏர் கலப்பையைப் பிடித்து உழத் துவங்கினான். அவன் அருகிலிருந்த சங்கம் புதரை உற்று நோக்கி "என்னாங்கடா சங்கச் செடியெல்லாம் வாடிக் கிடக்கு" எனக் கேட்டுக் கொண்டிருக்கையில் சங்கம் புதருக்குள் ஒளிந்து கொண்டிருந்த நல்லவத்தேவன் பளீரென தாவி அரிவாளுடன் படிவுத்தேவன் முன் வந்து நின்றான். அவனைப் பார்த்தவுடன் தனக்கு ஏதோ ஆபத்து நேரப்போகிறது என்பதனை படிவு உணர்ந்து கொண்டான்.

படிவுக்கு ஏதோ ஆபத்து நேரப்போகிறது என்பதனை உணர்ந்த அவனது ஆட்கள் சிதறி ஓட ஆரம்பித்தனர். அவனையும் தப்பித்து ஓடச் சொல்கின்றனர். ஆனால் "நான் வலது கொண்ட படிவு, முன் வைத்த காலை பின் வைக்க மாட்டேன்", எனச் சொல்லி எங்கேயும் ஓடாமல் அப்படியே நின்றான். இதனைப் பயன்படுத்தி, நல்லவத்தேவன் வலது கொண்ட படிவுத்தேவனின் தலையை வெட்டித் துண்டாக்கினான். வெட்டி எடுத்த தலையைத் தூக்கிக் கொண்டு தான் வந்த குதிரை மீது ஏறி அல்லிக்குண்டத்திற்குத் தப்பிச் சென்றான். தனது பெரியாத்தா மகன் வெள்ளைப் பின்னத்தேவனை அவனது சொந்த ஊரில் குடியேற்றி வாழ வைத்தான். அவன் மீட்டுக் கொடுத்த ஊராகையால் அன்று முதல் அவ்வூர் நல்லவத் தேவன்பட்டி என அழைக்கப்பட்டது. அதுவே பிறகு நல்லுத் தேவன்பட்டி என மருவியது. இவ்வாறு தனக்கு உதவி செய்த நல்லத்தா மகனைப் பார்த்து, "எனக்கு ஊரை மீட்டுக் குடுத்திருக்க உனக்கு என்னா வேணும் கேள் தாரேன்" என்றான். அண்ணே எனக்கு வாழறதுக்கு ஊர் இருக்கு. ஆனா கும்பிடறதுக்கு சாமி இலலை எனக் கேட்க, அதற்கு வெள்ளைப் பின்னத்தேவன், "இன்று முதல் என்னுடைய குலதெய்வமான பூங்கொடி அய்யனார் கோயிலிலும், புத்தூர் வாலகுருநாதர் கோயிலிலும் உனக்குச் சரிபாதி தருகிறேன். நீ அதை வணங்கிக் கொள்" எனத் தன் சாமியை அவனது வீரச் செயலுக்குப் பரிசாக வணங்கினான்.

அன்று முதல் நல்லுவத்தேவனும், தம்பி மாயத்தேவனும் அவற்றையே தங்கள் குலதெய்வமாக வணங்கி வந்தனர். நல்லுவத் தேவன் பிள்ளையின்றி இறந்துவிட்டான். அவனது தம்பி மாயத் தேவனுக்கு மூன்று பிள்ளைகள் இருந்தனர். அவர்களது வம்சா வளியினர் மாசிபச்சையன்று புத்தூர்நாடு வந்து இந்தக் குலதெய்வங்களை வணங்கி வந்தனர். இப்படி வணங்கி வருகையில் சில தலைமுறைகள் கழித்து மாசிபச்சையன்று யார் முதலில் கெடாய் வெட்டுவது என்பதில் இரண்டு தரப்பாருக்கும் மோதல் வெடித்தது. அல்லிக்குண்டத்துக்காரர்கள் தாங்கள் தூரத்தில் இருந்து வருவதால், "நாங்கள் முதலில் கெடாய் வெட்டிக் கொள்கிறோம்" எனக் கேட்டனர். ஆனால் புத்தூர் நாட்டுக்காரர்கள் "எங்கள் கோயிலாகையால் நாங்கள் தான் முதலில் வெட்டுவோம் இடையில் பங்கு பெற்றவர்கள் எங்களுக்குப் பின்பு தான் கெடாய் வெட்ட வேண்டும்" என்று சொல்ல, இருவருக்கும் மோதல் வெடித்தது. அப்பொழுது அல்லிக் குண்டத்துக்காரர்கள் கோயிலிலிருந்து பிடிமண் எடுத்துச் செல்ல முற்பட்டனர். முதலில் புத்தூர் வால குருநாதர் கோயிலிலிருந்து பிடிமண் எடுத்துக் கொண்டு,

நல்லுவத்தேவன்பட்டி வந்து கண்மாய் கரையிலுள்ள பூங்கொடி அய்யனார் கோயிலிலும் பிடிமண் எடுத்துச் செல்ல வந்தனர். இதனைக் கேள்விப்பட்டு நல்லுத் தேவன்பட்டிக்காரர்களெல்லாம், வந்த அவர்களைப் பிடிமண் எடுக்கவிடாமல் தடுத்துவிட, தாங்கள் முதலில் எடுத்த குருநாதர் கோயில் பிடிமண்ணோடு அல்லிக் குண்டம் சென்று விட்டனர். அதனை அங்கு வைத்துக் கோயில் கட்டித் தனியாக வழிபட ஆரம்பித்தனர்.[51]

வாழ்கின்ற வம்சாவளியினரும் வணங்குகின்ற குலக்கோயிலும்

இவர்கள் விருமப்பப் பிள்ளையின் மக்கள் என அழைக்கப்படு கின்றனர். இவர்கள் பூசாரித் தேவன் வகையறா, மாசாணத்தேவன் வகையறா, மாய அழகாத்தேவன் வகையறா என மூன்று பங்காளிகளாய் உள்ளனர். இந்த மூன்று வகையறாக்களும் புத்தூர் நாட்டிலிருந்து பிடிமண் எடுத்து வரப்பட்டு அல்லிக்குண்டத்தில் கட்டப்பட்டுள்ள குருநாத கோயிலைத் தங்களது குலக்கோயிலாக வணங்குகின்றனர். மேலும் சண்டையில் கொல்லப்பட்ட நல்லுவத் தேவனையும் அவனுக்காகத் தீயில் மாய்ந்த அவரது மனைவியையும் பட்டவன் தெய்வங்களாகவும் வணங்குகின்றனர்.

17. மானூத்து

இக்கிராமம் உசிலம்பட்டி ஒன்றியத்தில் அமைந்துள்ளது. மலைவளம் மிக்க பகுதியில் அமைந்துள்ளதால் அக்காலத்தில் இப்பகுதியில் நீறூற்றுக்கள் மிகுதியாக இருந்தன. அந் நீறூற்றுக்களில், மான்கள் வந்து நீர் பருகிச் செல்லும். இவ்வாறு மான்கள் நீர்பருகிச் சென்றதால் அந்நீரூற்றுகள் மான் ஊற்றுக்கள் என அழைக்கப்பட்டன. அச் சொல்லே மருவி மானூத்து எனப்பட்டது. அதுவே பிற்காலத்தில் இக்கிராமத்தின் பெயராய் மாறியது என்பர்.

மரபுவழி வரலாற்றுக் கதை

விக்கிரமங்கலத்தைச் சேர்ந்த முதலித்தேவன் என்பவர் இப்பகுதியில் வேட்டைக்காக வந்தார். இப்பகுதி நீர்வளம் மிக்க பகுதியாக இருந்ததனால் அவர் இப்பகுதியிலேயே தங்கிவிட்டார். இதன் பிறகு சித்தாலை சுந்தத்தேவன் வம்சத்தில் பிறந்த வெள்ளையத்தேவன் என்பவர் முஸ்ராம் படையெடுப்பு காலத்தில் உயிருக்குப் பயந்து கோவலம் கணவாய் அருகில் வந்து தங்கினார். அங்கு மாடு மேய்த்துக் கொண்டிருந்த பெண்களை மணந்து இங்கேயே வாழ

ஆரம்பித்தார். அதில் அவரது முதல் மனைவிக்கு நான்கு பிள்ளைகள் பிறந்தனர். இரண்டாவது மனைவிக்கு நான்கு பிள்ளைகள் பிறந்தனர். இப்படி இவர் இங்கு வாழ்ந்து கொண்டிருக்கையில் மிகப்பெரிய பஞ்சம் ஏற்பட்டது. அவரது எட்டுப் பிள்ளைகளும் உணவிற்கு இல்லாமல் தவித்துப் பல திசைகளில் சிதறிப் போனார்கள். அவரது இரண்டாவது மனைவியும் அவளது கடைசி மகன் திருமயம் பேயத்தேவனும் தெற்கு நோக்கிச் சென்றனர்.

அப்பொழுது தெற்கே சாப்டூருக்கு அருகிலிருந்த கூழ்நாயக்கன் பட்டி மடத்தில் தங்கி இருக்கையில் அவனது தாய் இறந்து விடுகிறாள். அதன்பிறகு அவன் மேலும் தெற்கு நோக்கிச் சென்று ஒரு ரெட்டியார் வீட்டில் பண்ணையாளாய் வேலைக்கு அமர்ந்தான். அந்த ரெட்டியாருக்குப் பிள்ளைகள் இல்லாததால், அவர் இவனை தன் பிள்ளையைப் போல் பாசத்துடன் கவனித்துக் கொண்டார். இதனால் பொறாமை அடைந்த அந்த ரெட்டியாரின் சகோதரர்களது பிள்ளைகள் இவனை எப்படியாவது கொலை செய்துவிட திட்ட மிட்டனர். இதனை முன் கூட்டியே தெரிந்து கொண்ட திருமயம் பேயத்தேவன் தன்னைப் பிள்ளையாய் பாவித்து வளர்த்த ரெட்டியாரின் நினைவாக, அவர் வணங்கி வந்த பெத்தனசாமியைத் தூக்கிக் கொண்டு அங்கிருந்து தப்பித்துக் கோவலம் கணவாய்க்கு வந்து குடிசை போட்டுத் தங்கினான். அவன் தங்கிய இடத்திலேயே பெத்தனசாமியை வைத்து வழிபட்டு வந்தான். பஞ்சகாலம் முடிந்த பின்பு சிதறிப்போன அனைத்துச் சகோதரர்களும் திரும்பி வந்தனர். அவர்கள் தங்களது தம்பி பேயத்தேவனை அடையாளம் கண்டு கொண்டனர். அதன் பிறகு அந்த எட்டுச் சகோதரர்களும் அங்கு வாழத் துவங்கினர். அந்த எட்டுப் பேரில் ஒருவர் வாரிசின்றி இறந்துவிட பக்கத்திலிருந்த காப்பிளிக் கவுண்டரை எட்டாவது பங்காளியாகச் சேர்த்துக் கொண்டனர். அதன் பிறகு திருமயம் பேயத்தேவர் தனது குடும்பம் பஞ்சத்தால் பாதிக்கப்பட்டுச் சிதறுண்டு போனதைப் போல, மற்றவர்கள் யாரும் உணவின்றி தவிக்கக்கூடாது என்பதற்காகக் கோவலம் கணவாயில் ஒரு மடத்தைக் கட்டி வழிப்போக்கர்களுக்கு உணவு, தண்ணீர் வழங்கி தர்மம் செய்யத் துவங்கினார்.[52]

வாழ்கின்ற வம்சாவளிகளும் வணங்குகின்ற கோயில்களும்

முதலிக்கூட்டம், வெள்ளையன் கூட்டம், சித்திரான் கூட்டம் என மூன்று வேறுபட்ட வம்சாவளிகள் இங்கு வாழ்கின்றனர். இவர்கள் வேறுபட்ட வம்சாவளியைச் சேர்ந்தவர்களாக இருந்தாலும்,

பங்காளி உறவுடையவர்களாகவே வாழ்கின்றனர். இதில் முதலிக் கூட்டத்தார் கருமாத்தூர் கழுவநாத கோயிலைத் தங்களது குலக்கோயிலாக வணங்குகின்றனர். வெள்ளையன் கூட்டத்தார் எட்டுப் பங்காளிகளாக உள்ளனர். இதில் ஏழுபேர் தேவர்கள். ஒருவர் காப்பிளியக் கவுண்டர். இந்த எட்டுப் பங்காளிகளும் இங்குள்ள பெத்தனசாமி கோயிலைத் தங்களது குலக்கோயிலாக வணங்கி வருகின்றனர்.

சித்திரான் கூட்டத்தார் பெருங்காமநல்லூர் நரியம்பட்டியிலுள்ள காத்தாண்டீஸ்வரி கோயில் பிடிமண்ணை எடுத்துவந்து மானூத்தில் வைத்துத் தங்களது குலக்கோயிலாக வணங்கி வருகின்றனர். இந்த மூன்று கூட்டத்தாரும் சேர்ந்து சமயக்கருப்பு சாமியைக் காவல் தெய்வமாக வணங்கி வருகின்றனர்.

18. காளப்பன்பட்டி

இக் கிராமம் சேடப்பட்டி ஒன்றியத்தில் அமைந்துள்ளது. இது காளப்பக் கவுண்டன் வாழ்ந்த ஊராகையால் அவன் பெயரில் காளப்பன்பட்டி என அழைக்கப்படுகின்றது.

மரபுவழி வரலாற்றுக் கதை

கருமாத்தூர் நாடு செல்லம்பட்டியில் ஆண்டரச்சான் வம்சத்தில் பிறந்த கூலக்குண்ணன், காளப்பன்பட்டிக்கு வந்து இங்கிருந்தவர் களுக்குக் காவல்காரராய் குடியமர்ந்தார். அவரது வம்சத்தவர்கள் மாசிப்பச்சைக்குத் தங்கள் குலக்கோயிலான கருமாத்தூர் பொன்னாங்கன் கோயிலுக்குச் சென்று வழிபட்டு வந்தனர். அப்படிச் சென்று வருகையில் ஒரு சமயம் இவர்கள் கோயிலுக்குச் செல்வதற்குத் தாமதமாகி விட்டது. இவர்கள் செல்வதற்குள் அங்கிருந்த பங்காளிகள் சாமிகளுக்குப் பூசை கட்டி பள்ளயம் பிரித்துவிட்டனர். அதனால் கோபமடைந்த காளப்பன் பட்டிக் காரர்கள் “நாங்கள் வருவதற்குள் எதற்காகப் பள்ளயம் பிரித்தீர்கள்” எனக் கேட்க, வாக்குவாதம் ஏற்பட்டு கலவரமாக மாறி இருவருக்குமிடையே மோதல் ஏற்பட்டது. அம் மோதல் கலவரமாக மாறியது. இருவரும் ஒருவர் மீது ஒருவர் கல்லையும், மண்ணையும் வீசிக் கொண்டனர். காளப்பன் பட்டிக்காரர்கள் கோயில் பிடிமண்ணை எடுத்து கொண்டு தங்களுக்கு பாத்தயமான பெரிய கருப்புசாமியின் கற்சிலையை பெயர்த்து எடுக்க முற்படும் போது, அச்சிலை இரண்டாக உடையவே அவர்கள் மேற்பகுதியைத் தலையோடும் கையில் அரிவாளோடு உடைந்த சிலையை எடுத்துக்

கொண்டு வந்து விட்டனர். சேதமடைந்த கற்சிலையை சிறு சிறுபாகங்களாக உடைத்தும் தலையையும், அரிவாளையும், சேர்த்து தங்களுக்குக் காவலாக இருக்க வேண்டும் என்று கோவிலின் சுற்று சுவரில் வைத்துக் கட்டப்பட்டுள்ளது. ஆனால் இன்றும் காளப்பன்பட்டியை சேர்ந்த குடையன் பூசாரி வகையறாக்களுக்கு கருமாத்தூர் பொன்னாங்கன் கோயிலில் ஒரு முதன்மையளிக்கப் படுகிறது.

அடுத்து, கருமாத்தூரிலிருந்து வந்து தும்மக்குண்டில் குடியமர்ந்த சின்னாங்கி உடையாத்தேவன் மகன் பனிக்கத்தேவன் தன் தம்பியுடன் சண்டையிட்டுத் தனது நல்லத்தா மகன் வாழும் காளப்பன் பட்டிக்கு வந்து குடியமர்ந்தான்.

அவன் நாட்டார்மங்கலம் ஆதிசிவன் கோயில் பூசாரி மகளை மணந்தான். ஒரு சமயம் அவனது மனைவி மாசிப் பச்சைத் திருவிழா விற்காகத் தனது தாய்வீடு சென்றிருந்தாள். அப்பொழுது சாமி யாட்டம் நடந்து கொண்டிருக்கும் பொழுது அவள் ஒரு மூலையில் உட்கார்ந்து அழுது கொண்டிருந்தாள். அவள் அழுது கொண்டிருப்பதைப் பார்த்த அக் கோயில் பூசாரியான அவளது அப்பன் அவளிடம் வந்து, “எல்லோரும் இப்படி சந்தோஷமா இருக்கும் பொழுது நீ மட்டும் ஏம்மா இப்பிடி அழுதுகிட்டிருக்க” எனக் கேட்டார். அதற்கு அவள் “நீங்கெல்லாம் கும்பிடறதுக்கு சாமி இருக்கு, ஆனா என் புருசன மூத்தபுடியா மக்க சாமி பூமி இல்லாம வெரட்டி விட்டுட்டானுக, அவன் நல்லத்தா மகன் வாழ பூமி கொடுத்திருக்கான் ஆனா கும்பிட சாமி இல்லையேன்னு தான் அழுதுகிட்டுருக்கேன்” என்றாள். இதைக் கேட்டு வருத்தமடைந்த பூசாரி ஆதிசிவன் கோயிலின் பிடிமண்ணை எடுத்து “இந்தா என் குல சாமியையே, உனக்குச் சீதனமாகத் தாரேன் வச்சுக் கும்பிட்டுக்க” எனச் சொல்லி அவளிடம் கொடுத்தார். அவள் அதை எடுத்து வந்து காளப்பன்பட்டியில் வைத்துக் கோயில் கட்டினாள். அவளது வாரிசுகள் அதனைக் குலக்கோயிலாய் வழிபடத் துவங்கினர்.[53]

வாழ்கின்ற வம்சாவளிகளும் வணங்குகின்ற குலக்கோயில்களும்

கூலக்குன்னன் வகையறா, பணிக்கத்தேவன் வகையறா என இரண்டு பங்காளிகளாக உள்ளனர். இதில் கூலக்குன்னன் வகையறாக்கள் கருமாத்தூர் பொன்னாங்கன் கோயிலிலிருந்து எடுத்து வரப்பட்ட காளப்பன்பட்டி கருப்பு கோயிலைத் தங்களது குலக்கோயிலாக வணங்குகின்றனர்.

பணிக்கத்தேவன் வகையறாக்கள் நாட்டார்மங்கலத்திலிருந்து பெண் வழியில் சீதனமாகக் கிடைத்த காளப்பன்பட்டி சிவன் கோயிலைத் தங்களது குலக்கோயிலாக வணங்குகின்றனர். மேலும், அழகர் சாமியையும் தங்களது குலதெய்வமாக வணங்கி வருகின்றனர்.

19. பூசலப்புரம்

இக் கிராமம் சேடப்பட்டி ஒன்றியத்தில் அமைந்துள்ளது. முதலில் இது பூசநாதிபுரம் என்றே அழைக்கப்பட்டது. இச் சொல்லே பூசலப்புரம் என மருவியது.

மரபுவழி வரலாற்றுக் கதை

கருமாத்தூர் பொன்னாங்கன் கூட்டத்தைச் சேர்ந்த கட்டராண்டித் தேவன் மகன் கட்டுலகான். அவனது மகன் மாயத்தேவன் மதிப்பனூரில் கல்யாணம் செய்தான். அக்காலத்தில் மதிப்பனூருக்கு அருகில் இருந்த பூசநாதிபுரத்தில் ரெட்டியார்களும், செட்டியார்களும் மிகுதியாக வாழ்ந்து வந்தனர். அப்பொழுது அப்பகுதியில் களவுத் தொல்லை அதிகமாக இருந்தது. அதனால் அவ்வூர்காரர்கள் மதிப்பனூர்காரர்களது மருமகனான மாயத்தேவனை அழைத்து வந்து ஊர்காவல்காரனாய் நியமித்தனர். கட்ராண்டி மாயத் தேவனுக்கு ஒரு மகளும், மூன்று ஆண்பிள்ளைகளும் பிறந்தனர். தன் மகளை மதிப்பனூர்காரர்க்கே மணம் முடித்துக் கொடுத்தான். இந்த மூவரும் மாசிபச்சைக்குக் கருமாத்தூர் பொன்னாங்கன் கோயிலுக்குச் சென்று வழிபட்டு வந்தனர். ஒரு சமயம் மாசி பச்சைக்கு இவர்கள் மூவரும் இவர்களின் அக்காள் மகனாகிய மதிப்பனூர்காரனையும் அழைத்துக் கொண்டு கருமாத்தூர் சென்றனர். அப்படிச் செல்லும் பொழுது பள்ளயம் பிரிப்பதற்காகக் கரும்பு, மொச்சை போன்றவற்றை இவர்கள் கொண்டு செல்ல வேண்டும். இவர்கள் செல்லும் பொழுது மழை பெய்த காரணத் தினால் இவர்கள் சென்ற மாட்டு வண்டி சேற்றில் மாட்டிக் கொண்டது. அதனைச் சரிசெய்து செல்ல நேரம் ஆகிவிட்டது. எப்பொழுதும் அதிகாலை 4 மணிக்குள்ளேயே பள்ளயம் பிரித்து விடுவார்கள். ஆனால் இவர்கள் அங்குச் செல்வதற்குள் பொழுது புலர்ந்து விட்டது. அதனால் கோபமடைந்த கருமாத்தூர்காரர்கள் இவர்களை தகாத வார்த்தைகளால் திட்டினர். இதனைக் கேட்டு ஆத்திரமடைந்த மூத்தவன் ஒச்சாத்தேவன் அவர்களுடன் சண்டையிட்டான். அவர்கள் அனைவரும் ஒன்று சேர்ந்து அவனை

அடித்துத் துரத்தினர். அவன் ஓடிச்சென்று அக்கோயிலிலுள்ள கிணற்றிற்குள் குதித்துவிட்டான். அக் கிணற்றில் சேறு அதிகமாக இருந்ததனால் அதில் மூழ்கிவிட்டான். சேற்றில் மூழ்கியவன் இறந்திருப்பான் என எண்ணி அவர்கள் அனைவரும் சென்று விட்டனர். அவனது தம்பிகளும், அக்காள் மகனும் மட்டும் கிணற்று மேட்டில் அமர்ந்து அழுது கொண்டிருந்தனர். சேற்றில் மூழ்கியவன் சாகாமல் அதிலிருந்து எழுந்து, அந்தச் சேற்று மண்ணையே பிடிமண்ணாக எடுத்துக் கொண்டு வந்தான். இவ்வாறு இவர்கள் பிடிமண் எடுத்துக்கொண்டு வந்ததனை அறிந்த கருமாத்தூர்காரர்கள் அவர்களைத் துரத்திக்கொண்டு சென்றனர். கடைசியில் வாகைக்குளத்திற்கருகில் வருகையில் இருவருக்கும் இடையே கைகலப்பு ஏற்பட்டது. வாகைக்குளத்துக்காரர்கள் சண்டையை நிறுத்தி, இருவருக்கும் இடையில் சமாதானம் செய்து வைத்தனர். அதன் பிறகு அந்தப் பிடிமண்ணை எடுத்து வந்து பூசலப்புரத்திற்குக் கிழக்கே இருந்த சங்கம்புதருக்கருகில் வைத்து வழிபடத் துவங்கினர்.

இந்தக் கட்ராண்டி மாயத்தேவன் மதிப்பனூரில் திருமணம் செய்திருந்தபோது அவனது மனைவியின் அக்காள் கீழ் உரப்பனூரைச் சேர்ந்த பின்னத்தேவனுக்குத் திருமணம் செய்து கொடுக்கப்பட்டிருந்தாள். அதே பின்னத்தேவன் தனது மனைவி நிறைமாத கர்ப்பினியாக இருந்த பொழுது கீழ உரப்பனூரில் அவனது அப்பனின் மூத்த தாரத்து மகனால் கொலை செய்யப் பட்டான். நிறைமாதக் கர்ப்பிணியாக இருந்த அவனது மனைவியும் ஒரு ஆண்பிள்ளையைப் பெற்றுவிட்டு இறந்துவிட்டாள். தனது பால்குடி மாறாத அக்காள் மகனை கட்ராண்டி மாயத்தேவனது மனைவி தூக்கி வந்து, தானே தாய்ப்பால் ஊட்டி பூசலப்புரத்திலேயே வளர்த்தாள். அந்தப் பையன் பெரியவனானதும் தனது தந்தையின் ஊரான கீழ உரப்பனூருக்குச் சென்று தனது தந்தைக்குரிய பங்கினை மீட்டெடுத்து அங்கு வாழத் துவங்கினான். அவனது மகன் பின்னத் தேவன் புத்தூர்நாடு வெள்ளைப் பின்னைத் தேவரது மகளை மணந்து வேப்பனூத்து கள்ளப்பட்டியில் குடியமர்ந்து வாழத் துவங்கினான். பூசலப்புரத்துக்காரர்களும், கள்ளப்பட்டிக்காரர்களும் ஒரே தாய்ப்பாலை அருந்தி வளர்ந்தவர்களாகையால் ஒரு தாய் வயிற்றுப் பங்காளிகளாகவே கருதப்படுகின்றனர்.[54]

வாழ்கின்ற வம்சாவளிகளும், வணங்குகின்ற குல தெய்வங்களும்

இவர்கள் ஒச்சாத்தேவன், பெரிய பழஞ்சித்தேவன், சின்ன பழஞ்சி தேவன், பாதிக்காரன் என நான்கு பங்காளிகளாக உள்ளனர்.

இந்த நான்கு வகையறாக்களும், கருமாத்தூரிலிருந்து பிடிமண் எடுத்து வரப்பட்டுப் பூசலபுரத்திலிலுள்ள மூணுசாமி ஒச்சாண்டம்மன் கோயிலைத் தங்களது குலக்கோயிலாக வணங்குகின்றனர்.

20. பெருங்காமநல்லூர்

இக் கிராமம் சேடப்பட்டி ஒன்றியத்தில் அமைந்துள்ளது. இது முதலில் பெருங்கன்மாய் நெல்லூர் என அழைக்கப்பட்டது. அச் சொல்லே பெருங்காமநல்லூர் என மருவியது.

மரபுவழி வரலாற்றுக் கதை

நாட்டார்மங்கலத்தைச் சேர்ந்த உலகாத்தேவன், ஒந்தாத்தேவனது மக்கள் ஏரமாயத்தேவனும், கணக்கத்தேவனும் தங்களது நல்லத்தா மகன் வாகைக்குளம் கல்யாணித் தேவனை அழைத்துக் கொண்டு தெற்கு நோக்கி வந்தனர். அப்பொழுது இக்கிராமத்தில் பிராமணர்களும், நாயக்கர்களும் மிகுதியாக வாழ்ந்து வந்தனர்.

அக்காலத்தில் இப்பகுதியில் களவு பயம் அதிகமாக இருந்தது. அதிலிருந்து தங்களைத் தற்காத்துக் கொள்ள இவர்களைக் காவல்காரர்களாக இவ்வூர் நாயக்கர்கள் நியமித்தனர். மஞ்சள் நாயக்கன்பட்டி என்ற கிராமத்தில் இரண்டு சகோதரர்கள் ஒரு நாயக்கர் வீட்டில் பண்ணையாளாய் இருந்து வந்தனர். அப்பொழுது அங்கிருந்த மாடு ஒன்று களவுபோய்விட்டது. இவர்கள் தான் அதனைக் களவாடி இருப்பார்கள் என ஊர்க்காரர்கள் இவர்களைச் சந்தேகிக்கத் துவங்கினர். இதனால் தங்கள் உயிருக்கு ஆபத்து ஏற்பட்டுவிடுமோ எனப் பயந்து இருவரும் அங்கிருந்து காத்தாண்டம்மன் சாமியைத் தூக்கிக் கொண்டு தெற்கு நோக்கி ஓடிவந்தனர். பெருங்காமநல்லூர் நரியம்பட்டி அருகே இறக்கி வைத்து அங்கேயே வாழத் துவங்குகின்றனர். அதில் ஒரு சகோதரர் மானூத்திற்குச் சென்று குடியமர்ந்தார்.[55]

வாழ்கின்ற வம்சாவளிகளும் வணங்குகின்ற குலக்கோயிலும்

இவர்கள் ஏரமாயத்தேவர், கணக்கத்தேவர், கல்யாணித்தேவர், சித்தராத்தேவர் என நான்கு வகையறாக்களாக வாழ்கின்றனர். இதில் ஏரமாயத்தேவர், கணக்கத்தேவர் வகையறாக்கள் நாட்டார்மங்கலம் ஆதிசிவன் கோயிலைத் தங்களது குலக்கோயிலாக வணங்குகின்றனர்.

கல்யாணித்தேவர் வகையறாக்கள் கீழ உரப்பனூரிலிருந்து பிடிமண் எடுத்து வரப்பட்டு வாகைக் குளத்திலிலுள்ள கல்யாணக் கருப்புசாமியைத் தங்களது குலக்கோயிலாக வணங்குகின்றனர். சித்திரான் கூட்டத்தார் நரியம்பட்டியில் உள்ள காத்தாண்டீஸ்வரி கோயிலைத் தங்களது குலக்கோயிலாக வணங்குகின்றனர். மேலும் ஏரமாயத்தேவர் அவரது மனைவி வெள்ளையம்மாளைப் பட்டவன் சாமியாக வணங்குகின்றனர். இங்குள்ள பாப்பாரக்கருப்பு சாமியைக் காவல் தெய்வமாக வணங்குகின்றனர்.

21. மதிப்பனூர்

இக் கிராமம் சேடப்பட்டி ஒன்றியத்தில் அமைந்துள்ளது. இதுவே தெற்குப் பகுதியில் அமைந்துள்ள கடைசிக் கள்ளர் கிராமமாகும்.

மரபுவழி வரலாற்றுக் கதை

கிழக்கு நாட்டில் மேலவளவு கிராமத்தைச் சேர்ந்த சீறும்புலியான் என்பவன் அங்கிருந்த அம்பலக்காரர்களோடு முரண்பாடு கொண்டு தனது சகலப்பாடிகளான தெற்குத் தெருவைச் சேர்ந்த கொங்காபுலியான், ஏராப்புலியான் என்ற இருவரோடு சேர்ந்து மேல்நாடு நோக்கி வந்தான். இதில் கொங்காப்புலியான் பன்னி யானிலும், ஏராப்புலியான் முதலைக்குளத்திலும் குடியமர்ந்தனர். சீறும்புலியான் மதிப்பனூரில் வந்து குடியமர்ந்தான். அவனுக்குச் சின்னவத்தேவன் என்ற மகன் பிறந்தான். அவன் அப்பன் பெயரோடு சேர்த்து சீறும்புலியான் சின்னவத்தேவன் என அழைக்கப்பட்டான். அப்பொழுது சாப்டூர் ஜமீனிற்குரிய மாடுகளை வேறு ஒரு ஜமீன்தாரின் ஆட்கள் கடத்திச் சென்றனர். அம் மாடுகளைச் சீறும்புலியான் சின்னவத்தேவன் மீட்டு வந்து சாப்டூர் ஜமீன்தாரிடம் ஒப்படைத்தான். அதனால் ஜமீன்தார் அவனை அச் ஜமீனில் காவல்காரராய் நியமித்தார். சீறும்புலியான் சின்னவ தேவனுக்கு இரண்டு பெண்பிள்ளைகள்; ஏழு ஆண்பிள்ளைகள். தனது மூத்த பெண்ணைக் கீழ உரப்பனூர் பின்னத்தேவனுக்கும், இளைய பெண்ணைப் பூசலப்புரம் கட்ராண்டி மாயத்தேவனுக்கும் கல்யாணம் செய்து கொடுத்தான். பூசலப்புரத்துக்காரர்களும் தங்களது தங்கையைச் சீறும்புலியானது மூத்தமகனுக்குக் கல்யாணம் செய்து கொடுத்தனர்.

பூசலப்புரத்துக்காரர்கள் ஒரு சமயம் மாசிப் பச்சையன்று தங்களது குலதெய்வத்தை வணங்குவதற்காகக் கருமாத்தூர் ஒச்சாண்டம்மன் கோயிலுக்குச் சென்றிருந்தனர். தங்களது அக்காள்

மக்களாகிய மதிப்பனூர்க்காரர்களையும் உடன் அழைத்துச் சென்றிருந்தனர். அப்பொழுது அவர்களுக்கும் அவர்களது கருமாத்தூர் பங்காளிகளுக்கும் பெரிய சண்டை ஏற்பட்டது. அதனால் பூசலப்புரத்துக்காரர்கள் அக்கோயிலின் பிடிமண்ணை எடுத்து வந்தனர். அப்பொழுது தங்களுடன் வந்த அக்காள் மக்களுக்கும் பிடிமண்ணின் ஒரு பகுதியைக் கொடுத்தனர். அவர்கள் அதனைக் கொண்டு வந்து மதிப்பனூரில் வைத்துக் கோயில்கட்டி தங்களது குலக்கோயிலாய் வணங்கத் துவங்கினர்.[56]

வாழ்கின்ற வம்சாவளிகளும், வணங்குகின்ற குலக்கோயிலும்

இவர்கள் ஒச்சாத்தேவன், ஆண்டத்தேவன், செல்லியத்தேவன், முடுக்கு நாட்டான், அவியன், நரியன், கழியன் என ஏழு பங்காளிகளாய் உள்ளனர். இந்த ஏழு பங்காளிகளும் தாய்வழியில் கிடைத்த மதிப்பனூரில் உள்ள மூணுசாமி ஒச்சாண்டம்மன் கோயிலைத் தங்களது குலக்கோயிலாக வணங்குகின்றனர்.

இதில் முடக்குநாட்டான் பரம்பரையைச் சேர்ந்த சென்றாயப் பெருமாள்தேவன் மாங்கையன் கன்னியம்பட்டியில் குடியேறினான். அவனது வம்சத்தவர் மதிப்பனூரிலிருந்து பிடிமண் எடுத்து வந்து இங்கு வைத்துக் கோயில் கட்டி அதனைக் குலக்கோயிலாக வணங்கி வருகின்றனர்.

மேலும், விட்டிப் பெருமாள் தேவர் வகையறாக்கள் கருமாத்தூர் விருமாண்டி கோயிலிலிருந்து பிடிமண் எடுத்து வந்து மதிப்பனூர் பெருமாள் பட்டியில் வைத்துக் கோயில்கட்டி குலக்கோயிலாக வணங்கி வருகின்றனர்.

22. கச்சிராப்பு

இக் கிராமம் சோழவந்தான் ஒன்றியத்தில் உள்ளது. இது நாகமலைக்கு வடக்கே வைகையாற்றின் தெற்குக் கரையில் அமைந்திருக்கின்றது.

மரபுவழி வரலாற்றுக் கதை

வெயிலாத் தேவன், குட்டித்தேவன் என்ற இரண்டு சகோதரர்கள் தொட்டப்ப நாயக்கனூர் அரண்மனையில் காவல்காரர்களாக இருந்து வந்தனர். அவர்கள் கருமாத்தூர் கேசத்தேவனுக்குத் தாய் வழியில் சகோதரர்கள் ஆவர். அப்பொழுது கருமாத்தூர் ஐந்து தேவர்களும் சேர்ந்து கேசத்தேவனின்மேல் பொறாமை கொண்டு அவனை நாட்டை விட்டுத் துரத்திவிட்டனர். அவர்கள் அனைவரும்

ஒன்று சேர்ந்து தாக்கியதால் தாக்குப்பிடிக்க முடியாத கேசத்தேவன் அங்கிருந்து வெளியேறி பூச்சம்பட்டி செட்டிக்குளத்தில் குடியேறினான். அப்பொழுது அவன் அவர்கள் இங்கும் வந்து தன்னை வந்து தாக்குவார்கள் எனப் பயந்து தொட்டப்ப நாயக்கனூரில் இருந்த தனது நல்லத்தா மக்கள் வெயிலாத் தேவனையும், குட்டித் தேவனையும் தனது பாதுகாப்பிற்காக இங்குக் கொண்டுவந்து குடியமர்த்தினான். வெயிலாத்தேவன் ஒரு வெள்ளாளப் பெண்மணியை மணந்திருந்தான். தம்பி குட்டித் தேவன் விக்கிரமங்கலத்தில் கல்யாணம் செய்திருந்தான். அப்பொழுது கருமாத்தூர்காரர்கள் இங்கு எத்தனை பேர் இருக்கிறார்கள் என்பதனை நெய்விற்குச் செல்லும் ஒரு பெண்ணின் மூலம் துப்பு தெரிந்து கொண்டு திடீரென்று தாக்கத் துவங்கினர்.

செய்வது அறியாது திகைத்த வெயிலாத்தேவனும், குட்டித் தேவனும், கேசத்தேவனை மட்டும் தப்பிக்கச் செய்து கின்னிய மங்கலத்திற்கு அனுப்பி வைத்துவிட்டு அந்த ஊர்க் கண்மாய் கரையில் தாக்க வந்தவர்களோடு நேருக்கு நேர் நின்று சண்டையிட்டனர். அச்சண்டையில் வெயிலாத்தேவனும், குட்டித்தேவனும் அவர்களது உதவியாளர் சக்கிலியன் ஒருவனும் கொல்லப்பட்டனர்.

வெயிலாத்தேவனது வெள்ளாளர் குலத்து மனைவி உடன் கட்டை ஏறி உயிர் துறந்தாள். அதன் பின்பு நிறைமாதக் கர்ப்பிணியாக இருந்த குட்டித்தேவனது மனைவி உயிர் தப்பித்து திருப்பரங்குன்றம் மலைக்கு ஓடி அங்கேயே குடிசை போட்டு வாழ்ந்துவந்தாள். அங்கு அவளுக்குக் கட்டையத்தேவன் என்ற மகன் பிறந்தான். அவன் வளர்ந்து பெரியவனானதும் அவனது தந்தைக்கும், பெரியப்பனுக்கும் நேர்ந்த கதியைப் பற்றி அவனது தாய் சொல்லக் கேட்டு ஆத்திரமடைந்தான். அதனால் தனது தந்தைக்கு நேர்ந்த கதிக்காகப் பழி வாங்கத் திட்டமிட்டான். கருமாத்தூர் நாடு சென்று அங்குக் கோட்டையூரில் இருந்த ஐந்து தேவர்களது குடிசைகளைத் தீ வைத்துக் கொளுத்தி விட்டு ஓடிவந்தான். அதனைப் பார்த்த அவர்கள் அவனைக் கொல்வதற்குத் துரத்தி வந்தனர். அவன் அங்கிருந்து தப்பித்துத் தனது தந்தை வாழ்ந்த ஊரான செட்டிக் குளத்திற்குச் சென்று அங்கிருந்த செட்டியார் வீடு ஒன்றிற்குள் ஓடி ஒளிந்து கொண்டான். அவனைத் துரத்தி வந்தவர்கள் "செட்டியாரிடம் ஒருவன் ஓடி வந்து இங்கு ஒளிந்து கொண்டானே, அவன் எங்கே எனக் கேட்டனர். அதற்கு அந்தச் செட்டியார் "இங்கு யாரும் வரவில்லை உள்ளே எனது பேரன் மட்டும்தான்

உள்ளான்" எனச் சொல்லி அவர்களைத் திருப்பி அனுப்பிவிட்டார். இவ்வாறு தனது உயிரைக் காப்பாற்றிய செட்டியாரிடம் நன்றி கூறி விட்டுக் கிளம்பும் பொழுது அந்தச் செட்டியார் "நீ எங்கே போகிறாய் இங்குள்ள உனது அப்பனது பங்கில் இங்கேயே தங்கி விடு" எனச் சொல்லி அவனை அந்த ஊரிலேயே குடியமர்த்தினார். அங்குக் குடியமர்ந்து வாழத் துவங்கிய கட்டையத்தேவன் உச்சப் பட்டி வாரமிளகித் தேவன் குடும்பத்தில் கல்யாணம் செய்தான். அவனுக்குப் பெரிய கட்டயத்தேவன், சின்ன கட்டயத்தேவன் என்ற இரண்டு பிள்ளைகள் பிறந்தனர்.

அவர்கள் இருவரும் வளர்ந்து பெரியவனாக வளர்ந்த பின்பு தங்களது தாய்மாமன் வாரமிளகித் தேவனுடன் சேர்ந்து விதை நெல் வாங்குவதற்குச் சோழவந்தானுக்குச் சென்றனர். அப்பொழுது அம்மையநாயக்கனூர் ஜமீன்தாருக்குச் சொந்தமான குதிரைகளைச் சிலர் களவாடிச் சென்றுவிடுகின்றனர். இவர்கள் கள்ளராகையால் இவர்கள்தான் களவாடி இருப்பர் எனச் சந்தேகப்பட்டு இவர்கள் மூவரையும் பிடித்து ஜமீன்தார் அடைத்துவிட்டார். அவர்கள் மூவரும் தாங்கள் களவாடவில்லை எனவும் தங்களை விடுவித்தால் களவு போன குதிரைகளை மீட்டுத்தருகிறோம் எனவும் கூறினர். அதற்குச் சம்மதித்த ஜமீன்தார் "இன்னும் ஒரு வாரகாலத்திற்குள் மீட்டுத் தரவில்லையென்றால் உங்களைப் பிடித்து யானைக் காலில் வைத்து இடறிக் கொன்று விடுவேன்" எனச் சொல்லி அனுப்பி வைக்கிறார்.

நாகமலை புதுக்கோட்டையைச் சேர்ந்த குறவர்கள் அக்குதிரை களைக் களவாடிச் சென்றிருப்பது இவர்களுக்குத் தெரியவருகிறது. இம்மூவரும் அங்குச் சென்று அவர்களுடன் சண்டையிட்டு அக்குதிரைகளை மீட்டுக்கொண்டு வந்து, அம்மையநாயக்கனூர் ஜமீன்தாரிடம் ஒப்படைத்தனர். இதனால் சந்தோசமடைந்த ஜமீன்தார், "இன்று இரவு முழுவதும் வைகையாற்றிற்கு வடக்குப் பகுதியில் எவ்வளவு நிலம் எடுத்துக் கொள்கிறீர்களோ எடுத்துக் கொள்ளுங்கள்" எனச் சொல்லி விட்டுச் சென்றுவிட்டார். இவர்கள் வேப்பங்குச்சிகளை வெட்டி ஆப்பு செய்து 100 ஏக்கர் சுற்றளவு நிலத்திற்குச் சுற்றி ஊன்றி விட்டனர். மறுநாள் காலையில் ஜமீன்தார் வந்து பார்க்கும்பொழுது அங்கு ஊன்றப்பட்டிருந்த ஆப்புக் குச்சிகளில் ஒன்றை எடுத்துக் கடித்துப் பார்த்தார். வேப்பங்குச்சி யாகையால் அது கசப்பாக இருந்தது. அதனால் அவர் "இந்த கச்ச ஆப்பு ஊன்றப்பட்டுள்ள 100 ஏக்கரையும் உங்களுக்கே தருகிறேன்" எனக் கூறி அவர்களுக்கே கொடுத்து விட்டார். அதன்

பின்பு அம் மூவரும் அந்த ஊரிலேயே தங்கி வாழத் துவங்குகின்றனர். இவ்வாறு கச்ச ஆப்புக்கள் ஊன்றப்பட்ட பகுதியாகையால் முதலில் கச்சஆப்பு என அழைக்கப்பட்டு பிற்காலத்தில் கச்சிராய்ப்பு என மருவியது.

இவ்வாறு இவர்கள் மூவரும் இங்கு வாழ்ந்து வருகையில் வைகையாற்றில் பெட்டி ஒன்று மிதந்து வருகின்றது. அப்பெட்டியை இம்முவரும் திறந்து பார்க்கின்றனர். அதன் வெளியே ஊர்க்கால அய்யனாரும், உள்ளே கொடிப்புலி கருப்பசாமியும் இருந்தது. அதனை எடுத்து வைத்து அங்கேயே கோயில்கட்டி வணங்கி வருகின்றனர்.[57]

வாழ்கின்ற வம்சாவளிகளும், வணங்குகின்ற கோயில்களும்

வாரமிளகிக் கூட்டம், பெரிய கட்டையன் கூட்டம், சின்ன கட்டையன் கூட்டம் என மூன்று வகையறாக்கள் வாழ்கின்றனர். இதில் வாரமிளகிக் கூட்டமும், அவர்களது அக்காள் மக்களாகக் கருதப்படும் பெரிய கட்டையன் கூட்டமும் ஊர்கால அய்யனார் கோயிலைக் குலக்கோயிலாகவும், சின்னக்கட்டையன் கூட்டத்தார் கொடிப்புலி கருப்பு கோயிலைக் குலக்கோயிலாகவும் வணங்கு கின்றனர்.

23. காடுபட்டி

இக் கிராமம் சோழவந்தான் ஒன்றியத்தில் உள்ளது. வைகை நதியின் தெற்குக் கரையில் அமைந்துள்ளது. காடிநாயக்கன் வாழ்ந்த ஊராகையால் காடிப்பட்டி என அழைக்கப்பட்டது. அதுவே பிற்காலத்தில் காடுபட்டி என மருவியது.

மரபுவழி வரலாற்றுக் கதை

சிந்துப்பட்டிக்கு அருகிலுள்ள சலுப்பப் பட்டியைச் சேர்ந்த அருதிவீரத்தேவர், அம்மையநாயக்கனுர் ஜமீனில் காவல்காரராய் இருந்தார். இவர் வாலாந்தூர் நான்கு தேவர்களுடன் பிறந்த வீரக்காளை மணந்தார். ஒருநாள் மாசிப்பச்சையன்று வாலாந்தூர் அங்காளம்மன் பூசாரி இவர்களுடைய பிள்ளைகளைப் பார்த்து, "அக்கா மக்கள் அருதிவீரத்தேவர் பள்ளயராசா" என அழைத்தார். ஆனால் இவர்கள் தங்களை வேறுசாதியின் பெயரைச் சொல்லி அழைத்ததாக எண்ணி அங்கிருந்து பிடிமண் எடுத்துக் கொண்டு வெளியேறினர்.[58]

வாழ்கின்ற வம்சாவளிகளும், வணங்குகின்ற குலக்கோயிலும்

இவர்கள் அருதிவீரத்தேவர், சின்ன மாசாணத்தேவர், செவத்த மாசாணம், கருத்தவீரத்தேவன் என நான்கு பங்காளிகளாக உள்ளனர். இந்த நான்கு பங்காளிகளும் சிந்துப்பட்டி கண்மாய் கரையில் அமைந்துள்ள அங்காள ஈஸ்வரி கோயிலைக் குலக் கோயிலாக வணங்கி வருகின்றனர்.

24. வடபழஞ்சி

இக்கிராமம் திருப்பரங்குன்றம் ஒன்றியத்தில் உள்ளது.

மரபுவழிக் கதை

ஊராண்ட உரப்பனூரைச் சேர்ந்த வடமலை சுந்தத்தேவனது வம்சத்தில் பிறந்த சோழிவயிரத்தேவன் இக்கிராமத்திற்கு வந்து காவல்காரனாய் குடியமர்ந்தான். அவனது வம்சாவளியினரே இங்கு வாழ்கின்றனர்.

வம்சாவளிகளும், குலக்கோயிலும்

இவர்கள் மூன்று பங்காளிகளாக உள்ளனர். இவர்கள் சித்தாலை சுந்தரவள்ளியம்மன் கோயிலைக் குலக்கோயிலாக வணங்குகின்றனர்.

மேற்கூறிய 24 உபகிராமங்கள் போக இன்னும் சில பூர்வீக முக்கிய கிராமங்களும் உள்ளன. அதில் வாகைக்குளம், பன்னிக்குண்டு, சடச்சிப்பட்டி, கன்னூர், புள்ளநேறி போன்றவை முக்கியமானவை யாகும். வாகைக்குளத்தில் சிக்கந்தன் மலையான் கூட்டத்தார் வாழ்கின்றனர். அவர்கள் அங்குள்ள தென்கரை முத்தையாக் கோவிலை தங்களது குலக்கோயிலாக வழிபடுகின்றனர். சடச்சிப் பட்டியிலுள்ள சொக்கனாண்டிக் கூட்டத்தார் அங்குள்ள அங்காளம்மன் கோயிலைத் தங்கள் குலக்கோயிலாக வழிபடுகின்றனர். பன்னிக் குண்டு, கன்னனூர், புள்ளநேறியை சேர்ந்தவர்கள் கருமாத்தூர் கழுவுநாதக் கோயிலைத் தங்கள் குலக்கோயிலாக வழிபடுகின்றனர்.

அடிக்குறிப்புகள்

1. Louise Dumount, *The South Indian Sub Caste*, 1986, P. 148
2. முத்துத்தேவர், *மூவேந்தர் குல முக்குலத்து தேவமார் வரலாறு*, ப. 144
3. மேல உரப்பனூர் ஊர்ப்பொதுமக்கள், பே.நா : 10.9.2009

4. ச.வ. வயிரத்தேவர்(74), ஊராண்ட உரப்பனூர், பே.நா : 18.1.2009
5. Louise Dumount, *The South Indian Sub Caste*, 1986, P. 163
6. Ibid P. 295
7. திம்மத்தேவர்(70), அம்பட்டையன்பட்டி, பே.நா: 30.6.03
8. க. மொக்கச்சாமி(52), தலைமை ஆசிரியர், மேலச்செம்பட்டி, பே.நா: 25.11.09
9. உச்சப்பட்டி ஊர் பொதுமக்கள், பே.நா : 5.02.05
10. திம்மதேவர்(70), அம்பட்டையன்பட்டி, பே.நா : 30.6.03
11. 1. ப.மு. வீரணத்தேவர்(81), சக்கிலியன் குளம், பே.நா : 9.6.04
    2. வெள்ளையாண்டி சின்னிவீரத்தேவர்(65), சொக்கத்தேவன்பட்டி, பே.நா: 18.6.04
    3. இ. அம்மாவாசி(50), வாலாந்தூர் பஞ்சாயத்து தலைவர், சொக்கத்தேவன்பட்டி, பே.நா: 18.06.04
12. D. புஞ்சன்(66), நாட்டாண்மை, பே.நா : 25.11.09
13. தங்க முத்துத்தேவர்(70), விளாம்பட்டி பே.நா : 2.10.07
14. தியாகி பால்சாமித்தேவர்(87), வலையபட்டி, பே.நா: 24.05.2003
15. மதுரைசாமி(55), சீரங்கம்பட்டி, பே.நா : 24.9.04
16. பூசாரி, ராசுத்தேவர்(50), வடுகபட்டி, பே.நா : 22.6.03
17. பூசாரி தவமணித்தேவர், வடுகப்பட்டி பே.நா : 22.6.03
18. K. அர்ச்சுணன்(52), அன்னம்பாரிபட்டி, பே.நா : 24.4.05
19. கருப்பத்தேவர்(75), வடக்கம்பட்டி, பே.நா : 11.9.04
20. நல்ல குரும்பத்தேவர்(95), முண்டுவேலன்பட்டி, பே.நா : 4.9.04
21. ஆங்கத்தேவர்(55), ஒச்சாண்டம்மன் கோவில் பெரியபூசாரி, கருமாத்தூர், பே.நா : 10.12.04
22. தங்கராஜ்(70), கிண்ணிமங்கலம், பே.நா : 15.11.06
23. பூசாரி தவசித்தேவர்(80), முண்டுவேலன்பட்டி, பே.நா : 4.9.04
24. பெ. அய்யர்த்தேவர்(65), செல்லம்பட்டி, பே.நா : 21.11.04
25. i) M. ஆரஞ்சு(50), பாப்பாபட்டி, பே.நா : 10.6.2003
    ii) O. மனோகரன்(50), பாப்பாபட்டி பே.நா : 10 – 6.2003
26. Louise Dumount, *The South Indian Sub Caste*, PP. 172-173
27. ராசுத்தேவர்(70), தேங்கல்பட்டி, பே.நா : 24.5.05, கிருட்டிணத்தேவர் (65), கட்டத்தேவன்பட்டி.
28. i) சோ.மு. இராமசாமிதேவர்(85), கள்ளபட்டி பே.நா : 15.6.03
29. ஒச்சாத்தேவர்(65), தும்மக்குண்டு, பே.நா : 18.8.04
30. தெய்வம் (46), ஒச்சாண்டம்மன் கோயில் பெரிய பூசாரி, தும்மக்குண்டு, பே.நா : 18.8.04
31. Louise Dumount, *The South Indian Sub Caste*, 1986, P. 164
32. கோடாங்கி பெரியபெருமாள்தேவர் வீட்டுக்கணக்கு நோட்டுப் புத்தகம், ஆரியபட்டி, ப. 84
33. முத்துத்தேவர், *மூவேந்தர்குல தேவமார் சமூக வரலாறு*, 1982, ப. 152
34. Louise Dumount, *The South Indian Sub Caste*, 1986, P. 165

35. கருத்தக் கண்ணத் தேவர்(70), விக்கிரமங்கலம், பே.நா : 28.9.03
36 தேவர் ஜெயராசு (முன்னாள் கிராம முன்சீப்), நாட்டார் மங்கலம், பே.நா : 27.6.03
37. துரைச்சாமித் தேவர்(85), அய்யனார்குளம், பே.நா : 22.8.04
38. நல்லுத் தேவர் (எ) தனிக்கொடித் தேவர்(85), குருவிளாம்பட்டி, பே.நா : 20.3.2009
39. நடுமுதலைக்குளம் ஊர் பொதுமக்கள், பே.நா : 10.5.05
40. தங்கமுத்துத்தேவர்(70), பே.நா : 10.12.07
41. கழுவத்தேவன்(65), பன்னியான், பே.நா : 2.05.05
42. பொன். அரிச்சந்திரன்(45), கீழக்குயில்குடி, பே.நா : 19.07.05
43. சர்க்கரைத்தேவர்(70), தனக்கன்குளம், பே.நா : 29.09.05
44. முத்தையாத்தேவர்(59), விளாச்சேரி, பே.நா : 12.09.06
45. சாக்கிலிபட்டி ஊர் பொதுமக்கள், பே.நா : 12.10.09
46. தோப்பூர் ஊர் பொதுமக்கள் பே.நா : 16.10.09
47. வேலுத்தேவர்(70), சூடாப்புளியங்குளம், பே.நா : 10.12.09
48. ராசுத்தேவர்(75), சாத்தங்குடி, பே.நா : 5.05.2007
49. அய்யர்த்தேவர்(58) கப்பலூர், பே.நா : 4.01.2010
50. கருப்பத்தேவர்(75), மேல்நாடு செட்டிகுளம், பே.நா : 10.1.2010
51. மூக்கத்தேவர்(65), அல்லிகுண்டம், பே.நா : 15.03.2005
52. இராம. குபேந்திரன்(52), மானூத்து, பே.நா : 22.09.05
53. K.R. கருப்பத்தேவர், கருப்பு கோயில் பூசாரி, காளப்பன்பட்டி & S. கந்தசாமித்தேவர்(76), காளப்பன்பட்டி, பே.நா : 19.04.2005
54. தெய்வேந்திரன்(45), பே.நா : 18.04.2005
55. திரு. துரைராஜ்(60), முன்னாள் உள்ளாட்சித்துறை அமைச்சர், பெருங்காமநல்லூர் பே.நா : 07.12.2007
56. அய்யாவுத்தேவர்(85), ம.கன்னியம்பட்டி, பே.நா : 21.04.2005 & கட்டாரி பெரியகருப்பத்தேவர்(66), மதிப்பனூர் பெருமாள்பட்டி, பே.நா : 20.06.2005.
57. பால்சாமித்தேவர்(65), பூச்சம்பட்டி செட்டிக்குளம், பே.நா : 23.06.2005. & மாயாண்டித்தேவர்(75), கச்சிராய்ப்பு, பே.நா : 20.06.2005
58. சுப்பிரமணியத்தேவர்(60), காடுபட்டி, பே.நா : 27.05.2005

தெய்வங்களும் வழிபாடுகளும்

தமிழ்ச் சமூகத்தின் தொன்மையான சமய மரபுகளையும், வழிபாடுகளையும் புரிந்து கொள்ள வேண்டுமென்றால் பிறமலைக் கள்ளர்களது வழிபாட்டு மரபுகளின் மூலமாகவே புரிந்து கொள்ள இயலும். ஏனெனில் தமிழ்ச் சமூகத்தின் பூர்வீக வழிபாட்டுச் சமயமரபுகளான இயற்கை வழிபாடு, முன்னோர் வழிபாடு, தாய்த் தெய்வ வழிபாடு, சண்டையில் இறந்துபோன வீரர்களை வழிபடு கின்ற நடுகல் வழிபாடு போன்றவையே இன்றும் இவர்களின் அடிப்படை வழிபாட்டு மரபுகளாக உள்ளன. இவர்களது தெய்வங்கள் அனைத்தும் மேற்கூறிய நான்கு நிலைகளிலேயே அமைந்திருக்கின்றன. அவற்றைப் பல தெய்வ வடிவங்களில் வைத்து வழிபடுகின்றனர். அவை பின்வரும் நான்கு வகைகளில் அமைந்துள்ளன. 1. குல தெய்வங்கள் 2. காவல் தெய்வங்கள் 3. ஊர்ப் பொதுத் தெய்வங்கள் (அம்மன்) 4. நடுகல் தெய்வங்கள் (பட்டவன்). இவற்றைப் பிரித்துப் பார்ப்பதற்கு முன் இவர்களின் வழிபாடுகளிலுள்ள பொதுவான வழிபாட்டு நெறிமுறைகளைப் பற்றிச் சற்றுப் பார்ப்போம்.

குலதெய்வங்கள்

ஒரு இனத்தின் உட்பிரிவுதான் குலம். ஒரு பொது மூதாதையரின் வழியில் வந்த ஒரு குடும்பம், பல குடும்பங்களாகப் பல்கிப் பெருகும் பொழுது அவை உறவு வழியில் இணைந்து ஒரு குலம் ஆகிறது. குலத்தின் தெய்வம் குலதெய்வமாகும். முதலில் அவை குடும்ப தெய்வங்களாக இருந்து அக் குடும்பங்கள் ஒரு குலமாகப் பெருகும் பொழுது குல தெய்வங்களாகின்றன.[1]

ஒரே குலதெய்வங்களை வணங்குபவர்கள் ஒரே பங்காளி களாகவும் கருதப்படுகின்றனர். இக் குலதெய்வங்களை வணங்குவதன் மூலம் தங்கள் குலம் பல்கிப் பெருகுவதாக நம்புகின்றனர். பெரும்பாலும் முகம் தெரியாத முன்னோர்களும், அவர்களால் நம்பப்பட்ட சக்திகளுமே குலதெய்வ வடிவங்களைப் பெறுகின்றன. அவ்வகையில் பிறமலைக் கள்ளர்கள் பலவகை ஆண் தெய்வங் களையும், பெண் தெய்வங்களையும் தங்கள் குல தெய்வங்களாக வணங்குகின்றனர்.

கழுவநாதன், பொன்னாங்கன், கடசாரி நல்ல குரும்பன், புன்னூர் அய்யனார், பூங்கொடி அய்யனார், ஊர்க் காளை அய்யனார், கல்யாணக் கருப்பு, தென்கரைக் கருப்பு (முத்தையா) சோனைக் கருப்பு, பெத்தனசாமி, ஆதிசிவன், பெருமாள், மலைராமன், கோட்டைக் கருப்பு, வாலகுருநாதன், குருநாதன், மாயன், வீரபுத்திர சாமி, பதினெட்டாம் படிக் கருப்பு போன்ற ஆண் தெய்வங்களையும் – பேச்சியம்மன், ஒச்சாண்டம்மன், சுந்தரவள்ளியம்மன், காத்தாண்டம்மன் (காத்தாண்டீஸ்வரி), அங்காளம்மன் (அங்காள ஈஸ்வரி), சின்னக்கா அம்மன், காமாட்சியம்மன், கண்ணாத்தாள், ஒய்யண்டாள், நல்லதங்காள் போன்ற பெண் தெய்வங்களையும் குல தெய்வங்களாக வணங்குகின்றனர். இதில் எல்லாத் தெய்வங் களைப் பற்றி விரிவாகக் காண இயலாததாகையால் உதாரணத்திற்கு ஒரு சில தெய்வங்களின் வரலாறு அதன் வழிபாட்டு முறைகள் பற்றி விரிவாகக் காண்போம். அதற்கு முன் குல தெய்வ வழிபாட்டில் பின்பற்றப்படுகின்ற சில பொதுவான நடைமுறைகள் பற்றியும் காண்போம்.

கோயில் பெயரும், தெய்வங்களின் அமைப்பும்

ஒவ்வொரு குலதெய்வக் கோயிலும் ஒரு குறிப்பிட்ட வம்சாவளிக்குப் பாத்தியப்பட்டதாக உள்ளது. பெரும்பாலும் ஒரே ஆணின் மரபில் வந்த வம்சத்தவர்கள் அதனைக் குலதெய்வமாக வணங்குகின்றனர். சில குலதெய்வக் கோயில்களை ஒருவரின் ஆண் வாரிசுகளும், பெண் வாரிசுகளும் இணைந்தும் வணங்குகின்றனர். ஒவ்வொரு கோயிலும், ஒரு குறிப்பிட்ட சாமியின் பெயரால் அமைந்திருந்தாலும் பல துணைத் தெய்வங்களையும் உள்ளடக்கியே உள்ளன. அத் துணைத் தெய்வங்கள் பரிவார தெய்வங்கள் என அழைக்கப்படுகின்றன.

இவ்வகையில் ஒவ்வொரு குலதெய்வக் கோயிலிலும் 21 பரிவார தெய்வங்களும் சில கோயில்களில் 42 பரிவாரத் தெய்வங்களும் உள்ளன. ஏதாவது ஒரு தெய்வத்தின் பெயரில் கோயில் அமைந்திருந்

தாலும், எல்லாக் கோயிலின் கருவறையிலும் அய்யன் சாமியே இடம்பெற்றுள்ளது. அய்யன் சாமியே எல்லாத் தெய்வங்களுக்கும் மூலத் தெய்வமாகக் கருதப்படுகின்றது. அந்த அய்யன்சாமியின் வலது, இடது பக்கங்களில் மற்ற பரிவாரத் தெய்வங்கள் எல்லாம் வரிசையாக வைக்கப்பட்டுள்ளன.

கோயிலின் நிர்வாகக் (உள்) கட்டமைப்பு

ஒவ்வொரு குலதெய்வக் கோயிலிலும் தேவர், பூசாரிகள், கோடாங்கிகள் என மூன்று அடுக்குகளாக உள் கட்டமைப்பு அமைந்துள்ளது. இவர்களே கோயில் சார்ந்த எல்லா நிகழ்வுகளையும் நடத்துகின்றனர்.

தேவர்

ஒவ்வொரு கோயிலிலும் எத்தனை வம்சாவளிகள் இடம் பெற்றுள்ளனவோ அவை ஒவ்வொன்றிலிருந்தும் ஒருவர் தேவராகப் பொறுப்பு வகிக்கிறார். அப்படித் தேர்ந்தெடுக்கப்பட்ட தேவர்களில் ஒருவர் பெரிய தேவராகப் பொறுப்பு வகிக்கிறார். இத்தேவர்கள் ஒவ்வொரு குலதெய்வக் கோயிலுக்கும் அவர்களுக்கே உரிய பூர்வீக வழக்கப்படி தேர்வு செய்யப்படுகின்றனர். இத் தேவர்களே கோயில் நிர்வாகத்தின் தலைவர்களாகக் கருதப்படு கின்றனர். கோயிலுக்குரிய வரவு செலவுக் கணக்குகளையும் மற்ற பிரச்சினைகளையும் இவர்கள் தலைமையிலேயே பொதுச்சபை கூடி விவாதிக்கும்.

தேவர் பொறுப்பிற்கு வருபவர் கட்டாயம் திருமணம் ஆனவராக இருக்கவேண்டும். மேலும் மனைவியையிழந்தவராகவோ, மனைவியை மணவிலக்குச் செய்தவராகவோ இருக்கக்கூடாது. ஒருமுறை தேவராகத் தேர்வு செய்யப்பட்டவர் தன் ஆயுள்காலம் முடியும்வரை அப்பொறுப்பில் இருப்பார். அவர் இறந்த பின்பே மற்றவருக்கு அப்பொறுப்புச் செல்லும். தேவராகப் பொறுப்பு வகித்தவர் இறந்த பின்பு, அக் கோயிலுக்குரிய பூசாரிகள், கோடாங்கிகள் அக்கோயிலுக்குரிய குடிமக்கள் எல்லோரும் ஒன்றுகூடி அடுத்த தேவரைத் தேர்வு செய்வர். இத் தேவர் பொறுப்பு அக் கோயிலுக்குரிய பங்காளிகளுக்குள் சுழற்சி முறையில் செல்வதால், அந்த முறைக்குரிய பங்காளிகளில் ஒருவரே தேவராகத் தேர்வு செய்யப்படுவார். அப்பொழுது எல்லோரும் ஒன்று கூடி கொட்டடித்து, சாமி இறக்கி, மாயன் கோடாங்கி அப் பங்காளிகளில் ஒருவரைத் தேவராகத் தேர்வு செய்வார். அவ்வாறு தேர்வு செய்யப்பட்டவரின் மீது நிறைய பானைத் தண்ணீரை ஊற்றியும்

பூசாரி திருநீறு பூசி மாலை போட்டும் அவரைத் தேவராகப் பட்டம் சூட்டுவார். அன்று முதல் அவர் வாழ்நாள் முழுவதும் தேவராகப் பொறுப்பில் இருப்பார். கோயிலில் நடைபெறுகின்ற எல்லா விழாக்களிலும், எல்லா நிகழ்வுகளிலும் பெரிய தேவருக்கும் மற்ற தேவர்களுக்கும் முதல் முதன்மையும், மரியாதையும் அளிக்கப்படுகின்றன. இக்கோயில் சார்பாக அளிக்கப்படுகின்ற மரியாதைகளையும், முதன்மைகளையும் பெரிய தேவரே பகிர்ந்தளிப்பார்.[2]

பூசாரிகள்

சாமிகளுக்குப் பூசை செய்பவர் பூசாரி எனப்படுவர். பூசை என்பது பூஜா என்ற வடமொழிச் சொல்லின் திரிபே எனப் பெரும் பாலான அறிஞர்கள் கருதுகின்றனர்.[3] ஆனால் பூ செய் என்பதே பூசை என மருவியதாகத் தமிழ் அறிஞர்கள் கருதுகின்றனர். அதாவது தெய்வங்களைப் பூக்களால் அலங்கரித்து வழிபாட்டை நடத்துபவர் என்ற பொருளிலேயே முதலில் பூ செய்பவர் என அழைக்கப் பட்டார்.[4] அதுவே பூசாரி என்று மருவியது. இக் குலதெய்வக் கோயில்களில் பெரும்பாலும் பிறமலைக் கள்ளர்களே பூசாரிகளாக உள்ளனர். சில இடங்களில் நாயக்கர், வெள்ளாளர், கம்மாளர் (ஆசாரி), எண்ணெய்ச் செட்டியார், பறையர், பள்ளர், பண்டாரம், வலையர்(மூப்பர்) போன்ற சாதியர் பூசாரிகளாக உள்ளனர். பிராமணப் பூசாரிகளை வைத்துக் கொள்வ தில்லை. அப்படி வைத்துக் கொள்வது தங்கள் தெய்வங்களுக்கு உகந்ததல்ல எனக் கண்டிப்பாக நம்புகின்றனர். எல்லாக் கோயில்களிலும் பெரிய பூசாரி, சின்ன பூசாரி என இரண்டு பூசாரிகள் உள்ளனர். பெரிய பூசாரி கோயிலிலுள்ள சின்ன கருப்புசாமி, ராக்கம்மாள் நீங்கலாக மற்ற எல்லாத் தெய்வங்களுக்கும் பூசை கட்டுவார். சின்னபூசாரி, சின்னக்கருப்புசாமி, ராக்கம்மாளுக்கு மட்டும் பூசை கட்டுவார். பெரிய பூசாரி நீளமாகத் தொங்கும் வாலக்கடுக்கன் அணிந் திருப்பார். சின்னபூசாரி சிவப்புக்கல் பதித்த ஒட்டுக் கடுக்கன் அணிந்திருப்பார்.[5]

பூசாரி பிடித்தல்

பூசாரிகள் பெரும்பாலும் சுழற்சி முறையிலேயே தேர்வு செய்யப் படுகின்றனர். பழைய பூசாரி இறந்து ஒரு வாரத்திற்குப் பின்பு கோயிலுக்குரிய பெரியதேவர், கோடாங்கிகள் கோயில் குடிகள் எல்லோரும் ஒன்று கூடிப் புதிய பூசாரி பிடிப்பதற்கு முடிவு

செய்வர். ஏதாவது ஒரு வெள்ளிக்கிழமை இறங்கு பொழுதில் இவர்கள் எல்லோரும் பாரம்பரியமாகக் கூடுகின்ற இடத்தில் ஒன்று கூடிக் கொட்டடித்துச் சாமி இறக்குவார்கள். அந்த முறை எந்த வம்சா வளியிலிருந்து பூசாரி தேர்வு செய்யப்படவேண்டுமோ அந்த வம்சாவளியைச் சேர்ந்த விருப்பமுடைய எல்லோரும் வரிசையில் நிற்பர். அப்பொழுது எல்லாக் கோடாங்கிகளும் அருள் இறங்கி சாமியாடுவர். அதில் மாயாண்டிச் சாமி கோடாங்கி, சாமியாடி வந்து நிற்பவர்களில் ஒருவரைப் பிரம்பைப் போட்டு இழுத்துச் சென்று கோயில் தேவர்களையும் மற்ற கோடாங்கிகளையும் பார்த்து "இவர் பூசாரியாக இருக்க சம்மதமா?" எனக் கேட்பார். அவர்களும் சம்மதம் எனத் தெரிவித்த பின் அவர் மேல் நிறைபானை நீரை தலையில் ஊற்றி திருநீறு பூசுவர். பின்பு கோயிலுக்குரிய பெரியதேவர் மாலை போடுவார்.

அதன் பிறகு சில நாட்கள் கழித்துப் பூசாரிக்குப் பட்டம் கட்டுவர். ஏதாவது ஒரு வெள்ளிக்கிழமை இறங்கு பொழுதில் தேவர்கள், கோடாங்கிகள், குடிகள் பூசாரியின் வீட்டில் ஒன்று கூடுவர். பூசாரி கோயில் கோடாங்கிகள் எல்லோருக்கும் சைவ விருந்து அளிப்பார். விருந்துண்ட பின்பு கோயிலுக்குரிய பெரிய தேவர் பூசாரியின் மாமன், மைத்துனர்கள் வாங்கிக்கொண்டு வந்துள்ள பட்டுத்துண்டை எடுத்துப் பூசாரியின் தலையில் கட்டி "இன்று முதல் நீதான் இக்கோயிலுக்கும், குடிகளுக்கும் பூசாரி" எனச் சொல்லிப் பட்டம் கட்டுவார். அன்று முதல் அவர் கோயில் பூசாரியாகக் கருதப்படுவார்.

அதன்பின்பு மீண்டும் ஒரு வெள்ளிக்கிழமை இறங்கு பொழுதில் தேவர், கோடாங்கி எல்லோரும் ஒன்று கூடி பழைய பூசாரி வீட்டிற்குச் செல்வர். அங்கு அவர் அதுவரைப் பயன்படுத்தி வந்த விபூதிக் கொப்பரையைச் (சாமி கும்பிட்டு விட்டு) பழைய பூசாரிக் குடும்பத்தினர்கள் புதிய பூசாரியின் கையில் கொடுப்பார்கள். அவர் அதிலுள்ள விபூதியை எடுத்து முதலில் பழைய பூசாரி குடும்பத்தாருக்குப் பூசிவிட்டு, மற்றவர்களுக்கும் விபூதி இட்டு ஆசி வழங்குவார். பிறகு ஒரு வெள்ளிக்கிழமை கோயிலுக்குச் சென்று பொங்கல் வைத்துக் கோயிலுக்குரிய பெட்டிகளுக்குச் சந்தனக்காப்பு சார்த்தி முதல் பூசை கட்டுவார். அன்று முதல் தன் வாழ்நாள் முழுவதும் கோயிலுக்குரிய பூசை பரிவர்த்தனைகளைச் செய்து வருவார். கோயிலுக்குரிய சின்ன பூசாரியும் மேற்கூறிய இதே நடைமுறைகளிலேயே தெரிவு செய்யப்பட்டுப் பொறுப்பு வகித்து வருவார்.[6]

கோடாங்கிகள்

நாட்டுப்புற மக்களின் வழிபாட்டு மரபுகளில் தெய்வங்கள் மனிதர்கள் மீது இறங்கி அருள்வாக்குச் சொல்வதாக நம்புகின்றனர். 'கோ' என்ற சொல்லிற்குத் தெய்வம் என்று பொருள் ஆகும். அந்தக் கோ – வாகிய தெய்வத்தைத் தாங்கி நிற்பவர் கோடாங்கி எனப்படு கின்றார். அவரே சாமி இறங்கி ஆடுபவராகவும், அருள்வாக்குச் சொல்பவராகவும் இருப்பதனால் சாமியாடி என்றும், அருள் வருவதால் அருளாளி என்றும் தெய்வமாக மறுஉருவம் கொள்வதால் மருளாளி என்றும் அழைக்கப்படுகின்றார். எல்லாத் தெய்வங் களுக்கும் கோடாங்கிகள் உள்ளனர். கருவறையில் உள்ள அய்யன் சாமிக்குரிய கோடாங்கி மட்டும் அய்யன்பிடிக்கி என அழைக்கப் படுகின்றார். அவரே தலைமைக் கோடாங்கியுமாவார். அவரது அருள்வாக்குப் பெற்றே, கோவில் திருவிழாக்கள் ஏற்பாடு செய்யப் படுகின்றன. இவ்வய்யன் பிடிக்கிகள் வெள்ளைக்கல் வைத்த ஒட்டுக்கடுக்கன் அணிந்திருப்பர். இதர கோடாங்கிகள் பச்சைக்கல் வைத்த ஒட்டுக் கடுக்கன் அணிந்திருப்பர்.[7]

கோடாங்கி இறக்குதல்

ஒரு சாமிக்குரிய கோடாங்கி இறந்து விட்ட சில நாட்களில் அக் கோயிலுக்குரிய தேவர், பூசாரிகள், குடிகள் மற்றும் கோடாங்கிகள் அனைவரும் பூர்வீகமாகக் கூடுகின்ற இடத்தில் ஒன்றுகூடி, கொட்டடித்து சாமி இறக்குவர். அந்தச் சாமி எந்த வம்சாவளி யினருக்கு ஒதுக்கப்பட்டுள்ளதோ அந்த வம்சாவளியினரைச் சேர்ந்த, கோடாங்கியாக விரும்பக்கூடியவர்கள் சாமியாடுவர். அதில் எவர் ஒருவர் அந்தச் சாமிக்குரிய வாசல் எது? வகை எது? குணம் எது? வம்சம் எது? என்பதனைச் சரியாகச் சொல்கிறாரோ, அவருக்குச் சாமி இறங்கி விட்டதாகக் கருதி கோயிலுக்குரிய பூசாரி மாலை போடுவார். பின்பு சில வாரங்கள் கழித்து ஏதாவது ஒரு வெள்ளிக்கிழமை இறங்கு பொழுதில் எல்லோரும் ஒன்று கூடுவர். அப்பொழுது அக் கோயிலுக்குரிய பூசாரி, "நீ இன்று முதல் இச் சாமிக்குரிய கோடாங்கி" எனச் சொல்லி கோடாங்கியாகப் பட்டம் கட்டுவார். அன்று முதல் அவர் தன் வாழ்நாள் முழுவதும் சாமியாடி மக்களுக்கு அருள்வாக்குச் சொல்லுவார்.

குலதெய்வ வழிபாட்டு முறைகள்

பெட்டி தூக்குதல், சக்தி கிடாய் வெட்டுதல், பள்ளயம் பிரித்துப் பூசை கட்டுதல் ஆகிய மூன்று நடைமுறைகளே எல்லாக் குலதெய்வக்

கோயில்களுக்கும் அடிப்படை வழிபாட்டு நடைமுறைகளாக உள்ளன.

பெட்டி தூக்குதல்

நமது முன்னோர்கள் இறந்து போனால் அவர்களின் பிணங்களை நாம் புதைத்தோ அல்லது எரித்தோ விடுகின்றோம். ஆனால் அவர்களது ஞாபகார்த்தமாக அவர்கள் பயன்படுத்திய பொருட்களை ஒரு பெட்டியினுள் வைத்துப் பாதுகாத்து அதனை வருடத்திற்கு ஒருமுறை எடுத்து, அதற்குரிய மரியாதையைச் செலுத்தி வழிபடுகிறோம். இவ்வாறு வழிபடுதலே பெட்டி தூக்குதல் எனப்படுகின்றது.[8]

கள்ளர்களது திருவிழாக்களில் பெட்டி தூக்குதலே பிரதான நிகழ்வாகக் கருதப்படுகின்றது. இவ்வகையில் முன்னோர்களது உடமைகளைப் பெட்டியில் வைத்து வழிபடுகின்ற முறை யூதர்கள் மத்தியில் வழக்கில் இருந்ததாகப் பைபிள் மூலம் நம்மால் அறிய முடிகிறது.

கிடாய் வெட்டிச் சக்தி நிறுத்துதல்

ஒரு கிடாயை வெட்டி இரத்தத்தைச் சிந்துவதன் மூலம் தெய்வத்தின் சக்தி அந்த ரத்தம் சிந்தப்பட்ட இடத்தில் நிலைத்து விடுவதாக நம்புகின்றனர். அதாவது ஒரு இடத்தில் தெய்வம் நிலைபெற வேண்டுமென்றால் உயிர்ப்பலி மூலமாகத் தான், அதனை நிலைபெறச் செய்ய இயலும் எனவும், உயிர்ப் பலியிடும் பொழுது சிந்தப்படுகின்ற இரத்தத்தைத் தெய்வங்கள் வந்து பருகிச் செல்லும் எனவும் நம்புகின்றனர்.[9]

பள்ளயம் பிரித்துப் பூசை கட்டுதல்

மொச்சைப்பயிர், மற்றும் இதர பயிர்களைக் கம்புமாவில் கலந்து கரும்பு, மா, சக்கரை, வாழைப்பழம் போன்றவற்றை ஒரு இலையில் சாமிகளுக்கு முன் வைத்துப் பூஜை செய்வதையே பள்ளயம் வைத்தல் என்கின்றனர். அக்காலத்தில் கிராமக் கோயில்களுக்குப் பெரிய கட்டடங்கள் கட்டுகின்ற வழக்கம் கிடையாது. அவை பெரும்பாலும் காட்டுப் பகுதிகளில் வெட்டவெளிகளிலேயே இருந்தன. அவற்றில் சாமிகளுக்கு நிரந்தரமான சிலைகள் வைக்கப் படவில்லை. சாமிகளுக்கு அடையாளமாகக் கல் தூண்கள் மட்டும் ஊன்றப்பட்டிருக்கும். திருவிழாக் காலங்களில் மட்டும், மண்ணில் சிலை செய்து வைப்பர். அச் சிலைகளின் முன்பாக இப்

படையல்களை வைக்கும் பொழுது காற்று அடித்து அவற்றைக் கவிழ்த்து விடும். அதனால் கையினால் சிறிய பள்ளங்களைப் பறித்து படையல்கள் எல்லாவற்றையும் அவற்றின் மீது வைப்பர். அவ்வாறு பள்ளங்களைப் பறித்து வைக்கின்ற படையல்கள் பள்ளயங்கள் எனப்பட்டன. பூஜைகள் முடிவடைந்த பின்பு அப் பள்ளயங்களை அச் சாமிக்குரிய கோடாங்கிகளுக்கோ அல்லது அதற்குரிய உரிமைக்காரர்களுக்கோ கொடுத்து விடுவர்.

பள்ளயம் என்ற சொல்லிற்கு வேறு ஒரு பொருளும் சொல்லப் படுகின்றது. பல பொருட்களைச் சாமிக்குப் படைப்பதனால் அவை பல்(பல) இயம் எனப்பட்டது.[10] அச்சொல்லே பள்ளயம் என மருவி அழைக்கப்படுகிறது என்னும் கருத்தைச் சிலர் முன்வைக்கின்றனர். இவ்வாறு பள்ளயம் பிரித்து, பெரிய பூசாரி வாயில் துணிகட்டி சின்னக் கருப்புசாமி, ராக்கம்மாள் நீங்களாக எல்லாத் தெய்வங் களுக்கும் பூசை கட்டுவார். அதுபோல் சின்னச்சாமி கருப்புக்கு மட்டும் சின்னபூசாரி பூசை கட்டுவார்.

கருமாத்தூர் மூணுசாமிகள்

பிறமலைக் கள்ளர்களில் 60 சதவீதத்திற்கு அதிகமானவர்கள் இக் கருமாத்தூர் மூணுசாமிகளைத் தங்களது குல தெய்வங்களாக வணங்குகின்றனர். 'காணியில்லாதவன் கருமாத்தூரான்' என்ற பழமொழி இவர்கள் மத்தியில் வழக்கில் உள்ளது. காணி என்பதற்கு உரிமையுடைய நிலம் என்று பொருள். அதாவது அக்காலத்தில் தங்களுக்கென்று தனி உரிமையுடைய குலக் கோயில்கள் இல்லாத கள்ளர் குழுக்கள், கருமாத்தூர் மூணு கோயில்களில் ஒன்றாகிய கழுவநாதர் கோயிலோடுத் தங்களை இணைத்துக் கொண்டன. இதனையே காணியில்லாதவர்களெல்லாம் கருமாத்தூரைச் சேர்ந்தவர்கள் எனப் பொதுவாகக் குறிப்பிடுகின்றனர்.

மூணுசாமிகளது தொன்ம வரலாறு

கழுவநாதன், பொன்னாங்கன், கடசாரி நல்லகுரும்பன் என்ற மூணுசாமிகளும்[11] பேச்சி, விருமன், மாயாண்டி ஆகியோருடனும் இதர துணைத் தெய்வங்களுடனும் வடக்கிலிருந்து, பாலாறு, நொய்யாறு, கொள்ளிடம், காவேரி கடந்து தெற்கு நோக்கி வந்தனர். வழியில் வைகையாற்றைக் கடந்து மட்டையான் பொட்டல் என்ற இடத்தில் தங்கிப் பூசையிட்டனர். அந்த இடம் பூசைக்கு ஏற்ற இடமாக இல்லையெனக் கூறி, தான்மட்டும் (பூசைக்கு ஏற்ற இடமாக இல்லா) மலையாள நாட்டுக்குச் சென்று பார்த்து விடுவதாகக்

கூறிச் சென்ற விருமன் அங்கிருந்து ஆறாம் புலிக்கோட்டைக்குச் சென்றுவிட்டது.

தன் அண்ணன் விருமன் திரும்பி வராததைக் கண்டு கலக்க மடைந்த பேச்சி, மூணுசாமிகளையும் மற்ற சாமிகளையும் கூட்டிக் கொண்டு நாகமலைக் கணவாயைக் கடந்து வந்தாள். அப்பொழுது தனக்கு எதிரே மனிதர்கள் சிலர் வந்து கொண்டிருப்பதைப் பார்த்த பேச்சி, ஒரு கிழவியாக உருமாறினாள். அக் கிழவியைப் பார்த்து மனமிறங்கிய அம் மனிதர்கள் அவளைப் பாதுகாப்பான இடத்திற்குக் கொண்டு போய் சேர்த்திட எண்ணினர்.

கிழவியை எவ்வாறு தூக்குவது என்று அவர்கள் யோசித்தனர். அப்பொழுது கிழவி உருவிலிருந்த பேச்சி "அட அந்தப் பாறைக்குப் பின்னாடி பாருங்கப்பா" என்று கூறினாள். அவ்வாறே அவர்கள் பார்க்கும் பொழுது பல்லக்கு இருப்பதைக் கண்டனர். அதைக் கண்டு வியந்து, கிழவியாக இருந்த பேச்சியை அதில் அமரச் செய்து தூக்கி வந்தனர். கருமாத்தூர் காட்டிற்குள் சந்தனப் பொய்கை அருகே வந்து பல்லக்கை வைத்தனர். அந்த இடத்தில் பேச்சியும், மூணுசாமிகளும், மண்ணையும் பொன்னையும் சோதித்துப் பார்த்தனர். பொன்னைவிட மண் மகிமை மிக்கதாகத் தெரிந்தது. அதனால் தாம் குடிகொள்வதற்கு இதுவே ஏற்ற இடம் எனக் கருதி பல்லக்கை அங்கேயே இறக்கி வைக்கச் சொல்லி வந்தவர்களை வழியனுப்பினர். அவ்வாறு பல்லக்கு தூக்கி வந்தவர்களது மரபினர் பிற்காலத்தில் பல்லக்கு ஒச்சாத்தேவன் மரபினர் எனப்பட்டனர். பின்பு அங்கேயே குடிகொண்ட பேச்சியும், மூணுசாமிகளும் சங்கு, சேகண்டி முழங்கப் பூசை செய்ய ஆரம்பித்தனர். அதுநாள் வரை அந்த இடம் கொக்குளம் பேய்காமன் காவல் எல்லைக்குட்பட்டதாக இருந்தது. அதனால் தனது காவலுக்கு உட்பட்ட இடத்தில் யாரோ புது ஆட்கள் வந்து பூசை செய்வதனை அறிந்து பேக்காமன் தனது கழுத்தில் மாட்டின் குடலை அள்ளிப்போட்டுக் கொண்டு பேச்சி பூஜை செய்து கொண்டிருந்த இடம் நோக்கி விரைந்து வந்தான்.

தன் இடம் நோக்கி பேக்காமன் வந்து கொண்டிருப்பதை உணர்ந்த பேச்சி, அவனது மாட்டுக்குடலைப் பூமாலையாக்கினாள். அதனைக் கண்டும் பேச்சியின் மகத்துவத்தை உணராத பேக்காமன் வெகு ஆக்ரோசமாக, "நீ யார்? இங்கு உட்கார்ந்து கொண்டு பூசை செய்ய உன்னை யார் அனுமதித்தார்கள்? இது எனது காவல் எல்லையாகும். நாளை நான் திரும்பவும் வருவேன். அப்பொழுது

இங்கு எவருமே இருக்கக்கூடாது” என்று பேச்சியை எச்சரித்து விட்டுச் சென்றான்.

பேக்காமனது எச்சரிக்கையைப் பொருட்படுத்தாது பேச்சி மறுநாளும் அதே இடத்தில் தனது பூசையைத் தொடர்ந்தாள். இந்த முறை பேக்காமன் மாட்டுத்தலைகளைத் தன் கழுத்தில் மாலையாகக் கோத்து போட்டபடி கடும் சினத்துடன் பேக்காமன் நிலம் அதிர வந்தான். உடனே பேச்சி அவன் கழுத்திலிருந்த மாட்டுத்தலை மாலைகளை மல்லிகை, முல்லை, மனோரஞ்சிதம் ஆகிய பூக்களால் தொடுக்கப்பட்ட மாலைகளாக மாற்றி தனது மகிமையைக் காட்டினாள். அதைப் பொருட்படுத்தாமல், “உன் ஆட்டம் என்கிட்டே பலிக்காது. நீ ஒரு பெண் என்பதால், உனக்கு ஏழு நாட்கள் அவகாசம் தருகிறேன். அதற்குள் நீ இந்த இடத்தை விட்டுக் கிளம்பிவிடு. இல்லையேல் உன் சேனைகளை நொடிப் பொழுதில் அழித்து விடுவேன்” என எச்சரித்து விட்டுத் திரும்பினான்.

இதனை பார்த்து மாமிசம் உண்ணாத கடவுள்களான மூணுசாமிகளும், பயந்து ஓடி ஒளிந்து கொண்டன. அதனால் பேக்காமனைச் சமாளிக்க தனது அண்ணன் விருமாண்டியை அழைத்து வர எண்ணி, அவன் இருக்குமிடம் தெரிய மைபோட்டுப் பார்த்தாள். அவன் திருநெல்வேலிக்கு அருகேயுள்ள ஆறாம் புலிக் கோட்டையில் இருப்பது தெரிய வந்தது. அவனை அழைத்து வர தனது தங்கை சுந்தரவள்ளியைத் துணைக்கு அழைத்துக் கொண்டு ஆறாம் புலிக்கோட்டையை நோக்கிப் புறப்பட்டாள். அவ்வாறு செல்லும் வழியில் மரங்கள் அடர்ந்த பூஞ்சோலை ஒன்றைக் கண்டு, அதன் அழகில் மயங்கி சுந்தரவள்ளி அங்கேயே தங்கிவிட்டாள்.

இதனால் பேச்சி தனியாக ஆறாம்புலிக் கோட்டையைச் சென்றடைந்தாள். விருமன் ஒரு ஆண்டிச்சாமியாகையால் அதற்குப் பெண் வாடையே கூடாது என, அவளைக் கோட்டைக்குள் நுழைய விடாமல் காவலர்கள் தடுத்தனர். உடனே பேச்சி வண்டாக உருவெடுத்து நீரெடுத்துச் செல்லும் குடத்திற்குள் விழுந்தாள்.

இவ்வாறு வண்டாக உருவம் கொண்டு கோட்டைக்குள் சென்றதும், பேச்சி சுய உருவம் கொண்டு தலைவிரிகோலமாய் விருமனிடம் சென்று விசயத்தைக் கூறி அழுதாள். தங்கையின் துயரைக்கேட்ட விருமன் “பேச்சியே, இங்கு இக்கோட்டையின் அதிபதியாகிய மலட்டு நாடான் எனக்குச் சகல மரியாதையும் செய்து வைத்திருக்கிறார். அவர் எனக்குத் தினமும் ஒரு சூலிப் பெண்ணும் மூன்று கிடாய்கள் உள்பட மூன்றுகால பூஜை அளிக்கிறார். அது போல் உன்னால் தர இயலுமா?’’ எனக்

கேட்டான். மூன்றென்ன ஆறுகால பூசையே தருகிறேன்' எனச் சத்தியம் செய்து கொடுத்தாள். பேச்சியின் உறுதி மொழியைக் கேட்டு மகிழ்ந்த விருமன் தனது தங்கையுடன் கருமாத்தூர் எல்லைக்கு வந்தான். தனது அண்ணன் தனக்குப் பக்கதுணையாக இருக்கும் தைரியத்தில் பேச்சி தனது பூஜையை மீண்டும் துவக்கினாள்.

பூசைச் சத்தத்தை கேட்டதும் மீண்டும் பேக்காமன் புறப்பட்டு வர அவனை விருமன் எதிர்கொண்டு தடுத்து நிறுத்தினான். இருவருக்கும் இடையே கடுஞ்சண்டை நடந்தது. இறுதியில் தனது தண்டாயுதத்தை எடுத்து விருமன் வீசியெறிந்தான். பின் அவன் பேக்காமனைப் பார்த்து, இந்தத் தண்டாயுதத்தை நீ கையில் எடுத்து விட்டாயானால் நான் உன்னிடம் தோற்றுவிட்டதாக அர்த்தம் என்றான். விருமன் இவ்வாறு சவால் விட்டதைக் கண்டு, கடும் கோபம் கொண்ட பேக்காமன் தரையில் விழுந்து கிடந்த தண்டாயுதத்தைத் தூக்க முயன்றான். அவ்வாறு அவன் தூக்க முயன்ற பொழுது பூமிதான் அதிர்ந்ததே ஒழிய தண்டாயுதத்தை அவனால் தூக்க இயலவில்லை.

திடீரென்று பூமி அதிர்வதைக்கண்டு திகைத்த அழகர், சொக்கநாதர், மீனாட்சி, முருகன் என அனைவரும் விருமனுக்கும், பேக்காமனுக்கும் சண்டை நடைபெற்ற இடத்திற்கு வந்தனர். அதற்குள் தனது தண்டாயுதத்தை எடுத்துப் பேக்காமனது குதிரையின் பின்னங்கால்களை விருமன் உடைத்தான்.

நடந்தவற்றை அறிந்து சொக்கநாதரும், அழகரும், முருகனை அழைத்து பேக்காமனுக்கும், விருமனுக்கும் இடையே மத்தியஸ்தம் செய்யுமாறு கூறினார். அதன்படி முருகன் இருவருக்கும் இடையே மத்தியஸ்தம் செய்யத் துவங்கினார். தொட்டப்ப நாயக்கனூர் வடிவாசலில் கொடி ஒன்றை ஊன்றி வைப்போம். பேக்காமனது குதிரையில் விருமன் ஏறிச்சென்று அக்கொடியை எடுத்து வரவேண்டும். அவ்வாறு வரும் வழியில் விருமன் எத்தனை கிராமங்களைக் கடந்து வருகிறாரோ, அத்தனை கிராமங்களும் அவருக்குச் சொந்தமாகும். அதே போன்று மீனாட்சியம்மன் கோயிலிலுள்ள மொட்டைக் கோபுரத்தில் கொடி ஒன்று ஊன்றப் படும். விருமனது குதிரை மீதேறி பேக்காமன் அந்தக் கொடியை எடுத்து வரவேண்டும். அவ்வாறு வரும் வழியில் பேக்காமன் எத்தனை கிராமங்களைக் கடந்து வருகிறாரோ அத்தனை கிராமங்களும் பேக்காமனுக்கே சொந்தமாகும். இவ்வாறு வரும் அவ்விருவரில் எவர் முதலாவதாக வருகிறாரோ அவரே போட்டியில்

வென்றவராவார் என்று முருகப்பெருமான் கூறியருளினார். இவ்வாறு முருகப்பெருமான் மத்தியஸ்தம் செய்த இடமே இன்று தேனி நெடுஞ்சாலையில் ரயில்வே கேட் அருகேயுள்ள மத்தியஸ்த கருப்புகோயிலாக உள்ளது.

முருகன் மத்தியஸ்தம் செய்த இடத்துக்கும் தொட்டப்ப நாயக் கனூருக்கும் இடையேயுள்ள தூரம் மீனாட்சியம்மன் கோயிலிலுள்ள தூரத்தைக் காட்டிலும் இரண்டு மடங்கு அதிகமாகும். இதனைக் கேட்ட பேச்சி “முருகன் தன் அண்ணன் விருமனுக்கு நொண்டிக் குதிரையைக் கொடுத்து ஓரவஞ்சனை செய்து விட்டானே” என்று ஆதங்கப்பட்டாள். அதனால் பேக்காமன் செல்லும் வழிகளில் தான் மைக்காரி வேடமிட்டு ஆட ஆரம்பித்தாள். அவளது ஆட்டத்தைக் கண்டு அவளது அழகில் மயங்கிய பேக்காமன் அங்கேயே நின்று விட்டான். நொண்டிக்குதிரையில் ஏறி கொடியை எடுத்துக் கொண்டு கருமாத்தூரை சுற்றிலும் உள்ள கிராமங்களை வலம் வந்த விருமன் போட்டியில் வெற்றி பெற்றான். அதோடு கொக்குளத்திற்கு கட்டுப்பட்ட இரண்டு கிராமங்களையும் தாண்டி கொடியை ஊன்றினான். அப்போதும் பேக்காமனுக்கு ஆதரவாக பேசிய முருகன் “நீ சுற்றி வந்த கொக்குளம் மேலத்தெருவை மட்டும் பேக்காமனுக்கு விட்டுத்தரவேண்டும்” என்று கூறி விருமனுக்கு உத்தரவிட்டார்.

அதுவரையில் பொறுமையாக இருந்த பேச்சி “முருகா ஓரவஞ்சனையாக நீ தீர்ப்பு தந்துள்ளாய் இனி எக்காலத்திலும் என்னை வணங்கும் மக்கள், உன்னை வணங்கமாட்டார்கள்” என்று ஆவேசம் கொண்டு கூறினாள். அன்றைய தினத்திலிருந்து இது நாள் வரையில் கருமாத்தூரை சுற்றியிருக்கும் பதினெட்டுப் பட்டிக்காரர்களும் கருமாத்தூர் மூணுசாமியைத் தங்களது குலதெய்வங்களாக வணங்குபவர்களும் அதிலிருந்து பிடிமண் எடுத்துச்சென்றவர்களும் முருகன் கோவில் பக்கம் கூட செல்லாதது, மட்டுமல்ல அதனை வழிபடுவதும் இல்லை. அதற்குப் பெயர் கொடுப்பதும் இல்லை. அப்படி யாராவது செய்தால் அவர்களை ஊரைவிட்டு ஒதுக்கி வைத்து விடுவர். மேலும் கார்த்திகை தீபத்தன்று கூட வீடுகளில் தீபம் ஏற்றுவது மில்லை என்பதோடு கார்த்திகை அன்று தங்கள் துக்கத்தைத் தெரிவிக்கும் விதமாக அனைவரும் காணக்கஞ்சி காய்ச்சி குடிப்பர். முருகன் அளித்த தீர்ப்புக்குப் பிறகும் கூடப் பேக்காமனால் தனக்குத் தொல்லைகள் வரக்கூடும் என்று பயந்த பேச்சி தனது அண்ணன் விருமனை என்றென்றும் தன்னுடனேயே வைத்துக் கொள்ளத் திட்டம் ஒன்றையும் தீட்டினாள்.

பூசைக்கென குடில் போடப்பட்டிருந்த இடத்தில் பெரிதாகக் குழி ஒன்றை வெட்டி அதற்குள் இரண்டு பூதங்களை மறைந்திருக்குமாறு உத்தரவிட்டாள். தனது அண்ணன் விருமனைக் குழிக்கு அருகே அழைத்து வந்த பேச்சி, தனது கணையாழி குழிக்குள் விழுந்து விட்டதாகப் பொய்யுரைத்துக் குழியைக் காட்டினாள். குழிக்குள் இறங்கிய விருமன் கணையாழியைத் தேடத் துவங்கியபொழுது குழிக்குள் பதுங்கி இருந்த இரண்டு பூதங்களும் சட்டெனப் பாய்ந்து சங்கிலியால் விருமனைக் கட்டிப் போட்டன. குழிக்கு மேலிருந்த இரு பூதங்களும் பெரிய கற்களைக் கொண்டு குழியை மூடின.

இதனைக்கண்டு மனம் வெதும்பிய விருமன் “பேச்சியம்மா... உன்னைக் காப்பாற்ற வந்த என்னை நீ குழிக்குள் கட்டிப்போட்டு விட்டாயே! இது நியாயமா? என்று கேட்டான். அப்பொழுது தனது செயலிற்காகப் பேச்சி மன்னிப்புக் கேட்டாள். “அண்ணே நான் ஆறுகால பூஜை செய்ய வேண்டும். ஒவ்வொரு பூஜைக்கும் ஒரு சூலிபெண் பலி கொடுக்க வேண்டும், அவ்வாறு நான் செய்தால் இந்த 18 பட்டியிலும் மக்கள் இனமே இல்லாமல் போய்விடும். அப்படி நான் ஆறுகால பூஜை செய்யாவிட்டால் நீ ஆறாம்புலிக் கோட்டைக்குச் சென்று விடுவாய். அதனால்தான் நான் இவ்வாறு செய்தேன். தினமும் உனக்கு நான் பூசை செய்யாவிட்டாலும் வருடத்திற்கு ஒரு முறை ஆடி மாதம் கடைசி வெள்ளியன்று உச்சிகால பூஜை செய்கிறேன் என்றாள். அதன் பிறகு இந்த மூணுசாமிகளான கழுவநாதன், பொன்னாங்கன், கடசாரி நல்லகுரும்பன் ஆகிய சாமிகளும் மற்றும் பேச்சியும், விருமனும், மாயனும் இதர துணை தெய்வங்களும் இங்குக் குடிகொண்டு இம்மக்களைக் காத்து வருகின்றன எனக் கூறுகின்றனர்.[12]

கழுவநாதசாமி (கோயில்)

கழுவநாதசாமி, காசிநாதன், காசிவிஸ்வநாதன், கலியுகசாமி, கலியுக சிதம்பரேஸ்வரர் எனப் பல பெயர்களில் அழைக்கப்படுகின்றார். இங்ஙனம் பல பெயர்களில் அழைக்கப்பட்டாலும் கழுவநாதன் என்பதே இதன் பாரம்பரியப் பெயராகும். இச் சாமிக்குப் பெயர் கொடுப்பவர்கள் கழுவன், கழுவாயி, கழுவத்தேவன், முத்துக்கழுவன், கழுவாயம்மாள் என்றே பெயர் கொடுத்து வந்தனர் என்பதன் மூலம் இது பாரம்பரியமாகக் கழுவநாதன் என்றே அழைக்கப்பட்டு வந்தது என்பதனை அறிய முடிகிறது.

கழுமரம் - கருமாத்தூர்

இக் கழுவநாத வழிபாடு இன்று சைவ அடையாளமாக முன்னிறுத்தப்படுகின்றது. அக்காலத்தில் இப்பகுதியில் சமணர்கள் அதிகமாக வாழ்ந்தார்கள். இப்பகுதியில் உள்ள மலைகளில் உள்ள சமணக்குகைகளும், சமணப்படுகைகளும் அதற்கு இன்றளவும் சான்றுகளாய் உள்ளன. எண்ணாயிரம் சமணர்கள் பிற்காலப் பாண்டியர் காலத்தில் கழுவில் ஏற்றிக் கொல்லப்பட்டார்கள் என பெரியபுராணம் கூறுகிறது. மதுரை நகரத்தின் புறநிலைப் பகுதி களிலேயே இக் கழுவேற்றம் அதிகமாக நடந்தன. இறந்தவர்களையும், கொல்லப்பட்டவர்களையும் வணங்குகின்ற பண்புடைய கள்ளர்கள், கழுவேற்றி கொல்லப்பட்ட சமணர்களை நினைவுகூரும் வகையில் அவர்களைக் கொண்டு கழுமரங்களை வழிபடத்துவங்கினர். அக் கழுமர வழிபாடே கழுவநாத வழிபாடாக வளர்ந்தது. பிற்காலத்தில் சைவம் மேலோங்கிய காலத்தில் இவ்வழிபாடு சைவ அடையாளமாக மாற்றப்பட்டது. இன்றும் விருமாண்டி கோயிலில் பேச்சி சந்நிதிக்கு எதிர்ப்புறத்தில் ஒரு கழுமரம் ஊன்றப்பட்டு உள்ளது. ஆடி கடைசிவெள்ளி அன்று இக்கழுமரத்தில் சேவலைக் குத்தி வழிபடுகின்றனர். இந்நிகழ்வு கழுவேற்றத்தை நினைவுகூர்வதாகத் தொல்லியியல் ஆய்வாளர் கே.டி. காந்திராஜன் குறிப்பிடுகின்றார்.[13] தற்போது கழுவநாதர் சிவனின் அடையாளமாக முன்னிறுத்தப் படுகிறார்.

கோவில் அமைவிடம்

இக் கழுவநாதகோயில் இரண்டு இடங்களில் அமைந்துள்ளது. இதில் கழுவநாதர் சுத்தபத்தமான தெய்வமாக அல்லது சைவ தெய்வமாகக் கருதப்படுகின்றார். ஆனால் அவருக்கான கோயில் பூசாரிபட்டிற்குத் தெற்கே கருமாத்தூர் வடக்கம்பட்டி சாலையில் அமைந்துள்ளது.

பேச்சியம்மன், விருமன்சாமிகள் அசைவச் சாமிகளாகையால் அதற்கான கோயில் பூசாரிப்பட்டிக்கு வடக்கே வயல்நிலங்களுக்கு மத்தியில் அமைந்துள்ளது. இவை இரண்டும் வெவ்வேறு இடங்களில் அமைந்திருந்தாலும், ஒரே கோயிலாகவே கருதப்படுகின்றன.

கோயில் நிர்வாக அமைப்பு (உள் அமைப்பு)

இக்கோயிலின் நிர்வாக அமைப்பு பூசாரி, மணியாரிகள், மணிக் கிராமங்கள் என மூன்று அடுக்குகளாய் அமைந்துள்ளது. சோழிய வணிகர் செட்டியார் குலத்தைச் சேர்ந்தவர்கள் பூசாரிகளாய் உள்ளனர். துவக்கத்தில் உச்சபட்டியைச் சேர்ந்த இராணிசோழத்

தேவன் என்பவரே இதன் பூசாரியாக இருந்தார். அவருக்குக் குஷ்டவியாதி உண்டானது. அதனால் இனித் தன்னால் சாமியைப் பூஜிக்க முடியாது எனக் கருதி அப்பொழுது எண்ணெய் வியாபாரத்திற்காகத் திண்டுக்கல்லிலிருந்து இங்கு வந்திருந்த தெய்வ விநாயகச் செட்டியாரிடம் பூசாரிதனத்தை ஒப்படைத்தார். அவருக்குத் தெய்வநாயகம், ஆனந்தம்செட்டி முத்துக்கழுவன் செட்டி, சிதம்பரம் செட்டி, பேயாண்டிச்செட்டி, மாயாண்டிச்செட்டி விரியன் செட்டி, சடையாண்டி செட்டி என எட்டுப் பிள்ளைகள் பிறந்தனர். அவர்களது மரபினர்களே கொடிகள் வழியில் தந்தைக்குப் பின் மகன் என்ற வகையில் பூசாரிகளாக இருந்து வருகின்றனர். ஒரு பூசாரிக்குப் பிள்ளையில்லை என்றால்தான் பூசாரித்தனம் அடுத்த பங்காளிக்குச் செல்கிறது.

இக்கோயில் பல சாதியினரும், கள்ளர்களில் பல வம்சாவளி யினரும், பல கிராமத்தவர்களும் சேர்ந்து வழிபடக்கூடிய, கோயிலாகையால் நிர்வாகத் தலைவர்கள் தேவர்கள் என்றோ, பங்காளிகள் என்றோ அழைக்காமல் மணியாரிகள் என்று அழைக்கின்றனர். இவ்வகையில் ஐந்து மணியாரிகள் உள்ளனர். கண்ணனூர் சோமதேவன், எழுமத்தேவன் என இரண்டு மணியாரிகள், முண்டுவேலன்பட்டி கருத்தான் செட்டி ஒரு மணியாரி, உச்சப்பட்டி ராணிசோழத்தேவன் ஒரு மணியாரி, கோவிலாங்குளம் ஆசாரி ஒரு மணியாரி என ஐந்து மணியாரிகள் உள்ளனர். இந்த மணியாரிகளே கோயிலின் விழாக்கள் மற்றும் வழிபாடுகளுக்கு ஏற்பாடுகள் செய்கின்றனர். கணக்கு வழக்குகளை மேற்பார்வையிடுகின்றனர். மேற்கூறிய மணியாரிகள் போக இக் கோயிலுக்குரிய கிராமங்கள் மணிக்கிராமங்கள் என அழைக்கப் படுகின்றன.

முதலில் இக்கோயிலைத் கேசத்தேவன் வகையறாக்கள், தங்கள் குலக்கோயிலாக வழிபட்டு வந்தனர். கருமாத்தூர் நாட்டில் நடந்த உள்சண்டை காரணமாகக் கேசத்தேவன் வகையறாக்கள் நாட்டை விட்டு வெளியேற்றப்பட்டனர். அதன் பிறகு ராணி சோழத்தேவன் வம்சத்தவர் இக்கோயிலை வழிபட்டு வந்தனர். அவனது ஏழு பிள்ளைகளில் ஆறு பேர் பிரிந்து சென்று காக்குவீரன் கருப்புக் கோயிலை வழிபட ஆரம்பித்தனர். அதனால் இக்கழுவநாத கோயிலை வழிபடுவதற்கு ஆட்கள் இல்லாமல் போனது. மேலும் அக்காலத்தில் கள்ளர்களில் பல வம்சாவளியினர் தங்களுக்கென்று தனிக்கோயிலோ குலஅடையாளங்களோ இல்லாமல் இருந்தனர். அவ்வாறு அடையாளங்கள் அற்று இருந்த கள்ளர் கிராமங்களுக்கு மணி கொடுத்து அவைகளை இக்கோயிலுடன் மணிக்கிராமங்களாய் பூசாரி இணைத்தார். அவ்வகையில் கீழ்வரும் 22 மணிக்கிராமங்கள்

இணைக்கப்பட்டன. 1. பன்னியான், 2. கொக்குளம், 3. கழுதைப் பாறைப்பட்டி, 4. சிக்கம்பட்டி, 5. கின்னிமங்கலம், 6. விளாச்சேரி, 7. வடிவேல்கரை. (கீழக்குடி) 8. சாக்கிலிப்பட்டி, 9. மேல்நாடு செட்டிக்குளம் 10. தனக்கன்குளம். 11. கீழஉரப்பனூர், 12. மேலஉரப்பனூர், 13. சாத்தங்குடி, 14. புளியகவுண்டம்பட்டி, 15. பூசலப்புரம், 16. மதிப்பனூர், 17. வடுகபட்டி, 18. பன்னிக்குண்டு, 19. வலையபட்டி, 20. கப்பலூர், 21. கல்லுப்பட்டி, 22. பொட்டுலுப் பட்டி.

இந்த 22 கிராமத்தைச் சேர்ந்தவர்களும் இதனைக் குலக் கோயிலாக வழிபட்டு வருகின்றனர்.[14]

கோயிலின் அமைப்பும் 21 தெய்வங்களும்

இவ்விரு கோயில்களும் கிழக்கு முகமாக அமைந்துள்ளன. இரண்டு கோயிலிலும் சேர்த்து 21 தெய்வங்கள் உள்ளன. கழுவநாத கோயிலின் கருவறையில் கழுவநாதர் சாமி உள்ளது. இது அருவமாக வழிபடப்படுகிறது. இக்கருவறையில் எந்தச் சிலைகளும் இல்லை. வெறும் பீடம் மட்டுமே உள்ளது. அதற்கு அடுத்துப் பிள்ளையார், மாயாண்டி, வாடசன்யாசி, நந்தீஸ்வரன், கரும்புதின்ற யானை, சின்னதங்கம்மாள், பெரிய தங்கம்மாள், அக்கினித்தங்கம்மாள், வீரபத்திரர், பாப்பார கருப்பு போன்ற தெய்வங்கள் உள்ளன. இந்த 21 தெய்வங்களுக்குச் சம்மந்தமில்லாத நவக்கிரகங்கள் சமீபத்தில் வைக்கப்பட்டுள்ளன.

அடுத்து, பேச்சியம்மன் கோயிலில் பெருமாள், விருமாண்டி, பேச்சியம்மன், கழுமரம் முத்துக் கருப்பணசாமி, சுந்தரவள்ளியம்மன், வைரவன், ஏழு கன்னிமார், கம்பத்தடி கருப்பன், கருடன், ஒய்யாண்டம்மன் போன்ற சாமிகள் உள்ளன. பேச்சியம்மன் கோயிலும் (விருமாண்டி) கிழக்கு முகமாகவே அமைந்துள்ளது. விருமப்பசாமி இக் கோயிலின் காவல் தெய்வமாகக் கருதப்படு கின்றது.

மாசிப்பச்சைத் திருவிழா

கள்ளநாட்டுக் குலதெய்வங்களுக்கு ஆறு கால பூசை செய்யப்படு கின்றது. அதாவது வருடத்திற்கு ஆறு முறை பூசை செய்து வழிபடுகின்றனர். தைமாத பூசை, மாசிப்பச்சை பூசை, பாரிவேட்டை பூசை, சித்திரைப் பிறப்பு பூசை, ஆடி பதினெட்டாம் பெருக்குப் பூசை, கார்த்திகை மாத பூசை என ஆறு காலங்களில் சாமிகளுக்குப் பூசை செய்து வழிபடுகின்றனர்.

இதில் மாசிப்பச்சை பூசை பெரியபூசை என அழைக்கப்படுகின்றது. மாசிமாதம் வரும் அமாவாசை சிவராத்திரி நாள் அன்று இப்பூசை அனுசரிக்கப்படுகின்றது. இதனைப் பூசை செய்தல் என்பதைக் காட்டிலும் பச்சை போடுதல் என்றே அழைக்கின்றனர். இது இறந்த முன்னோர்களை ஞாபகப்படுத்துகின்ற அல்லது அவர்களை வணங்குகின்ற விழாவாகவே உள்ளது. அக்காலங்களில் சில நீர்வளம் மிக்க பகுதிகளில்தான் நெல் விளைந்தது. மற்ற பகுதிகளில், மொச்சைப்பயிர், தட்டாம்பயிர், பாசிப்பயிர், கானப்பயிர் போன்ற பயிர்வகைகளே அதிகமாக விளைந்தன. அவ்வாறு விளைந்த பச்சை பயிர் வகைகளை எடுத்து வந்து அவற்றைப் படையல் வைத்துப் பூசை செய்து முன்னோர்களை வழிபடுதலே மாசிப்பச்சைத் திருவிழாவாகும். இதனை மாசிக்களரி எனவும் கூறுகின்றனர்.

மாசிமாதம் அமாவாசை தினத்திற்கு முன்தினம் இரவு 8 மணி அளவில் பூசாரிபட்டியில் உள்ள பெட்டி வீட்டிலிருந்து கழுவநாதகோயிலுக்குப் பெட்டிகள் தூக்கி செல்லப்படும். இதில் கழுவநாத சாமிக்குரிய பெட்டியைப் பெட்டி பூசாரியும், பேச்சியம்மாளுக்குரிய பெட்டியைக் கோவிலாங்குளம் ஆசாரியும் சுமந்து வருவர். பெட்டிகள் கழுவநாத கோயிலுக்கு வந்த பின்பு பெட்டிகளிலிருந்த ஆபரணங்களை எடுத்துச் சாமிகளுக்கு அலங்காரம் செய்வர். மக்கள் சாரை சாரையாக வந்து பழம் தேங்காய் மாற்றியும், சாமிகளுக்கு மாலை சாத்தியும் வழிபாடு செய்வர். மேலும் 22 மணிக்கிராமத்தைச் சேர்ந்தவர்கள் தங்களது கோடாங்கிகளுடன் கொட்டு மேளம் முழங்க சாமியாடிக் கொண்டு வருவர். இதில் பன்னியான்காரர்கள் கொடை பிடித்து சாமியாடிக் கொண்டு முதலில் வருவர். அதன்பிறகு 12 மணிக்கு சாமபூஜை நடைபெறும். அப்பொழுது பெரிய பூசாரி, முகத்தில் வாய்பகுதியை மட்டும் துணியால் மூடிக்கொண்டு 21 சாமிகளுக்கும் பூசை செய்வார். அதன் பிறகு பெட்டிகள் பேச்சி கோயிலுக்கு எடுத்துச் செல்லப்படும். அங்குள்ள சாமிகளுக்குப் பூஜை செய்யப்பட்ட பின்பு சுமார் 3 மணியளவில் பெட்டிகள் மீண்டும் கழுவநாதகோயிலுக்குள் திரும்பும். அதிகாலை 4 மணியளவில் மாவு மொச்சைபயிறு, கரும்பு, சர்க்கரை முதலியவற்றைக் கொண்டு தழுகைப் போடப்பட்டுப் பள்ளயம் பிரிக்கப்படும். அதன்பிறகு சங்கு சேகண்டி முழங்க அதிகாலைப் பூசை நடைபெறும். இவற்றிற்கிடையில் கழுவநாத கோயிலில் உள்ள நாடகமேடையில் கீழக்குடி மூன்று தேவர் மக்களால் நடத்தப்படும் வள்ளித் திருமணம் நாடகம் விடிய விடிய நடைபெறும்.

மறுநாள் அமாவாசையன்று நடுச்சாமம் 21 தெய்வங்களுக்கும் அமாவாசைப் பூசை நடைபெறும்.

அதற்கு அடுத்து மூன்றாவதுநாள் பாரிவேட்டை நாளாகும். அன்று காலை 10 மணியளவில் பெட்டிகள் கழுவநாத கோயிலிலிருந்து பேச்சியம்மன் (விருமாண்டி) கோயிலுக்கு வரும். அங்குக் கழுவநாதன், பொன்னாங்கன், கடசாரி நல்லகுரும்பன் என்ற மூன்று சாமிகளுக்கும் மூன்று பொங்கல் வைக்கப்படும். பிறகு 21 சாமிகளுக்கும் தழுகை போடப்பட்டுப் பள்ளயம் பிரித்துப் பூசை செய்யப்படும். அதன் பின்பு பெட்டி முன்பு சக்தி கிடாய் வெட்டப் படும். அப் பூசாரிக் கிடாயைக் கண்ணனூர் தேவர்கள் வெட்டுவர். இறுதியாக விருமாண்டி கோயிலிலிருந்து பெட்டிகள் மேளதாளம் முழங்க பூசாரிப்பட்டிக்கு எடுத்துச் செல்லப்பட்டு அங்குள்ள பெட்டி வீட்டில் வைக்கப்படும்.

மாசிப்பச்சைத் திருவிழா அன்று இந்தக் கழுவநாத கோயிலுக்கு மட்டும் சுமார் 1 லட்சம் மக்கள் வந்து வழிபட்டுச் செல்வர்.

ஆங்காள அய்யன் கோயில்

மூணுசாமிகள் வரிசையில் அடுத்து இடம் பெறுவது ஆங்காள அய்யன் சாமியாகும். இது பொன்னாங்கன் சாமியென்றும் அழைக்கப்படுகின்றது. இப் பொன்னாங்கன் வழி வந்த உலகநாதன் மணக்க விரும்பிய ஒச்சாண்டம்மன் என்ற பெண் தெய்வத்தின் பெயரால் இக்கோயில் ஒச்சாண்டம்மன் கோயில் என்றும் அழைக்கப்படுகின்றது.

இக்கோயிலின் பாத்திய உரிமை

மண்ணுலகாத்தேவன் மக்கள் மதயானை, சின்னுடையான், கொல்லி, ஆண்டச்சரான், கட்ராண்டி, புளுத்தான் ஆகிய ஆறு பங்காளிகளுக்கும் இவர்களது அக்காள் மகன் தடியன் இரண்டு பங்காளிகளுக்கும், பெண் வாரிசுகளான கொடிக்குளம் பிரவிய ஒச்சான், செம்பட்டி மலட்டு ஒச்சான், வலங்காங்குளம் குருக்கன், பாப்பாபட்டி ஒச்சான், மதிப்பனூர் ஒச்சான் என்ற ஐந்து தாய் மக்களுக்கும் பாத்தியப்பட்ட கோயிலாகும்.

கோயிலின் அமைவிடமும், அமைப்பும்

இது கருமாத்தூர் கிராமத்தில் மதுரை தேனி நெடுஞ்சாலையின் வடக்குப் பகுதியில் அமைந்துள்ளது. இதன் அமைப்பு கிழக்கு முகமாக உள்ளது. இக்கோயிலின் அமைப்பு கிராமியக் கோயில்

கட்டடகலைக்கு எடுத்துக்காட்டாக, பாரம்பரியம் மாறாமல் மிகவும் கம்பீரமாக அமைந்துள்ளது.

இக்கோயிலுக்குரிய தெய்வங்களும் பள்ளயங்களும்

கள்ள நாட்டின் எல்லாக் குலதெய்வகோயில்களிலும் பெரும்பாலும் 21 தெய்வங்களே உள்ளன. ஆனால் இக்கோயிலில் 42 தெய்வங்கள் உள்ளன. ஆங்காளை அய்யன் என்ற பொன்னாங்கன் கண்ணாயி, பூங்கனி, பிள்ளையார், நாகர், ஆண்டாயிக் கிழவி, அரசிமகன், சத்தி ஏழு, கன்னிமார், பூச்சிப்பட்டி சீதனயானை, ஆண்டிச்சாமி, முத்துக் கருப்பணசாமி, இருசிராக்கம்மாள், கொல்லிமலை ராக்கம்மாள், பிரமகுலராக்கு, ஒரு தலை நாகர், அக்கினித்தங்கம்மாள், ஐந்து தலை நாகர், பெரிய தவசி, மாயாண்டிச்சாமி, பேச்சியம்மன், வெள்ளை யானை, ஒச்சாண்டம்மன், உலகநாதன், அக்னி தங்கம்மாள், கம்பத்தடி கருப்பு, கம்பத்தடி ராமர், கரும்பு தின்ற யானை, பாப்பா பட்டி சீதனக்கொச்சி, சீதனநந்தி, நந்தீஸ்வரன், கம்பத்தடிமாயன், காளஞ்சிகருப்பு, சந்தனக்கருப்பு, பாப்பாரக்கருப்பு, காவல்கார கருப்பு, நந்தி, குதிரை வாசல்கருப்பு, பிரவிய ஒச்சானுக்குச் சீதனயானை, சின்னச்சாமி, ராக்கம்மாள் என 42 தெய்வங்கள் உள்ளன. 42 தெய்வங்கள் இருந்தாலும் 45 பள்ளயங்கள் வைக்கப் படுகின்றது. கழுவநாதசாமிக்கு ஒரு பள்ளயம், கடசாரி நல்ல குரும்பனுக்கு ஒரு பள்ளயம் எனவும் ஒரு பொதுப் பள்ளயமும் சேர்த்து 45 பள்ளயங்கள் பிரிக்கப்படுகின்றன. பள்ளயம் பிரித்துப் பெரிய பூசாரி வாயில் துணிகட்டி சின்னக்கருப்புசாமி ராக்கம்மாள் நீங்கலாக எல்லாத் தெய்வங்களுக்கும் பூஜை கட்டுவார். அதுபோல் சின்னச்சாமிக் கருப்புக்கு மட்டும் சின்னபூசாரி பூசை கட்டுவார்.

பூசாரிகளும், கோடாங்கிகளும்

இக்கோயிலில் பெரிய பூசாரி, சின்னபூசாரி என இரண்டு பூசாரிகள் உள்ளனர். பெரிய பூசாரி 40 தெய்வங்களுக்குப் பூசை கட்டுவார். இப் பெரிய பூசாரி, சின்னபூசாரி இருவரும் மண்ணுலகாத்தேவன் மக்கள் மத்தியில் சுழற்சி முறையில் தெரிவு செய்யப்படுகின்றனர். பெரிய பூசாரி, சின்னச்சாமி, ராக்கம்மாள் நீங்கலாக மற்ற எல்லாத் தெய்வங்களுக்கும் பூசை கட்டுவார். சின்னபூசாரி, சின்னச்சாமி, ராக்கம்மாளுக்கு மட்டும் பூசை கட்டுவார்.

இக்கோயிலில் மொத்தம் 45 தெய்வங்களில் 23 தெய்வங்கள் ஆண்டரச்சானுக்கு மட்டும் ஒதுக்கப்பட்டுள்ளது. இந்த 23 தெய்வங்களில் 4 தெய்வங்களை ஆண்டராச்சான் தனது பெண்

வாரிசுகளுக்குச் சீதனமாகக் கொடுத்திருக்கிறார். மீதம் 22 தெய்வங்கள் மற்ற 5 பங்காளிகளுக்கு ஒதுக்கப்பட்டிருக்கின்றது. மேலும் அக்காள்மகன் தடியனுக்கு ஒச்சாண்டம்மன் சாமியும், பெண்வாரிசுகளான ஐந்து தாய் மக்களுக்கு முறையே பிரவிய ஒச்சானுக்கு யானையும், மலட்டு ஒச்சானுக்கு ஆண்டிச்சாமியும், குருக்கனுக்கு அக்னி வீரபத்திரசாமியும், ஆண்டாயி கிழவிக்கு நந்தியையும், மதிப்பனூர் ஒச்சானுக்குச் சந்தனக்கருப்பு சாமியும், ஒதுக்கப்பட்டுள்ளன. மேலும் ஆண்டரச்சான் தனது மற்ற பெண் பிள்ளைகளது வாரிசுகளான முதலைக்குளம் பல்லாக்கு ஒச்சாத் தேவனுக்குப் பிரம்மகுலராக்கு, பரிசப்புலிக்குச் சக்தி ஏழு கன்னிமார், புளியங்குளம் சொக்கித்தேவனுக்கு நந்தி எனச் சாமிகளைக் கொடுத்திருக்கின்றார்.

மேற்கூறிய சாமிகள் யார் யாருக்கு ஒதுக்கப்பட்டிருக்கிறதோ அந்தந்தச் சாமிகளுக்கு அவரவர் வம்சத்தில் கோடாங்கி இறக்கிக் கொள்கின்றனர். இக்கோடாங்கிகள் திருவிழாக் காலங்களிலும், மற்ற காலங்களிலும் சாமியாடி அருள்வாக்குச் சொல்வதோடு அவரவருக்கு உரிமையுடைய பள்ளயங்களையும் பெற்றுக் கொள்கின்றனர்.

இக்கோயிலில் 42சாமிகளுக்கும் 42 கோடாங்கிகள் உள்ளனர். ஒவ்வொரு வம்சாவளிகளுக்குள் உள்ள உள் வம்சாவளிகள் தங்களுக்குள்ளும் கோடாங்கிகள் இறக்கிக் கொள்கின்றனர். அவ்வகையில் 120க்கும் மேற்பட்ட துணைக் கோடாங்கிகளும்

உள்ளனர். அவர்களும் திருவிழாக்காலங்களில் சாமியாடி வருவர். ஆனால் அவர்களுக்குப் பள்ளயம் பெறும் உரிமை கிடையாது.

மாசிப்பச்சைத் திருவிழா

மாசிமாதம் வரும் அமாவாசை தினத்திற்கு 15 நாட்களுக்கு முன்பு கருமாத்தூர் புதுப்பட்டியில் உள்ள மதயானை மந்தையில் பூசாரிகள், கோடாங்கிகள் கூடுவர். இதனை 15 நாள் கும்பல் என்கின்றனர். அப்பொழுது கொட்டு கொட்டி சாமி இறக்குவர். சாமி இறங்கி ஆடும்பொழுது அய்யன்பிடிக்கியைப் பார்த்து, “அய்யனே, உனக்குத் தழுகை, பச்சைப் போடலாமா? பூசை கட்டலாமா? உத்தரவு கொடு” எனக் கேட்பார். அப்பொழுது அய்யன்பிடிக்கி, சாமி இறங்கி “மண்ணுலகாத்தேவன் மக்கா ஆம்பளமக்கா, பொம்பளமக்கா, அக்கா மகன் தடியத்தேவா எனக்குப் பச்சை போடுங்கப்பா, பவளவிழா நடத்துங்கப்பா” என உத்தரவு கொடுப்பார். உத்தரவு கொடுத்திருச்சிடா எனச் சொல்லி அதன் பின்புதான் விழாவிற்கு ஏற்பாடு செய்யத் துவங்குவர் மாசி அம்மாவாசைக்கு முன்தினம் பிற்பகல் 3 மணியளவில் 6 பங்காளிகளும், பூசாரிகளும் கோடாங்கிகளும், பொதுக் கிராமமாகிய கரிசல்பட்டி மந்தையில் கூடுவர். இக் கோயிலுக்குப் பொன்னாங்கன் சாமிப் பெட்டி, ஒச்சாண்டம்மன் பெட்டி, பாப்பார கருப்பசாமிப் பெட்டி, சின்னச்சாமி ராக்கம்மாள் பெட்டி என நான்கு பெட்டிகள் உள்ளன. இதில் பெரியபூசாரி பொன்னாங் கன்சாமிப் பெட்டியையும், சின்னபூசாரி சின்னச்சாமி ராக்கம்மாள் பெட்டியையும், ஒச்சாண்டம்மன் பெட்டியைத் தடியனை சேர்ந்த பெட்டிப் பூசாரியும், பாப்பாரக் கருப்புசாமி பெட்டியை மதயானையைச் சேர்ந்த பெட்டிப் பூசாரியும் தூக்கிக் கொண்டு கொட்டு மேளம் முழங்க கோடாங்கிகள் சாமியாடிக் கொண்டே கரிசல்பட்டி பெரிய மந்தையிலிருந்து ஒச்சாண்டம்மன் கோயிலுக்கு வருவர். இதில் புத்தூர் நாடு வில்லாணியிலிருந்து வருகின்ற ஒச்சாண்டம்மன் பெட்டி கரிசல்பட்டி பெரிய மந்தைக்குக் கொண்டு வரப்பட்டவுடன், அதற்கும் பொன்னாங்கன் பெட்டிக்கும் மாலை மாற்றப்படும். அதன்பிறகு ஒச்சாண்டம்மன் பெட்டி நேரடியாகக் கோயிலுக்கு வராது. தன் தாய் வீடாகிய செட்டிகுளத்திற்குச் செல்லும். அங்குத் தன் தாய் வீட்டுச் சீதனமாகச் சொளகு, முறம், போன்றவற்றுடன் கொட்டு மேளம் முழங்க தனியாகப் பெரிய கோயிலுக்கு வந்து சேரும். பெட்டிகள் கோயிலுக்குள் வந்த உடன் சங்கு சேகண்டி முழங்க பூசை செய்வர்.

அதன்பின்பு இரவு முழுவதும் பக்தர்கள் சாரை சாரையாக வந்து சாமிகளுக்கு மாலை சாத்தி, பழம், தேங்காய் மாற்றி எண்ணெய் ஊற்றி சாமிகளை வணங்கி விட்டுச் செல்வர்.

அதிகாலை 3 மணியளவில் பெரியபூசாரி எல்லாச் சாமிகளுக்கும் கம்புமாவு கலந்து மொச்சை பயிர், கரும்பு சக்கரை, பழம், இளனி வைத்து தழுகை போடுவார். அதன் பின்பு பாப்பாரக் கருப்புசாமி கோடாங்கியும் மாயாண்டிச்சாமிக் கோடாங்கியும் அய்யன் பிடிக்கியைத் தூக்கிக்கொண்டு அருகில் உள்ள கோயில் கிணற்றில் மூன்று முறை முக்கி தூக்கி வந்து கோயில் கருவறையில் இறக்கி விடுவர். பிறகு அய்யன்பிடிக்கிக்கு அருள் இறக்கி அவரைப் பார்த்து "அய்யனே உன்னப் பூசிக்கலாமா" எனப் பெரிய பூசாரி கேட்பார். "மண்ணுலகாத்தேவன் ஆம்பளமக்கா, பொம்பளமக்கா, அக்காமகன் தடியா உங்க பூசையை நான் ஏத்துக்கிட்டேன்" என அய்யன்பிடிக்கி உத்தரவு கொடுத்த பின்பு பெரிய பூசாரி துணியால் வாயை மூடிக்கொண்டு பூசை செய்வார். எல்லாத் தெய்வங்களுக்கும் பூசை செய்யப்பட்ட பின்பு கடைசியாக அய்யனுக்குச் சங்கு சேகண்டி முழங்க பூசை நடைபெறும். சின்னபூசாரி சின்னச்சாமி, ராக்கமாளுக்கு மட்டும் பூசை கட்டுவார். அத்தோடு அன்றைய விழா நிறைவடையும்.

மறுநாள் அமாவாசை தினத்தன்று மாலை 7 மணியளவில் மறுபடியும் எல்லாச் சாமிகளுக்கும் பூசை நடத்தப்படும். பாரி வேட்டை பூசை எனப்படும் பூசைகள் முடிந்த பின்பு இரண்டு சக்தி கிடாய்கள் வெட்டப்படும். மதயானைதேவர் ஒரு கிடாயும், தடியத்தேவன் ஒரு கிடாயும் கொண்டு வருவர். அதில் மதயானைக் கிடாயை அவரது மைத்துனரான பரிசபுலித்தேவர் வெட்டுவார். தடியனது கிடாயை அவரது தாய்மாமனான மதயானைத்தேவர் வெட்டுவார். இவ்வாறு சக்தி கிடாய் வெட்டபட்ட பின்பு பெட்டிகள் அனைத்தும் அதனதன் (பெட்டி) வீட்டிற்கு எடுத்துச் செல்லப்படும். இத்தோடு மாசிப்பச்சைத் திருவிழா நிறைவுபெறும்.[15]

கடசாரி நல்ல குரும்பன் சாமி

மூணுசாமிகளில் இது கடைசி சாமியாகக் கருதப்படுகின்றது. இது கன்னிகழியாத விளையாட்டுப் பருவம் மாறாத சிறுவன் என்ற பெயரில் நல்ல குரும்பு செய்கின்ற பையன் என அழைக்கப் பட்டுள்ளது. அச்சொல்லே காலப்போக்கில் நல்ல குரும்ப அய்யர் என மருவி அழைக்கப்படுகின்றது. இன்னும் இது கன்னிகழியாத சாமி என்பதனால் இதற்குப் பூக்களாலான மாலை அணிவிக்காமல்

மரிக்கொழுந்து மாலையையே அணிவிக்கின்றனர்.

கோயிலின் அமைவிடமும் அமைப்பும்

இக்கோயில் கருமாத்தூர் வடக்கம்பட்டிச்சாலை துவக்கத்தில் அதன் கிழக்குப்பகுதியில் அமைந்துள்ளது. அக்காலத்தில் இப்பகுதியில் தாழைச்செடிகள் அதிகமாக இருந்ததனால், இது தாழைக்கோயில் என்றும் அழைக்கப்பட்டது. இக்கோயிலும் கிழக்கு முகமாகவே அமைந்துள்ளது. இதன் மேற்குப் பகுதியில் தெப்பம் ஒன்றும் உள்ளது. இதன் கருவறையில் நல்ல குரும்பன் சாமியும், அதன் வெளியே மற்ற 21 தெய்வங்களும் அமைந்துள்ளன.

இக்கோயிலின் பாத்திய உரிமை

இது கள்ளர்களும், பறையர்களும் இணைந்து வழிபடுகின்ற கோயிலாகும். இக் கருமாத்தூர் கடசாரி நல்ல குரும்பன் கோயில் குரும்பத்தேவர் மக்கள் 4 பங்காளிகளுக்கும் பாலூத்துப்பட்டி எழுவன் சாம்பான், பிச்சையாண்டிச் சாம்பான் மக்கள் ஏழு பங்காளிகளுக்கும், பெண் வாரிசுகள் ஐந்து தாய் மக்களுக்கும் பாத்தியமான கோயிலாகும். அதாவது உடையான் குரும்பத்தேவன் ஒய்யான் குரும்பத்தேவன், பெரிய குரும்பத்தேவன், பேக்காத்தி குரும்பத்தேவன் என நான்கு தேவர்களுக்கும், பறையர் குலத்தைச் சேர்ந்த எழுவன், சாம்பான் மக்கள் குட்டிக் குரும்பன், கென்டியான், பிரம்பன், பரதேசி, மண்வெட்டி, பிச்சை என ஏழு பங்காளி களுக்கும், குரும்பத்தேவர்களது பெண்வாரிசுகள், அரிகுரும்பன் திருமலைமாயன், மேல்நாடு செட்டி குளத்தான், கருத்தி, செம்பான் என ஐந்து தாய் மக்களுக்கும் பாத்தியப்பட்ட கோயிலாகும்.

கோயிலின் உள் கட்டமைப்பும் அமைந்துள்ள தெய்வங்களும்

தேவர், பூசாரிகள், அய்யன்பிடிக்கி என மூன்று அடுக்குகளாக இதன் உள் கட்டமைப்பு அமைந்துள்ளது. இக்கோயிலுக்குரிய தேவர், இந்நான்கு பங்காளிகளிடையே சுழற்சி முறையில் தெரிவு செய்யப்படுகின்றார்.

பெரிய பூசாரி, சின்னபூசாரி என இரண்டு பூசாரிகள் உள்ளனர். இப்பூசாரிகள் குரும்பத்தேவன் நான்கு பங்காளிகளுக்குள் சுழற்சி முறையில் தெரிவு செய்யப்படுகின்றனர். இவர்கள் போக ஒவ்வொரு பெட்டிக்கும் ஒரு பெட்டிப் பூசாரியும் உள்ளனர்.

நல்லகுரும்பன் சாமிக்குரிய கோடாங்கி, அய்யன் பிடிக்கி எனப் படுகின்றார். அவரது உத்தரவின் பேரிலேயே கோயில் திருவிழாக்கள்

ஏற்பாடு செய்யப்படுகின்றது. இக்கோயிலுக்குரிய அய்யன்பிடிக்கி எழுவன் சாம்பான் மக்கள் ஏழு பங்காளிகள் மத்தியில் சுழற்சி முறையில் தெரிவு செய்யப்படுகின்றார்.

அமைந்துள்ள தெய்வங்கள்

1. நல்லகுரும்பன், 2. அரசமகன், 3. சக்தி ஏழு கன்னிமார் 4. யானை, 5. பிள்ளையார், 6. பேச்சியம்மாள், 7. ராமசாமி, 8. ஒய்யாண்டம்மாள், 9. பெரியதவசி, 10. மாயாண்டிச்சாமி, 11. ராடதவசி, 12. பெரியகருப்புச்சாமி, 13. முத்துக்கருப்பணசாமி, 14. காளாஞ்சிக்கருப்பு, 15. தாழைப்பாகருப்பு, 16. படித்துறைக் கருப்பு, 17. படித்துறைப் பேச்சி, 18. அழகாத்தாள், 19. அக்கினி தங்கம்மாள், 20. சின்னச்சாமி, 21. ராக்கம்மாள் என 21 தெய்வங்கள் உள்ளன.

இந்த 21 தெய்வங்கள் மட்டுமல்லாமல் எழுவன், எழுவனாச்சியாள், பிச்சை, பிச்சையம்மாள் என இரண்டு தெய்வங்களும் அவற்றிற்குத் தழுகைகளும் பள்ளயங்களும் உள்ளன. மேற்கூறிய ஒவ்வொரு தெய்வங்களுக்கும் தனித்தனிக் கோடாங்கிகள் உள்ளனர்.

மாசிப்பச்சைத் திருவிழா

மாசி மாதம் வரும் அமாவாசை தினத்திற்கு 15 நாட்களுக்கு முன்பு கோட்டையூரில் உள்ள பெரிய மந்தையில் குரும்பத்தேவன் நான்கு பங்காளிகளும், ஏழு பங்காளிகளும், பூசாரி, கோடாங்கிகளும் ஒன்று கூடுவர். அப்பொழுது கோடாங்கிகளுக்குச் சாமி இறங்கி சாமி கும்பிடலாமா என அய்யன் பிடிக்கியிடம் அனுமதி கேட்பர். அய்யன் பிடிக்கி அருள் இறங்கி, "நாலு தகப்பன் மக்கா! ஏழு தகப்பன் மக்கா! ஐந்து தாய் மக்கா! எனக்குத் தழுகை போடுங்கப்பா, பவளவிழா நடத்துங்கப்பா" என உத்தரவு கொடுப்பார். அதன் பின்பு திருவிழாவிற்கு ஏற்பாடு செய்வர்.

மாசி அமாவாசை இரவிற்கு முந்தைய பகல் குரும்படையான் சாமிக்குரிய பெட்டியும், சின்ன கருப்புசாமிக்குரிய பெட்டியும் கோயிலுக்கு எடுத்து வரப்படும். குரும்படையசாமிக்குரிய பெட்டி 4 பங்காளிகளுக்கும் பொதுவான பெட்டியாகும். அது இந்த நான்கு பங்காளிகளுக்குள் சுழற்சி முறையில் தேர்வு செய்யப்படுகின்ற பெட்டிப் பூசாரியிடம் இருக்கும். அவர் அதனைத் தூக்கி வருவார். சின்னச்சாமி பெட்டியைச் சின்னபூசாரி தூக்கி வருவார். இந்த இரண்டு பெட்டிகள் போக குரும்பத்தேவன் நான்கு பங்காளி களுக்கும் ஒவ்வொரு பெட்டி உள்ளது. இதில் உடையான் குரும்பனுக்குப் பெரிய கருப்புசாமிப் பெட்டியும், ஒய்யான்

குரும்பனுக்குப் பெரிய தவசிப் பெட்டியும், பெரிய குரும்பனுக்கு மாயாண்டிச்சாமிப் பெட்டியும், பேக்காத்தி குரும்பனுக்குக் காளாஞ்சி கருப்புசாமிப் பெட்டியும் கொடுக்கப்பட்டுள்ளன. அந்தந்தப் பெட்டிகளது பெட்டிப் பூசாரிகள் அதனைச் சிவராத்திரி தினத்தன்று பிற்பகல் 3 மணியளவில் தங்களது ஊரிலிருந்து கோட்டையூர் பெரிய மந்தைக்கு எடுத்து வருவர். அங்கிருந்து இரவு 8 மணியளவில் கொட்டுமேளம் முழங்க கோடாங்கிகள் சாமியாடிக் கொண்டு வர நான்கு பெட்டிகளும் கோயிலுக்கு எடுத்து வரப்படும். இதற்கிடையில் பக்தர்கள் சாரைசாரையாக வந்து குரும்படை யானுக்கு மரிக்கொழுந்து மாலை சாத்தி வழிபட்டுச் செல்வர். இரவு 3 மணியளவில் அய்யன்பிடிக்கியின் உத்தரவின் பேரில் 21 தெய்வங்களில் 19 தெய்வங்களுக்குத் தழுகை போடுவர். சின்ன ராக்கம்மாளுக்கு மட்டும் சின்னச்சாமி பூசாரி தழுகை போட்டு பூசை செய்வார். பூசை நடக்கும் பொழுது ஐந்து தாய் மக்களான திருமலைமாயன், கருத்தி, செம்பான் வம்சத்தவர்கள் சங்கு சேகண்டி ஊதி மணியடிப்பர்.

மறுநாள் பாரிவேட்டை தினத்தன்று கோடாங்கிகள் வடக்கம் பட்டி பொட்டலிலிருந்து சாமியாடிக் கொண்டு கழுவநாதகோயில் வரை ஓடிவருவர். பின்பு கிடாய் வெட்டப்படும். அய்யன்பிடிக்கி கிடாயை அவரது மைத்துனர் வெட்டுவார். பூசாரிக் கிடாயை அக்காள் மகன் வளங்கான்குளம் அரிக்குரும்பன் வம்சத்தவர் வெட்டுவர். இறுதியாகப் பெட்டிகள் அதனதன் இருப்பிடத்திற்கு எடுத்துச் செல்லப்படும்.[16]

மூன்று கோயில்களுக்குக் கிடாய்வெட்டுத் திருவிழா

இவ்வாறு வருடத்திற்கு ஒரு முறை மாசிப்பச்சைத் திருவிழா நடத்தப் பட்டாலும் கிடாய் வெட்டுத் திருவிழா சில வருடங்களுக்கு ஒரு முறைதான் நடத்தப்படுகின்றது. இதனைப் பெரிய திருவிழா என்ற பொருளில் 'பெருங்கும்பிடு திருவிழா' எனவும் அழைக்கின்றனர். இம் மூன்று கோயில்களும் மாசிபச்சைத் திருவிழாவைத் தனித் தனியே நடத்தினாலும், கிடாய் வெட்டுத் திருவிழாவைத் தனித்தனியே நடத்துகின்ற வழக்கம் இல்லை. இம் மூன்று கோயிலுக்கும் சேர்த்துத்தான் கிடாய் வெட்டுத் திருவிழா நடத்தப்படுகின்றது.

கருமாத்தூர் நாட்டின் ஆறு தேவர்களும் மூன்று பூசாரிகளும், இரண்டு அய்யன்பிடிக்கிகளும் மற்ற கோடாங்கிகளும் கோட்டை மந்தையில் கூடுவர். அப்பொழுது "நாங்கள் கிடாய் வெட்டுவதற்கு அனுமதி கொடுடா கோட்டக்கருப்பா" எனக் கோட்டைகருப்பு

சாமியிடம் அனுமதி கேட்பர். கோட்டைகருப்புசாமி அருள் இறங்கி அனுமதி கொடுப்பார். அதன்பிறகு விழாவிற்கு ஏற்பாடு செய்வர்.

திருவிழா தினத்திற்கு முந்தைய நாள் இரவு மாசித்திருவிழாவைப் போலவே பெட்டி தூக்குதல், தழுகை போட்டு பூசை செய்தல் போன்றவை இம்மூன்று கோயில்களிலும் அவரவரது வழக்கப்படி நடைபெறும். மறுநள் காலை 7 மணியளவில் பொங்கல் வைத்துப் பொங்கிய பின்பு கிடாய்வெட்டுவர். கிடாய் வெட்டும் பொழுது சைவ தெய்வங்களைத் திரைபோட்டு மூடிவிடுவர்.

ஒவ்வொரு கோயில்களிலும் அவரவர் பரம்பரை வழக்கப்படி கிடாய் வெட்டுவர். அன்றைய இரவுகளில் பொழுதுபோக்கு நிகழ்வுகள் நிறைய நடைபெறும். கருமாத்தூரில் இம் மூணுசாமிகள் கோயில்கள் போக காக்குவீரன் கருப்புகோயில், நல்லமாயன் கோயில் என இரண்டு கோயில்களும் உள்ளன. இவை இரண்டும் முறையே கழுவநாத கோயிலிலிருந்தும், பொன்னாங்கன் கோயிலி லிருந்தும் பிரிந்து சென்றவையாகும். அவை வழிபாடுகளில் பெரும் பாலும் இம் மூணு கோயில்களையே பின்பற்றுகின்றன. இவை போக கோட்டைமந்தை கருப்புகோயில் என்ற கோயிலும் உள்ளது. இதனைப் பரிசப்புலித்தேவன் கூட்டத்தாரும் கேசத்தேவன் கூட்டத்தாரும் தங்களது குலதெய்வமாக வழிபட்டாலும், இது கருமாத்தூர் நாட்டின் தலைமைக் கோயிலாகவும் கருதப்படுகிறது. இந்நாட்டிற்குரிய ஆறு தேவர்கள் இங்குக் கூடிதான் கோயிலுக்குரிய விழா ஏற்பாடுகளையும் நாட்டிற்குரிய பிற சர்ச்சைகளையும் பேசி முடிவு செய்கின்றனர். இந்த ஆறு தேவர்களை நினைவுபடுத்தும் விதமாக இக்கோயிலில் ஆறு தூண்கள் ஊன்றப்பட்டுள்ளன. (இது முன்பே கூறப்பட்டது) மாசிப்பச்சைத் திருவிழா, கிடாய் வெட்டுத் திருவிழா போன்றவை இக்கோயிலுக்குரிய தனித்த வழக்குப்படி நடைபெறுகின்றன.

அய்யன்சாமி

பெரும்பாலும் எல்லாக் கோயில்களில் உள்ள கருவறையில் அய்யன்சாமியே உள்ளது. இதன் மனைவிகளான பூரணத்தாளும், பொற்கொடியாளும் அய்யன் சாமியின் இடது, வலது பக்கத்தில் இருப்பர். அக்காலத்தில் பழங்குடிமக்கள் தெய்வங்களை ஆண் தெய்வங்கள், பெண் தெய்வங்கள் எனப் பிரித்து வைத்து வழிபட்டு வந்தனர். எல்லா ஆண் தெய்வங்களையும் அய்யன் என்றும் பெண் தெய்வங்களை அம்மன்கள் என்றும் பொதுவாகப் பெயரிட்டு வழிபட்டு வந்தனர்.[17]

ஆனால், தெய்வங்களுக்குத் தனித்தனிப் பெயரிடும் வழக்கம் அக்காலத்தில் இல்லை. பழங்குடித் தன்மைகளை இன்றும் தன்னகத்தே கொண்டுள்ள பிறமலைக் கள்ளர்களும் பெரும்பாலான ஆண்சாமிகளை அய்யன் என்ற ஒட்டோடு அழைக்கின்றனர். இவ்வய்யன் சாமியே எல்லாத் தெய்வங்களுக்கும் மூல தெய்வமாகக் கருதப்படுகின்றது. இத்தெய்வத்தின் அனுமதியின் பெயரிலேயே கோயில் திருவிழாக்களுக்கான ஏற்பாடுகள் செய்யப்படுகின்றன.

இவ்வய்யன் வழிபாடே பிற்காலத்தில் அய்யனார் வழிபாடாக மாறியது. அய்யனார் ஒரு வகை பௌத்த, சமணக்கடவுள் எனவும் சில ஆய்வாளர்கள் கருதுகின்றனர். இவ்வய்யன் புன்னூர் அய்யன், பூங்கொடி அய்யன், ஊர்க்கால அய்யன், மடப்புரம் அய்யன் எனப் பல வடிவங்களில் வழிபடப்படுகின்றது. உதாரணத்திற்குப் புன்னூர் அய்யன் வழிபாடு பற்றி விளக்கமாகக் காண்போம்.

புன்னூர் அய்யன் கோயில்

இது கள்ளப்பட்டிக்குத் தெற்கே குளத்துக்கரை அருகே அமைந்துள்ளது. இதுவும் எல்லாக் கள்ளநாட்டுக் கோயில்களைப் போலக் கிழக்கு முகமாகவே அமைந்துள்ளது.

கோயிலுக்குரிய பாத்திய உரிமை

கீழஉரப்பனூரலிருந்து கள்ளப்பட்டியில் குடியமர்ந்த ஆதி பின்னத் தேவரது மக்கள் வெள்ளைப் புன்னைத்தேவன் நல்லாதேவர், மாயகட்டத்தேவர் என்ற மூன்று தேவர் வம்சத்தவருக்குப் பாத்தியப் பட்ட கோயிலாகும். இக்கோயில் கீழஉரப்பனூரில் உள்ள புன்னூர் அய்யன் கோயிலிலிருந்து பிடிமண் எடுத்து வரப்பட்டு இங்கு வைத்து வழிபடப்படுகின்றது.

கோயிலுக்குரிய தெய்வங்களும் கோடாங்கிகளும்

இக்கோயிலில் அய்யன், பூரணம், பொய்க்கொடி, அரசன், வேடன், வில்லுக்காரன், காலாடியான், சன்னாசி, மாயன், ராஜா, வீரபுத்திரன், முத்துக்கருப்பன், பேச்சி, பெரியகருப்புசாமி, சின்னக்கருப்புசாமி, பிள்ளை, தின்னிராக்கி, சங்கிலிக்கருப்பு, பாதாளப்பேச்சி, மேக சுந்தரனார் கருப்புசாமி, குதிரைப் பந்தி என 21 தெய்வங்கள் உள்ளன.

இதில் பெரிய பூசாரி 19 தெய்வங்களுக்கும் சின்னபூசாரி சின்னச் சாமி ராக்கம்மாளுக்கு மட்டும் பூசை செய்கின்றார். இந்தப் பெரிய பூசாரி, சின்னபூசாரி இருவரும் மூன்று தேவர் வம்சாவளியினரிடையே

சுழற்சி முறையில் தெரிவு செய்யப்படுகின்றனர். மேலும் 21 தெய்வங்களுக்கும் 21 கோடாங்கிகள் உள்ளனர். இந்த 21 தெய்வங்களும் இந்த மூன்று தேவர்களுக்குமிடையில் பகிர்ந்தளிக்கப்பட்டுள்ளன. அவரவருக்கு ஒதுக்கப்பட்டுள்ள தெய்வங்களுக்கு அவரவர் வகையறாவில் கோடாங்கி இறக்கி சாமியாடுகின்றனர்.

மாசிப்பச்சைத் திருவிழா

மாசிமாத சிவராத்திரி இரவிற்கு முந்தைய பகல் 3 மணியளவில் இந்த மூன்று தேவர்களும் பூசாரிகளை அவர்களது இருப்பிடத்திற்குச் சென்று மேளதாளங்களுடன் கள்ளப்பட்டியில் உள்ள இந்த மூன்று தேவர்களுக்கும் பொதுவான மந்தைக்கு அழைத்து வருவர். அங்கிருந்து பூசாரிகள் பெட்டிகளைத் தூக்கிக் கொண்டு மேள தாளங்கள் முழங்க கோடாங்கிகள் சாமியாடி கோயிலுக்குச் செல்வர். இதில் அய்யன்சாமி பெட்டியைப் பெரிய பூசாரியும், சின்னச்சாமிப் பெட்டியை சின்னபூசாரியும் தூக்கிச் செல்வர்.

அன்று இரவு 12 மணிக்கு எல்லாச் சாமிகளுக்கும் தழுகை போடப்பட்டுப் பள்ளயம் பிரிக்கப்படும். அதிகாலை 5 மணியளவில் சங்கு, சேகண்டி முழங்க பூசைகள் நடைபெறும். அன்று இரவு முழுவதும் சாமியைப் பற்றி வருந்திப் பாடுவதும், சாமியாட்டமும் நடைபெறும். மறுநாள் பாரிவேட்டை தினத்தன்று ஒரு கிடாய் வெட்டப்பட்ட பின்பு பெட்டிகள் அதனதன் இருப்பிடத்திற்கு எடுத்துச் செல்லப்படும்.

கிடாய் வெட்டுத் திருவிழா

இவ்வாறு மாசிப்பச்சைத் திருவிழா வருடாவருடம் கொண்டாடப் பட்டாலும், சில வருடங்களுக்கு ஒரு முறை பெரும்பாலும், 10 அல்லது 12 வருடங்களுக்கு ஒருமுறை கிடாய் வெட்டுத் திருவிழா நடைபெறும்.

இவ்விழா ஏற்பாட்டிற்காக மூன்று தேவர் மக்களும், பூசாரிகளும் கோடாங்கிகளும் கள்ளப்பட்டி பெரிய மந்தையில் கூடுவர். அப்பொழுது கொட்டு மேளம் முழங்க சாமியாட்டம் நடைபெறும். அய்யன்பிடிக்கியிடம் "அய்யனே இந்த வருடம் காடு கரை வெளஞ்சிருக்கு, நல்ல மழை பெஞ்சிருக்கு அதனால் அய்யனே உனக்கு விழா எடுக்க அனுமதி கொடப்பா" எனக் கேட்பர். அதற்கு அய்யன், "கீழூர் பின்னத்தேவன் மக்கா எனக்கு விழா எடுங்கப்பா" என அனுமதி கொடுத்த பின்பு விழாவிற்கு ஏற்பாடு செய்வர். பெரும்பாலும் இரண்டு நாள் விழா ஏற்பாடு செய்யப்படும். முதல்

நாள் சாயங்காலம் பூசாரிகள், கோடாங்கிகள், தேவர்கள் எல்லோரும் கள்ளப்பட்டியில் உள்ள பெரிய மந்தையில் கூடி அங்கிருந்து பெட்டி எடுத்துக் கொண்டு கோயிலுக்குச் செல்வர். பின்பு எல்லாத் தெய்வங்களுக்கும் தழுகை போடப்பட்டு பள்ளயம் பிரிக்கப்படும். அதிகாலையில் சங்கு சேகண்டி முழங்க பூசை செய்வர். அன்று இரவு முழுவதும் வான வேடிக்கையும், சாமியாட்டமும் நடைபெறும்.

மறுநாள் காலை ஏழு மணி அளவில் பொங்கல் வைப்பர். பொங்கல் பொங்கிய பின்பு மூன்று தேவர்களுக்கும் ஒவ்வொரு கிடாய் என மூன்று கிடாய் வெட்டப்படும். அக் கிடாய்களை அப்பொழுது யார் பெரிய தேவர்கள் பொறுப்பில் உள்ளார்களோ அவரவர்களின் தாய்மாமன்கள் வெட்டுவர். கிடாய் வெட்டு நடைபெறும் பொழுது சுத்தமுக தெய்வங்களுக்குத் திரைபோட்டு மறைத்துவிடுவர். அதன் பின்பு கிடாய் வெட்ட வந்திருக்கின்ற எல்லோரும் தங்களது கிடாய்களை வெட்டுவர். அன்று இரவு முழுவதும் பல பொழுதுபோக்கு நிகழ்வுகள் நடைபெறும்.[18]

ஆதிசிவன் சாமி

முன்னோர் வழிபாடே சைவ சமயத்தின் அடிப்படையாகும். இறந்தவர்களது பிணத்தை எறித்து அதன் சாம்பலை உடல் முழுவதும் அல்லது நெற்றியில் பூசிக்கொள்வதே திருநீறு பூசுதல் எனப்படுகின்றது. அதுவே சைவசமயத்தின் அடையாளமாய் கருதப்படுகின்றது. சிவபிரான் சிவந்தவன் அல்லது நெருப்புக்குரியவன் என்ற பொருளில் சிவன் என அழைக்கப்படுகின்றார். அவரே சைவ சமயத்தின் முழுமுதற் கடவுள் ஆவார். அதுவரை எதிரிடை மதங்களாய் கருதப்பட்ட சைவமும் வைணவமும் இஸ்லாத்தின் வருகைக்குப் பின்பு இணைந்து வைதீக மதம் என்ற புதிய வடிவத்தைப் பெற்றன. வைதீக மதமே ஐரோப்பியர்களின் வருகைக்குப் பிறகு 'இந்து மதம்' என்ற புதிய பெயரைப் பெற்றது.

அவ் வைதீக (இந்து) மதத்தின் மும்மூர்த்திகளில் ஒருவராகச் சிவன் முன்னிறுத்தப்பட்டார். அதன் பிறகு லிங்க வழிபாடே சிவ வழிபாட்டின் அடையாளமாக்கப்பட்டது. ஆனால் ஆதியில் சிவன் முன்னோர் வழிபாட்டின் அடையாளமாகவே கருதப்பட்டார். அதனால் பிறமலைக் கள்ளர்கள் சிவனை ஆதிசிவன் என்றே பெயரிட்டு வழிபடுகின்றனர். அவர்கள் லிங்கத்தை வைத்து வழிபடுவதில்லை. கடம்பமரம், விளக்குத் தண்டுகள் போன்றவற்றையே சிவனாகக் கருதி வழிபடுகின்றனர்.

கொக்குளத்தை முதல் மூன்று கரைக்காரர்களும், விளாச்சேரிக் காரர்களும், காளப்பன்பட்டிக்காரர்களும், நாட்டார் மங்கலத்துக் காரர்களும், ஆதி சிவன் சாமியைத் தங்களது குலதெய்வமாக வணங்கி வருகின்றனர். இவர்கள் ஒரே சாமியைக் குலதெய்வமாக வணங்கினாலும் இவர்கள் அனைவரும் வெவ்வேறு வம்சாவளியைச் சேர்ந்தவர்களாவர். இதில் உதாரணத்திற்கு நாட்டார்மங்கலம் ஆதிசிவன் வழிபாடு சம்பந்தமாய் விரிவாகக் காண்போம்.

நாட்டார்மங்கலம் ஆதிசிவன் கோயில்

இக்கோயில் நாட்டார்மங்கலம் கிராமத்திற்குத் தெற்கே அமைந்துள்ளது. இக் கோயிலைக் கள்ளர்கள் வருவதற்கு முன்பு வேட்டுவர்கள் வழிபட்டு வந்தனர். அவர்ளைக் கள்ளர்கள் விரட்டி விட்ட பின்பு அவர்கள் வணங்கிய சாமியைத் தங்கள் குலதெய்வமாக வழிபட்டு வருகின்றனர்.

இக்கோயிலுக்குரிய பாத்திய உரிமை

இக்கோயில் உலகாத்தேவன், ஒந்தாத்தேவன், ஒச்சாத்தேவன் என மூன்று தகப்பன் மக்களுக்குப் பாத்தியப்பட்ட கோயிலாகும்.

இக்கோயிலுக்குரிய தெய்வங்களும், பள்ளயங்களும்

இதில் ஆண்டிச்சாமி, மாயாண்டிச்சாமி, வீரபுத்திரசாமி, பெரிய கருப்புசாமி, பேச்சியம்மன், சின்னகருப்புசாமி, ராக்கம்மாள் என ஏழு சாமிகள் உள்ளன. மேலும் உலகாத்தேவனுக்கு ஒரு பீடமும், ஒந்தாத்தேவனுக்கு ஒரு பீடமும் உள்ளது. இதில் ஆண்டிச்சாமிக்கு மூன்று பள்ளயங்களும், கருமாத்தூர் முப்புரத்திற்கு ஒரு பள்ளயமும், ஒந்தாத்தேவனுக்கு ஒரு பள்ளயமும், உலகாத்தேவனுக்கு ஒரு பள்ளயமும் மற்ற சாமிகளுக்குத் தலா ஒரு பள்ளயம் என மொத்தம் 13 பள்ளயங்கள் போடப்படுகின்றன. ஒவ்வொரு சாமிக்கும் ஒரு கோடாங்கி உள்ளார்.

இக்கோயில் கருவறையில் சிவன், உட்கார்ந்த வண்ணம் உள்ளார். கருவறையில் சிவன்சிலை உள்ளதனால் அதற்கு நித்தியபூசை அளிக்க வேண்டும். அதனால் கருவறை பூட்டப் பட்டே உள்ளது. வருடத்திற்கு ஆறுநாட்கள் மட்டுமே கருவறைத் திறக்கப்படும். சித்திரை முதல்தேதி தலை ஆடி, கடைசி ஆடி, மார்கழி, தை வருடப்பிறப்பு, மகா சிவராத்திரி என்ற ஆறு நாட்களுக்கு மட்டும் கருவறைத் திறக்கப்பட்டுப் பூசை செய்யப்படும்.

பெரிய பூசாரி, சின்ன பூசாரி என இரண்டு பூசாரிகள் உள்ளனர். பெரிய பூசாரி ஒந்தாத்தேவன் மகன் நல்லாண்டித் தேவன் மக்கள் மத்தியில் சுழற்சி முறையில் தெரிவு செய்யப்படுகின்றார். இவர் சின்னச்சாமி, ராக்கம்மாள் நீங்கலாக மற்ற அனைத்துத் தெய்வங் களுக்கும் பூசை செய்கின்றார். சின்னபூசாரி உலகாத்தேவன் மகன் கணக்கத்தேவன் மக்கள் மத்தியில் சுழற்சி முறையில் தெரிவு செய்யப்படுகின்றார். இவர் சின்னச்சாமி, ராக்கம்மாளுக்கு மட்டும் பூசை செய்கிறார்.

மாசித் திருவிழா

மாசித் திருவிழாவிற்கு 15 நாட்களுக்கு முன்பு நாட்டார் மங்கலத்தில் உள்ள உறங்காப்புளியமர மந்தையில் மூன்று தேவர்களும், இரண்டு பூசாரிகளும், கோடாங்கிகளும் கூடுவர். முதலில் மூன்று பெரிய தேவர்களுக்கும் மாலை அணிவித்த பின்பு கொட்டடித்து, சாமி இறக்குவர். அப்பொழுது சிவன்சாமி பிடிக்கியான பெரிய சாமி பிடிக்கியைப் பார்த்து "ஆண்டியே அப்பனே உனக்கு விழா எடுக்க அனுமதி கொடுப்பா" எனக் கேட்பர். அப்பொழுது பெரியசாமி அருள் இறங்கி, "மூன்று தேவன் மக்கா, எனக்குப் பச்சை போடுங்க, பவள விழா எடுங்கப்பா" என அருள்வாக்குச் சொன்ன பின்பு விழாவிற்கு ஏற்பாடு செய்வர்.

மகா சிவராத்திரி மாலைப்பொழுதன்று பெட்டி தூக்குதல் நடைபெறும். இக்கோயிலுக்கு இரண்டு பெட்டிகள் உள்ளன. பெரிய பெட்டி நாட்டார்மங்கலத்தில் உள்ள பெட்டி வீட்டிலிருந்து மாலை 5 மணியளவில் தூக்கி வரப்படும். இதனைப் பெரிய பூசாரி தூக்கி வருவார். சின்ன பெட்டி பெருங்காம நல்லூரிலிருந்து தூக்கி வரப்படும். இதனைச் சின்னபூசாரி தூக்கி வருவார். இப்பெட்டி நள்ளிரவு 1 மணியளவில் கோயிலை வந்தடையும். இரண்டு பெட்டிகளும் வந்த பின்பு சாமிகளுக்குப் பூசை செய்யப்பட்டுப் பள்ளயம் பிரிக்கப்படும். பெரிய பூசாரி அனைத்துச் சாமிகளுக்கும் வாய்கட்டி பூசை செய்வார். சின்னபூசாரி, சின்னகருப்புசாமி, ராக்கம்மாளுக்கு மட்டும் பூசை செய்வார். அன்று இரவு முழுவதும் கோடாங்கிகள் விடிய விடிய சாமி இறங்கி, வருகின்ற பக்தர்களுக்கு அருள்வாக்குச் சொல்லுவர்.

மறுநாள் பாரிவேட்டை தினத்தன்று மூன்று தேவர்களுக்கு மாலை மரியாதை செய்யப்படும். அதன் பின்பு சக்தி கிடாய் வெட்டப்பட்ட பின்பு பெட்டிகள் அதனதன் இருப்பிடத்திற்கு எடுத்துச் செல்லப்படும்.[19]

இதுபோலவே கொக்குளத்து முதல் மூன்று கரைக்காரர்கள் ஆதிசிவனை வழிபடுகின்றனர். இவர்கள் விளக்குத் தண்டுகளையே சிவனாய்க் கருதி வழிபடுகின்றனர். மேலும் விளாச்சேரிக்காரர்கள் கடம்பமரத்தின் அடித்தூரையே சிவனாய்க் கருதி வழிபடுகின்றனர்.

சோனைக் கருப்புசாமி

மலைப்பாறைகளுக்கிடையிலிருந்து வரும் நீரூற்றுக்கள், சுனைகள் எனப்படுகின்றன. இவ்வகைச் சுனைகளே பெரிய பெரிய ஆறுகளுக்கு மூலங்களாக அமைகின்றன. அதனால் மக்கள் அவ்வகைச் சுனைகளைத் தெய்வங்களாகக் கருதி வணங்கி வந்தனர்.[20] அந்தச் சுனைகளைக் காக்கின்ற சக்திகளைச் சுனைகருப்பு அல்லது சுனைமுத்தையா எனப் பெயரிட்டு வழிபட்டு வந்தனர். அச்சுனை என்ற சொல்லே பிற்காலத்தில் சோனை என மருவி சோனை கருப்புசாமி என அழைக்கப்படுகின்றது.

சோனைக் கருப்புக் கோயில்

இக் கோயில் திடியன் மலையின் கிழக்கு அடிவாரத்தில் அமைந்துள்ளது. இதிலுள்ள சோனைக் கருப்புசாமி மலையாள தேசத்திலிருந்து கொள்ளிடம் காவேரி கடந்து இங்குள்ள காராளன் மக்களைக் காக்க வந்ததாகச் சொல்கின்றனர். அக் காராள வெள்ளாளர்களிடம் துவக்க காலத்தில் காவல்காரர்களாய் பணி செய்து வந்த கள்ளர்களும் இதனைத் தங்களது குலதெய்வமாக ஏற்று வழிபட்டு வருகின்றனர்.

கோயிலின் பாத்திய உரிமையும், அமைந்துள்ள தெய்வங்களும்

இது காராளர் மரபில் வந்த பொம்மையன்பிள்ளை வகையறாக்களுக்கும், காமாட்சி செட்டியார் வகையறாக்களுக்கும், ஏராத்தேவர் மக்கள் காமணத்தேவர், பெரிய நல்லாத்தேவர், சின்ன நல்லாத் தேவர், ஆயாத்தேவர் வகையறாக்களுக்கும் பாத்தியப்பட்ட கோயிலாகும். காமாட்சிதேவர் கூட்டத்தாரும் துவக்கத்தில் இக்கோயிலையே வழிபட்டு வந்தனர். இதில் ஏற்பட்ட பிணக்கு காரணமாக அவர்கள் இதிலிருந்து பிரிந்து சென்று நல்லூத்து கருப்புசாமி கோயில் எனத் தனியாகக் கோயில்கட்டி வழிபட்டு வருகின்றனர்.

இக்கோயிலில் நல்லூத்து கருப்புசாமி, சோனைக் கருப்புசாமி, சின்னக்கருப்புசாமி, ராக்கம்மாள், பேச்சியம்மன் என ஐந்து

சாமிகள் மட்டுமே உள்ளன. இதற்குப் பொம்மையன் மரபில் வந்தவர்களே பூசாரிகளாக உள்ளனர்.

மாசித்திருவிழா

இக்கோயில் மாசித்திருவிழாவில் பெட்டி எடுத்தல் நடைபெறுவ தில்லை. ஏனெனில் இதன் பூசாரிகளாக உள்ள பொம்மையன் பிள்ளை வம்சத்தவர் இதனைத் தங்களது காவல் தெய்வமாக மட்டுமே வழிபட்டு வருகின்றனர். அவர்கள் அருகில் உள்ள காமாட்சியம்மனையே தங்களது குலதெய்வமாக வணங்குகின்றனர். அதனால் மாசித் திருவிழா அன்று அங்குதான் பெட்டி எடுத்தல் நடைபெறுகின்றது. ஆனால் கிடாய் வெட்டுத் திருவிழாவின் பொழுது இங்குப் பெட்டி எடுத்தல் நடைபெறுகின்றது. திடியன் கிராமத்திலுள்ள பெட்டி வீட்டிலிருந்து பெட்டி கோயிலுக்கு எடுத்து வரப்படுகின்றது. அன்று இரவு பள்ளயம் பிரித்துச் சாமிகளுக்குப் பூசை கட்டுவர். மறுநாள் மாலை 7 மணியளவில் பொங்கல் வைத்துக் கிடாய் வெட்டு நடைபெறும். ஏராத்தேவர் மக்கள் கிடாயை அவர்களது மைத்துனர்களான கீழஉரப்பனூர் மூக்குப்பறி பின்னத்தேவர் மரபில் வந்த அனைஞ்சுப் பெருமாள்தேவன் மரபினர் வெட்டுவர். ஐந்து தேவர்களுக்கும் மாலை அணிவித்து மரியாதை செய்வர்.[21]

கல்யாணி கருப்புசாமி

கீழஉரப்பனூர் திருமலை மூக்குப்பறி பின்னத்தேவர் வகையறாக்கள் கல்யாண கருப்புச்சாமியைத் தங்கள் குலதெய்வமாக வணங்கி வருகின்றனர். இக்கோயில் கீழ உரப்பனூருக்கு வடக்கே அமைந் துள்ளது. மூக்குப்பறி பின்னத் தேவரிடமிருந்து பிரிந்து சென்ற கட்டப்பின்னத்தேவர் வகையறாக்கள் இங்கிருந்து பிடிமண் எடுத்து வந்து வாகைக்குளத்தில் கோயில்கட்டி வழிபடுகின்றனர்.

இதில் ஆரியப்பட்டி கல்யாண கருப்புசாமி கோயில் பற்றிச் சற்று விளக்கமாகக் காண்போம். வாலாந்தூர் நாடு நான்கு தேவர்களுடன் பிறந்த ஆரியப்பட்டி சின்னிவீரத்தேவர் கீழ உரப்பனூர் திருமலை பின்னத்தேவரின் மகள் பின்னியக்காளை மணந்தார். ஒருசமயம் பின்னியக்காள் தனது தந்தை வீட்டிற்குச் சென்றிருந்தபோது ஒரு சிறிய பிணக்கு ஏற்பட்டது. அதனால் கோபமடைந்த பின்னியக்காள் கோபித்துக் கொண்டு தனது கணவர் ஊருக்குத் திரும்பினாள். அதனைப் பார்த்த திருமலைப் பின்னத்தேவர் தனது மகன் கல்யாணியைப் பார்த்து அக்காள் கோபமாகப் போகிறாள். அவளுடன் துணைக்குப்போ எனச் சொல்லி அனுப்பினார். அவன், அவளை சிறிது தூரம் பின் தொடர்ந்து

விட்டுத் திரும்பி விடுகின்றார். ஆனால் அவளது பின்னே அவளது தம்பியைப் போன்ற உருவம் ஒன்று அவளது கணவன் வீடுவரை பின் தொடர்ந்து செல்கிறது. அவளும் தனது தம்பிதான் பின் தொடர்கின்றான் என எண்ணிக் கொண்டு செல்கிறாள். திரும்பிப் பார்த்தால் ஆளைக் காணவில்லை. பிறகுதான் வந்தது தனது தம்பி அல்ல என்பதும், "கல்யாணி அக்காவிற்குத் துணைக்குப் போடா" எனத் தனது தந்தை சொன்ன உடன் கல்யாணி கருப்பு சாமியே தனக்குத் துணையாக வந்துவிட்டது என்பதும் தெரிய வருகின்றது. பிறகு தனது பிள்ளைகளை அழைத்து அதற்குக் கிடாய் வெட்டிச் சக்தி நிறுத்தச் சொல்கிறாள். அவர்களும் அதுபோலச் செய்து சாமியை அங்கேயே சக்தி நிறுத்துகின்றனர்.

கோயிலின் பாத்திய உரிமையும், அதிலுள்ள தெய்வங்களும்

வாலாந்தூர் சின்னிவீரத்தேவர் மக்கள் இரண்டு தேவர்களுக்குப் (பங்காளிகளுக்கு) பாத்தியப்பட்ட இக்கோயில் ஆரியப்பட்டிக்குத் தெற்கே அமைந்துள்ளது. இதுவும் எல்லாக் கோயில்களைப் போல கிழக்கு முகமாகவே அமைந்துள்ளது.

அனஞ்சுபெருமாள், பாமா, ருக்மணி, வீரபுத்திரன், சன்னாசி, கல்யாணக் கருப்புசாமி, ஐயன், அரசன், வேடன், வில்காரன், மாயாண்டிச்சாமி, பெரியகருப்புச்சாமி, முத்துக்கருப்பன், பாதாளபேச்சி, பேச்சியம்மாள், அக்கினித்தங்கம், அழகிதங்கம், அறிய வந்தன், கம்பத்தடிக்கருப்பு, சின்னக்கருப்புசாமி, ராக்காச்சியம்மாள் என 21 தெய்வங்கள் இதில் உள்ளன.

மாசித்திருவிழா

மாசிப் பச்சையன்று மாலை 6லிருந்து 7 மணியளவில் ஆரியப் பட்டியில் உள்ள பெட்டி வீட்டிலிருந்து பெட்டியை எடுத்துக்கொண்டு கோயிலுக்குச் செல்வர். கோயிலின் பெரிய பூசாரி இப்பெட்டியைத் தூக்கி வருவார். இரவு 12 மணியளவில் எல்லாத் தெய்வங்களுக்கும் தழுகை போடப்பட்டுப் பள்ளயம் பிரித்து பூசை கட்டுவர். சின்னச்சாமி, ராக்கம்மாள் நீங்கலாக மற்ற சாமிகளுக்குப் பெரிய பூசாரி பூசை கட்டுவார். மறுநாள் பாரி வேட்டையன்று கிடாய் வெட்டிய பின் பெட்டியைப் பெட்டி வீட்டிற்கு எடுத்து வருவர்.

கிடாய் வெட்டுத் திருவிழா

முதல்நாள் இரவு 7 மணியளவில் ஆரியப்பட்டியிலுள்ள பெட்டி வீட்டிலிருந்து பெட்டியானது கோயிலுக்குக் கொண்டு வரப்படும்.

அதன் பின்பு வானவேடிக்கை நடைபெறும். அன்று இரவு முழுவதும் கோடாங்கிகள் சாமியாடி வருகின்ற மக்களுக்கு அருள்வாக்குச் சொல்லுவர். அன்றிரவு நடுநிசியில் சாமிகளுக்குத் தழுகை போட்டுப் பள்ளயம் பிரிக்கப்படும். பெரிய பூசாரி சின்னச்சாமி, ராக்கம்மாள் நீங்கலாக அனைத்துச் சாமிகளுக்கும் பூசை கட்டுவார். சின்னபூசாரி, சின்னச்சாமி, ராக்கம்மாளுக்கு மட்டும் பூசை கட்டுவார். மறுநாள் காலை 7 மணியளவில் பொங்கல் வைக்கப்படும். பொங்கல் பொங்கிய பின்பு கிடாய் வெட்டப்படும். கோயில் சார்பாகப் பூசாரி, கிடாயும், தேவர்கள் கிடாயும் வெட்டப்படும். அப்பொழுது சுத்தமுக தெய்வங்களுக்குத் திரை போட்டு மூடிவிடுவர். அவர்களது மாமன் மைத்துனர்கள் கிடாய்களை வெட்டுவர். கோயில் சார்பில் கிடாய் வெட்டப்பட்ட பின்பு மக்கள் அனைவரும் கிடாய் களை வெட்டிச் சமைத்து, வந்திருந்த விருந்தினர்களுக்குப் பரிமாறுவர். அன்றிரவு சில பொழுதுபோக்கு நிகழ்ச்சிகள் நடைபெறும்.[22]

வீரபுத்திரசாமி

சிவனது வியர்வையிலிருந்து பிறந்ததாகக் கருதப்படும் வீரபுத்திரசாமி பெரும்பாலும் எல்லாக் கோயில்களிலும் 21 துணைத் தெய்வங்களில் ஒன்றாக வைத்து வழிபடப்படுகின்றது. இப்படி எல்லாக் கோயில் களிலும் வழிபடப்பட்டாலும் ஒரு சில வம்சாவளிகள் இவ்வீர புத்திரனை மட்டும் தனியான குலதெய்வமாக வணங்குகின்றனர். உதாரணத்திற்குக் கவண்டம்பட்டியில் உள்ள வீராகோயில் பற்றியும் அதன் வழிபாட்டு முறைகள் பற்றியும் சற்று விளக்கமாகக் காண்போம்.

கோயிலின் அமைவிடமும், அமைந்துள்ள தெய்வங்களும்

இக்கோயில் கவணம்பட்டி கிராமத்திற்குத் தென்கிழக்கே பொட்டல் காடுகளுக்கு நடுவே கிழக்கு முகமாக அமைந்துள்ளது. இதில் அய்யன், பூரணத்தாள், பொய்க் கொடியாள், அரசன்மகன், ஆண்டி, வீரபுத்திரசாமி, மாயாண்டிச்சாமி, பெரியகருப்புசாமி, பேச்சியம்மாள், விநாயகர், ஏழு கன்னிமார், யானை, நந்தி, குதிரை என 13 தெய்வங்கள் உள்ளன.

கோயிலின் பாத்திய உரிமை

மதுரைக்குக் கிழக்கே ஒரு கிராமத்தில் கொன்னக்குயவன் ஒருவன் வாழ்ந்து வந்தான். அவன் வீரபுத்திரசாமியை வைத்து பூசைகட்டி வணங்கி வந்தான். அந்தச் சாமி மிகவும் சக்திமிக்கதாக இருந்ததனால் அதனை வைத்து அவனால் பூசிக்க இயலவில்லை. அப்பொழுது

அங்கிருந்த நாலுகரைகளுக்கும் காவல்காரனாய் இருந்து வந்த கள்ளன் ஒருவனிடம் இந்தச் சாமியை ஒப்படைத்தான். அவன் அதனைத் தூக்கிக் கொண்டு மேல்நாடு நோக்கி வந்தான். அப்பொழுது அந்தக் கொன்னக்குயவன் "நீ இந்தச் சாமியைக் கொண்டு செல்லும் பொழுது யாருடனும் போசதே, உன்னுடன் முதலில் எவன் பேசுகிறானோ அவனையும் உன்னோடு இணைத்துக் கொள்" எனச் சொல்லி அனுப்பி வைத்தான். நாலாக்கரையான் அதனைத் தூக்கிக் கொண்டு வரும் பொழுது நாகமலை கரட்டில் கல்லுக்குட்டி என்பவன் கல் உடைத்துக் கொண்டிருந்தான். தலையில் சுமந்து கொண்டு செல்வதனைப் பார்த்து, "என்ன தூக்கிச் செல்கிறாய் எங்கே செல்கிறாய்? நானும் உன்னுடன் வரவா" எனக் கேட்டான். உடனே அவனையும் தன்னுடன் அழைத்துக் கொண்டு மேற்கு நோக்கி வந்தார். இருவரும் நீண்டதூரம் நடந்து வந்ததனால் களைப்படைந்தனர். அதனால் சற்று இளைப்பாறுவதற்காகக் கவணம்பட்டிக்கு அருகில் இருந்த பொட்டலில் இறக்கி வைத்தனர். அப்பொழுது அங்கு ஆட்டுக்கிடாய் போட்டுத் தங்கியிருந்த கூலமக்கள் மூன்றுபேர் நீங்கள் இறக்கி வைத்தது என்ன? எனக் கேட்டனர். அதற்கு இவர்கள் தாங்கள் இறக்கி வைத்தது சாமி எனச் சொன்னவுடன் தங்களது கிடையில் இருந்த கிடாய் ஒன்றைப் பிடித்து வந்து வெட்டிச் சக்தி நிறுத்தி விட்டனர். இவ்வாறு கிடாய் வெட்டிச் சக்தி நிறுத்தி விட்டதால் சாமி அங்கேயே குடிகொண்டு விட்டது எனக் கருதி அங்கேயே வைத்துப் பூசிக்க ஆரம்பித்தனர். அந்த மூவரில் கல்லுக்குட்டி வயதில் மூத்தவனாக இருந்ததனால் அவன் முதலில் பூசை செய்தான். பின்பு நாலாக்கரையானும், கூலமக்களும் பூசை செய்தனர்.

இவ்வாறு கொண்டு வந்த நாலாக்கரையான், கண்டு வந்த கல்லுக்குட்டி, கொண்டனச்ச கூலமக்கள் என இந்த மூன்று வம்சாவளிகளும் இக்கோயிலைத் தங்களது குலதெய்வமாக வணங்கி வருகின்றனர்.

மாசித் திருவிழா

மாசி அமாவாசைக்கு 15 நாட்களுக்கு முன்பு கவணம்பட்டி கூலமக்கள் மூன்று தேவர் வகையறாக்களும், வடுகபட்டி கல்லுக்குட்டி வகையறாக்களும், கொங்கப்பட்டி நாலாக்கரையான் வகையறாக்களும் கவணம்பட்டியிலுள்ள பெரிய மந்தையில் கூடுவர். அப்பொழுது இந்த மூன்று வகையறாக்களின் தேவர்களும், பூசாரிகளும், கோடாங்கிகளும் ஒன்றுகூடி இந்த வருடம் பச்சை போடலாமா? எனக் கூடிப் பேசுவர். அப்பொழுது கோடாங்கி

களுக்குச் சாமி இறக்கி அப்பனே உனக்குப் பச்சை போடலாமா? என அனுமதி கேட்பர்.

இக்கோயிலில் இந்த மூன்று வம்சாவளியினரும் தங்களுக்கென்று தனித்தனித் தேவர்களையும், பூசாரிகளையும், கோடாங்கிகளையும் வைத்துள்ளனர். அதனால் மூன்று பூசாரிகளும் மூன்று அய்யன் பிடிக்கிகளிடம் அனுமதி கேட்பர். இந்த மூன்று அய்யன்பிடிக்கிகளும் "என் மக்கா எனக்குப் பச்சை போடுங்கப்பா, பவள விழா எடுங்கப்பா" என அனுமதி கொடுத்த பின்பு அடுத்த அதிகாரம் படைத்த ஆண்டிச்சாமியிடம் அனுமதி கேட்பர். அதுவும் அனுமதி கொடுத்த பின்பு வீரபுத்திர சாமியிடம் "வீரண்ணா அனுமதி கொடப்பா" எனக் கேட்டு அனுமதி கொடுத்த பின்பு இறுதியாகப் பெரிய கருப்புசாமியிடம் "நாங்க விழா எடுத்தா எந்த ஆபத்து மில்லாமல் எங்கள காத்துக் கொடுப்பாயா" எனக் கேட்பர். "என் மக்கா எந்த ஆபத்தும் இல்லாம வலதும், இடதும் காத்தித் தர்றேன்" என இறுதியாக அனுமதி கொடுத்த பின்பு விழாவிற்கு ஏற்பாடு செய்வர். விழா ஏற்பாடு செய்த பின்பு தேவர்களும், பூசாரிகளும், கோடாங்கிகளும் அசைவ உணவுகள் உண்பதனைத் தவிர்ப்பர்.

மாசி அமாவாசை தினத்திற்கு முன்தினம் மாலை 7 மணியளவில் வடுகப்பட்டியிலிருந்து கல்லுக்குட்டி வகையறாக்கள் தங்களது தேவர்கள் உடன் கோடாங்கிகள் சாமியாடிவர பெட்டியைத் தூக்கி வருவர். அதே போல் நாலாக்கரையான் வகையறாக்கள் சில்லாம்பட்டியிலிருந்து ஏணி விளக்குப் பந்தம் ஏந்திக் கொண்டு பெட்டியைத் தூக்கி வருவர். இருவரும் கொங்கம்பட்டியில் வந்து இணைந்து மேளதாளம் முழங்க சாமியாடிக் கொண்டே கவணம் பட்டி பெரியமந்தைக்கு வருவர். அவர்கள் இருவரும் வந்த பின்பு கவணம்பட்டிக்காரர்களும் தங்களது பெட்டியைத் தூக்கிக் கொண்டு இம்மூன்று பெட்டிகளும் மேளதாளங்கள் முழங்க கோடாங்கிகள் சாமியாடிக் கொண்டே கோயிலுக்குச் செல்வர். இம்மூன்று பெட்டிகளும் கோயிலுக்குச் சென்ற பின்பு பூசாரிகள், சாமிகளுக்கு அலங்காரம் செய்வர். இம்மூன்று பூசாரிகளும் தனித்தனியே அலங்காரம் செய்து தழுகைபோட்டுப் பூசை கட்டுவர். முதலில் கல்லுக்குட்டி பூசாரி தழுகை போட்டுப் பூசை கட்டுவார். பிறகு நாலாக்கரையான் பூசாரி தழுகை போட்டு பூசை கட்டுவார். பிறகு கூலமக்கள் பூசாரி தழுகை போட்டுப் பூசை கட்டுவார். பூசை முடிந்த பின்பு அந்தந்தச் சாமிக்குரிய தழுகைகள் அதற்குரிய கோடாங்கிகள் சாமியாடி வருகின்ற பக்தர்களுக்கு அருள்வாக்குச் சொல்லுவர். வருகின்ற பக்தர்கள் சாமிகளுக்கு நிலைமாலை சார்த்தியும், எண்ணெய் ஊற்றியும் வழிபட்டுச் செல்வர்.

மூன்றாவது நாள் பெட்டிகள், பெட்டி வீட்டிற்குத் திரும்பும். அப்பொழுது அய்யன்பிடிக்கிகளும், மாயாண்டிச்சாமி, கோடாங்கியும் பாதாளக்கட்டை ஏறி நடந்து வருவர்.

கிடாய் வெட்டுத் திருவிழா

இவ்வாறு மாசிப்பச்சைத் திருவிழா வருடத்திற்கு ஒருமுறை நடத்தப்பட்டாலும் சில ஆண்டுகளுக்கு ஒருமுறை பெரும் பொங்கல் கிடாய் வெட்டுத் திருவிழா வைப்பர். பெரும்பாலும் நல்லமழை பெய்து செழிப்பான ஆண்டுகளில் இத் திருவிழாவிற்கு ஏற்பாடு செய்வர். இதற்கு மாசிப்பச்சைத் திருவிழாவிற்கு கூடுவது போல் கவணம்பட்டி பெரிய மந்தையில் கூலமக்கள் மூன்று தகப்பன் மக்களும், கல்லுக்குட்டி வகையறாக்களும் ஒன்றுகூடி பெரும் கும்பிடு நடத்துவது பற்றி முடிவு செய்வர். அப்படி முடிவு செய்வதற்கு முன்பு மூன்று பூசாரிகளும், கோடாங்கிகளும் சாமி இறங்கி அனுமதி கேட்பர். முதலில் அய்யன்பிடிக்கியைப் பார்த்து அய்யனே உனக்குப் பெரும் பொங்கல் பொங்க அனுமதி கொடு எனக் கேட்பர். பிறகு வீரபுத்திசாமியிடம் வீரணா உனக்கு விழா எடுக்கச் சம்மதமா என அனுமதி கேட்பர். அதுவும் சம்மதம் கொடுத்த பின்பு கடைசியாகப் பெரிய கருப்புசாமியிடம் “விழா எடுத்தா வந்துபோற எங்க மக்களுக்கு ஆபத்தில்லாம காத்துக் கொடுப்பையா” எனக் கேட்பர். அதற்கு அது “என் மக்கா உங்களுக்கு எந்த ஆபத்தும் இல்லாம வலதும், இடதும் காத்துத் தர்றேன்” என அனுமதி கொடுத்த பின்பு விழாவிற்கு ஏற்பாடு செய்வர்.

பெரும்பாலும் இவ்வகை விழா ஏற்பாட்டுக் கூட்டங்கள் தை மாதத்தில் நடைபெறும். இவ்விழாவிற்கான தேதி வைகாசி மாதத்தில் குறிக்கப்படும். வைகாசி மாதத்தில் ஏதாவது ஒரு வியாழன், வெள்ளிக் கிழமைகளில் விழாவிற்கான நாள் குறிப்பர். அவ்வாறு நாள் குறித்ததை ஒரு வெள்ளைத் தாளில் எழுதி (அக்காலத்தில் ஓலை முறையில்) அதனைச் சாமி பெட்டிக்குள் வைத்து விடுவர். அதனை ‘நமா எழுதி வைப்பது’ என்கின்றனர். பிறகு பெரிய தேவர்கள், பூசாரிகள், கோடாங்கிகள் அனைவரும் ஊர் ஊராகக் கோயில் குடிகளின் வீடுகளுக்குச் சென்று அருள்வாக்குச் சொல்லி திருநீறு வழங்கி, கோயில் திருவிழாவிற்குத் தேவையான பொருட்களை அவர்களிடமிருந்து பெற்று வருவர். இக்காலத்தில் திருவிழாவிற்கான செலவுகளுக்கு அதிகமான நிதி தேவைப்படுவதனால் நன்கொடை ரசீதுகளைப் போட்டு நிதி பெற்று வருவர்.

திருவிழாவின் போது முதல் நாள் வியாழன் இரவு 7 மணிக்கு மாசித் திருவிழாவில் நடைபெறுவதனைப் போல பெட்டி தூக்குதல் நடைபெறும். பெட்டிகள் கோயிலைச் சென்றடைந்த பின்பு நடு இரவில் சாமிக்கு அலங்காரம் செய்து தழுகை போட்டு பள்ளயம் பிரித்த பின்பு மூன்று பூசாரிகளும் தனித்தனியே பூசை கட்டுவர். அன்று இரவு வானவேடிக்கையும் பொழுது போக்கு நிகழ்ச்சிகளும் நடைபெறும்.

மறுநாள் வெள்ளிக்கிழமை காலை 7 மணியளவில் கோயில் வளாகத்தில் மூன்று பொங்கல் வைப்பர். அந்த மூன்று பொங்கலும் பொங்கிய பின்பு மூன்று பூசாரிகளது கிடாய்கள் அதாவது கல்லுக்குட்டி பூசாரிக் கிடாய், நாலாக்கரையான் பூசாரிக் கிடாய், கூலமக்கள் பூசாரிக் கிடாய் என மூன்று கிடாய்களின் மேல் மஞ்சள் தண்ணீர் ஊற்றி அவை மூன்று முறை குலுக்கிய பின்பு வெட்டப்படும். அக் கிடாய்களை அப்பூசாரிகளது மாமன், மைத்துனர்கள் வெட்டுவர். அப்படிக் கிடாய் வெட்டப்படும் பொழுது அய்யன்சாமியையும், வீரபுத்திரசாமியையும் திரை போட்டு மூடிவிடுவர். இவ்வாறு கோயில் கிடாய்கள் வெட்டப் பட்ட பின்பு மற்ற மக்கள் எல்லோரும் கோயில் திசையைப் பார்த்துத் தங்களது கிடாய்களை வெட்டுவர். வெட்டப்பட்ட கிடாய்களின் இரத்தம் முழுமையாகத் தரையில் சிந்தப்பட வேண்டும். அந்த இரத்தத்தினைத் தெய்வங்கள் வந்து பருகிச் செல்லும் என நம்புகின்றனர். தலைகளைப் பூசாரிகளுக்குக் கொடுத்து விடுவர். மூன்றாவது நாள் காலை அய்யன்பிடிக்கியும், மாயாண்டிச்சாமி கோடாங்கியும் பாதாளகட்டை ஏறி முன் செல்ல பெட்டிகள், கோயிலிலிருந்து பெட்டி வீட்டிற்கு எடுத்துச் செல்லப்படும். அத்துடன் கிடாய் வெட்டுத் திருவிழா நிறைவடையும்.

இத் திருவிழாவின் போது சகோதரர்கள் தங்களது சகோதரி களுக்கும் அவர்களது குடும்பத்தாருக்கும் சேலை, துணிமணிகள் எடுத்துக் கொடுப்பர்.[23]

மாயாண்டிச்சாமி

"மாயோன் மேய காடுறை உலகம்" எனத் தொல்காப்பியம் குறிப்பிடுகின்றது.[24] அக்காலத்தில் காடு சார்ந்த முல்லை நிலப் பகுதியில் வாழ்ந்த மக்கள் மழை தரும் கரியமேகங்களையும், அது திரளும் நீலவானத்தையும் தெய்வமாக வழிபட்டனர்.[25] அவ்வாறு

திரளும் கரிய மேகங்களைப் பார்த்து மயில்கள் தோகைகளை விரித்துக் கொண்டு "மாயா, மாயா" என அகவும். அதனைப் பார்த்து மழை வரப்போவதை மக்கள் உணர்ந்து கொள்வர். அந்த மழை தரும் கரிய மேகங்களை மயில் அழைப்பதைப் போல் மாயோன் எனப் பெயரிட்டுத் தெய்வமாய் வழிபட்டு வந்தனர். அதுவே பிற்காலத்தில் மாயன் வழிபாடாக வளர்ந்தது. கள்ளர் தெய்வ மரபுகளில் மாயன்சாமி பரிவார தெய்வங்களில் அதாவது துணைத் தெய்வங்களில் ஒன்றாகக் கருதப்பட்டாலும் மிகவும் அதிகாரம் மிக்கதாகவும் துடிப்பு மிக்கதாகவும் கருதப்படுகின்றது. பெரும்பாலும் எல்லாக் குல தெய்வக் கோயில்களிலும் மாயன்சாமி இடம்பெற்று உள்ளது. இம்மாயன் கோடாங்கியே அருள் இறங்கி பூசாரியைத் தெரிவு செய்கிறார். அவரே பாதாளகட்டை ஏறிவந்து மக்களுக்கு அருள்வாக்குச் சொல்கிறார். இம் மாயாண்டிச் சாமியின் இறுதி அனுமதி பெற்ற பின்புதான் கோயில் விழாக்கள் ஏற்பாடு செய்யப்படுகின்றன.

அக்காலத்தில் மக்கள் மழையை ஆக்கத்திற்கும், அழிவிற்குமான கடவுளாகக் கருதினர். மழை பொழிவதன் மூலம் நிலம் வளமடைந்து மக்கள் வாழ்க்கைச் செழிப்படையும்; அம் மழைப் பொழிவு குறைந்தாலோ அல்லது அதிகரித்தாலோ மக்கள் வறட்சி வெள்ளம் போன்றவற்றால் அழிவைச் சந்திப்பர். அதனால் அக்கால மக்கள் மழையை ஆக்கத்திற்கும் அழிவிற்குமான தெய்வமாகக் கருதி அதனை மிகவும் பிரதான தெய்வமாக வழிபட்டு வந்தனர்.

செவ்வியல் மரபுகளில் இம் மழை வழிபாடு இந்திர வழிபாடாக வளர்ந்தாலும், நாட்டுப்புற மரபுகளில் அது மாயன் வழிபாடாகவே நீடித்தது. இன்றும் மாயன் கோடாங்கிகள் அருள் இறங்கி சாமியாடும் பொழுது "ஆக்கிறதும், மாயன் அழிக்கிறதும் மாயன் இந்த உலகத்தில் எல்லாமே மாயன்தாண்டா" என்று சொல்லிக் கொண்டே சாமியாடுவர். மாயனை மேக மாயன் என்று அழைப்பதும், மழை வேண்டி மாயாண்டிச்சாமியிடம் குறி கேட்பதும், மாயன் கோடாங்கி மயில் இறகுகளைக் கையில் பிடித்துக் கொண்டு சாமியாடுவதும், இம்மாயன் வழிபாடு அக்கால மாயோன் வழிபாட்டின் தொடர்ச்சியே என்பதற்குச் சான்றாக உள்ளது. மாயன் துறவுநிலையில் உள்ள ஆண்டிச்சாமியாகக் கருதப்படு வதனால் கிடாய் வெட்டுத் திருவிழாவின் போது அதற்குத் திரை போட்டு மூடிவிடுவர்.

இதுபோன்ற ஆண் தெய்வங்களோடு சில பெண் தெய்வங் களையும், குல தெய்வங்களாக வழிபடுகின்ற வழிபாடுகள் பற்றிச் சற்று விரிவாகக் காண்போம்.

பேச்சியம்மன்

பழங்காலத்தில் பாலை நிலத்தில் வாழ்ந்த மக்கள் கொற்றவை, என்ற பெண் தெய்வத்தை வழிபட்டனர். அக் கொற்றவை பிணங்களைத் தின்று பேய்களை அடக்கி மக்களைக் காப்பாற்றுபவளாகக் கருதப்பட்டாள். அக் கொற்றவையே பிற்காலத்தில் நாட்டுப்புற மக்களால் பேய்ச்சியம்மன் எனப்பட்டாள்.[26]

பேய்ச்சியம்மன் என்ற சொல்லே இன்று பேச்சியம்மன் என மருவி அழைக்கப்படுகின்றது. தமிழ்ச் சமூகத்தில் பெரும்பாலான சாதியினர் பேச்சியம்மனைத் தங்களது குலதெய்வமாகக் கருதி வழிபடுகின்றனர். அதுபோல பிறமலைக் கள்ளர்களிலும் பேச்சியம்மனைத் தங்களது குலதெய்வமாக வழிபட்டு வருகின்றனர்.

எல்லாப் பிறமலைக் கள்ளர்களும் பேச்சியம்மனைத் தங்களது கோயிலிலுள்ள துணைத் தெய்வங்களில் ஒன்றாக வழிபட்டாலும் கழுவநாத கோயிலை வணங்குகின்ற 22 மணிக்கிராமத்தைச் சேர்ந்தவர்கள் பேச்சியம்மாளுக்குத் தனிக்கோயில்கட்டி தங்களது குலதெய்வமாக வணங்குகின்றனர். இக்கோயில் கருமாத்தூர் வடக்கம்பட்டி சாலையில் கிழக்குப் பக்கம் வயல் வெளிகளுக்கு நடுவில் அமைந்துள்ளது. இதில் விருமாண்டிச் சாமி காவல் தெய்வமாக உள்ளதனால் இது 'விருமாண்டிக் கோயில்' என்றும் அழைக்கப்படுகிறது.

ஆடிவெள்ளித் திருவிழா

விருமாண்டி கோயிலுக்கு மாசித்திருவிழா, கிடாய் வெட்டுத் திருவிழா போன்றவை நடத்தப்பட்டாலும், விருமனுக்கும், பேச்சியம்மனுக்கும் மட்டும் ஆடிமாதம் கடைசி வெள்ளிக்கிழமையன்று உச்சிகால பூசையும், சூளியாடு குத்துதலும் நடைபெறுகின்றன. இதனை ஆடிவெள்ளித் திருவிழா என்கின்றனர். ஆடி மாதம் கடைசி வியாழன் அன்று இரவு 8 மணிக்குப் பூசாரிப் பட்டியிலுள்ள பெட்டி வீட்டிலிருந்து பெட்டிகள் கழுவநாத கோயிலுக்கு எடுத்துச் செல்லப்படும். அன்றிரவு 12 மணிக்கு அங்குள்ள சாமிகளுக்குப் பள்ளயம் போடப்பட்டுப் பூசை செய்யப்படும். அதன்பின்பு பெட்டிகள் பேச்சியம்மன் கோயிலுக்கு எடுத்து வரப்படும். அங்கும் அங்குள்ள சாமிகளுக்கும் தழுகைகள் போடப்பட்டுப் பள்ளயம் பிரிக்கப்படும். மறுநாள் ஆடிமாதம் கடைசி வெள்ளிக்கிழமையன்று காலையில் மூணுசாமிகளுக்கும் சேர்த்து மூன்று பொங்கல் வைப்பர்.

அதன்பிறகு அன்று பிற்பகல் 12 மணிக்கு விருமனுக்காகக் கருங்கிடாய், செங்கிடாய், பல நிறத்தின் கிடாய் என மூன்று கிடாய்கள் வெட்டுவர். வெட்டப்பப்பட்ட மூன்று கிடாய்களின் தலைகளை விருமன் அடைத்து வைக்கப்பட்டுள்ளதாக நம்பப்படும் கிடங்கிற்குள் போட்டு மூடிவிடுவர். அந்த இடத்தில் மூன்று பொங்கல் வைப்பர். அந்தப் பொங்கல் பிரசாதத்தைப் பூசாரி மூன்று முறை வானத்தை நோக்கி வீசுவார். இது நாள் வரை அப் பிரசாதம் கீழே விழுந்ததே இல்லை என நம்புகின்றனர். மேலும் அப்பொழுது விருமன் புதைக்கப்பட்டுள்ளதாக நம்பப்படும் இடத்திலுள்ள கல் கம்பம் சற்று அசைந்து ஆடும் எனவும் நம்புகின்றனர். பிறகு பொங்கலையும் வெட்டப்பட்ட கிடாய்களைச் சமைத்து, கறியையும் விருமனுக்குப் படைத்து பூசை செய்வர். இதனை உச்சிக்கால பூசை என்கின்றனர்.

அன்று இரவு நிறைமாதச் சினையாக உள்ள ஆடு ஒன்றினை மேளதாளத்துடன் கோயிலுக்குக் கொண்டுவருவர். அதனைப் பேச்சியம்மனது சந்நிதிக்கு முன் வைத்து வேல் போன்ற ஆயுதத்தால் அதனது வயிற்றைக் கிழித்து எடுப்பர். அவ்வாறு கிழித்து எடுப்பதனால் ஆடும், குட்டியும் இறந்து விடும். இதனைச் ‘சூளி ஆடு குத்துதல்’ என்கின்றனர். இவ்வாறு எடுத்த துவளக்குட்டியை ஒரு தலைவாழை இலையில் வைத்துப் பேச்சியம்மனுக்குப் படைப்பர். பிறகு அந்தத் துவளகுட்டியையும் ஆட்டின் தலையையும் அறுத்து அதனையும் சேர்த்து அம்மன் சந்நிதிக்கு எதிர்புறம் உள்ள கிடங்கில் போட்டு மூடி விடுவர்.

அதன் பின்பு பேச்சியம்மன் சந்நிதிக்கு எதிர்ப்புறம் உள்ள கழுமரத்தின் மீது சேவல் குத்தி பலியிடுவர். பிறகு அதிகாலை 4 மணிக்கு மறுபடியும் எல்லாச் சாமிகளுக்கும் பூசை போடுவர். அதன் பின்பு பலியிடப்பட்ட கிடாய் ஆட்டுக் கறிகளைச் சமைத்து மக்கள் உண்டபின்பு வீடு திரும்புவர்.

இச்சூளியாடு குத்துதலின் போது பெண்களையும், குழந்தை களையும் கோயில் அருகே வராமல் பார்த்துக் கொள்கின்றனர்.[27]

ஒச்சாண்டம்மன்

ஒச்சாண்டம்மன் பிறமலைக் கள்ளர்களுக்கே உரிய தனித்த தெய்வமாகும். தமிழகத்தில் உள்ள வேறு எந்தப் பகுதிகளிலும் இந்த ஒச்சாண்டம்மன் வழிபாட்டினைப் பார்க்க இயலாது. பிறமலைக் கள்ளர்கள் மத்தியிலும் அவர்களுடன் வாழும் ஒரு சில பறையர்கள் மத்தியிலும் மட்டும் தான் இவ் ஒச்சாண்டம்மன் வழிபாடு வழக்கத்தில் உள்ளது.

கருமாத்தூர் ஒச்சாண்டம்மன்

ஒச்சாண்டம்மன் தோற்ற தொன்மக்கதை

கருமாத்தூரைச் சேர்ந்த தடியத்தேவன் என்பவர் ஒரு சமயம் தனது மனைவியுடன் காட்டிற்கு விறகு பொறுக்குவதற்குச் சென்றார். அப்பொழுது குழந்தை ஒன்று அழுகின்ற சத்தம் கேட்கின்றது. அதனை நோக்கி ஓடிச்சென்று பார்க்கும் பொழுது நொச்சிச் செடிகளின் புதருக்குள்ளே ஒரு பெண் குழந்தை கிடக்கின்றது. அதன் அருகே மான் ஒன்று அதற்குத் தாய்ப்பால் கொடுத்துக் கொண்டிருக்கின்றது. அதனைப் பார்த்த தடியனும் அவனது மனைவியும் அதனைத் தெய்வக்குழந்தை எனக் கருதி தூக்கி வந்து தங்களது மகளாக வளர்க்கின்றனர். நொச்சிப்புதருக்குள் கிடந்த குழந்தையாகையால் அதற்கு "நொச்சாயி" எனப் பெயரிட்டு வளர்த்து வருகின்றனர். அவள் வளர்ந்து பருவமடைகின்றாள்.

அப்பொழுது கருமாத்தூர் கட்ராண்டித் தேவனது மகன் உலகநாதன் அவளைப் பெண் கேட்டு வருகின்றான். அவளது பெற்றோரும் அவன் தாய்மாமன் மகனாகையால் அவனுக்கே மணம் முடித்துக் கொடுக்க முயற்சிக்கின்றனர். அதற்கு அவள், தான் ஒரு தெய்வப் பிறவி ஆகவே, ஆங்காள அய்யன் என்ற பொன்னாங்கனையே மணப்பேன் எனக் கூறுகின்றாள். ஆனால் பெற்றோர்கள் அவளைக் கட்டாயப்படுத்தி உலகநாதனுக்கு மணம் முடித்துக் கொடுக்கின்றனர். அப்பொழுது அவள் மனிதனாகிய உலகநாதனோடு வாழ விரும்பாமல் பகலில் பெண்ணாகவும், இரவில் கல்லாகவும் மாறிவிடுகின்றாள். அதனால் கணவனாகிய உலகநாதன் அவளை அடைய முடியவில்லை. ஆத்திரமடைந்த உலகநாதன் அவளை ஒருநாள் பகலில் அடைய முயற்சிக்கிறான். அப்பொழுது ஆத்திரமடைந்த அவள் அவனைக் கொன்று விட்டு உச்சத்திற்குச் சென்று மறைந்து பொன்னாங்கன் சாமியோடு கலந்து விடுகிறாள். இவ்வாறு உச்சத்திற்குச் சென்று சாமியோடு கலந்து விட்டதனால் அவள் உச்சாண்டம்மன் எனப் பெயர் பெற்றாள்.[28] அச்சொல்லே ஒச்சாண்டம்மன் என மருவி அழைக்கப்படுகின்றது. அதுவரை பொன்னாங்கன் கோயில் என அழைக்கப் பட்ட அக்கோயில் அதன் பின்பு ஒச்சாண்டம்மன் கோயில் என அழைக்கப்படுகின்றது.

கருமாத்தூர் ஒச்சாண்டம்மன் கோயிலே இவ்வழிபாட்டிற்கு மூலக்கோயிலாகும். இங்கிருந்து ஆண் வழியில், பெண் வழியில் எனப் பல ஊர்களுக்கு இவ்வழிபாடு எடுத்துச் செல்லப்பட்டுள்ளது. ஆண் வழியில் பிடிமண் மூலமாகத் தும்மக்குண்டு, கரிசல்பட்டி, உடையாம்பட்டி, பூசலப்புரம் போன்ற ஊர்களுக்கும்; பெண்வழியில்

சாமி இறங்கி செல்லுதல் மூலமாகவும், சாமி கொடுத்து அனுப்புதல் மூலமாகவும், பாப்பாப்பட்டி, முதலைக்குளம், வகுரணி, பிரவியம் பட்டி, மதிப்பனூர், கே.போத்தம்பட்டி போன்ற ஊர்களுக்கும் இவ் ஒச்சாண்டம்மன் வழிபாடு எடுத்துச் செல்லப்பட்டு உள்ளது.[29]

இதில் உதாரணத்திற்குப் பாப்பாப்பட்டி ஒச்சாண்டம்மன் கோயிலின் வழிபாட்டு மரபுகள் பற்றிச் சற்று விரிவாகக் காண்போம்.

பாப்பாபட்டி ஒச்சாண்டம்மன் கோயில்

இக்கோயில் பாப்பாபட்டி கிராமத்திற்கு வடமேற்கே சுமார் 2 கிலோமீட்டர் தூரத்தில் புளியந்தோப்பிற்குள் அமைந்துள்ளது. இதுவும் எல்லாக் கள்ளநாட்டுக் கோயில்களைப் போல் கிழக்கு முகமாக அமைந்துள்ளது.

கோயிலின் பாத்திய உரிமை

பாப்பாபட்டி பகாத்தேவன், கீரித்தேவன் மக்கள் எட்டு இரண்டு பத்துத் தேவர்களுக்கும், பூசாரி ஆண்டரச்சான் மக்கள் ஐந்து பூசாரிகளுக்கும், கொண்டஞ்செட்டி மக்களுக்கும், அக்காள் மக்கள் அய்யனார்குளம் இரண்டு தேவர்களுக்கும் பாத்தியப்பட்ட கோயிலாகும்.

அதாவது பகாத்தேவன் மக்கள் 1. பெரியதேவர் ஒச்சாத்தேவர், 2. மோலத்தேவர், 3. சுளி ஒச்சாத்தேவர், 4. கட்டக்காளைத்தேவர், 5. உடையாத்தேவர், 6. பொட்டுலுப்பந்தித்தேவர், 7. ஆங்கித்தேவர், 8. மதியத்தேவர் என எட்டுத் தேவர்கள். கீரித்தேவன் மக்கள் 1. கீரித்தேவன், 2. கூலத்தேவன் என இரண்டு தேவர் ஆக பத்துத் தேவர்களுக்கும்; பூசாரி ஆண்டரச்சான் மக்கள் 1. குட்ட ஒச்சாத் தேவன், 2. அன்னம்பாரி மாயத்தேவன், 3. இரட்டவீரத்தேவன், 4. மூங்கில் பெரிய கருப்பத்தேவன், 5. சிவத்த கருப்பத் தேவன் என ஐந்து பூசாரிகளுக்கும் பாத்தியப்பட்ட கோயிலாகும். இதில் பத்துத் தேவர்களுக்கும் ஐந்து பூசாரிகளுக்கும் சாமிகள் ஒதுக்கப்பட்டுள்ளன. மற்ற கொண்டஞ்செட்டி மக்களுக்கும் அய்யனார் குளம் அக்காள் மக்களுக்கும், அன்னம்பாரிப் பட்டியிலுள்ள பிரம்பன் மக்கள் கொட்டுப் பூசாரிகளுக்கும் சாமிகள் ஒதுக்கப்படவில்லை. ஆனால் மாலை மரியாதைகளும், முதன்மைகளும் அளிக்கப்படுகின்றன.

கோயிலிலுள்ள தெய்வங்களும், பள்ளயங்களும்

1. பொன்னாங்கன் என்ற ஆங்காள அய்யன், 2. கண்ணாயி பூங்கனி, 3. மாயாண்டிச்சாமி, 4. சக்தி ஏழு கன்னிமார், 5. பூநாகம், 6.

ஒச்சாண்டம்மன், 7. உலகநாதன், 8. பெரிய கருப்புச்சாமி, 9. அரசமகன் ஏழு பேர், 10. முத்துக்கருப்பணசாமி, 11. அக்னிதங்கம், 12. மதனத்தங்கம், 13. பெரிய தவம், 14. செந்தவசி, 15. விருமகுலராக்கு, 16. ஆச்சிக் கிழவி, 17. மஞ்சனப் பேச்சியம்மன், 18. காளாஞ்சிக் கருப்பு, 19. சந்தனக்கருப்பு, 20. கோட்டைக் கருப்பு, 21. வீரபுத்திரசாமி என 21 தெய்வங்களும் இவற்றிற்கு மேல் குதிரை, நந்தி, குதிரைப்பந்தி, சின்னக்கருப்புசாமியும், கொல்லிமலை ராக்கம்மாளும் உள்ளன.

இவ்வாறு 25 தெய்வங்கள் இருந்தாலும் 42 பள்ளயங்கள் வைக்கப்படுகின்றன.

பூசாரிகளும், கோடாங்கிகளும்

இக் கோயிலுக்குப் பெரிய பூசாரி, சின்ன பூசாரி என இரண்டு பூசாரிகள் உள்ளனர். இந்த இரண்டு பூசாரிகளும் ஐந்து பூசாரி வகையறாக்கள் மத்தியில் சுழற்சி முறையில் தெரிவு செய்யப்படு கின்றனர்.

சாமி கொண்டு வந்த ஆண்டாயி கிழவி கருமாத்தூர் ஒச்சாண்டம்மன் கோயிலின் பூசாரியான ஆண்டரச்சான் மகளாவார். கருமாத்தூர் ஒச்சாண்டம்மன் கோயிலிலுள்ள 42 தெய்வங்களில் 21 சாமிகள் மட்டும் ஆண்டரச்சான் பூசாரிக்கு ஒதுக்கப்பட்டிருக்கின்றன. கொதிபானையைத் தூக்கிக் கொண்டு வந்த ஆண்டாயிக் கிழவி, பூசாரி ஆண்டரச்சானது மகளாகையால் அந்தக் கோயிலில் அவருக்கு ஒதுக்கப்பட்டிருந்த 21 தெய்வங்கள் மட்டும் அவருடன் வந்து விட்டதாகக் கருதி இங்கு 21 தெய்வங்களை மட்டும் வைத்துள்ளனர். இதில் அய்யன்சாமி ஐந்து பூசாரிகளுக்கும், மாயாண்டிச்சாமி பத்துத் தேவர்களுக்கும் ஒதுக்கப்பட்டுள்ளது. இவற்றிற்கு அவரவர் வம்சாவளியில் கோடாங்கி இறக்கிக் கொள்கின்றனர். மற்ற 19 சாமிகளுக்கும் பத்துத் தேவர்கள், ஐந்து பூசாரிகள் என இரண்டு வகையறாவிலும் கோடாங்கி இறக்கிக் கொள்கின்றனர். அதனால் 21 தெய்வங்களுக்கு ஒவ்வொன்றிற்கும் இரண்டு பள்ளயம் என, 42 பள்ளயங்கள் பிரித்து அதனதனை அவற்றிற்கு உரியதற்கு என, 42 கோடாங்கிகளுக்குப் பிரித்துக் கொடுத்து விடுகின்றனர்.

மேற்கூறிய தெய்வங்களை வருடத்திற்கு மூன்று முறை பூசை செய்து வழிபடுகின்றனர். ஆடிமாத பூசை, கார்த்திகைப் பூசை, மாசிமாதப் பூசை என மூன்று காலங்களில் பூசை செய்து வழிபடு கின்றனர். ஆடிமாதம் 15வது நாள் ஐந்து பூசாரிகளும் சின்ன பூசாரிக்குரிய சின்ன பெட்டியைத் தூக்கி வந்து கோயிலிலுள்ள

எல்லாத் தெய்வங்களுக்கும் பூசை செய்து பள்ளயம் பிரிப்பர். அதன் பின்பு கோடாங்கிகளுக்கும், பத்துத் தேவர்களுக்கும், அய்யனார்குளம் அக்கா மக்களுக்கும் மாலை மரியாதையும், முதன்மையும் அளிக்கப்படும்.

கார்த்திகை தினத்தன்றும் இதே போல் சின்னப் பெட்டியை மட்டும் தூக்கி வந்து பூசைசெய்து பள்ளயம் பிரித்து வழிபடுவர்.

மாசிப் பூசையைப் பெரிய பூசை எனவும் மாசிப்பச்சை எனவும் மாசிக்களரி எனவும் அழைக்கின்றனர்.

மாசித் திருவிழா

இவ்விழாவை ஏற்பாடு செய்வதற்காக மாசிமாதம் அமாவாசை தினத்தன்று *22* நாட்களுக்கு முன்பு பாப்பாப்பட்டியில் உள்ள மண்டு புளியந்தோப்பில் பத்துத் தேவர்களும் கூடுவர். லிங்கப்ப நாயக்கனூரிலுள்ள பெரிய தேவர் மற்ற *9* தேவர்களையும் கடிதம் அனுப்பி அழைத்து இக் கூட்டத்தைக் கூட்டுவார். இவ்வாறு பத்துத் தேவர்களும் கூடுவதனை *22* நாள் கும்பல் என்கின்றனர். இதில் பத்துத் தேவர்களும் கூடி *15* நாள் கும்பலுக்கு ஏற்பாடு செய்வர். அதில் "யார் யார், யார்யாரை அழைப்பது" என முடிவு எடுப்பர். அதன்படி பெரியதேவர் பெரிய பூசாரியையும், கீரித்தேவர் சின்ன பூசாரியையும், மோலத்தேவர் அய்யனார்குளம் அக்காள் மக்களையும், கட்டக்காளைத் தேவர் உத்தப்பநாயக்கனூர் ஜமீன் தாரையும் அழைப்பது என முடிவு செய்வர்.

15 நாள் கும்பலன்று பத்துத் தேவர்களும் ஐந்து பூசாரிகளும் அய்யனார்குளம் அக்காள்மக்களும் எல்லாக் கோடாங்கிகளும் மற்றும் பொதுமக்களும் பாப்பாப்பட்டியில் உள்ள இளந்தோப்பு மண்டு புளியமரத்தில் கூடுவர். அப்பொழுது கொட்டடித்து எல்லாக் கோடாங்கிகளுக்கும் சாமியிறக்கி மாசிப்பச்சை போடுவது பற்றி அனுமதி கேட்பர். முதலில் அய்யன்பிடிக்கியிடம் "அய்யனே அப்பனே உனக்குப் பச்சை போட பவளவிழா எடுக்க அனுமதி கொடப்பா" எனக் கேட்பர். அய்யன்பிடிக்கி அருள் இறங்கி அனுமதி கொடுத்த பின்பு மாயாண்டிச்சாமிக்கு அருள் இறக்கி அனுமதி கேட்பர். அதுவும் அனுமதி கொடுத்த பின்பு விழா எடுப்பது என முடிவு செய்து அனைவரும் வடக்கு நோக்கி வணங்குவர். அத்தோடு *15* நாள் கும்பல் நிறைவு பெறும்.

அதன்பிறகு பூசாரிகளும், கோடாங்கிகளும் இணைந்து ஊர் ஊராகச் சென்று மக்களுக்குத் திருநீறு வழங்கி விழாவிற்குத் தேவையான பொருட்களை மக்களிடமிருந்து பெற்று வருவர்.

தற்காலத்தில் விழாச் செலவிற்கு அதிக நிதி தேவைப்படுவதனால் ஊரிலுள்ள முக்கியஸ்தர்களைக் கொண்டு திருப்பணிக்குழு அமைத் துள்ளனர். அத் திருப்பணிக் குழுவினர் திருவிழாச் செலவிற்காக நிதி வசூல் செய்து விழாவிற்கான ஏற்பாடுகளைக் கவனிப்பர்.

விழாவிற்கு ஏழு நாட்களுக்கு முன்பு பூசாரிகள் அன்னம்பாரிப் பட்டியிலுள்ள பிரம்பன் மக்களாகிய கொட்டுப் பூசாரிகளிடம் சென்று அவர்களுக்கு மாலை மரியாதை செய்து அவர்களை விழாவிற்கு அழைப்பர்.

மாசிப்பச்சை தினத்தன்று அதிகாலையில் சூரிய உதயத்திற்கு முன்பாக ஐந்து பெட்டிப் பூசாரிகளும் உசிலம்பட்டி கருப்புக் கோயிலில் பெட்டி வீட்டிலிலுள்ள பெட்டிகளைச் சுத்தம் செய்து எண்ணெய்க் காப்பு சார்த்தி சந்தனம் பூசி மாலை அணிவித்து பெட்டி அறையிலிருந்து வெளியில் எடுத்து வைப்பர். பெரியபூசாரி சின்னபூசாரி இருவரும் வடகாட்டுப்பட்டியிலிருந்து கொட்டு மேளத்துடன் அன்னம்பாரிப்பட்டிக்கு வருவர். அங்கு உள்ள அய்யன்பிடிக்கி கோடாங்கி சாமியாட அவருடன் சேர்ந்து எட்டுப் பட்டறை மந்தைக்கு வருவர். அப்பொழுது கெண்டஞ்செட்டி வகையறாக்கள் பழம், தேங்காய், கல்கண்டு, விபூதி, சாமிக்குப் பரிவட்டம் கட்டும் துண்டு ஆகியவற்றை ஒரு தட்டில் வைத்து வருகின்ற அனைவரையும் வரவேற்பர்.

அதன்பிறகு இவர்கள் அனைவரும் மேளதாளத்துடன் கருப்பு கோயிலுக்கு வருவர். அவர்கள் கோயிலுக்கு வந்ததும், கொண்டஞ் செட்டி வகையறாக்கள் பெட்டிகளுக்குத் தேங்காய், பழம் வைத்து முதல் பூசை செய்வர். அதன்பிறகு கோடாங்கிகளுக்கும், பூசாரி களுக்கும், கொண்டஞ்செட்டி வகையறா மக்களுக்கும், கொட்டுப் பூசாரிகளுக்கும் மாலை அணிவித்து மரியாதை செய்யப்படும்.

பிறகு பூசாரி வகையறாக்களைச் சேர்ந்த ஐந்து பெட்டிப் பூசாரிகள் அவரவர்களுக்குரிய பெட்டிகளைத் தூக்கிக் கொண்டு பெரிய பூசாரி, சின்னபூசாரி, கோடாங்கிகள், பொதுமக்கள் புடைசூழ மேளதாளத்துடன் பாப்பாபட்டியை நோக்கிச் செல்வர். அன்னம்பாரிப்பட்டி, வடகாட்டுப்பட்டி, மேக்கிலார்ப்பட்டி, கீரிப்பட்டி, இஸ்மாயில்மடம் வழியாக இளந்தோப்பு என்ற இடத்தை சென்றடைவர். அங்குப் பெட்டிகளையும் பூசாரிகளையும் வரவேற்று அழைத்துச் செல்வதற்காகப் பத்துத் தேவர்களும் அவர்களைச் சேர்ந்த கோடாங்கிகளும் காத்துக் கொண்டிருப்பர். அவர்கள் வந்ததும் மாலை அணிவித்து மரியாதை செய்வர்.

அதன்பிறகு பெரிய பூசாரி பெட்டிகளைத் திறந்து ஆச்சிக் கிழவியின் உடமைகளான சேலை, தண்டட்டி, சரடு, பல்குத்தி, ஆபரணம் போன்றவற்றை வெளியில் எடுத்துப் பெரிய தேவரிடம் கொடுப்பார். அவர் அதனை, மாயாண்டிச்சாமி கோடாங்கியிடம் கொடுப்பார். அவர் அதனை "ஆத்தா உடமைகளைப் பார்த்துக் கங்கப்பா" எனக் கூறி பொதுமக்களுக்குக் காட்டுவார். இவ்வாறு எல்லா உடமைகளையும் சரிபார்த்த பின்பு அவற்றையெல்லாம் திருப்பிப் பெட்டிகளில் வைத்துக் கொண்டு திம்மநத்தம், கொப்பிலி பட்டி வழியாகப் பாப்பாட்டி பெரிய கோயிலை நோக்கிச் செல்வர்.

பாப்பாபட்டி கிராமத்திற்குள் நுழையும் பொழுது பாப்பாப்பட்டி தேவர்களான மதியத்தேவர் மக்கள் வருகின்றவர்களை வரவேற்று, பாப்பாபட்டி பெரிய மந்தைக்கு அழைத்துச் செல்வர். அவர்கள் அதனருகே கொல்லிமலை ராக்கம்மாள் விருமகுல ராக்கம்மாள் என்ற இரண்டு பெண் தெய்வங்களுக்குச் சிலை செய்து வைத்திருப் பார்கள். அவற்றிற்குப் பூசைகள் நடைபெறும். அப்பொழுது உத்தப்ப நாயக்கனூர் ஜமீன்தார் கொடுத்தனுப்பிய பட்டு பரிவட்டத்தைக் கட்டக்காளை தேவர் விருமகுல ராக்கம்மாளுக்குக் கட்டுவார். அச் சிலைகளையும் தூக்கிக் கொண்டு பெட்டிகளும் சேர்ந்து பெரிய கோயில் நோக்கிச் செல்லும். அப்பொழுது சிறிது தூரம் வரை அய்யன்பிடிக்கியும், மாயாண்டிச்சாமி கோடாங்கியும் பாதாளக் கட்டை ஏறிச் செல்வர். பாப்பாபட்டியின் நுழைவுப் பகுதியிலிலுள்ள அவ்வூர் பெரிய குடும்பத்திற்கு மாலை மரியாதை செய்யப்படும். அப்பெரிய குடும்பத்தினர் சாமிக்கு முதல்பூசை செய்த பின்பு அனைவரும் சேர்ந்து மேளதாளத்துடன் சாமியாடிக் கொண்டு பெரிய கோயில் நோக்கிச் செல்வர். கோயிலுக்குச் சென்ற பின்பு பெட்டிகளும், சாமிச் சிலைகளும் அதனதன் இடத்தில் வைக்கப்படும்.

பிறகு இரவு 10 மணியளவில் பெரிய பூசாரி பொங்கல் வைத்து அந்தப் பொங்கலுடன் வாழைப்பழம், வெற்றிலைப் பாக்கு வைத்து சாமிகளுக்கு முதல் பூசை செய்வார். அந்தப் பூசைத் தழுகைகளை ஐந்து பூசாரிகளும், அவர்களுக்கு உரியவர்கள் மட்டும் எடுத்துக் கொள்வர். அதற்கடுத்து இரவு 12.30 மணிக்கு இரண்டாவது பூசை செய்யப்படும். அதில் மொச்சைப்பயிர், உரித்த வாழைப்பழம், வெற்றிலை பாக்கு, துள்ளுமாவு வைத்து எல்லாச் சாமிகளுக்கும் பூசை செய்வர். பெரிய பூசாரி வாயைத் துணியால் பொத்திக் கொண்டுப் பூசை கட்டுவார் (அந்தப் பள்ளயங்களை அந்தந்தச் சாமிகளுக்குரிய பட்டத்துக் கோடாங்கிகள் எடுத்துக் கொள்வர்)

அதன்பிறகு அதிகாலை ஐந்து மணியளவில் அதே போல மொச்சைப்பயிர், சீப்பு வாழைப்பழம், துள்ளுமாவு (கம்பு மாவு),

இளநீர், கரும்பு, வெற்றிலை பாக்கு வைத்துப் பெரியபூசாரி வாய்கட்டி எல்லாச் சாமிகளுக்கும் சேகண்டி பூசை செய்யப்படும். பிறகு பெரிய பூசாரியும், சின்னபூசாரியும் காவலிற்காகப் பெரிய கோயிலின் சுற்றுச் சுவருக்கு வெளியே சென்று வனதேவதைகளுக்கும், காத்துக் கருப்புகளுக்கும் பூசை செய்வர்.

பின்பு பாப்பாபட்டி ஐந்தாவது நாடு சார்பாக ஐந்து பூசாரி களுக்கு மாலை மரியாதை செய்து முதன்மை செய்யப்படும். பின்பு பத்துத் தேவர்கள் தங்களது அக்காள் மக்களாகிய அய்யனார் குளத்துக்காரர்களுக்கு மாலை அணிவித்து முதன்மை செய்வர். அதன் பிறகு பாப்பாபட்டி ஒச்சாண்டம்மன் கோயிலுக்குரிய பட்டத்துக் கோடாங்கிகளுக்கு அவரவர் வரிசைப்பிரகாரம் மாலை அணிவித்து முதன்மை செய்யப்படும். இறுதியாக பிற எட்டு நாட்டு 24 உபகிராமப் பரப்பு கிராம தேவர்களுக்கும், கோடாங்கிகளுக்கும், பாப்பாபட்டி ஐந்தாவது நாடு சார்பாக மாலை அணிவித்து முதன்மை செய்யப்படும்.

மறுநாள் மதியம் 1 மணியளவில் பத்துத் தேவர்கள் ஐந்து பூசாரி வகையறாக்களைப் பார்த்து “ஆத்தா பெட்டிகளைத் தூக்கிக் கொண்டு நீங்கள் கிளம்புங்கள் தாய்மாமன்களே” எனக் கூறி ஐந்து பூசாரிகளை வழி அனுப்பி வைப்பர். ஐந்து பூசாரிகளும் அவர் களுக்குரிய கோடாங்கிகளும் பெட்டிகளைத் தூக்கிக் கொண்டு ஏற்கனவே அவர்கள் வந்த வழியான திம்மநத்தம், கொப்பிலிப்பட்டி, இளந்தோப்பு, இஸ்மாயில் மடம், கீரிப்பட்டி, மேக்கிலார்பட்டி வழியாக வடகாட்டுப்பட்டி வந்தடைவர். அங்குள்ள பெட்டி வீட்டில், பெட்டிகளை இறக்கி வைத்து அன்றிரவு அங்கேயே தங்கி விடுவர். அவ்வூர்காரர்கள் அவர்களுக்குக் காணப்பயிர் கலந்த கஞ்சிகாய்ச்சி அதனை இரவு உணவாக அளிப்பர்.

மறுநாள் காலை 11 மணியளவில் பெட்டி வீட்டில் வைக்கப்பட்ட பெட்டிகளுக்கு எண்ணெய்க் காப்பு சார்த்தி, சந்தனம் பூசி மாலைகள் அணிவித்துச் சாம்பிராணி காட்டி அவற்றை எடுத்து வந்து அங்குள்ள தொம்பறைக் கல்லில் வைப்பர். கோடாங்கிகள் சாமியாடிக் கொண்டு வருகின்ற பக்தர்களுக்கு அருள்வாக்குச் சொல்வர். அன்று மாலை 4 மணியளவில் பத்துத் தேவர்களும் மேக்கிலார்பட்டியில் கூடி அங்கிருந்து தங்களது கோடாங்கிகள் புடைசூழ வடகாட்டுப் பட்டிக்கு வந்தடைவர். அவர்கள் வந்ததும் 10 தேவர்களுக்கும் அவர்களது கோடாங்கிகளுக்கும் மாலை அணிவிக்கப்படும்.

அங்கிருந்து ஐந்து பூசாரி வகையறாக்கள் அவர்களைச் சேர்ந்த கோடாங்கிகளும், பத்துத் தேவர்களும் மற்றும் பொதுமக்களும் புடைசூழ கொட்டு மேளத்துடன் பெட்டிகள் அன்னம்பாரிப்பட்டி

வழியாக வரும் பொழுது அய்யன்பிடிக்கியும், மாயாண்டிச்சாமி கோடாங்கியும் பாதாளக்கட்டை ஏறி வருவர். உசிலம்பட்டி கருப்புக் கோயிலை நோக்கி உசிலம்பட்டி காவல் நிலையத்திற்கு அருகில் வரும்பொழுது காவல் நிலைய அதிகாரிகள் அதற்கு மாலை, தேங்காய் பழம் வைத்து வரவேற்பு கொடுப்பர். அப்பொழுது காவல் அதிகாரிகளுக்கும் வருவாய் அதிகாரிகளுக்கும் மாலை அணிவித்து முதன்மைச் செய்யப்படும். கடைசியாகக் கருப்புக் கோயிலைச் சென்றடைந்த பின்பு பெட்டிகள் பெட்டி வீட்டிற்கு வெளியில் இறக்கி வைக்கப்படும். அப்பொழுது கெண்டஞ் செட்டியார் மக்கள் பூசைகட்டுவர். அதன்பின்பு பெட்டிகள் பெட்டி வீட்டினுள் எடுத்து வைக்கப்படும். இறுதியாக எட்டு இரண்டும் பத்துத் தேவர்களுக்குப் பூசாரிகள் முதன்மை அளிப்பர். சீப்பு வாழைப்பழம், தேங்காய், வெற்றிலை பாக்கு ஆகியவற்றை ஒரு தட்டில் வைத்து பெரிய பூசாரி பெரிய தேவரிடம் கொடுத்து விடுவார். அவர் அதனை தன் சகோதரர்களை வரிசைப்பட அழைத்துக் கொடுப்பார். இத்தோடு மாசிப்பச்சைத் திருவிழா நிறைவடையும். பாப்பாபட்டிப் பெட்டி உசிலம்பட்டி கருப்புக் கோயிலுக்குத் திரும்பும் பொழுது உசிலம்பட்டியில் ஆயிரக்கணக்கான மக்கள் கூடி அப் பெட்டி வருவதனைக் கண்டுகளிப்பர். பள்ளி களுக்கும், பிற நிறுவனங்களுக்கும் உள்ளூர் விடுமுறை அளிக்கப்படும்.

பாப்பாபட்டி ஒச்சாண்டம்மன் கோயில் அய்யன்பிடிக்கி பாதாள கட்டை ஏறி வருதல்

கிடாய் வெட்டுத் திருவிழா

பெரும் பொங்கல் என்று அழைக்கப்படும் கிடாய் வெட்டுத் திருவிழா பத்து வருடங்களுக்கு ஒருமுறைதான் நடைபெறுகிறது. இத்திருவிழாவிற்கான விழா ஏற்பாடு மாசித் திருவிழாவைப் போன்றே நடைபெறம். பெரும்பாலும் வைகாசி மாதங்களில் ஏதாவது ஒரு வியாழன், வெள்ளிக் கிழமைகளில் விழாவிற்கான நாள் குறிக்கப்படும். முதல் நாள் வியாழன் அன்று பெட்டியெடுத்தல் மாசித் திருவிழா போன்றவாறே நடைபெறும். மறுநாள் வெள்ளிக் கிழமை காலை 7 மணியளவில் கிடாய்வெட்டு நடைபெறும். பொங்கல் பொங்கிய பின்பு பெரிய பூசாரிக் கிடாய், அய்யன்பிடிக்கி கிடாய், சின்னபூசாரிக் கிடாய் என மூன்று கிடாய்கள் கோயிலுக்குள் நிறுத்தப்படும். அப்போது முதல் வேட்டு விடப்படும். வேட்டு விடப்பட்டவுடன் கிடாய் வெட்டு நடைபெறும். முதலில் பெரிய பூசாரிக் கிடாயைப் பெரியத் தேவரும், அய்யம்பிடிக்கிக் கிடாயை மோளத்தேவரும், சின்ன பூசாரி கிடாயை கீரித்தேவரும் வெட்டுவர்.

அதன்பின்பு கோயிலுக்கு வெளியே பத்துத் தேவர்களது கிடாய் நிறுத்தப்பட்டிருக்கும். பிறகு இரண்டாவது வேட்டு விட்டவுடன் அவற்றை அவர்களது அக்காள் மக்களாகிய அய்யனார் குளத்துக் காரர்கள் வெட்டுவர்.

மூன்றாவது வேட்டு விடப்பட்ட பின்பு, பொதுமக்கள் தங்களது கிடாய்களை வெட்டிக் கொள்வர். இவ்வாறு கிடாய்கள் வெட்டப்படும் பொழுது சுத்தமுக தெய்வங்களுக்குத் திரைபோட்டு மூடிவிடுவர். மற்ற எல்லா நிகழ்வுகளும் மாசிப்பச்சை நிகழ்வுகளைப் போலவே நடைபெறும்.[30]

சின்னக்கா அம்மன்

சின்ன அக்கா அம்மன் என்ற சொல்லே சின்னக்காமன் என அழைக்கப்படுகிறது. இதனை வழிபடுவோர்கள் சின்னக்கா கூட்டத்தினர் எனப்படுகின்றனர். சுமார் மூன்று வருடங்களுக்கு முன்பு புத்தூர் நாடு வலையப்பட்டியில் நல்லுச் சின்னாத்தேவர் என்பவர் வாழ்ந்து வந்தார். அவர் கணவன் இறந்து கைம்பெண்ணாக இருந்த தனது அண்ணன் மனைவியை மணந்து வாழ்ந்து வந்தார். அவருக்கு நீண்டகாலமாகக் குழந்தைப்பேறு இல்லாமல் இருந்தது. கணவனும், மனைவியும் ஐம்பது வயதைக் கடந்தும் குழந்தை பிறக்க வில்லை. இதனால் கணவன், மனைவி இருவருக்கும் இடையில் அடிக்கடிச் சண்டை ஏற்பட்டு வந்தது. ஒருமுறை அவர் காட்டில்

உழுது கொண்டிருந்தார். அவரது மனைவி அவருக்கு மதிய உணவு கொண்டு வருவதற்குச் சற்றுக் காலதாமதமாகியது.

அதனால் கோபமடைந்த சின்னாத்தேவர் "ஏலா, மலட்டுச் சிறுக்கி உனக்குக் கஞ்சி கொண்டுட்டு வர இவ்வளவு நேரமாலா" எனச் சொல்லி அவளைத் தார்க்குச்சியால் அடித்துத் துன்புறுத்தினார். வருத்தமடைந்த அவள் ஓடி ஒரு மூலையிலிருந்த சங்கம் புதருக்கு அருகே சென்று "என் வயத்துல ஒரு புழு பூச்சி இல்லாமப் போச்சே அதனால் இந்த மனுசன் என்னை மலடி,மலடி என்று கேவலப்படுத்துரானே" என வயிற்றில் அடித்துக் கொண்டு அழ ஆரம்பித்தாள். அப்பொழுது திடீரென்று அந்தச் சங்கம்புதருக்குள் இருந்து ஒரு பத்து, பன்னிரண்டு வயது சிறுமி போன்ற உருவம் ஒன்று வெளியில் வந்து "அம்மா அழாதே நான் இருக்கேன் உனக்கு" என்றது. அதைப் பார்த்து "நீ யாரம்மா, எங்கிருந்து வந்திருக்கிறாய்" எனக் கேட்டாள். அதற்கு அந்தச் சிறுமி, "நான் சுமார் இருநூறு வருசத்துக்கு முன்னாடி வடுகதேசத்திலிருந்து வந்து இந்த வலையபட்டியில் வாழ்ந்த நாயக்கருடைய பெண். திடீரென்று வந்த காலரா வியாதியால எங்க அய்யாவும், அம்மாவும், என் கூடப்பிறந்தவங்களும் செத்துப் போயிட்டாங்க. இங்கிருந்த தேவர் ஒருத்தர் என்னையத் தன் பிள்ளையா நெனச்சு வளர்த்து வந்தார். நான் பருவ வயச அடைஞ்சதும் அந்த ஊரிலிருந்த இளவட்டப் பசங்களெல்லாம் என் மேல ஆசைப்பட ஆரம்பிச்சாங்க. அதனால என் கன்னியத்திற்கு ஏதாவது பங்கம் வந்திரும்ன்னு பயந்து போய் இந்தச் சங்கம் புதருக்கிட்ட வந்து நானே நெருப்பு மூட்டி என்னைய மாய்ச்சுக் கிட்டேன். அன்னையிலிருந்து இந்த இடத்தில ஒரு சாமியா நிக்கறேன்" எனத் தன் கதையை சொல்லி முடித்தது. பிள்ளையில்லை எனச் சொல்லி அழுகிற சத்தம் கேட்டு ஓடி வந்தேன். கவலைப் படாதே நான் உனக்குப் பிள்ளை வரம் தாறேன். உனக்குப் பிள்ளைகள் பிறந்தால் அவர்களை என்னையக் குலதெய்வமாகக் கும்பிடச் சொல்லு. என்னை நான் எறிச்சுக்கும் போது என் பாவடையில் நுனி பகுதி மட்டும் தீயில வேகலை. அது இந்தப் புதருக்குள்ள இன்றும் அப்படியே இருக்கு. அத எடுத்து வச்சு எந்த ஆடம்பரமும் இல்லாமல், எந்தக் கேளிக்கையும், எந்த சந்தோசமும் இல்லாமல் விழா எடுத்து என்னையக் கும்பிடச் சொல்லு, உன் வம்சத்தைப் பெருகச் செய்யிறேன்" எனச் சொல்லி மறைந்தது. அதன் பிறகு அவள் கர்ப்பவதியாகி இரட்டை ஆண் குழந்தைகளைப் பெற்றெடுத்தாள். அந்த இரண்டு சகோதரர்களுடைய வம்சத்தவர்கள் அந்தச் சாமி சொன்னதைப் போலப் புதருக்குள் எரியாமல் அப்படியே இருந்த பாவாடைத் துணியை எடுத்து வந்து

ஒரு பெட்டியில் வைத்து அதற்குச் சின்ன அக்கா அம்மன் எனப் பெயரிட்டுத் தங்களது குலதெய்வமாய் வழிபடத் துவங்கினர்.

கோயிலின் பாத்தியமும், அமைவிடமும்

இக் கோயில் புத்தூர் நாடு இரண்டாவது கரை வலையப்பட்டி இராமசாமித் தேவன், விளாம்பட்டி லெட்சுமணத் தேவன் என்ற இரண்டு பங்காளிகளுக்கும் பாத்தியப்பட்டதாகும். இது பண்ணைப் பட்டிக்குத் தென்மேற்கே அமைந்து உள்ளது. இக்கோயிலுக்கென்று எந்தக் கட்டடமும் கட்டப்படாமல் வெட்டவெளியில் அமைந்துள்ளது. சின்னக்கா அம்மன், துர்க்கை அம்மன், வீரபத்திரசாமி, சக்தி ஏழு கன்னிமார் என நான்கு சாமிகள் மட்டுமே உள்ளன. இச்சாமிகளுக்கென்று எந்தச் சிலைகளும் கிடையாது. இவற்றை அடையாளப்படுத்தும் விதமாக நான்கு விளக்குத் தண்டுகள் மட்டுமே உள்ளன. இதற்கென்று எந்தக் கட்டடங்களோ சிலைகளோ வைக்கப்படக்கூடாது என்பது சாமியின் வாக்கு என நம்புகின்றனர். இக் கோயிலுக்கென்று ஒரு பூசாரியும், வீரபத்திரசாமிக்கு மட்டும் ஒரு கோடாங்கியும் உள்ளனர். இதற்குரிய பெட்டி வலையப்பட்டியில் உள்ள தொம்பறை பெட்டி வீட்டில் வைக்கப்பட்டு உள்ளது.

நடுநிசி பச்சைபோடும் திருவிழா

இக் கோயிலுக்கென்று மாசித் திருவிழாவோ, கிடாய் வெட்டுத் திருவிழாவோ நடத்தப்படுவதில்லை. சில வருடங்களுக்கு ஒருமுறை எந்த ஆடம்பரமும் இல்லாமல் திருவிழா நடத்துகின்றனர். இதனைப் பச்சை போடும் திருவிழா என்கின்றனர். இத் திருவிழா நடத்துவதற்கு ஏற்பாடு செய்வதற்காக இரண்டு பங்காளிகளான இராமசாமித் தேவன் மக்களும், லெட்சுமணத் தேவன் மக்களும் கோயிலுக்குரிய பூசாரியும், கோடாங்கியும் வலையப்பட்டி தொம் பறையில் கூடி விழாவிற்கு ஏற்பாடு செய்யலாமா எனச் சாமியிடம் குறி கேட்பர். அப்பொழுது மேற்கிலிருந்து கிளி ஒன்று பறந்து வந்து அங்குள்ள மரத்தில் அமர்ந்து கத்திவிட்டுக் கிழக்கு நோக்கிப் பறந்து செல்லும். அப்படிக் கிளி வந்து சென்றால் விழா நடத்த அம்மன் உத்தரவு கொடுத்துவிட்டதாக நம்பி விழாவிற்கு ஏற்பாடு செய்ய ஆரம்பிப்பர். விழாவிற்கு நாற்பது நாட்கள் முன்பாகவே தங்கள் வம்சத்தைச் சேர்ந்த எல்லாப் பங்காளிகளிடமும் தாங்கள் அம்மனுக்குப் பச்சைப் போடப்போவதாகச் சொல்லி விடுவர். அன்றிலிருந்து அவர்கள் அனைவரும் அசைவ உணவைத் தவிர்த்து

தங்கள் வீட்டில் எல்லாவித ஆடம்பர நிகழ்வுகளையும் தவிர்த்து விரதம் இருக்க ஆரம்பிப்பர்.

விழா தினத்திற்கு நடுநிசி 11 மணிக்கு வலையப்பட்டி தொம்பறையிலிருந்து பெட்டி தூக்கும் உரிமையுடைய வீரபத்திரசாமி கோடாங்கி சாமி ஆடிக்கொண்டே நாயக்கர்களின் பம்பை மேளம் முழங்க கோயிலுக்குத் தூக்கிச் செல்வார். அப்பொழுது ஊர் பொதுமக்கள் வெளிச்சத்திற்காகத் தீப்பந்தத்தைப் பிடித்துச் செல்வர். கோயிலுக்குச் சென்று பெட்டியை இறக்கி வைத்தவுடன் பூசாரி மட்டும் அம்மனுக்கென்று ஒரே ஒரு பொங்கல் வைப்பார். மொச்சைப் பயிரைப் பல அண்டாக்களில் அவித்து அதைத் துள்ளுமாவு(கம்புமாவு)டன் கலந்து நான்கு தெய்வங்களுக்கும் பள்ளயம் வைத்துப் பூசை கட்டுவார். அதன் பிறகு பல அண்டாக்களில் அவிக்கப்படும் மொச்சைப் பயிறுகளை வழிபட வருகின்ற எல்லாப் பக்தர்களுக்கும் அளிப்பர். இது தவிர வழிபட வருகின்ற யாரும் பொங்கல் வைப்பதோ பிற பொருட்களைச் சாமிக்குப் படைப்பதோ கூடாது. மேலும் அம்மன் வாக்குப்படி எந்த ஆடம்பர நிகழ்வுகளும் நடத்தப்படுவதில்லை. வருகின்ற பக்தர்கள் புத்தாடை அணிந்து கொண்டோ, பெண்கள் பூச்சூடிக்கொண்டோ வரக்கூடாது. கரும்பினால் மட்டுமே பந்தல் போடுவர். வேறு வகையான ஆடம்பரப் பந்தல் போடக்கூடாது. வெளிச்சத்திற்காகத் தீப்பந்தங்களைக் கட்டி வைத்திருப்பர். மின்சார விளக்குகளோ, ஒலிப்பெருக்கிகளோ வைப்பதில்லை. நாடகம், கூத்து போன்ற எந்தக் கேளிக்கை நிகழ்வுகளும் நடைபெறுவதில்லை.[31]

சுந்தரவள்ளியம்மன்

முருகனது மனைவி வள்ளி வழிபாட்டிலிருந்து இச் சுந்தரவள்ளி யம்மன் வழிபாடு தோன்றி இருக்கலாம். மலையும் மலைசார்ந்த இடமுமாகிய குறிஞ்சி நிலப் பகுதிகளில் வாழ்ந்தவர்கள் குன்றுகளில் வாழ்பவர்கள் என்ற பொருளில் குன்றவர்கள் என அழைக்கப் பட்டனர். அச்சொல்லே பிற்காலத்தில் குறவர்கள் என மருவியது. அக்குறவர்கள் மலைகளில் வேட்டையாடியும், வள்ளிக் கிழங்குகளைத் தோண்டி எடுத்து உண்டும் வாழ்ந்து வந்தனர். அவ்வகையில் அவர்களது வாழ்க்கைக்குப் பிரதானமாகக் கருதப்பட்ட வள்ளிக் கிழங்குகளிலிருந்து வள்ளி வழிபாடும், வேட்டைத் தொழிலிற்கு மிகவும் உறுதுணையாக இருந்த நாய்களை மையமாகக் கொண்டு வைரவர் வழிபாடும் தோன்றின.

மலைசார்ந்த பகுதிகளில் வாழ்வதற்கு உடல் வலிமை அதிகமாகத் தேவைப்பட்டது. அதனால் அவர்கள் தங்களது தெய்வத்தை வலிமையின் அடையாளமாகக் கருதி முருக்கு மிக்கவன் என்ற பொருளின் முருகன் எனப் பெயரிட்டு வழிபட்டு வந்தனர்.[32]

பிற்காலத்தில் வைதீக மதத்தின் (பிராமண) தாக்கத்தால் தமிழ் முருகன் சுப்ரமணியனாக ஆக்கப்பட்டான்.[33] அவனுக்கு ஆரியர்களின் தெய்வமாகிய இந்திரனின் மகள் தேவயானை முதல் மனைவியாக்கப் பட்டாள். தமிழ் மரபில் வந்த வள்ளி இரண்டாவது மனைவியாக்கப் பட்டாள். அவ் வள்ளி அழகு உடையவள் என்ற பொருளில் சுந்தரவள்ளி என அழைக்கப்படுகின்றாள். ஆனால் கள்ளர்கள் சுந்தரவள்ளியை காளியின் வடிவமாய் பத்ரகாளியாக வழிபடுகின்றனர்.

சித்தாலை சுந்தரவள்ளியம்மன் கோயில்

இது சித்தாலை கிராமத்திற்கும், மேலஉரப்பனூர் கிராமத்திற்கும் இடைப்பட்ட பகுதியில் அமைந்துள்ளது. இக்கோயில் மற்ற கள்ளநாட்டுக் கோயில்களைப் போல் கிழக்கு முகமாக இல்லாமல் வடக்கு முகமாக அமைந்துள்ளது. பண்டாரக் குலத்தைச் சேர்ந்த பூக்கட்டிகள் இதற்குப் பூசாரிகளாக உள்ளனர்.

கோயிலின் பாத்திய உரிமை

கள்ளர்கள் இப்பகுதிக்கு வருவதற்கு முன்பு இக்கோயிலைக் காராள வெள்ளாளர்கள் குலதெய்வமாக வணங்கி வந்தனர். அவர்களிடம் காவல்காரர்களாய் வந்து குடியமர்ந்த சுந்தத்தேவன் வம்சத்தவருக்கும் அவர்களுக்கும் மோதல் ஏற்பட்டு வெள்ளாளர்கள் இப்பகுதியை விட்டு வெளியேறிய பின்பு சுந்தத்தேவன் வகையறாக்கள் இக்கோயிலைத் தங்களது குலக்கோயிலாக வணங்கத் துவங்கினர். அதன்படி இது சுந்தத்தேவன் மக்கள் மேல உரப்பனூர் பத்ரகாளி சுந்தத்தேவன், சித்தாலை பூகோள சுந்தத்தேவன், புங்கக்குளம் அரைச்சாலை வயிரசுந்தத்தேவன், நல்லப்பிள்ளைப்பட்டி நல்லபிள்ளை சுந்தத்தேவன், ஊராண்ட உரப்பனூர் வடமலை சுந்தத்தேவன் என ஐந்து பங்காளிகளுக்குப் பாத்தியப்பட்ட கோயிலாகும்.

கோயிலிலுள்ள தெய்வங்களும், கோடாங்கிகளும்

எல்லாக் கோயில்களைப் போல் இங்கும் 21 தெய்வங்கள் உள்ளன என்று சொன்னாலும், 1. சுந்தரவள்ளியம்மன், அகிலாண்டேஸ்வரி

2. பெரிய வைரசாமி, 3. ஆண்டிச்சாமி, 4. பாதாள வைரவன் என்ற சின்ன வையிரசாமி, 5. சின்னக்கருப்புசாமி, 6. பெரியக்கருப்பு சாமி, 7. பட்டக்கருப்புசாமிகள் என ஏழு தெய்வங்களை மட்டுமே பீடம் வைத்து வழிபடுகின்றனர்.

இங்கிருந்த காராள வெள்ளாளர்களுக்கு இந்தச் சுந்தத்தேவன் வம்சத்தவருக்கும் மோதல் நடக்கும்பொழுது அவர்களது மாமன் மைத்துனர்களான கொக்குளத்துக்காரர்களும் இவர்களுக்காக வந்து சண்டையிட்டனர். அச் சண்டையில் கொக்குளத்து வெறியத் தேவன், பின்னக்கண்டு காச்சுட்டி, சக்கரை ஆகியோர் கொல்லப் பட்டனர். தங்களுக்காகச் சண்டையிட்டு மாண்டுபோன தங்களது தாய்மாமன்கள் நால்வருக்கும் அவர்களின் நினைவாக நடுகல் வைத்துப்பட்டவன் கருப்பாக வணங்கி வருகின்றனர். மேற்கூறிய ஏழு சாமிகளுக்கு மட்டுமே கோடாங்கி இறக்குகின்றனர். இந்த ஐந்து பங்காளிகளும் இந்த ஏழு சாமிகளுக்கும் தங்களுக்குள் தனித்தனியே கோடாங்கி இறக்கிக் கொள்கின்றனர்.

மாசிப்பச்சைத் திருவிழா

இக்கோயிலுக்கு 6 பெட்டிகள் உள்ளன. புங்கங்குளம், மேல உரப்பனூர், நல்லபிள்ளைபட்டி, ஊராண்ட உரப்பனூர் ஆகிய ஊர்களுக்குத் தலா ஒரு பெட்டி; சித்தாலைக்கு மட்டும் இரண்டு பெட்டிகள் என மொத்தம் ஆறு பெட்டிகள் உள்ளன. இதில் சித்தாலையிலிருந்து இரவு 7 மணி அளவில் பெட்டிகள் கொட்டு மேளதாளத்துடன் கோடாங்கிகள் சாமியாடிக்கொண்டு கோயிலுக்கு வந்து சேரும். அதன் பிறகு மேலஉரப்பனூர் பெட்டி, ஊராண்ட உரப்பனூர்ப் பெட்டி, நல்லபிள்ளைப்பட்டி பெட்டி, புங்கங்குளம் பெட்டி ஆகியன அவர் அவர்களது கோடாங்கிகள் சாமியாடியபடி ஒன்றன்பின் ஒன்றாகக் கோயிலுக்கு வந்து சேரும். இப்படி எல்லாப் பெட்டிகளும் 10, (அ) 10.30 மணிக்குள் கோயிலை வந்தடையும். அதன் பின்பு சாமிகளுக்கு அலங்காரம் செய்து வருகின்ற பக்தர்கள் அவற்றிற்கு மாலை, பழம், தேங்காய், ஊதுபத்தியும் எண்ணெய் ஊற்றியும் வழிபட்டுச் செல்வர். அதிகாலை 3 மணியளவில் சங்கு சேகண்டி முழங்க 7 சாமிகளுக்கும் பூசை செய்வர். ஏழு சாமிகளுக்குப் பூஜை செய்தாலும் 21 சாமிகளுக்கும் தழுகை போட்டுப் பள்ளயம் பிரிப்பர். உச்சிகாலப் பூசை முடிந்த பின்பு பெட்டிகள் ஒன்றன்பின் ஒன்றாக அதனதன் ஊருக்குக் கிளம்பி விடும். அன்று காலையிலேயே பாரிவேட்டை நடத்திக் கிடாய் வெட்டி மாமன் மைத்துனர்களுக்கு விருந்து படைப்பர். அத்துடன் மாசிப்பச்சைத் திருவிழா நிறைவடையும்.[34]

கிடாய் வெட்டுத் திருவிழா

இந்த ஐந்து பங்காளிகளும் இணைந்து கிடாய் வெட்டுத் திருவிழா நடத்துவதில்லை. அவரவர் தனித்தனியே கிடாய்வெட்டுத் திருவிழா நடத்திக் கொள்கின்றனர்.

கண்ணாத்தாள் சாமி

இது கண்ணுடைய நாயகி எனவும், கண்ணாத்தாள் எனவும் அழைக்கப்படுகின்றது. இதன் பூர்வீகக் கோயில் நாட்டரசன் கோட்டையில் உள்ளது. அங்குள்ள நாட்டுக்கோட்டை நகரத்தார்களில் ஒரு பிரிவினர் இதனைத் தங்களது குலதெய்வமாக வணங்கி வருகின்றனர்.

கோயிலின் பாத்திய உரிமை

இது மெய்யத்தேவன் மக்கள் பெரிய கட்டையத் தேவன் சின்ன கட்டையத்தேவன் என இரண்டு பங்காளிகளுக்குப் பாத்தியப்பட்ட கோயிலாகும். இவர்களது வம்சத்தவர்கள் வலங்காங்குளம், புத்தூர் நாடு – அயன்மேட்டுப்பட்டி, விளாம்பட்டி, கல்யாணிப்பட்டி போன்ற கிராமங்களிலும் வாழ்கின்றனர். சுமார் 300 வருடங்களுக்கு முன்பு வலங்காங்குளம் கிராமத்தில் மெய்யத்தேவன், பூண்டத்தேவன் என இரண்டு சகோதரர்கள் விவசாயம் செய்து வாழ்ந்து வந்தனர். அவர்கள் அவ்வாறு வாழ்ந்து வருகையில் இப்பகுதியில் கடுமையான பஞ்சம் ஏற்பட்டது. பலவருடங்களாக விளைச்சளே இல்லை. உணவுப் பொருட்கள் எதுவும் கிடைக்காமல் மக்கள் தவித்தனர். அதனால் சகோதரர்கள் இருவரும் களவிற்காகச் செட்டிநாட்டிற்குச் சென்றனர்.

நாட்டரசன் கோட்டையிலிலுள்ள கண்ணாத்தாள் கோயிலுக்குள் கன்னம் வைத்து ஓட்டையிட்டுக் கோயிலுக்குள் நுழைந்தனர். அப்பொழுது சாமிக்குப் பூசை செய்வதற்காகப் பொங்கல், வடை, சுண்டல் போன்ற உணவு பதார்த்தங்கள் சுடச்சுட வைக்கப் பட்டிருப்பதனைப் பார்த்தனர். பசியால் வாடும் தங்களது பெண்டு பிள்ளைகளுக்காக அவற்றையெல்லாம் ஒரு துண்டில் சுருட்டிக் கொண்டு ஓடிவரும்பொழுது திடீரென கண் தெரியாமல் போக கால் இடரி விழுந்தனர். அவர்கள் விழுந்த சத்தத்தைக் கேட்ட காவல்காரர்களும், ஊர்க்காரர்களும் அவர்களைப் பிடிக்க ஓடி வந்தனர். அப்பொழுது சகோதரர்கள் இருவரும் சாமியைப் பார்த்து கண்ணாத்தா எங்க பெண்டு பிள்ளைகளெல்லாம் வயித்துப் பசியால வாடுது, பசிக்காகத்தான் களவாடினோம். அதனால

எங்கள மன்னிச்சு காப்பாத்து. அப்படி காப்பாத்தினா உன்னைக் குலதெய்வமா கும்பிடுறோம் என எண்ணி வருந்தினர். உடனே கண் தெரிய ஆரம்பித்தது. தங்களைக் காப்பாத்திய கண்ணாத்தாள் கோயில் பிடிமண்ணை ஒரு கையில் எடுத்துக் கொண்டு ஒரே ஓட்டமாகத் தங்களது ஊரான வலங்காங்குளத்திற்கு ஓடிவந்து விட்டனர். இங்கு வந்த பொழுது அண்ணன் பூண்டத்தேவன் கையில் உணவுப் பொட்டலமும், தம்பி மெய்யத்தேவன் கையில் கோயில் பிடிமண்ணும் இருந்தது. அவற்றைப் பகிர்வதில் அண்ணனுக்கும், தம்பிக்குமிடையில் சண்டை ஏற்பட்டது. தம்பி மெய்யத்தேவன் கையில் கோயில் பிடிமண் தன் கையில் உள்ளதால் சாமி தனக்கே சொந்தம் என வைத்துக் கொண்டான். அண்ணன் பூண்டத்தேவன் தாங்கள் கிழக்கு நாட்டில் வாழும்பொழுது குலதெய்வமாக வழிபட்ட அழகர்சாமியின் பிடிமண்ணை எடுத்து வந்து தனிக் கோயிலைக் கட்டிக்கொண்டான். மெய்யத் தேவனுக்கு இரண்டு பிள்ளைகள் இருந்தனர். அவர்கள் இருவரது வம்சத்தவரும் அதனைத் தங்களது குலதெய்வமாக வணங்கி வருகின்றனர்.[35]

கோயிலின் அமைவிடமும், அங்குள்ள சாமிகளும்

இக்கோயில் வலங்காங்குளத்திற்கு மேற்குப் பகுதியில் வயல்வெளி களுக்கு நடுவில் அமைந்துள்ளது. இதுவும் பெரும்பாலான கள்ளநாட்டுக் கோயில்களைப் போலக் கிழக்கு முகமாகவே உள்ளது.

இதில் கண்ணாத்தாள், மாயாண்டிச்சாமி, பெரியகருப்புசாமி, கம்பத்தடிக் கருப்புசாமி, சந்தனக்கருப்புசாமி, அய்யன்சாமி, ஆண்டிச்சாமி, பேச்சியம்மன், சின்னக் கருப்புசாமி, ராக்காச்சியம்மாள், சங்கிலிக்கருப்பு, வீடுகாத்த பேச்சி, மஞ்சனக்கார பேச்சி, அரசன், வீரபத்திரசாமி, தில்லை வனப்பேச்சி, பிள்ளை தின்னிப் பேச்சி என 21 தெய்வங்கள் உள்ளன.

மாசிப்பச்சைத் திருவிழா

கண்ணாத்தாளுக்கு ஒரு பெட்டி, சின்ன கருப்புசாமிக்கு ஒரு பெட்டி என இரண்டு பெட்டிகள் உள்ளன. இதில் கண்ணாத்தாள் பெட்டியைப் பெரிய பூசாரியும், சின்ன கருப்புசாமி பெட்டியைச் சின்ன பூசாரியும் தூக்கி வருவர். அதிகாலை 3 மணியளவில் உச்சிப்பூசை நிறைவடைந்த பின்பு பெட்டிகள் அதனதன் இடத்திற்குத் திரும்பி எடுத்துச் செல்லப்படும்.

கிடாய் வெட்டுத் திருவிழாவின் பொழுது இவர்களது தாய் மாமன்களாய்க் கருதப்படும் உச்சப்பட்டிக்காரர்கள் இவர்களது கிடாயை வெட்டுகின்றனர்.

நல்லதங்காள் சாமி

தமிழக நாட்டுப்புற இலக்கியங்களில் நல்லதங்காள் கதை மிகவும் பிரசித்தி பெற்றதாகும். இக் கதை நாட்டுப்புறப் பாடல்கள் வடிவில் தமிழகத்தின் மூலை முடுக்குகளெல்லாம் பாடப்பட்டது. அக்காலத்தில் அடிக்கடி கடுமையான பஞ்சங்கள் உருவாயின. அப் பஞ்ச காலத்தில் பல ஆயிரம் மக்கள் உண்பதற்கு உணவின்றி மடிந்தனர். இன்னும் சில மக்கள் பசியின் கொடுமை தாளாமல் தற்கொலையும் செய்துகொண்டனர். அக் கடுமையான காலகட்டத்தை மையமாகக் கொண்டு பல நாட்டுப்புறக் கதைகளும் பாடல்களும் உருவாயின. அதில் மக்கள் மத்தியில் மிகவும் பிரசித்தி பெற்றதாகப் பேசப்பட்டது நல்லதங்காள் கதைப் பாடலாகும்.

கதைப் பாடல்கள் பெரும்பாலும் நடந்த சில சம்பவங்களையும் வாழ்ந்த ஒரு சில முக்கிய மனிதர்களையும் மையமாக வைத்துச் சில புனைவுகளோடு உருவாக்கப்பட்டன. அங்ஙனம் கடுமையான பஞ்ச காலத்தில் வத்ராய்பிற்கு அருகிலுள்ள கொடிக்குளம் கூமாப்பட்டி என்ற கிராமத்தில் வாழ்ந்த ஒரு பணக்கார ஜமீன்தார் வீட்டில் நடந்த சில சம்பவங்களைக் கருவாகக் கொண்ட சில புனைவுகளோடு பாடப்பட்டதுதான் நல்லதங்காள் கதைப் பாடலாகும். இக் கதையின் தலைவியாகக் கருதப்படும் நல்லதங்காளைப் பின்னாளில் மக்கள் தெய்வமாக வழிபடத் துவங்கினர். இவ் வழிபாட்டின் கூறுகள் பற்றிப் பார்ப்பதற்கு முன்பு நல்லதங்காள் கதை பற்றிச் சற்றுக் காண்போம்.

நல்லதங்காள் கதை

சுமார் 400 வருடங்களுக்கு முன்பு வத்ராய்ப்பிற்கு அருகில் உள்ள கூமாப்பட்டி கொடிக்குளம் என்னும் கிராமத்தில் நம்பிராஜன் என்னும் ஜமீன்தார் செல்வச் செழிப்போடு வாழ்ந்து வந்தார். அவருக்கு நல்லதம்பி, நல்லதங்காள் என்ற இரண்டு பிள்ளைகள் இருந்தனர். அவர்கள் இருவரும் சிறு பிள்ளைகளாக இருக்கும் பொழுதே தந்தை இறந்து விடுகிறார். அதனால் அண்ணன் நல்லதம்பி, தனது தங்கை நல்லதங்காளை மிகவும் செல்லமாக வளர்த்து வந்தான். நல்லதங்காள் பூப்பெய்திய உடன் அண்ணன் அவளுக்குத் திருமண ஏற்பாடு செய்கிறான். தனது செல்லத் தங்கையை மணப்பவன் தன்னைக் காட்டிலும் ஏழு மடங்கு செல்வம்

நிறைந்தவனாக இருக்கவேண்டும் எனக் கருதி அக்காலத்தில் தென்பாண்டி மண்டலத்திலேயே மிகப்பெரிய செல்வந்தனாகக் கருதப்பட்ட காசி மகாராசனுக்கு மணம் முடித்து வைக்கின்றான். தங்கைக்குச் சீதனமாக ஏழு வண்டிகளில் பொன்னும், பொருளையும் அனுப்பி வைக்கிறான். கணவன் வீடு சென்ற நல்லதங்காள் அது செல்வச் செழிப்பான வீடாகையாலும், அவளது கணவன் அவள் மீது கொள்ளை அன்பு கொண்டவனாக இருந்ததாலும் சந்தோஷமாக வாழ்க்கையைத் துவங்குகிறாள். அவருக்கு ஏழு குழந்தைகள் பிறக் கின்றன. இப்படி வாழ்க்கை சந்தோஷமாகக் கழிந்து கொண்டிருந்த வேளையில் திடீரென்று அப்பகுதியைப் பஞ்சம் தாக்க ஆரம்பித்தது. சுமார் 9 வருடங்களாக ஒரு சொட்டு மழை கூடப் பெய்யவில்லை. குடிப்பதற்குக் கூட தண்ணீர் கிடைக்கவில்லை. அது மக்கள் வாழ்வதற்குத் தகுதியற்ற பகுதியாக மாறியது.

அதனால் மக்கள் கூட்டம் கூட்டமாக அப் பகுதியை விட்டு வெளியேறத் துவங்கினர். இப் பஞ்சம் செல்வச் சீமானாக வாழ்ந்த காசி மகாராஜனையும் விட்டு வைக்கவில்லை. அவனது நாடு நகரமெல்லாம் அழிந்து பொட்டல் காடாய் மாறின. அவனது பிள்ளைகள் உண்பதற்கு உணவின்றிப் பசியால் துடித்தனர். அதனால் வேதனையுற்ற நல்லதங்காள் தனது பிள்ளைகளை அழைத்துக்கொண்டு தனது அண்ணன் வீட்டிற்குச் செல்லப் போவதாகத் தனது கணவனிடம் சொன்னாள். அதற்கு அவன், “வாழ்வழிஞ்சு போறவர்களை வழியில் சேர்க்க மாட்டார்கள், கெட்டழிஞ்சு போறவர்களை கிளையில் சேர்க்கமாட்டார்கள். அதனால் அங்குப் போகாதே உனக்குரிய மரியாதை கிடைக்காது” எனக் கூறி தடுத்தான்

அதற்கு அவள் “நிலாவுல கூட களங்கம் பாக்கலாம், சூரியன்ல கூட கருப்பப் பாக்கலாம், ஆனா எங்கண்ணன் என் மேல வச்சிருக்கிற அன்புல குறையப் பாக்க முடியாது” அதனால என்னையும் என் பிள்ளைகளையும் எங்க அண்ணன் கைவிடமாட்டார் எனக் கூறி தனது பிள்ளைகளுடன் அண்ணன் ஊர் நோக்கிச் செல்ல ஆரம்பித்தாள். அவள் நெடுந்தூரம் பயணம் செய்து கானகத்தை அடைந்தாள். அங்குத் தற்செயலாகத் தனது அண்ணனைப் பார்த்து விடுகிறாள். அண்ணன் தனது தங்கையின் நிலை பார்த்துப் பதறிப் போகிறான். தானும் தனது நண்பனும் வேட்டைக்கு வந்ததாகவும், தாங்கள் வேட்டையாடி விட்டு வருகிறோம். நீ முதலில் போ எனச் சொல்லிவிட்டு வேட்டையாடச் சென்று விடுகின்றான். தங்கை நல்லதங்காள் தனது ஏழு பிள்ளை களுடன் வருவதை எப்படியோ தெரிந்து கொண்ட அவளது

அண்ணன் மனைவி மூளி அலங்காரி, கோட்டைக் கதவுகளை மூடி விடுகிறாள். யாரும் கதவைத் திறக்கக் கூடாது என வேலையாட்களுக்கு உத்தரவிட்டு விடுகிறாள். நல்லதங்காள் வந்து வாயில் அருகே நின்று கொண்டு அண்ணி, நானும் என் பிள்ளைகளும் பசியால் வந்திருக்கிறோம், தயவு செய்து கதவைத் திறங்கள் எனக் கேட்கிறாள். பிள்ளைகளும் "அத்தை எங்களுக்குப் பசி கண்ணைக் கட்டுது கதவைத் திறங்க" எனக் கதறுகின்றனர். அப்பொழுதும் யாரும் கதவைத் திறக்கவில்லை. இந்தக் கொடுமையைப் பார்த்த யானை ஒன்று கண்ணீர் வடிக்கின்றது.

அது நல்லதங்காள் சிறுபிள்ளையாக இருக்கும் பொழுது அவள் வளர்த்த யானையாகையால் இதனைப் பார்த்து பொறுக்க முடியாமல் தனது சங்கிலிகளை அறுத்துக் கொண்டு வந்து கோட்டைக் கதவுகளை முட்டி உடைத்துத் திறந்து விடுகின்றது. நல்லதங்காளைப் பார்த்தவுடன் தனது தும்பிக்கையைத் தூக்கி வணக்கம் செலுத்தி விட்டுச் செல்கிறது. கோட்டைக்கு உள்ளே நவதானியங்களும், பழங்களும், கிழங்குகளும் குவிந்து கிடக்கின்றன. இதனைப் பார்த்து பசியால் வாடி வதங்கிய குழந்தைகள் அங்குக் கிடந்த பழங்களையும் கிழங்குகளையும் எடுத்துத் தின்ன ஆரம்பித்தன. இதனைப் பார்த்து ஆத்திரமடைந்த மூளி அலங்காரி தனது விரலை அக்குழந்தைகளின் வாயிக்குள் விட்டுத் தோண்டி எடுத்தாள். குழந்தைகள் பசியால் கதறுகின்றன.

இதனைப் பார்த்து வேதனையடைந்த நல்லதங்காள் அண்ணி ஒரு மண்சட்டியும் ஒரு வீசம் அரிசியும், இரண்டு விறகு மட்டும் கொடுங்கள், நானே பொங்கி குழந்தைகளும், நானும் சாப்பிடுகிறோம் எனக் கேட்கிறாள். அதற்கு அவள் ஒரு ஓட்டைச் சட்டியையும், புழுத்த அரிசியையும், பச்சை விறகையும் கொடுக்கிறாள். நல்லதங்காள் அதனை வைத்து அடுப்பு மூட்டி சமைக்கிறாள். அப்பொழுது சட்டி ஓட்டைச் சட்டியாகையால் அதிலிருந்து தண்ணீர் ஒழுகுகின்றது. விறகுகள் பச்சையாக இருந்ததால் தீப்பிடிக்க மறுக்கின்றன. அப்பொழுது நல்லதங்காள் "நான் பத்தினியாக இருந்தது உண்மையென்றால் இவ்விறகுகள் பிடிக்கட்டும்" எனக் கூறி வருந்துகின்றாள். உடனே விறகுகள் தீப்பற்றி எரிய ஆரம்பிக்கின்றன. சட்டி ஒழுகுவதும் நின்று போனது. புழுத்த அரிசி நல்ல அரிசியாக மாறி சோறு பொங்கி வழிந்தது.

அவள் அதனை ஏழு பிள்ளைகளையும் வரிசையாக உட்கார வைத்து ஏழு இலைபோட்டுப் பரிமாறுகின்றாள். இதனைப் பார்த்து ஆத்திரமடைந்த அண்ணி மூளிஅளங்காரி அந்த ஏழு இலைகளிலும்

மண்ணைப் போட்டு விடுகிறாள். இதனால் சாப்பிட இயலாமல் பிள்ளைகள் கதறி அழுகின்றன. புகுந்த வீட்டில் ஏற்பட்ட பஞ்சம் காரணமாகப் பிறந்த வீட்டிற்கு வந்தால் இங்கோ இத்தனை கூத்தும் கொடுமைகளும் நடக்கின்றனவே என எண்ணி தனது பிள்ளைகளை அழைத்துக் கொண்டு அந்த ஊர் கோடியிலுள்ள கிணற்றிற்குச் சென்று அதில் தனது ஏழு பிள்ளைகளையும் வரிசையாகத் தூக்கிப் போட்டுவிட்டு, கடைசியில் தானும் விழுந்து தற்கொலை செய்து கொள்கிறாள்.

வேட்டைக்குச் சென்ற அண்ணன் நல்லதம்பி வீடு திரும்பி எங்கே தனது தங்கை எனத் தேடுகிறான். அவனது மனைவி அவள் வந்தவுடன் கோபித்துக் கொண்டு தனது ஊருக்கு திரும்பி விட்டாள் எனப் பொய் சொல்லுகிறாள். ஆனால் ஊர்மக்கள் அவனது மனைவி தங்கைக்குச் செய்த கொடுமைகளை வரிசையாகச் சொல்கின்றனர். இதனைக் கேட்டு ஆத்திரமடைந்த அவன் மனைவியை அடித்துப் போட்டு விட்டுத் தனது தங்கை திரும்பி சென்ற பாதை வழியில் அவளைத் தேடிச் செல்கின்றான். அப்பொழுது ஊர்க் கோடியில் உள்ள கிணற்றில் அவளும், அவளது பிள்ளைகளும் பிணமாக மிதப்பதைப் பார்த்துக் கதறி அழுகின்றான். அவன் கடவுளிடம் தனது தங்கையையும், அவளது பிள்ளைகளையும் உயிர்பித்துத் தருமாறு வேண்டுகின்றான். அப்பொழுது நல்லதங்காள் அவன் முன் தோன்றி “மாண்டவர்கள் மீண்டால் இவ்வுலகம் தாங்காது அதனால் நான் மாண்டது மாண்டதாகவே இருக்கட்டும். என்னையும், எனது பிள்ளைகளையும் சாமியாக வணங்கு, உன் குலதைக் காத்து நிற்பேன்” எனக் கூறி மறைகிறாள். அன்றிலிருந்து அவனது வம்சத்தவரும், அவ்வூரும் அவளையும் அவளது பிள்ளைகளையும் சாமியாகவே வழிபடத் துவங்கினர்.

அவ்வூர் மக்கள் மட்டுமல்லாது பிற்காலத்தில் தமிழகத்தின் பல பகுதிகளில் வாழ்ந்த மக்களும் நல்லதங்காளைத் தங்கள் குலதெய்வமாக வழிபடத் துவங்கினர்.[36]

கொடிக்குளம் நல்லதங்காள் கோயில்

இது கொடிக்குளம் கிராமத்திற்கு மேற்கே அமைந்துள்ளது. இக் கோயிலின் கருவறையில் பெருமாள்சாமி உள்ளது. நல்லதங்காள், அண்ணன் நல்ல தம்பி, அவளது ஏழு பிள்ளைகள், அய்யன், அரசமகன், மாயன், அதே குளாளன், ஆண்டி, அக்கினி வீரன், கருப்பன் உட்பட 21 தெய்வங்கள் உள்ளன.

கோயிலின் பாத்திய உரிமை

இது, படிவுத்தேவன், பிறவியத்தேவன் என்ற இரண்டு தேவர்களுக்குப் பாத்தியப்பட்ட கோயிலாகும். இவர்கள் கொடிக்குளம், பிறவியம்பட்டி, வடுகப்பட்டி, உடன்காட்டுப்பட்டி, அகிலாண்டபுரம் என ஐந்து ஊர்களைப் பூர்வீகமாகக் கொண்டு வாழ்ந்து வருகின்றனர். இவர்களுக்கு இச்சாமி எப்படி வந்தது என்பது பற்றிக் கொடிக்குளம் உபகிராமம் பற்றிய மரபு வழி கதையில் விரிவாகப் பார்த்தோம். இதில் படிவுத்தேவன் வகையறாக்கள் பெரிய பூசாரியாகவும், பிறவியத்தேவன் வகையறாக்கள் சின்ன பூசாரியாகவும் உள்ளனர்.

மாசித் திருவிழா

மற்ற எல்லாக் கள்ள நாட்டுக் குலதெய்வங்களைப் போல் இங்கும் மகாசிவராத்திரி அன்று இரவு மாசிப்பச்சைத் திருவிழா ஆண்டு தோறும் நடைபெறுகின்றது. வடுகப்பட்டியில் இருக்கும் பெரிய பூசாரியின் வீட்டில் நல்லதங்காளின் சிலம்பு, வளையல் உள்ளிட்ட ஆபரணங்கள் உள்ள பெட்டி உள்ளது. மாசித் திருவிழா அன்று மாலை, பெரிய பூசாரி அப்பெட்டியைத் தலையில் சுமந்தபடி தாரை தப்பட்டை, கொட்டுமேளம் முழங்க ஐந்து ஊர்களுக்கும் பொதுவான கொடிக்குளம் கிராமத்து மந்தைக்குக் கொண்டு வருவார்கள்.

அப்பொழுது கோயிலில் குடிகொண்டுள்ள இருபத்தோரு தெய்வங்களுக்கான கோடாங்கிகளும் அங்கு வந்து அருள் இறங்கி ஆக்ரோசமாக ஆடுவார்கள். அவர்களில் ஆணி பாதரட்சைகளை அணிந்து அருளாடியபடி கிராமத்தவர்களுக்கு மாயாண்டிச்சாமி கோடாங்கி தடம் போட்டுச் செல்ல ஏதுவாகக் கைகளில் தீப்பந்தம் ஏந்தியவாறு வீரபத்திரன் கோடாங்கி உடன் வருவார்.

இவர்களுக்குப் பின்னால் கையில் தென்னம்பாளையை ஏந்தியபடி நல்லதங்காள் கோடாங்கி வருவார். இவரை அம்மன் பிடிக்கி என்கின்றனர். இவ்வாறு அருளுடன் அனைத்துத் தெய்வங்களும் மந்தையை விட்டுப் புறப்பட்டு அன்றைய இரவே கோயிலுக்கு வந்து சேர்வார்கள். அன்று இரவு 3 மணியளவில் எல்லாத் தெய்வங்களுக்கும் தழுகை போடப்பட்டுப் பூசை செய்து பள்ளயம் பிரிக்கப்படும்.

மறுநாள் காலை கோயிலின் வாசலில் பொங்கலிட்டு, கருப்புக்குக் கிடா வெட்டிப் பலி கொடுத்து, உணவு படைக்கிறார்கள். அத்துடன் மாசித் திருவிழா நிறைவடைகின்றது. அன்று மாலை நல்லதங்காள் பெட்டியை மீண்டும் வடுகபட்டிக்கு எடுத்துச் செல்வர்.[37]

நாவார்பட்டி நல்லதங்காள் கோயில்

கொடிக்குளத்திலிருந்து பிடிமண் எடுத்து வரப்பட்டு நாவார் பட்டியில் ஒரு நல்லதங்காள் கோயில் கட்டப்பட்டுள்ளது. இதனை ஒட்டுப்படிவு, சரகுப்படிவு, வீட்டுப்படிவு என்ற மூன்று தேவர் மக்கள் தங்கள் குலக்கோயிலாக வழிபடுகின்றனர். இவர்கள் புத்தூர் நாட்டிலுள்ள நாவார்பட்டி, மேட்டுப்பட்டி, குருவிளாம்பட்டி, கே.போத்தம்பட்டி, பண்ணைப்பட்டி போன்ற ஊர்களைப் பூர்வீகமாகக் கொண்டு வாழ்கின்றனர்.

காவல் தெய்வங்கள்

பிறமலைக் கள்ளர்கள் பலவகைக் குலதெய்வங்களை வழிபட்டு வருவதைப் போலச் சிலவகைத் தெய்வங்களைக் காவல் தெய்வங் களாகவும் வழிபட்டு வருகின்றனர். குலதெய்வங்களை வழிபடுவதன் மூலம் தங்களது குலம் பெருகும் என்று நம்புவதைப் போல காவல் தெய்வங்களை வழிபடுவதன் மூலம் தங்களது உடமைகள் பாது காக்கப்படுவதாக நம்புகின்றனர்.

பெரும்பாலும் இவர்கள் விவசாயம், காவல், களவு போன்ற தொழில்களில் ஈடுபடும் பொழுது அதில் ஏற்படும் இடையூறு களிலிருந்து தங்களைக் காப்பாற்றியதாக நம்புகின்ற சக்திகளையும் தங்களுக்கு உதவி செய்ய முயற்சி செய்து அதில் மாண்டு போனவர்களையும் காவல் தெய்வங்களாக வழிபடுகின்றனர். இவ்வகைக் காவல் தெய்வங்களுக்கு ஒரு குறிப்பிட்ட எல்லை வரையறை இருக்கும். அந்தக் குறிப்பிட்ட எல்லைக்குள் இருக்கின்ற கால்நடைகள் (பட்டி), விளை நிலங்கள் (பரவு), நீர் நிலைகள் (குட்டைகள்) போன்றவற்றை களவு, அழிவுகளிலிருந்து காத்து நிற்பதாக நம்புகின்றனர். அதனால் அதன் எல்லைக்குட்பட்ட பகுதிகளில் வாழ்கின்ற அனைத்துச் சாதியினரும் அதனை வழிபடுவர். அதில் சில குறிப்பிட்ட வம்சாவளியினருக்குச் சில முக்கியப் பங்களிப்புகளும், முதன்மைகளும் இருந்தாலும் அவை அதன் எல்லைக்குட்பட்ட எல்லாச் சமூகத்தவருக்கும் பொதுவானதாகவே கருதப்படுகின்றன.

தமிழகத்தின் பிற பகுதிகளில் அய்யனார் சாமியே பெரும்பாலும் காவல் தெய்வமாகக் கருதப்படுகின்றது. ஆனால், பிறமலைக் கள்ளர்கள் அய்யனாரைக் குலதெய்வமாக வழிபடுகின்றனர். கருப்பு சாமிகளையே இவர்கள் காவல் தெய்வங்களாக வழிபடுகின்றனர். அவற்றின் தன்மைக்கு ஏற்ப பட்டிக்கருப்பு, வயக்காட்டுக் கருப்பு,

மடைக்கருப்பு என மூன்று வகைகளாக உள்ளன. இவ்வகையில் பொதுவாக மூன்று வகைகளாக இருந்தாலும் அவை பலவகைப் பெயர்களால் அழைக்கப்படுகின்றன. பெரியவர் ஒருவர் 18 வகைக் கருப்புகள் இருப்பதாக என்னிடம் சொன்னார் அவை: 1. பெரிய கருப்பு, 2. சின்னகருப்பு, 3.சோனைக்கருப்பு, 4. செல்லக்கருப்பு, 5. கல்யாணக் கருப்பு, 6. பாலகருப்பு, 7. மத்தியஸ்தக் கருப்பு, 8. பதினெட்டாம் படிக்கருப்பு, 9. சந்தனக் கருப்பு, 10. முப்பிலியான்க் கருப்பு, 11. வெண்டிக் கருப்பு, 12. மாசானக்கருப்பு, 13. பாப்பார கருப்பு, 14. தென்கரைக் கருப்பு, 15. சங்கிலிக் கருப்பு, 18. சமயக்கருப்பு.

இப்படியாக 18 கருப்பு சாமிகள் உள்ளன எனக் குறிப்பிட்டார்.[38] அந்தப் பெரியவர்.

இவற்றில் சோனைக்கருப்பு, நல்லூத்துக்கருப்பு, கல்யாணக் கருப்பு போன்றவை மட்டும் குலதெய்வங்களாக வழிபடப்பட்டாலும் பெரும்பாலும் மற்ற கருப்புசாமிகள் எல்லாம் காவல் தெய்வங்களாகவே கருதப்படுகின்றன.

இதுபோன்ற கருப்பு சாமிகள் மட்டுமல்லாது தவசி ஆண்டி, விருமாண்டி போன்ற ஆண்டிச்சாமிகளும் காவல் தெய்வங்களாகக் கருதப்படுகின்றன. இதில் உதாரணத்திற்குக் காவல் தெய்வங்களாக இருக்கும் சிலவகைக் கருப்புசாமிகளையும், ஆண்டிச்சாமிகளையும் பற்றி மட்டும் சற்று விரிவாகக் காண்போம்.

பேக்காமன் கருப்புசாமி

பெரிய கருப்புசாமி என்றும் பேக்காமன் கருப்புசாமி என்றும் அழைக்கப்படும் இச் சாமி, கொக்குளம் நாட்டின் காவல் தெய்வ மாகும். கொக்குளம் க.பாறைப்பட்டி, தேங்கல்பட்டி, ஒத்தப்பட்டி, சிக்கம்பட்டி, அய்யம்பட்டி போன்ற ஆறு கிராமத்தில் வாழும் வெறியத் தேவன், கட்டப்பின்னத்தேவன், சேத்துரான்தேவன், சடச்சித் தேவன், கன்னித்தேவன், கருப்பத்தேவன் என்ற ஆறு வகையறாக்களும் அவர்களது அக்காள் மக்களாகிய பன்னியான் தேவர் வகையறாக்களும் ஆறு கிராமங்களில் வாழ்கின்ற பறையர், வெள்ளாளர், ஆசாரி, வேளார், அம்பட்டர், வண்ணார், சக்கிலியர் (அருந்ததியர்), நாடார் போன்ற அனைத்துச் சாதியினரும் இதனைத் தங்களது காவல்தெய்வமாக வணங்குகின்றனர். இதில் பறையர் குலத்தைச் சேர்ந்த அம்மையப்பன் சாம்பான் வகையறாக்கள் இதற்குப் பூசாரியாகவும், கோடாங்கிகளாகவும் உள்ளனர். கோயில், கொக்குளம் கிராமத்திற்கு மேற்கே வயல் வெளிகளுக்கு மத்தியில்

அமைந்துள்ளது. இவ்வாறு வயல்காட்டில் அமைந்துள்ளதால் இதனை வயற்காட்டுச்சாமி என்றும் அழைக்கின்றனர்.

ஆதியில் பேக்காமன்சாமி கொங்கு மலையாளத்திலிருந்தது. அழகர் கோயிலுக்கு வந்தது. அதனை அழகர்சாமி தனது காவல் தெய்வமாக நியமித்துக் கொண்டது. ஏற்கனவே இருந்த மூன்று கருப்புகளோடு சேர்த்து இதனையும் காவல்காரனாய் நியமித்தது. ஒரு முறை சித்திரைத் திருவிழாவிற்கு அழகர், மதுரைக்கு வரும் பொழுது அவருக்குத் துணையாக வர இக்கருப்புசாமி அனுமதிக்கப் படவில்லை. இதனால் கோபமடைந்த பேக்காமன் தனக்கு நடந்த அநீதியை அழகர்சாமியிடம் முறையிட்டது. அதற்கு அழகர்சாமி அதற்கு மாற்றாக ஆடித் திருவிழா முடிவடைந்த மறுநாள் கிடாய் வெட்டி அதன் தலையை வைத்து உனக்கென்று தனிப்பூசை செய்யப்படும் எனக் கூறி அதனைச் சமாதானப்படுத்தியது. அதன்படி ஆடித்திருவிழா முடிவடைந்ததும் இதற்குகென்று தனிப்பூசை செய்கின்ற நாள் வந்தது. அன்று பிராமணப்பூசாரி ஒருவர் வெறும் பொங்கலும், வெற்றிலையையும் வைத்தார். அழகர்சாமி வாக்களித்தது போல் கிடாய்த் தலையை வைத்துப் பூசை செய்யவில்லை. அதனால் ஆத்திரமடைந்த கருப்புசாமி அந்த பிராமணருக்குத் தெரியாமல் அழகர் சாமி தூங்கிக் கொண்டிருக்கின்ற வேளையில் குதிரை மீது ஏறி இரவோடு இரவாகத் தப்பி மேல்நாடு நோக்கி வந்து விட்டது.

அப்பொழுது இக்கொக்குளம் கிராமத்தில் தொட்டிய நாயக்கர் குலத்தைச் சேர்ந்த கிட்டாநாயக்கர் என்பவர் ஜமீன்தாராக இருந்து வந்தார். அது அவரிடம் வந்து குடிகொண்டது. அவர் அதுவரை அழகர்சாமியையே வணங்கி வந்தார். ஏற்கனவே அழகர்சாமியிடம் கோபத்தில் இருந்த கருப்புசாமி "ஏய் கிட்டா நாயக்கனே அழகரை வணங்காதே என்னை மட்டும் வணங்கு உன் பட்டி பரவுகளை நானே காத்துத் தருகிறேன்" எனக் கூறியது. ஆனால் அவர் தொடர்ந்து அழகரை வணங்கி வந்தார். அதனால் ஆத்திரமடைந்த கருப்புசாமி அவரைக் கொன்று அவர்களது வம்சத்தவர்களையும், கருவறுத்தது. அதன் பின்பு காராள வெள்ளாளர் குலத்து அம்மையப்ப முதலியார் இப்பகுதிக்கு ஜமீன்தாராய் இருந்தார். அவரும் இதற்குப் பூசாரியாக இருந்து பூசித்து வந்தார். அப்பொழுது மதுரைக்குக் கிழக்குப் பக்கத் திலிருந்த நரசிங்கம்பட்டியிலிருந்து நரசிங்கத்தேவர், வெள்ளைப் பின்னத்தேவர் என்ற இரண்டு கள்ளர் சகோதரர்கள் இங்கு வந்து முதலியாரிடம் காவல்காரராய் குடியமர்ந்தனர். அவர்களுடன் சேர்ந்து மூன்று பறையர்களும் இங்கு வந்து குடியமர்ந்தனர். பூசாரி

அம்மையப்ப முதலியாருக்குப் பிள்ளை இல்லாததால், அவரிடம் பண்ணைக்கு இருந்த பறையர்குலச் சிறுவனை அவர் தனது பிள்ளையைப் போல் வளர்த்து வந்தார். அவர் இறந்த பின்பு சிறுவனே அதற்குப் பூசாரியானான்.[39] அன்று முதல் அச்சிறுவனின் வாரிசுகளான பறையர்களே அதற்குப் பூசாரியாக இருந்து வருகின்றனர்.

அக்காலத்தில் கருமாத்தூர் பகுதியும் பேக்காமனது காவல் எல்லையில் இருந்தது. அப்பகுதிக்குப் புதிதாக வந்த மூணுசாமிகளும், பேச்சியம்மனும் பேக்காமனது அனுமதியின்றி இங்குக் குடியேறினர். அதனைப் பார்த்து ஆத்திரமடைந்த பேக்காமன் அவற்றை விரட்ட முயற்சித்தது. பேக்காமனிடத்திலிருந்து தங்களைக் காத்துக் கொள்ள பேச்சி தனது அண்ணனான விருமனை ஆறாம் புலிக்கோட்டையிலிருந்து அழைத்து வந்து பேக்காமனுக்கும், விருமனுக்கும் பெரிய மோதல் ஏற்பட இருந்தபோது மீனாட்சியும், முருகனும் தலையிட்டு இருவருக்கும் மத்தியஸ்தம் செய்து வைத்தனர். (இத் தொன்மக்கதை மூணுசாமிகள் பற்றிய பகுதியில் மிகவும் விரிவாக ஆராயப்பட்டிருக்கின்றது.)

இக்கோயிலில் கருப்பசாமி உட்பட 21 தெய்வங்கள் உள்ளன. இதற்கு வருடத்திற்கு ஐந்துமுறை அதாவது வைகாசிப் பூசை, ஆடிப்பூசை, புரட்டாசிப் பூசை, தைப்பூசை, மாசிப்பூசை என ஐந்து முறை பூசைகள் செய்யப்படுகின்றன. இவ்வாறு ஐந்துமுறை பூசை செய்யப்பட்டாலும் ஆடிப்பூசையும், 10 அல்லது 15 வருடங்களுக்கு ஒருமுறை நடைபெறும் எருதுகட்டுத் திருவிழாவும் மிகச் சிறப்பாகக் கொண்டாடப்படுகின்றன.

ஆடித் திருவிழா

இது ஒவ்வொரு ஆடிமாதம் 15ஆம் நாள் நடு இரவில் கொண்டாடப்படும். அன்று இரவு 7 மணியளவில் கோயிலுக்கு அருகேயுள்ள பெட்டிவீட்டிலிருந்து பேக்காமனுக்குரிய பெட்டி கோயிலுக்கு எடுத்து வரப்படும். அதன் பிறகு கொட்டு அடித்து கோடாங்கி சாமியாடிக் கொண்டிருக்கும் பொழுது, கோயில் நேர்த்திக் கடனுக்காக வளர்த்த பன்றியை ஒரு குடிசையில் வைத்திருப்பார்கள். கோயிலுக்குள்ளே பூசாரி வழிபாடுகளை நடத்திக் கொண்டிருப்பார். கோடாங்கியிடம் பெருங்கூட்டம் ஒன்று கோயிலுக்குள் பன்றி இருக்கும் குடிசைக்கும் மூன்று முறை போய் வருவார்கள். இடையிடையே பக்தர்கள் கோடாங்கியிடம் குறி கேட்க கோடாங்கி அருள் இறங்கி வாக்குச் சொல்லிக் கொண்டிருப்பார். இப்படிப் போய்வரும் பொழுது பன்றியை ஒரு கயிற்றால் கட்டி

இழுத்துச் செல்வர். மூன்று முறை போய் வந்தவுடன் மீண்டும் மூன்றுமுறை கோயிலைச் சுற்றி வருவார்கள். அதற்குள் இரவு 12 மணியை நெருங்கிக் கொண்டிருக்கும்.

அந்த அமாவாசை கும்மிருட்டில் முதலில் கோயிலுக்குள்ளே சக்திக்கிடாய் வெட்டும் நிகழ்ச்சி நடைபெறும். செங்கிடாய், கருங்கிடாய், பல நிறத்துக் கிடாய்கள் என மூன்று கிடாய்களை வெட்டுவர். அதன் இரத்தத்தைப் பிடித்து வைத்துக் கொள்வர். பிறகு மூன்று பொங்கல் வைத்து முட்டையுடன் கோழி அடித்து அதனையும் வைத்து அப்பொங்கலில் பிடித்து வைத்திருக்கின்ற மூன்று கிடாய் ரத்தத்தைச் சேர்த்துப் பேக்காமனுக்கும், பேச்சிக்கும் படைத்துப் பூசை செய்வர்.

அதன்பின் பன்றியை கோடாங்கி தன் கையில் உள்ள அரிவாளால் வெட்டுவார். கொட்டும் ரத்தத்தையும், சோற்றையும் கலந்து மூன்று உருண்டைகள் செய்து அதைக் கோடாங்கி மேலே தூக்கி வீசுவார். அப்படி மேலே வீசப்பட்ட உருண்டைகள் கீழே விழுவதில்லை என நம்புகின்றனர். இந்தச் சம்பவம் நடக்கும் பொழுது ஊருக்குள் ஆண், பெண் யாரும் வெளியே வரமாட்டார்கள். அப்படி மீறி வந்தால் அவர்கள் இறந்து விடுவார்கள் என நம்புகின்றனர். வெட்டிய பன்றியை மறுநாள் காலையில் கோயில் பூசாரி வகையறாக்கள் தவிர, மற்றவர்கள் சமைத்து உண்டபின் வீட்டுக்குத் திரும்புவார்கள். அத்துடன் திருவிழா நிறைவடையும்.

எருதுகட்டுத் திருவிழா

இவ்விழா 10 அல்லது 15 வருடங்களுக்கு ஒருமுறை நடைபெறுகிறது. பெரும்பாலும் நல்லமழை பெய்து காடுகரைகள் செழித்த காலத்தில் இவ்விழாவை நடத்த முடிவெடுப்பர். திருவிழா தொடங்குவதற்கு மூன்று மாதத்திற்கு முன்பு அதாவது மாசிமாதத்தில் வெறியத்தேவர், கருப்பத்தேவர், கட்டப் பின்னத்தேவன், சேத்தூரான் தேவன், சடச்சித் தேவன், கன்னித்தேவன் என ஆறு கரைக்காரர்களும், தலையன் பூசாரியும், அக்கா மகன் பன்னியான் தேவரும், பேக்காமன் கோவில் பூசாரி, பெரிய கோடாங்கி, சின்ன கோடாங்கியும் மற்றும் கொக்குளம் ஆறு ஊர்களில் வாழக்கூடிய எல்லாச் சாதி மக்களும் கொக்குளம் பெரிய மந்தையில் கூடி விழா நடத்துவது என்று முடிவெடுப்பர். அச்சபை கூடி இருக்க கொடிமங்கலம் வேளார்களைக் கொட்டுமேளத்துடன் அழைத்து வந்து ஊர் முன்னிலையில் முதன்மை செய்வர். அக்கூட்டத்திலேயே திருவிழாவிற்கான குதிரைகள் செய்வதற்காகக் கொடிமங்கலத்

திலிருந்து மண் எடுத்து வருவது என முடிவு செய்வர். ஆறு தேவர்களும் தலையன் தேவர் உட்பட ஏழு தேவர்களும் ஏழு வண்டிகளில் சென்று மண் எடுத்து வருவர். அதனை க.பாறைப் பட்டி மந்தைக்கு அருகே கொட்டி வைப்பர். கொடிமங்கலத்து வேளாளர்கள் பாறைப்பட்டிக்கே வந்து தங்கி கொடிமங்கலத் திலிருந்து கொண்டு வரப்பட்ட மண்ணால் குதிரைகள் செய்ய ஆரம்பிப்பர். கோயிலுக்கு முதன்மையாகப் பேக்காமன் கருப்பு பட்டத்துக் குதிரை, மூலக்கரை முத்தையா குதிரை, அய்யனார் சாமி குதிரை என மூன்று குதிரைகளும், மற்ற 21 தெய்வங்களுக்கு 21 சிறிய குதிரைகளும் செய்யப்படும். நேர்த்திக்கடன் நேர்ந்திருப்போருக்காகத் தனித்தனிக் குதிரைகளும் செய்யப்படும். இவ்வாறு குதிரைகள் செய்து முடிப்பதற்கு மாசி, பங்குனி, சித்திரை என மூன்று மாதங்களாகும்.

குதிரைகள் செய்து முடித்த பின்பு கொக்குளத்தில் கூடி வைகாசி மாதத்தில் விழாவிற்கான நாள் குறிப்பர். பெரும்பாலும் ஏதாவது ஒரு வியாழன், வெள்ளிக்கிழமைகளில் விழாவிற்கான நாள் குறிக்கப்படும். நாள் குறித்த பின்பு தங்களுக்குள் வெற்றிலையைப் பரிமாறிக் கொள்வர். முதலில் கோயில் பூசாரிகளும், பிறகு பெரிய கோடாங்கிக்கும், சிறிய கோடாங்கிக்கும், சிலை செய்த வேளாளர்க்கும் வெற்றிலை அளிப்பர். ஆறு கரைத் தேவர்களும் தங்களுக்குள் வரிசைப்படி வெற்றிலையைப் பரிமாறிக் கொள்வர். அவ்வாறு வெற்றிலையைப் பரிமாறிவிட்டால் விழாவிற்குச் சாட்டப்பட்டு விட்டதாகக் கருதி மக்கள் சுத்தபத்தமாக இருப்பர். பால்குடம் தூக்குதல், சேத்தாண்டி வேஷம் போடுதல், கயிறுகுத்தி ஆடுதல், அக்னிசட்டி எடுத்தல் போன்ற நேர்த்திக் கடன்களை நேர்ந்து கொண்டவர்கள் அன்றிலிருந்து அசைவ உணவைத் தவிர்த்தும், திருமணம் ஆனவர்கள் தாம்பத்தியத்தைத் தவிர்த்தும் விரதம் இருப்பர். அதன் பிறகு திருவிழாவிற்கு மூன்று நாட்களுக்கு முன்பு எருதுகளுக்கு வடம் செய்வதற்காகச் சிறுமலைக்குச் சென்று கொடிபிடுங்கிக் கொண்டு வருவர்.

திருவிழாவின் முதல்நாள் குதிரை எடுப்பு நடைபெறும். அன்று மதியம் 2 மணியளவில் பேக்காமன் கோயில் பூசாரி, பேக்காமன் கோடாங்கி, சின்னக்கருப்புசாமி கோடாங்கி ஆகியோர் முத்துக் குடை பிடித்துக் கொண்டு கொக்குளம் பெரிய மந்தைக்குச் செல்வர். அங்கு ஊர் பொதுமக்கள் ஒன்று கூடி கொட்டடித்துக் கோடாங்கிகளுக்குச் சாமி இறக்கி விழாவைத் துவங்கலாமா? என அனுமதி கேட்பர். முதலில் சின்னக் கருப்பு சாமி கோடாங்கி யிடமும், பிறகு பெரிய கருப்புசாமியான பேக்காமன் கருப்புக்

கோடாங்கியிடமும், அனுமதி கேட்பர். அவர்கள் அருள் இறங்கி "கொக்குளம் நாட்டு 21 குடிமக்கா, என்னை கும்பிடுங்கப்பா" என அனுமதி அளித்த பின்பு கொட்டு மேளம் முழங்க கழுதைப்பாறைப் பட்டி பெரிய மந்தைக்குச் செல்வர். அங்கு ஆறு கரைத் தேவர்களும், அக்கா மகன் பன்னியான் தேவரும் பூசாரி கோடாங்கிகளை முதன்மை கொண்டு வரவேற்பர். அதன் பின் கிராமம் சார்பாகக் குதிரைகளுக்கு மாலை அணிவிப்பர். பட்டத்துக் குதிரையான பேக்காமன் குதிரைக்கு முதல் தேவரான வெறியத்தேவர் எருக்கம் பூவினாலான வெள்ளைமாலை சாத்துவார். அதன் பின்பு ஒவ்வொரு குதிரைக்கும் அதனதனுக்கு உரிமையுடையவர்கள் மாலை சாத்து வார்கள். பிறகு குதிரை எடுப்புத் துவங்கும். ஆறு கரைத் தேவர்களும், அக்கா மகன் பன்னியான் தேவரும் முத்துக்குடை பிடித்துக் கொண்டு முன் செல்ல, குதிரை எடுப்பு ஊர்வலம் நடைபெறும். இதில் மற்ற தேவர்கள் எல்லாம் கருப்புக்குடை பிடித்துச் செல்ல, சேத்தூரான் தேவர் மட்டும் வெள்ளைக் குடை பிடித்துச் செல்லுவார். ஊர்வலத்தின் முன் இளைஞர்கள் சிலம்பம் ஆடிக்கொண்டே செல்வர். இப்படி, குதிரை எடுப்பு ஊர்வலம் கொக்குளம் பெரிய மந்தைக்கு வந்தடையும். அதன்பின் மூலக்கரை முத்தையா குதிரையும் அய்யனார் குதிரையும் அதனதன் இருப்பிடத்திற்குச் செல்லும்.

பட்டத்துக் குதிரையான பேக்காமன் குதிரையும், மற்ற 21 சாமிகளுக்கான குதிரையும் கருப்புக் கோயிலுக்கு வந்தடையும். இவ்வாறு மதியம் 2 மணிக்குப் பாறைப்பட்டியில் துவங்கி குதிரைகள் கோயிலுக்கு வந்து சேர இரவு 7 மணியாகும். பட்டத்துக் குதிரையான பே(ய்)க்காமன் குதிரை மட்டும் கோயிலுக்கு வெளியே நின்று கொள்ளும். மற்ற 21 குதிரைகள் கோயிலுக்குள் வைக்கப்படும். அத்துடன் அன்றைய நிகழ்ச்சிகள் நிறைவடையும். அன்றிரவு கொக்குளம் பெரியமந்தையில் நாடகம் போன்ற பொழுதுபோக்கு நிகழ்ச்சிகள் நடைபெறும்.

இரண்டாம் நாள் வடம் தூக்குதல் விழா நடைபெறும். அன்று நேர்த்திகடன் நேர்ந்தவர்கள் பால்குடம் தூக்குவர். கயிறு குத்தி ஆடுவர், சேத்தாண்டி வேடம் போட்டு ஆடுவர். பிறகு கோயில் பூசாரி, கோடாங்கிகள் கொக்குளம் பெரிய மந்தைக்குச் சென்று எச்சி தொளிப்பர். பிறகு ஆறு கரைத் தேவர்களும் அக்காள் மகன் பன்னியான் தேவரும் முத்துக் குடை பிடித்துப் பிள்ளையார் கோயிலிலிருந்து அய்யனார் கோயிலின் முன்பு அக்காள் மகன் பன்னியான் தேவர் கிடாய் வெட்டுவார். பிறகு வடம் தூக்குதல்

நடைபெறும். காட்டுக் கொடிகளைக் குளத்தில் ஊறவைத்து அத்துடன் சகதிகூளத்தைக் கலந்து மாட்டின் கழுத்தில் போடு வதற்காகத் தனித்தனி வளையங்களைச் செய்து வைத்திருப்பர். ஒரு 50 அடிக்கு மேல் நீளமான பெரிய வடத்தையும் தயார் செய்து வைத்திருப்பார்கள். அதைப் பந்து போல் சுருட்டி மந்தை யிலிருக்கும் பிள்ளையார் கோயில் முன்பாகப் போட்டு விடுவார்கள். மறுநாள் புதன்கிழமை மாலை 4 மணியளவில் எல்லோரும் கூடி பூசாரி வடத்திற்குத் தேங்காய், பழம், பூ, விபூதி கொண்டு வழிபாடு செய்வார். பின்பு வடத்திற்கு முன்பாகச் சக்திக் கிடாய் வெட்டுவர். அதனை அக்கா மகன் பன்னியான் தேவர் வெட்டுவார்.

பின் பூசாரி, வடத்தின் ஒரு முனையைத் தோளில் தூக்க மற்றவர்கள் ஆளுக்கொரு கை பிடித்து பிள்ளையார் கோயிலுக்கும் அய்யனார் கோயிலுக்கும் மாறி மாறி தூக்கிக் கொண்டு ஓடுவார்கள். வடத்தை இழுத்துச் செல்வதற்காக ஏற்கனவே சுற்றுப் பகுதிகளிலிருந்து மாடுகள் வந்திருக்கும். வடத்தின் ஒரு முனையை மாட்டின் கழுத்தில் கட்டி விட்டு மாட்டை விரட்டி ஓட்டுவார்கள். வலிமையுள்ள மாடுகள் வடத்தை இழுத்துக் கொண்டு ஓடும். சில மாடுகள் திணறும். இப்படியாக வந்திருக்கும் அனைத்து மாடுகளும் இந்த வீர விளையாட்டில் கலந்து கொள்ளும். இது சுமார் இரண்டு அல்லது மூன்று மணி நேரம் நடைபெறும். அதன்பிறகு சில வழிபாட்டுச் சடங்குகளுடன் விழா நிறைவு பெறும்.[40]

மானூத்து சமயக் கருப்புசாமி

இது மானூத்து, ராசக்காப்பட்டி, பாறைப்பட்டி, காராம்பட்டி, அம்ம முத்தன் பட்டி போன்ற கிராமத்தில் வாழக்கூடிய முதலித்தேவன், வெள்ளையத்தேவன், சித்திரான் தேவன் என்ற மூன்று தேவர் மக்கள், குடும்பர்குடிகள், இரண்டு கவுண்டர் மக்கள், பிள்ளைமார் உட்பட அனைத்துச் சாதி மக்களும் இதனைத் தங்களது காவல் தெய்வமாக வணங்குகின்றனர். இதன் கோயில் மானூத்து கிராமத்தின் கண்மாய்க் கரைக்கு அருகே அமைந்துள்ளது.

முன்னொரு சமயம் சுமார் 200 ஆண்டுகளுக்கு முன்பு மானூத்தைச் சேர்ந்த மூலிக்கருப்பத்தேவன் என்பவனும் தனது அண்ணனும் சாப்டூர் ஜமீனிற்குக் களவிற்குச் செல்கின்றனர். அவர்கள் இருவரும் ஏழு சுத்துக் கோட்டையை உடும்பு போட்டு ஏறி அரண்மனைக்குள் நுழைந்தனர். உள்ளே செல்லும் பொழுது அவர்களது தலை தெரியாமல் மணி மீது இடித்து விடுகிறது. மணி ஒன்றோடு ஒன்று மோதி ஒலி எழுப்ப, சத்தம் கேட்ட

அரண்மனைக் காவலர்கள் அவர்கள் இருவரையும் பிடித்து விடுகின்றனர். அண்ணன் எப்படியோ தப்பித்து ஓடி விடுகிறான். தம்பி மூலிக்கருப்பத்தேவன் மட்டும் அகப்பட்டுக் கொண்டான். அவனைப் பிடித்து சங்கிலியால் கட்டி ஏழு சுத்துக் கோட்டைக்குள் அடைத்து வைத்து விட்டனர்.

மறுநாள் அதிகாலையில் அவனைச் சுண்ணாம்பு சூளைக்குள் வைத்துச் சுட்டு விடுவது எனத் தீர்மானித்து விடுகின்றனர். இதனால் பீதி அடைந்த மூலிக்கருப்பத்தேவன் தன் ஊருக்கு அருகேயுள்ள சங்கம் புதருக்குள் இருக்கும் கருப்புசாமியை நினைத்து தன் உயிரை எப்படியாவது காப்பாத்து சாமி என வருந்துகிறான். அன்று நடுநிசியில் அவனது அண்ணன் கோட்டைக்குள் குதித்து வந்து கட்டிப் போட்டிருந்த சங்கிலியை அறுத்து அவனைக் காப்பாற்றி அழைத்துக் கொண்டு தப்பிச் செல்கிறான். இருவரும் ஊர் நோக்கிப் போய்க் கொண்டிருக்கும் பொழுது "எப்படிண்ணே கோட்டைக்குள்ளே வந்து என்னைக் காப்பாத்தின" எனத் தம்பி, அண்ணனைப் பார்த்து கேட்கிறான். அதற்கு அண்ணன் எந்தப் பதிலும் சொல்லாமல் அவனைப் பின் தொடர்ந்து வருகின்றான். மேலும் அவன் கால்களை நொண்டி, நொண்டி நடந்து வருகிறான். "ஏன் நொண்டி, நொண்டி நடந்து வாரே, கோட்டைச் சுவரிலிருந்து குதிக்கும் பொழுது கால்ல காயம் கீயம் பட்டிருச்சா" எனக் கேட்கிறான். அதற்கும் அண்ணன் எந்தப் பதிலும் சொல்லவில்லை. அப்படியே அவர்கள் இருவரும் நடந்து வந்து கொண்டிருக்கும் பொழுது ஊருக்கு அருகிலுள்ள சங்கம் புதருக்கிட்டே வரும்பொழுது தம்பி கருப்பத்தேவன் திரும்பிப் பார்க்கின்றான். அண்ணனைக் காணவில்லை. அவனைக் கூப்பிட்டுப் பார்க்கின்றான். எந்தப் பதிலும் வரவில்லை. சரி அவன் தனக்கு முன்பாக வீட்டிற்குச் சென்றிருப்பான் என எண்ணிக்கொண்டு வீடு நோக்கி வருகிறான். வீட்டின் திண்ணையில் அண்ணன் படுத்து உறங்கிக் கொண்டிருப்பதைப் பார்த்து, அவனை எழுப்பி எப்படி எனக்கு முன்னாடியே வந்துட்ட எனத் தம்பி கேட்க, அதற்கு அண்ணன் நான் எங்கேயும் வரவே இல்லையே, இந்த ரெண்டு நாளா இங்கேயே தான் இருக்கேன். கோட்டையில அகப்பட்ட நீ எப்படித் தப்பி வந்தாய் என அண்ணன் கேட்க, அப்பொழுதுதான் தன்னைக் காப்பாத்த வந்தது தனது அண்ணன் இல்லை, தான் வணங்கிய கருப்புசாமி தான் என அவனுக்குப் புரிந்தது. உடனே நடந்ததைத் தனது அண்ணனிடம் சொல்லி அண்ணன் மாதிரி வந்த அந்த கருப்பசாமி மறைந்த சங்கம் புதரை நோக்கி அண்ணனும், தம்பியும் ஒரு சேவலை எடுத்துச் செல்கின்றனர். அந்தச் சேவலை அறுத்து ரத்தபலி

மானூத்து சமய கருப்பு

கொடுத்து அந்தச் சாமியை அங்கேயே சக்தி நிறுத்தி விடுகின்றனர். அதற்கு அவர்கள் பூசை செய்ய முற்படும் பொழுது தங்களது கை, கால்கள் சேறுபடிந்து அழுக்காக இருப்பதனைப் பார்க்கின்றனர். அப்பொழுது மடையைத் திறந்துவிட்டு வரும் தண்ணீரில் தனது கை கால்களைக் கழுவி சுத்தமாக இருந்த பள்ளர் குல குடும்பனைப் பார்க்கின்றனர். அவன் சுத்தமாக இருந்ததனால், அவனையே அதற்குப் பூசை செய்யச் சொல்கின்றனர். அன்றிலிருந்து அவனே அதற்குப் பூசாரியாக இருக்கச் செய்கின்றனர்.

அக்காலத்தில் மானூத்தில் ஆயிரம் பிராமணர்கள் வாழ்ந்து வந்தனர். அப் பிராமணர்களது பெண்கள் தங்களது அசுத்தமான துணிகளைக் கருப்புசாமி இருக்கும் சங்கம் புதருக்குள் தூக்கி எறிந்து விட்டுச் சென்றனர். இவ்வாறு பிராமணப் பெண்கள் சுத்தமில்லாமல் நடந்து கொள்வதனைப் பார்த்து ஆத்திரமடைந்த கருப்புசாமி, பிராமணப் பெண்களைத் தாக்க ஆரம்பித்தது. இதனால் ஆத்திர மடைந்த பிராமணர்கள் அதனை அழிக்க முடிவு செய்தனர். மதுரைக்குச் சென்று பட்டுநூல் காரர்களை அழைத்து வந்து அதனை ஒரு பானைக்குள் வைத்து அடைத்து அழித்து விட முடிவு செய்தனர். இதனை முன் கூட்டியே அறிந்து கொண்ட கருப்புசாமி கருமாத்தூர் நாட்டின் காவல் தெய்வமான விருமாண்டி சாமியிடம் சென்று தனக்கு உதவி கேட்டது. விருமாண்டி "அவர்கள் உன்னைப் பச்சகுடத்தினுள் அடைத்தால் அதற்குள் சென்று உட்கார்ந்து கொள். நான் பார்த்துக் கொள்கிறேன்" எனச் சொல்லி அனுப்பியது. அதேபோல் அவர்கள் பட்டு நூல்காரர்களை வைத்துச் சமயனைப் பச்சக் குடத்தினுள் அடைத்தனர். உடனே அதனைப் பார்த்து ஆத்திரமுற்ற விருமாண்டிச்சாமி அக்குடத்தை மேலே எழுப்பி வெடிக்கச் செய்து அதிலிருந்து கருப்பனை விடுவித்தது. வெளியில் வந்த கருப்பன், "தன்னை அழிக்கப் பார்த்த ஆயிரம் பார்ப்பாணர்களும் கருவழிஞ்சு போவார்கள்" எனச் சபித்தது. உடனே அங்கிருந்த ஆயிரம் பார்ப்பணர்களும் ரத்தம் கக்கி மாண்டு போனார்கள். அன்றிலிருந்து இக்கருப்புசாமி **"ஆயிரம் பார்ப்பான அரசழிச்ச நொண்டிச் சமயன்"** எனப் பெயர் பெற்று விளங்குகிறது.

இவ்வாறு சமயன் இங்குக் குடிகொண்ட பின்பு எல்லோரும் சமயனையே அதிகமாக வணங்குவதனைப் பார்த்துப் பொறாமை கொண்ட பெத்தனசாமி சமயனோடு மோத ஆரம்பித்தது. இதனைப் பார்த்த விருமாண்டி இவை இரண்டையும் சமாதானப்படுத்தி

மானூத்திலுள்ள குடிகளை(மக்களை)க் காக்கின்ற பொறுப்பைப் பெத்தனசாமியிடமும் பட்டி, வயல், கண்மாய், மடை போன்றவற்றைக் காக்கின்ற பொறுப்பைச் சமயக் கருப்பிடமும் ஒப்படைத்தது. இங்கு வயல், கண்மாய் போன்றவற்றைப் பராமரிக்கின்ற பள்ளர்குல குடும்பரே பூசாரியாகவும் கோடாங்கியாகவும் உள்ளனர்.[41]

பங்குனித் திருவிழா

மூன்று வருடத்திற்கு ஒருமுறை பங்குனிமாதம் கிடாய் வெட்டுத் திருவிழா நடத்துவர். மானூத்து ராசக்காபட்டி, பாறைப்பட்டி, காராம்பட்டி என்ற நான்கு ஊர்களில் வாழ்கின்ற அனைத்துச் சாதிமக்களும் கூடி இதற்குக் கிடாய் வெட்டுத் திருவிழா நடத்துவது என முடிவு செய்வர்.

பங்குனி மாதத்தில் ஏதாவது ஒரு வெள்ளி, சனி, ஞாயிற்றுக் கிழமைகளில் விழாவிற்கான நாள் குறிக்கப்படும். அதன்படி வெள்ளிக்கிழமை சாயங்காலம் ஆறு மணிக்கு ராசக்கா பட்டியிலுள்ள பெட்டி வீட்டிலிருந்து, பெட்டி எடுப்புத் துவங்கும். பெட்டி, பூசாரி, பெட்டியைத் தூக்கிக் கொண்டு வருவார். அப்பொழுது சமய கருப்புக்குரிய கோடாங்கிக்கு நாலூர் சனங்களும் குறிப்பாக ஆறு பங்காளி மக்களான முதலித்தேவன், வெள்ளையத்தேவன், சித்திரான் தேவன் என மூன்று தேவர்களும் இரண்டு கவுண்டர்களும், ஒரு பிள்ளைமாரும் என ஆறு பங்காளிகளும் இவர்களோடு சேர்த்து, ஒரு மாமன் மைத்துனனும் கோடாங்கிக்குத் திருநீறு வைப்பர்.

அப்பொழுது ஊர்மக்கள் கூடி நின்று "ஆயிரம் பார்ப்பானை அரசழிச்ச நொண்டிச் சமயா வாப்பா, வந்து அருள் வாக்குச் சொல்லுப்பா" என ஓங்கிக் கத்துவர். இவ் வாசகத்தைக் கேட்ட வுடனேயே கோடாங்கி அருள் இறங்கி கோடாங்கி நிலையில்லாமல் ஆட ஆரம்பிப்பார். பிறகு ஆணி செருப்பின் மீது பாதாளக் கட்டை ஏறி, பெட்டி வீட்டை மூன்றுமுறை சுற்றி வருவார். அதன்பின் "என் மக்கா, நான் ஊர்சுற்றப் போறேண்டா" எனச் சொல்லி விட்டுப் பாதாள கட்டையைக் கழற்றி எறியும். பின்பு கையில் செங்கட்டை ஒன்றை வைத்துக் கொண்டு வீடு வீடாகச் சென்று மாலை வாங்கும். ஒரு வீடு தவறாமல் எல்லா வீடுகளிலும் மாலை போடுவர். மாலை போடுபவர்களுக்குத் திருநீறு கொடுத்துக் கொண்டே அருள்வாக்குச் சொல்லும். மாலை கழுத்தில் நிரம்ப, நிரம்ப அதனை எடுத்து மரத்தின் மீது வீசிக் கொண்டே இருப்பார்கள். அன்று முழுவதும் ராசக்காபட்டியிலும் பாறைப்

பட்டியிலும் சமயக் கருப்புசாமி மாலை வாங்கும். அன்று இரவு காராந்தோப்பு என்ற இடத்தில் பெட்டியை இறக்கி வைத்து பூசாரி, கோடாங்கிகள் அங்கேயே தங்குவார்கள்.

மறுநாள் சனிக்கிழமை காலை 7மணிக்குக் கிளம்பி காராம்பட்டி முழுவதும் மாலை வாங்கும். அங்கு மாலை வாங்குவது காலை 11 மணிக்குள் முடிந்துவிடும். பிறகு பூசாரி, கோடாங்கிகளுக்கும் உணவு அளிப்பதற்காக அங்குப் பொது இடத்தில் சமையல் நடைபெறும். பூசாரியும், கோடாங்கிகளும் அவர்களது உறவினர்களும் உணவருந்தி ஓய்வெடுப்பர்.

அன்று மாலை 6 மணிக்கு அங்கிருந்து கிளம்பும். ராசக்கா பட்டியிலிருந்து செல்லும் பொழுது ஒரு தெருவில் மாலை வாங்காமல் சென்றிருக்கும். இப்பொழுது அந்தத் தெரு வழியாக வந்து வீடு வீடாக மாலை வாங்கும்.

அதன்பின் நேராக மானூத்து மந்தைக்கு வந்துவிடும். அங்கு நாடார் ஒருவர் நிலைமாலை கட்டி முதல்மாலை போடுவார். பிறகு நேராகச் சாமியாடிக் கொண்டே மூலிக் கருப்பத்தேவன் வம்சத்தைச் சேர்ந்த ராமத்தேவர் வீட்டிற்குச் செல்லும். அங்குள்ள வர்கள் சாமிக்குத் தண்ணீர் ஊற்றிக் குளிப்பாட்டி விடுவர்.

பிறகு மானூத்து முழுவதும் வீடு வீடாகச் சென்று மாலை வாங்கிக் கொண்டே கோயிலைச் சென்றடையும். அங்குப் பெட்டி இறக்கி வைத்தவுடன் சக்திக் கிடாய் வெட்டிப் பொங்கல் வைத்து பூசை செய்வர். சக்திக் கிடாய் வெட்டப்பட்டுப் பூசை செய்யப் பட்டவுடன், மக்கள் தங்கள் கிடாய்களை வெட்டுவர். சனிக்கிழமை இரவு முழுவதும் மானூத்து நாடக மேடையில் நாடகம் போன்ற பொழுது போக்கு நிகழ்வுகள் நடைபெறும். வெட்டப்பட்ட சக்திக் கிடாயைப் பூசாரி எடுத்துக் கொள்வார். மற்ற கிடாய்களின் தலையை மட்டும் பூசாரிக்கு அளித்து விட்டு, உடலை மக்கள் சமைத்து உண்பர். தாங்கள் உண்பதோடு வந்திருக்கும் விருந்தினருக்கும் விருந்தளிப்பர். ஞாயிற்றுக்கிழமை மாலை 6 மணியளவில் பெட்டி கிளம்பி ராசக்காபட்டியிலுள்ள பெட்டி வீட்டிற்குச் செல்லும். அன்று இரவு அங்குப் பள்ளயம் பிரிக்கப்பட்டுப் பூசை செய்யப்படும். அத்துடன் இப் பங்குனித் திருவிழா நிறைவடையும்.

பிறகு எட்டு நாட்கள் கழித்து பெண்பிள்ளைகள் ஈத்து காணிக்கையாகக் கொடுத்துச் சென்றுள்ள சேவல், நெல் போன்ற வற்றை வைத்து எட்டாம் நாள் பூசை நடைபெறும். இதனைப் பூசாரிகள் அவர்களாகவே செய்து கொள்வர்.[42]

புத்தூர் மாசாணக் கருப்புசாமி

புத்தூர் நாட்டிலுள்ள பின்னத்தேவன் கரை, ராமசாமிதேவன் கரை, ஒச்சான் படிவுத்தேவன் கரை, பெரும்புலி அழகாத்தேவன் கரை என நான்கு கரையைச் சேர்ந்தவர்களுக்கும், புத்தூருக்கு அருகிலுள்ள வாலகுருநாதர் கோயில் பொதுக் கோயிலாகும். அக் கோயிலிலுள்ள கருப்புசாமியே இப்புத்தூர் நாட்டின் காவல் தெய்வமாகக் கருதப்படுகின்றது. இது பெரிய கருப்புசாமி யென்றும் மாசாணக் கருப்புசாமியென்றும் அழைக்கப்படுகின்றது.

முன்பொரு சமயம் இப்பெரிய கருப்புசாமி சோழவந்தான் பகுதிக்குச் சென்று அங்குள்ள வயல்வெளிகளில் பரவிக்கிடந்த நெல்லை அறுத்தும், கிடாய்களைத் தூக்கிக் கொண்டும் வந்து விட்டது. இவ்வாறு இதுபோல பலமுறை அங்குச் சென்று நெல்லையும், கிடாய்களையும் களவாடி வந்துவிட்டது. இதனால் பீதி அடைந்த அவ்வூர் குடியானவர்கள் இச்சாமியின் பூசாரியிடம் வந்து இது எங்கள் வயல்களில் களவாடாமல் தங்கள் ஊரை இப்பெரிய கருப்புசாமியின் காவல் எல்லைக்கு தந்துவிடுகிறோம் என்றும் அதற்குக் காவல் கூலியாக வருடத்திற்கு 10 மூடை நெல்லும், இரண்டு கிடாய்களும் தந்து விடுகிறோம் என்றும் அது அந்த எல்லைக்குள் களவு செய்யாமலும், பிறர் களவாடாமலும் பார்த்துக் கொள்ள வேண்டும் என்றும் கூறிச் சென்றனர். அதன்படி சிலகாலம் காவல் கூலியை ஒழுங்காகக் கொடுத்து வந்தனர். சிறிது காலம் கழித்து கொடுக்கத் தவறினர்.

இதனால் கோபம் கொண்ட பெரியகருப்பசாமி மறுபடியும் களவாடி வந்தது. இதனால் பீதி அடைந்த குடியானவர்கள் மறுபடியும் இக்கோயிலின் பூசாரியிடம் வந்து நடந்த தவற்றிற்கு மன்னிப்புக் கேட்டு இனிமேல் நாங்கள் காவல் கூலியை ஒழுங்காகக் கொடுத்து விடுகிறோம் எனச் சொல்லி வருந்தினர். அதனைக் கேட்ட பூசாரி மனம் இறங்கி அவர்களை மன்னித்து, "இனிமேல் அது உங்கள் பகுதிக்குக் களவிற்கு வராமல் நான் பார்த்துக் கொள்கிறேன். தைரியமாகப் போய் வாருங்கள்" எனக் கூறி அனுப்பி வைத்தார். ஆனால் இதனை ஏற்றுக்கொள்ளாத பெரிய கருப்பசாமி பூசாரிக்குத் தெரியாமலேயே களவிற்குச் செல்ல ஆரம்பித்தது. இதனை அறிந்த பூசாரி அது எங்கும் போகாத படி சங்கிலியால் கட்டிப்போட்டு விட்டார். இன்றும் இப் பெரிய கருப்புசாமியின் சிலை சங்கிலியால் கட்டப்பட்டே உள்ளது. இச்சாமியின் கோடாங்கியும், காலில் விலங்குமாட்டிக் கொண்டே சாமியாடுகிறார்.[43]

இச் சாமிக்கென்று தனித் திருவிழா எடுக்கப்படுவதில்லை. மாசித்திருவிழாவிற்கு மறுநாள் பாரிவேட்டை அன்று இதற்குக் கிடாய் வெட்டி, பொங்கல் வைத்துப் பூசை செய்கின்றனர். வால குருநாதசாமி திருவிழாவின்போது இப் பெரிய கருப்புசாமிக்குத்தான் கிடாய் வெட்டிப் பொங்கல் வைத்து வழிபடுகின்றனர்.

வெண்டி கருப்புசாமி

வெண்டி கருப்புசாமி வேப்பனூத்து (கள்ளபட்டி) நாட்டின் காவல் தெய்வமாகும். இது வெண்டி முத்தையா என்றும் அழைக்கப் படுகிறது. வேப்பனூத்து நாடு வெள்ளைப் புன்னைத்தேவன், நல்லாத்தேவன் மாயகட்டத்தேவன் வீரங்கட்டாகுடும்பன் மக்களுக்கும், மற்றும் 12 பட்டியில் வாழும் அனைத்துச் சாதி மக்களுக்கும் காவல் தெய்வமாகக் கருதப்படுகின்றது. இதற்குரிய கோயில் கள்ளப்பட்டி கண்மாய்க் கரையில் அமைந்துள்ளது.

சுமார் 300 ஆண்டுகளுக்கு முன்பு கள்ளப்பட்டியைச் சேர்ந்த பின்னியப்பத்தேவன் என்பவர் தனது பண்ணையாள் வீரங்கட்டாங் குடும்பனோடு சேர்ந்து கள்ளபட்டி கண்மாய் கரையை உயர்த்திக் கொண்டிருந்தார். அப்பொழுது அவர்கள் கரையை உயர்த்த உயர்த்த கரை உடைந்து கொண்டே இருந்தது. யார் கரையை உடைக்கிறார்கள் என்று பார்த்தால் கண்ணுக்கு யாரும் தெரிய வில்லை. இதனால் கோபமுற்ற பின்னியப்பத்தேவன் "யாருடா கரையை உடைப்பது சரியான ஆம்பிளையா இருந்தா எதிரில் வாடா" எனக் கோபமாகக் கத்தினார். அப்பொழுது வானத்துக்கும், பூமிக்கும் இடையே பெரிய உருவம் ஒன்று கரை மீது நிற்பது தெரிந்தது. இதனைப் பார்த்து இருவரும் பயந்து நடுங்கி, பய பக்தியுடன் வந்திருப்பது யார் எனக் கேட்கின்றனர். "நான் தான் வெண்டிக்கருப்பு, வடக்கே வளநாட்டிலிருந்து காராள வெள்ளாளனை கருவறுத்து விட்டுத் தெற்கே கள்ளநாடு காக்க வந்திருக்கிறேன். என்னோடு சேர்த்து 5 கருப்புகளும் வந்திருக்கின்றன. என்னை முறையாக வணங்கினால் இவ்வேப்பனூத்து நாட்டின் கண்மாய், பட்டி, பரவுகளைக் காத்து நிற்பேன்" எனக் கூறியது. உடனே அதனை எப்படியாவது இங்கே நிலைநிறுத்திவிட வேண்டும் என்ற எண்ணத்தோடு வீரங்கட்டானை அனுப்பி ஒரு கிடாயை எடுத்து வரச்செய்து அதனை வெட்டி அங்கேயே சக்தி நிறுத்துகின்றனர். அன்றிலிருந்து அது, அக் கண்மாய் கரையில் குடிகொண்டு வேப்பனூத்து 12 பட்டி மக்களை காத்து வருகிறது. முதலில் வீரங்கட்டான் வம்சத்தவரே கோடாங்கியாக இருந்து ஆடி வந்தனர்.

ஆனால் இந்தச் சாமி மிகவும் துடியானதாக இருந்ததனால் அதனை அவர்களால் கொண்டு செலுத்த இயலவில்லை. அதனால் தேவர் ஒருவருக்கு இதனை இறக்கிவிட்டனர். அன்றிலிருந்து கள்ளர்களே இதற்குக் கோடாங்கிகளாக இருந்து வருகின்றனர்.[44]

கிடாய் வெட்டுத் திருவிழா

வருடத்திற்கு ஒருமுறை தை மாதத்தில் வீரங்கட்டான் குடும்பன் வம்சத்தவர்கள் ஒரு கிடாய் கொண்டு வந்து வெட்டுகின்றனர். அதில் மூன்று ஈரலை சூலாயுதத்தில் குத்திச் சுட்டு மூன்று தேவர் களுக்கும் ஆளுக்கு ஒன்றாகக் கொடுப்பர். இப்படி வருடத்திற்கு ஒரு முறை சிறிய அளவில் பூசை செய்யப்பட்டாலும் பல வருடங்களுக்கு ஒரு முறை பெரியளவில் கிடாய் வெட்டுத் திருவிழா நடத்தப்படுகிறது. வைகாசி மாதத்தில்தான் கிடாய் வெட்டு நடைபெறுகிறது.

வைகாசி மாதத்தில் ஏதாவது ஒரு வியாழன் அல்லது வெள்ளிக் கிழமைகளில் கிடாய் வெட்டுக்கு நாள் குறிப்பர். (ஆனால், சமீபத்தில் நடைபெற்ற கிடாய் வெட்டுத்திருவிழா விடுமுறை நாட்களில் நடத்தவேண்டும் என்பதற்காகப் பாரம்பரியமாக நடைபெற்று வந்த வியாழன் வெள்ளிக் கிழமைகளுக்குப் பதிலாகச் சனி, ஞாயிறுகளில் நடத்தப்பட்டது) திருவிழாவின் முதல்நாள் அதிகாலையில் தேவதானப்பட்டி காமாட்சியம்மன் கோயிலிலிருந்து கொண்டு வரப்பட்ட தோரணக்களையை ஊன்றித் திருவிழா தொடங்கும். பிறகு கள்ளப்பட்டி பெட்டிபூசாரி மரபைச்சேர்ந்த பள்ளர்குல குடும்பர்கள், வெண்டிக் கருப்புசாமிக் கோயிலில் திருமதில் வைப்பர். அதன் பின்பு அன்று மாலை 4 மணியளவில் கள்ளப்பட்டி பெட்டி வீட்டிலிருந்து பள்ளர்குல பெட்டிப்பூசாரி பெட்டியைத் தூக்கிக் கொண்டு அய்யன் கோயிலைச் சேர்ந்த 21 கோடாங்கிகளும், கள்ளப்பட்டி பெரியதேவர், சின்னதேவர் பொதுமக்களும் சேர்ந்து பெட்டியைத் தூக்கிக்கொண்டு வானவேடிக்கை, கொட்டு மேளம் முழங்க கரிசல்குளம் கண்மாய்க்கும் மேற்கேயுள்ள பாறைக்கு அருகில் அமைக்கப்பட்ட சிங்காரப்பந்தலுக்குப் போய் சேருவர்.

அதன்பின்பு கூலநாயக்கன்பட்டி பெரியதேவர், சின்னத்தேவர், கோடாங்கிகள் மற்றும் பொதுமக்கள் அனைவரும் கொட்டுமேளம் முழங்க சாமியாடிக்கொண்டே பெட்டி வந்திருக்கும் சிங்காரப் பந்தலுக்கு வந்து சேருவர். பிறகு கட்டத்தேவன் பட்டியைச் சேர்ந்த பெரியத்தேவர், சின்னத்தேவர், வெண்டிக்கருப்புக் கோடாங்கி, பிறக் கோடாங்கிகள் மற்றும் பொதுமக்கள் அனைவரும் கொட்டுமேளம்

முழங்க சாமியாடிக் கொண்டே சிங்காரப்பந்தலுக்கு வந்து சேருவர். இப்படி கள்ளப்பட்டி, கூலநாயக்கன்பட்டி, கட்டத்தேவன்பட்டி ஆகிய மூன்று பூர்வீக ஊர்களைச் சேர்ந்த தேவர்களும், கோடாங்கிகளும், பொதுமக்களும் அந்த இடத்தில் ஒன்று கூடிய பின்பு அங்கிருந்து இவர்கள் அனைவரும் ஒன்று சேர்ந்து பெட்டிப் பூசாரி, பெட்டியைத் தூக்கிக்கொண்டு வெண்டிக் கருப்புக் கோயிலுக்கு வந்து அருகேயுள்ள பெட்டிவீட்டில் பெட்டியை இறக்கி வைப்பர். பெட்டி இறக்கி வைக்கப்பட்ட பின்பு கோடாங்கிகளும், பூசாரிகளும் கொட்டுமேளம் முழங்க சாமியாடிக்கொண்டு கரையாம்பட்டிக்குச் சென்று அங்குச் செய்து வைக்கப்பட்டுள்ள வெண்டிக் கருப்புசாமி குதிரை மற்றும் சாமி சிலையைக் கண்திறந்து பூசைகட்டி அதை வானவேடிக்கையுடன் கோயிலுக்கு எடுத்து வந்து கோயில் பெட்டி வீட்டிற்கு அருகில் இறக்கி வைப்பர். அன்று இரவு 7 மணிமுதல் 10 மணிவரை வானவேடிக்கை நடைபெறும். 10 மணிக்கு மேல் நாடகம், நாட்டியம் போன்ற பொழுதுபோக்கு நிகழ்வுகள் நடைபெறும். இரவு முழுவதும் பல்லாயிரம் பக்தர்கள் கோயிலுக்கு வந்து எண்ணெய் சார்த்தி, மாலை சார்த்தி வழிபட்டுச் செல்வர்.

மறுநாள் வெள்ளிக்கிழமை அதிகாலையில் பொங்கல் வைப்பு நடைபெறும். அப்பொழுது மூன்று பெரியதேவர்களும், வெண்டிக் கருப்பு கோடாங்கியும் கோயில் முன்பாக முன் வரிசையில், பொங்கல் வைப்பார். பின் வரிசையில் சிறிய தேவர்கள் பொங்கல் வைப்பர். எல்லாப் பொங்கலும் பொங்கி முடிந்த பின்பு கள்ளப்பட்டி பெரிய தேவர்க் கிடாய் முதலில் வெட்டப்படும். பிறகு கூலநாயக்கன்பட்டி பெரிய தேவர்க் கிடாய் இரண்டாவதாக வெட்டப்படும். கட்டத்தேவன்பட்டி பெரியதேவர்க் கிடாய் மூன்றாவதாகவும், வெண்டிக்கருப்புக் கோடாங்கிக் கிடாய் நான்காவதாகவும் வெட்டப்படும். பிறகு சின்னதேவர்கள் மூவர் கிடாயும் வரிசைப்படி வெட்டப்படும். இக்கிடாய்களை அவரவருக்குரிய தாய்மாமன்கள் வெட்டுவர். அதன்பின்பு மூன்று பெரியதேவர்களும் சிலை முன்பு தனித்தனியே பூசைகட்டிக் கொள்வர். பிறகு வெண்டிக்கருப்புகோயில் கோடாங்கி பூசை கட்டிக்கொள்வார். அதன்பின்பு பெட்டிப்பூசாரி, பெட்டிக்குப் பூசை கட்டுவார். இந் நிகழ்வுகளெல்லாம் முடிந்த பின்பு வானவெடி விடப்படும். பிறகு திருவிழாவிற்கு வந்திருக்கின்ற பொதுமக்களும், பங்காளிகளும் பொங்கல் வைத்துத் தங்கள் கிடாய்களை வெட்டிக் கொள்வர். அன்று முழுவதும் நண்பர்களும், உறவினர்களும் சாரை சாரையாக வருவர். உறவினர்களுக்கும், நண்பர்களுக்கும் கறி விருந்து அளிக்கப்படும்.

அன்று மாலை 7 மணியளவில் தேவர்கள், கோடாங்கிகள், ஊர்ப் பொதுமக்கள் எல்லோரும் சேர்ந்து பெட்டியைத் தூக்கிக் கொண்டு கொட்டு மேளம் முழங்க, வானவேடிக்கையுடன் கள்ளப் பட்டி, பெட்டி வீட்டிற்குத் தூக்கிச் சென்று இறக்கி வைப்பர். இத்துடன் இத்திருவிழா நிறைவு பெறும்.

வெண்டிக் கருப்புசாமி வேப்பனூத்து நாட்டின் காவல் தெய்வமாக மட்டுமல்லாமல் இக் கள்ள நாட்டிலேயே மிகவும் துடிப்பு மிக்க சாமியாவும் கருதப்படுவதால் எல்லாப் பகுதி மக்களும் இங்கு வந்து பொய்மெய் சத்தியம் செய்கின்றனர். ஏதாவது ஒரு பிரச்சினையில் அதாவது ஒரு களவு, சொத்துத் தகராறு, பெண்தகராறு போன்றவற்றில் குற்றம் சாட்டப்பட்ட எதிர்வாதி ஒருவர் ஒரு தலை வேட்டியை விரித்து அதனை மேற்கு கிழக்காக தாண்டி வந்து "நான் சொல்வது சத்தியம் நான் அவ்வாறு செய்யவில்லை" எனச் சொல்லிவிட்டால் அந்தச் சத்தியம் சபையோரால் ஏற்றுக் கொள்ளப்படுகின்றது. அவ்வாறு செய்பவன் யாராவது பொய் சத்தியம் செய்தால் அவரை ஏதாவது ஒரு வகையில் வெண்டிக் கருப்பு தண்டித்து விடும் என உறுதியாக நம்புகின்றனர்.

குழந்தைப்பேறு இல்லாதவர்கள் இங்கு வந்து தொட்டில் கட்டிவிட்டுச் சென்றால் குழந்தை பிறக்கும் என்ற நம்பிக்கையும் இவர்கள் மத்தியில் நிலவுகின்றது.

பள்ளக்கருப்பு

பள்ளக்கருப்பு, வகுரணி உபகிராமத்தின் காவல் தெய்வமாகும். சேர்வைக்காரத் தேவன், மொந்தைக்குட்டி, ஒச்சாத்தேவன், சின்னதம்பித்தேவன், அக்காள்மகன் கொசவப்பட்டியான் ஆகிய ஐந்து தேவர்களுக்கும் குடும்பர் குலத்து 21 குடிகளுக்கும் மற்றும், வகுரணி, சந்தைப்பட்டி, அயோத்திப்பட்டி, கணவாய்ப்பட்டி, நாவார்பட்டி கிழக்குத் தெரு ஆகிய ஊர்களில் வாழும் அனைத்துச் சாதி மக்களுக்கும் இது காவல் தெய்வமாக உள்ளது.[45]

முன்னொரு சமயம் வகுரணி கிராமத்தில் வாழ்ந்த சேர்வைக்காரத் தேவர் என்பவரும் அவரது பண்ணையாள் குடும்பர் ஒருவரும் வயலுக்குத் தண்ணீர் பாய்ச்சவேண்டி வாய்க்கால் மடையைத் திறக்கச் சென்றனர். வழியில் இருந்த சங்கம் என்ற செடிகள் அடர்ந்த புதரினுள் இருந்து சிறுமி ஒருத்தியின் அழுகுரல் அவர்களுக்குக் கேட்டது. அதைக் கேட்டுத் திகைத்த இருவரும் புதர் அருகே சென்று "பத்தையை விட்டு வெளியே வாம்மா" என்று அழைத்தனர். அதற்கு அந்தச் சிறுமி "அண்ணே நான்

நிர்வாணமா இருக்கிறேன். எனக்கு உடுத்திக் கொள்ள ஏதேனும் கொடுத்தால் தான் வெளியே வர முடியும்” என்றாள். உடனே சேர்வைக்காரத் தேவர் தான் போர்த்தியிருந்த துப்பட்டியை எடுத்துப் புதரினுள் வீசினார். அதனை எடுத்துச் சுற்றிக் கொண்டு புதரினுள் இருந்து சிறுமி வெளிப்பட்டாள்.

அழுது கொண்டிருந்த சிறுமியைப் பார்த்து நீ யாரம்மா? எனக் கேட்க, சிறுமி நானும் என் அண்ணனும் வடக்கே ஓரிடத்தில் தெய்வமாக இருந்தோம். அங்கிருக்க எங்களுக்குப் பிடிக்கவில்லை. அதனால் அங்கிருந்து நாங்கள் வந்து விட்டோம் என்றாள். அதைக் கேட்டதும் சேர்வைக்காரத் தேவர், “சரியம்மா நீ தெய்வம் என்று சொல்கிறாயோ அதனை எப்படி நம்புவது? எனக் கேட்டார். “அச் சிறுமி இந்த ஊரில் உள்ள குயவர் தனது வீட்டில் ஒரு பானையை மட்டும் சுடாமல் வைத்துள்ளார் அதனை வாங்கிக் கொண்டு வாருங்கள்” என்றாள் இருவரும் உடனே குயவர் வீட்டுக்கு விரைந்து சென்றனர். அங்கு ஒரு பானை மட்டும் சுடப்படாமல் இருப்பதனைக் கண்டு வியந்தனர். அப் பானையைக் கல் மூட்டி அடுப்பின் மீது வைத்தாள். அருகிலிருந்த வயல்களில் இருந்து பச்சை நெல்மணிகளை உருவி எடுத்து வந்து பானைக்குள் போட்டு நீர்விட்டு பொங்கல் வைத்தாள். உடனே அந்த நெல்மணிகளே அரிசி வேறு, உமி வேறு எனப் பிரிந்து பொங்கியது. கொதித்துக் கொண்டிருந்த அப்பொங்கலைத் தனது கைகளால் கிளறினாள். கைகள் ஒன்றும் பொத்துப்போகவில்லை. இதனைப் பார்த்த இருவரும் அதன் சக்தியைப் புரிந்து கொண்டனர்.

பிறகு தனது விஸ்வரூபத்தைக் காட்டியவள் “என்னுடைய சக்தியைப் பார்த்துக் கொண்டீர்கள் அல்லவா? உடனே எனக்குச் சக்திக் கிடாய் வெட்டுங்கள்” எனக் கட்டளை இட்டாள். உடனே அங்கிருந்த கருங்கிடாய் ஒன்றை வெட்டிப் பலி கொடுத்தனர். சேர்வைக்காரத்தேவர் அக்கிடாயை வெட்ட, உடன் இருந்த குடும்பன் (பள்ளர்) அதனை உறிஞ்சி ரத்தத்தைக் குடித்தார். உடனே அவர்களருகே இருந்த சிறுமி சிலையாகிப் போனாள். அதனைக் கண்டு மெய்சிலிர்த்துப்போன ஊரார் அங்கேயே அச் சிலையை வைத்துச் சிறிய கோயில் ஒன்றை எழுப்பினர். அத்துடன் அப்பெண் தெய்வத்திற்கு ‘வேலாத்தா அம்மன்’ எனப் பெயரிட்டு வணங்கினர். அதன் தமையனான கருப்புக்கும் சந்நிதி ஒன்றை உருவாக்கி வழிபட்டனர்.

பலி கொடுத்த கிடாயின் இரத்தத்தை அருள்வந்து உறிஞ்சிக் குடித்தவர் குடும்பர் (பள்ளர்) என்பதனால் அவருக்கே கோயில்

கருவறைக்குள் சென்று பூசை செய்யும் உரிமை தரப்பட்டுள்ளது. தேவர்கள் கொப்பறைப் பூசாரியாகவும், கிடாய்வெட்டியாகவும் உள்ளனர். இதனால் வேலாயி அம்மனது தமையனான கருப்பு, பள்ளக் கருப்பு எனப் பெயர் பெற்றது.

இங்கு வேலாயி அம்மனையே முதலில் கிராமத்தவர்கள் பார்த்தார்கள் என்றாலும், பள்ளக்கருப்புக்குதான் முதலிடம் தரப்பட்டுள்ளது. திருவிழா தவிர தமிழ் வருடப்பிறப்பு, ஆடி முதல் நாள், தீபாவளி, கார்த்திகை தீபம், தைப் பொங்கல் ஆகிய ஐந்து நாட்கள் மட்டும் பள்ளகருப்பு சந்நிதி திறந்திருக்கும். பிறநாட்களில் நிலைமாலை, சந்தனம் போன்றவற்றைச் சந்நிதி கதவில் சாற்றி வழிபடுகின்றனர்.

பள்ளக்கருப்புக்கு ஆண் பூசாரியும், வேலாயி அம்மனுக்குப் பெண் பூசாரியும் உள்ளனர். சந்நிதி கதவு திறக்கும் நாட்களில் கோயிலுக்கு எதிராக அக்னி வளர்த்துப் பூசாரிகள் இருவரும் வெகு ஆர்ப்பாட்டத்துடன் அதில் நடந்து வந்து அருள் வாக்குச் சொல்கின்றனர். இக்கோயிலுக்குரிய பெட்டியும், பூசாரிகளும் எழுமலைக்கு அருகிலுள்ள வடக்குத்தான் பட்டியில் உள்ளன.

கிடாய் வெட்டுத் திருவிழா

இக் கோயிலில் பல ஆண்டுகளுக்கு ஒரு முறை கிடாய்வெட்டுத் திருவிழா நடத்தப்படுகின்றது. இது வைகாசி மாதத்தில் ஏழு நாட்கள் வெகு விமரிசையாக நடைபெறும். திருவிழாவிற்குத் தொண்ணூறு நாட்களுக்கு முன் கோயில் வாசலில் ஊர்ப் பொதுமக்கள் அனைவரும் கூடி சகுனம் கேட்பர். கருவறை நிலைப்படிக்கு வலது புறமாகப் பல்லி கத்துகின்ற சத்தம் கேட்டால் சாமி அனுமதி கொடுத்துவிட்டதாகக் கருதி விழாவிற்கு ஏற்பாடு செய்வர். இடது புறமாகச் சத்தம் கேட்டால் கருப்புக்குத் திருவிழா நடைபெறுவதில் விருப்பமில்லை எனக் கருதி விழா நடத்துவதைத் தள்ளிப்போடு கின்றனர். இவ்வாறு கருப்பு, சகுனம் கொடுத்த நாளிலிருந்து வகுரணி, சந்தைப் பட்டி, அயோத்திப்பட்டி, கணவாய்ப்பட்டி, நாவார்ப்பட்டி கிழக்குத் தெரு கிராமங்களில் சில முக்கிய நடைமுறைகள் அமலுக்கு வருகின்றன. அதன்பின் இக் கிராமத்துப் பெண்கள் எவரும் புத்தாடை அணிவது இல்லை. தலைக்குப் பூச்சூடுவது இல்லை. இந்தத் தொண்ணூறு நாட்களுக்கும் ஊரில் எவரும் மைக் செட் போடுவதில்லை. மொத்தத்தில் எந்த விதமான ஆடம்பர நிகழ்வுகளும் நடப்பதில்லை.

இத்திருவிழா பெரும்பாலும் புதன்கிழமைகளில் தொடங்குகிறது. எழுமலைக்கு அருகிலுள்ள வடக்கத்தான் பட்டியில் இக்கோயிலின் ஆண் பூசாரியின் வீடு உள்ளது. வேலாத்தா அம்மனுக்கும், பள்ளக் கருப்புக்கும் உரிய பூசைப்பொருட்கள் வைக்கப்பட்டுள்ள பெட்டி இங்குதான் வைக்கப்பட்டுள்ளது. இத்திருவிழாவின் முதல்நாளில் பெட்டியைக் கொட்டு மேளங்கள் முழங்க கோயிலுக்கு எடுத்து வருவார்கள். பெட்டி, கோயிலுக்கு வந்து சேர்ந்த பின்பு பூசாரி, கோடாங்கிகள் கொட்டுமேளத்துடன் வகுரணி சென்று, கோயிலுக்குரிய பெரிய தேவரை அழைக்கச் செல்லுவார்கள். அவ்வாறு தேவரை அழைத்து வந்து கோயிலில் விட்டபின்பு, அதே கொட்டு மேளத்துடன் சந்தைப்பட்டி சென்று கோயிலுக்குரிய கிடாய் வெட்டியை அழைத்து வருவார்கள். பின்பு இவர்கள் எல்லோரும் சேர்ந்து சாமியாடிக் கொண்டே வகுரணியிலுள்ள காமாட்சியம்மன் கோயிலுக்குச் சென்று அம்மனுக்கு மாலை சார்த்தி வழிபட்டு வருவர்.

இரண்டாவது நாள் கோயிலில் தேவர் கிடாய் வெட்டி, பூசாரி, கொப்பறைப் பூசாரி ஆகியோர் முன் செல்ல கோடாங்கி சாமியாடிக் கொண்டே வகுரணி சந்தைப்பட்டி கிராமங்களுக்குச் செல்லுவர். இதனைச் 'சாமி ஊர் விளையாடுதல்' என்கின்றனர். மூன்றாவது நாள் வகுரணியைச் சேர்ந்த சேர்வாரத்தேவனும், சந்தைப்பட்டியைச் சேர்ந்த மொந்தைக் குட்டித் தேவனும் பச்சை நெல்மணிகளை உறுவி வந்து இரண்டு பொங்கல் வைப்பர். பொங்கல் பொங்கி வரும் பொழுது வேலாத்தா அம்மன் பிடிக்கி கொதிக்கின்ற பானைக்குள் கையை விட்டு அலசும். அவ்வாறு அலசும் பொழுது நெல்லும், உமியும் தனித்தனியாகச் சென்று விடும். அன்று இரவு சாமிகளுக்குச் சாமப் பூசை கட்டுவர். நான்காவது நாள் மேற்கூறிய நான்கு ஊரைச்சேர்ந்த ஐந்து தேவர் வகையறாக்களும் மற்ற அனைத்துச் சாதி மக்களும் முத்துக்கொடை, அரிவாள் போன்ற வற்றைக் காணிக்கையாகக் கொண்டு வந்து கொடுப்பர். ஐந்தாவது நாள் தேவர் சமூகத்தைச் சேர்ந்த கொப்பறைப் பூசாரி, கோயில் கருவறை மூன்றாவது படிகட்டில் நின்று கொண்டு, வருகின்ற பக்தர்களுக்கு விபூதிகொடுத்து அருள்வாக்குச் சொல்லுவார். ஆறாவது நாள் பன்றிவேட்டை நிகழ்வு நடைபெறும். அப்பொழுது கோடாங்கிப் பூசாரிகள் அனைவரும் வேலாத்தா அம்மன் பாறைக்குச் செல்வர். அங்கு இத் திருவிழாவிற்காக நேர்ந்து விடப்பட்டிருந்த பன்றியை இக்கோயில் கோடாங்கிகள் கத்தியால் குத்திக் கொல்லுவர். அன்றிரவு ஒரு சாமப்பூசை நடைபெறும். ஏழாவது நாள் காலை குடும்பர் (பள்ளர்) குலத்தைச் சேர்ந்த 21 குடிகளுக்கும் 21 கிடாய்கள்

நிறுத்தப்படும். அந்த 21 கிடாய்களை இக்கோயிலுக்குரிய கிடாய் வெட்டி, வெட்டுவார். அதன்பிறகு வந்திருக்கின்ற பக்தர்கள் அனைவரும் தங்களது கிடாய்களை வெட்டிச் சமைத்து வந்திருக்கும் உறவினர்களுக்கு விருந்தளிப்பர். அன்று மாலை முதன்மைகள் வழங்கப்படும். ஐந்து தேவர்களுக்கு ஒரு முதன்மையும் பெரியதேவர், கிடாய்வெட்டி நாட்டாமை, கணக்குப்பிள்ளை, பூக்கட்டி, 21 குடிகள் ஆகியோருக்கு முதன்மைகளும் அளிக்கப்படும் இம்முதன்மைகளைக் கொப்பறைப் பூசாரி அளிப்பார். அன்று இரவு பத்து மணியளவில் பெட்டி வடக்கத்தான் பட்டியிலுள்ள பெட்டி வீட்டிற்குத் திருப்பி எடுத்துச் செல்லப்படும். அத்தோடு விழா நிறைவடையும்.[46]

இவ்வகையில் பல கருப்புசாமிகள் காவல் தெய்வங்களாக வழிபட்டாலும் சில ஆண்டிச்சாமிகளையும் காவல் தெய்வங்களாக வழிபடுகின்றனர். அவற்றில் விருமாண்டி, தவசி ஆண்டி போன்றவை முக்கியமானவையாகும்.

விருமாண்டி

விருமாண்டி, மூணுசாமிகளுக்கும் கருமாத்தூர் நாட்டிற்கும் காவல் தெய்வமாகக் கருதப்படுகின்றது. மூணுசாமிகள் வடக்கிலிருந்து வந்து இங்குக் குடியமரும் பொழுது இப்பகுதி பேக்காமன் கருப்புச்சாமியின் காவல் எல்லைக்குக் கட்டுப்பட்டிருந்தது. அதனால் மூணுசாமிகள் இங்குக் குடியமர்வதனைப் பேக்காமன் எதிர்த்தது. அப்பொழுது ஆறாம்புலிக் கோட்டையில் இருந்த விருமாண்டியைப் பேச்சியம்மன் தங்களது பாதுகாப்பிற்காக இங்கு அழைத்து வந்தது. இங்கு வந்த விருமாண்டி பேக்காமனோடுச் சண்டையிட்டு இப்பகுதியை மூணுசாமிகளுக்கும் பெற்றுத் தந்தது. அன்றிலிருந்து மூணு சாமிகளுக்கும், கருமாத்தூர் நாடு 24 பட்டிக்கும் இது காவல் தெய்வமாக உள்ளதாக நம்புகின்றனர்.

விருமாண்டிக்கென்று தனி விழா எடுக்கப்படுவதில்லை. ஆனால் பேச்சியம்மனுக்காக நடத்தப்படும் ஆடிவெள்ளித் திருவிழாவின் போது இதற்குக் கருங்கிடாய், செங்கிடாய், பலநிறத்துக்கிடாய் என மூன்று கிடாய்கள் வெட்டிப் பொங்கல் வைத்து வழிபடுகின்றனர். வெட்டப்பட்ட கிடாய்களின் தலைகள் விருமாண்டியை அடைத்து வைக்கப்பட்டுள்ளதாக நம்பப்படும் குழிக்குள் போட்டு மூடிவிடுகின்றனர்.

விருமாண்டி கருமாத்தூர் நாட்டிற்கு மட்டுமல்லாமல் கள்ள நாட்டில் உள்ள மற்ற காவல் தெய்வங்களுக்கும் தலைமைக் காவல் தெய்வமாகவும் கருதப்படுகின்றது. மற்ற தெய்வங்கள் தங்களுக்கு

ஏதாவது ஆபத்து நேரும்பொழுது அவை விருமாண்டியின் உதவியோடுத் தங்களைக் காத்துக் கொள்கின்றனர் என நம்புகின்றனர். குறிப்பாக மானூத்து சமயக்கருப்புசாமியை அங்கிருந்த பார்ப்பானர்கள் பச்சைக்குடத்தில் வைத்து அழிக்க முயற்சித்த பொழுது அது விருமாண்டியின் துணையோடே தன்னை விடுவித்துக் கொண்டது என அதன் தொன்மைக் கதை கூறுகிறது.

இவ்வாறு வீரமிக்க காவல் தெய்வமாகக் கருதப்படுகின்ற விருமாண்டி தற்காலத்தில் படைப்புக் கடவுளான பிரம்மாவின் மறு அவதாரமாக அடையாளப்படுத்தப்படுகின்றார். அதனால் விருமனின் சிலை மூன்று தலைகளோடு வைக்கப்பட்டுள்ளது. ஆனால் இது வெறும் 60 அல்லது 70 வருடங்களுக்குள் ஏற்பட்ட மாற்றமாகவே தெரிகிறது.

அக்காலத்தில் விருமனுக்கென்று தனியாகச் சிலை கிடையாது. மக்கள், தூணையே சாமியாகக் கருதி வழிபட்டு வந்தனர். பிறகு சுமார் 60, 70 வருடங்களுக்கு முன் சிலை வைக்க முயற்சிக்கும் பொழுது வைதீக மரபுகளை மட்டும் அறிந்து வைத்திருக்கின்ற சிலை செய்கின்ற ஆசாரிகள் விருமன் என்ற சொல்லைத் தவறாக புரிந்துகொண்டு திரித்து பிரம்மன் எனக் கருதி அடையாளப் படுத்தியிருக்கலாம். அதன் அடிப்படையில் இவ்வடையாள மாற்றம் உருவாகி இருக்கலாம் எனத் தொல்லியல் அறிஞர் காந்திராஜன் குறிப்பிடுகின்றார்.[47]

தவசி ஆண்டி

ராஜதானி மேலஉரப்பனூர் கிராமத்தில் உள்ள மூன்று தேவர் அதாவது கரைக்காரத்தேவர், சுந்தத்தேவர், வெள்ளையத் தேவர் என்ற மூன்று தகப்பன் மக்களுக்கும் மற்றும் அங்கு வாழும் அனைத்துச் சாதி மக்களுக்கும் தவசி ஆண்டி காவல் தெய்வமாகக் கருதப்படுகின்றது. இந்தக் கிராமத்தின் வடக்கு எல்லையில் இக்கோயில் அமைந்துள்ளது. தலித் மக்களே இதற்குப் பூசாரியாகவும், கோடாங்கியாகவும் உள்ளனர்.

கண்மாய்க் கரையோரத்தில் வீற்றிருக்கும் தவசி ஆண்டி கண்மாயைக் காத்துத் தங்களுக்குப் பசியில்லாது கஞ்சி ஊற்றுகிறார் என்ற நம்பிக்கை இம்மக்களிடம் இன்றும் நிலவுகிறது. அதற்கு நன்றி தெரிவிக்கும் பொருட்டு மேலஉரப்பனூர் மக்கள் தங்கள் நிலங்களில் அறுவடையாகும் நெல்லில் குறிப்பிட்ட பங்கினை அளந்து தவசி ஆண்டிக்குக் காணிக்கையாகத் தந்தபின்தான்

தங்களது வீடுகளுக்கு மீதமுள்ள நெல்லை எடுத்துச் செல்கின்றனர். இவ்வாறு காணிக்கைக் கொடுப்பவர்களது கணக்கு வரிசைப்படி ஒரு பேரேட்டில் எழுதி வைக்கப்பட்டு வருகிறது.

கார்த்திகை வெள்ளித் திருவிழா

ஒவ்வொரு ஆண்டும் கார்த்திகை மாதம் மூன்றாவது வெள்ளிக் கிழமையன்று இக்கோயில் திருவிழா நடைபெறுகிறது. அறுவடைக் காலங்களில் ஊரார் காணிக்கையாகக் கொடுத்த நெல்மூட்டைகளை மொத்தமாக விற்று அதில் வரும் பணத்தில் ஐம்பதாயிரத்திற்கும் குறையாமல் வாழைப்பழங்களை வாங்குகின்றனர். கார்த்திகைத் திருவிழாவிற்கு முதல் நாளே இந்த வாழைப்பழத் தார்கள் வண்டி வண்டியாக வந்திறங்கும். திருவிழா அன்று காலையிலிருந்து பூசாரியும், கோடாங்கியும் ஒரு வாய் தண்ணீர்கூட அருந்தாமல் பக்தியுடன் விரதம் இருப்பர். அன்றைய இரவில் தவசி ஆண்டிக்குப் பால், பழம் ஆகியவற்றைக் கரைத்துப் பூசை செய்ய வேண்டி ஊருக்குள் இரண்டு எருமை மாடுகளை அன்றைய காலைப் பொழுதிலிருந்தே பால் கறக்காது கட்டி வைத்திருப்பர். இந்த இரு எருமை மாடுகளின் மடியில் பூசாரி விபூதி போட்டு விடுவார். இதன்பின் அன்று முழுவதும் அவற்றின் கன்றுகள் தாயின் மடிதேடிப் பால் குடிக்க நெருக்கவே நெருங்காது என்று கூறப்படுகின்றது.

இக்கோயிலுக்குரிய பெட்டி ஊருக்குள் இருக்கின்ற பெட்டி வீட்டில் தான் உள்ளது. திருவிழா அன்று, காலையிலேயே பெட்டி எடுப்பு நடைபெறும். பெட்டிகளை ஊரில் உள்ள எல்லாத் தெருக்கள் வழியாக எடுத்து வருவர். அப்பொழுது மக்கள் (வீடு தவறாது நின்று) அதற்கு மாலை அணிவித்துப் பூசை செய்வர். பெட்டி ஊரின் எல்லையை அடையும் வரை பெண்கள் அதனுடன் வருவார்கள். அதன்பின்பு பெண்கள் வரமாட்டார்கள். ஆண்கள் மட்டும் பெட்டிகளுடன் கோயிலினை வந்தடைவர்.

அதன்பின் தவசி ஆண்டிக்காக ஒதுக்கிவிடப்பட்டு இருக்கும் எருமை மாடுகள் இரண்டையும் கோயிலுக்கு அழைத்து வருகின்றனர். நள்ளிரவு பன்னிரண்டு மணிக்கு அந்த மாடுகளின் பாலைக் கறக்கின்றனர். இந்தப் பாலில் பழங்களை உரித்துப்போட்டு நன்றாக பிசைந்து கரைத்த பின் அதனைக் கொண்டு தவசி ஆண்டிக்குப் பூசை செய்யப்படுகின்றது. பின் இந்தப் பிரசாதத்தை உண்டு பூசாரியும், கோடாங்கியும் விரதத்தை முடித்துக் கொள்கின்றனர்.

தவசி ஆண்டிக்கு இவ்வாறு பூசை முடிந்ததும் அதன் சந்நிதிக்கு எதிரே உள்ள ஆலமரத்தைச் சுற்றி ஆண்கள் அனைவரும் அமர்கின்றனர். எல்லோரும் அமைதியாக அமர்ந்திருக்கும் போது பூசாரி எழுந்து "கண்மாய் கரை பெருக வேணும், காடு கழனி விளைய வேணும், ஊரு மக்களை நீ தான் காப்பாற்ற வேணும், நல்லகுறி சொல்லப்பா தவசி ஆண்டி" என்று கூறி அங்கு நிலவிய அமைதியைக் கலைப்பார். அடுத்த சில நிமிடங்களில் அந்த ஆலமரத்திலிருந்து சகுனம் சொல்லிடும். இதைக் கேட்டதும் அங்கிருக்கும் அனைவரின் முகத்திலும் புன்னகை மலர்கிறது.

இவ்வாறு சகுனம் மூலம் தவசி குறி சொல்வது தாமதமானால் சற்றும் யோசிக்காது. "ஊருக்குள் யாரோ தப்புப்பண்ணிருக்காங்க" அது தான் தவசி குறி சொல்லவில்லை என்று கூட்டத்திலிருந்து முணுமுணுப்பு கிளம்பும். அடுத்த நொடியே ஊர் நாட்டாண்மை உள்ளிட்ட முக்கிய பிரமுகர்கள் இடுப்பில் துண்டைக் கட்டிக் கொண்டு தவசி முன்பாக நிற்பார்கள். "தெரிஞ்சோ தெரியாமலோ தப்புப் பண்ணியிருந்தா நீ தாம்ப்பா எங்கள மன்னிக்கணும்" என்று கூறி விழுந்து வணங்குவார்கள். பூசாரி அனைவருக்கும் விபூதி வழங்கி ஆசீர்வதிப்பார். அதன் பின்பு அனைவரும் ஆலமரத்திலிருந்து பல்லி சகுனம் மூலம் தவசி ஆண்டி குறி சொல்லுவார் எனக் காத்திருப்பர். எக் காரணத்தைக் கொண்டும் சகுனம் கேட்காமல் ஊரார் ஆலமரத்தை விட்டுக் கலைந்து போவதில்லை. கட்டாயம் சகுனம் மூலம் தவசி ஆண்டி குறி சொல்லுவார் என நம்புகின்றனர். தனி நபர்களும் தாங்கள் செய்கின்ற காரியங்களுக்காகக் குறி கேட்பர். இவ்வாறு குறிகேட்பது முடிந்ததும் அனைவரும் கோயிலுக்குள் வந்து மீதமுள்ள வாழைப்பழங்கள் அனைத்தையும் பங்கிட்டுக் கொள்கிறார்கள். ஒவ்வொருவரும் தவசி ஆண்டிக்கும் நெல் எவ்வளவு கொடுத்தார்களோ அதற்கு ஏற்ப வாழைப்பழங்களும் பிரித்துப் பங்கிட்டுக் கொடுக்கப்படும். இத்துடன் தவசி ஆண்டி கோயில் திருவிழா முடிவுக்கு வரும்.[48]

மேற்கூறிய கருப்புசாமிகள் ஆண்டிச் சாமிகளைப் போலவே எல்லாக் காவல் தெய்வங்களையும் வணங்குகின்றனர். சில காவல் தெய்வங்களுக்கு வேளார், பண்டாரம், ஆசாரி, கள்ளர்கள் போன்றோர் பூசாரிகளாக உள்ள போதிலும் பெரும்பாலும் பள்ளர், பறையர் போன்ற தலித் சாதியரே பூசாரிகளாக உள்ளனர். நடைமுறை வாழ்க்கையில் தேவர்களும் தலித்துக்களும் ஒருவரை ஒருவர் சார்ந்து வாழ்கின்ற சாதியினராகையால் அவர்களுடைய வழிபாட்டு மூலங்களும் ஒருவரோடு ஒருவர் இணைந்தே அமைந்து உள்ளது.

அதுமட்டுமல்லாமல் நான் ஒருமுறை கொக்குளத்தைச் சேர்ந்த பெரியவர் ஒருவரிடம் பே(ய்)க்காமன் கோயிலுக்கு எங்ஙனம் பறையர் ஒருவர் பூசாரியானார் எனக் கேட்டேன். அதற்கு அவர், "**ஆதியில் அய்யன் பறையன் தான்; பாதியில் வந்த அய்யனே பார்ப்பான்**". அதனால் **ஆதி வழக்கப்படி பறையனைப் பூசாரியாக வைத்துள்ளோம்**[49], எனப் பதில் அளித்தார். பார்ப்பனர்களது வருகைக்கு முன்பு பறையர்கள் தமிழர்களின் குருமார்கள் சாதியினரில் ஒருவராய் இருந்தனர் என்பதனைப் பண்டைய இலக்கியங்களும் நமக்குத் தெரிவிக்கின்றன.[50]

மேற்கூறிய பெரியவரின் கூற்று இதற்குச் சான்று பகர்வதாய் உள்ளது.

ஊர்ப் பொதுத் தெய்வங்கள், அம்மன் தெய்வங்கள்

மேற்கூறிய வகையில் பல குலதெய்வங்களையும், காவல் தெய்வங் களையும் வழிபட்டபோதிலும் ஒவ்வொரு கிராமத்திற்கும் பொதுவான தெய்வங்களையும் வழிபடுகின்றனர். பெரும்பாலும் அம்மன் தெய்வங்களே ஊர்ப் பொதுத் தெய்வங்களாக உள்ளன. ஊரில் உள்ள அனைத்துச் சாதி மக்களும் சேர்ந்து இதற்கு விழா எடுத்து வழிபடுகின்றனர்.

எங்ஙனம் குலதெய்வங்களை வணங்குவதன் மூலம் தங்களது குலம் பெருகுவதாக நம்புகின்றார்களோ, காவல் தெய்வங்களை வணங்குவதன் மூலம் தங்களது உடைமைகள் பாதுகாக்கப்படுவதாக

பறையர் பூசாரிகள்
- கொக்குளம்

நம்புகின்றார்களோ, அதுபோல அம்மன் தெய்வங்களை வழிபடுவதன் மூலம் தாங்கள் நோய் நொடிகளிலிருந்து குறிப்பாகக் கொள்ளை நோய்களிலிருந்து பாதுகாக்கப்படுவோம் என நம்புகின்றனர். அதாவது அம்மை, அம்மைக்கட்டி, தொடர்வயிற்றுப் போக்கு (காலரா) போன்ற நோய்களிலிருந்து அம்மன் தெய்வங்கள் தங்களைக் காப்பதாக நம்புகின்றனர். இவ்வகை அம்மன் தெய்வ வழிபாட்டு முறைகளைப் பற்றிப் பார்ப்பதற்கு முன்பு இவ் அம்மன் தெய்வ வழிபாட்டின் மூலங்களைப் பற்றிச் சற்று ஆய்வு செய்வோம்.

ஆதிகாலத்தில் மக்கள் வேட்டையாடியும், விளைந்து கிடந்த பழங்கள் காய்கறிகள் போன்றவற்றைப் பறித்து உண்டும் வாழ்ந்து வந்தனர். அவ்வாறு வேட்டையாடியும், சேகரித்தும் தங்களுக்குக் கிடைத்த பொருட்களைத் தங்களுக்குள் பொதுவாக வைத்து அவற்றைச் சமமாகப் பகிர்ந்துண்டு வாழ்ந்து வந்தனர். அதனை 'ஆதிப் பொதுடமைச் சமூகம்' என வரலாற்றாளர்கள் குறிப்பிடு கின்றனர். அந்தக் காலகட்டத்தில் பெண்ணே சமூகத்தின் தலைவியாக இருந்தாள். அவளே சமூகத்தின் எல்லா நிகழ்வுகளுக்கும் தலைமை தாங்கினாள். அதனால் அவள் வணக்கத்துக் குரியவளாகக் கருதப்பட்டாள். அதிலிருந்து தாய்த் தெய்வ வழிபாடு தோன்றியது. அந்தத் தாய்த் தெய்வ வழிபாட்டின் எச்சமே இன்றைய அம்மன் வழிபாடாகும்.

அக்காலத்தில் மக்கள் இயற்கையோடு ஒன்றிய வாழ்க்கையை வாழ்ந்த காலத்தில் தட்ப வெப்பநிலையில் ஏற்படுகின்ற மாற்றங்களே மக்களுக்கு வியாதிகளைக் கொடுத்தன. தொடர்மழைக் காலத்தில் காலரா, வாந்தி, பேதி போன்ற வியாதிகளும், கடுமையான குளிர் காலத்தில் காய்ச்சல், இருமல் மற்றும் சில சரும வியாதிகளும் ஏற்படும். அதுபோலக் கடுமையான வெயில் காலத்தில் அம்மை, வயிற்றுப் போக்கு போன்ற வியாதிகளும் உருவாகும்.

அதனால் அந்தந்தக் காலகட்டத்தில் இந்த அம்மன் தெய்வங்களை வழிபடுவதன் மூலம் இத்தகைய வியாதிகளிலிருந்து தங்களைப் பாதுகாத்துக் கொள்ளலாம் என நம்பினர். அம்மன் தெய்வங்களில் காளியம்மன், மாரியம்மன் ஆகியவை முதன்மை யானவையாகக் கருதப்படுகின்றன. இதில் காளியம்மன் ஆக்ரோசத்தின் அதாவது வெப்பத்தின் வெளிப்பாடாகக் கருதப்படுகிறாள். அதனால், தொடர் மழைக் காலமான புரட்டாசியில் இதற்கு விழா எடுத்து வழிபடுகின்றனர். ஏனெனில் தொடர் மழைக்காலத்தில், மக்களுக்குப் பல வியாதிகள் ஏற்படுகின்றன. அதிலிருந்து பாதுகாத்துக் கொள்ள மக்களுக்கு வெப்பம் தேவைப்படுகின்றது.

அதனால் அக்காலத்தில் மக்கள் வெப்பம் வேண்டி காளியம்மனை வழிபடுகின்றனர். மாரியம்மன் மழையின் அடையாளமாகக் கருதப்படுகிறாள். மாரி என்ற சொல்லிற்கு மழை என்றே பொருள்.[51]

இந்த மழையின் அடையாளமான மாரியம்மனுக்குக் கடுமையான வெயில் காலமான பங்குனியில் விழா எடுத்து வழிபடுகின்றனர். ஏனெனில் கடுமையான வெயில் காலத்தில் ஏற்படுகின்ற வியாதி களிலிருந்து பாதுகாத்துக் கொள்ள மக்களுக்கு மழை தேவைப்படுகின்றது. ஆகவே அக்காலத்தில் மக்கள் மழையின் அடையாளமாக மாரியம்மனை வழிபட்டனர்; இன்றும் வழிபடுகின்றனர். இந்த மாரியம்மனைச் சந்தனமாரியம்மன், முத்துமாரியம்மன், கருமாரியம்மன், செல்ல மாரியம்மன் எனப் பல பெயர்களில் வழிபடுகின்றனர். இவை மட்டுமல்லாமல் வடக்குவாச்சி அம்மன், செல்லாயி அம்மன், துர்க்கை அம்மன், மந்தையம்மன் எனப் பலவகை அம்மன் தெய்வங்களை வழிபடுகின்றனர்.

இவற்றில் உதாரணத்திற்குக் கவணம்பட்டி கிராமத்தில் உள்ள அம்மன் தெய்வங்களைப் பற்றியும் அதன் வழிபாடுகள் பற்றியும் பார்ப்போம்.

கவணம்பட்டி கிராமம் உசிலை நகரத்திற்கு அருகிலிருந்ததாலும் அங்குள்ள அரசினர் கள்ளர் பள்ளியில் எனது தாயார் திருமதி இரஞ்சிதம் பல ஆண்டுகள் ஆசிரியையாகப் பணியாற்றியதாலும் அங்கு அடிக்கடிச் செல்வதற்கு வாய்ப்பு கிடைத்தது. அதனால் அங்கு நடக்கின்ற பல திருவிழாக்களை நேரடியாகக் கண்டு களிப்பதற்கு வாய்ப்பு கிடைத்தது. மேலும் எனது களப்பணி காலத்தில் எனக்கு முழு வழி காட்டியாய் செயல்பட்ட சோலைக் கருப்பத்தேவனுக்கும் கவணம்பட்டி சொந்த ஊராக இருந்ததனால் அவரின் உதவியோடு விழா நிகழ்வுகளை நுட்பமாகப் புரிந்து கொள்ள முடிந்தது. அதனால் அக்கிராமத்தில் நடக்கும் அம்மன் திருவிழாக்களைப் பற்றி சற்று விரிவாக எழுதுகிறேன்.

கவுண்டன்பட்டி என்ற சொல்லே பின்னாளில் கவணம்பட்டி என மருவியது. அக்காலத்தில் காப்பிளியக் கவுண்டர்கள் வாழ்ந்ததாகவும் அவர்களது பெயரிலே இது கவுண்டன்பட்டி என அழைக்கப்பட்டதாக இக்கிராமம் பற்றிய வழக்குக் கதை கூறுகின்றது. இன்று இக்கிராமத்தில் தேவர், பிள்ளைமார், கொல்லர், தட்டார், தச்சர் போன்ற ஆசாரிகள், எண்ணெய்க்காரச் செட்டியார், குயவர், குறவர், வண்ணார், பறையர், சக்கிலியர் போன்ற சமூகத்தவர்கள் வாழ்ந்து வருகின்றனர்.

இவர்கள் எல்லோரும் சேர்ந்து சந்தனமாரியம்மன், காளியம்மன் முத்தாலம்மன், சரபேதி அம்மன் (தற்பொழுது இது சரஸ்வதி அம்மன் என மாற்றப்பட்டுள்ளது.) என நான்கு அம்மன் தெய்வங்களை வழிபடுகின்றனர் (இதில் பறையர்கள் மட்டும் பிரிந்து சென்று தனியாக விழா எடுத்து வழிபடுகின்றனர்).

இதில் காளியம்மன், முத்தாலம்மன் சரபேதிஅம்மன் ஆகிய வற்றிற்குப் புரட்டாசி மாதமும், மார்கழி மாதம் எல்லா அம்மன் களுக்கும் சேர்த்துப் பொதுவாகவும், சந்தனமாரியம்மனுக்கு பங்குனி மாதமும் பொங்கல் வைத்து விழா எடுத்து வழிபடுகின்றனர். இதனை முறையே புரட்டாசிப் பொங்கல், மார்கழிப் பொங்கல், பங்குனிப்பொங்கல் என அழைக்கின்றனர்.

புரட்டாசிப் பொங்கல்

புரட்டாசி மாதம் நான்காவது வியாழக்கிழமை காளியம்மனுக்கு விழா எடுத்து வழிபடுகின்றனர். அன்று மாலை 3 மணியளவில் ஊர்கோடியில் உள்ள காளியம்மன் சிலையை அருந்ததிய மக்கள் எடுத்துச் சென்று அவர்கள் வாழும் பகுதியியுள்ள சாமி பீடத்தில் வைத்து அதற்கு மாவிளக்கு எடுத்து, பொங்கல் வைத்து இளம் மாடு வெட்டி வழிபாடு செய்வர். அவர்கள் அதனை வழிபட்ட பின்பு அந்தச் சாமி சிலையைத் திருப்பி எடுத்து வந்து ஊரின் தென்பகுதியில் உள்ள சாமிப் பீடத்தில் வைப்பர்.

பின்னர் ஊர்ப் பொதுமக்கள் எல்லோரும் சேர்ந்து மேள தாளத்துடன் சென்று இக்கோயிலுக்கு வேளார் குலத்துப் பூசாரியை அழைத்து வருவர். அவர் மேளதாளத்துடன் சென்று ஊர்க் கோடியில் வைக்கப்பட்டுள்ள அம்மன் சிலையைச் சுத்தம் செய்து அலங்கரித்து அதனை ஊரின் மையத்தில் உள்ள பகுதியில் அதன் கோயிலுக்கு எடுத்து வருவர். அதன்பின்பு சாமிக்காக நேந்து விடப்பட்ட ஊர்ப் பொதுக் கிடாயை வெட்டிச் சாமியைச் சக்தி நிறுத்துவார். இதனை இவ்வூரில் உள்ள எண்ணெய்க்காரச் செட்டியார் வகுப்பைச் சேர்ந்தவர்கள் வெட்டுவர். பின்னர் பக்தர்கள் அனைவரும் மாவிளக்கு எடுப்பர். தினைமாவினை அல்லது பச்சை அரிசி மாவினை இடித்து அதில் கருப்பட்டி, ஏலக்காய், சுக்கு கலந்து அதனைக் கருப்பட்டிப் பாலில் சேர்த்து மாவாகப் பிடிப்பர். அதன் மையப் பகுதியில் பள்ளம் இட்டு எண்ணெய் ஊற்றி திரிவைத்து தீபம் ஏற்றுவர். அதனை ஒரு சட்டியில் வைத்து பூவினால் அலங்காரம் செய்து பெண்கள் அதனைத் தலையில் தூக்கிக் கொண்டு ஊரின் முக்கிய வீதிகள் வழியாக நடந்து

செல்வர். கடைசியாகக் கோயிலை மூன்று முறை சுற்றிப் பூசாரியிடம் மாவின் ஒரு பகுதியை அளித்து விட்டு அம்மனை வழிபட்ட பின்பு வீடு திரும்புவர். இதனையே மாவிளக்கு எடுத்தல் என்கின்றனர்.

அதன் பின்பு ஊர்ப் பொதுமக்கள் அனைவரும் சேர்ந்து கொட்டு மேளம் முழங்க சாமியை அதன் இருப்பிடத்திற்கு எடுத்துச் செல்வர். அத்துடன் இக்காளியம்மன் திருவிழா நிறைவடையும். இக்கோயில் திருவிழாவிற்கு ஊரில் உள்ள அனைத்துச் சாதிமக்களும் தலை வரி கொடுத்து அதன் மூலம் வரும் நிதியில் செலவு செய்வர்.

பிறகு ஒரு வாரம் கழித்து மறு வியாழக்கிழமை முத்தாலம் மனுக்கும், சரபேதி அம்மனுக்கும் பொங்கல் வைத்து தேங்காய் பழம் சார்த்தி பூசை செய்து வழிபடுவர். இத்தோடு புரட்டாசிப் பொங்கல் திருவிழா நிறைவடையும்.

மார்கழிப் பொங்கல்

மார்கழி மாதம் ஏதாவது ஒரு வெள்ளிக்கிழமையில் ஒவ்வொரு தெருவில் உள்ள மக்களும் ஒரு முச்சந்தியில் கூடுவர். அப்பொழுது அந்தத் தெருவின் கோடியில் ஒரு ஆட்டினை வெட்டிப் பலியிடுவர். அதன்பின்பு இறைச்சியை அந்தந்தத் தெருவில் உள்ள மக்கள் பகிர்ந்து கொள்ளுவர். பின்பு மாலை 4 மணியளவில் பானக்கரம் கரைத்து துள்ளுமாவு இடித்து ஊரின் ஒவ்வொரு முச்சந்தியிலும் வைத்துப் பழம் தேங்காய் மாற்றி பூசை செய்து எல்லா அம்மன் தெய்வங்களையும் வழிபடுவர். பின்பு துள்ளுமாவினையும், பானக்கரத்தையும் அனைத்து மக்களுக்கும் அளிப்பர். இவ்வாறு மார்கழி மாதம் மக்கள் தனித்தனிக் குழுக்களாக வழிபாடு செய்வதனால் இதனை மார்கழிக் குழுமம் என அழைக்கின்றனர்.

பங்குனிப் பொங்கல்

பங்குனி மாதம் ஏதாவது ஒரு வியாழன், வெள்ளி, சனி என மூன்று நாட்களுக்கு விழா ஏற்பாடு செய்வர். விழாச் செலவிற்காக ஊரிலுள்ள அனைத்துச் சாதி மக்களுக்கும் தலைகட்டு வரி விதிக்கப்பட்டு வசூல் செய்யப்படுகின்றன. (திருமணமான ஒரு தம்பதியினரையும் அவர்களது திருமணமாகாத குழந்தைகளையும் சேர்த்து ஒரு தலைகட்டு என்கின்றனர்.) முதல் கங்காணம் கட்டுதல் விழா, திருவிழாவிற்கு ஏழு நாட்களுக்கு முன்பு ஊர் தோட்டி சாட்டுவார். அன்று நேர்த்திக் கடன் நேர்ந்தவர்கள் பூசாரியிடம்

சென்று கங்காணம் கட்டிக் கொள்ளுவர். வெற்றிலை பாக்கை மடித்து அதனுடன் மஞ்சள் கிழங்கு ஒன்றினை வைத்து அவற்றை மஞ்சள் கயிற்றால் சுற்றி அதனை வலது கை மணிக்கட்டில் பூசாரி கட்டி விடுவார். இதனையே கங்காணம் கட்டுதல் என்கின்றனர். அதன் பின்பு அவர்கள் அசைவ உணவு உட்கொள்ளாமலும், திருமணம் ஆனவர்கள் என்றால் தாம்பத்தியத்தில் ஈடுபடாமலும் கவனமாக இருக்க வேண்டும். வெளி ஊர்களுக்குச் செல்லக்கூடாது. இவ்வாறு கண்ணும் கவனுமாக இருக்க வேண்டும் என்பதே கங்காணம் எனச் சுருக்கி சொல்லப்படுகின்றது.

திருவிழாவின் முதல்நாள் வியாழக்கிழமை மாலை 4 மணியளவில் ஊர்ப் பொதுமக்கள் கொட்டுமேளதாளத்துடன் சென்று கோயில் பூசாரியை அவரது வீட்டிலிருந்து அழைத்து வருவர். அதன் பிறகு கரகம் எடுத்தல் நடைபெறும். பூசாரி மண் கலசத்தை எடுத்துக் கொண்டு ஒரு நீர்நிலைக்குச் செல்லுவார். அந்த மண்கலசத்தில் நீரை ஊற்றி அதனுள் சிறிது பாலை ஊற்றி, ஒரு தேங்காயை வைத்து அதன் முகப்புப் பகுதியில் தென்னம் பாலையையும், வேப்பங் குழைகளையும் வைத்து அதனை பூக்களால் கூம்பு வடிவத்திற்குச் சுற்றுவர். அந்தக் கூம்பின் மேல் பகுதியில் பிசையப்பட்ட மஞ்சளினால் கண், மூக்கு, வைப்பர், அந்தக் கண் பகுதியில் வெள்ளித் துண்டுகளால் விழிகள் வைப்பர். இவ்வாறு செய்யப்பட்ட கரகத்தை அந்த இடத்திலேயே வைத்துத் தேங்காய் பழம் மாற்றி பூசை செய்வர். பூசை முடிந்தவுடன் பூசாரிக்கு மாலை அணிவித்துக் கொட்டுக்கொட்டி அருள் இறக்கிக் கொண்டே கரகத்தை எடுத்துப் பூசாரி தலையில் வைப்பர். கொட்டு மேளத்துடன் அவர் அதனை தம் தலையில் சுமந்து கொண்டு கோயிலுக்கு எடுத்து வருவார். அதனை வேப்பங்குழையால் செய்யப்பட்ட சிறிய தடுப்பு ஒன்றிற்குள் வைப்பர். நீரையே மாரி அம்மனாகக் கருதி வழிபடுவதனால் நீரையுடைய கலசம் கோயிலுக்குக் கொண்டு வரப்பட்டவுடன் அம்மன் கோயிலுக்குள் வந்துவிட்டதாகக் கருதி அதனை அங்கேயே நிலை நிறுத்துவதற்காகக் கிடாய் வெட்டிச் சக்தி நிறுத்துகின்றனர்.

அதன் பின்பு ஏற்கனவே இத் திருவிழாவிற்காகச் செய்து வைக்கப்பட்டுள்ள அம்மன் சிலையை ஊர்க் குயவர் வீட்டிலிருந்து கொட்டுமேளத்துடன் எடுத்து வருவர். அப்பொழுது நேர்த்திக் கடன் நேர்ந்தவர்கள் அந்தச் சிலைக்குப் பின்பு தீச்சட்டி எடுத்து வருவர். ஒரு மண்சட்டியில் எறிகின்ற கங்கினைப் போட்டு அதன்கீழ் வேப்பங்குழைகளை வைத்துக் கையினால் பிடித்துக்

கொண்டு வருவதைத் தீச்சட்டி எடுத்தல் என்கின்றனர். இவ்வாறு அம்மன் சிலை கொண்டுவரப்பட்ட பின்பு அதற்குத் தேங்காய் பழம் வைத்துப் பூசை செய்யப்படும்.

பிறகு மாவிளக்கு எடுத்தல் நடைபெறும். பெண்கள் மாவிளக்கு களைத் தலையில் சுமந்து கொண்டு ஊரின் முக்கிய வீதிகள் வழியாக எடுத்துவருவர். பிறகு கோயிலைச் சுற்றிவிட்டு தாங்கள் கொண்டுவந்த மாவின் ஒரு பகுதியைப் பூசாரிக்குக் கொடுத்துவிட்டு வீடு திரும்புவர். அதன்பின்பு நேர்த்திக்கடன் நேர்ந்தோர் கோடு போடுதல், உருண்டு கொடுத்தல் போன்ற சடங்குகளைத் தனிப்பட்ட முறையில் நேர்ந்து கொண்டோர் கண்களில் வைத்தும், வயிற்றில் வைத்தும் மாவிளக்கு எடுப்பர். நேர்ந்தவர்கள் சாமிக்கு நேர்த்திக் கடன்களை நிறைவேற்றுகின்றனர். அத்துடன் முதல்நாள் நிகழ்வு நிறைவடையும். அன்று இரவு நாடகம் நடைபெறும். பெரும்பாலும் வள்ளித்திருமணம், அரிச்சந்திர மயான காண்டம் போன்ற நாடகங்கள் நடைபெறும்.

மறுநாள் வெள்ளிக்கிழமை காலை ஏழு மணியளவில் முளைப் பாரி தூக்குதல் நடைபெறுகின்றது. திருவிழாவிற்கு 11 நாட்களுக்கு முன்பு ஒரு மண்பானையின் தூரை உடைத்து விட்டு அதனுள் எருவு – தெள்ளிய எருவு – போட்டு அதன்மேல் மொச்சைப்பயிர், பாசிப்பயிர், கம்பு, தினை போன்ற எதாவது ஒரு தானிய வகையைப் போட்டு அதன்மேல் எருவு தூசியைத் தூவி ஒரே ஒருமுறை மட்டும் தண்ணீர் தெளித்து ஒரு இருட்டறையில் வைத்து விடுவர். அதற்குப் பின் தண்ணீர் எதுவும் தெளிக்க மாட்டார்கள். அந்தத் தானிய வகைகள் காற்றிலுள்ள ஈரப்பதத்தை வைத்தே நீண்ட பயிர்களாக வளர்ந்து விடும். அவற்றையே முளைப்பாரி என்கின்றனர். அவை பெரிதாக வளர்ந்தால் அந்த வருடம் நல்ல மழை பெய்யும் என நம்புகின்றனர். (காற்றில் ஈரப்பதம் அதிகமாக இருந்தால் மழை வரும் என்பது இன்றும் நாம் அனைவரும் அறிந்த அறிவியல் உண்மை. அக்கால மனிதர்கள் முளைப்பாரி வளர்கின்ற அளவினை வைத்து மழை வருவதனைக் கனித்திருக்கிறார்கள்.)

இரண்டாவது நாள் காலை 7 மணியளவில் முளைப் பாரிகளை எடுத்து வந்து ஊரின் முக்கிய இடத்தில் வைத்து, வயது முதிர்ந்த பெண்கள் கும்மியடித்து, குலவைப் போட்டு அம்மனைப் பற்றிக் கும்மிப்பாடல்களைப் பாடுவர். அதன்பின் முளைப்பாரிகளைத் தலையில் தூக்கிக் கொண்டு ஊரின் முக்கிய வீதிகள் வழியாக வந்து கோயிலை மூன்று முறைச் சுற்றி இறக்கி வைப்பர். பிறகு பொங்கல் வைத்தல் நடைபெறும். பொங்கல் பொங்கிய பின்பு

பொங்கல் பானைகளைப் பெண்கள் தலையில் சுமந்து கொண்டு ஊரின் முக்கிய வீதிகள் வழியாக வந்து கோயிலை மூன்று முறை சுற்றி இறக்கி வைப்பர். அதன் பின்பு கிடாய் வெட்டு நடைபெறும். மாமன் மைத்துனர்கள் மஞ்சள் தண்ணீர் ஊற்றிக் கிடாய்களை வெட்டுவர். அன்று முழுவதும் விருந்தினர்களை உபசரித்து அசைவ உணவளிப்பர்.

அன்று காலை 11 மணியளவில் நேர்த்திக்கடன் நேர்ந்தவர்கள் சேத்தாண்டி வேசம் போட்டு ஆடிக்கொண்டே வீடு வீடாகச் சென்று பிச்சை எடுத்து அதில் வந்தப் பணத்தையும், பொருட் களையும் கோயிலுக்குக் காணிக்கையாக அளிப்பர். அன்று மாலை 4 மணியளவில் சிலர் கவுருகுத்தி ஆடி தங்களது நேர்த்திக்கடனைச் செலுத்துவர். அத்துடன் அன்றைய நிகழ்வுகள் நிறைவடையும். (அன்று இரவு பாட்டுக் கச்சேரி, ஆடலும் பாடலும் போன்ற பொழுது போக்கு நிகழ்வுகள் நடைபெறும்.) மூன்றாம் நாள் சனிக் கிழமை காலையில் அம்மன் சிலையையும், முளைப்பாரிகளையும் கொட்டுமேளங்கள் முழங்க எடுத்துச் சென்று குளம் குட்டை போன்ற நீர் நிலைகளில் போட்டுவிட்டு வந்துவிடுவர்.

அன்று மாலை அம்மனுக்குக் காணிக்கையாகக் கொடுக்கப்பட்ட பொருட்களை ஏலம் விடுவர். அவ்வாறு ஏலம் எடுத்தவர்கள் அதற்குரிய தொகையை அடுத்த திருவிழாவிற்குள் கோயிலுக்குச் செலுத்த வேண்டும். ஏலம் விடுதல் நிகழ்வோடு பங்குனிப் பொங்கல் திருவிழா நிறைவடையும்.

மேற்கூறிய கவணம்பட்டி கிராமத்தைப் போலவே இப்பகுதி யிலுள்ள எல்லா அம்மன் கோயில்களும் அவரவர் ஊர்களுக்கேற்ப சிறு சிறு மாற்றங்களோடு வழிபடப்படுகின்றன. எல்லா ஊர்களிலும் அம்மன் கோயில்களில் புரட்டாசிப் பொங்கல், மார்கழிப் பொங்கல், பங்குனிப் பொங்கல் என மூன்று பொங்கல் திருவிழாக்கள் வருடம் தவறாமல் நடைபெறுகின்றன. ஆனால் அவரவர் ஊரிற்கேற்ப ஏதாவது ஒரு பொங்கல் திருவிழாவை விமரிசையாகவும், மற்றவற்றை எளிமையாகவும் கொண்டாடிக் கொள்கின்றனர். உதாரணத்திற்குச் சில கிராமங்களில் புரட்டாசிப் பொங்கலை விமரிசையாகவும், மற்றவற்றை எளிமையாகவும் கொண்டாடிக் கொள்கின்றனர். ஆனால் பெரும்பாலான கிராமங்களில் பங்குனிப் பொங்கல் விமரிசையாகக் கொண்டாடப்படுகின்றன.

பெரும்பாலும் எல்லா அம்மன் கோயில்களிலும் குயவர் குல வேளார்களே பூசாரியாக உள்ளனர். சில இடங்களில் பூக்கட்டிப் பண்டாரங்களும் பூசாரிகளாக உள்ளனர்.

நடுகல் தெய்வங்கள்

சண்டையில் கொல்லப்பட்டவர்களை நடுகல் வைத்து தெய்வங்களாக வழிபடுவது தமிழர்களின் பூர்வீக சமய மரபாகும்.[52] பிறமலைக் கள்ளர் அவ்வகையில் நடுகல் தெய்வங்களைப் பட்டவன் தெய்வங்கள் அல்லது பட்டவன் கருப்புகள் என அழைக்கின்றனர்.

பட்டவன் என்ற சொல்லிற்குப் பட்டுப்போனவர்கள் அல்லது மறைந்து போனவர்கள் என்று பொருள். ஆனால் சாதாரணமாக இறந்து போனவர்களைப் பட்டவன்களாக வழிபடுவதில்லை. ஏதாவது ஒரு மோதல் நடந்து அதில் காயம்பட்டு இறந்து போனவர்களை மட்டுமே பட்டவன்களாக வழிபடுகின்றனர். (ஆனால் தற்கொலை செய்து கொள்கின்ற ஆண்களை ஒரு போதும் தெய்வங்களாக வழிபடுவதில்லை.) அவ்வாறு இறந்து போனவர்களை அவர்கள் கொல்லப்பட்ட இடத்தில் ஒரு கல்தூண் வைத்து அல்லது அந்தக் கொலை சம்பவத்தை ஞாபகப்படுத்துகின்ற விதத்தில் சிலை அடித்து வைத்து வணங்குகின்றனர். அவர்கள் கொல்லப்பட்ட இடம் வெகுதூரத்தில் இருந்தால் சண்டையிடும் பொழுது அவர்கள் பயன்படுத்திய ஆயுதத்தை வைத்துக் கோயில்கட்டி வழிபடுகின்றனர். பெரும்பாலும் கொல்லப்பட்டவர்களின் நேரடிச் சந்ததியினரே அவர்களைத் தங்களது குடும்பத் தெய்வங்களாக வணங்குகின்றனர். அதற்குக் கோடாங்கி இறக்கி தனிப்பூசாரி வைத்து வழிபடுகின்றனர். பிறமலைக் கள்ளர்கள் போர் மரபினராகையால் ஒவ்வொரு கிராமத்திலும், ஒவ்வொரு வம்சாவளிகளிலும் இவ்வகை நடுகல் தெய்வங்கள் உள்ளன. இவர்களை மற்றவர்கள் தாக்கும் பொழுது நடந்த சண்டையில் கொல்லப்பட்டவர்களை நடுகல் வைத்து பட்டவன் தெய்வங்களாக வழிபடுகின்றனர்.

படைவெட்டுக் காலத்தில் கொல்லப்பட்டவர்களுக்கு நடுகல் வைத்து பட்டவன்களாக வணங்குகின்றனர். மாலிக்காபூர் படையெடுப்பு காலத்திலிருந்து நாயக்கர் காலம் வரையிலும், நாயக்கர்களின் வீழ்ச்சியிலிருந்து கும்பனியர்கள் மதுரையைத் தங்களது முழுக்கட்டுப்பாட்டில் கொண்டு வந்த காலம் வரையிலும் தொடர்ந்து பல போர்கள் நடந்தன, இதனை மக்கள் 'படைவெட்டுக் காலம்' என்கின்றனர். இக் காலகட்டத்தில் **மதுரையைத் தங்கள் அதிகாரத்தின் கீழ் கொண்டு வர முயன்ற அனைவரும் மதுரை நகரத்தைச் சுற்றியிருந்த கள்ளர்களுடனும் மோத வேண்டிய நிலை ஏற்பட்டது.** அவ்வகை மோதல்களில் கொல்லப்பட்டவர் களுக்குக் கள்ளர்கள் நடுகல் வைத்துப் பட்டவன்களாக வழிபடுகின்றனர். கீழக்குயில்குடியில் இவ்வகையில் படைவெட்டுக்

காலத்தில் கொல்லப்பட்டவர்களுக்கான நடுகற்கள் அதிகமாக உள்ளது.

இவர்களுக்குள் நடந்த உள் அரசியல் மோதல்களிலும் தனிப்பட்ட மோதல்களிலும் கொல்லப்பட்டவர்களுக்கு நடுகல் வைத்து வணங்குகின்றனர். இவர்கள் நாடு பகிர்ந்து ஒரு கட்டமைப்பை உருவாக்கி வாழ்கின்ற காலத்தில் இவர்களுக்குள் பல காரணங்களுக்காகப் பல உள் அரசியல் மோதல்கள் உருவாகி பல சண்டைகள் நடந்தன. அதில் பலர் கொல்லப்பட்டனர். அவர்களுக்கும் நடுகல் வைத்து வழிபடுகின்றனர்.

உதாரணமாகச் சுமார் 300 ஆண்டுகளுக்கு முன்பு வாலாந்தூர் நாட்டிற்கும் பாப்பாபட்டி நாட்டிற்கும் எல்லைத் தகராறு ஏற்பட்டது. அது மோதலாக வெடித்து இருதரப்பிலும் பலர் கொல்லப்பட்டனர். கடைசியில் உத்தப்பநாயக்கனூர் ஜமீன்தார் தலையிட்டு இருவருக்கிடையில் சமாதானம் செய்து வைத்தார். இச்சண்டையில் கொல்லப்பட்டவர்களுக்கு இரண்டு பகுதிகளிலும் நடுகல் வைத்து பட்டவன்களாக வணங்குகின்றனர். அதுபோல வாலாந்தூர் நாட்டிற்கும், புத்தூர் நாட்டிற்கும் அஸ்வமா நதி நீரைப் பகிர்ந்து கொள்வதில் சண்டை ஏற்பட்டது. இதிலும் சிலர் கொல்லப்பட்டனர். அவர்களுக்கும் நடுகல் வைத்து வழிபடுகின்றனர். மேலும் கள்ளர்கள் தன்னரசு நாடுகளை உருவாக்கி வாழ்ந்து வந்த பொழுது, அவர்களைத் தங்கள் அதிகாரத்தின்கீழ் கொண்டுவர முயற்சித்தவர்களுடனும், வரி வசூல் செய்ய முயற்சித்தவர்களுடனும் கடுமையாக மோதிக் கொண்டனர். அவ்வகை மோதல்களில் கொல்லப்பட்டவர்களுக்கும் நடுகல் வைத்துப் பட்டவன்களாக வழிபடுகின்றனர். இவர்களைச் சில பாளையக்காரர்கள் தங்களது எதிரிகளை அழிப்பதற்கான படையாட்களாகவும் பயன்படுத்தினர். அப்பொழுது நடந்த சண்டையில் கொல்லப்பட்டவர்களுக்கும் நடுகல் வைத்துப் பட்டவன்களாக வழிபட்டனர்.

ஜல்லிக்கட்டு போன்ற வீரவிளையாட்டுக்களில் கொல்லப்பட்டவர்களுக்கும், களவு, காவல் போன்ற நிகழ்வுகளில் ஈடுபடும் போது கொல்லப்படுபவர்களும், தனிப்பட்ட சச்சரவுகள் காரணமாகக் கொல்லப்பட்டவர்களுக்கும் நடுகல் வைத்துப் பட்டவன்களாக வழிபடுகின்றனர். இவற்றில் உதாரணத்திற்கு ஒரு சில நடுகல் (பட்டவன்) வழிபாடுகள் பற்றி விரிவாகக் காண்போம்.

தாட்டன் ஆண்டியப்பத் தேவன் வழிபாடு

தாட்டன் ஆண்டியப்பத் தேவனை, கருமாத்தூர் கரிசல் பட்டியிலுள்ள ஆறு பங்காளிகளும் பட்டவன் தெய்வமாக வணங்குகின்றனர்.

சுமார் 200 வருடங்களுக்கு முன்பு நாகமலைப் புதுக்கோட்டையில் முருக்காண்டி சேர்வை என்பவர் வாழ்ந்து வந்தார். அவர் அன்றிருந்த மதுரை ஆட்சியாளர்களால் இப்பகுதிக்கான வரி வசூலிப்பாளராக நியமிக்கப்பட்டிருந்தார். அக்காலகட்டத்தில் கள்ளநாடு யாருக்கும் கட்டுப்படாமல் தன்னரசு நாடாக இருந்து வந்தது. அதனை மதுரை அரசின் கட்டுப்பாட்டிற்குள் கொண்டுவர எண்ணி கள்ளநாட்டுத் தலைவர்களை அழைத்து அரசிற்கு வரி கட்டச் சொன்னார். அவர்கள் "நாங்கள் தன்னரசு நாட்டுத் தனிக்காட்டுக் கள்ளர்கள். அதனால் யாருக்கும் வரிகட்ட முடியாது" எனக் கூறி வரி கட்ட மறுத்தனர். இதனைக் கேட்டு ஆத்திரமடைந்த முருக்காண்டிச் சேர்வை தனது படையை அனுப்பிக் கள்ளர்களைக் கொத்து கொத்தாகக் கொலை செய்யத் துவங்கினர். இதனால் கோபமடைந்த கள்ளர்கள் கருமாத்தூர் கோட்டை மந்தையில் கூடி எப்படியாவது முருக்காண்டிச் சேர்வையைக் கொலை செய்து விட வேண்டும் எனத் திட்டமிட்டனர். அவனைக் கொலை செய்பவருக்கு மூணுகாணி நிலமும், நாட்டுத் தேவர் பட்டமும் அளிப்போம் எனவும் ஒரு வேளை அவர் அப்பொழுது கொல்லப் பட்டு விட்டால் முப்புறத்திலும் (மூணு கோயிலிலும்) மூன்று சிலை அடித்து முப்பூசை கொடுத்துச் சாமியாக வணங்குவோம் எனவும் அறிவித்தனர்.

அப்பொழுது கரிசல்பட்டியிலிருந்த ஆறு பங்காளிகளில் ஆண்டரச்சான் வம்சத்தில் வந்த தாட்டன் ஆண்டியப்பத் தேவன் என்பவர் எழுந்து நான் புதுக்கோட்டை சேர்வைக்காரனைக் கொன்றுவிட்டு வருகிறேன். எனக்கு முக்காணி நிலமும் வேண்டாம், தேவர் பட்டமும் வேண்டாம், முப்பூசையும் வேண்டாம் என் பேரில் ஒரு தொழுவம் வைத்தால் போதும் எனக் கூறிவிட்டுத் தனது குறவன் ஒருவனைத் துணைக்கு அழைத்துக் கொண்டு குதிரை மீது ஏறி புதுக்கோட்டை சென்றான். அங்குக் கோட்டையைச் சுற்றி கடுமையான காவல் இருந்தது. அக்காவலையும் மீறி உடும்பைப் போட்டு கோட்டை மீதேறி சேர்வையின் படுக்கை அறைக்குச் சென்றான். அங்கு அவர் தனது மனைவியுடன் ஆழ்ந்து உறங்கிக் கொண்டிருந்தார். யாருக்கும் தெரியாமல் உள்ளே நுழைந்த ஆண்டியப்பத்தேவன், முருக்காண்டி சேர்வையின் மூச்சைப் பிடித்து அழுத்தி தனது கூர்வாளால் நெஞ்சில் குத்திக் கொலை செய்தான். அவனைக் கொன்றதற்கு அத்தாட்சிக்காக அவனது நீண்ட ஜடை முடியை அறுத்து எடுத்துக் கொண்டு கோட்டை மீதேறி வெளியே குதித்தான். அவன் வெளியில் குதிப்பதைப் பார்த்த வாயிற் காவலன் ஒருவன் தனது வேல் கம்பால் ஆண்டியப்பத்தேவனது

வயிற்றில் குத்திவிட்டான். குத்தியவுடன் குடல் சரிந்து வெளியில் வந்துவிட்டது. சரிந்த குடலை வயிற்றிற்குள் திணித்துக் கொண்டு, குதிரை மீதேறி அதனைத் தட்டிவிட்டான். குதிரை பறக்க ஆரம்பித்தது. தான் செத்தாலும் தனது கருமாத்தூர் மண்ணிலேயேதான் சாக வேண்டும் என எண்ணி குதிரையை வேகமாக ஓட்டினான். குதிரை மத்தியஸ்த கருப்புக் கோயிலைக் கடந்து வந்ததும் அவனுடன் துணைக்கு சென்ற குறவன், தேவரே கருமாத்தூர் நாட்டு எல்லைக்குள் வந்துவிட்டோம் என்றான். அதனைக் கேட்டதும் அங்கேயே உயிர் பிரிந்துவிட்டது.

அவன் உயிர் பிரிந்த இடத்தில் மூன்று நினைவுத் தூண்களை ஊன்றியுள்ளனர். அவ்வழியாகச் செல்பவர்கள் அந்த இடத்தில் மூன்று கற்களைப் போட்டுவிட்டுச் செல்வார்கள். அப்படிச் செய்தால் நல்லது நடக்கும் என நம்புகின்றனர். தாட்டன் ஆண்டியப்பத்தேவன் விரும்பியதைப்போல் கரிசல்பட்டியில் அவனுக்கென்று ஒரு தொழுவம் ஒதுக்கப்பட்டது. ஆறு பங்காளிகளுக்கு ஆறு தொழுவம் உள்ளன. தை மாதம் மட்டும் பொங்கலன்று பட்டவன் கோடாங்கி அருள் இறங்கி ஆடி அருள் வாக்குச் சொல்லுவார். அவர் வேல்கம்பைப் பிடித்துக் கொண்டே சாமியாடுவார். அனைவரும் சாமியாடிக் கொண்டே ஆண்டியப்பத் தேவனது தொழுவிற்குச் சென்று தழுகை போட்டுப் பள்ளயம் பிரித்து எச்சில் தொளிப்பர். அதன்பின்பே மற்ற தொழுவங்களில் எச்சில் தொளிப்பர். அன்று மாடு உறுவும் பொழுது தாட்டான் ஆண்டியப்பத் தேவன் காளை என்ற பெயரில் முதல் மாடு உறுவப்படும். அதனை யாரும் அணையக்கூடாது. அதன் பின்பே மற்ற மாடுகள் உறுவப்படும். அவற்றை யார் வேண்டுமானாலும் அணைந்து கொள்ளலாம்.

இப் பட்டவன் சாமிக்கு வளைதடி, வேல்கம்பு, முத்துக் கொடை போன்றவற்றைக் காணிக்கையாகச் செலுத்தினால் நினைப்பது நடக்கும் எனவும் நம்புகின்றனர்.[53]

சுளிமாயன், விராலிமாயன் வழிபாடு

மேலக்காலில் உள்ள பன்னியான் கிழக்குத் தெருவைச் சேர்ந்தவர்கள் இதனைத் தங்களது பட்டவன் சாமியாக வணங்குகின்றனர்.

சுமார் 200 வருடங்களுக்கு முன்பு மேலக்காலில் கார்மேகத்தேவர் மீனாட்சியம்மாள் என்ற தம்பதியினர் வாழ்ந்து வந்தனர். அவர்களுக்குச் சுளிமாயன், ஆண்டிமாயன், விராலிமாயன் என மூன்று ஆண் மக்கள் இருந்தனர். அப்பொழுது மதுரை அரசாங்

கத்திற்கு வரி வசூலிப்பவராக நியமிக்கப்பட்டிருந்த புதுக்கோட்டை முருக்காண்டிச் சேர்வை இவர்களிடம் வந்து கப்பம் கேட்டான். இவர்கள் மூவரும் "மதுரை அரசிற்கும், எங்களுக்கும் என்ன சம்பந்தம், நாங்கள் ஏன் வரி தர வேண்டும்" என மறுத்தனர். அதனால் சேர்வைக்காரன் இவர்கள் மூவரையும் அழிக்கத் திட்டமிட்டான். இவர்களில் சுளிமாயன் வளரி என்னும் வளைதடி ஆயுதத்தை வீசுவதில் கெட்டிக்காரனாக இருந்ததனால் இவனை எப்படியாவது வஞ்சமாகக் கொலை செய்து விடவேண்டும் எனத் திட்டம் போட்டான். தாராப்பட்டியிலிருந்த அம்பலக்காரப் பெண்ணிடம் எப்படியாவது சுளிமாயனைப் பிடித்து வைத்து விடு நாங்கள் வந்து அவனைக் கொன்று விடுகிறோம் எனச் சொல்லி விட்டுச் சென்றான். அவளும் அதனை நம்பி சுளிமாயனிடம் வந்து, "அண்ணே எங்கள் ஊர் ரெட்டியார் ஒருவன் எனது காதுகளை அறுத்துவிட்டான். அவனிடம் வந்து நியாயம் கேள்" என அவனை அழைத்தாள். சுளிமாயனும் "போமா தங்கச்சி நாளை நான் வந்து பார்த்துக் கொள்கிறேன்" எனக் கூறி, மறுநாள் தனது குதிரை மீது ஏறி தனது பண்ணையாள் நானெழச்சானை துணைக்குக் கூட்டிக் கொண்டு தாராப்பட்டிக்குச் சென்றான். அங்குப் பஞ்சாயத்து நடப்பது போல் எதுவும் தெரியவில்லை. அந்த அம்பலக்காரப் பெண் ஓடிவந்து வரவேற்று, "அண்ணே வீட்டில் கறி சமைத்து, சாராயம் காய்ச்சி வைத்திருக்கிறேன், அதனால் அதனைச் சாப்பிட்டு விட்டுப் பஞ்சாயத்திற்கு வரலாம்" எனக் கூறி வீட்டிற்கு அழைத்துச் சென்றாள். வீட்டில் அமர்ந்து சாப்பிட ஆரம்பிக்கும் பொழுது ஏதோ சலசலப்பு கேட்டது. அவன் அவளைப் பார்த்து என்னமோ ஏதேதோ சத்தம் கேட்குதே எனக் கேட்க அவள் அதற்குச் சரியாகப் பதில் சொல்லாமல் வேறு ஏதேதோ சொல்லி மழுப்பினாள்.

இதனைக் கவனித்த நானெழச்சான், "தேவரே ஏதோ சூழ்ச்சி தெரியுது. அதனால் தப்பிப் போய்விடுவோம் வாங்க" எனச் சொன்னவுடன் இருவரும் வெளியில் வந்து பார்த்தார்கள். அப்பொழுது ஒரு பெரும்படை ஒன்று தங்களைச் சுற்றி நெருங்கிக் கொண்டிருப்பதனைப் பார்த்தார்கள். சுளிமாயன் தான் செத்தாலும் தனது சொந்த ஊரான பண்ணியான் எல்லையில் தான் சாகவேண்டும் என எண்ணிக்கொண்டு தனது குதிரை மீதேறி தப்பிச் சென்றான். அப்பொழுது அந்தப் படையினர் நானெழச் சானைச் சூழ்ந்து கொள்கின்றனர். எதிரிகளின் கைகளில் சாவதைக் காட்டிலும், தானே சாவது மேல் எனக் கருதி நானெழச்சான் தனது நாக்கை தானே அறுத்துக் கொண்டு அங்கேயே உயிர் விட்டான்.

குதிரை மீதேறி தப்பிய சுளிமாயன் தனது பன்னியான் எல்லைக்குள் வந்தவுடன் தனது குதிரையைத் திருப்பி நிறுத்திக் கொண்டு எதிரிப் படைகள் மீது வளரி வீசி தாக்க ஆரம்பித்தான். அவன் வீசிய வளரிகள் பல நூறு அடிகள் பாய்ந்து சென்று எதிரிகளின் தலைகளைத் துண்டித்து எறிந்தது. ஆனாலும் எதிரிகள் எண்ணிக்கையில் அதிகமாக இருந்ததாலும் அவர்களிடம் துப்பாக்கிகள் இருந்ததாலும் அவர்கள் அவனை நெருங்கி துப்பாக்கியால் சுட்டுக் கொலை செய்தனர். பிறகு அவனது தலையை அறுத்துச் சென்று பக்கத்திலுள்ள ஆலமரத்தில் கட்டித் தொங்கவிட்டனர். ஏற்கனவே அந்த ஆலமரத்தில் பல நூறு மனித தலைகளைத் தொங்க விட்டிருந்தனர். அதனோடு சேர்த்து இவன் தலையையும் தொங்க விட்டனர்.

மகன் சுளிமாயன் கொல்லப்பட்ட செய்தி தாய் மீனாட்சிக்குச் சென்றது. தனது மகனது தலை அனாதையா தொங்கிக் கொண்டிருப்பதனைக் கேள்விப்பட்டு வேதனையுற்ற அவள், தனது இளைய மகன்கள் ஆண்டிமாயனையும், விராலிமாயனையும் அழைத்து அண்ணனது தலையை எப்படியாவது கொண்டு வந்து விடுங்கள் எனச் சொல்லி அனுப்பி வைத்தாள்.

அவர்கள் இருவரும் அன்றிரவு அந்த ஆலமரத்திற்குச் சென்றனர். விராலி மாயன் யாருக்கும் தெரியாமல் மரத்தின் மீது ஏறி தன் அண்ணனின் தலையைத் தேடுகிறான். பல நூறு தலைகள் தொங்கிக் கொண்டிருந்ததால் எது அவனது அண்ணன் தலை என்பதனைக் கண்டறிய முடியவில்லை. அவன் ஆண்டிமாயனைப் பார்த்து அண்ணன் தலையைக் கண்டுபிடிக்க முடியவில்லை என்கிறான். அதற்கு அவன் "குருவிகள் பத்துக் கூடு கட்டுகின்ற அளவிற்கு அடர்த்தியான மீசை இருக்கும். அந்த மீசையுடைய தலையே அண்ணன் சுளிமாயன் தலை, அதை எடுத்து வா" என்றவுடன் அவனும் தலைகளைத் தடவிப் பார்த்து அண்ணன் தலையைக் கண்டுபிடித்து எடுத்துக் கொண்டு குதிரை மீது ஏறி மேலக்கால் நோக்கி விரைந்தனர். அவர்களது குதிரை செல்லுகின்ற சத்தம் கேட்டு எதிரிப் படையினர் துரத்திச் சென்றனர். அவர்கள் இருவரும் மேலக்காலை அடைந்தவுடன் ஆண்டிமாயன் அண்ணன் தலையைத் தாயிடம் கொடுத்துவிட்டு உயிருக்குப் பயந்து ஓட ஆரம்பித்தான். தம்பி விராலிமாயன் தைரியமாக நின்று வளரி வீசி வருகின்ற எதிரிகளைத் துரத்தி அடித்தான். அதில் எதிரி ஒருவன் வைத்திருந்த துப்பாக்கியின் குண்டு பாய்ந்து அந்த இடத்திலேயே வீரமரணமடைந்தான். அதனைப் பார்த்த அவனது

தாய், "உயிருக்குப் பயந்து ஓடிய ஆண்டிமாயன் பெயர் துலங்காது. வீரனாய் செத்த எம் பிள்ளை சுளிமாயனும், விராலிமாயனும் சாமியாக இருப்பான்க" என வாக்குச் சொல்லிவிட்டு அந்த இடத்திலேயே விழுந்து உயிரை விட்டாள். அன்று முதல் மேலக் காலிலுள்ள பன்னியான் கிழக்குத் தெருவைச் சேர்ந்தவர்கள் அவர்களுக்கு நடுகல் வைத்துப் பட்டவன் தெய்வங்களாக வணங்கி வருகின்றனர். சுளிமாயனும், விராலிமாயனும், போர்களில் பயன் படுத்திய வளரி (வளைதடி) என்ற ஆயுதத்தை எடுத்து வந்து அதனை ஒரு பெட்டியில் வைத்து பாதுகாத்து வருகின்றனர். அவற்றை வருடத்திற்கு ஒருமுறை எடுத்து வைத்து அவற்றிற்கு மாவும் பயறும் வைத்து பூசை செய்கின்றனர். அன்று, பட்டவனின் கோடாங்கிகள் அந்த வளரிகளை கையில் வைத்துக் கொண்டு சாமியாடி, வருகின்ற வர்களுக்கு அருள்வாக்குச் சொல்கின்றனர்.[54]

வங்காருத்தேவன் வழிபாடு

சுமார் 300 ஆண்டுகளுக்கு முன்பு உத்தப்பநாயக்கனூர் ஜமீன்தார் கன்னிவாடி ஜமீன் குடும்பத்தில் சம்மந்தம் செய்திருந்தார். அவர் ஒருமுறை தனது சம்மந்தக்காரரான கன்னிவாடி ஜமீன்தாரை தனது வீட்டிற்கு விருந்திற்கு அழைத்திருந்தார். விருந்தெல்லாம் முடிந்தது சம்பந்தக்காரர்கள் இருவரும் திண்ணையில் அமர்ந்து வெற்றிலை போட்டுக் கொண்டிருந்தனர். அப்பொழுது உத்தப்பநாயக்கனூர் ஜமீன்தார் தனது சம்பந்தியைப் பார்த்து, "என்ன சம்பந்தி நானும் வந்ததிலிருந்து பார்க்கிறேன் உங்கள் முகம் வாடியே இருக்கின்றது, ஏதோ ஒரு கவலை உங்களை வாட்டிக் கொண்டிருக்கிறதோ" எனக் கேட்டார். அதற்குக் கன்னிவாடி ஜமீன் அதனை ஆமோதித்து "ஆமா சம்மந்தி எனது ஜமீனில் ஒரு நாவிதன் இருக்கிறான். அவன் பெரிய முரடனாக இருக்கிறான். அவன் தனது நீண்ட வாளை வைத்துக் கொண்டு ஊர் மக்களை மிரட்டி வரி வசூல் செய்கிறான். எனக்கும் வரி செலுத்துவதில்லை. எனது படையாட்கள் வரிகேட்டு அனுப்பியதற்கு அவன் அவர்களை வெட்டிக் கொன்று தலைகளைத் திருப்பி அனுப்பிவிட்டான். அவன் வாட்போரில் வல்லவனாக இருப்பதனால் அவனை நேருக்கு நேர் நின்று யாராலும் வெல்ல முடியவில்லை. இப்படியே போனால் அவன் எனது ஜமீனையே பறித்து விடுவானோ எனப் பயமாக இருக்கிறது" எனச் சொல்லி வருந்தினார். உடனே உத்தப்பநாயக்கனூர் ஜமீன்தார் அட இவ்வளவு தானா? கவலையை விடுங்க நான் பார்த்துக் கொள்கிறேன் எனச் சம்பந்திக்கு ஆறுதல் கூறினார்.

உடனே உத்தப்பநாயக்கனூர் ஜமீன்தார் தனது தர்பாரைக் கூட்டி தூரத்தில் வருகின்றவர்களைத் தாக்கி அழிக்கின்ற வீரர்கள் யாராவது நம் ஜமீன் எல்லையில் இருக்கிறார்களா எனக் கேட்டதற்கு, நம் ஜமீன் எல்லைக்குள் இல்லை "பக்கத்திலுள்ள பாப்பாபட்டி நாட்டில் 10 சகோதரர்கள் இருக்கிறார்கள். அவர்களில் ஒருவன் வளரி வீசுவதில் வல்லவன் அவன் பெயர் வங்காரு தேவன்" என்றனர். "உடனே அவனை அழைத்துவா" எனத் தனது படைவீரர்களை அனுப்பி வைத்தார். அவர்கள் அவனை ஜமீன்தாரிடம் அழைத்து வந்தனர். ஜமீன்தார் அவனது திறமையைச் சோதிப்பதற்காக அவனை ஒரு பனை மரத்தின் கீழ் நின்று கொண்டே வளரி வீசி பனங்காய்களை வீழ்த்து என்றார். தனது திறமையை ஜமீன்தார் சந்தேகிப்பதனைப் பார்த்து கோபமடைந்த வங்காரு தேவன் தனது வளரியை அரியணையில் அமர்ந்திருக்கும் ஜமீன்தாரின் தலையைப் பார்த்து வீசினான். அது சரியாக அவரது தலைப்பாகையை மட்டும் எடுத்துக் கொண்டு சென்றது. இதனைக் கண்டு வியந்து போன ஜமீன்தார் அவனுக்கு விசயத்தைச் சொல்லி கன்னிவாடிக்கு அனுப்பி வைத்தார்.

அவனது சகோதரர்களும் சேர்ந்து கன்னிவாடிக்குச் சென்றனர். அந்த நாவிதன் குதிரைமீது ஏறி வரும் வழியில் ஒரு புதருக்குள் இவர்கள் ஒளிந்து கொண்டிருக்கிறார்கள். அவன் சுமார் 300 அடிகள் தொலைவில் வரும் பொழுது புதரில் ஒளிந்து கொண்டிருந்த வங்காருத்தேவன் எழுந்து நின்று தனது வலது கையை சுழற்றி அந்த நாவினது தலையை நோக்கித் தனது வளரியை வீசினான். அவன் வீசிய வளரி அவனது தலையை துண்டித்தது.

இவ்வாறு மக்களை மிரட்டி வந்த நாவிதனைக் கொன்று விட்டதனால் அதனைப் பார்த்து சந்தோசமடைந்த மக்கள் அவனைச் சூழ்ந்துகொண்டு வாழ்த்துக்களை சொல்லிக் கொண்டிருந்த பொழுது கொல்லப்பட்ட நாவிதனது தாயார் வந்து, "எனது மகன் மாவீரனைக் கொன்ற அந்த மகா சூரன் நீ தானா" எனச் சொல்லிக் கொண்டே அவனைத் தடவிப் பார்க்கிறாள். அப்பொழுது ஏதோ எண்ணெய் போன்ற தைலத்தை அவனது உடலில் தடவி விட்டாள். உடனே அவனது உடல் சூடாகி கொதிக்க ஆரம்பிக்கிறது. உடல் எல்லாம் கொப்பளங்கள் வெடிக்க ஆரம்பிக்கின்றன. தனக்கு ஏதோ துன்பம் நேரப்போகிறது என்பதனை உணர்ந்து கொண்ட வங்காரு, தனது சகோதரர்களைப் பார்த்துத் தனக்குச் சாவு நெருங்கிக் கொண்டிருக்கிறது. தான் செத்தாலும் தனது பாப்பாப்பட்டி நாட்டு எல்லைக்குள் தான் சாகவேண்டும். அதனால் தன்னைத்

தூக்கிக் கொண்டு செல்லுங்கள் எனச் சொல்லியவுடன் அவனது சகோதரர்கள் அவனைத் தூக்கிக் கொண்டு வருகின்றனர். சரியாகப் பாப்பாபட்டி நாட்டு எல்லைக்குள் நுழைந்தவுடன் அவனது உயிர் பிரிந்து விடுகிறது. அவனை அங்கேயே புதைத்துவிட்டு அங்கு அவனுக்கு ஒரு நடுகல் வைக்கின்றனர்.

அப்பொழுது வங்காருத்தேவனது மனைவி கர்ப்பவதியாக இருக்கிறாள். அப்பொழுதுதான், தான் கர்ப்பமா இருப்பது அவளுக்குத் தெரிகிறது. அவள் தனது கணவனது சகோதரர்களிடம் சென்று தான் கர்ப்பவதியாக இருக்கிறேன் உங்களது தம்பியின் பிள்ளையை வயிற்றில் சுமந்து கொண்டிருக்கிறேன். அதனால் என்னை உங்களில் யாராவது இளைய தாரமாகக் கல்யாணம் செய்து கொள்ளுங்கள் எனக் கேட்கிறாள். அவர்கள் அனைவரும் அவளை மணந்து கொள்ள மறுத்து விடுகின்றனர். நீங்கள் மணந்து கொள்ளாவிட்டால் பரவாயில்லை. நான் ஆண்பிள்ளை பெற்றால் பங்குக்கு வருவேன். பெண் பிள்ளை பெற்றால் சீதனத்துக்கு வருவேன் எனக் கூறி விட்டு தனது தாய்வீடு சென்று விடுகிறாள். கர்ப்பவதியாக இருந்த அவளை மதிப்பனூரைச் சேர்ந்த பல்லழகு ஒச்சாத்தேவன் என்பவன் மணம் முடித்துக் கொண்டு செல்கிறான். அங்குச் சென்ற பின்பு அவளுக்கு ஒரு ஆண்பிள்ளை பிறக்கிறது. அவனுக்குத் தனது முதல் கணவன் வங்காருத் தேவனது தந்தையின் பெயரை நினைவுகூரும் வகையில் கீரித்தேவன் எனப் பெயரிடுகிறாள். அக் கீரித்தேவன் வளர்ந்து பெரியவனாகி ஜல்லிக்கட்டில் பெரிய வீரனாகிவிடுகிறான். அவனது வீரத்தைக் கண்டு பொறாமை கொண்ட சிலர் அவனை அப்பன் பெயர் தெரியாதவன் எனக் கேலி செய்கின்றனர். உடனே அவன் தாயிடம் வந்து தனது பிறப்பு பற்றி கேட்க, அவள் அவனது பிறப்பு பற்றிய உண்மையைக் கூறிவிடுகிறாள். தனது பிறப்பைப் பற்றி அறிந்து கொண்டவுடன், அவன் தனது தாயை அழைத்துக் கொண்டு பாப்பாபட்டி சென்று தனக்குப் பங்கு கேட்கிறான். முதலில் அவர்கள் அவனுக்குப் பங்குதர மறுக்கின்றனர். பிறகு ஊரார் கூடி அமர்ந்து பஞ்சாயத்துச் செய்து அவனது தாய் கூறியதை ஏற்றுக் கொண்டு அவனுக்குப் பங்கு கொடுக்கின்றனர். அக் கீரித்தேவனுக்குப் பெரியதேவன், மாயத்தேவன், கருப்பத்தேவன், கட்டையத்தேவன் என நான்கு பிள்ளைகள் பிறந்தனர். அவர்களது வம்சத்தவர்கள் வாழ்கின்ற ஊர் அவன் பெயரிலேயே கீரிப்பட்டி என அழைக்கப்படுகின்றது. அந்த நான்கு வகையறாக்களும் தங்களது பாட்டன் வங்காருத் தேவனை நடுகல் வைத்து, பட்டவன் தெய்வமாக வணங்குகின்றனர். அவன் இறந்த இடத்தில் வைக்கப்பட்ட நடுகல்லைச் சிலகாலம்

வழிபட்டு வந்தனர். காலப்போக்கில் அங்குச் சென்று வழிபடுவது நின்று போனது.

அதன் பின்பு அந்த வழிபாட்டிற்குப் புத்துயிர் ஊட்டுவதற்காக 1980இல் வங்காருத் தேவனுக்குக் கீரிப்பட்டியில் ஒரு கோயில் கட்டியுள்ளனர். அதற்கென ஒரு பூசாரியும், கோடாங்கியும் பிடித்துள்ளனர். இதில் பூசாரி மேற்கூறிய நான்கு தேவர் வம்சாவளிகளில் சுழற்சி முறையில் தெரிவு செய்யப்படுகின்றனர். இந்த நான்கு தேவர் மக்களில் யாருக்கு அருள் இறங்குகிறதோ அவர் கோடாங்கி யாகிறார். சில ஆண்டுக்கு ஒருமுறை கிடாய் வெட்டிப் பொங்கல் வைத்து, பெட்டி தூக்கி இதனை வழிபடுகின்றனர்.[55]

ரெட்டை வீரத்தேவன் வழிபாடு

சுமார் 300 ஆண்டுகளுக்கு முன்பு பாப்பாபட்டி ஒச்சாண்டம்மன் கோயில் பூசாரி உசிலை மாயத்தேவன் தனது மருமக்களான பத்துத் தேவர்களுடன் பாப்பாபட்டி நாட்டில் வாழ்ந்து வந்தான். அப்பொழுது மருமக்கள் பத்துத் தேவர்களுடன் அவனுக்குச் சிறிய பிணக்கு ஏற்பட்டது. ஆச்சிக் கிழவியின் வாக்குப்படி மாமன் களாகிய உங்களுக்கு, “சாமியில் தான் பங்கு உண்டேயொழிய, வாழ்கின்ற பூமியில் பங்கு கொடுக்க இயலாது” எனப் பத்துத் தேவர்களும் இவர்களுடன் சண்டையிடுகின்றனர்.

இதனால் ஆத்திரமடைந்த உசிலைமாயத்தேவன் தனது ஐந்து பிள்ளைகளைக் கூட்டிக் கொண்டு, கோயிலுக்குரிய ஐந்து பெட்டிகளையும் தூக்கிக் கொண்டு, தெற்கு நோக்கி வந்தான். அப்பொழுது வடகாட்டுப்பட்டிக்கு வந்து இளைப்பாறுகின்றனர். அங்கேயே தங்க ஐந்து குடிசையமைத்து வாழத் துவங்குகின்றனர். அந்தப் பகுதி புத்தூர் நாட்டு எல்லைக்குள் இருந்ததனால் புத்தூர் நாட்டின் தலைவராக இருந்த வெள்ளைப் பின்னைத்தேவர் நீங்கள் யார்? எனது அனுமதியில்லாமல் எனது நாட்டு எல்லைக்குள் எப்படிக் குடியேறலாம்” எனக் கேட்டார். அவர்கள் தாங்கள் காணியில் கருமாத்தூர்காரர்கள் இப்படி அக்காவுடன் வந்ததனால், அக்காள்மக்களாகிய பத்துத் தேவர்களுடன் பாப்பாபட்டியில் வாழ்ந்து வந்தோம். அவர்கள் எங்களுக்கு நாட்டில் இடமில்லை எனச் சொல்லி விரட்டிவிட்டனர். அதனால் நாங்கள் வாழ்வதற்கு இடமற்று, பூமி இல்லாதவர்களுக்கு வாழ இடமளிக்கும் புத்தூர் மண்ணில் வாழ வந்திருக்கிறோம் எனக் கூறி அவரை சமாதானப்படுத்த முயன்றனர். அவர் அதற்குச் சம்மதிக்காமல் இன்னும் பதினைந்து நாட்கள் கழித்து நான் வருவேன். அதற்குள்

நீங்கள் காலி செய்துவிட்டுப் போய்விட வேண்டும் எனக் கூறி விட்டுப் போய் விடுகிறார். பிறகு 15 நாட்கள் கழித்துத் திரும்பி வந்து பார்க்கின்ற பொழுது அவர்கள் காலி செய்யாமல் அங்கேயே இருக்கின்றனர். இதனைப் பார்த்து வெள்ளைப்பின்னத் தேவர் தனது பட்டத்துக் குதிரை மீது அமர்ந்து கொண்டே இவர்களைப் பார்த்து ஏன் இன்னும் காலி செய்யாமல் இருக்கிறீர்கள் எனக் கேட்கும் பொழுது உசிலைமாயத்தேவனது மகன் ரெட்டை வீரன் தனது வளதடிக் கம்பால் அவரது குதிரையின் காலை அடித்து ஒடித்துவிட்டான். குதிரையின் கால் ஒடிந்ததும் அவர் நிலை தடுமாறி கீழே விழுந்துவிட அவரைப் பிடித்து ஒரு கம்பத்தில் கட்டி வைத்து விடுகிறான். நாங்கள் இந்த மண்ணில் வாழ்வதற்கு அனுமதி கொடுத்தால்தான் உன்னை அவிழ்த்து விடுவோம். இல்லை என்றால் விடமாட்டோம் எனக் கூறினான். அவரும் அவனது வீரத்தைப் பார்த்து நிலை குலைந்து போய் இனிமேல் நீங்கள் நிரந்தரமாக வாழ்ந்து கொள்ளலாம் என அவர்கள் வாழ்வதற்கு அனுமதியளிக்கின்றார்.

இதன் பின்பு ரெட்டை வீரனது வீரம் இப்பகுதியெங்கும் பரவுகின்றது. அவனது வீரத்தைக் கேள்விப்பட்ட தொட்டப்ப நாயக்கனூர் ஜமீன்தார் ரெட்டைவீரனைத் தனது ஜமீன் காவலாளியாக நியமிக்கிறார். அப்பொழுது ஒரு சமயம் தொட்டப்பநாயக்கனூர் ஜமீனிற்கும், சாப்டூர் ஜமீனிற்கும் மோதல் வெடிக்கின்றது. சாப்டூர் படைகள் தொட்டப்பநாயக்கனூர் ஜமீனிற்குள் நுழைந்து கொலை, கொள்ளை, தீ வைப்பு போன்றவற்றில் ஈடுபடுகின்றனர். இதனைப் பார்த்து ரெட்டைவீரன் பனைமரம் ஒன்றின் மேல் ஏறி நின்று கொண்டு, எதிரிப்படைகள் மீது வளரி வீசி தாக்குகிறான். அவன் வீசிய வளரிகள் எதிரியின் படை ஆட்களது தலைகளைத் துண்டு துண்டாக்கி விட்டு அவனது கைகளுக்குத் திரும்பி வந்து விடுகின்றது. இதனைப் பார்த்த சாப்டூர் படைகள் மிரண்டு ஓட ஆரம்பித்தன. இதனால் ரெட்டை வீரன் வெற்றிக் களிப்பில் ஓங்காரம் இட்டுச் சிரிக்க ஆரம்பிக்கிறான். அவனது சிரிப்பு பல மைல்கள் வரை கேட்கின்றது. அப்பொழுது சில வலையர்கள் (மூப்பர்கள்) வேட்டைக்காக அப் பக்கமாகச் சென்று கொண்டிருக் கிறார்கள். அவர்கள் மூப்பப்பட்டியைச் சேர்ந்தவர்கள். நல்லுத் தேவன்பட்டி வெள்ளைப்பின்னத் தேவனுக்கு மிகவும் வேண்டப் பட்டவர்கள். அவர்கள் இந்த ரெட்டைவீரன்தான் தங்களது புத்தூர் நாட்டின் தலைவன் வெள்ளைப்பின்னைத் தேவனைக் கட்டி வைத்தவன் என்பதனை நினைத்து கீழிருந்து வேல்கம்பால் அவன்மீது எறிகின்றனர். அதுவரை தூரத்தில் வருகின்ற

படைகளையே கவனித்துக் கொண்டிருந்த ரெட்டைவீரன் தனது அருகில் நடப்பதை கவனிக்கவில்லை. அவர்கள் எறிந்த வேல்கம்பு அவனது மார்பில் பாய்ந்தது. அவன் அங்கிருந்து கீழே விழுந்து இறக்கிறான். அவனது வாரிசுகள் அவனுக்கு நடுகல் வைத்துப் பட்டவன் தெய்வமாக வணங்கி வருகின்றனர்.

இதற்கென உசிலம்பட்டியில், கவண்டன்பட்டி சாலையில் தனிக்கோயில் கட்டியுள்ளனர். இதற்குத் தனிப் பூசாரியும், கோடாங்கியும் உள்ளனர். மாசிப்பச்சைத் திருவிழாவிற்கு 15 நாட்களுக்குப் பின்பு பெரும்பாலும் பங்குனி மாதத்தில் இதற்கு விழா எடுக்கின்றனர். அப்பொழுது கீழப் புதூரிலுள்ள பெட்டி வீட்டில் இருந்து பெட்டி தூக்கி வந்து பொங்கல் வைத்து, கிடாய் வெட்டி வழிபாடு செய்கின்றனர். இவர்களது வீட்டில் பிறந்த பெண்பிள்ளைகள் பிள்ளையில்லாமல் இருந்தால் இந்தப் பட்டவன் தெய்வத்திற்கு நேர்ந்து கொண்டால் பிள்ளை பிறக்கும் என நம்புகின்றனர்.[56]

அழகாத்தேவன் வழிபாடு

சுமார் 250 ஆண்டுகளுக்கு முன்பு சொரிக்காம்பட்டி கிராமத்தில் கருத்தமாயத்தேவர் என்ற பெரிய செல்வந்தர் வாழ்ந்து வந்தார். அவருக்கு நான்கு ஆண் பிள்ளைகள். அதில் கடைசி மகன் அழகாத் தேவன். அவன் கட்டழகனாகவும் ஜல்லிக்கட்டு போன்ற வீரவிளை யாட்டுகளில் மிகவும் கெட்டிக்காரனாகவும் இருந்து வந்தான். பணக்கார குடும்பத்தில் பிறந்திருந்ததனாலும், கடைசிப் பிள்ளையாக இருந்ததினாலும் பொறுப்பற்றவனாக விளையாட்டுத்தனமாகச் சுற்றிக் கொண்டிருந்தான். அவன் தனது நண்பன் தோட்டி மாயாண்டியுடன் சேர்ந்து ஊர் ஊராகச் சென்று மாடு பிடிப்பதிலும், சேவல் சண்டை போடுவதிலுமே தனது பெரும் பங்கு நேரத்தைக் கழித்து வந்தான். தனது கடைசிப் பிள்ளை இப்படி பொறுப்பற்றவனாகச் சுற்றிக் கொண்டிருப்பதனைப் பார்த்து வருத்தமடைந்த கருத்தமாயத்தேவர் அவனுக்கு ஒரு கல்யாணம் செய்து வைத்துவிட்டால் சரியாகி விடுவான் எனக் கருதி, அக் காலத்தில் தனக்கு நிகரான செல்வந்தனாக இருந்த கீழக்குயில்குடி கருத்தமலைத்தேவர் வீட்டில் சென்று பெண் கேட்பது என முடிவு செய்கிறார். அதற்காக ஏழு வண்டி மாடுகளைப் பூட்டி அதில் வாழைத்தார்களையும், வெற்றிலைகளையும், தென்னங்காய்களையும் மூட்டை, மூட்டையாக எடுத்துக் கொண்டு தனது மகனையும் அழைத்துக் கொண்டு கீழக்குயில்குடி செல்கிறார்.

கள்ளநாட்டிலேயே பெரிய செல்வந்தராகக் கருதப்பட்ட சொரிக்காம்பட்டி கருத்தமாயத்தேவன் தனது வீட்டிற்குப் பெண் கேட்டு வருகிறார் என்பதை அறிந்து மகிழ்ச்சியடைந்த கருத்தமலைத் தேவர், வருகின்றவர்களைக் கொட்டுமேளத்துடன் வரவேற்று எல்லோருக்கும் வெற்றிலை பாக்கு கொடுத்து உபசரிக்கிறார்.

பிறகு எல்லோரும் சமுக்காளம் விரித்து அமர்ந்து ஒருவருக் கொருவர் வெற்றிலை பாக்கு வைத்துப் பரிமாறிக் கொள்கின்றனர். "வந்திருக்கின்ற மாமன் மைத்துனர்களுக்கெல்லாம் வணக்கம். உங்கள் வீட்டில் சம்பந்தம் செய்வதில் எனக்கு முழுச் சந்தோசம். இப்படி பெரியவுக நாம் விருப்பப்பட்டாலும் வாழப்போற சிறுசு களையும் ஒரு வார்த்தை கேட்கணும், என் மக சம்மதித்தா எனக்கு எந்த ஆட்சேபனையும் இல்லை" என்கிறார். கருத்தமாயத்தேவர் தனது மகன் அழகாத்தேவனைப் பார்க்கிறான். அதற்கு அவன், தான் பெண்ணை ஒருமுறை பார்த்துவிட்டுச் சொல்கிறேன் என்கிறான். பெண்ணைச் சபைக்கு அழைக்கின்றார்கள். அவள் ஒய்யம்மாள் என்ற தனது பெயருக்கேற்ப ஒய்யாரமாகவும், கட்டழகி யாகவும் இருக்கிறாள். அதனைப் பார்த்து அசந்து போன அழகாத் தேவன் தனது தந்தையைப் பார்த்து தனது சம்மதத்தைச் சொல்கின்ற வண்ணம் புன்னகைத்து விட்டுத் தலையைக் குனிந்து கொள்கிறான். தன் மகனுக்குப் பெண்ணைப் பிடித்துப் போய்விட்டது என்பதை உணர்ந்து கொண்ட கருத்தமாயத்தேவர் "எங்களுக்குப் பூரண சம்மதம், பெண்ணை ஒரு வார்த்தை கேட்டுக்கங்கப்பா" என்கிறார்கள். அதனைக் கேட்டதும் ஒய்யம்மாள் சபையைப் பார்த்து அப்பன் மாரே, அண்ணன்மாரே, மாமன்மாரே, மச்சான் மாரே எனக்கு இந்த ஆளு, அந்த ஆளு என்றெல்லாம் கிடையாது. எங்கப்பன் பார்த்து யாரைச் சொன்னாலும் கட்டிக்கிருவேன். ஆனா என் மனசுக்குள்ள ஒரு முடிவு வச்சிருக்கேன். அதாவது என்னைக் கட்டிக்கிறவன் பெரிய வீரனாக இருக்கணும். நான் ஏழு காளைகளை வளர்த்து வச்சிருக்கேன். அந்த ஏழு காளைகளை யார் அடக்கு கிறானோ "அவனுக்குப் பரிசம்மில்லாமல் பாரியாவேன். அவன் தோத்துட்டால் காலமெல்லாம் எங்க வீட்டில பண்ணைக்கு இருக்கணும் எனச் சபையோரைப் பார்த்துக் கூறுகிறாள். இதைக் கேட்டுச் சபையோர் அதிர்ச்சி அடைகின்றனர். ஆனால் ஏற்கனவே ஜல்லிக்கட்டில் ஆர்வமுடைய அழகாத்தேவன் இந்தச் சவாலை ஏற்றுக் கொள்கிறான்.

அந்த ஜல்லிக்கட்டிற்குரிய நாள் வருகிறது. ஜல்லிகட்டிற்குச் செல்லும் முன் தன் தாயிடம் விடைபெறுகிறான். அவன் தாய் அழகாத்தேவனைப் பார்த்து "மகனே நீ ஏழு காளையையும்

அணைந்து விடுவாய். ஆனால் ஒன்று, நீ பிடித்த மாட்டை மறுபடியும் திருப்பிப் பிடிக்காதே" எனக் கூறித் திலகமிட்டாள். தன் தாயைப் பார்த்து அழகாத்தேவன் "தாயே நான் ஏழு காளையையும் அணைந்து விடுவேன். ஒருவேளை எனக்கு மரணம் நேர்ந்தாலும் நேரலாம். அதனால் எனக்கு வாய்க்கரிசி போட்டு அனுப்பி வை என்றான். அவன் தாய் அவனுக்குக் கும்பாவில் வாய்க்கரிசி எடுத்து வாய்க்கரிசி கொடுத்து வழியனுப்பினாள். அழகாத்தேவனும், அவனது நண்பன் தோட்டி மாயாண்டியும் மஞ்சள் ஆடை தரித்து வாடிவாசல் முன்பு நிற்கின்றனர். ஊர் சனங்களை மட்டுமல்லாமல் எட்டு நாட்டு சனங்களும் கூடி இருக்கின்றனர். முதல் காளை வாடிவாசலில் இருந்து சீறிப்பாய்கிறது. அழகாத்தேவன் வாடிவாசலின் வடக்குப் பக்கத்திலிருந்து தாவி அதன் திமில் மீது விழுந்து அதனைப் பற்றி அமுக்குகிறான். அவனது நண்பன் தோட்டி மாயாண்டி வாடி வாசலின் தெற்குப் பக்கமிருந்து தாவி அதன் வாலைப் பற்றி இழுக்கிறான். இருவரும் சேர்ந்து அதனை அமுக்கி அடக்கி விடுகின்றனர். இவ்வாறு ஆறு காளைகளையும் அழகாத்தேவன் அடக்கி விடுகின்றான். கடைசியாக ஏழாவது காளை சீறிப் பாய்கிறது. அதேபோல் அழகாத்தேவன் அதன் திமில் மீது விழுந்து அதனை அடக்குகின்றான். அக் காளை அவனைத் திமிறி விட்டு வாடிவாசலைத் தாண்டி அருகிலுள்ள வயக்காட்டிற்குள் சென்று விடுகிறது. அழகாத்தேவன் அதனை விரட்டிச் சென்று அடக்க முயலும் பொழுது அது கொம்பால் முட்டி அவனது வயிற்றைக் கிழித்து விடுகின்றது. அவன் குடல் சரிந்து வெளியே வருகிறது. சரிந்த குடலை உள்ளே தள்ளி விட்டு ஒரு கையால் தனது வயிற்றைப் பிடித்துக் கொண்டு மறுகையால் அந்த மாட்டின் திமிலைப் பிடித்து அதனை அடக்கி விடுகிறான். இவ்வாறு நிபந்தனைப்படி எல்லாக் காளைகளையும் அவன் அடக்கி விட்டதனால் அவனுக்குப் பெண் கொடுக்க சம்மதிக் கின்றனர். கொம்பு பட்டு காயம் அடைந்துள்ளதால் அக்காயத்தை ஆற்றிக் கொண்டு வந்த பின்பு கல்யாணத்தை வைத்துக் கொள்ளலாம் என முடிவு செய்கின்றனர்.

இதற்கிடையில் ஒய்யம்மாளின் சகோதரர்கள் தங்களது காளைகளை அணைந்து ஒருவன் தங்கள் தங்கையை மணந்து கொண்டு செல்வதா? எனப் பொறாமை அடைந்து அவனது புண்ணிற்கு மருந்து கட்டும் குறத்தியிடம் சன்மானம் கொடுத்து மருந்திற்குப் பதிலாக விஷத்தை வைத்துக் கட்டிவிடச் சொல் கின்றனர். அவளும் விஷச்செடியை அரைத்து மருந்து எனச் சொல்லிக் கட்டிவிடுகிறாள். அதனால் புண் புரையோடி சலம்

கட்டி மிகவும் பெரிதாக வீங்கி விடுகிறது. தனக்கு ஏதோ நேரப் போகிறது என்பதனை உணர்ந்து கொண்ட அழகாத்தேவன் தனது சகோதரர்களை அழைத்து, தனக்குச் சிலை அடித்து வைத்து சாமியாய் வணங்குங்கள் உங்களையும் உங்கள் சந்ததிகளையும் காத்து நிற்பேன் எனக் கூறி விட்டு இறந்து விடுகிறார்.

பிறகு சிறிது காலம் கழித்து அழகாத்தேவன் காயத்தினால் இறக்கவில்லை. தவறாக விசம் வைக்கப்பட்டதனால் தான் இறந்து விட்டான் என்பது ஒய்யம்மாளுக்குத் தெரியவருகிறது. அப்படி என்றால் அவன் தானே என் புருசன் அவனுக்காக உடன்கட்டை ஏறுகிறேன் எனச் சொல்லி தீயில் விழுந்து தன்னை மாய்த்துக் கொள்கிறாள்.

அழகாத்தேவன் இறந்ததும் அவன் புகழ் பட்டி தொட்டி யெல்லாம் பரவுகிறது. எங்கு ஜல்லிக்கட்டு நடந்தாலும் அவன் பெயரில் ஒரு காளை விடுகின்றனர். அக் காளையை யாரும் அடக்கக்கூடாது என்ற மரபையும் கடைப்பிடிக்கின்றனர். விக்கிர மங்கலம் ஜல்லிக்கட்டில் அழகாத்தேவனுக்கும் தோட்டி மாயாண்டிக்கும் சிலை செய்து வைத்து விட்டுத்தான் ஜல்லிகட்டு நிகழ்ச்சியையே ஆரம்பிக்கின்றனர்.

அழகாத்தேவன் நடுகல் - சொரிக்காம்பட்டி

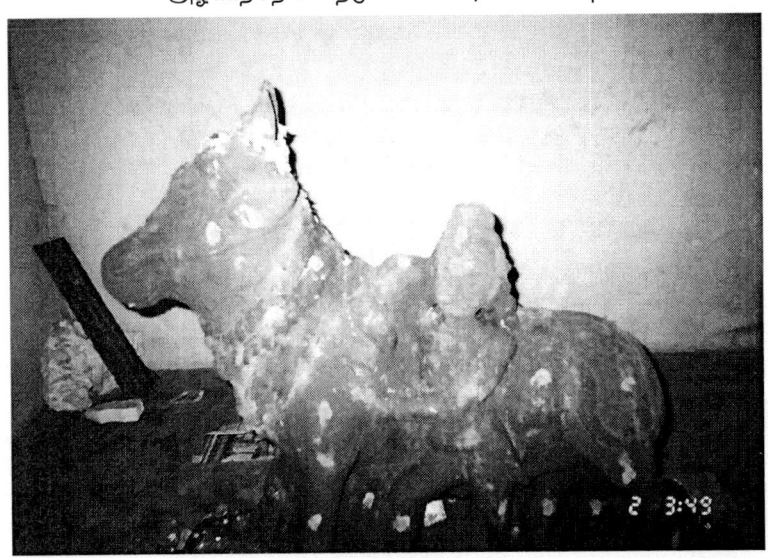

அவன் பிறந்த சொரிக்காய்பட்டியில் சமீபம் வரை அவனுக்கென்று எந்த நடுகல்லும் நடப்படவில்லை. அவன் நினைவாக வருடத்திற்கு ஒருமுறை அவன் இறந்த திசை நோக்கி ஒரு சேவலை அறுத்துப் பூசை செய்து வணங்கி வந்தனர். ஆனால் 1952இல் ஊர் மக்கள் எல்லாம் ஒன்றுகூடி அவனுக்கு ஒரு தனிக்கோயில் கட்டியுள்ளனர். அதன் கருவறையில் அழகாத்தேவன் ஒரு காளையின் கொம்பைப் பிடித்து அடக்குவது போலவும். அதன் வாலை தோட்டி மாயாண்டி பிடித்து இழுப்பது போலவும் அது உள்ளது. இக் கோயிலுக்கு ஒரு பூசாரியும், கோடாங்கியும் உள்ளனர். வருடத்திற்கு ஒரு முறை தைப்பொங்கல் தினத்தன்று இதற்குப் பூசை செய்து வழிபடுகின்றனர். அப்பொழுது அழகாத்தேவனுக்கு ஒன்று, அவன் அடக்கிய காளைக்கு ஒன்று, தோட்டி மாயாண்டிக்கு ஒன்று என மூன்று தழுகை போட்டுப் பூசை கட்டுகின்றனர். சில வருடங்களுக்கு ஒரு முறை தனியாகக் கிடாய் வெட்டுத் திருவிழாவும் நடத்துகின்றனர்.[57]

சந்தனன், மாயன் வழிபாடு

சுமார் 100 வருடங்களுக்கு முன்பு புத்தூர் நாடு போத்தம்பட்டியில் கருப்பணத்தேவர் என்பவர் வாழ்ந்து வந்தார். அவர் அதனைச் சுற்றியிருந்த பதினெட்டுக் கிராமங்களுக்குக் கிராம முன்சீப்பாக (நாட்டாண்மை) இருந்தார். போத்தம்பட்டியில் மடம் ஒன்று கட்டி வழிப்போக்கர்களுக்குத் தர்மம் செய்து வந்தார். அவருக்குப் பெரிய வெள்ளையன் என்ற கருப்பத்தேவன், சின்ன வெள்ளையன் என்ற ஒச்சப்பத்தேவன், சந்தனத்தேவன், மாயத்தேவன் என்ற நான்கு ஆண்பிள்ளைகளும் வனப்பேச்சி, முத்துப்பேச்சி என்ற இரண்டு பெண் பிள்ளைகளும் இருந்தனர். இதில் மூத்தமகன் பெரிய வெள்ளையன் காலரா நோயினால் இறந்து போக அவரது இளையமகன் சின்னவெள்ளையன் என்ற ஒச்சப்பத்தேவன் வாரிசு அடிப்படையில் கிராம முன்சீப்பாகப் பொறுப்பேற்றார். அவர் குருவிளாம்பட்டி, அம்மமுத்துத்தேவர் மகள் பழனியம்மாளை மணந்தார். அவள் மிகவும் அழகான பெண்மணி. அக்காலத்தில் அவளது அழகு பற்றிக் கிராமங்களில் சுலோகம் சொல்லி பேசிக் கொள்வது வழக்கம்.

இப்படி இருக்கையில், அவருக்கும் அவரது உடன் பங்காளி குடும்பத்திற்கும் நிலத்தகராறு இருந்து வந்தது. இதனால் பகையுணர்வு கொண்ட அவர்கள் நாட்டாண்மையை எப்படியாவது பழிவாங்க வேண்டும் எனத் தீர்மானித்தனர். நாட்டாமைக்கு

அண்ணன் இறந்து விட்டதால் அவரது தம்பிகள் சந்தனனும், மாயனும் மட்டுமே அவருக்குப் பக்கபலமாக இருந்து வந்தனர். அவர்கள் இருவரும் ஜல்லிகட்டு, சிலம்பம் போன்ற விளை யாட்டுக்களில் வல்லவர்களாக இருந்து வந்தனர். இதில் சந்தனத் தேவன், தொட்டப்பநாயக்கனூர் ஜல்லிக்கட்டில் பல காளைகளை அடக்கி அப்பகுதியில் மிகவும் பிரபலமாக இருந்தான். அதனால் இவர்கள் இருவரையும் கொலை செய்துவிட்டால் அவர்களது அண்ணன் நாட்டாண்மையின் பலத்தினைக் குறைத்து விடலாம் என எண்ணி அவர்களைக் கொலை செய்யத் திட்டமிட்டனர். சம்பவத்திற்கு முதல் நாளே புத்தூர் மலைக்குச் சென்று மண்ணைப் பறித்து ஆயுதங்களை ஒளித்து வைத்தனர். மறுநாள் காலையில் எப்பொழுதும் போல் சந்தனனும், மாயனும் தங்களது காட்டில் நீர்பாய்ச்சிக் கொண்டிருக்கும் பொழுது அவர்களிடம் சென்று நாட்டாண்மையின் மனைவியைக் கேலி செய்து பேசினர். எங்கள் அண்ணன் சீமை ராசா அவரது பெண்டாட்டியவா கேலி பேசுகிறீர்கள் என ஆத்திரப்பட்டு அவர்களைச் சந்தனனும் மாயனும் தங்களது கையில் வைத்திருந்த சாட்டைக் கம்பால் அடித்து விரட்டினர். அவர்கள் பயந்து ஓடுவது போல் புத்தூர் மலை நோக்கி ஓட ஆரம்பித்தனர். இவர்கள் இருவரும் விரட்டிக் கொண்டே மலை நோக்கி ஓடினர். மலை மீது சிறிது ஏறியதும் சந்தனையும், மாயனையும் கண்களில் மண்ணைத் தூவி கீழே விழச் செய்துவிட்டு ஒளித்து வைத்திருந்த ஆயுதங்களை எடுத்து ஒவ்வொருவர் முதுகிலும், 32 முறை குத்திக் கொலை செய்துவிட்டு ஓடிவிடுகின்றனர். இருவரும் இறந்து இரத்த வெள்ளத்தில் பிணமாகக் கிடக்கும் செய்தி அருகிலுள்ள மலைப்பட்டியில் வாழ்க்கைப்பட்டிருந்த இவர்களது அக்காள் முத்துப்பேச்சிக்குச் செல்கிறது. அவள் அப்பொழுது தான் ஒரு ஆண்பிள்ளையைப் பிரசவித்து இருந்தாள். பிள்ளை பிறந்து ஒருமாதம் கூட ஆகவில்லை. தனது தம்பிகள் செத்துக் கிடக்கின்ற சேதி கேட்டு மலைக்கு ஓடிச் சென்று பார்க்கிறாள். அவர்கள் இருவரும் முதுகில் குத்துப்பட்டுச் செத்துக் கிடக்கின்றனர். இதனைப் பார்த்தவுடன், "அடப்பாவிகளா" என் தம்பிமார்கள் மகா சூரனுங்க என்று தானே நான் நெனச்சுக் கிட்டிருந்தேன் இப்படி முதுகில் குத்தப்பட்டுச் செத்துக் கிடக்கிறீங்களே உங்களோடயா நான் பிறந்தேன்" எனக் கூறி விட்டு அவர்களது இறுதி சடங்கில் கலந்து கொள்ளாமல் மலைப்பட்டிக்குச் சென்று விடுகிறாள். அவர்களது பிரேதத்தைப் பிரேத பரிசோ தனைக்குப் பிறகு எடுத்து வந்து அவர்களது சொந்த நிலத்திலேயே அடக்கம் செய்தனர். அதே இடத்தில் அவர்கள் நினைவாக

இரண்டு நடுகல் ஊன்றி கோடாங்கிகள் இறக்கி பட்டவன் தெய்வங்களாக வழிபடுகின்றனர்.

அவர்கள் இருவரையும் போத்தம்பட்டி நாட்டாண்மை மரபைச் சேர்ந்தவர்கள் வருடத்திற்கு ஒருமுறை ஆடி அமாவாசை தினத்தன்று பொங்கல் வைத்து கிடாய் வெட்டி வழிபடுகின்றனர். அப்பொழுது இப் பட்டவன் கோடாங்கிகள் அருள் இறங்கி வருகின்றவர்களுக்கு அருள் வாக்குச் சொல்லுவர்.[58]

ஏரமாயத்தேவன் வழிபாடு

சுமார் 250 ஆண்டுகளுக்கு முன்பு சாப்டூர் ஜமீன்தார் பெருங்காம நல்லூரை தனது ஜமீனோடு சேர்ப்பதற்காகத் தனது படையுடன் சென்றார். பெருங்காமநல்லூரைச் சேர்ந்த ஏரமாயத்தேவன் என்பவர் ஜமீன் தாரைப் பார்த்து "உங்கள் படையும், எங்கள் ஊர் மக்களும் மோதினால் இருவருக்கும் சேதம் அதிகமாக ஏற்படும். அதனால் உங்கள் தளபதியை என்னோடு மல்யுத்தம் செய்ய விடுங்கள் அவன் ஜெயித்தால் எங்கள் ஊரை உங்கள் ஜமீனோடு சேர்த்துக் கொள்ளுங்கள், நான் ஜெயித்தால் எங்கள் ஊர் யாருக்கும் கட்டுப் படாமல் சுதந்திரமாக இருக்க அனுமதியுங்கள் எனச் சொல்லுகிறான்.

அதற்கு ஜமீன்தாரும் சம்மதித்துத் தனது தளபதி வாள் உருவி நாயக்கனை மல்யுத்தத்திற்கு அனுப்புகிறார். தளபதியும், ஏரமாயத் தேவனும் கடுமையாகச் சண்டையிடுகின்றனர். ஏரமாயன் தன்னை எப்படியும் தோற்கடித்து விடுவான் எனப் பயந்த தளபதி மல்யுத்த விதிகளுக்கு மாறாக தான் இடுப்பில் ஒளித்து வைத்திருந்த குறுவாளை உறுவி ஏரமாயத்தேவனது நெஞ்சில் குத்துகிறான். ஏரமாயத்தேவன் அவனைத் திருப்பிப் போட்டு தனது கைகளாலேயே அவனது கழுத்தை நெறித்துக் கொன்று விடுகிறான். தளபதி குத்திய கத்தி ஏரமாயனது நெஞ்சைக் கிழித்து விட்டதால் ரத்தம் அதிகமாக வெளியேறி அவனும் இறந்து போகிறான்.

அனைவரும் இருவரது உடல் அருகில் வந்து பார்க்கின்றனர். அப்பொழுது ஏரமாயத்தேவன் உடல் மேலேயும், தளபதியின் உடல் கீழேயும் கிடக்கின்றது. மல்யுத்த விதிப்படி மேலே உள்ளவன் வெற்றி பெற்றவனாக கருதப்படுவான். அதன்படி ஏரமாயத்தேவன் வெற்றி பெற்றவனாகக் கருதி சாப்டூர் ஜமீன்தார் பெருங்காமநல்லூரைத் தனது ஜமீன் எல்லைக்குள் சேர்க்காமல் விட்டுவிட்டுச் சென்று விட்டார். தனது கணவன் ஏரமாயத்தேவன் இறந்த செய்தி கேட்டு அவரது மனைவி வெள்ளையம்மாளும் தீமூட்டி உயிர் துறந்து

விடுகிறாள். அந்த ஏரமாயனையும், வெள்ளையம்மாளையும் சேர்த்துச் சிலையடித்து வைத்து அவர்களைப் பட்டவன் தெய்வங்களாக வணங்குகின்றனர்.⁵⁹

சீலைக்காரி அம்மன்கள்

சண்டைகளில் கொல்லப்பட்ட ஆண் மூதாதையர்களைப் பட்டவன் கருப்பு சாமிகள் என்ற பொதுப் பெயரில் வழிபடுவதைப் போல அகால மரணமடைந்த பெண் மூதாதையர்களைச் சீலைக் காரிகள் என்ற பெயரில் வழிபடுகின்றனர். பெரும்பாலும் ஏதாவது ஒரு சூழலில் தற்கொலை செய்து கொண்ட பெண்கள், கணவன் வீரமரணமடைந்த பின் அவனுக்காகச் சிதைமூட்டி உயிர் துறந்த பெண்கள், கொலை செய்யப்பட்ட பெண்கள், விபத்துக்கள் மூலமாக அகால மரணமடைந்த பெண்கள் ஆகியோரைச் சீலைக்காரிகளாக வழிபடுகின்றனர்.

ஏரமாயத்தேவனும் வெள்ளையம்மாளும்

இவ்வாறு இறந்து போனவர்களைச் சிதை மூட்டும் பொழுது அவர்களது சேலையின் ஒரு பகுதி மட்டும் வேகவில்லை என்றால், அவற்றை எடுத்து வந்து ஒரு பெட்டியில் வைத்து வழிபடுவதாலும் இதனை சீலைக்காரிகள் என அழைக்கின்றனர். பெரும்பாலும் இவை வீட்டுத் தெய்வங்களாக அல்லது ஒரு குறிப்பிட்ட வம்சாவளிக்கான தெய்வங்களாகவே உள்ளன. இவற்றில் ஒரு சில வழிபாடுகள் பற்றிச் சற்று காண்போம்.

ஒய்யண்டம்மாள் வழிபாடு

இதனை அம்பட்டையன் பட்டியைச் சேர்ந்த தூங்காத்தேவன் வம்சாவளிகள் தங்களது சீலைக்காரி அம்மனாக வழிபடுகின்றனர்.

திருமலை நாயக்கர் ஆட்சி செய்து கொண்டிருந்த காலத்தில் திடியன் தூங்காத்தேவன் திருமலை மன்னரது அரண்மனையின் மேற்கு வாசலுக்குக் காவல்காரராகவும் இருந்து வந்தார். இவ்வாறு அவர் காவலுக்காகத் திருப்பரங்குன்றம் வழி சென்று வருகையில் சிக்கந்தர் மலையில் பணி செய்து கொண்டிருந்த ஒய்யண்டம்மாள் என்ற பண்டாரப் பெண் ஒருத்தியின் மீது காதல் கொண்டு அவளை இரண்டாம் தாரமாக மணந்து கொண்டார்.

அப்பொழுது திருப்பரங்குன்றக் கோயில் திருவிழாவில் நாடகம் நடந்தது. அந்த நாடக விழாவின் துவக்கத்தில் மன்னரது புகழைச் சொல்லி கம்பளிப் போர்வை விரிப்பது வழக்கம். அப்பொழுது தூங்காத்தேவன் “நான் திருமலை மன்னரின் தொண்டன்” எனக் கூறி கம்பளம் விரித்தார். தூங்காத்தேவனுக்கு வேண்டாதவர்கள் அச்சொல்லைத் திரித்து, தூங்காத்தேவன் “திருமலை மன்னர் ஒரு முண்டன்” எனச் சொல்லி கம்பளம் விரித்தான் என மன்னரிடம் தவறாகச் சொல்லிவிட்டனர். இதனால் கோபமடைந்த மன்னர் தீர்க்க விசாரிக்காமலேயே தூங்காத்தேவனைச் சிரச்சேதம் செய்து விட உத்தரவு இடுகிறார். அதன்படி தூங்காத்தேவனை தலைவேறு, முண்டம் வேறாக வெட்டித் தலையைத் தெற்கு வாசல் கோட்டை மதிலிலும் முண்டத்தைத் திருப்பரங்குன்ற கண்மாயினுள்ளும் எறிந்து விடுகின்றனர். காலையில் மடை திறக்கபோன குடும்பன் அம் முண்டத்தைப் பார்க்கிறான். அதன் கைகளில் இருந்த மோதிரத்தை வைத்து அது தூங்காத்தேவனது உடல் என்பதனைக் கண்டறிந்து அவனது மனைவியிடம் கூறுகிறான். அவள் அந்த மோதிரத்தை எடுத்துக் கொண்டு திருமலை மன்னரிடம் சென்று, தீர்க்க விசாரிக்காமல் தனது கணவனைக் கொன்றது நியாயமா எனக் கேட்கிறாள். அவளது நியாயத்தைப் புரிந்து கொள்ளாத மன்னன்

அவளையும் சிறையில் அடைத்து விடுகிறான். அவள் தனக்கு ஏற்பட்ட கதியை எண்ணி அன்னை மீனாட்சியை நோக்கி வணங்குகிறாள். உடனே சிறைக் கதவுகள் உடைந்து அவளுக்கு வழிவிடுகின்றன. சிறையை விட்டு வெளியில் வந்தவள் மன்னனைச் சபித்து விட்டுத் தனது கணவனது நாடான மேல்நாடு நோக்கி வருகிறாள். கருமாத்தூர் கோட்டைமந்தைக் கோயிலைத் தாண்டி வந்ததும், அந்த இடத்தில் தீ மூட்டி உடன்கட்டை ஏறி உயிர் துறக்கிறாள். அவளது உடல் எரியும் பொழுது அவளது சேலையின் நுனிப்பகுதி மட்டும் எரியாமல் இருக்கிறது. அதனைத் தூங்காத் தேவனது வாரிசுகள் எடுத்து வந்து பெட்டியில் வைத்து சீலைக் காரியாக வழிபடுகின்றனர்.

காமாட்சி கூட்டமும், நல்லா கூட்டமும், ஒய்யண்டம்மாளைச் சீலைக்காரி அம்மனாக வழிபடுகின்றனர். தைமாதப் பிறப்பன்று அவர்கள் இரு வகையறாக்களும் அடைக்கோழி அடித்து, அத்தப் பணியாரம் சுட்டு வைத்து இதற்குப் பூசை செய்து வழிபடு கின்றனர்.[60]

குஞ்சம்மாள் வழிபாடு

முதலைக்குளத்தைச் சேர்ந்த பல்லாக்கு ஒச்சாத்தேவன் மகள் குஞ்சம்மாள் செல்லம்பட்டியைச் சேர்ந்த ஆண்டரச்சான் மகன் நல்லுத்தேவனை மணந்திருந்தாள். அவளது கணவனுக்குத் திடீரென்று இராஜபிளவை நோய் ஏற்பட்டு அவன் இறந்து போனான். தனது கணவன் மீது அதிக அன்பு வைத்திருந்த குஞ்சம்மாளாள் இதனைத் தாங்கிக் கொள்ள இயலாமல் தூக்குப் போட்டுத் தற்கொலை செய்து கொள்கிறாள். அவளது பிரேதத்தைக் கண்மாயில் வைத்து எரிக்கின்றனர். அப்பொழுது அவளது சேலையின் நுனிப்பகுதி மட்டும் வேகாமல் இருக்கின்றது. அதனை எடுத்து வந்து பெட்டியில் வைத்து நல்லுத்தேவன் வகையறாக்கள் சீலைக்காரியாக வழிபடுகின்றனர்.

ஆடி பதினெட்டாம் பெருக்கிற்கு அடுத்து வருகின்ற செவ்வாய்க் கிழமை அன்று குஞ்சம்மாளது வாக்குப்படி கருமாத்தூர் முப்புறத்து மூன்று பூசாரிகளும், இரண்டு அய்யன்பிடிக்கிகளும், செல்லம் பட்டிக்கு வந்து உத்தரவு கொடுத்த பின்பு, அடைக் கோழி அடித்து, அத்தபணியாரம் சுட்டு வைத்துப் பூசை செய்து வழிபடுகின்றனர். அப்பொழுது சீலைக்காரி கோடாங்கிகள் அருள் இறங்கி சாமியாடி அருள்வாக்குச் சொல்லுவர்.[61]

முத்து வீரக்கா வழிபாடு

கவண்டன்பட்டி கூலமக்கள் மூன்று சகோதரர்கள் தங்களது சகோதரி முத்துவீரக்காளை அம்பட்டையன் பட்டியைச் சேர்ந்த ஒருவருக்குத் திருமணம் செய்து கொடுத்திருந்தார்கள். அவளது கணவன் அவளைத் தொடர்ந்து அடித்து துன்புறுத்தி வந்தான். அவள் கோபித்துக் கொண்டு தாய் வீடு வந்தாள். ஆனால் அவளது சகோதரர்கள் புருஷன் வீட்டில் இருப்பதுதான் பெண்ணிற்கு அழகு, அதனால் கணவனிடமே போ, நாங்கள் வந்து உன் புருஷனோடு பேசிக் கொள்கிறோம் எனச் சமாதானம் சொல்லி அனுப்பி வைக்கின்றனர். திரும்பி போனவளை அவளது கணவன் மறுபடியும் கொடுமைப்படுத்துகிறான். அவள் ஒருமுறை காட்டில் வேலை செய்கின்ற தன் கணவனுக்குச் சாப்பாடு கொண்டு செல்கிறாள். அவன் எதற்குத் தாமதமாக வந்தாய்? எனச் சொல்லி கர்ப்பமாக இருக்கின்ற வயிற்றில் தார் கம்பால் அடிக்கின்றான். வயிறு கிழிந்து அவள் அந்த இடத்திலேயே உயிர்விடுகின்றாள். அவளது அண்ணன் தம்பி வந்தால் கலாட்டா செய்வார்கள் எனப் பயந்து அவளது பிரேதத்தை உடனே எறித்து விடுகின்றான். அவளது அண்ணன் தம்பிக்கு செய்தி போய் சேர்கிறது. அவர்கள் வருவதற்குள் பிணம் எரிந்து விடுகிறது. அவளின் சேலையின் நுனிப்பகுதி மட்டும் எறியாமல் இருக்கின்றது. அவர்கள் அதனை எடுத்துச் சென்று பெட்டியில் வைத்து ஏற்கனவே இருந்த சீலைக்காரிகளோடு இதனையும் சேர்த்து சீலைக்காரி அம்மனாக வழிபடுகின்றனர்.

ஆடி மாதம் 15வது நாள் அடைக்கோழி அடித்து, அந்தப் பணியாரம் செய்து அதனை வைத்து வழிபடுகின்றனர். இறந்தவள் கர்ப்பவாதியாக இருந்ததனால் அதற்காகச் சில வருடங்களுக்கு ஒருமுறை சூளியாடு குத்தியும் வழிபாடு செய்கின்றனர்.[62]

இடைச்சியம்மன் வழிபாடு

கவண்டன்பட்டியைச் சேர்ந்த கல்யாணி முத்தத்தேவர் என்பவர் ஒருமுறை வெளியூர் சென்றிருந்த பொழுது இடையர் குலத்துப் பெண் ஒருத்தியை இரண்டாவது மனைவியாகச் சேர்த்துக் கொண்டு வந்தார். அவள் கர்ப்பவதியாக இருக்கும் பொழுது அவள் துரதிஷ்டவசமாக மாடுமுட்டி இறந்து போனாள். அவளை அந்தக் கல்யாணி முத்தத்தேவர் வகையறாக்கள் தங்கள் வீட்டில் வைத்து சீலைக்காரியாக வணங்குகின்றனர்.

பெருந்தெய்வ வழிபாடு

மேற்கூறிய வகையில் நாட்டார் தெய்வங்களை வழிபடுதலே இவர்கள் மத்தியில் பெரு வழக்கமாக இருந்தபோதிலும் சில பெருந் தெய்வங்களையும் மரபு வழியாக வழிபட்டு வருகின்றனர். அவற்றில் சிவன், பெருமாள், பிள்ளையார் போன்ற தெய்வங்களை மட்டும் மரபு வழியாக வழிபட்டு வருகின்றனர். அதில் சிவன் இவர்களது குல தெய்வங்களில் ஒன்றாகக் கருதப்படுகிறது. பெருமாளும், பிள்ளையாரும் பொதுத் தெய்வங்களாகக் கருதப்படுகின்றன.

பெருமாள் வழிபாடு

எல்லா வம்சாவளிகளும் பெருமாளை வணங்குகின்றனர். பெரும் பாலும் மலையைச் சுற்றியிருக்கக்கூடிய கிராமங்களில் வாழ்பவர்கள் பெருமாளை மலைச்சாமி, மலைராமன் என்ற பெயரில் வழிபடு கின்றனர். இப்படிப் பூசாரி பிடித்துக் கோடாங்கி இறக்கி விபூதி அளித்து வழிபாடு செய்கின்றனர். கோடாங்கி இறக்குதல் நாட்டார் சமய வழிபாடாகும். நாட்டுப்புற மக்கள் தெய்வங்கள் தங்கள் மீது இறக்கி அருள்வாக்குச் சொல்லும் என நம்புகின்றனர். பெருந் தெய்வ வழிபாட்டு மரபுகளில் இவ்வகை நம்பிக்கைகள் கிடையாது. பெருமாள் பெருந்தெய்வமாக இருந்தாலும், கள்ளர்கள் தங்களது சமயமரபுகளின் படியே இதனை வழிபடுகின்றனர். பெரும்பாலும் புரட்டாசி மாதங்களில் இதற்கு விழா எடுக்கின்றனர். அப்பொழுது கம்பு, மொச்சைப்பயிர் போன்றவற்றை வைத்துத் தழுகை போட்டுப் பொங்கல் வைத்து வழிபடுகின்றனர். மலைகளுக்கு அருகிலுள்ள கிராமங்களில் உள்ளவர்கள் மலை மீது ஏறி அதன் உச்சியிலுள்ள தீபக் கற்களில் தீபம் ஏற்றி விட்டு வருவர். மலை மீது ஏற முடியாதவர்கள் அதன் அடிவாரங்களில் உள்ள அல்லது அவர்களது கிராமங்களில் உள்ள பெருமாளுக்குரிய தீபக்கற்களில் தீபம் ஏற்றி வழிபடுகின்றனர்.

இக் கோயில்களில் கள்ளர்களே பூசாரிகளாக உள்ளனர். பெருமாள் பெருந்தெய்வமாக இருந்த போதிலும் அதில் பிராமணப் பூசாரிகளை அனுமதிப்பது கிடையாது. மேலும், பெருமாள் வைணவக் கடவுளாக இருந்த போதிலும் விபூதி கொடுத்து சைவ மரபுபடியே அதனை வணங்குகின்றனர். உயிர்ப்பலிகளை அனுமதிப்பதில்லை. அப்பெருமாள் நினைவாகப் பிள்ளைகளுக்குப் பெருமாள் தேவன், சிங்க பெருமாள்தேவன், அரியத்தேவன், மலைச்சாமி, மலைராமன், இராமசாமி என்று பெயரிடுகின்றனர்.

பெண் பிள்ளைகளுக்குப் பெருமாயி, இராமாயி, மலைச்சியம்மாள் எனப் பெயரிடுகின்றனர்.

பிள்ளையார்

பெரும்பாலும் எல்லாக் கிராமங்களிலும் பிள்ளையார் கோயில்கள் உள்ளன. அவை ஆடம்பரமின்றிச் சாதாரணமாக மரத்தடிகளில் அமைந்துள்ளன. பூக்கட்டி பண்டார குல வகுப்பினரே இதற்குப் பூசாரிகளாக உள்ளனர். விநாயகருக்கென்று தனி விழா எடுத்து வழிபடுகின்ற வழக்கம் இவர்களிடம் இல்லை. ஆனால் எல்லாச் சமய மற்றும் தனிநபர் சார்ந்த சடங்குகளையும் விநாயகருக்குத் தேங்காய் உடைத்து விட்டுத்தான் துவங்குகின்றனர்.

திருமணம் முடித்த தம்பதிகள் திருமணம் முடிந்த கையோடு தங்கள் ஊரில் அல்லது தெருக்களில் உள்ள விநாயகருக்குத் தேங்காய் உடைத்து வழிபாடு செய்த பின்புதான் மற்ற நிகழ்ச்சிகளுக்குச் செல்கின்றனர். அதுபோல இழவு நிகழ்ச்சிகளில் 30ஆம் நாள் கும்பிடல் அன்று மாலை விநாயகருக்குத் தீபம் போடுகின்றனர். அத்துடன் இறப்புச் சடங்குகள் நிறைவடைவதாகக் கருதுகின்றனர்.

இந்த இரண்டு பெருந் தெய்வங்கள் தவிர மற்ற தெய்வங்களை இவர்கள் தங்களது வாழ்கின்ற எல்லைக்குள் கோயில் கட்டி வணங்குவதில்லை. அந்தந்தப் பெருந்தெய்வக் கோயில்களுக்குச் செல்லும் பொழுது அவற்றை வணங்கிக் கொள்கின்றனர்.

இதில் கருமாத்தூர் முப்புறத்தை வணங்குகின்றவர்கள் அதிலிருந்து பிரிந்து சென்றவர்கள் யாரும் முருகனை வணங்குவதில்லை. முருகனுக்குப் பெயர் கொடுப்பதும் இல்லை. கார்த்திகை அன்று தீபம் ஏற்றுவதும் இல்லை. அதுபோல அழகர்சாமியையும் இவர்கள் வழிபடுவதில்லை.

மதுரை மண்டலத்துக் கள்ளர்கள் எல்லோருக்கும் மிகவும் பிரதான தெய்வமாக கருதப்படுவது அழகர்சாமியாகும். ஆனால் பிறமலைக் கள்ளர்களில் 90 சதவீதம் பேர் அழகரை வணங்குவதில்லை (ஒரு சில குழுக்கள் தவிர). சித்திரைத் திருவிழாவிற்குப் பெருந்திரளாகச் சென்று கலந்து கொள்வதுமில்லை.

இவர்கள் நாட்டுக் கள்ளர்களோடு (அம்பலக்காரர்களோடு) முரண்பாடு கொண்டு அவர்களிடமிருந்து பிரிந்து வந்தவர்களா

கையால், அவர்களது பிரதான தெய்வமான அழகர்சாமியை வழிபடும் வழக்கம் இவர்களிடம் இல்லாமல் போயிருக்கலாம்.

ஆணையூர் மீனாட்சியம்மன் கோயில், சிந்துப்பட்டி பெருமாள் கோயில், புத்தூர் குமாரகோயில் போன்ற கோயில்கள் பாண்டியர் காலத்திலேயே கட்டப்பட்டவையாகும். அக்கோயில்களில் வைதீக மரபுப்படி பிராமணர்களே பூசாரிகளாக உள்ளனர். அவற்றைக் கள்ளர்களும் வழிபட்டு வந்தாலும், அவற்றில் நடக்கின்ற வழிபாட்டு நிகழ்வுகளிலோ திருவிழாக்களிலோ இவர்கள் யாதொரு வகையிலும் பங்கெடுத்துக் கொள்வது இல்லை. உசிலம்பட்டி, செக்கணூரணி போன்ற சிறு நகரங்களில் மட்டும் சில பெருந் தெய்வக் கோயில்கள் உள்ளன. இவையும் சமீபத்தில் கட்டப் பட்டவையே. அவை பெரும்பாலும் வேறு சமூகத்தவர்களால் உருவாக்கப்பட்டு பராமரிக்கப்பட்டு வருகின்றன.

இதர வழிபாடுகள்

இவ்வகை நாட்டார் தெய்வம், பெருந்தெய்வ வழிபாடுகள் தவிர, நாகர் வழிபாடு, வனதேவதை வழிபாடு, காத்துக் கருப்பு வழிபாடு போன்ற வழிபாடுகளும் நடைமுறையில் உள்ளன. அவை வருமாறு:

நாகர் வழிபாடு

நாகர்களுக்கு, அவை தங்களை துன்புறுத்தாமல் இருப்பதற்காக சேவல்களை நேர்ந்து விடுவர். அவை குஞ்சுகளாக இருக்கும் பொழுதே நேர்ந்து விட்டு விடுவர். அவை கூவ ஆரம்பித்த மறுநாள் அதனை ஏதாவது ஒரு கரையான் புற்றுக்கு அருகே பிடித்துச் சென்று அதன் மீது மஞ்சள் தண்ணீர் ஊற்றி அதனை அறுத்து ரத்தத்தை அப் புற்றின் அருகே விட்டு விட்டு "நாகராசா எங்கள அண்டாமல் இருப்பா" எனச் சொல்லி வணங்கி விட்டு வருவர். நாகர் நினைவாகத் தங்கள் பிள்ளைகளுக்கு நாகதேவன், நாகம்மாள், நாகஜோதி எனப் பெயரிடுகின்றனர்.

வனதேவதை வழிபாடு

மலை அல்லது காடுகளோடு உள்ள கிராமங்கள் வனத்திலுள்ள தேவதைகளை வழிபடுவதன் மூலம் அவை நமக்கு நல்ல மழை கொடுக்கும் என நம்புகின்றனர். உதாரணமாகப் புத்தூர் நாட்டில் வன தேவதைகளைத் திருப்திப்படுத்துவதற்காக மூப்பப் பட்டியிலுள்ள மூப்பர்களுக்கு நாலுகரைக்காரர்கள் வருடத்திற்கு

ஒருமுறை வலைய பட்டி நாலுகரைத் தோப்பில் ஒன்றுகூடி வரி கொடுக்கின்றனர். அவர்கள் அந்தப் பணத்தை வைத்துப் பூசைச் சாமான்களை வாங்கி வனதேவதைகளுக்குப் பூசை செய்வர். அப்படி வனதேவதைகளை வணங்கினால்தான் மழை நன்றாகப் பெய்யும் என நம்புகின்றனர். வனங்கள் பாதுகாக்கப்பட்டால்தான் மழை பெய்யும் என்ற அறிவியல் உண்மையை அக்கால மனிதர்களும் ஏதோ ஒரு வகையில் தெரிந்து வைத்திருக்கிறார்கள் என்பதனையே இது காட்டுகிறது.

காத்துக் கருப்பு வழிபாடு

நிலையில்லாமல் காற்று வாக்கில் சில சக்திகள் அலைந்து கொண்டிருப்பதாகவும் அவை மனிதர்களுக்கும் அவர்களது உடமைகளுக்கும் துன்பத்தை விளைவிக்கக் கூடியவைகள் எனவும் நம்புகின்றனர். அவற்றைக் காத்துக்கருப்புகள் என அழைக்கின்றனர். அவற்றை வணங்கினால் அவை நம்மைத் தாக்காது எனவும் நம்பு கின்றனர். விளை நிலங்களில் விதைப்பதற்குச் செல்லும் பொழுதும், அறுவடை செய்யும் பொழுதும் அதனைச் சுற்றி வந்து ஒரு சேவலை அறுத்து விடுவதன் மூலம் காத்துக் கருப்புகள் தங்களைத் தாக்காது என நம்புகின்றனர். அறுவடை செய்யப்பட்ட தானியங்கள் களங்களில் கிடக்கும் பொழுது அதன் மீது நொச்சி இலைகளையும் பூக்களையும் தூவி விடுவர். அவற்றைப் பார்த்தால் காத்துக் கருப்புகள் அண்டாது என்ற நம்பிக்கையும் நிலவுகின்றது.

அடிக்குறிப்புகள்

1. சுந்தரபாண்டியன்(கட்டுரையாளர்), *நாட்டுப்புற வழிபாட்டு மரபுகள்*, ப. 137
2. தேவர் உ. பரமத்தேவர்(87), கவணம்பட்டி வீராகோயில் கவணம்பட்டி, பே.நா : 15.5.2010
3. Louise Dumount, *The South Indian Sub Caste*, P. 375
4. ஜார்ஜ் விருமாண்டி, பே. நா: 10.2.2007
5. பெரிய ஆங்கத்தேவன் (எ) ரமேஷ் அய்யன்பிடிக்கி(29), கருமாத்தூர் ஒச்சாண்டம்மன் கோயில், பே.நா : 30.1.2010
6. தவமணித்தேவர்(80), பெரிய பூசாரி, கவணம்பட்டி வீராக்கோயில் வடுகபட்டி, பே.நா : 22.06.2003
7. பெரிய ஆங்கத்தேவன்(29), அய்யன்பிடிக்கி, கருமாத்தூர் ஒச்சாண்டம்மன் கோயில், பே.நா : 30.01.2010
8. ஆங்கத்தேவர்(55), பெரிய பூசாரி கருமாத்தூர் ஒச்சாண்டம்மன் கோயில், பே.நா : 10.12.2004

9. சோலைக் கருப்பத்தேவன்(37), கவணம்பட்டி, பே.நா : 10.02.2011
10. வழக்குரைஞர் P. மணிமாறன்(45), பே.நா : 11.10.2010
11. ஆங்கத்தேவர்(55), கருமாத்தூர் ஒச்சாண்டம்மன் கோயில் பெரிய பூசாரி, பே.நா : 10.12.2004
12. N.A. சரவணக்குமரன், *தமிழகக் காவல் தெய்வங்கள்*, 2009, பக். 169 – 175
13. கே.டி. காந்திராஜன், தொல்லியல் அறிஞர் கவணம்பட்டி, பே.நா: 01.04.2010
14. சிதம்பரம் செட்டியார்(63), கழுவநாதர் கோயில் பெரியபூசாரி, கருமாத்தூர், பே.நா : 1.09.04
15. பெரிய ஆங்கத்தேவன் (எ) ரமேஷ்(29), அய்யன்பிடிக்கி, கருமாத்தூர் ஒச்சாண்டம்மன் கோயில், பே.நா : 30.1.2010.
16. அய்யப்பன்சாமி(55), கருமாத்தூர், பே.நா : 1.2.2010
17. துளசிராமசாமி, *தமிழ் சமுதாயமும் நாட்டுப்புறப் பண்பாடும்*, பக். 62, 63
18. மு. கிருட்டிணத்தேவர்(65), கட்டத்தேவன்பட்டி, பே.நா : 1.3.2010
19. நல்லாண்டித்தேவர்(66), வங்கி மேலாளர்(ஓய்வு), நாட்டார்மங்கலம், பே.நா : 14.3.2010
20. கருப்பாயி, *நாட்டுப்புறச் சிறுதெய்வ வழிபாடு*, ப. 13.
21. பாண்டியன்பிள்ளை(48), சோணைகருப்பு கோயில், திடியன், பே.நா : 14.3.2010
22. சின்னக்கண்ணன்(67) M.A. M.Ed., ஆரியபட்டி கல்யாணகருப்பு கோயில் திருப்பணிக்குழு செயலாளர், பே.நா : 1.4.2010
23. சோலை கருப்பத்தேவன்(37), மானுடவியல், அறிஞர், கவணம்பட்டி, பே.நா : 15.4.2010
24. தொல்காப்பியம்
25. தேவநேய பாவாணர், *தமிழர் வரலாறு*, 2000, ப. 71
26. நாஞ்சில்நாடன், *நாஞ்சில் நாட்டு வெள்ளாளர் வாழ்க்கை*, 2008, ப. 52
27. பரமசிவம் செட்டியார்(73), கருமாத்தூர் பூசாரிப்பட்டி, பே.நா : 10.10.2009
28. Louise Dumount, *The South Indian Sub Caste*, 1986, P. 437
29. ஆங்கத்தேவர்(55), பொன்னாங்கன் ஒச்சாண்டம்மன் கோயில் பெரியபூசாரி, கருமாத்தூர், பே.நா : 10.12.2004
30. வா. இராமகிருஷ்ணன்(51), பாப்பாபட்டி ஒச்சாண்டம்மன் கோயில்பெரிய பூசாரி, வடகாட்டுப்பட்டி, பே. நா : 22.06.08 & புலவர். சின்னன் ஐயா(77), பாப்பாபட்டி ஒச்சாண்டம்மன் கோயில் திருப்பணிக்குழு செயலாளர், உசிலம்பட்டி. பே.நா : 27.04.2010
31. வர்ணமாலை சின்னாத்தேவர்(70), பண்ணைப்பட்டி, பே.நா : 13.03.2011
32. தேவநேயபாவாணர், *தமிழர் வரலாறு*, 2000, ப. 71
33. சு. வெங்கடேசன், *கலாச்சாரத்தில் அரசியல்*, 2001, ப. 76
34. தேவர் மணித்தேவர்(65), புங்காங்குளம், பே.நா : 1.3.2010
35. பெ.ஜெயக்கொடித்தேவர்(49), கண்ணாத்தாள் கோயில் பூசாரி, வலங்காங்குளம், பே.நா : 1.3.2010
36. சோலை. கருப்பத்தேவன்(37), கவணம்பட்டி, பே.நா : 16.6.2010
37. N.A. சரவணக்குமரன், *தமிழர் காவல் தெய்வங்கள்*, பக்கம்: 178 – 182

38. து.பெ. பால்சாமித்தேவர்(61), மம்பட்டையன்பட்டி, பே.நா : 29.6.2005
39. Louise Dumount, *The South Indian Sub Caste*, 1986, P. 407
40. சாமியப்பன் சாம்பான்(55), பே(ய்)க்காமன் கருப்பு கோயில் பெரியபூசாரி, கொக்குளம், பே.நா : 29.12.2005
41. ராம. குபேந்திரன்(52), ஆய்வாளர், தமிழ்நாடு காவல்துறை, மானூத்து, பே.நா : 22.9.2005
42. திருமதி. இரஞ்சிதம்(53), மானூத்து, பே.நா : 22.9.2005
43. பின்னத்தேவன்(75), புத்தூர், பே.நா : 20.04.2004.
44. கிருஷ்ணத்தேவர்(65), கட்டத்தேவன்பட்டி, பே.நா : 1.3.2010
45. மு. செல்லப்பாண்டியன்(48), வகுரணி, பே.நா : 6.6.2010
46. N.A. சரவணக்குமரன், *தமிழர் காவல்தெய்வங்கள்*, 2009, ப. 90 – 93
47. கே.டி. காந்திராஜன்(43), தொல்லியல் அறிஞர் கவணம்பட்டி, பே.நா : 22.10.2010
48. N.A. சரவணக்குமரன், முன்குறிப்பிட்டது, 2009, பக். 33, 36
49. ராசுத்தேவர்(80), தேங்கில்பட்டி, பே.நா : 20.03.2004
50. பக்தவத்சலபாரதி, *தமிழர் மானுடவியல்*, 2008, ப. 124
51. மேற்படி, ப. 228
52. க.ப. அறவாணன், *தமிழ் சமுதாய வரலாறு*, ப. 65
53. பெரிய ஆங்கத் தேவன் (எ) ரமேஷ்(29), அய்யன்பிடிக்கி கருமாத்தூர் ஒச்சாண்டம்மன் கோயில், பே.நா : 30.01.2010.
54. செல்லையா (எ) முத்துக்கழுவத்தேவர்(70), மேலக்கால், பே.நா : 09.06.2005.
55. வேல்முருகன்(40), வங்காருதேவன் கோயில் பூசாரி, கீரிபட்டி, பே.நா : 17.07.2010
56. மச்சக்காளைத்தேவர்(55), உசிலம்பட்டி, பே.நா : 21.02.2008.
57. மாயக்காள்(60), நாட்டுப்புற ஒப்பாரிப் பாடகி, கருமாத்தூர் கரிசல்பட்டி, பே.நா : 10.02.2006
58. மு. ஒச்சப்பன்(46), கே.போத்தம்பட்டி, பே.நா : 10.05.2010
59. சி.சிவசாமி(50), ஆவின்பால் விரிவாக்க அலுவலர், பெருங்காமநல்லூர், பே.நா : 22.10.2010
60. து.பெ. பால்சாமித்தேவர்(60), அம்பட்டையன்பட்டி, பே.நா : 29.05.2005
61. செ. ஜோதிபாசு(43), செல்லம்பட்டி, பே.நா : 20.3.2005
62 சோலை. கருப்பத்தேவன்(37), கவணம்பட்டி, பே.நா : 10.12.2010

சடங்குகளும், பழக்கவழக்கங்களும்

மனிதன் தன் வாழ்நாளில் பல பருவங்களையும், நிகழ்வுகளையும் கடந்து செல்கிறான். அவற்றை அடையாளப்படுத்தும் விதமாகப் பல வழிமுறைகளை மேற்கொள்கிறான். அவ்வகை வழிமுறைகள் தொன்றுதொட்டு கடைப்பிடிக்கப்படும்பொழுது மரபுகளாக மாறுகின்றன. அம்மரபுகள் அவனது வாழ்வியல் தேவைகளாலும் நம்பிக்கைகளாலும் பிணைக்கப்படும் பொழுது அவை சடங்குகளாக உருப்பெறுகின்றன.

அவை மதம் சார்ந்த சடங்குகள், வாழ்வியல் சார்ந்த சடங்குகள் என இரண்டு வகையாகப் பிரிக்கப்படுகின்றன. மதம் சார்ந்த சடங்குகளைச் சென்ற அத்தியாயத்தில் விளங்கப் பார்த்தோம். வாழ்வியல் சார்ந்த சடங்குகளை இப் பகுதியில் பார்ப்போம்.

திருமணம், சீர் செய்தல், வளைகாப்பு, தலைப்பிரசவம், காது குத்துதல், கவுர் அடைப்பு, பூப்பெய்தல், மரணம் (இறுதி) எனப் பல நிகழ்வுகளை அடையாளப்படுத்துகின்ற சடங்குகள் கள்ளர்கள் மத்தியில் வழக்கில் உள்ளன.

இவ்வகைச் சடங்குகளில் தற்காலத்தில் பெரிய மாற்றங்கள் உருவாகியுள்ளன. அதனால் இவர்களது பூர்வீகமான சடங்கு முறைகளை அறிந்து கொள்வதற்காகச் சுமார் ஏழு வருடங்களுக்கு முன்பு அப்பொழுதே 85 வயதைத் தாண்டிய பெரியவர்களைச் சந்தித்து இதுபற்றி கலந்துரையாடினேன். அதில் முக்கியமாகச் சக்கிலியங்குளம் ப.மு.வீரணத்தேவர், கவண்டன்பட்டி சின்னக் கல்யாணித் தேவர், கள்ளப்பட்டியில் பிறந்து கவண்டன்பட்டியில் வாழ்க்கைப்பட்டிருந்த செல்லத்தாய் அம்மாள், அதே ஊரைச் சேர்ந்த வீரம்மாள், மா.கன்னியம்பட்டியில் பிறந்து மதுரை கரிமேட்டில் வாழ்ந்த சீனியம்மாள் என ஐந்து பெரியவர்களைக்

கண்டு இவை பற்றிக் கலந்துரையாடினேன். அவர்களைப் பலநாட்கள் சந்தித்து இவ்விசயங்களைப் பற்றிக் கொஞ்சம் கொஞ்சமாக அறிந்து கொண்டேன். நான் கிராமிய வாழ்க்கையில் முழுமையான அனுபவங்கள் இல்லாதவனாகையால் அவர்கள் சொல்கின்ற சில விசயங்கள் எனக்குத் துவக்கத்தில் முழுமையாகப் புரியவில்லை. அப்பொழுது நண்பர் சோலைக் கருப்பத்தேவன் என் அருகில் இருந்து அவற்றையெல்லாம் விளக்கிச் சொல்லி எனக்குப் புரியவைத்தார். அந்தப் பெரியவர்கள் சொன்ன விசயங்களின் அடிப்படையிலும், பிரெஞ்ச் மானுடவியலாளர் லூயிஸ் டூமண்ட் எழுதி வைத்துள்ளவற்றை அடிப்படையாகவும் கொண்டு பாரம்பரிய சடங்குமுறைகளைப் பதிவு செய்கிறேன். இதில் தற்காலத்தில் ஏற்பட்டுள்ள மாற்றங்களை எனது நேரடி உள்வாங்குதலிலிருந்தும் பதிவு செய்துள்ளேன்.

திருமணம்

குதிரையேறிக் கல்யாணம், கோயில் கல்யாணம், வீட்டுக் கல்யாணம் என மூன்று வகை திருமணங்கள் இவர்கள் மத்தியில் உள்ளதாக டூமண்ட் குறிப்பிடுகின்றார்.[1]

இதில் அதிகச் செலவில்லாமல் எளிமையாகத் திருமணம் செய்ய விரும்பியவர்கள் மற்றும் திருமணம் ஏற்பாட்டில் ஏதாவது ஒரு சிக்கல் ஏற்பட்டு அதனால் அவசர அவசரமாகத் திருமணம் செய்ய விரும்பியோர் தங்களது குலதெய்வக் கோயில்களில் வைத்து, தங்களது திருமணத்தை முடித்துக் கொள்வர். இது பெரும்பாலும் மணமகனது குலக்கோயிலில்தான் நடைபெறும். இவ்வகை கல்யாணம் கோயில் கல்யாணம் எனப்படும்.

அடுத்து ஏற்கனவே திருமணம் செய்து மணவிலக்குச் செய்து கொண்டவர்கள், மறுமணம் செய்யும் பொழுது ஆடம்பரமற்று தங்களது வீட்டிலேயே திருமண நிகழ்வுகளை நடத்திக் கொள்வர். இதனை நடு வீட்டுக் கல்யாணம் என்கின்றனர்.

குதிரை ஏறிக் கல்யாணம் என்பதே அக்காலத்தில் பெரு வழக்கமாக இருந்துள்ளது. இவ்வகைக் கல்யாண நிகழ்வு பற்றி விரிவாகக் காண்போம்.

முறை பார்த்தல்

தங்களது மகனுக்கு ஒரு பெண்ணை பெண் கேட்பதற்கு முன் அவள் (திருமண) முறை உடைய பெண்ணா? என அறிந்து கொள்ள

விரும்புவர். பிறமலைக் கள்ளர்கள் தங்களது குலக் கோயில்களின் அடிப்படையிலேயே உறவுமுறைகளைத் தீர்மானிக்கின்றனர். (இதுபற்றி அடுத்த அத்தியாயத்தில் விரிவாகக் காண்போம்) அதன்படி மாப்பிள்ளையின் தந்தையும், பெண்ணின் தந்தையும் ஒரே குலக்கோயிலை வணங்குபவர்களாக அல்லது ஒரே வம்சா வளியைச் சேர்ந்தவராக இருக்கக்கூடாது. அதே போல் இருவரது தாயாரும் ஒரே குலக்கோயிலை வணங்குபவர்களாகவும் இருக்கக் கூடாது. அடுத்து, சில கோயில்களை வணங்குபவர்கள் இவருக்குப் பங்காளி உறவு உடையவர்களாகவும் கருதப்படுவர். அவர்களையும் தவிர்த்து விடுவர். பிறகு, திருமண உறவுமுறைகளிலும், எந்த வகையிலும் சகோதர – சகோதரி உறவு உடையவர்களாகவும் இருக்கக் கூடாது. இவ்வாறு முறை பார்த்து அவள் முறை உடையவள் தான் என்பதனை உறுதி செய்த பின்பே பெண் கேட்க முடிவு செய்வர்.

பெண்ணின் குணநலன் விசாரித்தல்

பெண்ணின் குணநலன் பற்றி அறிந்து கொள்ள விரும்புவர். அந்தப் பெண்ணின் ஊரைச் சேர்ந்த தோட்டியிடமும், துணி துவைக்கின்ற ஏகாளியிடமும் அவளது குணநலன்களையும், அவளது குடும்பத்தின் குணநலன் பற்றியும் விசாரிப்பர். துணி துவைக்கின்ற ஏகாளிதான் அவர்களது வீட்டிற்குள் அடிக்கடி சென்று வருபவர். ஆகையால் அவர்தான் அந்த வீட்டின் பெண்களின் குணாம்சங்களை நன்கு அறிந்திருக்க முடியும் என்பதனால் பெண்களைப் பற்றி ஏகாளி யிடமும், ஊர்த் தோட்டி ஊரின் பொது காரியங்களுக்காக ஆண்களை அழைத்து வருபவராகையால், அக்குடும்பத்தின் ஆண்களைப் பற்றித் தோட்டியிடமும் விசாரித்து தெரிந்து கொள்வர். இவ்வாறு குணநலன்களை அறிந்து திருப்தி அடைந்த பின்பு பெண் பார்க்கச் செல்வர்.

பெண் பார்த்தல்

மாப்பிள்ளையின் தாய் தந்தையும், தாய்மாமனும், மற்ற உறவினர்களும் பெண் பார்க்க பெண் வீட்டிற்குச் செல்வர். சில சமயங்களில் முன் அறிவிப்பு இன்றி திடீரென்று செல்லுவதும் உண்டு. தாங்கள் வருவதாகத் தகவல் சொல்லி அனுப்பிவிட்டு செல்வதும் உண்டு. வந்தவர்கள் பெண் வீட்டாரது உறவினர்களுடன் பேசிக் கொண்டி ருக்கையில் பெண் வீட்டார் சாம்பார் சாதம் சமைத்து, வந்திருந்த அனைவருக்கும் வெற்றிலை பாக்கு கொடுப்பர். எல்லோரும் வெற்றிலை போட்ட பின்பு மணமகனது தாய்மாமன் பெண்

வீட்டாரைப் பார்த்து "நாங்கள் எங்க பையனுக்கு உங்க பெண்ணை, பெண் கேட்டு வந்துள்ளோம்" எனக் கூறுவர்.[2] அதற்குப் பெண் வீட்டார் எங்களுக்குள் கலந்து பேசி உங்கள் வீட்டைப் பார்க்க வருகிறோம் எனப் பதிலளிப்பர்.

இப்படிப் பெண் பார்க்க வரும்பொழுது மணப்பெண் சாதாரண உடையில் சகஜமாக தனது அன்றாட வேலைகளைச் செய்து கொண்டு இருப்பாள். அவளே நேரடியாக வந்து விருந்தினர்களுக்கு மற்றப் பெண்களோடு சேர்ந்து பந்தியும் பரிமாறுவாள்.

இதன் பிறகு மாப்பிள்ளையின் உறவினர்கள் பெண் வீட்டாரைப் பார்த்துச் சுதந்திர மாப்பிளை ஏதேனும் உள்ளதா? அப்படி இருந்தால் அதனை விலக்குதல் செய்து விட்டீர்களா? எனக் கேட்பர். அதற்குப் பெண் வீட்டார் "ஆம் உள்ளது எந்த விலக்கும் செய்யவில்லை" என்று சொன்னால் மணமகன் வீட்டார் திருமணப் பேச்சை அப்படியே நிறுத்திக் கொள்வர். சுதந்திர மாப்பிள்ளை இல்லை என்றோ அல்லது இருந்து விலக்கு செய்யப்பட்டு விட்டது என்றோ பதலளித்தால் தான் திருமணப்பேச்சைத் துவங்குவர்.

மாப்பிள்ளையின் குணநலன் விசாரித்தல்

பெண்வீட்டார் மாப்பிள்ளையின் குணம் பற்றி அறிந்து கொள்ள விரும்புவர். அவர்கள் மாப்பிள்ளையின் ஊரைச் சேர்ந்த நாவிதனிடம் (அம்பட்டையன்) மாப்பிள்ளையின் குணநலன் பற்றி விசாரிப்பர். ஏனெனில் எல்லா ஆண்களும் நாவிதனிடம் முகச்சவரம் செய்து கொள்ளச் செல்லுவதால் அவரே அவர்களைப் பற்றி நன்கு அறிந்து வைத்திருப்பார் என்பதனால் அவரிடம் விசாரிப்பர்.

மாப்பிள்ளை வீடு பார்த்தல்

மாப்பிள்ளை வீட்டார் போலவே பெண் வீட்டாரும் அவர்களது தாய் மாமனுடன் மாப்பிள்ளை வீட்டிற்குச் செல்வர். அவர்கள் வந்தவர்களுக்குச் சாம்பார் சாதம் செய்து விருந்தளிப்பர். வெற்றிலை பாக்கு கொடுப்பர். அதன் பின்பு மாப்பிள்ளை வீட்டார், தங்களுக்குள் கலந்து பேசி சொல்லிவிடுகிறோம் என்று அவர்களை அனுப்பி வைப்பர்.

குறிகேட்டல்

அதில் ஒரு சிலர் இந்தத் திருமண உறவை செய்வோமோ? வேண்டாமா? என முடிவு எடுப்பதற்காகத் தங்களது குல தெய்வ கோடாங்கிகளிடம் சென்று குறி கேட்பர். அவர்களிடமிருந்து நல்ல

பதில் வந்தால் திருமணத்திற்கு ஏற்பாடு செய்வர். ஆனால் எல்லோரும் இப்படிக் குறி கேட்பது கிடையாது. சாதகம் பார்த்தல், சோசியம் பார்த்தல் என்பதும் அக்காலத்தில் அறவே கிடையாது. சாதகம் பார்ப்பது பற்றி அல்லிக்குண்டத்தைச் சேர்ந்த கருப்பாயி அம்மாள் என்பவரிடம் கேட்டபொழுது, "சாதகமெல்லாம் பொய்யி, சாவதுதான் மெய்யி" எனப் பதிலளித்தார். இவ் வரிகள் நாட்டுப்புற உழைக்கின்ற மனிதர்கள், வாழ்க்கையை எப்படி அறிவியல் பூர்வமாக, எதார்த்ததோடு அணுகுகிறார்கள் என்பதை எனக்கு உணர்த்தியது.

பரிசம் கொண்டு வரச் சொல்லுதல்

இரு வீட்டாரும் திருமணத்திற்குச் சம்மதம் தெரிவித்த பின்பு பெண்வீட்டார் மாப்பிள்ளை வீட்டாருக்கு "ஒரு நல்ல நாளாகப் பார்த்துப் பரிசம் கொண்டு வாருங்கள்" எனச் சொல்லி அனுப்புவர்.

பரிசம் கொண்டு வருதல் (நிச்சயதார்த்தம்)

பரிசம் கொண்டு செல்ல நிச்சயிக்கப்பட்ட நாளன்று, மாப்பிள்ளை வீட்டார் உறவினர்கள் புடைசூழ இரண்டு சீப்பு வாழைப்பழம், பூ, மணப்பெண்ணிற்குப் புதிய சேலை, ஒரு கட்டு வெற்றிலை பாக்கு, 26 தேங்காய் ஆகியவற்றை ஒரு தட்டில் வைத்துக் கொண்டு இறங்கு பொழுதில் பெண் வீட்டிற்குச் செல்வர். வந்த அனைவரையும் பெண் வீட்டார் சந்தனம் கொடுத்து வரவேற்பர். பிறகு இருவீட்டு உறவினர்களும், பெரியவர்களும் சமுக்காளம் விரித்து அமர்வர். அப்பொழுது சபையில் இருக்கின்ற பெரியவர் ஒருவர் மாப்பிள்ளையின் பெற்றோரையும் பெண்ணின் பெற்றோரையும் பார்த்து இந்தக் கல்யாணத்திற்கு இரு வீட்டாரும் பூரண சம்மதமா எனக் கேட்பார். சம்மதம் என இரு வீட்டாரும் சொன்னவுடன், சபையோர் மாப்பிள்ளை வீட்டாரைப் பார்த்து எவ்வளவு பரிசம் கொண்டு வந்திருக்கிறீர்கள் எனக் கேட்பர். அதற்கு மாப்பிள்ளையின் தகப்பன் நெல்லும் பணமும் (இது 1 ¼ ரூபாய் பணமும் ஒரு முடிச்சி அளவு நெல்லும் மஞ்சள் துணியில் முடிந்த முடிப்பு) ரூபாய் பரிசம் கொண்டு வந்திருக்கிறேன் எனக் கூறுவார்.

பிறகு பெண் வீட்டார் சபையோரைப் பார்த்துப் பெண்ணிற்குக் கள்ளநாட்டு வழக்கப்படி என்ன சீர் செய்யணுமோ அதனைச் செய்வோம் எனக் கூறுவர். ஆனால் மாப்பிள்ளை வீட்டாரோ அல்லது அவர்களைச் சேர்ந்தவர்களோ பெண் வீட்டாரைப் பார்த்து உங்கள் பெண்ணிற்கு என்ன நகை போடுவீர்கள்? என்றோ

என்ன சீர் செய்வீர்கள்? என்றோ கேட்கக் கூடாது. அப்படிக் கேட்டால் அந்தச் சம்பந்தப் பேச்சு உலைந்து போகும்.

பிறகு சபையோர்கள் மாப்பிள்ளையின் தாய்மாமன், பெண்ணின் தாய்மாமன் இருவரையும் எதிர் எதிரே நிற்கச் செய்வர். தாய்மாமன்கள் இருவரும் ஒருவர் மீது ஒருவர் மூன்று முறை சந்தனம் பூசிக்கொள்வர். பிறகு மாப்பிள்ளையின் தாய்மாமன் பெண்ணின் தாய்மாமனிடம் நெல்லும் பணமும் உடைய முடிப்பு, பரிசப்பணம், புதியசேலை, தேங்காய் பழம், வெற்றிலைப்பாக்கு ஆகியன உடைய தட்டினை எடுத்துப் பெண்ணின் தாய்மாமனிடம் கொடுப்பர். அதனைப் பெற்றுக் கொண்ட பெண்ணின் தாய்மாமன் அதைப் பெண்ணின் தாயாரிடம் கொடுப்பார். அதனைப் பெண்ணின் தாயார் சேலை முந்தானையை விரித்து அதில் பெற்றுக் கொள்வார். அதன் பிறகு மாப்பிள்ளை வீட்டார் எடுத்து வந்த புது சேலையை அணிந்து வந்து சபையோரைப் பார்த்து வணங்கி விட்டுச் செல்வார்.

கல்யாணத் தேதி குறித்தல்

பிறகு கல்யாணத் தேதியைச் சபையில் பேசி முடிவு செய்வர். கல்யாணத் தேதி அன்றே குறிக்கப்பட வேண்டும் என்ற கட்டாய மில்லை. அதன் பிறகு கூடத் தங்களுக்குள் கலந்து பேசி முடிவு செய்து கொள்வர். பெரும்பாலும் தமிழ் மாதங்களில் சித்திரை, ஆடி, மார்கழி, புரட்டாசி மாதங்கள் தவிர மற்ற மாதங்களில் திருமணத் தேதி குறிப்பர். சித்திரை கடுமையான வெயில் காலமாகவும், ஆடி மாதம் விதைப்புக் காலமாகவும், மார்கழி அறுவடைக் காலமாகவும், புரட்டாசி தொடர் மழைக் காலமாகவும் இருப்பதனால் அம் மாதங்களில் வீட்டு விசேஷங்களைத் தவிர்ப்பர். திருமணங்கள் இரவு நேரங்களில் நடைபெறுவதால் நல்ல முழு நிலாக் காலமாக இருக்கவேண்டும். குறிப்பாகப் பௌர்ணமிக்கு முந்தைய ஒரு வாரம், பௌர்ணமிக்குப் பிந்தைய ஒரு வாரம் நிலவு பெரிதாக இருந்து நல்ல வெளிச்சம் கொடுக்கும். அப்படிப் பட்ட நாளாகப் பார்த்துக் கல்யாணத் தேதி குறிப்பர். ஆனால் பஞ்சாங்கம் பார்த்து முகூர்த்தம் குறிப்பதோ, நல்லநேரம் பார்த்தலோ, அட்டமி, நவமி, போன்றவற்றைப் பார்ப்பதோ, வளர்பிறை, தேய்பிறை பார்த்தலோ அக்காலத்தில் அறவே கிடையாது. அப்படிப் பார்த்தல் தங்கள் குலவழக்கத்திற்கு எதிரானது எனக் கருதினர். அதன் பிறகு நிகழ்ச்சிக்கு வந்த அனைவருக்கும் பெண்வீட்டார் பருப்பு நெய் ஊற்றிச் சைவ விருந்தளிப்பர். சாப்பிட்ட அனைவரும் வெற்றிலை பாக்கு போட்டு

விட்டு வீட்டுக்குத் திரும்புவர். பரிச நிகழ்ச்சியில் மாப்பிள்ளை கட்டாயம் கலந்து கொள்ள வேண்டும் என்ற அவசியம் இல்லை.

கல்யாணத்திற்கு அழைத்தல்

இரு வீட்டாரும் தங்கள் உறவினர்களை வெற்றிலைப் பாக்குக் கொடுத்துத் தனித்தனியே அழைப்பர். மற்றவர்களை அழைப்பதற்கு முன்பாகத் தாய்மாமன் வீட்டிற்குச் சென்று வெற்றிலைப் பாக்கு கொடுத்து அழைப்பர். தாய்மாமனை அழைத்த பின்புதான் மற்றவர்களை அழைக்கத் துவங்குவர். அக் காலத்தில் பத்திரிகை அடிக்கின்ற பழக்கம் கிடையாது.

கல்யாணத்திற்கான ஆயத்தம்

கல்யாண நிகழ்ச்சிக்காக மாப்பிள்ளை, பெண் இருவரது வீடும் சுத்தம் செய்யப்பட்டு வெள்ளையடிக்கப்படும். பிறகு வீட்டு உட்புறச் சுவர்களில் பச்சை, சிவப்பு நிறங்களில் கோலங்கள் போடுவர். செம்மண் சாற்றினால் போடப்படும் சிவப்பு நிறக் கோலங்களில் வாவரக்காச்சி மர இலைகளைப் பிழிந்து எடுக்கப் பட்ட சாற்றினால் பச்சை நிற வர்ணம் தீட்டுவர். திருமண நிகழ்ச்சி மாப்பிள்ளை, பெண் இருவர் வீட்டிலும் நடைபெறும் என்பதால் இருவர் வீடும் இவ்வகையில் அலங்கரிப்படும்.

பொங்கல் திண்ணைப் போடுதல்

மணமேடையைப் பொங்கல் திண்ணை என்கின்றனர். வீட்டின் முற்றத்தில் தரையிலிருந்து 1.20 மீட்டர் உயரத்தில் சதுரமாகக் குழைத்து கட்டி சுமார் நான்கு பேர் அமர்கின்ற வண்ணம் மேடை அமைப்பர்.[3] அம்மேடையின் நான்கு மூலையிலும் பச்சை மூங்கில்களை ஊன்றி அதன் மேல் மர இலைகளைப் போர்த்தி உயரமான பந்தல் அமைப்பர். அதனைச் சாணம் போட்டு மெழுகி அதன் மேல் செம்மண் கோலம் போடுவர். இதனைப் பொங்கல் கோலம் என்பர். மேடையின் நான்கு மூலைகளிலும் சிறிய வாழைக் கன்றுகள் கட்டப்படும். இப்பொங்கல் திண்ணை மாப்பிள்ளை, பெண் இருவர் வீட்டிலும் அமைக்கப்படும்.

குலதெய்வங்களை வழிபடல்

கல்யாணத்திற்கு முந்தைய நாள் இரு வீட்டாரும் அவரவர் குலதெய்வக் கோயில்களுக்குச் சென்று எண்ணெய் ஊற்றி தீபம்

போட்டு வழிபடுவர். குலதெய்வக் கோயில்கள் தூரத்தில் உள்ளவர்கள் அவற்றை நினைத்து வீட்டிலேயே தீபம் போட்டு வழிபட்டுக் கொள்வர்.

கல்யாண தினத்தன்று நடைபெறும் நிகழ்ச்சிகள்

மணமகள் வீட்டில் மணப்பெண் அலங்காரம்

மணப்பெண் தாய்வீட்டார் எடுத்த புதுச் சேலையைக் கொசுவம் வைத்துச் சேலை கட்டியிருப்பாள். தலைமுடியை அள்ளி முடித்துக் கொண்டை போட்டுக் கொள்வாள். அதில் வட்டமாகப் பூவை சூடிக்கொள்வர். கண்ணுக்கு மையிட்டு நெற்றியில் கருப்புப் பொட்டு இட்டிருப்பர். கைகளில் கண்ணாடி வளையல் அணிந்திருப்பர். காதுகளில் காது அணிகலன்களான கொப்பு, முருக்கச்சி, ஒணப்புத் தட்டு, எதிர் தட்டு, குறுத்து தட்டு, தண்டட்டி, முடிச்சு நாகவட்டம் ஆகிய அணிகலன்கள் அணிந்திருப்பர். (நகை இல்லாதவர்கள் கூட இருப்பவர்களிடம் இரவல் வாங்கி கல்யாண தினத்தன்று அணிந்து விட்டு முடிந்த பின்பு திருப்பிக் கொடுத்து விடுவர்) கழுத்தில் கருப்புப் பாசி, சிவப்புப் பாசி, ஒரு தங்கத் தாயத்து தங்கக் குண்டு, தங்கக் காசு போன்றவற்றை ஒரு கருப்புக் கயிற்றில் கோத்து அதனை அணிந்து கொள்வர். இது ‘பல மணி தாயத்து’ எனப்படும். மேலும் சரடு, வெள்ளிக்காரை போன்ற அணிகலன்களையும் கழுத்தில் அணிந்திருப்பர். கைகளில் வளையலும், கால்களில் தண்டை, கொலுசும் அணிந்திருப்பர்.

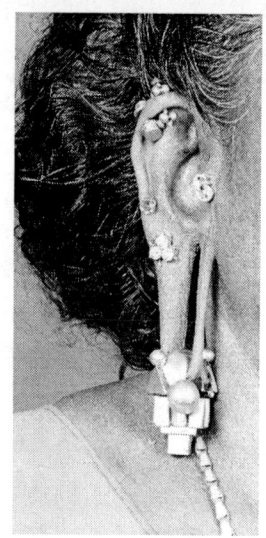

காது அணிகலன்கள்

மணமகளுக்குச் சீக்காளித்தல்

சீராக்கி அழைத்தல், என்ற சொல்லே சீக்காளித்தல் என மருவி அழைக்கப்படுகின்றது. திருமண தினத்தன்று மாலை 5 மணிக்கு மேல் மணமகள் வீட்டில் வந்திருக்கக்கூடிய உறவினர்கள் விருந்துண்ட பின்பு அங்கு அமைக்கப்பட்டுள்ள பொங்கல் திண்ணையின் முன்புறம் இருபக்கமும் அலங்கரிக்கப்பட்ட புது மண்பானைகளை வைப்பர். அப் பானைகளை அரசானிப்பானை என்கின்றனர். அந்தப் பானையின் வாய்வளையத்தில் மஞ்சள் நூலை கட்டி விடுவர். அதன் அருகில் ஒரு கூடையில் பச்சரிசியை வைத்திருப்பர். அங்கு வந்திருக்கின்ற உறவினர்களில் வயது முதிர்ந்த பெண்கள், சுமங்கலி, கைம்பெண் என்ற பேதமில்லாமல் அருகிலுள்ள கூடையில் உள்ள பச்சை அரிசியை இரு கைகளிலும் சிந்த சிதற அள்ளி அரசானிப் பானையை மூன்று முறைச் சுற்றி அதனுள் போடுவர். அப்பொழுது மற்ற பெண்கள் குலவை போட்டு ஆர்ப்பரிப்பர். பிறகு மணப்பெண் அப் பானைகளை மூன்று முறைச் சுற்றி வருவாள். அதன் பிறகு பெண்கள் தங்களுக்குள் இருக்கின்ற மைத்துனி முறையுடைய பெண்கள் மீது மஞ்சள் தண்ணீர் ஊற்றி விளையாடுவர்.

மணமகன் வீட்டில் நடைபெறும் நிகழ்ச்சிகள்
சீக்காளித்தல்

திருமண தினத்தன்று மாலை 6 மணிக்குப் பெண் வீட்டில் நடைபெறுவது போல, மாப்பிள்ளை வீட்டிலும் சீக்காளித்தல் நிகழ்ச்சி நடைபெறும்.

கொட்டடித்தல்

அதன் பிறகு இரவு 9 மணிவரை கொட்டடித்தல் நடைபெறும். அப்பொழுது உறவினர்களில் சிலர் குறவன் குறத்தி வேடமிட்டு நடனமாடி, வந்திருப்பவர்களை மகிழ்விப்பர்.

மாப்பிள்ளை அலங்காரம்

கல்யாண தினத்தன்று காலையில் மாப்பிள்ளை தனது மீசையை மழித்து விடுவார். அன்று மாலை புது வேட்டி, துண்டு அணிந்திருப்பார். தலையில் முஸ்லீம்களைப் போல பஃர் குல்லா அணிந்து கொள்வார். அக்குல்லாவின் முன் பகுதியில் பூச்சரங்கள் கட்டித் தொங்க விடப்படும். அப் பூச்சரங்கள் மாப்பிள்ளையின் முகத்தை முற்றிலும் மறைக்கின்ற வகையில் தொங்க விடப்படும்.

மாப்பிள்ளை அழைத்தல்

மாப்பிள்ளையின் தாய்மாமன் வெற்றிலை பாக்குக் கொடுத்து மாப்பிள்ளையின் வலது கையைத் தனது வலது கையால் பற்றி அழைத்துச் செல்லுவார். பிறகு பொங்கல் திண்ணையை வலமிருந்து இடமாக மூன்று முறைச் சுற்றி அதில் அமரவைப்பார். பின்பு மாப்பிள்ளையின் கழுத்தில் மாலை போடுவார். தாய்மாமன் போடுகின்ற மாலை மட்டுமே மணமகனது கழுத்தில் திருமணம் முடியும் வரை இருக்கும். மற்ற மாலைகள் இருக்காது. இதனைத் 'தாய்மாமன் கைசுற்றி வைத்தல்' என்பர். பிறகு உறவினர்கள் அனைவரும் சந்தனம் பூசிக் கொள்வர். அதன் பின்பு விருந்து உண்டு வெற்றிலைப் போட்டுக் கொள்வர்.

மாப்பிள்ளை குதிரை ஏறி பெண் வீடு நோக்கிச் செல்லுதல்

பின்பு மாப்பிள்ளை குதிரையில் ஏறி அமர்ந்து கொண்டு ஊர் பெரியவர்கள், பெண்கள், உறவினர்கள் புடைசூழ கொட்டு மேள முழக்கத்துடன் மாப்பிள்ளை ஊர்வலம் மணமகளது ஊரை நோக்கிச் செல்லத் துவங்கும். அப்படிச் செல்லும்பொழுது மாப்பிள்ளை வீட்டார் பெண் வீட்டிற்குச் சீர்வரிசையாக 4 அரிசிக் கூடையும் (ஒவ்வொரு அரிசிக் கூடையிலும் 8படி அரிசி இருக்க வேண்டும்) 3 உப்புக் கூடையும் கொண்டு செல்ல வேண்டும். அதில் ஒவ்வொரு கூடையிலும் இரண்டு தேங்காய், ஒரு அடுக்கு இலை வைத்திருக்க வேண்டும். மேலும் ஒரு வாழைத்தாரும், ஒரு கட்டு வெற்றிலை பாக்கும் கொண்டு செல்ல வேண்டும்.

கடந்து செல்லுகின்ற வழியில் உள்ள கிராமங்களில் இருக்கின்ற பெரியவர்களுக்கு வெற்றிலை பாக்கு கொடுத்து அவர்களுக்கு மரியாதை செய்து கொண்டே செல்ல வேண்டும். பொழுது புலர்வதற்குள் அவர்கள் மணப்பெண்ணின் ஊரை அடைந்து விட வேண்டும். அவ்வாறு இல்லாமல் பொழுது விடிந்த பின்பு சென்றால் கல்யாணமே நின்று போய்விடுகின்ற அளவிற்குப் பிரச்சனை ஏற்படும் (இதே காரணத்திற்காகவே எத்தனையோ கல்யாணங்கள் நின்று போயிருப்பதாக ஒரு முதியவர் என்னிடம் சொன்னார்.)

இவ்வாறு மாப்பிள்ளை ஊர்வலம் மணப்பெண் வீட்டினை அடைந்த பின்பு மணப்பெண்ணின் சகோதரிகள் தங்களது வீட்டு வாசலில் முக்காலி வைத்து மாப்பிள்ளையின் காலை அதன் மேல் வைத்துக் கழுவி விடுவர். பின்பு ஆரத்தி எடுப்பர். ஆரத்தி தட்டில் சுண்ணாம்பு, மஞ்சள் பொடி தண்ணீருடன் கலந்து வைக்கப் பட்டிருக்கும். அதில் இன்று போல சூடம் ஏற்றுகின்ற பழக்கம்

அக்காலத்தில் இல்லை. மாப்பிள்ளை ஆரத்தி காசு போடுவார். அவரவர் சக்திக்குத் தக அதன் அளவு வேறுபடும்.

தாய்மாமன் கைசுற்றி வைத்தல்

அதன் பிறகு மாப்பிள்ளையை அவரது தாய்மாமன் கையைப் பிடித்து அழைத்துச் சென்று பொங்கல் திண்ணையில் (மணமேடை) அமரச் செய்வார். அதன்பின்பு மணப்பெண்ணின் தாய்மாமன் வெற்றிலை பாக்கினைப் பெண் கையில் கொடுத்து அவரது வலது கையைப் பற்றி, பொங்கல் திண்ணைக்கு அழைத்துச் சென்று அதனை மூன்று முறைச் சுற்றி அதன்மேல் பெண்ணை அமரச் செய்வார். அதன் பிறகு தாய்மாமன் மாலை போடுவார். இதனைத் 'தாய்மாமன் கைசுற்றி வைத்தல்' என்கின்றனர்.

மணப்பந்தலில் மணமகள் வலப்புறமும் மாப்பிள்ளை இடப்புறமும் அமர்ந்திருப்பர். அவர்கள் அருகில் துணைப் பெண், துணை மாப்பிள்ளை அமர்ந்திருப்பர். பெரும்பாலும் இருவருக்கும் சகோதர சகோதரி உறவுடையவர்களே துணை மாப்பிள்ளை, துணைப் பெண்ணாக அமர்வர். அதன்பின்பு மணப்பெண்ணுக்கு அவளது தாய்வீட்டார் ஒரு தேங்காய், பழம், வெற்றிலை பாக்கு போன்றவற்றைச் சீராகக் கொடுப்பர். அதனை மணப்பெண் தனது சேலைமடியை விரித்துப் பெற்றுக் கொள்வாள். இதனை "மடிச்சீர் அளித்தல்" என்பர்.

மணமக்கள் மாலை மாற்றுதல்

பிறகு மாப்பிள்ளைவீட்டார் வாங்கி வந்திருக்கும் மாலையை ஊர் பெரியவர்கள் எடுத்துக் கொடுக்க மணமக்கள் அதனை அணிந்து கொள்வர். தாய்மாமன் போட்ட மாலையை முதன்மையான மாலையாகக் கருதுவதால் இந்த மாலையை துணைமாலை அல்லது மாற்றுமாலை என்கின்றனர்.

பின்பு மணமகன் எழுந்து நின்று, மணமகளும் எழுந்து நிற்க தனது காலை கூடையில் உள்ள உப்பின் மேல் மிதித்து மாலையை மணப்பெண்ணின் கழுத்தில் போடுவார். அதன் பின்பு பெண்ணும் அவனது கழுத்தில் மாலை போடுவாள். இவ்வாறு மூன்று முறை மாலை மாற்றிக் கொள்வர். அப்பொழுது கொட்டு மேளங்கள் முழங்க மக்கள் வாழ்த்தொலி தெரிவிப்பர். பெண்கள் குலவையிட்டு மகிழ்வர். இவ்வாறு மாலைமாற்றுதலைத் "திருப்பூட்டல்" என்கின்றனர். அதன் பிறகு அதுவரை வலப்புறம் அமர்ந்திருந்த

மணப்பெண் மணமகனது இடப்புறம் மாறி அமர்ந்து கொள்வாள். அக்காலத்தில் தங்கத்தில் தாலிகட்டுகின்ற வழக்கம் இவர்களிடத்தில் கிடையாது. இவ்வழக்கம் வெள்ளாளர்களது தாக்கத்தால் இவர்கள் மத்தியில் மிகவும் சமீபத்தில் உருவானது என லூயிஸ் டூமண்ட் குறிப்பிடுகின்றார்.[4] (எல்லாம் முடிந்த பிறகு வந்திருக்கும் உறவினர் களுக்கு விருந்து நடைபெறும்.)

மணமகனது ஊருக்குத் திரும்புதல்

பிறகு மணமக்கள் இருவரும் மணமகள் ஊரில் உள்ள பிள்ளையார் கோயில், அம்மன் கோயில்களுக்குச் சென்று சிதறு தேங்காய் உடைத்து வழிபட்டுவிட்டு உறவினர்கள் புடைசூழ கொட்டு மேளதாளத்துடன் மணமகனது ஊர் நோக்கிச் செல்லத் துவங்குவர். மாப்பிள்ளை மணமகன் கோலத்துடன் குதிரை மீது அமர்ந்து முன் செல்ல, மணமகளும் மற்ற உறவினர்களும் அதனைப் பின்பற்றி நடந்து செல்வர். அப்பொழுது மணமகளது சகோதரர்களும், அவளது ஒன்று விட்ட சகோதரர்களும், பாதுகாப்பிற்காக ஊர்வலத்தில் முன்னும், பின்னும் கம்பு தூக்கி நடந்து வருவர். (இதனைத்தான் கம்பு தூக்கி வருவதற்கு மாமன்மச்சான் வேணும் எனச் சொலவடையாக இன்றும் சொல்கிறார்கள்) மணமகனது ஊருக்குள் நுழைந்த உடன் அந்த ஊரில் உள்ள பிள்ளையாருக்குச் சிதறு தேங்காய் உடைத்து வணங்கி விட்டு மாப்பிளை வீட்டிற்குச் செல்லுவர். அங்கு மாப்பிள்ளையின் சகோதரிகள் மணமக்களது காலில் தண்ணீரை ஊற்றிக் கழுவி விடுவர். பிறகு ஆரத்தி எடுப்பர். மணமக்கள் ஆரத்தி தட்டில் காசு போடுவர். பிறகு வீட்டின் தலைவாசலில் தேங்காய் உடைத்து விட்டு வீட்டிற்குள் நுழைவர்.

சரடு கட்டி தண்ணீர் எடுத்தல்

பிறகு அன்று மதியம் நண்பகலில், ஒரு நூலைக் கழுத்தைச் சுற்றி வருகின்ற அளவிற்கு ஐந்தாக மடித்து அதன்மீது மஞ்சள் அரைத்துத் தடவி மஞ்சள் நூலாக்கி, மாப்பிள்ளையின் சகோதரி மணமகளது கழுத்தில் மூணு முடிச்சுப் போட்டுக் கட்டுவார். இதனைச் "சரடு கட்டுதல்" என்கின்றனர். இவ்வாறு கட்டப்பட்ட மஞ்சள் சரடினை மூன்று அல்லது ஐந்து நாட்களுக்குப் பின்பு கழற்றி உரியில் தொங்க விடுவர். அதன்பின்பு மணமகள் மணமானவள் என்ற அடையாளத் திற்காகக் கருப்புக்கயிறு ஒன்றிணைக் கழுத்தில் அணிந்து கொள்வாள். இக் கருப்புக் கயிற்றை வாழ்நாள் முழுவதும் அவள் அணிந்திருப்பாள். அதன்பின்பு புதுப்பெண் தனது தோழிகளுடன் தண்ணீர் கிணற்றிற்குச்

செல்வாள். அப்பொழுது தோழிகள் தண்ணீர் இறைத்து அப்பானையில் ஊற்றுவர். அவ்வாறு தண்ணீர் ஊற்றும் பொழுது புதுப்பெண் கையில் மஞ்சள், வெற்றிலை பாக்கு வைத்து தண்ணீரை அவளது கையில் படுமாறு ஊற்றிப் பானையினை நிரப்புவர். ஐந்து பானைகளில் தண்ணீர் நிரம்பியவுடன் அதை மாப்பிள்ளை வீட்டிற்குத் தோழிகளுடன் மணப்பெண் எடுத்து வருவாள்.

பாலும் பழமும் கொடுத்தல்

பிறகு, மணமக்கள் பாலும் பாழும் சாப்பிடுவர். அதாவது ஒரு செம்பில் பாலோடு வாழைப்பழத்தைச் சேர்த்து மாப்பிள்ளை குடித்துவிட்டுப் பெண்ணிற்குக் கொடுக்க, பெண் குடித்துவிட்டு மாப்பிள்ளைக்குக் கொடுக்க இப்படி மூன்று முறை மாற்றி மாற்றி குடிப்பர். பால் இல்லாத பட்சத்தில் அதற்குப் பதில் புளிச்ச தண்ணீரைக் குடிப்பர். பிறகு ஒரு பானையில் உப்பை நிரப்பி அதனுள் ஒரு சிறிய மோதிரத்தை ஒளித்து வைத்து விட்டு மாப்பிள்ளை, பெண் இருவரையும் ஒரே சமயத்தில் அதற்குள் கைவிடச் செய்து, யார் முதலில் அந்த மோதிரத்தை எடுக்கிறார்கள் எனப் போட்டி போடச் செய்வர். அப்பொழுது முறை உடைய ஆண்களும், பெண்களும் மணமக்கள் இருவரையும் கேலி செய்வார்கள்.

மறுவீடு செல்லுதல்

திருமணம் முடிந்த பின்பு மறுநாளோ அல்லது ஒரு சில நாட்கள் கழித்தோ புதுமாப்பிள்ளை தனது புது மனைவியுடன் மாமியார் வீட்டிற்கு முதன்முறையாக விருந்திற்குச் செல்வதை மறுவீடு செல்லுதல் என்கின்றனர்.

அப்படி புது மாப்பிள்ளை மறுவீடு செல்லும் பொழுது தனது மாமியார் வீட்டிற்குச் சீர் வரிசையாக எட்டுப் படி நிரப்பப்பட்ட ஒரு உப்புக்கூடை, எட்டுப் படி நிரப்பப்பட்ட இரண்டு அரிசிக் கூடைகள் அதில் ஒவ்வொரு கூடையிலும் இரண்டு, இரண்டு தேங்காய்கள், இரண்டு இரண்டு கருப்பட்டி வெட்டு, ஒரு கட்டு வெற்றிலை பாக்கு வைத்து, ஒரு பையில் அரிசிப்பொரியோடு எடுத்துச் செல்ல வேண்டும். அவற்றை வரிசையாகப் பெண்கள் சுமந்து கொண்டு, கோணக் கொம்பு ஊதி ஊர்வலமாக எடுத்துச் செல்வர். இவ்வாறு எடுத்துச் செல்லப்படும் சீர்வரிசையில் உப்புக்கூடைதான் பிரதானமாகும். இந்த உப்புக்கூடையில் ஏதாவது குறைவு ஏற்பட்டால் பெரிய சச்சரவுகள் வரும். உப்பு குறைவாகக் கொண்டு வந்த மாப்பிள்ளை என்று சொல்லி ஏளனமாகப் பேசுவ தோடு சில சமயங்களில் இதனையே காரணம் காட்டி மணவிலக்கு

கூட செய்து விடுவர். (கடற்கரையிலிருந்து வெகுதூர உட்பகுதியில் வாழ்ந்த மக்கள் உப்பினை மிகவும் பிரதானமான பொருளாகக் கருதினர். ஏனெனில் அவர்கள் வாழ்கின்ற பகுதிகளில் உப்பை விளைவிக்க முடியாது. அதே சமயம் எந்தவொரு உணவுப் பொருட்களையும் உப்பில்லாமல் பயன்படுத்த முடியாது. அதனால் அவர்கள் உப்பினை மிகவும் முக்கியப் பொருளாகக் கருதினர். அதனால் அவர்களின் வாழ்வியல் சடங்குகளில் உப்பு பிரதானமான இடத்தை வகித்தது.)

மாப்பிள்ளை மாமியார் வீட்டை அடைந்தவுடன் கொண்டு சென்ற சீர்வரிசைப் பொருட்களை பெண்வீட்டார் தங்களது உறவினர்களுக்குப் பகிர்ந்து கொடுத்து விடுவர். மறுவீடு வந்த மருமகனை மாமியார் வீட்டில் அவருக்குப் பிடித்த பலகாரங்கள் செய்து கொடுத்து கறி விருந்து அளித்து மகிழ்விப்பர்.

மூன்றாம் வீடு செல்லுதல்

மறுவீடு சென்ற ஓரிரு நாட்கள் கழித்துப் புதுமணத் தம்பதியர் மீண்டும் மாப்பிள்ளை வீட்டிற்குத் திரும்புவதை மூன்றாம் வீடு செல்லுதல் என்கின்றனர். அப்பொழுது மாப்பிள்ளை கொண்டு வந்த மறுவீட்டுச் சீரில் உப்பு நீங்கலாக மற்றவற்றில் இரண்டு மடங்கு அதிகமாகத் திருப்பிக் கொடுத்து விட வேண்டும். அவற்றுடன் வெங்காயம், சேவல் அல்லது கிடாய், சுமார் ஒரு மாதத்திற்குத் தேவையான மசால் சாமான்களையும் கொடுத்து விட வேண்டும்.

அவற்றை வரிசையாக அடுக்கி எடுத்துச் செல்லும் பெண் களுக்கும், குலவையிடும் பெண்களுக்கும் மாப்பிள்ளை வெற்றிலையில் சிறிது பணம் வைத்துக் கொடுத்துக் கொண்டே செல்வார். பெண் வீட்டார் கொடுத்து விட்ட சீர்வரிசையில் மூன்றில் ஒரு பங்கினை மாப்பிள்ளை வீட்டார் பெண் வீட்டிற்குத் திருப்பிக் கொடுத்து விடுவர். பிறகு பெண்வீட்டார் கொடுத்து விட்ட சேவலையோ அல்லது கிடாயையோ வெட்டிச் சமைத்து, வந்திருக்கின்ற உறவினர்களுக்கு விருந்தளிப்பர்.

பொண்ணுச் சோறு போடுதல்

அதன் பிறகு புதுமணத் தம்பதியரின் உறவினர்கள் அவர்களை தங்கள் வீடுகளுக்கு அழைத்து வந்து கறி விருந்து அளிப்பர். அதில் சிலர் அவர்களுக்குப் புத்தாடைகளும் எடுத்துக் கொடுத்து வழியனுப்புவர். இதைப் பொண்ணுச் சோறு போடுதல் என்பர்.

இத்துடன் திருமண நிகழ்வுகள் நிறைவடையும்.

சீர் செய்தல்

புதிதாகத் திருமணமாகி கணவன் வீட்டிற்கு வாழப்போகின்ற தங்களது மகளுக்கு, அவள் மகிழ்ச்சியாக வாழ்க்கையைத் துவங்குவதற்காக, அவளது அன்றாட வாழ்க்கைக்குத் தேவையான வீட்டு உபயோகப் பொருட்களையும், உணவிற்குத் தேவையான தானியங்கள் மற்றும் சமையல் பொருட்களையும் பெற்றோர் கொடுப்பது சீர்வரிசை எனப்படுகிறது. அப் பொருட்களை, சீராக வரிசைப்படுத்தி, முறையாக எடுத்துச் செல்வதானால் அவற்றைச் சீர்வரிசை என்கின்றனர். திருமணம் முடிந்தவுடன் சமையலுக்குத் தேவையான சில பண்டபாத்திரங்களையும் தண்ணீர் எடுப்பதற்குத் தேவையான அண்டா, பானை, போன்றவற்றையும் கொடுத்து விடுவர். மற்ற சீர்வரிசைகளை ஆடிச் சீர், புரட்டாசிப் பொங்கல் சீர், கார்த்திகைச் சீர், தைப் பொங்கல் சீர் என நான்கு நிலைகளில் செய்யவர்.

ஆடிச் சீர் செய்தல்

புதுமணத் தம்பதியரை பெண் வீட்டார் ஆடி மாதம் தங்களது இல்லத்திற்கு அழைத்து, விருந்தளித்து அவர்கள் திரும்பிச் செல்லும் பொழுது சீர் செய்து அனுப்புவர். கள்ளர்களது திருமண மரபுகளில் ஆடிச் சீர் செய்தலே மிகவும் பிரதானமானதாகக் கருதப்படுகின்றது.

ஆடிக்கு அழைத்தல்

ஆடி மாதம் முதல் தேதி 'தலைஆடி' எனப்படும். அன்று பெண் வீட்டார் மாப்பிள்ளை வீட்டிற்கு ஒரு சேவல், ஒரு கூடையில் 8படி அரிசி ஆகியவற்றைக் கொண்டு செல்வர். அதன் பின் தம்பதியரை ஆடிக்குத் தங்கள் வீட்டிற்கு அழைத்துச் செல்வர்.

ஆடிக்குச் செல்லுதல்

தலை ஆடிக்குப் பின்பு ஒரு சில நாட்கள் கழித்துப் புதுமணத் தம்பதியினர் பெண்வீட்டிற்குச் செல்வர். அவ்வாறு செல்லும் பொழுது மூன்று கூடை அரிசி, கூடைக்கு இரண்டு தேங்காய், இரண்டு கருப்பட்டி, ஒரு அடுக்கு வாழை இலை, வெற்றிலை பாக்கு, ஒரு பை அரிசிப் பொரி ஆகியவை வைத்துக் கோணக் கொம்பூதி புதுமணத் தம்பதியர் கை கோர்த்து ஊர்வலமாக, நடந்து செல்வர். அங்கு அவர்களை ஆரத்தி எடுத்து வரவேற்பர்.

அப்பொழுது மாப்பிள்ளைக்கும் அவருடன் வந்தவர்களுக்கும் கறி விருந்து அளிக்கப்படும். பிறகு ஆடி மாதம் முழுவதும் தம்பதியர் அங்கேயே தங்கிவிடுவர். அப்பொழுது மாமியார்கள் கறி விருந்தளித்தும் விதவிதமான பலகாரங்கள் செய்து கொடுத்தும் தங்கள் மருமகன்களைச் சந்தோசப்படுத்துவர்.

ஆடி விருந்திற்கு மாமனார் வீட்டிற்கு வந்திருக்கும் புது மாப்பிள்ளைகளை அவர்களது மைத்துனர்கள் வீரவிளையாட்டிற்கு அழைப்பர். அப்பொழுது பங்காளி உறவுடைய புது மாப்பிள்ளைகள் ஒரு அணியாகவும், மைத்துனர்கள் ஓர் அணியாகவும் கலந்து கொள்வர். இளவட்டக் கல் தூக்குதல், ஓட்டப்பந்தயம், சிலம்பாட்டம், கபடி போன்ற விளையாட்டுக்கள் நடைபெறும். இதில் இளவட்டக்கல் தூக்குதல் மிகவும் பிரதானமான விளையாட்டாகும். ஒவ்வொரு கிராமத்திலும் 50 முதல் 90 கிலோ உடைய உருண்டைக் கற்கள் இருக்கும். அவற்றைப் புதுமாப்பிள்ளைகள் தூக்கி தங்களது தோள் பட்டை வழியாக முதுகுக்குப் பின் தூக்கி எறிய வேண்டும். அவ்வாறு எறிய முடியாத மாப்பிள்ளைகளை மைத்துனர்களும், மைத்துனிகளும், கொழுந்தியாள்களும் கேலி செய்து விளையாடுவர்.

புது மாப்பிள்ளைகளின் அறிவுத் திறனைச் சோதிப்பதற்காக ஊர்ப் பெரியவர்கள் அவர்களிடம் விடுகதைகளைப் போட்டு அதற்கு அர்த்தம் கேட்பர். சிலர் மணக்கணக்குகளைப் போட்டு அதற்கு விடை கேட்பர். கொம்பான் விளையாட்டிற்கு அழைத்தும் அவர்களது அறிவுத் திறனைச் சோதிப்பர்.

பணியாரக் குடம் தூக்கிச் செல்லுதல்

கடைசி ஆடி வருவதற்கு இரண்டு நாட்களுக்கு முன்பு பெண் வீட்டார் சீர் செய்து புதுத் தம்பதியரை மாப்பிள்ளை வீட்டிற்கு அனுப்பி விடுவர்.

தங்கள் மகளது வீட்டு உபயோகத்திற்குத் தேவையான பாத்திர பண்டங்கள், புதுப் பானைகள் அவை நிறைய பலகாரங்கள், ஒரு குடம் நிறைய பணியாரம், கூடை அரிசி ஒவ்வொரு கூடையிலும் இரண்டு தேங்காய், இரண்டு கருப்பட்டி, ஒரு அடுக்கு இலை, ஒரு மாதத்திற்குத் தேவையான பலசரக்குச் சாமான்கள், வெங்காயம், வெற்றிலை பாக்கு, ஒரு வாழைத்தாரு, ஒரு கொம்புக்கிடாய் போன்ற வற்றை ஆடிச்சீர் வரிசையாகக் கொடுத்து விடுவர். அவற்றை வரிசையாக அடுக்கி ஊரார் குலவையிட கொம்பூதி ஊர்வலமாக

எடுத்துச் செல்வர். அப்பொழுது பணியாரம் நிரப்பப்பட்டுள்ள குடத்தை மட்டும் புதுப்பெண் இடுப்பில் சுமந்து கொண்டு முன் செல்ல அவளது சகோதரர்கள் கிடாயைப் பிடித்துக் கொண்டு அவளைத் தொடர்ந்து செல்வர். மற்ற குடங்களையும், உடைகளையும் மற்ற பெண்கள் சுமந்து கொண்டு வரிசையாகப் பின் தொடர்ந்து ஊர்வலமாகச் செல்வர். அப்பொழுது கொட்டுக்காரர்கள் ஊரின் முக்கியத் தெருக்களில் செல்லும் பொழுது ஒவ்வொரு முக்கிய இடத்திலும் நிறுத்தி யார் வீட்டிலிருந்து சீர், யார் வீட்டிற்குச் செல்லுகிறது என்பதனை அறிவித்துக் கொண்டே செல்லுவர்.

மாப்பிள்ளை வீடு சென்றவுடன் மாப்பிள்ளையின் சகோதரிகள் தம்பதியரை ஆரத்தி எடுத்து வரவேற்பர். புதுப்பெண் ஆரத்தித் தட்டில் பணம் போடுவாள். பிறகு வந்திருக்கும் விருந்தினர்கள் அனைவருக்கும் கறி விருந்து அளிக்கப்படும். பெண்வீட்டிலிருந்து வந்திருக்கும் பலகாரங்களை மாப்பிள்ளை வீட்டார் தங்களது உறவினர்களுக்கும் அண்டை அசலாருக்கும் பகிர்ந்தளிப்பர். மாமக்கிடாய் பிடித்து வந்த மைத்துனருக்கும், மாமியாருக்கும் புத்தாடைகள் எடுத்துக் கொடுத்து அவர்கள் கொண்டு வந்த அரிசி, பலகாரங்களை ஒரு பகுதியைக் கூடையில் வைத்து அவர்களை வழி அனுப்பி வைப்பர். இந்த ஆடிச் சீரே மணப்பெண்ணிற்கு மிகவும் பிரதானமான சீராகக் கருதப்படுகின்றது. இதில் ஏதாவது குறைவு ஏற்பட்டால் அது பெரிய சச்சரவுகளில் போய் முடியும்.

புரட்டாசிப் பொங்கல் சீர்

ஆடிச் சீரைப் போல, புரட்டாசிப் பொங்கல் திருவிழாவின் பொழுது பெண் வீட்டார் ஒரு கூடை அரிசி, இலை, தேங்காய், கருப்பட்டி, வெற்றிலைப் பாக்கு, ஒரு சேவல் ஆகியவற்றை மாப்பிள்ளை வீட்டிற்குச் சீர் வரிசையாகக் கொடுத்து அனுப்புவர். அவர்கள் அம்மாதத்திற்குள் ஒரு நல்ல நாள் பார்த்து பெண் வீட்டாரை அழைத்துக் கறி விருந்தளிப்பர்.

கார்த்திகைச் சீர்

அது போல கார்த்திகைக்கும், பெண்வீட்டார் சீர் அளிப்பர். கார்த்திகை தினத்திற்கு முன்னதாக ஒரு கூடை அரிசி, வாழைக்காய், பருப்பு போன்றவற்றைச் சீராக மாப்பிள்ளை வீட்டிற்கு அளிப்பர். மாப்பிள்ளை வீட்டார் பெண் வீட்டாரை அழைத்துச் சைவ விருந்தளித்து மகிழ்வர்.

தைப் பொங்கல் சீர்

ஆடிச்சீரைப் போல தைப்பொங்கல் சீரும் மிகவும் பிரதான மானதாகும். தைப் பொங்கலுக்கு ஒரு வாரத்திற்கு முன்னதாக மாப்பிள்ளை வீட்டிலிருந்து மூணு கூடை அரிசி, ஒவ்வொரு கூடையிலும் இரண்டு தேங்காய், இரண்டு கருப்பட்டி, வாழைஇலை அடுக்கு, வெற்றிலைப் பாக்கு, வாழைப்பழம் ஆகியவற்றைப் பெண் வீட்டிற்கு எடுத்துச் செல்வர். வந்தவர்களைப் பெண்வீட்டார் ஆரத்தி எடுத்து வரவேற்று அவர்களுக்குக் கறி விருந்தளிப்பர்.

பிறகு தைப் பொங்கலிற்கு இரண்டு நாட்களுக்கு முன்பு பெண்வீட்டார் 9 கூடை அரிசி ஒவ்வொரு கூடையிலும் இரண்டு தேங்காய், இரண்டு கருப்பட்டி, வாழைத்தாரு, வெற்றிலை பாக்கு, வாழை இலை அடுக்கு, ஒரு மாதத்திற்குத் தேவையான பலசரக்குச் சாமான்கள், வெள்ளைப்பூண்டு, வெங்காயம், பூரணிப்பழம், கரும்புக் கட்டு ஆகியவற்றை வரிசையாக அடுக்கி அதன் முன்பாக மைத்துனர் கிடாய் ஒன்றினைப் பிடித்து கோணக் கொம்பூதிக் கொண்டு ஊர்வலமாக மாப்பிள்ளை வீட்டிற்கு எடுத்துச் செல்வர். பெண் வீட்டார் வந்தவர்களை ஆரத்தி எடுத்து வரவேற்று அனைவருக்கும் கறி விருந்தளிப்பர். தைப்பொங்கல் திருநாள் கழித்து பெண்வீட்டார் கொண்டு வந்த கிடாயை வெட்டிச் சமைத்து பெண்வீட்டாரை அழைத்து மாப்பிள்ளை வீட்டார் விருந்தளிப்பர்.

இப்பொங்கல் சீரோடு புதுப்பெண்ணிற்குச் சீர் செய்தல் நிறைவு அடையும். மேற்கூறியவற்றைத் தவிர நகைகளையோ, பணத்தையோ சீராகச் செய்கின்ற வழக்கம் அக்காலத்தில் இல்லை. இது தவிர தீபாவளி போன்ற நிகழ்வுகளுக்குச் சீர் செய்கின்ற வழக்கம் அக்காலத்தில் அறவே கிடையாது. மேலும், திருமணமான முதல் வருடத்தில் மட்டுமே கல்யாண சீர்கள் செய்யப்படும். அடுத்த வருடத்திலிருந்து அவர்கள் பழைய தம்பதிகளாகவே கருதப்படுவர்.

தற்காலத் திருமணங்கள்

இதுவரை சுமார் 60 அல்லது 70 ஆண்டுகளுக்கு முன்பு நடந்த திருமண நிகழ்வுகள் பற்றிப் பார்த்தோம். இன்று இவர்கள் மத்தியில் ஏற்பட்டுள்ள சமூகவியல் பொருளாதார மாற்றங்கள் காரணமாக இவ்வழக்கு முறைகளில் பெருத்த மாற்றங்கள் ஏற்பட்டுள்ளன. அது பற்றிச் சற்றுப் பார்ப்போம்.

அக்காலத்தில் குதிரை ஏறிச்சென்று, இரவு நேரங்களில் திருமணம் செய்கின்ற வழக்கம் இன்று அடியோடு மாறியுள்ளது.

ஆனால் இவ்வகை இரவு நேரத் திருமணங்கள், 1975 வரை தொடர்ந்தன எனப் பார்வர்டு பிளாக் பிரமுகர் இ. ராசா குறிப்பிடுகிறார்.[5]

இன்று பெரும்பாலும் பகல் நேரங்களிலேயே திருமணங்கள் நடைபெறுகின்றன. அது போல மாப்பிள்ளைகள் தலையில் குல்லா அணிந்து பூச்சரங்களால் தங்களது முகத்தை மூடிக் கொள்கின்ற வழக்கமும் இன்று அறவே ஒழிந்து விட்டது.

முறை பார்த்தல், பெண் பார்த்தல் நிகழ்வுகளெல்லாம் பாரம்பரிய முறைப்படியே நடைபெறுகின்றன. பரிசம் போடுதல் சில சமயங்களில் தனி நிகழ்வாகப் பழைய வழக்கப்படியே நடைபெறுகின்றது. சில இடங்களில் திருமணத்தோடு சேர்த்துப் பரிசம் போடுதலை வைத்துக் கொள்கின்றனர்.

பத்திரிகை அடித்தல்

இரு வீட்டாரும் திருமணத்திற்குச் சம்மதித்த பின்பு தங்களுக்குள், கலந்து பேசி பத்திரிகை அடிக்கின்றனர். பத்திரிகையில் பசும்பொன் முத்துராமலிங்கத் தேவர், நேத்தாஜி சுபாஷ் சந்திரபோஸ் ஆகியோரது படங்களை முன் அட்டையில் போட்டு அடிக்கின்ற வழக்கம் பரவலாகக் காணப்படுகின்றது. இது மட்டுமல்லாமல் இரு வீட்டாரில் அவர்கள் சார்ந்திருக்கின்ற அரசியல் கட்சித் தலைவர்களது படங்களையும் போட்டுப் பத்திரிகை அடிக்கின்றனர்.

பத்திரிகையின் மையப்பகுதியின் மேல்புறத்தில் மணமகன், மணமகள் ஆகிய இருவரது குலதெய்வங்களது பெயர்களும் இடம் பெறும். உதாரணத்திற்கு மணமகன் பாப்பாபட்டிக்காரராய் இருந்தால் 'பாப்பாபட்டி ஒச்சாண்டம்மன் துணை' என்றும், மணமகள் கள்ளபட்டிக்காரராய் இருந்தால் 'புன்னூர் அய்யன் துணை' என்றும் போடுவர்.

பிறகு மணமகனது பெயரும், மணமகளது பெயரும் இடம்பெறும். அதில் அவர்களது தந்தைவழிப் பாட்டன், பாட்டி ஆகியோரையும், தாய்வழிப் பாட்டன், பாட்டி ஆகியோரையும் குறிப்பிட்டு மணமகனது பெயரையும், மணமகளது பெயரையும் குறிப்பிடுவர். எடுத்துக் காட்டாக

"ஆரியப்பட்டி கல்யாணித்தேவர், பின்னியக்காள் ஆகியோரது மகன் வழிப்பேரனும், முதலைக்குளம் ஒச்சாத்தேவர் – பேச்சியம்மாள் ஆகியோரது மகள் வழி பேரனுமாகிய திருவளர்ச் செல்வன் ....க்கும்

நாட்டார்மங்கலம் சிவன்காளைத்தேவர், ஒச்சம்மாள் ஆகியோரது மகன்வழிப் பேத்தியும், கொக்குளம் கட்டப்பின்னத் தேவர் – கழுவாயி ஆகியோரது மகள் வழிப் பேத்தியுமான திருவளர்ச் செல்வி ....க்கும் பெரியோர்களால் நிச்சயிக்கப்பட்டு" எனப் பத்திரிகை அடிப்பர்.

பத்திரிகையில் தமிழ் வருடம், மாதம் நாள் குறிப்பிடப்படும். ஆங்கில வருடம், மாதம், நாள் போன்றவை அடைப்புக் குறிக்குள்தான் குறிப்பிடப்படும்.

பிறகு 'தங்களன்புள்ள' என, மணமகனது தாய் தந்தைப் பெயர்களும் "அவ்வண்ணமே கோரும்" என, மணமகளது தாய் தந்தைப் பெயர்களும் குறிப்பிடப்படும்.

மணமகன், மணமகளது தாய்மாமன் பெயர்களையும் போடுவர். தாய்மாமன்கள் பெயர்களைப் போடுவது கட்டாயமாகக் கருதப் படுகிறது. தாய்மாமன் வரிசையில் தாயாரது உடன் பிறந்த சகோதரர்கள் முதலில் இடம் பெறுவர். அடுத்து அவரது சித்தப்பா, பெரியப்பா மக்களும், அவருக்குச் சகோதரர் உறவுடைய மற்றவர்களும் இடம் பெறுவர். பிறகு மணமகள் அல்லது மணமகனது சகோதரிகளது கணவர்கள் பெயர் இடம் பெறும். அடுத்து, தந்தையாரின் சகோதரிகளின் கணவன்மார்களின் பெயர்களும் இடம்பெறும். பிறகு மணமகனது, மணமகளது வரவேற்பாளர்கள் பெயர்களைப் போடுவர். வரவேற்பாளர்கள் பட்டியலில் பங்காளி உறவுடையவர்களே இடம் பெறுவர். பிறகு சிறப்பு அழைப்பாளர்கள், வாழ்த்துரை வழங்குவோர்கள் எனத் தனித்தனிப் பட்டியல்களைப் போடுவர். சில சமயங்களில் இப்பெயர்களின் எண்ணிக்கை பல நூறுகளை தாண்டும். சமீபத்தில் அய்யனார்குளத்தைச் சேர்ந்த ஒரு பத்திரிகையில் 1500க்கும் மேற்பட்ட பெயர்களை நான் பார்த்தேன்.

பத்திரிகை அடித்த பின்பு, அவரவர் தங்களது தாய்மாமனுக்கு முதல் பத்திரிகை அளித்துவிட்டுதான் மற்றவர்களுக்குப் பத்திரிகை கொடுக்க ஆரம்பிப்பர்.

திருமணம்

திருமணத்தன்று மணமகனது தாய்மாமன் மாப்பிள்ளையின் கையைப் பிடித்து அழைத்து வந்து மணமேடை மீது அமர வைப்பார். பின்பு தாய்மாமன் மாலை போடுவார். அதே போல் மணமகளது தாய்மாமன், அவளது கையைப் பிடித்து அழைத்து வந்து மணமேடையில் அமரச் செய்து மாலை போடுவார். பிறகு

அதில் உள்ள சமூகப் பெரியவர் ஒருவர் மஞ்சள்கயிற்றில் கோக்கப்பட்ட தாலியை எடுத்துச் சபையில் உள்ள எல்லோருக்கும் காட்டிவிட்டு மணமகனிடம் கொடுப்பார். மணமகன் தனது வலதுகாலை உப்பின் மீது மிதித்துக் கொண்டு மணமகளது கழுத்தில் கட்டுவார். அவ்வாறு கட்டும் பொழுது முதல் முடிச்சு மட்டும்தான் மணமகன் போடுவார். மற்ற இரண்டு முடிச்சையும் அவரது சகோதரி போடுவார். சகோதரி இல்லாத பட்சத்தில் ஒன்று விட்ட சகோதரியோ அல்லது சகோதரி உறவுடைய பெண்களோ முடிச்சினைப் போடுவர். இதனை நாத்தனார் முடிச்சு என்கின்றனர். இவ்வாறு தாலி கட்டும் பொழுது மேளங்கள் முழங்க மக்கள் மஞ்சள் கலந்த அரிசியைத் தூவி வாழ்த்துவர். அதன் பின்பு மணமக்கள் மாலை மாற்றுவர். பின்பு சமூகப் பெரியவர்கள் மணமக்களை வாழ்த்திப் பேசுவர். மணவிழாவிற்கு வந்த அனைவரும் விருந்து உண்டு 'மொய்' எழுதிவிட்டுச் செல்வர்.

உப்பு மிதித்துத் தாலி கட்டுதல்

பிறமலைக் கள்ளர்களது எல்லாத் திருமண நிகழ்வுகளிலும், சைவ விருந்தே அளிக்கப்படும். திருமணம் முடிந்த பின்பு நடை பெறுகின்ற மற்ற நிகழ்வுகளில் பாரம்பரிய வழக்குமுறைகளைப் பின்பற்றுகின்றனர்.

தற்காலச் சீர் முறைகள்

தற்காலத்தில் ஏற்பட்ட சமூகப் பொருளாதார மாற்றங்களினால் சீர்செய்தலில் இருந்த எளிமையான நடைமுறைகள் மாறியுள்ளன. ஆரம்பகாலத்தில் புதிதாகத் திருமணமாகிச் செல்கின்ற தங்கள் மகள் தன்வாழ்க்கையைத் துவங்குவதற்கு உதவியாக இருப்பதற்காகச் சில வீட்டு உபயோகப் பொருட்களையும், பலசரக்குச் சாமான் களையும் மட்டுமே சீர்வரிசையாகக் கொடுத்து வந்தனர். ஆனால் இன்று வரதட்சணையாக நகைகளைப் போடுகின்ற வழக்கம் அதிகரித்து விட்டது. பெரும்பாலும் எல்லாத் திருமணங்களையும் மணமகளது வாழ்வியல் தகுதியைக் காட்டிலும் அவர்களது குடும்பத்தினர் போடுகின்ற நகைகளே பெரிதும் தீர்மானிக்கின்றன. சமீபத்தில் பிறமலைக் கள்ளர்களுக்காக நடத்தப்படும் திருமணத் தகவல் மையத்தில் பதிவு செய்யப்பட்டுள்ள மணமகன்களது தன் விவரப் பட்டியலைப் (பயோடேட்டா) பார்த்தேன். அதில் மணமகனைப் பற்றிய விவரங்களோடு மாப்பிள்ளை எவ்வளவு நகை எதிர் பார்க்கிறார் என்ற விபரத்தையும் பதிவு செய்து வைத்திருப்பதைக் கண்டேன். இது எனக்கு அதிர்ச்சியையும், கோபத்தையும் அளித்தது. இந்தளவிற்குச் சமீபகாலத் திருமணங்கள் என்பது வியாபாரத்தன்மை அடைந்துவிட்டன. இது போன்ற நிகழ்வுகள் பெண்களுக்குப் பலவகையில் சம உரிமையளித்த பிறமலைக் கள்ளர் சமூகத்தில் பெண்சிசுக் கொலைகள் நிகழ்கின்ற அவலத்தை நோக்கி அழைத்துச் சென்றுவிட்டது. மேலும் சமீபத்தில் சீர்வரிசைகளை வைத்துதான் பல பிரச்சனைகள் உருவாகி பல மணவிலக்குகள் நடைபெறுகின்றன. குறிப்பாகப் படித்த மத்தியதர வர்க்கத்தினர்கள் மத்தியில் இது போன்ற சச்சரவுகள் அதிகரித்துள்ளன. மேலும் ஆடிச்சீர், பொங்கல் சீர் என்ற நிலைகள் மாறி, 'தீபாவளிச் சீர்' என்ற புதிய நடைமுறையும் உருவாகியுள்ளது.

சோறுகட்டிச் செல்லுதல் (வளைகாப்பு)

பெண்ணின் முதல் கருத்தரித்தலின் போது ஏழாவது அல்லது ஒன்பதாவது மாதத்தில் பெண்வீட்டார் அவளைத் தலைப் பிரசவத்திற்காகத் தாய் வீட்டிற்கு அழைத்துச் செல்ல வருவர். அப்படி வரும்பொழுது பல விதமான உணவு வகைகளை அதாவது

புளிசாதம், எலுமிச்சைச்சாதம், தயிர்சாதம், தக்காளிசாதம், தேங்காய் சாதம், பொங்கல் இன்னும் தங்கள் மகளுக்குப் பிடித்த பலவகைப் பலகாரங்களைச் செய்து கொண்டு வருவர். அதில் புளிசாதமும், கத்தரிக்காய் கூட்டும் மிகவும் பிரதானமானதாகும். இவ்வாறு தாங்கள் கொண்டு வந்த உணவுப் பொருட்களை முதலில் மாப்பிள்ளையின் குலதெய்வத்திற்குப் படைத்து வழிபடுவர். பிறகு அந்த உணவுப் பண்டங்களைக் கர்ப்பமாக உள்ள பெண்ணிற்குக் கொடுத்து அவளை உண்ணச் செய்வர். அதன் பின்பு அங்கு வந்திருக்கின்ற பெரியவர்கள் அவளது நெற்றியில் திருநீறு பூசி ஆசீர்வதிப்பர். பெண்வீட்டார் கொண்டு வந்த உணவுப் பண்டங்களையும் மாப்பிள்ளை வீட்டார் செய்து வைத்திருக்கும் கறி உணவையும் சேர்த்து வந்திருக்கின்ற உறவினர்கள் அனைவருக்கும் விருந்தளிப்பர். அக்காலத்தில் கர்ப்பமான பெண்ணிற்கு வளையல் போடுகின்ற வழக்கம் இல்லை. ஆனால் தற்காலத்தில் நாத்தனார் உறவு உடைய பெண்கள், தாங்கள் வாங்கிவந்துள்ள புது வளையல்களைக் கர்ப்பவதிக்கு அணிவிக் கின்றனர். அதன் பிறகு அவளை தலைப் பிரசவத்திற்காகத் தாய் வீட்டிற்கு அழைத்து செல்வர்.

மருந்துகளி கொடுத்தல்

கர்ப்பமாக உள்ள பெண்மணி தங்களது தாய்வீட்டிற்கு அழைத்துச் செல்லப்பட்ட பின்பு அதற்கு மறுநாள் அல்லது ஓரிரு தினங்கள் கழித்து மாப்பிள்ளை வீட்டார் பெண் வீட்டிற்குச் செல்வர். தாங்கள் கொண்டு சென்ற பச்சரிசியை இடித்துக் களி கிண்டுவர். பிறகு கிண்டி வைத்துள்ள பச்சரிசிக் களியை ஒவ்வொரு இலையிலும் ஒவ்வொரு கரண்டி வைப்பர். அவற்றில் ஒரு குழி செய்து நல்லெண்ணையை ஊற்றி அதில் தூள் செய்யப்பட்ட கருப்பட்டியைப் போடுவர். அதன் பின்பு சங்க இலைச்சாறு, செந்தட்டி இலைச்சாறு, மூங்கில் இலைச்சாறு, வேப்பிலைச்சாறு என மருத்துவ குணம் கொண்ட இலைச்சாறுகளை அவற்றில் பிழிந்து விடுவர். இவ்வாறு மருத்துவகுணம் கொண்ட இலைச் சாறுகளைப் பிழிந்துவிடுவதால் அது மருந்துகளி எனப்படுகிறது. பிறகு கர்ப்பிணிப் பெண்ணை அமரச் செய்து உண்ணச் செய்வர். மீதமுள்ளதனை அங்கு உள்ள குழந்தைகளுக்கும், பெரியவர்களுக்கும் பகிர்ந்தளிப்பர். பல மூலிகைச் சாறுகளைக் கொண்ட மருத்துவகுணம் கொண்ட மருந்துகளியை உண்பதனால் சுகப்பிரசவம் ஆவதோடு பிறக்கின்ற குழந்தையும் ஆரோக்கியமாக இருக்கும் என நம்புகின்றனர்.

தலைப் பிரசவம்

அக் காலத்தில் பிரசவங்கள் பெரும்பாலும் இல்லங்களிலேயே நடைபெற்றன. நாவிதர் குல மருத்துவச்சிகளே பெரும்பாலும் பிரசவம் பார்ப்பர். அவர்கள் இல்லாத பட்சத்தில் இதுபற்றி நல்ல அனுபவம் உடைய ஊரில் உள்ள முதிய பெண்கள் பிரசவம் பார்ப்பர்.

குழந்தை பிறந்தவுடன் சூழ்ந்திருக்கின்ற பெண்கள் குலவையிட்டு மகிழ்வர். பிறந்த குழந்தை ஆண் குழந்தையாக இருந்தால் ஐந்து அல்லது ஏழு முறை குலவையிடுவர். பெண்குழந்தையாக இருந்தால் ஒன்று அல்லது மூன்று முறை மட்டுமே குலவையிடுவர். குலவை யிடுகின்ற சத்தத்தை வைத்தே ஊரார், பிறந்த குழந்தை ஆணா? பெண்ணா? என்பதனை ஊகித்துக் கொள்வர்.

குழந்தை பிறந்த செய்தியைப் பெண்வீட்டார் அந்தக் கிராமத்து ஏகாளி (வண்ணான்) மூலம் அதன் தகப்பன் வீட்டிற்குச் சொல்லி விடுவர். தகப்பன் வீட்டார் அந்த நல்ல செய்தியைச் சுமந்து வரும் ஏகாளியை அன்புடன் வரவேற்று அவருக்குப் புது வேட்டி, துண்டு எடுத்துக் கொடுத்து அவருக்குக் கறி விருந்து அளித்து அனுப்பி வைப்பர். இதனை "மாறான் சொல்லுதல்" என்பர்.

குழந்தை பிறந்த செய்தி கேட்ட சில தினங்களுக்குள், அதன் தகப்பன் வீட்டார் கோழி, அரிசி, மசால் சாமான்கள், கருப்பட்டி, பூண்டு, நல்லெண்ணெய், காயச்சரக்கு, வாழைஇலை, மற்றும் குழந்தைக்குப் புத்தாடை எடுத்துக் கொண்டு குழந்தை பிறந்த வீட்டிற்குச் செல்வர். தாங்கள் கொண்டு வந்த பொருள்களைச் சமைத்து, குழந்தையைப் பெற்ற தாய்க்கும் கொடுத்து, அவளது உறவினர்களுக்கும் பரிமாறி, தாங்களும் உண்டு மகிழ்வர். பின்பு கொண்டு சென்றுள்ள காயம், கருப்பட்டி, பூண்டு, நல்லெண்ணெய் கலந்து மருந்து செய்து குழந்தையைப் பெற்ற தாய்க்குக் கொடுப்பர். இதனைக் 'குழந்தைப் பார்த்துச் செல்லுதல்' என்கின்றனர். இவ்வாறு குழந்தையைப் பார்த்துவிட்டுச் சென்று மூன்று மாதம் கழித்து, அதன் தகப்பன் வீட்டிலிருந்து அவனது பெற்றோர் அல்லது வேறு பெரியவர்கள் தங்களது சம்பந்தி வீட்டிற்குக் காய்கறிகள் வாங்கிக் கொண்டுச் செல்வர். அவர்கள் அதனைச் சமைக்க வந்தவர் களுக்கும் விருந்தளிப்பர். அதன் பின்பு தாயையும், சேயையும் ஒரு சில நாட்களில் தங்கள் இல்லத்திற்கு அனுப்புமாறு கூறிச் செல்வர்.

தகப்பன் வீட்டார் வந்து அழைத்துச் சென்ற சில நாட்கள் கழித்துப் பெண்ணின் தாய்வீட்டார் தாய்க்கும், சேய்க்கும்

புத்தாடைகள் எடுத்துக் கொடுத்து ஒரு கூடை அரிசி, குழந்தைக்குக் கொடி, கொலுசு, ஒரு எண்ணெய்க் கலயம், ஒரு கயிற்றுக்கட்டில், வசதியானவர்களாக இருந்தால் ஒரு பால் மாடு ஆகியவற்றைச் சீர்வரிசையாகக் கொடுத்துத் தாயையும் சேயையும் தகப்பன் வீட்டிற்கு அனுப்பிவைப்பர்.

இவர்களது சீர் செய்தல் மரபுகளில் திருமணம் முடிந்ததும் கட்டிலைச் சீராகக் கொடுக்கின்ற மரபு இல்லை. மாறாகக் குழந்தை பிறந்து செய்கின்ற சீர்வரிசையில்தான் கட்டில் கொடுக்கப்படுகிறது. ஏனெனில் பிறந்த பச்சிளங் குழந்தையைத் தரையில் படுக்க வைத்தால் சிறு எறும்புகள் அக்குழந்தையைக் கடித்து விடும் அல்லது வேறு ஏதாவது கிருமிகள் அதனைத் தாக்கிவிடும் என்பதற்காகவும் அந்தக் குழந்தையையும், அதற்குத் துணையாகத் தாயும் படுத்துக் கொள்வதற்காகக் கட்டிலினைச் சீராகக் கொடுக்கின்றனர்.

இவ்வாறு தகப்பன் வீடு வந்த தாயையும் சேயையும் ஆரத்தி எடுத்து வரவேற்பர். உடனே பெண்ணின் தாய்வீட்டிலிருந்து கொண்டு வந்திருந்த சேலையில் தொட்டில் கட்டி குழந்தையைப் படுக்க வைப்பர். தகப்பன் வீட்டார் வந்திருக்கின்ற அனைவருக்கும் சைவ விருந்து அளித்து மகிழ்வர். பிறகு இத்தனைக் காலம் தன் மகளைக் கண்ணும் கருத்துமாகப் பார்த்து, தாயும் சேயும் நலமாக உள்ளதற்குக் காரணமான அந்தப் பெண்ணின் தாயாருக்கு அதாவது தனது மாமியாருக்குக் குழந்தையின் தகப்பன் புதுச்சேலை எடுத்துக் கொடுத்து வழி அனுப்பி வைப்பார்.

தலைப்பிரசவம் தவிர, மற்றப் பிரசவங்கள் அனைத்தும் குழந்தையின் தகப்பன் வீட்டிலேயே நடைபெறும். அவற்றிற்குப் பெண்ணின் தாய்வீட்டார் விருந்தினர் போல் வந்து பார்த்து விட்டுச் செல்வார்களே தவிர அவர்கள் எந்தச் சீரும் செய்ய வேண்டிய அவசியமில்லை.

குழந்தைக்குச் சேனை குத்துதல்

குழந்தை பிறந்தவுடன் அதற்குச் சேனைப்பால் தொட்டு வைப்பர். பெண் குழந்தையென்றால், அருகிலுள்ள பெண்களில் அனுபவம் உடைய பெண்கள் தாய்ப்பாலை ஒரு சங்கில் பீச்சி அதனை விரலால் தொட்டுக் குழந்தையின் நாக்கில் மூன்று முறை வைப்பர். அப்படி வைக்கும் பொழுது "காட்டுப்புத்தி போய் வீட்டுப்புத்தி வா" என்றும், "உன் புத்தி போய், என் புத்தி வா" எனவும் கூறிக்கொண்டே வைப்பர். ஆண் குழந்தையென்றால் அனுபவமிக்க ஆண்கள் இதே

போல் சேனை வைப்பர். இங்ஙனம் சேனை குத்துவதன் மூலம் வைத்தவரது குணநலன்களும், பண்புகளும் அந்தக் குழந்தைக்கு வரும் என நம்புகின்றனர். இவ்வாறு சேனை குத்திய பிறகு தான் குழந்தைக்குத் தாய், பால் ஊட்டத் துவங்குவாள்.

அக்காலத்தில் அரிவாளால் சேனை குத்துகின்ற பழக்கம் இவர்களிடம் இருந்ததாக ஒரு தகவலாளர் தன்னிடம் தெரிவித்ததாக அமெரிக்க மானுடவியல் பேரராசிரியர் ஆனந்த பாண்டியன் ஒரு முறை என்னிடம் தெரிவித்தார். ஏதாவது ஒரு இரும்பின் மூலம் சேனை தொட்டு வைக்கும் வழக்கம் தற்காலம் வரை இருந்தது என முக்கியத் தகவலாளர் சோலைக் கருப்பத்தேவன் என்னிடம் தெரிவித்தது அதனை உறுதியூட்டுகின்ற விதமாக உள்ளது.

பிறந்த மொட்டை இடுதல்

குழந்தை பிறந்த ஏழாவது அல்லது ஒன்பதாவது மாதத்தில் அவர்களது குலதெய்வக் கோயிலுக்குச் சென்று மொட்டை இடுவர். இதனைப் பிறந்த முடி எடுத்தல் என்கின்றனர். குலதெய்வ கோயில் களுக்குச் செல்வதற்கு வாய்ப்பில்லாதவர்கள் அதனை நினைத்துக் கொண்டு தங்களது வீடுகளிலேயே மொட்டை போட்டுக் கொள்வர்.

காது குத்துதல்

கள்ளர்களது மரபுகளில் அக் காலத்தில் ஆண் குழந்தைகளுக்கு மட்டுமே காதுகுத்துதல் என்கின்ற தனி நிகழ்வு நடைபெற்றது. பெண் குழந்தைகளுக்கு இல்லை. ஏனெனில் அக்காலத்தில் காது வளர்ப்பதற்காக பெண் குழந்தைகள் பிறந்தவுடன் காதுகளில் ஓட்டை போட்டு தக்கை வைத்து விடுவர் (இக் காது வளர்த்தல் பற்றிப் பின்பு பார்ப்போம்). அதனால் காது குத்துதல் என்கின்ற தனி நிகழ்வு நடத்துவதற்கு அவசியமில்லை.

ஆண் குழந்தை நடக்கும் பருவத்தை அடைந்த பின்பு குழந்தைக்குக் காதுகுத்துகின்ற நிகழ்வை நடத்துவர். காதுகுத்துதல் விழா நடத்துவது என முடிவெடுத்த பின்பு குழந்தையின் பெற்றோர் அதன் தாய்மாமனிடம் சென்று காதணிவிழா நடத்துவதற்கு அனுமதி கேட்பர். அவர் அதற்கு அனுமதி கொடுத்த பின்பு நல்ல முழுநிலாக் காலமாகப் பார்த்து அதற்கு நாள் குறிப்பர். ஏனெனில் அக் காலத்தில் காதுகுத்துதல் விழாவும் இரவு நேரங்களில்தான் நடைபெறும். பிறகு வெற்றிலைப் பாக்கு கொடுத்து உறவினர்களை விழாவிற்கு அழைப்பர்.

மாமன்கிடாய் கொண்டு வருதல்

தாய்மாமன்மார் அவர்களது வீட்டிலிருந்து அரிசிக்கூடைகள் வைத்து, ஒரு தட்டில் மாலை வைத்து, ஒரு தட்டில் புத்தாடைகள் வைத்து, ஒரு தட்டில் பலவகைப் பழங்களை வைத்து தாய்மாமன் கிடாய் பிடித்து முன் செல்ல கொம்பூதி, கொட்டடித்து, வான வேட்டுகள் வெடித்து ஊர்வலமாக விழாவீடு நோக்கிச் செல்வர். தாய்மாமனது குடும்பப்பெண்கள் இவற்றைத் தலையில் வைத்துச் சுமந்து கொண்டு செல்வர். "அப்பொழுது கொட்டுக் காரர்கள் இன்னார் தாய்மாமன், இன்னார் வீட்டிற்குக் காது குத்திற்காக மாமக்கிடாய் பிடித்துச் செல்கிறார்" என அறிவித்துக் கொண்டே செல்வர். இவ்வாறு கொட்டுக்காரர்கள் ஒவ்வொரு முறை அறிவிக்கும் பொழுதும் அவர்களுக்குத் தாய்மாமன் பணம் கொடுத்துக் கொண்டே செல்வார்.

ஊர்வலம் விழா நடைபெறுகின்ற இடத்தை அடைந்த உடன் குழந்தையின் தாய் ஆரத்தி எடுத்து அனைவரையும் வரவேற்பார். தாய்மாமனாகிய தனது சகோதரன் கால்களை நீர்ஊற்றி கழுவி விடுவார். தனது பிள்ளைக்காகத் தனது சகோதரன் நீண்ட தூரம் நடந்து களைப்படைந்து வருகிறான் என்பதனால் அவனது களைப்பு நீங்குவதற்காக அவர் காலை தண்ணீர் ஊற்றிக் கழுவி விடுகிறாள். வந்த அனைவருக்கும் சந்தனம் கொடுத்து வரவேற்பர். அதன் பிறகு அனைவருக்கும் நல்ல சைவ உணவு பரிமாறப்படும்.

அனைவரும் சாப்பிட்டு முடிந்தவுடன் விழாப் பந்தலில் சுற்றத்தார் அனைவரும் வட்டமாக அமர்வர். அப்பொழுது தாய்மாமன் கொண்டு வந்த பழங்கள், மாலை, புதுத்துணி உடைய சீர்வரிசைத் தட்டுகள் வரிசையாக வைக்கப்படும். அவற்றினருகில் ஒரு நாழியில் நிரம்ப அரிசி வைத்து அதன்மேல் வெற்றிலை ஒன்றினைக் குத்தி வைப்பர். இதனை 'நிறைநாழி வைத்தல்' என்கின்றனர். பிறகு சுற்றத்தார் அனைவரும் வட்டமாக அமர்வர். அதில் தாய்மாமன் நடுவில் அமர்ந்திருக்க அவரது மடியில் குழந்தை அமர்ந்திருக்கும். பிறகு தாய்மாமன் தான் சீராகக் கொண்டு வந்த கடுக்கனை ஆசாரியிடம் கொடுப்பார். ஆசாரி குழந்தையின் காதருகே எடுத்துச் சென்று குழந்தையிடம் விளையாட்டாக ஏதாவது பேசிக் கொண்டே முதலில் வலது காதில் குத்துவார். பிறகு இடது காதில் குத்துவார். பிறகு நிறைநாழி, ஒரு சீப்பு பழம், ஒரு தேங்காய் அவருக்கான குத்துக் கூலி ஆகியவற்றைத் தாய்மாமன் காது குத்திய ஆசாரியிடம் கொடுப்பார். அதன் பிறகு குழந்தைக்குத் தாய்மாமன் கொண்டு வந்த புதுத்துணியை உடுத்தி தாய்மாமன்கள்

வரிசையாக மாலை அணிவிப்பர். அப்பொழுது தாய்மாமன்கள் (செல்லத்திற்காகக்) குழந்தைக்குச் சிறிதளவு பணம் கொடுப்பார். அவ்வழக்கமே பிற்காலத்தில் தாய்மாமன் மொய்யாக வளர்ந்தது என ஒரு பெரியவர் என்னிடம் சொன்னார். ஏனெனில் தாய்மாமன் மொய்ப் பணம் எனத் தனியாகச் செய்கின்ற வழக்கம் அக்காலத்தில் இல்லை. விழாவிற்கு வருபவர்கள் மொய் செய்கின்ற வழக்கமும் அக்காலத்தில் இல்லை.

தாய்மாமன் சுமந்து செல்லுதல்

பிறகு தாய்மாமன் குழந்தையை மாலையுடன் தனது தோளில் வைத்துத் தூக்கிக் கொண்டு தெருக்களின் முக்கிய வீதிகள் வழியாகச் செல்வார். அப்பொழுது கொட்டுக்காரர்கள் கொட்டடித்துக் கொண்டே செல்வர். அங்குள்ள கோயில்களுக்குத் தேங்காய் உடைத்துக் கொண்டே ஊரை, ஊர்வலமாகச் சுற்றி வந்து வீடு சேர்வர்.

மறுநாள் தாய்மாமன் கொண்டு வந்த கிடாயை வெட்டிச் சமைத்து தாய்மாமன் குடும்பத்தினருக்கு விருந்து அளிப்பர். காதில் குத்திய கடுக்கனை குழந்தை பல வருடங்களுக்கு அணிந்திருக்கும்.

தற்காலக் காதணி விழாக்கள்

இதில் தற்காலத்தில் சில மாற்றங்கள் உருவாகியுள்ளன. தற்காலத்தில் பெரும்பாலும் எல்லாக் காதணி விழாக்களும் பகல் நேரத்தில், மண்டபங்களிலேயே நடைபெறுகின்றன. பத்திரிகை அடித்தே எல்லோரையும் அழைக்கின்றனர். மொய் செய்தல் ஒரு முக்கிய நிகழ்வாக உள்ளது. தாய்மாமனது மொய், மொய் நோட்டின் முன்பக்கத்தில் தனியாகப் பதிவு செய்யப்படுகின்றது. மேலும் இன்று காதுகுத்துதல் நிகழ்வு முடிந்த பின்புதான் விருந்துண்ணச் செல்கின்றனர். இப்படி விழாவிற்கு வந்த அனைவரும் விருந்துண்ட பின்பு, மொய் செய்துவிட்டுச் செல்கின்றனர். பெண் பிள்ளை களுக்குக் காது வளர்த்தல் பழக்கம் தற்பொழுது அறவே இல்லாமல் போய்விட்டதனால் பெண்பிள்ளைகளுக்கும் காதணி விழா சிறப்பாக நடைபெறுகின்றது. சில காதணி நிகழ்வுகளில் சிலர் கறி விருந்து அளிக்கின்றனர். மற்றபடி மற்ற வழக்கு முறைகள் எல்லாம் பாரம்பரிய வழக்கப்படியே கடைப்பிடிக்கப்படுகின்றன.

மார்க்கக் கல்யாணம் என்ற கவுர் அடைப்பு

மார்க்கக் கல்யாணம் என்பதற்கு 'ஒரு வழிமுறையின் அடிப்படையில் பின்பற்றப்படுகின்ற கல்யாணம்' என்று பொருள்.

இதனை முஸ்லீம்கள் சுன்னத் செய்தல் என்கின்றனர். இவ்வழக்கம் சில நாட்டுக் கள்ளர்கள் மத்தியிலும், பிறமலைக் கள்ளர்கள் மத்தியிலும் பாரம்பரியமாகக் காணப்படுகின்றது. இது இஸ்லாமிய பண்பாட்டின் தாக்கத்தால் இவர்கள் மத்தியில் ஏற்பட்டிருக்கலாம் எனப் பல அறிஞர்கள் கருத்துக் கூறுகின்றனர்.[6]

இவ்வகையில் சுன்னத் செய்கின்ற வழக்கம் இஸ்லாமியர்களிடம் மட்டுமில்லாமல் சில ஆப்பிரிக்க பழங்குடிகள் மத்தியிலும் கடைப் பிடிக்கப்படுகின்றது. தென்னாப்பிரிக்காவின் இணையற்ற தலைவர் நெல்சன் மண்டேலாகூட தனக்குச் சிறுவயதில் சுன்னத் செய்யப் பட்டதனை தனது சுயசரிதையில் நினைவுகூர்கிறார்.[7] அதனால் முஸ்லீம்களின் வருகைக்கு முன்பாகவே, ஆரோக்கியம் கருதி இவ்வழக்கம் சில பூர்வீகக் குடிகள் மத்தியில் உருவாகி இருக்கலாம்.

முஸ்லீம்கள் குழந்தை பிறந்த சில நாட்களிலேயே சுன்னத் செய்து விடுகின்றனர். ஆனால் கள்ளர்கள் ஒரு ஆண் குழந்தை பருவமடைவதற்கு சில ஆண்டுகளுக்கு முன்பு அதாவது பாலகன் நிலையில் இருக்கும்பொழுது 8 முதல் 12 வயது வரை உள்ள சிறுவர்களுக்குச் செய்கின்றனர்.

இதற்கான நாள் குறிக்கப்பட்டவுடன் தாய்மாமனுக்குச் சொல்லி அனுப்புவர். பெரும்பாலும் கவுர் அடைப்பு பகலில் மாலைப் பொழுதில் நடைபெறும். அன்று அச் சிறுவன் புது மாப்பிள்ளை போல் அலங்கரிக்கப்படுவான். வெள்ளைப் புதுத்துணி உடுத்தி அவன் தலையில் பஃீர் குல்லா அணிவித்து அதனைச் சுற்றி முகம் மறைக்கின்ற வகையில் பூக்களால் அணிவித்து அவனைக் குதிரை மீது ஏற்றி, மேளதாளம் முழங்க உறவினர்கள் புடைசூழ ஊர்வலமாகக் கண்மாய் அல்லது குளம் அல்லது ஆறு அல்லது கிணறு போன்ற நீர் நிலைகளுக்கு அழைத்துச் செல்வர்.

அங்கு அச் சிறுவனை ஒரு இடத்தில் உட்கார வைத்து ஊர் குடிமகன் (அம்பட்டன்) அச் சிறுவனின் ஆண் குறி, நுனித் தோல் பகுதியைப் பிடித்து இழுத்து அதனைத் தனது கத்தியால் அறுத்து எடுப்பார். வேதனை குறைவதற்காக அச்சிறுவனை உடனே தண்ணீரில் தூக்கிப் போட்டு விடுவர். தண்ணீரில் போட்டவுடன் ரத்தப்போக்கு நின்றுவிடும். அதன் பிறகு அவனைத் தாய்மாமன் தனது தோள்களில் சுமந்து கொண்டு வீட்டிற்குத் தூக்கி வருவார். அங்கு அவனுக்குப் புத்தாடை அணிவிக்கப்பட்டு மலர் மாலைகள் அணிவிக்கப்படும். பிறகு எல்லோருக்கும் சைவ விருந்தளிக்கப்படும். மறுநாள் தாய்மாமன் குடும்பத்தாருக்குக் கறி விருந்து அளிக்கப்படும்.

அதன்பிறகு சில நாட்களுக்குக் காயம்பட்ட இடத்தில் மருந்து தடவி புண்ணை ஆற்றுவர். ஆனால் சமீபத்தில் நாகரீகம் கருதி இவ்வழக்கம் அரிதாகி வருகின்றது. மார்க்கக் கல்யாணம் எனப் பெயரிட்டு மொய்காகச் சில விழாக்கள் நடைபெற்றாலும் சுன்னத் செய்கின்ற வழக்கத்தைக் கடைப்பிடிப்பதில்லை. ஆனால் முஸ்லீம் களோடு நெருங்கி வாழ்கின்ற பகுதியில் உள்ள பிறமலைக் கள்ளர்கள் இன்றும் இவ்வழக்கத்தைக் கடைப்பிடிக்கின்றனர். குறிப்பாக உபகிராமங்களில் ஒன்றாகிய விளாச்சேரியில் வாழ்கின்ற கள்ளர்கள் இந்தத் தலைமுறையிலும் தங்களது பிள்ளைகளுக்குச் சுன்னத் செய்கின்றனர்.

பூப்புச் சடங்கு

ஒரு இளம் பெண் பூப்படைந்தவுடன் அந்தச் செய்தியை ஊர் ஏகாளி மூலம் அவளது தாய்மாமனுக்குச் சொல்லிவிடுவர். பிறகு அந்தப் பெண்ணைக் குளிக்கச் செய்து ஊர் ஏகாளி வீட்டிலிருந்து ஒரு சீலையை வாங்கி அணிவித்து வீட்டின் ஒரு மூலையில் அமரச் செய்வர். இந்தச் செய்தியைக் கேட்டதும் தாய்மாமன் வந்து பெண்ணின் தகப்பனோடு கலந்து பேசி, சடங்கு செய்து தள்ளி வைப்பதற்கான நாள் குறிப்பார். பெரும்பாலும் பூப்படைந்த சில நாட்களிலேயே சடங்கு செய்தல் நடைபெறும். சடங்கு செய்தல் அன்று, தாய்மாமன் தனது குடும்பத்தாருடன் ஒரு தட்டில் புதுச் சேலை, வாழைப்பழசீப்பு, தேங்காய் முதலியன வைத்து வான வேடிக்கை முழங்க ஊர்வலமாகச் சடங்கு வீட்டிற்கு வருவர். வந்தவுடன் தாய்மாமன் சோளதட்டையால் குச்சு கட்டுவார். பிறகு தாய்மாமனது மனைவியும் அவளது உறவுக்காரப் பெண்களும் பூப்படைந்த இளம் பெண்ணின் தலை உச்சியில் மஞ்சள் வைத்துத் தலைவழியாகத் தண்ணீர் ஊற்றிக் குளிக்கச் செய்வர். பிறகு தாய்மாமன் எடுத்து வந்துள்ள சேலையை உடுத்தச் செய்வர். அதன் பின்பு தாய்மாமன் அவளது கரங்களைப் பற்றி அழைத்துச் சென்று தான் கட்டிய குச்சினுள் அப்பெண்ணை அமரச் செய்வார். பிறகு நிகழ்ச்சிக்கு வந்த அனைவருக்கும் சைவ விருந்து அளிக்கப்படும். குச்சினுள் பூப்படைந்த பெண் அமர்ந்திருக்கும் பொழுது அதனுள் வெங்கல விளக்கில் தீபம் எரிந்து கொண்டிருக்கும். ஏதாவது ஒரு இரும்புப் பொருளையோ அல்லது உலக்கையையோ பெண்ணின் அருகில் வைத்திருப்பர். குச்சின் நுழைவு வாயினுள் சாம்பல் கோடு போட்டிருப்பர். அதனைத் தாண்டிப் பேய், பிசாசுகள் அவளை அண்டாது என நம்பினர். அதன் பின் மூன்று நாட்கள் கழித்து அப்பெண் குச்சிலிருந்து

வெளியில் வந்து விடுவாள். பின்பு ஐந்தாவது நாள் அக் குச்சுகளைப் பிரித்து எடுத்து யார் கண்ணிலும் படாமல் கொண்டு சென்று ஊர் கோடியில் வைத்து எரித்து விடுவர்.

மறுநாள் காலையில் வீட்டை மெழுகி வெள்ளையடித்துச் சுத்தம் செய்வர். அன்று ஊர் ஏகாளிக்குச் சன்மானமாகக் கருப்பட்டி, தேங்காய், 3படி அரிசி கொடுப்பர். அதன் பின்பு 30வது நாள் வீட்டைச் சுத்தம் செய்து வெள்ளையடிப்பர். அதுவரை சமையலுக்கும் சாப்பிடுவதற்கும் பயன்படுத்திய அகப்பை, அடுப்பு, சொளகு, சோத்துப்பானை, குழம்புப் பானை, பூப்படைந்த பெண் சாப்பிட்ட மண்தட்டு ஆகிய பொருட்களை எரித்துவிட்டுப் புதுப் பொருட்களை வாங்கி வந்து சமையலைத் துவங்குவர். பின்பு குலதெய்வக் கோயிலுக்குச் சென்று தீபம் போட்டு வணங்கி விட்டு வருவர். குலதெய்வக் கோயில்கள் தூரமாக உள்ளோர் அதனை நினைத்து வீட்டிலேயே தீபம் போட்டு வணங்கிக் கொள்வர்.

தற்காலச் சடங்கு செய்தல்

தற்காலச் சடங்கு நிகழ்ச்சியில் தாய்மாமன் குச்சு கட்டுதல் அரிதாகி விட்டது. ஏனெனில் இன்று பெரும்பாலும் பெண் பிள்ளைகள் பள்ளிக்குச் செல்வதனால் அவர்கள் நீண்ட நாட்கள் குச்சினுள் அமர்ந்திருக்க இயலாதாகையால், அவ்வழக்கம் அரிதாகி வருகிறது. மற்ற நிகழ்வுகளெல்லாம் இன்றும் பாரம்பரிய வழக்கப்படியே நடைபெறுகின்றன.

தற்காலத்தில் மேற்கூறிய நிகழ்வுகளில் மொய் செய்தலும், மொய் வாங்குதலும் மிகவும் பிரதான இடத்தினைப் பெறுகின்றன. மேற்கூறிய நிகழ்வுகள் நீங்கலாக மொய் வாங்குவதற்காகவே இல்ல விழா, வசந்த விழா, உங்கள்விழா, எங்கள் விழா எனப் பல விழாக்கள் முளைத்து விட்டன. இவ்வாறு மொய் செய்தலிலும், வாங்குதலிலும் சில சச்சரவுளோ பிரச்சனைகளோ ஏற்பட்டாலும் இவ்வகையில் மொய் வாங்கும் வழக்கம் ஒரு வகையில் மூலதனத் திரட்சிக்குப் (Capital Formation) பெரிதும் உதவுகின்றன எனச் சில சமூகம் சார்ந்த பொருளியல் அறிஞர்கள் கருத்துரைக்கின்றனர்.

இறப்புச் சடங்குகள்

வைதீக மரபுகளால் பாதிப்புக்குள்ளான சாதியினர் மத்தியில் இறப்புச் சடங்குகள் மிகவும் குறைவாக உள்ளன. ஆனால் வைதீக மரபுகளுக்கு அதிகம் ஆட்படாத நாட்டுப்புறச் சமூகத்தினர் இறப்பு

சார்ந்த சடங்குகளை அதிகமாக மேற்கொள்கின்றனர். ஏனெனில் நாட்டுப்புற மக்கள் பெரும்பாலும் உடல் உழைப்பை நம்பி வாழ்பவராகையால் இறந்த பின்பும் அந்த உடலுக்கு அதிக மரியாதைக்குரிய சடங்குகளைச் செய்து அடக்கம் செய்கின்றனர். இதில் பின்பற்றப்படும் ஒவ்வொரு சடங்கும் ஏதோ ஒரு காரணத்திற்காக உருவாகி, பிறகு அந்தக் காரணத்திற்கான சூழ்நிலைகள் மறைந்த பின்பும் அவை வழக்கு முறைகளாகத் தொடர்ந்து பின்பற்றப்பட்டு வருகின்றன. அந்த வகையில் பிறமலைக் கள்ளர்களும் இறப்பு சார்ந்து அதிகச் சடங்குகளை மேற்கொள்கின்றனர். அவற்றைப் பார்ப்போம்.

பிணத்தை சார்த்தி வைத்தல்

ஒருவர் இறந்துவிட்டது உறுதி செய்யப்பட்ட பின்பு, அவர் ஆணாக இருந்தால் ஊர்க் குடிமகனை அழைத்து அதற்கு முகச்சவரம் செய்து, நீர்ஊற்றி குளிப்பாட்டி பிணத்தின் வாய் திறக்காமல் இருப்பதற்காக அதன் நாடியை (தாடை) ஒரு வெள்ளைத் துணியால் இழுத்து வைத்துத் தலையோடு சேர்த்துக் கட்டி அதன் நெற்றியில் காசு ஒன்றை ஒட்டி வைத்து, உடைகளை அணிவித்து ஒரு நாற்காலியில் உட்கார வைத்த நிலையில் வீட்டின் முக்கிய அறை சுவரின் அருகில் அமர்த்தி வைப்பர். இதனைச் சார்த்தி வைத்தல் என்கின்றனர்.

இறந்தவர் பெண்ணாக இருந்தால் குடிமகன் இல்லாமல் இறந்தவரின் உறவுக்கார பெண்களே இவற்றை எல்லாம் செய்து சார்த்தி வைப்பர்.

அவ்வாறு சார்த்தி வைக்கப்பட்டிருக்கின்ற பிணத்தின் அருகே நாலுபடி மரக்காலிலும், ஒரு படி நாழியிலும் சிந்த சிதற நெல்லை நிரப்பி வைப்பர். விளக்கு ஒன்றில் எண்ணெய் ஊற்றி திரியேற்றி வைப்பர். இதனை நிறை விளக்கு என்கின்றனர்.

எலவு (எழவு) சொல்லி விடுதல்

பிறகு இறந்தவரின் பிள்ளைகளோ அல்லது உறவினர்களோ அவர் இறந்த செய்தியைத் தங்களது உறவினர்களுக்கு ஊர்த் தோட்டி மூலமாகச் சொல்லி விடுவர். எந்த எந்த ஊர்களில் யார் யாரிடம் சொல்லவேண்டும் என்பதனையும் யார் எப்பொழுது இறந்தார் எப்பொழுது எங்கு அடக்கம் நடைபெறுகிறது என்பதனையும் ஒரு வெள்ளைத் தாளில் எழுதி ஊர் தோட்டியிடம் கொடுத்து அனுப்புவர். இதில் சம்பந்தகாரர்களுக்கு அவர்களது பெயர்களைக் குறிப்பிட்டுத் தனிச்சீட்டு கொடுத்து விட வேண்டும். நகரம் சார்ந்த

பகுதிகளில் இவ்வாறு எழவு சொல்லிப் போவதற்குத் தற்காலத்தில் ஆள்கிடைக்காத காரணத்தால், இறப்பு செய்தியைச் சுவரொட்டிகள் மூலமும், ஆட்டோக்களில் ஒலிபெருக்கிகளை கட்டி அதன் மூலமும் இறப்புச் செய்தியை அறிவிப்பு செய்கின்றனர்.

கல்லிக்கம்பு ஊன்றுதல்

பிணம் சார்த்தி வைக்கப்பட்ட பின்பு முதல் வேளையாகக் கொடிக்கல்லி குச்சிகளை வெட்டி வந்து மூன்று கால்களாக ஊன்றி அதன்மேல் ஊர் ஏகாளியிடமிருந்து பெறப்பெற்ற வெள்ளைத் துணியால் போர்த்தி சிறிய பந்தல் அமைப்பர். அதனைக் கல்லிக்கம்பு ஊன்றுதல் என்கின்றனர்.

கொட்டடித்தலும், மைக்செட் போடுதலும்

பிறகு, மேளக்காரக் குழுவினரை அழைத்து கொட்டடிக்க விடுவர். துக்க வீட்டில் பிணம் இருப்பதால் பேய், பிசாசுகள், பூதங்கள் வந்து விடும். அவை இந்த மேளச் சத்தத்தை கேட்டால் பயந்து ஓடிவிடும் என நம்புகின்றனர். கொட்டுக்காரர்கள் மேளம், பம்பை, உறும்மி, கினிங்கிட்டி, நாகஸ்வரம் போன்றவற்றைப் பயன்படுத்தி வெவ்வேறு இசை ஒலிகளை எழுப்புவர். அவர்களோடு சேர்த்து வேசக்காரர்கள் ராஜா வேசம், ராணிவேசம், தோழிவேசம், கோமாளிவேசம் போட்டுப் பல பாடல்களைப் பாடிக் கொண்டே நடனமாடுவர். ஆண்களே பெண்கள் வேடம் அணிந்து ஒப்பாரிப் பாடல்கள் பாடுவர். திருநங்கைகளும் பெண்வேடமிட்டு நடனமாடுவர்.

அவர்கள் இறந்தவரின் வம்சப் பெருமைகளையும், அந்த ஊரின் சிறப்புகளையும், இறந்தவரின் சிறப்புகளையும் கள்ளநாட்டின் எட்டுநாடு, 24 உபகிராம சிறப்புகளையும் பாடலாகப் பாடி நடனமாடுவார்கள். அக்காலத்தில் இந்த மண்ணில் வாழ்ந்த பெரிய வீரர்களான சொரிக்காம்பட்டி அழகாத்தேவன், போத்தம்பட்டி சந்தனத்தேவன் போன்ற பெரிய வீரர்களைப் பற்றிய பாடல்களாய் பாடியிருக்கின்றனர். ஆனால் கடந்த ஐம்பது வருடங்களில் பசும்பொன் முத்துராமலிங்கத் தேவரைப் பற்றிப் பாடுவதே பெரு வழக்காக உள்ளது. அவரது பிறப்பு, அவரது குடும்பப் பெருமை, அவரது தேசிய பங்களிப்பு, அவரது இறப்பு போன்றவற்றைப் பாடல்களாக மிகவும் உருக்கமாகப் பாடுவார்கள்.

ஒரு சமயம் பசும்பொன் தேவரின் இறப்பைப் பற்றி இப்பகுதியில் பிரசித்தி பெற்ற கிராமிய கலைஞர் வடக்கம்பட்டி கோமாளி மிகவும்

உருக்கமாகப் பாடும் பொழுது, கேத வீட்டிற்கு வந்தவர்கள் அனைவரும் பிணத்தை விட்டு விட்டு இதனைக் கேட்டுக் கண்ணீர் விட்டு அழுததை என்னால் பார்க்க முடிந்தது. இது போக, சினிமாப் பாடல்களையும் கிராமிய மெட்டுக்கேற்பப் பாடுவார்கள்.

கொட்டடித்ததோடு இறந்த வீட்டில் ஒலிபெருக்கியைக் கட்டி பழைய சோகப் பாடல்களை ஒலி பரப்புவர். முதல் பாடலாக, “போனால் போகட்டும் போடா இந்த பூமியில் நிலையாய் வாழ்ந்தவர் யாரடா?” என்ற பாடலோடு துவங்குவர். இந்தப் பாடல் பாடு வதனைக் கேட்டு விட்டாலே மக்கள் யாரோ ஒருவர் இறந்து விட்டார் என்பதனை யூகித்துக் கொள்வர்.

அந்தப் பாடலுக்கு அடுத்து இறந்தவர் ஆணாக இருந்தால் “எட்டடெடுக்கு மாளிகையில் ஏற்றி வைத்த என் தலைவன் விட்டு விட்டு சென்றானடி” என்ற பாடலையும் பெண்ணாக இருந்தால் “அவள் பறந்து போனாளே என்னை மறந்து போனாளே” என்ற பாடலையும் போடுவர். கடைசியாகத் தேரை தூக்கும் பொழுது “ஆடிய ஆட்டம் என்ன? பேசிய வார்த்தை என்ன? என்ற வரிகளுடன் துவங்கும் “வீடு வரை உறவு வீதி வரை மனைவி காடுவரை பிள்ளை கடைசி வரை யாரோ” என்ற பாடலுடன் ஒலிபரப்பை முடிப்பர். இப்பாடலைப் போட்டவுடனே தேர் தூக்கிவிட்டதாக உணர்ந்து கொள்வர்.

வட்டி கொண்டு வருதல்

இறந்தவரின் உடன்பங்காளிகள் அரைத்த மஞ்சள் கலந்த பச்சை நெல்லினை ஒரு வெண்கலத் தட்டில் வைத்து, அவர்களின் மனைவி மார்கள் அதனைச் சுமந்துவரக் கொட்டடித்து ஊர்வலமாக வந்து பிரேதத்தின் அருகில் வைப்பர். சிறிது நேரம் கழித்து கொண்டு வரப்பட்ட நெல்லின் ஒரு பகுதியைப் பொரியாகப் பொரித்து வைத்துக் கொள்வர். பின்பு கல் அடுப்பு கூட்டி அதில் மண்பானையில் தண்ணீர் காயவைப்பர். அதில் கங்குகளைப் போட்டு தண்ணீரைத் தொடர்ந்து காய வைத்துக் கொண்டே இருப்பர்.

பச்சை கொண்டு வருதல்

இறந்தவர் ஆணாக இருந்தால் அவரின் தாய்மாமன் வீட்டார் முதலில் பச்சை கொண்டு வருவர். பெண்ணாக இருந்தால் அவரது பிறந்த வீட்டார் அதாவது தாய் தந்தையோ அல்லது சகோதரர்களோ அல்லது சகோதரர்களது ஆண்பிள்ளைகளோ முதல் பச்சை

கொண்டு வருவர். மரக்காலில் தானியமும், இறந்தவர் ஆணாக இருந்தால் வேட்டியும், பெண்ணாக இருந்தால் சேலையையும் (இதனை பிறந்த இடத்துக் கோடி என்கின்றனர்) மரக்காலில் போட்டு நல்லெண்ணெய், அரப்பு (சீயக்காய்) போன்றவற்றை அதனுள்ளேயே தனித்தனியே வைத்துக் கொண்டு வருவர். இறந்தது பெண்ணாக இருந்தால் பிறந்த இடத்துத் தண்ணீரை ஒரு பெரிய சொம்பில் அல்லது பானையில் நிரப்பி சுமந்து கொண்டு மேளதாளத்துடன் ஊர்வலமாக வருவர்.

இவ்வாறு இறந்தவர் ஆணாக இருந்தால் தாய்மாமன் பச்சையோ, பெண்ணாக இருந்தால் பிறந்த வீட்டுப் பச்சையோ முதலில் வந்த பின்பு சம்மந்தகாரர்கள் பச்சை, உள்ளூர் வெளியூர் மாமன் மச்சான்கள் பச்சை என வரிசையாகப் பச்சைக் கொண்டு வருவர். இறந்தவரின் பிள்ளைகளுக்குத் தங்களது பெண் பிள்ளைகளை மணம் முடித்து கொடுத்திருக்கின்ற சம்மந்தகாரர்கள் தங்களது பிள்ளைகளுக்குப் புதுச்சேலைகளைப் பச்சையோடுச் சேர்த்துக் கொண்டு வருவர்.

கணவன் இறந்திருந்தால் அவரது மனைவிக்கு அவளது பிறந்த வீட்டார் புதுச்சேலை எடுத்து வருவர். இதனை 'முண்டச்சேலை எடுத்து வருதல்' என்கின்றனர். அக்காலத்தில் உடன் பிறந்த சகோதரர்கள் மட்டும்தான் எடுத்து வருவர். ஆனால் தற்காலத்தில் சகோதர உறவுடைய எல்லோரும் சேலை எடுத்து வருகின்றனர்.

குளிப்பாட்டி கல்லிப் பந்தலில் சாத்தி வைத்தல்

மதியத்திற்குப் பிறகு பிரேதத்தை எடுத்துக் கட்டிலில் வைத்து ஆணாக இருந்தால் தாய்மாமன் கொண்டுவந்த, பெண்ணாக இருந்தால் அவளது சகோதரர்கள் கொண்டு வந்த நல்லெண்ணெய்யும் அரப்பையும் சேர்த்துக் கலக்கி இறந்தவரின் மனைவி, மகன்கள், மகன் வழிப்பேரன்கள், கல்யாணமாகாத மகன் வழிப் பேத்திகள், அவளது சகோதரர்கள், அவர்களது மனைவிகள், மகன்கள், அவர்களது மகன் வழிப்பேரன்கள், மணமாகாத பேத்திகள், ஆகியோர் ஊர்க்குடிமகன் அருகில் இருக்கப் பிணத்தின் தலையில் இடது புறங்கையில் எண்ணெய்யையும், அரப்பையும் தடவி மூன்று முறை பிணத்தின் தலையில் தடவுவர், அதன் பின் கல் அடுப்பில் சுடுதண்ணீரை எடுத்துப் பிரேதத்தின் தலையின் மீது முதலில் ஊற்றி பின்பு குளிர்ந்த தண்ணீரை ஊற்றி அதனைக் குளிப்பாட்டுவர். பின்பு நாடிக்கட்டுக் கட்டி முதலில் தாய்மாமன் கொண்டு வந்த புதுவேட்டியை உடல் முழுக்கச் சுற்றி, பிறகு மற்ற மைத்துனர்கள்

கொண்டு வந்த வேட்டிகளை அதன் மீது சுற்றிக் கட்டுவர். பெண்ணாக இருந்தால் அவளது உடன் பிறந்த சகோதரர்கள் எடுத்து வந்த பிறந்த வீட்டுக் கோடியை முதலில் உடல் முழுக்கச் சுற்றிக் கட்டுவர். அதன் மேல் மற்ற சகோதரர்கள் எடுத்து வந்திருக்கின்ற சேலைகளைச் சுற்றிக் கட்டுவர்.

பின்னர் பிரேதத்தைத் தூக்கி கல்லிப்பந்தலின் கீழே உரல் போட்டு ஊர் ஏகாளியிடமிருந்து பெறப்பட்ட விரிப்பை விரித்து அதன்மேல் பிணத்தைச் சார்த்தி வைப்பர். நிறைநாழி, நிறைமரக் காலை எடுத்து வந்து பிரேதத்தின் அருகில் வைப்பர்.

நீர்மாலை எடுத்தல்

ஊர் ஏகாளியிடமிருந்து பெறப்பட்ட வேட்டியை மாமன் மச்சான் முறையுடையோர் நீளவாக்கில் குடைபோல் விரித்துப் பிடித்துக் கொள்வர். அதற்குக் கீழ் எழவு வீட்டு ஆண்களும், அவர்களைச் சேர்ந்த உடன்பங்காளிகளும் நெல் நிரப்பப்பட்ட வட்டிகளைத் தூக்கிக்கொண்டு, ஊர்க் குடிமகன் நீர் நிரப்பப்பட்ட செம்பினைத் தூக்கிக்கொண்டு முன் செல்ல, கொட்டு மேளம் முழங்க ஊர்வலமாக, சுடுகாடு அமைந்துள்ள திசை பக்கமாக ஊர்க் கோடிக்குச் செல்வர். அங்கு மைத்துனர்கள் பிடித்து வந்த வேட்டியைக் கீழே கிழக்கு மேற்காகத் தரையில் விரித்து, அதில் பங்காளிகள் கொண்டு வந்த வட்டிகளை வைத்து வடக்கு முகமாகத் திரும்பி நிற்பர். அப்பொழுது குடிமகன் "சொர்க்கலோகம் போய்ச் சேர்" என மூன்று முறைச் சொல்லி, செம்பில் உள்ள நீரை வட்டியின் மீதும் மற்றவர்கள் மீதும் படும்படியாகத் தெளிப்பர். அதன்பின் மீண்டும் மைத்துனர்கள் வேட்டியைக் குடைபோல் பிடிக்கப் பங்காளிகள் வட்டியை எடுத்துக்கொண்டு குடிமகன் முன் செல்ல கொட்டுமேளத்தோடு திரும்பி வருவர்.

சீதேவி வாங்குதல்

நீர்மாலை நிகழ்ச்சி ஆண்கள் சென்ற பின்பு, எழவு வீட்டில் பெண்கள் சில சடங்குகளைச் செய்வர். அதில் இறந்தவரின் மருமகள்கள், சகோதரர்களின் மனைவிமார்கள், குளித்துவிட்டுப் புதுக்கோடி உடுத்தி, சாணத்தில் நவதானியங்களைப் பிசைந்து உருண்டைகளாக்கி இறந்தவரின் வலது கையில் வைத்து எடுத்து அதனை முதலில் வீட்டினுள் பிணத்தைச் சார்த்தி வைத்த இடத்தில் தட்டி வைப்பர். இதனை சீதேவி வாங்குதல் என்கின்றனர்.

தேர் தூக்குதல்

உள்ளூர் தோட்டி பச்சை மரங்களை வெட்டி வர, உள்ளூர் வண்ணானிடம் துணிகளை வாங்கித் தேர் கட்டுவர். உள்ளூர் பண்டாரம் கொடுத்த பூக்களால் அத் தேரினை அலங்கரிப்பர். தற்காலத்தில் தேர் கட்டுவதற்கென உள் நபர்களை வைத்து தேர் கட்டிக் கொள்கிறார்கள்.

நீர்மாலை எடுத்து வந்தவுடன் கல்லிப்பந்தலில் உள்ள பிணத்தை எடுத்துத் தேரில் தூக்கி வைப்பர். அன்று சனிக்கிழமையாக இருந்தால் தேரில் ஒரு சின்ன கோழிக்குஞ்சைக் கட்டி விடுவர். (சனிப்பிணம் துணைப்பிணம் கேட்கும் என நம்புகின்றனர்) வெள்ளிக்கிழமையாக இருந்தால் விளக்கு ஏற்றிய பின்புதான் பிணத்தைத் தூக்குவர்.

தேரின் முன்னால் ஊர் ஏகாளி விரிப்பு விரித்திருக்க பச்சை கொண்டு வந்ததிலுள்ள தானியங்களில் ஒரு பகுதியை அதன் மீது கொட்டிவிடுவர். இறந்தவரின் மகன்வழிப் பேரன்கள் நெய்ப்பந்தம் பிடித்து வருவர். கொட்டுமேளம் முழங்க குடிமகன் மண்கலயத்தோடு கூட வர உறவினர்கள் தேரைத் தூக்கிப் பெண்கள் பின் தொடர, நீர் மாலை எடுத்த இடத்திற்கு வருவர்.

குடம் உடைத்தல்

அந்த இடத்திற்கு வந்தவுடன் தேரை மூன்று முறைச் சுற்றி, பிரேதம் வடக்கு முகமாகத் திரும்பி இருக்கும்படி இறக்கி வைப்பர். பிறகு வட்டியில் கொண்டு வரப்பட்ட நெல்லை எடுத்து மனைவி, மகள்கள் பிரேதத்திற்கு வாய்க்கரிசி போடுவார்கள். பின்பு இறந்தவர் ஆணாக இருந்தால் அவரது மனைவி அல்லது மனைவி இறந்திருந்தால் அவரது மூத்த மருமகள், இறந்தவர் பெண்ணாக இருந்தால் அவரது மூத்தமகள், நீருடைய மண் குடத்தைச் சுமந்து கொண்டு குடிமகன் பின் தொடர தேரை மூன்று முறைச் சுற்றி வருவர். ஒவ்வொரு சுற்று முடியும் பொழுதும் குடிமகன் அரிவாளால் குடத்தினைச் சிறிய ஓட்டையிட்டு நீரைச் சிந்த விடுவார். அந்த நீரை உடன்வருபவர்கள் பிடித்து பிரேதத்தின் மீத தெளிப்பர். இவ்வாறு மூன்றாவது முறைச் சுற்றி முடியும் பொழுது கீழே போட்டு உடைப்பார். உடைக்கின்றவர் மனைவியாக இருந்தால், அவர் குடம் உடைத்தவுடன் அவளது உடன்பிறந்த சகோதரர்கள், அவள் மேல் முண்டச்சீலையை போர்த்துவார்கள். இவ்வாறு குடம் உடைக்கப்பட்டவுடன் இறந்தவருக்கும் அவர்களுக்கும் உள்ள உறவு முடிந்து விட்டதாக நம்புகின்றனர்.

குடம் உடைத்தவுடன் பெண்கள் அனைவரும் வீட்டிற்குத் திரும்பி விடுவர். பிறகு ஆண்கள் தேரைத் தூக்கிக் கொண்டு மயானம் நோக்கிச் செல்வர். குடம் உடைத்த பெண் வீட்டிற்குச் சென்றவுடன் தண்ணீரால் குளிப்பாட்டி ஒரு உலக்கையைப் போட்டுத் தாண்டச் செய்து வேப்பஇலையை வாயில் போட்டு தின்னவிட்டு வீட்டிற்குள் அனுப்புவர். மற்ற எல்லாப் பெண்களும் குளித்து விட்டு வீட்டைக்கழுவிச் சுத்தம் செய்வர்.

மொட்டை போடுதல்

தேர், மயானம் சென்றபின் அதனை மூன்று முறைச் சுற்றிப் பிரேதம் வடக்கு நோக்கி இருக்கும்படி தேரை இறக்கி வைப்பர். பிறகு தேரிலிருந்து பிரேதம் குழிமேட்டில் இறக்கி வைக்கப்படும்.

பிறகு 'தாய்க்கு தலைமகன் தந்தைக்கு கடைசிமகன்' என்ற முறையில் மொட்டை போடுவர். அப்பொழுது வண்ணான் கொடுத்த மாற்றினை விரித்து அமர்வர். அதில் எழவிற்கு வந்தவர்களெல்லாம் ¼ ரூபாய் அல்லது ½ ரூபாய் பணம் போடுவர். தற்காலத்தில் 5 ரூபாய், 10 ரூபாய் போடுகின்றனர். அந்தப் பணம் எழவு காரியச் செலவிற்குப் பயன்படுத்தப்படும். பிறகு மொட்டை எடுத்தவரும், பங்காளிகளும் பிரேதத்தின் அருகே செல்வர். முதலில் பங்காளிகள் பிணத்திற்கு வாய்க்கரிசி போடுவர். அப்பொழுது வட்டிலில் கொண்டு வரப்பட்ட நெல்லினை ஒரு கையில் எடுத்து அதன் ஒரு பகுதியைப் பிணத்தின் வாயிலிலும் மற்றொரு பகுதியைத் தோட்டியின் முறத்திலும் போடுவர். இப்படி ஒவ்வொருவரும் மூன்று முறைப் போடுவர். கடைசியாக மொட்டை எடுத்த மகன் வாய்க்கரிசி போடுவார். அவர் இரண்டு முறை வாய்க்கரிசி போட்டு விட்டு மூன்றாவது முறை போடும்பொழுது கையில் நெல்லையும், கொஞ்சம் பணத்தையும் எடுத்து அதன் ஒரு பகுதியைப் பிணத்தின் வாயில் போட்டு விட்டு, மீதத்தை இது தோட்டியின் பங்கு எனச் சொல்லி தோட்டியின் முறத்தில் போடுவார். பங்காளிகளும், வாய்க்கரிசி போடுவர். பிறகு பங்காளிகள் அனைவரும் ஒன்று சேர்ந்து "ஆத்தே அப்பே, ஆத்தே அப்பே, ஆத்தே அப்பே" என முன்று முறைச் சொல்லி அழுவர்.

பிரேதத்தைக் குழியில் அடக்கம் செய்தல்

பின்னர் பிரேதத்தின் மேல் கட்டப்பட்டுள்ள துணிகளை அவிழ்த்து எடுப்பர். அதன்மீது கட்டப்பட்டுள்ள அனைத்துத் துணிகளும் அவிழ்த்து எடுக்கப்படும். இறந்தவர் ஆணாகயிருந்தால் அரைஞாண்

கயிறு அல்லது எந்த ஒரு ஆபரணமும் உடலில் இல்லாமல் எடுத்துவிடுவர். ஆணாக இருந்தால் தாய்மாமன் வீட்டார் கொண்டு வந்த கோடித்துணி, பெண்ணாக இருந்தால் அவளது சகோதரர்கள் கொண்டு வந்த கோடித்துணி மட்டுமே கடைசியில் உடலில் கட்டப்பட்டிருக்கும்.

அந்நிலையில் பிரேதத்தைக் குழிக்குள் இறக்குவர். அக் குழி 2½ அடி அகலமும், 6 அடி நீளம் உடையதாக வடக்குத் தெற்காக வெட்டப்பட்டிருக்கும். அதனுள் பிரேதத்தைத் தெற்கே தலை வைத்து முகத்தைக் கிழக்குப் பக்கம் திரும்பிய நிலையில் வைப்பர். பிறகு மகன்கள் இடது புறங்கையால் மூன்று முறை மண்ணைத் தள்ளுவர். மொட்டை போட்ட மகன் முதலில் தள்ளுவார். மற்ற மகன்கள் பிறகு தள்ளுவர். அதனைத் தொடர்ந்து பங்காளிகள் அனைவரும் சேர்ந்து மண்ணைத் தள்ளி குழியை மூடுவர்.

மகன் குடம் உடைத்தல்

குழி மூடப்பட்ட பின்பு மொட்டை எடுத்த மகன் தோளில் மண் குடத்தைச் சுமந்து கொண்டு குடிமகன் அதனைக் கண்ணமிட்டுக் கொண்டு பின் தொடர அதனை மூன்று முறைச் சுற்றி வந்து பிரேதத்தின் தலை வைக்கப்பட்டுள்ள பகுதிக்கு வந்து பின்னங்காலில் முழங்கால் இட்டுக் குடத்தினை உடைப்பார். அவ்வாறு அவர் குடம் உடைக்கும்பொழுது கடைசியாகக் கொட்டடிக்கப்படும். அவர் குடம் உடைத்த பின்பு அவரது தாய்மாமன், அவர் இல்லாவிட்டால் தாய்மாமனின் மகன் அவரது தலையில் புதுத்துணியைச் சுற்றி உருமால் கட்டி விடுவார்.

பிரேதம் எரிக்கப்படுவதாக இருந்தால் வீட்டிலிருந்து கொண்டு வரப்பட்ட நெய்ப்பந்தத்தினால் மொட்டை எடுத்த மகன் முதலில் தீ மூட்டுவார். பிறகு மற்ற மகன்கள் தீ மூட்டுவர். இதனைக் கொள்ளி வைத்தல் என்கின்றனர்.

உருமால் கட்டிற்கு நாள் குறித்தல்

பிறகு எல்லோரும் அருகிலுள்ள நீர் நிலைகளில் குளித்து விட்டு எழவு வீட்டிற்குச் சென்று கூடி அமர்ந்து உருமால் கட்டிற்கு நாள் குறிப்பர். அப்பொழுது தண்ணீரில் ஊற வைக்கப்பட்ட பச்சரிசி அனைவருக்கும் வழங்கப்படும். தாய்மாமனையும், அவர்களது சம்பந்தக்காரர்களையும் கேட்டு நாள் குறிப்பர். ஏதாவது ஒரு ஒற்றைப்படை நாளைத்தான் குறிப்பர். அதாவது 3வது நாள், 5வது நாள், 7வது நாள், 9வது நாள், 11வது நாள் என ஏதாவது ஒரு

நாளைக் குறிப்பர். பெரும்பாலும் 11 நாட்களுக்கு மேல் போகாமல் பார்த்துக் கொள்வர்.

பால் ஊற்றுதல்

மறுநாள் அதிகாலையில் கொள்ளி வைத்த மகன் உட்பட உறவினர்கள் அனைவரும் அடக்கம் செய்யப்பட்ட இடத்திற்குச் சென்று பாலூற்றுவர். பிறகு குழியின் மேல் நவதானியங்களைத் தூவி விடுவர் (அக்காலத்தில் நரி, கழுதைப்புலி போன்ற துர்மிருகங்கள் குழிகளைத் தோண்டி பிணங்களைத் தின்று விடும். இவ்வாறு நவதானியங்களைத் தூவி விடுவதால் அவை ஒரு சில நாட்களில் முளைத்து அங்குப் பசுமையான சூழ்நிலை உருவாகிவிடும். அதன் பின்பு பிணவாடை மறைந்து போவதனால் துர்மிருகங்கள் எதுவும் வந்து பிரேதத்தினைச் சேதப்படுத்தாது. அதற்காகத்தான் நவதானியங்களைக் குழி மேட்டில் தூவி விடுகின்றனர் என ஒரு பெரியவர் என்னிடம் சொன்னார்.)

பிறகு வீடு திரும்பியவுடன் காணப்பயிர், புழுங்கல் அரிசியினாலான நீர் கஞ்சியை உப்பில்லாமல் செய்து பங்காளிகள் அனைவருக்கும் அளிப்பர். இதனைக் 'காணக்கஞ்சி சாப்பிடுதல்' என்கின்றனர்.

மாவும் பயறும் போடுதல்

அன்று மாலை கருப்புமொச்சைப் பயிர், அகத்திக்கீரை ஆகியவற்றை உப்பில்லாமல் அவித்து அவற்றோடு வறுத்த கம்பு மாவினைக் கலந்து வைப்பர். பிரேதம் சாத்தி வைக்கப்பட்ட இடங்களைச் சாணமிட்டு மெழுகி அதன்மேல் வாழை இலைகளை விரித்து நீர் தெளித்து இந்த மாவுப்பயிரை அதன்மீது வைத்து படைத்து வணங்கி பங்காளி வீட்டுப் பெண்கள் மாரடித்து ஒப்பாரி வைப்பர். அதன்பின்பு அந்த மாவையும் பயிரையும் பங்காளிகள் அனைவரும் சாப்பிடுவர்.

கருமாதி

கருமாதிக்கு முன்னர் வீடுகளைச் சுத்தம் செய்து வெள்ளையடிப்பர். கருமாதி தினத்தன்று இறந்தவர் என்னென்ன உணவுப் பண்டங்களை உண்பாரோ அதனையெல்லாம் சமைத்து, பிரேதத்தைச் சாத்தி வைத்த இடத்தில் வாழை இலையை விரித்து அதில் அவற்றை யெல்லாம் வைத்துச் சாமிக்குப் படைத்து நீர் விளாவி அதனை

வணங்கி பிறகு பங்காளிகளெல்லாம் ஒன்றாக அமர்ந்து அதனை உண்பர். இதனைத் "தழுகை உண்ணுதல்" என்கின்றனர்.

கருமாதியன்று இறந்தவரின் மனைவி, மக்கள் விரதமிருப்பர். சாத்திவைக்கப்பட்ட இடத்தில் அவரது துணிமணி, அணிகலன்கள் போன்றவற்றை வைத்து நிறை விளக்கினை ஏற்றி வெற்றிலை, பாக்கு வைத்து வணங்குவர்.

அன்று மாலை இறந்தவரின் மகன்கள், அவரது சகோதரர்கள் அவர்களது மகன்கள் மற்றும் உடன் பங்காளிகள் ஆகியோர் வரிசையாக நிற்பர். முதல் மொட்டை எடுத்தவரின் தாய்மாமன் அவரது நெற்றியில் திருநீரு பூசி தலையில் புதுத் துணியால் உருமால் கட்டுவார். அதன் பின்பு அவருக்குப் பெண் கொடுத்த மாமனார் அல்லது மைத்துனர் புதுத் துணி கட்டுவார். அதன் பின்பு அவரது சகோதரிகளது கணவன்மார்கள் புதுத்துணி கட்டுவர். இதில் துணி மட்டுமல்லாமல் மோதிரம், தங்கச்செயின் போன்றவற்றைச் சிலர் போடுகின்றனர். அதுபோல அதில் நின்றிருப்பவர்களின் மாமன் மைத்துனர்கள் அனைவரும் புதுத் துணியெடுத்துக் கொடுத்து, செய்முறை செய்வர்.

காய்ச்சி ஊற்றுதல்

மறுநாள் காலையில் கொள்ளி வைத்தவரின் மாமன், மைத்துனர்கள் அவரின் தலையில் எண்ணெய், அரப்பை வைத்து அவரை வெந்நீரால் குளிப்பாட்டுவார். பிறகு உருமால் கட்டிற்கு வந்த புத்தாடைகளை அணியச் செய்வர். அன்று மாமன் மைத்துனர்கள் எல்லோரும் சேர்ந்து தங்களுக்குள் பணம் போட்டு கறி எடுத்து வந்து அசைவ உணவு தயாரித்து எழவு வீட்டுக்காரர்களுக்கு விருந்தளிப்பர். இதனைக் "காய்ச்சி ஊற்றுதல்" என்கின்றனர். இக் காய்ச்சி ஊற்றுதலோடு எழவு காரியங்கள் முடிந்து விட்டதாகக் கருதுகின்றனர். அன்று மாலை இறந்தவரின் திருமணமான மகள்களுக்கு அவர்களது சகோதரர்கள் புதுத்துணி எடுத்துக் கொடுத்து வழியனுப்புவர். சற்று வசதியான குடும்பத் தாயாக இருந்தால், அவர் அணிந்திருந்த நகைகளை மகள்களுக்குப் பகிர்ந்தளிப்பர்.

30வது நாள் அனுசரித்தல்

30வது நாளன்று முதல் நாள் இரவு ஒரு செம்பில் தண்ணீர் நிரப்பி அதனைச் சாத்தி வைத்த இடத்தில் வந்து முதிய பெண்கள்

எல்லோரும் கூடிநின்று ஒப்பாரி வைத்து அழுவர். இதனைச் செம்பு தண்ணி வைத்து அழுதல் என்கின்றனர்.

பிறகு மறுநாள் மாலையில் புழுங்கல் அரிசி சாப்பாடு நிறை பானையில் பொங்கி சாம்பார் செய்து அதனைச் சாத்தி வைத்த இடத்தில் வைத்து நீர் விளாவி வணங்கிய பின்னர் சாப்பிட்டு விரதத்தை முடிப்பர். அதன் பிறகு மாலையில் பிள்ளையார் கோயிலுக்கும், பெருமாள் கோயிலுக்கும் சென்று தீபம் போட்டு வணங்குவர்.

சிறுவர்கள், திருமணமாகாதவர்கள், தற்கொலை செய்து கொண்டவர்கள், கொலை செய்யப்பட்டவர்கள், விபத்து, தொற்று நோய் ஆகியவற்றால் அகால மரணமடைந்தவர்கள் போன்றோர்களுக்கு இறப்புச் சடங்குகள் எதுவும் நடைபெறுவதில்லை. இறப்புச் சடங்குகள் செய்து அடக்கம் செய்வதனை "எடுத்துச் செய்தல்" என்கின்றனர். இவ்வகை இறப்புச் சடங்குகள் எதுவும் செய்யாமல் அடக்கம் செய்வதனைச் "சும்மா தூக்கிப் போடுதல் அல்லது சும்மா அடக்கம் செய்தல்" என்கின்றனர்.

மேற்கூறிய நிகழ்வு சார்ந்த சடங்குகள் மட்டுமில்லாமல் மணவிலக்கு, கைம்பெண் மணம் போன்ற வழக்குகள் இவர்கள் மத்தியில் பாரம்பரியமாக நடைமுறையில் உள்ளன.

மணவிலக்கு

ஒரு ஆணும், பெண்ணும் கணவன் மனைவியாக வாழும் பொழுது அவர்கள் மத்தியில் கருத்து வேறுபாடு எழுந்தால் அவர்கள் இருவரும் தங்களது திருமண ஒப்பந்தத்தை ரத்து செய்து கொள்ளலாம். தனது மனைவி பிள்ளை பெற இயலாதவளாக இருக்கும் பட்சத்தில் அதனைக் காரணம் காட்டி கணவன் மணவிலக்கு கோருவார். மனைவியின் நடத்தையில் ஒழுக்கமின்மை தெரியும் பட்சத்தில் அதனைக் காரணம் காட்டி மணவிலக்கு கோரலாம். சில இடங்களில் மனைவிக்கு அவளது தாய் வீட்டார் சரியான முறையில் செய்முறை செய்யாத பட்சத்தில் அதனைக் காரணம் காட்டியும் மணவிலக்கு கோருவர். தற்காலத்தில் பெரும்பாலான மணவிலக்குகள் செய்முறைப் பிரச்சினைக் காரணமாக நடைபெறுகின்றன.

அது போல மனைவியும் தனது கணவனின் ஒழுக்கத்தில் ஏதேனும் தவறு இருந்தால் அதாவது அவன் வேறு ஏதாவது பெண்ணோடு தொடர்பு வைத்திருப்பது தெரியவரும் பட்சத்தில் அதனைக் காரணம் காட்டியும் மணவிலக்கு கோரலாம்.

இன்னும் கணவன் தனது மனைவிக்குத் தாம்பத்திய சுகத்தை முழுமையாகத் தர இயலாத பட்சத்தில் அதனையே காரணம் காட்டி மனைவி மணவிலக்கு கோருவாள். கணவன் அதிகக் குடிப்பழக்கம் உடையவராக இருந்தால் அதையும் காரணம் காட்டி மனைவி மணவிலக்கு கோருவாள்.[8]

மணவிலக்குப் பெறுவதைக் கள்ளர்கள் 'தீர்த்து விடுதல்' என்கின்றனர். இவ்வாறு கணவன் மனைவிக்குமிடையில் பிரச்சினை ஏற்பட்ட பின்பு ஊர்ப் பெரியவர்களும், பஞ்சாயத்தாரும் ஊர்ப் பொது இடத்தில் ஒன்று கூடி இருவரது பிரச்சினைகளையும் பேசி அவற்றைச் சுமுகமாகத் தீர்க்கப் பார்ப்பர். இரண்டு மூன்று முறைக் கெடு வைத்துப் பேசுவர். பிரச்சினைகளைத் தீர்க்க இயலாத பட்சத்தில் இருவரையும் வெட்டிவிடத் தீர்மானிப்பர். இரு வீட்டாரும் அதனை ஏற்றுக்கொண்ட பின்பு இருவரும் செய்த செய்முறைகளைத் திருப்பிக் கொடுத்து விட வேண்டும். கணவன் மணவிலக்குக் கோரினால் மனைவிக்கு நஷ்டஈடு அளிக்க வேண்டும். இவை எல்லாம் கொடுக்கப்பட்ட பின்பு கணவனது தந்தை அல்லது சகோதரன் மூன்று வெற்றிலையை சுண்ணாம்பு தடவாமல் பின்புறமாக திருப்பி அதன் மீது பாக்கு வைத்து மனைவியுடைய தந்தையிடம் அல்லது சகோதரனிடம் கொடுப்பார். பின்பு பஞ்சாயத்தாரில் உள்ள ஒரு முக்கியஸ்தர் வீட்டுக் கூரையில் உள்ள கோரைப்புல்லையோ அல்லது வைக்கோல் புல்லையோ எடுத்து அதனை இரண்டாகக் கிள்ளி அதன் ஒரு பகுதியைக் கணவனின் தந்தையிடமும் மற்றொரு பகுதியை மனைவியின் தந்தை அல்லது சகோதரனிடமும் கொடுத்து விடுவர் (பிறகு ஒரு செம்பில் தண்ணீரை எடுத்துக் கணவன், மனைவி இருவர் மீதும் மூன்று முறை தெளித்து விடுவர்) இதனை 'துரும்பு கொடுத்தல்' என்கின்றனர். இவ்வாறு துரும்பு கொடுக்கப்பட்டவுடன் அந்தக் கணவனுக்கும், மனைவிக்கும் உள்ள பந்தம் முடிந்து விட்டதாகக் கருதுகின்றனர். அதன்பிறகு அவர்கள் தங்கள் விருப்பம் போல் வேறு ஒருவரைத் திருமணம் செய்து கொள்ளலாம். மணவிலக்கு செய்பவர்களுக்குக் குழந்தைகள் இருந்தால் அக் குழந்தைகள் பால்குடி மாறிய குழந்தைகளாக இருந்தால் அவை தந்தையிடமே ஒப்படைக்கப்படும். அவர்களை வளர்க்கின்ற பொறுப்பு தந்தையைச் சார்ந்ததேயாகும். தாய்க்கு எந்தக் கடப்பாடும் அவர்கள் மீது கிடையாது. ஆனால் சில இடங்களில் தாய்மார்கள் விருப்பப்பட்டுப் பிள்ளைகளைத் தங்களுடன் வைத்துக் கொள்வதுண்டு.

மணவிலக்குப் பெற்றவர்கள் மறுமணம் செய்து கொள்வதனைத் தீர்த்துக் கட்டுதல் என்கின்றனர். மணவிலக்குப் பெற்ற ஆண் மகன் மட்டுமல்லாது, பெண்ணும் மறுமணம் செய்வதில் எந்தத் தடையும் இருப்பதில்லை. மணவிலக்கு பெற்ற பெண் திருமணத்திற்குத் தகுதியுடைவராக இருந்தால் அவளை மணப்பதற்குப் பல ஆண்கள் முன் வருவர். அங்ஙனம் அவளை மணப்பதனை அந்த ஆண்மகனோ அல்லது சமூகமோ ஒரு குறையாக ஒருபோதும் கருதுவதில்லை.

சில சமயங்களில் மணவிலக்குப் பெற்ற இருவரும் வேறு வேறு திருமணம் செய்து கொண்டு ஒரே கிராமத்திலேயே வாழ்வதும் உண்டு. அப்பொழுது இருவரும் சந்திக்கும் பொழுது சாதாரண நண்பர்களைப் போல் பேசிக் கொள்வதும் உண்டு. இதற்கு உதாரணமாகத் தமிழ்நாடு குடிநீர் வாரியத்தில் தலைமைப் பொறியாளராக இருந்து ஓய்வு பெற்ற பொறியாளர் இளங்கோவன் அவர்கள் என்னிடம் சொன்ன அனுபவத்தைப் பதிவு செய்ய விரும்புகிறேன்.

"எனது சொந்த ஊர் வாலாந்தூருக்கு அருகில் உள்ள சக்கிலியன்குளம். எனது தந்தையார் தலைமைச் செயலகத்தில் பணியாற்றி வந்ததனால் நாங்கள் சென்னையில் வாழ்ந்து வந்தோம். நான் கல்லூரியில் படித்துக் கொண்டிருந்த காலத்தில் விடுமுறை நாட்களில் எனது சொந்த ஊருக்கு வருவது வழக்கம். அப்பொழுதெல்லாம் எனது ஒன்று விட்ட தாத்தா வழிப் பெரியப்பா மகனான எனது அண்ணன் வீட்டில் தங்குவேன். அப்பொழுது எனது அண்ணன் மனைவி (மதினி) என்னை மிகவும் அன்பாகக் கவனித்துக் கொள்வார். "என் கொழுந்தன் பெரிய படிப்பு படிக்குது" என எல்லோரிடமும் சொல்லி மகிழ்வார். அதனால் அந்த மதினி என்றால் எனக்கு மிகவும் பிடிக்கும். நான் எனது கல்லூரிப் படிப்பை முடித்து வேலைக்குச் சேர்ந்த பின்பு எனது சொந்த ஊருக்குச் சென்றேன். எப்பொழுதும் போல் எனது அண்ணன் வீட்டிற்குச் செல்ல வேண்டும், மதினியைப் பார்க்க வேண்டும் என்ற ஆவலோடு அண்ணன் வீட்டிற்குச் சென்றேன். அங்கு அண்ணன் என்னை வரவேற்று அமரச் செய்தார். ஆனால் மதினியைக் காணவில்லை. வேறு ஒரு பெண் வந்தார். அவரிடம் என்னை "இவன் உன் கொழுந்தன்" என அறிமுகப்படுத்தினார். எனக்கு ஒன்றுமே புரியவில்லை. பிறகுதான் தெரிந்தது இருவருக்கும் பிணக்கு ஏற்பட்டு மணவிலக்குச் செய்து கொண்டார்கள் என்று. எனக்குத் துக்கத்தை அடக்க முடியவில்லை. நான் என் அண்ணனிடம் "ஏன் இப்படி நடந்தது, மதினி அழகாத்தானே

இருப்பார்கள் பின்னே ஏன் இப்படி நடந்தது" எனக் கேட்டேன். அதற்கு அதெல்லாம் வேறடா, நீ சின்னபையன் உனக்குப் புரியாது" எனச் சொல்லி மழுப்பினார். பிறகு நான் மதினியைப் பார்க்காமல் போகமாட்டேன் எனக் கூறிவிட்டேன். உடனே அவர் ஊர்கோடிக் காட்டிற்கு என்னை அழைத்துச் சென்றார். அங்கு மதினி விவசாய வேலை செய்து கொண்டிருந்தார். என்னைப் பார்த்ததும் அதனை அப்படியே போட்டுவிட்டு ஓடி வந்து என்னைத் தோளில் சுமத்திக் கொண்டு அழுதார். அவருடன் வேலை செய்து கொண்டிருந்த ஆண் ஒருவர் என் அண்ணனை "வாப்பா, என்னப்பா இந்தப் பக்கம்" எனக் கேட்க இவன் என் நல்லப்பன் மகன்; என் தம்பி; இவளப் பார்க்காம போக மாட்டேன்னுட்டான் அதனால கூட்டிட்டு வந்தேன்." எனக் கூறினார். அவர்கள் இருவரும் சற்று விலகிச்சென்று விவசாயம் சம்மந்தமாகப் பேசிக் கொண்டிருந்தார்கள். நான் மதினியைப் பார்த்து "என்ன மதினி இது, நீங்களும் அண்ணனும் நல்லாத்தானே இருந்தீர்கள் பிறகு ஏன் இப்படி" எனச் சொல்லிக் கொண்டே அழுதேன். அதற்கு மதினி "நான் என்ன செய்வேன்? உங்க அண்ணன் என்னைய நல்லா வச்சுக்கிறவில்லை என அழுதுகொண்டே சொன்னார். இப்படி நடந்தாலும் நீ என்னைக்கும் என் கொழுந்தன்தான். அதனால என்னைக்கும் என் வீட்டிற்கு வா, நாளைக்கு வாரையா, கோழி அடிச்சு கொழம்பு வச்சிருக்கேன்" எனக் கூறி அழைத்தார். ஆனால் நான் இன்னைக்கே ஊருக்கு கிளம்புகிறேன் எனச் சொல்லி விடைபெற்றேன்.

என் அண்ணனுடன் பேசிக்கொண்டிருந்த அந்த மனிதர் வந்து என் அண்ணனைப் பார்த்து "உடம்ப நல்லா பாத்துக்கப்பா, எதுக்கும் கவலைப்படாதே, நாங்க இருக்கோம்" எனச் சொல்லி எங்களை வழியனுப்பி வைத்தார். நான் என் அண்ணனிடம் அவர் யார் எனக் கேட்டேன். அதற்கு என் அண்ணன் "அவர் தான் உன் மதினியின் இன்றைய கணவன்" எனச் சொன்னதும் என் மூளை ஒரு நிமிடம் நின்று செயல்பட ஆரம்பித்தது. இந்த முரட்டு மனிதர்களின் முதிர்ந்த பண்பாட்டை எண்ணி என் மனம் மகிழ்ச்சியால் நிறைந்தது. ஆனால் இவர்களின் வறிய வாழ்க்கையை எண்ணி என் கண்கள் கலங்கின. எனது வாழ்க்கைப் பயணத்தில் இவர்களது பொது நன்மைக்காக ஏதாவது ஒன்றை செய்ய வேண்டும் என்று அன்றே முடிவு எடுத்தேன் எனச் சொல்லி முடித்தார்.[9]

மணவிலக்குப் பெற்றவர்கள் சில சமயங்களில் மீண்டும் சேர்ந்து வாழ்வதும் உண்டு. அவ்வாறு மீண்டும் சேர்ந்து வாழ்வது மிக அரிதாகவே காணப்படுகின்றது.

கைம்பெண் மணம்

கணவனையிழந்த கைம்பெண்கள் மறுமணம் செய்து கொள்கின்ற வழக்கம் இவர்கள் மத்தியில் தொன்றுதொட்டு இருந்து வருகிறது. இதனை அறுத்துக்கட்டுதல் என்கின்றனர். அதாவது தாலிஅறுத்த பெண்கள் மீண்டும் தாலிகட்டிக் கொள்வதனால் இதனை அறுத்துக் கட்டுதல் என்கின்றனர். இவ்வகை மறுமணங்கள் பெரும்பாலும் எந்த ஆடம்பரமுமின்றி வீட்டுக்குள்ளேயே நடைபெறுவதால் இதனை 'வீட்டுக்கல்யாணம்' அல்லது 'நடுவீட்டுக்கல்யாணம்' என அழைக்கின்றனர்.

அண்ணன் இறந்துவிட்டால் குடும்பத்தின் நலன்கருதி அவனது தம்பிக்கு அண்ணன் மனைவியையே திருமணம் செய்து வைத்து விடுவதும் உண்டு. அப்படி நடக்கையில் சில சமயங்களில் அவள் கொழுந்தனைக் காட்டிலும் வயது அதிகமானவளாக இருந்து விடுவதும் உண்டு.

பெரும்பாலும் இரண்டாவது திருமணம் செய்யும் கைம்பெண்கள் முதல் கணவர் மூலம் பிறந்த குழந்தையை அவர்களின் தந்தை வீட்டிலேயே விட்டுவிட்டுச் செல்வர். அக் குழந்தைகளின் அப்பத்தாள், சிய்யான் அல்லது சித்தப்பன், பெரியப்பன்கள் அவர்களை வளர்த்து ஆளாக்குவர். ஆனால் சில சமயங்களில் தங்கள் குழந்தைகளைப் பிரிய மனமில்லாமல் தன்னுடனேயே அழைத்துச் சென்று விடுவது முண்டு. அப்படி அழைத்துச் செல்லும்பொழுது இரண்டாவது கணவரே அக் குழந்தைகளை எந்த வேறுபாடுமில்லாமல் தன்னுடைய சொந்த பிள்ளையைப் போல் வளர்த்து ஆளாக்குவதும் உண்டு.

இது போன்ற நிகழ்வுகள் சம்மந்தமாகப் பெரியவர்கள் பல சுவையான அனுபவங்களை என்னுடன் பகிர்ந்து கொண்டனர். அதில் ஓரிரண்டு நிகழ்வுகளை மட்டும் இங்குப் பதிவு செய்கிறேன்.

சுமார் 100 வருடங்களுக்கு முன்பு கவண்டன்பட்டியைச் சேர்ந்த ஒருவர் பெருமாள் பட்டியைச் சேர்ந்த கைம்பெண் ஒருத்தியை மணந்தார். அவருக்கு முதல் கணவன் மூலம் ஒரு ஆண்மகன் இருந்தான். அவன் தாயை விட்டுப் பிரிய மனமின்றி அவருடனேயே வந்து விடுகிறான். அவரும் அவனைத் தனது சொந்த மகனைப் போல் பாவித்து வளர்த்து வருகிறார். அவன் வளர்ந்து பெரியவனாகி திருமண வயதை அடைகிறான். அதனால் அவர் தனது தங்கை வீட்டிற்குச் சென்று அவனுக்குப் பெண் கேட்கிறார். "அவன் உனக்கு பிறந்த மகன் இல்லையே! அதனால் அவனுக்குப்

பெண் தர மாட்டேன்" எனச் சொல்லி தங்கை அவரை திருப்பி அனுப்பிவிடுகிறாள். அதனால் ஆத்திரமுற்ற அவர் தனது ஊருக்கு வந்து "ஊரைக் கூட்டி இவன் என் இரத்தத்தில் பிறக்காதவனாக இருக்கலாம் ஆனாலும் இவனே எனக்கு மூத்தமகன் எனது குலதெய்வக் கோயிலில் எனக்கு என்னென்ன மரியாதையும், உரிமையுமுள்ளதோ அது இன்று முதல் இவனையே சாரும். இவனும் இவனது வம்சத்தவர்களுமே எனது வகையறாவிற்கு மூத்த வாரிசுகளாக இருப்பார்கள் எனக் கூறி பட்டம் கட்டிவிடுகிறார். இன்றும் அவனது வாரிசுகளே அந்த வகையறாவிற்குப் பெரிய தேவராகவும் குலதெய்வக் கோயிலில் அந்த வம்சத்திற்குரிய அத்தனை உரிமைகளையும் பெறுபவராகவும் உள்ளனர்."

மற்றொரு நிகழ்வு, வளர்ப்புத் தந்தை தனது மனைவியின் பிள்ளைக்காக வாதிட்டது. அது:

"சுமார் 50 வருடங்களுக்கு முன்பு போத்தம்பட்டியைச் சேர்ந்த ஒருவர் பண்ணைப்பட்டியைச் சேர்ந்த ஒரு கைம்பெண்ணை மணக்கிறார். அவள் ஏற்கனவே அம்பட்டையன் பட்டியில் வாழ்க்கைப்பட்டு ஒரு ஆண்பிள்ளை இருக்க கணவனை இழந்து விடுகிறாள். பிறகு இவரை மணந்து போத்தம்பட்டியில் வந்து வாழ்ந்து வருகிறாள். ஆனால் அவளால் தனது மகனை மறக்க இயலவில்லை. அவனை நினைத்து இரவு நேரங்களில் அழுகிறாள். இதனைப் பார்த்து வேதனையடைந்த அவளது இரண்டாவது கணவன், அம்பட்டையன்பட்டிக்குச் சென்று அச்சிறுவனை அழைத்து வந்து தானே வளர்க்க ஆரம்பிக்கிறான். சிறுவன் நன்றாக வளர்ந்து பெரியவனானதும் அவனுக்குக் கல்யாணம் செய்ய வேண்டிய நிலை வருகின்றது. சொத்து சுகம் இருந்தால்தானே யாராவது பெண் தருவார்கள் என நினைத்து, அவனது பாட்டன் வீட்டில் நிறைய நிலபுலன்கள் இருந்ததால், அதில் அவனது தந்தையின் பங்கை இவனுக்கு வாங்கி தந்துவிடலாம் எனக் கருதி அம்பட்டையன் பட்டிக்குச் சென்று அவர்களிடம் இவனது தந்யின் பங்கை இவனுக்குத் தருமாறு கேட்கிறான். ஆனால் அவனது தந்தையின் சகோதரர்கள் அவனுக்குப் பங்குதர மறுக்கின்றனர். இப்பிரச்சினையைத் தீர்க்கப் பஞ்சாயத்து கூடுகிறது. தொடர்ந்து பல வாக்குவாதங்கள் நடக்கின்றன. அப்பொழுது ஊரார் முன்னிலையில் அவனது பாட்டனைப் பார்த்து "என் பொண்டாட்டி உன் மகனுத்தானே முதலில் முந்தி விரிச்சு இவனைப் பெத்தா அது உண்மையா இல்லையா" என அவனது தாயின் இரண்டாவது கணவன் கேட்க அந்த வரிகளைக்

கேட்டதும் அவனது பாட்டன் தனது மார்பில் அடித்துக் கொண்டு ஆமாம், ஆமாம் எனக் கூறிக்கொண்டே அழ, அனைவரும் அவரைச் சமாதானப்படுத்தி அவனுக்குரிய பங்கினைப் பெற்றுத் தந்தனர்.

இந்த அளவிற்குக் கைம்பெண்ணை மணந்தவர்கள் அவளது மூத்த கணவன் மூலம் பிறந்த பிள்ளைகளையும் அன்போடு வளர்த்ததற்கான பதிவுகள் ஏராளமாக உள்ளன.

பலதார மணம்

ஒரு ஆடவன் பலபெண்களை மணந்து கொள்வதும் உண்டு. ஆனால் இது மிகவும் அரிதாகவே காணப்படுகிறது. இதில் பெரும்பாலும் இரண்டு சகோதரிகளை மணந்து கொள்வதே அதிகம். இளைய சகோதரி தனது அக்காள் வீட்டிற்கு வந்து செல்லும்பொழுது அவள் அக்காள் கணவருடன் நட்புக்கொண்டு அப்படியே அவள் இரண்டாவது மனைவியாகிவிடுவதும் உண்டு. அப்படிப்பட்ட திருமணங்கள் நடைபெறும் பொழுது சகோதரிகள் இருவரும் ஒரே இல்லத்தில் வசித்து குழந்தைகளைப் பெற்று அவற்றை நல்லமுறையில் வளர்த்து ஒற்றுமையாக வாழ்வதும் உண்டு. இல்லையெனில் சகோதரிகள் இருவருக்கும் பிணக்கு ஏற்பட்டுப் பிரிந்து சென்று தனித்தனிக் குடும்பங்களாகப் போவதும் உண்டு.

சில சமயங்களில் முதல் மனைவிக்குக் குழந்தையில்லாமல் இருந்தால் குழந்தைக்காக அவளது சம்மதத்துடனே வேறு ஒரு பெண்ணைத் திருமணம் செய்து கொண்டு ஒரே இல்லத்தில் வாழ்வர். ஒரு மனைவியுடன் வாழ்ந்து கொண்டிருக்கும் பொழுதே வேறொரு பெண்ணுடன் ஏற்படுகின்ற பாலியல் நட்பினால் அவளைத் திருமணம்செய்து கொண்டு இரண்டாவது மனைவி யாக்கிக் கொள்வதும் உண்டு. அப்படியிருக்கையில் பெரும்பாலும் இரு மனைவிகளையும் தனித்தனிக் குடும்பங்களாக வைத்து வாழ்பவர்களும் உண்டு. சிலர் ஏதாவது ஒரு மனைவியுடனே தங்கி வாழ்வதும் உண்டு. அப்படி நடக்கையில் பெரும்பாலும் முதல் மனைவியை விட்டுவிட்டு இளையதாரத்துடனேயே சேர்ந்து வாழ்வர்.

இப்படி ஒருவர் பல தாரங்களை மணந்து கொண்டாலும் முதல் மனைவியே முழுமனைவியாகக் கருதப்படுவாள். கணவன் மீதான எல்லாச் சமூக பண்பாட்டு உரிமைகளும் அவளுக்கு மட்டுமே உரியதாகும். கணவனது இறப்புச் சடங்குகளில் மனைவி செய்கின்ற அனைத்துச் சடங்குகளையும் குறிப்பாகக் குடம் உடைத்தல் போன்ற அனைத்துச் சடங்குகளையும் செய்கிற தகுதி படைத்தவளாக அவளே கருதப்படுகிறாள்.

இதில் முதல் மனைவி என்பவள் வயதின் அடிப்படையில் தீர்மானிக்கப்படுவதில்லை. முதலில் மணந்த பெண்ணே முதல் மனைவியாகக் கருதப்படுகிறாள். உதாரணமாக "பெரியவர் ஒருவர் முதலில் தங்கையை மணந்திருந்தார். அவளது அக்காளை இரண்டாவது மனைவியாக்கிக் கொண்டார். பிறகு தனது இறுதி காலங்களில் தனக்கு உதவி செய்ய வந்த ஒரு பெண்ணை மூன்றாவது மனைவியாக மணந்து கொண்டார். ஆனால் அவரது இறுதி சடங்கில் அவர் முதலில் திருமணம் செய்து கொண்ட பெண்ணே முதல் மனைவியாகக் கருதப்பட்டுக் குடம் உடைத்தல் போன்ற இறுதிச் சடங்குகளைச் செய்ய அனுமதிக்கப்பட்டார். இப்படிப் பல பெண்களை மணந்து கொள்ளும் பொழுது அவர்களுக்குப் பிறக்கின்ற பிள்ளைகள் அனைவரும் சம அந்தஸ்து உடையவர்களாகவே கருதப்படுகின்றனர்.

இப்படிப் பலதார மணம் நடைமுறையில் இருந்தாலும், திருமணம் செய்து கொள்ளாமலேயே ஒரு குறிப்பிட்ட பெண்ணைத் தனது பாலியல் இச்சைக்காக மட்டும் காமக்கிழத்தியாக வைத்துக் கொள்ளும் வைப்பாட்டி முறை இவர்கள் மத்தியில் ஒரு போதும் வழக்கத்தில் இருந்ததில்லை. ஆனால் பாலியல் ஒழுங்கின்மையும் முறையற்ற பாலியல் உறவுகளும், அங்கொன்றும், இங்கொன்றும் இருக்கத்தான் செய்கின்றன. ஆனால் அப்படி நடக்கின்ற முறையற்ற உறவுகளைச் சமூக இழிவாகக் கருதுகின்ற கருத்தோட்டம் இவர்கள் மத்தியில் வலுவாக உள்ளது.

பலபுருச மணம்

17ஆம் நூற்றாண்டின் இறுதிப்பகுதியில் தமிழகத்திற்கு வந்த ஐரோப்பியப் பயணி 'டேன்பால்' (Turn Bull) அவர்கள், இவர்கள் மத்தியில் பலபுருச மணம் உள்ளதாகக் குறிப்பிட்டுள்ளார். அவர், இவர்கள் மத்தியில் ஆய்வுக்காக வரும்பொழுது "நாங்கள் பெரிய தேவன் வம்சத்தவர்கள் ஆறு இரண்டு வகையறாக்களைச் சேர்ந்தவர்கள்" எனக் குறிப்பிட்டுள்ளனர். இதனைத் தவறாகப் புரிந்து கொண்ட டேன்பால் இவர்கள் பல தாயாருக்கும் பல தகப்பனுக்கும் சேர்த்து கூட்டாகப் பிறந்தவர்கள் எனப் பதிவு செய்துவிட்டதாக லூயிஸ் டூமண்டு குறிப்பிடுகிறார். டேன்பாலுக்கு பின்பு வந்த எல்லா ஐரோப்பிய ஆய்வாளர்களும் அவரைப் பின் பற்றியே இவர்கள் மத்தியில் பலபுருச மணம் இருப்பதாகத் தவறாகப் பதிவு செய்துவிட்டனர்.[10] டேன்பால் குறிப்பிடுவதனைப் போன்று பல புருசர்களை மணக்கின்ற வழக்கம் இவர்கள் மத்தியில் ஒருபோதும் இருந்ததில்லை என்பதே உண்மை.

முறைமணம்

சகோதர, சகோதரிகளது பிள்ளைகள் தங்களுக்குள் கல்யாணம் செய்து கொள்வதே முறைமணம் எனப்படுகிறது. முறைமணம் திராவிடர்களின் திருமண முறையாகும்.[12] இது வட இந்திய திருமணமுறைக்கு நேர் எதிரானதாகும். அது கிராமப்புற மணம் எனப்படுகிறது. ஒரு கிராமத்தில் பிறந்த எல்லோரும் அதாவது அத்தை மகன், மாமன் மகன், சிற்றப்பா மகன், பெரியப்பா மகன் இன்னும் அந்த ஊரில் பிறந்த ஏழு தலைமுறை ரத்தஉறவுகளும் ஒரே குழுவாகக் கருதப்படுவர். அவர்கள் தங்களுக்குள் திருமணம் செய்து கொள்வது கிடையாது. அவர்கள் வேறு கிராமத்தில் பிறந்த வேறு கோத்திரத்தைச் சேர்ந்த பெண்ணையே திருமணம் செய்து கொள்ள அனுமதிக்கப்படுவர்.[13]

ஆனால் தென்னிந்தியாவில் ஒரே பெற்றோருக்குப் பிறந்த சகோதர சகோதரிகள் தங்களது பிள்ளைகளுக்குள் திருமண உறவை உருவாக்கிக் கொள்வர். அதாவது மாமன் மகளை அத்தை மகனும், அத்தை மகளை மாமன் மகனும் அக்காள் மகளை தம்பியும் மணந்து கொள்கின்றனர். இதனையே சமூகவியலாளர்கள் முறை மணம் என்கின்றனர். இதுதான் வட இந்தியச் சமூக அமைப்பிற்கும் தென்னிந்திய சமூக அமைப்பிற்குமான அடிப்படை வேறுபாடாகும். இனிக் கள்ளர்கள் மத்தியில் வழக்கத்தில் உள்ள முறைமணம் பற்றிப் பார்ப்போம்.

தாய்மாமன் மகளை மணத்தல்

பிறமலைக் கள்ளர்கள் தாய்மாமன் மகளையே திருமணம் செய்ய உரிமையுடைய பெண்ணாகக் கருதுகின்றனர். அதனைச் 'சுதந்திரப் பெண் அல்லது எடும்பெண்' என அழைக்கின்றனர். அந்தச் சுதந்திரப்பெண் அவனுக்கே உரிமையுடைவளாகப் பிறந்தது முதல் கருதப்படுகிறாள். அவன் அவளைத் திருமணம் செய்து கொள்ள விரும்பும் பட்சத்தில் மற்றவர்கள் யாரும் அவளைத் திருமணம் செய்து கொள்ள முன்வருவதில்லை. ஒன்றுக்கு மேற்பட்ட சகோதர சகோதரிகள் இருந்தால் மூத்த சகோதரியின் மகனுக்கு, மூத்த சகோதரனின் மகள் சுதந்திரப் பெண்ணாகக் கருதப்படுகிறாள். அதற்கு அடுத்த சகோதரியின் மகனுக்கு அடுத்த சகோதரனின் மகள் சுதந்திரப் பெண்ணாகக் கருதப்படுவாள். இவ்வாறு அடுத்தடுத்த சகோதரி மகனுக்கு அடுத்தடுத்த சகோதரனின் மகள் சுதந்திரப் பெண்ணாகக் கருதப்படுவாள். ஒன்றுக்கு மேற்பட்ட

சகோதரிகள் இருந்தும் ஒரே சகோதரன் இருந்தால் அந்தச் சகோதரிகளுள் மூத்தவளது மூத்த மகனுக்கே அவனது மகள், சுதந்திரப் பெண்ணாகக் கருதப்படுவாள். பல தாய்மாமன்கள் இருந்தும் ஒரே சகோதரி இருந்தால் அவளது மகனுக்கு, மூத்த தாய்மாமனது மூத்த மகளே சுதந்திரப் பெண்ணாகக் கருதப்படுவாள். மற்ற தாய்மாமனது மகள்களைச் சுதந்திரப் பெண்ணாகக் கருதி உரிமைகோர இயலாது. அத்தை மகன் எப்படித் தாய்மாமன் மகள் மீது உரிமை உடையவரோ, அது போல மாமன்மகளும் அவனைச் சுதந்திர மாப்பிள்ளையாகக் கருதி முழு உரிமை கோர இயலும்.

இதில் இருவரில் யாரேனும் ஒருவர் திருமணத்திற்கு விரும்பா விட்டால் அவர் மற்றொருவருக்குத் தண்டம் (நஷ்டஈடு) கொடுத்து, சுதந்திரத்தைக் கழிக்கவேண்டும். இதனைச் "சுதந்திரத்தை விலக்குதல்" என்கின்றனர். இன்று ஏற்பட்டுள்ள சமூகப் பொருளாதார மாற்றத்தில் சுதந்திரப் பெண்ணை மணக்கின்ற வழக்கம் அரிதாகி வருகிறது. அதனால் சுதந்திரத்தை விலக்குதல் பல்கிப் பெருகுவதைப் பார்த்திருக்கிறேன். மாறுகின்ற சமூகச் சூழலில் பழைய பண்பாட்டு மரபுகள் பல மாற்றங்களுக்கு உள்ளாகின்றன. மாற்றத்தை யாராலும் தடுக்க இயலாது. மாற்றமே முன்னேற்றத்திற்கான முதல்படி. இருந்தபோதிலும் பழைய மரபுகளின் இனிய சுவடுகள் இன்றும் சமூகத்தில் இருக்கத்தான் செய்கின்றன. நான் சமீபத்தில் எனது சொந்த அனுபவத்தில் நடந்து வந்த ஒரு நிகழ்ச்சியை இங்குப் பதிவு செய்யவிரும்புகிறேன்.

"நான் ஒரு உடல் குறைபாடு உடைய மனிதன். பிறவிக் கூனன். எனக்குத் திருமணத்திற்காகப் பெண்பார்க்கத் துவங்கினர். பெண்கள் என்னை ஏற்றுக்கொள்ள யோசித்தனர். ஏன், பயந்தனர். கவுரவக் குறைச்சலாகக் கருதினர் என்றே சொல்லலாம். இந்தச் செய்தி எனது மூத்தமாமன் மகளைச் சென்றடைந்தது. அவர் என்னை விட 5வயது மூத்தவர். அவர் ஒரு மருத்துவர். திருமணமாகி இரண்டு குழந்தைகளுக்குத் தாய். அவர் இதனைக் கேட்டதும் நான் தானே உன் சுதந்திரப் பொண்ணு, வயதையும் பாராமல் நானே உன்னை மணந்திருக்க வேண்டும். நான் என் கடமையினைச் செய்யத் தவறி விட்டேனே" எனச் சொல்லிக் கொண்டே மார்பில் அடித்துக்கொண்டு அழுத காட்சியும், அதனை ஆமோதித்து, "ஆமாம் நீயே அவனைக் கல்யாணம் செய்திருக்க வேண்டும்" என அவரது பண்புமிக்க கணவர் உதிர்த்த வரிகளும், பல ஆயிரம் வருடங்கள் மண்ணில் புதைந்து கிடக்கப்போகும் என் மண்டை ஓட்டில் கூட அழியாமல் அப்படியே இருக்கும்.

அத்தை மகளை மணத்தல்

நாட்டுக் கள்ளர்கள் (அம்பலக்காரர்கள்) அத்தை மகளையே உரிமையுடைய சுதந்திரப் பெண்ணாகக் கருதுகின்றனர். ஆனால் பிறமலைக் கள்ளர்கள் அத்தை மகளைத் திருமணத்திற்குத் தகுதியுடைய அல்லது முறையுடைய பெண்ணாகக் கருதினாலும் உரிமையுடைய பெண்ணாகக் கருதுவதில்லை. அத்தைமகள் மீது எந்த உரிமையும் கோர முடியாது. அவள், அவளது அத்தை மகனுக்கே உரிமையுடைய சுதந்திரப் பெண்ணாகக் கருதப்படுவாள். தேவைப்பட்டால் வாய்ப்புகள் இருந்தால் அத்தைமகளை மணந்து கொள்ளலாம் அவ்வளவுதான்.

அக்காள் மகளை மணத்தல்

பிறமலைக் கள்ளர்கள் மத்தியில் அக்காள் மகளை மணத்தல் கடுமையாகத் தடைசெய்யப்படா விட்டாலும் மிகவும் அரிதாகவே காணப்படுகிறது. அக் காலத்தில் இவ்வழக்கம் அறவே இல்லையென்று கூடச் சொல்லலாம். லூயிஸ் டூமண்டும், அக்காள் மகளை எந்த வகையிலும் உரிமையுடையவளாகவோ, முறையுடையவளாகவோ, கருதப்படவில்லை எனக் குறிப்பிடுகிறார்.[14] ஆனால் தற்காலத்தில் இவ்வகைத் திருமணங்கள் அங்கொன்றும் இங்கொன்றுமாக நடைபெறுகின்றன.

கலப்பு மணம்

பிறமலைக்கள்ளர்கள் ஓர் அகமணக் குழுவாகையால் தங்களுக்கு வெளியில் நடக்கின்ற திருமணங்களைக் கலப்பு மணமாகக் கருதுகின்றனர். இவ்வகையில் கலப்பு மணத்தில் பிறந்தவர்களை சாதியிலிருந்து விலக்கிவைக்கும் வழக்கம் இவர்கள் மத்தியில் அக்காலத்தில் இருந்தது. அவர்கள் இவர்களுக்குள்ளேயே ஒரு தனி அகமணக் குழுவாய் உருவாகினர். தங்களுக்குள் மட்டுமே திருமண உறவுகளை வைத்துக்கொண்டனர். ஆனால் தற்காலத்தில் இவ் வேறுபாடுகள் ஓரளவிற்கு மறைந்து வருகிறது. மற்ற சாதிகளோடு மட்டுமல்லாமல், பிற கள்ளர் குழுக்களோடும், மறவர் போன்ற பிற முக்குலத்தோர் குழுக்களோடும் திருமண உறவு வைத்துக்கொள்வதையும் அக்காலத்தில் கலப்பு மணமாகவே கருதினர். ஆனால் தற்காலத்தில் ஏற்பட்டுள்ள சமூகப் பொருளாதார மாற்றம் காரணமாகப் பிற கள்ளர் குழுக்களோடும் பிற முக்குலத்தோர் பிரிவுகளோடும் திருமண உறவுகள் வைத்துக் கொள்கின்ற நிகழ்வுகள் அங்கொன்றும், இங்கொன்றுமாக நடைபெறுகிறது. மேலும், அக்காலத்தில் கலப்பு மணம் செய்து

கொண்டவர்களை ஒட்டுமொத்தமாகச் சமூகப் புறக்கணிப்பு செய்த நிலை மாறி அவர்களையும் உள்வாங்கிக் கொள்கின்ற பக்குவத்தை நோக்கி இச் சமூகம் நகரத் துவங்கியுள்ளது.

காது வளர்த்தல்

தென் தமிழகத்தில் காதுகளை நீளமாக வளர்த்துக் கொள்கின்ற வழக்கம் - குறிப்பாகப் பெண்கள் - முழுமையாக வழக்கத்தில் இருந்தது. அதில் குறிப்பாக நாடார், முக்குலத்தோர், வெள்ளாளர், பரதவர், இடையர், நாட்டுக்கோட்டை நகரத்தார்கள், சாயம் தோய்ப்போர், தையல்காரன், செக்கார், பள்ளர், பறையர் போன்ற சமூகத்தைச் சேர்ந்த பெண்கள் தங்கள் காதுகளை நீளமாக வளர்த்துக் கொண்டனர்.[15]

"பெண் குழந்தைகள் பிறந்த சில தினங்களில் கூடைமுடையும் குறவனை வரவழைத்து அக்குழந்தையின் காதில் துளையிட்டு அதில் பஞ்சை திரியாக வைத்து விடுவர். அதில் ஒரு நாள் விட்டு ஒருநாள் தண்ணீர் விடுவர். அத் துளை பெரியதாவதற்காகப் பஞ்சின் அளவை அதிகரித்து அதிகரித்து அதனுள்ளே சோளத் தட்டையின் உட்பகுதியை - தக்கையை - வைத்துத் தொடர்ந்து பலநாட்கள் கட்டுவர். அதனால் பெரிய ஓட்டை உருவாகி விடும். அதன்பிறகு அதனுள் இருந்த புண் ஆறிய உடன் ஒரு சிறிய ஈயக் குணுக்கு போட்டு விடுவர். குணுக்கு போடும் காலத்தில் விளக்கெண்ணெய் வைத்துக் காதை இழுத்து விடுவர். அந்தக் குணுக்கின் கணம் காரணமாகக் காதின் மடல் நீண்டு தொங்கிய நிலைக்கு வந்துவிடும். அதன் பிறகு அதனுள் இருந்த புண் ஆறிய பின்பு, ஒரு சிறிய கனமான இரும்பு வளையத்தைப் போட்டு விடுவர். அது கணம் காரணமாக நீண்டு தொங்கிய நிலைக்கு வந்துவிடும். அதில் ஒரு சிறிய வளையம் அல்லது தண்டட்டி போன்ற அணிகலன்களை அணிந்து கொள்வர். காது துளையிட வரும் குறவனுக்குப் பருப்புச் சோறு போட்டு விருந்தளித்து, தானியங்களையும், வேட்டி, துணிமணிகளையும் எடுத்துக் கொடுத்து அனுப்பி வைப்பர்."[16]

இவ்வாறு காதுகளை நீண்டு வளர்க்கும் பழக்கம் சமண சமயத்தின் பாதிப்பால் இவர்கள் மத்தியில் உருவாகி இருக்கலாம் என ஆய்வாளர்கள் கருதுகின்றனர். கி.பி. 7, 8ஆம் நூற்றாண்டுகளில் தமிழகத்தில் சமணமும், பௌத்தமும் தழைத்தோங்கி இருந்தன. குறிப்பாகத் தென்தமிழகத்தில் சமணம் மிகவும் செல்வாக்குப் பெற்றுத் திகழ்ந்தது. சமண, பௌத்த

சமயத்துறவிகள் தங்கள் காதுகளை நீளமாக வளர்த்துக் கொண்டனர். அவர்களைப் பின்பற்றியே தென் தமிழக மக்களும் தங்களது காதுகளை நீளமாக வளர்த்துக் கொண்டிருக்கலாம் என ஆய்வாளர்கள் கருதுகின்றனர்.[17]

இக் காது வளர்க்கும் பழக்கம் பெண்களிடம் மட்டுமல்லாமல் அக்காலத்தில் ஆண்களிடமும் இருந்து வந்திருக்கின்றது. தஞ்சை பெரியகோவிலில் உள்ள ரகசிய அறையில் வரையப்பட்டுள்ள ஓவியத்தில் மன்னர் இராசராச சோழன் தனது காது மடல்களை நீளமாக வளர்த்து அதில் வளையம் போன்ற அணிகலனை அணிந்திருப்பது போன்றே காட்சியளிக்கிறார்.

இவ்வழக்கம் கள்ளர்கள் மத்தியில் எப்படி இருந்தது என்பது பற்றி நெல்சன் என்பவர் எழுதியுள்ளதைப் பார்ப்போம். அவர் எழுதிய *மதுரை மாவட்டக் கையேடு* (Madura Country Manual) என்ற புத்தகத்தில் பின்வருமாறு எழுதுகிறார் :

"மதுரை மாவட்ட கள்ளர்களிடையே காது மடல்களை நீண்டு தொங்கும்படி செய்யும் வழக்கம் உள்ளது. ஆண்களும், பெண்களும் எவ்வளவு முடியுமோ அவ்வளவு தங்கள் காதுமடல்களை நீட்டி விட்டுக் கொள்கின்றனர். காண்பதற்கு அருவருப்பு ஊட்டும் காது மடல்களைத் துளையிடும் செயலை ஒரு குழந்தைக்கு அதன் தாயே செய்கிறாள். அத் துளைகளில் கணமான ஈய வளையங்கள் இடப் படுகின்றன. இதனால் மிகவும் வியப்பூட்டுவதான விளைவுகள் ஏற்படுகின்றது. தோள்களை, தொடாத காதுகளையுடைய கள்ளன் ஒருவனை அரிதாகவே காணமுடிகிறது. மிகுந்த கோபத்திற்குள்ளாகும் கள்ளன் ஒருவன் தனது காதுமடல்களை இரண்டாகும்படி பிய்த்துக் கொள்வதும் உண்டு. அவனை அவ்வாறு கோபத்திற்குள்ளாகிய அவனுடைய எதிரியும் அவனது கட்சியின் நியாயத்தை நிலைநாட்ட காதுமடல்களை அறுத்துக் கொள்ள வேண்டுமெனப் பொதுவாக எதிர்பார்க்கப்படுகின்றது. பெண்களிடையே ஏற்படும் வம்புச் சண்டைகளிலும் இரு பக்கத்தைச் சேர்ந்தவர்களும் காதுமடல்களை அறுத்துக் கொள்வதும் அடிக்கடி நிகழும் ஒரு செயலாகும். கள்ளர் வாழும் பகுதிகளைக் கடந்து செல்ல வேண்டிய அயலான் ஒருவனுக்கு வழிகாட்டியாக வரும் கள்ளர் சாதிச் சிறுமி தன்னோடு வருபவனுக்குத் தன் சாதியைச் சேர்ந்தவர்கள் யாரேனும் தீங்கிழைக்க முற்படுவார்களேயாயின் அவள் உடனே தன் காதுமடல்களில் ஒன்றினை அறுத்துவிட்டு கொண்டவளாக நடந்ததை தெரிவிக்க தன் வீட்டிற்கு விரைந்து செல்வாள். இதுபற்றி விசாரித்த பின்

பெரிய பூசாரி ஆங்கத் தேவர்
(கருமாத்தூர் ஒச்சாண்டம்மன் கோயில்)

இத்தகைய குற்றம் இழைத்தவன் சாதிக்கட்டுப்பாட்டிற்குப் புறம்பாக நடந்து கொண்டமைக்காகத் தன் இரு காது மடல்களை அறுத்துக் கொள்ளுமாறு தண்டனைக்கு உள்ளாவான்"[18] எனக் குறிப்பிடுகின்றார்.

இதில் ஆண்களும், பெண்களும் தங்கள் காதுமடல்களை நீளமாக வளர்த்துக் கொள்வர் எனக் குறிப்பிடுகின்றார். நாட்டுக் கள்ளர்கள் (அம்பலக்காரர்கள்) மத்தியில் ஆண்களும் காது வளர்த்துக் கொள்ளும் வழக்கம் இருந்தது. ஆனால் பிறமலைக் கள்ளர்களில் பெண்கள் மட்டுமே காது வளர்த்துக் கொள்வார்கள். ஆண்கள் காது குத்தி கடுக்கண் மட்டுமே அணிந்துகொள்வர். இதுவே நாட்டுக் கள்ளர்களுக்கும், பிறமலைக் கள்ளர்களுக்கும் அக்காலத்தில் இருந்த அடிப்படை உருவ வேறுபாடாகும். இச் செய்தியைக் கருமாத்தூர் பொன்னங்கன் கோயில் பெரிய பூசாரி ஆங்கத்தேவர்தான் எனக்கு முதன்முதலில் சொன்னார்.[19]

அதன் பிறகு நான் சென்னைப் பல்கலைக்கழக வளாகத்தில் அமைந்துள்ள அரசினர் கீழ்த்திசைச் சுவடி நூலகத்திற்குச் (Orientel manuscripts Library) சென்று சில ஆவணங்களைப் பரிசீலித்துக் கொண்டிருந்தபொழுது சுமார் 200 வருடங்களுக்கு முன்பு ஓலைச் சுவடியில் எழுதப்பட்ட கள்ளர் சாதிவிளக்கம் என்ற ஆவணத்தைப் பார்த்தேன். அதில் பிறமலைக் கள்ளர் ஆண்கள் காது வளர்த்துக்

கொள்ளமாட்டார்கள் என்றும் நாட்டுக்கள்ளர் ஆண்கள் காது வளர்த்துக் கொள்வார்கள் என்றும் குறிப்பிடப்பட்டிருந்தது.[20] அதனைப் பார்த்து ஆச்சரியமடைந்த நான் அதனை ஒரு பிரதி எடுத்துக் கொண்டு பூசாரி ஆங்காத்தேவரிடம் காட்ட வேண்டும் என்பதற்காகக் கருமாத்தூர் சென்றேன். அங்கு எனக்கொரு அதிர்ச்சி செய்தி காத்திருந்தது. நான் செல்வதற்குப் பத்து நாட்களுக்கு முன்பு அவர் இறந்து போனார். அவர் ஒரு சமூகவியல் அறிஞர். தான் பிறந்த சமூகத்தைப் பற்றி ஆழமான அறிவைப் பெற்றிருந்தார். இப்படி நல்ல தகவல்களை எனக்களித்த பல தகவளாளர்கள் இறந்து விட்டார்கள். அவர்கள் வாழ்கின்ற காலத்திற்குள் என் பணியை முடிக்க இயலவில்லையே என்பதனை எண்ணி வருத்தமடைகிறேன்.

பச்சை குத்திக் கொள்ளுதல்

பெண்கள் முழங்கைகளிலும், புஜங்களிலும் அழகான படங்களைப் பச்சை குத்திக் கொள்வர். பெரும்பாலும் மீன், தேள், கோட்டை, ஐந்து மாடி வீடு, கோயில் கோபுரங்கள், மயில் தோகைகள் எனப் பல உருவ அமைப்புகளில் இப் பச்சை அமைகிறது. தோள்கள், கைகளில் மிக நுட்பமான ஊசிகளை விளக்குக் கரி, விளக்கெண்ணெய், மஞ்சள் ஆகியவை கலந்த கலவையில் தொட்டு குறத்திகள் பச்சை குத்துவர். நான்கு ஐந்து ஊசிகளை ஒன்றாகப் பிணைத்து இப்பச்சை வரையப்படுகிறது. பச்சை குத்தும் ஊசிகளை மூங்கில்குழாயில் வைத்திருப்பர். இப்படிப் பச்சை குத்தும் குறவர்களுக்குக் கூலியாகப் பணம், தானியங்கள் போன்றவற்றைக் கொடுத்து வழி அனுப்புவர்.[21]

இவ்விடத்தில் என் பாசத்திற்குரிய அப்பத்தா அயோத்திப்பட்டி ஒச்சாயியை நினைவுகூர விரும்புகிறேன். நான் சிறு பையனாக இருந்த காலத்தில் அவரது கரங்களில் பச்சைகுத்தி வரையப்பட்டிருந்த பல படங்களைப் பார்த்து ஆச்சரிய மடைந்த நான், அவற்றைச் சுட்டிக்காட்டி இது என்ன என்று கேட்டதும், அதற்கு விடையாக அப்படங்களை வைத்தே அவர் சொன்ன கதைகள் தான், நான் அறிந்த முதல் இலக்கியங்கள்.

அடிக்குறிப்புகள்

1. Louise Dumount, *The South Indian Sub Caste*, 1986, P. 239
2. Ibid. P. 240
3. Ibid. P. 245
4. Ibid. P. 251
5. மி. ராஜா, வில்லாணி பெருமாள்பட்டி, பே. நா : 15.10.2008
6. Louise Dumount, *The South Indian Sub Caste*, 1986, P. 263
7. தா. பாண்டியன், *நெல்சன் மண்டேலா*, ப. 30
8. Louise Dumount, *The South Indian Sub Caste*, P. 219 - 220
9. ம. இளங்கோவன் பேட்டிநாள் 16.6.2011 இவர் தமிழ்நாடு குடிநீர் வடிகால் வாரியத்தில் தலைமைப் பொறியாளராக இருந்து ஓய்வுப் பெற்றிருக்கிறார். ஓய்விற்குப் பிறகு P.K.M. இளைஞர் மேம்பாட்டு அறக்கட்டளை என்ற அமைப்பை நிறுவி அதன் செயலராகப் பொறுப்பேற்று அரசுப் பணிகளுக்குச் செல்கின்ற மாணவர்களுக்கு உசிலம்பட்டியில் இலவச பயிற்சி அளித்து வருகிறார்.
10. J.H. Nelson, *Madura Country Manual*, P. 54 & *Notes on Criminal Classes of the Madras Presidency*, P. 93 & Edgar Thurston, *Caste and Tribes of Southern India*, Vol. K, P. 77
11. Louise Dumount, *The South Indian Sub Caste*, 1986, P. 197
12. பக்தவத்சல பாரதி, *தமிழர் மானுடவியல்*, 2008, ப. 78
13. மேற்படி, ப. 67
14. Louise Dumount, *The South Indian Sub Caste*, 1986, P.
15. எட்கர் தர்ஸ்டன், *தென்னிந்திய மானுடவியல்*, ப. 180
16. மணி கோ. பன்னீர்செல்வம், *குறவர் பழங்குடி*, 2009, ப. 50.
17. கே.டி. காந்திராஜன், தொல்லியல் அறிஞர், பே.நா : 27.06.2011
18. எட்கர் தர்ஸ்டன், *தென்னிந்திய மானுடவியல்*, ப. 182
19. ஆங்கத்தேவர்(55), கருமாத்தூர் பொன்னாங்கன் கோயில் பெரிய பூசாரி, கருமாத்தூர், பே. நா : 10.12.2004
20. *கள்ளர் சாதி விளக்கம்* (R 370 a), Government oriental manuscription Library, University of Madras.
21. மணி கோ. பன்னீர்செல்வம், *முன்குறிப்பிட்டது*, ப. 29

திருமண உறவுமுறைகளும், பெயர் வைத்தலும்

தமிழ்ச் சமூகம் பல சாதிகளாகப் பிரிக்கப்பட்டுள்ளது என்பதனை நாம் அனைவரும் அறிவோம். ஒவ்வொரு சாதியும், பல கிளைச் சாதிகளாய்ப் பிரிக்கப்பட்டுள்ளன. அவ்வாறு உள்ள ஒவ்வொரு கிளைச் சாதியும் பல குடி வழிகளாகப் (வம்சங்களாக) பிரிந்துள்ளன. அந்தக் குடிவழிகள் (வம்சங்கள்) குலம், கூட்டம், வகையறா, கரை, கொத்து, கிளை எனப் பல பெயர்களில் குறிப்பிடப்படுகின்றன. ஒரே குடிவழியைச் சேர்ந்தவர்கள் ஒரே பங்காளிகளாகக் கருதப்படு கின்றனர். அவர்கள் தங்களுக்குள் திருமண உறவு வைத்துக் கொள்வ தில்லை. அதற்கு வெளியிலேயே திருமண உறவினை வைத்துக் கொள்கின்றனர். அவர்கள் அனைவரும் ஒரே குலதெய்வத்தை வணங்குபவர்களாகவும் உள்ளனர்.

இவ்வகைக் குடிவழிகளை (வம்சங்கள்) அடையாளப்படுத்து வதற்குப் பல குறிகளைப் பயன்படுத்துகின்றனர். அதாவது ஒவ்வொரு குடிவழியும் ஏதாவது ஒரு பெயரில் அழைக்கப்படும். இவற்றை சமூகவியல் ஆய்வாளர்கள் குலக் குறிகள் என்று அழைக்கின்றனர். உதாரணத்திற்குக் கொங்கு வெள்ளாளர்கள் பல கூட்டங்களாகப் பிரிந்துள்ளனர். அதில் ஒவ்வொரு கூட்டமும் தங்களது குலக் குறிகளாகப் பறவைகளின் பெயர்களையும், தாவரங்களின் பெயர் களையும் தாங்கி நிற்கின்றன. காடை கூட்டம், நாரைக் கூட்டம், கொக்குக் கூட்டம், குருவிக் கூட்டம் எனப் பல பறவைகளின் பெயர்களைத் தாங்கி நிற்கின்றன. நாரைக் கூட்டத்தைச் சேர்ந்தவர் களெல்லாம் பங்காளிகளாக கருதப்படுவதோடு அவர்கள் அனைவரும் நாரையை வேட்டையாடக்கூடாது என்ற கட்டுப் பாட்டையும் கடைப்பிடிக்கின்றனர்.[1]

இவ்வாறு குடிவழியைக் கணக்கிடுவது தமிழ்ச் சமூகத்தில் தங்களது குலவழியைத் தாய்வழியில் கணக்கிடுவது அல்லது தந்தை வழியில் கணக்கிடுவது என இரண்டு நிலைகளில் உள்ளன. இவற்றை முறையே தாய்வழிச் சமூகம், தந்தைவழிச் சமூகம் என சமூகவியலாளர்கள் பொதுவாக அழைக்கின்றனர்.

இதில் முதலில் தாய்வழிச் சமூகம் பற்றிப் பார்ப்போம்.

தாய்வழிச் சமூகம் தமிழ்நாட்டில் குறைவாகவே காணப்படுகிறது. அதுவும் குறிப்பாகத் தென் தமிழகத்தில் மட்டும் தான் காணப்படுகின்றன. தென் தமிழகத்தில் வாழ்கின்ற வேளாளர்களில் கோட்டைப்பிள்ளைமார் இல்லத்துப் பிள்ளைமார், நாற்குடி (நாள்குடி) வேளாளர், நாஞ்சில் நாட்டு வேளாளர், அரும்புக்கட்டி வேளாளர் போன்றவர்களும் மறவர்களில் செம்பியன் நாட்டு மறவர், ஆப்பநாடு கொண்யைன் கோட்டை மறவர், காரனமறவர், கிறிஸ்தவமறவர், அஞ்சிக்கொத்து மறவர், அம்பொன்னேரி மறவர் போன்றோர் தாய்வழி சமூகங்களாவர்.[2]

இவர்கள் தாய்வழியில் பல கிளைகளை உருவாக்கி அதன் அடிப்படையில் திருமண உறவுகளை ஏற்படுத்திக் கொண்டு வாழ்ந்து வருகின்றனர். இவர்களைப் போல கள்ளர்களில் பாகனேரிக் கள்ளர்[3] பதினாலு நாட்டுக் (கண்டதேவி) கள்ளர்[4] பாலையூர் கள்ளர்[5] போன்றோரும் தாய்வழிச் சமூகங்களாவர். இவர்களும் தாய்வழியில் பல கிளைகளாகப் பிரிக்கப்பட்டுள்ளனர். இதில் உதாரணத்திற்குக் கொண்டையன் கோட்டை மறவர்களைப் பற்றிச் சற்று விரிவாகக் காண்போம்.

கொண்டையன் கோட்டை மறவர்

இவர்கள் மறவர் சாதியில் ஒரு கிளைச் சாதியாவர். இராமநாதபுரம் மாவட்டத்திலுள்ள இன்றைய முதுகுளத்தூர் வட்டம் அக்காலத்தில் அகப்பநாடு என அழைக்கப்பட்டது. அவ் அகப்பநாடு என்ற சொல்லே பிற்காலத்தில் ஆப்பநாடு என மருவியது. அந்த ஆப்ப நாட்டைப் பூர்வீகமாகக் கொண்ட மறவர்கள் ஆப்பநாடு கொண்டையன் கோட்டை மறவர் என அழைக்கப்படுகின்றனர். இவர்கள் தேவர் பட்டத்தைக் குலப்பட்டமாகப் பயன்படுத்திக் கொள்வர். அக்காலத்தில் இவர்கள் மிகவும் பயங்கரமான போர் வீரர்களாக இருந்தனர். போரில் எதிரிகளைக் கொன்று, அவர்களது கொண்டையுடைய தலைகளைக் கொய்து வந்து அவற்றைத் தங்களது கோட்டைச் சுவர்கள் மேல் ஊன்றி வைப்பர். இவ்வாறு கொண்டைகளையுடைய தலைகளை, தங்களது வெற்றியின்

அடையாளமாகக் கோட்டைகளில் ஊன்றி வைத்ததனால் அவர்கள் கொண்டையன்கோட்டை மறவர் என அழைக்கப்பட்டனர்.[6]

இவர்கள் இராமநாதபுரம் ஆப்பநாட்டை (முதுகுளத்தூர் வட்டம்) தங்களது பூர்வீகமாகக் கொண்டிருந்தாலும், இவர்களில் சிலர், கி.பி. 13 – 14ஆம் நூற்றாண்டுகளில் திருநெல்வேலிச் சீமையில் குடியமர்ந்தனர். அதில் சிலர் அக்காலத்திலிருந்த பாண்டிய மன்னர்களிடம் போர்ச் சேவை செய்வதற்காக அவர்களிடமிருந்து சில மானிய உரிமைகளையும், சில காவல் உரிமைகளையும் பெற்றிருந்தனர்.[7]

அதனால் திருநெல்வேலிச் சீமையில் சில பகுதிகளைத் தங்களது கட்டுப்பாட்டிற்குள் வைத்திருந்தனர். பாண்டிய மன்னர்களது வீழ்ச்சிக்குப் பின்பு மதுரையில் ஆட்சிக்கு வந்த நாயக்கர்கள் தமிழகத்தை 72 பாளையங்களாகப் பிரித்தனர். அதில் நெல்லைச் சீமையில் இருந்த இம்மறவர்களை, அவர்கள் ஏற்கனவே தங்களது கட்டுப்பாட்டில் வைத்திருந்த பகுதிகளுக்குப் பாளையக்காரர்களாய் நியமித்தனர்.[7]

அவ்வகையில் நெல்லைச் சீமையில் 18 பாளையங்கள் மறவர் பாளையங்களாயின. அதில் ஊத்துமலை, சுறண்டை, நெல்கட்டும் செவ்வல், வடகரை, மணியாச்சி, தலைவன் கோட்டை, நடுவக் குறிச்சி, குருக்கல்பட்டி, கடம்பூர் போன்றவை கொண்டையன் கோட்டை மறவர்களது பாளையங்களாகும்.

இவ்வகையில் நெல்லைச் சீமையில் மட்டுமல்லாது, இராமநாதபுர சேது நாட்டிலும் இச்சமூகத்தைச் சேர்ந்த தளபதிகள் சேதுபதியிட மிருந்து மானியங்களையும், சில நீதி நிர்வாக அதிகாரங்களையும் பெற்றுத் திகழ்ந்தனர்.

அவ்வகையில் சேதுபதியின் உளவு பிரிவுத் தளபதிகளாகத் திகழ்ந்த, பசும்பொன் குடும்பமரபிலிருந்து[8] வந்தவர்தான் தேசியத் தலைவர் பசும்பொன் முத்துராமலிங்கத்தேவர் என்பது குறிப்பிடத் தக்கது. இக்கொண்டையன் கோட்டை மறவர் சமூகமானது தாய்வழியில் 9 கொத்துக்களாகவும், ஒவ்வொரு கொத்திற்கும் இரண்டு கிளை வீதம் 18 கிளைகளாகவும் பாகுபடுகின்றன. அவை:

கொத்து	கிளைகள்
1. கற்பகக் கொத்து	மருதசீர் கிளை, அகஸ்தியர் கிளை
2. முந்திரிக் கொத்து	வெட்டுவான் கிளை, அழகுபாண்டியன் கிளை
3. சமூகக் கொத்து	வினையன் கிளை, பேர்பெற்றான் கிளை
4. மல்லிகைக் கொத்து	சேதறு கிளை, வாள் வீமன் கிளை

5. ஏலக் கொத்து	கொடையன் கிளை, அரசன் கிளை
6. மிளகுக் கொத்து	ஜெயக்கொண்டான் கிளை, வீரமுடிதாங்கி கிளை
7. தக்காளிக் கொத்து	சங்கரன் கிளை, சாத்தாலி கிளை
8. தென்னக் கொத்து	ஔவையார் கிளை, சாம்புலன் கிளை
9. சீரகக் கொத்து	நாட்டை வென்றார் கிளை, தருமர் கிளை

இதை மறுத்து 6 கொத்துக்களாகவும், ஒவ்வொரு கொத்திற்கும் மூன்று கிளைகள் வீதம் 18 கிளைகளாகவும் பிரிக்கப்பட்டுள்ளதாக மற்றொரு சாரரும் கூறுகின்றனர். அவை:

1. மிளகுக்கொத்து	1 & 2 வீரமுடிதாங்கினான் கிளை 3. செயங்கொண்டான் கிளை
2. வெற்றிலைக் கொத்து	4. அகஸ்தியர் கிளை 5. மருவீடு கிளை 6. அழகுபாண்டியன் கிளை
3. தென்னங் கொத்து	7. வன்னியன் கிளை 8. வெட்டுவான் கிளை, 9. நாட்டைவென்றான் கிளை
4. கழுகுக் கொத்து	10. செவ்ராம்பி கிளை 11. அம்புரதன் கிளை 12. கௌதமர் கிளை
5. ஈச்சங் கொத்து	13. சடச்சி கிளை 14. சங்கரன் கிளை 15. பிச்ச கிளை
6. பனங் கொத்து	16. அகலிகைக் கிளை 17. லோகமூர்த்தி கிளை 18. சாம்புவான் கிளை

என மற்றொரு வகையும் கூறப்படுகின்றது.

கொத்து, கிளை ஆகியவை இரண்டுமே சம தகுதிகள் வாய்ந்தவை. அவற்றிற்குள் ஏற்றத் தாழ்வுகள் கிடையாது. ஒரு கொத்துக்குள் இருக்கின்ற கிளைகள் பங்காளி கிளைகளாகக் கருதப்படுகின்றன. அதனால் அவற்றைச் சேர்ந்தவர்கள் தங்களுக்குள் திருமணஉறவு வைத்துக் கொள்ளக்கூடாது. ஒவ்வொரு கிளையும் தாய்வழிக் கிளைகளாகும். ஒருவரது பிள்ளைகள், அவர்களது தாயின் கிளையை சேர்ந்தவர்களாகவே கருதப்படுகின்றனர். அதாவது தாய், பிள்ளைகள், அவர்களது தாய்மாமன்கள், தாயின் சகோதரிகள், அவர்களது பிள்ளைகள் அனைவரும் ஒரே கிளையைச் சேர்ந்தவர் களாகக் கருதப்படுகின்றனர். இவ்வகையில் ஒரே கிளையைச் சேர்ந்தவர்கள் தங்களுக்குள் திருமண உறவு வைத்துக்கொள்ளக் கூடாது. இதில் தாய்மாமனும், சகோதரி மக்களும் ஒரே கிளைக்குள் வந்து விடுவதால் தாய்மாமன் அக்காள் மகள் திருமணம் கடுமையாகத் தடை செய்யப்பட்டுள்ளது. ஆனால் அவர்கள் தாய்மாமனது பிள்ளைகளை மணக்கலாம். ஏனெனில் அவர்கள் அவர்களது தாயின் கிளையைச் சேர்ந்தவர்களாகையால், வேறு கிளைக்குச்

சென்று விடுவர். அதேபோல் அத்தைப் பிள்ளைகளை மணக்கலாம். ஏனெனில் தாய்வழிக் கிளைகளில் தந்தையும், பிள்ளைகளும் வெவ்வேறு கிளையைச் சேர்ந்தவர்களாகி விடுகின்றனர். தந்தை அவரது சகோதர சகோதரரிகள் எல்லோரும் அவர்களது தாயின் கிளையைச் சேர்ந்தவர்களாகக் கருதப்படுகின்றனர். அதனால் அத்தையும், அத்தை மக்களும் வேறு கிளையைச் சேர்ந்தவர்களா கையால் அத்தை மக்களை மணக்கலாம். தந்தையின் சகோதரர் களாகப் பெரியப்பன், சிற்றப்பனது பிள்ளைகள் வேறு கிளைகளைச் சேர்ந்தவர்களாகக் கருதப்படுவதினால் அவர்களது பிள்ளைகளையும் மணக்கலாம். இவ்வழக்கம் செம்ப நாட்டு மறவர்கள் மத்தியில் இருந்தது.[9] இன்று முற்றிலும் ஒழிந்து விட்டது.

ஆனால் மைத்துனியின் மகளை மணக்கின்ற வழக்கம் இன்றும் வழக்கத்தில் உள்ளது. மற்ற தந்தை வழிச் சமூகங்களில் முறைப் பெண்ணான மைத்துனியின் மகளை மகள் முறையுடைய பெண்ணாகவே கருதுகின்றனர். ஆனால் தாய்வழிக் கிளைகளை யுடைய சமூகங்களில் மைத்துனியும், அவளது மகளும் ஒரே கிளையைச் சேர்ந்தவர்களாகக் கருதப்படுவதனால் அவர்களை மணந்து கொள்ளலாம். சமீபத்தில் கொத்து அமைப்பு மறைந்து வெறும் கிளை அமைப்பு மட்டுமே நடைமுறையில் உள்ளது.

இவ்வாறு குடிவழி தாய்வழியில் அமைந்தாலும் குலதெய்வமும், உறைவிடமும், சொத்துரிமையும் தந்தை வழியிலேயே அமைகின்றது.[10]

ஒரே குலதெய்வத்தை வணங்குவதனால் தந்தையின் சகோதரர்களும், அவர்களது பிள்ளைகளும் பங்காளிகளாகக் கருதப்படுகின்றனர். அவர்களையும் மணப்பதில்லை. ஆனால் திருமண உறவுகளில் இத் தந்தை வழிக் குலதெய்வ மரபுகளைப் பார்ப்பதனைக் காட்டிலும், தாய்வழிக் கிளை மரபுகளுக்கே முதன்மை அளிக்கப்படுகிறது.

தந்தைவழிச் சமூகங்கள்

தந்தை வழியில் தங்களது குடிவழியை அடையாளப்படுத்துகின்ற சமூகங்கள் தந்தை வழிச் சமூகங்களாகும். தமிழகத்தில் தந்தைவழிச் சமூகங்கள்தான் அதிகமாக உள்ளன. ஒரு ஆண்மகனின் வழிவந்தோர் எல்லோரும் பங்காளிகளாகக் கருதப்படுகின்றனர். (அவர்கள் எல்லோரும் பொதுவாக ஒரே குலதெய்வத்தை வணங்குபவர்கள்) அவர்கள் தங்களுக்குள் திருமணம் செய்து கொள்ளமாட்டார்கள். உதாரணத்திற்கு நாட்டுக்கள்ளர்கள் தந்தை வழியில் பல

கரைகளாகப் பிரிக்கப்பட்டுள்ளனர். அவர்கள் அக் கரைகளின் அடிப்படையிலேயே திருமண உறவுகளை மேற்கொள்கின்றனர். ஒரே கரையைச் சேர்ந்தவர்கள் எல்லோரும் ஒரே பங்காளிகளாகக் கருதப்படுவர். அதனால் அதனுள் அவர்கள் திருமணம் செய்து கொள்ளமாட்டார்கள். வேறு கரையைச் சேர்ந்தவரோடுதான் திருமணம் செய்து கொள்வர். ஒவ்வொரு கரைக்கும் ஒரு பெயர் உண்டு. அப்பெயர் பெரும்பாலும் அவர்களது முன்னோர்கள் பெயர்களையே தாங்கி இருக்கும். இதுபற்றி நாம் கள்ளர் நாடுகள் என்ற தலைப்பில் விரிவாகப் பார்த்தோம். இனி, தாங்கள் வணங்குகின்ற கோயில்களையே தங்களது குலமரபுக் குறிகளாகக் கொண்டுள்ள நாட்டுக்கோட்டை நகரத்தார்கள் பற்றிப் பார்ப்போம்.

நாட்டுக்கோட்டை நகரத்தார்

நாட்டுக்கோட்டைச் செட்டியார்கள் எனப் பொதுவாக அறியப்படுகின்ற நகரத்தார், தமிழ்ச் சமூகத்தில் பூர்வீகத் தனவணிகர் குழுவைச் சேர்ந்தவர்களாவர். இவர்கள் "திரைகடல் ஓடியும், திரவியம் தேடு" எனப்படும் முதுமொழிக்கேற்ப உலகம் முழுவதும் கடல் கடந்து சென்று வணிகம் செய்து பெரும் செல்வம் சேர்த்தனர். அதனால் இவர்களைத் தென்னிந்தியாவின் யூதர்கள் என மானுடவியல் ஆய்வாளர் எட்கர் தர்ஸ்டன் அழைக்கிறார்.[11]

நகரத்தார்கள் தங்களது பூர்வீகமாகக் காவிரிப் பூம்பட்டினத்தைக் குறிப்பிடுவர். இவர்கள் எப்பொழுது காவிரிப் பூம்பட்டினத்தை விட்டுத் தற்போதைய பகுதிக்கு இடம் பெயர்ந்தார்கள்? ஏன் இடம் பெயர்ந்தார்கள்? என்பது ஆய்விற்குரியது. கடற்கரைப் பகுதியிலிருப்பவர்கள் உள்நாட்டிற்குக் குடிபெயர்வதற்குக் கடலின் சீற்றமும் ஒரு காரணமாகும். அண்மையில் காவிரிப் பூம்பட்டிணத்தில் நடந்த கடலாய்வுகளின் மூலம், ஒரு பெருநகரைக் கடல் தன்னுள் கொண்டிருப்பது வெளிப்படையாகத் தெரியவந்துள்ளது. இயற்கைச் சீற்றம் ஏற்பட்டதும் அச்சீற்றம் சீர் பெற்றதும் ஆய்வுகளில் தெரியவருகிறது. கடைசியாக இவ்வித இயற்கைச் சீற்றம் ஏற்பட்டு அது சீர் பெற்றதை கி.பி. 1433இல் ஆராய்ந்துள்ளனர். இச்சமயங்களில் கடலின் நீர்மட்டம் 10 மீட்டர் அளவிற்கு உயரும் என்று குறித்துள்ளனர். இச்சீற்றம் முழுமையாக 1134 ஆண்டுகளுக்கு ஒருமுறை நிகழும், விண்கோள்களின் சேர்க்கையால் நிகழும் என்றும் 567 வருடங்களுக்கொரு முறை அரைவட்டச் சுழற்சியில் ஏற்படும் என்றும் குறித்துள்ளனர். அப்படிப் பார்க்கின்ற பொழுது வரலாற்றுக் காலத்தில் இந்த அரைவட்டச் சுழற்சி கி.பி. 1433, கி.பி. 866, கி.பி. 299, கி.மு. 268 ஆகிய ஆண்டுகளில் நிகழ்ந்திருப்பது

தெரிகிறது. எனவே இவ்வாண்டுகளுக்கு முன்பாக அவர்கள் குடிபெயர்ந்திருக்கலாம் எனக் கருதலம்.

குடிபெயர்வு நிகழ்ந்தது உண்மையென்று கொண்டால் கல்வெட்டு மற்றும் ஆவணச் சான்றுகளைக் கொண்டு நோக்கும் பொழுது நாட்டுக் கோட்டை நகரத்தாரின் பாண்டி மண்டலக் குடிபெயர்வு கி.பி. 11, 12ஆம் நூற்றாண்டு வாக்கில் நிகழ்ந்திருக்க வாய்ப்புள்ளது. ஏனெனில் நகரத்தார்களின் ஒன்பது கோயில்களின் பெயர்கள் கி.பி. 11, 12க்குப் பிறகு வந்த பிற்காலப் பாண்டிய மன்னர்களின் பெயர்களில் காணப்படுகின்றன.

இவர்கள் தந்தை வழியில் தாங்கள் வணங்குகின்ற குலமரபுக் கோயில்களின் அடிப்படையில் 9 பிரிவுகளாகப் பிரிக்கப் பட்டுள்ளனர். இளையாற்றங்குடி கோயில், மாத்தூர்க் கோயில், வயிரவன் கோயில், நேமம் கோயில், இலுப்பைக்குடிக் கோயில், சூரக்குடிக் கோயில், வேலங்குடிக் கோயில், பிள்ளையார்பட்டி கோயில், இரணியூரார் கோயில் என ஒன்பது கோயிலாகப் பிரிக்கப் பட்டுள்ளன. நகரத்தாரின் சமூக அமைப்பு இந்த ஒன்பது கோயில்களை அடிப்படையாகக் கொண்டே அமைந்துள்ளது.[12]

ஒரே கோயிலை வணங்குபவர்கள் பங்காளிகளாகக் கருதப்படு கின்றனர். அதனால் அவர்களுக்குள் கொள்வினை, கொடுப்பினை வைத்துக் கொள்வதில்லை. வேறு கோயிலை வணங்குபவர்களைத் திருமண உறவு செய்து கொள்கின்றனர். சில கோயில்களைத் தங்களுக்குள் பங்காளி உறவுடைய கோயிலாகவும் கருதுகின்றனர். உதாரணத்திற்குப் பிள்ளையார்பட்டி கோயிலும், இரணியூர் கோயிலும் ஒரே குடிவழியில் வந்தவர்களால் உருவாக்கப்பட்ட கோயிலாகும். அதனால் இவ்விரு கோயிலை வணங்குபவர்களும் தங்களுக்குள் திருமண உறவு வைத்துக் கொள்வதில்லை.

நகரத்தார்களைப் போலவே சிறுகுடிக் கள்ளர்களும், தாங்கள் வணங்குகின்ற குலக்கோயில்களையே தங்களது குலமரபுச் சின்னங் களாகக் கொண்டிருக்கின்றனர். அதனடிப்படையிலேயே திருமண உறவுகளை வைத்துக் கொள்கின்றனர்.

சிறுகுடிக் கள்ளர்கள் கீழவளவு கிராமத்திலிருந்து பிரான்மலை வரை பரவியுள்ளனர். இன்றைய பிறமலைக் கள்ளர்களின் மூதாதையாரில் பெரும்பகுதியினர் இவர்களிடமிருந்து தான் பிரிந்து சென்றவர்கள் எனச் சிறுகுடிக் கள்ளர்களின் முக்கிய தகவலாளரான கிழையூர் வீரணன் அம்பலம் என்னிடம் தெரிவித்தார். இச்சிறுகுடி கிராமங்கள் பிரான்மலை வரை பரவியிருந்ததால், இங்கிருந்து சென்றவர்கள் தாங்கள் பிரான்மலைப் பகுதிகளிலிருந்து வந்த

கள்ளர்கள் எனத் தெரிவித்தனர். அதுவே பிற்காலத்தில் அவர்களது அடையாளமாகிப் போனது எனவும் அவர் தெரிவித்தார். அதனால் அக்காலத்தில் சிறுகுடிக் கள்ளர்களது காவல் எல்லைக்குள் பிறமலைக் கள்ளர்கள் களவிற்கு வரமாட்டார்கள் எனத் தங்களது பெரியவர்கள் கூறுவார்கள் எனவும் தெரிவித்தார்.

அச்சிறுகுடிக் கள்ளர்கள் தந்தை வழியில் பல வகுப்புக்களாகப் பிரிக்கப்பட்டுள்ளனர். ஆண்டிச்சாமி, மந்தைச்சாமி, அய்யனார் சாமி, மாசாணி அம்மன் எனப் பல குலதெய்வங்களை வணங்கு கின்றனர். அந்தக் குலதெய்வங்களின் பெயர்களிலேயே பல வகுப்புகள் அமைந்துள்ளன. அதனடிப்படையில் திருமண உறவுகளைச் செய்கின்றனர்.

பிறமலைக் கள்ளர்களில் பெரும்பான்மையினர் இவர்களிட மிருந்துதான் பிரிந்து சென்றவர்களாகையால் அவர்களும் இதே வழிமுறையைப் பின்பற்றியிருக்கலாம் எனக் கீழையூர் அம்பலக்காரர் ஒருவர் என்னிடம் தெரிவித்தார்.[13]

ஆனால் பிறமலைக் கள்ளர்கள் இவர்களிடமிருந்து மட்டு மல்லாமல் கிழக்குப் பகுதியில் இருந்த பல்வேறு கள்ளர் பிரிவுகளிடமிருந்து பிரிந்து வந்தவர்கள் என்பதனைப் பிறமலைக் கள்ளர்களின் பூர்வீகம் பற்றிய அத்தியாயத்தில் பார்த்தோம்.

பிறமலைக் கள்ளர்களும், குலமரபுக் கோயில்களும்

மேற்கூறிய நாட்டுக்கோட்டை நகரத்தார்களையும், சிறுகுடிக் கள்ளர் களையும் போல பிறமலைக் கள்ளர்களும் தாங்கள் வணங்குகின்ற குலக்கோயில்களையே தங்களது வம்சத்தை அடையாளப்படுத்துகின்ற குலமரபுக் குறிகளாக அல்லது குலமரபுச் சின்னங்களாகக் கொண்டுள்ளனர். அதாவது தங்கள் வம்சத்தை அடையாளப்படுத்தும் பொழுது, தான் வணங்குகின்ற குலமரபுக் கோயிலின் பெயரிலேயே அடையாளப்படுத்திக் கொள்கின்றனர்.

உதாரணமாக ஒருவர் தன்னை அறிமுகப்படுத்திக் கொள்ளும்பொழுது பாப்பாபட்டி ஒச்சாண்டம்மன் கோயிலை வணங்குபவனென்றோ, கள்ளப்பட்டி புன்னூர் அய்யன் கோயிலை வணங்குபவனென்றோதான் தன்னை அறிமுகப்படுத்திக் கொள்வார். இது தந்தை வழியிலேயே அமைகிறது. இவ்வாறு ஒரே குலக்கோயிலை வணங்குபவர்களெல்லாம் ஒரே பங்காளிகளாகக் கருதப்படுகின்றனர். அவர்களுக்குள் திருமண உறவு வைத்துக் கொள்வதில்லை. இதிலும் சில விதிவிலக்குகள் உண்டு. சில

இடங்களில் மாமன் – மைத்துனர் இருவரும் சேர்ந்து ஒரே குலக்கோயிலை வணங்குவதும் உண்டு. அப்படி இருக்கும் பட்சத்தில் தங்களுக்குள் தனித்தனி உள் அடையாளங்களைப் பயன் படுத்திக் கொள்வர். உதாரணமாகப் பாப்பாபட்டி ஒச்சாண்டம்மன் கோயிலைப் பத்துச் சகோதரர்களின் வாரிசுகளான பத்துத் தேவர்களும், அவர்களது தாய்மாமனது வாரிசுகளான ஐந்து பூசாரி வகையறாக்களும் சேர்ந்து தங்களது குலக்கோயிலாக வழிபடு கின்றனர். இதில் பத்துத் தேவர்களுக்கு ஒச்சாண்டம்மனும், ஐந்து பூசாரிகளுக்குச் சின்னக்கருப்புசாமியும் தனித்தனியே ஒதுக்கப் பட்டுள்ளது. இதில் ஐந்து பூசாரி வம்சத்தவர்களும் பாப்பாபட்டி ஒச்சாண்டம்மனையே குலக்கோயிலாக வழிபட்டாலும் திருமண உறவுகளின்போது தாங்கள் சின்னக்கருப்புசாமி கோயிலை வணங்குபவர்கள் என்றே அடையாளப்படுத்திக் கொள்கின்றனர்.

சிலசமயங்களில் தந்தை தாய்வழியில் ஒரே ரத்தவழியில் வந்தவர்கள் வெவ்வேறு குலமரபுக் கோயில்களை வழிபட்டாலும், தங்களுக்குள் பங்காளி உறவுடையவர்களாகவே கருதப்படுகின்றனர். அவர்கள் தங்களுக்குள் திருமண உறவு வைத்துக் கொள்வது கிடையாது. உதாரணமாகப் பாப்பாப்பட்டி ஒச்சாண்டம்மனை வணங்குகின்ற பத்துத் தேவர்களது பாட்டனும், வாலாந்தூர் அங்காளம்மனை வணங்குகின்ற நாலுதேவர்களது பாட்டனும் ஒரே தாய் வயிற்றுச் சகோதரர்களாகக் கருதப்படுவதனால் அந்த இரண்டு கோயிலை வணங்குபவர்களும் பங்காளிகளாகக் கருதப்படுகின்றனர்.

அதுபோல பூசலப்புரம் ஒச்சாண்டம்மன் கோயிலைக் குலமரபுக் கோயிலாக வணங்குபவர்களும், கள்ளப்பட்டி புன்னூர் அய்யன் கோயிலைக் குலமரபுக் கோயிலாக வணங்குபவர்களும் இரண்டு உடன் பிறந்த சகோதரிகளின் வாரிசுகளாகக் கருதப்படுவதனால் தங்களை உடன் தாயாதிகளாகக் கருதுகின்றனர். அதனால் தங்களுக்குள் திருமண உறவு வைத்துக் கொள்வது கிடையாது.

அடுத்து ஒரே கோயிலைப் பல ஊரைச் சேர்ந்தவர்களும், பல வகையறாக்களைச் சேர்ந்தவர்களும் சேர்ந்து தங்களது குலமரபுக் கோயிலாக வணங்குவதும் உண்டு. உதாரணாகக் கருமாத்தூர் கழுவநாத கோயிலை 21 கிராமங்களிலுள்ள பல்வேறு வகையறாக்கள் தங்களது குலமரபுக் கோயிலாக வணங்குகின்றனர். அதில் பங்காளிகளும், மாமன் மைத்துனர்களும் உண்டு. உதாரணமாகக் கீழக்குடிக்காரர்களும், கண்ணனூர்க்காரர்களும், மாமன் மைத்துனர் களாவர். இவர்கள் அனைவரும் இன்னும் 21 கிராமத்திலுள்ள பிற வம்சாவளிகளும் இணைந்தே இக்கோயிலைத் தங்களது

குலமரபுக்கோயிலாக வழிபடுகின்றனர். அதனால் இவர்கள் திருமண உறவுமுறையைப் பார்க்கும் பொழுது தங்களது குலக்கோயிலோடுச் சேர்த்து தங்களது உள் வம்சாவளிகளின் பெயர்களையும் சேர்த்தே அடையாளப்படுத்துகின்றனர்.

இங்ஙனம் ஒரே குலமரபுக் கோயில்களை வணங்குபவர்கள் ஒரே பங்காளிகளாகக் கருதப்பட்டாலும் ஒரே குலதெய்வத்தை வணங்குபவர்களெல்லாம் ஒரே பங்காளிகளாகக் கருதப்படுவதில்லை.

உதாரணமாக ஒச்சாண்டம்மன் சாமியை, குலதெய்வமாக வழிபடுபவர்களெல்லாம் ஒரே பங்காளிகளாகக் கருதப்படுவதில்லை. ஒச்சாண்டம்மனைக் கருமாத்தூர் பொன்னாங்கன் கூட்டத்தாரும், அவர்களது அக்காள் மக்களாகிய தடியன் கூட்டத்தாரும், பாப்பாபட்டிக் காரர்களும், முதலைக்குளத்துக்காரர்களும், தும்மக் குண்டுக் காரர்களும், பூசலப்புரத்துக்காரர்களும் காளப்பன்பட்டிக் காரர்களும், மதிப்பனூர்காரர்களும், எழுவம்பட்டிக் காரர்களும், கே.போத்தம்பட்டிக்காரர்களும் தங்களது குலதெய்வமாக வணங்கு கின்றனர். இவர்கள் எல்லோரும் ஒரே வம்சாவளியைச் சேர்ந்தவர் களுமில்லை; ஒரே பங்காளிகளாகக் கருதப்படுவதுமில்லை.

அதுபோல ஆதிசிவன் சாமியைக் கொக்குளத்துக்காரர்களும், நாட்டார்மங்கலத்துக்காரர்களும், காளப்பன்பட்டிக்காரர்களும், விளாச்சேரிக்காரர்களும் தங்களது குலதெய்வமாக வணங்கு கின்றனர். ஆனால் இவர்கள் ஒரே பங்காளிகளாய் கருதப்படுவதில்லை.

அதுபோல அய்யனார்சாமியைக் கள்ளப்பட்டிக்காரர்களும், புத்தூர் பின்னத்தேவன் கரையைச் சேர்ந்தவர்களும் தங்களது குல தெய்வமாக வழிபடுகின்றனர். ஆனால் இவர்கள் இருவரும் நேரடி மாமன் – மைத்துனர்கள் ஆவர்.

மேற்படி விசயங்களை வைத்துப் பார்க்கும்பொழுது பிறமலைக் கள்ளர்களது மரபுப்படி ஒரே குலதெய்வத்தை அல்லாமல், ஒரே குலதெய்வக் கோயிலை அல்லது குலமரபுக் கோயிலை வணங்குபவர்கள் எல்லாம் பங்காளி உறவுடையவர்கள் எனக் கருதுவதே சரியானதாகும். மேற்கூறிய பொதுவான புரிதலிலிருந்து திருமண உறவுமுறைகளைப் பற்றிக் காண்போம்.

குலமரபுக் கோயில்களைப் பெறுதல்

திருமண உறவுமுறைகளைப் பற்றிப் பார்ப்பதற்கு முன் இவர்கள் குலதெய்வங்களை எந்தெந்த வகையில் பெற்றனர் என்பது பற்றிப் பார்ப்போம்.

இவர்கள் கிழக்கு நாடுகளில் வாழ்கின்ற அம்பலக்காரர்களோடு முரண்பாடு கொண்டு அவர்களுடன் ஏற்பட்ட மோதலினால் வலுக்கட்டாயமாக அப்பகுதியிலிருந்து வெளியேற்றப்பட்டு, இப்பகுதயில் குடியமர்ந்தார்கள் என்பதனை நாம் ஏற்கனவே கண்டோம். அவ்வாறு அவர்களை வெளியேறி வரும்பொழுது ஒருசிலர் தாங்கள் அப்பகுதியில் வழிபட்டு வந்த குலதெய்வக் கோயிலிலிருந்து பிடிமண்ணை எடுத்துக் கொண்டும், சாமியைத் தூக்கிக் கொண்டும் மேற்கு நோக்கி வந்தனர். இங்கு வந்த பின்பு அவற்றை வைத்துக் கோயில்கட்டி அதனைத் தங்களது குலமரபுக் கோயிலாக வழிபடத் துவங்கினர். கிழக்கு நாடு நரசிங்கம்பட்டி யிலிருந்து வந்த கொக்குளத்துக்காரர்கள் அங்கிருந்த ஆதிசிவன் கோயிலிலிருந்தும்[14] அய்யனார் கோயிலிலிருந்தும் பிடிமண் எடுத்துக் கொண்டு வந்ததையும், கவண்டன்பட்டி வீராகோயில்காரர்கள் வீரபத்ரசாமியைக் கிழக்கிலிருந்து வரும் பொழுதே தூக்கிக் கொண்டு வந்ததையும்[15] இதற்கு உதாரணமாகக் கொள்ளலாம்.

அதுபோல, கீழஉரப்பனூரைச் சேர்ந்த திருமலை பின்னத் தேவனது முன்னோர்கள் கிழக்கு நாட்டிலிருந்து வரும்பொழுது புன்னூர் அய்யன் சாமியை ஒரு வலசக் கூடையில் வைத்துக் கொண்டு வந்தனர்.[16]

புத்தூர் பின்னத்தேவனது தாய் கிழக்கேயுள்ள பூங்கொடி நாட்டிலிருந்து பூங்கொடி அய்யனை ஒரு வலசக் கூடையில் வைத்துக்கொண்டு வந்து நல்லுத்தேவன்பட்டி கண்மாய்க் கரைக்குக் கீழ் வைத்து வணங்கி வந்தாள்.[17] அதனையே அவளது பிள்ளைகள் பெரிய பின்னத்தேவனும், சின்னபின்னத்தேவனும் தங்களது குலமரபுக் கோயிலாக்கி வழிபடத்துவங்கினர்.

அடுத்ததாகக் கள்ளர்கள் இங்குக் குடியமர்ந்த பின்பு இங்கு வாழ்ந்து வந்த வெள்ளாளர்கள், நாயக்கர்கள், வேட்டுவர்கள் போன்றோர் வழிபட்டு வந்த தெய்வங்களை அவர்கள் இப்பகுதியை விட்டு வெளியேற்றி விட்டு அவற்றைத் தன் வயப்படுத்தி தங்களது குலமரபுக் கோயிலாக ஆக்கிக்கொண்டனர். கருமாத்தூர் மூணுசாமி கோயில்களையும், நாட்டார் மங்கலம் ஆதிசிவன் கோயிலையும், கீழஉரப்பனூர் கல்யாணக்கருப்பு கோயிலையும் சித்தாலை சுந்தர வள்ளியம்மன் கோயிலையும், புத்தூர்நாடு வடுகப்பட்டி கருப்புக் கோயிலையும், இதற்கு உதாரணமாகக் கூறலாம்.

கருமாத்தூர் மூணுசாமிகள் முதலில் அங்கு வாழ்ந்த தானப்ப முதலியார் என்ற வெள்ளாளரால் வழிபடப்பட்ட தெய்வங்களாகும். அவர் அவற்றை ஒரே இடத்தில் வைத்து வழிபட்டு வந்தார். அவரது

குடும்பத்தினரை விரட்டிய பின்பு கள்ளர்கள் அதனைத் தங்களது குலதெய்வங்களாக்கிக் கொண்டனர். முதலில் ஒரே இடத்தில் இருந்த மூணுசாமிகளை, அங்கிருந்த மூன்று தேவர்களும் தங்களுக்குள் பகிர்ந்து கொண்டு மூன்று தனித்தனிக் கோயிலாக்கிக் கொண்டனர்.[18]

அதுபோல உரப்பனூர் கல்யாணக் கருப்பசாமியும், சித்தாலை சுந்தரவள்ளிசாமியும் அங்கு வாழ்ந்த வெள்ளாளர்களால் வழிபடப்பட்ட தெய்வங்களாகும்.[19] அவர்கள் வெளியேறிய பின்பு அவற்றை முறையே பின்னத்தேவனும் சுந்தத்தேவனும் தங்களது குலதெய்வங் களாக்கிக் கொண்டனர். நாட்டார்மங்கலம் ஆதிசிவன் கோயில் அங்கு வாழ்ந்த வேடுவர்களால் முதலில் வழிபடப்பட்டு வந்தது. அங்குக் குடியேறிய கள்ளர்கள் அவர்களை அடித்து விரட்டிவிட்டு அதனைத் தங்களது குலக்கோயிலாக்கிக் கொண்டனர்.[20]

அதுபோல சக்கிலியன்குளம் பெத்தனசாமியை முதலில் அங்கு வாழ்ந்த நாயக்கர்கள் வழிபட்டு வந்தனர். அதுபோல வகுரணிக் காமாட்சியம்மன் கோயிலையும் முதலில் நாயக்கர்கள் வழிபட்டு வந்தனர்.[21] அவர்கள் வெளியேறிய பின்பு கள்ளர்கள் அதனைத் தங்கள் குலக்கோயிலாக வழிபடத் துவங்கினர். இங்கு வந்து குடியேறி தங்களுக்கென்று குலதெய்வக் கோயில்களைப் பெற்று வாழ்ந்து வந்தவர்களுடன் புதிதாக வந்து குடியேறியவர்கள் திருமண உறவு கொண்டு அவர்கள் மூலமாகப் பெண்வழியில் குல தெய்வங்களைப் பெற்றுக்கொண்டனர். பாப்பாபட்டி ஒச்சாண்டம்மன் கோயிலையும், மதிப்பனூர் ஒச்சாண்டம்மன் கோயிலையும், காளப்பன்பட்டி ஆதிசிவன் கோயிலையும், வலங்காங்குளம் அய்யனார் குளத்திலுள்ள கடசாரி நல்ல குரும்பன் கோயிலையும், காடிபட்டிக் காரர்கள் வழிபடக்கூடிய சிந்துப்பட்டி அங்காளஈஸ்வரி கோயிலையும், தும்மக்குண்டு வயிரவ கருப்புக் கோயிலையும், கள்ளபட்டி மலைராமன் கோயிலையும் இதற்கு உதாரணமாகக் கொள்ளலாம். மேற்கூறிய கோயில்கள் அனைத்தும் பெண் வழியில் பெறப்பட்ட கோயிலாகும்.

குழந்தையில்லை என்பதற்காகக் குழந்தை வரம் வேண்டி ஒரு குறிப்பிட்ட தெய்வத்தை வணங்கியதனால், குழந்தை பிறந்தது என நம்பும்பொழுது, அந்தத் தெய்வத்தையே தங்களது குல தெய்வமாக ஏற்றுக் கொண்டனர். வலையப்பட்டி சின்னக்கா அம்மனையும் கே. போத்தம்பட்டி ஒச்சாண்டம்மனையும் இதற்கு உதாரணமாகக் கொள்ளலாம்.

இங்கு வந்து குடியேறி வாழ்ந்த பின்பு களவு, காவல், விவசாய வேலை போன்ற தொழில்களுக்காக வெளியூர் சென்ற பொழுது, அங்கு ஆபத்துக்கள் ஏற்படும்பொழுது தங்களைக் காத்ததாக நம்பிய தெய்வங்களையும், தங்களுக்கு உதவியவர்கள் வணங்கிய தெய்வங்களையும் எடுத்து வந்து இங்கு வைத்துக் கோயில்கட்டி தங்களது குலமரபுக் கோயில்களாக்கிக் கொண்டனர். வலங்கான்குளம் கண்ணாத்தாள் கோயிலையும், பெருங்காம நல்லூர் காத்தாண்டம்மன் கோயிலையும், வாலாந்தூர் அங்காளம்மன் கோயிலையும், மானூத்து பெத்தனசாமி கோயிலையும், மடப்புரத்திலிருந்து கொண்டு வரப்பட்ட சாத்தங்குடி அய்யனார் கோயிலையும் இதற்கு உதாரணமாகக் கொள்ளலாம். இனி, திருமண உறவுமுறைகள் பற்றிப் பார்ப்போம்.

திருமண உறவுமுறைகள்

இப் பிறமலைக் கள்ளர்கள் ஒரே சமயத்தில் ஒட்டு மொத்தமாக வந்து இப்பகுதியில் குடியேறவில்லை. பல வருடங்கள் தொடர்ந்து சிறுக சிறுக வந்து இப்பகுதியில் குடியேறியவர்கள் என்பதனை நாம் சென்ற அத்தியாயங்களில் கண்டோம். இப்படிச் சிறுகச் சிறுக, குடியேறியவர்கள் வணங்குகின்ற கோயில்களின் அடிப்படையில் தங்களுக்குள் திருமண உறவுகளை உருவாக்கிக் கொண்டு வாழ்ந்து வருகின்றனர். அதனால் யார் யார், யாருடன் திருமண உறவுகளை ஏற்படுத்திக் கொண்டனர் என்பதனை முழுமையாகக் கண்டறிவது மிகவும் சிக்கலான விசயமானது. ஆனால் யார் யார், யாருடன் திருமண உறவுகளை வைத்துக்கொள்வதில்லை என்பதனை அடையாளப்படுத்துவது மிகவும் எளிமையானதாகும்.

மேலும், இவர்களது திருமண உறவுமுறைகளை ஆய்வு செய்யும் பொழுது இதில் உள்ள ஒவ்வொரு குழுவும் ஒரு சில குழுக்களோடு மட்டும் திருமண உறவுகளை வைத்துக் கொள்வதில்லை. அவர்கள் நீங்கலாக, மற்ற எல்லோருடனும் திருமண உறவுகளை வைத்துக் கொள்கின்றனர். அதனால் ஒவ்வொரு குழுவிற்கும் யார் யார், பங்காளிக் குழுவாக கருதப்படுகின்றார்கள் என்பது தெரியவந்தது அதை முதலில் பதிவு செய்கின்றேன். பிறகு அவர்கள் யார் யாருடன் அதிகமாகத் திருமண உறவுகளை வைத்துக்கொள்வார்கள் என்பதனையும் பதிவு செய்கிறேன்.

கள்ளர் நாடுகள் இரண்டு வகையாக உள்ளன. அதாவது வெறும் பங்காளிகளை மட்டும் உள்ளடக்கிய நாடுகள், பங்காளி களையும் மைத்துனர்களையும் உள்ளடக்கிய நாடுகள் என இரண்டு வகையில் அமைந்துள்ளன. இதில் முதலில் வெறும் பங்காளிகளை

மட்டும் உள்ளடக்கிய நாடுகளின் வம்சாவளிகளின் திருமண உறவுமுறைகள் பற்றி முதலில் பார்ப்போம்

வாலாந்தூர்

இது நான்கு வம்சாவளிகளைக் கொண்ட நாடாகும். இவர்கள் வாலாந்தூரிலுள்ள அங்காளம்மன் கோயிலைத் தங்களது குலக் கோயிலாக வழிபடுகின்றனர். இந்த அங்காளம்மன் கோயிலைக் குலக்கோயிலாக வழிபடுகின்ற நான்கு தேவர் வகையறாக்களுக்கு, பாப்பாபட்டி ஒச்சாண்டம்மன் கோயிலை வழிபடுகின்ற பத்துத் தேவர் வகையறாக்கள் தந்தை வழியில் உடன் பங்காளிகளாவர். கொக்குளத்து ஆறு கரைக்காரர்களும், நல்லதங்காள் கோயிலைக் குலக்கோயிலாக வழிபடுகின்ற படிவுத்தேவன் கூட்டத்தாரும் இவர்களுக்குத் தாயாதிகளாகக் கருதப்படுகின்றனர். (தாய்வழிப் பங்காளிகள் தாயாதிகள் எனப்படுகின்றனர்) அதனால் அவர்களுடன் திருமண உறவுகளை வைத்துக் கொள்வதில்லை. வலங்காங்குளம் கண்ணாத்தாள் கோயிலைக் குலக்கோயிலாக வணங்குபவர்களையும், அதே ஊரைச்சேர்ந்த அரிகுரும்பன் கோயிலை வணங்குபவர்களையும் தாயாதிகளாய்க் கருதி அவர்களுடனும் திருமண உறவு வைத்துக் கொள்வதில்லை. மற்ற எல்லோருடனும் திருமண உறவுகளை வைத்துக் கொள்கின்றனர். ஆனால் அக்காலத்தில் நடந்து போகின்ற தூரத்தில் உள்ள கிராமத்தில்தான் அதிக திருமண உறவுகளை வைத்துக் கொண்டனர். மேலும் முறைமணம் பெரு வழக்காக உள்ள காலங்களில் பெரும்பாலும் தாய்மாமன் அல்லது மாமன் முறையோருடன்தான் திருமண உறவுகளை வைத்துக் கொண்டனர். அதனால் அருகருகே உள்ள கிராமங்களில் தான் அதிகமான திருமணச் சம்மந்தங்கள் நடந்தன. அதன் அடிப்படையில் இவர்களுக்கு அக்காள் மக்களாகக் கருதப்படுகின்ற நாட்டார்மங்கலத்துக்காரர் களுடனும், கடசாரி நல்லக் குரும்பன் கோயிலைக் குலக்கோயிலாக வழிபடுகின்ற அய்யனார் குலத்துக்காரர்களுடனும், திடியன் நாட்டில் உள்ள முதல் ஆறு பங்காளிகளுடனும், புன்னூர் அய்யன் கோயிலை வழிபடுகின்ற கள்ளப்பட்டிக் காரர்களுடன், அதிகமான திருமண சம்பந்த உறவுகள் செய்கின்றனர். கருமாத்தூர் நாட்டிலுள்ள எல்லாக் கோயிலை வழிபடுவோருடனும் சம்மந்த உறவுகளை வைத்துக் கொள்கின்றனர்.

அதுபோல பூங்கொடி அய்யன் கோயிலை வழிபடுகின்ற புத்தூர் பின்னத்தேவன் கரைக்காரர்களோடும், வடுகபட்டி கருப்புக் கோயிலை வழிபடுகின்ற பெரும்புலி அழகாத்தேவன் கரைக்காரர் களுடனும், வைரவ கருப்புக்கோயிலைப் பொதுக் கோயிலாக,

வழிபடுகின்ற தும்மக்குண்டுக்காரர்களுடனும் கொடிக்குளம் நீங்கலாக மற்ற 23 உபகிராமத்தைச் சேர்ந்தவர்களுடனும் திருமண சம்பந்த உறவு வைத்துக் கொள்கின்றனர்.

பாப்பாப்பட்டி

பாப்பாப்பட்டி ஒச்சாண்டம்மன் கோயிலைக் குலக்கோயிலாக வணங்குகின்ற பத்துத் தேவர் வகையறாக்கள், வாலாந்தூர் அங்காள ஈஸ்வரி கோயிலைக் குலக்கோயிலாக வழிபடுகின்ற நாலுத் தேவர் வகையறாக்களைத் தங்களது உடன்பங்காளிகளாய் கருதுகின்றனர்.

கொக்குளத்துக்காரர்களையும், படிவுக் கூட்டத்தாரையும் தங்களது தாய்வழிப் பங்காளிகளாய்க் கருதுகின்றனர். அதுபோலவே கருமாத்தூர் ஒச்சாண்டம்மன் கோயிலைக் குலக்கோயிலாக வழிபடுகின்ற தடியன் கூட்டத்தாரையும் தாயாதிகளாய்க் கருதுகின்றனர். அதனால் அவர்களுடனும் திருமண உறவு வைத்துக் கொள்வதில்லை.

கருமாத்தூர் நாட்டிலுள்ள கடசாரி நல்ல குரும்பன் கோயிலை வழிபடுகின்ற குரும்பத்தேவர் நான்கு பங்காளிகளைத் தாயாதிகளாய் கருதுவதனால் அவர்களுடனும் திருமண உறவு வைத்துக் கொள்வ தில்லை. பத்துத் தேவர்களில் கீரித்தேவர், கூலத்தேவர் வகையறாக்கள் மட்டும் ஒச்சாண்டம்மன் கோயிலைக் குலக்கோயிலாய் வணங்குகின்ற மதிப்பனூர்க்காரர்களை ஒரு தாய் மக்களாய் கருதி அவர்களுடன் திருமண உறவு வைத்துக் கொள்வதில்லை.

மேற்கூறியவர்கள் நீங்கலாகக் கடசாரி நல்லகுரும்பன் சாமியைக் குலக்கோயிலாய் வணங்குகின்ற அய்யனார்குளத்துக்காரர்கள் இவர்களுக்குப் பூர்வீக அக்காள் மக்களாய் கருதப்படுவதால் அவர் களுடனும் அதிக சம்பந்த உறவுகளைச் செய்து கொள்கின்றனர். அடுத்து கருமாத்தூர் நாட்டில் பொன்னாங்கன் என்ற ஒச்சாண்டம்மன் கோயிலை வழிபடுகின்ற ஆறு பங்காளிகளுடனும், காக்குவீரன் கோயிலை வணங்குபவர்களுடனும், கோட்டை மந்தைக் கோயிலை வணங்குகின்ற கேசத்தேவன், பரிசப்புலிக் கூட்டத்தாருடனும் திருமண சம்பந்தம் செய்து கொள்கின்றனர்.

திடியன் நாட்டிலுள்ள சோணைக் கருப்புக் கோயிலை வணங்குபவர்களுடனும், வாலகுருநாத கோயிலை வணங்குபவர் களுடனும், தென்கரை முத்தையா கோயிலை வணங்குபவர்களுடனும், கழுவநாத கோயிலை வணங்குபவர்களுடனும், கருப்புக் கோயிலை வணங்குபவர்களுடனும் சம்பந்தம் செய்கின்றனர்.

புத்தூர் நாட்டிலுள்ள (நல்லுத்தேவன் பட்டி) பூங்கொடி அய்யனார் கோயிலைக் குலக்கோயிலாக வணங்குகின்ற புன்னைத் தேவன் கரையைச் சேர்ந்தவர்களுடனும் சின்னக்காஅம்மன் கோயிலைக் குலக்கோயிலாக வழிபடுகின்ற இராமசாமித்தேவன் கரையைச் சேர்ந்தவர்களுடன், வடுகபட்டியிலுள்ள கருப்புக் கோயிலை வழிபடுகின்ற பெரும்புலி அழகாத்தேவன் கரையைச் சேர்ந்தவர்களுடனும், உசிலம்பட்டி சின்னகருப்புக் கோயிலை வணங்குகின்ற பாப்பாபட்டி பூசாரி வகையறாக்களைப் பூர்வீகத் தாய்மாமன்களாகக் கருதுவதால் அவர்களுடன் அதிக சம்பந்த உறவுகளைச் செய்கின்றனர்.

ஒச்சாண்டம்மன் கோயிலைக் குலக்கோயிலாகவும், வைரவக் கருப்புக் கோயிலைப் பொதுக் கோயிலாகவும் வணங்குகின்ற தும்மக் குண்டுக்காரர்களுடனும், புன்னூர் அய்யன் கோயிலைக் குலக் கோயிலாகவும், வெண்டிக் கருப்புக் கோயிலை காவல் தெய்வமாகவும் வணங்குகின்ற கள்ளபட்டிக்காரர்களுடனும் சம்பந்தம் செய்கின்றனர். அதுபோல கொடிக்குளம் நீங்கலாக 23 உபகிராமங்களிலுள்ள எல்லா வம்சாவளியினருடனும் சம்பந்தம் செய்துகொள்கின்றனர்.

கொக்குளம்

கொக்குளம் ஆறு கரையைச் சேர்ந்தவர்கள், புத்தூர் நாடு – நல்லுத் தேவன்பட்டி கண்மாய்க் கரையில் உள்ள பூங்கொடி அய்யனார் கோயிலைக் குலக்கோயிலாக வணங்குகின்ற பின்னத்தேவன் கரையைச் சேர்ந்தவர்களை உடன் பங்காளிகளாகக் கருதுகின்றனர். ஏனெனில் இவர்கள் இருவரும் நரசிங்கத்தேவன் (கொக்குளம்) வெள்ளைப் புன்னைத்தேவன் (புத்தூர் நாடு) என்ற இரண்டு உடன்பிறந்த சகோதரர்களின் வாரிசுகளாவர்.

மேலும், இவர்கள் பாப்பாப்பட்டி ஒச்சாண்டம்மன் கோயிலை வணங்குகின்ற பத்துத் தேவர்களையும், வாலாந்தூர் அங்காள ஈஸ்வரி கோயிலை வணங்குகின்ற நாலுதேவர்களையும், நல்லதங்காள் கோயிலை வணங்குகின்ற படிவுத்தேவன், பிறவியத்தேவன் வகையறாக்களையும் தாய்வழிப் பங்காளிகளான தாயாதிகளாய்த் கருதுகின்றனர். இவர்களுடனும் திருமண உறவு வைத்துக் கொள்வ தில்லை. கருமாத்தூர் நாட்டிலுள்ள கடசாரி நல்லகுரும்பன் கோயிலை வணங்குகின்ற நான்கு குரும்பத்தேவன் வகையறாக்களைத் தாயாதி களாகக் கருதுவதால் அவர்களுடனும் திருமண உறவு செய்து கொள்வதில்லை. இவர்களும், தும்மக்குண்டுக்காரர்களும், விளாச்சேரிக்காரர்களும், சித்தாலை சுந்தரவள்ளியம்மன் கோயிலை

வணங்குகின்ற சுந்தத்தேவன் வகையறாவிற்குப் பெண் வாரிசுகளாவர். அதனால் தாயாதிகளாய் கருதி தங்களுக்குள் திருமணஉறவு வைத்துக் கொள்வதில்லை.

இவர்களது அக்காள் மக்களாகிய கழுவநாத கோயிலைக் குலக்கோயிலாக வணங்குகின்ற பன்னியான்காரர்கள் இவர்களது பூர்வீக அக்காள் மக்களாய் கருதப்படுவதால் அவர்களுடன் அதிக சம்மந்த உறவுகளைச் செய்கின்றனர். அதே கழுவநாதக் கோயிலை வணங்குகின்ற கீழக்குடிக்காரர்களுடனும் பன்னியானிலிருந்து பிரிந்து வந்து, புத்தூர் நாட்டில் சின்னக்கா அம்மன் கோயிலை வணங்குகின்ற இராமசாமிதேவன் கூட்டத்தைச் சேர்ந்தவர்களுடனும் மற்றும் சித்தாலை சுந்தரவள்ளியம்மன் கோயிலை வணங்குகின்ற சுந்தத்தேவன் கூட்டத்தாருடனும் சடச்சிப்பட்டியைச் சேர்ந்த சொக்கணாண்டி கூட்டத்தாருடனும் அதிக சம்பந்த உறவுகளை வைத்துக்கொள்கின்றனர். கருமாத்தூர் நாட்டில் குரும்பத்தேவர் வகையறா நீங்கலாக மற்ற கோயிலை வணங்குபவர்களுடனும் சம்பந்தம் செய்கின்றனர். அதுபோல திடியன் நாட்டிலுள்ள எல்லாக் கோயிலை வணங்குபவர்களுடனும், கள்ளப்பட்டிக்காரர்களுடனும் சம்மந்த உறவுகளை வைத்துக் கொள்கின்றனர். உப கிராமங்களில் கொடிக்குளம் விளாச்சேரி நீங்கலாக மற்ற 22 கிராமங்களிலுள்ள எல்லா வம்சாவளியினரோடும் திருமண உறவு வைத்துக் கொள்கின்றனர்.

தும்மக்குண்டு

ஒச்சாண்டம்மன் கோயிலைக் குலக்கோயிலாகவும், காவல்தெய்வம் வைரவகருப்புக் கோயிலைப் பொதுக் கோயிலாகவும் வணங்குகின்ற சின்னாங்கி உடையான் மூன்று பங்காளிகள் கருமாத்தூர் பொன்னாங்கன் என்ற ஒச்சாண்டம்மன் கோயிலிருந்து பிரிந்து வந்தவர்களாவர். அக்கோயிலிருந்து பிடிமண் எடுத்து வந்து, அதனைத் தும்மக்குண்டு, கரிசல்பட்டி, உடையாம்பட்டியில் வைத்து கோயில்கட்டிக் குலக்கோயிலாக வணங்கி வருகின்றனர். அதனால் பொன்னாங்கன் கோயிலை வணங்குகின்ற மதயானை ஆறு பங்காளிகளும் இவர்களுக்குத் தந்தைவழியில் உடன் பங்காளிகளாவர். அது போல அந்த ஆறு பங்காளிகளிடமிருந்து பிரிந்து சென்ற பூசலப்புரம் ஒச்சாண்டம்மனை வணங்குகின்ற கட்ராண்டி வகையறாக்களும் உசிலம்பட்டி சின்னகருப்புக் கோயிலை வணங்குகின்ற பாப்பாபட்டி ஐந்து பூசாரி வகையறாக்களும் இவர்களுக்கு உடன் பங்காளிகளாவர். மேற்கூறிய உடன் பங்காளி களுடன் இவர்கள் திருமண உறவு வைத்துக் கொள்வதில்லை.

அதுபோல இந்தத் தும்மக்குண்டு சின்னாங்கி உடையானையும் சேர்த்து, சிந்துபட்டி பெருமாள் கோயிலை வணங்குகின்ற முத்திருளாண்டித்தேவன் வகையறாக்களும், சிந்துப்பட்டி அங்காள ஈஸ்வரி கோயிலை வணங்குகின்ற காடுபட்டி அரிதி வீரத்தேவர் வகையறாக்களும், காளப்பன்பட்டிக் கருப்புகோயிலை வணங்குகின்ற கூலக்குன்னத்தேவன் வகையறாக்களும், காளப்பன் பட்டி சிவன் கோயிலை வணங்குகின்ற பணிக்கத்தேவன் வகையறாக்களும் ஐந்து தாய் மக்களாய் கருதப்படுவதனால், அவர்களைத் தாயாதிகளாய் கருதி அவர்களுடனும் திருமண உறவு வைத்துக் கொள்வதில்லை. கொக்குளத்துக் காரர்களையும் தாயாதிகளாய்க் கருதுகின்றனர்.

மானூத்து காத்தாண்டம்மனை வணங்குகின்ற சித்தராங் கூட்டத்தார் இவர்களுக்குப் பூர்வீக அக்காள் மக்களாய் கருதப்படு கின்றனர். அவர்களுடன் அதிக சம்பந்த உறவுகளை வைத்துக் கொள்கின்றனர்.

பாப்பாபட்டி, வாலாந்தூர், திடியன் புத்தூர்நாடு, வேப்பனூத்து (கள்ளப்பட்டி) ஆகிய நாடுகளில் உள்ள எல்லாக் கோயிலை வணங்குபவர்களுடனும் கருமாத்தூர் நாட்டில் ஒச்சாண்டம்மன் கோயிலை வணங்குகின்ற பொன்னாங்கன் கூட்டத்தார் நீங்கலாக மற்ற எல்லாக் கோயிலை வணங்குபவர்களுடனும், சம்பந்தம் செய்கின்றனர். 24 உபகிராமங்களில் பூசலப்புரம், காளப்பன்பட்டி நீங்களாக மற்ற எல்லாக் கிராமத்தைச் சேர்ந்தவர்களுடனும் சம்பந்தம் செய்து கொள்கின்றனர்.

வேப்பனூத்து (கள்ளப்பட்டி)

இவர்கள் பிறமலைநாட்டின் கள்ளர் தலைவராய் கருதப்பட்ட கீழ உரப்பனூர் திருமலைப் பின்னத்தேவரது இளைய தாரத்து மக்களாவர். அங்கிருந்த புன்னையூர் அய்யன் கோயிலிருந்து பிடிமண் எடுத்து வந்து கள்ளப்பட்டியில் வைத்து கோயில்கட்டி அதனைக் குலக்கோயிலாக வணங்கி வருகின்றனர்.

அதனால் கீழ உரப்பனூரில் உள்ள கல்யாணகருப்புக் கோயிலை வணங்குகின்ற திருமலைப் பின்னத்தேவன் வகையறாக்களும், அவர்களிடமிருந்து பிரிந்து வந்த வாகைக்குளம் கல்யாண கருப்புக் கோயிலை வணங்குகின்ற கட்டபின்னத்தேவன் வகையறாக்களும், புன்னையூர் அய்யனை வழிபடுகின்ற வெள்ளை மலைப்பட்டிக் காரர்களும், குருவித்துறைக்காரர்களும் இவர்களது உடன் பங்காளி களாவர். அவர்களுடன் திருமண உறவு வைத்துக் கொள்வதில்லை.

பூசலப்புரம் ஒச்சாண்டம்மன் கோயிலை வணங்குகின்ற கட்ராண்டித்தேவன் வகையறாக்களைத் தாயாதிகளாய் கருதுகின்றனர். இவர்கள் இருவரும் உடன் பிறந்த இரண்டு சகோதரிகளின் வாரிசுகளாகையால் உடன் தாயாதிகளாய் கருதப்படுகின்றனர். அதில் ஒரு சகோதரி இறந்து விட இருவரும் குழந்தைகளாக இருக்கும் பொழுது ஒரே தாயின் பாலை அருந்தி வளர்ந்ததனால் இவர்களது உறவு அழுத்தமானதாக முன்னிறுத்தப்படுகிறது.

இவ்வாறு பூசலப்புரத்துக் காரர்களைத் தங்களது உடன் தாயாதிகளாய் கருதினாலும், அவர்களது பங்காளிகளையெல்லாம் தங்களது பங்காளிகளாகக் கருதுவதில்லை. உதாரணமாகப் பூசலப்புரத்துக் காரர்களுக்கு உடன் பங்காளிகளாய் கருதப்படும் கருமாத்தூர் பொன்னாங்கன் கூட்டத்தாருடனும், தும்மக்குண்டு சின்னாங்கி உடையான் கூட்டத்தாருடனும் பாப்பாபட்டி ஐந்து பூசாரிக் கூட்டத்தாருடனும், காளப்பன்பட்டி பணிக்கத்தேவன் கூட்டத்தாருடனும், சம்மந்த உறவுகளை வைத்துக் கொள்கின்றனர்.

அது மட்டுமல்லாமல் மேற்கூறிய பங்காளிகள், தாயாதி பூசலப்புரத்துக்காரர்கள் நீங்கலாக மற்ற ஏழு நாட்டிலுள்ள எல்லா வம்சாவளிகளுடனும், உப கிராமத்திலுள்ள எல்லா வம்சாவளி களுடனும் திருமண உறவு வைத்துக் கொள்கின்றனர். அதனால் இவர்களை “விளக்கு வைத்த இடத்திளெல்லாம் திருமணம் செய்பவர்கள்” என நகைச்சுவையாக அழைக்கின்ற வழக்கம் உள்ளது. அக்காலத்தில் இவர்கள் இரவில் விளக்கெரிந்த வீடுகளிளெல்லாம் பெண் கேட்டுக் கொண்டே சென்றனராம். பூசலப்புரத்திற்குச் செல்லும் பொழுது விடிந்து விட்டது. அதனால் அவர்களை மட்டும் பங்காளிகளாக்கிக் கொண்டனர். அதனால்தான் விளக்கு வைத்த இடத்திலெல்லாம் கல்யாணம் செய்பவர்கள் என ஒரு சிலரால் நகைச்சுவையாகச் சொல்லப்படுகிறது.

ஆனால் இவர்கள் கள்ளர்நாட்டின் தலைவன் திருமலைப் பின்னத்தேவனது இளைய தாரத்து வாரிசுகளாவர். அவரோடு முரண்பாடு கொண்டு அங்கிருந்து வெளியேறி தற்போதைய வேப்பனூத்து நாட்டில் குடியேறி வாழ்ந்து வருகின்றனர். அக்காலத்தில் திருமலைப் பின்னத்தேவன் ஒருவர் மட்டுமே ஒருவரை சாதியில் சேர்க்கவும், சாதியிலிருந்து விலக்கி வைக்கவும் அதிகாரமுடையவராக இருந்தார். அவ்வாறு அவர் யாரையாவது சாதியிலிருந்து விலக்கிவிட்டால் அவர்கள் ‘ஒதுக்கல் வகையாகக்’ கருதப்படுவர். அவர்களுடன் யாரும் திருமண உறவு வைத்துக் கொள்ளக்கூடாது. ஆனால் கள்ளப்பட்டிக்காரர்கள், அண்ணன்

திருமலைப் பின்னத்தேவன் மீது கொண்டகோபத்தால், அவனது ஆணைக்குக் கட்டுப்படாமல் அவனால் விலக்கி வைக்கப்பட்டவர் களுடன் சம்பந்தம் செய்தனர். இவ்வாறு இவர்கள் திருமணம் செய்ததால் இயற்கையாகவே அவர்களும் திருமலைப் பின்னத் தேவனுக்கு உறவினர்களாகி விட்டனர். இவ்வகையில் விலக்கி வைத்தவர்களெல்லாம் திருமணம் செய்து திருமலைப் பின்னத் தேவனது அதிகாரத்தை மறைமுகமாகச் செயல் இழக்கச் செய்தனர். அதனடிப்படையிலேயே “விலக்கி வைத்த இடத்திலெல்லாம் திருமணம் செய்பவர்கள்'' என்ற பொருளில் அவ்வாறு அழைக்கப்பட்டனர். அதுவே பிற்காலத்தில் ''விளக்கு வைத்த இடத்திலெல்லாம் திருமணம் செய்பவர்கள்” எனச் சொல் மாற்றி அழைக்கப்படுகிறது என, இவர்களின் முக்கியத் தகவலளாரான கட்டத்தேவன்பட்டி கிருட்டிணத்தேவர் என்னிடம் தெரிவித்தார்.

இதுவரை ஒரே வம்சாவளிகளை அதாவது பங்காளிகளை மட்டும் உள்ளடக்கிய நாடுகளின் திருமண உறவுகள் முறைகள் பற்றிப் பார்த்தோம். இனி, பங்காளிகளையும் மைத்துனர்களையும் உள்ளடக்கிய நாடுகளின் திருமண உறவு முறைகள் பற்றிப் பார்ப்போம்.

திடியன்

இதில் ஒன்பது வம்சாவளிகள் உள்ளன. அதில் சோனைக் கருப்புக் கோயிலை வணங்குகின்ற காமாட்சிக்கூட்டம், ஏராங் கூட்டம், வாலகுருநாதக் கோயிலை வணங்குகின்ற நல்லா கூட்டம் உச்சபட்டியில் உள்ள கருப்புக் கோயிலை வணங்குகின்ற பிச்சைத்தேவன் கூட்டம், கருமாத்தூர் கழுவநாத கோயிலை வணங்குகின்ற பேயத்தேவன் கூட்டம், தென்கரை முத்தையா கோயிலை வணங்குகின்ற வாரமிளகி கூட்டம், திடியன் மலைக்கு அருகிலுள்ள தென்கரை முத்தையா கோயிலை வணங்குகின்ற பெத்தராமுத்தேவர் கூட்டம் ஆகிய ஏழு கூட்டங்களும் ஒரே பங்காளிகளாகக் கருதப்படுகின்றனர். இவர்கள் அனைவரும் பொதுவாகத் தூங்காத்தேவன் வகையறாக்கள் எனவும் அம்பட்டையன்பட்டி கோயில்களை வணங்குபவர்கள் எனவும் அறியப்படுகின்றனர்.

இந்த ஏழு கூட்டத்தாரும் தூங்காத்தேவனது இளைய தாரத்து மக்களாகக் கருதப்படும் கருமாத்தூர் கடசாரி நல்லகுரும்பன் கோயிலை வணங்குகின்ற குரும்பத்தேவன் நான்கு பங்காளிகளையும், உச்சப்பட்டி ராணிசோழத் தேவனிடமிருந்து பிரிந்து சென்று கருமாத்தூர் காக்குவீரன் கருப்புக்கோயிலை வணங்குகின்ற

காக்குவீரன் ஐந்து பங்காளிகளையும், கருமாத்தூர் கோட்டை மந்தை கோயிலை வணங்குகின்ற கேசத்தேவன் பரிசப்புலிக் கூட்டத் தாரையும் தங்களது உடன்பங்காளிகளாய் கருதுகின்றனர். அவர்களுடன் திருமண உறவு வைத்துக் கொள்வதில்லை. கவண்டன்பட்டி வீராகோயிலை வணங்குகின்ற நாலாக்கரையான் கூட்டத்தாரைத் தங்களது பூர்வீகப் பங்காளிகளாய் கருதுவதனால் அவர்களுடனும் திருமண உறவு வைத்துக் கொள்வதில்லை. நாட்டார்மங்கலம் ஆதிசிவன் கோயிலை வணங்குகின்றவர்களைப் புத்தூர்நாடு வடுகபட்டி கருப்புக்கோயிலை வணங்குகின்ற பெரும்புலி அழகாத்தேவன் கூட்டத்தாரைத் தங்கள் தாயாதிகளாய் கருதுவதனால் அவர்களுடனும் திருமண உறவு வைத்துக் கொள்வதில்லை. இவர்கள் நீங்கலாக, கருமாத்தூர் நாட்டில் உள்ள ஒச்சாண்டம்மன் கோயிலை வணங்குகின்ற பொன்னாங்கன் ஆறு பங்காளிகளுடனும், வாலாந்தூர் அங்காளம்மனை வணங்குகின்ற நான்கு தேவர்களுடனும், பாப்பாபட்டி ஒச்சாண்டம்மனை வணங்குகின்ற பத்துத் தேவர்களுடனும் புத்தூர் நாட்டிலுள்ள முதல் மூன்று கரைக்காரர்களுடனும், கொக்குளத்துக்காரர்களுடனும், தும்மக்குண்டுக்காரர்களுடனும் வேப்பனூத்து கள்ளபட்டிக் காரர்களுடனும் சம்பந்த உறவுகளை வைத்துக்கொள்கின்றனர். மேலும் 24 உபகிராமத்திலுள்ள எல்லா வம்சாவளிகளுடனும் சம்பந்தம் செய்து கொள்கின்றனர்.

அதுபோல, திடியன் நாட்டின் 9 பாகஸ்தர்களில் ஒருவர்களான வலங்காங்குளத்திலுள்ள கண்ணாத்தாள் கோயிலை வணங்குகின்ற மெய்யத்தேவன் கூட்டத்தாரும், கடசாரி நல்லகுரும்பன் கோயிலை வணங்குகின்ற அரிகுரும்பன் கூட்டத்தாரும், அழகர்கோயிலை வணங்குகின்ற பூண்டத்தேவன் கூட்டத்தாரும் இவர்களுக்கு அக்காள் மக்களாய் கருதப்படுகின்றனர். அதனால் அவர்களுடன் அதிக சம்பந்தம் செய்து கொள்கின்றனர்.

இந்த அரிகுரும்பத்தேவன், மெய்யத்தேவன், பூண்டத்தேவன் ஆகிய வம்சாவளியினர் கருமாத்தூர் கடசாரி நல்ல குரும்பன் கோயிலைக் குலக்கோயிலாக வணங்குகின்ற நான்கு குரும்பத்தேவர் களின் பெண்வாரிசுகளான கருத்தி, செம்பான், திருமலைமாயன் கூட்டத்தார், மேல்நாடு செட்டிகுளத்தான் கூட்டத்தார் ஆகியோரையும் அய்யனார்குளம் கடசாரி நல்ல குரும்பன் கோயிலை வணங்குகின்ற இரண்டு தேவர்களையும் தங்களது உடன் பங்காளிகளாகக் கருதுகின்றனர். மற்ற எல்லோருடனும் திருமண உறவு வைத்துக் கொள்கின்றனர்.

புத்தூர்நாடு

புத்தூர்நாடு நான்கு வெவ்வேறு வம்சாவளிகளைக் கொண்ட நாடு என்பதனால் அவை நான்கு கரைகள் என அழைக்கப்படுகின்றன என்பதனை நாம் சென்ற அத்தியாயங்களில் பார்த்தோம்.

பின்னத்தேவன் கூட்டம்

இதில் முதல் கரையான புத்தூர் புன்னைத்தேவன் கரையைச் சேர்ந்தவர்கள் நல்லுத்தேவன்பட்டி கண்மாய்க் கரையிலுள்ள பூங்கொடி அய்யன்கோயிலைக் குலக்கோயிலாக வணங்கி வருகின்றனர். அவர்கள் கொக்குளம் பே(ய்)க்காமன் கோயிலை பொதுக்கோயிலாக வழிபடும் ஆறு கரைகளான வெறியத்தேவன் கரை, கட்டப்பின்னத்தேவன்கரை, கருப்பத்தேவன் கரை, சேத்தூரான் தேவன் கரை, சடச்சித்தேவன் கரை, கன்னித்தேவன்கரை என ஆறு கரையைச் சேர்ந்தவர்களும் உடன்பங்காளிகளாவர். இவர்கள் இரண்டு சகோதரர்களின் வாரிசுகள். அதனால் அவர்களுடன் திருமண உறவுகள் வைத்துக் கொள்வதில்லை.

நாட்டார்மங்கலம் ஆதிசிவன் கோயிலை வணங்குகின்றவர் களையும் மதிப்பனூர் ஒச்சாண்டம்மன் கோயிலை வணங்குபவர் களையும், தடியன் கூட்டத்தாரையும் வாலகுருநாதக் கோயிலை வணங்குகின்ற அல்லிக்குண்டத்துக்காரர்களையும், கருமாத்தூர் நாட்டில் கடசாரி நல்லகுரும்பன் கோயிலை வணங்குகின்ற நான்கு குரும்பத் தேவர்களையும், காக்குவீரன் கோயிலை வணங்குகின்றவர் களையும், தாயாதிகளாய் கருதி அவர்களுடன் திருமணஉறவு வைத்துக் கொள்வதில்லை. நல்லகுரும்பன் கோயிலை வணங்குகின்ற அய்யனார் குளத்துக்காரர்களையும் பங்காளிகளாகக் கருதுவதால் அவர்களுடனும் திருமண உறவு வைத்துக் கொள்வதில்லை. அதுபோல புத்தூர் நாட்டின் நாலாவது கரையான வடுகபட்டி கருப்புகோயிலை வணங்கும் பெரும்புலி அழகாத்தேவன் கரையைச் சேர்ந்தவர்களையும் தங்களது பங்காளிகளாய் கருதி அவர்களுடனும் திருமண உறவு வைத்துக் கொள்வதில்லை.

இங்ஙனம் கொக்குளத்துக்காரர்களும் இவர்களும் உடன் பங்காளிகளாக இருந்தாலும், திருமணஉறவு முறைகளில் இருவரும் எதிரிடை வகைகளைக் கடைப்பிடிக்கின்றனர். கொக்குளத்துக் காரர்கள் தங்களது தாய்வழிப் பங்காளிகளாய் கருதுகின்ற பாப்பாபட்டிக்காரர்களுடனும் வாலாந்தூர்க்காரர்களுடனும், நல்லதங்காள் கோயிலை வணங்குகின்ற படிவுக் கூட்டத்தாருடனும்

இவர்கள் திருமணச் சம்பந்தங்களை வைத்துக் கொள்கின்றனர். அதுபோல இவர்கள் தாயாதிகளாய் கருதுபவர்களுடன் கொக்குளத்துக்காரர்கள் திருமண உறவு வைத்துக் கொள்கின்றனர்.

இவை நீங்கலாகக் கருமாத்தூர் நாட்டிலுள்ள பொன்னாங்கன் கூட்டத்தாருடனும், திடியன் நாட்டிலுள்ள எல்லாக் கோயிலை வணங்குகின்ற வம்சாவளிகளுடனும், தும்மக்குண்டுக்காரர்களுடனும், வேப்பனூத்து (கள்ளபட்டி)க்காரர்களுடனும் திருமண சம்பந்தங்களை வைத்துக் கொள்கின்றனர். இதில் கள்ளப்பட்டிக்காரர்களுக்கு இவர்கள்தான் பெண்ணும் பூமியும் கொடுத்து, சாமியும் கொடுத்து இப்பகுதியில் குடியேற்றினார்கள் என்பதால், இவர்கள் இருவரும் நேரடி மாமன் மைத்துனர்களாகக் கருதப்படுகின்றனர். இவர்களுடன் அதிக சம்பந்த உறவுகளைச் செய்து கொள்கின்றனர்.

மேலும், புத்தூர் நாட்டின் இரண்டாவது கரையான சின்னக்கா அம்மன் கோயிலை வணங்குகின்ற ராமசாமித்தேவன் கரையைச் சேர்ந்தவர்கள் இவர்களுக்குப் பூர்வீக மாமன் மைத்துனர்களாவர். அவர்களுடனும் புத்தூர் நாட்டில் வாழக்கூடிய பிற வம்சாவளி களான கவண்டன்பட்டி வீராகோயிலை வணங்குகின்றவர்களுடனும், சின்னகருப்புக் கோயிலை வணங்குகின்ற பாப்பாபட்டி ஐந்து பூசாரி வகையறாக்களுடனும் சம்பந்தம் செய்து கொள்கின்றனர். 24 உபகிராமங்களில் அல்லிக்குண்டம், நாட்டார்மங்கலம், மதிப்பனூர், அய்யனார்குளம் நீங்கலாக மற்ற எல்லா உபகிராமங்களிலுள்ள எல்லா வம்சாவளிகளுடனும் சம்பந்த உறவு வைத்துக் கொள்கின்றனர்.

ராமசாமித் தேவன் கூட்டம்

இரண்டாவது கரையான ராமசாமித்தேவன் கரையைச் சேர்ந்தவர்கள் கருமாத்தூர் கழுவநாத கோயிலையும் புத்தூர் வாலகுருநாத கோயிலிலுள்ள வீரபத்ர சாமியையும் பூர்வீகக் குலக்கோயிலாகவும், சின்னக்கா அம்மன் கோயிலைத் தனிக் குலக்கோயிலாகவும் கொண்டு வணங்கி வருகின்றனர். இவர்கள் பன்னியானிலிருந்து பிரிந்து வந்து இங்குக் குடியமர்ந்தவர்களாகையால் கழுவநாத கோயிலை வணங்கு கின்ற பன்னியான்காரர்களையும், மேலக்கால்காரர்களையும், முதலைக்குளம் ஒச்சாண்டம்மன் கோயிலை வணங்குகின்ற பல்லாக்கு ஒச்சாத்தேவன் வகையறாக்களையும் தங்களது உடன் பங்காளிகளாகக் கருதுகின்றனர்.

வாலகுருநாத கோயிலிலுள்ள வீரபத்திரசாமியைக் குலதெய்வமாக வணங்குகின்ற வடகாட்டுப்பட்டி வீரணன் கூட்டத்தார்,

கொங்கப்பட்டி சோறன் கூட்டத்தார் ஆகியோரைத் தங்களது பங்காளிகளாகக் கருதுகின்றனர். கவண்டன்பட்டி வீராகோயிலை வணங்குகின்ற கூலமக்கள் மற்றும் மலைப்பட்டியிலுள்ள கன்னி கூட்டத்தாரையும் தங்களது தாய்வழிப் பங்காளிகளாய்க் கருதுகின்றனர். இவர்களுக்குப் புத்தூர் பின்னத்தேவன் கரையைச் சேர்ந்தவர்களும், கொக்குளத்துக் காரர்களும் பூர்வீக மாமன் மைத்துனர்களாவர். அவர்களுடன் அதிக திருமண உறவுகளை வைத்துக் கொள்கின்றனர். மற்ற எல்லா வம்சாவளியினர்களுடனும் திருமண உறவுகளை வைத்துக் கொள்கின்றனர்.

பெரும்புலி அழகாத்தேவன் கூட்டம்

நான்காவது கரையான வடுகப்பட்டி கருப்புக்கோயிலை வணங்குகின்ற பெரும்புலி அழகாத்தேவன் கரையைச் சேர்ந்தவர்கள், கவண்டன் பட்டி வீராகோயிலை வணங்குகின்ற கல்லுக்குட்டி வகையறாக் களையும், கருமாத்தூர் கழுவநாதர் கோயிலை வணங்குகின்ற சந்தைக்காளி கூட்டத்தாரையும், புத்தூர் நாட்டின் முதல் கரையான பூங்கொடி அய்யனை வணங்குகின்ற பின்னத்தேவன் கூட்டத் தாரையும், அம்பட்டையன்பட்டி கோயில்களை வணங்குகின்றவர் களையும் தங்களது பங்காளிகளாய்க் கருதுகின்றனர். அவர்களுடன் திருமண உறவு வைத்துக் கொள்வதில்லை.

நல்லதங்காள் கோயிலை வணங்குகின்ற படிவுத்தேவன் கூட்டத்தைச் சேர்ந்தவர்கள் இவர்களது பூர்வீகத் தாய்மாமன்களாவர். அதனால் அவர்களுடன் அதிக சம்பந்த உறவுகளை வைத்துக் கொள்வர். பெரும்பாலும் மற்ற எல்லாக் கோயிலையும் வணங்கு கிறவர்களுடனும் திருமண உறவுகளை வைத்துக் கொள்கின்றனர்.

கவணம்பட்டி வீராகோயில் கூட்டம்

மேற்கூறிய நான்கு கரைகள் போக இன்னும் பிற வம்சா வளியினரும் வாழ்கின்றனர். அதில் கொங்கப்பட்டியைப் பூர்வீகமாகக் கொண்ட நாலாக்கரையான் கூட்டத்தாரும், வடுகபட்டியைப் பூர்வீகமாகக் கொண்ட கல்லுக்குட்டி கூட்டத்தாரும், கவண்டன் பட்டியைப் பூர்வீகமாகக் கொண்ட கூலமக்கள் கூட்டத்தாரும், இணைந்து கவண்டன்பட்டியிலுள்ள வீராகோயிலைக் குலக் கோயிலாய் வழிபடுவதனால் இந்த மூன்று கூட்டத்தாரும் ஒரே பங்காளிகளாய் கருதப்படுகின்றனர். இவர்கள் மூவரும் ஒரே பங்காளிகளாய் கருதப்பட்டாலும் திருமண உறவு முறைகளில் வெவ்வேறு வகைமுறைகளைப் பின்பற்றுகின்றனர்.

இதில் நாலாக்கரையான் கூட்டத்தார் அம்பட்டையன்பட்டி கோயில்களை வணங்குகின்றவர்களைத் தங்களது உடன் பங்காளிகளாய் கருதுகின்றனர். அதுபோல ஆதிசிவன் கோயிலை வணங்குகின்ற நாட்டார்மங்கலத்துக் காரர்களையும், தாயாதிகளாய் கருதுகின்றனர். அவர்களுடன் திருமண உறவுகளை வைத்துக் கொள்வதில்லை.

அதுபோல கல்லுக்குட்டி கூட்டத்தார் வடுகபட்டி கருப்பு கோயிலை வணங்குகின்ற பெரும்புலி அழகாத்தேவன் கரையைச் சேர்ந்தவர்களையும், அதே ஊரைச் சேர்ந்த சந்தைக் காவலாளி கூட்டத்தாரையும் தங்களது உடன் பங்காளிகளாய் கருதுகின்றனர்.

அடுத்து கவண்டன்பட்டியைப் பூர்வீகமாகக் கொண்ட கூலமக்கள் கூட்டத்தார், பன்னியான் மேலக்கால்க்காரர்களையும் வலையப் பட்டியைப் பூர்வீகமாகக் கொண்ட சின்னக்கா அம்மன் கோயிலை வணங்குகின்ற ராமசாமிதேவன் கரையைச் சேர்ந்தவர் களையும் முதலைகுளத்துக்காரர்களையும் தங்களது உடன் பங்காளிகளாய் கருதுகின்றனர்.

இந்த மூன்று கூட்டத்தாரும், மேற்கூறிய பங்காளிகள், தாயாதிகள் நீங்கலாக மற்ற எல்லோருடனும் திருமண உறவு வைத்துக் கொள்கின்றனர்.

ஐந்து பூசாரி கூட்டம்

உசிலம்பட்டியிலுள்ள சின்னகருப்புக்கோயிலை வணங்குகின்ற பாப்பாபட்டி ஐந்து பூசாரி வகைறாக்கள் கருமாத்தூர் பொன்னாங்கன் கூட்டத்தாரையும், தும்மக்குண்டு சின்னாங்கி உடையாத்தேவன் வகையறாக்களையும், காளப்பன்பட்டி கூலக்குன்னத்தேவன், பனிக்கத் தேவன் வகையறாக்களையும், பூசலப்புரம் கட்ராண்டி ஒச்சாத்தேவன் வகையறாக்களையும் தங்களது உடன் பங்காளிகளாய்க் கருதுகின்றனர். அய்யனார்குளத்தைச் சேர்ந்தவர்களையும், நாட்டார்மங்கலத்தைச் சேர்ந்தவர்களையும், விக்கிரமங்கலத்தைச் சேர்ந்தவர்களையும் தாயாதிகளாய்க் கருதுகின்றனர். இவர்களுடன் திருமண உறவு வைத்துக் கொள்வதில்லை. இவர்கள் பாப்பாபட்டி பத்துத் தேவர் வகையறாக்களுக்குப் பூர்வீகத் தாய்மாமன்கள் ஆகையால் அவர்களுடன் அதிக சம்பந்த உறவுகளை வைத்துக் கொள்கின்றனர். அதுபோல வாலாந்தூர், கொக்குளம், புத்தூர் நாட்டிலுள்ள நான்கு கரையைச் சேர்ந்தவர்கள், கருமாத்தூர் நாட்டில் பொன்னாங்கன் கூட்டத்தார் தவிர மற்ற எல்லாக் கூட்டத்தாருடனும், அம்பட்டையன் பட்டிக் கோயில்களை வணங்குபவர்களுடனும், கள்ளப்பட்டிக்காரர்

களுடனும் அய்யனார்குளம், நாட்டார்மங்கலம், விக்கிரமங்கலம், காளப்பன்பட்டி, பூசலப்புரம் நீங்கலாக மற்ற உபகிராமங்களிலுள்ள எல்லாக் கோயிலை வணங்குகின்றவர்களுடனும் திருமண உறவு வைத்துக் கொள்கின்றனர்.

மலைப்பட்டி கன்னிக்கூட்டம்

தேவதானப்பட்டி காமாட்சியம்மன் கோயிலைத் தங்கள் குலக்கோயிலாக வணங்குகின்ற கன்னி கூட்டத்தார் வலையபட்டி சின்னக்கா அம்மன் கோயிலை வணங்குபவர்களையும், வடுகபட்டி கருப்புக்கோயிலை வணங்குகின்ற பெரும்புலி அழகாத்தேவன் கூட்டத்தாரையும், அதே வடுகபட்டியிலுள்ள சந்தைக்காளி கூட்டத்தாரையும் தங்கள் உடன் பங்காளிகளாய்க் கருதுகின்றனர். வாலாந்தூர் நாடு கன்னியம்பட்டி காமாட்சியம்மன் கோயிலை வணங்குகின்ற சின்னக்காமத்தேவன் கூட்டத்தாரைப் பூர்வீக அக்காள் மக்களாய்க் கருதுகின்றனர். அவர்களுடன் அதிக சம்பந்த உறவுகள் வைத்துக் கொள்கின்றனர். மற்ற எல்லாக் கோயிலை வணங்குபவர்களுடனும் திருமண உறவுகளை வைத்துக் கொள்கின்றனர்.

சோறன்கூட்டம், வீரணன் கூட்டம்

புத்தூர் நாடு வாலகுருநாதர் கோயிலிலுள்ள வீரபத்ர சாமியை வணங்குகின்ற இவர்கள், வலையப்பட்டி சின்னக்காம்மன் கோயிலை வணங்குகின்றவர்களையும், கவணம்பட்டி வீராகோயிலை வணங்கு கின்றவர்களையும், உசிலம்பட்டி சின்னக்கருப்புக் கோயிலை வணங்குகின்ற பாப்பாபட்டி ஐந்து பூசாரி வகையறாக்களையும் தங்களது பங்காளிகளாய்க் கருதுகின்றனர். மேலும் பன்னியான்காரர் களையும், முதலைக்குளத்துக்காரர்களையும், நாட்டார்மங்கலத்துக் காரர்களையும் தங்களது பூர்வீகப் பங்காளிகளாய்க் கருதுகின்றனர். அவர்களுடன் திருமண உறவு வைத்துக் கொள்வதில்லை. மற்ற எல்லோருடனும் திருமண சம்பந்த உறவுகளை வைத்துக் கொள்கின்றனர்.

கருமாத்தூர்

இது பலதரப்பட்ட வம்சாவளிகளை உள்ளடக்கிய நாடாகும். இதில் குரும்பத்தேவன் கூட்டம், காக்குவீரன் கூட்டம், கேசத்தேவன் கூட்டம், பரிசப்புலிக் கூட்டம், பொன்னங்கன் கூட்டம், தடியன்

கூட்டம், கருத்தி, செம்பான் கூட்டம், நல்லமாயன் கூட்டம், எழுமத்தேவன் – சோமதேவன் கூட்டம் எனப் பல வம்சாவளிகள் உள்ளன. இதில் ஒவ்வொரு கூட்டத்தாரும் தனித்தனியான திருமண உறவு முறைகளைக் கடைப்பிடிக்கின்றனர். அதனால் அவற்றைப் பற்றித் தனித்தனியே காண்போம்.

குரும்பத்தேவர் கூட்டம்

இவர்கள் உடையான்குரும்பன், ஒய்யான்குரும்பன், பெரியகுரும்பன், பேக்காத்தி குரும்பன் என நான்கு பங்காளிகளாய் உள்ளனர். இந்த நான்கு பங்காளிகளும் இங்குள்ள தாழைக்கோயில் எனப்படும் கடசாரி நல்லகுரும்பன் கோயிலைக் குலக்கோயிலாக வணங்குகின்றனர்.

இவர்கள் திடியன் நாட்டுத் தூங்காத்தேவனது இளைய தாரத்து மக்களாய் கருதப்படுவதனால், திடியன் நாட்டைச் சேர்ந்த சோனைக் கருப்புக் கோயிலை வணங்குபவர்களையும், வாலகுருநாத கோயிலை வணங்குபவர்களையும், உச்சப்பட்டி கருப்புக்கோயிலை வணங்குபவர்களையும், தென்கரை முத்தையா கோயிலை வணங்குபவர்களையும், கழுவநாத கோயிலை வணங்குபவர்களையும் தங்களது உடன் பங்காளிகளாய் கருதுகின்றனர். எனவே, அவர்களுடன் திருமண உறவு வைத்துக் கொள்வதில்லை.

அதற்கு அடுத்து கருமாத்தூர் நாட்டில் உள்ள காக்குவீரன் கருப்பு கோயிலை வணங்குகின்ற காக்குவீரன் கூட்டத்தாரையும், கோட்டைமந்தை கருப்புக் கோயிலை வணங்குகின்ற கேசத்தேவன், பரிசப்புலி கூட்டத்தாரையும் தங்களது பங்காளிகளாய்க் கருதி அவர்களுடனும் திருமண உறவு வைத்துக் கொள்வதில்லை.

மேலும், பாப்பாபட்டி ஒச்சாண்டம்மனை வணங்குகின்ற பத்துத் தேவர்களையும், தடியன் கூட்டத்தாரையும், பூங்கொடி அய்யனார் கோயிலை வணங்குகின்ற புத்தூர் புன்னைத்தேவர் கரையைச் சேர்ந்தவர்களையும், கொக்குளத்துக்காரர்களையும் தங்களது தாயாதிகளாய்க் கருதுகின்றனர். அதனால் அவர்களுடனும் திருமண உறவு வைத்துக் கொள்வதில்லை.

இதே கருமாத்தூர் கடசாரி நல்லகுரும்பன் கோயிலையே தங்களது குலக்கோயிலாக வணங்குகின்ற கருத்தி, செம்பான், திருமலைமாயன், மேல்நாடு செட்டிக்குளத்தான் ஆகியோர் இவர்களது பெண் வாரிசுகளாவர். வலங்காங்குளம் நல்லகுரும்பன் வகையறாக்களும், அவர்களிடமிருந்து சென்ற அய்யனார் கடசாரி நல்ல

குரும்பன் கோயிலை வழிபடுகின்ற இரண்டுதேவர் வகையறாக்களும் இவர்களது பெண் வாரிசுகளாவர். அதனால் அவர்களுடன் அதிக சம்பந்த உறவுகளை வைத்துக் கொள்கின்றனர்.

அய்யனார்குளம் கடசாரி நல்லகுரும்பன் கோயிலை வணங்குகின்றவர்களைத் தங்களது பூர்வீக மாமன் மைத்துனராகக் கருதுவதால் அவர்களுடன் அதிக சம்பந்த உறவுகளை வைத்துக் கொள்கின்றனர். அதுபோல கருமாத்தூர் ஒச்சாண்டம்மன் கோயிலை வணங்குகின்ற பொன்னாங்கன் கூட்டம் ஆறு பங்காளிகளைத் தங்களது நேரடி மாமன் மைத்துனர்களாகக் கருதுகின்றனர். ஆகவே, அவர்களுடன் அதிக சம்பந்த உறவுகளை வைத்துக் கொள் கின்றனர். மற்றபடி தும்மக்குண்டுக்காரர்கள், வேப்பனூத்து கள்ளப்பட்டிக்காரர்கள், உரப்பனூர்க்காரர்கள், புத்தூர்நாட்டில் பின்னத் தேவன்கரை நீங்கலாக மற்ற எல்லாக் கரைக்காரர்கள், வாலாந்தூர் அங்காளம்மனை வணங்குகின்ற நான்கு தேவர்கள் ஆகிய அனைவருடனும் 24 உபகிராமத்திலுள்ள எல்லா வம்சாவளி களுடனும் திருமண உறவு வைத்துக் கொள்கின்றனர்.

காக்குவீரன் கூட்டம்

இவர்கள் இங்குள்ள காக்குவீரன் கருப்புக்கோயிலை குலக் கோயிலாக வணங்குகின்றனர். இவர்கள் உச்சப்பட்டி ராணிசோழத் தேவன் வம்சத்திலிருந்து இங்குப் பிரிந்து வந்தவர்களாகையால் திடியன் நாட்டிலுள்ள அம்பட்டையன்பட்டி கோயில்களை வணங்கு கின்றவர்களைத் தங்களது உடன் பங்காளிகளாய்க் கருதுகின்றனர். அதுபோலக் குரும்பத்தேவர் நான்கு பங்காளிகளையும், கேசத் தேவன், பரிசப்புலி ஆகியோரையும் தங்களது உடன் பங்காளிகளாய் கருதுகின்றனர். புத்தூர் பின்னத்தேவன் கரையைச் சேர்ந்தவர்களைத் தங்களது தாயாதிகளாய் கருதுகின்றனர்.

பெரும்பாலும் கருமாத்தூர் ஒச்சாண்டம்மன் கோயிலை வணங்குகின்ற பொன்னாங்கன் கூட்டத்தாருடன் அதிக சம்பந்த உறவுகளை வைத்துக்கொள்கின்றனர். மற்றபடி திருமணச் சம்பந்தங்களில் குரும்பத்தேவர் கூட்டத்தாரின் வகைமுறைகளையே இவர்களும் பின்பற்றுகின்றனர்.

கேசத்தேவன், பரிசப்புலிக் கூட்டத்தார்

இவர்கள் இருவரும் கோட்டை மந்தை கருப்புக்கோயிலை குலக் கோயிலாக வணங்குகின்றனர். அதில் குரும்பத்தேவர் நான்கு

பங்காளிகளையும், காக்குவீரன் கூட்டத்தாரையும் தங்களது உடன் பங்காளிகளாய்க் கருதுகின்றனர். அவர்கள் வழியில் அம்பட்டையன் பட்டி உச்சப்பட்டி கோயிலை வணங்குபவர்களைத் தங்களது பங்காளிகளாய்க் கருதுகின்றனர்.

இதில் கேசத்தேவன் வகையறாக்கள் செட்டிக்குளத்திலுள்ள கொடிப்புலி கருப்புக்கோயிலை வணங்கும் கூட்டத்தாரையும், தடியன் கூட்டத்தாரையும் தங்களது தாய்வழிப் பங்காளிகளாய்க் கருதுகின்றனர். அதுபோல பரிசப்புலி வகையறாக்கள் வாலாந் தூரிலிருந்து பிரிந்து வந்து சங்கம்பட்டியிலுள்ள அங்காளம்மன் கோயிலை வணங்குகின்ற மொந்தைக்குட்டி என்ற வேங்கைப்புலிக் கூட்டத்தாரையும் தங்களது தாய்வழிப் பங்காளிகளாய்க் கருதுகின்றனர். மேற்கூறிய பங்காளிகள், தாயாதிகளுடன் திருமண உறவு வைத்துக் கொள்வதில்லை.

மற்றபடி திருமண சம்பந்தங்களில் கருமாத்தூர் குரும்பத்தேவர் கூட்டத்தாரின் வகைமுறைகளையே இவர்களும் பின்பற்றுகின்றனர்.

தடியன் கூட்டத்தார்

இவர்கள் கருமாத்தூர் பொன்னாங்கன் கூட்டத்தாரது அக்காள் மக்களாவர். உச்சாண்டம்மன் என்ற ஒச்சாண்டம்மன்சாமி இவர்களது வீட்டில் பிறந்த பெண்ணாகத்தான் நம்பப்படுகின்றது. இவர்கள் பாப்பாபட்டி பத்துத் தேவர்களையும், பூங்கொடி அய்யனை வணங்குகின்ற புத்தூர் பின்னத்தேவன் மக்களையும் தங்களது தாயாதிகளாய்க் கருதுகின்றனர். அதுபோல, கருமாத்தூர் நாட்டிலுள்ள குரும்பத்தேவர் கூட்டம், காக்குவீரன் கூட்டம், கேசன் பரிசப்புலிக் கூட்டத்தாரையும் பங்காளிகளாய்க் கருதுகின்றனர். அதனால் அவர்களுடன் திருமண உறவுகளை வைத்துக் கொள்வ தில்லை. மற்ற எல்லோருடனும் திருமண சம்பந்தங்களை வைத்துக் கொள்கின்றனர்.

பொன்னாங்கன் கூட்டத்தார்

கருமாத்தூர் பொன்னாங்கன் என்ற ஒச்சாண்டம்மன் கோயிலை வணங்குகின்ற மதயானை, சின்னுடையான் கொல்லி, ஆண்டரச்சான், புளுத்தான், கட்ராண்டி என்ற ஆறு தகப்பன் மக்கள் பொதுவாகப் பொன்னாங்கன் கூட்டத்தார் என்று அழைக்கப்படுகின்றனர்.

இவர்கள் தங்களிடமிருந்து பிரிந்து சென்ற தும்மக்குண்டு, கரிசல்பட்டி உடையாம்பட்டியிலுள்ள ஒச்சாண்டம்மனை

வணங்குகின்ற சின்னாங்கி உடையான் வகையறாக்களையும், காளப்பன்பட்டி கருப்புக்கோயிலை வணங்குகின்ற கூலக்குன்னன் வகையறாக்களையும், சிவன் கோயிலை வணங்குகின்ற பணிக்கத் தேவன் வகையறாக்களையும், பூசலப்புரம் ஒச்சாண்டம்மனை வணங்குகின்ற கட்ராண்டி வகையறாக்களையும், பாப்பாப்பட்டி ஐந்து பூசாரி வகையறாக்களையும், தாராப்பட்டி மதயானை ஒச்சாத்தேவன் வகையறாக்களையும், சொரிக்காம்பட்டி கருத்த மாயத்தேவர் வகையறாக்களையும் தங்களது உடன் பங்காளிகளாய்க் கருதுகின்றனர். அதனால் அவர்களுடன் திருமண உறவு வைத்துக் கொள்வதில்லை. மேலும், வாகை குளத்திலுள்ள சிக்கந்தர் மலையான் கூட்டத்தாரை ஒருதாய் மக்களாய் கருதுவதால் அவர்களுடனும் திருமண உறவுகளை வைத்துக் கொள்வதில்லை.

பாப்பாபட்டி ஒச்சாண்டம்மனை வணங்குகின்ற பத்துத் தேவர் வகையறாக்களும், முதலைக்குளம் ஒச்சாண்டம்மன் கோயிலை வணங்குகின்ற பல்லாக்கு ஒச்சாத்தேவன் வகையறாக்களும், மதிப்பனூர் ஒச்சாண்டம்மன் கோயிலை வணங்குகின்ற சீறும்புலி சின்னவத்தேவன் வகையறாக்களும், மலைப்பட்டி – போத்தம் ஒச்சாண்டம்மன் கோயிலை வணங்குகின்ற உடையாத்தேவன் வகையறாக்களும் இவர்களது பெண் வாரிசுகளாவர்.

அதுபோல இந்தக் கருமாத்தூர் ஒச்சாண்டம்மன் கோயிலையே தங்களது குலக்கோயிலாக வணங்குகின்ற தடியன் கூட்டத்தாரும், செம்பட்டி மலட்டு ஒச்சாத்தேவன் வகையறாக்களும், வலங்காங்குளம் குருக்கன் வகையறாக்களும், கொடிக்குளம் பிறவி ஒச்சான் வகையறாக்களும் இவர்களது நேரடி பெண் வாரிசுகளாவர். அதனால் அவர்களுடன் அதிக சம்பந்த உறவுகளை வைத்துக் கொள்கின்றனர்.

அடுத்தபடியாக, கருமாத்தூர் நாட்டில் உள்ள குரும்பத்தேவன், காக்குவீரன், கேசன் பரிசப்புலித்தேவன் ஆகியோர் இவர்களின் நேரடி மாமன் மைத்துனர்களாகக் கருதப்படுவதால் அவர்களுடன் அதிக சம்பந்த உறவுகளை வைத்துக்கொள்கின்றனர்.

இவை மட்டுமல்லாமல் வாலாந்தூர், கொக்குளம், திடியன் நாட்டிலுள்ள எல்லா வம்சாவளியினர், புத்தூர் நாட்டிலுள்ள எல்லாக் கரையைச் சேர்ந்தவர்களுடனும், கள்ளப்பட்டிக்காரர் களுடனும், சம்பந்த உறவுகளை வைத்துக் கொள்கின்றனர்.

அடுத்து, உபகிராமங்களில் பூசலப்புரம், காளப்பன்பட்டி, அய்யனார்குளம் நீங்கலாக மற்ற எல்லா உபகிராமங்களிலுள்ள எல்லாக் கோயில்களை வணங்குகின்றவர்களுடனும் திருமணஉறவு வைத்துக் கொள்கின்றனர்.

இவ்வகையில் மேலேகுறிப்பிட்ட எட்டு வகையான கூட்டத் தாரும் இந்நாட்டிற்குக் கட்டுப்பட்ட 22 கிராமங்களைப் பூர்வீகமாகக் கொண்டு மற்ற கிராமங்களில் பரவியும் வாழ்ந்து வருகின்றனர். ஆனால் இங்குள்ள கழுவநாத கோயிலை இக்கருமாத்தூர் நாட்டிற்கு வெளியில் வாழும் சுமார் 26 கிராமங்களைச் சேர்ந்த பலதரப்பட்ட வம்சாவளிகள் தங்களது குலக்கோயிலாக வணங்கி வருகின்றனர். அவற்றைப் பின்வரும் வழிகளில் பார்ப்போம்.

கழுவநாத கோயிலை வணங்குகின்ற கிராமங்களும், வம்சாவளிகளும்

மேற்கூறிய வகையில் 26க்கும் மேற்பட்ட கிராமங்களிலுள்ள பல்வேறு வம்சாவளிகள் இதனைக் குலக்கோயிலாக வழிபட்டு வருகின்றனர். அக் கிராமங்கள் எவையெவை என்பதனை நாம் ஏற்கனவே தெய்வங்களும் வழிபாடுகளும் என்ற அத்தியாயத்தில் பட்டியலிட்டிருக்கிறோம். அதனால் அதிலுள்ள வம்சாவளிகளைப் பற்றி மட்டும் பார்ப்போம்.

கருமாத்தூர் பூசாரிப்பட்டியிலுள்ள தெய்வவிநாயகம் செட்டி வகையறாக்களும், கோவிலாங்குளம் கோவிலான் ஆசாரி வகை யறாக்களும், கண்ணனூர் சோமத்தேவன் மகன் சிலுக்கத்தேவன் வகையறாக்களும், எலுமத்தேவன் மகன் பரட்டையாண்டித்தேவன் வகையறாக்களும், அவர்களிடமிருந்து பிரிந்து வந்த விக்கிரமங்கலம் ஆண்டித்தேவன் வகையறாக்களும், இதனைக் குலக்கோயிலாய் வணங்கி வருகின்றனர். மேற்கூறிய மூன்று வகையறாக்களும் ஒரே பங்காளிகளாய்க் கருதப்படுகின்றனர்.

உச்சப்பட்டியைச் சேர்ந்த ராணிசோழத்தேவன் வகையறாக் களும், பன்னியானைச் சேர்ந்த மேலத்தெரு கீழக்குத் தெரு வகையறாக்களும், புத்தூர் நாடு வலையப்பட்டியிலுள்ள குறைவயிற்றுச் சின்னாத்தேவன், செங்கமாயன் வகையறாக்களும், வடுகபட்டியிலுள்ள சந்தைக்காளி கூட்டத்தாரும், மானூத்திலுள்ள முதலித்தேவன் வகையறாக்களும், மதிப்பனூர் பெருமாள்பட்டியிலுள்ள விட்டிப் பெருமாள்தேவன் வகையறாக்களும், பூசலப்புரம் கட்ராண்டி மாயத் தேவன் வகையறாக்களும், மேலஉரப்பனூர் கரைக்காரத்தேவன் வகையறாக்களும், சாக்கிலிப்பட்டி பேய்க்கழுவத்தேவன் வகையறாக்களும், கப்பலூர் ராமுத்தேவன், கன்னிராமுத்தேவன் வகையறாக்களும், விளாச்சேரி குப்பையாண்டித்தேவன் வகையறாக்களும், வடிவேல் கரை – கீழக்குயில்குடி பெரியாண்டித்தேவன், சின்னப்புலித்தேவன், குட்டிப்பிச்சைத்தேவன் வகையறாக்களும், தனக்கன்குளம் பால்

அழகாத்தேவன், கிருக்காண்டித்தேவன் வகையறாக்களும், பொட்டுலுப்பட்டி பொட்டுலு பந்தித்தேவன் வகையறாக்களும், கொக்குளம் சடைச்சித்தேவன், சேத்தூராத் தேவன் கரையைச் சேர்ந்தவர்களும், சாத்தங்குடி கழுவத்தேவன் வகையறாக்களும், கின்னிமங்கலம் விருமத்தேவன் வகையறாக்களும், மேல்நாடு செட்டிக்குளம் கழுவத்தேவன் வகையறாக்களும், இன்னும் பிற வம்சாவளிகளும் இதனைக் குலக்கோயிலாய் வணங்கி வருகின்றனர். இந்த வம்சாவளிகள் அனைத்தும் பெரும்பாலும் உபகிராமங்களில் வாழ்வதால் அந்தந்தக் கிராமங்களைப் பற்றித் தனித்தனியே பார்க்கும்பொழுது இவற்றின் திருமண உறவுமுறைகளைப் பற்றியும் பார்ப்போம்.

ராஜதானி - உரப்பனூர்

பிறமலை நாட்டின் தலைமை இடமாக இது கருதப்படுவதால் இராஜதானி உரப்பனூர் என அழைக்கப்படுகிறது என்பதனையும், இது கீழ உரப்பனூர், மேல உரப்பனூர், ஊராண்ட உரப்பனூர் என மூன்று ஊர்களாக உள்ளது என்பதனையும் நாம் ஏற்கனவே கண்டோம்.

திருமலைப் பின்னத்தேவன் கூட்டம்

இது கீழ உரப்பனூரைப் பூர்வீகமாகக் கொண்டு அங்குள்ள கல்யாணக்கருப்புக் கோயிலையும், புன்னூர் அய்யன் கோயிலையும் குலக்கோயிலாக வணங்குகின்ற திருமலை பின்னத்தேவன், வம்சத்தவர்கள் தங்களிடமிருந்து பிரிந்து சென்ற வாகைக்குளம் கல்யாணக் கருப்பு கோயிலை வணங்குபவர்களையும், வேப்பனூத்துக் கள்ளப்பட்டி புன்னூர் அய்யன் கோயிலை வணங்குபவர்களையும், வெள்ளைமலைப்பட்டி புன்னூர் அய்யன் கோயிலை வணங்குபவர் களையும், குருவித்துறை புன்னூர் அய்யன் கோயிலை வணங்குபவர் களையும் தங்களது உடன் பங்காளிகளாய்க் கருதுகின்றனர்.

மற்றபடி, கருமாத்தூர், பாப்பாபட்டி, திடியன், தும்மக்குண்டு, கொக்குளம், புத்தூர், வாலாந்தூர் ஆகிய ஏழு நாட்டிலுள்ள எல்லாக் கோயில்களை வணங்குபவர்களுடனும் 24 உபகிராமத்திலுள்ள எல்லா வம்சாவளியினர்களுடனும் திருமண உறவு வைத்துக் கொள்கின்றனர். மேல உரப்பனூரிலுள்ள சுந்தத்தேவன் கூட்டத்தார் இவர்களது பூர்வீக மாமன் மைத்துனர்களாக இருந்தாலும், அக்காலத்தில் இவர்கள் இருவருக்குமிடையே ஏற்பட்ட அதிகார மோதல் காரணமாக நடந்த தொடர்கொலைகளால் கொள்வினை,

குடுப்பினை அடிப்படையில் தடை செய்யப்பட்டுள்ளது. அதனால் இந்த இரண்டு கூட்டத்தாரும் நடைமுறையில் பங்காளி உறவுகொண்டு வாழ்கின்றனர்.

வடமலை சுந்தத்தேவன் கூட்டம்

சித்தாலை சுந்தரவள்ளியம்மன் கோயிலைத் தங்களது குலக்கோயிலாய் வணங்குகின்ற இவர்கள் கருமாத்தூர் கழுவநாத கோயிலைக் குலக் கோயிலாய் வணங்குகின்ற கரைக்காரத்தேவர் வகையறாக்களையும் கண்ணனூர் – குள்ளநேரி சிலுக்கத்தேவன் குப்பத்தேவன் வகையறாக் களையும், விக்கிரமங்கலம் ஆண்டித்தேவன் வகையறாக்களையும், மானூத்து முதலித்தேவன் கூட்டத்தாரையும் அதே மானூத்திலுள்ள பெத்தனசாமிக் கோயிலை வணங்குகின்ற வெள்ளையன் கூட்டத் தாரையும், காத்தாண்டம்மனை வணங்குகின்ற சித்திரான் கூட்டத் தாரையும் அல்லிக்குண்டத்திலுள்ள வாலகுருநாதர் கோயிலை வணங்குகின்ற விருமப்ப பிள்ளைத்தேவன் கூட்டத்தாரையும், தங்களது உடன் பங்காளிகளாய்க் கருதுகின்றனர். அவர்களுடன் திருமண உறவுகள் வைத்துக் கொள்வதில்லை. அதுபோல சாத்தங்குடிக்காரர்களை தங்களது தாயாதிகளாய் கருதுகின்றனர்.

கொக்குளம், தும்மக்குண்டுகாரர்களும் விளாச்சேரி வெள்ளையத்தேவன் கூட்டமும் இவர்களது பெண்வாரிசுகளாய் கருதப்படுவதால் அவர்களுடன் அதிக சம்பந்தம் வைத்துக் கொள்கின்றனர். மற்றபடி பாப்பாபட்டி, கருமாத்தூர், திடியன், வாலாந்தூர், புத்தூர், வேப்பனூத்து, கள்ளப்பட்டி ஆகிய நாடுகளிலுள்ள எல்லா வம்சாவளியினர்களுடனும் உபகிராமங்களில் மேற்கூறிய விக்கிரமங்கலம், மானூத்து, அல்லிக்குண்டம் நீங்கலாக மற்ற கிராமங்களிலுள்ளவர்களுடனும் திருமண உறவு வைத்துக் கொள்கின்றனர்.

அடுத்தப்படியாக உபகிராமங்களிலுள்ள வம்சாவளிகளின் திருமண உறவுமுறைகளைப் பற்றிப் பார்ப்போம்.

1. விக்கிரமங்கலம்

கருமாத்தூர் கழுவநாதர் கோயிலைக் (விருமப்பக்கோயில்) குலக் கோயிலாகவும், விக்கிரமங்கலத்திலுள்ள கருப்புக்கோயிலைத் தனிக் கோயிலாகவும் வணங்கி வருகின்ற ஆண்டித்தேவன் வகையறாக்கள், சித்தாலை சுந்தரவள்ளியம்மன் கோயிலை வணங்குகின்ற சுந்தத் தேவன் வகையறாக்களையும், கழுவநாதர் கோயிலை வணங்குகின்ற

கண்ணனூர் சிலுக்கத்தேவன் குப்பத்தேவன் வகையறாக்களையும், மானூத்து முதலித்தேவன் கூட்டத்தாரையும், பெத்தனசாமிக் கோயிலை வணங்குகின்ற வெள்ளையன் கூட்டத்தாரையும், சித்திரான் கூட்டத் தாரையும், அல்லிக்குண்டம் விருமப்பபிள்ளை தேவன் வகையறாக் களையும் தங்களது தந்தை வழிபங்காளிகளாய்க் கருதுகின்றனர்.

அய்யனார் குளத்திலுள்ள கடசாரி நல்லகுரும்பன் கோயிலை வணங்குகின்றவர்களையும், கழுவநாதர் கோயிலை வணங்குகின்ற பன்னியான்காரர்களையும், தாய்வழியில் தாயாதிகளாய் கருதுகின்றனர். மேற்கூறிய பங்காளிகள் தாயாதிகளுடன் இவர்கள் திருமணஉறவு வைத்துக் கொள்வதில்லை.

மற்றபடி பாப்பாபட்டி, கொக்குளம், கருமாத்தூர், திடியன், தும்மக்குண்டு புத்தூர், வேப்பனூத்து, கள்ளப்பட்டி ஆகிய நாட்டிலுள்ள எல்லா வம்சாவளியினர்களுடனும் திருமண உறவுகள் வைத்துக் கொள்கின்றனர். 24 கிராமங்களில் மானூத்து, அல்லிக்குண்டம், பன்னியான், அய்யனார்குளம் நீங்கலாக மற்ற உபகிராமங்களில் உள்ளவர்களுடன் திருமண உறவு வைத்துக் கொள்கின்றனர்.

இவர்களும் கழுவநாதர் கோயிலை வணங்குகின்ற வடிவேல்கரை கீழக்குடிக்காரர்களும் உச்சப்பட்டி ராணிசோழத்தேவன் வகை யறாக்களும், ஒரே கோயிலை வழிபட்டாலும், மாமன் மைத்துனர் களாய்க் கருதப்படுகின்றனர். அவர்களுடனும் அதிக சம்பந்த உறவுகளை வைத்துக் கொள்கின்றனர்.

2. நாட்டார்மங்கலம்

இங்குள்ள ஆதிசிவன் கோயிலைக் குலக்கோயிலாக வணங்குகின்ற உலகாத்தேவன், ஒந்தாத்தேவன், ஒச்சாத்தேவன் வகையறாக்கள் முதலைக்குளம் ஒச்சாண்டம்மன் கோயிலை வணங்குகின்ற சேறாப்புலியான், பல்லாக்கு ஒச்சாத்தேவன் வகையறாக்களையும், மதிப்பனூர் ஒச்சாண்டம்மன் கோயிலை வணங்குகின்ற சீறும்புலியான் சின்னவத்தேவன் வகையறாக்களையும், கழுவநாதர் கோயிலை வணங்குகின்ற பன்னியான் கொங்காப்புலியான் முத்துக்கருப்பணத் தேவன் வகையறாக்களையும் தங்கள் தந்தை வழியில் தங்களது உடன் பங்காளிகளாய்க் கருதுகின்றனர்.

அதுபோல திடியன் நாடு அம்பட்டையன்பட்டி, உச்சப்பட்டி கோயில்களை வணங்குகின்றவர்களையும், நல்லுத்தேவன்பட்டி பூங்கொடி அய்யன்கோயிலை வணங்குகின்ற புத்தூர் புன்னைத்

தேவன் கரையைச் சேர்ந்தவர்களையும் அய்யனார் குளத்துக்காரர் களையும், வாகைக்குளம் கல்யாணக் கருப்புகோயிலை வணங்கு பவர்களையும் தங்களது தாயாதிகளாய்க் கருதுகின்றனர். இது மட்டுமல்லாமல் தங்களிடமிருந்து சாமியைப் பெற்ற தோப்பூர் சொக்கத்தேவன் வகையறாக்களையும் தங்களது பங்காளிகளாய்க் கருதுகின்றனர். மேற்கூறிய பங்காளிகள் தாயாதிகளுடன் திருமண உறவு வைத்துக் கொள்வதில்லை.

இவர்கள் வாலாந்தூர் அங்காளம்மனை வணங்குகின்ற நான்கு தேவர் வகையறாக்களின் பூர்வீக அக்காள் மக்களாகக் கருதப் படுவதால் அவர்களுடன் அதிக சம்பந்த உறவுகளை வைத்துக் கொள்கின்றனர். மற்றபடி கருமாத்தூர் நாட்டிலுள்ள எல்லா வம்சாவளிகளுடனும் பாப்பாபட்டி, கொக்குளம், திடியன்நாடு, வலங்காங்குளம், தும்மக்குண்டு, வேப்பனூத்து, கள்ளப்பட்டி, புத்தூர் நாட்டில் இரண்டாவது கரையான ராமசாமித்தேவன் கரை, மூன்றாவது கரையான படிவுத்தேவன்கரை, பெரும்புலி அழகாத் தேவன் கரை ஆகியோர்களுடனும் சம்பந்த உறவுகளை வைத்துக் கொள்கின்றனர்.

மற்றபடி உபகிராமங்களில் மேற்கூறிய முதலைக்குளம், பன்னியான், மதிப்பனூர், அய்யனார்குளம், தோப்பூர் நீங்கலாக மற்ற எல்லா உபகிராமங்களிலுள்ளவர்களுடனும் திருமண சம்பந்த உறவுகளை வைத்துக் கொள்கின்றனர்.

3. அய்யனார் குளம்

அய்யனார்குளத்திலுள்ள கடசாரி நல்லகுரும்பன் கோயிலைக் குலக்கோயிலாக வணங்குகின்ற இவர்கள், கருமாத்தூர் கடசாரி நல்லகுரும்பன் கோயிலைக் குலக்கோயிலாக வணங்குகின்ற செட்டி குளம் கருத்தி, செம்பான் கூட்டத்தாரையும், மேல்நாடு செட்டி குளத்தான் வகையறாக்களையும், வலங்காங்குளம் அரிகுரும்பத்தேவன் வகையறாக்களையும், கண்ணாத்தாள் கோயிலை வணங்குகின்ற மெய்யத்தேவன் வகையறாக்களையும் தங்களது தந்தை வழியில் உடன் பங்காளிகளாய்க் கருதுகின்றனர்.

கழுவநாதர் கோயிலை வணங்குகின்ற விக்கிரமங்கலம் ஆண்டித் தேவன் வகையறாக்களையும், நாட்டார்மங்கலம் ஆதிசிவன் கோயிலை வணங்குகின்ற மூன்றுதேவர் வகையறாக்களையும், புத்தூர் புன்னைத்தேவன் கரையைச் சேர்ந்தவர்களையும், முதலைக்குளம் பல்லாக்கு ஒச்சாத்தேவன் வகையறாக்களையும், உசிலம்பட்டி

சின்னக்கருப்புக் கோயிலைத் தனிக்கோயிலாய் வணங்குகின்ற ஐந்து பூசாரி வகையறாக்களையும் தங்களது தாயாதிகளாய்க் கருதுகின்றனர். மேற்கூறிய பங்காளிகள் தாயாதிகளுடனும் திருமண உறவு வைத்துக் கொள்வதில்லை.

இவர்கள் பாப்பாபட்டி ஒச்சாண்டம்மன் கோயிலை வணங்குகின்ற பத்துத் தேவர்களின் பூர்வீக அக்காள் மக்களாய் கருதப்படுவதால், அவர்களுடன் அதிக சம்பந்த உறவுகளை வைத்துக் கொள்கின்றனர். மேலும் கருமாத்தூர் நல்லகுரும்பன் கோயிலைக் குலக்கோயிலாய் வணங்குகின்ற குரும்பத்தேவன் நான்கு பங்காளிகளைப் பூர்வீக மாமன் மைத்துனர்களாய்க் கருதுவதால் அவர்களுடனும் அதிக சம்பந்த உறவுகளை வைத்துக் கொள்கின்றனர்.

மற்றப்படி கருமாத்தூர் நாட்டிலுள்ள மற்ற வம்சாவளியினர் களுடனும் திடியன் நாட்டிலுள்ள அம்பட்டையன்பட்டி கோயிலையும், உச்சப்பட்டி கோயில்களை வணங்குபவர்களுடனும், வாலாந்தூர் நான்கு தேவர் வகையறாக்களையும், தும்மக்குண்டுக் காரர்களுடனும், வேப்பனூத்து கள்ளப்பட்டிக்காரர்களுடனும், கொக்குளத்துக்காரர்களுடனும், புத்தூர் நாட்டின் புன்னைத் தேவன்கரை நீங்கலாக மற்ற கரையைச் சேர்ந்தவர்களுடனும் சம்பந்த உறவுகளை வைத்துக் கொள்கின்றனர். உபகிராமங்களில் மேற்கூறிய விக்கிரமங்கலம், நாட்டார் மங்கலம், முதலைக்குளம் நீங்கலாக மற்ற எல்லா உபகிராமத்திலுள்ள கோயில்களை வணங்கு பவர்களுடனும், திருமண உறவுகளை வைத்துக் கொள்கின்றனர்.

4. கொடிக்குளம்

படிவுத்தேவன், பிறவியத்தேவன் வகையறாக்கள் கொடிக்குளத்திலுள்ள நல்லதங்காள் கோயிலைத் தங்களது குலக்கோயிலாய் வணங்கி வருகின்றனர். இவர்கள் தங்களிடமிருந்து பிரிந்து சென்று புத்தூர் நாட்டில் உள்ள ஒச்சாண்படிவு, வீட்டுப்படிவு, ஓட்டுப்படிவு, சரகுப் படிவு வகையறாக்களைத் தங்களது உடன் பங்காளிகளாய் கருதுகின்றனர். பாப்பாபட்டி பத்துத் தேவர்களையும், கொக்குளம் ஆறு கரைக்காரர்களையும் வாலாந்தூர் நான்கு தேவர்களையும் தங்களது தாயாதிகளாய்க் கருதுகின்றனர். மேற்கூறிய பங்காளிகள், தாயாதிகளுடன் திருமணஉறவு வைத்துக் கொள்வதில்லை.

மற்றப்படி கருமாத்தூர் நாட்டிலுள்ள எல்லா வம்சாவளியினர் களுடனும், திடியன் நாட்டில் எல்லாக் கோயில்களை வணங்குபவர்

களுடனும், தும்மக்குண்டுக்காரர்களுடனும், வேப்பனூத்து கள்ள பட்டிக்காரர்களுடனும், புத்தூர் நாட்டிலுள்ள புன்னைத் தேவன் கரை, ராமசாமி தேவன்கரை, பெரும்புலி அழகாத்தேவன் கரையைச் சேர்ந்தவர்களுடனும், கவணம்பட்டி, வீராக்கோயிலை வணங்குபவர் களுடனும் திருமண உறவுகளை வைத்துக் கொள்கின்றனர். மேலும் உபகிராமங்களிலுள்ள எல்லா வம்சாவளியினர்களுடனும் திருமண உறவுகளை வைத்துக் கொள்கின்றனர்.

5. முதலைக்குளம்

முதலைக் குளத்திலுள்ள ஒச்சாண்டம்மன் கோயிலை வணங்குகின்ற ஏராப்புலியான் மகன் பல்லாக்கு ஒச்சாத்தேவன் வகையறாக்கள் கழுவநாதர் கோயிலை வணங்குகின்ற பன்னியான் கொங்காப் புலியான் முத்துக்கருப்பணத் தேவன் வகையறாக்களையும், மதிப்பனூர் ஒச்சாண்டம்மன் கோயிலை வணங்குகின்ற சீறும் புலியான் சின்னவத்தேவன், நாட்டார்மங்கலம் ஆதிசிவன் கோயிலை வணங்குகின்ற உறங்காப்புலியான் மக்கள் உலகாத்தேவன், ஒந்தாத் தேவன், ஒச்சாத்தேவன் வகையறாக்களையும், தந்தை வழியில் தங்களது உடன் பங்காளிகளாய்க் கருதுகின்றனர்.

கருமாத்தூர் ஒச்சாண்டம்மனை வணங்குகின்ற தடியன் கூட்டத்தாரைத் தங்களது தாயாதிகளாய்க் கருதுகின்றனர். மேற்கூறிய பங்காளிகள் தாயாதிகளுடன் திருமண உறவு வைத்துக் கொள்வ தில்லை.

அழகர்மலை அழகர்கோயிலை, வணங்குகின்ற கொசவபட்டிக் காரர்களை தங்களது பூர்வீக அக்காள் மக்களாய் கருதுவதால் அவர்களுடன் அதிக சம்பந்த உறவுகளை வைத்துக் கொள்கின்றனர். மற்றப்படி பாப்பாபட்டி பத்துத் தேவர்கள், வாலாந்தூர் நான்கு தேவர்கள், திடியன் நாட்டிலுள்ள அம்பட்டையன்பட்டி, உச்சப்பட்டி கோயில்களை வணங்குகின்றவர்களுடனும், தும்மக்குண்டுக் காரர்களுடனும், வேப்பனூத்து கள்ளப்பட்டிக்காரர்களுடனும், கொக்குளத்துக்காரர்களுடனும், புத்தூர் நாட்டின் சின்னக்கா அம்மன் கோயிலை வணங்குகின்ற ராமசாமித்தேவன் கரையைச் சேர்ந்தவர்கள் நீங்கலாக மற்ற கரைக்காரர்களுடனும் சம்பந்த உறவுகளை வைத்துக் கொள்கின்றனர். உபகிராமங்களில் மேற்கூறிய பன்னியான், நாட்டார்மங்கலம், மதிப்பனூர் நீங்கலாக மற்ற எல்லா உபகிராமத்தில் உள்ளவர்களுடனும் சம்பந்த உறவுகளை வைத்துக் கொள்கின்றனர்.

6. பன்னியான்

கருமாத்தூர் கழுவநாதர் கோயிலை வணங்குகின்ற பன்னியான் கொங்காப்புலியான் முத்துக் கருப்பணத்தேவர் வகையறாக்கள், முதலைக்குளம் சேராப்புலியான் தண்டில் ஒச்சாத்தேவன், பல்லாக்கு ஒச்சாத்தேவன் வகையறாக்களையும், மதிப்பனூர் ஒச்சாண்டம்மன் கோயிலை வணங்குகின்ற சீறும்புலியான் சின்னவத்தேவன் வகையறாக்களையும், நாட்டார்மங்கலம் ஆதிசிவன் கோயிலை வணங்குகின்ற உறங்காப்புலியான் மக்கள் உலங்காத்தேவன், ஒந்தாத்தேவன் வகையறாக்களையும் தந்தை வழிப் பங்காளிகளாய்க் கருதுகின்றனர்.

தங்களிடமிருந்து பிரிந்து சென்று புத்தூர் நாட்டில் வாழ்கின்ற சின்னக்கா அம்மனை வணங்குகின்ற ராமசாமித்தேவன் கரையைச் சேர்ந்தவர்களையும் தங்களது உடன் பங்காளிகளாய்க் கருதுகின்றனர்.

கருமாத்தூர் கழுவநாதர் கோயிலை வணங்குகின்ற வடிவேல்கரை, கீழக்குயில்குடிக்காரர்களையும், அதே கழுவநாதர் கோயிலை வணங்குகின்ற தனக்கன்குளத்துக்காரர்களையும் தங்களது தாயாதிகளாய்க் கருதுகின்றனர். கண்ணனூர் விக்கிரமங்கலத்துக் காரர்களையும், தங்களது தாய்வழிப் பங்காளிகளாய்க் கருதுகின்றனர். மேற்கூறிய பங்காளிகள் தாயாதிகளுடன் திருமண உறவுகளை வைத்துக் கொள்வதில்லை.

இவர்கள் கொக்குளம் பேக்காமன் கருப்புக்கோயிலை வணங்குகின்ற ஆறு கரைக்காரர்களுக்கும், பூர்வீக அக்காள் மக்களாவர். அதனால் அவர்களுடன் அதிக சம்பந்த உறவுகளை வைத்துக் கொள்கின்றனர். மற்றப்படி கருமாத்தூர் நாட்டிலுள்ள எல்லாக் கூட்டத்தார்களுடனும், பாப்பாபட்டி, வாலாந்தூர், திடியன், தும்மக்குண்டு, வேப்பனூத்து, கள்ளபட்டி, புத்தூர் நாட்டில் ராமசாமித்தேவன் கரை நீங்கலாக மற்ற எல்லாக் கரைக்காரர் களுடனும் திருமண சம்பந்தங்களை வைத்துக் கொள்கின்றனர்.

உபகிராமங்களில் மேற்கூறிய நாட்டார்மங்கலம், மதிப்பனூர், முதலைக்குளம், விக்கிரமங்கலம், வடிவேல்கரை கீழக்குடி, தனக்கன் குளம் நீங்கலாக மற்ற எல்லா உபகிராமங்களில் உள்ளவர்களுடனும் திருமண உறவு வைத்துக் கொள்கின்றனர்.

7. வடிவேல்கரை - கீழக்குயில்குடி

இவர்கள் கருமாத்தூர் கழுவநாதர் விருமப்பக் கோயிலைத் தங்களது குலக்கோயிலாய் வணங்கி வருகின்றனர். கழுவநாதர் கோயிலை

வணங்குகின்ற விளாச்சேரி குப்பையாண்டித் தேவன் வகையறாக் களையும், விளாச்சேரி ஆதிசிவன் கோயிலை வணங்குகின்ற வெள்ளையத்தேவன் வகையறாக்களையும், கருமாத்தூர் கழுவநாதர் கோயிலை வணங்குகின்ற பால் அழகாத்தேவன், கிருக்காண்டித் தேவன் வகையறாக்களையும், தோப்பூர் சொக்கத்தேவன் வகையறாக் களையும் தங்களது பங்காளிகளாய்க் கருதுகின்றனர். பன்னியான் காரர்களை உச்சபட்டிக்காரர்களையும் தாயாதிகளாய் கருதுகின்றனர். இவர்களுடன் திருமண உறவு வைத்துக் கொள்வதில்லை.

இவர்கள் குலக்கோயிலாய் வணங்குகின்ற கருமாத்தூர் கழுவநாதர் கோயிலையே தங்களது குலக்கோயிலாய் வணங்குகின்ற கண்ணனூர் சிலுக்கத்தேவன், குப்பத்தேவன் வகையறாக்களையும் தங்களது பூர்வீகத் தாய்மாமன்களாய் கருதுகின்றனர். அதனால் அவர்களுடன் அதிக சம்பந்த உறவுகளை வைத்துக் கொள்கின்றனர். மற்றப்படி எட்டு நாட்டிலுள்ள எல்லாக் கோயில்களை வணங்குபவர்களுடனும் மேற்கூறிய உபகிராமங்கள் தவிர மற்ற உபகிராமங்களிலுள்ள எல்லா வம்சாவளியினர்களிடமும் சம்பந்த உறவுகளை வைத்துக் கொள்கின்றனர்.

8. தனக்கன் குளம்

கருமாத்தூர் கழுவநாதர் கோயிலைக் குலக்கோயிலாய் வணங்குகின்ற இவர்கள் விளாச்சேரிக்காரர்களையும் கீழக்குடிக்காரர்களையும், தோப்பூர்க்காரர்களையும் தங்களது பங்காளிகளாய்க் கருதுகின்றனர். கருமாத்தூர் பொன்னாங்கன் கூட்டத்தாரைத் தாயாதிகளாய்க் கருதுகின்றனர். இவர்கள் தவிர, மற்ற அனைவருடனும் திருமண உறவு வைத்துக் கொள்கின்றனர்.

9. விளாச்சேரி

வடிவேல்கரையிலுள்ள குப்பையாண்டிக் கூட்டத்தாரும், ஆதிசிவன் கோயிலை வணங்குகின்ற வெள்ளையத்தேவன் கூட்டத்தாரும், ஒரே பங்காளிகளாவர். கீழக்குடிக்காரர்களையும், தங்களது பங்காளிகளாய் கருதுகின்றனர். அவர்களுடன் திருமண உறவு வைத்துக் கொள்வதில்லை. சித்தாலை சுந்தரவள்ளியம்மன் கோயிலை வணங்குகின்ற உரப்பனூர் சுந்தத்தேவன் கூட்டத்தாரை, தங்களது பூர்வீகத் தாய்மாமன்களாய்க் கருதுவதால் அவர்களுடன் அதிக சம்பந்த உறவுகளை வைத்துக் கொள்கின்றனர். மற்றபடி எட்டு நாட்டிலுள்ள எல்லா வம்சாவளியினர்களுடனும் மேற்கூறிய உபகிராமங்கள் நீங்கலாக மற்ற எல்லா உபகிராமங்களிலுள்ள

வம்சாவளியினர்களுடனும் திருமண உறவுகளை வைத்துக் கொள்கின்றனர்.

10. சாக்கிலிப்பட்டி

இங்குள்ள கழுவநாதர் கோயிலை வணங்குகின்ற பேய்க்கழுவத்தேவன் கூட்டமும், கருமாத்தூர் ஒச்சாண்டம்மன் கோயிலை வணங்குகின்ற ஒச்சாத்தேவன் வகையறாக்களும் ஒரே பங்காளிகளாய்க் கருதப்படுகின்றனர்.

இதில் ஒச்சாத்தேவன் வகையறாக்கள் கருமாத்தூர் பொன்னாங்கன் கூட்டத்தாரின் பெண் வாரிசுகளாய்க் கருதப்படுவதால் அவர்களுடன் அதிக சம்பந்த உறவுகளை வைத்துக்கொள்கின்றனர்.

11. தோப்பூர்

இவர்கள் நாட்டார்மங்கலம் ஆதிசிவன் கோயிலைத் தங்களது குலக்கோயிலாக வணங்கிவருவதால் நாட்டார்மங்கலத்துக் காரர்களைத் தங்களது உடன் பங்காளிகளாய் கருதுகின்றனர். அதனால் அவர்களுடன் திருமண உறவுகளை வைத்துக் கொள்வதில்லை. திருமண உறவு முறைகளில் நாட்டார் மங்கலத்துக்காரர்களையே பின்பற்றுகின்றனர்.

12. சூடாப் புளியங்குளம்

இவர்கள் வாலாந்தூர் அங்காளம்மன் கோயிலைத் தங்களது குலக்கோயிலாய் வணங்குகின்றனர். நாட்டார்மங்கலத்துக் காரர்களையும், சிந்துப்பட்டி அங்காள ஈஸ்வரி கோயிலை வணங்குகின்ற காடுபட்டி அரிதி வீரத்தேவர் வகையறாக்களையும் தங்களது தாயாதிகளாய்க் கருதுவதால் அவர்களுடன் திருமண உறவுகளை வைத்துக் கொள்வதில்லை.

இவர்கள் வாலாந்தூர் நான்கு தேவர் வகையறாக்களுக்குப் பூர்வீக அக்காள் மக்களாய்க் கருதப்படுவதால் அவர்களுடன் அதிக சம்பந்த உறவுகளை வைத்துக்கொள்கின்றனர். மற்றப்படி எல்லோருடனும் சம்பந்தம் செய்கின்றனர்.

13. சாத்தங்குடி

இவர்களுக்குப் பெரும்பாலும் பூர்வீக பங்காளிகள் இல்லை. சித்தாலை சுந்தரவள்ளியம்மன் கோயிலை வணங்குகின்ற சுந்தத்தேவன் கூட்டத்தாரை தங்களது தாயாதிகளாக கருதுகின்றனர்.

அவர்களுடன் திருமண உறவு கொள்வதில்லை. மற்றபடி தாங்கள் செய்கின்ற திருமண உறவுகளின் அடிப்படையில் சம்பந்தங்கள் செய்து கொள்கின்றனர்.

14. கப்பலூர்

கருமாத்தூர் கழுவநாதர் கோயிலைத் தங்கள் குலக்கோயிலாக வணங்குகின்ற இவர்கள் சித்தாலை சுந்தரவள்ளியம்மன் கோயிலை வணங்குகின்ற சுந்தத்தேவன் கூட்டத்தாரைத் தங்களது உடன் பங்காளிகளாய்க் கருதுகின்றனர். அவர்கள் வழியில் விக்கிரமங்கலத்துக் காரர்களையும், கண்ணனூர்க்காரர்களையும், மானூத்துக்காரர் களையும் தங்களது பங்காளிகளாய்க் கருதுகின்றனர். மேற்கூறியவர்கள் தவிர, மற்ற எல்லோருடனும் திருமண உறவு வைத்துக் கொள்கின்றனர்.

15. மேல்நாடு செட்டிக்குளம்

இவர்கள் கருமாத்தூர் கடசாரி நல்லகுரும்பன் கோயிலை வணங்கு கின்ற செட்டிக்குளத்தில் உள்ள செம்பாதி கருத்தி வகையறாக் களையும், வலங்கான்குளத்தில் உள்ள அரிகுரும்பன் வகையறாக் களையும், அய்யனார்குளம் குரும்பத்தேவன் வகையறாக்களையும் தங்களது தாய்வழிப் பங்காளிகளாக அல்லது தாயாதிகளாகக் கருதுகின்றனர்.

இவர்கள் கருமாத்தூர் கடசாரி நல்லகுரும்பன் கோயிலை வணங்குகின்ற உடையான் குரும்பன், ஒய்யான் குரும்பன், பெரிய குரும்பன், பேக்காத்தி குரும்பன் என்ற நான்கு குரும்பத்தேவர் வகையறாக்களின், பெண் வாரிசுகளாய் கருதப்படுவதால் அவர்களுடன் அதிக சம்பந்த உறவுகளை வைத்துக்கொள்கின்றனர். மற்றப்படி எல்லோருடனும் திருமண உறவு வைத்துக் கொள்கின்றனர்.

16. வடபழஞ்சி

இவர்கள் சித்தாலை சுந்தரவள்ளியம்மன் கோயிலை வணங்குகின்ற ஊராண்ட உரப்பனூர் வடமலை சுந்தத்தேவன் வம்சத்தவர்க ளாகையால் திருமண உறவுகளில் அவர்களையே பின்பற்றுகின்றனர்.

17. அல்லிக்குண்டம்

இவர்கள் சித்தாலை சுந்தரவள்ளியம்மன் கோயிலை வணங்குகின்ற சுந்தத்தேவன் வகையறாக்களையும், விக்கிரமங்கலம் ஆண்டித்தேவன்

வகையறாக்களையும், மானூத்துக் காரர்களையும் தங்களது உடன் பங்காளிகளாய்க் கருதுகின்றனர். தாங்கள் வணங்குகின்ற வால குருநாதர் கோயிலைத் தங்களுக்கு அளித்த புத்தூர் புன்னைத் தேவன் கரையைச் சேர்ந்தவர்களைத் தங்களது தாயாதிகளாய் கருதுகின்றனர். இந்தப் பங்காளிகள், தாயாதிகளுடன் திருமண உறவு வைத்துக் கொள்வதில்லை. மற்ற எல்லோருடனும் திருமண உறவு வைத்துக் கொள்கின்றனர்.

18. மானூத்து

இங்குள்ள கருமாத்தூர் கழுவநாதர் கோயிலை வணங்குகின்ற முதலித்தேவன் கூட்டத்தாரும், பெத்தனசாமி கோயிலை வணங்குகின்ற வெள்ளையத்தேவன் கூட்டத்தாரும், காத்தண்டம்மன் கோயிலை வணங்குகின்ற சித்திரான் கூட்டத்தாரும், வெவ்வேறு கோயிலைக் குலக்கோயிலாக வணங்கினாலும் ஒரே பங்காளிகளாய்க் கருதப்படு கின்றனர். மானூத்திலுள்ள காவல் தெய்வமான சமயகருப்புக் கோயிலை பொதுக் கோயிலாய் வணங்குகின்றனர்.

இதிலுள்ள முதலிகூட்டத்தாரும், வெள்ளையன் கூட்டத்தாரும், சித்தாலை சுந்தரவள்ளியம்மன் கோயிலை வணங்குகின்ற சுந்தத்தேவன் வம்சத்திலிருந்து பிரிந்து வந்தவர்களாகையால், அவர்களைத் தங்களது உடன் பங்காளிகளாய்க் கருதுகின்றனர். அவர்கள் வழியில் கருமாத்தூர் கழுவநாதர் கோயிலை வணங்குகின்ற கண்ணனூர் சிலுக்கத்தேவன், குப்பத்தேவன் வகையறாக்களையும், விக்கிரமங்கலம் ஆண்டித்தேவன் வகையறாக்களையும், அல்லிக்குண்டம் வாலகுரு நாதர் கோயிலை வணங்குகின்ற விருமப்ப பிள்ளைத்தேவன் வகையறாக்களையும், தங்களது உடன் பங்காளிகளாய் கருதுகின்றனர். அவர்களுடன் திருமண உறவு வைத்துக் கொள்வதில்லை.

மற்றப்படி எட்டு நாட்டிலுள்ள எல்லா வம்சாவளியினர் களுடனும் உபகிராமங்களில் மேற்கூறிய விக்கிரமங்கலம், கப்பலூர், அல்லிக்குண்டம் நீங்களாக மற்ற உபகிராமங்களிலுள்ள எல்லா வம்சாவளியினர்களுடனும் சம்பந்த உறவுகளை வைத்துக் கொள்கின்றனர். இதிலுள்ள சித்திரான் கூட்டத்தாரும் திருமண உறவு வழிகளில் இவர்களின் வழிமுறைகளையே பின்பற்றுகின்றனர்.

19. காளப்பன்பட்டி

இங்குக் கருமாத்தூர் ஒச்சாண்டம்மன் கோயிலிலிருந்து பிடிமண் எடுத்து வரப்பட்ட கருப்புகோயிலை வணங்குகின்ற கூலக் குன்னத்தேவன் வகையறாக்களும், இங்குள்ள சிவன் கோயிலை

வணங்குகின்ற பனிக்கத்தேவன் வகையறாக்களும், ஒரே பங்காளிகளாய்க் கருதப்படுகின்றனர்.

மேலும், இவர்கள் கருமாத்தூர் ஒச்சாண்டம்மன் கோயிலை வணங்குகின்ற பொன்னாங்கன் கூட்டத்தார் ஆறு பங்காளிகளையும், அவர்களிடமிருந்து பிரிந்து வந்த தும்மக்குண்டு ஒச்சாண்டம்மன் கோயிலை வணங்குகின்ற சின்னாங்கி உடையாத்தேவன் மக்கள் மூன்று பங்காளிகளையும், பூசலப்புரம் ஒச்சாண்டம்மன் கோயிலை வணங்குகின்ற கட்ராண்டி ஒச்சாத்தேவன் வகையறாக்களையும், உசிலம்பட்டி கருப்புக் கோயிலை வணங்குகின்ற பாப்பாபட்டி ஐந்து பூசாரி வகையறாக்களையும், தங்களது உடன் பங்காளிகளாய் கருதுகின்றனர்.

இவர்கள் தும்மக்குண்டு சின்னாங்கிஉடையாத்தேவனும், சிந்துப்பட்டி பெருமாள் கோயிலை வணங்குகின்ற முத்திருளப்பத் தேவனும், சிந்துப்பட்டி அங்காளீஸ்வரி கோயிலை வணங்குகின்ற காடுபட்டி அருதி வீரத்தேவன் வகையறாக்களும் சேர்த்து, ஐந்து தாய் மக்களாய் கருதப்படுவதால் அவர்களைத் தாயாதிகளாய் கருதுகின்றனர். மேற்கூறிய தாயாதிகள் பங்காளிகளுடன் திருமண உறவு வைத்துக் கொள்கின்றனர்.

இதில் சிவன் கோயிலை வணங்குகின்ற பணிக்கத்தேவன் கூட்டத்தார், நாட்டார்மங்கலம் ஆதிசிவன் கோயிலை வணங்குகின்ற மூன்றுதேவர் வகையறாக்களுக்குப் பெண் வாரிசுகளாய் கருதப் படுவதால் அவர்களுடன் அதிக சம்பந்த உறவுகளை வைத்துக்கொள் கின்றனர். மற்றப்படி பாப்பாபட்டி பத்துத் தேவர்களையும், வாலாந்தூர் நான்கு தேவர்களையும், தங்களது தாயாதிகளாய்க் கருதுவதால் அவர்களுடன் சம்பந்த உறவுகளை வைத்துக் கொள்வதில்லை. மேலும் பொன்னாங்கன் கூட்டத்தார் நீங்கலாகக் கருமாத்தூர் நாட்டிலுள்ள மற்ற வம்சாவளியினர்களுடனும், திடியன் நாட்டிலுள்ள எல்லா வம்சாவளியினர்களுடனும், புத்தூர் நாட்டிலுள்ள எல்லா வம்சாவளியினர்களுடனும், கொக்குளம் வேப்பனூத்து – கள்ளபட்டிக்காரர்களுடனும் திருமண உறவுகளை வைத்துக் கொள்கின்றனர். உபகிராமங்களில் பூசலப்புரம் நீங்கலாக மற்ற எல்லாக் கிராமங்களில் உள்ளவர்களுடனும் திருமண உறவுகளை வைத்துக் கொள்கின்றனர்.

20. பூசலப்புரம்

இவர்கள் கருமாத்தூர் ஒச்சாண்டம்மன் கோயிலிலிருந்து பிடிமண் எடுத்து வந்து இங்கு வைத்து அதனைக் குலக்கோயிலாய் வணங்கி வருகின்றனர். மேலும், இவர்கள் பொன்னாங்கன் கூட்டம் –

கட்ராண்டி வகையறாக்களிடமிருந்து பிரிந்து வந்தவர்களாகையால், கருமாத்தூர் ஒச்சாண்டம்மன் கோயிலை வணங்குகின்ற பொன் னாங்கன் கூட்டம் ஆறு பங்காளிகளையும் உடன் பங்காளிகளாய் கருதுகின்றனர். அதுபோலத் தும்மக்குண்டுக்காரர்களும், காளப்பன் பட்டி கூலக்குன்னன் பணிக்கத் தேவன் வகையறாக்களையும், பாப்பாபட்டி ஐந்து பூசாரி வகையறாக்களையும், தங்களது உடன் பங்காளிகளாய்க் கருதுகின்றனர்.

மேலும், இவர்கள் புன்னூர் அய்யன் கோயிலைத் தங்கள் குலக்கோயிலாகவும், காவல் தெய்வம் வெண்டி முத்தையா கோயிலைப் பொதுக் கோயிலாகவும் வணங்குகின்ற வேப்பனூத்து கள்ளப்பட்டிக்காரர்களைத் தங்களது தாயாதிகளாய் கருதுகின்றனர். இவர்கள் இருவரும் உடன் பிறந்த இரண்டு சகோதரிகளின் வாரிசுகளாவர்.

இங்ஙனம் பூசலப்புரத்துக் காரர்களுக்குத் தந்தை வழியில் பல பங்காளிகள் இருந்தாலும், இவர்களுக்கும் கள்ளப்பட்டிக்காரர் களுக்கும் உள்ள தாய் வழி உறவே அதிகமாக முன்னிறுத்தப்படுகிறது.

மேற்கூறிய பங்காளிகள் தாயாதிகள் தவிர, பாப்பாப்பட்டி பத்துத்தேவர்களுடனும், வாலாந்தூர் நான்கு தேவர்களுடனும், கொக்குளத்து ஆறு கரைக்காரர்களுடனும், புத்தூர் நாட்டிலுள்ள நான்கு கரைக்காரர்களுடனும், திடியன் நாட்டிலுள்ள எல்லா வம்சாவளியினர்களுடனும், கருமாத்தூர் நாட்டில் பொன்னாங்கன் கூட்டத்தார் தவிர, மற்ற எல்லாக்கூட்டத்தார்களுடனும் சம்பந்த உறவுகளை வைத்துக் கொள்கின்றனர்.

உபகிராமங்களில் மதிப்பனூர் ஒச்சாண்டம்மன் கோயிலை வணங்குகின்ற சீறும்புலியான் சின்னவத்தேவன் வகையறாக்கள், இவர்களது பூர்வீக அக்காள் மக்களாவர். அதனால் அவர்களுடன் அதிக சம்பந்த உறவுகளை வைத்துக் கொள்கின்றனர். மற்றப்படி காளப்பபட்டி நீங்கலாக மற்ற எல்லா உபகிராமங்களில் உள்ளவர் களுடனும் சம்பந்த உறவுகளை வைத்துக் கொள்கின்றனர்.

21. பெருங்காமநல்லூர்

இங்குக் கணக்கத்தேவன் – ஏரமாயத்தேவன் கூட்டம், கல்யாணித் தேவன் கூட்டம், சித்தரான் கூட்டம் என மூன்று வம்சத்தவர்கள் வாழ்கின்றனர். இதில் கணக்கத்தேவன் – ஏரமாயன் கூட்டத்தார், நாட்டார்மங்கலம் ஆதிசிவன் கோயிலைத் தங்களது குலக்கோயிலாக வணங்குகின்றனர். அதனால் திருமண உறவுமுறைகளில் அவர் களையே பின்பற்றுகின்றனர்.

கல்யாணித் தேவன் கூட்டத்தார் வாகைக்குளம் கல்யாணிகருப்புக் கோயிலை வணங்குகின்றனர். இவர்கள் கீழஉரப்பனூர் கல்யாணி கருப்புக்கோயிலை வணங்குகின்ற, திருமலைப் பின்னத்தேவன் வம்சத்திலிருந்து பிரிந்து வந்தவர்களாவர். அதனால் அவர்களையும் அவர்களிடமிருந்து பிரிந்து வந்த புன்னையூர் அய்யன் கோயிலை வணங்குகின்ற வேப்பனூத்து கள்ளப்பட்டிக்காரர்களையும் தந்தை வழியில் தங்களது உடன் பங்காளிகளாய்க் கருதுகின்றனர்.

அதுபோல நாட்டார்மங்கலத்துக்காரர்களைத் தங்களது நல்லத்தா மக்களாகக் கருதுவதால், அவர்களைத் தங்களது உடன் தாயாதிகளாய் கருதுகின்றனர். மேற்கூறிய பங்காளிகள் தாயாதி களுடன் திருமண உறவு வைத்துக்கொள்வதில்லை. மற்ற எல்லோருடனும் திருமண உறவு வைத்துக் கொள்கின்றனர்.

22. மதிப்பனூர்

மதிப்பனூர் ஒச்சாண்டம்மன் கோயிலைக் குலக்கோயிலாய் வணங்குகின்ற சீறும்புலியான் சின்னவத்தேவன் மக்கள் ஏழு பங்காளி வகையறாக்கள், முதலைக்குளம் ஒச்சாண்டம்மன் கோயிலை வணங்குகின்ற சேறாப்புலியான் மகன்கள் தண்டில் ஒச்சாத்தேவன், பல்லாக்கு ஒச்சாத்தேவன் வகையறாக்களையும், கழுவநாதர் கோயிலை வணங்குகின்ற பன்னியான் கொங்காப் புலியான் முத்துக்கருப்பணத் தேவன் வகையறாக்களையும், நாட்டார்மங்கலம் உறங்காப்புலியான் மகன்கள் உலாத்தேவன், ஒந்தாத்தேவன், ஒச்சாத்தேவன் வகையறாக்களையும் தங்களது உடன் பங்காளிகளாய் கருதுகின்றனர்.

நல்லுத்தேவன்பட்டி பூங்கொடி அய்யன் கோயிலை வணங்குகின்ற புத்தூர் பின்னத்தேவன் கரையைச் சேர்ந்தவர்களையும், அல்லிக் குண்டம் வாலகுருநாதர் கோயிலை வணங்குகின்ற விருமப்பிள்ளை வகையறாக்களையும், கருமாத்தூர் ஒச்சாண்டம்மன் கோயிலை வணங்குகின்ற தடியத்தேவன் கூட்டத்தாரையும், தங்களது தாயாதிகளாய் கருதுகின்றனர்.

மேலும், பாப்பாபட்டி பத்துத் தேவர்களில் ஒருவர்களான கீரித்தேவன் கூலத்தேவன் வகையறாக்களை, ஒருதாய் மக்களாய் கருதுகின்றனர். மேற்கூறிய பங்காளிகள், தாயாதிகள், ஒருதாய் மக்கள் ஆகியோர்களுடன் திருமண உறவு வைத்துக் கொள்வதில்லை.

வேப்பனூத்து கள்ளபட்டிக்காரர்களும், பூசலப்புரத்துக் காரர்களும் இவர்களது பூர்வீக மாமன் மைத்துனர்களாகக் கருதப்

படுவதால் அவர்களுடன் அதிக சம்பந்த உறவுகளை வைத்துக் கொள்கின்றனர். மற்றபடி பாப்பாபட்டி முதல் எட்டுத் தேவர்களுடனும், கொக்குளம், கருமாத்தூர், திடியன், தும்மக்குண்டு ஆகிய நாடுகளிலுள்ள எல்லா வம்சாவளியினர்களுடனும், புத்தூர் நாட்டில் பின்னத் தேவன்கரை நீங்கலாக மற்ற எல்லாக் கரைக் காரர்களுடனும், சம்பந்த உறவுகளை வைத்துக் கொள்கின்றனர். உபகிராமங்களில் மேற்கூறிய முதலைக்குளம் பன்னியான், நாட்டார் மங்கலம், அல்லிக்குண்டம் நீங்கலாக மற்ற எல்லா உபகிராமங் களுடனும், திருமண சம்பந்த உறவுகளை வைத்துக் கொள்கின்றனர்.

23. காடுபட்டி

சிந்துப்பட்டி அங்காளஈஸ்வரி கோயிலைக் குலக்கோயிலாய் வணங்குகின்ற அருதி வீரத்தேவன் வகையறாக்கள், நாட்டார் மங்கலத்துக்காரர்களையும், வாலாந்தூர் அங்காளம்மன் கோயிலைத் தங்களது குலக்கோயிலாய் வணங்குகின்ற சூடாப் புளியங்குளம் சூடாத்தேவன் வகையறாக்களையும், தங்களது தாய்வழி பங்காளிகளாய்க் கருதுகின்றனர்.

அதுபோல தும்மக்குண்டு சின்னாங்கி உடையாத் தேவன் வகையறாக்களையும், சிந்துப்பட்டி முத்திருளாண்டித் தேவன் வகையறாக்களையும், காளப்பன்பட்டி கூலக்குன்னன் பணிக்கத் தேவன் வகையறாக்களையும், தங்களது தாயாதிகளாய்க் கருதுகின்றனர். மேற்கூறியவர்களுடன் இவர்களையும் சேர்த்து ஐந்து தாய்மக்கள் என அழைக்கப்படுகின்றனர். இவர்களுடன் திருமண சம்பந்த உறவுகளை வைத்துக் கொள்வதில்லை.

இவர்கள் வாலாந்தூர் நான்கு தேவர்களுக்கும் பூர்வீக அக்காள் மக்களாய் கருதப்படுவதால் அவர்களுடன் அதிக திருமண உறவுகளை வைத்துக் கொள்கின்றனர். அதுபோல மற்ற எல்லா வம்சாவளியினர்களுடன் திருமண சம்பந்தங்களை வைத்துக் கொள்கின்றனர்.

24. கச்சிராப்பு

கச்சிராப்பு கட்டையன் கூட்டத்தார் ஊர்க்காளை அய்யனார் கோயிலையும், கொடிப்புலி கருப்புக் கோயிலையும் தங்களது குலக்கோயிலாய் வணங்குகின்றனர். இவர்கள் கருமாத்தூர் செட்டி குளத்திலுள்ள கருத்தி செம்பான், தடியன் கூட்டத்தாரையும், கின்னியமங்கலத்திலுள்ள கருமாத்தூர் கோட்டை மந்தை கோயிலை வணங்குகின்ற கேசத்தேவன் கூட்டத்தாரையும், தாராப்பட்டி

வெயிலாத்தேவன் வகையறாக்களையும், தங்களது உடன் பங்காளிகளாய்க் கருதுகின்றனர்.

இவர்கள் திடியன்நாடு உச்சப்பட்டியிலுள்ள தென்கரை முத்தையா கோயிலை வணங்குகின்ற வாரமிளகி கூட்டத்தாருக்குப் பூர்வீக அக்காள் மக்களாய்க் கருதப்படுவதால் அவர்களுடன் அதிக சம்பந்த உறவுகளை வைத்துக் கொள்கின்றனர். மற்றப்படி எல்லோருடனும் திருமண சம்பந்தங்களை வைத்துக் கொள்கின்றனர்.

(நான், சுமார் ஏழாண்டு காலம் இப்பகுதிகளில் களப்பணி செய்து திரட்டிய தரவுகளின் அடிப்படையில் மேற்கூறிய திருமண உறவுமுறைகளை எழுதியிருக்கிறேன். இருந்தபோதிலும் இவை ஒரு பொதுவான வழிகாட்டுதல்களே தவிர, இறுதி செய்யப்பட்ட வகைமுறைகள் அல்ல. இவற்றில் ஒருசில தவறுகளும், இவற்றிற்கு மாற்றும் இருக்க வாய்ப்புண்டு.)

பெயர் வைத்தல்

குழந்தை பிறந்த ஒரு சில நாட்களில் அதற்குப் பெயர் வைப்பர். ஆனால் பெயர் வைப்பதற்கென்று தனிப்பட்ட விழாவோ, சடங்குகளோ செய்வதில்லை. பெரும்பாலும் தாங்கள் வணங்குகின்ற தெய்வங்கள் நினைவாகவும், முன்னோர்கள் நினைவாகவும், இயற்கை சார்ந்த பொருள்களின் அடிப்படையிலும், அவை சார்ந்து எழக்கூடிய நம்பிக்கைகளின் அடிப்படையிலும் குழந்தைகளுக்குப் பெயரிடுவர்.

இவ்வாறு பெயரிடும்பொழுது, முதல் குழந்தைக்குத் தங்கள் வம்சத்துக்குரிய குலதெய்வங்களில் எது முதன்மையானதோ அதன் நினைவாகவும், அடுத்தடுத்த குழந்தைகளுக்கு அடுத்தடுத்த நிலையிலுள்ள தெய்வங்கள் நினைவாகவும் பெயரிடுவர். ஒவ்வொரு வம்சாவளியும் ஒரு தனித்த வகைமுறையைப் பின்பற்றுகிறது. அவர்களுடைய பெயர்களை வைத்தே அவர்கள் எந்த வம்சத்தைச் சேர்ந்தவர்கள் என்பதைத் தெரிந்து கொள்ள இயலும். இப் பெயர்களின் முறையைப் புரிந்து கொள்வதற்காக, வேப்பனூத்து கள்ளப்பட்டிக்காரர்கள் பெயரிடும் முறையைச் சற்று விளங்கக் காண்போம்.

வேப்பனூத்து கள்ளப்பட்டிக்காரர்கள் தங்களது குலதெய்வங்களில் முதன்மையானதாகக் கருதுகின்ற (தாய்வழியில் தங்களுக்குக் கிடைத்த) மலைராமன் சாமிக்கே பெயர் கொடுப்பர். ஆண் குழந்தையாக இருந்தால், மலைக்குரியவன் என்ற பொருளில்

அரியத்தேவன் என்றும், மலைச்சாமித்தேவன் என்றும், ராமசாமித் தேவன், பெருமாள்தேவன், சிங்கப்பெருமாள்தேவன் என மலையையும், ராமனையும் குறிக்கின்ற பெயர்களை வைப்பர். அதேபோல் பெண்குழந்தையாக இருந்தால் ராமாயி, பெருமாயி, மலைச்சியம்மாள், ராமாத்தாள் என்பது போன்ற பெயர்களை வைப்பர்.

அடுத்த குழந்தைக்குத் தந்தை வழியில் தங்களுக்குக் கிடைத்த குலதெய்வமான புன்னூர் அய்யனுக்குப் பெயர் கொடுப்பர். அதன் நினைவாக ஆண்குழந்தைகளுக்குப் புன்னைத்தேவன், பின்னியத் தேவன், அய்யர்தேவன், அய்யாவுத்தேவன், அய்யங்காளைத் தேவன் போன்ற பெயர்களையும், பெண் குழந்தைகளாக இருந்தால் பின்னியம்மாள், பின்னியக்காள், புன்னைவனத்தாள் என்றும் அய்யக்காள், அய்யம்மாள் என்றும் பெயர்களை வைப்பர்.

அடுத்து மூன்றாவது குழந்தைக்குத் தங்கள் காவல் தெய்வமான வெண்டிக்கருப்பு, அல்லது வெண்டி முத்தையாவுக்குப் பெயர் கொடுப்பர். அதன் நினைவாக முத்தையாத்தேவன், முத்துக்கருப்பத் தேவன், முத்துத்தேவன், என்றும் பெண் குழந்தைக்கு முத்தம்மாள், முத்துக்கருப்பாயி போன்ற பெயர்களையும் வைப்பர்.

நான்காவது குழந்தைக்குத் தங்களது பூர்வீக ஊரான உரப்பனூரிலுள்ள (சித்தாலை) சுந்தரவள்ளியம்மனுக்குப் பெயர் கொடுப்பர். ஆண்குழந்தைகளுக்குச் சுந்தரத்தேவன் என்றும் பெண் குழந்தைகளுக்குச் சுந்தரவள்ளி, சுந்தராயி, சுந்தரம்மாள் என்றும் பெயரிடுவர். அடுத்தடுத்துப் பிறக்கின்ற குழந்தைகளுக்கு மேற்கூறிய வகையில் இயற்கை சார்ந்து, தங்கள் நம்பிக்கைகள் சார்ந்து, தங்கள் விருப்பத்தின் அடிப்படையில் பல பெயர்களை இட்டுக் கொள்வர்.

மேற்கூறிய வகையிலேயே இப்பிறமலைக் கள்ளர்களிலுள்ள எல்லா வம்சாவளிகளும் தங்கள், தங்கள் வம்சா வழக்கப்படி பெயர்களை இட்டுக்கொள்கின்றனர். அவற்றையெல்லாம் தனித் தனியாக விளக்குவது சற்றுச் சிரமமான காரியம் என்பதால், இவர்கள் பெரும்பாலும் வைக்கின்ற பெயர்களைப் பின்வரும் வகையில் காண்போம்.

ஆண் பெயர்கள்

சுமார் 40 வருடங்களுக்கு முன்பு வரை "தேவன்" என்ற குலப் பட்டத்தை பின் ஒட்டாகக் கொண்டே ஆண்களது பெயர்கள் வைக்கப்பட்டன. சுமார் 350 வருடங்களுக்கு முன்பாகத் திருமலை

நாயக்கர் இச் சமூகத்தைச் சேர்ந்த ஒரு சிலருக்கு அளித்த செப்புப் பட்டயங்களிலேயே இவர்களது பெயர்கள் தேவன் என்ற பட்டத்தைப் பின் ஒட்டாகக் கொண்டே குறிப்பிடப்பட்டுள்ளன. அவ்வகையில் இவர்கள் பெரும்பான்மையாக வைக்கின்ற பூர்வீக பெயர்களைப் பின்வருமாறு பட்டியலிடுவோம்.

அரியத் தேவன், அய்யர் தேவன், அய்யாவுத் தேவன், அய்யங்காளைத் தேவன், அனஞ்சித் தேவன், அரித வீரத் தேவன், ஆங்காளைத் தேவன், ஆண்டித் தேவன், ஆண்டிச்சாமித் தேவன், இருளாண்டித் தேவன், இருளப்பத் தேவன், ஆங்கத் தேவன், பெரிய ஆங்கத் தேவன், சின்ன ஆங்கத் தேவன், பொன்னாங்கத் தேவன், மாயத் தேவன், சிவமாயத் தேவன், மேகமாயத் தேவன், பெரியாண்டித் தேவன், கருப்பத் தேவன், பெரிய கருப்பத் தேவன், சின்னகருப்பத் தேவன், முத்துக்கருப்பத் தேவன், பரமத் தேவன், பரமாண்டித் தேவன், சிவனாண்டித் தேவன், சிவன்காளைத் தேவன், மாசாணத் தேவன், மாசாணக் கருப்பத் தேவன், பூங்கொடித் தேவன், குருநாதத் தேவன், உலங்காத் தேவன், உடையாத் தேவன், காமனத் தேவன், காமாட்சித் தேவன், வெள்ளையத் தேவன், வெள்ளைச்சாமித் தேவன், பொன்னுசாமித் தேவன், பொன்னையாத் தேவன், மாயாண்டித் தேவன் வெள்ளையாண்டித் தேவன், சின்னிவீரத் தேவன், கல்யாணித் தேவன், பெரிய கல்யாணித் தேவன், சின்ன கல்யாணித் தேவன், சின்னக்கண்ணுத் தேவன், பெருமாள் தேவன், முத்துப் பெருமாள் தேவன், நல்ல பெருமாள் தேவன், பெரிய பெருமாள் தேவன், கருப்பணத் தேவன், வீரணத் தேவன், கொடைய வீரணத் தேவன், ஒச்சாத் தேவன், ஒச்சப்பத் தேவன், கழுவத் தேவன், மேயத் தேவன், முத்துக்கழுவத் தேவன், பேய்க் கழுவத் தேவன், திருவத் தேவன், தூங்காத் தேவன், கொன்றிமாயத் தேவன், ஆண்டியப்பத் தேவன், அழகாத் தேவன், சிங்கத் தேவன், சிங்கப்பெருமாள் தேவன், சின்னப்புலித் தேவன், சின்னகுட்டித் தேவன், சின்னாத் தேவன், சீனித் தேவன், சீனிப்பெருமாள் தேவன், காசிமாயத் தேவன், காராமணித் தேவன், பின்னத் தேவன், பின்னியப்பத் தேவன், சுந்தத் தேவன், சுந்தரத் தேவன், சின்னசாமித் தேவன், பெரியசாமித் தேவன், கருத்தஒச்சாத் தேவன், வெள்ளை ஒச்சாத் தேவன், குரும்பத் தேவன், பெரியகுரும்பத் தேவன், சின்னகுரும்பத் தேவன், நல்லகுரும்பத் தேவன், கருத்த குரும்பத் தேவன், காக்குவீரத் தேவன், கருத்தி வீரத் தேவன், பால்ச்சாமித் தேவன், பழனிச்சாமித் தேவன், பழனியாண்டித் தேவன், வெண்கழுவத் தேவன், குமாரத் தேவன், மோது கருப்பத் தேவன், விருமாண்டித் தேவன், விருமத் தேவன்,

அய்யனத் தேவன், விருமப்பத் தேவன், கன்னித் தேவன், துரைச்சாமித் தேவன், சந்தனத் தேவன், சந்தமாயத் தேவன், சந்தனக் கருப்புத் தேவன், கட்டயத் தேவன், பெரியகட்டயத் தேவன், சின்னகட்டயத் தேவன், கட்டமாயத் தேவன் சுளிமாயத் தேவன், நல்லாத் தேவன், நல்ல மாயத் தேவன், கட்டக்காளைத் தேவன், மொக்கச்சாமித் தேவன், மொக்கையத் தேவன், மொக்கைமாயத் தேவன், மொந்தக் குட்டித் தேவன், பரிசப்புலித் தேவன், கட்ராண்டித் தேவன், வேங்கப்புலித் தேவன், ஆண்ர ஒச்சாத் தேவன், மதயானைத் தேவன், கொல்லித் தேவன், பிச்சையாண்டித் தேவன், பிச்சைத் தேவன், பெரியபிச்சைத் தேவன், சின்னபிச்சைத் தேவன், கொத்தாளத் தேவன், கட்டபின்னத் தேவன், பேக்காமத் தேவன், ரோஜாப்பூத் தேவன், ரோஜாப்பூ கழுவத் தேவன், முத்துசாமித் தேவன், வெறியத் தேவன், கட்டுலுகாத் தேவன், உலகாத் தேவன், ஏரமாயத் தேவன், பகாத் தேவன், பாப்புத் தேவன், உறங்காப்புலித் தேவன், சேரும் புலியான் தேவன், கொங்காப்புலியான் தேவன், சீறும்புலியான் சின்னவத் தேவன், ராசுத் தேவன், ராமாசமித் தேவன், பெரியராசுத் தேவன், சின்னராசுத் தேவன், பால்கண்ணத் தேவன், பால்வீரணத் தேவன், கோட்டைச்சாமித் தேவன், கோட்டைக்கருப்புத் தேவன், வயக்காட்டுச் சாமித் தேவன், வைரவத் தேவன், பெரிய வைரவத் தேவன், சோழத் தேவன், சோழ ஒச்சாத் தேவன், முத்துப்பாண்டித் தேவன், கருத்தப்பாண்டித் தேவன், பெரியபாண்டித் தேவன், சின்ன பாண்டித் தேவன், செல்லக்கண்ணுத் தேவன், வலநாடு தேவன், வீரத் தேவன், கொடைய வீரத் தேவன், சேர்வைக்காரத் தேவன், கந்தத் தேவன், தக்காளி முத்துத் தேவன், முத்துக்கண்ணுத் தேவன், நல்லராமத் தேவன், லெட்சுமணத் தேவன், சடையத் தேவன், சடையாண்டித் தேவன், வாசு தேவன், குமாராண்டித் தேவன், அழகாத் தேவன், கட்டமுத்துத் தேவன், செல்லிமுத்துத் தேவன், கருத்த குரும்பத் தேவன், பத்ரகாளி நல்ல சுந்தத் தேவன், அர்ச்சுனத் தேவன், தவசித் தேவன் போன்ற பல வகையான பெயர்களை தங்கள் பிள்ளைகளுக்கு வைப்பர்.

பெண்பால் பெயர்கள்

பெண்பிள்ளைகளுக்கு ஆயி, ஆத்தாள், அம்மாள், அக்காள் என்ற பின் ஒட்டுக்களோடு பெயர்களை வைக்கின்றனர். இதில் 'ஆயி' என்ற சொல்லிற்குப் பெண் என்று பொருள். இன்று தென் மாவட்டங்களில் முதிய பெண்களை ஆச்சி என்று அழைக்கின்ற வழக்கம் நடைமுறையில் உள்ளது. 'ஆயிச்சி' என்ற சொல்லே ஆச்சி என மருவி அழைக்கப்படுகிறது எனச் சில மொழியியலாளர்கள்

குறிப்பிடுகின்றனர். அதுபோல வடமாவட்டங்களிலும் முதிய பெண்களை ‘ஆயா’ என்று அழைப்பது இன்றும் வழக்கத்தில் உள்ளது. மேற்கூறிய உண்மைகளை உணரும்பொழுது ஆயி என்ற சொல்லைப் புரிந்து கொள்ள இயலும்.

சமீபத்தில் ‘ஒச்சாயி’ என்ற திரைப்படம் எடுக்கப்பட்டபொழுது ஒச்சாயி என்பது தமிழ்ச் சொல்லா என்ற வினா தமிழக ஆட்சியாளர்களால் எழுப்பப்பட்டது. ஒச்சாயி என்ற சொல் உச்சாயி என்ற சொல்லின் திரிபு ஆகும். அதாவது தாய் தகப்பன் இல்லாமல் பிறந்து மானின் பாலை அருந்திய தெய்வக் குழந்தை ஒன்று, பெரியவளாகி ‘ஆங்களை அய்யன்’ என்ற கடவுளை மணக்க விரும்பியது. ஆனால் அவளது வளர்ப்புத் தந்தை தடியத்தேவன் தனது மைத்துனரின் மகனான கட்டுலகாத் தேவனுக்கு மணம் முடித்துக் கொடுத்தார். அவள் அதனை விரும்பாமல் உச்சத்திற்குச் சென்று மறைந்து ஆங்காளை அய்யன் சாமியோடு இணைந்து விடுகிறாள். இவ்வாறு உச்சத்திற்குச் சென்று மறைந்து ‘தெய்வமான பெண்’ என்ற பொருளில் அவளை மக்கள் உச்ச ஆயி என அழைத்து வழிபட்டு வந்தனர். அச் சொல்லே சொல்வழக்கில் மருவி ஒச்சாயி என அழைக்கப்படுகிறது.

இனி, இவர்கள் மத்தியில் பெரும்பாலும் வைக்கப்படுகின்ற பெண்பால் பெயர்களைப் பின்வருமாறு பார்ப்போம்.

ஆண்டாயி, ஒச்சாயி, பெருமாயி, ராக்காயி, கருப்பாயி, விருமாயி, கழுவாயி, மூக்காயி, முத்துக்கழுவாயி, காத்தாயி, சிட்டுக்கருப்பாயி, ராமாயி, லெட்சுமாயி, வீராயி, இருளாயி, செல்லாயி, சுந்தராயி, பட்டிக் கருப்பாயி, கண்ணாயி, வேலாயி, குருவாயி, மொக்காயி, காமாயி என ஆயி என்று முடியும் பெயர்களையும்; அடுத்து ஒச்சம்மாள், ஆச்சியம்மாள், பின்னம்மாள், மூக்கம்மாள், பொன்னம்மாள், அன்னம்மாள், வெள்ளையம்மாள், நல்லம்மாள், சுப்பம்மாள், கச்சம்மாள், செல்லம்மாள், மலையம்மாள், காத்தாண்டம்மாள், தொந்தியம்மாள், சந்தனம்மாள், தங்கம்மாள், பின்னியம்மாள், கருத்தம்மாள், மணியம்மாள், கிளியம்மாள், பஞ்சம்மாள், பாலம்மாள், ராஜம்மாள், அம்சம்மாள், மயிலம்மாள், அழகம்மாள், பேச்சியம்மாள், பாசியம்மாள், வெள்ளையம்மாள், காசம்மாள், சோங்கம்மாள், தாயம்மாள், பாப்பம்மாள், கன்னியம்மாள், கண்ணம்மாள், சிட்டம்மாள், குருவம்மாள், சடச்சியம்மாள், தாழையம்மாள், மஞ்சனையம்மாள், பேயம்மாள், ராக்கம்மாள், சிவனம்மாள், முத்தம்மாள், தோழியம்மாள், சக்கரையம்மாள், தேனம்மாள், சீனியம்மாள், பார்வதியம்மாள், ஜோதியம்மாள், அங்கம்மாள்,

பழனியம்மாள், வீரம்மாள், பொட்டியம்மாள், பம்பையம்மாள் போன்ற பெயர்களையும்; அடுத்து மாயக்காள், வீரக்காள், அய்யக்காள், பின்னியக்காள், நல்லக்காள், காத்தம்மாள், முத்துவீரக்காள், முத்து வைரக்காள், கருத்த வீரக்காள், சிவத்த வீரக்காள், காளியக்காள், சீனியக்காள், வைரக்காள், பஞ்சக்காள், இருளக்காள், செல்லத்தாய், சின்னத்தாய், பொன்னுத்தாய், அழகுத்தாய், வெள்ளைத்தாய், சுப்புத்தாய், தங்கத்தாய், வைரத்தாய், பால்த்தாய், ராமுத்தாய், முத்துப்பேச்சி, வனப்பேச்சி, கண்ணுத்தாய், தில்லைவனப்பேச்சி, தில்லைவனத்தாள், புன்னைவனத்தாள், பொன்னாத்தாள், மொக் காத்தாள், கண்ணாத்தாள், ராமாத்தாள், பூர்ணத்தாள், பேயாத்தாள், வீராத்தாள், மதனதங்காள், அங்கயற்கன்னி, பூங்கொடியாள், பொய்க்கொடியாள், சுந்தரவள்ளி, முத்துச்சூடி, காண்டவனப்பேச்சி, வைரச்சிலை, முத்துக்கன்னி, பால் கன்னி, அச்சுக்குட்டி, மீனாட்சி, பார்வதி, முத்தழகு, லட்சுமி, முத்துலெட்சுமி, அன்னலெட்சுமி, வீரலெட்சுமி, தனலெட்சுமி, அழகு பஞ்சவர்ணம், செல்லக்கன்னி, பாக்கியம், பாக்கியம்மாள் போன்ற பெயர்களையும் வைக்கின்றனர்.

மேற்கூறிய வகையில் பல பெயர்களை வைத்தாலும் இந்திய சுதந்திரப் போராட்ட காலத்தில் தேசிய இயக்கத்திலிருந்த தீவிரவாதத் தலைவர்களால் இம்மக்கள் பெரிதும் ஈர்க்கப்பட்டனர். குறிப்பாகத் தேசிய தலைவர்கள் நேதாஜி சுபாஷ்சந்திரபோஸ் அவர்கள் வழியில் நின்ற பசும்பொன் முத்துராமலிங்கத் தேவர் ஆகியோரது தன்னலமற்ற தியாகத்தால் பெரிதும் ஈர்க்கப்பட்டனர். அதனால் ஆண் பிள்ளைகளுக்கு நேதாஜியின் நினைவாகப் போஸ் எனப் பெயரிடுவதும் தேவர் நினைவாகப் பசும்பொன் எனப் பெயரிடுவதும் பெருவழக்கமாக உள்ளது. அதுபோல மற்ற தேசியத்தலைவர்களின் பெயர்களையும் தங்கள் பிள்ளைகளுக்கு இடுகின்றனர். ஆனால் ஒவ்வொரு கிராமத்திலும் ஒரு சிலருக்கு போஸ் எனப் பெயர் இருப்பதனை அதிகமாகக் காணமுடிகிறது.

ஆனால் சமீபத்தில் திராவிட இயக்கம் உருவாக்கிய சமூக விழிப்புணர்ச்சி காரணமாகத் தேவன் என்ற சாதிப் பட்டத்தை பின் ஒட்டாகப் பயன்படுத்துகின்ற வழக்கம் அரிதாகி வருகிறது. இது ஒரு வரவேற்கத்தக்க வளர்ச்சியே. ஆனால் இன்றைய மக்கள் மத்தியில் பாரம்பரியப் பெயர்களைப் பிள்ளைகளுக்கு வைப்பது ஒரு நாகரீக குறைவு என்னும் மனநிலையும் வலுப்பெற்று வருகிறது. இன்னும் சொல்லப்போனால் தமிழில் பெயர் வைத்தலே ஒரு நாகரீக குறைவாகக் கருதுகின்ற மடமை, மக்கள் மத்தியில் வேரூன்றி வருகிறது. தங்களது குலதெய்வம், முன்னோர்கள் ஆகியோர்தம்

நினைவாகப் பெயர் வைக்கின்ற நிலை மாறி ஜோதிடர்கள், ஜாதகக்காரர்கள், நியூமராலஜி, நேமாலஜி என வாய்ஜாலம் சொல்லி மக்களை ஏமாற்றுபவர்களின் அறிவுரைகளின் படி பிள்ளை களுக்குப் பெயர் வைக்கின்ற வழக்கம் அதிகரித்து விட்டது.

பெயர் என்பது ஒருவரை அழைப்பதற்கான சொல் மட்டுமல்ல, அது ஒருவரின் முதல் அடையாளம்; முதல் முகவரி. இவ்வகைப் பாரம்பரியப் பெயர்களைப் பாதுகாத்துப் பிள்ளைகளுக்குத் தமிழில் பெயர் வைப்பது தமிழ் சமூகத்தின் தனித்தன்மையைக் காத்து நிற்கும்.

அடிக்குறிப்புகள்

1. பக்தவத்சல பாரதி, *தமிழர் மானுடவியல்*, 2008, ப. 239
2. மேற்படி, பக். 15 – 27
3. ஆத. முத்தையா, *பாகனேரி நாட்டு மக்களின் மரபும் பண்பாடும்*, 1998, ப. 103
4. சுப்ரமணியன் சேர்வை, *பதினாலு நாட்டார் சரித்திரம்*, ப. 15
5. Nicholos Diriks, *Hollow Crown*, 1989, P. 214
6. ஆசீர்வாத உடையாத் தேவர், *மறவர் சரித்திரம்*, 1938, ப. 123
7. K. Rajayan, *Rise and Fall of Poligars of Tamilnadu*, 1974, P. 4
8. Dr. K.Kathirvel, *History of Maravars*, 1977, PP. 10, 11
9. ஆசீர்வாத உடையாத் தேவர், முன்குறிப்பிட்டது, 1938, ப. 127 – 129
10. Louis Dumont, *Affinity as value*, 1983, P. 58
11. Edgar Thurston, *Caste and Tribes of Southern India*, Vol. N, P. 204
12. சுந்தரமூர்த்தி, *வைரவன் கோயில்*, ப. 23
13. வீரணன் அம்பலம், கீழையூர், மேலூர் தாலுகா, பே.நா:
14. Louis Dumont, *A South Indian Sub Caste*, 1986, P. 172
15. *கவணம்பட்டி கூலமக்கள் மூன்றுதேவர் வம்ச வரலாற்றுக் குறிப்பு* : வெளியிடப்படாத எழுத்துக் குறிப்பு (பக்.17–22), எழுதியவர் பெரியசாமித் தேவர், கவணம்பட்டி.
16. கிருட்டிணத்தேவர், கட்டத்தேவன்பட்டி, பே.நா:
17. கு. அன்பழகன், *எட்டுநாட்டுக் கள்ளர் தலைவர் வெள்ளைப் புன்னத்தேவர்*, ப. 15
18. Louis Dumont, *A South Indian Sub Caste*, P. 364
19. மூக்குப்பறி தவமணி கல்யாணித் தேவர்(70), தருமத்துப்பட்டி, பே.நா : 16.6.2011
20. ஜெயராஜ், முன்னாள் கிராம முன்சீப், நாட்டார் மங்கலம், பே.நா :
21. மு. ராஜபாண்டியன், தலைவர், தமிழ் மாநில பிறமலைக்கள்ளர் முற்போக்கு இளைஞர் பேரவை, வகுரணி, பே.நா: 15.10.2007

குடும்ப அமைப்பும், உறவு விளித்தலும்

தமிழ்ச் சமூக குடும்ப அமைப்பில் கூட்டுக் குடும்பம், தனி அலகு குடும்பம் என இரண்டு வகைக் குடும்ப அமைப்புகள் உள்ளன. தாய், தந்தை திருமணமான சகோதரர்கள் ஒரே வீட்டில் ஒன்றாகச் சமைத்து இணைந்து வாழ்வது கூட்டுக்குடும்பம் எனப்படுகிறது. கணவன், மனைவி அவர்களது திருமணம் ஆகாத பிள்ளைகள் இணைந்து வாழ்வது தனி அலகு குடும்பங்கள் எனப்படுகிறது. கள்ளர்களது சமூக அமைப்பில் கூட்டுக் குடும்ப வாழ்க்கை மிக அரிதாகவே காணப்படுகிறது. தனி அலகு குடும்பங்களே அதிகமாகவுள்ளன. ஆண் பிள்ளைகளுக்குத் திருமணமான ஓரிரு வருடங்களில் அவர்களுக்குத் தனியாகக் குடிசை அமைத்து அவர்களைத் தனிக் குடும்பங்களாக்கி விடுவார்கள்.

குடும்ப உறுப்பினர்களையும், பிற உறவுகளையும் அழைப்பதற்குப் பல உறவு விளிச்சொற்களைப் பயன்படுத்து கின்றனர். குறிப்பாகத் தந்தையை அய்யன் என்றும், அய்யா என்றும் அழைக்கின்றனர். தாயை ஆத்தா என்றும், அம்மா என்றும் அழைக்கின்றனர் (ஆத்தா என்று அழைப்பதே பெரு வழக்காக இருந்தது). தனது உடன் பிறந்தோரில் மூத்த சகோதரனை அண்ணன் என்றும், இளைய சகோதரனைத் தம்பி என்றும் அழைக்கின்றனர். மூத்த சகோதரியை அக்காள் என்றும் இளைய சகோதரியைத் தங்கச்சி என்றும் அழைக்கின்றனர்.

தந்தையின் மூத்த சகோதரனைப் பெரியப்பா என்றும் இளைய சகோதரனை நல்லப்பன் என்றும் அழைக்கின்றனர். அதுபோல தாயின் சகோதரர்களைப் பொதுவாகத் தாய்மாமன்கள் எனச்

சுட்டினாலும் அவர்களை அழைக்கும் போது வெறும் மாமா என்றே அழைக்கின்றனர். அந்தத் தாய்மாமன்கள் அம்மாவுடன் பிறந்தவர்கள் என்பதால் அவர்களை அம்மான் என்று அழைப்பதும் வழக்கத்தில் உள்ளது. தாயின் உடன் பிறந்த மூத்த சகோதரியைப் பெரியத்தாள் என்றும் இளைய சகோதரியை நல்லத்தாள் என்றும் அழைக்கின்றனர்.

இதில் தந்தையின் இளைய சகோதரர்களை நல்லப்பன் என்றும் தாயின் இளைய சகோதரியை நல்லத்தா என்றும் அழைப்பது கவனிக்கத்தக்கது. அதாவது பிள்ளைகள் குழந்தைப் பருவத்திலுள்ள காலங்களில் தந்தையின் இளைய சகோதரர்களான சித்தப்பனும், தாயின் இளைய சகோதரியாகிய சின்னம்மாவும் அவர்களை மிகவும் செல்லம் கொடுத்து அன்பாக வளர்ப்பார்களாம். அதனால், சித்தப்பன், 'நல்லஅப்பன்' என்ற பொருளில் நல்லப்பன் என்றும், சின்னம்மாளை 'நல்லஆத்தா' என்ற பொருளில் நல்லத்தாள் என்றும் அழைக்கின்றனர். ஆனால் நல்லப்பனது மனைவி வெறும் சின்னம்மாள் என்றே அழைக்கப்படுகிறாள். அதுபோல நல்லத்தாளின் கணவன் வெறும் சித்தப்பன் என்றே அழைக்கப்படுகின்றான். இது போல சித்தப்பனையும், சின்னம்மாளையும் 'ஆசையம்மா' என்றும் 'ஆசையப்பா' என்றும் அழைக்கின்ற வழக்கம் யாழ்பாணத் தமிழர்கள் மத்தியில் நடைமுறையில் உள்ளது குறிப்பிடத்தக்கது.

அண்ணனது மனைவியை மதினி என்றும் அழைக்கின்றனர். மனைவியின் அக்காளை மச்சினிச்சி எனச் சுட்டினாலும், அழைக்கும் பொழுது மதினி என்றே அழைக்கின்றனர். அதுபோல சகோதரிகளின் கணவன்மார்களைப் பொதுவாக மச்சினன் என்று சுட்டினாலும், மூத்தவராக இருந்தால் மாமா என்றும், இளையவராக இருந்தால் மாப்பிள்ளை என்றும் அழைக்கப்படுகின்றனர். தம்பி மனைவிகளைப் பொதுவாக மச்சினிச்சு எனச் சுட்டினாலும் அவர்களை அழைப்பதற் கென்றே பிரத்யோகமான விளிச்சொற்கள் இல்லை. மனைவியின் தங்கையைக் கொழுந்தியாள் என்று அழைக்கின்றனர்.

தந்தையின் உடன்பிறந்த சகோதரிகளை அத்தை என்றும் அவர்களது கணவன்களை மாமன் என்றும் அழைக்கின்றனர். தாய்மாமன்களது ஆண்பிள்ளை மூத்தவராக இருந்தால் அவரையும் மாமன் என்றே அழைக்கின்றனர். இளையவராக இருந்தால் மாப்பிள்ளை என அழைக்கின்றனர். அதுபோல அத்தையின் ஆண்பிள்ளையை மூத்தவராக இருந்தால் மாமன் என்றும் இளையவராகயிருந்தால் மாப்பிள்ளை என்றும் அழைக்கின்றனர். அதுபோல தாய்மாமன்கள் தங்கள் சகோதரிகளின் ஆண்

பிள்ளைகளைப் பொதுவாக மருமகன்கள் எனச் சுட்டினாலும், அழைக்கும்பொழுது மாப்பிள்ளையென்றே அழைக்கின்றனர்.

மனைவியின் பெற்றோர்களைப் பொதுவாக மாமனார், மாமியார் எனச் சுட்டினாலும் அழைக்கும் பொழுது மாமனாரை மாமா என்றும் மாமியாரை அத்தை அல்லது அக்காள் என்றும் அழைக்கின்றனர். இதில் அக்காள் என்று அழைப்பது இவர்கள் மத்தியில் பெருவழக்காக உள்ளது. அதுபோல மாமனார்கள் தங்களது மருமகன்களை மாப்பிள்ளை என்று அழைக்கின்றனர். ஆனால் மாமியார்கள் மருமகன்களை அழைக்கும் பொழுது தம்பி என்றே அழைக்கின்றனர்.

தந்தையின் அப்பனையும், தாயின் அப்பனையும் பொதுவாகப் பாட்டன் எனச் சுட்டினாலும் அவர்களை அழைக்கும் பொழுது சிய்யான் என்றே அழைப்பார்கள். அக்காலத்தில் பாட்டன்களை இவ்வகையில் சிய்யான் என அழைப்பது பெருவழக்காயுள்ளது. தந்தையின் தாய் அப்பத்தா என்றும் அம்மாவின் தாய் அம்மத்தா என்றும் அழைக்கப்படுகின்றனர் இவர்கள் இருவரையும் பொதுவாகப் பாட்டி என்று அழைப்பதும் உண்டு. இந்தப் பாட்டன் பாட்டியைத் தாய், தந்தை, பூட்டன் மற்றும் பூட்டி என்றும் அழைக்கின்றனர். அம்மாவுடைய ஒன்று விட்ட சகோதரர்களையும் மாமன் என்று அழைக்கின்றனர். இரண்டு பூட்டன்கள் வழி வந்த சகோதரர்கள் உடன் பங்காளிகளாய்க் கருதப்படுகின்றனர். அவர்கள் இழவு காரியங்களில் நீர்மாலை எடுத்தல், வட்டி தூக்குதல், தலுகை உண்ணுதல் போன்ற நிகழ்வுகளில் கட்டாயம் கலந்து கொள்ள கடமைப்பட்டவர்களாகக் கருதப்படுகின்றனர். மேலும், பிறமலைக் கள்ளர்கள் எல்லோரும் தங்களுக்குள் ஏதாவது முறை வைத்து உறவு விளிச் சொல்லை பயன்படுத்தித்தான் அழைத்துக் கொள்வர். அவரவரின் கோயிலின் அடிப்படையில் மாமன், மாப்பிள்ளை என்றோ, சித்தப்பா, பெரியப்பா, அண்ணன், தம்பி என்றோதான் அழைத்துக் கொள்கின்றனர்.

இவைபோக இவர்களது சமூகத்திற்கு வெளியே முஸ்லீம்களையும், கோனார்களையும் தங்களது தாய்வழிச் சொந்தங்களாகக் கருதுகின்றனர். அவர்களுடன் கொள்வினை, குடுப்பினை இல்லாவிட்டாலும் அவர்களை மாமன், மைத்துனன் என்று முறை சொல்லித்தான் அழைக்கின்றனர். இதில் குறிப்பாக முஸ்லீம்களுக்கும் கள்ளர்களுக்கும் சில பண்பாட்டு பரிவர்த்தனைகள் இருக்கின்றன. கள்ளர்கள் முஸ்லீம்களைப் போல் சுன்னத் செய்தல், குதியேறி கல்யாணம் செய்தல், மணமகன்

மீசையை மழித்து பர்க்குல்லா அணிந்து பூச்சரங்களால் முகத்தை மூடி கொள்ளுதல் போன்ற பழக்கங்கள் கள்ளர்களிடம் இருந்தன. அதுபோல கள்ளர் பெண்களை போல் முஸ்லீம் வீட்டுப் பெண்களிடம் கருகமணியில் பல தாயத்துகளை அணிந்து கொள்கின்ற வழக்கம் இன்றளவும் இருந்து வருகிறது.

விவசாயமும், பிறதொழில்களும்

கள்ளர்கள் பாரம்பரியமாகவே விவசாயப் பெருங்குடி மக்களாவர். இவர்கள் பெரும்பாலும் வறண்ட மேட்டுநிலப் பகுதிகளில் உழுதுண்டு வாழ்ந்து வந்தனர். களவு, காவல் போன்றவை இவர்களது வாழ்வியலோடு கலந்திருந்தாலும் அது ஒரு கூடுதல் வாழ்வியல் ஆதாரமாகவே இருந்து வந்தது. இவர்களில் மிகச் சிறுபான்மையினரே அதில் ஈடுபட்டு வந்தனர். ஆனால், பெரும்பான்மையினரோ சிறு விவசாயிகளாகவும், விவசாயம் சார்ந்த உழைப்பாளிகளாகவும் இருந்து வந்தனர். இவர்களது முன்னோர்கள் தங்கள் பூர்வீகமாக வாழ்ந்த பகுதியிலிருந்து வலுக்கட்டாயமாக வெளியேற்றப்பட்டுத் தங்களுக்கென்று நிலைத்து வாழ்கின்ற இடங்கள் இல்லாமல் அலைந்து திரிந்த காலத்தில் இச் சமூகம் முழுவதும் களவு சார்ந்த வாழ்க்கையோடு தொடர்புடையவர்களாக இருந்திருக்கலாம். ஆனால், இவர்கள் தங்களுக்கென்று சில பகுதிகளைத் தங்களின் தோள்வலிமையால் பெற்று அவற்றில் நிலைத்து வாழ ஆரம்பித்த காலம் முதல் உழுதுண்டு வாழ்கின்ற விவசாயப் பெருங்குடி மக்களாகவே இருந்து வந்துள்ளனர்.

"கள்ளன், மறவன், கனத்ததோர் அகமுடையன் மெல்ல மெல்ல வந்து வெள்ளாளன் ஆனான்" என்ற பழமொழி இவர்கள் வாள் வலிமையை நம்பி வாழும் போர்க்குடிகள் நிலையிலிருந்து ஏர் வலிமையை நம்பி வாழும் வேளாண் குடிகள் நிலைக்கு மாறியதை நமக்குச் சுட்டுகிறது. மேலும், நாயக்கர் ஆட்சிக்காலத்தில் இவர்களை நோக்கி நிலவரி கேட்டு வருவோர்களைப் பார்த்து "வானம் பொழிகிறது, நாங்களும் எங்களது மாடுகளும் மண்ணை உழுது பயிர் செய்து வாழ்கிறோம். அப்படியிருக்கையில் நாங்கள் யாருக்கு

வரி கொடுக்க வேண்டும்" என்று சொன்ன வார்த்தைகள் இவர்கள் 500 ஆண்டுகளுக்கு முன்பாகவே உழுதுண்டு வாழும் வேளான் குடிகளாய் வாழ்ந்துள்ளனர் என்பதை நமக்கு உணர்த்துகிறது. மேலும் 1871இல் எடுக்கப்பட்ட முதல் மக்கள் தொகை கணக்கெடுப்பில் இவர்கள் விவசாய சாதிகளாகவே குறிப்பிடப்படுகின்றனர்.

பிரெஞ்ச் மானுடவியல் ஆய்வாளர் லூயிஸ் டூமண்டும், இவர்கள் விவசாயம் சார்ந்த சமூகமென்று குறிப்பிடுகிறார்.[1] அமெரிக்க ஆய்வாளர் பிளாக்பெர்ன் இவர்களிடையேயுள்ள நாடுகள் அமைப்பு, கரைகள் அமைப்பு போன்றவை இவர்களின் விவசாயம் சார்ந்த உறவுகளை முறைப்படுத்துவதற்கான கட்டமைப்புகளே எனக் குறிப்பிடுகிறார். மேலும் அவர் அனைத்துக் கள்ளர்களும் விவசாயத்தொழில் செய்பவர்களாகவும் இல்லை. இருந்தபோதிலும் இப்படி ஒரு குழு அல்லது சாதிக்குள் வெவ்வேறு நிலைகளைச் சார்ந்தது வழக்கத்திற்கு மாறானது அல்ல என்றும் இவர்கள் மத்தியில் ஒரு சிலர் கால்நடைகளைக் கடத்துபவர்களாகவும், கொள்ளைக்காரர்களாகவும் இருந்ததற்குப் பருவநிலைக் காரணிகளும் முக்கிய பங்கு வகித்தன எனவும் குறிப்பிடுகிறார்.[2]

மேலும், பிறமலை நாட்டில் பலநூறு கண்மாய்கள் உள்ளன. இவையெல்லாம் 300, 400 வருட பாரம்பரியம் கொண்டவை. இவற்றையெல்லாம் உணராத ஒரு எழுத்தாளர் இவர்கள் 50,60 வருடங்களுக்குள்ளாகதான் விவசாயிகளாக உள்ளனர் என்று கூறியிருப்பது அபத்தமானது, அறிவுப்பூர்வமற்றது. இனி, இவர்களின் விவசாயம் சார்ந்த வாழ்க்கையை கவனித்தோமேயானால் வானமாரி நிலங்கள், புன் செய்நிலங்கள், நன்செய் நிலங்கள் போன்ற மூன்று வகையான நிலங்களில் இவர்கள் பயிர்த் தொழில் செய்கின்றனர். இம் மூன்றையும் தனித்தனியாக பார்ப்போம்.

வானாமாரி நிலம்

வானம், மாரி, நிலம் என்பதே வானாமாரி எனச் சுருக்கி அழைக்கப்படுகிறது. அதாவது வானத்திலிருந்து விழுகின்ற மழை நீரைமட்டும் நேரடி நீர் ஆதாரமாகக் கொண்டு விவசாயம் செய்யப்படுகின்ற பகுதிகளாகையால் மக்கள் இதனைச் சொல் வழக்கில் வானம் பார்த்த பூமி என அழைக்கின்றனர். இவ்வகை வானாமாரி நிலங்கள் மேட்டு நிலங்கள், தரைப்பகுதி நிலங்கள் என இரண்டு வகையாக உள்ளன. அதாவது மலை அடிவாரம், காடுகள் சார்ந்த நிலப்பகுதிகள், கரட்டுக்காடுகள் அல்லது கல்காடுகள் என்று அழைக்கப்படுகின்றன.

இவற்றில் விளைகின்ற பயிர்கள் வானத்திலிருந்து விழுகின்ற மழைநீரை மட்டுமே ஆதாரமாகக் கொண்டு விளையும். இவற்றில் ஒரே ஒரு முறை மட்டும் உழுது விட்டுப் பயிர்களை விதைப்பர். இவற்றில் கல்லுப்பயிர், தட்டாம்பயிர், கானப்பயிர், சொங்குச்சோளம் போன்ற பயிர்களைப் பயிரிடுவர். இப்பயிர்கள் மழைநீரை மட்டுமே ஆதாரமாகக் கொண்டு விளையும்.

வானாமாரி தரைப்பகுதி நிலங்கள் நீளமாகப் பல வாளங்களாகப் பிரிக்கப்பட்டிருக்கும். சித்திரை மாதத்தில் முதல் மழை பெய்தவுடன் விவசாயிகள் ஊரிலுள்ள கருமார ஆசாரியின் வீட்டிற்குச் சென்று வெற்றிலைப் பாக்கு வைத்து அவர்களுக்கு மரியாதை செய்து தங்கள் கலப்பையிலுள்ள கொழுக்களை அவர்களிடம் கொடுத்து கூர்மைப்படுத்திக் கொள்வர். முதல் மழை பொழிந்தவுடன் ஆசாரி கொடுத்த கொழுவைக் கலப்பையில் மாட்டி மாடுகளை ஏரில் பூட்டி தங்கள் குலதெய்வத்தையும், பூமாதேவியையும் வணங்கிவிட்டுத் தங்கள் நிலத்தில் வட்டமாக ஒரு சுற்று மட்டும் உழுவர். இதனை தொம்பறை சால் உழுதல் என்கின்றனர். அடுத்த மழை பெய்த பின்பு நிலம் முழுவதையும் உழுதுபோடுவர். இவ்வகையில் மூன்று மழை பெய்த பின்பு மூன்று முறை நிலத்தை உழுதுபோடுவர். பின்பு ஆடி மாதம் முதல் வாரத்தில் பயிர்களை விதைப்பர். பெரும்பாலும் இவ்வகைத் தரைப்பகுதி வானாமாரி நிலங்களில் கேழ்வரகு, வரகு, சாமை, திணை, கம்பு, சொங்குசோளம், கருந்திணை, சோளம், மொச்சை, பாசிப்பயிர், குதிரைவாளி, உளுந்து, கல்லுப்பயிர், கானப்பயிர், பருத்தி, கடலை, எள், துவரை, ஆமணக்கு போன்றவற்றைப் பயிர் செய்வர். கரிசல் மண்ணுள்ள பகுதிகளில் உளுந்து, குதிரைவாளி, பருத்தி போன்றவற்றையும் நல்ல மழைப் பொழிவிருந்தால் நெல்லையும் விதைப்பர். செம்மண் உள்ள பகுதிகளில் துவரை, கடலை, திணை, கேழ்வரகு, சோளம் போன்றவற்றை விதைப்பர். இவ்வகைத் தரை மானாவாரி நிலங்களில் கோடைகாலத்தில் எள், ஆமணக்கு போன்றவற்றைப் பயிர் செய்வர். பெரும்பாலும் வேறு பயிர் செய்வதற்குப் பயன்படாத நிலங்களிலேயே ஆமணக்கைப் பயிர் செய்வர். ஏனெனில் ஆமணக்கு விதை 8 அல்லது 10 மாதங்கள் வரை வளரும் தன்மை கொண்டது.

புன்செய் நிலங்கள்

கிணற்றுப் பாசனத்தை நீராதாமாகக் கொண்ட நிலங்கள் புன்செய் நிலங்கள் என அழைக்கப்படுகின்றன. அக்காலத்தில் ஆழமான கிணறுகள் தோண்ட இயலாத காரணத்தினாலும் ஏற்றம், கமலை

போன்றவற்றைப் பயன்படுத்தி நீர் இறைத்து விவசாயம் செய்த காரணத்தினாலும் புன்செய் விவசாயங்கள் குறுகிய அளவிலேயே நடைபெற்றன. இவ்வகைப் புன்செய் நிலங்கள் பல குண்டுகளாகத் தடுக்கப்பட்டது. இவற்றில் தக்காளி, கத்தரிக்காய், வெண்டைக்காய், மிளகாய், நாட்டுச்சோளம், கம்பு, பருத்தி போன்றவற்றைப் பயிர் செய்தனர். ஆனால் தற்காலத்தில் கிணறு வெட்டுவதற்கான நவீன தொழில்நுட்பங்களின் அடிப்படையில் ஆழமான கிணறுகள் வெட்டப்படுவதாலும், நீர் பாய்ச்சுவதற்கு மின்சாரத்தால் இயக்கப் படுகின்ற பம்பு செட்டுகளைப் பயன்படுத்தப்படுவதாலும் புன்செய் விவசாயங்கள் பெருமளவில் பெருகியிருக்கின்றன. அதனால் இப்பொழுது இவற்றில் நெல், கடலை, கரும்பு, வாழை, சூரியகாந்திப்பூ போன்ற பணப்பயிர்கள் பயிரிடப்படுகின்றன.

நன்செய் நிலங்கள்

ஆற்றுநீர், கண்மாய், கால்வாய் போன்ற இயற்கை நீர் ஆதாரங்களைக் கொண்ட விவசாய நிலங்கள் நன்செய் நிலம் என அழைக்கப்படு கின்றன. இப்பிறமலைப் பகுதிகளில் பெரியளவில் ஆற்றுப்பாசனம் இல்லாததால் பெருமளவு நிலங்கள் கண்மாய்ப் பாசனத்தைச் சார்ந்தே உள்ளன. இவ்வகை நிலங்களில் நெல் பயிரிடுவதே பிரதானத் தொழிலாகக் கருதப்படுகிறது.

நெல்விதைப்பு

புரட்டாசி மாதம் கண்மாய்கள் பெருகிய பின்பு நிலங்களை உழுது பரம்படித்து நெல் விதைகளைத் தூவி விடுவர். பகலில் குன்றுகளில் நீர் இருக்காது. மழை வருகின்ற அறிகுறிகள் தென்பட்டால் மட்டும் பகலில் நீர்ப் பாய்ச்சுவர். ஏனெனில் மழை நீர் மண்ணில் நேரடியாக விழுவதால் அதன் வேகம் அதிகமாக இருக்கும். இதில் மண்ணின் நிலத்தில் உள்ள பயிர்கள் தண்ணீரில் மூழ்கி அழுகி விடும் என்பதால் மழைநாளில் மட்டும் குண்டுகளில் நீர்பாய்ச்சுவர். இவ் விதை தூவப்பட்டு 25 நாட்களிலேயே நன்கு வளர்ந்துவிடும் நாற்றாங்காளைப் பிடுங்கிய பின்பு விவசாயிகள் தங்கள் நடவு நிலங்களுக்கான இயற்கையான உரங்களை நடவுநடும் குண்டுகளில் போடுவார்கள். அதாவது, நடவுத் தொழிலுக்கு மூன்று நாட்களுக்கு முன்பாக எருக்க இலை, பலாமரத்து இலை, கொளுஞ்சி இலை, ரெட்டி இலை மற்றும் பலவகையான இலைகளை அந்த நிலத்தில் போட்டு அதில் நீரைப்பாய்ச்சி கால்களால் மிதித்து அந்த இலைகளை மக்கிப்போகச் செய்வர். அது நிலத்தின் உரமாகத் தானாகவே

மாறிவிடும். அதன்மேல் பரம்படித்து நிலத்தை நடவு நடுவதற்குத் தயார் செய்வர். அதன் பின்புதான் நடவு நடுவர். நாற்றுநடும் நாளன்று, நாற்று நட வரும் பெண்களுக்கும் மஞ்சளரைத்து வெற்றிலை பாக்கு வைத்து சம்சாரிகள் கொடுப்பார்கள். அதனைப் பெண்கள் வாங்கி மஞ்சளை முகம் முழுவதும் பூசிக்கொண்டு வெற்றிலை பாக்கை போட்டுக் கொண்டு குலவையிடுவர். பிறகு சனி மூலையிலிருந்து வரிசையாக நின்று நாற்றுக்களை நட ஆரம்பிப்பர். அப்படி நட்டுக்கொண்டே வரும்பொழுது அவர்கள் கையில் பச்சை நாற்றுகள் தவிர வெள்ளை நாற்றுகள் வந்தால் அதனை நடவுநடும் பெண்கள் தெய்வமாகவும், அபூர்வமாகவும் நினைத்து தலையில் சூடிக்கொள்வர். இதில் கைம்பெண்ணாக உள்ள பெண்களின் கைகளில் இந்த நாற்றுகள் கிடைத்தால் அதை அவர்களின் தலைகளில் வைக்காமல் தன்னுடைய சம வயதுடைய முறையுடைய பெண்களின் தலையில் சூடிவிடுவர். இவர்கள் நாற்று நட்டுக் கொண்டு இருக்கும் பொழுதே ஒரு சிலர் நாற்று முடிகளை எடுத்துக்கொண்டு வழிப்போக்கர்களிடம் பணம் பெறுவர். குலவை போட்டுப் பணம் பெறுவதால் இதனைக் ‘குலவைப் பணம்’ என்பர். இதனை நடவு செய்யும் அனைத்துப் பெண்களும் சமமாக பங்கிட்டுக் கொள்வர். நடவு நடும் பெண்கள் தங்களின் வேலைப் பளு தெரியாமல் இருப்பதற்காகத் தெம்மாங்கு பாட்டு, கும்மிபாடல் போன்றவற்றைப் பாடிக்கொண்டே நடவு செய்வார்கள். நடவு வேலை முடிந்தவுடன் வேலை பார்த்த அனைவருக்கும் உணவு விருந்தளிக்கப்படும். ஒரு குறிப்பிட்ட நாட்களுக்குப் பின்பு நாற்றுநடும் பெண்கள் நாற்றின் பக்கவாட்டுப் பகுதிகளைத் தங்கள் கால்களில் மிதமாக மிதித்து விடுவர். இது அப் பயிர்களின் வேர்பகுதி மண்ணில் இறுக்கமாகப் பிடித்து உறுதியாக வளர்வதற்கு உதவும். நெற்பயிர் களிடையே களை முளைத்திருந்தால் களையைப் பறித்துப் பயிர் வேகமாக வளர்வதற்கு வழிவகை செய்வர். இதில் நெல்மணிகளின் தரத்திற்கேற்ப பயிர் நன்றாக வளரும்.

நெல் அறுவடை

நெல் அறுவடைக்கு முதல் நாள் நிலத்தின் விவசாயி கூவுகின்ற சேவல் ஒன்றைப் பிடித்து வந்து, விளைந்த நெல்காட்டின் காலி இடத்தில் நிறைபாணையில் பொங்கல் வைத்துப் பொங்கல் பொங்கும் பொழுது அச் சேவலை அறுத்து அதன் ரத்தத்தை அந்த நிலத்தைச் சுற்றித் தெளித்து ரத்தப் பலி காண்பிப்பார். அந்தச் சேவலையும், பொங்கலையும் விவசாயியின் வீட்டார் அனைவரும் சமைத்து உண்பார்கள். மறுநாள் அதிகாலையில் விவசாய வேலையாட்கள்

கை அரிவாள் கொண்டு கதிர் அறுப்பார்கள். கதிர் அறுக்கும் ஆட்களுக்குக் கூலியாக நெல்லையே கொடுப்பார்கள். வயல்காட்டின் ஒரு பகுதியைக் களமாக அமைத்து அதில் விவசாயிகள் ஒன்றுகூடி குறிப்பிட்ட ஒரு இடத்தைத் தயார் செய்வார்கள். கதிரை அறுத்து ஒருவருக்கு ஒரு நிறை என்று சொல்லிக்கொண்டே அறுத்துப் பின்னாடிப் போட்டுக் கொண்டே செல்வர். இப்படிப் போட்டுக் கொண்டே வருவதற்கு 'அரி' என்று பெயர்.

களம் சேர்த்தல்

கதிர் அறுத்து முடித்தவுடன் வைக்கோலையே கயிறாகத் (பிரியாக) திரித்து நெல்மணிக் கதிர்களைக் கட்டுக் கட்டாகக் கட்டி தாங்கள் தயார் செய்து வைத்துள்ள களத்தில் சேர்ப்பர். அப்பொழுது ஏகாலி ஒன்னு, தோட்டி ஒன்னு, குடிமகன் ஒன்னு குயவர் ஒன்னு, என்று இவர்கள் அனைவரும் தாங்கள் சுமக்கின்ற அளவிற்கு ஒரு கட்டு கட்டிக் கொள்வார்கள். இந்தக் கட்டுகள் அவர்களுக்கே சொந்தமானது.

கதிர் அடித்தல்

வைக்கோலைப் பிரியாகத் (கயிறாக) திரித்து ஆண்கள் களத்தில் வரிசையாகப் பலகைக் கற்களை தங்கள் முன் வைத்து ஒருவருக்கு ஒரு பலகை என்ற கணக்கில் பிரியுடன் நிற்பர். நெற்கதிர்கட்டை வைக்கோல் பிரியில் பிடித்துச் சுற்றிக் கொண்டு பலகைக் கற்களில் சுழற்றி அடித்து நெல்லையும் வைக்கோலையும் தனியாகப் பிரித்தெடுப்பர். ஆணின் பின்பக்கம் போடப்படும் வைக்கோல் 'சூடு' எனப்படும். நெல் அடித்து, சிறிதளவு சேர்ந்தவுடன் பூவோடு சேர்ந்த தும்பைச் செடியை நெல்லினுள் இரும்பு (அ) அருவாள் சேர்த்துக் காவலாக வைப்பர். நெல் முழுவதும் அடித்து முடித்தவுடன் எல்லோரும் சேர்ந்து சுத்தம் செய்து வெளியேறுவார்கள். தூற்றத் தெரிந்த ஆண்கள் மட்டுமே நின்று முறத்தினால் காற்றுவரும் திசையில் நின்று நெல்லைத் தூற்றிச் சுத்தம் செய்து அம்பாரமாகக் குவிப்பர். தூற்றிய சுத்தமான நெல்லின் நுனிப்பகுதி வகுத்துவா நெல் எனப்படும். 'வகுத்துவா நெல்' என்பது தாய்வயிற்றில் விளைந்தும், விளையாமலும் பாதியாக இருக்கும் நெல்லாகும். இதை மறுநாளே ஊறவைத்து, வேகவைத்து அரிசியாக்கிக் கொள்ளவேண்டும் இல்லையென்றால் இந்த நெல்லிலுள்ள அரிசிகள் அனைத்தும் கருப்பாகிவிடும். இதற்குக் 'கருக்குவா நெல்' என்று பெயர். மேலும் நெல்லிலுள்ள நுனிப்பகுதி 'சண்டுநெல்' எனவும் அழைக்கப்படும்.

தூற்றும் பொழுது காற்று அடிக்கவில்லையென்றால் மரக்காலைக் குப்புறப் போட்டு அதில் சாணியைப் பிள்ளையார் பிடித்து அதில் புல்லை ஊன்றி வைத்து சாமி கும்பிட்டால் காற்று அடிக்கும் என்பதை முன்பு இருந்த மக்கள் ஐதீகமாகக் கருதினார்கள். நெல்லை முதன்முதலில் அடிக்கும்பொழுது பொழி, பொழி என்று சொல்லிக் கொண்டே அடிப்பார்கள். இதற்கு அர்த்தம், அதிகமாக நெல் பொழிவைத் தரவேண்டும் என்பதாகும். இவ்வாறு ஒவ்வொரு முறையும் தூற்றும்பொழுதும், நெல் அறுக்கும் பொழுதும், நெல் அடிக்கும் பொழுதும் கூறுவார்கள்.

சூடு அடித்தல்

ஆண்கள் நெற்கதிர்களை அடித்துப் பின்னால் போடும் வைக் கோலைச் 'சூடுபடப்பு' என்கின்றனர். இந்த வைக்கோலை உதறி எஞ்சியுள்ள நெல்மணிகளைச் சேகரிப்பர். அறுவடை செய்த ஆண்களும் பெண்களும் இந்த வைக்கோலை உதறிப் படப்பாகப் போடுவார்கள். இதைச் 'சூட்டுப்படப்பு போடுதல்' என்கின்றனர். இந்தப் படப்பின் வைக்கோலைத் தங்களின் கால்நடைகளுக்குத் தீவனமாக வைத்துக் கொள்வார்கள். படப்பைப் போடுபவர் படப்பிலிருந்து இறங்கும்பொழுது நெல்மணிகளைத் தூவி "பொழி பொழி" எனச் சொல்லி வாழ்த்தி இறக்குவார். அவ்வூரில் வள்ளுவர்கள் இருந்தால் அவர் வந்து இந்த நெற்களத்திற்கு வந்து பாடல்களைப் பாடுவர். அவருக்கு அன்றைய கூலியாக நெல் அளந்து கொடுப்பர்.

நெல் அளத்தல்

இவ்வாறு அடித்து எடுக்கப்பட்ட நெல்லை ஓரிடத்தில் குவியலாக வைத்திருப்பர். இதை 'அம்பாரம்' என்கின்றனர். இதிலிருந்து முதல் மரக்காலில் நெல்லை அளந்தெடுத்து அதனைத் தங்கள் குலசாமிக் கென்று வைத்துக் கொள்வர். அடுத்த மரக்காலில் நெல்லை அளந்தெடுத்து தங்கள் காவல் தெய்வத்திற் கென்று எடுத்துக் கொள்வர். இப்படிக் குலதெய்வத்திற்கும் காவல் தெய்வத்திற்கும் எடுக்கப்பட்ட நெல்லை உடனே குத்தி அரிசியாக்கி பொங்கல் வைத்து அவற்றை வணங்குவர். பிறகு மரக்காலில் ஊர் ஏகாளிக்கும், மடை காவலாளிக்கும் ஊர்த் தோட்டிக்கும் மூன்று மரக்கால் நெல் அளந்து போடுவர். அதன்பின்பு நெல் அறுவடை செய்தவர்கள், களத்தில் நெல் அடித்தவர்கள், படப்பு போட்டவர்கள் என அவரவர் உழைப்புக்கேற்ற வகையில் கூலியாக மரக்காலில் தானியங்களை

நெல்லை அளந்து போடுவர். பிறகு அம்பாரைகளிலிருந்து நெல்லை மூடைகளில் எடுத்து வந்து தங்கள் வீடுகளிலுள்ள தொம்பரைகள், குளுக்கைகள், சோளக்குழிகள் முதலியவற்றில் நிரப்பிப் பாதுகாத்து வைப்பர். தொம்பரை என்பது பல உள்தொகுப்புகளைக் கொண்ட அறையாகும். அது பல உள் அடுக்குகளாகத் தடுக்கப்பட்டிருக்கும். அதற்குள் ஒவ்வொரு தானியங்களைப் போட்டு நிரப்பி வைப்பர். அக்காலத்தில் தானியங்களை விலைக்கு விற்கின்ற வழக்கம் கிடையாது. அவற்றை உணவிற்காகப் பயன்படுத்துவர். ஆனால் தற்காலத்தில் உணவிற்குப் போக மீதத்தைச் சந்தைகளில் விற்றுவிடுகின்றனர். விவசாயம் போக கால்நடை வளர்ப்பிலும் பலர் ஈடுபட்டு வருகின்றனர்.

பிற தொழில்கள்

இவ்வகையில் விவசாயம் பிரதானமான தொழிலாக இருந்தாலும் இவர்கள் மத்தியில் குறுகிய நில உடமையாளர்களே அதிகம். நிலமற்ற விவசாயக் கூலிகளும் கணிசமாக இருந்தனர். அதனால் விவசாயத்திலிருந்து கிடைக்கும் வருமானம் போதுமானதாக இல்லை. அதனால் இவர்களில் ஒருசாரார் மதுரை நகரத்திற்கு 1930, 1940களில் இடம் பெயரத் துவங்கினர். அங்கு அவர்கள் வண்டிமாடு ஓட்டுகின்ற, வண்டி இழுக்கின்ற, பொதிமூடை தூக்குகின்ற, காய்கறி மூடை தூக்குகின்ற உதிரித் தொழிலாளிகளாகப் பணி செய்ய ஆரம்பித்தனர். அதில் ஒருசிலர் மதுரை ஹார்வி மில், மகாலெட்சுமி மில் போன்ற துணி உற்பத்தி ஆலைகளில் மில் தொழிலாளர்களாகப் பணியிலமர்ந்தனர்.

குற்றப்பரம்பரைச் சட்டம் முழுமையாக அமல்படுத்தப்பட்டிருந்த காலங்களில் அவர்களால் மதுரை நகரத்திற்கு வெளியில் சென்று பிற தொழில்களில் ஈடுபட இயலவில்லை. பிறகு குற்றப்பரம்பரைச் சட்டம் நீக்கப்பட்ட பின்பு கள்ளநாட்டிலிருந்து தமிழகத்தின் வடக்கு மாவட்டங்களுக்கும், பிற மாநிலங்களுக்கும் சென்று, முருக்கு சுட்டு விற்பனை செய்கின்ற வியாபாரத் தொழிலைச் செய்ய ஆரம்பித்தனர். முதலில் தமிழகத்தின் வடக்கு மாவட்டங்களுக்குச் சென்று தொழில் செய்து வந்தவர்கள் படிபடியாக முன்னேறி இந்தியாவிலுள்ள பிற மாநிலங்களுக்கும் சென்று தொழில் செய்ய ஆரம்பித்தனர்.

தற்பொழுது இந்தியாவிலுள்ள எல்லா மாநிலங்களிலுள்ள முக்கிய நகரங்களிலும் இவர்கள் இத் தொழிலைச் செய்து

வருகின்றனர். இது இவர்களுடைய வாழ்வில் மிகப்பெரிய பொருளாதார மாற்றத்தை அளித்திருக்கிறது. உசிலம்பட்டி பகுதி பொருளாதார வளர்ச்சியில் வடக்கே சென்று தொழில் செய்கின்றவர்களுடைய மூலதனம்தான் பெரும்பங்கு வகிக்கின்றது.

இவ்வாறு மதுரை நகரத்திற்குச் சென்று உதவித் தொழிலாளியாக அமர்ந்தவர்களில் ஒரு சிலர் படிப்படியாக வளர்ந்து வட்டித் தொழில் செய்ய ஆரம்பித்தனர். அதிலிருந்து பெறப்பட்ட மூலதனத் திரட்சியை வைத்துப் பிற தொழில்களைச் செய்ய ஆரம்பித்தனர். அவ்வகையில் சிலர் உணவுவிடுதி முதலாளிகளாகவும், திரையரங்கு முதலாளி களாகவும், தனியார் பேருந்து முதலாளிகளாகவும், வளர்ந்திருக் கின்றனர். அதுபோல கள்ளர் சீரமைப்புத் துறையால் உருவாக்கப்பட்ட பள்ளிகளிலும், கிறித்தவ மிஷினரிகளால் நடத்தப்பட்ட பள்ளிகளிலும், படித்து பலர் ஆசிரியர்களாகவும், அரசு ஊழியர்களாகவும் பணியில் அமர்ந்திருக்கின்றனர். தமிழக அரசுப்பணியில் மாநில அளவில் அதிகாரிகளாக இடம் பெற்றிருக்கின்றனர். கலைத்துறையில் சிலர் மிகப் பெரியளவில் பல வெற்றிகளைப் பெற்றிருக்கின்றனர். தமிழ்த் திரையுலக ஜாம்பவான்களான திரைப்பட இயக்குனர் பாரதிராஜாவும், கவிஞர் வைரமுத்துவும் இச் சமூகத்தைச் சேர்ந்தவர்களே. ஒருகாலத்தில் சமூகத்தின் பொது உயிரோட்டத்தில் இருந்து விலகி (அல்லது விலக்கி) இருந்த கள்ளர்களின் பண்பாட்டை தமிழ்ச் சமூகத்தின் பொது பண்பாடாக அடையாளப்படுத்திய பெருமை இவர்கள் இருவரையே சாரும். பழம்பெரும் நடிகர் O.A.K தேவரும், குணச்சித்திர நடிகர் வாகை சந்திரசேகரும் இவ்வினத்தைச் சேர்ந்தவர்களே.

19 நூற்றாண்டில் ஏற்பட்ட கடுமையான பஞ்சம் காரணமாக உசிலம்பட்டிப் பகுதியை விட்டு வெளியேறி கம்பம், கூடலூர் பகுதிகளில் குடியேறத் துவங்கினர். அப்பகுதியில் குடியேறியவர்கள் முதலில் அப்பகுதியிலிருந்த குடியானவர்களுக்கு காவல்காரர் களாகவும், பண்ணையாட்களாகவும் வேலையில் அமர்ந்தனர். சிலர் வறண்ட மேட்டுப்பகுதியிலிருள்ள தர்காசு நிலங்களை சீர்படுத்தி விவசாயம் செய்து வந்தனர். முல்லைப்பெரியாறு அணை கட்டிமுடிக்கப்பட்டு தண்ணீர் திறக்கப்பட்டவுடன் கம்பம் பள்ளத்தாக்கு பகுதியிலுள்ள விவசாயிகளுக்கு தர்காசு நிலங்களை அன்றைய அரசு பகிர்ந்தளித்தது. அதன்படி அப்பகுதியிலிருந்த கள்ளர்களுக்கும் பகிர்ந்தளிப்பட்டது. கூடலூர் பேயத்தேவர் என்பவருக்கு சுமார் 400 ஏக்கர் நிலங்கள் மொத்தமாக அளிக்கப் பட்டது. அவர் பிறமலைக்கள்ளர் சமூகத்திலேயே மிகப்பெரிய நிலக்கிழராக உருவெடுத்தார். மற்ற கள்ளர்களெல்லாம் சிறு

விவசாயிகளாக மாறினர். அதுபோல இந்திய சுதந்திரத்திற்கு பின் உருவாக்கப்பட்ட திருமங்கலம் கால்வாயின் பயணாக கள்ளநாட்டின் ஒரு பகுதியும் செழித்த விவசாய பகுதியாகவும் மாறியுள்ளது.

சமீபத்தில் கிரானைட் தொழிலில் வெற்றியடைந்த P.R. பழனிச்சாமி தமிழகத்தின் பெரும் தொழிலதிபர்களில் ஒருவராக உருவெடுத்திருக்கிறார். அதுபோல முனைவர் ராஜ்மோகன் சுற்றுசூழல் துறையில் இளம் விஞ்ஞானியாக உருவெடுத்திருக்கிறார். இவ்வாறு இச்சமூகத்தைச் சேர்ந்தவர்கள் பலதுறைகளில் வெற்றியடைந்திருந்த போதிலும் ஒரு சிலர் சட்ட விரோதமான செயல்களில் ஈடுபட்டு வருவது வருத்தமளிக்கிறது.

அடிக்குறிப்புகள்

1. Louise Dumont, The South Indian Sub Caste, P. 15
2. Black Burn, Kallars a Tamil Criminal Tribe Reconsidered, P. 20

பகுதி - 2

கள்ளர்கள் அரசியல் வரலாறு

நாயக்கர் காலம்

தென்னிந்தியாவை ஆண்ட பெருமை படைத்த பேரரசுகளில் விஜயநகரப் பேரரசும் ஒன்றாகும். கி.பி. 1336இல் துங்கபத்திரை நதிக்கரையில் இப்பேரரசு ஹரிஹர, புக்கர் என்ற சங்கம வம்சத்து இளைஞர்களால் தோற்றுவிக்கப்பட்டது. அதன் தலைநகரமாக விஜயநகரம் விளங்கியது. சங்கம வம்சம் (கி.பி. 1336 – 1485), சாளுவ வம்சம் (1485 – 1505), துருவ வம்சம் 1505 – 1570), ஆரவீடு வம்சம் (1570 – 1600) ஆகிய நான்கு பரம்பரைகளின் வழிவந்த அரசர்களால் இப்பேரரசு ஆளப்பட்டது. இதன் ஆட்சிப்பரப்பு தென்னகத்தில் கிருஷ்ணா, துங்கபத்திரை ஆறுகளுக்குத் தெற்கே கன்னியாகுமரி வரை பரவியிருந்தது. இது இன்றைய தமிழ்நாடு, கேரளம், ஆந்திரம், கர்நாடகம் ஆகிய மாநிலங்களின் பகுதிகளை உள்ளடக்கியதாக இருந்தது.[1]

தமிழ்நாட்டில் விசயநகர ஆட்சி

விசய நகரப்பேரரசு தோன்றியதும் அது, முதலில் தன்னைச் சுற்றியிருந்த காகிதர் ஆட்சிப்பகுதியையும், தெலுங்கு கர்நாடகப் பகுதியையும் கைப்பற்றிக் கிழக்கிலும், மேற்கிலும் பரவியது. பின்னர்த் தமிழகத்தை நோக்கி விரிவடைந்தது. அப்பொழுது முதல் புக்கணரின் மகனான குமாரகம்பணர் கி.பி. 1363இல் தமிழகத்தின் வட எல்லை மண்டலமாக விளங்கிய தொண்டை மண்டலத்தைச் சம்புவராயரிடமிருந்து கைப்பற்றினார். அதன் பிறகு சோழ மண்டலத்தைக் கடந்து பாண்டிய மண்டலத்திற்குச் சென்று மதுரையில் நடைபெற்றுக் கொண்டிருந்த சுல்தான்களின் ஆட்சியை நீக்கினார்.[2] இவ்வெற்றிக்குப் பின்னர்ப் பாண்டிய மண்டலம், சோழ மண்டலம், தொண்டை மண்டலம், கொங்கு மண்டலம் ஆகிய

தமிழகத்தின் அனைத்துப் பகுதிகளும் விசயநகரப் பேரரசின் மேலாண்மையின் கீழ் வந்தன. ஆனால், அவை கிருஷ்ணதேவராயர் ஆட்சிவரை, அவர்களது மேலாண்மையை ஏற்றுக்கொண்ட தமிழ் மன்னர்களாலேயே ஆளப்பட்டு வந்தன.[3] கி.பி. 1509ஆம் ஆண்டு கிருஷ்ண தேவராயர் பேரரசராகப் பொறுப்பேற்றதும், தமிழ் மன்னர்களிடையே நடைபெற்று வந்த சச்சரவுகளையும் அப்பொழுது இருந்த உள்நாட்டுக் குழப்பங்களையும் பயன்படுத்தி அவர்களை ஆட்சியிலிருந்து நீக்கிவிட்டு அவற்றைத் தனது நேரடிக் கட்டுப் பாட்டின் கீழ் கொண்டு வந்தார். அவற்றை மதுரை மண்டலம், தஞ்சை மண்டலம், செஞ்சி மண்டலம் என மூன்று மண்டலங்களாகப் பிரித்து, அதனை நிர்வகிப்பதற்குத் தனது பிரதிநிதிகளை ஆளுநர்களாக நியமித்தார். அவர்களே 'நாயக்கர்கள்' என அழைக்கப்பட்டனர்.

'நாயக்கன்' என்ற சொல்லிற்குப் 'படையின் தளபதி' என்று பொருள். தனது படைத் தளபதிகளையும், அடைப்பிக்காரர்கள் என அழைக்கப்பட்ட மெய்க்காப்பாளர்களையுமே ஆளுநர்களாக நியமித்ததால் அவர்கள் நாயக்கர்கள் என்று அழைக்கப்பட்டனர். இந்த நாயக்கர்கள் முறையே செஞ்சி நாயக்கர்கள், தஞ்சை நாயக்கர்கள், மதுரை நாயக்கர்கள் என அறியப்படுகின்றனர். கிருஷ்ண தேவராயருக்குப் பின் விசயநகர ஆட்சிக்கு வந்த அச்சுத தேவராயர் 1535இல் வைப்ப நாயக்கர், செவ்வப்ப நாயக்கர், விஸ்வநாத நாயக்கர் ஆகியோரை இந்த மூன்று அரசுகளின் ஆளுநர்களாக நியமித்தார்.[4]

மதுரை நாயக்கர் ஆட்சி:

கிருஷ்ணதேவராயர் ஆட்சிகாலத்தில் பாண்டிய நாட்டை சந்திரசேகர பாண்டியன் என்ற பாண்டிய மன்னன் ஆண்டு வந்தான். அவனுக்கும் சோழநாட்டை ஆண்டு வந்த வீரசேகர சோழனுக்கும் போர் மூண்டது. அதில் சோழன் வெற்றியடைந்து, பாண்டியனை நாட்டைவிட்டுத் துரத்தினான். நாடிழந்த சந்திரசேகர பாண்டியன் விசயநகரம் சென்று பேரரசர் கிருஷ்ண தேவராயரிடம் இழந்த நாட்டைத் தனக்கு மீட்டுத்தரும்படி வேண்டினான். அதனைக் கேட்டு மனமுருகிய பேரரசர் தனது தளபதியான நாகம நாயக்கனது தலைமையில் பெரும்படை ஒன்றினை அனுப்பி வீரசேகர சோழனிடமிருந்து பாண்டிய நாட்டை மீட்டுச் சந்திரசேகர பாண்டியனிடம் ஒப்படைக்குமாறு ஆணையிட்டு அனுப்பி வைத்தார். பெரும்படையுடன் வந்த நாகம நாயக்கன் சோழனைத் தோற்கடித்து மதுரையை மீட்டான். ஆனால்

அதனைத் தனது பேரரசரின் ஆணைப்படி சந்திரசேகரினிடம் ஒப்படைக்காமல் தனக்குத்தானே முடிசூடிக்கொண்டு தனி மன்னனாக ஆளத் துவங்கினான். இச் செய்தி பேரரசரைச் சென்றடைந்தது. தனது ஆணையை மீறிய தனது தளபதியைத் தண்டிக்க விரும்பினார். அவனை அடக்குவதற்குப் பெரும்படை ஒன்றினை அனுப்பினார். அதற்கு நாகமநாயக்கனின் சொந்த மகனான விஸ்வநாத நாயக்கனே தலைமை தாங்கி வந்தான். நாகம நாயக்கனைப் போரில் வென்று தந்தையென்றும் பாராமல் அவனைச் சிறைபிடித்து இழுத்துச் சென்று பேரரசரது முன்னிலையில் நிறுத்தினான். அவனது அரச விசுவாசத்தைப் பார்த்து வியந்த பேரரசர் பாண்டிய மண்டலத்திற்கு அவனையே பொறுப்பாளராக நியமித்தார். அவருக்குப் பின் ஆட்சிக்கு வந்த அச்சுத தேவராயர், விஸ்வநாதனையே மதுரை மண்டலத்தின் மகாமண்டலேஸ்வரராக நியமித்தார்.[5]

அந்த விஸ்வநாத நாயக்கன் வழி வந்தோரே மதுரை நாயக்கர்கள் என அறியப்படுகின்றனர். அவர்களில் முதல் ஆறு நாயக்கர்கள் விசயநகர அரசிற்குக் கட்டுப்பட்டு அவர்களது பிரதிநிதிகளாக ஆட்சி நடத்தினர். அடுத்து வந்த எழுவரும் முழுவுரிமை பெற்ற சுதந்திர மன்னர்களாக ஆட்சி செய்தனர். இந்த மதுரை நாயக்கர் ஆட்சி 1529 முதல் 1736 வரை சுமார் 207 வருடங்கள் நீடித்தது.[6]

நாயக்கர் ஆட்சியில் கள்ளர் நாடுகள்:

இவ்வாறு நாயக்கர்கள் மதுரையில் அதிகாரத்திற்கு வருவதற்குச் சுமார் 400 வருடங்களுக்கு முன்பாகவே தமிழகத்தின் வடக்குப் பகுதியிலிருந்து வந்த கள்ளர்கள் மதுரையின் கிழக்குப் பகுதியில் குடியேறி அவற்றில் பல நாடுகளை உருவாக்கி வாழ்ந்து வந்தனர்.[7] அவர்கள் அப்பொழுது அதிகாரத்தில் இருந்த பாண்டிய மன்னர் களுக்குக் கட்டுப்படாமல் தன்னரசு நாடுகளை உருவாக்கித் தனித்தே வாழ்ந்து வந்தனர். பாண்டியர் ஆட்சியின் இறுதிகாலத்தில் நடந்த மாலிக்காப்பூர் படையெடுப்பின்போது மதுரைக்கு கிழக்கு பக்கத்திலிருந்த கள்ளர் நாடுகள் மிகபெரிய தாக்குதலுக்கு உள்ளாயின. அதன்பிறகு மதுரையை கைப்பற்றிய நாயக்கர்களும் கள்ளர்களை கடுமையாக ஒடுக்க முயன்றனர். அப்பொழுது மதுரை நாயக்க அரசின் பிரதிநிதிகள் அவர்களை அடக்கி அவர்களிடமிருந்து வரிவசூல் செய்ய முயற்சித்த பொழுது **"வானம் பொழிகிறது, பூமி விளைகிறது நாங்களும், எங்கள் எருதுகளும் உழைத்த நிலத்தை விளைய வைக்கிறோம், அப்படி**

இருக்கையில் எங்களுக்கு இணையான உங்கள் மன்னனுக்கு ï£ƒèœ ã¡ õK ªè£´ ,è «õ‡ ´‹'' எனக் கூறி அவர்களுக்கு வரி கொடுக்க மறுத்தனர் என அக்காலத்தில் இப்பகுதியில் சுற்றுப்பயணம் மேற் கொண்ட இயேசுசபை பாதிரியார் ஒருவர் தனது கடிதத்தில் குறிப்பிடுகின்றார்.[8]

இவ்வாறு மதுரையின் கிழக்குப் பகுதிகளில் கள்ளர்கள் மிகுதியாக இருந்ததனால் புதிதாக வந்த நாயக்கக் குடிகள் பெரும்பாலும் மதுரையின் மேற்குப் பகுதிகளில் குடியேறி ஊர்களை உருவாக்கி வாழத் துவங்கினர். அப்பொழுது கிழக்கு நாடுகளில் உள்ள கள்ளர்கள் மத்தியில் ஏற்பட்ட உள் மோதல்கள் காரணமாகப் பல கள்ளர்குழுக்கள் கொஞ்சம் கொஞ்சமாக வெளியேறி மதுரையின் மேற்குப் பகுதிகளில் குடியேறத் துவங்கினர்.

அவர்கள் துவக்கத்தில் அங்கிருந்த வெள்ளாளர்களிடமும், நாயக்கர்களிடமும் பண்ணையாட்களாகவும், காவல்காரர்களாகவும் பணியில் அமர்ந்தனர். சிறிது காலம் கழித்துப் புதிதாகக் குடியேறிய கள்ளர் காவல்காரர்களுக்கும், வெள்ளாள, நாயக்க நிலச்சுவான்தாரர் களுக்கும் இடையில் மோதல் ஏற்பட்டது. கள்ளர்கள் அதில் பல நாயக்க, வெள்ளாள குடிகளிடம் கடுமையாகச் சண்டையிட்டு அவர்களை இப்பகுதியை விட்டு வெளியேற்றினர். அதன் பிறகு தாங்கள் புதிதாகப் பெற்ற பகுதிகளை எட்டு நாடுகளாகப் பிரித்துத் தன்னாட்சி செய்யத் துவங்கினர். இவ்வாறு மதுரையில் நாயக்க அரசு உருவாகி 100 வருடங்களில் அதாவது 1600களில் மதுரையின் மேற்குப் பகுதியிலும் ஒரு புதிய கள்ளர்நாடு உருவாகியது.[9] அது கிழக்கு நாட்டுக் கள்ளர்களால் புறமலைநாடு என அழைக்கப்பட்டது. இதில் வாழக்கூடிய கள்ளர்கள் ‘புறமலைக் கள்ளர்கள்’ என அழைக்கப்பட்டனர். அவர்கள் தங்களை ‘எட்டு நாட்டுத் தேவர்கள்’ என அழைத்துக் கொண்டனர்.

இப்படி இருக்கையில் நாயக்க மன்னர்களில் முக்கிய மன்னராக, திருமலை நாயக்கர் 1623இல் மதுரையில் அரியணை ஏறினார். இவரது ஆட்சிக் காலத்தில் நாயக்கப் பேரரசு தமிழகத்தின் பெரும் பகுதியை உள்ளடக்கிய வலிமைமிக்க பேரரசாக உருப்பெற்றது. இவர் 1659வரை சுமார் 36 வருடம் ஆட்சி செய்தார்.

திருமலை மன்னர் தனது ஆட்சியின் துவக்க காலத்தில் கள்ளர்களை அடக்குவதற்குக் கடுமையான முயற்சிகளை மேற் கொண்டார். தனது தளபதி மதுரைவீரன் தலைமையில் ஒரு படையை அனுப்பிக் கள்ளர் என்ற இனத்தையே கருவறுக்க முயற்சி செய்தார். ஆனால் அவ்வகை முயற்சிகளில் அவரால் வெற்றி காண இயல

வில்லை. மதி நுட்பம் நிறைந்த மன்னரான திருமலைநாயக்கர் தனது பேரரசு நிலைத்தும், அமைதியாகவும் இருக்க வேண்டுமென்றால் மதுரையின் இருபுறமும் இருக்கின்ற கள்ளர்களுடன் ஒரு சுமூகமான உறவினை ஏற்படுத்திக் கொள்வதால் மட்டுமே முடியும் என்பதனை உணர்ந்து தனது இறுதிகாலத்தில் அவர்களுடன் சுமூக உறவுகளை ஏற்படுத்திக் கொண்டார். ஆனால் கிழக்கு நாட்டுக் கள்ளர்கள் (அம்பலக்காரர்கள்) தொடர்ந்து மதுரை அரசுடன் ஒருவகை எதிர்நிலைப் போக்கையே கையாண்டு வந்தனர். அதனால் நாயக்கர் அவர்களை அடக்குவதற்கு வெள்ளிக்குன்றம் பாளையக்காரர்களுக்கு அதிக அதிகாரங்களும், மானியங்களும் அளித்தார்.

ஒரு முறை அழகர்கோயில் சன்னதியில் கள்ளர்கள் நுழைந்து தங்க, வெள்ளிப் பாத்திரங்களையும், சாமியின் நகைகளையும் கொள்ளையடித்துச் சென்று விட்டனர். அப்பொழுது வெள்ளிக் குன்றம் பாளையக்காரர் கனகராமையா கவுண்டர், கொள்ளைபோன பொருட்களைக் கண்டறிந்து மீட்டதோடு கொள்ளையில் ஈடுபட்ட கள்ளர்களது தலைகளையும் வெட்டி எடுத்துச் சென்று மன்னரின் காலடியில் சமர்ப்பித்தார். அதனால் மகிழ்ச்சியடைந்த மன்னர் பாளையக்காரர்கள் பேரரசிற்கு அளிக்க வேண்டிய கப்பம், காட்சி முதலியவற்றிற்கு விலக்கு அளித்ததோடு அழகர் கோவிலில் நடை பெறுகின்ற சித்திரைத் திருவிழா, ஆடித்திருவிழா, திருமங்கையாழ்வார் திருவிழா ஆகியவற்றில் அவரும், அவரது சுற்றமும் சிறப்புப் பெறவும் வகை செய்தார். இதை வெள்ளிக்குன்றம் செப்பேடு மூலம் அறிய முடிகின்றது.[10]

கள்ளர்களை அடக்கியதற்காக மன்னரிடமிருந்து வெகுமதி களைப் பெற்ற வெள்ளிக்குன்றம் பாளையக்காரர் அதில் தொடர்ந்து வெற்றியடைய முடியவில்லை. அவரும் தான் பெற்ற அதிகாரங் களையும், முதன்மைகளையும் கள்ளர்களோடு பகிர்ந்து கொள்கின்ற நிலைக்குத் தள்ளப்பட்டார். அழகர்கோயில் ஆடிவெள்ளித் திருவிழாவில் தேர்வடம் இழுக்கின்ற நிகழ்ச்சியில் அவருக்கு முதன்மைப் பரிவட்டம் அளிக்கப்பட்டாலும், அத் தேரின் மூன்று வடங்களைப் பிடித்து இழுக்கின்ற உரிமை மேலநாட்டுக் கள்ளர் களுக்கு (இவர்கள் மேலூர் கள்ளர்களில் ஒரு பிரிவினர்) பகிர்ந்தளிக்கப்பட்டது.

மேலும், சித்திரைத் திருவிழாவின் போது அழகரே மேலநாட்டுக் கள்ளரைப்போல வேடமிட்டுத்தான் மதுரை நோக்கி வருகின்றார். இந்நிகழ்வு “அக்காலத்தில் மதுரையில் இருந்த நாயக்க அரசின் மேல், கள்ளர்களுக்கிருந்த மேலாண்மையைக் காட்டுவதாக உள்ளது”

என அழகர்கோயிலைப் பற்றி ஆய்வு செய்து முனைவர் பட்டம் பெற்ற பேராசிரியர் தொ. பரமசிவன் குறிப்பிடுகின்றார்.[11]

திருமலை நாயக்கர் காலத்தில் புறமலைநாடு

தங்களது கிழக்கு நாட்டுச் சகோதரர்களைப் போலப் புறமலைக் கள்ளர்களும் துவக்க காலத்தில் நாயக்க அரசரோடு ஒருவகை எதிர்நிலை உறவே வைத்திருந்தனர். அக்காலத்தில் புறமலைநாடு திடியன் தாமரை ஊரணியையும், கருமாத்தூர் கோட்டை மந்தை கருப்பு கோயில் வளாகத்தையுமே மையப்பகுதிகளாகக் கொண்டு செயல்பட்டது. அங்குதான் எட்டு நாட்டுத் தேவர்களும் ஒன்று கூடித் தங்களது நீதி நிர்வாகப் பிரச்சனைகளைப் பற்றிக் கூடி ஆலோசித்து, பைசல் செய்து வந்தனர்.

துவக்ககால நாயக்கர்கள், கருமாத்தூரை மையமாகக் கொண்டு இயங்கிய கள்ளர் குலத் தலைவர்களைச் சிறைப்படுத்தினர் என்பதனைக் கரிசல்பட்டி செப்பேடு மூலம் அறியமுடிகின்றது.[12] அவ்வாறு சிறைப்படுத்தப்பட்ட மண்ணுலகாத்தேவன் மகன் மதயானையையும், விண்ணுலகாத்தேவன் மகன் கேசத்தேவனையும், சந்தாத்தேவனுடைய மகன் பரிசப்புலியையும் புறமலைக் கள்ளர்கள் பிணை கொடுத்து மீட்டு வந்தனர். அதுபோலவே, சிறைப் பிடிக்கப் பட்ட தூங்காத்தேவனை மாங்குளத்து பேயம்பலமும், பிச்சையம் பலமும் பிணைகொடுத்து மீட்டு வந்தனர். அதனால் அவர்கள் இருவரையும் தூங்காத்தேவன் தனது நாட்டிற்கு அழைத்து வந்து தனது பங்கினைப் பங்கிட்டு அளித்துப் பங்காளிகளாக வைத்துக் கொண்டான்.

எட்டு நாடுகளை உருவாக்கித் தன்னாட்சி செய்து வந்த கள்ளர்குலத் தலைவர்களை அடக்கிய பின்னர், திருமலை மன்னர் இவர்கள் மத்தியில் உரப்பனூரை மையமாகக் கொண்ட ஒரு புதிய அதிகாரத் தலைமையை உருவாக்கினார். அதன்படி இக் கள்ளர்நாடு உரப்பனூர் இராஜதானி என்ற பெயரில் மன்னரின் நேரடி கண்காணிப்பின்கீழ்க் கொண்டு வரப்பட்டது. உரப்பனூரைச் சேர்ந்த புன்னைத்தேவன் என்பவர், திருமலை புன்னைத்தேவன் என்ற பட்டத்துடன் இவ் எட்டு நாட்டின் நீதி நிர்வாகத் தலைவராக மன்னரால் நியமிக்கப்பட்டார். அவர் எவ்வாறு அப் பொறுப்பினைப் பெற்றார் என்பதற்குப் பல வழக்குக் கதைகள் உள்ளன. அதில் லூயிஸ் டூமண்ட் தனது ஆய்வு காலத்தில் சேகரித்துப் பதிவு செய்துள்ள இரண்டு வழக்குக் கதைகளைப் பற்றிப் பின்வரும் வகையில் பார்ப்போம்.

கதை 1

புன்னைத்தேவன், சுந்தத்தேவன் என்ற இருவரும் மைத்துனர்கள். அவர்கள் இருவரும் கிழக்குப் பகுதியிலிருந்து மேற்கு நாடு நோக்கி வந்தனர். அப்பொழுது மதுரைவீரன் திருமலை மன்னரின் படைத் தளபதியாக இருந்தான். அவன் கள்ளர்களை அடக்கி அவர்களைக் கருவறுத்து வந்தான். முதலில் அவன் திருமலை மன்னருக்கு விசுவாசமிக்க தளபதியாக இருந்தாலும், பிறகு அவனுக்கும், மன்னருக்குமிடையில் மோதல் மூண்டது. அதனால் அவன் மீது ஆத்திரமடைந்த மன்னர் அவனை எப்படியாவது கொலை செய்யத் திட்டமிட்டார். ஆனால் அவன் படைத் தளபதியாக இருந்ததனால் அவனை நேரடியாகக் கொல்ல முடியவில்லை. அதனால் கள்ளர்களான புன்னைத்தேவன், சுந்தத்தேவன் ஆயியோரது உதவியை நாடினார். அதற்கு அவர்கள் அவனைக் கொலை செய்தால் அதற்கு வெகு மதியாகத் தங்களுக்கு ராஜா பட்டமும், திருப்பரங்குன்றம் முருகன் கோயிலில் பரிவட்ட மரியாதையும் வேண்டும் எனக் கேட்டனர். அதற்கு மன்னரும் சம்மதித்தார். அதன்பின் புன்னைத்தேவனும், சுந்தத்தேவனும் இணைந்து மதுரை வீரனைக் கொலை செய்தனர். மன்னரும் அவர் வாக்களித்தது போல் ராஜாபட்டமும், திருப்பரங் குன்றம் கோயில் பரிவட்ட மரியாதைகளும் கிடைக்க வகைசெய்தார்.

கதை 2

விளாச்சேரியைச் சேர்ந்த வெள்ளையத் தேவன் என்ற கள்ளன் ஒருவன் (கீழக்குடிக் காரர்கள் அவனை வெங்கழுவத்தேவன் எனக் கூறுகின்றனர்) திருமலை மன்னரது அரண்மனைக்குள் உடும்பைப் போட்டு ஏறி உள்ளே சென்று யாருக்கும் தெரியாமல் ராணியுடைய நகை ஒன்றினைக் களவாடிச் சென்று விட்டான். இவ்வளவு பாதுகாப்பையும் மீறி ஒருவன் எப்படித் தனது மனைவியின் நகையைக் களவாடினான் என்பதை எண்ணி ஆச்சரியமடைந்த திருமலை மன்னர் அவனைக் கண்டுபிடித்துத் தருபவர்களுக்குத் தக்க சன்மானம் அளிக்கப்படும் என அறிவித்தார். இதனைக் கேட்ட உரப்பனூர் புன்னைத்தேவன் அவனைக் கண்டறிந்து அழைத்துச் சென்று மன்னர் முன் நிறுத்தினான். மன்னர் அவன் எப்படி உள்ளே நுழைந்து களவாடினான் என்பதைக் கேட்டு ஆச்சரியமடைந்து, அவனுக்கு மதுரை நகரின் காவல் உரிமையை வழங்கினார். அவனைக் கண்டறிந்து தன்முன் கொண்டு வந்து நிறுத்திய புன்னைத்தேவனது ராஜ விசுவாசத்தைப் பாராட்டி அவனைத் தனது தளபதியாக நியமிக்கப்போவதாகச் சொன்னார். அதனை மறுத்த புன்னைத் தேவன், தன்னைத் தனது புறமலைக் கள்ளர்களுக்கும், அவர்கள்

வாழ்கின்ற எட்டு நாட்டிற்கும் ராஜாவாகப் பட்டம் கட்டுமாறு கேட்டான். அதனை ஏற்றுக் கொண்ட மன்னர் புன்னைத் தேவனுக்குத் தனது திருமலை என்ற பெயரையே பட்டமாக அளித்து எட்டு நாட்டின் தலைவனாக அதிகாரம் அளித்துப் பட்டயம் ஒன்றினை அளித்தார் என இரண்டு வழக்குக் கதைகளை டுமண்ட் பதிவு செய்கிறார்.[13]

இதில் மதுரைவீரன் திருமலை நாயக்கர் காலத்தில் கள்ளர்களை ஒடுக்குவதற்கு மன்னரால் நியமிக்கப்பட்ட தளபதியாகக் கருதப்படு கிறார். இவரைப் பற்றிய நேரடியான வரலாற்றுச் சான்றுகள் இல்லாவிட்டாலும், இன்றும் வழக்கிலுள்ள நாட்டுப்புறக் கதைகள் மூலமும், நாட்டுப்புறப் பாடல்கள் மூலமும் மதுரைவீரனைப் பற்றி அறிந்து கொள்ள முடிகிறது. அதுமட்டுமல்லாமல் கள்ளர் அல்லாத பல நாட்டுப்புறச் சாதிகளைச் சேர்ந்த மக்களின் காவல் தெய்வ மாகவும், குலதெய்வமாகவும் மதுரைவீரன் இன்றும் கருதப்படுகிறார். அவரைப் பற்றிய நாட்டுப் புறப்பாடல்கள் மதுரைவீரனுக்கும், கள்ளர்களுக்கும் இடையே ஏற்பட்ட மோதல்கள் பற்றி விவரிக் கின்றன. மேலும் கள்ளர்களது பூர்வீகம் பற்றிய மரபுவழிக் கதைகளும் மதுரைவீரன் கள்ளர்களைக் கருவறுக்க வந்ததாகக் குறிப்பிடுகின்றன.

இப்படிக் கள்ளர்களுக்கும், மதுரை வீரனுக்குமான மோதல்கள் பற்றிப் பல பதிவுகள் இருந்தாலும், அவரைப் பற்றிய நாட்டுப்புறப் பாடல்கள் மதுரை வீரனுக்கும், மன்னருக்கும் ஒரே பெண்ணின் மீது கொண்ட காதல் காரணமாக ஏற்பட்ட பிணக்கால், மன்னரால் மாறுகால், மாறுகை வாங்கி கொல்லப்பட்டார் என்றே குறிப்பிடு கின்றன.[14]

கள்ளர்கள் கொலை செய்தார்கள் என்று கதைப் பாடல்களிலும் சொல்லப்படவில்லை. இருந்தபோதிலும் மேற்கூறிய முதல் கதையானது கள்ளர்களுக்கும், மதுரைவீரனுக்கும் இருந்த எதிர்மறை உறவை வெளிப்படுத்துவதாக உள்ளது என்ற அளவிற்கு அதனைப் புரிந்து கொள்ளலாம்.

இரண்டாவது கதையான அரண்மனைக் களவுக்கதை வழக்கில் இருந்தாலும் இவர்களின் பல வம்சாவளிகள் தங்களை இக்களவுக் கதையுடன் தொடர்புபடுத்திக் கொள்கின்றனர். இக்கதையின் நிகழ்வின் உண்மைத் தன்மையை அப்படியே எடுத்துக்கொள் வதனைக் காட்டிலும், கள்ளர்கள் அதிகாரத்தைப் பெறுவதற்கான ஒரு வழி முறையாகக் களவினை எப்படிப் பயன்படுத்தினார்கள் என்பதனைப் புரிந்து கொள்கின்ற வகையில் இக்கதையின் முக்கியத்துவத்தை எடுத்துக் கொள்ளலாம்.

இவ்வாறு திருமலை பின்னத்தேவரை எட்டு நாட்டின் தலைவராகப் பட்டம் கட்டினாலும், இவரின் தனி அதிகாரத்தை ஏற்றுக் கொள்ளாத பிறமலைக் கள்ளர்கள் நான்கு தேவர்கள் கொண்ட ஒரு குழுவிற்கே நாங்கள் கட்டுப்படுவோம்.[15] ஒரு தனிமனித அதிகாரத்திற்கு கட்டுப்படமாட்டோம் எனக் கூறி மறுதளித்தனர். அதனால் திருமலை மன்னர் வடமலை சுந்தத்தேவனையும், பல்லாக்கு ஒச்சாத்தேவனையும் அவருக்குத் துணை செய்கின்ற மந்திரிகளாக நியமித்தார். அது மேலும் விஸ்தரிக்கப்பட்டுப் பலர் மந்திரிகளாக சேர்த்துக் கொள்ளப்பட்டனர். இதற்கு நான்கு வகைப் பட்டியல்களை டுமேண்ட் தருகிறார்.[16]

I மன்னர் வழங்கிய செப்புப் பட்டயத்தின்படி

1. திருமலை பின்னத்தேவர்
2. சுந்தத்தேவர்
3. ஒச்சாத்தேவர்.

II சிவனாண்டி சேர்வை குறிப்பிடுவதன்படி

1. திருமலை பின்னத்தேவர்
2. வடமலை சுந்தத்தேவர்
3. முதலைக்குளம் பல்லாக்கு ஒச்சாத்தேவர்
4. வாலாந்தூர் சின்னிவீரத் தேவர்

III வாலாந்தூர் நாட்டார் கணக்குப்படி

1. இராஜா திருமலை பின்னத்தேவர்
2. வடமலை சுந்தத்தேவர்
3. சின்னி வீரத் தேவர்
4. ஒச்சாத்தேவர்
5. திடியன் தூங்காத்தேவர்

IV கொங்கர் புளியங்குளம் பெரிய கருப்பத்தேவர் கணக்குப்படி:

1. திருமலை பின்னத்தேவர் (பெரிய ராஜா)
2. சுந்தத்தேவர் (சின்னராஜா)
3. திடியன் தூங்காத் தேவன் (மந்திரி – 2)
4. விளாச்சேரி குப்பராண்டித்தேவன் (மந்திரி – 3)
5. முதலைக்குளம் பல்லாக்கு ஒச்சாத்தேவன் (மந்திரி – 4)

இதில் எந்தப் பட்டியல் சரியானது எனக் கணக்கிடுவதனைக் காட்டிலும் மன்னரால் ராஜாவாகப் பட்டம் கட்டப்பட்ட திருமலை பின்னத்தேவர் தனியாக அதிகாரம் செலுத்தவில்லை என்பதனையும், அவர் சமமானவர்களில் முதன்மையானவராகக் கருதப்பட்டார்.[17] என்பதோடு அவரை முதன்மையானவராகக் கொண்ட தேவர் சபையே இவர்கள் மீது அதிகாரம் செலுத்தியது என்பதனையும் இப்பட்டியல்கள் மூலம் நாம் புரிந்து கொள்ளலாம்.

திருமலை பின்னத்தேவரும், தேவர்சபையும் அதன் செயல்பாடுகளும், அதிகாரங்களும்

இவ்வகையில் எட்டு நாட்டின் தலைவராகப் பட்டம் சூட்டப்பட்ட பின்னத்தேவருக்குக் கம்பளி, பிடிசெம்பு, பிரம்பு, பாதகட்டை, காளாஞ்சி செம்பு போன்றவை ராஜசின்னங்களாக வழங்கப்பட்டன. அவர் நாட்டுக் கூட்டத்திற்குத் தலைமைதாங்கும் பொழுதும், தனிப்பட்ட பிரச்சனைகளைப் பைசல் செய்கின்ற பஞ்சாயத்துக் களுக்குத் தலைமை தாங்கும் பொழுதும் ராஜாவால் கொடுக்கப் பட்ட அந்த ராஜகம்பளத்தினை விரித்தே அதன்மீது அமர்வார். ராஜாகொடுத்த பாதகட்டையை அணிந்து கொண்டும், பொற் பிரம்பினைக் கையில் பிடித்துக் கொண்டும்தான், கூட்டங்களை நடத்துவார். இனி அவரின் அதிகாரங்கள் பற்றிக் காண்போம்.

அவர், ஒருவரைச் சாதியிலிருந்து நீக்குவதற்கும், சேர்ப்பதற்கும் அதிகாரமுடையவராக இருந்தார். ஓர் ஆண் வேறு சமூகத்துப்

கம்பளி, பிடிசெம்பு, பிரம்பு, பாதகட்டை

பெண்ணையோ, பெண் வேறு சாதி ஆணையோ திருமணம் செய்து கொண்டால் அவர்களையும், திருமண உறவுகள் தடை செய்யப் பட்டுள்ள (அதாவது பங்காளி உறவுடையவர்களைத் திருமணம் செய்து கொள்பவர்களையும்) தனது அதிகாரத்திற்கும் தனக்குத் துணையாக இருக்கும் தேவர் சபையின் அதிகாரத்திற்குக் கட்டுப்பட மறுப்பவர்களையும் சாதி நீக்கம் செய்கின்ற அதிகாரம் திருமலை பின்னத்தேவருக்கு இருந்தது. அவ்வாறு ஒருவரைச் சாதியிலிருந்து நீக்கம் செய்யும்பொழுது "இவனை இன்றிலிருந்து சாதியிலிருந்து நீக்கிவிட்டேன். இவனோடு இனிச் சுத்தக் கள்ளன் யாரும் கொள்வினை, கொடுப்பினை வைத்துக் கொள்ளக்கூடாது" எனச் சொல்லி வலப்புறமும், இடப்புறமும் திரும்பி மூன்று முறை தனது எச்சிலைத் துப்பிவிடுவார். அன்றிலிருந்து அவர் சாதியிலிருந்து விலக்கப்பட்டவராகக் கருதப்படுவர். யாராவது மீறி அவர்களோடு திருமண உறவு வைத்துக் கொண்டால் அவர்களும் விலக்கப்பட்ட வர்களாகக் கருதப்படுவர். அவர்கள் ஒதுக்கல் வகை எனப்பட்டனர். அவர்கள் தங்களுக் குள்ளேயே திருமண உறவுகளை வைத்துக் கொண்டனர். அதனால் இதற்குள்ளேயே அவர்கள் தனிக் குழுவாக உருவெடுத்தனர்.

இவ்வாறு விலக்கி வைப்பதோடு விலக்கப்பட்ட ஒருவரைச் சாதியில் சேர்த்துக் கொள்கின்ற அதிகாரமும், பின்னத்தேவருக்கு இருந்தது. சாதிநீக்கம் செய்யப்பட்ட ஒருவர் தனது தவற்றை உணர்ந்து மன்னிப்பு கேட்டு, தேவர் சபையைச் சேர்ந்தவர்களின் காலில் விழுந்து வணங்கி அதற்குரிய அபராதத்தைத் தேவர் சபைக்குச் செலுத்தி விட்டால் அவரைச் சாதியில் சேர்த்துக் கொள்ள இயலும். அப்படிச் சேர்க்கும் பொழுது திருமலை பின்னத்தேவர் "இன்று முதல் இவன் சாதிமகன் சுத்தக் கள்ளன்" எனச் சொல்லித் தனது பிடி செம்பிலுள்ள தண்ணீரை எடுத்து அவரது தலையில் மூன்றுமுறை தெளித்துவிட்டால் அவர் அன்றிலிருந்து சாதியில் சேர்த்துக் கொள்ளப்பட்டதாகக் கருதப்படுவார். அதன் பின்பு சுத்தக் கள்ளர்களும் அவர்களுடன் திருமண உறவுகளை வைத்துக் கொள்வர். இவை மட்டுமல்லாமல் தனிநபர்களுக்கிடையே எழுகின்ற நிலத்தகராறுகள், பெண் பற்றிய பிரச்சனைகள், குடும்பத் தகராறுகள் போன்றவற்றையும் இவர் பைசல் செய்வார். ஆனால் அவற்றைத் தனிப்பட்ட முறையில் பைசல் செய்யமாட்டார். அவர் தலைமையில் ஊர்சபை கூடி அவற்றைப் பைசல் செய்யும். அப்படிப்பட்ட பிரச்சனைகள் பைசல் செய்யப்படுவதற்கு வழக்கைத் தொடுக்கின்ற வாதிகள் அவருக்கு ஐந்து பணம் காணிக்கையாகக் கொடுக்க வேண்டும்.[18]

இச்சாதிக்குள் அவரது தீர்ப்பே இறுதியானதாகக் கருதப்பட்டது. அதன் மீது மேல்முறையீடு மதுரையிலுள்ள கோனார்கள் சாவடிக்கும், அதிலிருந்து மேல்முறையீடு கீழ்நாடு நரசிங்கம் பட்டியிலுள்ள இராமாயணம் சாவடிக்கும் எடுத்துச் செல்லப்படும். இறுதி மேல்முறையீடு ராமநாதபுரம் ராஜாசேதுபதியிடம் எடுத்துச் செல்லப்படும்.[19]

மேற்கூறிய நான்கு தேவர்களையும், எட்டு நாட்டுத் தேவர் களையும், 24 உபகிராமத்துத் தேவர்களையும் உள்ளடக்கிய நாட்டுக் கூட்டம் பெரும்பாலும் திடியன் தாமரை ஊரணி வளாகத்தில் நடைபெறும். இதற்குத் திருமலை பின்னத்தேவர் தலைமை தாங்குவார். இரு நாடுகளுக்கிடையேயுள்ள எல்லைத் தகராறுகள், நீர் ஆதாரங்களைப் பகிர்ந்து கொள்கின்ற தகராறுகள், கோயில் திருவிழாக்கள் பற்றிய தகராறுகள், முதன்மை பெறுவது பற்றிய தகராறுகள் போன்றவற்றை எல்லோரும் சேர்ந்து பேசி பைசல் செய்து எடுக்கின்ற இறுதி முடிவைப் பெரிய தேவராகிய பின்னத் தேவர் சபையில் தெரிவிப்பார். இவ்வகையில் கூடுகின்ற நாட்டுக் கூட்டம் 'பொதுச் சபைக்கூட்டம்' என அழைக்கப்பட்டது. இதனை நிர்வகிப்பதற்கான சபை 'தேவதானசபை' எனப்பட்டது. அது, தலைமையிடமாகக் கருதப்படும் உரப்பனூரில் கூடி உடனடியாகத் தீர்க்கப்பட வேண்டிய விசயங்களைப் பைசல் செய்யும்.[20]

திருமலை நாயக்கர் பட்டயம் வழங்கிய காலம் முதல் பின்வரும் வகையில் பத்துப் பேர் பெரிய தேவர்களாகப் பொறுப்பில் இருந்திருக்கின்றனர்.[21]

1. ஆதி திருமலை பின்னத் தேவர்
2. திருமலை பெருமாள் தேவர்
3. திருமலை பின்னத் தேவர்
4. திருமலை மூக்குபறி பெரியாண்டித் தேவர்
5. திருமலை பின்னத் தேவர்
6. திருமலை மூக்குபறி கல்யாணித் தேவர்
7. திருமலை அனஞ்சித் தேவர்
8. திருமலை மூக்குபறி கல்யாணித் தேவர்
9. திருமலை அனஞ்சித் தேவர்
10. திருமலை பின்னத் தேவர்

இதில் ஒரு சிலர் மட்டுமே தங்களது சொந்த ஊரான கீழஉரப்பனூரில் வாழ்ந்து வந்தனர். மற்றவர்கள் திருமலை மன்னரால் நிர்வாகச் செலவிற்காக இவர்களுக்கு அளிக்கப்பட்ட திருமங்கலம் நகரத்திற்கு அருகேயுள்ள தர்மத்துப்பட்டி கிராமத்தில் வாழ்ந்து

பத்தாவது பட்டையக்காரர் 'திருமலை' பின்னத் தேவர்

திடியன் தாமரை ஊரணி வளாகம்

வந்தனர். 10வது பட்டயக்காரரான திருமலை பின்னத்தேவரது மகன், மூக்குபறி தவமணி கல்யாணித் தேவர் இன்றும் தர்மத்துப் பட்டியில் வாழ்ந்து வருகிறார். திருமலை நாயக்கர் பின்னத்தேவரை எட்டு நாட்டின் பெரிய தேவராகப் பட்டம் கட்டியதோடு, மதுரை நகரத்தில் வாழ்கின்ற ஆயிரம் வீட்டுக் கோனார்களுக்கும் காவல் காராக நியமித்திருந்தார். அதற்கென்று தனிப் பட்டயமும் வழங்கப் பட்டது. (இப் பட்டயங்கள் பற்றி அடுத்து வருகின்ற பகுதிகளில் பார்ப்போம்) அதனால் அக் கோனார்களின் தலைவரே திருமலை பின்னத்தேவருக்குப் பட்டம் கட்டும் விழாவின் போது பட்டலான மணிமுடியை எடுத்து அவரது தலையில் கட்டிப் பதவிப் பிரமாணம் செய்து வைப்பார். பின்னத்தேவருக்குத் துணையாக நியமிக்கப்பட்ட சுந்தத்தேவருக்கும் இவரே பதவிப் பிரமாணம் செய்து வைப்பார். அதுபோல மதுரை மேலமாசி வீதியிலுள்ள ஆயிரம் வீட்டுக் கோனார்களின் பொதுக் கோயிலான கிருஷ்ணன் கோயிலில் நடக்கின்ற திருவிழாவின் 16வது நாள் நிகழ்ச்சியான திருமங்கை யாழ்வார் நிகழ்ச்சியில் தெற்குத் தெரு அம்பலக்காரருக்கும், திருமலை பின்னத் தேவருக்கும், வடமலை சுந்தத்தேவருக்கும் ஆயிரம் வீட்டுக் கோனார்களின் தலைவர் பரிவட்டம் கட்டி மாலை மரியாதை செய்து முதன்மை செய்வார். இவ்வழக்கம் இன்று வரை தொடர்கிறது.

மூக்குபறி தவமணி கல்யாணித் தேவர்

இவ்வாறு பெரிய தேவராகத் திருமலை பின்னத்தேவரும், சின்ன தேவராக வடமலை சுந்தத்தேவரும் கருதப்பட்டாலும் ஒவ்வொரு நாட்டிற்கும், ஒவ்வொரு உபகிராமத்திற்கும் ஒரு பெரிய தேவர் தெரிவு செய்யப்பட்டனர். மேற்கூறிய திருமலை பின்னத்தேவரும், வடமலை சுந்தத்தேவரும் தந்தைக்குப் பின் மூத்த மகன் என்ற வம்சாவளி அடிப்படையில் இப் பொறுப்பினைப் பெற்றனர்.

ஆனால் மற்ற நாட்டுத் தேவர்கள் வம்சாவளியினர்களெல்லாம், அவர்களுக்குள் ஒதுக்கப்பட்ட வம்சாவளிக்குள் சுழற்சி முறையில் தெரிவு செய்யப்பட்டனர். உதாரணமாகப் பாப்பாபட்டி நாட்டில் பத்துத் தேவர்கள் இருந்தாலும் அதில் பெரிய தேவர் பதவி அதிலுள்ள லிங்கப்பநாயக்கனூர் ஒச்சாத்தேவர் வம்சாவளிக்கே ஒதுக்கப் பட்டுள்ளது. அந்த ஒச்சாத்தேவர் வகையறாக்களுள் இருக்கின்ற மூன்று வம்சாவளிகளுக்குள் சுழற்சிமுறையில் பெரியதேவர் தெரிவு செய்யப்படுகிறார். அதுபோல வாலாந்தூர் நாட்டில் நான்கு தேவர் இருந்தாலும் அந்நாட்டின் பெரியதேவர் பதவி சின்னிவீரத் தேவருக்கே ஒதுக்கப்பட்டுள்ளது. அச் சின்னிவீரத் தேவர் வம்சாவளிக்குள் இருக்கின்ற இரண்டு பங்காளிகளிடையே சுழற்சி முறையில் பெரிய தேவர் தெரிவு செய்யப்படுகிறார். இதுபோல எல்லா நாட்டு உப கிராமங்களுக்கான பெரியதேவர்கள் சுழற்சி முறையிலேயே தெரிவு செய்யப்பட்டனர்.

மேற்கூறிய திருமலை பின்னத்தேவரைப் பெரிய தேவராகக் கொண்ட இவ்வதிகார அமைப்பு சுமார் 200 வருடங்களுக்கு மேல் பிறமலைக் கள்ளர்களின் சிவில் நீதி நிர்வாகத்தின் மேல் அதிகாரம் செலுத்தியது. ஆனால் அக் காலங்களிலும் ஒட்டு மொத்தப் பிறமலைக் கள்ளர்களும் இவ்வமைப்பிற்கு முழுவதுமாகக் கட்டுப்பட்டுச் செயல்பட்டதாகத் தெரியவில்லை. இதற்குக் கட்டுப்படாமல் ஆங்காங்கே சில கிளர்ச்சிகள் நடந்துள்ளதைப் பற்றிப் பல வழக்குக்கதைகளும் உண்டு. இக்கிளர்ச்சிகள் பெரும்பாலும் கருமாத்தூரை மையமாகக் கொண்டு நடந்திருக்கின்றன. ஏனெனில் இவ் உரப்பனூரைத் தலைமையாகக் கொண்ட புதிய அதிகார அமைப்பைத் திருமலை மன்னர் ஏற்படுத்துவதற்கு முன்பாகக் கருமாத்தூர் கோட்டைமந்தை வளாகமும், திடியன் தாமரை ஊரணி வளாகமுமே இவர்களது அதிகாரமையத்தின் தலைமையிடமாகச் செயல்பட்டிருக்கின்றன. அதனால் அதனை எதிர்த்த கிளர்ச்சிகளும் இப்பகுதிகளைச் சுற்றி அதிகமாக நடந்தன.

மேலும் இவ்வதிகார அமைப்பு இவற்றிற்குள் நடைபெற்ற உள்அதிகாரப் போட்டி காரணமாகப் பலவீனப்பட்டது. குறிப்பாகப்

பெரியதேவர் பின்னத்தேவர் வம்சாவளிக்கும், சின்னதேவர் சுந்தத் தேவர் வம்சாவளிக்கும் இடையே ஏற்பட்ட அதிகார மோதல்கள் காரணமாகப் பல தொடர் கொலைகள் நடைபெற்றன. இதில் வடமலை சுந்தத்தேவனது குடும்பத்தில் அனைவரும் ஒட்டு மொத்தமாகக் கொல்லப்பட்டனர். அதில் ஒரே ஒரு சிறுவன் மட்டும் உயிர் தப்பிச் சென்று சாப்டூரில் தஞ்சமடைந்தான். அவன் பெரியவனானதும் அங்கிருந்து வந்து பின்னத்தேவனோடு சண்டை யிட்டுத் தனது தந்தைக்குரிய உரிமையை மீண்டும் பெற்றான். அது மட்டுமல்லாது பின்னத்தேவரது வம்சாவளிக்குள்ளே யார் மூத்த வம்சாவளி என்ற போட்டியும் ஏற்பட்டது.[22]

பூர்வீக ஊரான கீழஉரப்பனூரில் வாழ்ந்தவர்களுக்கும், தர்மத்துப்பட்டிக்குச் சென்று குடியமர்ந்தவர்களுக்குமிடையே யார் பெரியதேவர் பொறுப்பினைப் பெறத் தகுதியுடைவர்கள் என்பதில் போட்டி ஏற்பட்டது. மேற்கூறிய உள் அதிகார மோதல்கள் காரணமாக ஒரு வகையான குழப்பமான சூழல் உருவாயிற்று முல்லைப் பெரியாறு அணை கட்டி முடிக்கப்பட்டவுடன் அதன் தண்ணீரைக் கள்ளர்நாடுகளுக்கு வழங்குவது என அன்றைய பிரிட்டிஷ் அரசாங்கம் முடிவெடுத்தது. அப்பொழுது இரண்டு பகுதி கள்ளர் நாட்டுத் தலைவர்களை அழைத்துப் பேசி முடிவெடுக்க விரும்பினர். அச்சமயம் கிழக்கு நாட்டுக் கள்ளர்கள் மத்தியில் அம்பலக் காரர்களைத் தலைவர்களாகக் கொண்ட ஒரு வலுவான அமைப்பு இருந்தது. அதனிடம் சில உத்திரவாதங்களைப் பெற்று அவர்களுக்குப் பாசனத்திற்குத் தண்ணீர் அளிக்க முடிவெடுத்தனர். ஆனால் அந்தக் காலக்கட்டத்தில் புறமலைநாட்டில் ஒரு முறையான அதிகார அமைப்பு இல்லாத காரணத்தினால் அவர்களுடன் பேச்சு வார்த்தை நடத்த இயலவில்லை என அக்காலத்திய அரசு ஆவணங்களில் குறிப்பிடப்பட்டுள்ளன.[23]

இவ்வாறு தங்களுக்குள் ஏற்பட்ட அதிகார மோதல்களால் இவ்வமைப்புப் பலவீனப்பட்டிருந்தாலும் 20ஆம் நூற்றாண்டின் தொடக்கம்வரை அதாவது குற்றப்பரம்பரைச் சட்டம் இவர்கள் மீது அமல்படுத்தப்படும் வரை இவ்வதிகார அமைப்பு ஓரளவிற்குச் செயல்பட்டுக் கொண்டிருந்தது. குற்றப்பரம்பரைச் சட்டம் அமல் படுத்தப்பட்டவுடன் இச்சமூகத்தைச் சேர்ந்த வயது வந்த அனைத்து ஆண்களும் அரசாங்கத்தின் நேரடிக் கண்காணிப்பின்கீழ்க் கொண்டு வரப்பட்டனர். அதனை மேற்பார்வையிடுவதற்குக் கள்ளர் பஞ்சாயத்து என்ற ஒரு புதியமுறை ஏற்படுத்தப்பட்டது. அதன்படி அரசாங்கத்தின் நம்பிக்கையைப் பெற்ற கள்ளர்கள் சிலர் பஞ்சாயத்

தார்களாக நியமிக்கப்பட்டனர். (இக்கள்ளர் பஞ்சாயத்து முறை பற்றிப் பின்வரும் அத்தியாயங்களில் விரிவாகப் பார்ப்போம்.) இப்படிப் புதியதாக உருவாக்கப்பட்ட கள்ளர் பஞ்சாயத்துக்கள் – இவர்களது சிவில் வாழ்க்கையைத் தங்களது முழுமையான கட்டுப்பாட்டின்கீழ்க் கொண்டு வந்தன. அதன் பிறகு திருமலை மன்னர்காலத்தில் உருவாக்கப்பட்ட திருமலை பின்னத்தேவரைத் தலைவராகக் கொண்ட இப் பாரம்பரிய அதிகார அமைப்பு முற்றிலும் செயல் இழந்து, நீர்த்துப் போனது.

மூக்குப்பறி யுத்தம்:

திருமலை மன்னரின் இறுதிக்காலத்தில் மைசூர் மன்னர் மதுரை மீது படையெடுத்து வந்து மதுரை மக்களின் மூக்குகளை அறுத்து அவமானப்படுத்திவிட்டுச் சென்றார். அப்பொழுது திருமலை மன்னர் சேதுபதி மன்னரின் உதவியை நாடினார். அவர் தலைமை யிலான மறவர்படை மதுரை வந்து சேர்வதற்குக் காலதாமதமானதால் உரப்பனூரில் பின்னத்தேவரது உதவியை நாடினார். அவரது தலைமையில் கள்ளர்படை ஒன்றும் அப்போரில் கலந்து கொண்டது. இதற்கென நேரடி வரலாற்று ஆதாரங்கள் இல்லாவிட்டாலும், திருமலை பின்னத்தேவரது வம்சத்தவர்களும் தங்களது பெயருடன் மூக்குப்பறி என்ற பட்டத்தினைப் பயன்படுத்திக் கொள்வது இதற்குச் சான்று பகர்வதாக உள்ளது என முத்துத்தேவர் குறிப்பிடுகின்றார்.[24]

புறமலை நாட்டவருக்கு வழங்கப்பட்ட நாயக்கர் காலச் செப்பேடுகள்:

திருமலை நாயக்கர்களாலும், பிற நாயக்க மன்னர்களாலும் இப்பகுதியைச் சேர்ந்தவர்களுக்குப் பல்வேறு காரணங்களுக்காகச் சில அதிகாரங்களையும், மானியங்களையும் அளித்துச் சில செப்பேடுகள் வழங்கப்பட்டன. அதில் சில, தமிழ்நாடு அரசுத் தொல்பொருள் ஆய்வுத்துறையால் வெளியிடப்பட்டுள்ளன. அச்செப்பேடுகள் பற்றிப் பார்ப்போம்.

தருமத்துப்பட்டிச் செப்பேடுகள்

கீழஉரப்பனூரைச் சேர்ந்த திருமலை புன்னைத்தேவருக்கு மூன்று செப்பேடுகள் திருமலை நாயக்கரால் வழங்கப்பட்டுள்ளது. இதில் ஒவ்வொரு செப்பேடும் வெவ்வேறு காலங்களில் வெவ்வேறு காரணங்களுக்காக வழங்கப்பட்டுள்ளன. இவை மூன்றும் திருமங்கலம் வட்டம் கப்பலூரை அடுத்துத் தருமத்துப்பட்டியில் வசிக்கக்கூடிய திருமலை புன்னைத்தேவரது நேரடி வாரிசுகளான

திரு. மூக்குப்பறி தவமணி கல்யாணித்தேவர் என்பவரிடம் உள்ளதனால் இவை தருமத்துப்பட்டி செப்பேடுகள் எனப்படுகின்றன. இச்செப் பேடுகளின் விவரங்களையும், வேறு சில செப்பேடுகளின் விவரங் களையும் தமிழ்நாடு அரசுத் தொல்பொருள் ஆய்வுத்துறை வெளியிட்டுள்ள குறிப்புகளிலிருந்து பின்வருமாறு தரப்பட்டுள்ளன.[25] *(மூலப்பிரதிக்குக் காண்க பின்னிணைப்பு – 2)*

தருமத்துப்பட்டிச் செப்பேடு - 1

செப்பேடு கொடுக்கப்பட்டதன் நோக்கம்:

திருமலை புன்னைத் தேவனுக்குக் கோனார்கள் செய்ய வேண்டியவை பற்றியது.

செப்பேட்டின் அமைப்பு:

இப்பட்டயம் 24 செ.மீ நீளமும் 15.5செ.மீ அகலமும் உடையது. விளிம்புகள் ஒழுங்கு இல்லாதவை. தலைப்பகுதியின் நடுவில் ஒரு துளையுடன் கூடிய இதழ் அமைப்பும் இரு முனைகளில் ஒவ்வொரு சிறிய இதழ் அமைப்புக்களும் உள்ளன. எழுத்துக்கள் ஒரு பக்கம் மட்டும் பொறிக்கப்பட்டவை. முன் பக்கம் முப்பது வரிகள் மட்டும் உள்ளன.

கொடுக்கப்பட்ட காலம்

பார்த்திப வருடம் ஆனிமாதம் 19ஆம் தேதிக்குச் சமமான ஆங்கில ஆண்டு மாதம், கிழமை 17–6–1645 செவ்வாய்க்கிழமை.

அச் செப்பேட்டிலுள்ள செய்தி

திருமலை புன்னைத்தேவன், ஆறு தாய்மகன் ஆகிய இருவரும் திருமலை நாயக்கரை ஆட்டுக்கிடாய், 5 கலம் அரிசி, பருப்பு, பசும்பால், சீனிசக்கரை, பாதகாணிக்கை, பணம் 50 ஆகியவற்றுடன் சந்தித்துச் சந்தோசப்படுத்தினார்கள். அதனைக் கண்டு சந்தோச மடைந்த மன்னர் என்ன வேண்டும் என்று கேட்க, கோனார்கள் (கோங்கிமார்கள்) தெருவில் வீட்டுமனைகள் இருவருக்கும் விட்டுக் கொடுக்கவும் மதுரை ராமாயணச் சாவடியில் அவர்கள் கூடும்பொழுது கொம்புக்கிடாய், குத்துக்கிடாய் கொடுக்க வேண்டுமென்றும் நிலங்களில் ஆட்டுக்கிடை கிடத்தப்போனால் வருமானத்தில் ஒரு பங்கு கொடுக்க வேண்டுமென வேண்டினார். அதன்படி செய்ய மன்னர் உத்தரவிட்டுள்ளார்.

பட்டய நகல்

ஹ ராமசெயம்

1. பாத்திவா ஸ்ரீ ஆனி மீ ய கூ மது றா புரித்தல
2. திலிறுக்கும் றாசமானிய றாயர் ஷத்திரி[1] திறு
3. மலைநாயக்கறவற்களிடத்தில் தெயிவ கே
4. ாத்திறமாகிய திறுமலை புன்னைத்தேவனை
5. சேற்ந்த ஆறுதாய மகனும் ஆட்டுக்கிடாய் க
6. அரிசி பருப்பு ரூா[2] பால்பசு க பாதகாணி
7. க்கை ருயஉ[3] சீனி சக்கரை யெரிதுறும்பு
8. யிவழவு சாமான் வயித்து றாசாவெ சந்
9. திப்புக் கண்டாற்கள் றாசாவுக்கு சந்தோ
10. சமாகி கோத்திறமாகிய புன்னைத்தேவ
11. ா ஒனக்கு யென்ன வேணுமென்று றாசாகே
12. ட்டாற் எனக்கு கோங்கிமாற்கள் ரெண்டு தெறு
13. வீதி கட்டடம் விட்டுக்குடுக்கவும் யிதை சேற்ந்த
14. கிறாம(ம்) பதினெட்டுபட்டி கோங்கிமாற்கள்
15. றாவான சாவிடியில் கூடியிறுக்கும் போது
16. தெயிவ கோத்திறமாகிய புன்னைத்தேவனு
17. க்கு கும்புக்கிடாயிக குடுக்கவும் குத்துக்கிடாய்
18. ஆறுதாயி மகனுக்கு குடுக்கவும் தேவற்கிடை
19. க்கிப்போனால் கிடை வறுமானம் ஒரு பங்
20. கு குடுக்கவும் யிந்தப்படிக்கி தாம்பூறசாதின
21. பட்டையம் வேணுமென்று கேட்டான் அந்
22. தப்பட்டிக்கி றாசா உத்தறவு ஆச்சுதுயிந்தபடிக்கி
23. திறுமலை நாயக்கறவற்கள் திலுக்கறத்தால்[4] ன
24. கயிஒப்பம் யிந்த பட்டையம் செயிதவன்
25. மதுரை பொன்னம்பலபிள்ளை மகன்
26. முத்துப்பிள்ளை யிதை ஆறாமொறுதன் அடி
27. அளித்தால் றாவான சாவிடியில் உள்ள தே
28. வாதியளும் மீனாச்சி அம்மனும் கேள்க்கும்
29. யிதில் புன்னைத்தேவன் ஆறுதாயமகன்
30. சேற்ந்தவன் உ

---

1. ஏனைய சில செப்பேடுகளில் ஸ்ரீத்திரி என்றுள்ளது
2. 5 கலம் என்பதாகலாம்.
3. 50 பணம் என்பதாகலாம்.
4. திருக்கரத்தால் என்று படிக்கவும்.

தருமத்துப்பட்டிச் செப்பேடு - 2

நோக்கம்

கீழ உரப்பனூர் புன்னைத் தேவருக்குத் திருமலைப் பட்டம் கட்டி எட்டு நாட்டுத் தலைவராக நியமிப்பது பற்றியது.

அமைப்பு

இச்செப்பேடு 21 செ.மீ உயரமும், 14 செ.மீ அகலமும் உடையது. மூலைகள் சற்றுக் கோணலானவை. தலைப்பகுதியின் நடுவில் துளையுடன் கூடிய இதழ் அமைப்புள்ளது. முன் பக்கம் 30 வரிகளிலும் பின்பக்கம் 6 வரிகளிலும் எழுத்துக்கள் பொறிக்கப் பட்டுள்ளன.

காலம்

செய வருடம் பங்குனி மாதம் 21ஆம் தேதி திங்கள் கிழமைக்கு சமமான ஆங்கில வருடம் 19.3.1655

செய்தி

திருமலை நாயக்கரிடம் "பெத்த பிள்ளை" என்றும் "திருமலை என்றும் பட்டம் பெற்ற பெத்தபிள்ளை திருமலை புன்னைத் தேவன் என்பவருக்கும் நாடு எட்டிற்கும் கம்பளி அதிகாரமும் பாதகுறடு, புடிசெம்பு, காளஞ்சி ஆகிய 21 சிறப்புக்கள் செய்து அவருக்குக் கம்பளி போடுகின்ற போது பாதகாணிக்கையாகப் பணமும், அரண்மனையிலிருந்து பணமுடிப்பு 60 பணம் ஆகியவை கிடைப்பதற்கும், அவனுக்குப் பெண்குழந்தை பிறந்தபோது "திருமலை புன்னியக்கா" என்று பெயர் வைத்துத் தங்கப்பதக்கம் வழங்குவதற்கும், அவருக்கு மானிய நிலமும் மேலும் அவனது செலவிற்காகத் தருமத்துப்பட்டி, உச்சபட்டி ஆகிய கிராமங்களைக் கொடுத்ததற்கும், பதினெட்டுப் பட்டி கோனார்கள் அவனுக்கு ஆடி, தீபாவளிக்குக் கொம்புகிடாய், பால்குடம், நெய்க்குடம் கொண்டு வந்து பாதகாணிக்கை கொடுப்பதற்கும் ஆதாரமாக அளிக்கப்பட்ட செப்பேட்டுப் பட்டயம் இது. மேலும் அவனுக்குத் துணையாகச் சுந்தத்தேவன், ஒச்சாத்தேவன் என்ற இருவரும் நியமிக்கப்படுவதனையும் பட்டயத்தில் குறிப்பிடப்பட்டுள்ளது. இதில் சிவகங்கை ராசாவும், புதுக்கோட்டை தொண்டைமான் சிவத்தம்பியும், கருமாத்தூர் கொன்றி மாயத்தேவனும் சாட்சிகளாகக்

குறிப்பிடப்படுகின்றனர். சொக்கலிங்கம் மீனாம்பாள் துணை என்றும் மூணுசாமி துணை என்றும் இப்பட்டயம் முடிகின்றது.

பட்டய நகல்

உ ராமசெயம்

1. மதுரா புரிக்கி கற்த்தறாகிய திருமலைனாயக்கறவ
2. ற்களுக்கு பெத்தபிள்ளை திருமலைப் புன்னைந்தே
3. வனுக்கு எழுதிக் குடுத்த பட்டயம் செயஹ பங்
4. கூனி மீ உ மு கூ உ சோமவாறத்தில் நாடுயெ
5. ட்டு வணிகத்துக்கும் கம்பளி அதிகாரமும் பு
6. டி செம்பும் பட்டமும் முதமையும் பாதகொ
7. றடு காளஞ்சியும்[2] ஆக யிவளவும் திருமலை
8. ப் புன்னைத்தேவனுக்கு பட்டங்கட்டி வச்சது ஷ
9. யானுக்கு வருமானம் சாதியாற் நாட்டில் வந்
10. து கம்பிளி போடுகிறபோது பாதகாணிக்
11. கை யரு வச்சு கண்டு கொள்கிறரது ரெண்டா
12. வது சுந்தத்தேவன் மூணாவது ஒச்சாத்தேவ
13. ன் ஷதிருமலை புன்னைத்தேவனுக்கு அரமனை
14. யிலிருந்து உசுபய முடிப்பு குடுத்தனுப்பு
15. கிரது ஷயானுக்கு பெண்குளந்தை பிரந்தத
16. க்கு திருமலைப் புன்னியக்காளென்று[3] பேறும்
17. வச்சு தங்கப்பதைக்கமும் போட்டு வீரமடை
18. யான் செயிக்கி கிளக்கு கணக்கு மானிபத்துவக்குவ
19. டக்கு நாலுசெயி நிலம் நஞ்சை மானியும் பாக்கு
20. வெத்திலை சிலவுக்கு உச்சப்பட்டி தற்மத்துப்பட்டி ஆ
21. க ரெண்டுகிராமம் விட்டுக்குடுத்தது பதினெட்டுப்
22. பட்டிக்கோனாக்கள் ஆடிதீவாளி சங்கமூந்தி[4]
23. க்கி கும்புக்(கு)[5] கிடாய் கனாக்கமாற்கள் பால்க்கு
24. டம் நெய்க்குடம் கொண்டு வந்து கண்டு கொ
25. ள்ளவும் யிந்தப்படிக்கி ராசாமானிய ஸ்ரீதரி
26. திருமலை நாயக்கறவற்கள் ஒப்பம் சாட்சி சிவ
27. சங்குறாசா தொண்டமான் புதுக்கோட்டை சி
28. வத்ததம்பி கறுமாத்தூற் கொண்டிரி மா
29. யத்தேவன் தாம்பூரப்பட்டயஞ் செய்தவன்
30. ஆசாரி யிந்தப் பட்டயத்தை பின்னோர்கள்
31. அடி அளிவு செய்தால்பிராமணாளைக் கொன்
32. றதோசத்திலுங் காறாங் கோவைக் கொ
33. ன்ற தோசத்திலு அடைந்து போவாறாகவும்

34. வேணும் சொக்கலிங்கம் மீனம்மாள் து
35. ணை உ மூணுசாமி துணை உ.

---

1. எழு – என்பது குறியீடு மூலம் காட்டப்பட்டுள்ளது.
2. 'யும்' என்பது குறியீடு மூலம் காட்டப்பட்டுள்ளது.
3. 'பொன்னியக்காள்' ஆதல் வேண்டும்
4. 'சந்கராந்தி' என்றிருக்கலாம்.
5. "கொம்புகிடாய்" எனப்படிக்கவும்.

தருமத்துப்பட்டிச் செப்பேடு - 3

நோக்கம்

குடிகள் அமர்த்தி நாட்டாண்மை உரிமைக்குப் பட்டயம் வழங்குதல்.

அமைப்பு

இச் செப்பேடு 22.5 செ.மீ உயரமும் 15 செ.மீ அகலமும் உடையது. விளிம்புகள் சற்று ஒழுங்கற்று வளைந்தவை. முன்பக்கம் 26 வரிகளும், பின்பக்கம் 14 வரிகளும் பொறிக்கப்பட்டுள்ளன. செப்பேட்டின் தலைப்பகுதியின் நடுவில் துளையுடன் கூடிய இதழ் அமைப்புள்ளது.

காலம்

துன்முகி வருடம் ஆவணி மாதம் 29ஆம் தேதிக்குச் சமமான ஆங்கிலஆண்டு 29–8–1656 வெள்ளிக்கிழமை.

செய்தி

திருமலை நாயக்கர் தன்னுடைய படைகளுடன் மேற்குத் திசைக்குச் சென்று திரும்பிப் புளியங்குளம் வந்த போது இருப்பக் கவுண்டன், புன்னைத்தேவன் இருவரும் அரசனையும், அவனது படைகளையும் இரு பொழுதுகளுக்கு இறுத்தி, வேண்டிய உபசரணைகள் செய்தனர். கடிகளே இவ்வாறு சீரணமாயிருந்த ஊரில் உபசரித்து இருவரையும் கண்டுமகிழ்ந்து அங்கு மக்களைக் குடியமர்த்தி ஊரமைத்து வடக்குத் தெரு, தெற்குத் தெரு என்று இரண்டாகப் பிரித்து நாட்டாண்மை புரியும் உரிமையையும் இருவருக்கும் பகிர்ந்தளித்ததை இச்செப்பேடு காட்டுகின்றது. இதில் புளியங்குளம், கிண்ணிமங்கலம், தேங்கிலி பட்டி, நாகமலை, கருமாத்தூர் போன்ற கிராமங்கள் குறிப்பிடப்படு கின்றன. கணக்கன் ராமலிங்கம் பிள்ளை சாட்சியாகக் குறிப்பிடப்

பட்டுள்ளார். இப் பட்டயத்தைத் தயாரித்தவர் மேலவாசல் சொக்கலிங்கம் ஆசாரி.

பட்டய நகல்

உ றாமசெயம்

1. துன்முகி ஸ்ரீ ஆவணி மீ உகூ உமது
2. ரா புரிக்கலத்துக்கு[1] கற்த்தறாகிய திரும
3. லை னாயக்கறவற்களும் சில றாணுவங்
4. களும் மேற்கே யாத்திரை (ரை) யாயி
5. ப் போயி திரும்புகாலில் நாகமலை யரு
6. காண்மையில் புளியங்குளத்தில் வந்து
7. தருகியிருக்கும் போது ஷ கிராமத்தைச்
8. சேற்ந்த பூமியனில்[2] குடியேறாமல் சீர
9. மையாயிருந்தது[3] னாலே யிருளப்ப கவன்
10. டன் புன்னைத்தேவன் யிருபேரும் றசா
11. வை யெதிற்கொண்டு கண்டு றாசாவையும்
12. றாணுவங்களையு ரெண்டு நேறம் நிறுத்தி
13. வயித்து சாமான் படி பாற்க்கிலை[4] விசா
14. றணை செய்து றாசா பூமியை பாற்த்து யிருள
15. ப்ப கவண்டன் புன்னைத்தேவன் யிவாள்
16. பேரில் சந்தோசம் வந்து நாட்டாமை யிரு
17. பேருக்குங் கொடுத்து கிராமமும் உண்டு பண்
18. ணி தெருவும் பகுந்து முதலாவது நாட்டா
19. மை தெற்க்கு தெரு யிருளப்ப கவுண்டனுக்கு
20. ரெண்டாவது நாட்டாமை வடக்குத்தெரு
21. வும் புன்னைத்தேவனுக்கு தீர்த்தம் திருமாலை வகைகள்
22. பொங்கல் புதியல்சகலமும் யிவாளு
23. க்கு நடக்கும்படி உத்தறவு யிந்தக்கிராமத்து
24. க்கு மால் வய்யிருக்கன் கிராமத்துக்கு மேற்
25. க்கு கண்ணிமங்கலத்து வடக்குத் தேங்கிலி
26. ப்பட்டி வெள்ளைக்குறட்முக்கு[5] கிளக்கு நாக
27. மலைக்கி தெற்க்கு யிந்தநாங்கு எல்லைக்கு
28. ள்ப்பட்ட பூமியனில் குடியளை உண்டு ப
29. ண்ணி றாசா அரமனைக்கி உசXய யஸ்ரீ [6] கற்
30. குத்தகையாய் செலுத்தி வறவும் யிதைப்
31. பின்னோற்கள் அடி அளிவு செய்தால் காறா
32. ம் பசுவைக் கொன்ற தோசத்திலும் அடைந்து
33. னாளைக் கொன்ற தோசத்திலும்பிராம

34. போவாறகவும் யிந்தப்படிக்கி கற்த்தறா
35. கிய திருமலை நாயக்கறவற்கள் கயி ஒ
36. ப்பம் சாட்சி வய்யினாக்கன் கருமாத்தூ
37. ற் கணக்கு றாமலிங்கம்பிள்ளை யிந்தப்ப
38. ட்டயந் தாயற் செய்தவன் மேல வாச
39. ல் சொக்கலிங்கம் ஆசாரி வேணும்
40. மீனம்மாள் துணை உ

---

1. தலத்திற்கு என்று படிக்கவும்
2. பூமியளில் என்று படிக்கவும்
3. வீர்ணமாயிருந்தது (சிதைவடைந்து இருந்தது) என்று கொள்ளுதல் நன்று.
4. 'வெற்றிலை பாக்குப்' போலும்
5. 'குறட்டுக்கு' என்று படிக்கவும்
6. அறுபது பணம் எனக் குறியீடால் எழுதப்பட்டுள்ளது.

சிந்து மேட்டுப்பட்டிச் செப்பேடு

நோக்கம்

புலியிடமிருந்து மன்னனைக் காத்ததற்காக நாயக்கர் ஒருவருக்கு அளிக்கப்பட்ட பட்டயமாகும்.

அமைப்பு

இப்பட்டயம் 22.5 செ.மீ நீளமும் 13 செ.மீ அகலமும் உடையது. தலைப்பகுதியில் அரைவட்டமான இதழும் அதன் நடுவில் வட்டத் துளையும் உள்ளன. விளிம்புகள் சிறிது ஒழுங்கற்று அமைந்துள்ளன. முன்புறம் 34 வரிகளும் பின்புறம் 9 வரிகளும் பொறிக்கப்பட்டுள்ளன.

காலம்

செய வருடம் ஆனி மாதம் 9ஆம் தேதி இதற்குச் சமமான ஆங்கிலத் தேதி கி.பி 19.5.1654 புதன்கிழமை.

செய்தி

திருமலை நாயக்கரின் அரண்மனைக் காவலராக அரங்கயசாமி நாயக்கன் என்பவன் இருந்தான். ஒரு சமயம் திருமலை நாயக்கர் வேட்டைக்குச் சென்றபோது இவனும் கூடச் சென்றான். ஒரு புலி வாலை முறுக்கிக் கொண்டு வருவதைக் கண்டு அரசரை ஏதேனும் செய்து விடக்கூடும் என்றஞ்சிக் கல்வெடியால் இரண்டு குண்டுகள் போட்டுப் புலியைச் சுட்டு வீழ்த்தினான். அவனை

மெச்சிய மன்னர் ஓர் ஆபரணத்தை அவ்விடத்திலேயே பரிசளித்து முகாம் இருந்த இடத்தில் அவனுக்குச் சாப்பாடு போட்டுப் பாராட்டி அரண்மனைக்கு அழைத்து வந்து அவன் விருப்பத்திற்கிணங்க அவனது கிராமமான வாகைக்குளத்திற்கு நாட்டாண்மை முதன்மை வழங்கிக் கொடுக்கப்பட்ட செப்பேடு இது. இதில் விக்கிரமங்கலம் ஆண்டித்தேவனும், திடியன் தூங்காத்தேவனும், கொங்கர் புளியங்குளம், இருளப்பக் கவுண்டனும், மேலக்கால், விக்கிரமங்கலம், திடியன், கொங்கர்புளியங்குளம் போன்ற கிராமங்களும் குறிப்பிடப் படுகின்றன. இப்பட்டயம் செய்தவர் மேலவாசல் சுப்பயன் ஆசாரி.

பட்டய நகல்

உ றாமசெயம்

1. செயா[2] ஸ்ரீ ஆனி மீ கூ உ மது றாபு
2. ரி தலத்துக்கு கற்த்தறாகிய – றாசமானிய
3. ஸ்ரீத்திரி திருமலைனாயக்கறவற்கள் யி
4. டத்தில் – வாகக்குளம் ரெங்கயசாமி
5. னாக்கன் அரமனை காத்திருந்து மேலக்கா
6. ல் ஊடையத்தில் கூடயிருந்து முடுக்க
7. ணையில் வேட்டை மாற்க்கம் போயிறா
8. சாவுக்கு முன்பாக பெரும்புலி தண்டவா
9. ல் மருக்கி வாறபோது றாசாவுக்குப் பளுது
10. வருமென்று ரெங்கயசாமி னாக்கன் கல்
11. வெடியா ரெட்டைக்குண்டு போட்
12. டுச் சுட்டான் றாசா ஆணைமேல் அம்பா
13. ரி வச்சு பாத்திருந்தவற் சந்தோசமாகி கூ
14. ப்பிட்டு கொத்துச் சறப்பளி போட்டு ஊடை
15. (டை) யத்துக்கு கூட்டி வந்து சாப்பாடு போட்
16. டு அரமனைக்கி வந்து றாசா உனக்கு என்னவே
17. ணுமென்று கேட்பாற் யென் கிராமத்துக்கு நா
18. ட்டாமை முதமை கணக்குக்கு[3] தாம்பூரசாதின
19. ப்பட்டயம் குடுக்க வேணுமென்று சொன்னா
20. ன் அந்தப்படிக்கி உத்தறவு வாகக்குளத்து அ
21. ஞ்சு கிறாமத்து மாலுக்கு விபறம் கருமாத்தூ
22. ற் – மாலுக்கு தெக்கு – கலுங்குக்கு மேற்கு – பா
23. ப்பான் அய்யன் அளிசிரை மாலுக்கு வட
24. க்கு திடியன் தூங்கதேவன் மாலுக்கு கிள
25. க்கு – யிந்த னாங்கொல் கைக்குள் பட்ட அஞ்சு
26. கிராமத்துக்கும் நாட்டாமைக்கி மானிபம்[5]
27. உகூ ய[6] – பொன் கணக்கு மானிபம் உங்ய[7]

28. பொன் – சம்மதித்த கணக்கனை வச்சுக்கொ
29. ள்ளவும் குதிரைமட்டம் குடுத்தாற் ஷெ[8] வா
30. க்குளத்தைச் சேர்ந்த அஞ்சுகிராமத்து
31. நாட்டாமை முதலை தீத்தந்திருமாலைசக
32. லமும் ரெங்கயசாமி நாகனுக்கு சாதினப்ப
33. ட்டயத்துக்கு உத்தறவு – யிந்தப்படிக்கி சாட்சி வி
34. க்கலமங்கலம் ஆண்டித்தேவன் திடியன்.
35. தூங்கதேவன் கொங்கபுளியங்குளம்.
36. யிருளப்ப கவண்டன் யிந்தப்பட்டயம் செ
37. ய்தவன் மேலவாசல் சுப்பயன் ஆசாரி
38. யிதை யாதாமொருதற அடி அளித்தால்க்
39. காறாம் பசுவைக் கொன்ற தோசத்திலும்
40. பிறாமனாளைக் கொன்ற தோசத்திலும் அடை
41. ந்து போவாறாகவும் யிந்தப்படிக்கி கற்த்த
42. றாகிய திருமலைனாயக்க றவர்கள் கய்யிஒப்
43. பம் உ மீனம்மாள் துணை உ

---

1. பொருப்பு மேட்டுப்பட்டிச் செப்பேடு என்ற பெயரில் எண் : 18இல் வெளியிடப்பட்டுள்ளது.
2. 'செய' என்று படிக்கவும்
3. 'க்கு' என்பது குறியீட்டால் எழுதப்பட்டுள்ளது.
4. மாலுக்கு என்றால் எல்லைக்கு என்று பொருள் போன்று தெரிகிறது.
5. மானியம் என்று படிக்கவும்
6. பொன் 60, 7. பொன் 30, 8. மேற்படி

இராஜாக்காப் பட்டிப் செப்பேடு

நோக்கம்

இராஜாக்காப்பட்டி மானூத்தை சேர்ந்த இரண்டு கள்ளர் சகோதரர்களுக்கு அவர்கள் நடத்தி வந்த தண்ணீர்ப் பந்தலுக்கு மானியம் வழங்கி அளிக்கப்பட்டது. இது 80வருடங்களுக்கு முன்பு எலிவேட்டைக்குச் சென்றவர்களால் தற்செயலாகக் கண்டுபிடிக்கப் பட்டது.

அமைப்பு

இச் செம்புப் பட்டயம் 22.5 செ.மீ நீளமும் 14.5 செ.மீ அகலமும் உடையது. பட்டயத்தின் தலைப்பகுதியின் நடுவில் ஒரு பெரிய இதழமைப்புத் துளையுடன் உள்ளது. மேலும் தலைப்பகுதியில்

இரு ஓரங்களில் சிறு, சிறு இதழ்களும் உள்ளன. முன்புறம் 26 வரிகளும் பின்புறம் 8 வரிகளும் எழுதப்பெற்றிருக்கின்றன.

காலம்

பிலவங்க ஆண்டு ஆவணி மாதம் 25ஆம் தேதி சமமான ஆங்கில வருடம் (26.8.1667 திங்கள்). பட்டய எழுத்தும் அமைப்பும் பிற்காலத்திய படியாக எண்ண வைக்கிறது. செய்திகளும் இன்றும் சான்றுகள் உள்ளன.

செய்தி

திருமலை நாயக்கர் குமாரகோவிலிலுள்ள இடத்தில் வந்திருந்த போது திருவத்தேவன், பேயத்தேவன் ஆகியோர் பாதகாணிக்கைப் பணம், அரிசி, ஆடு, பசு முதலியவற்றுடன் தங்கத்தாலும், வெள்ளியாலும் பூக்கள் செய்து கொண்டு சென்று முன் வைத்து வணங்கி மகிழ்வித்தனர். இவர்கள் விண்ணப்பத்திற்கு இணங்க இவர்கள் கோவலங் கணவாய் அருகில் அமைந்திருந்த பிள்ளையார் கோவில், சுமைதாங்கிக் கல், கிணறு மற்றும் தண்ணீர்ப் பந்தல் ஆகியவற்றிற்கு அரசன் மானியம் வழங்கினார். மானிய நிலத்தின் எல்லைகள் குறிப்பிடப்படுகின்றன. மேலும் இதில் குமாரகோயில், கோவலங் கணவாய் நாவாறுபட்டி, மொட்டமலை, புத்து மேடு போன்ற இடங்கள் குறிப்பிடப்படுகின்றன. நாவாறு நாயக்கன், குருவு ரெட்டி என்ற இருவர் சாட்சிகளாகவும் குறிப்பிடப்படுகின்றனர். இப்பட்டயத்தைச் செய்தவர் மதுரை வடக்குவாசல் சொக்கலிங்கம் ஆசாரி.

இப்பட்டயத்திலுள்ள மேற்கூறிய செய்திக்குச் சான்றாகக் கோவலங்கணவாய் அருகில் உபயோகமற்ற நிலையில் கிணறு, கல்லாலான நீர்த்தொட்டி, உடைந்த சுமைதாங்கிக் கல், பிள்ளையார் சிலை, சிதைந்த ஒரு கல்வெட்டு ஆகியவை இன்றும் உள்ளன.

பட்டய நகல்

உ றாமசெயம்

1. பிலவங்கா ஸ்ரீ ஆவணி மீ உயரு உ மது
2. ற புரித் தலத்துக்கு கற்த்தறாகிய மகற
3. னிய ஸ்ரீ – ரி திருமலை நாயக்கறவர்கள் கும
4. ற கோவில் ஊடையத்தில் வந்திரங்க சீமை
5. மை பாற்க்கும் போது திருவத்தேவன் பெய
6. த் தேவன்! வகையறாப் பேற்கள் தங்கப்பூவு

கல்கிணறும் நீர்த்தொட்டியும் - கோவலங்கணவாய்

7. வெள்ளிப்பூவுச் செய்து பால்ப்பசுவு அரி
8. ருள[2] ஆட்டுக்கிடாய் எ நவபாண்டத்து உ (ட)
9. னே பாதகாணிக்கை உருயபடபொன் வச்
10. சு றாசாவுக் கண்டு கொண்டாற்கள் அப்போ
11. து றாசாவுக்கு சந்தோசமாகி உங்களுக்கு எ
12. ன்ன வேணுமென்னு கேட்டாற் நாங்கள் க்
13. கோவலங் கணவாயருகில் கிணறுவெட்டி சி
14. மைதாங்கி வய்த்து வினாயகன் கோவில் த
15. ணீற்பந்தல் வய்த்து தற்மம் செய்திருக்கிறோம்.
16. ஷதற்மத்துக்கு மானியம் தாம்பூரசாதினப் ப
17. ட்டயத்துக்கு உத்தறவாக வேணுமென்று கேட்ட
18. ாறக்ள் அந்தப்படிக்கி திருவத்தேவன் பெயத்
19. தேவன் வகையறாவுக்கு உத்தறவாச்சுயிதற்
20. க்கு மால் நாவாறுபட்டி நாவாறுனாக்கன் நட்
21. ட கல்லுக்கு மேற்க்கு லிங்கம் கோயில் சிலை
22. க்கி கிளக்கு மொட்டமலைக்கி வடக்குப் புத்துமேட்
23. டுக்கு தெற்க்கு யிதுக்குளகப்பட்ட பிஞ்சை[3] கள[4] வி
24. ரைப்பாடு மானிபம் பிள்ளையாற் கோவில்மா
25. னிபம் சமீ ல[5] விரைப்பாடு பிஞ்சை[3] யிந்த மா
26. னிபத்தை புத்திருள் புத்திறாள்[6] உள்ளவரைக்கு
27. ஆண்டு வரும்படிக்கி றாசா உத்தறவுயிதற்கு
28. சாட்சி குருவுரெட்டி நாவாறுனாக்கன் சாட்
29. சி யிதை யாதாமொருதற் அடி அளித்தால்
30. யீசுபறன் பெருமாள் கேள்ப்பாற் யிந்தப் ப
31. டிக்கி கற்த்தறாகி திருமலைனாயக்கறவற் – கற்
32. திருக்கறத்தில் ஒப்பம் யிந்தப் பட்டயஞ் செ
33. ய்தவன் மதுரை வடக்கு வாசல் சொக்கலி
34. ங்கம் ஆசாரி உ.

---

1. இவன் வழிவந்தோரைத் தற்போது பெரிய தேவன், வகையறா என்று அழைக்கின்றனர்.
2. அரிசி 5 கலம் என்று படிக்கவும்.
3. புஞ்சை என்று படிக்கவும்
4. 1 கலம் என்பதின் குறியீடு.
5. 4 மரக்கால் என்பதன் குறியீடாகலாம்.
6. புத்திராள் பௌத்திராள் என்று படிக்கவும்.

அடிக்குறிப்புகள்

1. நடன. காசிநாதன், திருமலைநாயக்கர் செப்பேடுகள், ப. 1
2. A History of South India, PP. 264 - 277
3. நடன. காசிநாதன், முன்குறிப்பிட்டது, ப.
4. குடவாயில் பாலசுப்பிரமணியன், நாயக்கர் வரலாறு, ப. 54
5. Magazine Collection, The Karnataka Rajakkal Savistara Charitam
7. தஞ்சை நா. எத்திராஜ், தமிழக நாயக்க மன்னர்களின் வரலாறு, ப. 28
ii) Edgar Thurston, Caste and tribes of Southern India, Volume K, 1909, P. 61
i) J.H. Nelson, 1868 Madura Country Manual, P. 45
ii) Notes on Criminal Classes of the Madras Presidency, PP. 84-85 S. Mullaly
iii) Caste and Tribes of Southern India, Volume K, P. 59
9. Black Burn The Kallars : A Tamil Criminal Tribe Reconsidered, 1978, P. 2
10. திருமலை நாயக்கர்காலச் செப்பேடுகள், தமிழ்நாடு அரசுத் தொல்பொருள் ஆய்வுத்துறை வெளியீடு, 19 ப. 13
11. தொ. பரமசிவன், பண்பாட்டு அசைவுகள், ப.155
12. கரிசல்பட்டிச் செப்பேட்டின் நகல் கொடுத்தவர்.
13. Louise Dumont, A South Indian Sub Caste, 1986, P. 150
14. மதுரைவீரன் கதைப்பாடல்
15. Black Burn, The Kallars : A Tamil Criminal Tribe Reconsidered, 1986, P. 41
17. Ibid, P. 153
18. திருமலை பின்னத்தேவர் குடும்ப ஆவணங்கள், தருமத்துப்பட்டி
19. Black Burn, The Kallars : A Tamil Criminal Tribe Reconsidered, 1986, P. 41
20. Dr. K. Bose, Forward Bloc, PP. 58-59
21. P.K. கண்ணன், தேவர்கள் வரலாறு, பக். 293 - 294.
22. Louise Dumont, A South Indian Sub Caste, P. 158
23. Anand Pandian, Crooked Stalks, P.
24. பெ. முத்துத்தேவர், மூவேந்தர்குல முக்குலத்துத் தேவமார் சரித்திரம்,
25. திருமலை நாயக்கர் செப்பேடுகள், தமிழ்நாடு அரசுத் தொல்பொருள் ஆய்வுத்துறை, பக். 28 - 30

பாளையக்காரர் காலம்

மதுரையில் அதிகாரத்தைக் கைப்பற்றிய விஸ்வநாத நாயக்கர் பல நிர்வாகச் சீர்திருத்தங்களை மேற்கொண்டார். அதன்படி தனது தளவாயான அரியநாதமுதலியாரின் உதவியோடு தனது ஆட்சிக் குட்பட்ட பகுதிகளைப் பல பாளையங்களாகப் பிரித்தார்.[1] பாளையம் என்ற சொல்லிற்கு "ராணுவம் குழுமியிருக்கின்ற இடம்" என்று பொருள்.[2] அப்பாளையத்தின் தலைவர் பாளையக்காரர் எனப்பட்டார். அப் பாளையக்காரர்கள் தனது அதிகாரத்திற்குட்பட்ட பாளையத்தின் நீதி நிர்வாகத்தில் அதிகாரம் செலுத்தியதோடு அதன் வருமானத்தில் மூன்றில் ஒரு பங்கினைப் பேரரசிற்குத் திறையாகவும் செலுத்தினர். மேலும் மதுரைப் பேரரசிற்குத் தேவைப் படும்பொழுது படை கொடுத்தும் உதவினர்.[3]

மேற்கூறிய கடப்பாடுகளை மீறுகின்ற பாளையக்காரர்கள் மதுரைப் பேரரசால் தண்டிக்கப்படுவர். இவ்வகையில் கீழ்வரும் வகையில் 72 பாளையங்களை அரியநாதமுதலியார் உருவாக்கினார். அவை : 1. அம்மையநாயக்கனூர், 2. அத்திப்பட்டி, 3. அழகாபுரி 4. ஆயக்குடி, 5. ஆற்றங்கரை, 6. இளசை 7. இராசக்கனூர், 8. இலங்கையனூர், 9. இடையக்கோட்டை, 10. இராமகிரி, 11. உதயப்பனூர், 12. ஊற்றுமலை, 13. எட்டையாபுரம், 14. ஏழுமலை, 15. ஏழாயிரம் பண்ணை, 16. கடலூர், 17. கல்போது, 18. கன்னிவாடி, 19. கம்பம், 20. கண்டமநாயக்கனூர், 21. கவுண்டன்பட்டி, 22. கடம்பூர், 23. காமயநாயக்கனூர், 24. காடல்குடி, 25. காசையூர், 26. குமாரவாடி, 27. குளத்தூர், 28. குருவிகுளம், 29. கூடலூர், 30. கொல்லப்பட்டி, 31. கொல்லங்கொண்டான் 32. கோவார்பட்டி, 33. கோட்டையூர், 34. கோம்பை, 35. சந்தையூர், 36. சக்கந்தி 37. சமுத்தூர், 38. சேத்தூர், 39. சிவகிரி 40. சிங்கம்பட்டி, 41. சுரண்டை,

42. சொக்கம்பட்டி, 43. தலைவன்கோட்டை, 44. தேவாரம், 45. தொட்டப்ப நாயக்கனூர், 46. தோகைமலை 47. தும்பச்சிநாயக்கனூர், 48. படமாத்தூர், 49. பாஞ்சாலங்குறிச்சி, 50. பாலாவி 51. பெரிய குளம், 52. போடிநாயக்கனூர், 53. ரோசலைப்பட்டி, 54. வடகரை, 55. வாராப்பூர், 56. விருப்பாட்சி, 57. வெள்ளிக்குன்றம் 58. வீரமலை, 59. நத்தகம், 60. நடுவக்குறிச்சி, 61. நாகலாபுரம், 62. நிலக்கோட்டை 63. நெற்கட்டும் செவல், 64. மணியாச்சி 65. மருங்காபுரி, 66. மன்னர்கோட்டை 67. மலைப்பட்டி, 68. மதவானையூர், 69. மதுவார் பட்டி, 70. முல்லையூர், 71. மேல்மாந்தை 72. உத்தப்பநாயக்கனூர்[4] ஆகியன.

அரியநாத முதலியார் இப்பாளையங்களில் பெரும்பாலான பாளையங்களைத் தனது படைத்தளபதிகளாக இருந்த தொட்டிய (கம்பள) நாயக்கர்களுக்கே அளித்தார்.[5]

நாயக்கர்கள் வருவதற்கு முன்பிருந்த பாண்டிய மன்னர்களுக்கு இராணுவசேவை செய்ததற்காக மறவர்களில் சிலர் அப்பாண்டிய மன்னர்களிடமிருந்து சில பகுதிகளுக்கான நிர்வாக அதிகாரங்களைப் பெற்றிருந்தனர். அவர்களையும் அந்தந்தப் பகுதிகளுக்கான பாளையக்காரர்களாய் நியமித்தார்.[6] குறிப்பாக நெல்லைச் சீமையில் மட்டும் 32 பாளையங்கள் உருவாக்கப்பட்டன. இதில் மேற்குப் பகுதியில் அமைந்துள்ள 16 பாளையங்கள் மறவர்களுக்கும், கிழக்குப் பகுதியில் அமைந்துள்ள 16 பாளையங்கள் தொட்டிய நாயக்கர் களுக்கும் ஒதுக்கப்பட்டன.[7] இவர்கள் மட்டுமல்லாமல் சில வன்னியர்களும், கவுண்டர்களும் பாளையக்காரர்களாய் நியமிக்கப் பட்டனர்.

மேற்கூறிய பாளையவரிசை நிலைத்ததாக இல்லை. இதில் பல பாளையங்கள் அழிந்து அடுத்தடுத்து வந்த நாயக்க மன்னர்களால் புதிய பாளையங்கள் உருவாக்கப்பட்டன. வலிமை மிக்க பாளையக் காரர்களும் சில புதிய பாளையங்களை உருவாக்கிக் கொண்டனர். அவற்றையும் நாயக்க மன்னர்கள் அங்கீகரித்தனர்.

கி.பி. 1601இல் பாண்டியர் காலத்துச் சேதுபதிகள் மரபில் வந்த சடைக்கண் உடையாத்தேவன் என்ற மறவர்குலத் தலைவர் கொள்ளைத் தொழிலில் ஈடுபட்டு வந்த மற்ற மறவர்களை அடக்கி இராமேஸ்வரத்திற்குச் செல்லும் யாத்திரியர்களுக்குப் பாதுகாப்பு அளித்து வந்தார். அதனை அறிந்த கிருஷ்ணப்ப நாயக்கர் அவரை மதுரைக்கு வரவழைத்து சில விருதுகள் வழங்கி, அப்பகுதிக்குப் பாளையக்காரராக நியமித்தார். அந்தச் சடைக்கண் உடையாத்தேவர் புகலூர் என்ற இடத்தில் ஒரு கோட்டையைக் கட்டிக்கொண்டு

தங்களது பழைய மரபுப்படி சேதுபதி என்ற பட்டத்துடன் ஆளத் தொடங்கினார்.[8]

அவர் வழி வந்தோரே இராமநாதபுரம் சேதுபதிகளாவர். இச் சேதுபதிகளே 72 பாளையக்காரர்களுக்கும் தலைமைப் பாளையக் காரராய் கருதப்பட்டனர்.[9]

இச்சேதுபதி மன்னர்களில் ஒருவர், தனது மகளை நாலு கோட்டையைச் சேர்ந்த "கண்டு மேய்க்கி" உடையணத்தேவர் என்பவரின் மகனுக்கு மணம்முடித்துக் கொடுத்தார். அதற்குச் சீதனமாகத் தனது பாளையத்தில் ஒரு பகுதியைப் பிரித்துக் கொடுத்து, அவரைப் பாளையக்காரராய் நியமித்தார்.[10] அவரது வழிவந்தோரே சிவகங்கை அரசர்களாவர். அதனால் இராமநாதபுரம் பாளையம் பெரியமறவர்நாடு என்றும், அதிலிருந்து பிரிந்த சிவகங்கைப் பாளையம் சின்ன மறவர்நாடு என்றும் அழைக்கப்பெற்றன.

சேதுபதி மன்னர்களில் புகழ்பெற்ற மன்னராகக் கருதப்பட்ட கிழவன் சேதுபதி, அவரது இளைய மனைவியான காத்தாயி என்ற கள்ளர்குலப் பெண்ணின் சகோதரரான இரகுநாத தொண்டைமான் என்பவரைப் புதுக்கோட்டைப் பகுதிக்கான பாளையக்காரராய் நியமித்தார். அவர் வழிவந்தோரே புதுக்கோட்டைத் தொண்டைமான் மன்னர்களாவர்.

இச்சேதுபதிகளும், சிவகங்கை ராஜாக்களும், புதுக்கோட்டை தொண்டைமான்களும் நாயக்க மன்னர்களின் "பெத்தபிள்ளைகளாக" அல்லது "குமாரவர்க்கமாக" கருதப்பட்டனர். அதனால் மன்னர் அருந்திய உணவை உண்பதற்கு அதிகாரமுடையவர்களாக இருந்தனர். இது அக்காலத்தில் உயரிய அந்தஸ்தாகக் கருதப்பட்டது. மேலும் நாயக்க மன்னர்கள் தங்களது அரசிற்கு வெளியிலிருந்தோ அல்லது உள்ளிருந்தோ ஆபத்து வரும்பொழுது இவர்களது உதவியைத்தான் உடனே நாடுவர். அவர்களும் உடனே சென்று உதவுவதற்குக் கடமைப்பட்டவர்களாவர்.[11]

இவர்களைப் போலப் பிறமலைநாட்டின் பெரியதேவரான திருமலை புன்னைத்தேவரும் மன்னரின் "பெத்தபிள்ளையாக" கருதப்பட்டார்.[12]

மற்றப் பாளையக்காரர்கள் எல்லோரும் இவர்களுக்கு அடுத்த நிலையில் வைக்கப்பட்டிருந்தனர். இதில் புதுக்கோட்டைத் தொண்டைமான்கள் கள்ளர்குலத்தைச் சேர்ந்தவர்களாகையால் அவர்களது வரலாறு பற்றிச் சற்று விளங்கக் காண்போம்.

புதுக்கோட்டைத் தொண்டைமான்கள்

திருப்பதி மலைகளில் யானைகளை அடக்கி அதன் தந்தங்களை விற்றும், வழிப்போக்கர்களைக் கொள்ளையடித்தும் வாழ்ந்து வந்த பல கள்ளர் குழுக்களில் ஒரு பிரிவினர் தெற்கு நோக்கி வந்து திருச்சிராப்பள்ளிக்கு அருகிலிருந்த 'அன்பில்' என்ற கிராமத்தில் குடியமர்ந்தனர்.[13] அப்பொழுது அம்புநாட்டில் அதாவது இன்றைய கரம்பங்குடி பகுதியில் வெள்ளாளர்கள் மிகுதியாக வாழ்ந்து வந்தனர். அதில் வெள்ளாற்றுக்கு வடக்கில் வாழ்ந்தவர்கள் கோனாடு வெள்ளாளர்கள் எனவும் அதன் தெற்குப் பகுதியில் வாழ்ந்தவர்கள் கானாடு வெள்ளாளர்கள் எனவும் இரண்டு பிரிவுகளாய்ப் பிரிந் திருந்தனர். இந்த இரண்டு பிரிவினரும் தங்களுக்குள் அடிக்கடி மோதிக்கொண்டனர். அதில் கானாடு வெள்ளாளர்களின் தலைவன் வாணாதிராயன் என்பவன் கோனாடு வெள்ளாளர்களுடன் சண்டையிடுவதற்காக அன்பில் கிராமத்திலிருந்த சில கள்ளர் குழுக்களை அழைத்து வந்து இங்குக் குடியமர்த்தினான். அது மட்டுமல்லாமல் ஏற்கனவே அப்பகுதியில் குடியமர்ந்திருந்த விசங்கி நாட்டுக் கள்ளர்களது தாக்குதலிலிருந்து தங்களைப் பாதுகாத்துக் கொள்வதற்காகவும் அவர்களை அங்குக் குடியமர்த்தினான்.[14] அக்கள்ளர் குழுக்களில் ஒரு பிரிவினரான தொண்டைமான் வம்சத்தவர்களை அப்பகுதிக்கான அரையர்களாக அதாவது பாதுகாவலராகவும் நியமித்தான்.

இவ்வாறு அரையர்களாகப் பொறுப்பேற்ற தொண்டைமான்கள் அப்பகுதிகளிலுள்ள பட்டிகள் (கிராமங்கள்), பரவுகள் (விளை நிலங்கள்), குட்டைகள் (நீர் நிலைகள்) கோயில்கள் ஆகிய அனைத் திற்குமான பாதுகாவலர்களாக இருந்தனர். அதனைப் பயன்படுத்தி அவர்கள் கொஞ்சம், கொஞ்சமாகத் தங்களது அதிகாரத்தை வலிமைப் படுத்திக் கொண்டு அப்பகுதிக்கான நிர்வாகத் தலைவர்களாய்ப் பரிணமித்தனர்.

ஒரு சமயம் அம்பு நாட்டின் தலைவராயிருந்த பச்சைய தொண்டைமான் என்பவரது மகன் ஸ்ரீரங்கம் கோயிலுக்குச் சாமி கும்பிடச் சென்றிருந்தார். அச்சமயம் விஜயநகரப் பேரரசர் ஸ்ரீரங்கராயரும் அங்குச் சாமி கும்பிட வந்திருந்தார். அப்பொழுது மன்னரது பட்டத்து யானை ஒன்று மதம் பிடித்து நகரத்தின் தெருக்களில் ஓட ஆரம்பித்தது. அங்கிருந்த மக்கள் பலரைத் தாக்கிக் கொன்றது. அதனை மன்னரது படையாட்கள் யாராலும் அடக்க இயலவில்லை. இதனைப் பார்த்த பச்சைய தொண்டைமானது மகன் பாய்ந்து சென்று மதம் பிடித்து ஓடிய அந்த யானையை

அடக்கி விட்டார். இதனைப் பார்த்து மகிழ்ச்சியடைந்த விஜயநகரப் பேரரசர் அவரை அழைத்து உனக்கு என்ன சன்மானம் வேண்டும் எனக் கேட்டார். அதற்கு இளைய தொண்டைமான் ராஜாவிற்குரிய மரியாதையை எனக்களித்தால் போதும் என வேண்டினான். அதனை ஏற்றுக் கொண்ட பேரரசர் தனது பெயரான "ராயர்" என்ற பெயரைப் பட்டமாக அளித்ததோடு சிங்கமுகம் கொண்ட வெள்ளிப் பல்லக்கு, அலங்கரிக்கப்பட்ட குடை, பட்டத்துக் குதிரை, "சிங்கம், கருடன், அனுமான்" பொறித்த கொடி ஆகியவற்றையும் அளித்தார். அதோடு தொண்டைமான் ஊர்வலமாகச் செல்லும் பொழுது, அதன்முன் யானை மீதமர்ந்து முரசு கொட்டிக் கொண்டும் சங்கு ஊதிக்கொண்டும் செல்வதற்கான உரிமையும் வழங்கப்பட்டது. அன்றிலிருந்து அந்த இளைய தொண்டைமான் ராயதொண்டைமான் என அழைக்கப்பட்டார்.[15]

இந்த ராயதொண்டைமானுக்கு ஆத்மானந்த தொண்டைமான், நமண தொண்டைமான் என இரண்டு ஆண்பிள்ளைகளும், காத்தாயி என்ற பெண்பிள்ளையும் இருந்தனர். அவர்கள் இருவரும் மிகவும் வீரமிக்கவர்களாகவும், வளரி வீசுவதில் வல்லவர்களாகவும் இருந்தனர். இதனைக் கேள்விப்பட்ட மதுரை நாயக்கர்கள் அவர்களைத் திருச்சிராப்பள்ளி நகரத்திற்கு அரசுக் காவலர்களாய் நியமித்தனர்.[16]

அச்சமயம் சேதுநாட்டைக் கிழவன் சேதுபதி என்ற மன்னர் ஆண்டு வந்தார். அவரை எதிர்த்துப் பல மறவர்கள் கிளர்ச்சியில் ஈடுபட்டனர். தொண்டைமான் சகோதரர்களின் வீரத்தைப்பற்றிக் கேள்விப்பட்டிருந்த கிழவன் சேதுபதி அவர்களது உதவியை நாடினார். அதன்படி தொண்டைமான்கள், கிளர்ச்சியில் ஈடுபட்ட மறவர்களை அடக்கியதோடு, சேதுபதிக்கு எதிராகக் கிளம்பிய எட்டையாபுரம் பாளையக்காரரையும் தோற்கடித்தனர்.[17] இதனால் மகிழ்ச்சியடைந்த கிழவன் சேதுபதி, தொண்டைமான் சகோதரர்களில் மூத்தவருக்குத் தனது பெயரான "இரகுநாத" என்பதனையே பட்டமாக அளித்தார். அன்று முதல் அவர் இரகுநாதராய தொண்டைமான் என அழைக்கப்பட்டார். மேலும் அவர்களது தங்கையான காத்தாயி என்ற பெண்ணின் மீது காதல் கொண்டு அவளை இரண்டாவது மனைவியாக மணந்து கொண்டார்.

அக்காலத்தில் வெள்ளாற்றின் தெற்குப் பகுதியைச் சிவத்தெழுந்த பல்லவராயர் என்பவர் ஆண்டு வந்தார். அவர் வெள்ளாள மரபினர். அவர் சேதுபதியின் கட்டுப்பாட்டிலிருந்து தன்னை விடுவித்துக் கொள்ள விரும்பினார். இதனால் ஆத்திரமடைந்த கிழவன்சேதுபதி

அவரைத் தன்னை வந்து சந்திக்கும்படி உத்தரவிட்டார். அப்பொழுது அவர் தனது குலதெய்வக் கோயிலில் பூசை செய்து கொண்டிருந்த படியால், தான் பூசை முடிந்த பின்பே மன்னரை வந்து சந்திக்க இயலும் எனச் சொல்லியனுப்பினார். என்னைக்காட்டிலும், உனக்குப் பூசைதான் முக்கியமா என ஆத்திரமுற்ற சேதுபதி தனது படைத் தளபதி இளந்திரி அம்பலக்காரன் தலைமையில் படை ஒன்றினை அனுப்பிச் சிவத்தெழுந்த பல்லவராயரைக் கொன்று அவர் ஆண்ட பகுதியைக் கைப்பற்றிக் கொண்டார். தான் புதிதாகப் பெற்ற பகுதிக்கு, தளபதி இளந்திரி அம்பலக்காரனது ஆலோசனைப்படி தனது மைத்துனரும், வீரமிக்க தளபதியுமான இரகுநாதராய தொண்டைமானை மன்னராக 1686இல் முடிசூட்டினார்.[18] இவ்வாறு முடிசூட்டப்பட்ட இரகுநாதராய தொண்டைமான் புதிதாகக் கோட்டை ஒன்றைக் கட்டிக் கொண்டு அப்பகுதியை ஆளத் தொடங்கினார். அப்படிப் புதிதாகக் கட்டப்பட்ட கோட்டையைச் சுற்றி ஒரு புதிய நகரம் உருவாகத் தொடங்கியது. அதுவே புதுக் கோட்டை என்ற நகரமாக வளர்ந்தது. தொடக்கத்தில் தொண்டைமான் நாடு என அழைக்கப்பட்ட அப்பகுதி பின்பு அந்நகரத்தின் பெயரால் புதுக்கோட்டை நாடு என அழைக்கப்பட்டது.

இவ்வாறு தொடக்க காலத்தில் திருப்பதி மலைகளில் யானைகளை அடக்குபவர்களாகவும், கொள்ளைக்காரர்களாகவும் இருந்த தொண்டைமான் வம்சத்தவர், கானாடு வெள்ளாளர்களின் அரையர்களாகப் (காவல்காரர்களாக) பொறுப்பேற்று, அதன்பின் அம்புநாட்டின் நிர்வாகத் தலைவர்களாக உயர்ந்து, பின் திருச்சி நகரின் அரசுக் காவல்காரர்களாக நியமிக்கப்பட்டு, பின்பு சேதுபதி களின் படைத்தளபதிகளாகி, இறுதியாகப் புதுக்கோட்டைப் பகுதிக்கு அரசர்கள் நிலைக்கு உயர்ந்தனர். உலகத்தில் உருவான எல்லா முடியரசுகளும் இவ்வகைப் படிநிலையிலேயே உருவாகின. இவ் வகையில் படிப்படியாக உயர்ந்து அரசு அந்தஸ்த்தைப் பெற்ற தொண்டைமான்கள் தங்களது அதிகாரத்தைத் தக்க வைத்துக் கொள்வதிலேயே குறிக்கோளாய் இருந்தனர்.

பாளையக்காரர்களின் யுத்த காலங்களில் ஆற்காட்டு நவாப் பகுதிக்குப் போட்டியிட்ட முகமது அலிக்கு ஆதரவாக ஆங்கிலே யர்களும், சந்தாசாகிப்பிற்கு ஆதரவாகப் பிரெஞ்சுக்காரர்களும் கள மிறங்கிய பொழுது, மதிநுட்பம் மிகுந்த மன்னர்களான தொண்டை மான்கள் ஆங்கிலேயரின் ஆயுத பலத்தைப் புரிந்து கொண்டு அவர்களுக்கு ஆதரவான அரசியல் நிலைப்பாட்டை எடுத்தனர். அதனால் ஆற்காட்டு நவாப்பும் ஆங்கிலேயரும் தெற்கத்திப் பாளையக்

காரர்களை அடக்குவதற்காகப் படை எடுத்துச் சென்றபொழுது தொண்டைமான்கள் அவர்களுக்கு வலதுகரமாகச் செயல்பட்டனர். திப்புசுல்தான் திருச்சி கோட்டையை முற்றுகையிட்ட பொழுது தொண்டைமான்களது கள்ளர்படை திப்புவின் 10,000 குதிரைகளை இரவோடு இரவாகக் கொள்ளையிட்டு வந்துவிட்டன. அதனால் நிலைகுலைந்து போன திப்பு முற்றுகையைத் தளர்த்திக் கொண்டு மைசூர் திரும்ப நேரிட்டது.[19]

பிரிட்டிஷாரது தளபதியாக இருந்து பிறகு அவர்களை எதிர்த்து மதுரையில் தனியரசை நிறுவமுயன்ற யூசுப்கான் என்ற கான்சா கிப்பை எதிர்த்து ஆங்கிலேயர் தாக்கியபோது புதுக்கோட்டை மன்னர் 8000 படையாட்களையும், 300 குதிரைப்படை வீரர்களையும் அவர்களுக்குக் கொடுத்து உதவினார். அதுவே கான்சாகிப்பை அவர்கள் தோற்கடிப்பதற்குப் பேருதவியாக இருந்தது.[20]

அதுபோல வீரபாண்டிய கட்டபொம்மன் பாஞ்சாலங்குறிச்சி யுத்தத்தில் தோல்வியடைந்து காடுகளில் ஒளிந்திருந்தபோது புதுக் கோட்டை மன்னரின் படையாட்கள் அவரைக் கைது செய்தனர். கைது செய்யப்பட்ட கட்டபொம்மனைப் புதுக்கோட்டை மன்னர் ஆங்கிலேயரிடம் ஒப்படைத்தார். அதன் பின் 1799இல் கட்ட பொம்மன் கயத்தாறு என்னுமிடத்தில் தூக்கிலிடப்பட்டார்.[21]

அதுபோலச் சிவகங்கை மருதுபாண்டியர்கள் ஆங்கிலேயரை எதிர்த்துக் கிளர்ச்சி செய்த பொழுது அவர்களை அடக்குவதற்கும் தொண்டைமான்கள் ஆங்கிலேயருக்கு 2147 படைவீரர்களையும் 19 குதிரைகளையும் கொடுத்து உதவினர்.[22]

இவ்வாறு ஆங்கிலேயருக்கு உற்ற நண்பர்களாக இருந்ததனால் 1803 இயற்றப்பட்ட நிரந்தர ஒப்பந்தச் சட்டத்தின்படி எல்லாப் பாளையக்காரர்களும் ஜமீன்தாரர்களாகப் பதவி இறக்கம் செய்யப் பட்ட பின்பும், புதுக்கோட்டை மட்டும் தனி அரசாகச் செயல்பட ஆங்கிலேயர்கள் அனுமதித்தனர். அதனால் 1948 வரை புதுக் கோட்டை தனி சமஸ்தானமாகத் தொண்டைமான் மன்னர்களால் ஆளப்பட்டு வந்தது.

புதுக்கோட்டைத் தொண்டைமான்கள் வீரத்தாலும், மதிநுட்பத் தாலும் தலைசிறந்த மன்னர்களாகத் திகழ்ந்தாலும் ஆங்கிலேயக் காலனிய ஆதிக்கம் தென்னிந்தியாவில் வேரூன்றுவதற்குப் பேருதவியாக இருந்த காரணத்தால், தமிழக வரலாற்றில் எதிர்மறை இடத்தையே பெற்றிருக்கின்றனர்.

தொண்டைமான் மன்னர்களது கால வரிசை

1. இரகுநாதராய தொண்டைமான், 2. விஜயரகுநாதராய தொண்டைமான், 3. இராயரகுநாத தொண்டைமான், 4. விஜய ரகுநாத தொண்டைமான், 5. விஜயரகுநாத தொண்டைமான், 6. இரகுநாத தொண்டைமான், 7. இராமச்சந்திர தொண்டைமான், 8. மார்த்தாண்ட பைரவ தொண்டைமான், 9. இராஜகோபால தொண்டைமான்

மேற்கூறிய 9 தொண்டைமான் மன்னர்கள் புதுக்கோட்டை சமஸ்தானத்தை 1686 முதல் 1948 வரை ஆட்சி செய்தனர்.

பாளையக்காரர் யுத்தம்

திருமலை நாயக்கருக்குப் பின்பு மதுரை நாயக்கப் பேரரசு கொஞ்சம், கொஞ்சமாகப் பலவீனமடையத் துவங்கியது. அதனால் அதற்குக் கீழிருந்த பாளையக்காரர்கள் பலர் பேரரசிற்கு எதிராகக் கலகம் செய்ய ஆரம்பித்தனர். கிழவன் சேதுபதி காலத்தில் இராமநாதபுரம் நாயக்கர்களிடமிருந்து தங்களை முற்றிலும் விடுவித்துக்கொண்டு தனிச் சுதந்திர அரசாகச் செயல்பட ஆரம்பித்தது.[23]

அதுபோலப் புதுக்கோட்டை தொண்டைமான்களும் 1711லிருந்து நாயக்க அரசிற்குக் கட்டுப்படாமல் தனி அரசர்களாகச் செயல்படத் தொடங்கினர்.[24]

கி.பி. 1732இல் விஜயரங்க சொக்கநாத நாயக்கர் வாரிசின்றி இறந்து போனதும் அவரது மனைவி மீனாட்சி அரியணையில் அமர்ந்தாள். ஆனால் மன்னரின் உறவினனான பங்காரு திருமலை நாயக்கர் என்பவன் மதுரை நகரைக் கைப்பற்றித் தன்னை மன்னனாகப் பிரகடனப்படுத்திக் கொண்டான். அப்பொழுது ராணி மீனாட்சி திருச்சி கோட்டையில் வாழ்ந்து வந்தாள். அவள் ஆற்காட்டு நவாப்பின் மருமகனான சந்தாசாகிப்பின் உதவியை நாடினாள். உதவி செய்வதாகச் சொல்லி வந்த சந்தாசாகிப் துரோகத்தனமாக ராணி மீனாட்சியைத் திருச்சியில் சிறைப்படுத்திவிட்டு மதுரை நோக்கி வந்து பங்காரு திருமலையையும் தோற்கடித்து விரட்டி அடித்தான். தான் துரோகத்தனமாகச் சந்தாசாகிப்பிடம் ஏமாந்து விட்டதனை எண்ணி மனமுடைந்து ராணி மீனாட்சி விஷம் அருந்தி தற்கொலை செய்து கொண்டாள்.[25] ராணி மீனாட்சியின் மரணத் தோடு 200 வருடங்கள் நீடித்த மதுரை நாயக்கர் ஆட்சி முடிவுக்கு வந்தது. அதன் பின் அப்பேரரசிற்குக் கீழ்இருந்த பாளையக்காரர்கள் அனைவரும் சுதந்திரம் பெற்று, தனிச் சிற்றரசர்களாகச் செயல்படத் தொடங்கினர்.

இதற்கிடையில் வாலாஜாவிலிருந்த ஆற்காட்டு நவாப் இறந்து விட அவரது மருமகன் சந்தாசாகிப்பும், மகன் முகம்மது அலியும் நவாப் பதவிக்காக மோதிக் கொள்ளத் தொடங்கினர். அதில் முகமது அலி சென்னைக் கோட்டையிலிருந்த ஆங்கிலேயக் கிழக்கிந்தியக் கம்பெனியரது உதவியை நாடினார். சந்தாசாகிப் புதுச்சேரியிலிருந்த பிரெஞ்சுக்காரர்களின் உதவியை நாடினார்.[26] இவ்வதிகாரப் போட்டியில் இறுதியாக ஆங்கிலேயர்களின் ஆதரவு பெற்ற முகமது அலி வெற்றியடைந்து ஆற்காட்டு நவாப் பதவியைக் கைப்பற்றினார். இவ்வாறு அதிகாரத்தைக் கைப்பற்றிய முகமதுஅலி போர்ச் செலவிற் காகவும், மற்றச் செலவுகளுக்காகவும் கிழக்கிந்தியக் கம்பெனியரிடம் அதிக கடன்களைப் பெற்றிருந்தார். அவற்றையெல்லாம் அவரால் உரியநேரத்தில் திருப்பிச் செலுத்த இயலவில்லை. அதனால் அவர் நாயக்க அரசினை வீழ்த்தி அதன் அதிகாரத்தைத் தாங்கள் கைப்பற்றியதால் அவ்வரசிற்கு கட்டுப்பட்டிருந்த தெற்கத்திய பாளையக்காரர்கள் அனைவரும் தனது அதிகாரத்தின் கீழ்ப் பட்டவர்களே எனக் கருதி அவர்களிடம் வரிகேட்க ஆரம்பித்தார். ஆனால் பாளையக்காரர்கள் அவருக்கு வரிசெலுத்த மறுத்தனர். ஆத்திரமடைந்த ஆற்காட்டு நவாப் தனது ஆங்கிலக் கிழக்கிந்தியக் கம்பெனியாரது உதவியை நாடினார். அவர்களை அடக்கி அதில் வரும் வருவாயில் அவர்களுக்குக் கொடுக்க வேண்டிய கடன் தொகையை எடுத்துக் கொண்டு மீதத்தைத் தனக்குத் தருமாறு கேட்டுக் கொண்டார்.

கி.பி. 1755இல் நவாப் முகமது அலியின் தம்பி மாபூங்கான் தலைமையில் நவாப் மற்றும் ஆங்கிலேயரின் கூட்டுப்படை ஒன்று தெற்கத்திப் பாளையக்காரர்களை அடக்குவதற்காகக் கிளம்பியது.[27] அப்படையின் தலைமைத் தளபதியாக நவாப்பின் தம்பி மாபூங்கான் பெயரளவில் இருந்தாலும் கர்னல் அலெக்சாண்டர் ஹெரானும், யூசுப்கானுமே அதன் உண்மையான தளபதிகளாய் இருந்தனர். இவ்வாறு அவர்கள் தெற்கு நோக்கிச் சென்ற பொழுது பல பாளையக்காரர்கள் அவர்களைக் கண்டு பயந்து வரி செலுத்த சம்மதித்தனர். ஆனால் நெல்லைச் சீமையில் நெற்கட்டுச் செவ்வல் பாளையக்காரர் பூலித்தேவர் அவர்களைக் கடுமையாக எதிர்த்தார். அவர் நெல்லைச் சீமையில் மேற்குப் பகுதியிலிருந்த மறவர்கள் பாளையக்காரர்கள் ஆகியோரை ஒன்றிணைத்து ஒரு நவாப் ஆங்கிலேய எதிர்ப்புக் கூட்டணியை உருவாக்கினார்.[28]

அதுமட்டுமல்லாமல் நவாப் படைகளுடன் பல இடங்களில் மோதி அவற்றைத் தோற்கடித்துச் சிதறடித்தார். அன்றைய கம்பெனிய நிர்வாகம் புலித்தேவரைக் கண்டு அஞ்சி நடுங்கியது. அதனால்

ஆங்கிலப்படைகள் அவருடன் சுமார் எட்டு வருடங்கள் போராட வேண்டியிருந்தது. இறுதியாக 1761இல் யூசுப்கான் தலைமையிலான ஆங்கிலேயப்படை, புலித்தேவரின் வாசுதேவ நல்லூர் கோட்டையைத் தகர்த்து அவரைத் தோற்கடித்தது.

பிறகு பாஞ்சாலங்குறிஞ்சி பாளையக்காரர் வீரபாண்டிய கட்டபொம்மன் நவாப்பிற்கு வரி செலுத்த மறுத்துக் கலகம் செய்தார். அவரை 1799இல் பானர்மென் தலைமையிலான ஆங்கிலேயப்படை தோற்கடித்துக் கயத்தாறு என்னுமிடத்தில் தூக்கிலிட்டுக் கொன்றது.

அதன் பின்பு சிவகங்கை அரசின் பிரதானிகளாயிருந்த மருது சகோதரர்கள், கட்டபொம்மனது தம்பிகள் ஊமைத்துரை, செவத்தையா, விருப்பாச்சி பாளையக்காரன் கோபாலநாயக்கன் ஆகியோருடன் இணைந்து ஒரு வலிமையான கூட்டணியமைத்துக் கொண்டு ஆங்கிலேயருக்கு எதிராகப் பெரும் கிளர்ச்சியில் ஈடு பட்டனர். அவர்கள் அனைவரும் தோற்கடிக்கப்பட்டு 1801இல் தூக்கிலிடப்பட்டுக் கொல்லப்பட்டனர். இவ்வாறாகப் பாளையக் காரர்களை அடக்குவதற்காக 1755 முதல் 1801 வரை நவாப் ஆங்கிலேயக் கூட்டுப்படை நடத்திய தொடர் யுத்தங்களைப் ‘பாளையக்காரர் யுத்தம்’ என வரலாற்று ஆசிரியர்கள் குறிப்பிடு கின்றனர்.

ஆற்காட்டு நவாப் - கள்ளர்கள் முதல் மோதல்

நவாப் ஆங்கிலேயக் கூட்டுப்படைகள் பாளையக்காரர்களோடு மட்டுமல்லாமல், அக்காலத்தில் எந்த அதிகாரத்திற்கும் கட்டுப் படாமல், தன்னாட்சிக் குழுக்களாய் இருந்து வந்த கள்ளர்களுடன் மோத வேண்டிய நிலை ஏற்பட்டது. கள்ளர்கள் மூர்க்கத்தன மானவர்களாகவும், எளிதில் கட்டுப்படுத்தப்பட முடியாதவர் களாகவும் இருந்ததனால், அவர்களை ஒடுக்குவதற்கு ஆங்கிலேயர்கள் ஈவுஇரக்கமற்ற முறைகளைக் கையாண்டனர். ஆனால் இவ்வகைத் தாக்குதல்கள் பெரும்பாலும் கிழக்கு நாட்டுக் கள்ளர்கள் (அம்பலக் காரர்கள்) மீதே அதிகமாக நடந்தன. ஏனெனில் மேலூர் கள்ளர் நாடுகள் மதுரை நகரத்தின் கிழக்குப் பகுதியில் அமைந்திருந்ததனாலும், தென் பகுதிகளுக்குச் செல்ல வேண்டியவர்கள் அவற்றைக் கடந்து செல்ல வேண்டி இருந்ததாலும் மதுரையைத் தாக்க வரும் படைகளும், தெற்கிலுள்ள பாளையக்காரர்களைத் தாக்கச் செல்லும் படைகளும் அவர்களைக் கடந்துதான் செல்ல வேண்டி இருந்தது. அப்பொழுது அவை கள்ளர்களோடு மோத வேண்டிய நிலை

ஏற்பட்டது. தாங்கள் வாழ்கின்ற பகுதிகளைத் தங்கள் அனுமதியின்றி கடந்து செல்பவர்களைத் தாக்கிப் பழக்கப்பட்ட கள்ளர்கள் இயல்பாகவே நவாப் படைகளையும் தாக்கத் துவங்கினர்.

இவ்வகை மோதல்கள் 1744இல் துவங்கியது. கி.பி. 1744இல் ஆற்காட்டு நவாப் முகமது அலி, நாயக்கர்களின் ஆதிக்கத்தை மதுரையில் மீண்டும் ஏற்படுத்த விரும்பிய, தெற்கத்திப் பாளையக் காரர்களையும் மறவர்களையும் ஒடுக்குவதற்காகத் தனது தம்பி மாபூஸ்கான் தலைமையில் படை ஒன்றை அனுப்பினார். அப் படை நத்தம் கணவாயைத் தாண்டிக் கள்ளர் நாடுகளைக் கடந்து சென்ற பொழு கள்ளர்கள் அதனை மிகக் கொடூரமாகத் தாக்கிச் சிதறடித்தனர். இதனால் நிலைகுலைந்து போன மாபூஸ்கான் தனது படையெடுப்புத் திட்டத்தையே கைவிட்டு விட்டுத் திருச்சிக்குத் திரும்பிவிட்டார். சிறிது காலம் கழித்து முகமது அலி தானே அதற்கு நேரடியாகத் தலைமையேற்றுப் பெரும்படையுடன் தெற்கு நோக்கி வந்தார். அவர் கள்ளர் நாடுகளை வெற்றிகரமாகக் கடந்து தெற்கு நோக்கிச் சென்று பல பாளையக்காரர்களைத் தோற்கடித்து மதுரையில் தனது ஆதிக்கத்தை நிலை நிறுத்தினார். அதன்பின்பு அவர் திருச்சிராப்பள்ளிக்குத் திரும்பி செல்லும் வழியில் நத்தம் கணவாய்க்கு அருகில் கள்ளர்கள் அவரை மீண்டும் தாக்கி அவரது படையை நிர்மூலமாக்கினர். அத் தாக்குதலில் நவாப்முகமது அலி மயிர் இழையில் உயிர்தப்பினார்.[29] அதனால் நவாப் படையினர் எப்பொழுதும் கள்ளர்களை நினைத்து அஞ்சி நடுங்கினர். கள்ளர் களைப் பற்றி அவர்கள் பின்வரும் வரிகளில் குறிப்பிடுகின்றனர்.

“கள்ளர் நாடுகள் பயங்கரமான குடிமக்களை உள்ளடக்கிய தாகும். அவர்கள் நாகரீகமற்ற அரை காட்டுமிராண்டிகளைப் (ஆக்கிரமிப்பாளர்கள் அனைவரும் சுதேசி மக்களை அப்படித்தான் அழைத்தனர்) போல் உள்ளனர். அவர்கள் தீப்பந்து, நாட்டு வெடிகுண்டு போன்ற நெருப்பு ஆயுதங்களைப் பயன்படுத்து கின்றனர். ஆனால் கூர்மையான வேல்கம்புகளும், வளைத்தடிகளுமே இவர்களது முக்கிய ஆயுதங்களாகும். அவற்றைக் கொண்டு குதிரைகளுக்கும், வீரர்களுக்கும் பெருத்த சேதத்தை ஏற்படுத்து கின்றனர். அவர்களில் ஒரு சிலர் காடுகளுக்கும், புதர்களுக்கும் தீ வைத்துக் கொண்டிருக்கும் பொழுது, மற்றவர்கள் வேல்கம்புகளுடன் மலைகளில் குரங்குகளைப் போல் பாறை விட்டுப் பாறை தாவிப் பயங்கரமாக ஊளையிட்டுக் கொண்டும் அலறிக்கொண்டும் பெரும் சத்தத்தை ஏற்படுத்திக் கொண்டே எதிரிகளைத் தாக்குகின்றனர்” எனக் குறிப்பிடுகின்றனர்.[30]

1755இல் கர்னல் ஹெரான் என்ற ஆங்கிலேயத் தளபதி மேலூருக்கு அருகிலிருந்த கள்ளர்களது கோட்டையான கோயில்குடி என்ற இடத்தைத் தாக்கினார். கள்ளர்களும் எதிர்த் தாக்குதலில் ஈடுபட்டனர். இதில் பலநூறு கள்ளர்களை ஹெரான் படுகொலை செய்தார். அவர்களது குலதெய்வக் கோயில்களிலிருந்த சாமி சிலைகளைக் கவர்ந்து கொண்டு திருநெல்வேலி நோக்கிச் சென்றார். பிறகு அவர் திரும்பி வருகையில் நத்தம் கணவாய் அருகில் ஒளிந்து கொண்டிருந்த கள்ளர்கள் அவர் மீது பதில் தாக்குதல் தொடுத்து, தங்களது குலதெய்வங்களின் சிலைகளை மீட்டுச்சென்று விட்டனர்.[31]

கான்சாகிப்பும், கள்ளர்களும்

இராமநாதபுரம் மாவட்டம் பனையூர் என்னும் கிராமத்தில் சைவ வெள்ளாளர் மரபில் பிறந்த யூசுப்கான் என்ற கான்சாகிப்பின்[32] இயற்பெயர் மருதநாயகம் பிள்ளை. இவர் சிறு வயதிலேயே முஸ்லீமாக மதம் மாறினார். ஆரம்பத்தில் பிரெஞ்ச் படையில் சிப்பாயாக இருந்து விட்டுப் பிறகு ஆங்கிலக் கிழக்கிந்திய கம்பெனியின் படையில் சேர்ந்தார். அதில் படிப்படியாக உயர்ந்து ஆங்கில நவாப் கூட்டுப்படையின் தலைமையில் தளபதியானார். அதற்குத் தலைமை தாங்கித் தெற்கு நோக்கிப் படைநடத்திச் சென்று தெற்கத்திப் பாளையக்காரர்களையெல்லாம் ஒடுக்கினார். குறிப்பாக ஆங்கிலேயருக்குச் சிம்மசொப்பனமாகத் திகழ்ந்த புலித்தேவரை தோற்கடித்தார்.[33] அதன்பின்பு மதுரை நாட்டின் கவர்னராகக் கும்பனியரால் நியமிக்கப்பட்டார். கவர்னராக நியமிக்கப்பட்ட பின்பு பிரிட்டிஷார் அதிகாரத்திடமிருந்து தன்னைத் துண்டித்துக் கொண்டு மதுரையில் பல நூற்றாண்டு கழித்து ஒரு தனிச் சுதந்திர தமிழர் அரசை நிறுவ விரும்பினார். அதற்குப் பிரெஞ்சுக்காரர்களின் உதவியை நாடினார். கும்பனியாரை எதிர்த்துச் சுமார் 3 ஆண்டு காலம் மதுரை கோட்டையைத் தனது கட்டுப்பாட்டில் வைத்திருந்த கான்சாகிப் தான் நம்பிய பிரெஞ்ச் தளபதி மார்ச்செண்டாலும், தனது பிராமணத் தளபதி சீனிவாசராவாலும் காட்டிக் கொடுக்கப்பட்டு 1764இல் அக்டோபர் 15ஆம் தேதி சிரச்சேதம் செய்து கொல்லப்பட்டார்.[34]

கான்சாகிப் மதுரை நாட்டின் கவர்னராகப் பொறுப்பேற்றவுடன் பாளையக்காரர்களை அடக்கியதைப் போலச் சுதந்திரமாகத் தன்னாட்சி செய்து வந்த கள்ளர்களையும் ஒடுக்க விரும்பினார். கள்ளர்கள் அவருக்கு அடங்க மறுத்ததனால் அவர்களைக்

கொடூரமாகத் தாக்கிக் கொலை செய்தார். நவாப்பிற்கு எதிராகக் கிளர்ச்சி செய்த பாளையக்காரர்களுக்கு உதவி செய்ததற்காக 500 கள்ளர்களைத் தூக்கிலிட்டுக் கொலை செய்தார்.[35] இவ்வாறு கள்ளர்களை ஒடுக்கியதன் மூலம் நாட்டில் ஒரு பொது அமைதியைத் தான் ஏற்படுத்திவிட்டதாக அவர் கும்பனி தலைமைக்கு எழுதிய கடிதத்தில் குறிப்பிடுகின்றார்.[36]

பிறகு கான்சாகிப் எந்தக் கம்பெனிக்குச் சேவகம் செய்தாரோ அவர்களுக்கே அவர் எதிரியாக மாறிவிட்ட பின்பு, கள்ளர்களோடு ஒரு சமூக உறவை ஏற்படுத்திக் கொள்ள முயன்றார்.[37]

மதுரை கோட்டையையும், நத்தம், மேலூர் அருகே ஒரு தற்காலிகக் கோட்டைகளை ஏற்படுத்தி, அதனையும் கள்ளர்களை வைத்துப் பலப்படுத்தினார்.[38]

கிழக்கு நாட்டுக் கள்ளர்களோடு மட்டுமல்லாமல் மதுரைக்கு மேற்குப் பகுதியில் வாழ்ந்த பிறமலைக் கள்ளர்களுக்கும் சில சலுகைகளை அளித்து அவர்களோடு ஒரு சமூக உறவினை ஏற்படுத்திக் கொண்டார்.[39] அவரது படைப்பிரிவில் 2000 குதிரைப் படை வீரர்களும், 600 ஐரோப்பியக் கூலிப்படையினரும், 10,000 காலாட்படையினரும் இவர்களோடு பல நூறு கள்ளர்களும் சேர்க்கப் பட்டிருந்தனர்.[40]

இப்படிப் பலமிக்க ஒரு படையை அவர் கொண்டிருந்தாலும் நவாப் ஆங்கிலேயர், தஞ்சை மராத்தியர், தொண்டைமான் கூட்டுப் படைகளால் சுற்றி வளைக்கப்பட்டுத் தோற்கடிக்கப்பட்டார். இவ்வாறு கடைசி நேரத்தில் கள்ளர்களோடு சமூக உறவை ஏற்படுத்திக் கொண்டு தனது அதிகாரத்தைத் தக்கவைத்துக் கொள்ள முயன்றாலும், கான்சாகிப் தனது ஆட்சியின் தொடக்க காலத்தில் கள்ளர்களை ஒடுக்கியதே அவரது தோல்விக்கு முக்கியக் காரணமாக அமைந்துவிட்டது எனப் பேராசிரியர் கே. இராசய்யன் குறிப்பிடுகிறார்.[41]

ஏனெனில், மதுரை நகரத்தினைச் சுற்றியிருக்கும் கள்ளர்நாடுகள் மனித அரண்களாக அமைந்திருந்தன. அவற்றைத் தாண்டிவரும் எந்தப் படையானாலும் பெருத்த சேதத்திற்குப் பின்பே மதுரை நகரத்தினை வந்தடைய முடியும். ஆனால் கான்சாகிப்பு கள்ளர்களை ஒடுக்கி அவர்களைப் பலவீனப்படுத்தியதால், அவருக்கு எதிர்ப்பாக வந்த நவாப் ஆங்கில தஞ்சை மராத்திய தொண்டைமான் கூட்டுப் படைகள் மிக எளிதாக மதுரை நகரத்தினை வந்தடைய முடிந்தது.

இதனையே பேரா. இராசைய்யன் கள்ளர்களை ஒடுக்கியதே அவருக்கு எதிர்ப்பாகச் சென்று விட்டதாகக் குறிப்பிடுகின்றார்.

கேப்டன் ரூம்லேயின் இனப்படுகொலை

கான்சாகிப் தூக்கிலிடப்பட்டுக் கொல்லப்பட்ட பின்பு 1764இல் கேப்டன் ரூம்லே என்ற ஆங்கிலத் தளபதி மேலூர் கள்ளர்களைத் தாக்கி அவர்களிடம் வரிவசூல் செய்ய முயற்சித்தார். அவர்கள் வரி செலுத்த மறுத்தனர். அவர்கள் வரி செலுத்த மறுத்ததையும், கான்சாகிப்பிற்கு ஆதரவாகச் செயல்பட்டதனையும் மனதில் வைத்துக்கொண்டு ரூம்லே அவர்களைக் கொடூரமாகத் தாக்கத் தொடங்கினார். வெள்ளாளர் நாட்டுப் பகுதியிலிருந்த கள்ளர் கிராமங்களைத் தாக்கி ஆண்கள், பெண்கள், குழந்தைகள் உட்பட சுமார் 3000 கள்ளர்களை ஒரே நாளில் படுகொலை செய்தார். அதன் பின்பும் அவர்கள் வரி செலுத்த மறுத்ததோடு ரூம்லேயின் உதவியாளர்கள் பத்துப்பேரைக் கொலை செய்து பதிலடி கொடுத்தனர். இதனால் ஆத்திரமுற்ற ரூம்லே ஒரு சில நாட்கள் கழித்து மறுபடியும் தாக்கி சுமார் 2000 பேர்களைப் படுகொலை செய்தார். இவ்வாறு மொத்தம் 5000 கள்ளர்களைப் படுகொலை செய்து ஒரு இனப்படுகொலையை அரங்கேற்றினார்.[42] அதன்பின் அதிர்ந்து போன கள்ளர்கள் வரி செலுத்த சம்மதித்ததோடு ரூம்லேயை, 'ரூம்லே சாமி' எனப் பயந்து வழிபடவும் தொடங்கினர்.

வரி செலுத்த மறுத்துத் தூக்கிலிடப்பட்ட ஒரு கட்டபொம்மன் வரலாற்றில் நிற்கின்றார். இரண்டு மருதுபாண்டியர்கள் வரலாற்றில் நிற்கின்றனர். ஆனால் அதேபோல் வரி செலுத்த மறுத்து கொல்லப் பட்ட 5000 பேர்களை வரலாறு மறந்துவிட்டது. ஏனெனில் கட்டபொம்மனும், மருதுபாண்டியரும் மன்னர்கள். இந்த 5000 பேரும் சாதாரண (போர்) குடிகள் தானே!

1781இல் ஹைதர் அலியும், பிறகு அவர் மகன் திப்புசுல்தானும் கிழக்கிந்தியக் கம்பெனி நிர்வாகத்திற்குப் பெரும் தொல்லைகள் கொடுத்து வந்த நேரத்தில் அதனைப் பயன்படுத்திக் கொண்டு மதுரை நாட்டுக் கள்ளர்களும் ஆங்கிலக் கும்பனி நிர்வாகத்திற்கு எதிராகக் கிளர்ச்சியில் ஈடுபட்டனர். அவர்களை ஒடுக்குவதற்காக ஆற்காட்டு நவாப், முல்லாரி ராவ் என்பவர் தலைமையில் படை ஒன்றை அனுப்பினார். கள்ளர்கள் கடுமையான எதிர்ப்பினைக் காட்டினர். கள்ளன் ஒருவன் வீசிய வளரி ஒன்று மதுரை நகரின் கோட்டை வாயிலில் நின்று கொண்டிருந்த தளபதி முல்லாரி ராவின் தலையைத் துண்டித்துக் கொண்டு சென்றது.[43]

அதன்பின்பு 1784இல் கேப்டன் ஆலிவர் என்ற ஆங்கிலத் தளபதி மேலூர் கள்ளர்களை மறுபடியும் கொடூரமாகத் தாக்கினான். 1786முதல் 1790வரை நவாப்பால் நியமிக்கப்பட்ட அமில்தார்கள் கள்ளர்களைக் கண்காணித்து வந்தார்கள். பிறகு கள்ளர்களைக் கண்காணிப்பதற்காகக் கம்பெனி அரசாங்கம் தனி அதிகாரிகளை நியமித்தது. 1793 முதல் 1801 வரை இவர்கள் பத்துத் தனி அதிகாரிகள் பொறுப்பில் இருந்தனர்.[44] எனினும் அவர்களை முழுக் கட்டுப் பாட்டின்கீழ்க் கொண்டு வர இயலவில்லை.

பாளையக்காரர்களின் இறுதி யுத்தத்தில் கள்ளர்களின் பங்கு

கட்டபொம்மன் தூக்கிலிடபட்ட பின்பு அவரது தம்பிகள் ஊமைத்துரை, சிவத்தையா ஆகியோர் பாளையங்கோட்டை சிறையில் அடைக்கப்பட்டனர். பின்பு அவர்கள் இருவரும் சிறையிலிருந்து தப்பிச் சிவகங்கை சமஸ்தானத்தில் மருதுபாண்டியர் களிடம் தஞ்சம் புகுந்தனர். அவர்கள் இருவரையும் தங்களிடம் ஒப்படைத்து விடுமாறு கம்பெனி நிர்வாகம் மருதுபாண்டியர்களை நிர்ப்பந்தித்தது. ஆனால் தங்களிடம் அடைக்கலம் தேடி வந்தவர்களைக் காட்டிக் கொடுக்கமாட்டோம் எனச் சொல்லி மருதுபாண்டியர்கள் மறுத்துவிட்டனர்.[45] இதனால் ஆத்திரமடைந்த ஆங்கிலேயர்கள் மருது பாண்டிய சகோதரர்கள் மீதும் போர் தொடுத்தனர்.

அங்கிருந்து தப்பிச் சென்ற ஊமைத்துரை பாஞ்சாலங்குறிச்சி கோட்டையைப் புதுப்பித்துக்கொண்டு மீண்டும் தாக்குதலில் ஈடுபட்டார்.[46] அவருக்கு ஆதரவாகக் களக்காடு காவல்காரர்களும், நாங்குனேரி காவல்காரர்களும் களத்தில் இறங்கினர். அதேபோல் திண்டுக்கல் பகுதியைச் சேர்ந்த விருப்பாச்சி பாளையக்காரன் கோபால நாயக்கரும் பிரிட்டிஷாருக்கு எதிராகக் களமிறங்கினார். இவ்வாறு சிவகங்கை மருதுபாண்டியரும், நெல்லைச் சீமையில் ஊமைத்துரையும், களக்காடு காவல்காரர்களும், நாங்குனேரி காவல் காரர்களும் மேலும் சாணார், பள்ளர், பரதவர் போன்ற குடியினரும்[47] களமிறங்கியதால் பிரிட்டிஷாரை எதிர்த்த போராட்டம் தென் தமிழகம் முழுவதுமான எழுச்சியாக உருவெடுத்தது.

இந்த எழுச்சியில் மதுரைக்குக் கிழக்கேயும், மேற்கேயும் அமைந்திருந்த கள்ளர் நாடுகள் பெரும்பங்கு வகித்தன. கள்ளர்கள் மிகச் சிறந்த போர்வீரர்களாக மட்டுமல்லாமல், கிழக்கிந்தியக் கம்பெனி நிர்வாகத்திற்குப் பல தலைமுறைகளாகக் கடுமையான எதிரிகளாகவும்

இருந்து வந்ததால், அவர்களைக் கிளர்ச்சிக்காரர்கள் தங்களுக்குச் சாதகமாகப் பயன்படுத்திக் கொள்ள விரும்பினர்.[48]

மேலும் அவர்களது வாழ்விடங்கள் அடர்த்தியான முட்காடு களைக் கொண்டதாகவும், மலைகளுக்கு அருகாமையிலும், யாரும் எளிதில் ஊடுருவிச் செல்ல இயலாததாகவும் இருந்தன. அதனால் கிளர்ச்சியாளர்கள் தலைமறைவாக இருந்து கொண்டு தங்களது போர்த் திட்டங்களை நடைமுறைப்படுத்துவதற்குக் கள்ளர் நாடுகள் ஏதுவான இடமாகவும் இருந்தன.[49] மருதுபாண்டியர்கள் கிழக்கு நாட்டுக் கள்ளர்களது (அம்பலக்காரர்கள்) ஆதரவைப் பெற்றிருந்தனர். மல்லாகோட்டை நாட்டுக் கள்ளரான கருவாபாண்டியன் சேர்வை, அவர்களது விசுவாசமிக்க தளபதியாகச் செயல்பட்டார்.[50]

அதேபோலக் கிழக்கு நாட்டுக் கள்ளர்களது, தலைவர்களான சேதுபதியும், சண்முகபதி அம்பலமும் மருதுபாண்டியர்களுக்கு ஆதரவாகச் செயல்பட்டனர்.

இப்படி மருதுபாண்டியர்கள் கிழக்கு நாட்டுக் கள்ளர்களது ஆதரவினைப் பெற்றிருந்த பொழுது, திண்டுக்கல் விருப்பாச்சி பாளையக்காரர் கோபாலநாயக்கர் புறமலைக் கள்ளர்களின் ஆதரவினைப் பெற முயற்சித்தார். அவர் தனது ஆலோசகரான எல்லப்ப பிள்ளை என்பவரைப் புறமலை (கள்ளர்) நாட்டிற்கு தூதுவராக அனுப்பினார். அதன் பலனாக 1799 பிப்ரவரி 25ஆம் தேதி கல்யாணித்தேவர் என்பவரும், பெருமாள்சாமி பிள்ளை என்பவரும் கள்ளநாட்டுப் பிரதிநிதிகளாக விருப்பாச்சி சென்று கோபால நாயக்கரைச் சந்தித்தனர்.[51]

அவர் அவ்விருவரையும் பார்த்து மிகவும் சந்தோசமடைந்து தன்னைப் பார்த்ததோடு மட்டுமல்லாமல் பழனிமலைகளுக்கு அருகில் உள்ள பள்ளிப்பட்டியில் முகாமிட்டிருந்த திப்புசுல்தானது படைத் தளபதி காஸிகானையும் சந்திக்கும்படி சொல்லி அவர்கள் இருவருக்கும் பயணச் செலவிற்குப் பணம் கொடுத்தும் அனுப்பி வைத்தார்.[52]

ஏற்கனவே கோபாலநாயக்கரது உதவியாளர் தோம்முச்சி முதலியும், தேவதானப்பட்டி பாளையக்காரன் பூசாரி நாயக்கரது உதவியாளர் கோமிரெட்டியும் காஸிகானைச் சந்திக்க பள்ளிப்பட்டி சென்றிருந்தனர். அவர்களது உதவியோடு கள்ளநாட்டுப் பிரதிநிதி களான கல்யாணித்தேவரும், பெருமாள்சாமி பிள்ளையும் பள்ளிப்பட்டி சென்று திப்புவின் படைத்தளபதி காஸிப்கானைச் சந்தித்தனர்.[53]

அவர்கள் இருவரையும் காஸிப்கான் அன்போடு வரவேற்று, அவர்களுக்குச் சில அன்பளிப்புகளை வழங்கி மகிழ்வித்தார். பிறகு

அவர்களோடு நீண்டநேரம் கலந்துரையாடினார். கிளர்ச்சியின் போது எதிரியின் படைக்குச் (ஆங்கில கம்பெனியாரின் படை) சொந்தமான வெடிபொருட்களை வைத்திருக்கும் கிட்டாங்கிகளையும் (கிடங்கு), பணம் வைக்கப்பட்டிருக்கும் கருவூலங்களையும், அவர்களது குதிரைகளையும் கொள்ளையடித்து நிர்மூலமாக்குவது கள்ளர்களது பொறுப்பு எனவும் அதனைக் கோபால நாயக்கரது வழிகாட்டுதலின்படி செய்யுங்கள் எனவும் சொல்லி, அவர்களை வழியனுப்பி வைத்தார்[54]

அப்பொழுது அவர்கள் இருவரையும் கவுரவிக்கும் விதமாகத் திப்புவின் தலைப்பாகை ஒன்றினைக் கொடுத்தும் வழியனுப்பி வைத்தார்.[55] அவர்கள் இருவரும் மீண்டும் திண்டுக்கல் சென்று கோபால நாயக்கரைச் சந்தித்துவிட்டு 1799 மார்ச் 1ஆம் தேதி கள்ளர் நாட்டிற்கு வந்தடைந்தனர். கோபால நாயக்கரிடமிருந்து தகவல் வந்தவுடன் தாக்குதலுக்குத் தயாராக இருக்கும்படி கள்ளநாட்டு மக்களை அறிவுறுத்தினர்.[56]

1799 மே மாதத்தில் கோபால நாயக்கர் ஆனையூர் நாட்டிலுள்ள (புறமலைநாடு) கள்ளப்பட்டி கிராமத்தைச் சேர்ந்த பொன்னி தேவரிடம் (புன்னைத்தேவர்) தஞ்சமடைந்தார்.[57] அவரது வருகையையொட்டி உற்சாகமடைந்த ஆனையூர் (புறமலை) நாட்டு மக்கள் குறிப்பாகக் கருமாத்தூர், ஆரியபட்டி, நாமனூர் போன்ற கிராமத்தைச் சேர்ந்த கள்ளர்கள் ஆயிரக்கணக்கில் திரண்டு தாக்குதல் நடத்துவதற்குத் தயாராயினர்.[58]

ஆனால், புறமலைநாட்டு மக்கள் தாக்குதலுக்குத் தயாராகிக் கொண்டிருக்கிறார்கள் என்பதனைக் கேள்விப்பட்ட அப்போதைய மதுரை மாவட்டக் கலெக்டர் இன்ச், மே மாதம் 4ஆம் தேதி நாத்தார்கான் என்பவரின் தலைமையில் படை ஒன்றினை அனுப்பிக் கிளர்ச்சிக்குத் தயாராகிக் கொண்டிருந்த மக்களைச் சிதறடித்தார். மேலும், பொன்னித்தேவரை கொலை செய்துவிட்டுக் கோபால நாயக்கரை சிறைப்பிடித்துச் சென்றார்.[59]

பாளையக்காரர்களின் யுத்தத்தில் இறுதியாக 1801 அக்டோபர் 24ஆம் தேதி மருதுபாண்டியர்கள் இருவரும் திருப்பத்தூரில் தூக்கிலிடப்பட்டுக் கொல்லப்பட்டனர்.[60]

அதுபோலக் கட்டபொம்மனது தம்பிகள் ஊமைத்துரையும், குமாரய்யா நாயக்கனும் பாஞ்சாலங்குறிஞ்சியிலேயே தூக்கிலிட்டுக் கொல்லப்பட்டனர். பாஞ்சாலங்குறிஞ்சிக் கோட்டை தகர்க்கப் பட்டுப் பாஞ்சாலங்குறிச்சி என்ற கிராமத்தின் பெயரே அரசு கெஜட்டிலிருந்து நீக்கப்பட்டது.[61]

கோபால நாயக்கரும் திருப்பாச்சி காட்டில் தூக்கிலிடப்பட்டார். கிளர்ச்சி செய்த நாட்டுக் கள்ளர்களின் தலைவர்களான சேதுபதி அபிராமம் என்னுமிடத்திலும், சண்முகபதி அம்பலம் அவரது சொந்தக் கிராமத்திலும் தூக்கிலிடப்பட்டுக் கொல்லப்பட்டனர்.[62]

இவ்வாறு கிளர்ச்சித் தலைவர்களைத் தூக்கிலிட்டுக் கொன்றதோடு, கிளர்ச்சியில் பங்கெடுத்தவர்களில் 73 பேர்களைப் பினாங்கிற்கும் நாடுகடத்தினர். சிவகங்கை மன்னராக மருது சகோதரர்களால் நியமிக்கப்பட்டிருந்த வெங்கண்ண உடையாத் தேவர், சின்ன மருது சேர்வைகளின் இளையமகன் துரைச்சாமி சேர்வை உட்பட பின்வரும் 73 பேர் பினாங்கிற்கு நாடு கடத்தப் பட்டனர்.[63] அவர்களது பட்டியல் வருமாறு :

1.	வெங்கண்ண பெரிய உடையாத் தேவர்	–	சிவகங்கை
2.	துரைச்சாமி சேர்வை	–	சின்னமருதுவின் இளைய மகன்
3.	பொம்ம நாயக்கன்	–	வரப்பூர்
4.	ஜெகநாத அய்யர்	–	இராமநாதபுரம் அமில்தார்
5.	ஆண்டியப்பத் தேவன்	–	ஆனையூர் நாடு (புறமலைநாடு), கருமாத்தூர்
6.	சடமாயன்	–	புறமலைநாடு, கருமாத்தூர்
7.	கோனிமாயத் தேவன்	–	புறமலைநாடு, கருமாத்தூர்
8.	தளவாய் குமாரசாமி நாயக்கன்	–	பாஞ்சாலங்குறிச்சி
9.	குமாரத்தேவன்	–	மேலூர்
10.	பாண்டியன்	–	பாண்டியப்புத்தூர்
11.	முத்துவீரன்	–	அருங்குளம்
12.	சாமி	–	மணக்காடு
13.	இராமசாமி	–	களக்காடு கிளர்ச்சியாளர்
14.	இருளப்பத்தேவர்	–	நாங்குநேரி களக்காடு கிளர்ச்சியாளர்
15.	பாண்டியநாயக்கன்	–	கோம்படி களக்காடு கிளர்ச்சியாளர்
16.	மாடத் தேவன்	–	களக்காடு கிளர்ச்சியாளர்
17.	மலையில் மாடன்	–	களக்காடு கிளர்ச்சியாளர்
18.	சின்னப் பிச்சத் தேவன்	–	களக்காடு கிளர்ச்சியாளர்
19.	வீரபாண்டியத் தேவன்	–	களக்காடு கிளர்ச்சியாளர்
20.	வீரபெருமாள் தேவன்	–	களக்காடு கிளர்ச்சியாளர்
21.	கருப்பத் தேவன்	–	களக்காடு கிளர்ச்சியாளர்
22.	சுலைமானியா	–	களக்காடு கிளர்ச்சியாளர்
23.	நந்தசாமி	–	களக்காடு கிளர்ச்சியாளர்
24.	பெருமாள்	–	களக்காடு கிளர்ச்சியாளர்
25.	உடையாத் தேவன்	–	களக்காடு கிளர்ச்சியாளர்

26. சின்ன பிச்சைத் தேவன் மகன் தேவி நாயக்கன்	–	களக்காடு கிளர்ச்சியாளர்
27. முத்துராமத் தேவன்	–	களக்காடு கிளர்ச்சியாளர்
28. மாடத் தேவன்	–	களக்காடு கிளர்ச்சியாளர்
29. பேயன்	–	களக்காடு கிளர்ச்சியாளர்
30. அழகுநம்பி	–	களக்காடு கிளர்ச்சியாளர்
31. வைகுண்டத் தேவன்	–	களக்காடு கிளர்ச்சியாளர்
32. சிறியனத் தேவன்	–	களக்காடு கிளர்ச்சியாளர்
33. கோனையுள்ளன	–	களக்காடு கிளர்ச்சியாளர்
34. முல்லுவடுவு	–	களக்காடு கிளர்ச்சியாளர்
35. சந்தானம்	–	களக்காடு கிளர்ச்சியாளர்
36. வீரபரதன்	–	களக்காடு கிளர்ச்சியாளர்
37. சலம்பன்	–	களக்காடு கிளர்ச்சியாளர்
38. பேயன்	–	களக்காடு கிளர்ச்சியாளர்
39. இராமசாமி	–	களக்காடு கிளர்ச்சியாளர்
40. இருளப்பன்	–	நாங்குனேரி கிளர்ச்சியாளர்
41. குமாரசாமி	–	நாங்குனேரி கிளர்ச்சியாளர்
42. வீரபாண்டியன்	–	நாங்குனேரி கிளர்ச்சியாளர்
43. வெங்கடராயன்	–	நாங்குனேரி கிளர்ச்சியாளர்
44. உடையார்	–	நாங்குனேரி கிளர்ச்சியாளர்
45. முத்துராக்கு	–	நாங்குனேரி கிளர்ச்சியாளர்
46. முத்துராக்கு	–	அனக்குளம்
47. சொக்குதலைவன்	–	இருக்கன்குடி
48. இருளப்பத் தேவன்	–	நாங்குனேரி கிளர்ச்சியாளர்
49. மல்லிய நாயக்கன்	–	எல்லம்பட்டி, நாங்குனேரி கிளர்ச்சியாளர்
50. கருவமானியநாயக்கன்	–	கட்டநாயக்கன்பட்டி, நாங்குனேரி கிளர்ச்சியாளர்
51. தோம்மிச்சி நாயக்கன்	–	நாங்குனேரி கிளர்ச்சியாளர்
52. சுளுவமானிய நாயக்கன்	–	ஆடியூர், நாங்குனேரி கிளர்ச்சியாளர்
53. குளத்தூர் பாளையக்காரரது பேரன், ராமசாமி	–	நாங்குனேரி கிளர்ச்சியாளர்
54. பிச்சையாண்டி நாயக்கன்	–	ரெவு போப்பரம், நாங்குனேரி கிளர்ச்சியாளர்
55. தளவாய்	–	கள்ஜமாடம், நாங்குனேரி கிளர்ச்சியாளர்
56. சின்னமாடன்	–	பசுலந்தை, நாங்குனேரி கிளர்ச்சியாளர்
57. வைரம் மூர்த்தி	–	கண்டீஸ்வரம், நாங்குனேரி கிளர்ச்சியாளர்
58. தளவாய் பிள்ளை	–	தேசக்காவல் மேலாளர், நாங்குனேரி கிளர்ச்சியாளர்

59. சுள்ளுமணியம் அவரது மகன்	–	நாங்குனேரி கிளர்ச்சியாளர்
60. பெத்தநாயக்கன்	–	தூத்துக்குடி கிளர்ச்சியாளர்களின் தலைவன், நாங்குனேரி கிளர்ச்சியாளர்
61. கிருஸ்மைநாயக்கன் அவரது மகன்	–	நாங்குனேரி கிளர்ச்சியாளர்
62. வளன்	–	குளத்தூர், நாங்குனேரி கிளர்ச்சியாளர்
63. மயின்	–	அரச்சேரி, நாங்குனேரி கிளர்ச்சியாளர்
64. வலயமுத்து	–	காங்கயராயங்குறிஞ்சி, நாங்குனேரி கிளர்ச்சியாளர்கள்
65. ராமன்	–	சௌவி, நாங்குனேரி கிளர்ச்சியாளர்
66. பாலிய நாயக்கன்	–	சுறன்குடி நாஞ்சிநாடு, நாங்குனேரி கிளர்ச்சியாளர்
67. குமரன்	–	நாங்குநேரி கிளர்ச்சியாளர்
68. வெள்ளையகுண்டன் வெள்ளையன்	–	திண்டுக்கல் போராளி
69. ராமன்	–	திண்டுக்கல் போராளி
70. அழகுசொக்கு	–	திண்டுக்கல் போராளி
71. சேக் ஹுசைன்	–	திண்டுக்கல் போராளி
72. அப்பாநாயக்கன்	–	திண்டுக்கல் போராளி
73. குப்பணபிள்ளை	–	திண்டுக்கல் போராளி

அக்டோபர் திங்களில் கைது செய்யப்பட்ட இந்த எழுபத்து மூன்று போராளிகள் கப்பலுக்காக 4 மாதங்கள் காக்க வைக்கப்பட்டனர். அதுவரை கொடூரமான சித்ரவதை மிக்க காவலில் வைக்கப்பட்டனர். அக்காலத்தில் “பிரின்ஸ் ஆப் வேல்ஸ் ஐலேண்டு” என அழைக்கப்பட்ட பினாங்கு தீவிற்கு மேற்கூறிய 73 போராளிகளில் 72 போராளிகளை உள்ளடக்கிய “அட்மிரல் நெல்சன்” எனும் கப்பலில், லெப்டினன்ட் ராக்ஹெட் என்னும் அதிகாரியின் பாது காப்பில் 11.2.1802 அன்று தூத்துக்குடியை விட்டுப் புறப்பட்டனர். இதில் மன்னர் வெங்கண்ண பெரிய உடையாத்தேவர் மட்டும் தனியாகப் பெங்கோலன் தீவிற்கு நாடு கடத்தப்பட்டார். சமையல் பணிக்கு அனுமதிக்கப்பட்ட ஆறு போராளிகளின் கைவிலங்குகள் மட்டுமே அகற்றப்பட்டன. இரண்டிரண்டு பேராகச் சேர்த்துப் பிணைக்கப்பட்ட மற்றப் போராளிகளின் விலங்குகள் கப்பல் பயணத்தின் போது அகற்றப்படவேயில்லை. கடல் நோயினால் பாதிக்கப்பட்டு 2 போராளிகள் பயணத்தின் போதே இறந்து விட்டனர். அவர்களது உடல்கள் கடலில் தூக்கி எறியப்பட்டன. மீதம் 70பேர் கொண்ட கப்பல் 76 நாட்கள் நெடிய பயணத்திற்குப் பின் 26.4.1802 அன்று பிணாங்கிற்குச் சென்றடைந்தது. அதிலிருந்து

70 போராளிகளும் இறக்கிவிடப்பட்டனர். அத் தீவின் புதிய வாழ்க்கை ஒத்துவராமல் இறங்கிய ஐந்து மாதத்துக்குள்ளேயே 21 போராளிகள் இறந்துவிட்டனர். மற்றவர்களது கதி என்ன ஆயிற்று என்பது தெரியவில்லை.[64]

இதில் துரைச்சாமி சேர்வையை மட்டும் 17 ஆண்டுகள் கழித்து கர்னல் வேல்ஸ் என்னும் இராணுவ அதிகாரி அத்தீவில் சந்தித்த தாகவும், சிறுவயதில் அவ்வளவு அழகாக இருந்த அவன் பொலி விழந்து முதுமையான தளர்ந்த வயோதிகனைப் போல் காட்சி யளித்ததாகவும் தன்னைக் காணவந்த அவன் தனது உறவினர்களைத் தொடர்பு கொள்ளுவதற்கு உதவி கேட்டதாகவும், ஆனால் அது தனது கடமைக்குப் புறம்பானது என்பதனால் தன்னால் அதனைச் செய்ய இயலவில்லை எனவும் தனது *இராணுவ நினைவுகள்* என்ற புத்தகத்தில் குறிப்பிடுகிறார்.[65]

இவ்வாறு நாடு கடத்தப்பட்ட 73 போராளிகளில் மூன்று போராளிகள் ஆனையூர் நாட்டைச் சேர்ந்தவர்கள் என ஆவணங்கள் குறிப்பிடுகின்றன. அக்காலத்தில் ஆனையூர் கிராமம் இப்பகுதிக்கான வருவாய் தலைமையகமாக இருந்ததனால் ஆங்கிலேயர்கள் புறமலை நாட்டை ஆனையூர் நாடு என்றே தங்களது ஆவணங்களில் குறிப்பிட்டுள்ளனர். போராளிகளில் ஆண்டியப்பத் தேவன், சடமாயன், கோனி மாயத் தேவன் ஆகிய மூவரும் புறமலை நாட்டைச் சேர்ந்தவர்கள்.[66]

இதில் ஆண்டியப்பத் தேவனும், கோனிமாயத் தேவனும் புறமலைக் கள்ளர்கள்; சடமாயன் குறவர் இனத்தைச் சேர்ந்தவர். இதில் ஆண்டியப்பத்தேவன் கப்பல் பயணத்தின்போது இறந்து விட்டதால் அவரது பிணம் கடலில் தூக்கி வீசப்பட்டு விட்டது. சடமாயன் மட்டும் தண்டனை முடிந்து திரும்பி வந்து கருமாத்தூர் பொன்னாங்கன் (ஒச்சாண்டம்மன்) கோயில் ஆண்டியப்பத் தேவனுக்குரிய பங்கினைப் பெற்றுக்கொண்டதாக இக்கோயில் பற்றிய வழக்குக் கதை கூறுகிறது. கருமாத்தூர் ஒச்சாண்டம்மன் கோயில் திருவிழாவில் ஆண்டியப்பத் தேவனுக்குரிய முதன்மையையும், பங்கினையும் இச் சடமாயன் வழிவந்த குறவர்களே இன்றும் பெற்றுச் செல்கின்றனர் என்பது கள ஆய்வின்போது தெரியவந்தது.[67]

வளரி என்னும் வளைதடி

பாளையக்காரர் யுத்தத்தில் கள்ளர் மறவர்கள் பிரிட்டிஷாரைக் கதிகலங்க வைத்ததற்குக் காரணம் அவர்களது போர்க்குணம் மட்டு மல்லாமல், அவர்கள் பயன்படுத்திய ஒரு விசித்திரமான போர்க்கருவியும்

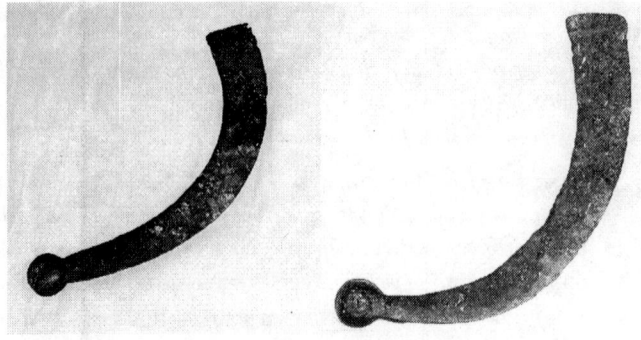

மேலக்கால் - இரும்பு வளைத்தடிகள்

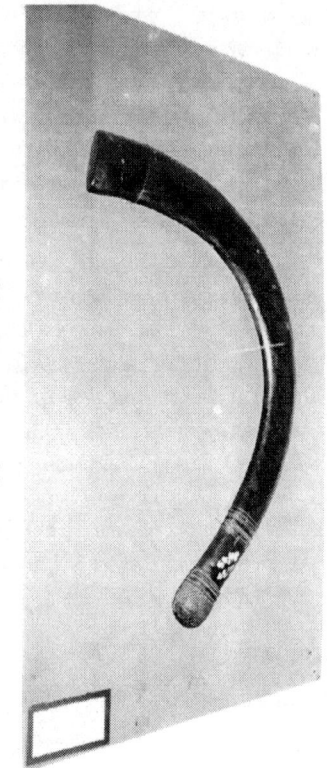

மரத்தாலான வளைத்தடி

ஆகும். அது வளரி அல்லது வளைதடி என அழைக்கப்பட்டது. இது ஓரிடத்தில் நின்று கொண்டே தொலை தூரத்தில் வருகின்ற எதிரிகளைத் தாக்குவதற்குப் பெரிதும் பயன்பட்டது. கள்ளர், மறவர், அகம்படியர், வலையர்[68] போன்ற சாதியினர் இதனைக் கையாள்வதில் வல்லவர்களாக இருந்தாலும், கள்ளர்களே இதனை மிகுதியாகப் பயன்படுத்தினர். அதனால் பிரிட்டிஷார் இதற்குக் கள்ளர் ஆயுதம் என்றே பெயர் சூட்டி விட்டனர்.[69]

இது ஆஸ்திரேலிய பூமராங்குகளுக்கு ஒப்பானதாகும். இவ் வளைதடி பிறைவடிவினதாகத் தட்டையான அமைப்புடையதாகும். கையால் பற்றுவதற்குரிய முனையிலிருந்து எதிரான முனை போகப் போக அகலமுடையதாக அமையும். கைப்பிடிக்கும் பகுதியின் முனையில் உருண்டையான குமிழ் அமைப்பு இருக்கும். எறிவதில் பயிற்சி உள்ளவர்கள் இலேசான முனையை கையில் பிடித்து வேகம் கொடுப்பதற்காகச் சில முறை தோளுக்கு மேலே சுழற்றி விரைவுடன் இலக்குநோக்கி எறிந்திட அது எதிரியை தாக்கிக்கொன்று விட்டு எறிந்தவர் கைக்கருகே திரும்பி வந்துவிடும் அல்லது சிறிது தூரம் முன்னோக்கி வந்துவிழும்.[70]

இவ்வகை வளைதடிகள் பெரும்பாலும் சேக்கரிய மரத்தினாலும், யானைத் தந்தங்களினாலும், இரும்பினாலும் செய்யப்படும். போர்காலங்கள் தவிர முயல் மற்றும் மான் போன்ற விலங்குகளை வேட்டையாடுவதற்கும் இதனைப் பயன்படுத்தினர்.[71]

பாளையக்காரர்களின் இறுதி யுத்தத்தில் இக்கருவி அதிகமாகப் பயன்படுத்தப்பட்டது. இறுதி யுத்தத்திற்குப் பின்பு சுமார் 10,000 வளைதடிகள் கைப்பற்றப்பட்டு அழிக்கப்பட்டதாக மருது பாண்டியரைத் தோற்கடித்த ஆங்கிலத் தளபதி ‘அக்னியு’ குறிப்பிடு கின்றார். அவை அழிக்கப்பட்டதோடு அதன்பின் வளைதடி தடை செய்யப்பட்ட ஆயுதமாகவும் ஆங்கிலேயர்களால் அறிவிக்கப் பட்டது.[72]

சின்ன மருது சேர்வை வளரி வீசுவதில் வல்லவனாகத் திகழ்ந்தான். அவன் வீசிய வளரி சுமார் 300 முதல் 500 அடிவரை பாய்ந்து சென்று குறிப்பிட்ட இலக்கைத் துல்லியமாகத் தாக்கியது என வேல்ஸ் குறிப்பிடுகின்றார்.[73]

அதுபோலப் பிறமலைக் கள்ளர்களும் வளரி வீசுவதில் வல்லவர் களாகத் திகழ்ந்தனர். வங்காருத்தேவன் கன்னிவாடி சண்டையிலும், மேலக்கால் சுளிமாயனும், விராலிமாயனும் கருவாட்டுப்பொட்டல் சண்டையிலும் வளரிகளைப் பயன்படுத்தியதாக வழக்குக் கதைகள் கூறுகின்றன.[74]

நான் எனது கள ஆய்வின் போது மேலக்காலில் இரும்பாலான இரண்டு வளைதடிகளையும், கோவிலாங்குளம் பட்டவன் கோயிலில் பல நூறு வளைதடிகளையும் கண்டேன். ஆனால் மரத்தாலான வளைதடிகளை இப்பகுதியில் காண முடியவில்லை. சிவகங்கை அரண்மனை அருங்காட்சியத்தில் மருதுசகோதரர்கள் பயன்படுத்திய இரண்டு மரத்தாலான வளைதடிகள் பாதுகாத்து வைக்கப்பட்டுள்ளன.

அடிக்குறிப்புகள்

1. *தஞ்சை நா. எத்திராஜ், தமிழக நாயக்க மன்னர்களின் வரலாறு,* ப. *43*
2. *ஆசீர்வாத உடையார் தேவர், மறவர் சரித்திரம், 1984,* ப. *32,*
3. Dr. M. Renganathan, Zaminari System in the Madras Presidency (1802 - 1948), PP. 27-28
4. *தஞ்சை நா. எத்திராஜ், முன்குறிப்பிட்டது,* ப. *43.*
5. Nicholas B. Driks, Hollow Crown, 1989, P. 104
6. K. Rajayyan, Rise and Fall of Poligars, 1974, P.
7. *ஆசீர்வாத உடையார்தேவர், முன்குறிப்பிட்டது,* ப. *61*
8. *டாக்டர் எஸ்.எம். கமால், சேதுபதி மன்னர் வரலாறு,* ப. *21*
9. S. Mullaly, Notes on Criminal Classes of the Madras Presidency, P. 99
10. *மீ. மனோகரன், மருதுபாண்டியர் மாமன்னர்கள், 1994,* பக். *35 – 36*
11. J.H. Nicholas, Dirks, Hollow Crown, 1989, PP. 101,102, 111
12. *தருமத்துப்பட்டிச் செப்பேடு – 2 பட்டயநகல்*
13. J.H. Nicholas, Dirks, Hollow Crown, 1989, P. 157
14. Ibid. P. 142
15. Ibid. P. 158
16. Ibid. P. 160
17. Ibid. P. 170
18. Ibid. P. 161
19. Ibid. P. 193
20. Ibid. P. 194
21. Ibid. P. 19
22. Ibid. P. 197
23. History of Maravas, Dr. S.Kathirvel. P. 50
24. Nicholas, Dirks, Hollow Crown, P.
25. *தஞ்சை, நா. எத்திராஜ், முன்குறிப்பிட்டது,* ப. *92*
26. Dr. M.Renganathan, Zamindari System in the Madras Presidency (1802 - 1948), 2010, P. 10
27. Dr. S. Kathirvel, History of Maravas, P. 105
28. Ibid P. 114
29. Dr. K. Rajayyan, History of Madurai, P. 97
30. Tamilaham in the 17th Century, P. 82.
31. Dr. K. Rayayyan, History of Madurai, (1736 - 1801.) P. 156
32. Dr. S. Kathirvel, History of Maravas, P. 102
33. K. Rajayyan, Rise and fall of Poligars, 1989, P. 58

34. கால்டுவெல், திருநெல்வேலி சரித்திரம், பக். 210 - 211
35. S.C. Hill, Yusuf Khan The Rebel Commandent, (London - 1914) P. 97
36. Ibid P. 96
37. K. Rajayyan, History of Maravas, (1736 - 1801) P. 230
38. Ibid P. 220
39. Thinakarasamy Thevar family records, Thirumangalan Sk report to the R.C.S.H.R March - 1965
40. K. Rajayyan, History of Madurai, P. 223
41. Ibid, P. 245
42. Ibid, PP. 230-231,
43. J.H. Nelson, Madura Country Manual, P. 47
44. Ibid P. 49
45. மீ. மனோகரன், மருதுபாண்டிய மாமன்னர்கள், பக். 497–499
46. கால்டுவெல், முன்குறிப்பிட்டது, ப. 305
47. K. Rajayyan, Rise and fall of Poligars P. 104
48. South Indian Rebellion P. 101 Dr. K. Rajayyan
49. Ibid P. 101
50. மீ. மனோகரன், மருதுபாண்டிய மன்னர்கள் ப.
51. K. Rajayyan, Southe Indian Rebellion P. 101
52. Ibid P. 102
53. Ibid P. 102
54. Ibid P. 103
55. Ibid P. 104
56. Ibid P. 103
57. Ibid P. 257
58. Ibid P. 257
59. Ibid P. 258
60. மீ. மனோகரன், முன்குறிப்பிட்டது, ப. 643
61. Hollow Crown P. 61 Dirks
62. K. Rajayyan, South Indian Rebellion P. 314
63. K. Rajayyan, South Indian Rebellion PP. 322 - 324
64. மீ. மனோகரன், முன்குறிப்பிட்டது, ப. 649
65. மேற்படி, ப. 651
66. K. Rajayyan, South Indian Rebellion, P. 322
67. ஆங்கத்தேவர், (55) கருமாத்தூர் ஒச்சாண்டம்மன் கோயில் பெரிய பூசாரி, பே. நா : 10.12.2004
68. மீ. மனோகரன், முன்குறிப்பிட்டது, ப. 255
69. மேற்படிநூல் ப. 419
70. எட்கர் தர்ஸ்டன், தென்னிந்திய மானிடவியல், ப. 289
71. மேற்படி ப. 288
72. மீ. மனோகரன், முன்குறிப்பிட்டது, ப. 643
73. J. Welsh, Military Reminiscences P. 130
74. சுளிமாயன் விராலிமாயன் வழிபாட்டுக் கதை

பிரிட்டிஷ் காலம்

1801இல் நடைபெற்ற பாளையக்காரர்களின் இறுதி யுத்தத்திற்குப் பின்பு, தென்தமிழகம் முழுவதும் கிழக்கிந்தியக் கம்பெனியாரின் நேரடிக் கட்டுப்பாட்டின்கீழ் வந்தது. அதன் பின்பு 1802இல் கம்பெனியார் ஆற்காட்டு நவாப்புடன் ஓர் ஒப்பந்தம் செய்து கொண்டனர். அதன்படி ஆற்காட்டு நவாப்பின் ஆளுகைக்குட்பட்ட பகுதிகளும் கடலோர ஆந்திரா, ராயல் சீமா பகுதிகள், மலபார் பகுதிகள் ஒருங்கிணைக்கப்பட்டுச் சென்னை மாகாணம் அல்லது சென்னை இராஜதானி உருவாக்கப்பட்டது. அச் சென்னை மாகாணத்திற்கான நீதி, நிர்வாகம், இராணுவ அதிகாரங்கள் அனைத்தும் ஆங்கிலக் கிழக்கிந்தியக் கம்பெனியாரிடம் ஒப்படைக்கப் பட்டன.[1]

அவர்களால் நியமிக்கப்படக்கூடிய கவர்னரே அவை அனைத்தையும் தனது அதிகாரத்தின்கீழ் வைத்திருப்பார். அவர் கல்கத்தாவில் உள்ள கவர்னர் ஜெனரலின்கீழ்ச் செயல்படுவார். வருகின்ற வருமானத்தில் ஐந்தில் ஒரு பகுதியை ஆற்காட்டு நவாப்பிற்கு அளித்துவிட வேண்டும். அவர்கள் நவாப்பிற்குரிய பட்டங்கள், கௌரவங்கள் போன்றவற்றைத் தொடர்ந்து வைத்துக் கொள்ளலாம் எனத் தீர்மானிக்கப்பட்டது. பின்பு 1803இல் நிரந்தர ஒப்பந்தச் சட்டம் இயற்றப்பட்டது. அதன்படி பாளையக்காரர்களது நீதி, நிர்வாக, இராணுவ அதிகாரங்கள் பறிக்கப்பட்டு வெறும் ஜமீன்தார்களாகப் பதவி இறக்கம் செய்யப்பட்டனர்.[2]

ஜமீன்தார் என்ற சொல் பெர்சிய மொழியிலிருந்து பெறப்பட்ட தாகும். அதற்கு நிலத்தை வைத்திருப்பவர் அல்லது நிலத்திற்கான பொறுப்பாளர் என்று பொருள். அவர்கள் நிலத்திற்கான தீர்வையை மொத்தமாக அரசாங்கத்திடம் செலுத்திவிட்டுத் தங்கள் விவசாயி

களிடமிருந்து குத்தகைப் பணத்தை வசூலித்துக் கொண்டனர். இவ்வாறு தென்னிந்தியாவின் பெரும்பகுதி பிரிட்டீஷாரின் முழு ஆதிக்கத்தின்கீழ் வந்தது. பாளையக்காரர்கள் அனைவரும் ஒடுக்கப்பட்ட பின்பும் அக்காலத்தில் தமிழகத்தில் இருந்த காவல் முறையை மட்டும் பிரிட்டிஷாரால் முழுமையாக ஒழிக்க இயலவில்லை. அப் பாரம்பரிய காவல்முறை பிரிட்டீஷாரின் இறையாண்மைக்குத் தொடர்ந்து பெரும் சவாலாக இருந்து வந்தது.[3]

இனி, அக்காலக் காவல் அமைப்புப் பற்றிச் சற்று விளங்கக் காண்போம்.

3 - 1 தமிழகக் காவல் முறை

பிரிட்டீஷார் வருவதற்கு முன்பாகவே தமிழகத்தில் ஒரு வகைக் காவல்முறை நடைமுறையில் இருந்து வந்தது. காவல் என்ற சொல்லுக்கு, "ஒருவரிடத்தில் ஒப்புவித்த பொருளை அவர் எந்த ஒரு கெடுதியும் நேராவண்ணம் காத்துக் கொடுத்தல்" என்று பொருள்.[4] இவ்வகைக் காவல், குடிக்காவல் எனப்பட்டது. இக் குடிக்காவல் முறை தேசக்காவல், நாடுகாவல், திசைக்காவல், கிராமக்காவல் என நான்கு நிலைகளில் பகுக்கப்பட்டிருந்தது.

தேசக்காவல்

ஒரு குறிப்பிட்ட சிறிய அரசு முழுமைக்கும் காவல் காப்பது தேசக்காவல் எனப்பட்டது. பெரும்பாலும் பாளையக்காரர்களே தேசக்காவல் பொறுப்பாளர்களாக இருந்தனர்.[5] அவர்கள் தங்களது கட்டுப்பாட்டுப் பகுதிகளில் உள்ள கிராமங்களில் உள்ளூர்க் காவலாளிகளை நியமித்தனர். அப்பகுதிகளுக்கான நீதி நிர்வாக அதிகாரங்களைத் தங்களது கட்டுப்பாட்டிலேயே வைத்திருந்தனர். மேலும், தங்களது அதிகாரத்தை அமல்படுத்துவதற்காக ஒரு படையையும் வைத்திருந்தனர்.

நாடுகாவல்

பாளையம் என்ற அமைப்பு உருவாவதற்கு முன்பாகத் தமிழகம் பல உள்நாடுகளாகப் பிரிக்கப்பட்டிருந்தது. அந்த நாடுகளின் காவல் பொறுப்பு, சில குறிப்பிட்ட வம்சாவளிகளிடம் ஒப்படைக்கப் பட்டிருந்தன. அவர்கள் அரையர்கள் என அழைக்கப்பட்டனர். பெரும்பாலும் தென் தமிழகத்தில் கள்ளர், மறவர் இனக் குழுக்களின் தலைவர்களே இவ்வகை அரையர்களாய் அல்லது நாடு காவல்

காரர்களாய் நியமிக்கப்பட்டிருந்தனர்.[6] அவ்வரையர்கள் அப்பகுதி களிலுள்ள பட்டிகள் (கிராமங்கள்), பரவுகள் (விளைநிலங்கள்), குட்டைகள் (நீர்நிலைகள்), கோயில்கள் ஆகிய அனைத்திற்குமான பாதுகாவலர்களாக இருந்தனர். அவர்கள் தங்களது காவல்பொறுப் பிலிருந்த நாடுகளில் தேவைப்படும்பொழுது நீதி, நிர்வாக அதிகாரங்களையும் செலுத்தினர்.

திசைக் காவல்

ஒரு குறிப்பிட்ட திசையிலுள்ள கிராமங்களின் காவல் பொறுப்பினை வைத்திருப்பது திசைக்காவல் எனப்பட்டது. கள்ளர், மறவர்களே பெரும்பாலும் திசைக் காவலர்களாக நியமிக்கப்பட்டனர். அவர்கள் தங்களது காவலுக்குட்பட்ட பகுதிகளில் வாழமாட்டார்கள். தங்களது சொந்தக் கிராமங்களிலேயே வாழ்வார்கள். அவர்கள் தாங்கள் வாழ்கின்ற பகுதியைச் சேர்ந்த மற்றக் கள்ளர், மறவர் எவரும் தங்களது திசைக் காவலுக்குட்பட்ட பகுதிக்குள் களவிற்குச் செல்லாமல் பார்த்துக் கொள்வர். எவரேனும் மீறிக் களவிற்குச் சென்றால் அவர்களுடன் சண்டையிட்டுக் களவு போன பொருட்களை மீட்டுத் தங்களது காவலுக்குட்பட்ட கிராமத்தவர் களுக்குத் திருப்பிக் கொடுத்து விடுவர். மேலும் தங்களது திசைக் காவலிற்குட்பட்ட கிராமங்களில் வேறு வகையில் களவு போனாலும் அவற்றைத் துப்பறிந்து மீட்டுத் தருவர். இதற்காகத் திசைக் காவலிற் குட்பட்ட கிராமத்தவர்கள் தங்களது விளைபொருட்களில் ஒரு பகுதியையும், ஆடு, கிடாய் போன்ற கால்நடைகளையும் காவல் கூலியாக வருடத்திற்கு ஒருமுறை அனுப்பிவைப்பர்.[7]

கிராமக் காவல்

இது ஸ்தலக் காவல், ஊர்க்காவல் அல்லது கிராமக்காவல் எனப் பட்டது. இவ்வகையான காவல்காரர்கள் அவ்வூர் மக்களால் நியமிக்கப்பட்டு மரபு வழியில் அப் பொறுப்பினைப் பெற்றுவந்தனர். அவர்கள் அந்த ஊரிலுள்ள பட்டிகள், பரவுகள், குட்டைகள் போன்றவற்றைப் பாதுகாக்கின்ற பொறுப்பினைப் பெற்றிருந்தனர். இவை முறையே பட்டிக்காவல், பரவுக்காவல், மடைக்காவல் என வகைப்படுத்தப்பட்டன. இவற்றில் பட்டி, பரவுக்கு ஒரு காவல்காரரும், நீர்நிலைகளைக் காப்பதற்கு ஒரு காவல்காரரும் தனித்தனியே நியமிக்கப்படுவர். நீர்நிலைகளைக் காக்கின்ற காவல் மடைக்காவல் எனப்படும். பெரும்பாலும் பள்ளர், பறையர் சாதியாரே இவ்வகை மடைக் காவல்காரர்களாய் நியமிக்கப்படுவர். பட்டி, பரவு காவல்

கேட் தலையாரிகளின் அடையாளச் சின்னம்

காரர்களாய் நியமிக்கப்பட்டவர்கள் கிராமவாசிகளின் உடைமைகள் களவுபோகாமல் பாதுகாக்க வேண்டும். அப்படி ஏதேனும் களவு போனால் அந்தக் காவல்காரர்களே கண்டுபிடித்துத் தரவேண்டும். அவரால் கண்டுபிடித்துத் தர இயலாத பட்சத்தில் பாதிக்கப்பட்ட வருக்குத் தனது சொந்த வருமானத்திலிருந்து இழப்பீடு தர வேண்டும். இவ்வகைக் கடப்பாடுகள் இன்றைய நவீனக் காவல்முறையில் கூட இல்லை என்பது குறிப்பிடத்தக்கது.[8]

இவ்வாறு காவல் காப்பதற்காக அவர்களுக்குக் காவல் மானியமாக நிலங்கள் வழங்கப்படும். மானிய நிலங்களிலிருந்து வரக்கூடிய வருமானத்தை அவர் முழுமையாக வைத்துக் கொள்வார். மேலும் விவசாயிகள் தங்கள் விளைநிலங்களில் அறுவடை செய்யப்படும் தானியங்களின் ஒரு பகுதியைக் காவல் கூலியாகவும் தர வேண்டும்.

பெரும்பாலும் தென்தமிழகத்தில் மறவர், கள்ளர், அகமுடையார், வலையர், குறவர், வல்லம்பர் போன்ற சாதியாரே கிராமக்

காவலர்களாக நியமிக்கப்பட்டனர்.[9] வடதமிழகத்தில் வேப்பூர் பறையர்கள்,[10] வெள்ளிக்குப்பம் படையாச்சிகள், கொங்குப் பகுதியில் ஊராளிக்கவுண்டர்கள், நாட்டுக்கவுண்டர்கள் போன்றோர் கிராமக் காவல்காரர்களாய் நியமிக்கப்பட்டிருந்தனர். இனிக் கள்ளர்கள் வாழ்வியலில் களவும், காவலிற்குமிருந்த தொடர்பு நிலைப் பற்றிப் பார்ப்போம்.

கள்ளன் - களவு - காவல்

கள்ளர்கள் வாழ்வியலில் களவும், காவலும் தண்டவாளங்களைப் போல் இணைந்தே சென்றன. கள்ளன் பொதுவாக விவசாயி, களவாணி, காவல்காரன், படையாள் என நான்கு பரிணாமங்களில் இருப்பான் என அமெரிக்க மானுடவியலாளர் ஆனந்த பாண்டியன் குறிப்பிடுகின்றார்.[11]

அவன், தான் வாழ்கின்ற பகுதிகளில் உள்ள நிலங்களை உழுது பயிரிட்டு வாழ்வான். அவற்றில் சரியான விளைச்சல் இல்லாமல் உணவிற்குப் பற்றாக்குறை ஏற்படும் பொழுது, அருகிலுள்ள வளமிக்க பகுதிகளில் விளைந்த பயிர்களைக் கொள்ளையிடுவான். "கள்ளனையே காப்பாளனாக்கி களவினைத் தடுப்பது" என்ற நெறிமுறையின்படி அவன் கைகளிலேயே அதற்கான காவல் பொறுப்பு ஒப்படைக்கப்படும். இவ்வகையில் காவல் பொறுப்பைப் பெற்ற கள்ளன் பின்பு அப்பகுதியில் எந்த ஒரு களவும் போகாமல் பாதுகாப்பான். அப்பகுதி தனது காவல் எல்லைக்குக் கட்டுப் பட்டது என அறிவித்துத் தனது சக கள்ளர் சகோதரர்கள் எவரும் அப்பகுதிக்குள் களவிற்குச் செல்லாமல் தடுத்து விடுவான். அதற்குச் சன்மானமாகக் குடிகள், விளைச்சலின் ஒரு பகுதியையும், கிடாய் களையும் காவல் கூலியாகக் கொடுப்பர். அவ்வாறு கொடுக்கப் பட்டு வரும் காவல் கூலி முறையாகக் கொடுக்கப்படாவிட்டாலோ அல்லது மறுக்கப்பட்டாலோ அப்பகுதியை அக் கள்ளனே மீண்டும் கொள்ளையிடுவான்.

அதனால் குடிகள் பயந்து காவல்கூலி கொடுக்கத் தொடங்குவர். இவ்வகையில் கள்ளர்கள், களவினைக் காவல் அதிகாரத்தைப் பெறுவதற்கான வழிமுறையாகவும் அந்த அதிகாரத்தைத் தக்க வைத்துக் கொள்வதற்கான வழிமுறையாகவும் பயன்படுத்தினர். தமிழகப் பாரம்பரியக் காவல்முறையோடு தொடர்புடைய கள்ளர், மறவர், குறவர், வலையர் போன்ற எல்லாச் சாதியினர் வாழ்வியலிலும் இதேபோல் களவும், காவலும் இணைந்தே சென்றன. இவ்வகையில் களவை ஒரு வழிமுறையாகப் பயன்படுத்திக் காவல் அதிகாரத்தைப்

பெற்ற பொழுதிலும் ஒரு சிலர் குறுநில மன்னர்களுக்கும் பாளையக் காரர்களுக்கும் செய்த இராணுவ சேவைக்காக அவர்களிடமிருந்து வெகுமதியாகச் சில பகுதிகளுக்கான காவல் அதிகாரத்தைப் பெற்றிருந்தனர். அதாவது சில பாளையக்காரர்கள் கள்ளர், மறவர், குறவர், வலையர் போன்ற சாதியினரைத் தேவைப்படும்பொழுது தங்களுக்கான படையாட்களாகவும் பயன்படுத்திக் கொண்டனர். அதற்குச் சன்மானமாக அவர்களுக்குச் சில பகுதிகளுக்கான திசைக்காவல் உரிமையையும் வழங்கினர்.

பிறமலைக் கள்ளர்களும், திசைக்காவலும்

திருநெல்வேலி மாவட்டம் நாங்குனேரி, களக்காடு பகுதிகளில் திசைக்காவல் உரிமையை ஆறுபங்கு நாட்டு மறவர்கள் பெற்றி ருந்ததைப் போல மதுரை, திண்டுக்கல், இராமநாதபுரம் போன்ற மாவட்டங்களிலிருந்த பல பகுதிகளுக்கான திசைக்காவல் உரிமையைப் பிறமலைக் கள்ளர்கள் பெற்றிருந்தனர். எட்டு நாட்டின் கள்ளர் தலைவர் திருமலை பின்னத்தேவர், மதுரை நகரத்திலிருந்த ஆயிரம் வீட்டுப் பதினெட்டுப்பட்டிக் கோனார்களது காவல் உரிமையைத் திருமலை நாயக்கரிடமிருந்து பெற்றிருந்தார்.[12] அதனடிப்படையில் அவரது வம்சத்தவர்கள் தொடர்ந்து ஆயிரம் வீட்டுக் கோனார்களது திசைக் காவலர்களாக இருந்து வந்தனர். அது போல மதுரை நகரத்தின் மேற்குப் பகுதிக்கான திசைக்காவல் உரிமையை விளாச்சேரி – கீழக்குடிக் கள்ளர்களும் அதே நாயக்க மன்னரிடமிருந்து பெற்றிருந்தனர்.[13]

அவர்களும் தொடர்ந்து மதுரை நகரத்தின் மேற்குப் பகுதியில் திசைக் காவலாளிகளாக இருந்து வந்தனர். அதுபோலக் கன்னிவாடி பாளையக்காரருக்கு ராணுவ சேவை செய்ததற்காக அப்பாளையத் திற்கான திசைக்காவல் உரிமையைப் பாப்பாபட்டிக் கள்ளர்கள் அவரிடமிருந்து பெற்றிருந்தனர். நிலக்கோட்டை பாளையக்காரருக்கு ராணுவசேவை செய்ததற்காகக் கவணம்பட்டிக் கள்ளர்கள் அப் பகுதிக்கான திசைக்காவல் உரிமையைப் பெற்றிருந்தனர். தொட்டப்ப நாயக்கனூர் பாளையக்காரருக்கு ராணுவசேவை செய்ததற்காக வடுகபட்டி, தேவதானப்பட்டி போன்ற பகுதிகளுக்கான திசைக்காவல் உரிமையை நல்லுத்தேவன்பட்டிக் கள்ளர்கள் பெற்றிருந்தனர்.[14]

இவ்வாறு பாளையக்காரர்களிடமிருந்து திசைக் காவல் உரிமையைப் பெற்றவர்களின் வம்சத்தவர்கள் பாளையக்காரர்களின் வீழ்ச்சிக்குப் பின்பும் தொடர்ந்து அப்பகுதிகளுக்கான திசைக் காவல்காரர்களாய் நீடித்து வந்தனர்.

மேல உரப்பனூர் கள்ளர்கள் மதுரை தெற்குத் திருமங்கலம் தாலுகா அருப்புக்கோட்டைப் பகுதிகளுக்கான திசைக்காவல் உரிமையையும்,[15] பூசலப்புரம் மதிப்பனூர் கள்ளர்கள் இராஜ பாளையம் சத்திரப்பட்டி பகுதிகளுக்கான திசைக்காவல் உரிமையையும்[16] சோழவந்தான் பகுதிக்கான திசைக்காவல் உரிமையைத் தூங்காத்தேவன் வம்சத்தவர்களும் பெற்றிருந்தனர்.[17]

இவை போகச் சில நிலப்பிரபுக்களும், முக்கியஸ்தர்களும் கள்ளர் களைத் தனிப்பட்ட முறையில் தங்களது மெய்க்காப்பாளர்களாய் வைத்துக் கொண்டனர். குறிப்பாக முல்லைப் பெரியாறு அணையைக் கட்டிய தலைமைப் பொறியாளர் 'பென்னிகுக்' அவர்கள் யானை விரட்டி ஆங்கத்தேவன், காடுவெட்டிக் கருப்பத்தேவன் என்ற இரண்டு பிறமலைக் கள்ளர்களைத் தனது மெய்க்காப்பாளர்களாய் வைத்திருந்ததாக அவரது நாட்குறிப்பில் குறிப்பிட்டுள்ளார். இங்ஙனம் சில தனிப்பட்ட மனிதர்களும் கள்ளர்களைத் தங்களுக்கான பாதுகாவலர்களாக வைத்துக் கொள்கின்ற வழக்கமும் இருந்து வந்துள்ளது.[18]

பாளையக்காரர்களின் தோல்விக்குப் பின்பு தேசக்காவல் முறை முற்றிலும் ஒழிக்கப்பட்டது. அவர்களால் அளிக்கப்பட்ட திசைக் காவல் உரிமையும் சட்ட விரோதமாக்கப்பட்டது. குடியானவர்கள் திசைக் காவல் கூலி கொடுக்க வேண்டாம் என அறிவுறுத்தப் பட்டனர். அதனால் அவர்களும் திசைக்காவல் கூலி கொடுப்பதை நிறுத்திக் கொள்ள ஆரம்பித்தனர்.

1799 மே 6ஆம் தேதி நல்லுத்தேவன் பட்டியைச் சேர்ந்த கள்ளர்கள் பெரியகுளத்திற்கு அருகிலுள்ள வடுகபட்டிக்குச் சென்று 66 காளை மாடுகளைப் பிடித்து வந்துவிட்டனர். அவ்வூர்க்கான திசைக்காவல் உரிமையைத் தாங்கள் தொட்டப்ப நாயக்கனூர் பாளையக்காரரிடமிருந்து பெற்றோம் என்றும், அவர்கள் இரண்டு வருடங்களாகக் காவல் கூலி கொடுக்கவில்லை அதனால் அவர்களின் மாடுகளைப் பிடித்து வந்துவிட்டோம் என்றும் அன்றைய உதவிக் கலெக்டருக்கு ஓலை மூலம் செய்தி அனுப்பினர். மேலும் வருகின்ற வருடத்தில் தங்கள் ஊரில் நடக்க இருக்கின்ற கோயில் திருவிழாவிற்கு 40 சக்கரம் பணமும், 20 கிடாய்களும் அவர்கள் அனுப்பவேண்டும், அப்படி அனுப்பினால் அவர்களது மாடுகளைத் திருப்பிக்கொடுத்து விடுவோம் என்றும் செய்தி அனுப்பினர்.[19]

இதுபோலத் தங்களது திசைக்காவலுக்கு உட்பட்டிருந்த பகுதிகளிலிருந்து காவல் கூலி முறையாக வராத காரணத்தினால்

அப்பகுதிகளைக் கள்ளர்கள் கொள்ளையிட ஆரம்பித்தனர். இதனால் கள்ளர்களுக்கும் மற்றக் குடியானவர்களுக்கும் பகைமை உருவாக ஆரம்பித்தது. 1803இல் இயற்றப்பட்ட நிரந்தர ஒப்பந்தச் சட்டம் காவல் மானியங்களை முற்றிலும் சட்ட விரோதமாக்கியது. இதனால் பாரம்பரிய காவல்காரர்கள் தங்களுக்கு வழங்கப்பட்ட காவல்மானிய நிலங்களிலிருந்து பெற்ற வருமானத்தை இழக்கத் தொடங்கினர்.[20]

மேலும் 1861இல் இந்தியக் காவல்சட்டம் இயற்றப்பட்டது. அதன்படி ஐரோப்பியப் பாணியிலான நவீனக் காவல் அமைப்பு உருவாக்கப்பட்டது. அது ஏற்கனவேயிருந்த காவல் அமைப்பை முற்றிலும் சட்ட விரோதமாக்கியது. அதனால் அந்த நவீனக் காவல் அமைப்பிற்கும், பாரம்பரியக் காவல் அமைப்பிற்கும் இடையே ஒரு மோதல் உருவாகத் தொடங்கியது. நவீனக் காவல் அதிகாரிகள் பாரம்பரியக் காவல்முறையை மிரட்டிப் பணம் பறிக்கின்ற ஒரு வகையான செயல் என்றே குறிப்பிட்டு வந்தனர். இது ஒரு காவல் அதிகாரி எழுதிய கடிதத்தின் மூலம் வெளிப்படுகிறது.

1896 வருடம் ஏப்ரல் 13ஆம் தேதி, பௌட்ரய் (BAUDRY) என்ற மதுரைமாவட்ட எஸ்.பி. தனது ஐ.ஜி.க்கு எழுதிய கடிதத்தில் பின் வருமாறு எழுதுகிறார்:

“காவல் என்ற பெயரில் மக்களிடமிருந்து மிரட்டிப் பணம் பறிக்கின்ற முறை இங்கு இன்றும் நடைமுறையில் உள்ளது. சாதாரண குடிகள் மட்டுமல்லாது ஐரோப்பியர்களும், மேஜிஸ்ட்ரேட்டுகளும் கூடக் காவல் கூலி கொடுத்து வருகின்றனர். நான் இங்கு எஸ்.பி.யாக முதன் முறை பதவியேற்ற பொழுது ஒரு கள்ளர் இனத்துக் காவல்காரன் என்னிடம் வந்து காவல் கூலி கேட்டான். நான் தர மறுத்தால் எனது உடமைகளைக் கொள்ளையடித்து விடுவேன் என்று மிரட்டினான். நானும் அவனுக்குக் காவல்கூலி கொடுத்தேன். அவன் கேட்ட அளவிற்கு இல்லாமல் சிறிது பணம் கொடுத்தேன். அன்று என் வாழ்க்கையில் முதன்முறையாக நான் மிகவும் அவமதிக்கப்பட்டதாக உணர்ந்தேன். அதனால் இவ்வகையில் காவல் என்ற பெயரில் மிரட்டிப் பணம் பறிக்கின்ற வழக்கத்திற்கு நாம் உடனடியாக முடிவு கட்டவேண்டும்’’.[21] *(காண்க பின்னிணைப்பு – 3)* (இவ்வாறு வரிகேட்ட வெள்ளைகாரனிடமே கள்ளர்கள் வரிகேட்டு இருக்கின்றனர்.)

இக்கடிதத்தை ஏற்கனவேயிருந்த பாரம்பரியக் காவல்முறைக்கும், பிரிட்டிஷாரால் உருவாக்கப்பட்ட நவீனக் காவல்முறைக்கும் ஏற்பட்ட மோதலுக்கான அத்தாட்சியாகக் கொள்ளலாம். இவ்வகை

மோதல்களே பத்தொன்பதாம் நூற்றாண்டின் இறுதியில் காவல் குடிகளுக்கும், வேளாண் குடிகளுக்கும் இடையே ஏற்பட்ட பல கலவரங்களுக்கும் – இருபதாம் நூற்றாண்டின் தொடக்கத்தில் கள்ளர், மறவர் போன்ற காவல்குடிகள் மீது குற்றப்பரம்பரைச் சட்டம் பாய்வதற்கும் ஆணிவேராய் அமைந்தது.

3.2 பண்டு கலகம்

திண்டுக்கல், வேடசந்தூர், பெரியகுளம் தாலுகாக்களில் 1895 – 96இல் கள்ளர்களுக்கும், கள்ளர் இல்லாத குடிகளுக்கும் இடையே நடந்த கலகம் பண்டுகலகம் என மக்களது சொல்வழக்கிலும், கள்ளர் எதிர்ப்புக்கலகம் என ஆங்கில ஆவணங்களிலும் குறிப்பிடப்படு கின்றது.

இந்த மூன்று தாலுகாக்களிலும் உள்ள கிராமங்களில் கள்ளர், குறவர், வலையர் போன்ற சமூகத்தவர் கிராமக் காவல்காரர்களாக இருந்து வந்தனர். ஆனால் இப்படிக் குறவரும், வலையரும் கிராமக் காவலாளிகளாக இருந்தாலும் கள்ளர்களே பெரும்பாலான காவல் காரர்களாக நியமிக்கப்பட்டிருந்தனர். 1871களில் ஏற்பட்ட கடுமையான பஞ்சகாலத்தில் பிறமலைக் கள்ளர்கள் தங்களது பூர்வீகப் பகுதியான உசிலம்பட்டி பகுதியிலிருந்து வெளியேறிக் கம்பம், கூடலூர் பகுதிகளிலும், திண்டுக்கல், வேடசந்தூர் தாலுகாக்களிலும் குடியமர்ந்தனர். இவ்வாறு புதிதாகக் குடியமர்ந்த கள்ளர்களை அப்பகுதி விவசாயிகள் தங்கள் கிராமக் காவல் காரர்களாய் நியமித்துக் கொண்டனர். காவலுக்கான கூலியாகக் காவல்மானிய நிலங்களும் அவர்களுக்கு அளிக்கப்பட்டு, விளை பொருட்களிலும் ஒரு பகுதி காவல் கூலியாக அளிக்கப்பட்டது. மேலும் அதிலுள்ள சில நில பிரபுக்கள் அவர்களைத் தங்களது எதிரிகளைப் பழிவாங்குவதற்கான அடியாட்களாகவும் பயன் படுத்திக் கொண்டனர். அதற்காக அவர்களுக்குத் தனிப்பட்ட வெகுமதிகளையும், அன்பளிப்புகளையும் அளித்தனர்.

இவ்வகைக் காவல்காரர்களுக்கும் கிராமவாசிகளுக்குமிடையே 1895இல் திடீரென்று கலகம் மூண்டது. வேடசந்தூருக்கு அருகேயுள்ள உசிலம்பட்டி என்ற சிறு கிராமத்திலிருந்து இக்கலவரம் தொடங்கியது. அந்த ஊர் நாட்டாண்மைக்காரராக இருந்த அம்மையப்பக் கோனார் என்பவரது மனைவியையும், மகளையும் அருகிலுள்ள அருப்பன் பட்டியைச் சேர்ந்த கருப்பத்தேவன் என்ற கள்ளன் அழைத்துக் கொண்டு சென்று விட்டான். அதனால் ஆத்திரமடைந்த அம்மையப்பக் கோனார் கள்ளர்களுக்கெதிராக மற்றச் சமூகத்தினரைத் திரட்டினார். அதுவே கொஞ்சம், கொஞ்சமாகப் பரவி பெரிய கலவரமாக

மாறியது" என முத்துத்தேவர் குறிப்பிடுகின்றார்.[22]

ஒவ்வொரு கிராமத்தவரும் சேர்ந்து அக்கிராமத்திலிருந்த கள்ளர் காவல்காரர்களை வேலை நீக்கம் செய்தனர். எல்லாக் குடிகளும் இனிமேல் கள்ளர்களுடன் எந்த உறவினையும் வைத்துக் கொள்ள மாட்டோம் எனத் தங்களது கலப்பைகளின் மேல் அடித்துச் சத்தியம் வாங்கப்பட்டனர். அவர்கள் தங்களுக்குள் பண்டு (பொது நல நிதி) வசூல் செய்து அதன் மூலம் தங்களுக்குள் ஒருவரைக் காவல் காரராய் நியமித்துக் கொண்டனர். கள்ளர்கள் யாரையாவது தாக்கினால் கரிக்கொம்பினை ஊதி ஓசை எழுப்பினால் அனைவரும் ஓடிவர வேண்டும் என்றும் ஒப்பந்தம் செய்து கொண்டனர்.[23] இவ்வாறு பண்டு வசூலித்துக் கலகம் செய்ததனால் அது மக்களது சொல் வழக்கில் பண்டு கலகம் என அழைக்கப்பட்டது.

மேலும், கள்ளர்கள் அனைவரும் சமூகப் புறக்கணிப்புக்கு ஆளாக்கப்பட்டனர். அவர்களுக்கு யாரும் உணவுப்பொருட்கள் அளிக்கக்கூடாது எனவும், தண்ணீர் கொடுக்கக்கூடாது எனவும் தடுக்கப்பட்டனர். கிராமத்துக்குரிய கைவினைஞர்கள், நாவிதர்கள், சலவைத் தொழிலாளிகள் யாரும் கள்ளர்களுக்கு வேலைசெய்யக் கூடாது என்றும் வியாபாரிகள் அவர்களுக்குப் பொருட்களை விற்கக்கூடாது என்றும் தடை செய்யப்பட்டனர்.[24]

இன்னும் சில கிராமங்களில் கள்ளர்கள் மொத்தமாக வெளியேற்றப்பட்டனர். மேலும் குறவர், வலையர் காவல்காரர்களும் தங்களது பொறுப்பிலிருந்து நீக்கப்பட்டனர்.[25] அவர்களும் கள்ளர்களைப்போல் சமூகப் புறக்கணிப்பிற்கு உள்ளாக்கப்பட்டனர். கள்ளர்கள் மிகுதியாக வாழ்ந்த பல கிராமங்கள் தாக்கப்பட்டன. அதில் நெல்லூர், மத்தனம்பட்டி என்ற கிராமங்கள் மோசமான தாக்குதலுக்குள்ளாயின.

நெல்லூர்த் தாக்குதல்

அய்யம்பாளையத்திற்கு அருகிலுள்ள நெல்லூர்க் கிராமத்தைச் சேர்ந்த கள்ளன் ஒருவன் பழனிமலை அடிவாரத்தில் அமைந்திருந்த பெரியூர் என்ற கிராமத்திற்குச் சென்று அங்கிருந்த விவசாயிகளின் சில மாடுகளைக் கடத்தி வந்தான். இதனையறிந்த விவசாயிகள் கரிக்கொம்பினை ஊதி அவர்களுக்கு அருகிலுள்ள கிராமவாசி களைத் திரட்டினர். 1896 ஜூன் 8ஆம் தேதி மாலை பெரியூருக்கு அருகிலிருந்த சித்தையன் கோட்டை, அய்யம்பாளையம், சித்திரேவு போன்ற கிராமத்தவர்களும் அருகிலிருந்த மற்றக் கிராமத்தவர்களும் பெரியூரில் ஒன்றுதிரண்டு நெல்லூரைத் தாக்குவது எனத்

திட்டமிட்டனர். அதன்படி மறுநாள் ஜூன் 9ஆம் தேதி காலையில் 10,000க்கும் மேற்பட்ட கிராமவாசிகள் நெல்லூரரை முற்றுகையிட்டுத் தாக்கத் தொடங்கினர். இவ்வாறு திடீரென்று நடந்த தாக்குதலில் நிலைகுலைந்துபோன நெல்லூர்வாசிகள் அதிர்ந்து போய் அங்குமிங்கும் ஓடத் தொடங்கினர்.

அதன்பிறகு சுதாரித்துக் கொண்டு, தாக்க வந்தவர்களை அரிவாளாலும், கோடரியாலும், வேல்கம்புகளாலும் தாக்கி எதிர்த் தாக்குதலில் ஈடுபட்டனர். இதில் ராமுநாயக்கன், பள்ளமலையன் என்ற இரண்டு கலவரக்காரர்கள் கொல்லப்பட்டனர். ஆனால் வந்தவர்கள் எண்ணிக்கையில் பல்லாயிரம் பேர்களாக இருந்ததனால் அவர்களால் அதிக நேரம் தாக்குப்பிடிக்க இயலவில்லை. தாக்குதல் காரர்கள் பெரியகருப்பத்தேவன், பகவத்தேவன் என்ற இரண்டு கள்ளர்களை வெட்டி அருகில் எரிந்து கொண்டிருந்த வைக்கோல் படப்பில்போட்டு எரித்தனர். மேலும் கள்ளர்களது 79 குடிசைகளும் தீ வைத்துக் கொளுத்தப்பட்டன. பிற சமூகத்தவர்களின் வீடுகளில் ஓடி ஒளிந்து கொண்டிருந்த கள்ளர் இனப் பெண்களையும், குழந்தைகளையும் வெளியில் இழுத்து வந்து அடித்துத் துன்புறுத்தி

நெல்லூர் தாக்குதலில் கொல்லப்பட்ட ஒச்சாத்தேவன், பகாத்தேவன் ஆகியோருக்கு வைக்கப்பட்ட நடுகல்

அவமானப்படுத்தினர். இத்தாக்குதல் நடக்கும்பொழுது காவல் நிலையப் பொறுப்பு அதிகாரி ஒருவரும், இரண்டு காவலர்களும் அருகிலேயேயிருந்த போதிலும், அவர்கள் தாக்குதல்காரர்களைத் தடுத்து நிறுத்தவில்லை. எந்த முயற்சியும் செய்யவில்லை. தாக்குதல் நடந்த விசயத்தையும் தங்களது மேலதிகாரிக்குத் தாமதமாகவே தெரிவித்தனர். மேலும் கலவரக்காரர்கள் ஊரையே தீ வைத்துக் கொளுத்திய போதிலும் அந்தக் காவல் அதிகாரிகள் அதனை மறைத்து "கள்ளர்களே தங்களது குடிசைகளுக்குத் தீ வைத்துக் கொண்டார்கள்" என்ற பொய்யான தகவலையும் தங்களது மேலதிகாரிக்குத் தெரிவித்தனர். அதன் பிறகு நிலைமை கட்டுக்குள் கொண்டு வரப்பட்டு அமைதி ஏற்படுத்தப்பட்டது. கலவரக்காரர்கள் பலர் கைது செய்யப்பட்டனர். கள்ளர் தரப்பில் ஒச்சாத்தேவன் என்பவன் மட்டும் கைது செய்யப்பட்டான். அவன் ராமு நாயக்கனைத் தற்காப்பிற்காக நானே வெட்டிக் கொன்றேன் எனக் காவல்துறையினரிடம் ஒப்புதல் வாக்குமூலம் அளித்தான்.[26] *(காண்க பின்னிணைப்பு – 4)*

மத்தனம்பட்டி தாக்குதல்

வேடசந்தூர் தாலுகா எரியோடு அருகிலிருந்த மத்தனம்பட்டி என்ற கிராமம் முழுக்க முழுக்கக் கள்ளர்களை மட்டும் உள்ளடக்கிய கிராமமாகும். அதனைச் சுற்றியிருந்த கிராமங்களைச் சேர்ந்த குடியானவர்கள் அனைவரும் ஒன்று திரண்டு பண்டு சேர்த்து கள்ளர்களைத் தாக்குவதற்குத் திட்டமிட்டு வந்தனர். இவ்வாறு பண்டு அமைத்துக் கள்ளர்களைத் தாக்குவது சட்டப்படி குற்றம் என்றும், அதனை மீறுபவர்கள் கடுமையாகத் தண்டிக்கப்படுவார்கள் என்றும் மாவட்டக் கலெக்டர் அறிவித்திருந்த போதிலும் அதனையும் மீறி அவர்கள் பண்டு சேர்த்துக் கள்ளர்களைத் தாக்கத் திட்ட மிட்டனர்.

இதனையறிந்த மத்தனம்பட்டியைச் சேர்ந்த தொரட்டி மாயாண்டித் தேவனும், அவனது கூட்டாளிகள் இருவரும் 1896 செப்டம்பர் மாதம் 17ஆம் தேதி நள்ளிரவு 2 மணிக்கு மறவபட்டி யிலுள்ள வீராக்கவுண்டன் என்பவரின் வீட்டிற்கு அருகிலிருந்த 12 வீடுகளுக்குத் தீ வைத்தனர். இதனால் ஆத்திரமடைந்த கிராமவாசிகள் கரிக்கொம்பினை ஊதி அருகிலிருந்த பல்லாயிரம் கிராமத்தவர்களை ஒன்று திரட்டிக் கொண்டு மறுநாள் செப்டம்பர் 18ஆம் தேதி காலை 9 மணியளவில் மத்தனம்பட்டியையும், அதன் அருகேயிருந்த மற்றொரு கள்ளர் கிராமமான புதூரையும் தாக்கத் தொடங்கினர். தொரட்டி மாயாண்டியும், பண்டாரத் தேவனும்

மற்றக் கள்ளர்களும் எதிர்த் தாக்குதலில் ஈடுபட்டனர். அவர்கள் அக்காலப் போர் மறவர்கள் போல மஞ்சளாடை தரித்து வாய்க்கரிசி போட்டுக் கொண்டு 'வெற்றிவேல்! வீரவேல்!' எனக் கோஷமிட்டுக்கொண்டே எதிர்த் தாக்குதலில் ஈடுபடத் துவங்கினர்.[27] அதில் பொம்முலு கவுண்டன் என்பவன் அதே இடத்தில் கொல்லப்பட்டான். படுகாயமடைந்த திருமா கவுண்டன் ஒருநாள் கழித்தும், முத்துக் கவுண்டன் மூன்று நாள் கழித்தும் இறந்து போயினர். இருந்த போதிலும், கலவரக்காரர்கள் எண்ணிக்கையில் அதிகம் இருந்ததனால் அவர்கள் ஊருக்குள் புகுந்து கள்ளர்களது எல்லாக் குடிசைகளையும் தீ இட்டுக் கொளுத்தினர். அவர்களது உடமைகளைக் கொள்ளை யடித்தனர். பலரை அரிவாளால் வெட்டிக் காயப்படுத்தினர். இதனையறிந்த காவல்துறையினர் சம்பவ இடத்திற்கு வந்து கூட்டத்தினரைப் பார்த்துக் கலைந்து செல்லவில்லையென்றால் துப்பாக்கிச் சூடு நடத்துவோம் என மிரட்டிய பின்பு கலவரக் காரர்கள் கலைந்து சென்றனர்.

இத் தாக்குதல் சம்பந்தமாகப் பண்டு இயக்கத்திற்குக் காரணகர்த்தாவான அம்மையப்பக் கோனார் உட்பட 57 பேர் கைது செய்யப்பட்டு வழக்குத் தொடரப்பட்டனர். இதில் 48 அரசு தரப்புச் சாட்சிகளும், 28 எதிர்த் தரப்புச் சாட்சியங்களும் விசாரிக்கப் பட்டதோடு, 73 சான்றாவணங்களும் தாக்கல் செய்யப்பட்டன. ஒருவர் வழக்கு விசாரணையில் இருந்தபொழுதே இறந்துவிட்டார். 29 பேர் குறுகிய சிறை தண்டனை விதிக்கப்பட்டனர். வெள்ளைய பிள்ளை, தொட்டய கவுண்டன், சௌண்டரிய கவுண்டன், சொறி சிக்கிய கவுண்டன், நஞ்ச கவுண்டன் என்ற சவுடமுத்துக் கவுண்டன், சிக்கிய கவுண்டன், பரட்டைய கவுண்டன், போறு கவுண்டன், வெங்கடாச்சல கவுண்டன், சுப்பக் கவுண்டன், கோடாங்கி பெரியதம்பி கவுண்டன், பெருமாள் ஆகிய 12 பேர் ஐந்து வருடக் கடுங்காவல் தண்டனை விதிக்கப்பட்டனர். பண்டு இயக்கத் தலைவராகக் கருதப்பட்ட அம்மையப்பக் கோனார் உட்பட 15 பேர் வழக்கிலிருந்து விடுதலை செய்யப்பட்டனர். (ஆனால் அவர் மற்றொரு பண்டுக்கலக வழக்கில் தண்டனை விதிக்கப்பட்டார்.)

இவ்வகையில் மதுரை அமர்வு நீதிமன்றத்தால் தண்டிக்கப்பட்ட 12 பேர் சென்னை உயர்நீதிமன்றத்தில் மேல்முறையீடு செய்தனர். சென்னை நீதிமன்றம், "தண்டிக்கப்பட்டவர்கள் அனைவரும் கள்ளர்களை வெளியேற்ற வேண்டும் என்ற நோக்கத்தோடு திட்டமிட்டே தாக்கியிருக்கின்றனர் என்பது ஆவணங்கள் மூலம்

தெள்ளத் தெளிவாகத் தெரிய வருவதனால் இவர்களது மேல் முறையீட்டினைத் தள்ளுபடி செய்கிறோம்” என்ற வரிகளுடன் தள்ளுபடி செய்தது.[28] *(காண்க பின்னிணைப்பு – 5)*

இந்த இரண்டு தாக்குதல்கள் தவிர மற்ற இடங்களில் இவ்வகையில் பெரிய தாக்குதல்கள் எதுவும் நடைபெறவில்லை. ஆனால் இந்த மூன்று தாலுகாக்களிலும் பல கிராமத்திலிருந்த கள்ளர்கள் சிறு சிறு தாக்குதலுக்கு ஆளாகினார்கள். பல இடங்களில் அவர்கள் தங்களது சொத்து, உடமைகளை விட்டுவிட்டு வெளியேறுவதற்கு நிர்ப்பந்திக்கப்பட்டனர். கள்ளர்கள் காவல்காரர்களாக மட்டுமல்லாது நிலபுலன்களை வைத்து விவசாயம் செய்தும் வந்தனர். அவர்களும் தாக்குதல்களுக்கு ஆளாயினர். பல இடங்களில் அவர்களது உடைமைகளும் கொள்ளையடிக்கப்பட்டன. அன்றைய பழனி தாலுகாவில் 47 கிராமங்களில் சுமார் 141 கள்ளர் குடும்பங்கள் வசித்து வந்தன. அதில் ஐம்பதிற்கும் மேற்பட்டோர் ரூபாய் 2லிருந்து 42 வரை நிலவரி செலுத்துகின்ற அளவிற்கு நிலங்களைப் பெற்றிருந்த விவசாயிகளாக இருந்தனர். அவர்களது ஆடு, மாடு போன்ற கால் நடைகள் கொள்ளையிடப்பட்டன. அவர்களது விளைநிலங்கள் தீ வைத்துக் கொளுத்தப்பட்டன. அதனால் அவர்கள் தங்களது உடைமைகளைப் போட்டுவிட்டு வெளியேறுவதற்கு நிர்ப்பந்திக்கப் பட்டனர். இத் தாக்குதலுக்குப் பிறகு அதில் சுமார் 45 குடும்பங்கள் தங்களது நிலபுலன்களை அப்படியே விட்டுவிட்டும் சில இடங்களில் அடிமாட்டு விலைக்கு விற்று விட்டும் கள்ளர் நாட்டிலுள்ள தங்களது பூர்வீக கிராமங்களுக்குத் திரும்பினர்.[29]

வேடசந்தூர், பழனி, திண்டுக்கல், நிலக்கோட்டை, பெரியகுளம் ஆகிய பகுதிகளில் நடைபெற்ற பண்டு கலகங்கள் கள்ளர் நாட்டிலும் எதிரொலித்தன. கலவரங்களினால் பாதிக்கப்பட்டுத் தங்களது பூர்வீக கிராமங்களுக்குத் திரும்பிய கள்ளர்கள் சொன்ன சோக சம்பவங்களைக் கேட்டு ஆத்திரமடைந்த அவர்களது கள்ளநாட்டுச் சகோதரர்கள், தங்கள் பகுதிகளில் உள்ள மற்றக் குடியான சாதியினர் அனைவரையும் ஒட்டு மொத்தமாக வெளியேற்றத் திட்டமிட்டனர். ஆனால் அரசாங்கத்தின் தொடர்ந்த கண்காணிப்பினால் அப்படிப் பட்ட நிகழ்வுகள் எதுவும் நடைபெறாமல் தடுக்கப்பட்டன.

மேலும், கன்னிவாடி ஜமீன் பகுதியிலிருந்து பாரம்பரியமாகத் தங்களுக்கு வந்து கொண்டிருந்த திசைக் காவல் கூலி திடீரென்று நின்று போனதால் ஆத்திரமடைந்த பாப்பாபட்டியைச் சேர்ந்த 1200 கள்ளர்கள் 1896 மே மாதம் கன்னிவாடி ஜமீனைத் தாக்கினர். மீண்டும் தங்களுக்குக் காவல் கூலி கொடுக்க வேண்டுமென அப்பகுதி மக்களை நிர்ப்பந்தித்தனர். ஏனெனில், கன்னிவாடி

பாளையக்காரரிடமிருந்து திசைக்காவல் உரிமைக்கான தாமரைப் பட்டயத்தினை 1700களிலேயே பாப்பாபட்டிக்காரர்கள் பெற்றிருந்தனர். அந்த உரிமையை மீட்பதற்காகவே அப்பகுதியின் மேல் தாக்குதல் தொடுத்தனர்.[30]

அரசாங்கத்தினர் எடுத்த தொடர்ந்த நடவடிக்கைகளால் பண்டு இயக்கம் 1897 மார்ச் மாதங்களுக்குப் பின்பு செயலிழந்து மறைந்து போனது. பண்டு இயக்கத் தலைவர்கள் மீதும், தாக்குதலில் ஈடுபட்டவர்கள் மீதும் அரசாங்கம் குற்றவியல் வழக்குகளைத் தொடுத்து அதில் பலரைச் சிறையில் அடைத்தது. அம்மையப்பக் கோனார் என்ற தனிமனிதருக்கும் ஒரு கள்ளரினக் காவல்காரருக்கு மிடையே ஏற்பட்ட தனிமனிதப் பகையே பண்டு இயக்கம் உருவானதற்கு உடனடி காரணமாக அமைந்தது என இதுநாள் வரை பேசியும், எழுதியும் வந்துள்ளனர். ஆனால் இப் பண்டு இயக்கத்தைப்பற்றி ஆய்வு செய்து சமீபத்தில் ஒரு கட்டுரையை வெளியிட்டுள்ள அமெரிக்க ஜான்காப்கின்ஸ் பல்கலைக்கழகப் பேராசிரியர் ஆனந்த பாண்டியன் அதனை முற்றிலும் மறுக்கிறார். அவர் "அன்றைய ஆட்சியாளர்களின் தூண்டுதலின் பேரிலேயே இப்பிரச்சினை ஒரு பெரிய இயக்கமாக உருவெடுக்கத் தொடங்கியது. அதற்குச் சில மாதங்களுக்கு முன்பே அப்பொழுது வேடசந்தூர் உட்கோட்டத்திற்குச் சப்மேஜிஸ்ரேட்டாக இருந்த இராஜகோபாலச் செட்டியார் தனது நிர்வாகத்திற்குக் கீழிருந்த 64 கிராமங்களுக்கும், அதன் கிராம முன்சீப்புகளுக்கும் "கள்ளர்களை ஏன் காவல் காரர்களாக நியமிக்கின்றீர்கள், ஏன் உங்களில் (அதாவது விவசாயிகளில்) ஒருவரைக் காவல்காரராய் நீங்களே நியமித்துக் கொள்ளக்கூடாது" எனக் கேட்டு ஒரு சுற்றறிக்கையை அனுப்பினார்.[31]

அந்தச் சுற்றறிக்கை எல்லாக் கிராம முன்சீப்புகளையும் போல வேடசந்தூர் அருகேயிருந்த உசிலம்பட்டி கிராமத்தின் கிராம முன்சீப்பாயிருந்த அம்மையப்பக் கோனாரது கைக்கும் கிடைத்தது. அதனைப் பார்த்து உற்சாகமடைந்த அம்மையப்பக் கோனார் அதன்படி கிராமவாசிகளை ஒன்று திரட்டிக் கள்ளர் காவல்காரர்களை அவர்களது பொறுப்பிலிருந்து நீக்குவதற்கு ஏற்பாடு செய்தார். அதுவே கொஞ்சம், கொஞ்சமாகப் பரவிப் பெரிய கள்ளர் எதிர்ப்பு இயக்கமாக உருவெடுத்தது" என ஆனந்த பாண்டியன் குறிப்பிடுகிறார். அம்மையப்பக் கோனாரும் தனது ஒப்புதல் வாக்குமூலத்தில் தனது மனைவியும், மகளும் கள்ளன் ஒருவனால் கடத்தப்பட்டதாகச் சொல்லப்படுவதினை மறுக்கிறார். தான் தனது மேலதிகாரியின் சுற்றறிக்கையைப் பார்த்துவிட்டே இந்த ஏற்பாட்டினைச் செய்ததாகக் குறிப்பிடுகின்றார்.[32]

இதனால் இவ்வியக்கம் ஏதோ எதேச்சையாக மக்கள் மத்தியில் உருவாகவில்லை. **பல வருடங்களாகத் தங்களது அதிகாரத்திற்கு ஒருவகை எதிர் அதிகாரமையமாக இருந்து வந்த பாரம்பரியக் காவல் முறையை ஒழித்துக்கட்டுவதற்காக, அன்றைய காலனிய சர்க்கார் அதற்கு எதிராக மக்களைத் தூண்டிவிட்டதன் எதிரொலியாகத்தான் தோன்றியது**[33] என்பது ஆனந்த பாண்டியனது ஆய்வின் மூலம் வெளிப்படுகிறது.

3.3 சந்தனத் தேவன் கலகம்

காலனிய ஆதிக்கத்தின் கொள்கையினாலும், அவர்களின் தூண்டுதலினாலும் பாரம்பரியக் காவல்முறைக்கு எதிராக மக்கள் கிளர்ந்தெழுந்ததைப் போல, அதன் சிதைவின் காரணமாகத் தாங்கள் இழந்த உரிமைகளை மீட்டெடுப்பதற்காகக் கள்ளர்களும் சில இடங்களில் சர்க்காரோடும், மக்களோடும் நேரடி மோதல்களில் ஈடுபட்டனர். அவ்வகை மோதல்கள் பெரும்பாலும் கொள்ளை, கொலை போன்ற தனிநபர் கலகங்களாக வெளிப்பட்டன. அவ்வகைத் தனிநபர் கலகங்களின் உச்சகட்ட நிகழ்வுதான் சந்தனத் தேவன் கலகமாகும்.

20ஆம் நூற்றாண்டின் இறுதியில் தமிழ்நாடு, கர்நாடகா மற்றும் கேரள அரசாங்கங்களுக்குப் பெரிய சவாலாகச் சந்தனக்கடத்தல் வீரப்பன் எங்ஙனம் திகழ்ந்தானோ அதுபோல 20ம் நூற்றாண்டின் தொடக்கத்தில் அன்றைய சென்னை ராஜதானி அரசாங்கத்திற்குச் சிம்ம சொப்பனமாகத் திகழ்ந்த சமூகம்சார் நாட்டுப்புறக் கொள்ளையன் சந்தனத் தேவனாவான். அவனைப் பற்றி நிறைய நாட்டுப்புறக் கதைப்பாடல்கள் தென்தமிழகம் முழுவதும் பாடப் பட்டன. இன்றும் அப்பாடல்களின் சில வரிகள் ஒரு சிலரால் பாடப்படுகின்றன. அவன் வாழ்க்கையில் எதேச்சையாக நடந்த நிகழ்வினால் கொள்ளையனாக மாறினான் என்றே அவனைப் பற்றிய எல்லா நாட்டுப்புறப் பாடல்களும் குறிப்பிடுகின்றன. ஆனால் காவல் தகராறு காரணமாக ஏற்பட்ட மோதல்களே, அவனைக் கொள்ளையன் என்ற நிலைக்குத் தள்ளின என்பதனை அன்றைய அரசாங்க ஆவணங்கள் மூலம் அறியமுடிகிறது.

இதுவரை சந்தனத்தேவனது வரலாற்றை அவனைப்பற்றிப் பாடப்பட்ட நாட்டுப்புறப் பாடல்கள் மூலமாக மட்டும்தான் அறிய முடிந்தோம். ஆனால் இன்று அரசு ஆவணக் காப்பகங்களிலிருந்து நமக்கு கிடைத்த அரிய ஆவணங்கள் மூலம் அவனது வாழ்க்கையைப் பற்றி மேலும் பல தரவுகள் கிடைத்திருக்கின்றன. அவை இரண்டையும் ஒப்பிட்டு அவனது வரலாறு பற்றிச் சற்றுப் பார்ப்போம்.

“மதுரை மாவட்டம் அன்றைய திருமங்கலம் தாலுகாவிற்கு கட்டுப்பட்ட உசிலம்பட்டி பிர்காவில் அமைந்துள்ள கே.போத்தம் பட்டியைச் சேர்ந்த கருப்பத்தேவன் என்பவர் கடுமையான பஞ்சம் காரணமாகத் தனது மனைவி மக்களுடன் பிழைப்பிற்காக மேகாடு நோக்கிச் சென்றார். அங்குப் போடிக்கு அருகேயிருந்த சிறிது நிலத்தில் விவசாயம் செய்தும், அருகிலிருந்த பூதிப்புரத்தைச் சேர்ந்த நாட்டாண்மைகாரரிடம் பண்ணைவேலை செய்தும் வாழ்ந்து வந்தார். அவருக்கு மாயாண்டித் தேவன், சந்தனத் தேவன், புன்னைத் தேவன் என மூன்று ஆண்பிள்ளைகள் இருந்தனர். அவர்கள் மூவரும் வளர்ந்து வாலிபமடைந்தவுடன் அவர்களுக்குத் திருமணம் செய்து வைக்க முடிவு செய்தார். இதில் மூத்தவனான மாயாண்டி தனக்கு இப்பொழுது திருமணம் வேண்டாம் எனச் சொல்லி மறுத்து விட தம்பி சந்தனத்தேவனுக்குத் திருமணம் செய்து வைக்க முடிவு செய்தனர்.

அவனுக்கு, பாலகோம்பைக்கு அருகிலிருந்த கருத்தப்பட்டியைச் சேர்ந்த பெரியகருப்பத்தேவன் மகள் மூக்காயியைத் திருமணம் செய்து வைத்தனர். மாமனார் பெரியகருப்பத்தேவர் கருத்தப் பட்டியைச் சுற்றியுள்ள பாலகோம்பை, கொளிஞ்சிபட்டி, இராம கிருஷ்ணபுரம் போன்ற பகுதிகளுக்குக் காவல்காரராய் இருந்து வந்தார். அவர் புதிதாகத் திருமணமாகி மறுவீடு வந்த தனது மகளுக்கும், மருமகனுக்கும் விருந்து கொடுப்பதற்காகக் கொளிஞ்சிபட்டியைச் சேர்ந்த மூப்பர் ஒருவருக்குச் சொந்தமான ஆட்டினைப் பிடித்து வந்துவிட்டார். அதற்குப் பதிலாக வேறொரு ஆட்டினைக் கொடுத்து விடலாம் என அவர் நினைத்துக் கொண்டிருக்கையில், இவரது கூட்டாளி ஒருவனே அதனை கொளிஞ்சிப்பட்டிக்காரரிடம் சொல்லிவிட்டான். இதைக்கேட்டு ஆத்திரமடைந்த கொளிஞ்சிபட்டிக்காரர்கள் அவரைப்பிடித்து வந்து ஊர்ப் பொது மந்தையில் கட்டி வைத்துவிட்டார்கள். இந்தச் செய்தி சந்தனத்தேவனைச் சென்றடைய, அவன் கொளிஞ்சிப் பட்டிக்குச் சென்று தனது மாமனாரை விடுவிக்குமாறு வேண்டினான். ஊர்க்காரர்கள் மறுத்தனர். அதனால் அவனுக்கும் ஊர்க்காரர் களுக்கும் வாக்குவாதம் ஏற்பட்டது. வாக்குவாதம் முற்றிச் சண்டையில் முடிந்தது. ஆத்திரமுற்ற சந்தனத்தேவன் இருவரை வெட்டிக் கொலை செய்துவிட்டான். இக் கொலைக்குப் பயந்து ஓடிக் காடுகளில் ஒளிந்து கொண்டு வழிப்பறி, கொள்ளை போன்ற செயல்களில் ஈடுபட ஆரம்பித்தான்” எனச் சந்தனத்தேவன் கதைப்பாடல்கள் கூறுகின்றன.[34]

ஆனால் அரசு ஆவணங்களில் இவ்வகை நிகழ்வுகள், எதுவும் குறிப்பிடப்படவில்லை. அவை பின்வரும் வகையில் குறிப்பிடுகின்றன. அதாவது, பெரிய கருப்பத்தேவர் கருத்தப்பட்டியைச் சுற்றியுள்ள கிராமங்களுக்குக் காவல்காரராய் இருந்து வந்தார். அக் கிராமத்துக் குடியானவர்கள் அவருக்கும், கருத்தப்பட்டியைச் சேர்ந்த மற்றக் கள்ளர்களுக்கும் காவல் கூலி கொடுத்து வந்தனர். ஆனால் 1906ஆம் ஆண்டு தை மாதத்தில் குடியானவர்கள் காவல் கூலி கொடுப்பதனைத் திடீரென நிறுத்திக் கொண்டனர். இவர்கள் தொடர்ந்து பலமாதம் கேட்டும் பலனில்லை. இதனால் ஆத்திரமுற்ற கருத்தப்பட்டிக்காரர்கள் 1906 மே 15ஆம் தேதி கொளிஞ்சிபட்டியைச் சேர்ந்த பெரிய ஒச்ச மூப்பனின் மாடுகளைக் கடத்தி வந்துவிட்டனர்.[35]

தங்களுக்குரிய காவல் கூலியைக் கொடுத்தால்தான் மாடுகளைத் திருப்பி ஒப்படைப்போம் எனத் தகவல் அனுப்பினர். ஆனால் அதற்குச் செவிசாய்க்காத கொளிஞ்சிப்பட்டிக் குடியானவர்கள் இராமகிருஷ்ணபுரம் கிராம முன்சீப் உதவியோடு தங்களது மாடுகளை மீட்டுச் சென்றுவிட்டனர். அதனால் ஆத்திரமடைந்த கருத்தப்பட்டிக்காரர்கள் 1906 மே 16ஆம் தேதி சந்தனத்தேவன் அவனது மாமனார் பெரியகருப்பத்தேவன் தலைமையில் அரிவாள், வேல்கம்பு, நாட்டுத்துப்பாக்கி ஆகியவற்றுடன் சென்று கொளிஞ்சிப் பட்டி பெரிய ஒச்சன் வீட்டைத் தாக்கினர். அவரது வீட்டை இடித்து அருகிலிருந்த வைக்கோல் படப்பிற்குத் தீ வைத்து விட்டு மீட்டுச் சென்ற மாடுகளை மறுபடியும் கடத்தி வந்தனர். அதிர்ச்சியடைந்த பெரிய ஒச்ச மூப்பன் அருகிலிருந்த ஊர்க்காரர்கள் ஏழுபேரைத் திரட்டிக் கொண்டு கடத்தல்காரர்களை விரட்ட ஆரம்பித்தார். அப்பொழுது கள்ளர்கள் எதிர்த்தாக்குதலில் ஈடுபட்டனர். தங்களை விரட்டி வந்தவர்களைச் சந்தனத்தேவன் வேல்கம்பால் குத்திக் காயப்படுத்தினான். அதில் நான்கு பேர் காயமடைந்தனர், இருவர் சம்பவ இடத்திலேயே இறந்துவிட்டனர்.[36]

அந்தக் கொலைப்பழிக்குப் பயந்தே சந்தனத் தேவனும், அவனது கூட்டத்தாரும் காடுகளில் சென்று ஒளிந்து கொண்டனர். அப்பொழுது தங்களின் வாழ்வாதாரத்திற்காக வழிப்பறி, கொள்ளை போன்ற செயல்களில் ஈடுபட ஆரம்பித்தனர். சந்தனத் தேவன் தலைமையில் அவனது அண்ணன் மாயாண்டி, தம்பி பின்னத்தேவர், மாமனார் பெரியகருப்பத் தேவன், விட்டித் தேவன், மொக்கையத் தேவன், குருநாதத் தேவன், நண்டுபுலி பெருமாள் தேவன், பெரியாண்டித் தேவன், சுப்பத் தேவன், சின்னக்கருப்பத் தேவன், முத்துக்கண்ணுத் தேவன், பூச்சி என்ற சின்னிவீரத் தேவன்,

முத்துக் கருப்பத்தேவன் என்ற வகுரத்தேவன் ஆகியோரை உள்ளடக்கிய ஒரு கூட்டமே காடுகளில் ஒளிந்து கொண்டு செயல்பட ஆரம்பித்தது; வசதி படைத்த வழிப்போக்கர்களையும் தாக்கிக் கொள்ளையடித்தது. தாங்கள் பயன்படுத்தியது போக மீதமுள்ள பொருட்களை ஏழை, எளிய மக்களுக்குக் கொடுத்து விட்டுச் சென்றனர் எனக் கதைப்பாடல் குறிப்பிடுகிறது. மேலும் தங்களைப் பிடித்துக் கொடுக்க முயன்றவர்களையும், தங்களுக்கு வேண்டப் பட்டவர்களுக்குத் தீங்கிழைத்தோரையும் கொடுரமாகத் தாக்கினர்.[37]

இவர்களது செயல்பாடுகள் கட்டுக்கடங்காமல் போனதையடுத்து அன்றைய உத்தமபாளையம் சரகக் காவல் ஆய்வாளர் தர்மராஜ அய்யர் இவர்களைப் பிடிக்க தீவிரம் காட்டினார். அவரது தீவிர முயற்சியால் 1906 மே 25ஆம் தேதி ஒருவர் கைது செய்யப்பட்டார். அடுத்து ஜூன் 28ஆம் தேதி ஐவர், ஜூலை 3ஆம் தேதி மூவர் என இவர்களில் ஒன்பது பேர் கைது செய்யப்பட்டனர். ஆனால் சந்தனத் தேவனையும், அவனது அண்ணன் மாயாண்டி, தம்பி பின்னத்தேவன், மாமனார் கருப்பத்தேவர் ஆகியோரைப் பிடிக்க முடியவில்லை. சந்தத்தேவனின் தலைக்கு ரூ.100 சன்மானம் அறிவிக்கப்பட்டது. பிறகு அது 500ஆக உயர்த்தப்பட்டது.[38]

அதன்பின்பும் சந்தனத்தேவனைப் பிடிக்க இயலவில்லை. பிறகு அவனைப் பிடிப்பதற்காகவே வெங்கடேஸ்வர அய்யர் என்ற காவல் ஆய்வாளர் தனி அதிகாரியாக நியமிக்கப்பட்டார்.[39] அவர் ஒரு தனிப்படை அமைத்துத் தேட ஆரம்பித்தார். மக்களது துணையில்லாமல் அவனைப் பிடிப்பது கடினம் என்பதனை உணர்ந்த அவர், அப்பொழுது சின்னமனூர் பகுதியில் மிகவும் செல்வாக்கோடு திகழ்ந்த மருதமுத்து சேர்வை என்பவரின் உதவியை நாடினார். அவர் சந்தத்தேவனையும், அவனது கூட்டத் தாரையும் பிடித்துத் தருவதாக வாக்களித்தார். அதன்படி மார்க்கையன் கோட்டையிலிருந்த சந்தனத்தேவனது உறவினர்களை, அவன் இருக்குமிடத்தைக் காட்டிக்கொடுக்கச் சொல்லி துன்புறுத்தினார். குறிப்பாக அவனது தாயை மிகவும் அவமானப் படுத்தித் துன்புறுத்தியதாகக் கதைப்பாடல் சொல்கிறது. ஆனால் அவர் காமராசபுரத்திலும் மார்க்கையன் கோட்டையிலிருந்த அவனது சொத்துக்கள் அனைத்தையும் அபகரித்துக் கொண்டதோடு அவனது செயல்பாடுகளையும் கண்காணித்து அதிகாரிகளுக்குச் சொல்லிவந்தார் என ஆவணங்கள் குறிப்பிடுகின்றன.

இதனையறிந்த சந்தனத்தேவன், மருதமுத்து சேர்வையை எப்படியாவது பழிவாங்க வேண்டும் எனத் திட்டமிட்டான்.

அதனால் மருதமுத்துவோடு சமரசம் செய்து கொள்ள மறைமுகமாக ஏற்பாடு செய்ய ஆரம்பித்தான். தான் சரணடைய விரும்புவதாகவும், தன்னைக் காவல் துறையினரிடம் ஒப்படைக்காமல் நேரடியாக நீதிமன்றத்தில் ஒப்படைத்துவிட வேண்டுமென்றும், தனது வழக்குகளை நடத்த மருதமுத்துவே ஆவன செய்ய வேண்டுமென்றும் தான் விடுதலையாகி வந்து விட்டால் அவருக்கு என்றென்றும் விசுவாசமிக்க ஊழியனாக இருப்பேன் என்றும் சொல்லி மார்க்கையன் கோட்டை சுப்பத்தேவன், சின்னிவீரத்தேவன் ஆகியோர் மூலம் தூது அனுப்பினான். மருதமுத்துவும் இதற்குச் சம்மதித்தான். தான் சந்தனனைப் போலீஸில் ஒப்படைக்காமல், நேரடியாக நீதிமன்றத்தில் ஒப்படைப்பதாகத் தனது மகன் மீது சத்தியம் செய்தான். பின்பு 1906 அக்டோபர் 30ஆம் தேதி சந்திப்பிற்கான ஏற்பாடு முடிவு செய்யப்பட்டது.

அன்று இரவு 8 மணியளவில் மார்க்கையன் கோட்டையைச் சேர்ந்த சுப்பத்தேவன் என்பவன் மருதமுத்து சேர்வையையும், அவரது பாதுகாவலர்களையும் கருத்தப்பட்டிக்கு அருகிலிருந்த புளியந்தோப்பிற்கு அழைத்துச் சென்றான். அன்று பௌர்ணமி தினமானதனால் பகலைப்போல் வெளிச்சமாக இருந்தது. மருதமுத்து, (காவல் ஆய்வாளர் தனக்களித்திருந்த) ஐந்து ரவுண்ட் சுடக்கூடிய கைத்துப்பாக்கியை வைத்திருந்தார். அவரது கூட்டாளிகளும் அரிவாள், வேல்கம்பு, கத்தி, தடிகள் வைத்திருந்தனர். சந்தனத் தேவனது கூட்டாளிகளும் துப்பாக்கி, வேல்கம்பு போன்ற ஆயுதங்களை வைத்திருந்தனர். அவர்கள் புளியந்தோப்பினைச் சென்றடைந்தவுடன் மறைந்திருந்த சந்தனத் தேவன் வெளியில் வந்து வந்தவர்களை வரவேற்றான். அப்பொழுது அவனது கூட்டாளிகள் தங்களது ஆயுதங்களை அவர் முன்பு கொண்டு வந்து ஒப்படைத்தனர். வலது பக்கமாகச் சந்தனன், அதற்கு அடுத்து மருதமுத்து, அதற்கடுத்துப் பின்னத்தேவன் ஆகியோர் அமர்ந்திருந்தனர். அப்பொழுது சந்தனன் தன்னைப் போலத் தனது மாமனார் பெரிய கருப்பத்தேவனுக்கும் நீங்கள் உதவி செய்யவேண்டும் எனக் கேட்டுக் கொண்டான். இதனைக் கேட்ட மருதமுத்து அதற்குச் சம்மதித்தார். அதுவரை அருகிலிருந்த சோளக்காட்டிற்குள் ஒளிந்து கொண்டிருந்த பெரியகருப்பத்தேவர் வெளியே "ஐயா என்னையும் காப்பாற்றுங்கள்" எனக் கூறிக்கொண்டே மருதமுத்துவின் கால்களில் விழமுயற்சித்தார். வயதில் முதியவர் தனது காலில் விழுகிறாரே எனக் கருதிய மருதமுத்து குனிந்து அவரை தடுக்க முயற்சிக்கும் பொழுது திடீரென அருகிலிருந்த வேல்கம்பைப் பிடுங்கி சந்தனன் மருதமுத்துவைப் பார்த்து, "எங்க ஆத்தாவையாட அவமானப்

படுத்தின" எனச் சொல்லிக் கொண்டே குத்தித் தள்ளினான். உடனே அருகிலிருந்த பின்னத்தேவன் தான் மறைத்து வைத்திருந்த வீச்சரிவாளை உருவி மருதமுத்துவின் தலையை ஒரே வெட்டில் துண்டாக்கினான். இதனைப் பார்த்து அதிர்ந்து போன மருதமுத்துவின் ஆட்களும் சமரசம் செய்ய வந்தவர்களும் உடனே தப்பித்துச் சின்னமனூர் சாவடிக்கு ஓடி விட்டனர். பின்பு சந்தனனும் அவனது கூட்டாளிகளும் மருதமுத்துவின் பிணத்தைத் தூக்கிக் கொண்டு தப்பிச் சென்றனர்.

மறுநாள் காலையில் காவல்துறையினர் சம்பவம் நடந்த இடத்திற்குச் சென்று பார்க்கையில் அந்த இடத்தில் மருதமுத்துவின் ரத்தம் தோய்ந்த கைக்குட்டையும், கழுத்தை வெட்டும் பொழுது துண்டான அவரது கோட்டின் காலர்துண்டும் மட்டுமே கிடந்தன. அவரது பிணத்தைக் கடைசிவரை காவல்துறையினரால் கண்டு பிடிக்க முடியவில்லை.[40]

இந்த மருதமுத்துவின் கொலைக்குப் பின்பு சந்தனனும் அவனது கூட்டத்தாரும் மிகவும் பிரபலமாகப் பேசப்படத் துவங்கினர். காவல்துறையும் அவர்களைப் பிடிப்பதற்கான வேலையைத் தீவிரப்படுத்தியது. அவனது கூட்டாளிகள் சிலரையும், அவனுக்கு உதவி செய்தவர்களையும் கைது செய்தனர். அதனால் உணவுபோன்ற அத்தியாவசியப் பொருட்கள் காட்டிற்குள் கொண்டு செல்லப்படுவது தடுக்கப்பட்டன. இருந்தபோதிலும் அவனைக் கைது செய்ய இயலவில்லை. அவனுக்குக் கிராமப்புறத்திலுள்ள சாதாரண மக்களது ஆதரவு தொடர்ந்து நீடித்து வந்ததனால் அவன் சாதிக்காரர்கள் மட்டுமல்லாது வேற்றுச் சமூகத்தைச் சேர்ந்த முத்துசாமிப் பிள்ளை, அம்பட்ட சீனி போன்றோரும் தொடர்ந்து அவனுக்கு உதவி வந்தனர். இவர்கள் இருவரும் அவனுக்குச் சார்பாக நீதிமன்றத்தில் சாட்சியமும் அளித்தனர். இருந்தபோதிலும் காவல்துறையினர் மேற்கொண்ட தீவிர நடவடிக்கைகளால் அவனுக்குத் தேவையான பொருட்கள் எதுவும் காட்டிற்குள் செல்ல இயலாமல் தடுக்கப்பட்டன. மேலும் அவனும், அவனது தம்பி பின்னத்தேவனும் மலேரியா காய்ச்சலால் பாதிக்கப்பட்டனர். (கதைப்பாடல் அவனுக்கு ராஜபிளவை என்ற கட்டி ஒன்று முதுகில் புறப்பட்டதாகக் குறிப்பிடுகிறது) இதனால் காட்டிற்குள் தொடர்ந்து இருக்க இயலாததனால் வெளியேறிப் பூதிப்புரத்தில் இருந்த தங்களது மாமன் இல்லத்தில் தஞ்சம் புகுந்தனர். இதனை அறிந்த போலீஸ் படை 1907 ஜனவரி 17ஆம் தேதி அந்த வீட்டைச் சுற்றி வளைத்து, துப்பாக்கியால் சுட்டது. அவர்களும் துப்பாக்கியால்

சுட்டு எதிர்த்தாக்குதலில் ஈடுபட்டனர். போலீஸ் சுட்டதில் பின்னத் தேவன் காலில் குண்டு பாய்ந்தது. காயம் பட்டு இருந்ததனால் அவனை முதலில் ஆண்டிப்பட்டி மருத்துவமனைக்கு அழைத்துச் சென்று முதலுதவி செய்துவிட்டுப் பிறகு சிறைக்குக் கொண்டு சென்றனர். இந்த முறையும் சந்தனத்தேவன் மட்டும் தப்பிவிட்டான். ஆனால் இனிமேல் நம்மால் தொடர்ந்து தப்பிக்க இயலாது என்பதனை உணர்ந்த சந்தனத்தேவன் 1907 ஜனவரி 19ஆம் தேதி தாமாகவே சென்று பெரியகுளம் குற்றவியல் நடுவர் முன்னிலையில் சரணடைந்தான்.[41]

கடைசிவரை அவனைக் காவல்துறையினரால் நேரடியாகப் பிடிக்கவே முடியவேயில்லை. இருந்தபோதிலும் அவன் சரணடை வதற்கு உதவி செய்த கிராமத்தவர்களுக்கு அவன் தலைக்கு வைக்கப் பட்டிருந்த சன்மானம் ரூ. 500 பகிர்ந்தளிக்கப்பட்டது. அவனது மாமனார் பெரியகருப்பத்தேவரும் அவரது மகன் வகுரத்தேவனும் கைது செய்யப்பட்டனர்.[42]

இறுதியாகச் சந்தனத்தேவனது அண்ணன் மாயாண்டித்தேவனும் அவனது கூட்டாளிகளும் கைது செய்யப்பட்டனர். இவ்வகையில் சந்தனத்தேவனது கும்பல் ஒட்டுமொத்தமாகப் பிடிக்கப்பட்டதற்காகக் காவல் அதிகாரிகளுக்குச் சன்மானங்கள் வழங்கப்பட்டன. இக் கும்பலைப் பிடிப்பதற்காகச் சிறப்பு அதிகாரியாக நியமிக்கப்பட்ட காவல் ஆய்வாளர் G.N. வெங்கடேஸ்வர அய்யருக்கு ரூ.200, உத்தம பாளையம் சரக 4ஆம் நிலைக்காவல் ஆய்வாளர் தர்மராஜ் அய்யருக்கு ரூ 30, தலைமைக் காவலர் (எண் 951) சுடலை பிள்ளைக்கு ரூ 25, காவலர்கள் (எண் 645) தாதகோன், (எண் 264) கருப்பையா, (எண் 267) பாலசுப்ரமணியன், (எண் 399) வெங்கட்ராமன் ஆகியோருக்குத் தலா 10 ரூபாயும் சன்மானமாக வழங்கப்பட்டது.[43]

சந்தனத்தேவன் சரணடைந்த பின்பு அவன்மீது பாலகோம்பை நிகழ்வுக்காக இந்தியத் தண்டனைச் சட்டம் 396இன் கீழ்க் கொள்ளைக்காகக் கொலை செய்ததற்காக வழக்குத் தொடரப்பட்டது. நீதிமன்றத்தால் நியமிக்கப்பட்ட வழக்கறிஞர் எஸ்.பழனியாண்டி முதலியார் ஆஜராகி வாதாடினார். கொள்ளையடித்தல், இரட்டைக் கொலை போன்ற குற்றச்சாட்டுக்கள் அரசு தரப்பால் வைக்கப் பட்டன. சந்தனத்தேவன் அவற்றையெல்லாம் மறுத்து வாக்குமூலம் அளித்தான். தான் அந்தச் சம்பவம் நடைபெற்ற பொழுது அந்த இடத்திலேயே இல்லை எனவும் அப்பொழுது தனது சொந்த ஊரான (அன்றைய) திருமங்கலம் தாலுகா கே.போத்தம்பட்டியில் இருந்தேன் எனவும் தன்னைப் போலீஸ் கைது செய்தால் தனது

கால்நரம்புகளை வெட்டித் தன்னை அவமானப்படுத்தி விடுவார்கள் என்ற பயத்தினால் தான் ஒளிந்துகொண்டு திரிந்தேனேயொழிய, இக் கொலைச் சம்பவத்திற்காக அல்ல எனவும் வாக்குமூலம் அளித்தான். அரசு தரப்பு அவனுக்கு எதிராக 20 சாட்சிகளை விசாரித்தனர். 12 சான்றாவணங்களைச் சமர்ப்பித்தனர். அவன் சார்பாக அம்பட்டையன் சீனி உட்பட ஐந்து சாட்சிகள் விசாரிக்கப் பட்டன. இருதரப்புச் சாட்சிகளையும், வாதங்களையும், பரிசீலித்த அன்றைய மதுரை மாவட்ட முதன்மை அமர்வு நீதிபதி 'ஆர்தர் எப் பென்கேய்' சந்தனத்தேவனுக்கு எதிர்ப்பான குற்றங்கள் சந்தேகத்திற்கு இடமின்றி நிரூபிக்கப்பட்டதாகக் கருதி அவனை சாகும்வரை தூக்கிலிடச் சொல்லி 1907 ஏப்ரல் 4ஆம் தேதி தீர்ப்பளித்தார்.[44]

அதன்பின் அவனது மாமனார் பெரியகருப்பத்தேவருக்கும், வகுரத்தேவனுக்கும், பாலகோம்பை கொள்ளை வழக்கில் தூக்குத் தண்டனை விதிக்கப்பட்டது.[45]

மருதமுத்து சேர்வை கொலை வழக்கில் நான்கு பேர் குற்றவாளிகளாகச் சேர்க்கப்பட்டாலும் அதில் பின்னத்தேவன் மட்டும் குற்றவாளியாகக் கருதப்பட்டுத் தூக்குதண்டனை விதிக்கப் பட்டது. மாயாண்டிக்குக் கொள்ளை வழக்கிற்காக 10 ஆண்டு சிறைதண்டனை விதிக்கப்பட்டது. அவன் சிறையிலிருந்து விடுதலையாகி வந்து கல்யாணம் செய்து கொண்டு வாழ்ந்ததாகவும், அவனுக்கு ஒரு பெண் குழந்தை பிறந்ததாகவும் அதற்குச் சந்தனம் என்று பெயரிட்டதாகவும், அப் பெண்குழந்தையின் வாரிசுகள் இன்றும் மார்க்கையன்கோட்டை கிராமத்தில் வாழ்ந்துவருவதாகவும் சொல்லப்படுகின்றது.[46]

தண்டனை வழங்கப்பட்ட சில மாதங்களுக்குள் மதுரை சிறைச்சாலையில் சந்தனத்தேவன் தூக்கிலிடப்பட்டான். அவனைத் தூக்கிலிடும் பொழுது அவனது இறுதி ஆசை என்ன? எனக் கேட்டதற்கு நான் வாழாத என்னுடைய சொந்த ஊர்ல என்னுடைய பிணமாவது வாழட்டும், அதனால் என் உடலை என் சொந்த ஊர் கே.போத்தம்பட்டியில் அடக்கம் செய்து விடுங்கள் எனச் சொல்லி விட்டுத் தூக்குக்கயிற்றை கழுத்தில் அவனே மாட்டிக் கொண்டான். அவனது உடலை அன்றைய போத்தம்பட்டி நாட்டாண்மைக்காரர் மடத்துக்கார ஒச்சப்பத் தேவரும், தேனி பூதிப்புர நாட்டாண்மைக்காரரும் பெற்றுக் கொண்டு அதனை மதுரையிலிருந்து மாட்டுவண்டியில் வைத்து ஊர்வலமாக கே. போத்தம்பட்டிக்கு எடுத்து வந்தனர்.[47]

வழி நெடுகிலும் பல்லாயிரக்கணகான மக்கள் அந்த மாவீரனுக்குக் கண்ணீர் அஞ்சலி செலுத்தினர். வந்தவர்கள் எவரும் அந்தப் பூதவுடலை பார்த்து விட்டுச் செல்லாமல் பல மைல்கள் நடந்தே அவனது இறுதி ஊர்வலத்தில் வந்தனர். அது ஒரு ஜனசமுத்திரமே பின் தொடர்ந்து வந்ததைப்போல் இருந்ததாகப் பெரியவர்கள் சொன்னதைக் கேட்டிருக்கிறேன் (எனது சொந்த ஊர் கே. போத்தம்பட்டி – நூலாசியர்) போத்தம்பட்டிக்கு அருகில் இன்றைய பேரையூர்சாலையில் பம்பைக்கார நாயக்கருக்கு மானியமாகக் கொடுக்கப்பட்ட நிலத்தில் சந்தனத்தேவனை அடக்கம் செய்து மண்ணினால் பெரிய சமாதி கட்டினர். அதனைப் பராமரிக்கின்ற பொறுப்பையும் அவர்களிடத்திலேயே ஒப் படைத்தனர். பல ஆண்டுக்காலம் மக்கள் அதனைப் பராமரித்தும் முக்கியத் தினங்களில் விளக்கு ஏற்றி அதனை வணங்கியும் வந்தனர். காலங்கள் கடந்த பின்பு அவர்களது வாரிசுகள் அதனை ஒருவரிடம் விற்றுவிட, அவர் மற்றொருவரிடம் விற்றுவிட இன்று அது நல்லுத் தேவன்பட்டியைச் சேர்ந்த அரசுப் பேருந்து நடத்துனர் பசும்பொன் என்பவர் வசத்தில் உள்ளது. இன்று அந் நிலத்தில் யாரும் பராமரிக்காத நிலையில் அந்தச் சமாதி சிதைந்த மேடு போலக் காட்சியளிக்கிறது.

சந்தனத் தேவனைப் பற்றிய கதைப் பாடல்கள்

சந்தனத்தேவனது வீரதீரச் செயல்களும், அன்றைய காவல்துறைக்கு அகப்படாமல் அவன் தண்ணி காட்டியதும் மக்கள் மத்தியில் அவனுக்குப் பெரிய பிரபலத்தை ஏற்படுத்தித் தந்தது. அதனால் அவனது வாழ்க்கையில் நடந்த நிகழ்வுகள் சில புனைவுகளோடு கதைப் பாடல்களாகத் தென் மாவட்டம் முழுவதும் பாடப்பட்டு வந்தன. 1930களுக்குப் பின்னரே கதை, சந்தனத்தேவன் கதைப்பாடல் வடிவத்தினைப் பெற்றிருக்க வேண்டுமென ஒ. முத்தையா குறிப்பிடுகிறார்.[48]

ஆனால் அவன் தூக்கிலிடப்பட்டு ஓர் ஆண்டு கழித்துத் திருச்சியைச் சேர்ந்த புலவர் சாமிபிள்ளை, *'சந்தனத்தேவன் சிந்து'* என்ற கதைப்பாடலை எழுதினார். அதில் சந்தனத்தேவனின் வீரம், ஆற்றல் போன்றவை புகழப்பட்டாலும், அவன் ஒரு கொடிய கொள்ளைக்காரனாகவே சித்திரிக்கப்பட்டான். அதில் அவன் எப்படி அமைதியான வேளாண்குடிகளுக்கு ஆபத்தானவனாக இருந்தான் என வர்ணிக்கிறார். மேலும் அவனைப் பிடித்ததற்காகச் சர்க்காருக்கு நன்றி சொல்வதோடு இக் கதைப்பாடல் முடிகிறது.[49]

சந்தனத் தேவன் சமாதி

இதுபோலத் தென் மாவட்டங்களில் குறிப்பாக மதுரை, திண்டுக்கல், தேனி, விருதுநகர், சிவகங்கை போன்ற மாவட்டங்களில் இக்கதைப் பாடல் பரவலாகப் பாடப்பட்டது. திரைத்துறையினர் கூட சந்தனத்தேவன் என்ற பெயரில் திரைப்படங்களைத் தயாரிக்கின்ற அளவிற்கு அக் கதைப் பாடல்கள் பிரபலமடைந்தன. 1939இல் சேலம் மார்டன் தியேட்டர் நிறுவனத்தார் சந்தனத்தேவன் பெயரில் திரைப்படம் ஒன்றினைத் தயாரித்தனர். அவன் வாழ்க்கையில் நடந்த சில சம்பவங்களை வைத்து அக்கதை பின்னப் பட்டிருந்தாலும், கதையின் களம் மன்னராட்சி காலத்தில் நடப்பதைப் போல் சித்திரிக்கப்பட்டிருந்தது. "சந்தனத்தேவன் என்னும் ஒரு பாண்டியன் சேரமன்னது அடக்குமுறைகளை எதிர்த்துக் கிளர்ச்சி செய்கிறான். அதனால் மன்னரது ஆட்கள் அவனைக் கொல்ல முயற்சிக்கும் பொழுது அவன் அரவங்காடு காடுகளில் ஓடி ஒளிந்து கொண்டு வழிப்போக்கர்களையும், அரசு கஜானாக்களையும் கொள்ளையடிக்கிறான். தான் கொள்ளையடித்த பொருட்களை ஏழை மக்களுக்குக் கொடுத்து உதவுகிறான். அவனை மன்னனின் படையாட்கள் பல முறை பிடிக்கமுயற்சி செய்து தோல்வியடை கின்றனர். இறுதியில் அவனைப் பிடித்துத் தூக்கிலிட இழுத்துச் செல்கின்றனர். தூக்குமேடையில் நின்று கொண்டிருக்கும் பொழுது அந்நாட்டின் இளவரசியின் உதவியினால் தப்பிச் சென்று விடுகிறான். பிறகு மீண்டும் மன்னனது படையாட்களைத் தோற்கடித்து அவனுக்கு

உதவி செய்த அந்த இளவரசியை மணந்து கொண்டு சுபிட்சமாக வாழ்கிறான்" என்பதாக அக்கதை செல்கிறது.

இத்திரைப்படம் எடுக்கப்பட்ட காலம் ஆங்கிலேயர் காலமாகையால் அவனது கதையை அப்படியே எடுப்பதற்கு அரசு அனுமதிக்காது என்பதால் இவ்வகைப் புனைவுகளோடு இத் திரைப்படம் எடுக்கப்பட்டிருக்கலாம். இதில் சந்தனத்தேவனாக ஜு. எம். பஷீர் என்ற நடிகரும் அவன் காதலியாக பி.பானுமதி என்ற நடிகையும், சந்தனத்தேவனைப் பிடிக்க முயற்சிக்கும் படைத்தளபதியாக எம்.ஆர். ராதாவும் நடித்தனர். இதனை அக்காலப் பிரபல இயக்குநர் எஸ்.நோட்டானி இயக்கினார். மார்டன் தியேட்டர்ஸ் டி.ஆர் சுந்தரம் இத் திரைப்படத்தைத் தயாரித்தார். அக்காலத்தில் இத்திரைப்படம் மக்கள் மத்தியில் மிகவும் பிரபலமாகப் பேசப்பட்டது.⁵⁰

புராணக் கதைகளையும் மன்னர் கதைகளையும் மட்டுமே மையமாக வைத்துத் திரைப்படங்கள் எடுக்கப்பட்டுக்கொண்டிருந்த அந்தக் காலத்தில் ஒரு நாட்டுப்புறக் கொள்ளையனது வாழ்க்கையை மையமாக வைத்துத் திரைப்படம் எடுக்கப்பட்டது என்றால், சந்தனன் அக்காலத்தில் எந்த அளவிற்குச் சாமானிய மக்களால் நேசிக்கப்பட்டான் என்பதைத்தான் இது நமக்கு காட்டுகிறது.

இவ்வகையில் பல வடிவங்களில் பாடப்பட்ட சந்தனத்தேவன் கதைப் பாடல்கள் பல ஆய்வாளர்களால் அடையாளம் காணப் பட்டன. செ. அன்னகாமு அவர்கள் ஏட்டில் எழுதாத கவிதைகள் என்ற நூலில் சந்தனத்தேவன் கதை தொடர்பான சில பாடல்களை எடுத்துக் காட்டி விளக்கியிருக்கிறார்.⁵¹

கி.வா. ஜெகந்நாதன் என்பவரால் 1958இல் தொகுத்து வெளியிடப்பட்ட மலையருவி என்ற நூலில் சந்தனத்தேவனின் பெருமையைப் பற்றி பாடுவதாக 55 கண்ணிகள் இடம் பெற்றுள்ளன. இதில் சந்தனத்தேவனின் வாழ்வியல் நிகழ்வுகள் எதுவும் குறிப்பிடப் படவில்லை. மலைத்தோட்டங்களில் வேலை செய்யும் பெண்கள் பாடுவதாகத் தெம்மாங்கு மெட்டில் இது அமைந்துள்ளது.⁵² கலைச்செல்வி என்பார் 1939இல் எழுதிய மதுரை மாவட்ட நாட்டுப்புறக் கதைப்பாடல்கள் ஓர் ஆய்வு என்ற ஆய்வேட்டில் சந்தனத்தேவனது கதை முழுவதும் தொகுத்து ஆராயப்பட்டுள்ளது. இதில் அவனது திருமணத்திலிருந்து தொடங்கி அவனின் இறப்பு வரை கூறும் வரிகள் பாடல் வடிவில் இடம் பெற்றிருக்கின்றன.⁵³

சு. சக்திவேல் தமது சமூகக் கதைப்பாடல் ஓர் ஆய்வு என்ற ஆய்வேட்டில் சந்தனத்தேவன் கதையைச் சமூகம்சார் கொள்ளையர் கதைப்பாடல் என்ற தலைப்பில் ஆராய்ந்துள்ளார்.⁵⁴

இதில் சந்தனத்தேவன் சமூகம் சார் கொள்ளையன் என்பதற்கான காரணங்களை விளக்கிக் கூறியதோடு அவனை இங்கிலாந்து நாட்டுப்புறக் கொள்ளையன் 'ராபின்வுட்' டோடு ஒப்பிட்டுப் பேசுகிறார். இவ்வாறு சந்தனத்தேவன் பற்றிய பல பாடல்களும் ஆய்வுகளும் பிற நூல்களிலும், ஆய்வேடுகளிலும் இடம் பெற்றிருந் தாலும் அவை அனைத்திலும் சந்தனத்தேவன் வரலாறு தொடர்பான முழுமையான செய்திகள் கூறப்படாமலேயே இருந்தன. இறுதியாக மதுரை மாவட்டத்திலுள்ள சிலமலையைச் சேர்ந்த உடுக்கடிப்பாடல் கலைஞர் முத்துவேலுத்தேவர் என்பவரிடம் பதிவு செய்யப்பட்ட சந்தனத்தேவன் கதை மிகுதியான கதை நிகழ்வுகளையும், கதை தொடர்பையும் நீண்ட பாடல் அமைப்பையும் கொண்டதாக இருந்தது. அதனை அவர் பாட, காந்திகிராமப் பல்கலைக்கழக, கிராமியக்கலைப் பேராசிரியர் ஒ. முத்தையா அவர்கள் 1993ஆம் ஆண்டு பதிவு செய்தார் அதை இந்திய ஆசிய மையம் சார்பாக பாண்டிட் பிரதர்ஸ் என்ற பெயரில் தமிழிலும், ஆங்கிலத்திலும் ஒரு சேரவெளியிட்டுள்ளார். அக் கதைப்பாடல் தொகுப்பு சந்தனத்தேவன் வாழ்வியல் நிகழ்வுகளை ஓரளவு முழுமையாக உள்ளடக்கியதாக உள்ளது.

இவ்வாறாகக் கதைப்பாடல்கள் சந்தனத்தேவனைச் சமூகம்சார் கொள்ளைக்காரனாகவும், அரசு ஆவணங்கள் அவனைக் கொடிய செயல்களை செய்யும் கொடியவனாகவும் அடையாளப்படுத்தினாலும் **பிரிட்டீஷார் வருவதற்கு முன்பாகவே தமிழகத்தில் தொன்று தொட்டு வந்த பாரம்பரியக் காவல்முறை சிதைவின் கடைசி பழி சந்தனத் தேவன் என்பதே உண்மை.** மேற்கூறிய பண்டுகலகம், சந்தனத்தேவன் கலகம் போன்ற நிகழ்வுகளே பிறமலைக் கள்ளர்களைக் குற்றப்பரம் பரையாக அடையாளப்படுத்துவதற்கு ஆங்கிலேய சர்க்காருக்குத் தூண்டுகோலாய் அமைந்தன. இனி, குற்றப்பரம்பரைச் சட்டம் பற்றிப் பார்ப்போம்.

3.4 குற்றப் பரம்பரைச் சட்டம்

உலக வரலாற்றில் இயற்றப்பட்ட சட்டங்களிலேயே மிகவும் கொடூரமானது குற்றப்பரம்பரைச் சட்டம் என்றால் அது மிகை அல்ல. எங்ஙனம் சாதியம் பிறப்பின் அடிப்படையில் மனிதனை உயர்ந்தவன் தாழ்ந்தவன் எனப் பிரித்ததோ, அதுபோல இச்சட்டம் மனிதனைப் பிறப்பின் அடிப்படையில் நல்லவன், கெட்டவன் என வகைப்படுத்தியது. அதாவது ஒருவன் குற்றம் செய்தானோ இல்லையோ, அவன் ஒரு குறிப்பிட்ட சாதியில் பிறந்துவிட்டதாலேயே

அவனைக் குற்றவாளி என அறிவித்தது. இச்சட்டத்தின் கொடூரத் தன்மை பற்றி மகாத்மா காந்தியே அவர் எழுதிய தனது "தென்னாப் பிரிக்காவில் சத்தியாகிரகம்" என்ற புத்தகத்தில் படம்பிடித்துக் காட்டியுள்ளார்.[55]

குற்றப்பரம்பரை - ஓர் ஐரோப்பியச் சொல்லாடல்

ஒருவரைப் பிறப்பின் அடிப்படையில் குற்றவாளி என அடையாளப் படுத்துவதும், ஒரு குறிப்பிட்ட கூட்டத்தாரைப் பயங்கரமானவர்கள் எனக் கருதி அவர்களது செயல்பாடுகளைத் தொடர்ந்து கண்காணிப்பதும் ஐரோப்பியச் சூழலிலிருந்து உருவாகிய கருத்தாக்கமாகும்.[56] இவ்வகைக் கருத்தாக்கம் உருவாக்கப்பட்ட வரலாற்றினை முதலில் காண்போம்.

உலக வரலாற்றில் குறிப்பிட்டுச் சொல்லப்படுகின்ற கலகங்களில் "பிரெஞ்சுப் புரட்சி" முதன்மையான ஒன்றாகும். பிரெஞ்சுப் புரட்சிக்கு முன்னரும், புரட்சி நடைபெற்ற காலங்களிலும் நாடோடி கூட்டத்தினர் முக்கியப் பங்காற்றியதனை வரலாற்றறிஞர்கள் குறிப்பிடுகின்றனர். புரட்சி காலகட்டத்தில் பிரான்சும் கடும் பொருளாதார நெருக்கடியைக் கண்டது. விளைச்சல் தொடர்ந்து பாதிக்கப்பட்டது. உணவுப்பொருட்களின் விலை எகிறியது. கலகத்தைக் காரணம்காட்டி மக்கள் தொழிற்சாலையிலிருந்து வெளியேற்றப்பட்டனர். அவர்கள் வேலைதேடி நாடெங்கும் திரிந்தனர். கிராம மக்கள் நகரங்களை நோக்கிப் புலம் பெயர்ந்தனர். ஆயிரக்கணக்கான மக்கள் பாரீஸ் நகரத்தை நோக்கி இடம் பெயர்ந்தனர். 1778, 1784, 1789 போன்ற வருடங்களில் பிரெஞ்சுப் புரட்சியால் நடைபெற்ற பெருவாரியான கலகங்கள் "குழு" நடவடிக்கையாகவே அமைந்தன. இந்தக் கலகங்கள் உணவுக்கான கலகங்களாகவும் உணவுப்பொருட்களின் விலையைக் குறைக்கின்ற கலகங்களாகவும் இருந்து வந்தன என்பது குறிப்பிடத்தக்கது.

இதே நேரத்தில் பாரிசிலும் கலகங்கள் நடைபெற்றன. இதில் ஈடுபட்டவர்களில் பெரும்பாலானோர் ஸிப்சி இனத்தைச் சேர்ந்த நாடோடிகள்.[57] இந்தச் சூழ்நிலையில் நாடு முழுவதும் பரவலான சட்டச்சீர்குலைவும் பொருளாதார நெருக்கடியும், பிரான்சில் உருவாகின. வெளிநாடுகளிலிருந்து சோளம் இறக்குமதி செய்வதைத் தடை செய்து "சோளச்சட்டம்" ஒன்றைப் பிரெஞ்சு அரசு கொண்டு வந்தது. இதனால் இயல்பு வாழ்க்கை இன்னும் மோசமான நிலைக்குச் சென்றது. செயற்கையான விலை ஏற்றம் நிகழ்ந்தது. வீடில்லாதவர்களின் எண்ணிக்கை அதிகரித்தது. வேலையில்லாத்

திண்டாட்டமும், கட்டுப்பாடற்ற விலை உயர்வும் பெருவாரியான மக்களைப் பிச்சையெடுக்கவும் திருடி வாழவும் நிர்ப்பந்தித்தது.

இந்தப் போர்க் கலகங்கள் மூலம் தன்னை எதிர்த்துச் செயல் படுகின்ற வர்க்கத்தை, ஆளும் வர்க்கம் அடக்க நினைத்து அவர்கள் மீது அடக்குமுறையை ஏவி விட்டது. அவர்கள் அதற்குப் பதிலடி கொடுக்க முயற்சிக்கும் பொழுது அவர்களை வன்முறையாளர்கள் என்றும் அபாயகரமான வகுப்பினர் என்றும் முத்திரை குத்தியது.[58] அதில் வீடில்லாதோர், பிச்சைக்காரர்கள், சோசியம் சொல்பவர்கள், திருடிப்பிழைப்போர், நடமாடும் வியாபாரிகள், அலைந்து திரியும் நாடோடிகள், விபச்சாரிகள் என நெருக்கடிக்கு உள்ளாகியிருந்தோரை அபாயகரமானவர்கள் என அறிவித்து அவர்களது பெயர்களைப் பதிவு செய்வது, அவர்களது மக்கள் தொகையைக் கணித்துக் கணக்கெடுப்பது, அவர்களின் இயல்புகளைக் கண்டறிந்து அவர்களது செயல்பாடுகளைத் தொடர்ந்து கண்காணிப்பது போன்ற வற்றை அரசும், நிர்வாகமும் தொடர்ந்து கையாண்டு வந்தன. இதே காலக்கட்டத்தில் இங்கிலாந்து அரசும் சில வகுப்பினரைக் கண்டறிந்து கி.பி. 1828இல் அபாயகரமான வகுப்பினர் என்ற வகைமைக்குள் சிறைப்படுத்தியது.[59]

பிரான்சு, இங்கிலாந்து உள்ளிட்ட நாடுகளில் நடந்த கலகங்களில் ஈடுபட்டிருந்த வீடில்லாதோர், நாடோடிகள் போன்றவர்களைக் கட்டுப்படுத்திக் கண்காணிக்க கி.பி.1824இல் 'லாக்ரன்சி சட்டம்' என்ற கொடூர சிறப்புச் சட்டம் கொண்டு வரப்பட்டது. இதன் மூலம் இம் மக்கள் அரசு அதிகாரத்திற்கெதிராகவும், தனிநபர் சொத்திற்கெதிராகவும் கிளர்ந்தெழுந்திரா வண்ணம் குற்ற மரபினர் அல்லது அபாயகரமான வகுப்பினர் என வகைப்படுத்தி ஒடுக்கப் பட்டனர்.

மேலும் 19ஆம் நூற்றாண்டின் தொடக்க காலங்களில் உடல் அமைப்பை வைத்துக் குற்றவாளிகளை வகைப்படுத்துகின்ற கருத்தாக்கங்களும் உருவாகத் தொடங்கின. குறிப்பாகத் தட்டையான மூக்கு, உறுதியான தாடை, சமச்சீரற்ற கபாலம், சுருங்கிய தலை, ஒற்றைக் கண், மை படர்ந்த பெரிய கண் இமைகள், பெரிய கன்ன எலும்புகள், சுருங்கிய நாக்கு, பெரிய காது இப்படியான அமைப்பை உடையோரெல்லாம் பெரும்பாலும் உளவியல் ரீதியாகக் குற்ற நோக்கமுடையவர்களாக இருப்பர் எனக் கருதப்பட்டது. ஒருவரது உடல் அமைப்பு பிறப்பின் அடிப்படையில் அமைவதால் இக்கோட் பாட்டின்படி குற்றவாளிகள் பிறப்பின் அடிப்படையில் உருவாகின்றனர் என்ற கருத்தாக்கம் மறைமுகமாக உருவாக்கப்பட்டது. இவ்வகைக்

கருத்தாக்கம் "நேர் காட்சி வாதம்" என அழைக்கப்பட்டது. இக் கருத்திற்கு அடிகோலியவர்கள் "இத்தாலியக் குழு" என்று அழைக்கப்பட்ட இத்தாலி நாட்டைச் சேர்ந்த லேம்பரசோ, பெர்ரி கெராஃபலோ ஆகியோராவர்.[60]

ஆனால், மேற்கூறிய கருத்தாக்கங்களெல்லாம் அறிவியல் பூர்வமற்றவை என்பது தற்கால அறிஞர்களால் நிரூபிக்கப்பட்டு விட்டது. அதாவது ஒருவரது உடல் அமைப்பிற்கும் அவரது குற்ற செயல்களுக்கும் யாதொரு சம்மந்தமுமில்லை என்பதனை நவீன உளவியல் அறிஞர்கள் நிரூபித்துவிட்டனர். ஆனால் இதுபோன்ற அறிவியல் பூர்வமற்ற ஐரோப்பியக் கருத்தாக்கங்களை அடிப் படையாகக் கொண்டுதான் குற்றப்பரம்பரை என்ற கருத்தாக்கம் பிரிட்டிஷ் காலனிய ஆட்சியாளர்களால் இந்தியாவில் உருவாக்கப் பட்டது.

குற்றப்பரம்பரைச் சட்டம் உருவாக்கப்பட்டதற்கான சூழல்

ஆங்கிலேயர்கள் இந்தியாவிற்குள் வரும்பொழுது இந்தியா பல்வேறு சிற்றரசர்கள் மற்றும் பேரரசர்களால் ஆளப்பட்டு வந்தது. அவர்கள் ஒவ்வொருவருடனும் சண்டையிட்டு வெற்றி கொண்டு அவற்றை யெல்லாம் இணைத்துத்தான் பிரிட்டிஷார் தங்களது காலனியா திக்கத்தை இந்தியாவில் நிறுவினர். அவ்வாறு சிறு,சிறு அரசுகளை வென்று தங்களது ராஜ்ஜியத்தை உருவாக்கும் பொழுது, அந்தத் தேசங்களுக்குள் பல சுதந்திரமான இனக்குழுக்கள் இருந்து வந்தன. அவை அப்பொழுதிருந்த அரசுகளுக்கே கட்டுப்படாமல் தங்களைத் தாங்களே நிர்வகித்துக் கொண்டு சுயாட்சி பெற்ற தன்னரசுக் குழுக்களாக இருந்து வந்தன. அந்த அரசுகளைப் பிரிட்டிஷார் தங்கள் ராஜ்ஜியத்துடன் இணைத்தபின்பும் அவற்றிற்குள் இருந்த இந்தச் சுதந்திரமான இனக்குழுக்களை முழுமையாகத் தங்களது கட்டுப்பாட்டின்கீழ்க் கொண்டு வர இயலவில்லை. அவற்றைக் கட்டுப்படுத்த முயற்சிக்கும் பொழுது அவை பிரிட்டிஷாரோடு மிகவும் மூர்க்கத்தனமாக மோதின. ஆங்கிலேயர் தங்கள் இராணுவ பலத்தால் அவற்றை அடக்கி விட்டபோதிலும் அவர்களை நிரந்தரமாகத் தங்களது நிர்வாகத்தின்கீழ்க் கொண்டு வர இயலவில்லை. அவ்வாறு கொண்டு வருவதற்குச் சில கடுமையான சட்டங்கள் தேவைப்பட்டன. அவ்வகைச் சட்டங்களின் உச்சகட்ட வடிவமே குற்றப்பரம்பரைச் சட்டம். இதன்கீழ்ச் சில நாடோடி இனக்குழுக்களும், சில மலைவாழ் இனக்குழுக்களும், இராணுவத் தன்மை கொண்ட சில சமவெளி குடிநிலைச் சாதிகளும் கொண்டு

வரப்பட்டன. அவை ஒவ்வொன்றும் எந்தெந்தச் சூழ்நிலை காரணமாகக் குற்றப்பரம்பரையாக அறிவிக்கப்பட்டன என்பது பற்றிப் பார்ப்போம்.

பிரிட்டிஷ் காலனிய அரசாங்கத்தின் நவீனப் பொருளாதார அரசியல் கொள்கைகள் இந்தியச் சமூகத்தில் பலவகையான மாற்றங்களை ஏற்படுத்தின. குறிப்பாக அதன் பொருளாதார கொள்கைள் பல பழமையான சமூகங்களின் பாரம்பரியத் தொழில் களை ஒழித்துக் கட்டின. இதனால் ஊர் சுற்றி வணிகம் செய்து வந்த சில நாடோடி இனக்குழுக்கள் தங்களது வருமானத்தை இழக்கத் தொடங்கின.[61] மேலும் இவர்கள் நவீனச் சந்தைப்படுத்துதல் கொள்கைக்கு எதிரிகளாக இருந்தனர். அவர்கள் ஊர் ஊராகச் சென்று – மக்களது வாழ்விடங்களுக்கே நேரடியாகச் சென்று – பொருட்களைப் பண்டமாற்று முறையில் விற்றுவந்தனர். இது ஓர் இடத்தில் கூடிப் பொருட்களை விற்கின்ற நவீனச்சந்தை முறைக்கு எதிர்ப்பானதாக இருந்தது. அதனால் தங்களது நவீனச்சந்தை முறையைப் பலப்படுத்துவதற்காக இந்த நாடோடி வணிகர்களைக் கட்டுப்படுத்தி ஓர் இடத்தில் நிலையாக வைக்க வேண்டிய அவசியம் ஏற்பட்டது. இதனால் நாடோடி வணிகர்களும், சந்தை வணிகர்களும் பல இடங்களில் மோதிக் கொண்டனர். தங்களது பாரம்பரியத் தொழில் நசிந்து போவதை எண்ணி ஆத்திரமடைந்த நாடோடி வணிகர்கள், சந்தை வணிகர்களின் அங்காடிகளையும், கிடங்குகளையும், பொருட்களையும் கொள்ளையிட ஆரம்பித்தனர். அதனால் அவர்கள் கொள்ளையிடும் சமூகமாகவே அடையாளப் படுத்தப்பட்டனர்.

இதில் பஞ்சாராக்காரர்கள், லம்பாடிகள், குறவர்கள் போன்றோர் பாரம்பரியமாக உப்பு வணிகமும், அவற்றோடு சேர்த்துச் சில தானிய வகைகளையும் கால்நடைகள் மூலம் ஊர் ஊராகச் சென்று வணிகம் செய்து வந்தனர். ஆங்கிலேய அரசு 1880களில் உப்பு உற்பத்தியைத் தன்வசப்படுத்தியது. உற்பத்தியை முழுக்க முழுக்க தானே மேற்கொள்ள முடிவு செய்தது. இதனால் ஊர் சுற்றும் வணிகர்கள் உப்பினை அரசிடமிருந்து வாங்க வேண்டிய புதிய நிலைக்குத் தள்ளப்பட்டனர்.[62]

1850களில் ரெயில்வே, புதிய சாலைப் போக்குவரத்து வசதிகள் ஏற்படுத்தப்பட்டன. இதனால் ரயில்வே வழி வணிகம் செய்யும் சில முகவர்களையும், நிறுவனங்களையும் ஊக்குவித்ததால் உற்பத்தியும், வணிகமும் அவர்கள் வழியே தொடங்கின.

இதனால் பல ஆண்டுக் காலமாகப் பாரம்பரியமாக உப்பு உற்பத்தி செய்து வந்த சமூகத்தாரும் அவர்களிடமிருந்து உப்பை

வாங்கி நாட்டுப்புறங்களுக்கு எடுத்துச் சென்று வணிகம் செய்து வந்த சமூகத்தாரும் தங்கள் தொழில்களை இழந்தனர். இதில் குறவர்கள், எரக்குலர்கள், கொரச்சர்கள், லம்பாடிகள், பஞ்சாராக்கள் போன்ற நாடோடி சமூகத்தவர்கள் பெரிதும் பாதிக்கப்பட்டனர்.[63]

அவர்கள் பன்னெடுங்காலமாகக் கால்நடைகள் மூலமாகத் தாங்கள் எடுத்துச் சென்ற உப்பு, தானியங்கள் போன்றவற்றை ரயில் மூலம் எடுத்துச் செல்லப்படுவதனைப் பார்த்து ஆத்திர மடைந்து, ரயில்களைக் கொள்ளையிட ஆரம்பித்தனர். இதனையே காரணம் காட்டி இவர்கள் ரயில் கொள்ளையர்களாக அடையாளப் படுத்தப்பட்டனர்.

வட இந்தியாவில் வாழ்ந்து வந்த பஞ்சாராக்கள் முகலாய மன்னர்களுக்கும் தளபதிகளுக்கும் அவர்களது இராணுவ தளவாடங்களையும், அவர்களுக்குத் தேவையான பொருட்களையும் கால்நடைகள் மூலமாக எடுத்துச் செல்பவர்களாக இருந்து வந்தனர்.[64] ஆங்கிலேயர்கள் அதிகாரத்தைக் கைப்பற்றிய பின்பு பஞ்சாராக்கள் தங்களது பாரம்பரியத் தொழில்களை இழந்ததோடு முகலாயர்களின் எதிரிகளான ஆங்கிலேயர்களைத் தங்கள் எதிரி களாகவும் கருதி ஆங்கில ராணுவத் தளவாடங்களைக் கொள்ளையிட ஆரம்பித்தனர். அதனையே காரணமாகக் கொண்டு ஆங்கில அரசாங்கம் அவர்களைக் குற்றமரபினர் என முத்திரை குத்தியது.

அதுபோல ராஜஸ்தானில் மேவ் சமூகத்தவரும், குஜார்களும், மீனாஸ் சமூகத்தவரும் கால்நடை மேய்ப்பவர்களாக இருந்து வந்தனர். அக்காலத்தில் ஏற்பட்ட கடுமையான பஞ்சகாலத்தில் இவர்களது கால்நடைகள் பெருமளவு மாண்டுபோயின. அதனால் அவர்கள் அருகிலுள்ள பகுதிகளுக்குச் சென்று அங்குள்ளவர்களின் கால்நடைகளைக் கடத்திவர ஆரம்பித்தனர். அதை வைத்து அவர்களும் குற்ற மரபினராக அடையாளப்படுத்தப்பட்டனர்.

அடுத்து ஆங்கிலக் காலனி அரசு 1880களில் புதிய வனப் பாதுகாப்புச் சட்டத்தை உருவாக்கியது. அதுவரை அந்த வனங்களை தங்களது சொந்த சொத்தாகக் கருதி வாழ்ந்து வந்த மலைவாழ் மக்கள் அச்சட்டத்தால் மிகவும் பாதிக்கப்பட்னர். அவர்களது வேட்டையாடும் தொழில் முற்றிலும் சட்டவிரோதமாக்கப்பட்டது. ஆனால் அவர்கள் தங்களது வாழ்வியல் தேவைக்காகத் தொடர்ந்து வேட்டையாடியும், வனங்களில் கிடைக்கின்ற அபூர்வ பொருட்களை எடுத்துச் சென்று வணிகம் செய்தும் வாழ்ந்து வந்தனர்.[65] அதனையே காரணம் காட்டி அவர்கள் தொடர்ந்து சட்டவிரோத செயல்களில்

ஈடுபடுபவர்கள் எனக் கருதி அவர்களும் குற்ற மரபினராக அறிவிக்கப்பட்டனர். அந்த வரிசையில் ஏனாதிகள் உட்பட பல மலைவாழ் குடிகள் குற்றமரபினராகக் கருதப்பட்டனர்.

மேற்கூறிய சில நாடோடி வணிகச் சாதிகளும், வேட்டைத் தொழில் சார்ந்த மலைவாழ் சாதிகள் போக, சில இராணுவத் தன்மை கொண்ட சில சமவெளி குடிநிலைச் சாதிகளும் குற்ற மரபினராக அடையாளப்படுத்தப்பட்டனர். ஆங்கில அரசு 1861இல் இந்தியக் காவல் சட்டத்தை உருவாக்கியது. அதன்படி ஐரோப்பிய பாணி காவல் அமைப்பு இந்தியா முழுவதும் உருவாக்கப்பட்டது. அது ஏற்கனவே இருந்துவந்த பாரம்பரியக் காவல் அமைப்பினைச் சட்ட விரோதமாக்கியது. அந்த வகையில் தென் தமிழகத்தில் பாரம்பரியக் காவல் அமைப்பின்படி திசைக் காவலாளிகளாகவும், ஸ்தலக் காவலாளிகளாகவும் இருந்து வந்த கள்ளர், மறவர், வலையர், ஊராளிகள் போன்ற சாதியினர் தங்களது தொழில்களை இழக்க நேரிட்டது. அவர்களுக்குக் காவல் மானியமாக ஒதுக்கப் பட்டிருந்த நிலங்கள் பறிக்கப்பட்டதோடு அதுவரை அவர்கள் பெற்று வந்த காவல் கூலியும் சட்ட விரோதமாக்கப்பட்டது. அதனால் அவர்கள் தாங்கள் இழந்த உரிமைகளை மீட்டெடுப்பதற்காகச் சர்க்காரோடும், பொதுமக்களோடும் மோத வேண்டிய நிலை ஏற்பட்டது. அதனையே காரணம் காட்டி அவர்களையும் குற்ற மரபினராகப் பிரிட்டிஷார் அடையாளப்படுத்தினர்.[66]

அதுமட்டுமல்லாமல் 1866 – 1877இல் ஏற்பட்ட கடுமையான பஞ்சங்கள் மக்களின் வாழ்வியலை மொத்தமாகப் பாதித்தது. மக்கள் உணவிற்காக மிகவும் கஷ்டப்பட்டனர். அதனால் களவு, கொள்ளை, உணவுக் கிடங்குகளைக் கொள்ளையடித்தல் போன்ற நிகழ்வுகள் அதிகரித்தன.[67] அவற்றைக் கட்டுப்படுத்த அரசாங்கத்திற்குச் சில கடுமையான சட்ட வழிகள் தேவைப்பட்டன.

மேற்கூறிய சூழ்நிலைகளை மையமாகக் கொண்டுதான் இந்தியாவில் குற்றப் பரம்பரைச் சட்டம் இயற்றப்பட்டது. இனி இச் சட்டத்தினைப் பற்றிப் பார்ப்போம்.

குற்றப் பரம்பரைச் சட்டம் - 1871

1860களின் இறுதியில் வட இந்தியாவில் கள்ள நாணயம் தயாரிப்பதைத் தொழிலாகக் கொண்டிருந்த கூட்டத்தாரைக் கட்டுப்படுத்த எடுத்த முயற்சியே குற்றப் பரம்பரைச் சட்டம் என்ற வடிவத்தைப் பெற்றது. முதலில் இவ்வகைக் குழுக்களைக் கட்டுப் படுத்த பிடி ஆணை இல்லாமல் கைது செய்தல், ஜாமீனில்

வெளிவர இயலாமல் சிறைவைக்கக் கூடிய அம்சங்களுடன் சில சட்டங்கள் உருவாக்கப்பட்டன.⁶⁸ இறுதியில் இவற்றையெல்லாம் தொகுத்துக் குற்றத்தொழில் செய்து வருபவர்கள் எனக் கருதப் படுகின்ற இனக்குழுக்களை வகைப்படுத்தி, அவர்களது செயல் பாடுகளைத் தொடர்ந்து கண்காணித்து, அவர்களை ஓர் இடத்திற்குள் கட்டுப்படுத்தி வைக்கின்ற வகையில் 1871இல் குற்றப் பரம்பரைச் சட்டம் இயற்றப்பட்டது. இச்சட்டத்தின் சாராம்சம் பற்றிச் சற்றுப் பார்ப்போம். (காண்க பின்னிணைப்பு – 6)

இது 31 பிரிவுகளைக் கொண்டதாக இருந்தது. எந்த இனக்குழு அல்லது கோஷ்டி அல்லது சாதி குற்றப்பரம்பரை என அறியப்படு கின்றதோ அவற்றைக் கவர்னர் ஜெனரல் ஆலோசனைக் குழுவின் கவனத்திற்கு எடுத்துச் செல்வதற்கு முன், உள்ளூர் அரசுகள், எந்தக் குழு அல்லது சாதி குற்றப்பரம்பரையாக அறிவிக்கப்பட வேண்டியவை என அரசு கெஜட்டில் வெளியிடவேண்டும்.⁶⁹ பிறகு அந்த இனக்குழு குற்றப்பரம்பரையாக அறிவிக்கப்படுவதற்குத் தகுந்தது எனக் கவர்னர் ஜெனரலின் ஆலோசனைக்குழு கருதினால், அது அக்குழு அல்லது சாதியைக் குற்றப்பரம்பரையாக அறிவிக்கும். அந்த இனக்குழு குற்றப் பரம்பரையாக அறிவிக்கப்பட்டு அது ஓரிடத்தில் கட்டாயமாக நிலை நிறுத்தப்படுவதற்கு முன்பு அந்த இனக்குழுக்கான வாழ்வாதாரத்திற்கு உள்ளூர் அரசாங்கங்கள் ஏற்பாடு செய்ய வேண்டும். அதன் பின்புதான் அது குற்றப் பரம்பரையாகக் கவர்னர் ஜெனரலால் அறிவிக்கப்படும்.⁷⁰

குற்றப்பரம்பரையாக அறிவிக்கப்பட்ட இனக்குழுவினர் அனைவரும் தங்கள் பெயரைப் பதிவு செய்து கொள்ளவேண்டும்.⁷¹ அவ்வாறு ஒருவர் தன்னைப் பதிவு செய்து கொள்ளத் தவறினாலோ அல்லது பதிவின் பொழுது தன்னைப் பற்றித் தவறான தகவல்களைத் தந்தாலோ அது குற்றமாகக் கருதப்பட்டுத் தண்டிக்கப்படுவார்.⁷²

இவ்வகைப் பதிவேடுகள் ஜில்லா மேஜிஸ்ட்ரேட்டின் பார்வையில் ஜில்லா காவல் கண்காணிப்பாளரிடம் இருக்கும்.⁷³

இப்படிப் பதிவு செய்யப்பட்ட இனக்குழுவினர் ஓர் இடத்தில் கட்டாயமாக நிலைநிறுத்தப்பட்டு கண்காணிப்படுவர். அவர்களில் யார் ஒருவரும் அரசு அதிகாரிகளின் அனுமதியின்றி அந்த இடத்தை விட்டு வெளியே செல்லக்கூடாது. அனுமதி பெற்றே செல்லவேண்டும் அப்படிச் செல்பவர்களுக்கு அனுமதிச் சீட்டு வழங்கப்படும்.⁷⁴ (இது குறித்து ராதாரி சீட்டுப் பகுதியிலும் காண்க)

அனுமதிச் சீட்டு இல்லாமல் வெளியில் செல்லக்கூடாது. அனுமதிச் சீட்டுடன் வெளியில் செல்பவர்களும் கூட அதில்

குறிப்பிட்டுள்ள காலத்திற்குள் கண்டிப்பாகத் திரும்பிவிட வேண்டும். காலதாமதமாக வந்தால் அதனையே காரணமாகக் கொண்டு அவருக்கு 6 மாதக் கடுங்காவல் சிறைத் தண்டனை வழங்கப்படும். மேலும் அவர்களில் யாரையும் பிடி ஆணையில்லாமல் கைது செய்யலாம்; கைது செய்யப்பட்டவர்களை ஜாமீனில் இல்லாமல் தொடர்ந்து சிறையில் வைக்கலாம். இது சம்மந்தமாக எந்த நீதிமன்றமும் மற்றப் பொதுச் சட்டங்களின் படி, எந்தக் கேள்வியும் கேட்க இயலாது. கண்காணிப்பில் இருப்பவர்கள் தொடர்ந்து தாங்கள் இருப்பதனைத் தேவைப்படும் பொழுதெல்லாம் அதிகாரிகளின் முன்பு ஆஜராகி நிரூபித்துக் கொள்ளவேண்டும். அவ்வாறு செய்யத் தவறினால் அதுவும் குற்றமாகக் கருதப்பட்டுத் தண்டனை வழங்கப்படும்.[75]

மேலும், குற்றப் பரம்பரையாகப் பதிவுச் செய்யப்பட்ட ஒருவர் குற்றச் செயல் செய்திருந்தால் அவருக்கு இந்திய தண்டனைச் சட்டத்தின் கீழ் வழங்கப்படும் தண்டனைக்கும் மேலாகத் தண்டனை வழங்கப்படும். குற்றப் பரம்பரையில் பிறந்தவர் தொடர்ந்து மூன்று முறை இந்தியத் தண்டனைச் சட்டத்தின்கீழ்த் தண்டிக்கப்படு வாராயின், அவருக்குத் தண்டனைக் குற்றங்கள் குறைவான தண்டனையோடு இருந்தாலும், அவரை ஆயுள் முழுவதும் நாடு கடத்தும் தண்டனையும் வழங்கப்படும். தண்டனைக்குரிய நபர் 4 வயது முதல் 18 வயது வரை உள்ளவர்களாக இருந்தால் சிறுவர்களாகக் கருதப்பட்டு அவர்கள் வாழ்கின்ற இடத்திலேயே அவர்களுக்குச் சீர்திருத்தப் பள்ளிகள் நடத்தப்படும்.[76]

இச்சட்டத்தின் கீழ் இனக்குழுக்கள் மட்டுமல்லாது அரவாணிகளும் பதிவு செய்யப்பட்டுக் கண்காணிப்பட்டனர். இச்சட்டத்தின் சரத்துகள் 24 முதல் 31 வரை உள்ள பிரிவுகள் அரவாணிகளைப் பதிவு செய்து கண்காணிப்பது சம்பந்தமாகக் குறிப்பிடுகிறது.[77]

இச்சட்டம் அமல்படுத்தப்பட்ட பகுதிகளும், அதன் கீழ் கொண்டு வரப்பட்ட இனக்குழுக்களும்

இது முதன்முறையாக வடமேற்கு எல்லைப்புற மாகாணங்களிலும், பஞ்சாப் (அயோத்தியா) மற்றும் ஆக்ராவை உள்ளடக்கிய ஐக்கிய மாகாணத்திலும் அமல்படுத்தப்பட்டது. பிறகு 1876 வங்காளத்திற்கும் 1877இல் அஜ்மீர் மேர்வார் பகுதிகளுக்கும் நீட்டிக்கப்பட்டன.[78]

இப்பகுதியிலிருந்த கீழ்வரும் இனக்குழுக்கள் இச்சட்டத்தின் கீழ்க் கொண்டுவரப்பட்டன. அசூரியா, பதக், பைராகி, பஞ்சதாஸ்,

பௌரியா, மார்வாரி, மோகியா, பான்மேட்கள், பர்வார், பஞ்ஞூரா, பான்ஸ் வோர்டம்ஸ் பாரா, பெடியா, பெங்காலி, பானியா, பார்போரியா, பாசி, ராஜ்பாசி, பாட்ஸ், பெட்குட்ஸ், லாமனி, பம்தா, யுச்சாலியா, வகாரி, வடாரி, வம்பாடி, போரியா, வோதா, வோடா, மல்லா, மஹாடா, மங்கருஸ், மேலாடிஸ், மியான்ஸ், மீனாஸ், முல்டாலி, முந்தாபோட்டா, முஸ்ஸார், நாயக், பார்தி, நிர்ஸிகாரி, நட்ஸ், ஏடாஸ், ஒரியாடாமஸ், ஔதியாஸ், பாப்திஸ், பர்ராஸ், பாசிஸ், ராசம்பாண்டஜ், சன்சியா, சிங்கத்திகட், சன்சியா, டாட்லிபாமால்லா, கொல்லரி, தாசாரி, யனாதி, எரக்குவா, பில்ஸ், புகுரா, பிராமனவ் பிஜோரியா, போயாஸ், பெர்தாஸ், சூராஸ், சமார்ஸ், தெல்ராசந்தரா லேதிஸ், தந்தாசிகள், தாரிஸ், தியேஸ், தேகரு தென்வார், டோமர், டோம்ஸ், மேகயா, ஏரியா, ஏளபினிய பான்போர், டாம், டோங்கா எருக்கன், டுசடாஸ், போங்கா, எடுக்கன், கொராச்சா, கொறவா, சாந்திலால், குஜ்ஜார், வெண்டா கபுரா, கண்டிஜோதி கன்ஜாரா, கம்பாகப்பு, கர்லஸ்நாட், ஜலிட், ஜைன்ராஜ், தின்கேரா போன்ற 100க்கும் மேற்பட்ட இனக்குழுக்கள் 1871 சட்டத்தின் கீழ் கொண்டுவரப்பட்டன.[79]

குற்றப்பரம்பரைச் சட்டம் - 1911

1871இல் இயற்றப்பட்ட குற்றப்பரம்பரைச் சட்டம் வட இந்தியப் பகுதிகளில் மட்டும் நடைமுறைப் படுத்தப்பட்டது. ஆனால் அது இந்தியா முழுமைக்கும் நடைமுறைப்படுத்தப்பட வேண்டியதற்கான சூழல்கள் இருப்பதாகக் கருதிய அன்றைய பிரிட்டிஷ் இந்திய அரசு 1911ஆம் ஆண்டு சில புதிய நடைமுறைகளுடன் விரிவுபடுத்தியது. 1871இல் சட்டத்திலிருந்த சில விதிகள் மாற்றப்பட்டன. குறிப்பாக 1871ஆம் சட்டத்தின்படி ஏதாவது ஒரு இனக்குழுவோ, சாதியோ அல்லது கோஷ்டியோ குற்றப்பரம்பரையாக அறிவிக்கப்பட வேண்டு மென்றால், இந்திய கவர்னர் ஜெனரலின் அனுமதியோடுதான் அவை குற்றப்பரம்பரையாக அறிவிக்கப்பட வேண்டும்.

ஆனால் 1911 குற்றப்பரம்பரைச் சட்டத்தின்படி மேற்கூறிய நடைமுறை தளர்த்தப்பட்டு, உள்ளூர் அரசுகளே அதாவது ஜில்லா கலெக்டரே ஒரு பழங்குடி அல்லது சாதியைக் குற்றப்பரம்பரையாக அறிவிப்புச் செய்யலாம். அதற்குக் கவர்னர் ஜெனரலது அனுமதியைப் பெற வேண்டிய அவசியமில்லை.[80]

1871 சட்டத்தின் படி ஒரு பழங்குடியோ அல்லது சாதியோ குற்றப்பரம்பரையாக அறிவிக்கப்படுவதற்கு முன்பாக அந்த பழங்குடிக்கான அல்லது சாதிக்கான வாழ்வாதரத்தை உள்ளூர்

அரசுகள் உறுதிபடுத்திய பின்புதான் அவற்றைக் குற்றப்பரம்பரையாக அறிவிக்க வேண்டும். ஆனால் 1911 சட்டத்தில் இந்த நடைமுறை தேவையற்றது எனக் கருதி நீக்கப்பட்டுவிட்டது.[81]

மேலும் 1871 சட்டத்தில் குற்றப்பரம்பரையாக அறிவிக்கப்பட்ட குழுவைச் சேர்ந்த ஒருவரது பெயர், அங்க அடையாளங்கள், முகவரி போன்றவை மட்டுமே பதிவு செய்யப்பட்டன. ஆனால் 1911 சட்டத்தில் அவற்றோடு சேர்த்து இரண்டு கைகளின் பத்து விரல் ரேகைகளும் பதிவு செய்யப்பட்டன.[82] அதனால் 1911இல் இயற்றப்பட்ட குற்றப்பரம்பரைச் சட்டம் மக்களால் 'ரேகைச் சட்டம்' எனவும் அழைக்கப்பட்டது.

குற்றப்பரம்பரைச் சட்டம் 1911 - உள்ளடக்கம்:

1911இல் புதிய நடைமுறைகளுடன் புதிய சட்டம் உருவாக்கப்பட்டது. மேலும் மிண்டோ மார்லி சீர்திருத்தம் என்று அழைக்கப்படும் இந்தியக் கவுன்சில் சட்டம் 1909 உள்ளூர் அரசாங்கங்களுக்கு அதிக அதிகாரங்களை வழங்கியது. குறிப்பாக மாகாண அரசுகளுக்கு அதிக அதிகாரங்களைப் பகிர்ந்தளித்தது. அதனால் உள்ளூர் அரசாங்கங்களுக்கு அதிக அதிகாரங்களை வழங்கக்கூடிய புதிய சட்டங்கள் தேவைப்பட்டன. எனவே, 1871 பழங்குடி சட்டம் முற்றிலும் மாற்றியமைக்கப்பட்டு 1911இல் திருத்திய வடிவத்தில் புதிய குற்றப்பரம்பரைச் சட்டம் இயற்றப்பட்டது.

இனி 1911இல் வந்த குற்றப்பரம்பரைச் சட்டத்தின் உட்கூறுகள் பற்றிப் பார்ப்போம்.

1902-03இல் அமைக்கப்பட்ட காவல் ஆணையத்தின் பரிந்துரையின் அடிப்படையில் இக் குற்றப்பரம்பரைச் சட்டத்தின் கூறுகள் உருவாக்கப்பட்டன.[83]

இச்சட்டம் ஜில்லா மேஜிஸ் ரேட்டுகளுக்கும் (ஜில்லா கலெக்டர்) அவருக்குக் கீழ் இயங்கும் அதிகாரிகளுக்கும் அதிக அதிகாரங்களை வழங்கியது. அதன்படி ஒரு ஜில்லா மேஜிஸ்ரேட் தனது விருப்பத்திற்கு ஏற்ப எந்த ஒரு சாதியையும் அல்லது இனக்குழுவையும் குற்றப்பரம்பரையாக அறிவிக்கலாம். விலக்கு அளிக்கலாம். அதனை எந்த நீதிமன்றமும் கேள்வி கேட்க இயலாது. குற்றப்பரம்பரையாக அறிவிக்கப்பட்ட சாதியில் பிறந்த, வயது வந்த – அதாவது 16 வயதிற்கு முற்பட்ட – அனைத்து ஆண்களும் (சில

சமயங்களில் பெண்களும்) பதிவு செய்யப்பட்டுக் காவல் துறையால் கண்காணிக்கப்படுவர். அவ்வாறு குற்றப்பரம்பரையாகப் பதிவு செய்யப்பட்ட ஒருவர் சாதாரண சட்டங்களின்கீழ்க் கொண்டு வரப்படமாட்டார். அதாவது குற்றம் சாட்டப்பட்டவருக்குச் சாதாரண பொதுச்சட்டங்கள் அளிக்கும் எந்த உரிமையும் குற்றப் பரம்பரையில் பிறந்தவர் பெற இயலாது. மேலும், ஒருவர் தன்னைக் குற்றப் பரம்பரைச் சட்டத்தின் கீழ்ப் பதிவு செய்து கொள்ள மறுத்தாலோ அல்லது தவறினாலோ, கண்காணிப்புக்குட்பட மறுத்தாலோ அல்லது தவறினாலோ அதுவே குற்றமாகக் கருதப்பட்டுத் தண்டிக்கப்படுவர். அவர் வேறு குற்றம் செய்திருக்க வேண்டிய அவசியமில்லை. சுருங்கச் சொன்னால் சிறை தண்டனை பெற்றவர்கள் தண்டனைக் காலம் முடியும்வரை மட்டும் தான் குற்றவாளியாகக் கருதப்படுவர். ஆனால் குற்றப்பரம்பரையாக அறிவிக்கப்பட்ட இனக்குழுவில் பிறந்த ஒருவர் பிறப்பு முதல் இறப்புவரை குற்றவாளியாகவே கருதப்படுவார்.[84]

இக்குற்றப் பரம்பரைச் சட்டம் பதிவு செய்தல், ஓர் இடத்தில் கட்டுப்படுத்திக் கண்காணித்தல், சீர்திருத்தம் செய்தல் என்ற மூன்று நிலைகளில் அமைந்திருந்தது.

பதிவு செய்தல்

மாவட்டக் கலெக்டரால் குற்றப்பரம்பரையாக அறிவிக்கப்பட்ட இனக்குழுவைச் சேர்ந்த 16 வயதிற்கு மேற்பட்ட அனைத்து ஆண்மக்களும் தங்களைப் பதிவுசெய்து கொள்ள வேண்டும். பதிவு செய்வதற்கு இரண்டு விதமான பதிவேடுகள் பராமரிக்கப்படும் ஒன்று 10 – 1 – A எனப்படும். அந்த ஊரிலுள்ள குற்றப்பரம்பரையாக அறிவிக்கப்பட்ட இனக்குழுவைச் சேர்ந்த அனைத்து வயது வந்த ஆண்மக்களும் தங்களது இரண்டு கைவிரல் ரேகைகளையும் பதிவு செய்து கொண்ட பின்பு தங்களது பெயர், முகவரி, தொழில் மற்ற அங்க அடையாளங்கள் அனைத்தையும் அதில் பதிவு செய்ய வேண்டும். இந்த 10 – 1 – A என்ற பதிவேடு ஊரிலுள்ள அரசாங் கத்தால் நியமிக்கப்பட்ட பஞ்சாயத்தாரிடமோ அல்லது கிராம முன்சீப்பிடமோ அல்லது காவல் அதிகாரியிடமோ இருக்கும்.

அடுத்து இரண்டாவது பதிவேடு 10 – 1 – B எனப்படும். இதில் அந்த ஊரிலுள்ள வழக்கமான குற்றவாளிகள் மற்றும் குற்றம் செய்வார்கள் என அரசாங்கத்தால் சந்தேகிக்கப்படுவோர், 10 – 1 – A பதிவேட்டில் குறிப்பிடப்பட்டுள்ள நிபந்தனையை மீறுபவர்கள்

ஆகியோரது கைரேகை, பெயர், முகவரி, அங்க அடையாளங்கள் பதிவு செய்யப்படும்.[85]

இந்தப் பதிவேடு அருகிலுள்ள காவல்நிலையத்தில் இருக்கும். இது K.D. (known Dacoits) பதிவேடு எனப்படும்.

கண்காணித்தல்

இவ்வாறு பதிவு செய்யப்பட்டவர்கள் தொடர்ந்து கண்காணிக்கப் பட்டனர். இவ்வகைக் கண்காணித்தல் இரண்டு வகைகளில் நடந்தன. ஒன்று வாழ்கின்ற இடத்திலேயே அவர்களைக் கண்காணித்தல், மற்றொன்று செல்கின்ற இடங்களில் கண்காணித்தல் என இரண்டு நிலைகளில் அவை அமைந்தன.

மணிப்படுக்கை

10 – 1 – Aயில் பதிவு செய்யப்பட்ட பின்பு ஒவ்வொரு நாள் இரவும் அவர்களது இருப்புச் சரிபார்க்கப்படும். அவர்கள் அனைவரும் இரவு 11 மணி முதல் அதிகாலை 3 மணி வரை அரசாங்கத்தால் நியமிக்கப்பட்ட பஞ்சாயத்தார் வீட்டு முன்போ அல்லது ஊரின் பொது இடத்திலோதான் படுக்கவேண்டும். இவர்களைக் காவல் அதிகாரிகள் திடீரென வந்து அவர்களின் இருப்பைச் சரிபார்ப்பர்.[86] அதில் யாராவது அங்கு இருக்கத் தவறினால் அவர்கள் பெயர் 10 – 1 – B வரிசையில் சேர்க்கப்படும். அவ்வாறு 10 – 1 – Bயில் சேர்க்கப்பட்டோர் அருகிலுள்ள காவல் நிலையத்திற்குச் சென்று படுக்கவேண்டும்.[87]

அனைவரும் பொதுப் படுக்கைக்கு வருவதற்கு ஊரிலுள்ள பொது மணி அடிக்கப்படும். இப்படி மணி அடித்ததும் போய் படுப்பதினால், மக்கள் அதனை 'மணிப்படுக்கை' என அழைத்தனர்.

ராதாரி சீட்டு அல்லது அனுமதிச் சீட்டு

இவ்வகையில் பதிவு செய்யப்பட்ட ஒருவர் வெளியூர் செல்ல வேண்டும் என்றால் அவர் கிராமப் பஞ்சாயத்தாரிடமோ அல்லது கிராம முன்சீப்பிடமோ அனுமதிச் சீட்டுப் பெற்றுச் செல்ல வேண்டும். அந்த அனுமதிச் சீட்டில் அவரது பெயர், ஊர், தொழில் பற்றிய விபரங்கள் குறிப்பிடப்பட்டிருக்கும். அவரது வலது, இடது கட்டைவிரல் ரேகைகளும் அதில் பதிவு செய்யப்பட்டிருக்கும். மேலும் அவர் எங்குச் செல்கிறார்? எந்தக் காரணத்திற்காகச் செல்கிறார்? எத்தனை நாட்களில் திரும்புவார் போன்ற விபரங்களும் குறிப்பிடப்பட்டிருக்கும்.

ராதாரி சீட்டு

FORM G.

[Rule 11]

(Half foolscap size.)

Certificate acknowledging receipt of notice under section 10 (1) (b) of the Criminal Tribes Act, 1924.

Received from

Notice that

a registered member of the criminal tribe of

* permanently resides at

* intends leaving this place on

to reside in

* has arrived in this village/town to reside

herein at

Left thumb impression

Date Village Headman

* Strike out the clauses not wanted.

All entries to be made on the back and front of the 3 counterfoils by issuing officers must be in ink and not in pencil.

(*To be printed on the reverse of this foil.*)

(i) Serial number, name, C.T.R. number C.I.D. gang number—

(ii) Purpose of absence—

(iii) Route and the time he will take in going to his destination—

(iv) Route and the time he will take in returning to his village—

To be sent at once to the station-house officer of the station in the limits of which the member resides.

FORM G.

[Rule 11]

(Half foolscap size.)

Counterfoil No. 1.

Certificate acknowledging receipt of notice under section 10 (1) (b) of the Criminal Tribes Act, 1924.

Received from

Notice that

a registered member of the criminal tribe of

* permanently resides at

* intends leaving this place on

to reside in

* has arrived in this village/town to reside

herein at

Left thumb impression

Date Village Headman

* Strike out the clauses not wanted.

(*To be printed on the reverse of this counterfoil.*)

(i) Serial number, name, C.T.R. number and C.I.D. gang number—

(ii) Purpose of absence—

(iii) Route and the time he will take in going to his destination—

(iv) Route and the time he will take in returning to his village—

அடையாள அட்டை

CERTIFICATE OF IDENTITY ISSUED TO KALLAR PANCHAYATDARS.

Dt. Supt. of Police, Madura

For Dt. Magistrate, Madura.

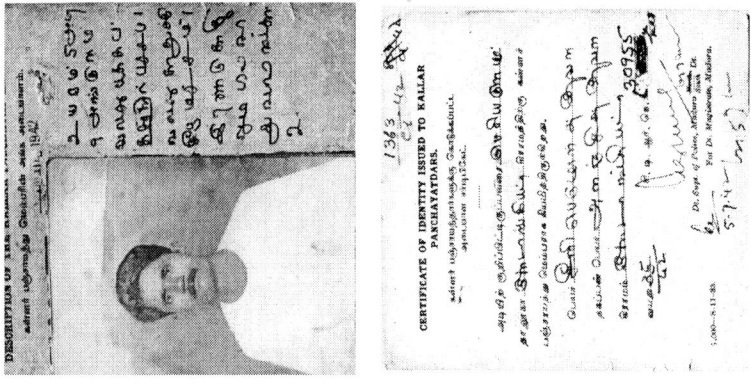

ராதாரி சீட்டு - பெர்மிட்

தென் மதுரை ஜில்லா

“ஜி” பாஸ் பெர்மிட்.

(Rule 12. of C. T. Act.)

23733

Dt. Superintendent of Police,
Madura South.

Date of Expiry of Pass.	D. S. P's initials with date.
17-3-42.	

Madura South District

G PASS PERMIT.

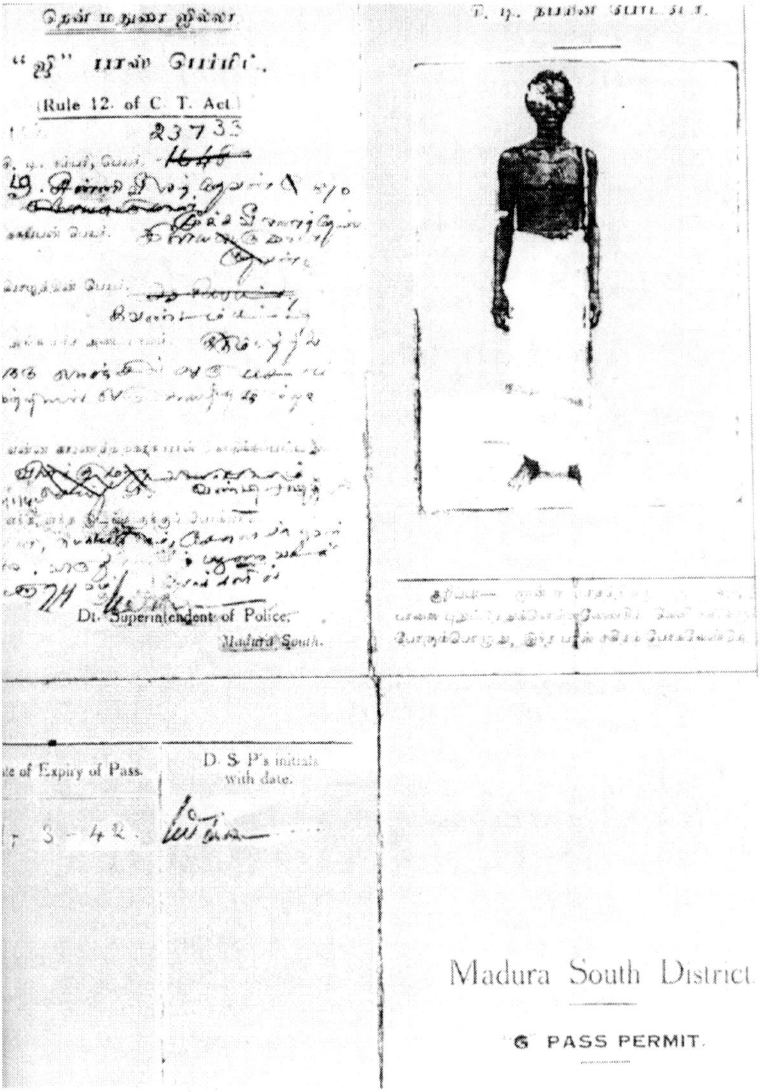

மேலும் அதில், அதனைக் கொண்டு செல்பவர் ஏற்கனவே எந்தத் திருட்டு வழக்கிலும் குற்றம் சாட்டப்படாதவர் என்ற பஞ்சாயத்தாரின் உறுதிமொழியும் பதிவு செய்யப்பட்டிருக்கும்.

அனுமதிச் சீட்டைக் கொண்டு செல்பவர் எந்த ஊருக்குச் செல்கின்றாரோ அந்த ஊரிலுள்ள அரசாங்க அதிகாரியிடம் அதனைக் காண்பிக்க வேண்டும். அனுமதிச் சீட்டைக் காண்பிக்கத் தவறினால் அதுவே குற்றமாகக் கருதப்பட்டு விசாரணை இன்றி சிறையில் அடைக்கப்படுவார். குறிப்பிட்டுள்ள நாட்களைக் காட்டிலும் அதிக நாட்கள் கழித்து வந்தால் அதுவும் குற்றமாகக் கருதப்பட்டுச் சிறையில் அடைக்கப்படுவார்.

இந்த ராதாரி சீட்டுகள் ஆங்கிலத்தில் மூன்று நகல்களாக இருக்கும். முதல் நகல் அதனை அளிக்கின்ற பஞ்சாயத்தாரிடமோ அல்லது கிராம முன்சீப்பிடமோ இருக்கும். இரண்டாவது நகல் அவர் எங்குச் செல்கிறாரோ அந்த ஊரின் காவல் அதிகாரிக்கு அஞ்சல் மூலமாக அனுப்பப்படும். மூன்றாவது நகல், பெற்றுச் செல்பவர்களிடம் இருக்கும். அவர் அதனைத் தான் செல்கின்ற வழியில் காவல் அதிகாரிகள் யாராவது கேட்டால் காண்பிக்க வேண்டும். அவ்வாறு காண்பிக்கத் தவறினால் அவர் உடனே கைது செய்யப்பட்டுச் சிறையில் அடைக்கப்படுவார். அந்த ராதாரி சீட்டில் எத்தனை நாட்களுக்குள் திரும்பிவிட வேண்டும் எனக் குறிப்பிடப்பட்டுள்ளதோ அதற்குள் திரும்பி வராவிட்டால் அல்லது குறிப்பிடப்பட்டுள்ளதைக் காட்டிலும் அதிக நாட்கள் கழித்து வந்தால், அதுவும் குற்றமாகக் கருதப்பட்டு அவர் தண்டிக்கப் படுவார்.

ராதாரி சீட்டு அதிகபட்சம் 15 நாட்களுக்கு மட்டுமே வழங்கப்படும். ராதாரி சீட்டைப் பெற்றுச்செல்பவர் தன் சொந்த ஊருக்குத் திரும்பியவுடன் அதனை அந்தக் கிராம அதிகாரியிடம் ஒப்படைத்து விடவேண்டும். இவ்வாறு ராதாரி சீட்டுப் பெற்றுச் செல்பவருடைய நடத்தையில் சந்தேகம் ஏற்பட்டால் அதனை ரத்து செய்யவோ நிறுத்தி வைக்கவோ மாவட்டக் கலெக்டருக்கு உரிமை உண்டு.[88]

சீர்திருத்தம்

குற்றப்பரம்பரைச் சட்டத்தின் 16, 17வது பிரிவுகள் குற்றப் பரம்பரையாக அறிவிக்கப்பட்ட சாதிகளைச் சீர்திருத்தம் செய்வது பற்றிச் பேசுகிறது. இச் சீர்திருத்தம் இரண்டு நிலைகளில் நடை

பெற்றன. ஒன்று, ஓர் இடத்தில் நிலைத்து வாழாத நாடோடி சாதிகளையும் சிறிய எண்ணிக்கையிலான சாதிகளையும் ஒரு குறிப்பிட்ட இடத்தில் கட்டாயமாகக் குடியேற்றி அதனுள் பள்ளிகள் போன்ற சீர்திருத்த நடவடிக்கைகளை மேற்கொள்வது. (இவ்வகைக் கட்டாயக் குடியேற்றங்கள், செட்டில்மெண்டுகள் எனப்பட்டன.) அடுத்து, ஓர் இடத்தில் நிலைத்து வாழ்கின்ற கணிசமான எண்ணிக்கையில் உள்ள சாதிகளை அவர்கள் வாழ்கின்ற இடத்திலேயே வைத்துச் சீர்திருத்தம் செய்தல் என இரண்டு நிலைகளில் சீர்திருத்தங்கள் நடைபெற்றன. இவ்வகைச் சீர்திருத்தங்கள் பற்றிக் கள்ளர் சீரமைப்புத்துறை என்ற பகுதியில் விரிவாகப் பார்ப்போம்.

சென்னை இராஜதானியில் குற்றப் பரம்பரைச் சட்டம்

1801இல் பாளையக்காரர்களின் எழுச்சி முற்றிலும் ஒடுக்கப்பட்ட பின்பு 1802இல் உருவாக்கப்பட்ட செட்டில்மெண்ட் சட்டத்தின்படி புதிய சென்னை மாகாணம் உருவாக்கப்பட்டது. அதில் கன்ஜம் ஏஜென்ஸி, விசாகப்பட்டிணம், கோதாவரி, கிருஷ்ணா, குண்டூர், நெல்லூர், கர்னூல், பெல்லாரி, அனந்தப்பூர், கடப்பா, சித்தூர் எனத் தெலுங்கு பேசக்கூடிய 12 மாவட்டங்களும், தெற்குக் கனரா என்ற கன்னட மாவட்டமும், மலப்பார் என்ற மலையாள மாவட்டமும் நீலகிரி, கோயம்புத்தூர், சேலம், வடஆற்காடு, தென்ஆற்காடு, செங்கல்பட்டு, திருச்சிராப்பள்ளி, தஞ்சாவூர், மதுரை, திருநெல்வேலி, இராமநாதபுரம், என தமிழ் பேசக்கூடிய 11 மாவட்டங்களும் ஆக மொத்தம் 25 மாவட்டங்கள் உள்ளடக்கி இருந்தன.[89]

1911இல் இயற்றப்பட்ட குற்றப்பரம்பரை சட்டம் சென்னை இராஜதானிக்கு விரிவுபடுத்தப்பட்ட போதிலும், அச்சட்டத்தை அமல்படுத்துவதற்கான இறுதி வரையறைகள், 1913 மே மாதத்தில் தான் வெளியிடப்பட்டன.[90] அதன்பின்பு சில சாதிகளையும், பழங்குடிகளையும் குற்றமரபினராக அறிவித்து அவற்றைப் பதிவு செய்யத் துவங்கினர். அதன்படி சென்னை இராஜதானி முழுவதும் மொத்தம் 14 லட்சம் மக்கள் இச் சட்டத்தின்கீழ்க் கொண்டு வரப்பட்டனர்.[91]

இனி எந்தெந்த மாவட்டங்களில் என்னென்ன சாதிகள் குற்றப்பரம்பரையாக அறிவிக்கப்பட்டுப் பதிவு செய்யப்பட்டன என்பதைச் சற்றுப் பார்ப்போம். (காண்க பின்னிணைப்பு – 7)

முதலில் சென்னை இராஜதானியில் இருந்த தெலுங்கு பேசக்கூடிய மாவட்டங்களில் எந்தெந்த இனக்குழுக்கள் குற்றப் பரம்பரையாக அறிவிக்கப்பட்டன என்பதை முதலில் பார்ப்போம்.

1917இல் கன்ஜம் மாவட்டத்தில் தெலுசு, பாமுலாஸ் என்ற பழங்குடிகளும், 1923இல் யுன்தாஸிஸ் என்ற பழங்குடியும் குற்றப் பரம்பரையாக அறிவிக்கப்பட்டது.

விசாகப்பட்டினம் மாவட்டத்தில் 1914இல் கொண்ட டாட்டூஸ் என்ற சாதியும், 1915இல் ரோஸீஸ் என்ற பழங்குடியும், 1916இல் கிண்டாலி என்ற பழங்குடியும், 1921இல் சாலுங்காஸ் என்ற பழங்குடியும் குற்றப் பரம்பரையாக அறிவிக்கப்பட்டன.

கோதாவரி மாவட்டத்தில் 1913இல் டெங்க தாசாரிகளும் 1915இல் நக்கலார்களும், 1925இல் அணிப்பால் மாலாக்களும் ஏஜென்ஸி மாவட்டத்தில் 1926இல் ஓரிய டொம்பர்களும், குற்றப் பரம்பரையாக அறிவிக்கப்பட்டனர்.

கிருஷ்ணா மாவட்டத்தில் 1913இல் டொங்க எரக்குலக்களும், டொங்க ஓட்டர்களும் இதன் கீழ் கொண்டு வரப்பட்டனர்.

குண்டூர் மாவட்டத்தில் 1923இல் ஜாகீர்பள்ளி மாதியாக்களும், நெல்லூர் மாவட்டத்தில் 1913இல் டொமராக்களும், கர்னூல் மாவட்டத்தில் 1918இல் போயர்களும், 1923இல் சுகாலிகளும், இச்சட்டத்தின்கீழ்க் கொண்டு வரப்பட்டனர்.

பெல்லாரி மாவட்டத்தில் 1913இல் டொங்கை எறக்குலர்களும், 1913இல் டொங்க தாசாரிகளும் இதன்கீழ்க் கொண்டு வரப்பட்டனர்.

அனந்தப்பூர் மாவட்டத்தில் 1923இல் டொங்கஊர் குறவர்கள் இதன்கீழ்க் கொண்டு வரப்பட்டனர்.

கடப்பா மாவட்டத்தில் 1923இல் தோகை மலைக் குறவர்களும், கேப்மாரிகளும் இதன்கீழ்க் கொண்டு வரப்பட்டனர்.

சித்தூர் மாவட்டத்தில் 1924இல் ஏனாதிகளும், இருளர்களும் இதன்கீழ்க் கொண்டு வரப்பட்டனர்.

இனி, தமிழ் பேசக்கூடிய மாவட்டங்களில் எந்தெந்த இனக் குழுக்கள் குற்றப்பரம்பரையாக அறிவிக்கப்பட்டன என்பதைப் பற்றிச் சற்றுப் பார்ப்போம்.

வட ஆற்காடு மாவட்டத்தில் 1913இல் தோகை மலைக் குறவர்களும், சேலம் மேல்நாடு குறவர்களும், 1914இல் வாகனூர்

பறையர்களும், ஜோகிகளும், 1916இல் சக்கரப்பள்ளிக் குறவர்களும் 1922இல் தொட்டியநாயக்கர்களும் இதன் கீழ்க் கொண்டு வரப்பட்டனர்.

செங்கல்பட்டு மாவட்டத்தில் 1913இல் வேப்பூர் பறையர்களும், 1914இல் ஜோகிகளும், 1923இல் கல்லொட்டர்களும் இதன் கீழ்க் கொண்டு வரப்பட்டனர்.

தென்னாற்காடு மாவட்டத்தில் 1913இல் ஆத்தூர் கீழ்நாடு குறவர்களும், 1914இல் வெள்ளிக்குப்பம் படையாட்சிகளும் இச் சட்டத்தின் கீழ்க் கொண்டு வரப்பட்டனர்.

சேலம் மாவட்டத்தில் 1923இல் உப்புக் குறவர்களும், 1924இல் சக்கரப்பள்ளிக் குறவர்களும், மொண்டக் குறவர்களும், 1934இல் சுரமறை ஒட்டர்களும் இதன்கீழ்க் கொண்டு வரப்பட்டனர்.

கோயம்புத்தூர் மாவட்டத்தில் 1918இல் வலையர்களும், 1922இல் தொட்டிய நாயக்கர்களும் இச்சட்டத்தின் கீழ் கொண்டு வரப்பட்டனர்.

சென்னை நகரத்திற்குள் வாழ்கின்ற குறவர்கள் 1924இல் இதன் கீழ்க் கொண்டு வரப்பட்டனர்.

திருச்சி தஞ்சை மாவட்டங்களில் 1913இல் கந்தர்வகோட்டைக் குறவர்களும், 1915இல் கூத்தாப்பல் கள்ளர்களும், 1917இல் ஊராளிக் கவுண்டர்களும், 1923இல் பெரிய சூரியூர் கள்ளர்களும், 1924இல் வேட்டுவக் கவுண்டர்களும் இதன் கீழ்க் கொண்டு வரப்பட்டனர்.

மதுரை மாவட்டத்தில் 1918இல் பிறமலைக் கள்ளர்களும், 1915இல் செட்டி நாட்டு வலையர்களும், 1923இல் மற்ற வலையர்களும், 1922இல் தொட்டிய நாயக்கர்களும் இச்சட்டத்தின் கீழ்க் கொண்டு வரப்பட்டனர்.

இராமநாதபுரம் மாவட்டத்தில் 1915இல் உப்புக் குறவர்களும், 1916இல் வடுவார்பட்டிக் குறவர்களும், கரும்பவரர்களும், 1923இல் செம்பநாட்டு மறவர்களும், 1932ல் காலாடி என்ற ஒரு பள்ளர் பிரிவினரும், 1933இல் ஆப்பநாடு கொண்டையன் கோட்டை மறவர்களும், 1934இல் கல்லொட்டர்களும் இதன் கீழ்க் கொண்டு வரப்பட்டனர்.

திருநெல்வேலி மாவட்டத்தில் 1919இல் பூலம் மறவர்களும், 1932இல் கோயில்பட்டி உப்புக் குறவர்களும் இதன் கீழ்க் கொண்டு வரப்பட்டனர்.[92]

பிறமலை நாட்டில் குற்றப்பரம்பரைச் சட்டம் அமல்படுத்தப்படுதல்

1911இல் இயற்றப்பட்ட இச்சட்டம் 1914இல் முதல்முறையாகப் பிறமலைக் கள்ளர் நாட்டில் நுழைந்தது. அன்றைய மதுரை மாவட்டக் காவல்துறை கண்காணிப்பாளராயிருந்த H.G. கிளின்ச் கீழக்குடிக் கள்ளர்களைக் குற்றப்பரம்பரைச் சட்டத்தின் கீழ்ப் பதிவு செய்து, அவர்களது நடமாட்டத்தைக் கட்டுப்படுத்த வேண்டுமென்று அரசுக்குப் பரிந்துரை செய்து 1914 மார்ச் 14ந் தேதி அறிக்கை ஒன்றினைச் சென்னை மாகாண அரசுக்கு அனுப்பினார். (காண்க பின்னிணைப்பு – 8) அப்பரிந்துரையின்படி 1914ஆம் ஆண்டு மே மாதம் 4ஆம் தேதி பிறப்பிக்கப்பட்ட அரசு ஆணை எண் 1023இன்படி மதுரை நகரத்திலிருந்து 6 மைல் தொலைவில் அமைந்திருந்த, கீழக்குயில்குடியில் அமல்படுத்தப்பட்டது. அந்தக் கிராமத்தைச் சேர்ந்த 16 வயதிற்கு மேற்பட்ட 321 பிறமலைக் கள்ளர் ஆண்கள் முதல்முறையாக இச்சட்டத்தின் கீழ்ப் பதிவு செய்யப் பட்டனர். அவர்களது பெயர், முகவரி, அங்க அடையாளங்கள் மற்றும் அவர்களது கைரேகைகள் அனைத்தும் பதிவு செய்யப்பட்டன. அவர்களில் 79 பேர் மட்டும் தான் குற்றவழக்கில் சம்பந்தப்பட்டவர்கள். மற்றவர்கள் அனைவரும் விவசாயம் போன்ற கண்ணியமான தொழில்களில் ஈடுபட்டு வந்தவர்கள். அதில் சிலர் மட்டும் தங்களது முன்னோர்கள் மதுரை நாயக்க மன்னர்களிடமிருந்து பெற்ற காவல் உரிமையின் அடிப்படையில் மதுரை நகரத்தின் சில பகுதிகளில் காவல்கூலி வசூலித்து வந்தனர். இவ்வாறு காவல்கூலி வசூல் செய்வதும் குற்றச்செயல்களில் ஒன்றாக வகைப் படுத்தப்பட்டு அவர்கள் அனைவரும் இச்சட்டத்தின் கீழ்ப் பதிவு செய்யப்பட்டனர்.

கீழக்குயில்குடியை அடுத்துச் சொரிக்காம்பட்டி, மேலஉரப்பனூர், பூசலப்புரம் ஆகிய கிராமங்களையும் குற்றப்பரம்பரைச் சட்டத்தின் கீழ் கொண்டு வர வேண்டும் என 1914 அக்டோபர் 10ஆம் தேதி அரசிற்கு அறிக்கை ஒன்றினை அனுப்பினார் H.G. கிளின்ச் அப்பரிந் துரையின்படி 1915இல் செப்டம்பர் 16 அன்று அரசு பிறப்பித்த ஆணை 2233இன் படி மேலஉரப்பனூர் சொரிக்காம்பட்டி, பூசலப்புரம் போன்ற கள்ளர் கிராமங்கள் இச்சட்டத்தின்கீழ்க் கொண்டு வரப்பட்டன.

மேலஉரப்பனூரில் வயது வந்த 351 ஆண்கள் பதிவு செய்யப் பட்டனர். அவர்களில் பெரும்பாலோர் விவசாயம் செய்து வாழ்ந்து

வந்தனர். அவர்கள் அனைவருக்கும் சேர்த்து 340 ஏக்கர் நன்செய் நிலங்களும் 760 ஏக்கர் புன்செய் நிலங்களும் இருந்தன. இப்படி விவசாயம் அவர்களது பிரதானமான தொழிலாக இருந்தாலும் அவர்களில் 14 குடும்பத்தைச் சேர்ந்த வயது வந்த 251 ஆண்கள் திருமங்கலம், மதுரை மற்றும் அருப்புக்கோட்டை தாலுகாக்களைச் சேர்ந்த கிராமங்களில் காவல்கூலி வசூலித்தும் வாழ்ந்து வந்தனர். இப்பகுதிகளுக்கான திசைக்காவல் உரிமையை அவர்களது முன்னோர்கள் மதுரை நாயக்க மன்னர்களிடமிருந்தும், அதன் பிறகு இருந்த பாளையக்காரர்களிடமிருந்தும் பெற்றிருந்தனர். அதன் அடிப்படையில் அப்பகுதிகளில் காவல்கூலி வசூலித்து வந்தனர். இவ்வகையில் காவல்கூலி வசூல் செய்வதைக் குற்றச் செயல்களின் ஒரு வடிவமாகப் பார்த்து அவர்கள் அனைவரும் குற்றப்பரம்பரைச் சட்டத்தின் கீழ்க் கொண்டு வரப்பட்டனர்.

அடுத்துச் சொரிக்காம் பட்டியைச் சேர்ந்த வயது வந்த 90 ஆண்கள் பதிவு செய்யப்பட்டனர். அது போலப் பூசலப்புரம் கிராமத்தைச் சேர்ந்த 220 ஆண்களும் இச்சட்டத்தின் கீழ்ப் பதிவு செய்யப்பட்டனர். விவசாயமே அவர்களின் பிரதான தொழிலாக இருந்து வந்தது. அவர்களில் 84 பேர் சாத்தூர் தாலுகாவைச் சேர்ந்த ஆணைக்கோட்டம், துலுக்கபட்டி, திருவில்லிப்புத்தூர், தாலுகாவைச் சேர்ந்த ரெங்கப்ப நாயக்கனூர், கோட்டூர் திருமங்கலம் தாலுகாவைச் சேர்ந்த வலையப்பட்டி, சின்னாக்காம்பட்டி, கீழப்ப நாயக்கனூர், காடனேரி அம்மாபட்டி, நிலக்கோட்டை தாலுகாவைச் சேர்ந்த சித்தநத்தம், மேட்டுப்பட்டி போன்ற கிராமங்களின் திசைக் காவல் உரிமையைப் பாரம்பரியமாகப் பெற்றிருந்தனர். அதனால் அக் கிராமவாசிகளிடமிருந்து காவல் கூலியைப் பெற்று வாழ்ந்து வந்தனர். இவ்வகையில் காவல்கூலி வசூலித்தல் குற்றச்செயலாகக் கருதப்பட்டு இவர்கள் அனைவரும் குற்றமரபினராகப் பதிவு செய்யப்பட்டனர்.

இவ்வாறு கொஞ்சம் கொஞ்சமாக இச்சட்டம் கள்ளர் நாட்டில் பல பகுதிகளுக்கு விஸ்தரிக்கப்பட்டது. இறுதியாக மதுரை மாவட்ட கலெக்டராயிருந்த பாடிஸ்ஸன் அவர்கள் பிறமலைக் கள்ளர்கள் அனைவரையும் குற்றப் பரம்பரைச்சட்டத்தின் கீழ்க் கொண்டு வர வேண்டுமெனப் பரிந்துரை செய்து 1918 ஏப்ரல் 27ந் தேதி சென்னை இராஜதானி உள்துறைச் செயலாளருக்குக் கடிதம் ஒன்றினை அனுப்பினார் *(காண்க பின்னிணைப்பு – 9)*. அதில் பிறமலைக் கள்ளர்கள் எல்லோரும் உறவு நிலையில் ஒருவரோடு ஒருவர்

பின்னிப் பிணைந்திருப்பதால் அவர்களில் குற்றம் செய்தவர்கள், குற்றம் செய்யாதவர்கள் யார் எனப் பிரித்துப் பார்ப்பது கடினமாக இருக்கிறது. அதனால் ஒட்டு மொத்தப் பிறமலைக் கள்ளர்களையும் குற்றப் பரம்பரையாக அறிவிக்க வேண்டும் என வலியுறுத்தி எழுதினார். அப்பரிந்துரையின்படி 1918ஆம் ஆண்டு ஜூன் மாதம் 5ஆம் நாள் உள்துறை இலாக்கா (நீதித்துறை) அரசு உத்தரவு, 1331இன் படி அன்றைய மதுரை ஜில்லாவிலிருந்த ஒட்டுமொத்தப் பிறமலைக் கள்ளர்களும் குற்றப் பரம்பரையாக அறிவிக்கப்பட்டனர். அதன்படி இந்தச் சாதியிலிருந்த வயது வந்த அனைத்து ஆண்களும் தங்களைப் பதிவு செய்து கொள்ளக் கட்டாயப் படுத்தப்பட்டனர். இவ்வகையில் பதிவு செய்வதனைத் தீவிரமாக அமல்படுத்துவதற்காக ஒரு சிறப்புக் காவல் ஆய்வாளர் தற்காலிகமாக நியமிக்கப்பட்டார். அதன்பின்பு பதிவு செய்தல் தீவிரப்படுத்தப்பட்டது.

1918இன் தொடக்கத்தில் 11 கிராமங்களில் 1762 கள்ளர்களும், 1919 நவம்பருக்குள் 75 கிராமங்களைச் சேர்ந்த மேலும் 1000 கள்ளர்களும் பதிவு செய்யப்பட்டனர். 1920 ஜனவரி 1ஆம் தேதிக்குள் திருமங்கலம் தாலுகாவைச் சேர்ந்த 3000 கள்ளர்களும், மற்றத் தாலுகாக்களில் 1000 கள்ளர்களும் பதிவு செய்யப்பட்டனர். இவ்வாறு பதிவிற்காகக் கட்டாயப்படுத்தப்படும் பொழுது கள்ளர்கள் தங்கள் எதிர்ப்பினைப் பலமாகக் காட்டினர். 1920 ஏப்ரல் 3இல் பெருங்காம நல்லூரில் கூடிய கள்ளர்கள் தங்களைப் பதிவு செய்து கொள்ள மறுத்ததோடு பதிவு செய்ய வந்த அதிகாரி களோடும் ஆயுத மோதலில் ஈடுபட்டனர். அப்பொழுது காவல் துறையினர் நடத்திய துப்பாக்கி சூட்டில் ஒரு பெண் உட்பட 16 பேர் சுட்டுக் கொல்லப்பட்டனர். அதன்பின்பு எதிர்ப்புகள் குறைந்தன. அதனால் பதிவுகள் தீவிரப்படுத்தப்பட்டன. 1921இல் மார்ச் மாதம் வரை 848 கிராமங்களைச் சேர்ந்த 23,642 கள்ளர்கள் பதிவு செய்யப்பட்டனர்.[93] பின்பு 1923இல் சுமார் 27,900 பேர் பதிவு செய்யப்பட்டனர்.[94] அதன் எண்ணிக்கை 1932இல் 39056ஆக உயர்ந்தது.[95]

இந்த எண்ணிக்கையானது இச்சட்டத்தின் கீழ்க் கொண்டு வரப்பட்ட 250 சாதிகளில் பதிவு செய்யப்பட்டவர்களின் மொத்த எண்ணிக்கைக்குச் சமமாக இருந்தது. சென்னை இராஜதானியில் சுமார் 250 சாதிகள் இச்சட்டத்தின் கீழ்க் கொண்டு வரப்பட்டாலும், தென் தமிழகத்தைப் பொறுத்தவரை அது குறிப்பாகக் கள்ளர்களை ஒடுக்குகின்ற சட்டமாகவே இருந்தது.

பிறமலை நாட்டில் ரேகை சட்ட எதிர்ப்பு இயக்கங்கள்

ரேகைச் சட்டம் முதல்முறையாக 1914இல் கீழக்குயில்குடியில் அமல்படுத்தப்பட்ட போது அதன் தாக்கமும், பாதிப்பும் எப்படி இருக்கும் என்பதனை மக்கள் உணர்ந்திருக்கவில்லை. அதனால் முதலில் அவர்கள் அதற்கு எதிராக எந்த எதிர்ப்பினையும் காட்டவில்லை. பிறகு நாட்கள் செல்லச் செல்ல அச்சட்டத்தின் கொடூர முகத்தினை உணர்ந்து கொள்ளத் தொடங்கினர்.

ஆனால் 1915இல் மேல உரப்பனூரில் அமல்படுத்தப்பட்டவுடன் மேலஉரப்பனூரைச் சேர்ந்த சிவனாண்டித் தேவன் என்பவர் தனது வழக்கறிஞர் ஜார்ஜ் சோசப் மூலம் சென்னை மாகாண கவர்னருக்கு 1915 நவம்பர் 25ஆம் தேதி மனு ஒன்றினை அனுப்பினார்[97] *(காண்க பின்னிணைப்பு – 10)* அதில் மேலஉரப்பனூர் கள்ளர்களாகிய நாங்கள் இராஜதானிக் கள்ளர்கள் என்றும் தங்களது முன்னோர்கள் திருமலை நாயக்கரிடம் பட்டயம் பெற்றுக் கள்ளர்களின் எட்டு நாட்டிற்கும் தலைவர்களாக இருந்தவர்கள் என்றும் குறிப்பிட்டிருந்தார். அதனால் தங்களைக் குற்றமரபினராகப் பதிவு செய்தல் என்பது தங்களது எட்டு நாட்டுக் கள்ளர்களையும் ஒட்டுமொத்தமாக இழிவுபடுத்தும் செயல் என்றும் குறிப்பிட்டிருந்தார்.

மேலும் தாங்கள் கண்ணியமான விவசாயிகள் என்றும் வருடத்திற்கு ரூ 1000 கிஸ்தியாக அரசாங்கத்திற்கு நிலவரி செலுத்தி வருகிறோம் என்றும் குறிப்பிட்டிருந்தார். அதனால் தங்களைக் குற்றப்பரம்பரையாகப் பதிவு செய்தலை அரசாங்கத்தார் உடனே நிறுத்திக் கொள்ள வேண்டும் என்றும் அந்த மனுவில் கேட்டிருந்தார். ஆனால் அந்த மனுவைப் பரிசீலனைச் செய்த சென்னை மாகாண அரசு அவர்களது வாதங்களை ஏற்றுக்கொள்ளாமல் அந்த மனுவை 1915 டிசம்பர் 2ஆம் தேதி தள்ளுபடி செய்து உத்தரவிட்டது.[98]

ரேகைச் சட்ட எதிர்ப்புக் குழு:

1918இல் ஒட்டுமொத்தச் சமூகமும் குற்றப்பரம்பரையாக அறிவிக்கப்பட்ட பின்பு அதன்கீழ்ப் பதிவு செய்தல் தீவிரப்படுத்தப் பட்டது. அதற்கு முன்பே கீழக்குடி, மேலஉரப்பனூர், பூசலப்புரம் போன்ற கிராமங்கள் இச்சட்டத்தின் கீழ்க் கொண்டு வரப்பட்டு, அதனால் அக்கிராமங்களில் நடக்கின்ற கொடுமைகளை நன்கு அறிந்திருந்த கள்ளநாட்டு பெரிய தனக்காரர்கள் இச்சட்டத்தின் கீழ்த் தங்களைப் பதிவு செய்வதனைக் கடுமையாக எதிர்ப்பது என முடிவு செய்தனர். அதன்படி 24.3.1920இல் கள்ளபட்டியைச்

சுற்றியுள்ள பன்னிரண்டு ஊரைச்சேர்ந்த 200க்கும் மேற்பட்ட கள்ளர்கள் தும்மக்குண்டு சந்தை மைதானத்தில் கூடி ரேகைப் பதிவிற்கு எதிர்ப்புத் தெரிவிப்பது என முடிவு செய்தனர். தங்களுக்குள் இருந்தவர்கள் முக்கியமானவர்களைக் கொண்டு ரேகைச் சட்ட எதிர்ப்புக் கமிட்டி ஒன்றினை அமைத்தார்கள். அதில் 1. தேவசகாயத் தேவர், 2. ஆசிரியர் மரியசூசைத் தேவர், 3. விருமாண்டித் தேவர், 4. பட்டியான் கருப்பத் தேவர், 5. குடையன் பூசாரித் தேவர், 6. முத்துமாயத் தேவர், 7. உடையார் தேவர் 8. முத்துக்கருப்பத் தேவர் ஆகியோரைக் கொண்ட ரேகை எதிர்ப்பு கமிட்டி உருவாக்கப்பட்டது.[99]

மேற்கூறிய ரேகை எதிர்ப்புக் கமிட்டியார் ரேகைப் பதிவிற்கு ஒத்துழைக்க வேண்டாம் என ஓலை எழுதி ஒவ்வொரு கிராமத்திற்கும் அனுப்பி வைத்தனர். மேலும் இச்சட்டத்தின் கீழ்த் தங்களைப் பதிவு செய்வதைத் தற்காலிகமாக நிறுத்திவைக்குமாறு மாவட்டக் கலெக்டருக்கு ஒரு மகஜர் தயார் செய்து அனுப்பி வைத்தனர்.

பெருங்காமநல்லூர் கிளர்ச்சி

இவ்வாறு கள்ளநாட்டுப் பெரியவர்கள் தும்மக்குண்டில் கூடி எடுத்த முடிவின் அடிப்படையில் 1920 ஏப்ரல் 1ஆம் நாள் பெருங்காமநல்லூர், காளப்பன்பட்டி, குமராபட்டி, அல்லிகுண்டம், மா. கன்னியம்பட்டி போன்ற கிராமத்தவர்கள் பெருங்காம நல்லூரிலுள்ள காத்தாண்டம்மன் கோயில் வளாகத்தில் ஒன்று கூடி ரேகைப் பதிவிற்கு ஒத்துழைக்கப் போவதில்லை என்றும், அதிகாரிகள் தங்களைக் கட்டுப்படுத்தினால் அவர்களை எதிர்த்துத் தாக்குவது என்றும் முடிவெடுத்தனர். காவல்அதிகாரிகள் ஊருக்கு அருகில் வந்தவுடன் வானவெடி வெடிப்பது எனவும் அந்தச் சத்தம் கேட்டவுடன் அருகிலிருக்கும் ஊர்க்காரர்கள் அனைவரும் பெருங்காமநல்லூருக்கு வந்து விடவேண்டும் எனவும் ஏற்பாடு செய்திருந்தனர். அங்குள்ள கருப்புக்கோயிலில் அரிவாள், கத்தி, வேல்கம்பு, வளைதடி போன்ற ஆயுதங்களை மறைத்து வைத் திருந்தனர். போலீஸ் ஊருக்குள் வந்தால் ரத்தக் களரி ஏற்படும் என்பதனை அவர்களுக்கு அறிவுறுத்துவதற்காக ஊரின் நுழைவு வாயிலில் அரசமரத்து இலைகளின் மீது வெற்றிலை எச்சிலைத் துப்பி வைத்திருந்தனர். அதனால் அந்த மரம் முழுவதும் சிவப்பு நிறமாய் இருந்தது. அதனைப் பார்த்து அதிகாரிகள் தங்கள் எதிர்ப்பைப் புரிந்து கொள்ளட்டும் என்பதற்காக அப்படிச் செய்து வைத்திருந்தனர். 1920 ஏப்ரல் 2ஆம் தேதி இரவே சிந்துபட்டிக்

காவல்நிலையத்துக்கு சிறப்புக் காவல் படையினர் வந்து தங்கிவிட்டனர். மறுநாள் 1920 ஏப்ரல் 3ஆம் தேதி அதிகாலை 6 – 30 மணிக்கு உதவி தாசில்தார் தலைமையில் ஒரு வட்டக் காவல் ஆய்வாளர், ஒரு சிறப்புக் காவல்படை ஆய்வாளர், ஒரு சார்பு ஆய்வாளர், நான்கு துப்பாக்கி தாங்கிய காவலர்கள் உள்பட 63 பேர் கொண்ட போலீஸ் படை ஒன்று ஊருக்குள் நுழைந்தது.

ஊருக்குள் நுழைந்த அதிகாரிகள் ஊரிலுள்ள பெரியவர்களை அழைத்து ரேகைப் பதிவிற்கு ஒத்துழைக்குமாறு கேட்டனர். அதனை ஏற்காத பெரியவர்கள் அவர்களுடன் வாக்குவாதத்தில் ஈடுபடத் துவங்கினர். வாக்குவாதம் முற்றிப் பெரிய கூச்சல், குழப்பம் ஏற்பட்டது. அதனால் ஆத்திரமடைந்த அதிகாரிகள் மக்களைத் தாக்க ஆரம்பித்தனர். மக்கள் அனைவரும் ஒன்று திரண்டு நாலா புறமும் சூழ்ந்து கொண்டு கற்களால் அதிகாரிகளைத் தாக்கினர். மேலும் வானவெடி வெடிக்கச் செய்தனர். அந்தச் சத்தம் கேட்ட அருகிலுள்ள போத்தம்பட்டி, குமராபட்டி, காளப்பன்பட்டியைச் சேர்ந்த மக்களும் ஓடி வந்து பெருங்காமநல்லூரைச் சூழ்ந்து கொண்டனர். நிலைமை கட்டுக்கடங்காமல் செல்வதனை உணர்ந்த அதிகாரிகள் ஊரைவிட்டு வெளியேறி பொட்டல் காடுகளை நோக்கிப் பின் வாங்கினர். இதனைப் பார்த்து உற்சாகமடைந்த கிராமத்தவர்கள் பின்வாங்கிய போலீஸ் படையைத் தொடர்ந்து சென்று தாக்கினர். நிலைமை மேலும் மோசமடைவதனை உணர்ந்த உதவி தாசில்தார் ஜான் அன்பு நாடார் சிறப்புக் காவல் படை ஆய்வாளர் ராஜூப் பிள்ளைக்குத் துப்பாக்கி சூடு நடத்த உத்தரவிட்டார். காவலர் துப்பாக்கியால் சுட்டதில் சம்பவ இடத்தி லேயே ஒரு பெண் உட்பட 11 பேர் கொல்லப்பட்டனர்.[100] பலர் படுகாயமடைந்தனர். மாயக்காள் என்ற பெண்ணைத் துப்பாக்கியால் சுட்டதோடு காவலர்கள் தங்களது துப்பாக்கி முனையில் உள்ள கத்தியாலும் குத்திக் கொடூரமாகக் கொலை செய்தனர்.[101] பலர் காயமடைந்து சிதறி ஓடினர். சிலர் படுகாயமடைந்து மருத்துவ மனையில் சேர்க்கப்பட்டனர். அதன் பின்பு கொல்லப் பட்டவர்களின் பிரேதங்கள் மாட்டுவண்டிகள் மூலம் உசிலம்பட்டி அரசு மருத்துவ மனைக்கு எடுத்துச் செல்லப்பட்டன. அங்குப் பிரேதப் பரிசோதனை செய்யப்பட்ட பின்பு பிரேதங்கள் அனைத்தும் பண்ணைப்பட்டி மயானத்திற்கு எடுத்துச் செல்லப்பட்டு அவை அனைத்தும் ஒரே குழியில் போட்டுப் புதைக்கப்பட்டன.[102]

படுகாயம் அடைந்தவர்களில் ஐந்துபேர் சில நாட்கள் கழித்து மருத்துவமனையில் இறந்து போயினர். அவர்களையும் சேர்த்து கொல்லப்பட்டவர்கள் எண்ணிக்கை 16 ஆகும்.

தியாகிகளின் நினைவுத்தூண் - பெருங்காமநல்லூர்

1. ஓவாயன் என்ற முத்துக்கருப்பத் தேவன்.
2. நொத்தினி மாயாண்டித் தேவன்.
3. குள்ளன் பெரிய கருப்பத் தேவன்.
4. விருமாண்டித் தேவன்.
5. சிவன்காளைத் தேவன்.
6. பெரியாண்டித் தேவன்.
7. மோளையசின்னாத் தேவன்.
8. மாயாண்டித் தேவன்.
9. முனியாண்டி என்ற மாயாண்டித் தேவன்.
10. கெண்டியான் உடையார் தேவன்
11. சின்னமாயத் தேவன்
12. பெரிய கருப்பத் தேவன்.
13. வீரணத் தேவன்.
14. பஞ்சாண்டி முத்தையாத் தேவன்.
15. கெண்டியான் வீரத் தேவன்.
16. நடயனேரி பெரியமாயத் தேவன் மகள் மாயக்காள்[103]

அதன்பின்பு நூற்றுக்கணக்கானோர் கை, கால்களில் விலங்கிடப் பட்டுத் திருமங்கலம்வரை அடித்து இழுத்துச் செல்லப்பட்டனர். அவர்களில் 53 பேர் மீது கொடிய வழக்குகள் பதிவு செய்யப்பட்டுச் சிறைகளில் அடைக்கப்பட்டனர்.[104]

அதில் 30 பேரின் குற்றம் நிரூபிக்கப்பட்டுச் சில வருடங்கள் கடுங்காவல் தண்டனை விதிக்கப்பட்டது.

இவ்வாறு அத்துமீறித் துப்பாக்கி சூடு நடத்தி அப்பாவி மக்களை கொன்றதற்காக அவர்கள் மீது விசாரணை கமிசன் வைத்து நடவடிக்கை எடுக்காமல் துப்பாக்கிச் சூடு நடத்திய கீழ்வரும் அதிகாரிகளுக்கு அரசாங்கம் சன்மானம் அளித்துப் பாராட்டியது.

1. மாவட்ட கலெக்டர் பி.சி.ஜி. ரீலி
2. குற்றப் பரம்பரைச் சட்ட அமுலாக்க கலெக்டர் V.S. சீனிவாச ஆச்சாரியார்.
3. உசிலம்பட்டி கோட்ட உதவிக் கலெக்டர் நாராயணசாமி நாயுடு.
4. உசிலம்பட்டி உதவி தாசில்தார் ஜான் அன்பு நாடார்.
5. திருமங்கலம் போலீஸ் இன்ஸ்பெக்டர் ராஜுப் பிள்ளை.
6. சிந்துபட்டி போலீஸ் சப் இன்ஸ்பெக்டர் வீராசாமி நாயுடு.
7. திருமங்கலம் கள்ளர் சீரமைப்புத் துறை சிறப்பு சப் இன்ஸ்பெக்டர் சீனிவாச நாயுடு.
8. சிந்துபட்டி போலீஸ் ஏட்டு காளிமுத்து சேர்வை.
9. ஆயுதப்படை போலீஸ் ஜெமேதார் சீதாராம ராஜ்

10. ஆயுதப்படை போலீஸ் சார்ஜண்ட் கீட்ஸ்.
11. ஆயுதப்படை விரர்கள் 60 பேர்கள்.[105]

இத்துப்பாக்கிச் சூட்டிற்குப் பின்பு மக்கள், அரசாங்கத்திற்குப் பயந்து பதிவுக்கு ஒத்துழைக்க ஆரம்பித்தனர்.

1801இல் சிவகங்கை மருது சேர்வைக்காரர்களது தலைமையில் நடைபெற்ற பாளையக்காரர்களின் இறுதி யுத்தத்திற்குப் பின்பு தமிழகம் பிரிட்டிஷாரின் முழுமையான கட்டுப்பாட்டின் கீழ்வந்தது. அதன்பின் 1806இல் வேலூரில் சிப்பாய்கள் திப்பு சுல்தானது மகன்களுக்காகப் பிரிட்டிஷாரை எதிர்த்துக் கிளர்ச்சியில் ஈடுபட்டனர். அதுவும் வெள்ளையரால் கொடூரமாக ஒடுக்கப்பட்டது. அதன் பின்பு ஏறக்குறைய 100 வருடங்கள் குறிப்பிடத்தக்க வகையில் எந்தக் கிளர்ச்சியும் நடைபெறவில்லை. வேலூர் கிளர்ச்சிக்குப் பின்பு சுமார் 114 வருடங்கள் கழித்துப் பிரிட்டிஷாரை எதிர்த்து நடந்த ஒரே ஆயுதக் கிளர்ச்சி பெருங்காமநல்லூர் கிளர்ச்சியே ஆகும். அந்த வகையில் தென்னிந்தியச் சுதந்திரப் போராட்ட வரலாற்றில் இதற்கென்று ஒரு முக்கிய இடம் உண்டு.

முதல் குரல் கொடுத்த ரோசாப்பூ துரை

ரேகைச் சட்டம் அமல்படுத்தப்பட்ட காலத்தில் அதனை எதிர்த்து முதலில் குரல் கொடுத்தவர் ஜார்ஜ் சோசப். மலையாளியான இவர் ஒரு பாரிஸ்டர். மதுரையில் தங்கி வக்கீல் தொழில் செய்து வந்தார். காங்கிரஸ் பேரியக்கத்திலும் தன்னை இணைத்துக் கொண்டு சுதந்திரப் போராட்ட உணர்வுகளையும் மக்களிடம் பரப்பி வந்தார். இவர்தான் முதல்முறையாக ரேகைச் சட்டத்தினைச் சட்டபூர்வமாக எதிர்கொள்வதற்கு (கள்ளர் இனப்பெரியவர்களுக்கு) உதவி செய்து வந்தார். அவரது இத்தகைய முயற்சி 1915லிருந்தே ஆரம்பித்தது. மேலஉரப்பனூர் கள்ளர்கள், இச்சட்டத்தின் கீழ்ப் பதிவு செய்வதிலிருந்து தங்களுக்கு விலக்கு அளிக்கக் கோரிய மனுவை இவர்மூலமாகத்தான் அரசாங்கத்திற்கு அனுப்பி வைத்தனர். காவல் துறையால் பாதிக்கப்பட்ட பிறமலைக் கள்ளர்கள், மறவர்கள் செய்த புகார்களை வழக்கு மன்றத்திற்கு எடுத்துச் சென்று அவர்களது நியாயங்களை முன்நிறுத்தி வாதாடினார். அதில் அவர் பெற்ற வெற்றிகளைப் பத்திரிகையில் விளம்பரம் செய்து அச்சட்டம் பற்றிய பயம் மக்கள் மத்தியில் ஓரளவிற்குக் குறைவதற்கு வழிவகை செய்தார்.

பெருங்காமநல்லூர் துப்பாக்கிச்சூடு நடந்தவுடன் அங்கு நடந்த கொடுமைகளை அரசாங்கத்திற்கும், பத்திரிகைகளுக்கும் தந்தி

மூலம் தகவல் கொடுத்தார். துப்பாக்கிச் சூட்டிற்குப் பின்பு கைது செய்யப்பட்டவர்களுக்காக நீதிமன்றத்தில் வழக்கறிஞராக ஆஜராகி அவர்களுக்கு ஓரளவிற்கு நியாயம் கிடைப்பதற்கு வழிவகை செய்தார். அதனால் இவரைக் கள்ளர்கள் மிகவும் நேசித்தனர் அவரை ரோசாப்பூ துரை என அன்போடு அழைத்தனர்.[106] ஜோசப் என்ற பெயரை உச்சரிக்கத்தெரியாமல் ரோசாப்பூ துரை என அழைத்தனர். அவ்வாறு அழைத்ததோடு மட்டுமல்லாமல் தங்களது ஆண்,பெண் பிள்ளைகளுக்கும் ரோசாப்பூ எனப் பெயரிட்டும் மகிழ்ந்தனர். இன்றும் இவர்கள் மத்தியில் ரோசாப்பூ, ரோசாப்பூத் தேவர் என்ற பெயர்கள் வழக்கில் உள்ளதைப் பார்க்க முடிகிறது. இவர் பிற்காலத்தில் காந்தியின் நேரடிச் சீடனாக மாறி அவரது ஆசிரமத்திற்கே சென்று அவருடன் தங்கியிருந்தார். அவர் நடத்தி வந்த ஹரிஜன் பத்திரிகைக்கும் சிறிதுகாலம் ஆசிரியராகப் பணியாற்றினார். பிறகு சாதியம் பற்றிய காந்தியின் அணுகு முறையோடு கருத்து வேறுபாடு கொண்டு அவரிடமிருந்து பிரிந்து வந்து கேரளத்தில் குடியமர்ந்தார். அங்கு வைக்கத்தில் நடந்த சமூகநீதிப் போராட்டத்தில் தந்தை பெரியாரோடு இணைந்து பெரும் பங்காற்றினார்.

ரோசாப்பூ துரை (எ)
ஜார்ஜ் சோசப்

பசும்பொன் தேவர் வருகையும் தலைமையும்

ஜார்ஜ் சோசப்பிற்குப் பின்பு இச்சட்டத்தின் கொடுமையைப் பற்றி யாரும் அதிக அக்கறை காட்டவில்லை. கள்ளநாட்டுப் பெரியவர்கள் ஒன்று கூடி, சிறு சிறு முயற்சிகளில் ஈடுபட்டாலும் அவற்றால் பெரியளவில் பலன் ஒன்றும் ஏற்படவில்லை. இச்சமயத்தில் 1933 செப்டம்பர் 25ஆம் தேதி ஆப்பநாடு கொண்டையன் கோட்டை மறவர்கள் மீது ரேகைச் சட்டம் பாய்ந்தது.[107]

கொண்டையம்கோட்டை மறவர்கள் இச்சட்டத்திற்குக் கட்டுப்பட மறுத்தனர். அவர்களை வலுக்கட்டாயமாக இச்சட்டத்தின் கீழ்ப் பதிவு செய்ய அரசு முயன்றது. அவர்கள் பசும்பொன் முத்து ராமலிங்கத் தேவர் தலைமையில் அதை எதிர்க்கத் தலைப்பட்டனர். முத்துராமலிங்கத் தேவரது குடும்பம் அப்பகுதியில் பெரிய நிலச்சுவான்தார்களாக இருந்ததோடு, மன்னராட்சிக் காலத்தில் இராமநாதபுரம் சேதுபதி மன்னர்களிடமிருந்து சில நீதி, நிர்வாக அதிகாரங்களையும் பெற்றிருந்தனர். இராமநாதபுரம் அரசில் சேதுபதி மன்னர்களுக்கு அடுத்து மரணதண்டனை அளிக்கின்ற அதிகாரம் இந்தக் குடும்பத்திடம் மட்டும்தான் இருந்தது.[108] அத்தோடு இக்குடும்ப முன்னோர்கள் இராமநாதபுரம் சேதுபதி மன்னரின் உளவுப்பிரிவுத் தளபதிகளாகவும் செயல்பட்டனர்.[109]

அதனால் இப் பசும்பொன் குடும்பத்தைச் சேர்ந்தவர்கள் ஆப்பநாட்டு மறவர்களின் மத்தியில் மிகவும் செல்வாக்குப் பெற்றவர்களாக திகழ்ந்தனர். அம்மரபில் வந்தவர் முத்துராமலிங்கத் தேவர். இவரது தாய், சிறு வயதில் இறந்துவிட தனது தாய்வழிப் பாட்டி வீட்டில் வளர்ந்து வந்தார். வாலிப வயதை அடைந்த பிறகு தந்தை உக்கிரபாண்டித் தேவரிடம் வந்து தனக்குரிய உரிமையைக் கோரினார். தந்தைக்கும் மகனுக்கும் மோதல் ஏற்பட்டது. அதில் ஆத்திரமடைந்த தேவர் தங்களது பசும்பொன் பண்ணைக்குட்பட்ட கிராமங்களுக்குச் சென்று அங்குள்ள விவசாயிகளிடம் குத்தகைப் பணத்தை இனிமேல் தன்னிடம் வழங்குமாறு அறிவுறுத்துவதற்காகச் சென்றார். அப்பொழுதுதான் குற்றப் பரம்பரைச் சட்டம் அப்பகுதியிலிருந்த ஆப்பநாட்டு மறவர்களின் மீது மிகத் தீவிரமாக அமல்படுத்தப்பட்டுக் கொண்டிருந்தது. அதனால் பாதிக்கப்பட்ட மறவர்குல விவசாயிகள் தங்களைப் பார்க்க வந்த பாரம்பரியக் குடும்பத்தைச் சேர்ந்த இளம் தேவரிடம் தாங்கள் அனுபவிக்கின்ற சித்ரவதைகளை முறையிட ஆரம்பித்தனர். இதன் மூலம் இச்சட்டத்தின் கொடூரத்தைப் புரிந்து கொண்ட இளம்தேவர் அதனை அமல்படுத்துவதை முளையிலேயே

கிள்ளி எறிய வேண்டும் என எண்ணினார். ஆப்பநாட்டுக் கிராமம் கிராமமாகச் சென்று ரேகைப்பதிவிற்கு ஒத்துழைக்காதீர்கள் எனத் தீவிரமாகப் பிரச்சாரம் செய்தார்.

மறவர்களோடு சேர்த்து வடுவார்பட்டி குறவர்களையும் எதிர்ப்பு அணியின்கீழ்த் திரட்டினார். அப்பொழுது இச்சட்டத்தை எதிர்த்து ஆப்பநாட்டு மறவர்கள் முத்துராமலிங்கத் தேவர் தலைமையில் திரண்டனர். அவர் தலைமையில் ரேகைச்சட்ட எதிர்ப்புக் கமிட்டி ஏற்படுத்தப்பட்டது. அது பிரபல காங்கிரஸ் தலைவர் வரதராஜுலு நாயுடு தலைமையில் ஆப்பநாட்டு மறவர் மாநாட்டை அபிராமத்தில் கூட்டியது. அதில் குற்றப்பரம்பரைச் சட்டத்தை அடியோடு நீக்க வேண்டும் எனத் தீர்மானம் நிறைவேற்றப்பட்டது. இதனைக் கேள்விப்பட்ட பிறமலைக் கள்ளர் இன இளைஞர்கள் பசும்பொன் தேவரைத் தொடர்பு கொண்டனர். அவர்களில் சிலர் பசும்பொன் தேவரோடு பசுமலைப் பள்ளியில் உடன்படித்த மாணவர்களாய் இருந்ததால் அவர்களைத் தேவர் நன்கு அறிந்திருந்தார். தேவர் அவர்களைத் தங்களுக்குள் ஒரு அமைப்பை உருவாக்கிக் கொண்டு அமைப்பு ரீதியாகத் திரளுங்கள் என அறிவுரை கூறினார். அதன்படி அவர்கள் ஒன்றுகூடி 'மதுரை ஜில்லா பிறமலைக் கள்ளர் வாலிபர் சங்கம்' என்ற அமைப்பைத் தொடங்கினர். (காண்க பின்னிணைப்பு – 11) இதற்கிடையில் 1937இல் நடைபெற்ற பொதுத் தேர்தலில் காங்கிரஸ் சார்பாகப் போட்டியிட்ட பசும்பொன் தேவர் இராமநாதபுரம் ராஜாவைத் தேர்தலில் தோற்கடித்தார். காங்கிரசும் பொதுத்தேர்தலில் பெருவாரியாக வெற்றி பெற்றுச் சென்னை இராஜதானியில் ஆட்சியைக் கைப்பற்றியது. இந்தச் சந்தர்ப்பத்தைப் பயன்படுத்திக் கொள்ள விரும்பிய கள்ளர் இன இளைஞர்கள் தங்களது மதுரை ஜில்லா பிறமலைக் கள்ளர் வாலிபர் சங்க முதல் மாநாட்டைக் கூட்டினர். அதில் மறவர் நாட்டில் ரேகைச் சட்டத்தை எதிர்த்துச் செயலிழக்கச் செய்தவரும், காங்கிரஸ் சட்டமன்ற உறுப்பினருமான பசும்பொன் உ. முத்துராமலிங்கத் தேவரைச் சிறப்பு விருந்தினராக அழைத்தனர். அம் மாநாட்டில் பங்கெடுத்துக் கொண்ட பசும்பொன் தேவர் கள்ளர்களின் வீரம் செறிந்த தன்னரசு வாழ்க்கையை சுட்டிக்காட்டி ரேகைச் சட்டத்திற்குக் கட்டுப்படாதீர்களென வீராவேசத்தோடு பேசினார்.[110]

அவரது வீரமும், விவேகமும் கலந்த பேச்சால் கவரப்பட்ட கள்ளர் இன மக்கள் அவருக்குப் பின்னால், அணி அணியாய் திரளத் துவங்கினர். மக்களைத் திரட்டி இதனை ஒரு வெகுஜன

எழுச்சியாக மாற்றினால்தான் இச்சட்டத்தை ஒழிக்க இயலும் எனக் கருதிய தேவர் கள்ளநாட்டிலுள்ள எல்லாக் கிராமத்திற்கும் பயணிக்க ஆரம்பித்தார். அச்சமயத்தில் காங்கிரஸ் ஆட்சியிலிருந்த சோசலிஸ்ட் சிந்தனையாளர்களெல்லாம் ஒன்று கூடிக் ‘காங்கிரஸ் சோசலிஸ்ட் கட்சி’ என்ற அமைப்பை உருவாக்கினர். சோசலிஸ்ட் சித்தாந்தத்தால் கவரப்பட்ட பசும்பொன் தேவரும் அதில் இணைந்து செயல்பட ஆரம்பித்தார்.

தேவரது முன் முயற்சியால் குற்றப்பரம்பரைச் சட்ட ஒழிப்பு என்பது காங்கிரஸ் சோசலிஸ்ட் கட்சியின் அரசியல் அஜெண்டாக் களில் ஒன்றாக இணைக்கப்பட்டது. அதன் தலைவர்களான தோழர் ஜீவானந்தம், தோழர் பி. இராமமூர்த்தி போன்றோருக்கு ரேகை சட்டத்தின் கொடுமைகளைப் பற்றி எடுத்துச் சொல்லி அவர்களையும் போராடுவதற்கு அழைப்பு விடுத்தார். அதன்படி பசும்பொன் உ. முத்துராமலிங்கத் தேவர் தலைமையில் ஒரு சோசலிஸ்ட் படை கள்ளநாட்டின் ஒவ்வொரு கிராமத்திற்கும் பயணித்தது. இதில் காங்கிரஸ் சோசலிஸ்ட் கட்சித் தலைவர் களாகவும், பிற்காலத்தில் பிரபல கம்யூனிஸ்டுத் தலைவர்களாகவும் இருந்த தோழர் ஜீவானந்தம், தோழர் பி.ராமமூர்த்தி, தோழர் ஜானகியம்மாள் போன்றோர்களும்,[111] பிற்காலத்தில் பார்வர்டுபிளாக் இயக்கத்தில் தேவரோடு தோளோடு தோள் நின்றவருமான தோழர் சசிவர்ணத் தேவர், பிரபல காங்கிரஸ் தலைவர்களான ஆர்.வி. சுவாமிநாதன், கீழஉரப்பனூர் தினகரசாமித் தேவர், ஆகியோரும் அக்காலப் பிரபல நாடக நடிகர் விஸ்வநாததாஸ் போன்றோரும் தேவரோடு இணைந்து அவரது தலைமையின் கீழ் ஒவ்வொரு கிராமம் கிராமமாகச் சென்றனர்.

இப்படி ஒரு பெரிய தலைவர்கள் படையே தங்களை நோக்கி வருவதனைப் பார்த்த கள்ளநாட்டுவாசிகள், அவர்கள் அனைவரையும் அன்போடு வரவேற்று அவர்களுக்குப் புளிச்ச தண்ணியும், கம்மங்கூழும், கேப்பக்கூழும், குச்சிக்கருவாடும் அளித்து மகிழ்ந்தனர். பிராமணரான பி. ராமமூர்த்தி குச்சிக்கருவாட்டினை அன்போடு வாங்கிச் சாப்பிடுவதைப் பார்த்துக் கிராமவாசிகள் ஆச்சரியமடைந்து, அவரது எளிமையைப் பார்த்து வியந்தனர். பசும்பொன் தேவரது பாதங்கள் சற்று சிறுத்திருக்கும்; பி.ராம மூர்த்தி ஒரு கால் ஊனமானவர். அவர்கள் இருவரும் சிறிது தூரம் நடப்பதற்கும் சிரமப்படுவார்கள். ஆனால் அவர்கள் அந்தச் சிரமத்தோடு கிராமம், கிராமமாகச் சென்று மக்களைத் தட்டி எழுப்பினர். இந்தச் சட்டத்தினால் தாங்கள் அடைகின்ற வேதனையை வெளியில் சொல்வதற்கு யாராவது வரமாட்டார்களா?

எனக் கள்ளநாட்டு மக்கள் ஏங்கித் தவித்துக் கொண்டிருந்த காலத்தில் இத் தலைவர்களின் வருகை அவர்களுக்கு மிகவும் தெம்பூட்டியது. அத் தலைவர்கள் ரேகைச் சட்டத்திற்குக் கட்டுப்படாதீர்கள் உங்களுக்கு ஏதாவது ஆபத்து ஏற்பட்டால் நாங்கள் பார்த்துக் கொள்கிறோம் எனத் தெம்பூட்டும் விதமாக மக்களிடம் உரை யாற்றினார். அப்படிப் பேசுகையில் பசும்பொன் தேவரை மக்கள் ஆங்கிலத்தில் பேசச் சொல்லி வற்புறுத்துவார்கள். அவரும் ஆங்கிலத்தில் பேசுவார். அப்பொழுது அருகில் நின்று கொண்டிருக்கும் போலீஸாரைப் பார்த்து "எங்களுக்கும் இங்கிலீசு பேச ஆள் வந்திருச்சுடா வெள்ளைக்காரத் தாயோழிகா" எனக் கத்துவார்கள். அதுவரை போலீஸ்காரனைப் பார்த்து கம்பங் காட்டிற்குள்ளும், சோளத்தட்டைகளுக்குள்ளும் ஓடி ஒளிந்து கொண்டிருந்தவர்கள், இத் தலைவர்களின் வருகைக்குப் பின்பு போலீஸையே கேலி செய்யும் அளவிற்குத் தைரியம் பெற ஆரம்பித்தனர்.[112]

அக்காலத்தில் தமிழ் நாட்டிலேயே சிறந்த ஜல்லிக்கட்டுகள் (பிறமலைநாட்டில்) திருமங்கலம் தாலுகாவில் தான் நடைபெறும்.[113] இதனை அறிந்த சென்னை மாகாண கவர்னர் அந்த வீர விளையாட்டை கண்டுகளிப்பதற்கு விரும்பினார். அதிகாரிகளை அழைத்து, கள்ள நாட்டில் ஜல்லிக்கட்டிற்கு ஏற்பாடு செய்யச் சொன்னார். இதனைக் கேள்விப்பட்ட பசும்பொன்தேவர், "எங்களைக் குற்றப் பரம்பரையாக அறிவித்துவிட்டு எங்கள் வீரவிளையாட்டை மட்டும் பார்க்க வருவதற்கு நாங்கள் என்ன ஏமாளிகளா?" எனக் கேள்வி எழுப்பினார். மேலும் மக்கள் தங்கள் எதிர்ப்பைக் காட்டுவதற்கு இது ஒரு சரியான சந்தர்ப்பம் எனக் கருதினார். அதனால் கள்ளநாட்டு மக்களுக்கு, கவர்னர் கலந்து கொள்ளும் ஜல்லிக்கட்டைப் புறக்கணிக்குமாறு அறைகூவல் விடுத்தார். அதனை ஒரு துண்டுச்சீட்டில் எழுதி ஒவ்வொரு கிராமமாகக் கொடுத்தனுப்பினார். அதனை ஏற்றுக்கொண்ட மக்கள் ஜல்லிக் கட்டினைப் புறக்கணிக்க முடிவு செய்தனர். பல்லாயிரம் வருடங்களாக மாடு பிடித்தலை தங்கள் வாழ்வியலில் ஒரு அங்கமாகக் கருதி வாழ்ந்து வந்த கள்ளநாட்டு மக்கள் தங்கள் தலைவனின் கட்டளைக்கிணங்க, தங்களது விடுதலைக்காக அதனைப் புறக்கணித்தனர். விழாவிற்கு வந்த கவர்னர், மக்கள் ஒட்டுமொத்தமாக ஜல்லிக்கட்டைப் புறக்கணித்ததைப் பார்த்து ஆச்சரியமடைந்தார். அதிகாரிகளின் வற்புறுத்தலின் பேரில் ஒரு சில மாடுகள் மட்டும் உறுவப்பட்டன. ஆனால் அவற்றைப் பிடிப்பதற்கு ஆளேயில்லை. மாட்டினை உறுவியவர்களே அதன்

பின்னால் ஓடிச்சென்றனர். இதனைப் பார்த்த கவர்னர், தேவரின் அரசியல் செல்வாக்கையும், கள்ளநாட்டு மக்கள் அரசாங்கத்தின் மீது கொண்டிருந்த கோபத்தையும் உணர்ந்து கொண்டு திரும்பினார்.[114]

1937இல் காங்கிரஸ் கட்சி பொதுத் தேர்தலில் பங்கெடுக்கும் பொழுது தங்களது தேர்தல் அறிக்கையில் ரேகைச் சட்டத்தினை ஒழிப்போம் என வாக்குறுதி அளித்திருந்தது. ஆனால் காங்கிரஸ் வெற்றிபெற்று ராஜகோபாலாச்சாரியார் முதலமைச்சராக பொறுப் பேற்ற பின்பு அதனைப் பற்றிக் கண்டுகொள்ளவேயில்லை. இதனால் ஆத்திரமடைந்த பசும்பொன் தேவர் உசிலம்பட்டி, செக்காணூரணி, கம்பம் போன்ற ஊர்களில் பொதுக் கூட்டங்கள் நடத்திக் காங்கிரஸ் அரசின் துரோகத்தை எதிர்த்துப் பேசினார். தேவரின் அறிவுரையின் பேரில் கள்ளநாட்டுப் பெரியவர்களெல்லாம் ஒன்று கூடி ஒரு மகஜரை ராஜாஜியிடம் அளிக்க விரும்பினர். அதன்படி மதுரை நகரத்திலிருந்து கம்பம் வரை வாழ்ந்த ஒரு லட்சத்திற்கும் மேற்பட்ட பிறமலைக் கள்ளர்கள் ஒன்றுகூடி ஊர்வலமாகச் சென்று இராஜாஜியிடம் தங்கள் மீது உள்ள ரேகைச் சட்டத்தை நீக்குமாறு மகஜர் அளித்தனர்.[115]

அதனைப் பெற்றுக் கொண்ட ராஜாஜி இது மத்திய அரசினால் உருவாக்கப்பட்ட சட்டம் என்றும், அதனால் மாநில அரசாங்கத்தால் ஒன்றும் செய்ய இயலாது என்றும், ஆனால் இதனை அமல் படுத்துவதில் சற்று நெகிழ்வுத்தன்மை காட்ட காவல்துறைக்கு உத்தரவிடுகிறேன் எனவும் சொல்லி அனுப்பி வைத்தார். அதன் பின்பு இச்சட்டத்தினால் நடந்த கொடுமைகள் ஓரளவிற்குக் குறைய ஆரம்பித்தன.

மேலும், தேவர் அவர்கள் குற்றப்பரம்பரைச் சட்டம் என்பது ஏதோ ஒரு சில குடிகளை ஒடுக்குவதற்காக மட்டும் உருவாக்கப்பட்ட சட்டமல்ல, காலனியாதிக்கம் தன்னைத் தக்க வைத்துக் கொள்வதற்காக உருவாக்கிக் கொண்ட கொடிய சட்டங்களில் ஒன்று என்பதனை நன்கு உணர்ந்திருந்தார். அதனால் பிரிட்டிஷ் காலனி யாதிக்கத்தின் வீழ்ச்சியோடுதான் இந்தச் சட்டமும் ஒழியும் என்பதனால் இம் மக்களை விடுதலை இயக்கத்தில் நேத்தாஜி சுபாஸ் சந்திரபோஸ் தலைமையில் ஒன்று திரட்டினார். அதன்பின் இப்பகுதியில் சுதந்திரப் போராட்டமும் சூடுபிடிக்க ஆரம்பித்தது.

ரேகைச் சட்டத்தை ஒழிப்பதற்குக் காங்கிரஸ் சர்க்கார் காட்டிய தயக்கத்தைப் பார்த்து அதிருப்தியடைந்தார் தேவர். மக்களின் போராட்டங்கள், பொதுக்கூட்டங்கள், மாநாடு, போன்ற வெகுஜன

கிளர்ச்சியில் ஈடுபடச் செய்தார். இதனைப் பார்த்த சில தலைவர்கள், அரசாங்கத்தோடு மென்மையான போக்கைக் கடைப் பிடித்து மக்களை இச்சட்டத்திலிந்து விடுவிக்க வேண்டும் எனக் கருதினர். அதற்காக ஒரு அமைப்பினை உருவாக்க விரும்பினர். 1939 செப்டம்பர் 29ஆம் தேதி மாலை 4.30 மணிக்கு திருமங்கலம் தாலுகா செக்காணூரணியில் பிறமலைக் கள்ளர்களின் எட்டு நாடு – 192 உள் கிராமத்தைச் சேர்ந்த பெரியவர்களைக் கொண்டு ஒரு கூட்டம் கூட்டப்பட்டது. சுமார் 100க்கு மேற்பட்ட பிரதிநிதிகள் கலந்து கொண்டனர். அக்கூட்டத்திற்குத் திருமலை பின்னத்தேவர் வம்சத்தில் வந்த கீழஉரப்பனூர் எஸ். தினகரசாமித் தேவர் தலைமை தாங்கினார். அதில் இராமநாதபுரம் ஜில்லா போர்டு துணைத் தலைவர் திரு. உடையாத் தேவர் மதுரை தியாகராஜ சிவம் போன்றோர் சிறப்பு விருந்தினர்களாக கலந்து கொண்டனர். அதில் பொதுக்கூட்டங்கள், மாநாடுகள் ஆகியவற்றை நடத்தி கிளர்ச்சி செய்வதைக் காட்டிலும், அரசாங்கத்தோடு கலந்து பேசி நமது சமூக முன்னேற்றத்திற்காகக் காரியங்களைச் செய்வதென்று முடிவு செய்யப்பட்டது. அதற்கென ஒரு நிர்வாக சபையை அமைப்பது என்றும் முடிவு செய்யப்பட்டது. அதன்படி கீழ்க் காணும்படி நிர்வாகக் கமிட்டி அமைக்கப்பட்டது.

தலைவராக, பாகனேரி திரு. உடையப்பத் தேவர், உப தலைவராக கீழூர். எஸ். தினகரசாமித் தேவர், மதுரை சிதம்பர பாரதி, அ.சு. பொன்னையாத் தேவர் ஆகியோர் கூட்டு காரியதரிசிகளாகப் பட்டி சக்கரைத்தேவர் (பொருளாளர்) நியமிக்கப்பட்டனர். அய்யனார் குளம் சந்தனத்தேவர், சிவமலை சின்னாத்தேவர் விக்கிரமங்கலம், ரெங்கநாதத்தேவர், சொக்கத்தேவன்பட்டி சின்னி வீரத்தேவர், கீழப்புதூர் சக்கரை மாயாண்டித்தேவர், கம்பம் இராமசாமிதேவர், தேனி சிவணாண்டித்தேவர், அல்லிநகரம் சின்னமாயத்தேவர், தும்மக்குண்டு பெருமாள்தேவர், சாத்தங்குடி வெ. இராமசாமிதேவர், செல்லம்பட்டி பெரிய கருப்பத்தேவர், பூசாரி தவசித்தேவர், அம்பட்டையன்பட்டி ஒய்யத்தேவர், கீரிபட்டி ஒச்சாத்தேவர், காராமணி கல்யாணித்தேவர், பாகனேரி R.V. சுவாமிநாதன், கள்ள பட்டி சொக்கர்தேவர், கீழபட்டி வெள்ளை ஒச்சாத்தேவர், கீழக்குடி வளங்காங்குளம் மூக்கத்தேவர் முதலானோர் நிர்வாக அங்கத்தினர் களாக நியமிக்கப்பட்டனர். இதில் வந்திருந்த பிரதிநிதிகளின் ஏகபோக வேண்டுகோளிற்கிணங்க பசும்பொன் உ. முத்துராமலிங்கத் தேவரும் நிர்வாகக் குழு உறுப்பினராகச் சேர்த்துக்கொள்ளப் பட்டார்.[116]

மேற்படி நிர்வாகச் சபைக்கூட்டம் அக்டோபர் மாதம் 15ம் தேதி உசிலம்பட்டியில் கூட்டுவதென்றும், அக்கூட்டத்தில் மேலே நடக்க வேண்டிய காரியங்களை ஆலோசிப்பது என்றும் தீர்மானிக்கப்பட்டது. ஆனால் இந்த நிர்வாகக் கமிட்டியின் அடுத்த கட்டச் செயல்பாடுகள் பற்றி அறிய இயலவில்லை. ஆனால் போர்க் குணம் அற்ற எந்த இயக்கமும் நீண்டகாலம் தாக்குப்பிடிக்காது என்பது நமக்கு வரலாறு தெரிவிக்கும் உண்மையாகும். அதன்பின் 1944ஆம் ஆண்டு முக்குலத்தோர் சங்கம் சார்பில் பாலசுப்பிரமணிய முதலியார் என்பவர் ரேகைச் சட்டத்தினை நீக்க வேண்டும் என்ற கோரிக்கை மனு ஒன்றினைக் கவர்னரிடம் வழங்கினார்.[117]

ரேகைச் சட்ட ஒழிப்பு மசோதா

இறுதியாக இந்தியாவின் சுதந்திரம் உறுதி செய்யப்பட்ட நிலையில் 1947 ஏப்ரல் 17ஆம் தேதி சென்னை மாகாண சட்டமன்றத்தில் குற்றப்பரம்பரைச் சட்டத்தினை முற்றிலும் நீக்குவதற்கான சட்ட முன்வரைவு கொண்டுவரப்பட்டது. அதனை அமைச்சர் சுப்புராயன் முன்மொழிந்து பேசினார். காங்கிரஸ் சட்டமன்ற உறுப்பினர் பாகனேரி R.V. சுவாமிநாதன் ரேகைச் சட்டம் எவ்வளவு கொடியது என்றும் அது ஏன் நீக்கப்பட வேண்டும் என்றும் விரிவாகப் பேசினார். திரு ராஜாராம் நாயுடு, முனியசாமி பிள்ளை போன்றோர் அதனை ஆதரித்துப் பேசினர். முஸ்லீம்லீக் உறுப்பினர் திருமதி பேகம் மட்டும் இச்சட்டம் நீக்கப்பட வேண்டும் என்பது நியாய மென்றாலும் அது மக்களின் பொதுக்கருத்தை அறிந்த பின்பே செய்ய வேண்டியது என்று பேசினார். அப்பொழுது சுவாமிநாதன் குறிக்கிட்டு மனிதநேயமற்ற இந்தச் சட்டத்தை நீக்குவதற்கு யாருடைய கருத்தையும் கேட்க வேண்டிய அவசியமில்லை என வாதாடினார். இப்படிக் காரசாரமான வாதங்களுக்குப்பின் இறுதியில் குற்றப் பரம்பரைச் சட்டத்தினை முற்றிலும் ரத்து செய்கின்ற தீர்மானம் பெரும்பான்மை பலத்துடன் நிறைவேறியது. பிறகு ஆளுனரது ஒப்புதலுக்கு 1947 மே 30ஆம்தேதி அனுப்பப்பட்டது ஜுன் 5ஆம் தேதி குற்றப்பரம்பரைச் சட்டத்தை ரத்து செய்ததற்கான அரசு ஆணை வெளியிடப்பட்டது.[118]

இதன் மூலம் 36 ஆண்டு காலம் இந்த மக்கள், தாங்கள் வாழ்கின்ற கிராமங்களையே திறந்தவெளி சிறைச்சாலையாக அனுபவித்த கொடிய சட்டம் முடிவுக்கு வந்தது. சட்டத்தினை நீக்கும் போராட் டத்திற்குப் பல தலைவர்கள் பங்களித்திருந்த போதிலும், **அதற்கு அரசியல் வடிவம் கொடுத்து, வெகுஜன இயக்கமாக்கி, அதனை**

பிரமாண்டமான மக்கள் எழுச்சியாக ஆக்கிய பெருமை பசும்பொன் உ. முத்துராமலிங்கத்தேவர் அவர்களையே சாரும்.

குற்றப்பரம்பரைச் சட்டச் சித்ரவதைகள்

குற்றப்பரம்பரைச் சட்டம் அமல்படுத்தப்பட்ட காலத்தில் சட்ட பூர்வமான தண்டனைகளுக்கு அப்பாற்பட்டுச் சட்டத்திற்குப் புறம்பான பல கொடிய சித்ரவதைகளும் நடந்தன. காவல்துறையினர் ஒரு கிராமத்திற்கு திடீரென வந்து அந்தக் கிராமத்தின் மையப் பகுதியில் ஒரு சிறிய வட்டம் போடுவர். அந்த வட்டத்திற்குள் பலரை நிற்கச் சொல்வர். உதாரணமாக 10 பேர் நிற்ககூடிய அளவிற்குச் சிறியவட்டம் போடுவர். அதில் 50 பேர்களை நிற்கச் சொல்லிக் கட்டாயப்படுத்துவர். அதில் அவர்கள் நிற்கமுடியாமல் தங்கள் பாதங்களை வெளியில் வைத்தால் அவர்களது குதிங்காலில் லத்தியால் அடித்துத் துன்புறுத்துவர். இது போன்ற செயல்கள் பலமணிநேரம் நடக்கும். இதனால் ஆண்கள் கதறி அழுவதனைப் பார்த்து அவர்களுக்கு உதவுவதற்குப் பெண்கள் வந்தால் அவர்களது நீண்ட காதுகளைப் பிடித்து இழுத்து இரண்டு பெண்களின் காது களையும் சேர்த்து ஒரே தண்டட்டியில் மாட்டித் துன்புறுத்துவர்.

தங்களுக்குக் கட்டுப்பட மறுக்கும் ஆண்களை அவர்களது முதுகில் பெரிய பாறை போன்ற கற்களைச் சுமந்தபடி உச்சி வெயிலில் பலமணிநேரம் நிற்க வைப்பர். சிலசமயங்களில் தாழ்த்தப் பட்ட சமூகத்தைச் சேர்ந்தவர்களைத் தங்களது முதுகில் சுமந்து செல்ல வேண்டும் என வற்புறுத்துவர். தாழ்த்தப்பட்ட மக்கள் அதனை விரும்பாத போதிலும் காவலர்களுக்குப் பயந்து அவ்வாறு செய்வர்.

சிறிய குற்றங்களைச் செய்தவர்களுக்குக் கூட அவர்களது உறுப்புகளை அறுத்தல் அதாவது கைவிரல்களை வெட்டிவிடுதல், குதிகால் நரம்புகளை வெட்டிவிடுதல் போன்ற சித்ரவதைகளும் நடைபெற்றன.[119]

காவல்நிலையங்களுக்கு அழைத்து செல்லப்படுபவர்கள் அங்கே கொடூரமான பல சித்ரவதைகளுக்கு ஆளாயினர். குறிப்பாகக் குறவர் இனப்பெண்களும் காவல் நிலையத்திற்குச் சென்று காவல்நிலையத்தில் இரவு முழுவதும் படுக்க வேண்டும் என்று கட்டாயப் படுத்தப்பட்டதனால் அங்கு அவர்களுக்கு எதிரான பல வன்கொடுமைகளும், பாலியல் அத்து மீறல்களும் நடந்தன.

கள்ளர் பஞ்சாயத்து

பிறமலைக் கள்ளரின் பாரம்பரியச் சமூக நிர்வாக அமைப்பாகிய இராஜதானி எட்டுநாடு 24 உபகிராமத் தேவர்களை உள்ளடக்கிய தேவமகாசபை அமைப்பு, குற்றப்பரம்பரைச் சட்டத்தின் தாக்கத்தால் செயலிழந்து போனது. இப்பாரம்பரிய அமைப்பை மாற்றினால் தான், தங்களது நவீன சட்டங்களை இவர்கள் மீது முழுமையாக அமல்படுத்தமுடியும் எனக் கருதிய ஆங்கில அரசு இவர்களது பாரம்பரிய அமைப்பைச் சிதைத்துப் புதிய சமூக நிர்வாக அமைப்பை உருவாக்க முயற்சித்தது. அதனடிப்படையில் ஒவ்வொரு கிராமத்திலும் கள்ளர் பஞ்சாயத்துக்கள் உருவாக்கப்பட்டன. அரசுக்கு ஆதரவானவர்கள் பஞ்சாயத்தவர்களாக நியமிக்கப்பட்டனர். அவர்களுக்குக் கீழ்வரும் நெறிமுறைகள் அறிவுறுத்தப்பட்டன. (காண்க பின்னிணைப்பு – 12)

“1. கிராமத்திலுள்ள கள்ளத் தேவமார்களில் யாராவது எவ்விதமான கிரிமினல் குற்றம் செய்தால் அதையும், செய்வதாய் எத்தனித்தால் அதைப்பற்றியும், செய்ததாய் இருந்தால் அனுமானப் பட்டவனைப் பற்றியும் தாமதமின்றி உடனே இலாகா போலீஸ் இன்ஸ்பெக்டருக்கும் மகா X – X – ஸ்ரீ கள்ளர் ஸ்பெஷல் ஆபீஸர் அவர்களுக்கும் ‘யாதாஸ்து’ அனுப்ப வேண்டும். அத்துடன் திட்டமாய்த் தெரியப்பட்ட குற்றவாளிகளையும் பிடித்துப் போலீஸ் ஸ்டேஷனுக்கு அனுப்ப வேண்டும்.

2. எவ்வித கிரிமினல் கேஸைப்பற்றியும் கிராமத்தில் பஞ்சாயத்துச் செய்யலாகாது. குற்றவாளிகளுக்கு அபராமும் போடலாகாது.

3. பள்ளிக்கூடத்துக்குச் சரிவர (ஆண், பெண்) பிள்ளைகளைத் தவறாது அனுப்ப வேண்டும். அனுப்பத் தவறியவர்களைப் பற்றியும் ரிப்போர்ட் செய்ய வேண்டும்.

4. சந்தேகப்படக்கூடிய அன்னியஸ்தன் கிராமத்திற்குள் வந்ததாய் தெரிந்தவுடன் அவன் பேர் ஊர் வீட்டைத் தெரிந்து உடனே மேற்கண்டபடி ரிப்போர்டுகளை அனுப்ப வேண்டும்.

5. கிராமத்திலிருந்து வெளியேறி வேறு ஊருக்குப் போகிற ஒருவருடைய பெயரையும், தகப்பன் பெயரையும் உடனே தெரிவிக்க வேண்டும்.

6. கிராமத்தில் யாதொரு முகாந்தரத்தைக்கொண்டும் பொதுவில் பணம், வரி முதலியது தண்டல் செய்யக்கூடாது அவ்வாறு தண்டல்

சம்மந்தமாவது, ஜாதிக்கட்டு விஷயமாய் வழக்கத்தில் வந்த காரியங்களுக்காவது பொதுவில் வரி, தண்டல் செய்ய நேரிட்டால் மகா – X – X – ஸ்ரீ ஸ்பெஷல் ஆபீஸரவர்கள் அனுமதி பெற்று வசூல் செய்ய வேண்டும்.

7. கிராமத்திற்கு எந்தச் சமயத்தில் இலாகா சப் – இன்ஸ்பெக்டராவது அவருடைய எழுத்து மூலமான உத்திரவு பெற்ற போலீசாராவது கிராமத்து நபர்களை ஆஜர் பார்க்க வந்தால் உடனே பஞ்சாயத்தார்கள் ஷ யார்கள் முன்னிலையில் அவ்வாறு ஆஜர் பார்த்து அவர்களுக்குச் சகல ஒத்தாசையும் செய்து கொடுக்க வேண்டும்.

8. கிராமத்தில் யாராவது ரேகை கொடுக்காத பிறமலைத் தேவர்களிருந்தால் அவர்களை மகா X – X – ஸ்ரீ கள்ளர் ஸ்பெஷல் ஆபீஸரவர்களிடம் உடனே ஆஜர் செய்து ரேகை கொடுக்கும்படி செய்ய வேண்டும்.

9. மேற்கண்ட சமாசாரத்தைப் பற்றி எழுதத் தவறினால் பஞ்சாயத்துக்குப் பங்கம் வருமென்பது கண்டிப்பாய் அறியவும்.[120]

இவ்வகை கிராம பஞ்சாயத்துக்களில் அரசாங்கத்திற்கு ஆதரவாளர்களாகக் கருதப்படுபவர்களும், ஓரளவிற்குப் படித்தவர்களும், பஞ்சாயத்தார்களாக நியமிக்கப்பட்டனர். பொறுப்பிலிருக்கும் கள்ளர் பஞ்சாயத்தார்களுக்குக் கைரேகை சட்டத்திலிருந்து விலக்கு அளிக்கப்பட்டது. இவர்கள் அரசாங்க அதிகாரிகளுக்கும், போலீஸ் அதிகாரிகளுக்கும் ஆலோசகர்களாக விளங்கினர். கிராமங்களில் நடக்கும் ஒவ்வொரு நிகழ்வையும் உடனடியாக அதிகாரிகளின் கவனத்திற்கு எடுத்துச் சென்றனர். இவ்வகையில் மக்களின் நடவடிக்கைகளை நோட்டம் பார்த்து அரசாங்கத்திற்குத் துப்புச் சொல்பவர்களாக இருந்ததனால் இவர்களை மக்கள் ‘நோட்டக் காரர்கள்’ என அழைத்தனர். ரேகைச்சட்டத்தை அமல்படுத்துவது மட்டுமே கள்ளர் பஞ்சாயத்தின் முக்கியக் கடமையாக இருந்தது. அதே சமயம் இவர்கள் மத்தியில் நடந்த அபிவிருத்தி பணிகளையும் இக்கள்ளர் பஞ்சாயத்துக்கள் மேற்பார்வையிட்டன. சற்றேறக்குறைய ஆயிரம் கிராமங்களில் பஞ்சாயத்து அங்கத்தினர்களாக 5000 பேர் இடம் பெற்றனர்.[121] இக்கள்ளர் பஞ்சாயத்துக்கள், கள்ளர் சீரமைப்புத் துறை தனி அதிகாரியின் நேரடி கட்டுப்பாட்டின் கீழ் இயங்கின. இப்படித் தனி அதிகாரியின் கீழ் இயங்கினாலும் அந்தந்தப் பகுதிகளிலிருந்த கிராம முன்சீப்புக்களின் நேரடிக் கண்காணிப்பின் கீழ்ச் செயல்பட்டது.

குற்றப் பழங்குடிகள் சீரமைப்பு

குற்றப்பரம்பரைச் சட்டம் அதன் கீழ்க் கொண்டு வரப்பட்ட குடிகளைப் பதிவு செய்து கண்காணித்ததோடு, அவர்கள் மத்தியில் சமூக பொருளாதார மேம்பாட்டை உருவாக்குகின்ற சரத்துக்களையும் உள்ளடக்கியதாக இருந்தது. 1911 குற்றப்பரம்பரைச் சட்டத்தில் சரத்துகள் 16, 17 இவர்கள் மத்தியில் பொருளாதார மேம்பாட்டை உருவாக்குவதற்கு நடவடிக்கைகள் எடுக்கப்பட வேண்டும் எனச் சுட்டுகிறது. அதனடிப்படையில் இக்குற்றப்பரம்பரைச் சட்டத்தின் கீழ்க் கொண்டு வரப்பட்ட குடிகளைச் சீர்திருத்தம் செய்வதற்காகப் பல்வேறு நடவடிக்கைகள் மேற்கொள்ளப்பட்டன. மிகச் சொர்ப்ப எண்ணிக்கையிலிருந்த இனக்குழுக்களையும் ஓரிடத்தில் நிலைத்து நில்லாமல் நாடோடி வாழ்க்கை வாழ்ந்த இனக்குழுக்களையும் ஓரிடத்தில் கட்டுப்படுத்தி, கட்டாயக் குடியேற்றங்கள் ஏற்படுத்தப் பட்டன. (அக்குடியேற்றங்களில் அவர்களைச் சீர்திருத்தம் செய்வதற்காகப் பல்வேறு அபிவிருத்திப் பணிகள் செய்யப்பட்டன)

அவ்வகையில் ஆசிஸ்நகர குடியேற்றம், சித்தனா நகரக்குடி யேற்றம், பிட்ரக்குண்டா நகரக் குடியேற்றம், பிள்ளையார்பட்டி குடியேற்றம், குணசேகரப் பட்டினம் குடியேற்றம், சித்தாபுரம் குடியேற்றம், கீழக்கூடலூர் குடியேற்றம், சிந்தலதேவி குடியேற்றம் எனப் பலகுடியேற்றங்கள் ஏற்படுத்தப்பட்டன. இதில் ஆசீஸ்நகர் குடியேற்றத்தில் வேப்பூர் பறையர்களும், சித்தனா நகரக் குடியேற்றத்தில் டொங்க ஏரக்குளாக்களும், பிட்ரக்குண்டா குடியேற்றத்தில் நவாப்பேட்டை குரச்சாக்களும், பிள்ளையார்பட்டி குடியேற்றத்தில் கந்தர்வகோட்டைக் குறவர்களும், குணசேகரப் பட்டிணம் குடியேற்றத்தில் உப்புக் குறவர்களும், சித்தாபுரம் குடியேற்றத்தில் டொங்க ஓட்டர்களும், கீழக்கூடலூர் குடியேற்றத்தில் பிறமலைக் கள்ளர்களின் ஒரு பிரிவினரும் குடியமர்த்தப்பட்டனர்.[122]

இக் குடியேற்றங்களில் அவர்களைச் சீர்திருத்தம் செய்வதற்காகப் பல்வேறு தொழில்பயிற்சிகள் அளிக்கப்பட்டன. அதில் நெசவுத் தொழில், தச்சுத்தொழில், சந்தனம் தயாரிக்கும் தொழில், தீக்குச்சி தயாரிக்கும் தொழில் போன்ற தொழில் பயிற்சிகள் அளிக்கப் பட்டன. அதில் சுற்றியுள்ள நிலங்கள் அவர்களுக்கு அளிக்கப்பட்டு அவர்கள் விவசாயம் செய்து வசதிகள் செய்து தரப்பட்டன. அவர்களது குழந்தைகள் கல்வி பெறுவதற்குக் குடியேற்றங்களுக் குள்ளேயே பள்ளிகள் ஏற்படுத்தப்பட்டன.

இவ்வகையில் எண்ணிக்கையில் குறைந்த சாதிகள் கட்டாயக் குடியேற்றங்களில் குடியமர்த்தப்பட்டுச் சீர்திருத்தம் செய்யப்பட்டனர்.

ஆனால் எண்ணிக்கையில் ஓரளவிற்குப் பெருமளவில் இருக்கின்ற வர்களை வைத்து அவர்கள் வாழ்கின்ற இடத்திலேயே சீர்திருத்த நடவடிக்கைகள் எடுக்கப்பட்டன. இவ்வகையில் கள்ளர் சீரமைப்புத் துறை குறவர் சீரமைப்புத்துறை, ஏனாதி சீரமைப்புத்துறை, ஒட்டர் சீரமைப்புத்துறை, சுகிள சீரமைப்புத்துறை போன்ற தனி இலாகாக்கள் அமைக்கப்பட்டன. இனி, பிறமலைக் கள்ளர்கள் மத்தியில் நடைபெற்ற சீர்திருத்தங்கள் பற்றிப் பார்ப்போம்.

கீழக்கூடலூர் குடியேற்றம்

குற்றப்பரம்பரைச் சட்டம் இவர்கள் மீது முழுமையாக அமல் படுத்துவதற்கு முன்பாகவே 1917 ஆம் ஆண்டு பிற மலைநாட் டிலிருந்து குற்றச்செயல்பாடுகளோடு நேரடித் தொடர்புடையதாகச் சொல்லப்பட்ட 170 குடும்பங்கள் கீழக்கூடலூருக்கு அழைத்துச் செல்லப்பட்டுக் குடியமர்த்தப்பட்டனர். அங்கு அமெரிக்க கிறிஸ்தவ மிஷனரியின் துணையுடன் பல சீர்திருத்த நடவடிக்கைகள் மேற்கொள்ளப்பட்டன. அவர்களுக்கு விவசாயம் செய்வதற்காக 1200 ஏக்கர் நல்ல மழைப்பொழிவுடைய செம்மண் நிலங்கள் வழங்கப்பட்டன. அமெரிக்க மிஷனரியைச் சேர்ந்த கிறிஸ்தவ மத போதகர் ரெவரண்ட் எட்வர்டு ஹால்டன் அக் குடியேற்றத்தில் வந்து தங்கிச் சீர்திருத்தப் பணிகளில் பங்கெடுத்தார். அக்காலத்தில் அப்பகுதிகளில் மலேரியக் கொசுக்கள் அதிகமாக இருந்தது. மலேரியா காய்ச்சல் அதிகமாகப் பரவியது. அதனால் யாரும் அங்குத் தங்கிப் பணியாற்ற இயலவில்லை. அந்த மோசமான சுகாதாரச் சூழ்நிலையைக் காரணம் காட்டி கீழக்கூடலூர் குடியேற்ற முகாம் 1920 ஆம் ஆண்டு கலைக்கப்பட்டது.[123]

அக் குடியேற்றத்திலிருந்து ஒரு சில கள்ளர்கள், கள்ளர் கிராமங்களுக்கும், ஒருசிலர் ராணுவத்திலும் சேர்த்துக் கொள்ளப் பட்டனர். அவர்களில் மோசமான கேடிகளாகக் கருதப்பட்ட ஒரு சிலர் மீண்டும் சிறைச்சாலைக்குக் கொண்டு சென்று அடைக்கப் பட்டனர். மேலும் ஒரு சில குடும்பங்கள் அங்கேயே தங்கித் தங்களுக்குக் கொடுக்கப்பட்ட நிலங்களில் விவசாயம் செய்து வாழத் துவங்கினர்.

கள்ளர் சீரமைப்புத்துறை

இவர்கள் மத்தியில் பொருளாதார மேம்பாட்டின் நிலைமையை உயர்த்தினால் தான் இவர்களின் குற்றச் செயல்களைக் குறைக்க முடியும் என்பதனை ரேகைச்சட்டம் வருவதற்கு முன்பாகவே சில அதிகாரிகள் தெரிந்திருந்தனர். மேலும் கள்ளர்கள் விவசாயத்தையே

பெரிதும் நம்பி வாழ்கின்ற சாதியினராகையால் அவர்களது விவசாயத்தை ஊக்குவித்தால்தான் இவ்வகை மாற்றங்களை ஏற்படுத்த முடியும் என்பதனையும் உணர்ந்திருந்தனர். 1910 – 11ஆம் ஆண்டு உசிலம்பட்டி கோட்டாட்சியாராக இருந்த கி. வெங்கடாசல அய்யர் இவர்கள் மத்தியில் கம்போடியா பருத்தி, நிலக்கடலை போன்றவற்றைப் பயிர் செய்வதற்கு ஊக்கமளித்தார். அதற்காகப் பல கடனுதவி வழங்கும் கூட்டுறவுச் சங்கங்களை எற்படுத்தினார்.[124]

அக் கூட்டுறவு சங்கங்களைப் பயன்படுத்திக் கள்ளர்கள் பெருவாரியாகக் கம்போடியா பருத்தியையும், நிலக்கடலையையும் விளைவித்தனர். அதன் காரணமாக இவர்கள் மத்தியில் குற்றச் செயல்கள் குறைய ஆரம்பித்தன. பிறகு வெங்கடாசல அய்யர் பணிமாற்றம் செய்யப்பட்ட பின்பு அவரைத் தொடர்ந்து வந்த அதிகாரிகள் அக்கூட்டுறவு சங்கங்களை முறையாக ஊக்குவிக்க வில்லை. அதனால் விவசாய உற்பத்தியில் பாதிப்பு ஏற்பட்டு மீண்டும் குற்றச் செயல்கள் அதிகரித்தன.

1919ஆம் ஆண்டு மதுரை மாவட்ட காவல்துறை கண்காணிப் பாளராயிருந்த E.B. லவ்லக் "தென்னிந்திய கள்ளர் பிரச்சினையும், அதனைக் கையாள்கின்ற விதமும்" என்ற தலைப்பில் கள்ளர்களைப் பற்றிய ஒரு விரிவான அறிக்கையை அரசுக்கு அனுப்பினார். அவ்வறிக்கையில், "கள்ளர்களது குற்றச் செயல்களை அரசாங்கத்தால் முழுமையாகக் கட்டுப்படுத்த இயலவில்லை. சில இடங்களில் கள்ளர் அதிகாரத்தோடு ஒப்பிடும்பொழுது, பிரிட்டிஷ் அரசின் அதிகாரம் செயலிழந்து இருக்கிறது. இவர்களது குற்ற செயல்களுக்கு இவர்களது வறிய பொருளாதார நிலையே காரணம். அதனால் இவர்களைக் கல்வித்தளத்திலும், பொருளாதாரத் தளத்திலும் மேம்படுத்துவதற்கு அரசு சில சீர்திருத்த நடவடிக்கைகளை மேற் கொள்ளவேண்டும். குற்றப்பரம்பரைச் சட்டத்தைக் கடுமையாக அமல்படுத்துவதால் மட்டும் இவர்களது குற்றசெயல்களைக் கட்டுப்படுத்த இயலாது என ஒரு விரிவான அறிக்கையை அரசிற்கு அனுப்பினார். (காண்க பின்னிணைப்பு – 13)

இவரது அறிக்கையை நன்கு பரிசீலித்த அரசு இவர்களைச் சீர்திருத்தம் செய்வதற்காக 1920இல் 'கள்ளர் சீரமைப்புத்துறை' என்ற தனி இலாக்காவை ஏற்படுத்தியது. அதன் தனி அதிகாரியாகக் காவல்துறை கண்காணிப்பாளர் அந்தஸ்துப் பெற்ற A.K. ராஜா அய்யர் என்பவர் நியமிக்கப்பட்டார். அவருக்குக் கீழ் ஒரு முதல் வகுப்பு மேஜிஸ்ட்ரேட், ஒரு தாசில்தார், ஒரு டெப்டி தாசில்தார், இரண்டு ரெவன்யூ இன்ஸ்பெக்டர்கள் ஆகிய வருவாய்துறை அதிகாரிகளும்; ஒரு போலீஸ் இன்ஸ்பெக்டர், இரண்டு சப்

இன்ஸ்பெக்டர்கள், பதினோரு ஏட்டுக்கள் 53 கான்ஸ்டபிள்களாகிய போலீஸ் அதிகாரிகளையும் சேர்த்து ஒரு தனி அலுவலகம் உருவாக்கப் பட்டது. அதன் தலைமையகம் மதுரை நகரத்திலிருந்து செயல்படத் துவங்கியது.[125]

அதன் மூலம் 1921ஆம் ஆண்டு 84 பள்ளிகள் ஆரம்பிக்கப் பட்டன.[126] அவ் எண்ணிக்கை 1925இல் 321 பள்ளிகளாக உயர்ந்தன. மேலும் தொழில்களைப் பெருக்குவதற்காகப் பல தொழிற்பேட்டை களும் நிறுவப்பட்டன. திருமங்கலம், சாத்தங்குடி, சிந்துபட்டி போன்ற ஊர்களில் கைநெசவுத் தொழிற்கூடங்களும், உசிலம்பட்டியில் கைநெசவு, கயிறு திரித்தல், மிதியடி செய்தல் போன்ற தொழிற் கூடங்களும், செக்காணூரணியில் கைநெசவு, தரைவிரிப்பு நெய்தல் தொழிற்கூடமும், புளியங்குளத்திலும், கீழக்குடியிலும் கயிறு திரித்தல் தொழிற்கூடமும், வெள்ளரிச்சான் பட்டியில் கயிறு திரித்தல் தொழிற்கூடமும் அமைக்கப்பட்டது.[127] விவசாயத்தைப் பெருக்கு வதற்காகக் கிணறு வெட்டுவதற்குக் கடனுதவி செய்யப்பட்டன. நிறைய தர்காசு நிலங்கள் நிலமற்ற கூலி விவசாயங்களுக்கு வழங்கப் பட்டன. இவ்வகையில் கள்ளர் சீரமைப்புத்துறைப் பணிகளை சீரிய முறையில் அமுல்படுத்துவதில் மறவர் இனத்தைச் சேர்ந்த வேதநாயகத் தேவர் பெரும்பங்காற்றினார்.அவரது சீரிய பணியைப் பாராட்டி அன்றைய அரசு அவருக்கு “இராவ் பகதூர்” பட்டமளித்து கௌரவித்தது.

கள்ளர் பொதுநல நிதி

மேற்கூறிய சீர்திருத்த நடவடிக்கைகள் செய்வதற்குக் கடனுதவி செய்வதற்கு, நிதியைத் திரட்டுவதற்காக 1922 கள்ளர் பொதுநல நிதி திரட்டப்பட்டது. ஆரம்பத்தில் தலைக்கட்டு வரியாக வீட்டுக்கு ஒரு ரூபாய் வீதம் வசூலிக்கப்பட்டு ஒரு பொது நிதியாகத் திரட்டப் பட்டது.[128] இது பிறமலைக் கள்ளர் காமன் பண்டு என்றும், பிறமலைத் தேவர் காமன் பண்டு என்றும் அழைக்கப்பட்டது. இப் பொதுநல நிதியை நிர்வகிப்பதற்காக 12 பேர் கொண்ட கமிட்டி உருவாக்கப் பட்டது. அதன் தலைவராக மதுரை ஜில்லா போலீஸ் சூப்பிரன் டெண்டும் துணைத்தலைவராக ராமநாதபுரம் போலீஸ் சூப்பிரன் டெண்டும் பொறுப்பு வகித்தனர். கள்ளர் சீரமைப்புத்துறை தனி அதிகாரி அதன் செயலாளராகவும், மதுரை தெற்கு மாவட்டக் காவல் அலுவலகத்தின் மேலாளர் அதன் பொருளாளராகவும் பொறுப்பு வகித்தனர். தேர்ந்தெடுக்கப்பட்ட கள்ளர் உறுப்பினர்களில் ஒருவர் தெரிவு செய்யப்பட்டு அதன் துணைச் செயலாளராகப் பொறுப்பு வகித்தார்.[129]

பொது நல நிதியில் கிடைக்கின்ற வருமானத்திலிருந்து இதற்கென்றே நிலையான சொத்துக்கள் வாங்கப்பட்டன. அதிலிருந்து

வரக்கூடிய வருமானங்கள் கடனுதவி செய்யப் பயன்படுகின்றன. இக் கள்ளர் பொதுநல நிதி, பார்வர்டு பிளாக் கட்சித் தலைவர் திரு. மூக்கையாத் தேவர் முயற்சியாலும், திரு. V.K.C. நடராஜன் I.A.S. அவர்களின் முயற்சியாலும் 1969 ஆம் ஆண்டு கள்ளர் கல்விக் கழகத்திற்கு அன்றைய தி.மு.க அரசால் மாற்றி வழங்கப்பட்டது.

மேற்கூறிய கள்ளர் சீரமைப்புத் துறை 1949 வரை போலீஸ் இலாகாவின் பொறுப்பிலிருந்தது. ஆனால் அதற்குரிய நிதி ஒதுக்கீடு தொழிலாளர் நலத்துறையின் மூலம் ஒதுக்கீடு செய்யப் பட்டது. 1949க்குப்பின் கள்ளர் சீரமைப்புத் துறை ஹரிசன நலத்துறையின் கூடுதல் பொறுப்பின் கீழ் இணைக்கப்பட்டது. அதன்பின் 1969இல் பிற்படுத்தப்பட்டோருக்கென்று தனி அமைச் சரகம் அமைக்கப்பட்ட பின்பு அத்தோடு இணைக்கப்பட்டது. முதலில் வருவாய்த் துறையைச் சேர்ந்த உதவிக் கலெக்டர் அதன் தனி அதிகாரியாகச் செயல்பட்டு வந்தார். பிறகு மதுரை வருவாய் மாவட்டம், மதுரை, தேனி, திண்டுக்கல் என மூன்று மாவட்டங் களாகப் பிரிக்கப்பட்ட பின்பு அம்மூன்று மாவட்டங்களிலுள்ள கள்ளர் சீரமைப்புத் துறையின் பள்ளிகளை நிர்வகிப்பதற்காக மாவட்ட வருவாய் அதிகாரி அந்தஸ்தில் தனி அதிகாரி நியமிக்கப் பட்டார். தற்பொழுது கல்வி இலாகாவைச் சேர்ந்த இணை இயக்குனர் அதிகாரியாக நியமிக்கப்பட்டுச் செயல்பட்டு வருகிறார். இப் பிறமலைக் கள்ளர்களின் வாழ்வியலின் தரத்தை எல்லா வகையிலும் முன்னேற்றுவதற்காக உருவாக்கப்பட்ட கள்ளர் சீரமைப்புத்துறை தற்பொழுது கல்விக்கூடங்களை மட்டும் நடத்து கின்ற கல்வித்துறையாகச் சுருங்கிவிட்டது. அதன்கீழ் 211 தொடக்கப் பள்ளிகளும், 29 நடுநிலைப் பள்ளிகளும், 22 உயர்நிலைப்பள்ளிகளும், 22 மேல்நிலைப்பள்ளிகளும் 37 மாணவ, 15 மாணவியர் விடுதிகளும் இயங்கி வருகின்றன.

இப்படிக் கள்ளர் சீரமைப்புத் துறையால் மக்கள் ஓரளவிற்குப் பயனடைந்தாலும் அவர்கள் இச்சட்டத்தினால் அடைந்த கொடுமைகளுக்கு எள்ளளவும் ஈடாகாது என டாக்டர் போஸ் கூறுகிறார். அதாவது இருபதாம் நூற்றாண்டின் துவக்க காலத்தில் தான் இந்திய சமூக அமைப்பில் பல்வேறு மாற்றங்கள் நடைபெறத் தொடங்கின. அக்காலகட்டத்தில் ஏற்பட்ட நவீன மாற்றங்களை உள்வாங்கி அல்லது பயன்படுத்திப் பல்வேறு சமூகங்கள், சமூக பொருளாதார தளத்தில் முன்னேறத் துவங்கின. அக்காலக்கட்டத்தில் பிறமலைக் கள்ளர்களும், குற்றப்பரம்பரை என வரையறை செய்யப் பட்ட வேறு சில இனக்குழுக்களும் ஒரு குறிப்பிட்ட பகுதியைவிட்டு வெளியேறிச்செல்ல இயலாமல் தடுக்கப்பட்டனர். இத்தகைய

தடையினால் சமூக பொது நீரோட்டத்திலிருந்த பல நவீனங்களை இவர்களால் உள்வாங்க இயலாமலும், அவற்றைப் பயன்படுத்த இயலாமலும் போனது. அதனால் இவர்களால் மற்றச் சமூகங்களோடு சமநிலைப்பெற்று வளரஇயலவில்லை. அது இவர்களைச் சமூகப் பொருளாதாரத் தளத்தில் மிகவும் பின்தங்கச் செய்தது. இதனை ஒப்பிட்டுப்பார்க்கும் பொழுது கள்ளர் சீரமைப்புத் துறையினரால் இவர்கள் பெற்ற நன்மைகளைக் காட்டிலும், குற்றப்பரம்பரைச் சட்டத்தின் தாக்கத்தால் இவர்கள் அடைந்த தீமைகளே அதிகம் என்பதனை நமக்கு உணர்த்துகிறது. மேலும் கள்ளர் சீரமைப்புத் துறையினரால் உருவாக்கப்பட்ட பள்ளிகள் சுதந்திரத்திற்குப் பின்புதான் முழுமையான கல்விச்சாலைகளாகச் செயல்பட ஆரம்பித்தன. அதற்கு முன்பு அவை, அவர்கள் மத்தியில் பயத்தை உருவாக்குகின்ற சிறுவர் சிறைச்சாலைகளாகவே செயல்பட்டு வந்தன[130] என ஆய்வாளர் சு. வெங்கடேசன் குறிப்பிடுவதையும் நாம் கவனத்தில் கொள்ள வேண்டும்.

அடிக்குறிப்புகள்

1. Dr. M. Renganathan, Zamindari System in the Madras Presidency (1802 - 1948), 2010, P. 12
2. Ibid P. 73
3. Anand Pandian, Securing the Rural Citizen The Anti kallar movement of 1896, *The Indian Economic and Social History Review*, 2005, P. 23
4. ஆசிர்வாத உடையார்த்தேவர், *மறவர் சரித்திரம்*, 1984, ப. 64
5. K. Rajayyan, Rise and fall of Poligars, 1974, P. 30
6. ந.மு. வேங்கடசாமி நாட்டார், *கள்ளர் சரித்திரம்* ப. 48
7. ஆசீர்வாத உடையார்த்தேவர், *மறவர் சரித்திரம்* ப. 65
8. Black Burn, The Kallars a Tamil Criminal Tribe Reconsidered, 1978, P. 42
9. Anand Pandian, Securing the Rural Citizen The Anti kallar movement of 1896, *The Indian Economic and Social History Review*, 2005, P. 3
10. Notes on Criminal Classes of the Madras Presidency P. 129 S. Mullaly
11. Anand Pandian, Securing the Rural Citizen The Anti kallar movement of 1896, *The Indian Economic and Social History Review*, 2005, P. 4
12. *தருமத்துப்பட்டிச் செப்பேடு* – 2, ப. 32
13. Anand Pandian, Crooked Stalks, 2009, P
14. Anand Pandian, Securing the Rural Citizen The Anti kallar movement of 1896, *The Indian Economic and Social History Review*, 2005, P. 7
15. G.O. 2233 16th September 1915 P. 10
16. Ibid P. 21
17. P.K. கண்ணன், *தேவர்கள் வரலாறு* ப. 295
18. பொறியாளர் பென்னிகுக் நாட்குறிப்பு

19. Anand Pandian, Securing the Rural Citizen The Anti kallar movement of 1896, The Indian Economic and Social History Review, 2005, P. 7
20. Ibid P. 7
21. No 473 : Judicial Department Letter from G.E. BAUDRY, Superintendent of Police Madura to the inspection General of Police, dated 13th April 1896.
22. பெ. முத்துத்தேவர், மூவேந்தர் குலத்துத் தேவமார் சமூக வரலாறு, 1982, ப. 95
23. Anand Pandian, Securing the Rural Citizen The Anti kallar movement of 1896, The Indian Economic and Social History Review, 2005, P. 11
24. Ibid P. 2
25. Ibid P. 3
26. G.O.No. 107 (Judical Department) Dated 25 June 189. R.Dis 90. MDA
27. சிவனாண்டித்தேவர்(80), மத்தனம்பட்டி, பே. நா: 28.6.2005
28. G.O. 1496 of Judical Department, Dated 14 Oct 1897 MDA
29. Anand Pandian, Securing the Rural Citizen The Anti kallar movement of 1896, The Indian Economic and Social History Review, 2005, P. 21
30. Ibid. P. 34
31. Ibid. P.12
32. Ibid. P. 13
33. Ibid. P. 31
34. ஓ. முத்தையா, சந்தனத்தேவன் கதைபாடல், பக். 36 – 42.
36. Sandana Thevan Trial, Session Case 15 of 1907, In the sessions court of madura.
37. ஓ. முத்தையா, முன்குறிப்பிட்டது, ப. 84
35. G.O. No. 2049 Judicial Department, Dated 9.12.1907, T.N.S.A., P. 2
38. G.O. No. 2049 Home (Judicial) Department Dated: 9.12.1907, T.N.S.A
39. Ibid. P. 2
40. Sandan's brother Pinna Tevan Trial, Session Cases 21 and 33 of 1907, In the Session court of Madura
41. G.O.No. : 2049 Home (Judicial) Department Dated 9.12.1907. P. 3
42. Ibid. P. 4
43. Ibid. P. 1
44. Sandanathevan Trail, Session Case 15 of 1907 in the Sessions Court of madura, PP. 1 - 4.
45. Ibid.
46. ஓ. முத்தையா, முன்குறிப்பிட்டது, ப. 3
47. ஓ. முத்தையா, முன்குறிப்பிட்டது, ப. 240
48. ஓ. முத்தையா, முன்குறிப்பிட்டது, ப. xxxi
49. சிந்து புலவர்சாமி பிள்ளை, சந்தனத்தேவன்
50. சந்தனத்தேவன் திரைப்படக்குறுந்தகடு, மார்டன் சினிமா வெளியீடு, வி.சி. 651.
51. செ. அன்னகாமு ஏட்டில் எழுதாத கவிதைகள், 1960, பக். 169 – 170
52. கி.வா. ஜகந்நாதன், மலையருவி, 1958, ப. 159

53. கலைச்செல்வி, மதுரை மாவட்ட நாட்டுப்புறக் கதைப்பாடல்கள் ஒரு ஆய்வு (ஆய்வேடு), 1989
54. சு. சக்திவேல், சமூக கதைப்பாடல் ஓர் ஆய்வு (ஆய்வறிக்கை 1990)
55. மகாத்மாகாந்தி, தென்னாப்பிரிக்காவில் சத்தியாகிரகம், ப. 144
56. மணி கோ. பன்னீர்செல்வம், குறவர் பழங்குடி, 2009 ப. 150
57. மேற்படி நூல் ப. 150
58. மேற்படி நூல் பக். 151 – 152
59. மேற்படி நூல். ப. 153
60. மேற்படி, பக். 153 – 154
62. சென்னை உப்புக்குழு அறிக்கை 1876
63. Meena Radhakrishna, Dishonoured by History Criminal Tribes and British Colonial Policy, 2009. P. 33
64. மணி கோ. பன்னீர்செல்வம், முன்குறிப்பிட்டது, ப. 157
65. பக்தவத்சல பாரதி, தமிழகப் பழங்குடிகள், 2008, ப. 173
61. மேற்படி, ப. 172
66. Black Burn, The Kallars a Tamil Criminal tribe Reconsidered, P.15
67. Anand Pandian, Famine Crimes, P. 14
69. குற்றப்பரம்பரைச் சட்ட வரைவு – 1871, பிரிவு – 1
68. பக்தவத்சல பாரதி, தமிழக பழங்குடிகள், 2008, ப. 170
71. குற்றப்பரம்பரைச் சட்டவரைவு 1871, பிரிவு – 7
72. குற்றப்பரம்பரைச் சட்ட வரைவு 1871, பிரிவு – 9
73. குற்றப்பரம்பரைச் சட்டவரைவு 1871, பிரிவு – 10
74. குற்றப் பரம்பரைச் சட்ட வரைவு 1871, பிரிவு – 18
75. குற்றப்பரம்பரைச் சட்டவரைவு 1871, பிரிவு – 19கி
70. குற்றப்பரம்பரைச் சட்டவரைவு 1871, பிரிவு – 5
76. குற்றப்பரம்பரைச் சட்ட வரைவு 1871, பிரிவு – 17கி
77. குற்றப்பரம்பரைச் சட்ட வரைவு 1871, பிரிவு 24 முதல் 31 வரை
78. Meena Radhakrishna, Dishonoured by History Criminal Tribes and British Colonial Policy, 2009, PP. 29 - 30
79. Ibid Appendix II 173 - 175
80. Report of the Settlement of Criminal tribes in the madras Presidency up to Septemper 1916 No : 66645, T.N.S.A Chennai
81. Ibid P. 1
82. Ibid P. 3
83. K. Bose, Forward Bloc, 1988, P. 62
84. Meena Radhakrishna, Dishonoured by History Criminal Tribes and British Colonial Policy, 2009, P. 36
85. Section - 3 Rule 10 of the Criminal tribes Act 1911 (Act III of 1911) P. 39
86. Meena Radhakrishna, Dishonoured by History Criminal Tribes and British Colonial Policy, 2009, P. 59
87. Ibid P. 61
88. Notes Connected with G.O. No 1592, Home (Judicial) Dated 3rd August 1917 P. 2 T.N.S.A.

89. J.H. Nicholos Dirks, Hollow Crown, 1989, P. 2
90. Notes on the Settlement of Criminal tribes in the madras Presidency upto september 1916 P. 1
91. Meena Radhakrishna, Dishonoured by History Criminal Tribes and British Colonial Policy, 2009, P. 2
92. List of the Criminal tribes Appendix II PP. 193 - 196. T.N.S.A
93. Moirto Rao, 25 April 1921 G.O. No 596 law (General) 16. June 1921
94. Forward Bloc P. 65 Dr.K. Bose
95. Anand Pandian, Crooked Stalks, 2009, P. 15
97. The Hindu, Dated 25.11.1915
98. Order No 2956 (Judicial) T.N.S.A
99. பெ. முத்துத்தேவர், மூவேந்தர் குலத்துத் தேவமார் சமூக வரலாறு, 1982, பக். 394 – 395
100. தேசபக்தன் (MNVR) மெட்ராஸ், தேதி 17.5.1920
101. The Hindu, Dated 14.4.1920
102. The Hindu, Interview with Sundara Vandiya Devan, Dated 4.8.2011
103. பெருங்காமநல்லூர் வீரத்தியாகிகள் நினைவுத்தூண் பெயர்ப்பலகை.
104. The Hindu, Dated 14.4.1920
105. பெ. முத்துத்தேவர், மூவேந்தர் குலத்துத் தேவமார் சமூக வரலாறு, 1982, ப. 409
106. பழ. அதியமான், அறியப்படாத ஆளுமை ஜார்ஜ் ஜோசப், 2007, ப. 27
107. G.O. 2093 (Law Department)
108. Dr. Kathirvel, History of Maravas, P. 102 (Foot Note 108)
109. Ibid P. 11 (Foot Note - 23)
110. பேராசிரியர் தங்கராஜ், பசும்பொன் வரலாற்றுச் சுவடுகள், ப. 76
111. T.L. சசிவர்ணத்தேவர், அரசியல் தலைவர்களின் பார்வையில் ஜீவா (கட்டுரை), ப. 72
112. தா. பாண்டியன், ஜீவாவும் நானும், 2004, ப. 87
113. Edgar Thurston, Caste and tribes of Southern India, 1909, P. 84
114. கு. ஆறுமுகம் பிள்ளை, உ. முத்துராமலிங்கத் தேவரவர்கள் வரலாறு, 1964, ப. 88
115. அரசியல் தலைவர்களின் பார்வையில் ஜீவா, ப. 72
116. மதுரை சிதம்பரம் பாரதி, சாவடிநோட்டு
117. Anand Pandian, Crooked Stalks, 2009, P. 111
118. நா. மகேஸ்வரி, இந்திய விடுதலைப் போராட்டத்தில் பெருங்காமநல்லூர், ப. 90
119. தினகரன், 1.4.2008
120. கள்ளர் பஞ்சாயத்து மெம்பர்கள் அனுப்ப வேண்டிய யாதாஸ்து
121. மூவேந்தர் குல தேவமார் சரித்திரம் முத்துத்தேவர், ப. 417
122. The Settlement of Criminal tribes in the Madras Presidency up to September PP. 2 - 3
123. Crooked Stalks PP. 154, 155 AnandPandian
124. Notes Connected with G.O. No : 2956, Judicial Dated 2nd Dec 1915

125. பெ. முத்துத்தேவர், மூவேந்தர் குலத்துத் தேவமார் சமூக வரலாறு, *1982,*
ப. *412*
126. G.O. No 596, 16th June 1921 P. 3
127. Ibid P. 3
128. பெ. முத்துத்தேவர், மூவேந்தர் குலத்துத் தேவமார் சமூக வரலாறு, *1982,*
ப. *423*
129. Administration Report on Kallar reclamation P. 10
130. சு. வெங்கடேசன், கலாச்சாரத்தின் அரசியல், *2001,* ப. *124*

தற்காலம்

இந்திய சுதந்திரத்திற்குபின் கள்ளர்கள் மத்தியில் எழுந்த அரசியல் இயக்கங்கள், அமைப்புக்கள், நிறுவனங்கள் போன்றவை பற்றி இந்த அத்தியாயத்தில் பார்ப்போம்.

அகில இந்திய பார்வர்டு பிளாக்

இந்திய சுதந்திரப் போராட்ட காலங்களிலேயே இந்தக் கள்ளரின மக்கள், நேதாஜியின் அரசியல் பாதையின்கீழ் திரண்டெழுந்தனர். ரேகைச் சட்ட எதிர்ப்பு போராட்டத்திற்குப் பசும்பொன் உ. முத்து ராமலிங்கத் தேவர் தலைமை தாங்கியதால், இம்மக்கள் சுதந்திரத்திற்குப் பின்பும் அவரது தலைமையின் கீழ் அரசியல் ரீதியாக ஒன்றினைய ஆரம்பித்தனர். அவர் 'அகில இந்திய பார்வர்டு பிளாக்' என்ற அரசியல் இயக்கத்தின் கீழ் இவர்களை ஒன்றிணைத்தார். அவ்வியக்கம் இவர்கள் மத்தியில் வலிமைமிக்க இயக்கமாக வளரத் துவங்கியது.

பார்வர்டு பிளாக் கட்சியின் தோற்றம்

இலண்டனுக்குச் சென்று படித்து, ஐ.சி.எஸ். தேர்வில் வெற்றி பெற்ற சுபாஷ் சந்திரபோஸ் இந்திய சுதந்திரப் போராட்டத்தில் தன்னை அர்ப்பணித்துக் கொள்ள வேண்டும் என்பதற்காக அதனை தூக்கியெறிந்து விட்டு இந்தியா திரும்பினார். நாடு திரும்பிய போஸ் வங்கத்து சிங்கம் சி.ஆர். தாஸின் தலைமையில் இந்திய தேசியக் காங்கிரஸில் இணைந்து செயல்படத் துவங்கினார். துடிப்பு மிக்க செயல்பாடுகளாலும், சற்றும் சமரசப்படுத்திக் கொள்ளாத போக்கினாலும் அவர் இந்திய தேசிய காங்கிரஸில் மிகவும் செல்வாக்குமிக்க தலைவர்களில் ஒருவராக வளர்ந்தார். 1938இல் ஹரிபுராவில்

நடைபெற்ற மாநாட்டில் இந்திய தேசிய காங்கிரஸின் தலைவராகத் தேர்ந்தெடுக்கப்பட்டார். அந்த ஓராண்டு காலம் அவரது துடிப்பு மிக்க செயல்பாடுகளால் ஈர்க்கப்பட்ட இளைஞர்களும், இடதுசாரி சிந்தனையாளர்களும் இந்திய தேசிய காங்கிரஸின் தலைவராக அவரே மீண்டும் வரவேண்டும் என விரும்பினர். அவரை மறுபடியும் தலைவர் பதவிக்குப் போட்டியிடச் செய்தனர். ஆனால் மீண்டும் அவர் தலைவர் பொறுப்பிற்கு வருவதனை மகாத்மா காந்தி விரும்ப வில்லை. அதனால் அவர் பட்டாபி சீத்தாராமையா என்பவரைத் தலைவர் பதவிக்கு நிறுத்தினார். போட்டி கடுமையாக இருந்தது. தமிழ்நாட்டில் சீனிவாச அய்யங்கார், சத்தியமூர்த்தி அய்யர், பசும்பொன் முத்துராமலிங்கத் தேவர், காமராஜ் நாடார் ராஜமன்னார் செட்டியார் போன்றோர் சுபாஸ் போஸின் வெற்றிக்காகப் பாடுபட்டனர்.[1]

ராஜாஜி தலைமையிலான குழுவினர் சீத்தாராமையாவிற்காக வேலை செய்தனர். இறுதியில் சுபாஷ் போஸ் 1580 வாக்குகள் பெற்று வெற்றி பெற்றார். பட்டாபி சீத்தாராமையா 1377 வாக்குகள் பெற்றுத் தோல்வியடைந்தார்.[2] தான் நிறுத்திய வேட்பாளர் தோல்வி யடைந்த நிலையைப் பார்த்து அதிர்ச்சியடைந்த காந்தியடிகள் பட்டாபியின் தோல்வி என் தோல்வி எனப் பகிரங்கமாக அறிவித்தார்.

அதன்பின்பு 1939 ஜனவரி மாதம் திரிபுராவில் இந்திய தேசிய காங்கிரஸின் மாநாடு, மீண்டும் தலைவராக தேர்ந்தெடுக்கப் பட்டிருந்த சுபாஷ் போஸின் தலைமையின் கீழ் கூடியது. சுபாஷ் போஸின் வெற்றியினால் அதிர்ச்சியடைந்த காந்தி ஆதரவு வலது சாரிகள், தலைவராகத் தேர்ந்தெடுக்கப்பட்டிருந்த போஸிற்கு ஒத்துழைப்பு அளிக்க மறுத்தனர். அந்த மாநாட்டில் தலைவரின் அதிகாரத்தைக் குறைக்கின்ற வெட்டுத் தீர்மானம் ஒன்றினையும் கொண்டு வந்தனர்.[3] அதாவது

அதுவரை காங்கிரஸின் தலைவரே அதன் காரியகமிட்டி உறுப்பினர்களை நியமிக்கின்ற அதிகாரம் உடையவராக இருந்து வந்தார். ஆனால் இந்த வெட்டுத் தீர்மானம் அந்த அதிகாரத்தை அவரிடமிருந்து பறித்தது. காரியக்கமிட்டி உறுப்பினர்களை நியமிக்கின்ற அதிகாரத்தை அது மகாத்மா காந்திக்கு அளித்தது. காந்தியின் வெளிப்படையான அதிருப்திக்குப் பயந்த காங்கிரஸ் தொண்டர்கள் அந்தத் தீர்மானத்திற்கு ஆதரவாக வாக்களித்து வெற்றி பெறச் செய்தனர்.[4]

தமிழகத்தில் காங்கிரஸ் தலைவர் தேர்தலில் போஸிற்கு வாக்களித்த சத்திய மூர்த்தி அய்யரும், காமராஜரும் கூட வலதுசாரி

சுபாஷ் பாபு, கே.பி. ஜானகி அம்மாள் மற்றும் பசும்பொன் பெருமகனார்

களால் கொண்டு வரப்பட்ட இந்த வெட்டுத் தீர்மானத்திற்கு ஆதரவாக வாக்களித்தனர்.[5] ஆனால் சீனிவாச அய்யங்காரும், பசும்பொன் முத்துராமலிங்கத் தேவரும், ராஜமன்னார் செட்டியாரும் அப்பொழுதும் போஸிற்கு ஆதரவாக அதனை எதிர்த்து வாக்களித்தனர். அதுவரை அரசியலில் உற்ற நண்பர்களாக இருந்து வந்த பசும்பொன் தேவரும், காமராஜ நாடாரும் அன்றிலிருந்து தான் எதிரிடையாக மாறத் துவங்கினர்.

காரியக் கமிட்டி உறுப்பினர்களை நியமிக்கின்ற அதிகாரத்தை காந்தியடிகளிடம் வழங்கியபோதும் அவரோ தான் காங்கிரஸ் கட்சியில் அடிப்படை உறுப்பினர்கூட இல்லை, அதனால் தன்னால் காரியக் கமிட்டி உறுப்பினர்களை நியமிக்க இயலாது எனக் கூறி மறுத்தார். தலைவரான போஸ் பலமுறை காந்திக்கு இது சம்பந்தமாகக் கடிதம் எழுதியும் அவர் அதனை ஏற்றுக்கொள்ள மறுத்துவிட்டார்.[6]

தனக்கும் அதிகாரமில்லை, அதிகாரம் அளிக்கப்பட்டவரும் அதனைச் செயல்படுத்த மறுக்கின்ற நிலையில் காங்கிரஸ் இயக்கமே செயலிழந்து போய்விடுகின்ற நிலை வருவதனை உணர்ந்த போஸ் அது தேசவிடுதலை போராட்டத்தினைப் பாதிக்கும் எனக் கருதி 1939ஆம் ஆண்டு ஏப்ரல் 29ஆம் தேதி தனது தலைவர் பதவியை இராஜினாமா செய்தார்.[7]

இடதுசாரிகளும், முற்போக்காளர்களும் அவரைத் தனி இயக்கம் தொடங்க வலியுறுத்தினர். அதன்படி 1939 ஆண்டு மே 3ஆம்

தேதி "பார்வர்டு பிளாக்" என்ற அமைப்பினை காங்கிரஸ் கட்சிக்குள் துவங்கினார்.[8]

தனது முதல் அரசியல் குருவான சி.ஆர். தாஸ் நடத்திய "பார்வர்டு" என்ற பத்திரிகையின் பெயரையும், அவரது வளர்ப்புத் தந்தையாகக் கருதப்பட்ட வித்தியயாய் பட்டேல் வியன்னாவில் பயன்படுத்திய "பிளாக்" என்ற சொல்லையும் இணைத்து "பார்வர்டு பிளாக்" எனப் பெயரிட்டார்.[9] காங்கிரஸ் கட்சிக்குள் எப்படி ஹரிஜன சேவாசங்கம் செயல்படுகின்றதோ அப்படி அதனுள் இடதுசாரிகள் குழுமுகின்ற இடமாகப் பார்வர்டு ப்ளாக் இருக்கும் என அறிவித்தார்.[10] ஆனால் அவரது செயல்பாடு கட்சிக்கு விரோதமாக இருப்பதாகச் சொல்லி அவரைக் காங்கிரஸ் கட்சியிலிருந்து நீக்கினர்.

பார்வர்டு பிளாக்கின் முதல்மாநாடு 1939 ஜுன் 22ஆம் தேதி பம்பாயில் நடைபெற்றது. ஆனால் போஸ் அதன்பின்பு காங்கிரஸ் கட்சியின் அடிப்படை உறுப்பினர் பதவியிலிருந்தும் நீக்கப்பட்டார். அதன்பின்பு பார்வர்டுபிளாக் ஒரு தனி இயக்கமாகச் செயல்பட ஆரம்பித்தது. அகில இந்திய பார்வர்டு பிளாக்கின் முதல் மாநாடு 1940 ஜுன் 18 முதல் 22 வரை நாக்பூரில் நடைபெற்றது. சுபாஷ் சந்திரபோஸ் தலைமையில் நடைபெற்ற அம் மாநாடு அகில இந்திய பார்வர்டு பிளாக்கை ஒரு சோசலிஸ்ட் கட்சியாக அறிவித்தது.[11] இந்திய சுதந்திரமும், சோசலிஸ்ட் புரட்சியுமே அதன் அரசியல் திட்டங்களாகப் பிரகடனப் படுத்தப்பட்டன. இதற்கிடையில் 1941 ஜனவரி 17ஆம் நாள் நேத்தாஜி ரகசியமாக இந்தியாவை விட்டு வெளியேறினார். சுபாஷ் சந்திரபோஸ் வெளியேறியதும் அதன் செயல்பாடுகளில் தொய்வு ஏற்பட்டது. 1942ஆம் ஆண்டு ஆங்கில சர்க்கார் நேத்தாஜி ஜெர்மனியில் இருப்பதனை உறுதி செய்த பின்பு அவரது இயக்கமான பார்வர்டு பிளாக்கைத் தடைசெய்தது.[12] அதன் தலைவர்கள் அனைவரும் கைது செய்யப்பட்டனர்.

பிறகு 1945ஆம் ஆண்டு நேத்தாஜியின் ஆதரவாளர்களாக ஆர்.எஸ். ரூய்க்கர், சீல்பத்ரயாஜி, முகந்தல் சர்க்கார் ஹரிந்தரநாத் கோஷ் ஆகியோர் ஜபல்பூரில் கூடி 'பார்வர்டு பிளாக் தொழிலாளர் பேரவை' என்ற அமைப்பை உருவாக்கினர். அன்றைய பம்பாய் நகரில் பிரபல கம்யூனிஸ்டு தலைவர்களாக இருந்த ஜோகல்கரும், ஜோலிபட்வாளியும் இந்திய கம்யூனிஸ்டு கட்சியிலிருந்து பிரிந்து இந்தப் பார்வர்டுபிளாக் தொழிலாளர் பேரவையில் இணைந்தனர். இந்தியாவில் சுதந்திரமேகங்கள் திரள ஆரம்பித்த பின்பு ஏற்பட்ட இடைகால சர்க்காரானது, 1948இல் பார்வர்டு பிளாக் மீதான தடையை நீக்கியது.[13]

1947 ஜனவரியில் பீகாரில் கூடிய பார்வர்ட் பிளாக் மாநாடு 'அகில இந்திய பார்வர்டு பிளாக்' எனக் கட்சிக்குப் பெயரிட்டது. சர்தார் சர்துல்சிங் கவிஸ்கர் அதன் தலைவராகவும், சீல்பத்ரயாஜி அதன் பொதுச் செயலாளராகவும் தெரிவு செய்யப்பட்டனர். அதற்குப் பிறகு கட்சிக்குள் சித்தாந்தப் போராட்டம் எழ ஆரம்பித்தது. மார்க்சியத்தை முன்னிறுத்துகின்ற குழு, சுபாஷிசத்தை முன்னிறுத்துகின்ற குழு என இரு குழுக்களாக மோதிக்கொண்டன.[14]

இந்த இரண்டு குழுக்களும் 1948ஆம் ஆண்டு ஜுலை/ஆகஸ்ட் மாதத்தில் ஒரே சமயத்தில் மேற்கு வங்கம் சந்தர் நகர் என்ற இடத்தில் தனித்தனியே மாநாடுகளை நடத்தின. இதில் சீல்பத்ரயாஜி தலைமையிலான மார்க்சிஸ்ட் குழுவினர் சுதந்திரத்திற்குப் பின் நேதாஜியின் இலட்சியம் சோஸலிஸ்டு புரட்சி என்பதனால் அதனை அடையாளப்படுத்துகின்ற விதமாகப் புதிய கொடியை வடிவமைத்துக் கொண்டனர். அதாவது "சிவப்பு நிறக் கொடியில் மஞ்சள் புலி அதன் உச்சியைப் பார்த்தவாறு பாய்ந்து கொண்டிருக்கும், அதன் வலது ஓரத்தில் வெள்ளை நிறத்தில் அரிவாள், சுத்தியல் பொறிக்கப் பட்டிருக்கும்" என்ற வகையில் புதிய கொடியை வடிவமைத்துக் கொண்டனர். அது பார்வர்டு பிளாக் (மார்க்சிஸ்டு) என அழைக்கப் பட்டது. அதன் தலைவராக ஜோக்லேகரும், பொதுச் செயலாளராக எஸ்.பி.யாஜியும் பொறுப்பேற்றனர்.[15]

மற்றொரு பிரிவு பார்வர்டு பிளாக் (சுபாசிஸ்ட்) என அழைக்கப் பட்டது. அதன் தலைவராக ரூய்க்கரும், பொதுச் செயலாளராக கவீஸ்கரும் செயல்பட்டனர். அக்குழுவினர் பார்வர்டு பிளாக் துவக்கத்தில் பயன்படுத்திய அதாவது காங்கிரசுக்குள் இருக்கும் பொழுது பயன்படுத்திய "மூவர்ணக் கொடியின் நடுவில் புலி பாய்கின்ற" கொடியைப் பயன்படுத்தினர்.[16]

1952இல் நடைபெற்ற முதல் பொதுத் தேர்தலில் யாஜி தலைமையிலான பார்வர்டு பிளாக் (மார்க்சிஸ்டு) சிங்கச் சின்னத்திலும், ரூய்க்கர் தலைமையிலான பார்வர்டு பிளாக் (சுபாசிஸ்ட்) கைச் சின்னத்திலும் போட்டியிட்டன. இதில் சிங்கச் சின்னத்தில் போட்டியிட்ட பார்வர்டு பிளாக் வேட்பாளர்கள் கணிசமான வெற்றிகளைப் பெற்றனர். "கை" சின்னத்தில் போட்டி யிட்ட "ரூய்க்கர்" அணியினர் போட்டியிட்ட எல்லா இடங்களிலும் தோல்வியைத் தழுவினர்.[17]

அதனால் சிவப்புக் கொடியையும், சிங்கச் சின்னத்தையும் கொண்ட கட்சியாகப் பார்வர்டு பிளாக் உருவெடுத்தது. தேர்தலுக்குப் பின்பு நேத்தாஜியின் இந்திய தேசிய இராணுவத்தின் தளபதிகளான

மோகன் சிங்கும், தில்லானும் அகில இந்திய பார்வர்டு பிளாக் (மார்க்சிஸ்ட்) கட்சியில் இணைந்தனர். மோகன்சிங் அதன் தலைவராகத் தேர்ந்தெடுக்கப்பட்டார். தில்லான் பொதுச் செயலாளரானார்.

1955இல் ஆவடியில் நடந்த இந்திய தேசிய காங்கிரஸ் கட்சியின் மாநாடு சோசலிஸ பாணி சமுதாயத்தை அமைப்பதே தனது அரசியல் இலட்சியம் என அறிவித்தது. காங்கிரஸ் கட்சியே சோசலிசத்தை தனது இலட்சியமாக ஏற்றுக் கொண்டதால் இனி பார்வர்டு பிளாக் என்ற தனி இயக்கம் தேவையில்லை எனக் கருதிய யாஜியும், மோகன்சிங்கும் பார்வர்டு பிளாக் இயக்கம் காங்கிரஸோடு இணைந்து விட்டதாகத் தன்னிச்சையாக அறிவித்தனர்.[18]

ஆனால் கட்சியின் மற்ற தலைவர்கள் இதனை ஏற்றுக்கொள்ள மறுத்தனர். காங்கிரஸ் கட்சியின் சோசலிசம் பணக்காரர்களுக்கான சோசலிசமேயொழிய, உழைக்கும் மக்களுக்கான சோசலிசமல்ல எனக் கூறி மறுத்தனர். அதனால் அவர்கள் அனைவரும் 1955 மே மாதம் நாக்பூரில் ஒன்றுகூடி மோகன்சிங், யாஜி குழுவைக் கட்சியிலிருந்து நீக்கிவிட்டுப் புதிய பொறுப்பாளர்களைத் தெரிவு செய்தனர். அதன்படி ஹேமந்த்குமார் போஸ் தலைவராகவும் பசும்பொன் உ.முத்துராமலிங்கத் தேவர் துணைத் தலைவராகவும், கடுல்கர் பொதுச் செயலாளராகவும் தெரிவு செய்யப்பட்டனர்.[19]

தமிழகத்தில் பார்வர்டு பிளாக் இயக்கம்

நேதாஜி, பார்வர்டு பிளாக் கட்சியை ஆரம்பித்தவுடனேயே பசும்பொன் தேவரையும், இராஜமன்னார் செட்டியையும் அதன் மத்தியக் கமிட்டி உறுப்பினர்களாக நியமித்தார்.[20] மேலும், தேவரை பார்வர்டு பிளாக் தமிழ்நாடு பிரிவின் தலைவராகவும் நியமித்தார்.

1946இல் நேத்தாஜியின் ஆதரவாளர்கள் ஒன்றிணைந்து பார்வர்டு பிளாக் கட்சியைப் புதுப்பிக்கத் துவங்கியவுடன் பசும்பொன் தேவர் காங்கிரஸ் கட்சியிலிருந்து முற்றிலும் விலகிக் கொண்டு, பார்வர்டு பிளாக்கில் செயல்பட ஆரம்பித்தார். அகில இந்திய பார்வர்டு பிளாக் கட்சிக்குள் சித்தாந்த போராட்டம் நடைபெற்ற காலங்களில் கட்சியின் நேரடிச் செயல்பாடுகளிலிருந்து சற்று விலகி இருந்தார். அதன்பின்பு மார்க்சிஸ்ட் சிந்தனையாளர் களால் தலைமை தாங்கப்படும் பார்வர்டு பிளாக் அணியோடு தன்னை இணைத்துக் கொண்டார். மாக்ஸிய கொள்கையோடு

அவருக்கு பல முரண்பாடுகள் இருந்தபோதிலும், சோசலிச தத்துவத்தின் மீது அவர் வைத்திருந்த நம்பிக்கையும், அவருடைய காங்கிரஸ் எதிர்ப்பு சிந்தனையும், சமரசமற்ற ஏகாதிபத்திய எதிர்ப்பு சிந்தனையும் அவரை மார்க்சிஸ்ட்டு அணியினரோடு இணைந்து செயல்பட வைத்தது.²¹ ஏனெனில் மார்க்சிஸ்ட்டு பிரிவினரே இந்த மூன்று நிலைகளிலும் மிகவும் சரியாக இருந்தனர்.

இனி, பார்வர்டு பிளாக்கின் செயல்பாடுகள், தேர்தல் பங்கெடுப்புகள் பற்றிப் பார்ப்போம்.

தமிழகப் பார்வர்டு பிளாக்கின் தேர்தல் பங்கெடுப்பு (1952 பொதுத் தேர்தல்)

இந்தியாவின் சுதந்திரத்திற்குப் பின்பு 1952இல் நடைபெற்ற முதல் பொதுத்தேர்தலில் பார்வர்டு பிளாக் கட்சி, பார்வர்டு பிளாக் (மார்க்சிஸ்ட்) என்ற பெயரில் போட்டியிட்டது. தமிழகத்தில் பார்வர்டு பிளாக் (மார்க்சிஸ்ட்) கட்சி இந்திய கம்யூனிஸ்ட் கட்சியோடு தொகுதி ஒத்துழைப்பு உடன்பாடு செய்து கொண்டு போட்டியிட்டது. அதாவது "ஒருவர் போட்டியிடும் தொகுதியில் பிறர் போட்டியிடுவதில்லை. ஒருவர் வெற்றிக்காக ஒருவர் உழைப்பது" என்ற வகையில் உடன்பாடு கொண்டு போட்டியிட்டது. அதில் சட்டப்பேரவைக்கு 6 வேட்பாளர்களையும், நாடாளுமன்ற மக்களவைக்கு 5 வேட்பாளர்களையும் அது சிங்கம் சின்னத்தில் நிறுத்தியது. அதில் சட்டமன்றத்திற்கு மூவரும், நாடாளுமன்றத்திற்கு ஒருவரும் தேர்ந்தெடுக்கப்பட்டனர்.²²

முத்துராமலிங்கத் தேவர் அருப்புக்கோட்டை நாடாளு மன்றத்திற்கும், முதுகுளத்தூர் சட்டமன்றத்திற்கும் ஒரு சேரத் தேர்ந் தெடுக்கப்பட்டார். அதில் சட்டமன்றப் பொறுப்பை வைத்துக் கொண்டு அருப்புக்கோட்டை நாடாளுமன்றப் பொறுப்பை இராஜினாமா செய்தார். அதற்கு நடைபெற்ற இடைத் தேர்தலில் M.P. இராமசாமிச் செட்டியார் என்பவரை நிறுத்தினார். காங்கிரஸ் இராஜாத்திகுஞ்சிதபாதம் என்ற பெண்மணியை நிறுத்தியது. அன்றைய முதல்வர் இராஜாஜியே நேரடியாக வந்து தேர்தல் பிரச்சாரம் செய்தார். அப்படி இருந்தும் பார்வர்டு பிளாக் வேட்பாளர் இராமசாமி செட்டியார் அமோக வெற்றி பெற்றார்.²³

அன்று முதுகுளத்தூர் சட்டமன்றம் இரட்டை உறுப்பினர் தொகுதியாக இருந்தது. அதில் தலித்துகளுக்காக ஒதுக்கப்பட்ட தொகுதியில் பார்வர்டு பிளாக் சார்பாகச் சிங்கம் சின்னத்தில்

போட்டியிட்ட 'மொட்டையக் குடும்பன்' பொதுத் தொகுதியில் தேவர் பெற்ற வாக்குகளைக் காட்டிலும் அதிக வாக்குகள் பெற்று வெற்றி பெற்றார். பெரியகுளம் தொகுதியில் பார்வர்டு பிளாக் வேட்பாளர் பி.கே. மூக்கையாத் தேவர் பெரும் வெற்றி பெற்றார்.

1954 ஜில்லாபோர்டு தேர்தல்

1954இல் நடைபெற்ற மதுரை இராமநாதபுரம் ஜில்லா போர்டு தேர்தலில் பார்வர்டு பிளாக் சார்பாக இராமநாதபுர மாவட்டத்தில் 7 வேட்பாளர்களும், மதுரை மாவட்டத்தில் ஒரு வேட்பாளரும் வெற்றி பெற்றனர்.

1957 பொதுத் தேர்தல்

1957 பொதுத் தேர்தலில் காங்கிரஸிலிருந்து வெளியேறிய அதிருப்தி யாளர்கள் 'சீர்திருத்தவாத காங்கிரஸ்' என்ற பெயரில் பார்வர்டு பிளாக்குடன் கூட்டணியை ஏற்படுத்திக் கொண்டு போட்டி யிட்டனர். சீர்திருத்தவாத காங்கிரஸ் 80 சட்டமன்ற தொகுதிகளில் போட்டியிட்டது. பார்வர்டு பிளாக் நான்கு சட்டமன்ற வேட்பாளர் களைக் களத்தில் இறக்கியது. இதில் தேவர் திருவில்லிப்புத்தூர் மக்களவைக்கும், முதுகுளத்தூர் சட்டமன்றத்திற்கும் ஒருசேரப் போட்டியிட்டு வெற்றிபெற்றார்.

அதுபோல உசிலம்பட்டி சட்டமன்றத்திலும், அருப்புக் கோட்டை சட்டமன்றத்திலும் பார்வர்டுபிளாக் வெற்றிபெற்றது. வெற்றி பெற்ற இரண்டு தொகுதிகளில் தேவர் முதுகுளத்தூர் சட்டமன்றப் பொறுப்பை இராஜினாமா செய்தார். அதற்கான இடைத்தேர்தலில் பார்வர்டு பிளாக் சார்பாக அதன் தலைவர் டி.எல்.சசிவர்ணத் தேவர் போட்டியிட்டார். இத்தேர்தலில் பார்வர்டு பிளாக்கின் தேர்தல் சின்னமான சிங்கச் சின்னம் அதற்கு ஒதுக்கப்படாமல் யானைச் சின்னம் ஒதுக்கப்பட்டது. இவர்களுக்குரிய சிங்கச் சின்னம் சுயேட்சையாக நின்ற ஒருவருக்கு ஒதுக்கப்பட்டது.[24]

அப்பொழுது உள்துறை அமைச்சராக இருந்த பக்தவத்சலமும், பொதுப்பணித்துறை அமைச்சர் கக்கனும் மக்கள் மத்தியில் மோதல் போக்கை உருவாக்குகின்றவண்ணம் பிரச்சாரம் செய்தனர். நாகரீகமற்ற முறையில் பசும்பொன் தேவரை நேரடியாகக் கொச்சை வார்த்தைகளால் திட்டிப் பிரச்சாரம் செய்தனர்.[25]

மேலும் சில தலித் தலைவர்களின் துணையோடு, தலித் – தேவர் வாக்கு வங்கிகளைப் பிளந்து வெற்றி பெற முயன்றனர்.

இவ்வளவு இழிவான செயல்களில் அன்றைய காங்கிரஸ் ஆட்சியாளர்கள் ஈடுபட்டபோதிலும், நடைபெற்ற இடைத்தேர்தலில் பார்வர்டு பிளாக் வேட்பாளர் சசிவர்ணத்தேவர் அமோக வெற்றி பெற்றார். ஆனால் தேர்தலுக்காக மக்களைப் பிரித்தாள நினைத்ததன் விளைவு மறவர், தலித் மோதலாக வெடித்து, முதுகுளத்தூர் பகுதியில் பெரிய சாதிக்கலவரம் உருவாக வித்திட்டது.

முதுகுளத்தூர் தலித் தொகுதியில் பார்வர்டு பிளாக் வேட்பாளர் 'தோப்புடைபட்டி பெருமாள்' வெற்றி பெற்று அப்பகுதிக்கான தலித்துகளின் பிரதிநிதியாகச் சட்டமன்றத்தில் பணியாற்றினார்.

1959 மதுரை நகராட்சித் தேர்தல்

முதுகுளத்தூர் கலவரத்திற்குப் பின்பு தேவர், பாதுகாப்புச் சட்டத்தின் கீழ் கைது செய்யப்பட்டார். அதன் பின்பு சில நாட்கள் கழித்து இம்மானுவேல் கொலை வழக்கில் முதல் குற்றவாளியாகச் சேர்க்கப்பட்டார். இவ்வழக்கு, புதுக்கோட்டை சிறப்பு நீதிமன்றத்தில் நடந்தது. அவ்வழக்கை விசாரணை செய்த செசன்ஸ் நீதிபதி அனந்தநாராயணன், இக்கொலை வழக்கிற்கும், தேவருக்கும் யாதொரு சம்மந்தமும் இல்லை எனக் கூறி 1959இல் அவரை விடுதலை செய்தார்.

அதன்பின்பு மதுரை நகராட்சிக்குத் தேர்தல் வந்தது. அதில் சீர்திருத்தவாத காங்கிரசும், பார்வர்டு பிளாக்கும் இணைந்து இந்திய கம்யூனிஸ்டு கட்சியோடும், தி.மு.க.வோடும் நேரடியாகக் கூட்டணி வைத்துத் தேர்தலை சந்தித்தன. அதில் இந்திய தேசிய ஜனநாயக காங்கிரஸ் சார்பில் 12 வேட்பாளர்களும், அவர்களது ஆதரவு பெற்ற 3 சுயேட்சைகளும் களம் இறங்கினர். இந்திய கம்யூனிஸ்டு கட்சி 12 வேட்பாளர்களை நிறுத்தியது. தி.மு.க. இரண்டு வேட்பாளர்களை நிறுத்தியது. இதில் இந்திய ஜனநாயக காங்கிரஸ் 12 இடங்களிலும், இந்திய கம்யூனிஸ்டு கட்சி போட்டியிட்ட 12 இடங்களிலும், தி.மு.க. போட்டியிட்ட 2 இடங்களிலும் வெற்றி பெற்று இந்தக் கூட்டணி மொத்தம் 26 இடங்களைக் கைப் பற்றியது. 33 இடங்களில் போட்டியிட்ட காங்கிரஸ் வெறும் 10 இடங்களில் மட்டுமே வெற்றிபெற முடிந்தது. அதனால் எதிர்க் கட்சியைச் சேர்ந்த ஒருவரே நகராட்சித் தலைவர் பதவிக்குத் தேர்ந்தெடுக்கப்பட வேண்டிய நிலை வந்தது. அந்தப் பொறுப்பைக் கூட்டணிக் கட்சிகள் தேவரிடமே ஒப்படைத்தன. தேவர், தேவசகாயம் என்ற மீனவர் குலத்தைச் சேர்ந்த கிறிஸ்தவரை நகராட்சித் தலைவர் பொறுப்பிற்கு முன்மொழிந்தார். தேவரின்

முன்மொழிவை அனைவரும் ஒருமனதாக ஏற்றுக்கொண்டனர். சுதந்திரத்திற்கு பின்பு மதுரை நகரத்தின் காங்கிரஸ் அல்லாத முதல் நகராட்சித் தலைவராக தேவசகாயம் பொறுப்பேற்றார்.[26]

1962 பொதுத் தேர்தல்:

இதில் பார்வர்டு பிளாக் இராஜாஜியின் சுதந்திராக் கட்சியுடன் கூட்டணி வைத்துக்கொண்டு போட்டியிட்டது. தி.மு.க பார்வர்டு பிளாக்கோடு ஒரு பொதுத்தேர்தல் உடன்பாடு கொள்ள முயற்சித்தது. ஆனால் திராவிட முன்னேற்ற கழகத்தின் முன்னோடிகள் நீதிகட்சியில் இருந்து கொண்டு சுதந்திரப் போராட்டத்தைக் காட்டிக் கொடுத்தவர்கள் என்பதால் அவர்கள் இந்தச் சுதந்திர நாட்டை ஆளுகின்ற தகுதியில்லை எனக் கூறிய பார்வர்டு பிளாக் அதனுடன் பொதுத் தேர்தல் கூட்டணியை ஏற்படுத்திக் கொள்ள மறுத்து விட்டது.[27]

அப்பொழுது இந்தியக் கம்யூனிஸ்ட் கட்சிக்குள் உட்கட்சி மோதல் வெடித்து பிளவுபடக்கூடிய நிலையில் இருந்தது. அதனால் இந்தியக் கம்யூனிஸ்ட் கட்சியால் 1962 பொதுத்தேர்தலில் நிலையான அரசியல் நிலைபாட்டை எடுக்க இயலவில்லை. இத்தருணத்தில் காங்கிரஸின் எதேச்சியதிகாரத்தை முறியடிக்க வேண்டும் என்பதற்காக அதுவரை எதிர்த்து வந்த இராஜாஜியோடு தேவர் கைகோர்த்தார். இராஜாஜியின் சுதந்திராக்கட்சியும், பார்வர்டு பிளாக்கும் இணைந்து தேர்தலைச் சந்தித்தன. அதில் பார்வர்டு பிளாக் 6 வேட்பாளர்களைச் சட்டமன்றத்திற்கும், நாடாளுமன்ற மக்கள் சபைக்கு ஒரு வேட்பாளரையும் களமிறக்கியது. தேவர் மறுபடியும் அருப்புக் கோட்டை மக்களவைத் தொகுதியில் போட்டி யிட்டார். அப்பொழுது தேவர் மிகவும் உடல்நிலை குன்றியிருந்த காரணத்தினால் வேட்புமனு தாக்கல் செய்ததோடு, தொகுதிக்கு எந்த இடத்திற்கும் பிரச்சாரத்திற்குச் செல்லவில்லை. இராஜாஜியோடு இணைந்து மதுரை நகரத்தில் நடந்த ஒரே ஒரு பொதுக் கூட்டத்தில் மட்டும் உரையாற்றினார். அதிலும் சிறிது நேரமே உரையாற்றினார். பசும்பொன் தேவர் இருபதாம் நூற்றாண்டின் தலைசிறந்த தமிழ்ப் பேச்சாளர். எதிரிகளும் ரசிக்கின்ற வண்ணம் பேசக்கூடியவர். அவர் பேச்சில் தேவையற்ற எதுகை, மோனை வார்த்தை ஜாலங்கள் இருக்காது. ஆனால் வரலாற்றுச் செய்திகளையும், தற்கால நிகழ்வு களையும், இலக்கியப் பதிவுகளையும் தெளிந்த நீரோடை போல வரிசையாக எடுத்துச் சொல்லுவார். இந்திய வரலாறு, உலக வரலாறுகளைப் பற்றி அவருக்கிருந்த ஞானம் ஒப்பற்றது. அவர்

நான்கு மணிநேரம், ஐந்து மணிநேரம் பேசக்கூடிய ஆற்றலுடைய வராகயிருந்ததால் அவரை "மராத்தான் பேச்சாளர்" என அழைத்தனர்.[28]

தேவருடைய பேச்சாற்றலைப் பற்றி எழுதுகின்ற இந்த இடத்தில் நான், பெரியவர் மதுரை கரிமேடு முத்துராஜ் நாயுடு என்பவரைப் பற்றி நினைவு கூர விரும்புகிறேன். அவர்தான் நான் கல்லூரி மாணவனாயிருந்த காலத்தில் தேவரின் பேச்சாற்றல் பற்றி எனக்கு முதல்முறையாக அறிமுகம் செய்து வைத்தவர். அவர் சொன்ன விசயங்களை அவரது வரிகளிலேயே பதிவு செய்ய விரும்புகிறேன். "1940களில் பசும்பொன் தேவரும், தோழர் ஜீவானந்தமும் மிகப்பெரிய பேச்சாளர்களாகக் கருதப்பட்டனர். அக்காலங்களில் திராவிட இயக்கப் பேச்சாளர்களுக்கு மக்கள் மத்தியில் பெரியளவிற்கு வரவேற்பிருக்காது. அப்பொழுது நாங்கள் பள்ளியில் படித்துக்கொண்டிருந்த காலம். நாங்கள் தேவரின் மேடைப் பேச்சைக் கேட்க வேண்டும் என்பதற்காகப் பல மைல் தூரம் நடந்தே செல்வது வழக்கம். சாதி மதங்களுக்கு அப்பாற்பட்டு பல்லாயிரம் மக்கள் அவரது பேச்சைக் கேட்கத் திரளுவார்கள். அவர் பலமணி நேரம் பேசுவார். அவரது பேச்சில் ஏகாதிபத்திய எதிர்ப்பு, எரிமலைப் பிழம்புபோல் வெளிப்படும்" என என்னிடம் கூறினார்.

அதன் பின்பு அவரது பேச்சாற்றலை ஒலி நாடாக்களில் கேட்பதன் மூலமும் நூல்கள் வழி படிப்பதன் மூலமும் அவரது உரைவீச்சின் பரிமாணத்தை என்னால் உணர்ந்து கொள்ள முடிந்தது.

சுதந்திரத்திற்குப்பின் காங்கிரஸ் ஆட்சியாளர்கள் செய்த அட்டூழியங்களால் வெறுப்படைந்த தேவர் காங்கிரஸ் கட்சிகளையும் தலைவர்களையும் குறிப்பாகக் காமராஜரையும் கடுமையாக விமர்சித்துப் பேசினார். காமராஜரை விமர்சிக்கும் பொழுது அவரோடு சேர்த்து அவரை சார்ந்தவர்களையும் விமர்சித்தார்.[29]

நாடார் சமூகத்தைச் சேர்ந்த சில பணக்கார வியாபாரிகள், நாட்டுப்புற விவசாய மக்களைக் கடுமையாகச் சுரண்டினார்கள். அதற்காகவே பசும்பொன் தேவர் அவர்களைக் கடுமையாக விமர்சித்தார். தேவர் அன்றைய காங்கிரஸ் சர்க்காரின் அடக்குமுறை காரணமாக சிறைப்பட்டு வியாதியால் பாதிக்கப்பட்டு அரைமணி நேரம் கூடத் தொடர்ந்து பேசமுடியாத நிலைக்குத் தள்ளப்பட்டார். அதனால் 1962 பொதுத் தேர்தலில் அவர் எந்தத் தொகுதிக்கும், தன் சொந்தத் தொகுதிக்குக் கூடப் பிரச்சாரத்திற்குச் செல்ல வில்லை. எனினும் மீண்டும் அருப்புக் கோட்டை மக்களவைத்

தொகுதியில் வெற்றிபெற்றார். அதற்கு முன்பு நடந்த மக்களவைத் தொகுதியில் தான் வாங்கிய வாக்குகளைக் காட்டிலும் 31 ஆயிரம் வாக்குகள் குறைவாகப் பெற்று வெற்றி பெற்றார்.[30] இருந்த போதிலும் முதுகுளத்தூர் கலவரம் போன்ற கொடிய நிகழ்வுகளுக்குப் பின்பும் லட்சக்கணக்கான மக்கள் அவர்மீது நம்பிக்கை வைத்து வாக்களித்தது பெருமிதத்திற்குரியதே. மேலும் அதே தேர்தலில் பார்வர்டு பிளாக் போட்டியிட்ட 6 சட்டமன்றத் தொகுதிகளில் மூன்றில் மட்டும் வெற்றிபெற்றது. முதுகுளத்தூர் தொகுதியிலிருந்து சசிவர்ணத்தேவரும், உசிலம்பட்டியிலிருந்து மூக்கையாத்தேவரும் திருச்சுழியிலிருந்து தலித் சமூகத்தை சேர்ந்த தோப்புடைப்பட்டி A. பெருமாளும் தேர்ந்தெடுக்கப்பட்டனர்.

அருப்புக்கோட்டை இடைத்தேர்தல் (1964)

1962இல் அருப்புக்கோட்டை மக்களவைத் தொகுதியில் வெற்றிபெற்ற தேவரால் உடல்நலக்குறைவு காரணமாகப் பதவிப் பிரமாணம் எடுப்பதற்குக் கூட பாராளுமன்றத்திற்குச் செல்ல இயலவில்லை. எம்.பி.யாகப் பதவிப் பிரமாணம் எடுத்துக் கொள்ளாமலேயே 1963 அக்டோபர் 29ஆம் தேதி மரணமடைந்தார்.[31] அவரது பூதவுடல் பசும்பொன் கிராமத்திற்கு எடுத்துச் செல்லப்பட்டு மறுநாள் அவரது பிறந்த தினமான அக்டோபர் 30 அன்று நல்லடக்கம் செய்யப்பட்டது.

அதன்பிறகு அருப்புக்கோட்டைத் தொகுதிக்கு 1964இல் ஏப்ரல் 1ஆம் தேதி இடைத்தேர்தல் நடைபெற்றது. அதில் பார்வர்டு பிளாக் சார்பாகச் சிங்கம் சின்னத்தில் K. வேலாயுதம் நாயர் போட்டியிட்டார். மலையாளியான அவர் மதுரை நகரத்தில் வழக்கறிஞராகத் தொழில் செய்து வந்தார். சுதந்திரப் போராட்ட காலம் முதல் நேதாஜியின் தீவிர ஆதரவாளரான அவர் அன்று முதல் பார்வர்டு பிளாக் இயக்கத்தில் இருந்துவந்தார். மேலும் முதுகுளத்தூர் கலவரத்தினால் பாதிக்கப்பட்டு வழக்கு தொடுக்கப்பட்டவர்களுக்காக நீதிமன்றங்களில் ஆஜராகி வழக்கு நடத்தி வந்தார். அதனால் தேவர் இறந்த, காலியான இடத்தில் அவரை பார்வர்டு பிளாக் கட்சி களமிறக்கியது. எதிர் தரப்பில் காங்கிரஸ் கட்சியின் சார்பில் இராமநாதபுரம் இராஜாவின் தம்பி காசிநாததுரை போட்டியிட்டார். அவர் ஏற்கனவே கடந்த சட்டமன்ற தேர்தலில் சசிவர்ணத் தேவரிடம் தோற்றிருந்தார். அதற்குரிய அனுதாபமும், அவருக்கு இருந்தது. மறவன் இடத்திற்கு மலையாளியா என சாதியைச் சொல்லி காங்கிரசார் பிரச்சாரம் செய்தனர். இருந்தபோதிலும் மறவர்கள் எப்பொழுதும்போல் பார்வர்டு பிளாக்கிற்கே

பெருவாரியாக வாக்களித்தனர். ஆனால் காசிநாததுரை மற்ற சமூகத்தவர்களின் வாக்குகளை அதிகம் பெற்று 7000 வாக்குகள் வித்தியாசத்தில் வெற்றி பெற்றார்.[32]

சுதந்திரத்திற்குப் பின்பு நடந்த தேர்தலில் முதல் முறையாக அருப்புக்கோட்டை தொகுதியைப் பார்வர்டு பிளாக் கட்சி இழந்தது. அருப்புக்கோட்டைத் தொகுதியில் மறவர்களின் வாக்குகள் வெறும் 18000 தான். தேவர் மற்ற எல்லாச் சாதி மக்களின் ஆதரவினையும் பெற்றிருந்ததால்தான் அத்தொகுதியில் தொடர்ந்து அவரால் வெற்றிபெற முடிந்தது.

1967 பொதுத் தேர்தல்

1967 தேர்தல் தமிழக வரலாற்றில் ஒரு திருப்புமுனையை ஏற்படுத்திய தேர்தலாகும். 1965இல் நடந்த இந்தி எதிர்ப்புப் போராட்டத்தைக் காங்கிரஸ் இரும்புக்கரம் கொண்டு அடக்கியது. இதனால் தமிழக மக்கள் சர்க்கார் மீது அதிருப்தி கொண்டிருந்தனர். இந்தச் சூழலைப் பயன்படுத்திக் கொள்ள நினைத்த திராவிட முன்னேற்றக் கழகத் தலைவர் அண்ணாத்துரை 1966ஆம் ஆண்டு டிசம்பர் 29ஆம் தேதி தி.மு.கழகத்தின் நான்காவது மாநாட்டைக் கூட்டினார். காங்கிரசை வீழ்த்த வேண்டுமென்றால் எல்லா எதிர்கட்சிகளையும் ஓர் அணியில் திரட்ட வேண்டும் என உணர்ந்த அண்ணாத்துரை அனைத்து எதிர்கட்சித் தலைவர்களுக்கும் அழைப்பு விடுத்தார்.

சுதந்திராக் கட்சியின் தலைவர் இராஜாஜி, முஸ்லீம் லீக்கின் தலைவர் முகமது இஸ்மாயில், பார்வர்டு பிளாக் தலைவர் பி.கே. மூக்கையாத்தேவர், தமிழ் அரசுக் கழகம் எம்.பி. ம.பொ. சிவஞானம், நாம் தமிழர் கட்சி சி.பா. ஆதித்தனார், இந்திய மார்க்ஸிஸ்டு கம்யூனிஸ்ட் கட்சி எம்.ஆர்.வெங்கட்ராமன் ஆகிய அனைத்து எதிர்கட்சித் தலைவர்களையும் மாநாட்டிற்கு அழைத்துப் பங்கேற்கச் செய்தார். கலந்து கொண்ட அனைத்துத் தலைவர்களும் காங்கிரஸை வீழ்த்தினாலொழிய தமிழ்நாட்டைக் காப்பாற்ற முடியாது என ஒரே தொனியில் பேசினர். அந்த மாநாட்டுப் பந்தலிலேயே ஒரு காங்கிரஸ் எதிர்ப்பு ஐக்கிய முன்னணி உருவாகியது. 1967இல் பொதுத்தேர்தல் நடைபெற்றது. அதில் 1. தி.மு.க. 2. சுதந்திராக் கட்சி, 3. பார்வர்டு பிளாக், 4.முஸ்லீம் லீக், 5. இந்திய கம்யூனிஸ்ட் கட்சி (மார்க்சிஸ்ட்), 6. பிரஜா சோசலிஸ்ட் கட்சி, 7. தமிழ் அரசுக் கழகம் என ஏழு கட்சிகள் கூட்டணி அமைத்துத் தேர்தலைச் சந்தித்தன.

அதில் பார்வர்டு பிளாக் கட்சி ஏழு சட்டமன்றத் தொகுதிகளிலும், ஒரு மக்களவைத் தொகுதியிலும் போட்டியிட்டது. அது முதுகுளத்தூர் கலவர காலத்தில் காங்கிரஸ் சர்க்கார் முக்குளத்து மக்கள் மீதும் இன்னும் பிற அப்பாவி மக்கள் மீதும் நடத்திய வன்கொடுமைகளை எடுத்துச்சொல்லி பிரச்சாரம் செய்தது.

தி.மு.க, இந்தி எதிர்ப்புப் போராட்ட காலத்தில் அப்பாவி மாணவர்கள் மீது காங்கிரஸ் சர்க்கார் கட்டவிழ்த்துவிட்ட அடுக்கு முறைகளை எடுத்துச் சொல்லி பிரச்சாரம் செய்தது.

சுதந்திராக் கட்சி, காங்கிரஸ் சர்க்கார் சோசலிசத்தை உருவாக்கப் போகிறோம் என்ற பெயரில் லைசன்ஸ் ராஜியத்தை நடத்தி எப்படி தொழில் துறையை நசித்துக் கொண்டிருக்கின்றது என எடுத்துச் சொல்லி பிரச்சாரம் செய்தது.

கம்யூனிஸ்டுகளும், காங்கிரஸின் சோசலிசம் பணக்காரர்கள் ஏழைகளைச் சுரண்டுவதற்கான முகமூடியே எனச் சொல்லி பிரச்சாரம் செய்தது.

இப்படி எதிர்கட்சியின் ஒட்டுமொத்தப் பிரச்சாரம் காங்கிரஸ் அரசாங்கத்தின் உண்மை நிறத்தை மக்களுக்குத் தோல் உரித்துக் காட்டின. அதனால் நடைபெற்ற பொதுத் தேர்தலில் காங்கிரஸ் படுதோல்வியைச் சந்தித்தது. ஏழைப் பங்காளன், கர்மவீரர், கல்வித்தந்தை என்றெல்லாம் வர்ணிக்கப்பட்ட காமராஜ் நாடார் தனது சொந்த தொகுதியிலேயே, தனது சொந்த மக்களாலேயே தோற்கடிக்கப்பட்டார். கக்கன், பக்தவத்சலம், சி.சுப்ரமணியம் போன்றோரும் படுதோல்வியடைந்தனர். தி.மு.கழகம் பெருவாரியான இடங்கள் பெற்று அறுதிப் பெரும்பான்மையோடு ஆட்சியைக் கைப்பற்றியது. அன்று வீழ்ந்த காங்கிரஸ் இன்றும் மீளவேயில்லை. தமிழன் என்ற இனம் உள்ளவரை அது மீளவே மீளாது. ஏழு சட்டமன்றத் தொகுதிகளில் வெற்றிப் பெற்ற பார்வர்டு பிளாக் 1. உசிலம்பட்டி, 2. ஆண்டிப்பட்டி, 3. சேடப்பட்டி, 4. முதுகுளத்தூர், 5. காரியாபட்டி, 6. அருப்புக்கோட்டை, 7. சிவகாசி. ஆனால் அதன் உறுப்பினர் தான் போட்டியிட்ட ஒரே லோக்சபா தொகுதியில் தோல்வியடைந்தார்.[33]

67இல் வெற்றி பெற்றவர்கள்

1. உசிலம்பட்டி – P.K. மூக்கையாத்தேவர், 2. ஆண்டிப்பட்டி – S. பரமசிவம், 3. சேடபட்டி – V. தவமணித்தேவர், 4. முதுகுளத்தூர் – இரத்தினத்தேவர், 5. காரியாபட்டி – A.R. பெருமாள் 6. அருப்புக்கோட்டை – சௌடி. சுந்தரபாரதி, 7. சிவகாசி – S. அழகுத்தேவர்.

1971 பொதுத் தேர்தல்

1967ல் வெற்றிபெற்ற மூக்கையாத்தேவர் சட்டமன்றத்தில் சுதந்திரா பார்வர்டு பிளாக் கூட்டு சட்டசபைக் குழுவிற்குத் தலைவராகச் செயல்பட்டார். பார்வர்டு பிளாக்கின் அனைத்துச் செயல்பாடுகளும் ராஜாஜியால் கடிவாளமிட்டுக் கட்டுப்படுத்தப்பட்டன. இடதுசாரி கட்சியான பார்வர்டு பிளாக், வலது சாரிக் கட்சியான சுதந்திராக் கட்சியின் பிடியில் இருப்பது அதன் தலைவர்களுக்கும், தொண்டர் களுக்கும் அதிருப்தியைக் கொடுத்தது. இதற்கிடையில் காங்கிரஸ் கட்சி அகில இந்திய அளவில் பிளவைச் சந்தித்தது. இந்திராகாந்தி தலைமையில் காங்கிரஸ் (ஐ) என்றும், பிற பழமைவாத காங்கிரஸ் தலைவர்களின் கீழ் காங்கிரஸ் என்றும் அழைக்கப்பட்டது. இதில் இந்திராகாந்தி தலைமையிலான காங்கிரஸ் (ஐ)யை அகில இந்திய பார்வர்டு பிளாக் தலைமை ஒரு முற்போக்கான, இடதுசாரி தலைமையாகப் பார்த்தது. இந்திராகாந்தியும் வங்கிகள் தேசியமயம், மன்னர் மானிய ஒழிப்பு போன்றவற்றால் சோசலிஸ்டுகளை ஈர்த்தார். அதனால் இடதுசாரி சோசலிஸ்டு இயக்கமான பார்வர்டு பிளாக்கும் அவரது தலைமையை ஆதரித்தது. அப்பொழுது நடைபெற்ற ஜனாதிபதித் தேர்தலில் இந்திராகாந்தி வி.வி.கிரியை ஆதரித்தார். ஸ்தாபனக் காங்கிரஸ் சஞ்சீவி ரெட்டியை ஆதரித்தது. அதனால் அந்தத் தேர்தலில் இராஜாஜி மூக்கையாத்தேவரை சஞ்சீவி ரெட்டிக்கு ஆதரவளிக்குமாறு வற்புறுத்தினார். ஆனால் மூக்கையாத்தேவர் பார்வர்டுபிளாக் கட்சியின் மத்திய கமிட்டியின் வழிகாட்டுதலுக்கிணங்க, வி.வி.கிரியை ஆதரித்தார். தமிழக பார்வர்ட் பிளாக் எம்.எல்.ஏ.க்கள் ஜனாதிபதித் தேர்தலில் வி.வி.கிரிக்கு வாக்களித்தனர். அத்தோடு சுதந்திராக் கட்சிக்கும் தமிழக பார்வர்டு பிளாக்கிற்குமிடையேயிருந்த அரசியல் உறவு முடிவுக்கு வந்தது.

அதன் பிறகு வந்த 1971 பொதுத்தேர்தலில் பார்வர்டு பிளாக்கும், சுதந்திராக் கட்சியும் வெவ்வேறு அணியில் நின்று போட்டியிட்டன. 1971இல் நடைபெற்ற பொதுத்தேர்தலில் தி.மு.கழகம் தலைமையில் இந்திய கம்யூனிஸ்டு கட்சி பிரஜா சோசலிஸ்ட் கட்சி, பார்வர்டு பிளாக், முஸ்லீம் லீக், தமிழ் அரசுக் கழகம் ஆகியன ஒன்றிணைந்து முற்போக்கு முன்னணி என்ற பெயரில் போட்டியிட்டன. ஸ்தாபனக் காங்கிரஸ், சுதந்திரா கட்சி என்னும் சில கட்சிகளும் சேர்த்து ஜனநாயக முன்னணி என்ற பெயரில் போட்டியிட்டன. இது முதல்வர் அண்ணாத்துரை இறந்தபின்பு தி.மு.கழகம் சந்தித்த முதல் தேர்தல் என்பதால் மிகவும் முக்கியத்துவம் பெற்றது.

தி.மு.கழகத்தின் தலைமையிலான முற்போக்குக் கூட்டணி வெற்றி பெற்றது. தி.மு.க. அருதி பெரும்பான்மை பெற்று கலைஞர் கருணாநிதி மீண்டும் முதல்வரானார். இதில் பார்வர்டு பிளாக் 9 சட்டமன்ற தொகுதிகளிலும், ஒரு மக்களவைத் தொகுதியிலும் போட்டியிட்டது. இதில் 1. உசிலம்பட்டி, 2. சேடபட்டி, 3. திருமங்கலம், 4. காரியாப்பட்டி, 5. அருப்புக்கோட்டை, 6. சாத்தூர், 7. ஒட்டப்பிடாரம் என ஏழு சட்டமன்ற தொகுதிகளில் வெற்றி பெற்றது. அதன் தலைவர் மூக்கையாத்தேவர் தான் போட்டியிட்ட இராமநாதபுரம் மக்களவை தொகுதியிலும் உசிலம்பட்டி சட்டமன்றத் தொகுதியிலும் ஒருசேர வெற்றிபெற்றார். இதில் மக்களவைப் பொறுப்பை வைத்துக் கொண்டு உசிலம்பட்டி சட்டமன்ற பொறுப்பை இராஜினாமா செய்தார். அதற்கு நடைபெற்ற இடைத் தேர்தலில் வழக்கறிஞரும் பார்வர்டு பிளாக் மாநிலச் செயலாளருமான கந்தசாமியை பார்வர்டு பிளாக் நிறுத்தி வெற்றி பெறச்செய்து தொகுதியைத் தக்க வைத்துக்கொண்டது.[34]

1971 பொதுத்தேர்தல் தமிழகப் பார்வர்டு பிளாக் வரலாற்றில் பொற்காலமாகும். அது மதுரை, இராமநாதபுரம், திருநெல்வேலி ஆகிய மூன்று மாவட்டங்களிலிருந்த முக்குலத்தோர்கள் பெரும் பான்மையான எல்லாத் தொகுதிகளையும் கைப்பற்றியது. ஆனால் இந்த வெற்றியை அதனால் தொடர்ந்து தக்க வைத்துக் கொள்ள இயலவில்லை.

1971 பிப்ரவரி 20ஆம் தேதி அகில இந்திய பார்வர்டு பிளாக்கின் அகில இந்தியத் தலைவர் ஹேமந்த் குமார் போஸ் சில விசமிகளால் கொல்லப்பட்டார். உடனே பிப்ரவரி 24ஆம் தேதி கல்கத்தாவில் கூடிய பார்வர்டு பிளாக் மத்திய கமிட்டியின் துணைத் தலைவரான பி.கே. மூக்கையாத் தேவரை அதன் தற்காலிகத் தலைவராகத் தேர்ந்தெடுத்தது.[35]

இதன்படி உசிலம்பட்டிக்கு அருகில் பாப்பாபட்டி என்ற குக்கிராமத்தில், ஆங்கிலேயர்களால் குற்றப்பரம்பரையாக முத்திரை குத்தப்பட்ட ஒரு ஏழை கூட்டத்தில் பிறந்த மூக்கையாத்தேவர் தனது கடின உழைப்பாலும், மக்கள் செல்வாக்காலும் இந்தியாவின் இணையற்ற தலைவர் நேத்தாஜி சுபாஷ்சந்திர போஸால் உருவாக்கப் பட்ட ஒரு பெரிய இடதுசாரி கட்சியின் தலைமைப் பொறுப்பினைப் பெற்றார். இந்தப் பெருமை அவரை மட்டுமல்லாமல், அவரது மக்கள் குற்றப்பரம்பரையாக நசுக்கப்பட்ட காலத்தில் அவர்களுக்குத் தலைமையைக் கொடுத்து, அதில் ஒருவரை தேர்ந்தெடுத்து, அரசியல் பாதையைக் காட்டி, வெற்றிக்கு வழி வகுத்துக் கொடுத்த தலைவர் பசும்பொன் உ.முத்துராமலிங்கத் தேவரையே சாரும்.

இராமநாதபுரம் பாராளுமன்ற உறுப்பினராக மூக்கையாத்தேவர் பொறுப்பு வகித்தபோது 1974ஆம் ஆண்டு இந்திய அரசாங்கம் தனக்குச் சொந்தமான கச்சத்தீவுப் பகுதியை இலங்கைக்கு தாரை வார்த்துக் கொடுத்தது. அன்றைய பிரதமர் இந்திரா காந்தி அன்று இருந்த தமிழக அரசையும் கலந்து ஆலோசிக்காமல் மக்களுடைய விருப்பங்களையும் கவனத்தில் கொள்ளாமல் தன்னிச்சையாக முடிவெடுத்து கச்சத்தீவை இலங்கைத் தீவிற்கு அளித்தார். இதனை மூக்கையாத்தேவர் பாராளுமன்றத்தில் கடுமையாக எதிர்த்துப் பேசினார். கச்சத்தீவு பாரம்பரியமாக இராமநாதபுரம் சேதுபதி மன்னர்களது கட்டுப்பாட்டிற்குள் இருந்த வரலாற்றை விரிவாக எடுத்துச் சொல்லி மேலும் கச்சத்தீவைத் தாரை வார்ப்பதனால் தமிழக மீனவர்களுக்கு ஏற்படபோகும் துன்பங்களையும் பட்டியலிட்டுப் பாராளுமன்றத்தில் உரையாற்றினார். அவரது கடுமையான கண்டனத்தைப் பொருட்படுத்தாத இந்திய அரசு கச்சத்தீவை இலங்கைக்குத் தாரை வார்த்துக் கொடுத்தது.

1972 மார்ச் 28ஆம் தேதி பார்வர்டு பிளாக்கின் அங்கீகரிக்கப் பட்ட இதழான 'கண்ணகி' இதழின் ஆசிரியர் சக்திமோகன் சட்ட மேலவைக்குத் தேர்ந்தெடுக்கப்பட்டார்.

71இல் வெற்றி பெற்றவர்கள்

1. உசிலம்பட்டி – P.K. மூக்கையாத்தேவர், 2. சேடபட்டி – V. தவமணித்தேவர், 3. திருமங்கலம் – இரத்தினசாமித்தேவர், 4. காரியாபட்டி – A.R. பெருமாள் 5. அருப்புக்கோட்டை – சௌடி. சுந்தரபாரதி, 6. சாத்தூர் – S. அழகுத்தேவர், 7. ஒட்டப்பிடாரம் – T.R. முத்தையா.

1977 மக்களவைப் பொதுத் தேர்தல்

1971 தேர்தலிற்குப் பின்பு தி.மு.க. பார்வர்டு பிளாக் உறவில் விரிசல் ஏற்பட்டது. புதிதாக உருவாகிய அண்ணா திராவிட முன்னேற்றக் கழகம் திண்டுக்கல் இடைத்தேர்தலில் வெற்றி பெற்றதனைத் தொடர்ந்து தி.மு.க. தலைமைக்கும் பார்வர்டு பிளாக்கிற்குமிடையே விரிசல் ஏற்பட்டது. பிறமலைக் கள்ளர்களை அதிகமாகக் கொண்ட தொகுதியாகத் திண்டுக்கல் தொகுதி இருந்ததனால் பார்வர்டு பிளாக் சரியாக வேலை செய்திருந்தால் தாங்கள் வெற்றி பெற்றிருப் போம் என எண்ணி கருணாநிதி பார்வர்டு பிளாக் தலைமையோடு முரண்பாடு கொள்ள ஆரம்பித்தார். மேலும் அகில இந்திய பார்வர்டு பிளாக் தலைமை, இந்திரா காந்தியால் 1975 ஜூன்

25ஆம்தேதி அறிவிக்கப்பட்ட அவசரநிலைப் பிரகடனத்தை வரவேற்றது. அதனைத் தொடர்ந்து 1976 பிப்ரவரியில் கருணாநிதி தலைமையிலான தி.மு.க அரசை இந்திராகாந்தி கலைத்தார். அதனையும் பார்வர்டு பிளாக் கட்சி வரவேற்றது. அதனால் தி.மு.க பார்வர்டு பிளாக் உறவில் மேலும், மேலும் விரிசல் ஏற்பட்டது.

பார்வர்டு பிளாக்கிலிருந்து பிரிந்து சென்ற குழுவினர்களுக்கு அ.தி.மு.க. தனது அணியில் இடம் கொடுத்ததாலும் பார்வர்டு பிளாக்கால் அ.தி.மு.க வோடும் கூட்டணி வைத்துக் கொள்ள முடியவில்லை. அதனால் 1977 மக்களவை தேர்தலைத் தனித்து சந்திப்பது எனப் பார்வர்டு பிளாக் முடிவெடுத்தது. அதன்படி மூக்கையாத்தேவர் திண்டுக்கல் மக்களவைத் தொகுதியில் போட்டியிட்டார். தி.மு.க., அ.தி.மு.க., பார்வர்டு பிளாக் என மும்முனைப்போட்டி நிலவியதால் அந்தத் தேர்தலில் மூக்கையாத் தேவர் தோல்வியடைந்தார். அவர் தனது 25 வருட அரசியல் வாழ்க்கையில் முதன்முறையாகத் தோல்வியைச் சந்தித்தார். ஆனால் அந்தத் தேர்தலிலும் அவரது சொந்தத் தொகுதியான உசிலம்பட்டி சட்டமன்றத்திற்குட்பட்ட பகுதிகளில் மற்ற வேட்பாளர்களை விட அதிக வாக்குகளே பெற்றிருந்தார்.³⁶ 13 மக்களவைத் தொகுதிகளில் தனித்து போட்டியிட்டது.

1977 சட்டசபைப் பொதுத் தேர்தல்

1977 ஜூன் 12,14 தேதிகளில் தமிழ்நாடு சட்டமன்றத்திற்குத் தேர்தல் நடைபெற்றது. தி.மு.க., அ.தி.மு.க. தலையிலான இரண்டு அணிகள் போட்டியிட்டன. இதில் அ.தி.மு.க. பெரும் வெற்றி பெற்று ஆட்சியைக் கைப்பற்றியது. அதன் நிறுவனத் தலைவர் எம்.ஜி. இராமச்சந்திரன் முதலமைச்சராகப் பொறுப்பேற்றார். இந்தத் தேர்தலிலும் அகில இந்திய பார்வர்டு பிளாக் கட்சி இரு அணிகளிலும் சேராமல் தனித்தே போட்டியிட்டது. 1. உசிலம்பட்டி, 2. மதுரை (மேற்கு) 3. முதுகுளத்தூர், 4. விருதுநகர், 5. விளாத்திக்குளம், 6. ஆலங்குளம் என ஆறு சட்டமன்றத் தொகுதிகளில் போட்டி யிட்டது. எந்த அணியிலும் சேராமல் தனித்துப் போட்டியிட்டதனால் உசிலம்பட்டி தவிர மற்ற எல்லாத் தொகுதிகளிலும் பார்வர்டு பிளாக் வேட்பாளர்கள் தோல்வியைத் தழுவினர். உசிலம்பட்டியில் மட்டும் மூக்கையாத்தேவர் போட்டியிட்டு மீண்டும் வெற்றி பெற்றார்.³⁶

1977 சட்டமன்றத் தேர்தலிற்குப் பின்பு மூக்கையாத் தேவரின் உடல்நிலை மிகவும் மோசமடைந்தது. உடலில் சக்கரைச் சத்து

அதிகரித்ததனால் ஏற்பட்ட நீரழிவு வியாதியினால் உடல் நலம் குன்றி 1979ஆம் ஆண்டு செப்டம்பர் 6ஆம் தேதி மரணமடைந்தார். அவரது உடல் உசிலம்பட்டிக்கு எடுத்து வரப்பட்டுப் பசும்பொன் முத்துராமலிங்கத் தேவர் கல்லூரி வளாகத்தில் நல்லடக்கம் செய்யப்பட்டது.[37]

தமிழக பார்வர்டு பிளாக் கட்சியில் ஏற்பட்ட பிளவுகளும், அணிகளும்:

பசும்பொன் தேவர் உயிரோடிருந்தவரை எந்தச் சலசலப்புமில்லாமல் கட்டுக் கோப்போடு இருந்த இயக்கம் அவரது மறைவிற்குப் பின்பு கோஷ்டிப் பூசல்களுக்கு உள்ளாகியது. அவரது மறைவிற்குப் பின்பு கட்சியின் தலைமைக்குப் போட்டி ஏற்பட்டது. தேவரின் நெருங்கிய நண்பரும், சுதந்திரப் போராட்ட வீரரும், பார்வர்டு பிளாக் கட்சியின் முன்னணித் தலைவர்களில் ஒருவருமான சசிவர்ணத் தேவருக்கும், பி.கே.மூக்கையாத் தேவருக்குமிடையே போட்டி ஏற்பட்டது. சசிவர்ணத்தேவர் மிகவும் செல்வாக்குமிக்க தலைவராக இருந்தாலும், மூக்கையாத் தேவரின் எளிமையான குணமும், யாரையும் அனுசரித்து போகின்ற பண்பும் கட்சியிலிருந்த இளம் தலைவர்களையும், தொண்டர்களையும் கவர்ந்திருந்தது. அதனால் மூக்கையாத்தேவரே தலைவராகப் பெருவாரியான தொண்டர்களால் தேர்ந்தெடுக்கப்பட்டார். அதனைப் பார்வர்டு பிளாக்கின் மத்திய தலைமையும் அங்கீகரித்தது. இதனால் அதிருப்தியடைந்த சசிவர்ணத்தேவர் கட்சியை விட்டு வெளியேறி 'சுபாஸிஸ்ட் பார்வர்டு பிளாக்' என்ற புதிய கட்சியைத் துவங்கினார். அதன் சார்பாக 1967 தேர்தலில் முதுகுளத்தூர், கடலாடி, அருப்புக் கோட்டை, காரியாப்பட்டி போன்ற தொகுதிகளில் பார்வர்டு பிளாக் வேட்பாளர்களை எதிர்த்து சுபாஸிஸ்ட் பார்வர்டு பிளாக் சார்பாகப் போட்டி வேட்பாளர்களை நிறுத்தினார். அவர்கள் அனைவரும் படுதோல்வியடைந்தனர். அதன் பின்பு சசிவர்ணத் தேவர் பொது வாழ்க்கையிலிருந்து விலகி ஓய்வெடுக்கத் துவங்கினார்.

1967இல் வேலாயுதம் நாயரும், ஆண்டித்தேவரும், மூக்கையாத்தேவர் முதலாளித்துவ வலதுசாரிக் கட்சியான சுதந்திரா கட்சியின் சட்டமன்றக்குழுத் தலைவராகச் செயல்படுவதனைக் கண்டித்து கட்சியின் தலைமைக்குப் புகார்க் கடிதம் ஒன்றினை அனுப்பினர். மத்திய தலைமை இதற்கு மூக்கையாத் தேவரிடம் விளக்கம் கேட்டது. மூக்கையாத் தேவர் தான் சுதந்திராக் கட்சியுடனான உறவை விரைவில் துண்டித்துக் கொள்வேன், ஆனால் அதற்குத் தனக்கு காலஅவகாசம் வேண்டும் எனக்

கேட்டார். அவரது விளக்கத்தை ஏற்றுக்கொண்ட கட்சித் தலைமை அவருக்குக் காலஅவகாசம் அளித்தது. இவ்வாறு மூக்கையாத் தேவரிடம் மென்மையான அணுகுமுறையை மேற்கொண்ட கட்சி தலைமையின் மீது அதிருப்தி கொண்ட வேலாயுதம் நாயரும், ஆண்டித் தேவரும் தொடர்ந்து மோதல் போக்கைக் கடைப்பிடித்து வந்தனர். அதனால் கட்சித்தலைமை அவர்கள் மீது ஒழுங்கு நடவடிக்கை எடுக்கத் துவங்கியது.

கோபம் கொண்ட வேலாயுதம் நாயரும், ஆண்டித் தேவரும் 1968இல் 'புரட்சி பார்வர்டு பிளாக்' என்ற பெயரில் புதிய கட்சியைத் துவங்கினர்.[38]

அத்தோடு பார்வர்டு பிளாக்கின் உண்மையான சிகப்புக் கொடியை பயன்படுத்தத் துவங்கினர். அதுவரை தமிழக பார்வர்டு பிளாக், அகில இந்திய பார்வர்டு பிளாக்கின் அங்கமாக செயல்பட்டு வந்தாலும், தேவர் காலம் முதல், கட்சியின் தேர்தல் சின்னமான சிங்கம் சின்னத்தை பயன்படுத்திக் கொண்டாலும், கொடியில் நேத்தாஜி காலத்தில் பயன்படுத்தப்பட்ட பழைய கொடியான மூவர்ணக் கொடியின் நடுவில் புலி பாய்கின்ற கொடியைத்தான் பயன்படுத்தி வந்தனர். 1966ஆம் ஆண்டு மதுரையில் நடைபெற்ற மாநாட்டில் கட்சியின் முழுக்கொடியைப் பயன்படுத்திக் கொள்வது என்ற தீர்மானம் நிறைவேற்றப்பட்டது. அதில் அரிவாள், சுத்தி நீங்கலாகச் சிவப்பு பின்னணி கொண்ட புலிக்கொடியைப் பயன்படுத்திக் கொள்வதெனத் தீர்மானம் நிறைவேற்றப்பட்டது. அதன்படி தமிழக பார்வர்டு பிளாக் கிளையும் அதுவரை தாங்கள் பயன்படுத்தி வந்த மூவர்ணக் கொடியை மாற்றிச் சிவப்புப் புலிக்கொடியைப் பயன்படுத்த ஆரம்பித்தது. 1971 தேர்தலில் உசிலை மன்றத் தொகுதியில் புரட்சி பார்வர்டு பிளாக் வேட்பாளராக ஆண்டித்தேவர், மூக்கையாத்தேவரை எதிர்த்துப் போட்டியிட்டுத் தோல்வியடைந்தார்.

பிறகு 1977 A.R. பெருமாள், K. கந்தசாமி, டி.பி.எம். பெரியசாமி ஆகியோர் பிரிந்து சென்று இந்திய 'தேசிய பார்வர்டு பிளாக்' என்ற புதிய கட்சியைத் தொடங்கினர். அவர்கள் பாயும்புலிக் கொடியில் தேவர் படம் பொறித்த பயன்படுத்திக் கொண்டனர். 1997 சட்டமன்றத் தேர்தலில் அ.இ.அ.தி.மு.கவோடு கூட்டணி வைத்து நான்கு தொகுதிகளில் போட்டியிட்டனர். அதில் மதுரை (மேற்கு), ஆண்டிப்பட்டி என இரண்டு தொகுதிகளில் வெற்றி பெற்றனர். தமிழக வரலாற்றில் முதன்முறையாகப் போட்டி பார்வர்டு பிளாக் பிரதிநிதிகள் சட்டமன்றத்தில் இடம்பெற்றனர்.[39]

1977 சட்டமன்ற தேர்தலிற்குப் பின்பு மூக்கையாத்தேவர் மிகவும் உடல்நலம் பாதிக்கப்பட்டார். அவர் தனக்குப்பின் தன் கட்சியை வழி நடத்தி செல்வதற்குச் சரியான தலைமையில்லை என்பதனை உணர்ந்து, பிரிந்து சென்ற அணிகளான தேசிய பார்வர்டு பிளாக், புரட்சி பார்வர்டு பிளாக் ஆகியவற்றைத் தாய்க்கட்சியோடு வந்து இணையுமாறு அறைகூவல் விடுத்தார். அவரது அழைப்பிற்கு செவிசாய்த்து ஆண்டித்தேவரும் அவரது புரட்சி பார்வர்டு பிளாக் தொண்டர்களும் அகில இந்திய பார்வர்டு பிளாக் கட்சியோடு இணைந்தனர். அது போல இந்திய தேசிய பார்வர்டு பிளாக்கின் தலைவர்களில் இருந்த A.R.பெருமாளும் அதிலிருந்து விலகி வந்து இணைந்தார். மூக்கையாத்தேவரின் ஒப்புதலோடு தற்காலிகத் தலைவராக A.R. பெருமாளும், பொதுச் செயலாளராக ஆண்டித்தேவரும் பொறுப்பேற்றனர்.[40]

1980 தேர்தலில் புதிய கட்சி உருவாக்கப்பட்டது. அய்யணன் அம்பலம் தலைமையில் 'பசும்பொன் தேவர் பார்வர்டு பிளாக்' என்ற பெயரில் ஒரு அணியாகச் செயல்பட்டனர். பிறகு தேசிய பார்வர்டு பிளாக், பசும்பொன் பார்வர்டு பிளாக் இரண்டும் இணைந்து 'தமிழ்நாடு பார்வர்டு பிளாக்' என்ற புதிய அணி உருவாகியது. 1983ல் மூக்கையாத்தேவரின் மகன் முத்துராமலிங்கம் 'ஜனநாயக பார்வர்டு பிளாக்' என்ற அணியைத் துவங்கினார்.[41]

பிறகு அய்யணன் அம்பலம், பி.என். வல்லரசு, எல்.சந்தானம் ஆகியோர் இணைந்து 'தமிழ்நாடு பார்வர்டு பிளாக்' என்ற பெயரில் இயங்கி வந்தனர். 1990இல் அகில இந்திய பார்வர்டு பிளாக் கிலிருந்து ஆண்டித்தேவர் நீக்கப்பட்டார். அவர் தனி அணியாகச் செயல்படத் துவங்கினார். பிறகு அய்யணன் அம்பலம் தலைமை யிலான தமிழ்நாடு பார்வர்டு பிளாக் கட்சியினர் அகில இந்திய பார்வர்டு பிளாக்கில் இணைந்தனர். அய்யணன் அம்பலம் விபத்தில் இறந்துவிட மாநிலத் தலைவராக பரமசிவம் பிள்ளை (வ.உ.சி.யின் பேரன்) மாநில பொதுச் செயலாளராக எல்.சந்தானமும், தேசிய செயலாளராக பி.என்.வல்லரசும் பொறுப்பேற்றனர். வல்லரசு இறந்த பின்பு, வல்லரசின் ஆதரவாளர்கள் பிரிந்து சென்று பி.வி.கதிரவன் தலைமையில் 'அகில இந்திய பார்வர்டு பிளாக் (வல்லரசு)' என்ற பெயரில் தனி அணியாகச் செயல்படத் துவங்கினர்.

பிறகு திரைப்பட நடிகர் கார்த்திக் அகில இந்திய பார்வர்டு பிளாக் இயக்கத்தில் இணைந்தார். அவர் மாநிலத் தலைவராகவும், பொதுச் செயலாளராகவும் ஒருசேரப் பொறுப்பேற்றார். அவர் 2006 சட்டமன்றப் பொதுத்தேர்தலுக்குப் பின்பு கட்சியிலிருந்து

நீக்கப்பட்டு ஆண்டித்தேவர் மாநிலத் தலைவராகவும், பி.வி. கதிரவன் பொதுச் செயலாளராகவும் பொறுப்பேற்றனர். ஆண்டித்தேவர் இறந்துவிட துணைத் தலைவர் வி.எஸ். நவமணி அதன் தலைவராகவும் பொறுப்பேற்றார். அவருக்கும் கதிரவனுக்கும் கருத்து வேறுபாடு ஏற்பட்டு அவர் விலகிச் செல்ல, பாலகிருஷ்ணன் என்பவர் மாநிலத் தலைவராகப் பொறுப்பேற்றார். தற்பொழுது அகில இந்திய பார்வர்டு பிளாக் கட்சி தமிழ் மாநிலக்குழு, பாலகிருஷ்ணனை தலைவராகவும், P.V. கதிரவனைப் பொதுச் செயலாளராகவும் கொண்டு இயங்கி வருகிறது.

இதுபோக அகில இந்திய பார்வர்டு பிளாக் (சந்தானம்), அகில இந்திய பார்வர்டு பிளாக் (சுரேந்திரன்), அகில இந்திய பார்வர்டு பிளாக் (தினகரன்), அகில இந்திய வல்லரசு பார்வர்டு பிளாக் (அம்மாவாசி) போன்ற போட்டி பார்வர்டு பிளாக்குகளும் இயங்கி வருகின்றன. 'பாரதீய பார்வர்டு பிளாக்' என்ற கட்சி. கே.ஏ. முருகன்ஜீயைத் தலைவராகக் கொண்டு இயங்கி வருகிறது. அது நேத்தாஜி, பசும்பொன் தேவர் மீது தனிப்பட்ட முறையில் பற்றுடைய இயக்கமாக இருந்த போதிலும், பார்வர்டு பிளாக் கட்சியின் இடதுசாரி கொள்கைகளுக்கு நேர்முரணாக இந்துத்துவ கொள்கைகளை முன்னிறுத்தி இயங்கி வருகிறது.

அகில இந்திய பார்வர்டு பிளாக் (சபாஸிஸ்ட்) கட்சி திரு. கந்தசாமி அவர்களின் மகன் திரு. முத்தையா பசும்பொன் அவர்களின் தலைமையில் இயங்கி வருகிறது.

பார்வர்டு பிளாக் கட்சியும், உசிலம்பட்டி தொகுதியும்

பசும்பொன் முத்துராமலிங்கத் தேவர் ரேகைச் சட்ட எதிர்ப்புப் போராட்டத்திற்குத் தலைமை ஏற்றதனால் சுதந்திரப் போராட்ட காலத்திலேயே இப்பகுதி அவரின் செல்வாக்குத் தளமாக மாறியது. அவர் பார்வர்டு பிளாக் இயக்கத்தில் தன்னை இணைத்துக் கொண்டு செயல்பட ஆரம்பித்தவுடன் இப்பகுதி மக்களும் அதன் கீழ் திரள ஆரம்பித்தனர். சுதந்திரத்திற்குப் பின்பு பார்வர்டு பிளாக் கட்சியின் தமிழ் மாநிலத் தலைவராகப் பொறுப்பேற்ற பசும் பொன்தேவர் 1952இல் நடைபெற்ற பொதுத் தேர்தலில் அக்கட்சிக்கான வேட்பாளர்களை நிறுத்த விரும்பினார். பிறமலைக் கள்ளர்களில் பெரும்பான்மையோர் அவரது விசுவாசிகளாக இருந்ததனால் அவர்கள் பெரும்பான்மையாக உள்ள பகுதிகளில் பார்வர்டு பிளாக் சார்பாக வேட்பாளர்களை நிறுத்த விரும்பினார். பிறமலைக் கள்ளர்கள் வரலாற்று ரீதியாக ஆளும் வர்க்கத்தால்

தொடர்ந்து ஒடுக்கப்பட்டவர்களாகையால், அவர்களில் ஒருவர் தான் அவர்களைப் பிரதிநிதித்துவப் படுத்த முடியும், அதுதான் நியாயமும் கூட என்பதனை உணர்ந்திருந்த பசும்பொன் தேவர், அவர்களில் ஒருவரை வேட்பாளராக நிறுத்த விரும்பினார். வேட்பாளராக நிற்பவர் இளைஞராகவும், நன்கு படித்தவராகவும் இருக்க வேண்டுமென விரும்பினார். அப்படியிருந்தால்தான் அந்த நபர், அவர்களை முறையாகப் பிரதிநிதித்துவப்படுத்த முடியும் என நம்பினார். ஏனெனில் ஒரு ஒடுக்குமுறையிலிருந்து விடுவிக்கப் படுகின்ற மக்களுக்கான, அடுத்தகட்டம் அவர்களை வாழ்வியல் தளத்தில் முன்னேற்றுவதாகும். அவர்களைச் சமூக, பொருளாதார கல்வித்தளத்தில் முன்னேற்றுவதற்குப் பாடுபட வேண்டும். அதனால் அவர்களைப் பிரதிநிதித்துவப் படுத்துபவர் அதனைத் தன் கடமையாக ஏற்றுச் செயல்படுகின்ற பொறுப்புணர்ச்சியும், திறனும் கொண்டவராக இருக்க வேண்டும். அதற்கேற்ற ஒருவரையே தெரிவு செய்ய வேண்டும் எனத் தேவர் கருதினார்.

அந்தச் சமயத்தில் பி.கே.மூக்கையாத் தேவர் மதுரை கல்லூரியில் பி.ஏ. பட்டப்படிப்பு படித்து முடித்திருந்தார். அவர் படிக்கின்ற காலத்திலேயே தனக்கு அறிமுகமாயிருந்த மறவர் இனத்துப் பெண் இராணியம்மாளை காதல் மணம் கொண்டு இராமநாதபுரம் மாவட்டம் தெக்கூர் என்ற கிராமத்தில் வாழ்ந்து வந்தார்.[42] அவரது மனைவி இராணியம்மாள் அங்குப் பள்ளி ஆசிரியையாகப் பணிபுரிந்து வந்ததால் தற்காலிகமாக அங்கு வாழ்ந்து வந்தார். அப்பொழுது பசும்பொன் தேவர் தேர்தலுக்காக வேட்பாளரைத் தேடிக்கொண்டிருக்கிறார் என அவரது நண்பர்கள், குறிப்பாக வி.கே.சி.நடராஜன் போன்றோர் அவரிடம் கூறினர். அவர்கள் அவரைத் தேவருக்கு நன்கு அறிமுகமானவர்களான அயோத்திப்பட்டி காமணத்தேவர், நாட்டார்மங்கலம் அய்யம்பட்டி I.N.A. பால்சாமித் தேவர் போன்றோரிடம் அழைத்துச் சென்று அறிமுகப்படுத்தினர். காமணத்தேவரும், பால்சாமித் தேவரும் அவரை ரகுபதித் தேவர் என்ற வழக்கறிஞரிடம் அழைத்துச் சென்றனர். அவர்கள் மூவரும் இணைந்து பி.கே. மூக்கையாத் தேவரைப் பசும்பொன் தேவரிடம் நேரில் அறிமுகப்படுத்தினர்.[43]

மூக்கையாத் தேவரின் கல்வித்தகுதி, எளிமை, பணிவு, பொறுமை போன்ற குணநலன்களைப் பார்த்த பசும்பொன் தேவருக்கு அவரை முதல் சந்திப்பிலேயே பிடித்துவிட்டது. அதனால் சில மாதங்கள் கழித்து பெரியகுளம் பொதுத் தொகுதிக்கான பார்வர்டு பிளாக் வேட்பாளராக பி.கே. மூக்கையாத் தேவரையே அவர் அறிவித்தார். உசிலம்பட்டிப் பகுதி அன்று பெரியகுளம் தொகுதிக்குள் இருந்தது. தனித்த தொகுதியாக இல்லை. மூக்கையாத்தேவர் சிங்கம் சின்னத்தில்

பசும்பொன் தேவரும், திரு. மூக்கையா தேவரும்

போட்டியிட்டார். அவரை எதிர்த்து, காங்கிரஸ் கட்சி என்.ஆர். தியாகராஜன் என்ற மில் முதலாளியை நிறுத்தியது. என்.ஆர். தியாகராஜன் மதுரை மாவட்ட ஜில்லா போர்டு தலைவராகவும் இருந்தவர். மதுரைப் பகுதி காங்கிரஸ் கட்சியின் அடிதடி அரசியலுக்குப் பெயர் போனவர் காங்கிரஸ் கட்சியின் குண்டர் படைத்தலைவனாய் செயல்பட்டவர். ஆனால் மூக்கையாத்தேவரோ தனது சொந்த மக்களுக்கே முழுமையாக அறிமுகமில்லாத இளைஞர். காங்கிரஸ்காரர்கள் பணபலம், படைபலத்தோடு தேர்தலைச் சந்தித்தனர். காங்கிரஸ் தலைவர்களோ இருமாப்போடு பிரச்சாரம் செய்தனர். "களவாணி தொழில் செய்து வந்த தேவமார்களுக்குத் தேர்தலைப் பற்றி என்ன தெரியும்" எனப் பகிரங்கமாகவே பேசிப் பிரச்சாரம் செய்தனர். பசும்பொன் தேவரின் தனிப்பட்ட வாழ்க்கையையும் கேலி செய்து பேசினர். ஆனால் தேவரின் தியாக அரசியலைத் தெரிந்திருந்த மக்கள் அதனையெல்லாம் தூள் தூளாக்கினர். காங்கிரஸ் சாதி துவேஷத்தை முன்னிறுத்தி பிரச்சாரம் செய்தது, முக்குலத்தோருக்கும் பிற சமூகத்தவருக்கு மிடையே ஒரு பிளவை ஏற்படுத்த முயற்சி செய்தது. ஆனால் இந்திய கம்யூனிஸ்ட் கட்சியின் தலைவர்களில் ஒருவரான நாடார் சமூகத்தைச் சேர்ந்த கே.டி.கே.தங்கமணி, பார்வர்டு பிளாக்கிற்காகத் தீவிர பிரச்சாரம் செய்தார். அவர் காங்கிரஸாரின் மக்களைப் பிரித்தாளும் சூழ்ச்சியை அம்பலப்படுத்தினார். கே.டி.கே. தங்கமணி பார்வடு பிளாக்கின் பவர் ஏஜெண்டாகவும் செயல்பட்டார்.[44] என்பது குறிப்பிடத்தக்கது.

கள்ள நாட்டு மக்கள் அனைவரும் பார்வர்டு பிளாக்கின் கீழ் திரண்டெழுந்தனர். கடுமையான போட்டியின் இறுதியில் பார்வர்டு

பிளாக்கின் சிங்கம் சின்னத்தின் போட்டியிட்ட மூக்கையாத்தேவர் 36,515 வாக்குகளைப் பெற்று வெற்றிபெற்றார். N.R.தியாகராஜன் 31,188 வாக்குகள் பெற்று 5327 வாக்கு வித்தியாசத்தில் தோல்வி யடைந்தார். இவ்வெற்றி பிறமலைக் கள்ளர்களின் அரசியல் வரலாற்றிற்கு ஒரு புதிய முகப்புரையாய் அமைந்தது.

1952இல் பெரியகுளம் சட்ட மன்ற உறுப்பினராகத் தேர்ந்தெடுக் கப்பட்ட மூக்கையாத்தேவர் அந்தப் பகுதி விவசாயிகளுடைய வாழ்க்கை வளம் பெறுவதற்காகப் பல முற்போக்குத் திட்டங்களைச் சட்டமன்றத்தில் முன்னிறுத்தி உரையாற்றினார். 1954 ஜனவரி 7 ஆம் தேதி சட்டமன்றத்தில் அவர் ஆற்றிய கன்னிப் பேச்சில் வைகை அணை கட்டப்படும் பொழுது அதன் நீர்பிடிப்புப் பகுதியில், வெளியேற்றப்பட்ட கிராமத்தினருக்குப் போதுமான அளவு இழப்பீட்டுத்தொகை வழங்க வேண்டுமென்று முன்னிறுத்திப் பேசினார். பிறகு பெரியகுளம் பகுதி மக்களின் நீர்ப்பாசன வசதியைப் பெருக்குவதற்காக அப்பகுதியிலுள்ள வராகநதிக்குக் குறுக்கே அணை ஒன்று கட்டப்பட வேண்டும் என்பதனையும் குறிப்பிட்டுப் பேசினார்.

மேலும் மூக்கையாத்தேவரின் முழு முயற்சியால் உசிலம்பட்டி பகுதியில் தேசிய விரிவாக்கப் பணித் திட்டம் அமல்படுத்தப் பட்டது. அதன் மூலம் குடிதண்ணீர் தேவைக்காக 60 புதிய பொதுக் கிணறுகள் வெட்டப்பட்டன. ஏற்கனவேயிருந்த 40 பொதுக் கிணறுகள் சீரமைக்கப்பட்டன. மேலும், ஒரு லட்சம் ரூபாய் செலவில் 20 புதிய கிராமச் சாலைகள் போடப்பட்டன. 30 ஆயிரம் ரூபாய் செலவில் ஏற்கனவேயிருந்த 30 பழைய சாலைகள் சீரமைக்கப்பட்டன. பள்ளிக் கல்விக்காக ரூபாய் 25,000ஆம் செலவிடப்பட்டது. சுமார் 3 லட்சம் ரூபாய் அளவிற்குச் சிறிய விவசாயக்கடன் அளிக்கப்பட்டது. 5 கூட்டுறவு பால்பண்ணைகளும், 2 கோழிப் பண்ணைகளும் ஏற்படுத்தப்பட்டன. 10 புதிய துவக்கப் பள்ளிகளும், 8 வயது வந்தோர் கல்வி மையங்களும் உருவாக்கப் பட்டன. மேலும் கள்ளர் சீரமைப்புத்துறை மேற்பார்வையிலிருந்த கள்ளர் பொது நல நிதியை முறையாகப் பயன்படுத்துவதற்கு ஏற்பாடுகள் செய்யப்பட்டன.

1957 பொதுத்தேர்தலின் பொழுது தொகுதி மறுசீரமைப்பின்படி உசிலம்பட்டி பகுதி பெரியகுளம் தொகுதியிலிருந்து பிரித்துத் தனித் தொகுதியாக்கப்பட்டது. அதன் பின்பு நடந்த 1957 பொதுத்தேர்தலில் பசும்பொன் தேவர் மீண்டும் மூக்கையாத் தேவரையே உசிலம் பட்டிக்கான பார்வர்டு பிளாக் வேட்பாளராக நிறுத்தினார். காங்கிரஸ் பி.வி. இராஜு என்பவரை நிறுத்தியது. மூக்கையாத்

தேவரை பசும்பொன் தேவரிடம் அறிமுகம் செய்த அயோத்திப்பட்டி காமணத்தேவரும் சுயேட்சையாகப் போட்டியிட்டார். அதில் மூக்கையாத்தேவர், தனக்கு அடுத்தபடியாக வந்த காங்கிரஸ் வேட்பாளர் P.V. இராஜுவைக் காட்டிலும் 20, 172 வாக்குகள் அதிகமாகப் பெற்று வெற்றி பெற்றார்.

1962 பொதுத் தேர்தலில் மூக்கையாத்தேவர் மறுபடியும் உசிலம்பட்டி தொகுதியில் போட்டியிட்டார். முதுகுளத்தூர் கலவரம் காரணமாகக் கட்சியின் மீது ஏற்பட்டிருந்த அவமதிப்பு, பசும்பொன் தேவரின் உடல்நலக் குறைவு ஆகியவற்றிற்கிடையில் இத் தேர்தல் வந்தது. இந்தத் தேர்தலில் எப்படியும் மூக்கையாத் தேவரை தோற்கடித்து விடவேண்டும் என நினைத்த காங்கிரஸ் கட்சி முன்னாள் எம்.எல்.ஏ கீழஉரப்பனூர் தினகரசாமித் தேவரை களமிறக்கியது. தினகரசாமித் தேவர் ஏற்கனவே சட்டமன்ற உறுப்பினராக இருந்ததோடு திருமலை மன்னரால் எட்டு நாட்டின் கள்ளர் தலைவராகப் பட்டயம் வழங்கப்பட்ட திருமலை பின்னத் தேவரின் நேரடி வழித் தோன்றலாவார். அதனால் அவர் கள்ள நாட்டு மக்கள் மத்தியில் செல்வாக்கு மிக்கவராகத் திகழ்ந்தார். அவர் ஏற்கனவே 1952இல் ஒருங்கிணைக்கப் பட்டிருந்த திருமங்கலம், சேடபட்டி சட்டமன்றத் தொகுதியில் போட்டியிட்டு வெற்றி பெற்றிருந்தார். அவர் சட்டமன்ற உறுப்பினராகயிருந்த காலத்தில் வைகையாற்று தண்ணீரைப் பிறமலைப் பகுதிக்கு ஒட்டுமொத்தமாகத் தரமறுத்த காங்கிரஸ் ஆட்சியாளர்களிடம் போராடி திருமங்கலம் கால்வாய் திட்டத்திற்கு ஒப்புதல் பெற்று நிறைவேற்றச் செய்தார். ஆனால் அந்தக் கால்வாய் கள்ளநாட்டின் முக்கிய கிராமங்களுக்குச் செல்லாமல் ஒரு சில கள்ளர் கிராமங்களை மட்டும் கடந்து அன்றைய காங்கிரஸ் மந்திரி இராஜாராம் நாயுடுவின் சொந்த கிராமத்திற்குக் கொண்டு செல்லப்பட்டது. அதனால் தினகரசாமித் தேவரை நிறுத்துவதன் மூலம் பார்வர்டு பிளாக்கைத் தோற்கடித்து விடலாமெனக் கருதி காங்கிரஸ் அவரைக் களமிறக்கியது. ஆனால் அந்தத் தேர்தலிலும் உசிலம்பட்டி மக்கள் தங்களுக்குப் பிரியமான சின்னமான சிங்கம் சின்னத்திற்கே வாக்களித்து மூக்கையாத்தேவரை மூன்றாவது முறையாக வெற்றி பெறச் செய்தனர். அவர் 47,069 வாக்குகள் பெற்றார். தினகரசாமித்தேவர் 22,962 வாக்குகள் பெற்று 24,077 வாக்குகள் வித்தியாசத்தில் தோல்வியடைந்தார்.

பிறகு 1967 தேர்தலில் மூக்கையாத்தேவர் உசிலம்பட்டி தொகுதியில் மீண்டும் போட்டியிட்டார். அவரை எதிர்த்துக் காங்கிரஸ் கட்சி சார்பாக ஏ.எம்.நல்லதம்பித் தேவர் போட்டியிட்டார். அதில் 41,711 வாக்குகள் பெற்ற நல்லதம்பியை 28,489 வாக்குகள் வித்தியாசத்தில் தோற்கடித்தார்.

1971 தேர்தலில் மூக்கையாத்தேவர் உசிலம்பட்டி சட்டமன்றத் திற்கும், இராமநாதபுரம் நாடாளுமன்றத்திற்கும் ஒரு சேரப் போட்டியிட்டார். இரண்டிலும் வெற்றிபெற்றார். இதில் உசிலம் பட்டி சட்டமன்றத் தேர்தலில் மூக்கையாத் தேவரை எதிர்த்துப் பார்வர்டு பிளாக்கிலிருந்து பிரிந்து சென்ற புரட்சி பார்வர்டு பிளாக்கின் சார்பாக S. ஆண்டித்தேவர் போட்டியிட்டார். அவரை மூக்கையாத்தேவர் 22,383 வாக்குகள் வித்தியாசத்தில் தோற கடித்தார். ஆனால் ஒரே சமயத்தில் நாடாளுமன்றம், சட்டமன்றம் ஆகிய இரண்டிற்கும் தேர்ந்தெடுக்கப்பட்டதனால் உசிலை சட்டமன்றப் பொறுப்பை இராஜினாமா செய்தார். அதற்கு நடந்த இடைத்தேர்தலில் வழக்கறிஞர் கந்தசாமியைச் சிங்கம் சின்னத்தில் நிறுத்தினர். அவரை எதிர்த்துப் போட்டியிட்ட ஆண்டித்தேவரை மீண்டும் தோற்கடித்து வெற்றி பெற்றார்.

1977ஆம் ஆண்டு நடைபெற்ற சட்டமன்றப் பொதுத்தேர்தலில் 6வது முறையாக உசிலம்பட்டி தொகுதியில் போட்டியிட்டார். அத்தேர்தல் எம்.ஜி.ராமச்சந்திரன் அண்ணா தி.மு.க. என்ற புதிய கட்சியைத் தொடங்கி அவர் சந்தித்த முதல் பொதுத் தேர்தலாகையால் அது அரசியல் வட்டாரத்தில் மிகவும் முக்கியத்துவம் பெற்றது. தமிழ்நாடு முழுவதும் அ.தி.மு.க. சார்பில் தனது கூட்டணிக் கட்சிகள் சார்பிலும் வேட்பாளர்களை நிறுத்திய எம்.ஜி.ஆர். உசிலம் பட்டி தொகுதியில் மட்டும் வேட்பாளரை நிறுத்தவில்லை. மூக்கையாத் தேவர் நேர்மையான மக்கள் செல்வாக்குடைய தலைவர் என்பதால் அவரை எதிர்த்து வேட்பாளரை நிறுத்தவில்லையென எம்.ஜி.ஆர். கூறினார். ஆனால் காங்கிரஸ் கட்சி என்.எஸ்.பொன்னையா என்ற இளம் வழக்கறிஞரை மூக்கையாத்தேவரை எதிர்த்து நிறுத்தியது. அத்தேர்தலில் காங்கிரஸ் வேட்பாளர் பொன்னையாவைக் காட்டிலும் 23,939 வாக்குகள் அதிகம் பெற்று மூக்கையாத்தேவர் வெற்றி பெற்றார்.

1979ஆம் ஆண்டு செப்டம்பர் 6ஆம் தேதி மூக்கையாத்தேவர் மரணமடைந்த பின்பு அதே ஆண்டு டிசம்பர் மாதத்தில் உசிலம்பட்டி சட்டமன்றத்திற்கு இடைத்தேர்தல் நடந்தது. அதில் கட்சியின் மாநிலப் பொதுச் செயலாளராகயிருந்த எஸ்.ஆண்டித் தேவர் அகில இந்திய பார்வர்டு பிளாக் வேட்பாளராகச் சிங்கம் சின்னத்தில் போட்டியிட்டார். அவரை எதிர்த்து மறைந்த தலைவர் மூக்கையாத் தேவரின் மகன் P.K.M. முத்துராமலிங்கத்தை அ.தி.மு.க. இரட்டை இலை சின்னத்தில் போட்டியிடச் செய்தது. அதில் ஆண்டித்தேவர் 39,235 வாக்குகள் பெற்று மறுபடியும் வெற்றி பெற்றார். எதிர்த்து போட்டியிட்ட P.K.M. முத்துராமலிங்கம் 28,353 வாக்குகள் பெற்று தோல்வியடைந்தார்.

இடைத்தேர்தல் நடைபெற்ற ஒருசில நாட்களில் இந்திராகாந்தி தலைமையிலான மத்திய அரசாங்கம் தமிழகத்திலிருந்த எம்.ஜி.ஆர். அரசை திடீரென்று கலைத்து உத்தரவிட்டது. மாநில அமைச்சரவையைக் கலைத்ததோடு சட்டமன்றத்தையும் கலைத்தது. அதனால் 1980ஆம் ஆண்டு தமிழகச் சட்டமன்றத்திற்கு இடைப் பொதுத்தேர்தல் நடத்தப்பட்டது. அத்தேர்தலில் உசிலம்பட்டி சட்டமன்றத்தில் அகில இந்திய பார்வர்டு பிளாக் வேட்பாளராக S. ஆண்டித்தேவர் மறுபடியும் போட்டியிட்டார். அவரை எதிர்த்து, சென்ற தேர்தலில் அ.தி.மு.க வேட்பாளராக களமிறங்கிய P.K.M. முத்துராமலிங்கம் இந்தமுறை போட்டி பார்வர்டு பிளாக் வேட்பாளராக ரோஜாப்பூ சின்னத்தில் போட்டியிட்டார். இத்தேர்தலிலும் ஆண்டித்தேவர் மறுபடியும் வெற்றி பெற்றார்.

1980இல் நடைபெற்ற பொதுத்தேர்தலில் அகில இந்திய பார்வர்டு பிளாக் வேட்பாளராக S. ஆண்டித்தேவர் சிங்கச் சின்னத்திலும், அவரை எதிர்த்து மூன்றாவது முறையாக P.K.M. 1984இல் முத்துராமலிங்கம் ஜனநாயக பார்வர்டு பிளாக் என்ற பெயரில் ஏணிச் சின்னத்திலும் போட்டியிட்டனர். இரண்டு முறை போட்டியிட்டுத் தோல்வியடைந்தவர் என்ற காரணத்தினால் அவர் மேல் ஒரு அனுதாபம் மக்கள் மத்தியில் பரவலாக இருந்தது. ஆண்டித்தேவர் மீதும் கால்வாய் தோண்டுவது சம்பந்தமாகத் தொகுதி ஒரு பகுதி மக்களிடம் ஒரு அதிருப்தியும் நிலவியது. அதனால் கடுமையான போட்டி நிலவியது. இறுதியில் ஏணி சின்னத்தில் போட்டியிட்ட ஜனநாயக பார்வர்டு பிளாக் வேட்பாளர் P.K.M.முத்துராமலிங்கம் வெற்றி பெற்றார். இந்திய சுதந்திரத்திற்குப் பின் நடைபெற்ற பொதுத்தேர்தல் வரலாற்றில் உசிலம்பட்டி தொகுதியில் சிங்கம் சின்னம் முதன்முறையாகத் தோல்வியைக் கண்டது.[45]

அதன்பின்பு எம்.ஜி.ஆர். மறைந்தபின்பு அ.தி.மு.க.வில் ஏற்பட்ட உட்கட்சி மோதல்களால் சட்டமன்றம் கலைக்கப்பட்டு 1989 பொதுத்தேர்தல் நடைபெற்றது. அதில் உசிலம்பட்டி தொகுதியில் அகில இந்திய பார்வர்டு பிளாக் வேட்பாளராக சிங்கம் சின்னத்தில் S. ஆண்டித்தேவரும், தி.மு.க. ஆதரவு பெற்ற தமிழ்நாடு பார்வர்டு பிளாக் வேட்பாளராக P.N. வல்லரசு உதயசூரியன் சின்னத்திலும், காங்கிரஸ் வேட்பாளர் பாண்டியன் கைச்சின்னத்திலும் போட்டியிட்டனர். இவ்வகை மும்முனைப் போட்டியின் முடிவில் தமிழ்நாடு பார்வர்டு பிளாக் வேட்பாளர் P.N.வல்லரசு வெற்றிபெற்றார். இத்தேர்தலில் சிங்கம் சின்னம் மூன்றாவது இடத்திற்குத் தள்ளப்பட்டது.

இலங்கைத் தமிழ்ப் போராளிகள் பத்மநாபா உட்பட 11 பேர் சென்னையில் படுகொலை செய்யப்பட்டனர். கருணாநிதி தலைமையிலான தி.மு.க. அரசு இலங்கைத் தமிழ்ப் போராளிகளின் மீது காட்டிய மெத்தனப்போக்கே இப்படுகொலைக்குக் காரணம் எனக் கூறி சந்திரசேகர் தலைமையிலான மத்தியஅரசு தி.மு.க. அரசையும் தமிழக சட்டமன்றத்தையும் கலைத்தது.

அதன்பின் 1991 சட்டமன்ற பொதுத்தேர்தல் நடைபெற்றது. அதில 1989இல் தமிழ்நாடு பார்வர்டு பிளாக் வேட்பாளராக வெற்றி பெற்ற P.N. வல்லரசு அகில இந்திய பார்வர்டு பிளாக் கட்சியில் இணைத்துக் கொள்ளப்பட்டார். அவர் 1991 பொதுத்தேர்தலில் உசிலம்பட்டித் தொகுதியில் அகில இந்திய பார்வர்டு பிளாக் வேட்பாளராகப் போட்டியிட்டார். ஆனால் அவருக்கு அத் தேர்தலில் பார்வர்டு பிளாக்கின் பாரம்பரியச் சின்னமான சிங்கம் சின்னம் ஒதுக்கப்படவில்லை. வல்லரசு பானைச் சின்னத்தில் போட்டியிட்டார். அ.தி.மு.க அவரை எதிர்த்து பாண்டியம்மாள் என்ற பெண் வேட்பாளரை இரட்டை இலைச் சின்னத்தில் களமிறக்கியது. அத்தேர்தலில் வல்லரசு பானை சின்னத்தில் போட்டியிட்டாலும் மக்களின் அமோக ஆதரவைப் பெற்றிருந்தாலும் உறுதியாக வெற்றி பெற்று விடுவார் என்ற நிலை இருந்தது. இதற்கிடையில் அந்தத் தேர்தல் பிரச்சாரம் நடைபெற்றுக் கொண்டிருந்த பொழுது முன்னாள் பிரதமர் ராஜீவ்காந்தி அவர்கள் ஸ்ரீபெரும்புதூரில் படுகொலை செய்யப்பட்டார். அதன்பின்பு தேர்தல் பிரச்சாரத்தின் போக்கும் மாறத் துவங்கியது. அ.தி.மு.கவும் காங்கிரஸும் இணைந்து போட்டியிட்ட காரணத்தினால் மக்களின் அனுதாப அலை முழுவதும் அ.தி.மு.க காங்கிரஸ் கூட்டணிக்குச் சென்றது. அதனால் அந்தக் கூட்டணி பிரம்மாண்டமான வெற்றியைப் பெற்றது. பார்வர்டு பிளாக் கோட்டையாகக் கருதப்பட்ட உசிலம்பட்டி தொகுதியிலும் அ.தி.மு.க வேட்பாளர் பாண்டியம்மாள் சொற்ப வாக்குகள் வித்தியாசத்தில் வெற்றி பெற்றார். இதன் மூலம் உசிலம்பட்டி சட்டமன்றத்திற்குத் தேர்ந் தெடுக்கப்பட்ட முதல்பெண் என்ற சிறப்பையும், பார்வர்டு பிளாக் பாரம்பரியத்தில் வராத திராவிடக் கட்சிகளின் முதல் பிரதிநிதி என்ற பெருமையையும் பெற்றார்.

1996இல் நடைபெற்ற சட்டமன்ற பொதுத்தேர்தலில் அகில இந்திய பார்வர்டு பிளாக் வேட்பாளராகச் சிங்கம் சின்னத்தில் P.N. வல்லரசு மறுபடியும் போட்டியிட்டார். அ.தி.மு.க, வேலுச்சாமி என்பவரை நிறுத்தியது. அத்தேர்தலில் உசிலை மக்கள் மறுபடியும் சிங்கம் சின்னத்திற்கு வாக்களித்து அதை அமோக வெற்றி பெறச்

செய்தனர். அதன் வேட்பாளர் P.N. வல்லரசு, அ.தி.மு.க வேட்பாளரைக் காட்டிலும் சுமார் 40,000 வாக்குகள் பெற்று வெற்றி பெற்றார். சட்டமன்ற உறுப்பினராகத் திறம்பட செயல்பட்ட P.N.வல்லரசு அவருடைய பதவிக்காலம் முடிவதற்கு முன்பே 2000 அக்டோபர் 21ஆம் தேதி திடீரென்று மாரடைப்பால் காலமானார். 1999 நாடாளுமன்றத் தேர்தலில் திண்டுக்கல் மக்களவைத் தொகுதியில் அ.இ.பார்வர்டு பிளாக் வேட்பாளராக வழக்கறிஞர் சுரேந்தரன் போட்டியிட்டார்.

அதன்பிறகு 2001இல் நடைபெற்ற பொதுத்தேர்தலில் அகில இந்திய பார்வர்டு பிளாக் வேட்பாளராகச் சிங்கம் சின்னத்தில் இலா. சந்தானம் போட்டியிட்டார். அவரை எதிர்த்துத் திராவிட முன்னேற்றக் கழகம் உசிலம்பட்டி நகராட்சித் தலைவராக இருந்த S.O. ராமசாமியை களம் இறக்கியது. அத்தேர்தலில் இத்தொகுதி மக்கள் சிங்கம் சின்னத்திற்கே பெருவாரியாக வாக்களித்து வெற்றி பெறச் செய்தனர். சந்தானம் சுமார் 7000 வாக்குகள் வித்தியாசத்தில் தி.மு.க. வேட்பாளரைத் தோற்கடித்தார்.

அதன்பின்பு திரைப்பட நடிகர் மு. கார்த்திக் அகில இந்திய பார்வர்டு பிளாக் கட்சியின் மாநிலத் தலைவராகவும், பொதுச் செயலாளராகவும் ஒரு சேரப் பொறுப்பேற்றார். 2006இல் நடைபெற்ற பொதுத்தேர்தலில் அகில இந்திய பார்வர்டு பிளாக் தி.மு.க., அ.தி.மு.க. தலைமையிலான இரண்டு கூட்டணிகளிலும் சேராமல் தனித்துப் போட்டியிட்டது. தமிழ்நாடு முழுவதும் 60 தொகுதிகளில் போட்டியிட்டது. உசிலம்பட்டி தொகுதியில் முன்னாள் சட்டமன்ற உறுப்பினர் கந்தசாமியின் மகன் பசும்பொன் முத்தையா என்பவரை நிறுத்தியது. ஆனால் அவருக்குச் சிங்கம் சின்னம் ஒதுக்கப்படவில்லை. போட்டி பார்வர்டு பிளாக் வேட்பாளர் கதிரவனும், சுரேந்திரனும் சிங்கம் சின்னத்தைத் தங்களுக்கு ஒதுக்க வேண்டும் என்று கேட்டதனால், சிங்கம் சின்னம் தேர்தல் ஆணையத்தால் முடக்கி வைக்கப்பட்டது. தமிழ்நாடு முழுவதும் 59 தொகுதிகளிலும் சிங்கம் சின்னத்தில் போட்டியிட்ட அகில இந்திய பார்வர்டு பிளாக் தங்களது பாரம்பரிய தொகுதியான உசிலம்பட்டியில் மட்டும் அரிவாள் சின்னத்தில் போட்டியிட்டது. போட்டி பார்வர்டு பிளாக் வேட்பாளரான P.V.கதிரவன் திராவிட முன்னேற்றக் கழக அணியில் உதயசூரியன் சின்னத்தில் போட்டியிட்டார். அண்ணா திமுக உசிலம்பட்டி நகராட்சி தலைவராக இருந்த I. மகேந்திரனை நிறுத்தியது. கடுமையான போட்டிக்குப் பின்பு அதிமுக வேட்பாளர் மகேந்திரன் சொற்ப வாக்குகள் வித்தியாசத்தில் வெற்றிபெற்றார். இதன் மூலம் அ.தி.மு.க. இரண்டாவது முறையாக உசிலம்பட்டி தொகுதியைக் கைப்பற்றியது.

2011இல் நடைபெற்ற பொதுத்தேர்தலில் அ.தி.மு.க அணியில் அகில இந்திய பார்வர்டு பிளாக் கட்சியும், திராவிட முன்னேற்றக் கழகமும் போட்டியிட்டன. அகில இந்திய பார்வர்டு பிளாக் வேட்பாளராக P.V. கதிரவன் சிங்கம் சின்னத்தில் போட்டியிட்டார். திராவிட முன்னேற்றக் கழகம் மறுபடியும் முன்னாள் நகராட்சித் தலைவர் S.O. ராமசாமியைக் களமிறக்கியது. தொகுதி மறு சீரமைப்புக்குப் பின்பு சேடபட்டி தொகுதி கலைக்கப்பட்டு அதன் ஒரு பகுதி உசிலம்பட்டி தொகுதியோடு இணைக்கப்பட்டது. அப் பகுதிகளில் பிறமலைக் கள்ளர்கள் அல்லாத சமூகத்தவர்கள் பெரு வாரியாக இருந்ததனால் இந்தமுறை பார்வர்டு பிளாக்கிற்கான வெற்றி வாய்ப்பு குறைவு எனக் கருதப்பட்டது. திராவிட முன்னேற்ற கழகமும், பணபலம், அதிகாரபலம், படைபலம் மூன்றையும் முழுமையாகப் பயன்படுத்தியது.[46]

இப்படிக் கடுமையான போட்டி நிலவிய பொழுதும் இந்த முறையும் உசிலம்பட்டி தொகுதி மக்கள் தங்கள் பாரம்பரிய சின்னமான சிங்கம் சின்னத்திற்கே அதிகமாக வாக்களித்தனர். பார்வர்டு பிளாக் வேட்பாளர் P.V. கதிரவன் 15,500 வாக்குகள் வித்தியாசத்தில், தி.மு.க. வேட்பாளர் S.O. ராமசாமியைத் தோற் கடித்தார். இத்தேர்தல் வெற்றியின் மூலம் தங்களது 60 ஆண்டுகால அரசியல் தனித்தன்மையை உசிலம்பட்டி தொகுதி மக்கள் தக்க வைத்துக் கொண்டனர்.

இந்திய தேசிய காங்கிரஸ்

ரேகைச் சட்ட ஒடுக்குமுறையாலும் இன்னும் பிற காலனியாதிக்க ஒடுக்குமுறையாலும் பாதிக்கப்பட்டிருந்த கள்ளரின மக்கள் சுதந்திரப் போராட்ட காலத்தில் விடுதலை இயக்கத்தில் அதிகமாக இணைந்தனர். சுதந்திரத்திற்கு முன்பு பசும்பொன் உ.முத்து ராமலிங்கத் தேவர் காங்கிரஸ் இயக்கத்தில் செயல்பட்டதால் அக்காலகட்டத்தில் இப்பகுதி மக்களும் காங்கிரஸில் இணைந்து செயல்பட்டனர். இவர்கள் போர்குணம் மிக்க மக்களாகையால் காங்கிரஸ் பேரியக்கத்திலிருந்த தீவிரவாதத் தலைமையின்கீழ் குறிப்பாக நேத்தாஜியின் தலைமையின் கீழ் திரெண்டெழுந்தனர். 1942இல் வெள்ளையனே வெளியேறு இயக்கம் துவங்கிய காலத்தில் இப்பகுதி மக்கள் பெரிதும் பங்களித்தனர். பல இடங்களில் தண்ட வாளங்கள் தகர்க்கப்பட்டன. தந்திக் கம்பிகள் அறுக்கப்பட்டன. மாணவர்கள் வகுப்புகளைப் புறக்கணித்துப் போராட்டத்தில் ஈடுபட்டனர். அவற்றை ஒடுக்குவதற்காகக் காவல்துறை அதிகாரிகள் போராட்டக்காரர்களைக் கொடூரமாகச் சித்ரவதை செய்து அடித்து

இழுத்துச் சென்றனர். அப்பொழுது உசிலம்பட்டிக்கு அருகேயுள்ள வில்லாணி கிராமத்தைச் சேர்ந்த பெருமாள் என்பவர் சுதந்திரப் போராட்ட வீரர்களுக்குத் தலைமைத் தளபதியாக இருந்து செயல் பட்டார். அவர் வண்ணார் சமூகத்தைச் சேர்ந்தவர். போராட்டம் தீவிரமாகயிருந்தபோது ஒருநாள் காலைப் பொழுதில் அவரது வீட்டிற்குச் சென்ற காவல் துறையினர் பெருமாளையும், அவரது தாயாரையும் அடித்துத் துன்புறுத்தி இருவரையும் முழு நிர்வாணமாக உசிலை நகர வீதிகளில் இழுத்துச் சென்றனர். தாயும், மகனும் நிர்வாணத்தோடு இழுத்துச் செல்லப்படுவதைப் பார்த்த மக்கள் கதறி அழுதனர். அப்பொழுதும் அவரது தாயார் கொஞ்சமும் அச்சப்படாமல் "மகாத்மா காந்திக்கு ஜே! நேத்தாஜி போஸுக்கு ஜே!" எனக் கோஷமிட்டுக் கொண்டே கம்பீரத்தோடு நடந்து சென்றார். இந்திய தேசிய விடுதலைக்காக எத்தனையோ பேர் எவ்வளவோ தியாகங்களைச் செய்தனர். அவற்றுள் உசிலம்பட்டிக்கு அருகே குக்கிராமத்தில் பிறந்த அந்த வீரத்தாயும், வீரமகனும் செய்த தியாகம் இந்த மண்ணில் மனிதர்கள் வாழும்வரை என்றும் நிலைத்திருக்கும்.

அதே போல் கவணம்பட்டியைச் சேர்ந்த வீரணத்தேவர் என்பவர் காந்தியைப்போல் வேடமிட்டுக் கொண்டு கிராமம் கிராமமாகச் சென்று கொம்பூதி மகாத்மா காந்தியைப் பற்றிய பாடல்களைப்பாடி மக்கள் மத்தியில் சுதந்திர எழுச்சிகளை ஏற்படுத்தி வந்தார். அவரையும் காவல்துறையினர் உடல் முழுவதும் வெடிக்கின்ற அளவிற்கு இரத்தம் ஒழுக, ஒழுக அடித்து இழுத்துச் சென்றனர். அவர் சற்று சிவந்த நிறமுடையவராகையால் போலீஸ் அடித்த அடி அவரது உடல் கறிகள் எல்லாம் வெடித்து அதற் குள்ளிருந்து பச்சைக் கறிகள் வெளியில் தெரிய ஆரம்பித்தது. பச்சைக்கறி தெரிகின்ற அளவிற்கு அடி வாங்கியதால் அவரை மக்கள் அனைவரும் 'பச்சைக்கறி காந்தி' என அழைத்தனர். மேலும் கீழஉரப்பனூர் தினகரசாமித் தேவர் வகுரணி மாயாண்டிச்சாமி, அயோத்திப்பட்டி காமணத்தேவர், வலையபட்டி வீரணத்தேவர், ஆதிதிராவிடர் சமூகத்தைச் சேர்ந்த முத்து போன்றோர் காங்கிரஸ் இயக்கத்தில் இணைந்து விடுதலைப் போராட்டத்தில் தீவிரமாக ஈடுபட்டனர்.

சுதந்திரத்திற்குப்பின் பசும்பொன் உ.முத்துராமலிங்கத் தேவர் காங்கிரஸிலிருந்து விலகி பார்வர்டு பிளாக்கில் இணைந்ததால் இப்பகுதி மக்கள் மத்தியில் காங்கிரஸ் செல்வாக்கு இழக்க ஆரம்பித்தது. இருந்தபோதிலும் 1952 பொதுத்தேர்தலில் கீழஉரப்பனூர் தினகரசாமித் தேவர் திருமங்கலம் தொகுதியில்

காங்கிரஸில் போட்டியிட்டு வெற்றி பெற்றார். பெரியகுளம் இரட்டை உறுப்பினர் தனித்தொகுதியில் காங்கிரஸ் சார்பாகப் போட்டியிட்டு முத்து அவர்கள் வெற்றிபெற்றார். அதன்பின்பு 1950களில் A.M.நல்லதம்பித்தேவர், மாதரை கல்யாணித்தேவர், மானூத்து ராமத் தேவர் வாலாந்தூர் சொக்கலிங்கத் தேவர் போன்றோர்கள் காங்கிரஸ் இயக்கத்தில் இணைந்து செயல்பட்டனர். நல்லதம்பித்தேவர் ஊராட்சி ஒன்றியப் பெருந்தலைவராகவும், மாதரை கல்யாணித்தேவர் நகரப்பஞ்சாயத்துத் தலைவராகவும் பொறுப்பு வகித்தனர். சுதந்திரத்திற்கு முன்புவரை திராவிட இயக்கத்தின் ஆதரவாளர்களாகயிருந்த இப்பகுதி நாடார்கள், சுதந்திரற்குப் பின்பு பெருமளவில் காங்கிரஸில் இணைந்தனர். இதில் ஒருசிலர் உசிலை நகரப் பஞ்சாயத்துத் தலைவர்களாகவும் பொறுப்பு வகித்தனர். இப்படிக் காங்கிரஸ் கட்சியைச் சேர்ந்த ஒரு சிலர் ஊராட்சி ஒன்றியப் பெருந்தலைவர்களாகவும், நகரப் பஞ்சாயத்துத் தலைவர்களாகவும் பொறுப்பு வகித்த போதிலும் சட்டமன்றத் தேர்தல், பாராளுமன்றத் தேர்தல்களில் காங்கிரஸ் கட்சியினரால் எந்த வெற்றியையும் பெற இயலவில்லை. சுதந்திரத்திற்குப் பின் ஆட்சி செய்த காங்கிரஸ் ஆட்சியாளர்களின் அராஜக அரசியல், முதுகுளத்தூர் கலவரம் போன்ற நிகழ்வுகளைக் காரணம் காட்டி முக்குலத்தோர் மக்கள் மீதும் இன்னும் பிற மக்கள் மீதும் காங்கிரஸ் கட்டவிழ்த்து விட்ட கொடிய ஒடுக்குமுறை

சீ. தினகர்சாமி தேவர்

காரணமாக இப்பகுதி மக்களிடம் காங்கிரஸ் மீது அடிப்படையான வெறுப்பே உருவாகியது. அதனால் காங்கிரஸ் இயக்கத்தால் இப்பகுதி மக்களிடையே செல்வாக்கைப் பெற இயலவில்லை. திராவிடக் கட்சிகள் உருப்பெற்று வரும்வரை இரண்டாவது இடத்திலிருந்த காங்கிரஸ் அதன்பிறகு கடைநிலைக்குத் தள்ளப்பட்டு விட்டது.

கம்யூனிஸ்ட் இயக்கம்

உசிலம்பட்டி அருகேயுள்ள அயோத்திப் பட்டியைச் சேர்ந்த C.P.ராஜ் என்பவர் 1945இல் அமெரிக்கன் கல்லூரியில் பட்டப்படிப்பு படித்து வந்தார். கல்லூரியில் அவரும், தோழர் சங்கரய்யாவும் நண்பர்களாக இருந்தனர். தோழர் சங்கரய்யா அப் பருவத்திலேயே கம்யூனிஸ்ட் இயக்கத்தோடு தொடர்பு கொண்டு அதன் மாணவரமைப்பில் செயல்பட்டு வந்தார். சங்கரய்யாவின் நட்பு C.P. ராஜியின் பொதுவுடைமைச் சித்தாந்தத்தின் கீழ் ஈர்த்தது. அப்பொழுது ராஜியின் சின்னம்மாள் மகன் போத்தம்பட்டி பால்ராஜ் மதுரை யு.சி.எஸ். பள்ளியில் படித்து வந்தார். அவர் விடுமுறை நாட்களில் தனது பெரியம்மா மகன் C.P. ராஜ்ஜை கல்லூரி விடுதிக்குச் சென்று சந்திப்பது வழக்கம். அப்பொழுது பால்ராஜிற்கும், சங்கரய்யாவிற்கும் அறிமுகம் உருவாகியது.

சங்கரய்யாவின் முற்போக்குக் கருத்துக்களாலும், துடிப்புமிக்க செயல்பாடுகளாலும் ஈர்க்கப்பட்ட பால்ராஜ் சங்கரய்யாவின் தலைமையில் ‘அனைத்திந்திய மாணவர் பெருமன்றத்தில்’ இணைந்து செயல்பட ஆரம்பித்தார். 1946ஆம் ஆண்டு சுபாஷ் போஸின் இந்திய தேசிய இராணுவத் தளபதிகள் மோகன்சிங், ஷாநவாஸ்கான், தில்லான் ஆகிய மூவரும் பிரிட்டிஷ் ராணுவத்தால் கைது செய்யப் பட்டு டெல்லி செங்கோட்டையில் சிறையில் அடைக்கப்பட்டனர். அவர்கள் மூவரையும் விடுதலை செய்யக்கோரி இந்தியா முழுவதும் மிகப் பெரிய எழுச்சி உருவாகியது. அனைத்திந்திய மாணவர் பெருமன்றம் அவர்கள் மூவருடைய விடுதலையை வலியுறுத்தி, வகுப்புகளைப் புறக்கணித்துப் போராட்டத்தில் ஈடுபடுமாறு இந்திய மாணவர் சமுதாயத்திற்கு அறைகூவல் விடுத்தது. அவ்வறைகூவலை ஏற்று இந்தியா முழுவதும் மாணவர் சமுதாயம் வகுப்புகளைப் புறக்கணித்து வீதிகளில் இறங்கிப் போராடினர்.

அப்பொழுது அனைத்திந்திய மாணவர் பெருமன்றத்தின் மாநிலச் செயலாளராகயிருந்த தோழர் நல்லசிவன் தலைமையில் தமிழக மாணவர்களும் போராட்டத்தில் குதித்தனர். மதுரை

யு.சி.எஸ். பள்ளி மாணவராகயிருந்த தோழர் பால்ராஜ் மாணவர்களைத் திரட்டிக்கொண்டு இன்றைய கட்டபொம்மன் சிலைக்கு அருகில் ஒரு மிகப்பெரிய மறியல் போராட்டத்தில் ஈடுபட்டார். காவல்துறையினர் மறியல் போராட்டத்தில் ஈடுபட்டவர்களையெல்லாம் ஈவு இரக்கமின்றித் தாக்க ஆரம்பித்தனர். வெகுண்டெழுந்த மாணவர்கள் கற்களை வீசீ எதிர்த் தாக்குதலில் ஈடுபட்டனர். அந்த இடமே போர்க்களம் போல் காட்சியளித்தது. காவல்துறையினர் துப்பாக்கியால் வானத்தை நோக்கிச் சுட்டனர். மாணவர்கள் கலைந்து ஓடும்பொழுது துப்பாக்கி முனையால் தாக்கியும், லத்தியால் அடித்தும் காயப்படுத்தினர். தோழர் பால்ராஜ் சற்று வளைந்த பாதங்களையுடையவர். அதனால் அவரால் வேகமாக ஓடமுடியவில்லை. நெரிசலில் தவறி விழுந்துவிட்டார். இதனைப் பார்த்த ஒரு போலீஸ்காரன், இவன் தானே இந்த கூட்டத்தின் தலைவன் என்று கூறிக்கொண்டே துப்பாக்கி முனையிலிருக்கும் கத்தியால் அவரது வலது தொடையில் குத்திக் கிழித்தான். இரத்தம் அதிகமாக வெளியேறியதனால் மயக்கமுற்ற நிலையில் அவர் தெருவோரத்தில் கிடந்தார். இப்படி ஒரு இளம் மாணவன் மயக்கமுற்றுத் தெருவில் கிடப்பதைப் பார்த்து அதனருகில் டீக்கடை நடத்திவந்த தம்பதியர் அவரைத் தூக்கிச் சென்று ஒரு மாதகாலம் தங்கள் இல்லத்திலேயே வைத்திருந்து, வைத்தியம் செய்தனர். அந்தத் தம்பதிகள் மலையாளிகள். கணவன், மனைவி இருவரும் மார்க்சியக் கொள்கையால் ஈர்க்கப்பட்டவர்கள். அவர்கள் தோழர் பால்ராஜுவோடு பல அரசியல் விவாதங்களில் ஈடுபட்டு உலகம் முழுவதும் நடக்கின்ற தொழிலாளர்கள் போராட்டங்கள், சோவியத் யூனியனில் நடந்துள்ள சோசலிசக் கட்டமைப்புகள் போன்றவற்றை அவருக்கு அறிமுகம் செய்து வைத்தனர். இந்தியா விடுதலையடைந்த பின்பு ஒரு சோசலிச தேசமாக மாறினால்தான் அந்த விடுதலை உண்மையான விடுதலையாக இருக்கும் என்பதை அவருக்கு உணர்த்தினர்.

அதுவரை விடுதலைப் போராட்டத்தில் மட்டும் ஆர்வமுடையவராகயிருந்து வந்த பால்ராஜ் அந்த மலையாளத் தம்பதியினரைச் சந்தித்த பின்பு முழுமையான கம்யூனிஸ்ட்டாக மாற ஆரம்பித்தார். இவ்வகையில் அரசியலில் அவர் தீவிரமாக ஈடுபடுவதைப் பார்த்த அவரது தந்தை போத்தம்பட்டி நாட்டாண்மைக்காரர் அவரை யு.சி.எஸ் பள்ளியிலிருந்து விலக்கி வந்து உசிலம்பட்டி போர்டு ஹைஸ்கூலில் சேர்த்து விட்டார். தோழர் பால்ராஜ் போர்டு ஹைஸ்கூலில் படிக்கும்பொழுது தோழர் தா.பாண்டியன், தோழர் U.P. பால்ச்சாமி, தோழர் மகாலிங்கம், தோழர் விக்டர் டேனியல்

சீனியப்பன், தோழர் திருஞானம் போன்றோரும் உசிலம்பட்டி உயர்நிலைப்பள்ளியில் படித்து வந்தனர். தோழர் பால்ராஜும் அவர்களும் நண்பர்களாக மாறினர். தோழர் பால்ராஜ், அவர்கள் மத்தியில் கம்னியூஸ்ட் சித்தார்ந்தம் பற்றியும், கம்னியூஸ்ட் கட்சி பற்றியும் அதன் தலைவர்கள் பற்றியும் பேசி அறிமுகம் செய்து வைத்தார்.[47]

அதனால் அவர்களும் பொதுவுடைமைக் கொள்கையால் ஈர்க்கப்பட்டனர். இவர்கள் எல்லோரும் சேர்ந்து நேதாஜி மாணவர்கள் மன்றம் என்ற ஒரு அமைப்பை உருவாக்கினர். அந்த அமைப்பின் மூலம் கம்யூனிஸ்ட் கட்சியைத் தொடர்பு கொள்ள ஆரம்பித்தனர். மதுரையிலிருந்து தோழர் ஜானகியம்மாளின் கணவர் தோழர் குருசாமி இவர்களை நேரடியாகச் சந்தித்து கட்சியின் கிளை ஒன்றை உருவாக்கி செயல்படுமாறு அறிவுரை கூறினார். இவர்களுக்கு அரசியல் வகுப்பு எடுப்பதற்கும் ஏற்பாடு செய்யப்பட்டது. தோழர் C.P. ராஜ் அவர்களும், தோழர் திரு. செல்லப்பா அவர்களும் இவர்களுக்குக் கம்யூனிஸக் கொள்கைகளை அறிமுகம் செய்து வகுப்புகளை நடத்தினர். இந்தியா சுதந்திரம் பெற்ற பின்பு சுதந்திரா சர்க்காரால் கம்யூனிஸ்ட் கட்சி தடை செய்யப்பட்டது. அதன் தலைவர்களும் சிறைப்படுத்தப்பட்டனர். அதனால் கட்சித் தலைமையோடு இவர்களுக்கிருந்த தொடர்பு அறுந்து போனது. இவர்கள் ஆறுபேரும் இணைந்து கட்சியை

U.P. பால்ச்சாமி

ஆதரித்து விளம்பரங்கள் செய்து சிறுசிறுக் கூட்டங்களையும் நடத்தி வந்தனர். அதனால் இந்த ஆறுபேரும் திடீரென்று காவல்துறை யினரால் கைது செய்யப்பட்டனர். அதில் தோழர் பால்ராஜூம், தோழர் விக்டர் டேனியல் சீனியப்பன் மட்டுமே வயதில் பெரியவர்கள், மற்ற அனைவரும் அரைக்கால் சட்டைப் போடுகின்றளவிற்கு மிகவும் சிறியவர்கள். இதனைப் பார்த்த அன்றைய உசிலம்பட்டி ஜுடிசியல் மேஜிஸ்ட்ரேட் இவர்களைப் பார்த்து பள்ளியில் படிக்கின்ற பையன்களா எனக் கேட்டார். எல்லோரும் ஆமாம் என்றவுடன், தந்தை மகனுக்கு காட்டும் உதவி பற்றி வள்ளுவன் என்ன சொல்லியிருக்கிறார் சொல்லுங்கள் என்றார். தோழர் தா. பாண்டியன் இது பற்றி வள்ளுவன் சொன்ன திருக்குறளை மிகச் சரியாகச் சொல்லிவிட அவரையும் அவருடன் நின்ற அரைக்கால் சட்டைப் போட்ட பையன்களை வெளியில் அனுப்பிவிட்டுத் தோழர் பால்ராஜ், தோழர் விக்டர் டேனியல் சீனியப்பனை மட்டும் 15 நாள் ரிமாண்ட் செய்து விட்டார். இருவரும் உசிலம்பட்டி சப்ஜெயிலில் விசாரணைக் கைதியாக அடைக்கப்பட்டனர். மறுநாள் தினமணிப் பத்திரிகையில் "நேரு அரசாங்கத்தைத் தூக்கியெறிய முயற்சி செய்த இரண்டு சுண்டெலிகள் கைது" எனச் செய்தி வெளியிட்டது. 15 நாள் ரிமாண்டிற்குப் பின்பு இருவரும் ஜாமீன் பெற்று வெளியில் வந்தனர்.[48]

அதன் பின்பு தோழர் தா. பாண்டியன் காரைக்குடி அழகப்பா பல்கலைக் கழகத்திற்குப் பட்டப்படிப்பு படிக்கச் சென்றுவிட, தோழர் பால்ராஜ், தோழர் U.P. பால்ச்சாமி, தோழர் மகாலிங்கம் ஆகியோர் கம்யூனிஸ்ட் கட்சி கிளையாகச் செயல்பட ஆரம்பித்தனர்.

தோழர் போத்தம்பட்டி சின்னத்துரைதேவர், தோழர் பக்தவத்சலம், அன்னம்பாரிப்பட்டியைச் சேர்ந்த தோழர்கள் பயில்வான் சிங்கராஜ், நெப்போலியன், உசிலம்பட்டி P.V. பேயத்தேவர், அயோத்திப்பட்டி முத்துக்கருப்ப குடும்பன், ஆகியோரும் கம்யூனிஸ்ட் கட்சியில் இணைந்து தீவிரமாகச் செயல்படத் துவங்கினர்.

1952 பொதுத் தேர்தலில் இந்திய கம்யூனிஸ்ட் கட்சி பார்வர்டு பிளாக்கை ஆதரித்ததனால் இவர்கள் அனைவரும் தோழர் K.T.K. தங்கமணி தலைமையில் மூக்கையாத்தேவரின் வெற்றிக்காகத் தீவிரமாக உழைத்தனர். 1957இல் நடைபெற்ற பொதுத்தேர்தலில் மதுரை பாராளுமன்றத்தில் இந்திய கம்யூனிஸ்ட் கட்சி சார்பாகத் தோழர் K.T.K. தங்கமணி போட்டியிட்டார். அப்பொழுது பிறமலைக் கள்ளர்களைப் பெரும்பான்மையாகக் கொண்ட உசிலம்பட்டி,

திருமங்கலம் சட்டமன்ற தொகுதிகள் மதுரை பாராளுமன்றத் தொகுதிக்குள் இருந்தது. இத்தேர்தலையும் கம்யூனிஸ்ட் கட்சியும் பார்வர்டு பிளாக்கும் இணைந்தே சந்தித்தன. பசும்பொன் உ.முத்துராமலிங்கத் தேவர் K.T.K. தங்கமணியை ஆதரித்து தீவிரமாகப் பிரச்சாரம் செய்தார். தோழர் பால்ராஜ், தோழர் மகாலிங்கம், தோழர் U.P. பால்சாமி ஆகியோர் இணைந்து உசிலம்பட்டி தொகுதியில் களத்தில் இறங்கிப் பணியாற்றினர். K.T.K. தங்கமணி நாடார் சமூகத்தைச் சேர்ந்தவராகயிருந்தாலும் அவரது தியாக அரசியலாலும், பாரபட்சமற்ற நவீன சிந்தனையாலும் கவரப்பட்ட இம்மக்கள் அவரது சின்னமாகிய கதிர் அரிவாளுக்கு வாக்களித்து அவரைப் பெரும் வெற்றி பெறச் செய்தனர்.

இங்ஙனம் கம்யூனிஸ்ட் கட்சி இப்பகுதி மக்களிடம் பெரும் தாக்கத்தை ஏற்படுத்தினாலும் இவர்கள் மத்தியில் செல்வாக்குமிக்க இயக்கமாக வளர இயலவில்லை. இப்பகுதி கம்யூனிஸ்ட் கட்சிக்கு வித்திட்ட தோழர் பால்ராஜ் 1960களுக்குப் பின்பு உடல்நிலை காரணமாகப் பொது வாழ்க்கையிலிருந்து விலகிவிட்டார். தோழர் U.P. பால்ச்சாமி தலைமையின் கீழ் கட்சிகளைச் செயல்பட ஆரம்பித்தது. தோழர் U.P. பால்ச்சாமி தன்னலமற்ற செயலாலும் கடின உழைப்பாலும் மக்கள் மத்தியில் மதிப்புமிக்க தலைவராக உயர்ந்தார். 1985 செப்டம்பர் மாதத்தில் நடைபெற்ற உள்ளாட்சித் தேர்தலில் வெற்றி பெற்று உசிலை நகரப் பஞ்சாயத்துத் தலைவரானார். மற்றப்படி கம்யூனிஸ்ட் கட்சி மிகப்பெரிய தேர்தல் வெற்றிகளைப் பெற இயலவில்லை. தற்பொழுது கருமாத்தூர் பகுதிகளில் மட்டும் சற்று மக்கள் செல்வாக்கோடு கம்யூனிஸ்ட் கட்சி இயங்குகிறது.

1962இல் கம்யூனிஸ்ட் கட்சி பிளவு ஏற்பட்டபொழுது உசிலம் பட்டி தோழர்களில் பெருவாரியானோர் மார்க்சிஸ்ட் கட்சியில் இணைந்து செயல்பட ஆரம்பித்தனர். அதனால் மார்க்சிஸ்ட் கட்சியே இப்பகுதியில் ஓரளவிற்கு வலிமைமிக்க கம்யூனிஸ்ட் கட்சியாக இயங்கி வருகிறது. ஆனால் உசிலம்பட்டி கட்சிக் கிளையிலிருந்து தனது அரசியல் பணியைத் துவங்கிய தோழர் தா. பாண்டியன் இன்று இந்திய கம்யூனிஸ்ட் கட்சியின் தமிழ் மாநிலச் செயலாளராக இருந்து வருகிறார். உசிலம்பட்டி பகுதி மார்க்சிஸ்ட் கட்சியில் தோழர் K.தேவராஜ், தோழர் செல்வராஜ், தோழர் ரமேஷ், தோழர் செல்லக்கண்ணு, தோழர் முத்துராணி, தோழர் காத்தம்மாள், தோழர் ராஜன், கருமாத்தூர் பகுதியில் தோழர் முத்துப்பாண்டி, தோழர் பரமன், தோழர் தங்கராஜ், தோழர் ஜெயராஜ், போன்றோர் முன்னணித் தோழர்களாகச் செயல்பட்டு வருகின்றனர்.

1948 கம்யூனிஸ்ட் கட்சி தடை செய்யப்பட்டிருந்த காலத்தில் மதுரையைச் சேர்ந்த தோழர் பாலு என்பவர் கொலை வழக்கு ஒன்றில் குற்றம் சாட்டப்பட்டு தூக்குத் தண்டனை விதிக்கப் பட்டார். கருமாத்தூருக்கு அருகேயுள்ள கருகப்பிள்ளையில் பிறந்த அவர் சிறுவயதிலிருந்தே கம்யூனிஸ்ட் கட்சியில் தன்னை இணைத்துக் கொண்டு செயல்பட்டு வந்தார். இன்றும் மதுரை கம்பூயிஸ்ட்கள் மத்தியில் 'தூக்கு மேடை பாலு' என்றே அன்புடன் அழைக்கப்படுகின்றார். மேலும் பிறமலைக் கள்ளர் சமூகத்தைச் சேர்ந்த மோகன் மார்க்சீஸ்ட் கம்யூனிஸ்ட் கட்சி சார்பாக போட்டியிட்டு இரண்டு முறை மதுரை மக்களவைத் தொகுதியில் உறுப்பினராகப் பொறுப்பு வகித்தார்.

திராவிட முன்னேற்றக் கழகம்

குற்றப்பரம்பரைச் சட்டம் சென்னை மாகாணத்தில் அமல்படுத்தப் பட்ட காலத்தில் திராவிட இயக்கத்தின் தாய்க் கழகமான நீதிக்கட்சியே அதிகாரத்தில் இருந்தது. தாங்கள் அதிகாரத்திலிருக்கும் பொழுது வகுப்புவாரிப் பிரதிநிதித்துவம், இந்து அறநிலையத்துறை சீர்திருத்தம் போன்ற முற்போக்குத் திட்டங்களை அமல்படுத்திய நீதிக்கட்சி ஆட்சியாளர்கள் குற்றப்பரம்பரைச் சட்டத்தை எதிர்த்து ஒரு சுண்டு விரலைக்கூட அசைக்கவில்லை. மாறாக, அதனைத் தீவிரமாக அமல்படுத்துவதிலேயே முனைப்பு காட்டினர். சாதி, மத ஏற்றத் தாழ்வுகளை எதிர்த்துச் சுயமரியாதைப் பிரச்சாரம் செய்து வந்த தந்தை பெரியார்கூட பிறப்பின் அடிப்படையில் மனிதர்களைக் குற்றவாளிகளாக அடையாளப்படுத்துகின்ற இக்கொடிய சட்டத்தை எதிர்த்து எந்த ஒரு இயக்கத்தையும் நடத்தவில்லை.

மேலும், தேச விடுதலை இயக்கமும், ரேகைச் சட்ட எதிர்ப்பு இயக்கமும் ஒரு சேர வளர்ந்த காரணத்தினால் இம்மக்கள் மத்தியில் திராவிட இயக்கத்தால் துவக்கத்தில் தடம் பதிக்க இயலவில்லை. அதனால் 1949ஆம் ஆண்டு திராவிட கழகத்திலிருந்து பிரிந்து சி.என். அண்ணாத்துரை தலைமையில் திராவிட முன்னேற்றக் கழகம் உருவாக்கப்பட்டபொழுது இப்பகுதியைச் சேர்ந்த நாடார்களே தி.மு.க.வில் அதிகமாக இணைந்தனர். குறிப்பாகத் தனியார் பஸ் முதலாளிகளான T.R.M.S. குடும்பத்தைச் சேர்ந்தவர்கள் திராவிட முன்னேற்றக் கழகத்தின் முதல் கிளையை இப்பகுதியில் துவங்கினர்.

இப்படித் துவக்ககாலத்தில் இப்பகுதி நாடார்கள் தி.மு.க.வில் பெரிதும் இணைந்து செயல்பட்டாலும் சுதந்திரத்திற்குப்பின் தமிழ்நாடு காங்கிரஸ் கட்சியில் காமராஜர் முக்கியத்துவம் பெற

ஆரம்பித்தவுடன் இப்பகுதி நாடார்களின் பெரும்பகுதியினர் காங்கிரஸில் இணையத் துவங்கினர். உசிலம்பட்டி நாடார்கள் – சிவகாசி நாடார்கள், நட்டாத்தி நாடார்கள் என இரண்டு பிரிவுகளாக உள்ளனர். இதில் சிவகாசி நாடார்கள் திராவிட முன்னேற்றக் கழகத்தின் ஆதரவாளர்களாகவும், நட்டாத்தி நாடார்கள் காங்கிரஸ் இயக்கத்தின் ஆதரவாளர்களாகவும் செயல்படத் துவங்கினர்.

திராவிட முன்னேற்றக் கழகம் துவக்க காலத்தில் திராவிடர் நாடு கோரிக்கையையும், நாத்திகத்தையும் முன்னிறுத்திப் பிரச்சாரம் செய்து வந்தது. இந்திய தேசிய விடுதலைப் போராட்டத்தில் தன்னை முழுவதும் அர்ப்பணித்துக் கொண்ட பசும்பொன் முத்துராமலிங்கத் தேவர் திராவிட நாடு கோரிக்கையை எதிர்த்துத் தீவிரமாகப் பிரச்சாரம் செய்தார். மேலும் தேவர் அவர்கள் விவேகானந்தர், வள்ளலார் போன்றோர் முன்னிறுத்திய சமய, சன்மார்க்க, ஆன்மீக நெறியில் பற்றுடையவராகையால் தி.மு.கவின் நாத்திகக் கொள்கையையும் எதிர்த்துத் தீவிரமாகப் பிரச்சாரம் செய்தார். அதனால் துவக்ககாலத்தில் திராவிட முன்னேற்றக் கழகத்தால் தென்மாவட்டத்திலிருந்த முக்குலத்தோர் மத்தியில் பெரியளவில் செல்வாக்குப்பெற இயலவில்லை. இருந்தபோதிலும் 1960களுக்குப் பின்பு சில முக்குலத்தோர்கள் திராவிட முன்னேற்றக் கழகத்தில் முக்கியத்துவம் பெறத் துவங்கினர். குறிப்பாக 1962வது பொதுத்தேர்தலில் கம்பம் சட்டமன்ற பிறமலைக் கள்ளர் சமூகத்தில் பெரும் நிலக்கிழாராகிய கூடலூர் பேயத்தேவரது கொள்ளுப் பேரன் திரு. ராஜாங்கம் தி.மு.க. வேட்பாளராக நிறுத்தப்பட்டு வெற்றி பெற்றார். அதன்பின்பு 1965இல் நடைபெற்ற இந்தி எதிர்ப்புப் போராட்டத்தின் பொழுது ராஜாங்கம் அவர்களின் தலைமையில் கூடலூரில் ஆர்ப்பாட்டம் நடைபெற்றுக் கொண்டிருந்த சமயத்தில் போராட்டம் வன்முறையாக மாறி துப்பாக்கிச் சூடு நடைபெற்றது. அதில் நான்குபேர்கள் கொல்லப்பட்டனர். ராஜாங்கம் போலீஸாரால் கைது செய்யப்பட்டுச் சித்திரவதைக்குள்ளாக்கப்பட்டார்.

அதன்பின் 1967இல் நடைபெற்ற பொதுத்தேர்தலில் தி.மு.கவின் தலைவர் சி.என். அண்ணாத்துரை காங்கிரஸை எதிர்த்து ஒரு பெருங்கூட்டணியை ஏற்படுத்தினார். அதில் மூக்கையாத்தேவர் தலைமையிலான அகில இந்திய பார்வர்டு பிளாக் கட்சியும் இணைத்துக் கொள்ளப்பட்டது. அத் தேர்தலில் பார்வர்டுபிளாக் கட்சியின் துணையோடு தி.மு.க. தென்மாவட்டங்களில் அதுவரை தன் தடம் பதித்திருக்காத பல பகுதிகளுக்குச் சென்று தீவிரமாகப் பிரச்சாரம் செய்தது. அதன் விளைவாக 1967இல் காங்கிரஸ் தூக்கியெறியப்பட்டுத் திராவிட முன்னேற்றக் கழகம் முதன்முறையாக

ஆட்சியைக் கைப்பற்றியது. சி.என். அண்ணாத்துரை முதலமைச் சராகப் பொறுப்பேற்றார். பார்வர்டு பிளாக் கட்சியின் துணை யில்லாமல் தென்மாவட்டங்களில் (குறிப்பாக முக்குலத்தோர் மத்தியில்) பெரும் வெற்றியைப் பெற்றிருக்க இயலாது என்பதனை உணர்ந்திருந்த முதலமைச்சர் சி. என். அண்ணாத்துரை அவர்களது முன்னேற்றத்திற்காகப் பல நல்ல திட்டங்களைச் செயல்படுத்த முன் வந்தார்.

மேலும் வெள்ளையர் ஆட்சியில் ரேகைச் சட்டத்தால் கொடூரமாக ஒடுக்கப்பட்ட கள்ளர், மறவர்கள் சுதந்திரத்திற்குப் பின்பு உருவான காங்கிரஸ் ஆட்சியாலும் தொடர்ந்து கொடூரமாக ஒடுக்கப்பட்டிருந்ததை உணர்ந்திருந்த சி.என். அண்ணாத்துரை, அவர்கள் மத்தியில் புணர்வாழ்வு திட்டங்களைச் செயல்படுத்த முன் வந்தார். அதன்படி மூக்கையாத்தேவர் அவர்களின் வேண்டு கோளிற்கிணங்க ரேகைச்சட்டத்தால் பாதிக்கப்பட்ட பிறமலைக் கள்ளர்களும், கொண்டையன் கோட்டை மறவர்களும் பெருவாரியாக வாழக்கூடிய உசிலம்பட்டிப் பகுதியிலும், கமுதி பகுதியிலும், திருநெல்வேலி மாவட்ட சங்கரன்கோயில் பகுதிகளிலும் கலைக் கல்லூரிகளை உருவாக்குவதற்கு அனுமதியளித்தார். உசிலம்பட்டி, கமுதி, மேலநீலித நல்லூர் ஆகிய ஊர்களில் பசும்பொன் முத்துராமலிங்கத் தேவர் பெயரில் கலைக்கல்லூரிகள் உருவாக்கப் பட்டன. மேலும், 1957இல் நடைபெற்ற முதுகுளத்தூர் கலவரத்தைக் காரணம்காட்டி காங்கிரஸ் சர்க்கார் பொய் வழக்குப்போட்டு தண்டிக்கப்பட்ட மறவர்களைத் தண்டனை குறைப்பு செய்து விடுதலை செய்தார். 1969இல் சி.என். அண்ணாத்துரை மரண மடைந்த பின்பு, கலைஞர் கருணாநிதி முதலமைச்சராகப் பொறுப்பேற்றார். அவரும் துவக்கத்தில் தங்களது தலைவர் சி.என். அண்ணாத்துரையைப் போல மூக்கையாத் தேவரோடும், பார்வர்டு பிளாக் கட்சியோடும் ஒரு சுமூக உறவை வைத்திருந்தார்.

இப்படி சி.என். அண்ணாத்துரையால் முன்மொழியப்பட்டுச் சில நல்ல திட்டங்களால் ஈர்க்கப்பட்ட முக்குலத்தோர்களில் பலர் திராவிட முன்னேற்றக் கழகத்தில், இணையத் துவங்கினர். குறிப்பாக இராமநாதபுரம் மாவட்டம் திருநெல்வேலி மாவட்டத்தைச் சேர்ந்த பல மறவர்கள் தி.மு.க. வின் ஆதரவாளர்களாக மாறினர். ஆனால் பிறமலைக் கள்ளர்கள் பெரும்பாலும் பார்வர்டு பிளாக் இயக்கத்திலேயே தொடர்ந்து நீடித்தனர். 1971ஆம் ஆண்டு நடைபெற்ற பொதுத் தேர்தலில் தி.மு.க. திண்டுக்கல் நாடாளுமன்ற தொகுதியில் திரு. கூடலூர் ராஜாங்கத்தை நிறுத்தியது. அன்றைய திண்டுக்கல் நாடாளுமன்ற தொகுதி பிறமலைக் கள்ளர்களைப்

பெருவாரியாகக் கொண்ட உசிலம்பட்டி, திருமங்கலம், சோழ வந்தான் ஆகிய சட்டமன்றத் தொகுதிகளை உள்ளடக்கியதாக யிருந்தது. தி.மு.க. வேட்பாளர் பிறமலைக் கள்ளர் என்பதாலும், பார்வர்டு பிளாக் கட்சியோடுக் கூட்டணி வைத்துத் தேர்தலைச் சந்தித்ததாலும் தி.மு.க பெருவாரியான வாக்குகள் வித்தியாசத்தில் வெற்றி பெற்றது.

1971இல் பொதுத் தேர்தலில் தி.மு.க. மீண்டும் வெற்றி பெற்று கருணாநிதி முதலமைச்சராகப் பொறுப்பேற்றார். இதற்கிடையில் தி.மு.கவின் பொருளாளராகயிருந்த எம்.ஜி. ராமச்சந்திரனுக்கும் கருணாநிதிக்கும் கருத்து வேறுபாடு ஏற்பட்டு 1972 அக்டோபர் 10ஆம் தேதி எம்.ஜி.ஆர். கட்சியிலிருந்து நீக்கப்பட்டார். அவர் 1972 அக்டோபர் 17ஆம் தேதி அண்ணா திராவிட முன்னேற்ற கழகம் என்ற புதிய கட்சியைத் துவங்கினார். இதற்கிடையில் 1973ஆம் ஆண்டு திண்டுக்கல் நாடாளுமன்ற உறுப்பினராகயிருந்த கூடலூர் ராஜாங்கம் திடீரென்று மாரடைப்பால் காலமானார். அதற்கான இடைத்தேர்தல் அறிவிக்கப்பட்டது. புதிதாகத் துவங்கப் பட்ட அண்ணாதிராவிட முன்னேற்ற கழகம் சந்திக்கின்ற முதல் தேர்தலாக இருந்ததனால் இத்தேர்தல் மிகவும் முக்கியத்துவம் பெற்றது. எம்.ஜி.ஆர், மாயத்தேவர் என்ற பிறமலைக் கள்ளர் சமூகத்தைச் சேர்ந்த உயர்நீதிமன்ற வழக்கறிஞரை இரட்டை இலைச் சின்னத்தில் போட்டியிடச் செய்தார். திராவிட முன்னேற்றக்

கூடலூர் மா.ராசாங்கம்

கழகம் பொன்.முத்துராமலிங்கம் என்ற மதுரை வழக்கறிஞரை நிறுத்தியது. மேலும் தி.மு.க. பார்வர்டு பிளாக் கட்சியோடிணைந்து போட்டியிட்டதாலும் முதலமைச்சர் கருணாநிதி உசிலம்பட்டியில் தேவர் கல்லூரியைத் துவங்குவதற்கு உதவிகள் செய்ததாலும் பிறமலைக் கள்ளர்கள் பெரும்பான்மையோர் தங்களையே ஆதரிப்பார்கள் என்ற நம்பிக்கையோடு தி.மு.க. களமிறங்கியது. கடுமையான போட்டியின் இறுதியில் அ.தி.மு.க வேட்பாளர் மாயத்தேவர் பெருவாரியான வாக்குகள் பெற்று அமோக வெற்றி பெற்றார். இதன் மூலம் அ.தி.மு.க தமிழக தேர்தல் களத்தில் தனது முதல் வெற்றியைத் துவங்கியது. இதனால் அன்றைய முதல்வர் கருணாநிதி பார்வர்டு பிளாக் கட்சியின் ஆதரவோடு தேர்தலைச் சந்தித்தும் தங்களால் வெற்றிபெற இயலவில்லை என்பதனால் மூக்கையாத் தேவர் மீதும், பார்வர்டுபிளாக் கட்சி தலைமையின் மீதும் அதிருப்தியடைந்தார். அதன்பிறகு தி.மு.கவுக்கும், பார்வர்டு பிளாக்கிற்கும் இடையில் இருந்த உறவில் விரிசல் விழ ஆரம்பித்தது.

மூக்கையாத் தேவரின் மரணத்திற்குப் பின்பு பார்வர்டு பிளாக் கட்சியில் பல பிரிவுகளும் அணிகளும் உருவாக ஆரம்பித்தன. அதில் ஏதாவது ஒரு பிரிவு தி.மு.க.வோடும், மற்றொரு பிரிவு அ.தி.மு.கவோடும் கூட்டணி வைத்துத் தேர்தலைச் சந்திப்பது வாடிக்கையாக இருந்து வந்தது. 1996இல் திராவிட முன்னேற்ற கழகம் மறுபடியும் ஆட்சிக்கு வந்த பொழுது P.N. வல்லரசு தலைமை யிலான அகில இந்திய பார்வர்டு பிளாக் கட்சி அதன் தோழமைக் கட்சியாகச் செயல்பட்டு வந்தது. அப்பொழுது P.N. வல்லரசின் வேண்டுகோளிற்கிணங்க உசிலம்பட்டிப் பகுதி மக்களின் நீண்ட காலக் கனவான 58 கால்வாய் திட்டத்திற்கு அடிக்கல் நாட்டப் பட்டது. (1996இல் அடிக்கல் நாட்டப்பட்ட 58 கால்வாய் திட்டம் 15 வருடங்களாக இன்றும் நிறைவு செய்யப்படவில்லை என்பது குறிப்பிடத்தக்கது)

உசிலம்பட்டி தொகுதியில் திராவிட முன்னேற்ற கழகம் இரண்டுமுறை நேரடியாகப் போட்டியிட்டும் அதனால் வெற்றிபெற இயலவில்லை. ஆனால் ஊராட்சி மன்றங்கள், நகராட்சி மன்றங்களில் வெற்றி பெற்றுப் பொறுப்பு வகித்து வருகின்றனர். உசிலம்பட்டி ஊராட்சி ஒன்றியப் பெருந் தலைவராக தி.மு.கவைச் சேர்ந்த S.O.R. தங்கப்பாண்டியனும், நகர மன்றத் தலைவியாகத் திருமதி பழனியம்மாள் தங்கமலைப் பாண்டியனும் பொறுப்பு வகித்து வருகின்றனர். திரு.மு.க. அன்புமாறன் அவர்கள் ஒன்றியச் செயலாள ராகவும் உசிலம்பட்டி நகரச் செயலாளராகத் தங்கமலைப் பாண்டியனும் பொறுப்பு வகித்து வருகின்றனர். திரு. L. மூக்கையா

தேனி மாவட்டச் செயலாளராகவும் பொருப்பு வகித்து வருகிறார். திரு. கல்யாண சுந்தரம் மாநில அமைப்புச் செயலாளராக இருந்து வருகிறார். கம்பம் செல்வேந்திரன் தேர்தல் பணிக்குழு செயலாளராக உள்ளார். கள்ளர் பொதுநல நிதியைக் கள்ளர் கல்விக் கழகத்திற்கு மாற்றிக்கொடுத்து உசிலம்பட்டியில் பசும்பொன் முத்துராமலிங்கத் தேவர் கல்லூரி உருவாவதற்குக் காரணமாயிருந்தது, 58 கால்வாய் திட்டத்திற்கு அடிக்கல் நாட்டியது, பிறமலைக் கள்ளர்களை மிகவும் பிற்படுத்தப்பட்டோர் பட்டியலில் சேர்த்தது, கள்ளர் சீரமைப்புத் துறையில் இடைநிலை ஆசிரியர் நிலையில் பிறமலைக் கள்ளர்களை மட்டும் பணியில் அமர்த்தவேண்டும் என ஆணையிட்டது போன்ற நன்மைகளைத் தி.மு.க. பிறமலைக் கள்ளர்களுக்குச் செய்திருந்த போதிலும், இத்தனைமுறை ஆட்சிக்கு வந்தும் தனது மந்திரி சபையில் ஒரு பிறமலைக் கள்ளருக்குக் கூட இடமளிக்கவில்லை என்பது இவர்கள் மத்தியில் ஒரு ஆதங்கமாகவே உள்ளது.

அண்ணா திராவிட முன்னேற்றக் கழகம்

1974இல் நடைபெற்ற திண்டுக்கல் நாடாளுமன்ற இடைத்தேர்தலில் அ.தி.மு.க., ஆண்டித்தேவர் தலைமையிலான புரட்சி பார்வர்டு பிளாக்கோடு கூட்டணி வைத்துத் தேர்தலைச் சந்தித்தது. அத்தேர்தலில் பிறமலைக் கள்ளர் சமூகத்தைச் சேர்ந்த மாயத்தேவர் அமோக வெற்றி பெற்றார். அதன்பின்பு இப்பகுதி மக்கள் மத்தியில் அ.தி.மு.க. செல்வாக்குப் பெற ஆரம்பித்தது.

1977இல் நடைபெற்ற சட்டசபைப் பொதுத் தேர்தலில் உசிலம்பட்டித் தொகுதியில் மட்டும் அ.தி.மு.க வேட்பாளரை நிறுத்த வில்லை. மூக்கையாத்தேவர் மூத்த தலைவரென்பதால் அவரை எதிர்த்து வேட்பாளரை எம்.ஜி.ஆர் நிறுத்தவில்லை என அறிவித்தார். ஆனால் பார்வர்டு பிளாக்கிலிருந்து பிரிந்து சென்ற தேசிய பார்வர்டு பிளாக்கைத் தனது அ.தி.மு.க கூட்டணியில் இணைத்துக் கொண்டார். தேசிய பார்வர்டுபிளாக் மூன்று இடங்களில் வெற்றி பெற்றது. மூக்கையாத் தேவர் மரணமடைந்த பின்பு நடைபெற்ற இடைத்தேர்தலில் அவரது மகன் P.K.M. முத்துராமலிங்கத்தை இரட்டை இலைச் சின்னத்தில் போட்டியிடச் செய்தார். எனினும் அவரால் வெற்றி பெற இயலவில்லை. ஆனால் திண்டுக்கல் மக்களவைத் தொகுதியில் பிறமலைக் கள்ளர் சமூகத்தைச் சேர்ந்த K.R. நடராஜன், திண்டுக்கல் சீனிவாசன் ஆகியோர் அ.தி.மு.க வேட்பாளர்களாக அடுத்தடுத்துப் போட்டியிட்டு மக்களவை உறுப்பினர்களாகத் தெரிவு செய்யப்பட்டனர்.

எம்.ஜி.ஆரின் மறைவிற்குப்பின்பு செல்வி ஜெயலலிதா அண்ணா தி.மு.க.வில் தலைமைப் பொறுப்பேற்றப் பின்பு முக்குலத்தோர்களில் பலர் அ.தி.மு.க. கட்சியிலும், அரசிலும் முக்கியத்துவம் பெற ஆரம்பித்தனர். மறவர் சமூகத்தைச் சேர்ந்த O. பன்னீர்செல்வம் சிறிது காலம் முதலமைச்சராகப் பொறுப்பு வகித்தார். திண்டுக்கல் சீனிவாசன் அ.தி.மு.க. பொருளாளராகச் சிறிது காலம் பொறுப்பு வகித்தார். இரண்டாவது முறையாகத் தமிழகத்தின் முதலமைச்சராகப் பொறுப்பேற்ற செல்வி ஜெயலலிதா முதன்முறையாகப் பிறமலைக் கள்ளர் சமூகத்தைச் சேர்ந்த திரு. துரைராஜ் அவர்களுக்கு உள்ளாட்சித்துறை மந்திரி பொறுப்பு அளித்தார். தற்போதைய மந்திரி சபையிலும் செல்லூர் ராஜ் கூட்டுறவுத்துறை அமைச்சராகப் பொறுப்பு வகித்து வருகிறார். ஜெயலலிதா தலைமையிலான அ.தி.மு.க அரசில்தான் பிறமலைக் கள்ளர்களுக்குரிய பிரதிநிதித்துவம் முறையாக அளிக்கப்படுகிறது. இப்படிப் பிறமலைக் கள்ளர் சமூகத்தைச் சேர்ந்தவர்களுக்கு மந்திரி பொறுப்பு அளிக்கப்பட்டாலும் ஒட்டுமொத்த சமூகமும் பயன்படக் கூடிய வகையில் பெரிய நலத்திட்டங்கள் அ.தி.மு.க. ஆட்சியாளர் களால் இதுவரை செய்யப்படவில்லை என்ற ஆதங்கமும் இவர்கள் மத்தியில் வலுவாகவுள்ளது.

உசிலம்பட்டி சட்டமன்றத் தொகுதியை அ.தி.மு.க இருமுறை கைப்பற்றியது. திருமதி பாண்டியம்மாள், திரு I. மகேந்திரன் ஆகிய

மாயத்தேவர்

இருவரும் சட்டமன்ற உறுப்பினர்களாக இருந்தனர். அதுபோல உசிலம்பட்டி ஊராட்சி ஒன்றியம், நகர மன்ற ஒன்றியத் தலைவர் களாகப் பல அ.தி.மு.கவினர் பொறுப்பு வகித்து வந்தனர். குறிப்பாக உசிலை ஊராட்சி ஒன்றியப் பெருந்தலைவர்களாக அ.தி.மு.கவைச் சேர்ந்த டிக்கா சேதுராமன், டேவிட் பண்ணை பிரேம் ஆனந்த் போன்றோர் ஒன்றியப் பெருந்தலைவர்களாகப் பொறுப்பு வகித்தனர். உசிலை நகர மன்றத் தலைவராக முன்னாள் அ.தி.மு.க சட்டமன்ற உறுப்பினர் ஒருமுறை உசிலை நகர மன்றத் தலைவராகப் பொறுப்பு வகித்தார். அது போல் செல்லம்பட்டி ஒன்றியத்திலும் பல அ.தி.மு.கவினர் பொறுப்பு வகித்தனர். தற்போதைய உசிலம்பட்டி அ.தி.மு.க ஒன்றியச் செயலாளராக திரு. அன்பு. கே.சி. மாயன் பொறுப்பு வகித்து வருகிறார். இவர் அ.தி.மு.க உருவாக்கப்பட்ட காலத்திலிருந்து இப்பகுதி அ.தி.மு.க. வை வழிநடத்திச் செல்கின்ற முன்னணிப் பொறுப்பாளராகத் திகழ்கின்றார். உசிலைநகரச் செயலாளராகத் திரு. பூமாராஜா பொறுப்பு வகித்து வருகிறார். ஆண்டிப்பட்டி சட்டமன்ற முன்னாள் உறுப்பினர் K. தவசி அனைத்துலக எம்.ஜி.ஆர் மன்றத் தலைவராகப் பொறுப்பு வகிக்கின்றார். ஆண்டிப்பட்டி சட்டமன்ற உறுப்பினர் தங்கத் தமிழ்ச் செல்வன் தேனி மாவட்ட அ.தி.மு.க. செயலாளராகப் பதவி வகித்து வருகிறார். அதுபோல மதுரை வடக்குத் தொகுதி சட்டமன்ற உறுப்பினர், திரு. போஸ் மதுரை மாநகர் மாவட்ட அ.தி.மு.க செயலாளராகப் பொறுப்பு வகித்து வருகிறார். முன்னாள் முதலமைச்சர் O. பன்னீர் செல்வம் அ.தி.மு.க வில் பொருளாளராகப் பொறுப்பு வகித்து வருகிறார். இங்ஙனம் அ.தி.மு.க கட்சி அணிகளிலும் பிறமலைக் கள்ளர்களுக்கும், இன்னும் பிற முக்குலத் தோர்களுக்கும் உரிய பிரதிநிதித்துவம் அளிக்கப்பட்டு வருகிறது.

இவைபோக திரைப்பட நடிகர் விஜயகாந்தால் துவங்கப்பட்ட தேசிய முற்போக்குத் திராவிடர் கழகம், தேவர் சமூக அரசியலை முன்நிறுத்தக்கூடிய மூவேந்தர் முன்னேற்ற கழகம் போன்ற அமைப்புகளும் செயல்பட்டு வருகின்றன. சமீபத்தில் தமிழ் ஈழத்தில் நடந்த இனப்படுகொலையில் வெகுண்டெழுந்த சில தமிழ் தேசிய எண்ணம் படைத்த இளைஞர்கள் ஒன்று கூடி நாம் தமிழர்கட்சி கிளையை உருவாக்கிச் செயல்பட்டு வருகின்றனர். இவைபோக விடுதலைச் சிறுத்தைகள், பகுஜன் சமாஜ் கட்சி போன்ற கட்சி களுடைய கிளைகளும் செயல்பட்டு வருகின்றன. அவை இப்பகுதியில் வாழும் தலித் மக்களின் உரிமைகளை முன்னிறுத்தி செயல்பட்டு வருகின்றன.

இனி, இவர்கள் மத்தியில் உருவான சாதி சார்ந்த, சாதி சாராத அமைப்புகள் பற்றிப் பார்ப்போம்:

சமூக அமைப்புகள்

குற்றப்பரம்பரைச் சட்டம் அமல்படுத்தப்படத் துவங்கிய காலத்தில் தமிழகக் கள்ளர் சாதி மக்களிடையே ஒருவகை விழிப்புணர்வு ஏற்பட ஆரம்பித்தது. அக்காலத்தில் ஓரளவு கல்வியறிவு பெற்றவர் களாகவும் பெருநில உடைமையாளர்களாகவும் இருந்த தஞ்சைக் கள்ளர்கள் தங்களுக்குள் பல அமைப்புக்களை ஏற்படுத்திக் கொண்டு ஒன்றிணைய ஆரம்பித்தனர். அதில் குறிப்பாக ரகுநாத கோபால ராசாளியார், 'தமிழ்நாடு இந்திர குலாதிபதிகள் சங்கம்' என்ற அமைப்பை உருவாக்கினார்.[49]

அவர்கள் தங்களை இந்திரகுலத்தவர்கள் என்று அழைத்துக் கொள்கின்ற முக்குலத்தோர்களைப் பிரதிநிதித்துவப் படுத்துகின்ற அமைப்பாகச் செயல்பட்டு வந்தனர். அதன்பின்பு 1920ஆம் ஆண்டு ஆகஸ்ட் மாதம் 21ஆம் தேதி தஞ்சைக் கள்ளர்களெல்லாம் தஞ்சாவூரில் ஒன்று கூடிய கள்ளர் மாநாட்டில் எடுக்கப்பட்ட முடிவின்படி 'தஞ்சை கள்ளர் மகாசங்கம்' என்ற அமைப்பு உருவாக்கப்பட்டது. அவ்வமைப்பு தஞ்சை, திருச்சி, புதுக்கோட்டை பகுதியிலிருந்த கள்ளர் இனமக்களை மட்டும் பிரதிநிதித்துவப் படுத்துகின்ற அமைப்பாகச் செயல்படத் துவங்கியது.[50]

அக்காலத்தில் குற்றப் பரம்பரைச் சட்டம் கடுமையாக அமல்படுத்தப்பட்டுக் கொண்டிருந்தபொழுது இத் தஞ்சைக் கள்ளர் மகாசங்கத்தார்கள் செய்த முயற்சியினால் குற்றப் பரம்பரைச் சட்டம் அப்பகுதியில் அமல்படுத்துவது தடுக்கப்பட்டது.

மேலும் இத் தஞ்சைக் கள்ளர் மகாசங்கம் மதுரை கள்ளர்கள் நாகரீகக் குறைவு உள்ளவர்களாகவும், கல்வியறிவு அற்றவர்களாகவும், பரமஏழைகளாகவும் தங்களுக்கும் அவர்களுக்கும் யாதொரு சம்பந்தம் இல்லையென்றும் அதனால் அவர்கள் மீது அமல்படுத்தப் படக்கூடிய ரேகைச் சட்டம் தங்கள் மீது அமல்படுத்தப்படக் கூடாது என்பதனையும் வலியுறுத்தி அரசாங்கத்திற்குப் பல முன்மொழிவுகளை அனுப்பினர்.[51]

மேலும் தஞ்சைக் கள்ளர்களது வரலாற்றுப் பெருமைகளை முன்னிறுத்துகின்ற வகையில் பல கள்ளர் வரலாற்றுப் புத்தகங்கள் எழுதுவதற்கும் நிதியுதவி செய்தனர். குறிப்பாக ந.மு. வேங்கடசாமி நாட்டார் அவர்களுக்கு – அவர் எழுதிய *கள்ளர் சரித்திரம்* என்ற

புத்தகத்தை வெளியிடுவதற்கு – இச்சங்கம் ரூ.200 நிதியுதவி அளித்தது உதவியது.[52]

வேங்கடசாமி நாட்டாரால் எழுதப்பட்ட கள்ளர் சரித்திரம் கள்ளர்களின் பூர்வீக வரலாற்றைச் சற்று தெளிந்த கண்ணோட்டத் தோடு எழுதப்பட்டிருந்தாலும் தஞ்சை பகுதியில் வாழ்கின்ற கள்ளர்களையே மையமாக வைத்து எழுதப்பட்டுள்ளது. அது மதுரை மண்டலத்துக் கள்ளர்களது பூர்விக வரலாற்றைச் சரியான முறையில் பதிவு செய்யத் தவறியது. மேலும் பிறமலைக் கள்ளர்களை ஒட்டு மொத்தமாகத் தவிர்த்து விட்டது. அவர்களைப் பற்றிய எந்தச் செய்தியும் இதில் பதிவு செய்யவில்லை.[53] இதனை வைத்துப் பார்க்கும் பொழுது ரேகைச் சட்டம் தங்கள் மீது வருவதைத் தவிர்ப்பதற்காக அச் சட்டத்தால் பாதிக்கப்பட்ட பிறமலைக் கள்ளர்களுக்கும் தங்களுக்கும் யாதொரு சம்பந்தமும் இல்லை என்பதனையும் வெளிப்படுத்துவதனையே உள்நோக்கமாகக் கொண்டு இந்த ஆய்வு நூல் எழுதப்பட்டதனை நம்மால் உணர முடிகிறது.

1933இல் ஆப்பநாடு கொண்டையன் கோட்டை மறவர்கள் மீது குற்றப்பரம்பரைச் சட்டம் பாய்ந்தபோது அவர்கள் 'ஆப்பநாடு கொண்டையான் கோட்டை மறவர் சங்கம்' என்ற அமைப்பை உருவாக்கி ரேகைச் சட்டத்தை எதிர்த்துப் போராடத் துவங்கினர். 20ஆம் நூற்றாண்டின் துவக்கத்தில் ஏற்பட்ட பொருளாதார மாற்றங்கள் காரணமாகச் சற்று ஒத்த குணாம்சம் கொண்ட கிளைச் சாதிகள் தங்களுக்குள் ஒரு இணைப்பை உருவாக்கி ஒரு பேரினக் குழுவாகத் தங்களை அடையாளப்படுத்திக் கொண்டன. அதன்படி ராணுவத்தன்மை கொண்ட விவசாயச் சாதியினரான கள்ளர், மறவர், அகமுடையார் தங்களுக்குள் ஒரு இணைப்பை உருவாக்கி முக்குலத்தோர் என்ற பேரின வகைக்குள் ஒரு இணைப்பை உருவாக்கி தங்களை அடையாளம் காட்டத் துவங்கினர். அதனடிப் படையில் மறவர் சமூகத்தைச் சேர்ந்த இராமநாதபுர ராஜா, அகமுடையார் சமூகத்தைச் சேர்ந்த சாத்தையா சேர்வை, கள்ளர் சமூகத்தைச் சேர்ந்த பூண்டி வாண்டையார் ஆகியோரது முன் முயற்சியால் 1934ஆம் ஆண்டு ஜனவரி மாதம் 23ஆம் தேதி 'தமிழ்நாடு முக்குலத்தோர் சங்கம்' உருவாக்கப்பட்டது.[54]

இம் முக்குலத்தோர் சங்கத்தின் கிளைகள் தமிழ்நாடு முழுவதும் இம்மக்கள் வாழ்கின்ற பகுதிகளில் தொடங்கப்பட்டன. ஆனால் அக்காலகட்டத்தில் ரேகைச் சட்டத்தை எதிர்த்து இச்சங்கத்தால் இயக்கங்கள் நடத்தப்பட்டதாகத் தெரியவில்லை.

இராமநாதபுரம் மாவட்டத்தில் பசும்பொன் முத்துராமலிங்கத் தேவர் ஆப்பநாடு மறவர்களைத் திரட்டி அபிராமத்தில் ஒரு மாநாடு கூட்டி குற்றப்பரம்பரைச் சட்டத்தை எதிர்த்துத் தீர்மானம் நிறைவேற்றினார்.

இங்ஙனம் தங்களது சகோதர கள்ளர், மறவர் குழுக்கள் அமைப்பு ரீதியாக ஒன்று திரண்டு தங்கள் உரிமைகளை முன்னிறுத்துவதைப் பார்த்து விழிப்புணர்வு அடைந்த பிறமலைக் கள்ளர்கள் தங்களுக்குள் ஒரு அமைப்பை ஏற்படுத்திக் கொண்டு ஒரு முறையான வகையில் ரேகைச் சட்டத்தை எதிர்த்துப் போராடவேண்டும் என முடிவுக்கு வந்தனர்.

மதுரை ஜில்லா பிறமலைக் கள்ளர் வாலிபர் சங்கம்:

1934ஆம் ஆண்டு உச்சப்பட்டி முத்துபேயத் தேவரும், சாத்தங்குடி சூசை வாத்தியாரும், உசிலம்பட்டியில் பிறமலைக் கள்ளர்களின் மத்தியில் பொதுக்கூட்டம் ஒன்றைக் கூட்டினர். இக்கூட்டத்தின் நோக்கம் சமூகச் சங்கம் ஒன்று அமைப்பதே. இக்கூட்டம் உசிலம்பட்டி போர்டு ஹைஸ்கூலில் கூடியது. பல்லாயிரக்கணக்கானவர்கள் திரண்டனர். துடிப்பான கற்றவர்கள் பலரும் வந்திருந்தனர். கூட்டம் முடிவில் சங்கம் அமைப்பதற்கு வேண்டிய ஏற்பாடுகள் செய்ய உசிலம்பட்டியில் இருந்தவர்களாகிய 1. சிந்துப்பட்டி ஒச்சாத்தேவர், 2. வெள்ளையம்மாபுரம் பெருமாள் தேவர், 3. கன்னியம்பட்டி அய்யர் தேவர், 4. போத்தம்பட்டி துரைச்சாமித் தேவர், 5. போத்தம் பட்டி முத்துத்தேவர் ஆகியவர்களைப் பொதுக் காரியதரிசிகளாக நியமித்து நாட்டில் பிரச்சாரம் செய்து கமிட்டிக்கு ஆதரவுகள் திரட்ட ஏற்பாடுகள் செய்யப்பட்டன.

தேனி, ராயப்பன்பட்டி, கம்பம், மார்க்கயன் கோட்டை, உரப்பனூர், வாகைக்குளம், கீழக்குடி, விக்கிரமங்கலம், மதுரை கரிமேடு, செக்காணூரணி, கருமாத்தூர், சிந்துபட்டி, பாப்பாபட்டி, வாலாந்தூர், உசிலம்பட்டி ஆகிய இடங்களின் பொதுக் காரியதரிசிகளின் முயற்சியால் பொதுக்கூட்டங்கள் நடந்தன. அதன் பிறகு நாட்டின் பிரதிநிதிகள் அடங்கிய காரியக் கமிட்டிக் கூட்டம் உசிலம்பட்டியில் நடந்தது. கூட்டத்திற்கு 150 பிரதிநிதிகள் வந்திருந்தனர். 'பிறமலைக் கள்ளர் வாலிபர் சங்கம்' தோற்றுவிக்கப் பட்டது.

1935ஆம் வருஷம் மே மாதம் 7ஆம் தேதி உசிலம்பட்டியில் கூடிய கூட்டத்தில் மதுரை ஜில்லா பிறமலைக் கள்ளர் வாலிபர் சங்கம் உசிலம்பட்டியில் தலைமை அலுவலகம் வைத்து வேலை

செய்ய தீர்மானித்தது. அடியில் கண்ட நிர்வாகஸ்தர்கள் தேர்ந்தெடுக்கப்பட்டனர்.

1. மார்க்கையன் கோட்டை அய்யர் தேவர் B.A. – தலைவர்
2. வெள்ளையம்மாள்புரம் பெருமாள் தேவர் B.A. – உபதலைவர்.
3. கன்னியம்பட்டி அய்யர் தேவர் B.A. – காரியதரிசி
4. உச்சப்பட்டி முத்துப்பேயத் தேவர் – பொக்கிஷதாரர்

மற்றும் 11 அங்கத்தினர்கள் செயல்கமிட்டிக்குத் தேர்ந்தெடுக்கப் பட்டிருந்தனர். 10.3.1938இல், 1860வது வருஷத்திய Act XXI No 7 – 37–38 எண்ணில் சங்கம் பதிவு செய்யப்பட்டது.[55]

இச்சங்கம் 1939ஆம் ஆண்டு ஜுன் 18ஆம் தேதி மிகப் பெரிய கள்ளர் இன மாநாட்டைக் கூட்டியது. அம் மாநாட்டில் பசும்பொன் முத்துராமலிங்கத் தேவர் சிறப்பு அழைப்பாளராக அழைக்கப்பட்டார். இக்கூட்டத்தில் இழந்துபோன பாரம்பரியப் பெருமைகளை மீட்டு எடுப்பதற்காக, இளைஞர்களை எழுச்சியுறச் செய்யும் வகையில் தேவர் உரை நிகழ்த்தினார்.

படித்த வெள்ளைக்காரப் பகல் கொள்ளைக்காரர்கள், படிக்காத இந்தப் பாமரர்களின் மீது மனித நேயமற்ற இச் சட்டத்தை அமல்படுத்தி வருவதாகக் குற்றம் சாட்டினார். தமிழகத்தில் வீரம் சொரிந்த மக்களின் மீது ஆங்கிலேயர் தங்களுடைய ஆட்சியைத் தக்க வைத்துக் கொள்வதற்காகவே இந்தக் கொடூரமான சட்டத்தைத் திணித்திருப்பதாக விளக்கினார். இளைஞர்கள் தங்கள் கைரேகைகளைக் காவல் நிலையத்தில் பதித்துத் தங்களைக் குற்றவாளிகள் எனப் பதிவு செய்து கொள்வதைவிட இந்தக் கொடூரச்சட்டத்தை எதிர்த்துப் போராடி கையில் விலங்குகளை வாங்கிக்கொண்டு சிறைச்சாலைக்குச் செல்வதே சிறந்தது என அறைகூவல் விடுத்தார். இது போன்ற தேவரின் எழுச்சி மிகு உரைகள் பிறமலைக் கள்ளர்கள் மத்தியில் புதிய உத்வேகத்தையும், ஆங்கிலேயருக்கு அச்சத்தையும் ஏற்படுத்தியது. அதனால் தேவர் மீது பாதுகாப்பு சட்டப் பிரிவு 112ன் கீழ் வழக்குத் தொடரப் பட்டது.[56]

மேலும், இச்சங்கம் சில ஆண்டுகள் கழித்து 1946ஆம் ஆண்டு மே மாதம் 19ஆம் தேதி தனது இரண்டாவது மாநாட்டை உசிலம்பட்டியில் நடத்தியது. இம் மாநாட்டிற்கு அன்றைய இராமநாதபுரம் ஜில்லா துணைத் தாசில்தார் திரு P. முத்துமாயத் தேவர் தலைமை தாங்கினார். இச்சங்கத்தின் செயலாளர் K.M. அய்யர் தேவர், கொடியேற்ற திரு V.K. சின்னாத்தேவர் (பின்

நாட்களில் V.K.C. நடராஜன் I.A.S.) இம் மாநாட்டைத் துவங்கி வைத்தார். சப்ரிஜிஸ்டர் K. பெருமாள்தேவர் வரவேற்புரையாற்றினார். இதில் பிறமலைக் கள்ளர் சமூகத்தில் பல பெரியவர்கள் கலந்து கொண்டு பல தலைப்புகளில் சொற்பொழிவாற்றினர். அதில் குறிப்பாகப் போத்தம்பட்டி கிராம முன்சீப் திரு. P.K. துரைச்சாமித் தேவர் "நம் சமூக மக்களும் பண்டைய வழக்கங்களும்" என்ற தலைப்பிலும் திரு. P. முத்துத்தேவர் "நாம் யார்? நாம் செய்ய வேண்டியது யாது?" என்ற தலைப்பிலும், திரு K.V. பெரியகருப்பத் தேவர் "சங்கமும் வேலைத்திட்டமும்" என்ற தலைப்பிலும், திரு. டேவிட் தேவர் (இவர் இன்றைய கம்யூனிஸ்ட் கட்சி மாநிலத் செயலாளர் தா. பாண்டியனின் தந்தையாவார்) "ஆசிரியர்களும் சமூகசேவைகளும்" என்ற தலைப்பிலும் திரு ஒச்சாத்தேவர் B.A. L.T., "சமூகமும் கல்வியும்" என்ற தலைப்பிலும் திரு. ஞான மாணிக்கம் "வாலிபர்களின் கடமை" என்ற தலைப்பிலும், திரு. டாக்டர் ஆண்டித்தேவர் "இன்றைய உலகமும் சமூக முன்னேற்றமும்" என்ற தலைப்பிலும், திருமதி பிரான்சிஸ் தைரியம்மாள் "மாதர்களும் நம் சமூக முன்னேற்றமும்" என்ற தலைப்பிலும் கருத்துரையாற்றினர்.[57] இப்படித் துடிப்போடுச் செயல்பட்ட இச்சங்கம் 1947க்குப் பின்பு செயலிழந்து நீர்த்துப்போனது.

தமிழ்நாடு தேவர் மகாஜன சங்கம்

மதுரை ஜில்லா பிறமலைக் கள்ளர் வாலிபர் சங்கம் செயலிழந்து போன பின்பு இந்த மக்களை ஒட்டு மொத்தமாகப் பிரதிநிதித்துவப் படுத்த வேறு ஒரு அமைப்பு தேவை என்பதை உணர்ந்த சமூகப் பெரியவர்கள் ஒன்றுகூடி 'தமிழ்நாடு தேவர் மகாஜன சங்கம்' என்ற அமைப்பை நிறுவினர். அதன் தலைவராகப் போத்தம்பட்டி நாட்டாண்மைக்காரர் P.K. துரைச்சாமித் தேவர் பொறுப்பேற்றார்.[58]

அவர் போத்தம்பட்டி பகுதிக்கான கிராம முன்சீப்பாக யிருந்தார் அக்காலத்தில் மக்களால் மிகவும் மதிக்கப்பட்டவர்.[59] தமிழ் இலக்கியங்களில் நல்ல பரிச்சியமுடையவராக இருந்த அவர் நல்ல சொற்பொழிவாளராகவும் திகழ்ந்தார். அதனால் அவரை மக்கள் ஏகமனதாக இவ்வமைப்பின் தலைவராகத் தேர்ந்தெடுத்தனர். அவ்வகையில் செயலாளராக மார்க்கயன் கோட்டை அய்யர்த் தேவர் தெரிவு செய்யப்பட்டார். அவர் ஏற்கனவேயிருந்த பிறமலைக் கள்ளர் வாலிபர் சங்கத்தில் செயலாளராக இருந்தவர். மேலும், பிறமலைக் கள்ளர் சமூகத்தில் முதல் பட்டதாரியுமாவார். *(காண்க பின்னிணைப்பு – 14)* கல்லுப்பட்டி மூக்கத்தேவர் (இவர் பார்வர்டு

பிளாக் முன்னாள் M.L.A தவமணித் தேவரின் தந்தையாவார்) சங்கத்தின் பொருளாளராகத் தெரிவு செய்யப்பட்டார். அவர் கல்லுப்பட்டி பகுதியில் பெரும் நிலக்கிழாராகவும் பெரும் செல்வாக்கோடும் திகழ்ந்தவர். இச்சங்கம் தேவர் மகாஜன சங்கம் என்று அழைக்கப்பட்டாலும், இது பெரும்பாலும் பிறமலைக் கள்ளர்களை மட்டும் பிரதிநிதித்துவப் படுத்துகின்ற அமைப்பாகவே செயல்பட்டது. இவ்வமைப்பு 1952 வரை திறம்பட செயல்பட்டது. அதன் பிறகு இதற்குள் ஏற்பட்ட உள்மோதல்கள் காரணமாக உடைந்து செயலிழந்து போனது.

தமிழ் மாநில பிறமலைக் கள்ளர் உறவின் முறை
(பதிவு எண் 39/90)

மேற்கூறிய அமைப்புகளுக்குப் பின்பு பிறமலைக் கள்ளர் சமூகத்தை அடையாளப் படுத்துகின்ற சமூக அமைப்புக்கள் எதுவும் அமைக்கப்படவில்லை. நீண்டகாலம் கழித்து திரு. த.மு. முத்துக் கருப்பத் தேவர் முயற்சியால் 'தமிழ் மாநில பிறமலைக்கள்ளர் உறவின்முறை' என்ற அமைப்பு ஏற்படுத்தப்பட்டது. த.மு. முத்துக் கருப்பத் தேவர் மதுரை மாவட்ட கலெக்டர் அலுவலகத்திலும் கள்ளர் சீரமைப்புத்துறை அலுவலகத்திலும் நீண்டகாலமாக அதிகாரியாகப் பணியாற்றியவர். அப்பொழுது கள்ளர் சீரமைப்புத் துறை சார்பாக மேற்கொள்ளப்பட்ட மேம்பாட்டுப் பணிகளை அதிகாரிகள் திறம்பட அமல்படுத்தியதற்குப் பேருதவியாக இருந்தவர். அக்காலத்தில் படித்த கள்ளரின மாணவர்களுக்கு முறையான வகையில் கல்வி உதவித்தொகைக் கிடைப்பதற்கும் ஆவண செய்தவர்.

மேற்கூறிய பணிகளின் மூலம் மக்கள் மத்தியில் நன்மதிப்பைப் பெற்றிருந்த அவர் மாவட்ட கலெக்டர் அலுவலகத்தின் சிரஸ்தாராக யிருந்து ஓய்வு பெற்றபின்பு பிறமலைக் கள்ளர் மத்தியில் ஒரு அமைப்பை உருவாக்க வேண்டும் என்ற நோக்கத்தோடு சமூகப் பெரியவர்களை அழைத்துக் கலந்தாலோசனை செய்து தமிழ் மாநில பிறமலைக்கள்ளர் உறவின்முறையை உருவாக்கினார். அதன் தலைவராக த.மு. முத்துக்கருப்பத் தேவரும், துணைத் தலைவராகச் சிவமணியும், செயலாளராக ஆசிரியர் எஸ்.வி.டி. ராஜசேகரனும் துணைச் செயலாளராக ஆசிரியர் உடையத்தேவரும், பொருளாளராக எஸ். ராஜாங்கமும் பொறுப்பேற்றனர்.[60] இவ்வமைப்பு 1920இல் ரேகைச் சட்டத்தை எதிர்த்து பெருங்காம நல்லூரில் நடந்த கிளர்ச்சியில் சுட்டுக்கொல்லப்பட்ட தியாகி களுக்குப் பெருங்காம

த.மு. முத்துக்கருப்பத்தேவர்

நல்லூரிலேயே ஒரு நினைவுத் தூணை நிறுவ வேண்டும் என்று தீர்மானித்தது. அதற்கு முன்பு வரை அங்கே பெரிய அளவில் எந்த நினைவுச் சின்னமும் யாராலும் நிறுவப்பட வில்லை. சுட்டுக்கொல்லப்பட்ட பெருங்காமநல்லூர் தியாகிகள் பண்ணைப்பட்டி மயானத்தில் ஒரே குழியில் புதைக்கப்பட்டனர். அந்தக் குழிமேட்டில் தமிழ்நாடு தேவர் மகாஜன சங்கத்தால் ஒரு நினைவுக்கல் மட்டும் வைக்கப்பட்டிருந்தது. பிற்காலத்தில் நடைபெற்ற சீரமைப்புப் பணியின் பொழுது அந்நினைவுக்கல் அகற்றப்பட்டு அவர்கள் புதைக்கப்பட்ட இடத்திற்கான அடையாளமே இல்லாமலேயே போய்விட்டது. ஆனால், விவசாய சங்கத்தலைவர் நாராயணசாமி நாயுடு என்பவரால் அங்கு ஒரு நினைவுச்சின்னம் ஏற்படுத்தப்பட்டதாக சிலர் பேசியும், எழுதியும் வருகின்றனர்.[61] ஆனால் அவரால் எந்த ஒரு நினைவுச்சின்னமும் பெருங்காமநல்லூரில் ஏற்படுத்தப்படவில்லை என்பது களஆய்வின் மூலம் தெரிய வருகிறது. பெருங்காமநல்லூரில் துப்பாக்கிச் சூடு நடைபெற்றபோது சுட்டுக்கொல்லப்பட்ட 16 பேரின் உடல்கள் ஒரு மேட்டுபகுதியில் குவியலாக போடப்பட்டிருந்தன. அப்படி உடல்கள் போடப்பட்டிருந்த இடத்தில் அவர்கள் நினைவாக 16 நினைவு கற்கள் ஊன்றப்பட்டிருந்தன. அக்கற்கள் பராமரிப் பில்லாமல் அனைத்தும் உடைந்து சிதைந்து போய்விட்டன. அதில் ஒரே ஒரு நினைவுக்கல் மட்டும் இன்றும் மிஞ்சி இருக்கிறது. *(காண்க பின்னிணைப்பு – 15)* 1992ஆம் வருடம் திரு. த.மு. முத்துக்கருப்பத் தேவர் தலைமையிலான தமிழ் மாநில பிறமலைக் கள்ளர் உறவின் முறை என்ற அமைப்பு அப் 16 வீரத் தியாகிகளை அடையாளப் படுத்தும் விதமாக பெருங்காமநல்லூரில் ஒரு பெரிய நினைவுத் தூணை எழுப்பி உள்ளது.

தமிழ் மாநில பிறமலைக் கள்ளர் முற்போக்கு இளைஞர் பேரவை (பதிவு எண் 144/92)

தமிழ் மாநில பிறமலைக் கள்ளர் உறவின்முறை உருவாகிய பின்பு சற்றுத் தீவிர எண்ணம் படைத்த இளைஞர்களெல்லாம் ஒன்றுகூடி போராட்டகுணம் கொண்ட ஒரு அமைப்பு தேவை என்பதனை உணர்ந்து தமிழ் மாநில பிறமலைக் கள்ளர் முற்போக்கு இளைஞர் பேரவை என்ற அமைப்பை உருவாக்கினர். அதன் தலைவராகத் திரு. சி. ஜெயச்சந்திரன் அவர்களும், செயலாளராகத் திரு. K.A. முருகன் (பிற்காலத்தில் முருகன்ஜீ) அவர்களும், பொருளாளராக திரு. I. மகேந்திரன் அவர்களும், அமைப்புச் செயலாளராக திரு. மு. இராஜபாண்டியன் அவர்களும் பொறுப்பு வகித்தனர்.

இவ்வமைப்பு உசிலை நகரப் பேருந்து நிலையத்திற்குப் பசும்பொன். உ. முத்துராமலிங்கத் தேவர் பெயரை வைப்பதற்குக் கோரிக்கையை வைத்து மிகப்பெரிய போராட்டத்தை நடத்தியது. அதன் விளைவாக உசிலம்பட்டி பேருந்து நிலையத்திற்குப் பசும்பொன். உ. முத்துராமலிங்கத் தேவரின் பெயர் வைக்கப்பட்டது. அதுபோல கள்ளர் சீரமைப்புதுறையில் ஆசிரியர் பணி நியமனத்தில் பிறமலைக் கள்ளர்களுக்கு தனிச்சலுகை அளிக்க வேண்டும் என்ற கோரிக்கையை முன்னிறுத்தி மிகப்பெரிய மறியல் போராட்டத்தை நடத்தி மதுரை திண்டுக்கல் தேனி மாவட்டங்களில் பல நூறு பேர் சிறை சென்றனர். இது போன்ற பல போராட்டங்களையும், இயக்கங்களையும் நடத்திய இவ்வமைப்பு பல உட்பூசல்கள் காரணமாகப் பல பிரிவுகளாகப் பிளவுபட்டது. அதன் தலைவராகயிருந்த திரு. ஜெயச்சந்திரன் அவர்கள் தமிழ் மாநில பிறமலைக் கள்ளர் என்ற அமைப்பை நிறுவி செயல்பட்டு வருகிறார். செயலாளராகயிருந்த K.A. முருகன் என்ற முருகன்ஜீ பாரதிய பார்வர்டுபிளாக் என்ற அரசியல் கட்சியை உருவாக்கி செயல்பட்டு வருகிறார். பொருளாளராகயிருந்த I. மகேந்திரன் அண்ணா திராவிட முன்னேற்ற கழகத்தில் இணைந்து செயல்பட ஆரம்பித்தார். (பின்னாளில் இவர் உசிலைநகர் மன்றத் தலைவராகவும், சட்டமன்ற உறுப்பினராகவும் தெரிவு செய்யப் பட்டார்) அதன்பின் இத் தமிழ் மாநில பிறமலைக்கள்ளர் முற்போக்கு இளைஞர் பேரவை திரு. சி.சி. சாமி அவர்களைத் தலைவராகவும், திரு. இராஜபாண்டியன் அவர்களைப் பொதுச் செயலாளராகவும் கொண்டு செயல்பட ஆரம்பித்தது. தற்பொழுது இவ்வமைப்பு செயல் பட்டும் வருகிறது. திரு. இராஜபாண்டியன் அதன் தலைவராகவும், திரு. பூபதிராஜன் பொதுச் செயலாளராகவும், திரு. முத்துத்தேவர் பொருளாளராகவும் பொறுப்பு வகித்து வருகின்றனர்.

இவை போக, மதுரையைச் சேர்ந்த பொன்னையாத் தேவர் என்பவர் தலைமையில் அகில இந்தியப் பிறமலைக் கள்ளர் சங்கம் என்ற அமைப்பும் செயல்பட்டது. பிறகு தமிழ் மாநில பிறமலைக் கள்ளர்கள் முற்போக்கு இளைஞர் பேரவையிலிருந்து பிரிந்து வந்தவர்களும், அகில இந்திய பிறமலைக் கள்ளர் சங்கத்தைச் சேர்ந்தவர்களும், தமிழ் மாநில பிறமலைக் கள்ளர் உறவின்முறையும் இணைந்து தமிழ் மாநில பிறமலைக்கள்ளர் பேரவை (பதிவு எண் 91/98) என்ற அமைப்பை உருவாக்கினர். இதன் மாநிலத் தலைவராக அன்பு கிறிஸ்டியான் அவர்களும், பொதுச் செயலாளராக சி. ஜெயச்சந்திரன் அவர்களும் பொறுப்பு வகிக்கின்றனர். சமீபத்தில் அகில இந்திய பிறமலைகள்ளர் உறவின்முறை நலச்சங்கம் என்ற அமைப்பும் உருவாகி செயல்பட்டு வருகின்றது.

சென்னை வாழ் பிறமலைக் கள்ளர் நலவாழ்வு சங்கம்
(பதிவு எண் 309/2000)

இங்ஙனம் பிறமலைக் கள்ளர்கள் மிகுதியாக வாழ்கின்ற மதுரைப் பகுதியில் அவர்களைப் பிரதிநிதித்துவப்படுத்துகின்ற பல அமைப்புகள் செயல்பட்டு வருவதைப் போல, சென்னை மாநகரத்தில் பணி நிமித்தமாக, வேலை நிமித்தமாக, தொழில் நிமித்தமாக குடியேறி வாழ்கின்ற பிறமலைக் கள்ளர்கள் தங்களுக்குள் "சென்னை வாழ் பிறமலைக் கள்ளர் நலவாழ்வு சங்கம்" என்ற அமைப்பை உருவாக்கிச் செயல்பட்டு வருகின்றனர். அவ்வமைப்பின் கீழ் திரு. P.K. மூக்கையாத் தேவரின் பெயரில் ஒரு கல்வி அறக்கட்டளையும் பிறமலைக் கள்ளர்களுக்கென்று திருமணத் தகவல் மையமும் செயல்பட்டு வருகிறது. மேலும் படிக்கின்ற மாணவர்களுக்கு உதவி செய்வது, பிறமலைக் கள்ளர் சமூகத்தில் பல்வேறு துறைகளில் வெற்றி அடைபவர்களுக்கு விருதுகள் வழங்கி கௌரவிப்பது போன்ற நிகழ்வுகளை இவ்வமைப்பு நடத்தி வருகிறது.

இவ்வமைப்பில் 2000க்கும் மேற்பட்ட அங்கத்தினர்கள் உள்ளனர். இதன் முதல் தலைவராக V. செல்வம் அவர்களும், செயலாளராக விவேகானந்தன் அவர்களும், பொருளாளராகச் சிவலிங்கம் அவர்களும் பொறுப்பு வகித்தனர். தற்போதைய தலைவராக திரு. V. செல்வம் அவர்களும் செயலாளராக K.S. இளங்கோவன் அவர்களும், பொருளாளராக S. ஜெயராமன் அவர்களும் பொறுப்பு வகித்துவருகின்றனர். இதில் திரு. S. ரவீந்திரன், திரு. K. சின்னன், திரு. V.P. மலைச்சாமி ஆகியோர் P.K.M. கல்வி அறக்கட்டளையின் பொறுப்பாளராகவும், திரு V.S. சாய்பாபு, பேரா.

கணேசன், திரு. கலைச் செல்வன், கோடம்பாக்கம் திரு. பழனி, அருணாச்சலம், பில்டர்ஸ் ரவி, சோனா S. முருகன், வீரமணி, தெய்வேந்திரன், S. பாலமுருகன், மந்தைவெளி இராஜாங்கம், A.S. பிரகாசம், காசிராஜன் போன்றோர் முன்னணி நிர்வாகிகளாகச் செயலாற்றி வருகின்றனர்.

கல்வி சார்ந்த நிறுவனங்கள்

இனி, இப்பகுதியில் இயங்குகின்ற கல்வி சார்ந்த அமைப்புக்கள், நிறுவனங்கள் பற்றிப் பார்ப்போம்.

கள்ளர் கல்விக் கழகம்

உசிலம்பட்டி பகுதியில் உயர்கல்வியை மேம்படுத்துகின்ற நோக்கில் 1968ஆம் ஆண்டு கள்ளர் கல்விக் கழகம் என்ற அமைப்பு உருவாக்கப்பட்டது. திரு.பி.கே. மூக்கையாத் தேவர் திரு. V.K.C. நடராஜன் IAS அவர்களுடைய முயற்சியால் அதுவரை அரசு கள்ளர் சீரமைப்புத்துறை நிர்வாகத்தின் கீழிருந்த கள்ளர் பொதுநலக் கமிட்டி கலைக்கப்பட்டு அதன் சொத்துக்களும், வைப்புத் தொகைகளும் கள்ளர் கல்விக்கழகத்திற்கு மாற்றப்பட்டது. இக்கள்ளர் கல்விக்கழகத்தின் தலைவராக பி.கே. மூக்கையாத் தேவர் அவர்களும், அதன் செயலாளராகத் திருமதி.இராஜேஸ்வரி நடராஜனும், பொருளாளராக மாவட்ட ரிஜிஸ்டராகயிருந்து ஓய்வுபெற்ற திரு. K. பெருமாள் தேவரும் பொறுப்பேற்றனர். மேலும் அதனை 11 பேர் கொண்ட நிர்வாகக்குழு உருவாக்கப்பட்டது.[62]

இக் கள்ளர் கல்விக் கழகத்தின் சார்பாக உசிலம்பட்டியில் பசும்பொன் உ.முத்துராமலிங்கத் தேவர் பெயரில் கல்லூரி நிறுவப்பட்டுச் செயல்பட்டு வருகிறது. இக்கள்ளர் கழகத்தின் தற்போதைய தலைவராக திரு.நல்லுத்தேவன்பட்டி மாசாணம் அவர்களும், செயலாளராக திரு. P. பாலசுப்ரமணியன் அவர்களும், பொருளாளராக டாக்டர் O. சந்திரன் அவர்களும் பொறுப்பு வகித்துச் செயல்பட்டு வருகின்றனர். 13 பேர் கொண்ட நிர்வாகக் குழுவாக இது உள்ளது.

கள்ளர் கல்விக்கழகத்தைப் பற்றி எழுதும் பொழுது அது உருவாவதற்கு பெரிதும் காரணமாய் இருந்த V.K.C. நடராஜன் I.A.S. அவர்களைப் பற்றி எழுதியே ஆக வேண்டும். அவரது இயற்பெயர் V.K. சின்னாத் தேவர். இவர் 1923ஆம் ஆண்டு உசிலம்பட்டிக்கு அருகேயுள்ள விளாம்பட்டி என்ற குக்கிராமத்தில் ஒரு சாதாரண

விவசாயக் குடும்பத்தில் பிறந்தார். அவர் தனது பள்ளிப்படிப்பை – விளாம்பட்டியிலுள்ள அரசு கள்ளர் துவக்கப்பள்ளியில் ஆரம்பக் கல்வியும், உசிலம்பட்டி போர்ட் உயர்நிலைப் பள்ளியில் உயர்நிலைக் கல்வியும் பயின்றார். சிறு வயது முதல் கல்வியில் ஆர்வமுடைய வராகவும், திறமையுடையவராகவும் இருந்ததால் அவரது பெற்றோர்கள் அவரைக் கல்லூரிப்படிப்பிற்கு அனுப்ப முடிவு செய்தனர். மதுரை அமெரிக்கன் கல்லூரியில் இளங்களைப் பட்டமும் சிதம்பரம் அண்ணாமலைப் பல்கலைக்கழகத்தில் முதுகலைப் பட்டமும் பயின்றார். அவர் முதுகலைப்பட்டம் படிக்கின்ற காலத்தில் கல்விக்கட்டணம் கட்டுவதற்கு மிகவும் சிரமப்பட்டார். அவர் சிரமப்படுவதைப் பார்த்த ஊர் கிராமப் பொதுமக்கள் தங்களுக்குள் பொது வரிபோட்டு நிதி வசூலித்து அவருக்கு உதவி செய்தனர். இவர்தான் பிறமலைக்கள்ளர் சமூகத்தின் முதல் முதுகலைப்பட்டதாரி (M.A.) ஆவார். முதுகலைப்பட்டம் பெற்று விட்டு அமெரிக்க கல்லூரியில் சிறிதுகாலம் விரிவுரையாளராகவும், பிறகு காரைக்குடி அழகப்பா பல்கலைக் கழகத்தில் விரிவுரை யாளராகவும் பணியாற்றினார்.

அழகப்பாப் பல்கலைக்கழகத்தில் விரிவுரையாளராகப் பணியாற்றிய பொழுது பிரபல தமிழறிஞரும், வருவாய்த்துறை அதிகாரியுமான

V.K.C. நடராஜன் I.A.S. அவர்களும் அவரது மனைவியும்

திரு. தொ.மு. பாஸ்கரத் தொண்டைமான் அவர்களது மகள் இராஜேஸ்வரி அம்மையாரை காதல் மணம் செய்தார். 1949இல் நடந்த தமிழ்நாடு அரசுத் தேர்வாணையம் நடத்திய முதல்நிலை (குரூப் – 1) தேர்வில் வெற்றியடைந்து நேரடியாக உதவி ஆட்சியாளராகப் பணி அமர்த்தப்பட்டார். தமிழக அரசாங்கத்தில் பல முக்கியப் பொறுப்புக்கள் வகித்தார். தமிழக அரசில் மாவட்ட வருவாயத்துறை அதிகாரியாகவும், கன்னியாகுமரி மாவட்ட ஆட்சியராகவும், மாநிலப் பதிவாளராகவும் பொறுப்பு வகித்துத் தனது பணிகளைத் திறம்பட செய்தார். அவர் திறம்பட்ட அரசு அதிகாரியாக மட்டுமல்லாமல் தமிழ் இலக்கியங்களில் நன்கு பரிச்சயமுடையவராகவும் சமூகத்திலுள்ள கடைநிலை மக்கள் மீது மிகுந்த கரிசனமுடையவராகவும் இருந்தார். குறிப்பாகத் தான் பிறந்த ஏழைச் சமூகமான பிறமலைக் கள்ளர்கள் மீது ஒரு அளவற்ற காதலே அவரிடம் இருந்தது. அவர் கல்லூரியில் படிக்கின்ற காலத்தில் அந்த ஏழை மக்கள் தங்களுக்குள் பொது வரி போட்டு அவருக்கு நிதியுதவி செய்ததனால் அவர்களுடைய பொது நன்மையின் மீது அவருக்கு மிகுந்த பொறுப்புணர்ச்சி இருந்தது. அதனால் பெரும் தலைவர் மூக்கையாத் தேவர், பசும்பொன் தேவரின் பெயரில் ஒரு கல்லூரியை உசிலம்பட்டியில் நிறுவ வேண்டும் என முன்மொழிந்த பொழுது, அதனை நிறுவவதற்கு அரசு துறையில் செய்ய வேண்டிய தேவையான நடைமுறைகளை எளிமையாகச் செய்வதற்குப் பேருதவி செய்தார். குறிப்பாகத் தமிழக அரசு கள்ளர் பொதுநல நிதியை கள்ளர் கல்விக் கழகம் என்ற சமூக அமைப்பிற்கு மாற்றுவதற்கு தேவையான உதவிகளைச் செய்தார். 1968ஆம் ஆண்டு கன்னியாகுமரியில் நடந்த ஒரு விபத்தில் அகால மரணமடைந்தார். அவரது இழப்பு பிறமலைக் கள்ளர் சமூகத்திற்கு மட்டுமல்லாமல் ஒட்டுமொத்த தமிழ்ச் சமூகத்திற்கும் பேரிழப்பாகும்.

தமிழ் சுவிசேஷ ருத்ரன் கல்விச் சபை

1910இன் துவக்கத்தில் சுவீடன் நாட்டிலிருந்து வந்த கிருஸ்தவ சமயப் போதகர்களால் பல கல்வி நிறுவனங்கள் இப்பகுதியில் உருவாக்கப்பட்டன. அவை சுவீடன் கிருஸ்தவ மிஷனரி கல்வி சபை என்ற அமைப்பை உருவாக்கி 1910களில் உசிலை நகரத்தில் பெண்கள் பள்ளி ஒன்றை உருவாக்கியது. 1938ஆம் ஆண்டு ஸ்வீடன் நாட்டிலிருந்து வந்த மிஸ் நூட்மார்க் என்ற சமூகசேவகி இக் கல்வி நிறுவனங்களை நன்கு வளர்த்தெடுத்தார். மிஸ் நூட்மார்க் அம்மையாரின் தன்னலமற்ற சேவையைப் பாராட்டி

மிஸ். நூட் மார்க்

பெருந்தலைவர் மூக்கையாத்தேவர் 'கள்ளநாட்டின் வீர அம்மா (எ) வீரத்தாய்' எனப் பட்டமளித்து பாராட்டினார். அம்மையாரின் முன்முயற்சியால் இந்நிறுவனம் நன்கு வளர்ந்து இரண்டு ஆரம்பப் பள்ளிகளையும், ஒரு பெண்கள் மேல்நிலைப் பள்ளியையும், ஒரு ஆசிரியர் பயிற்சிப் பள்ளியையும் நடத்தி வருகின்றது. இப்பகுதி பெண்களின் கல்வி வளர்ச்சியில் இந்நிறுவனங்களின் பங்கு மகத்தானது.

ரோமன் கத்தோலிக்கக் கல்விச் சங்கம்

ரோமன் கத்தோலிக்க கிறிஸ்தவ சபை உசிலை நகரத்தில் ஒரு பெண்கள் மேல்நிலைப் பள்ளியையும், இரண்டு ஆரம்பப் பள்ளி களையும் நடத்தி வருகிறது. கள்ள நாட்டின் மையப் பகுதியாய்க் கருதப்படும் கருமாத்தூரில் திரு.புனிதர் அருளானந்தர் பெயரில் ஒரு கல்லூரியையும் நடத்தி வருகிறது.

நட்டாத்தி நாடார் பள்ளி பரிபாலன சங்கம்

உசிலம்பட்டி நாடார் வாலிபர் சங்கமானது 16.06.1939இல் நிறுவப் பட்டது. அவ்வமைப்பின் விருப்பம் இவ்வூரில் நம் பகுதி மக்களுக்காகப் பெண்கள் பள்ளி ஒன்று நிறுவப்பட வேண்டும்

என்பதாக அமைந்தது. அந்த விருப்பம், தீர்மானமாக 27.05.1941இல் கொண்டு வரப்பட்டது. அமரர் திரு.அ.பழனிச்சாமி நாடார் அவர்களின் விடாமுயற்சியால் திரு. அண்ணாமலை நாடார் அவர்களின் இல்லத்தை வாடகை பேசி பள்ளிக்கூடம் தொடங்கிட ஏற்பாடு செய்யப்பட்டது. அப்பள்ளியானது நாடார் வாலிப சங்கத்திலிருந்து நாடார் உறவின்முறை நிர்வாகத்திற்கு மாறியது. அப்பள்ளியினைத் திரு. டி.கே.நடராஜ நாடார் அவர்கள் பள்ளி மேலாளராகவும் திரு.என். வீரபத்திர நாடார் அவர்கள் தாளாள ராகவும் கொண்டு திரு. சாமிநாத நாடார் அவர்கள் முன்பணம்தர, திரு. பரமநாத நாடார் அவர்கள் கட்டிடத்தில் பள்ளி தொடங்கியது. இந்த அரிய பணியினுக்குத் திரு.அ.பழனிச்சாமி நாடார் அவர் களுடன் திரு.ஏ.கே. அருளானந்த நாடார் அவர்களும் துணை நின்றது குறிப்பிடத்தக்கதாகும்.

திரு.கு. காமராஜ் அவர்களின் கல்விப்பணிக்கு உறுதுணையாய், மாநிலக் கல்வி இயக்குநராகவும், சென்னைப் பல்கலைக்கழகத் துணைவேந்தராகத் திகழ்ந்தவருமான டாக்டர் நெ.து.சுந்தர வடிவேலு அவர்கள் மதுரை மாவட்டக் கல்வி அலுவலராகத் திகழ்ந்தகாலத்தில் அவரது துணையுடன் அன்றைய மதுரை மாவட்ட நகராண்மைக் கழகத் தலைவரும் பட்டிவீரன்பட்டி திரு. W.P.A. சௌந்திர பாண்டிய நாடார் தலைமையில் 1946ஆம் ஆண்டு அக்டோபர் மாதம் 7ஆம் நாள் ‘நாடார் சரஸ்வதி ஆரம்பப் பள்ளி’ தொடங்கி வைக்கப்பட்டது. இந்நிறுவனம் இன்று ஆரம்பப்பள்ளி ஒன்றையும், ஆண்கள் மேல்நிலைப்பள்ளி ஒன்றையும், மெட்ரிக் பள்ளி ஒன்றையும் நடத்தி வருகிறது. இக்கல்வி நிறுவனங்களின் ஆரம்ப கர்த்தாவான திரு. அ. பழனிச்சாமி நாடார் தனது தன்னலமற்ற சேவையாலும், எளிமையான வாழ்க்கையாலும் இப்பகுதி மக்களால் “உசிலை காந்தி” என அழைக்கப்பட்டார்.[63]

பிரஸிடண்சி சர்வீஸ் கிளப் (பதிவு எண் 200/99)

பிறமலைக் கள்ளர் சமூகத்தில் படித்த மத்தியதர வர்க்கத்தைச் சேர்ந்த பிரமுகர்கள் ஒன்று கூடி பிரஸிடன்சி சர்வீஸ் கிளப் என்ற அமைப்பை உருவாக்கினர். அதன் முதல் தலைவராகப் பேரா.பொண் சூரியராஜன், செயலாளராகப் பேரா. பவுன்ராஜ், பொருளாளராகத் திரு. செல்லையா ஆகியோர் பொறுப்பேற்றனர்.

இவ்வமைப்பு மதுரையை மையமாக வைத்துச் செயல்பட்டு வருகிறது. படித்த பிறமலைக் கள்ளர் இளைஞர்களுக்கு வேலை வாய்ப்பு முகாம்களை நடத்துவது, பிறமலைக் கள்ளர் சமூகத்தில்

திரு. அ. பழனிசாமி நாடார்

பள்ளி இறுதித் தேர்வில் அதிக மதிப்பெண் பெற்ற மாணவ, மாணவியருக்குப் பரிசளித்து ஊக்கமளித்தல், பிறமலைக் கள்ளர் சமூகத்தில் வெவ்வேறு துறைகளில் வெற்றி பெற்றவர்களைக் கவுரவித்துப் பாராட்டுதல் போன்ற சமூகப்பணிகளைச் செய்து வருகிறது. மேலும் இவ்வமைப்பின் தற்போதைய தலைவராக உதயம் ராஜேந்திரன் அவர்களும், செயலாளராகப் பேரா. பொன் விஜயன் அவர்களும், பொருளாளராகத் திரு. இலட்சுமணன் அவர்களும் பொறுப்பு வகித்து வருகின்றனர். இவ்வமைப்பின் சார்பாக ஒரு திருமணத் தகவல் மையமும் மதுரை நகரத்தில் நடத்தப்பட்டு வருகிறது.

பி.கே.எம். இளைஞர் மேம்பாட்டு அறக்கட்டளை
(பதிவு எண். 210/2010)

பிறமலைக் கள்ளர் சமூகத்தில் படித்த இளைஞர்கள் மத்தியில் ஒரு சமூக விழிப்புணர்ச்சியை ஏற்படுத்த வேண்டும் என்ற சீரிய நோக்கத்தோடு சில சமூகப் பொறுப்புணர்ச்சிமிக்க பெரியவர்கள் ஒன்று கூடி பெருந்தலைவர் மூக்கையாத் தேவர் பெயரில் 'பி.கே.எம். இளைஞர் மேம்பாட்டு அறக்கட்டளை' என்ற அமைப்பை உருவாக்கி

செயல்படுத்தி வருகின்றனர். இவ்வமைப்பின் சார்பாக உசிலை நகரத்தில் படித்த இளைஞர்களுக்கு அரசுப் பணிகளுக்குச் செல்வதற்கான அரசுத் தேர்வாணையம் நடத்துகின்ற தேர்வுகளுக்குப் பயிற்சி அளிப்பதற்காக ஒரு இலவசப் பயிற்சி முகாம் நடத்தப்பட்டு வருகிறது. இதில் சாதி மதங்களுக்கு அப்பாற்பட்டு இப்பகுதியைச் சேர்ந்த படித்த இளைஞர்கள் சேர்த்துக் கொள்ளப்படுகின்றனர். இதுவரை தமிழ்நாடு அரசு தேர்வாணையம் நடத்திய குரூப் – 2 தேர்வுகளுக்கும், தமிழ்நாடு சீருடைப் பணியாளர் தேர்வாணையம் நடத்திய காவல் உதவி ஆய்வாளர் பணிக்கான தேர்வுகளுக்கும், காவலர் பணிக்கான தேர்வுகளுக்கும் இவ்வமைப்பு இலவசப் பயிற்சி முகாம்களை நடத்தியிருக்கிறது. இதில் காவல்துறையில் 18 பேர் காவலர்களாகவும், 7 பேர் காவல்துறை உதவி ஆய்வாளர் களாகவும் பணியில் அமர்ந்துள்ளனர்.

தற்பொழுது இவ்வமைப்பு வங்கிகள் பணியாளர் தேர்வாணையம் நடத்துகின்ற வங்கிப் பணி நுழைவுத் தேர்வுக்கான இலவசப் பயிற்சி முகாம்களையும் நடத்தி வருகிறது. இவ்வமைப்பின் தலைவராகப் பேரா. பொன் சூரியராஜன் அவர்களும், செயலாள ராகப் பொறியாளர் ம. இளங்கோவன் அவர்களும், பொருளாளராகத் திரு. அன்பு கிறிஸ்டியான் அவர்களும் பொறுப்பு வகித்துத் திறம்படச் செயல்படுத்தி வருகின்றனர். மேலும் திரு. சின்னகண்ணன், திரு.ஜெயச் சந்திரன், திரு. I. ராஜா, திரு. ராமச்சந்திரன், திரு. பொ. தன்ராஜ், திரு. ஜெயபால் தேவநேசன், திரு. சின்னிவீரன், பேரா. சீனியப்பன், திரு. சுப்பையா திண்டுக்கல், திரு. சந்திரசேகரன், திரு. ஜெயபால் ஆகியோர் முன்னனிப் பங்களிப்பாளர்களாக நின்று செயல்பட்டு வருகின்றனர். மேலும் 80 பேர் இந்த அறக் கட்டளையின் உறுப்பினர்களாகத் தங்களை இணைத்துக் கொண்டு பங்களித்து வருகின்றனர். முன்னாள் அமைச்சர் சி. துரைராஜ் அவர்கள் இவ் அறக்கட்டளைக்குப் பேருதவி செய்து வருகிறார்.

மேற்கூறிய சமூகம் சார்ந்த கல்வி சார்ந்த அமைப்புக்கள் போக உசிலை கோட்ட நுகர்வோர் பாதுகாப்புக் குழு, உசிலை நகர் நலச் சங்கம், லயன்ஸ் கிளப் போன்ற பொதுநல அமைப்புகளும் செயல்பட்டு வருகின்றன.

தமிழ்நாடு முற்போக்கு எழுத்தாளர்கள் மற்றும் கலைஞர்கள் சங்கம் என்ற கலை இலக்கிய அமைப்பு கலை இரவுகளையும், கலை விழாக்களையும் நடத்தி, மக்கள் மத்தியில் சமூக விழிப்புணர்ச்சி மற்றும் பகுத்தறிவுப் பிரச்சாரங்களைச் செய்து வருகிறது.

அடிக்குறிப்புகள்

1. நேத்தாஜியின் வீரவரலாறு, சிவலை இளமதி, பாகம் – 1, ப. 55
2. Forward Bloc, Dr. K. Bose, P. 12 (table - 1)
3. நேத்தாஜியின் வீரவரலாறு, சிவலை இளமதி, பாகம் – 1.
4. மேற்படிநூல், சிவலை இளமதி, பாகம் – 1
5. மேற்படி நூல், சிவலை இளமதி, பாகம் – 1
6. மேற்படிநூல் பாகம் – 1
7. A Short History of All India Forward Bloc. Page & 13 Asok Chosh, Dr. Rathin Chatrabarty
8. Ibid P - 14
9. பசும்பொன் சரித்திரம் பக்கம் : சண்முகசுந்தரம்
10. Forward Bloc P - 14 Dr. K. Bose
11. A Short History of forward Bloc. P - 14 Ashok Ghosh
12. Forward Bloc. P - 15 Dr.K. Bose
13. Ibid P - 15
14. Ibid P - 16
15. Ibid. PP - 17, 18
16. Ibid. P - 18
17. Ibid. P - 19, 20
18. A Short History of Forward Bloc, Ashok Ghosh., P - 47
19. Forward Bloc, K.Bose, P - 21.
20. நேத்தாஜியின் வீரவரலாறு, சிவலை. இளமதி, பாகம் – 1
21. Forward Bloc. Dr.K.Bose, P - 116
22. Ibid. P - 173
23. Ibid. P - 174
24. பசும்பொன் தேவர் வரலாற்றுச் சுவடுகள், பேரா. செல்வராஜ், ப. 236
25. மேற்படி நூல். ப. 235
26. Forward Bloc. Dr.K.Bose, P - 183
27. திராவிட இயக்கமும், பசும் பொன்தேவரும் ஜீவபாரதி, பக்கம்:
28. தமிழக நாடார்கள் வரலாறு, கார்டுகிரேவ், (மொழிபெயர்ப்பு – ஜெயபாண்டியன்
30. இம்மானுவேல் தேவேந்திரர், செ. சண்முகபாரதி, ப. 66
29. எது வரலாறு, நக்கீரன், ப. 30
31. பசும்பொன் தேவரின் வரலாற்றுச் சுவடுகள், பேரா. செல்வராஜ், ப. 172
32. Forward Block. Dr. K. Bose. P - 189
33. Ibid PP - 190,191,192
34. Ibid. PP - 193, 196
35. Ibid. PP
36. Ibid., P - 198
37. Ibid. P - 146
38. Ibid. P - 163
39. Ibid. P - 163

40. Ibid. P - 163
41. Ibig. P - 164
42. Ibid. P - 136
43. Ibid. P - 137
44. V.S. நவமணி, முன்னாள் தலைவர், அகில இந்திய பார்வர்டு பிளாக் தமிழ் மாநிலக் குழு, பேட்டிநாள்: *10.12.2010*
45. Forward Bloc. Dr. K. Bose. PP - 137 - 146
46. *ஜூனியர் விகடன்*
47. *ஜீவாவும் நானும், ப. 15 தோழர் தா. பாண்டியன்*
48. *மேற்படி, ப. 16*
49. *கள்ளர் சரித்திரம் ப. 18 ந.மு. வேங்கடசாமி நாட்டார்*
50. *தஞ்சைக் கள்ளர் மஹாசங்கம் மூன்றாமாண்டு அறிக்கை, ப. 1*
51. *தஞ்சைக் கள்ளர் மஹாசங்கம் மூன்றாமாண்டு அறிக்கை, ப. 9*
52. *தஞ்சைக் கள்ளர் மஹாசங்கம் மூன்றாமாண்டு அறிக்கை, ப. 7*
53. *கள்ளர் சரித்திரத்தில் பிறமலைநாடு என்ற வார்த்தையே இடம் பெறவில்லை. கீழக்குடி நாடு இது மதுரைக்கு மேற்கேயுள்ளது என்ற ஒரே ஒரு வரி மட்டும் குறிப்பிடப்பட்டுள்ளது. கள்ளர் சரித்திரம்*
54. *சுயமரியாதையும், பொதுவுடைமை இயக்கமும், பக் : 68, 69 கோ. கேசவன்,*
55. *குற்றப்பரம்பரை அரசியல் முத்துத்தேவர் கட்டுரை ப. 90*
56. *பசும்பொன் தேவரின் வரலாற்றுச் சுவடுகள் பக். 76, 77 பேரா. செல்வராஜ்.*
57. *மதுரை ஜில்லா வாலிபர் சங்கம் இரண்டாவது மாநாட்டு அழைப்பிதழ்*
58. *திரு காந்தித்தேவர் சுதந்திரப்போராட்டதியாகி கவண்டன்பட்டி, பேட்டிநாள்: 24.5.2003, திரு. செல்லப்பாண்டியன் Ex பஞ்சாயத்துத் தலைவர் வாகைகுளம், பே, நாள் : 29.1.2012*
59. *ஜீவாவும் நானும் ப. 15 தா. பாண்டியன்*
60. *தமிழ் மாநில பிறமலைக்கள்ளர் உறவின் முறை அஜெண்டாபுத்தகம்*
61. The Hindu Dated Interview Su. Venkatasan (04.08.2011)
62. *குற்றப்பரம்பரை அரசியல், முத்துத்தேவர் கட்டுரை ப. 189*
63. *நாடார் சரஸ்வதி மேல்நிலைப்பள்ளி பொன்விழா மலர்.*

முடிவுரை

கடந்த பல அத்தியாயங்களில் கள்ளர் சமூகத்தின் வாழ்க்கை வரலாறு போன்றவற்றிலிருக்கின்ற பன்முகத் தன்மைகளை கடந்து வந்தோம். இவற்றையெல்லாம் நாம் சற்று உற்று நோக்கும்பொழுது ஒரு உண்மை வெளிப்படுகிறது. கள்ளர் சமூகம் தமிழ் சமூகத்தின் பலதொன்மையான உட்கூறுகளை தன்னுள் இன்றும் சுமந்து கொண்டிருக்கிறது என்பதே அது. ஆனால் சமீபத்தில் நமக்கு கிடைத்திருக்கின்ற அறிவியல் உண்மை ஒன்று, கள்ளர் சமூகம் தமிழ்ச்சமூகத்தின் தொன்மையை மட்டுமல்லாமல் மனிதகுலத்தின் பாரம்பரிய சுவடுகளை இன்றும் சுமந்து கொண்டிருக்கின்றன என்பதை உலகிற்கு வெளிப்படுத்தியுள்ளது. அதாவது மனிதகுலம் தோன்றிய வரலாற்றை ஆய்வு செய்து கொண்டிருக்கின்ற ஆய்வாளர்கள் பூமியின் மையப் பகுதியாய் கருதப்படும் ஆப்பிரிக்கப் பகுதியில்தான் மனிதகுலம் முதன்முறையாகத் தோன்றியது என்றும் அங்கு தோன்றிய மனிதஇனம் கொஞ்சம், கொஞ்சமாக பரிணாம வளர்ச்சி பெற்று உலகம் முழுவதும் பரவியது என்றும் குறிப்பிடுகின்றனர்.

அப்படி ஆப்பிரிக்காவில் தோன்றிய மனிதன் பஞ்சம், பருவமாற்றம் போன்ற சூழ்நிலைகளால் மிகப்பெரும் இடப்பெயர்ச்சிக்குத் தள்ளப்பட்டான். அதாவது சிறிது, சிறிதாக பல ஆயிரம் வருடங்கள் ஒவ்வொரு இடமாக மாறி இருக்கிறார்கள். வெவ்வேறு ரயில்களைப் பிடித்து ஒரு இடத்தை சென்றடைவதற்கு ஒப்பிடப்படுகிறது இந்த இடப்பெயர்வு. இதனால் தற்போது தென்னாப்பிரிக்காவில் 60 ஆயிரம் ஆண்டுகளுக்கு முன்பு குடிவந்த ‘எம். 60’ என்கிற மரபணு உள்ளவர்கள் வாழ்ந்து வருகிறார்கள். இதற்கு அடுத்ததாக கூறப்படும் ‘எம் 130’ மரபணு பயணமும்,

நோக்கமும் பனிரெண்டாயிரம் கிலோமீட்டர் தொலைவிலுள்ள ஆஸ்திரேலியாவை அடைவதாக இருந்தது. வழியில் இருந்த இந்தியாவை கடக்கும் போது அந்த மரபணு வீரர்களில் ஒரு குழுவினர் இங்கேயே தங்கிவிட்டனர். ஆனால் இந்த பயணத்தின் காலஅளவு பல ஆயிரம் வருடங்கள் என்பதை கணக்கில் கொள்ள வேண்டும்.

இந்த மனிதசமூகத்தின் இடப்பெயர்ச்சியை ஆய்வு செய்வதற்காக உலகத்தின் பல்வேறு பகுதிகளில் வாழும் பல சமூகத்து மக்களுடைய இரத்தமாதிரிகளை எடுத்து விஞ்ஞானிகள் பரிசோதனை செய்தனர். அதில் ஆஸ்திரேலியா, இந்தியா, இந்தோனேசியா போன்ற நாடுகளில் வாழக்கூடிய பல பழங் குடியினர்களின் இரத்தமாதிரிகளை எடுத்து சோதனை செய்து பார்த்தனர். அப்போது ஆப்பிரிக்காவில் பல்லாயிரம் வருடங்களுக்கு முன்பு வாழ்ந்த ஆதிமனிதனின் மரபணுக்கள் இன்றும் பல பழங்குடி மக்களின் இரத்தத்தில் இருப்பது தெரிய வந்தது. அதனடிப்படையில் தென்னிந்தியாவில் குறிப்பாக தமிழகத்திலுள்ள பலமக்களின் இரத்த மாதிரிகளும் சேகரிக்கப்பட்டன. அதில் மதுரை மாவட்டத்தில் உசிலம்பட்டிக்கு அருகேயுள்ள ஜோதி மாணிக்கம் என்ற கிராமத்திலுள்ள விருமாண்டி ஆண்டித்தேவர் என்பவரது இரத்ததில் சுமார் 70,000 வருடங்களுக்கு முன்பு ஆப்பிரிக்காவில் வாழ்ந்த ஆதிமனிதனின் மரபணுவான M. 130 Y

விருமாண்டி ஆண்டித்தேவர்

என்ற மரபணு இருப்பதைக் கண்டறிந்தனர். அவரிடம் மட்டுமல்லாமல் அந்த கிராமத்தில் வாழ்கின்ற பலரிடமும் இதே மரபணு இருப்பதைக் கண்டறிந்தனர். விருமாண்டி ஆண்டித்தேவரும் ஜோதிமாணிக்கம் கிராமத்தைச் சேர்ந்தவர்களும் பிறமலைக்கள்ளர் சமூகத்தைச் சேர்ந்தவர்களாவர். அதனால் பல பிறமலைக் கள்ளர்களின் இரத்தமாதிரிகள் சேகரிக்கப்பட்டு அவர்களிடமும் சோதனை நடத்தப்பட்டது. அவர்களில் பெரும்பாலானவர்களிடம் இம்மரபணு இருப்பது கண்டறியப்பட்டது. இதன் மூலம் தற்போது பிறமலைக்கள்ளர்கள் என்ற அடையாளத்தைப் பெற்றிருக்கின்ற இம்மக்களின் மூதாதையர்கள் சுமார் 70,000 ஆண்டுகளுக்கு முன்பு ஆப்பிரிக்காவிலிருந்து தமிழகத்தின் தென்பகுதியில் குடியேறினர் என்ற உண்மை கண்டறியப்பட்டுள்ளது.

இப்படி மனிதகுலத்தின் 70,000 ஆண்டுகால வரலாற்றைச் சுமந்து கொண்டிருக்கின்ற பிறமலைக் கள்ளர்களின் வாழ்க்கை மற்றும் வரலாறுகளை கடந்த பல ஆண்டுகாலம் நான் செய்த கடுமையான களப்பணிகள் மூலமும், அக்காலகட்டத்தில் எனக்கு கிடைத்த தரவுகள், ஆவணங்கள் மூலமும் இந்நூலை நான் எழுதியிருக்கிறேன்.

இந்நூல் ஒரு சாதியின் பெருமிதங்களைப் பேசுகின்ற நூல் அல்ல. மாறாக ஒரு சமூகத்தின் பன்முகத்தன்மைகளை பதிவு செய்கின்ற நூலாகும். இது கடுமையான உழைப்பின் விளைவாக இருந்தாலும் இவர்களைப் பற்றிய ஒரு அறிமுக நூல் என்றே இதை சொல்ல வேண்டும். இவ்வகை அறிமுகத்தை மையமாக வைத்து பல புதிய ஆய்வுகளும், புதிய படைப்புகளும் வர வேண்டும்.

இனிமேல் வரலாறு என்பது வெறும் மன்னர்களை பற்றிய வரலாறாக இல்லாமல் நாட்டுப்புற உழைக்கும் மக்களைப் பற்றிய வரலாறாக அமைய வேண்டும் என்பதே என் குறிக்கோள். அதனடிப்படையில் நூறு பூக்கள் பூக்கட்டும், ஆயிரம் மலர்கள் மலரட்டும் என்று சீனத்தலைவர் ‘மாவோ’ சொன்னதைப் போல நாட்டுப்புற மக்களைப் பற்றி இன்னும் பலநூறு ஆய்வுகள் நடக்கட்டும், பல்லாயிரம் படைப்புகள் மலரட்டும்.

துணைநூற் பட்டியல்

(முக்கியானவை மட்டும்)

தமிழ்

1. *அதியமான் பழ, அறியப்படாத ஆளுமை* ஜார்ஜ் ஜோசப், காலச்சுவடு பதிப்பகம், 2007 (I)
2. ஆசீர்வாத உடையாத்தேவர், (எ) குழந்தைசாமி பிள்ளை, மறவர் சரித்திரம், ஸ்ரீவைகுண்டம், 1938 (I)
3. ஆறுமுகம் பிள்ளை கு, தெய்வத்திருமகன் உ. முத்துராமலிங்கத் தேவரவர்கள் வரலாறு, கிராமப் பஞ்சாயத்துக் குழு, பசும்பொன், 1964 (I)
4. ஆண்டியப்பத்தேவர், முக்குலத்தோர் சிறப்பு மலர், மூவேந்தர் மன்றம், 1966 (I)
5. இராசமாணிக்கனார், மா., சோழர் வரலாறு, நாம் தமிழர் பதிப்பகம், சென்னை, 2009 (I)
6. எத்திராஜ். நா, தஞ்சை, தமிழக நாயக்க மன்னர்களின் வரலாறு, ராமையா பதிப்பகம், சென்னை, 2008 (IV)
7. வி. கனகசபைப்பிள்ளை ஆயிரத்தெண்ணூறு ஆண்டுகட்டு முற்பட்ட தமிழகம், (தமிழாக்கம் – கா. அப்பாத்துரை), பூம்புகார் பதிப்பகம், சென்னை, 2003 (I)
8. கண்ணன், ஆர். கே. தேவர்கள் வரலாறு, ஆர்.கே.கே.அன்டு சன்ஸ், திருமங்கலம், 2006 (I)
9. கமால், S.S. சேதுபதி மன்னர் வரலாறு, சர்மிளா பதிப்பகம், இராமநாதபுரம், 2003 (I)
10. கால்டுவெல், டாக்டர், பிஷப், *திருநெல்வேலிச் சரித்திரம், (தமிழாக்கம் – சஞ்சீவி),* காவ்யா வெளியீடு, சென்னை, 2004 (I)
11. காசிநாதன், நடன *(மற்றும் பலர்),* திருமலைநாயக்கர் செப்பேடுகள், தமிழ்நாடு அரசு தொல்பொருள் ஆய்வுத்துறை, சென்னை. 1994 (I)
12. கார்டுகிரேவ், தமிழக நாடார் வரலாறு, *(மொழிபெயர்ப்பு ஜெயபாண்டியன்),* முருகன் பப்ளிகேசன்ஸ், சென்னை, 1982
13. குழந்தை, புலவர், கொங்குநாடு, பூம்புகார் பதிப்பகம், சென்னை, 2009 (I)

14. கேசவன். கோ. சுயமரியாதை இயக்கமும் பொதுவுடைமையும், சரவணபாலு பதிப்பகம், விழுப்புரம், சென்னை, 1999. (II)

15. சண்முக சுந்தரம், பேரா., பசும்பொன் சரித்திரம், காவ்யா வெளியீடு, 2008 (I)

16. சரவணக் குமரன் N.A., தமிழர் காவல் தெய்வங்கள், அழகு பதிப்பகம், சென்னை, 2009 (I)

17. சதாசிவ பண்டாரத்தார், T.V. பாண்டியர் வரலாறு, கழக வெளியீடு, 1969 (I), & நாம் தமிழர் பதிப்பகம், சென்னை, 2007 (II)

18. சசிவர்ணத்தேவர், அரசியல் தலைவர்களின் பார்வையில் ஜீவா, பாவை வெளியீடு, சென்னை, 2004 (I)

19. ஜீவபாரதி, பசும்பொன் தேவரும் திராவிட இயக்கங்களும், சுவாமிமலை பதிப்பகம், சென்னை, 2003 (I),

20. ---------------, பசும்பொன் தேவரும் கம்யூனிஸ்டும், சுவாமிமலை பதிப்பகம், சென்னை, 2003 (I),

21. ---------------, சட்டப் பேரவையில் பசும்பொன் தேவர், குமரன் பதிப்பகம், சென்னை, 2003 (I),

22. ---------------, பசும்பொன் தேவரின் மேடை முழக்கம், குமரன் பதிப்பகம், சென்னை, 2009 (III)

23. சுவாமிநாத உபாத்தியாயர், சூரியகுல கள்ளர் சரித்திரம், எட்வர்டு பிரஸ், திருவாரூர், 1926 (I)

24. சுப்பிரமணியம் சேர்வை, பதினாலு நாட்டார் சரித்திரம், 2000 (I)

25. செல்வராஜ், க, பசும்பொன் தேவரின் வரலாற்றுச் சுவடுகள் ஓர் ஆய்வு, நக்கீரன், சென்னை, 2008 (I)

26. தமிழவேள், சமூக உரிமைப் போராளி இம்மானுவேல் தேவேந்திரர், பண்பாட்டு ஆய்வகம், புதுவை, 2008 (I)

27. தினகரன், முதுகுளத்தூர் கலவரம், யாழ் வெளியீடு, சென்னை, 1958 (I)

28. தேவநேயப் பாவாணர், பண்டைத் தமிழ் நாகரீகமும், பண்பாடும், தமிழ் மண் பதிப்பகம், சென்னை, 2000

29. ---------------, தமிழிலக்கிய வரலாறு பாகம்–1, தமிழ்மண் பதிப்பகம், சென்னை, 2000

30. ---------------, தமிழர் மதம், தமிழ்மண் பதிப்பகம், சென்னை, 2000, (II)

31. ---------------, தமிழிலக்கிய வரலாறு பாகம் –2, தமிழ்மண் பதிப்பகம், சென்னை, 2000

32. ---------------, பழந்தமிழாட்சி, தமழ்மண் பதிப்பகம், சென்னை, 2000

33. ---------------, தமிழர் வரலாறு பாகம்–1, தமிழ்மண் பதிப்பகம், சென்னை, 2000

34. ---------------, தமிழர் வரலாறு பாகம் – 2, தமிழ்மண் பதிப்பகம், சென்னை, 2000

35. ---------------, தமிழர் மதம், தமிழ்மண் பதிப்பகம், சென்னை, 2000

36. நாஞ்சில் நாடன், நாஞ்சில் நாட்டு வெள்ளாளர் வாழ்க்கை, காலச்சுவடு பதிப்பகம், சென்னை, 2008 (I)

37. பரமசிவன், தோ, பண்பாட்டு அசைவுகள், காலச்சுவடு பதிப்பகம், 2004 (III)
38. பன்னீர் செல்வம், மணி. கோ., குறவர் பழங்குடி, வல்லினம் வெளியீடு, சென்னை, 2009 (I)
39. பக்தவத்சல பாரதி, தமிழர் மானுடவியல், அடையாளம் வெளியீடு, சென்னை, 2008 (II)
40. தமிழகப் பழங்குடிகள், அடையாளம் வெளியீடு, சென்னை, 2008 (II)
41. தமிழகத்தில் நாடோடிகள், வல்லினம் வெளியீடு, சென்னை, 2003 (I)
42. தமிழர் பண்பாட்டு மானுடவியல், மணிவாசகர் பதிப்பகம், சென்னை, 1999 (I)
43. பாலசுப்ரமணியன், குடவாயில், தஞ்சை நாயக்கர் வரலாறு, சரஸ்வதி மஹால் நூலக வெளியீடு, தஞ்சாவூர், 1999 (I)
44. பாலகிருஷ்ணன், ஆ.நா., பி. கே. மூக்கையாத் தேவர், மீ.நா.பதிப்பகம், சென்னை, 2007 (I)
45. பாண்டியன், தா, ஜீவாவும் நானும், குமரன் பதிப்பகம், சென்னை, 2004 (I)
46. பூபதிராஜா, க., உ. முத்துராமலிங்கத் தேவர் வாழ்க்கை வரலாறு, பசும்பொன்தேவர் ஆன்மீக மனிதநேய நலச்சங்கம், கோடம்பாக்கம், சென்னை, 2007 (I)
47. மகேஸ்வரி, நா, இந்திய விடுதலைப் போராட்டத்தில் பெருங்காமநல்லூர், மதுரை காமராஜர் பல்கலைக்கழகம், மதுரை.
48. மாற்கு, அருந்ததியர் வாழும் வரலாறு, நாட்டார் வழக்காற்றியல் ஆய்வு மையம், பாளையங்கோட்டை, 2001 (I)
49. மரிய அந்தோணி நாடார், கி.மு.ம. சான்றோர் வரலாறு, பூம்புகார் பதிப்பகம், 1996 (II)
50. மதுரை வீரன் கதை, ஸ்ரீமகள் கம்பெனி, சென்னை, 1991.
51. மனோகரன், மீ. மருதுபாண்டிய மாமன்னர்கள், அன்னம் வெளியீடு, சிவகங்கை, 1994 (I)
52. மகாத்மாகாந்தி, தென்னாப்பிரிக்க சத்தியாக்கிரகம், (தமிழாக்கம் – தி.சு. அவினாசிலிங்கம்), காந்தி இலக்கியச் சங்கம் வெளியீடு, மதுரை, 2008 (I)
53. முத்து, கே.எஸ், தலித்குலசாமிகள், தலித் ஆதார மையம், மதுரை, 2004 (I)
54. முத்துத்தேவர், பி. மூவேந்தர்குலத்துத் தேவமார் சமூக வரலாறு, காக்குவீரன் பதிப்பம், 1982 (II)
55. முத்தையா, ஆத., டாக்டர், பாகனேரி நாட்டு மக்களின் மரபும் பண்பாடும், ஆனந்தாயி பதிப்பகம், தஞ்சாவூர், 1998 (I)
56. முகில்நிலவன் (தொ.ஆ), குற்றப் பரம்பரை அரசியல், பாலை வெளியீடு, மதுரை, 2010 (I)
57. வெங்கடேசன், சு, கலாச்சாரத்தின் அரசியல், வைகை வெளியீடு, மதுரை, 2001 (I)
58. வேங்கடசாமி மயிலை, சீனி., களப்பிரர் ஆட்சியில் தமிழகம், நாம் தமிழர் பதிப்பகம், சென்னை, 2006 (I)
59. வேங்கடசாமி நாட்டார். ந.மு. கள்ளர் சரித்திரம், ஜெயம் அண்டு கோ, திருச்சி, 1923 (I)

இதழ்கள், மலர்கள்

1. *முன்னேற்ற முழக்கம், பைந்தமிழ்ப் பேரவை, திருந்திய பதிப்பு, 1982*
2. *உசிலம்பட்டி நாடார் சரஸ்வதி மேல்நிலைப் பள்ளி ஆரம்பப்பள்ளி, பொன்விழா மலர் (1994–1996)*
3. *சேவுகப் பெருமாள் ஐயனார் கோயில் சிறப்பு மலர், சிங்கம்புணரி, 2001*

வெளியிடப்படாத எழுத்துக்குறிப்புகள்:

1. *ஆரியப்பட்டி கோடாங்கி பெரிய பெருமாள் தேவர் எழுதிய எட்டுநாடு, இருபத்தினாலு உபகிராமப் பட்டியல்.*
2. *சிங்கத்தமிழன் – சின்னிவீரத்தேவன் நாடகப் பிரதி, அரங்கேற்றப்பட்ட இடம் : ஆரியப்பட்டி ராமநாதபுரம், ஆண்டு 1970, எழுதி இயக்கியவர்: குட்டிப்பெருமாள் தேவர், சு. இராமநாதபுரம்*
3. *கவ்ணம்பட்டி மூன்றுதேவர் கூலமக்கள் வரலாற்றுக் குறிப்பு, எழுதியவர்: ஊர் பொதுமக்கள் முன்னிலையில் பெரியசாமித் தேவர்.*

ஆங்கில நூல்கள்

1. Anand Pandian, Crooked stalks, Duke University Press, Durham and London. 2009 (I)
2. ----------------,Securing the Rural Citizen the Antikallar movement of 1896, Indian Economic and social History Review 42, No 1, 2005, Page 1-39.
3. ----------------,The Remembering Village : Looking Back on Louis Dumont From Rural TamilNadu contributions to Indian Sociology 43 No. 1 (2009) Page 121-33
4. Asokghosh, A short History of All India Forward Bloc, General committee, All India Forward Bloc, New Delhi, Dec 2005 (II)
5. Biswas S.K. “Autochthom of India and the Aryan invasion” Vol. I, Genuine Publications of Media Pvt Ltd. New Delhi, 1995 (I)
6. Bose K., Forward Bloc, Tamilnadu Academy of Political Science, Madras,1988 (I)
7. Black Burn Stuart. H, The Kallars : A Tamil Criminal Tribe Reconsidered (Journal of South Asian Studies. Vol. I, No I) March 1978
8. Dumont Louise, Affinity as a value : Marriage Alliance in the South India, with Comparative Essays on Australia, Chicago University Press 1983.
9. Dirks. B. Nicholas. “The Hollow Crown” Cambridge University Press, 1989 (I)
10. Francis. W. “Census of India 1901”, Vol. W, Part -I, Govt . Press, Madras 1902
11. Jeganathan P. M.A., The Kallar Panchayat System in Colonial Tamilnadu, Kalam Velieedu, Publications, Madurai, 2006 (I)
12. Kadirvel. S, Lecturer in History, University of Madras. History of Maravas (1700-1802), Madurai Publishing House, 1977 (I)
13. Mullaly Fredericks, Notes on Criminal Classes of the Madras Presidency, Madras Police Edition 1892, Printed by the Superintendent Government Press.
14. Meena Radhakrishna, Dishonoured By History : Criminal Tribes and British Colonial Policy, Orient Longman Limited, 2001 (I)
15. Nelson J.H., The Madura Country Manual complied by order of the Madras Government, William Thomas in Five parts, Madras, 1868.

16. Nilakanta Sastri, A History of South India, Oxford University press, 1958
17. Rajayan, K., South Indian Rebellion, (Rao and Ragahavan) Mysore, 1971 (I)
18. -------------, Rice and Fall of the Poligars of Tamilnadu, University of Madras, 1974
19. ------------, History of Madurai (1736-1802), University of Madras, 1974
20. Ranganathan, M. Zamindari System in the Madras Presidency 1802-1948, Siva Publications, Chennai, 2010 (I)
21. Shanmugam Pillai, M., The Bandit Brothers.,The story of Sandhana Thevan, Institute of Asian Studies. Madras, 1993 (I)
22. Welsh, Military Reminisences Vols-2, London 1830.
23. A South Indian Subcaste (Translated by Michael Moffatt),English Edition, Oxford University Press, 1986

Thesis

Anand Sankar Paandian, Landscapes of Redemption Cultivating Heart and soil in south India. Ph.D. Thesis. Department of Anthropology, University of California U.S.A. 2004,

V. Karuppaiyan, Kingship and polity among the Upland Kallars of Thanjavur District, Madras University, 1981

பின்னிணைப்புகள்

ஆவணங்கள் மற்றும் புகைப்படங்கள்

ஆரியப்பட்டி பெரிய பெருமாள் தேவர் பட்டியல்

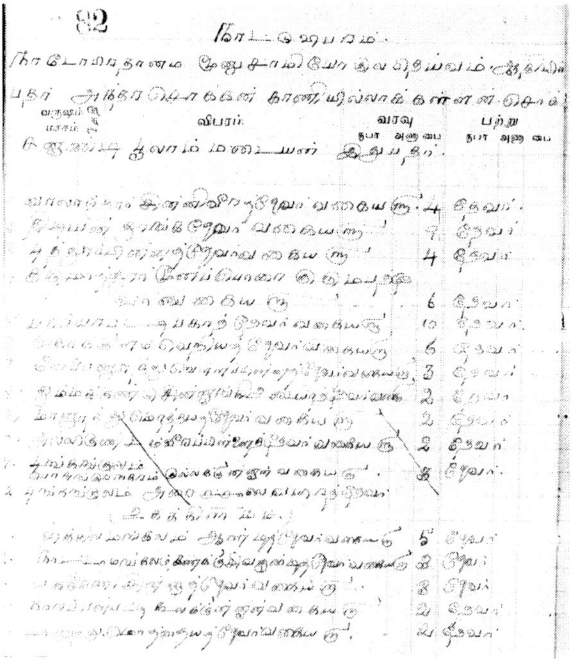

82

நாட்டு வரவு பற்று

நாடோறையத்தானம் ஜெகசாமி ஐயா அவர்களுக்கு ஆதவம்
புதர் அங்காடிசாவகள் காணியில்லாக் கன்னாள் சொம்...

வருஷம் மாசம்	விபரம்	வரவு ரூபா அணா பை	பற்று ரூபா அணா பை
	திருவாட்டி தலம் மலையன் இடைய தர்		
	வாராகன் ... இடைய விசாரித்தவர் வகையறு	4	தேவர்
	இடையர் சாமி தேவர் வகையறு	9	தேவர்
	ச..த் ... ஐயனார் வகையறு	4	தேவர்
	இருமாயா பெரியோனா ... பூபாலர்		
	தம் கை வகையறு	6	தேவர்
	பாரா ... ஐயனார் தேவர் வகையறு	10	தேவர்
	... கை வே .. தேவர் வகையறு	6	தேவர்
	...வரர் ... தேவர் வகையறு	3	தேவர்
	தங்க .. ஐய ... மலையாண்டி	2	தேவர்
	மாரா ... தேவர் வகையறு	2	தேவர்
	... பிள்ளை ... தேவர் வகையறு	2	தேவர்
	திருக்கண்ண ... தேவர் வகையறு	3	தேவர்
	... ... திக்கினம்		
	... ஆண்டி ஐய வகையறு	5	தேவர்
	நாரா ... வை தலை தெய்வ ... வகையறு	3	தேவர்
	... ஐயனார் ... தேவர் வகையறு	8	தேவர்
	மாயன் ... சாமி தேவர் வகையறு	2	தேவர்
	... ஐயனார் தேவர் வகையறு	2	தேவர்

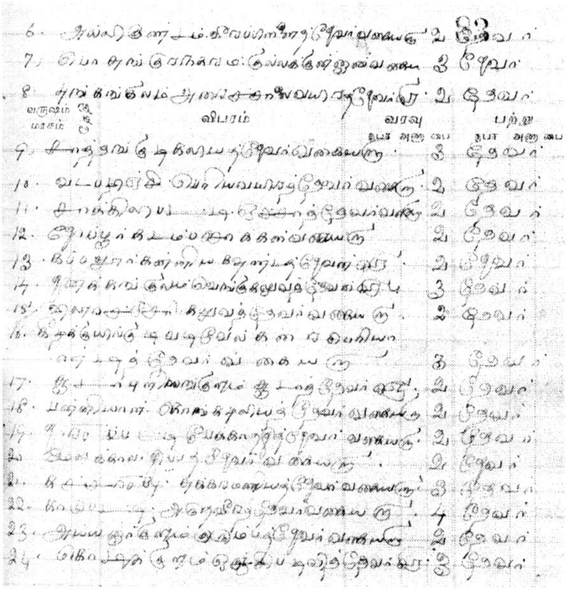

6	அய்ய .. த .. சிவ ... தேவர் வகையறு	2	தேவர்
7	பெ தரவு செங்காலட்டி அங்கே ... வகை	3	தேவர்
8	திரு ... வம் அய்யச் சாமி ஐய தேவர்	2	தேவர்

வருஷம் மாசம்	விபரம்	வரவு ரூபா அணா பை	பற்று ரூபா அணா பை
9	சாமித்தேவர் பிடி கை ஐய தேவர் வகையறு	3	தேவர்
10	வடமரகரை பெரிய ஐயதேவர் வகை	2	தேவர்
11	சாமக்கி ஐயா ... ஐயனார் தேவர் வகை	2	தேவர்
12	ஐய்யர்கை மோன கன்னன் வகை	2	தேவர்
13	கி... ரிகன் ... ஐயனார் தேவர் வகை	2	தேவர்
14	சரக்கை ... ஐய கலுகு தேவர் வகை	3	தேவர்
15	... தேவர் கருவத்துத் தேவர் வகை	2	தேவர்
16	திக்கயல் சுவதி ... கன்னா பெரியா ...		
	... ச் தேவர் வகை	3	தேவர்
17	... ... புரு சாமி ... த தேவர் வகை	2	தேவர்
18	... ... ஐயனார் சோக ... பு தேவர் வகை	2	தேவர்
19	சா... பெரிய பெரியாத்தேவர் வகை	2	தேவர்
20	... சிலை ஐய பு சு ஐதேவர் வகை	2	தேவர்
21	... க சு ... ஐய மணக்கு ஐய வகை	2	தேவர்
22	... க ஐய ... அங்கா ஐய தேவர் வகை	4	தேவர்
23	ஐய து சு ... ஐ ஐய தேவர் வகை	2	தேவர்
24	... ரு கு த பு த ... தேவர்	3	தேவர்

பின்னிணைப்பு - 2

திருமலை நாயக்கர் வழங்கிய செப்பேடுகள்
தருமத்துப்பட்டி செப்பேடு - 1

தருமத்துப்பட்டி செப்பேடு - 2

தருமத்துப்பட்டி செப்பேடு - 3

பௌட்ரே கடிதம்

No. 473, Judicial, 31st March 1897.

From G. E. BAUDRY, Esq., Superintendent of Police, Madura, to the Inspector-General of Police, dated Kannivadi, 13th April 1896, No.—.

Adverting to your Official Memorandum, No. 1263 of the 25th ultimo, I have the honour to state that in my report on criminal tribes, dated 6th December 1895, which I wrote while I was on leave, and of which I retained no copy, I advocated the following alterations in the law to deter Kallars and other members of criminal tribes from committing dacoities and robberies.

First.—That every person convicted of an offence falling under section 395 or 392 Indian Penal Code, be flogged English fashion with a proper cat-o'-nine-tails in public in his village, and that in addition he be sentenced to a long term of solitary confinement.

Flogging completely put down garrotting in London in the early sixties, and I feel very confident that it would go a long way to suppress dacoities and allied offences in this country. As regards the sentence of solitary confinement, it should be carried out as it is done in the United States and in Belgium.

I think fifty lashes and two years' solitary confinement would make a greater impression on the criminal classes than a long term of imprisonment, which, to the majority of criminals, means only a temporary inconvenience tempered by comparatively good food, good lodging and just enough work to relieve the monotony of jail life. Only a few weeks ago a Kallar, returned from transportation, told me the Port Blair was a very nice country, and that he had not had at all a bad time out there having been employed as a gardener. In order to have a greater means of surveillance over known depredators, I suggested that a system of passports be instituted. This would debar any convict, for a stated time after his release from jail, to leave his village without first obtaining a passport from the head of his village or the police station-house officer in villages where a police station is located.

The passport in question would show where the holder was going and for what purpose, the road to be followed in going and returning, &c. The passport would have to be duly signed by heads of villages and police officers. Any known depredator found outside the limits laid down in the passport would make the holder liable to immediate arrest and to be prosecuted.

I took care, however, to mention that this system was open to abuse by unscrupulous subordinates, and that any system introduced on the above lines would have to be very carefully worked out to prevent dishonest village magistrates levying blackmail from the known depredators every time they applied for a pass.

In the report which has been mislaid I touched upon the kaval system which exists in this district.

There are few well-to-do natives, including magistrates, and I am sorry to say Europeans in this district, who have not allowed themselves to be coerced into paying kaval fees. When I first joined Madura one day a man came and demanded kaval fee, and assured me if I did not pay it every thing in my house would be stolen. I gave him a kaval fee, but not of the kind he expected, and I have been left unmolested ever since. I mention this fact, because it shows that if people would show a little character and firmness in dealing with the Kallar, he is very easily coerced, and a judicious application of the cat will, I feel convinced, very soon subdue his mischievous propensities.

I am glad to say that, at the end of last month, some villagers in the Vēdasandúr division have decided to free themselves from the kaval nuisance. They have dismissed all their Kallar kavalgars, and they have organized themselves into a village police. They patrol the village in turns and those who fail in their duty are liable to be fined on conviction before a panchayat. The fines are credited to a fund which goes to defray any expenses which may arise. The Kallars consider themselves very much ill used and, in a petition, they have sent me, they say the aim of the villagers is to get them all sent to jail by bringing false charges against them.

The villagers have the Joint Magistrate's sympathies as well as mine. A detailed report on this private police innovation was sent to the Deputy Inspector-General on the 9th instant, and I asked him to forward it to the Inspector-General if he thought it necessary to do so.

பண்டுக்கலகம் - நெல்லூர் தாக்குதல் பற்றிய ஆவணம்

Judicial (1896) Department.

ORDINARY MS.

G.O., No. 1067

Dated 25 June 1896

INDEXED.

[Despatch Abstract.]

RIOT AT NALLUR VILLAGE.

Recording letter from the District Magistrate, Madura, submitting report on the — near Iyempolliem, Madura.

பண்டுக்கலகம் - மத்தனம்பட்டி தாக்குதல் பற்றிய ஆவணம்

Judicial
~~Public~~ (1897) Department.

CURRENT No. 4300

From Suppa Kowndan and others of Ammapatti and other villages ~~certain [illegible]~~ Dindigul Tk, Madura Dt

No.

Dated 2
Received 9 } 10 – 97
Registered 9
Enclosures –
Spare copies –

SUBJECT.
~~Regarding~~ Appealing against the view taken by the Dt. Judge of Madura the Sessions Judge re in case of [illegible] rioting of Kallars.

Order Misc. [illegible] 1496 of 14 Octr 97

The petitioners' request cannot complied with.

14/10/97

Order.
The previous petitions on the subject [illegible]

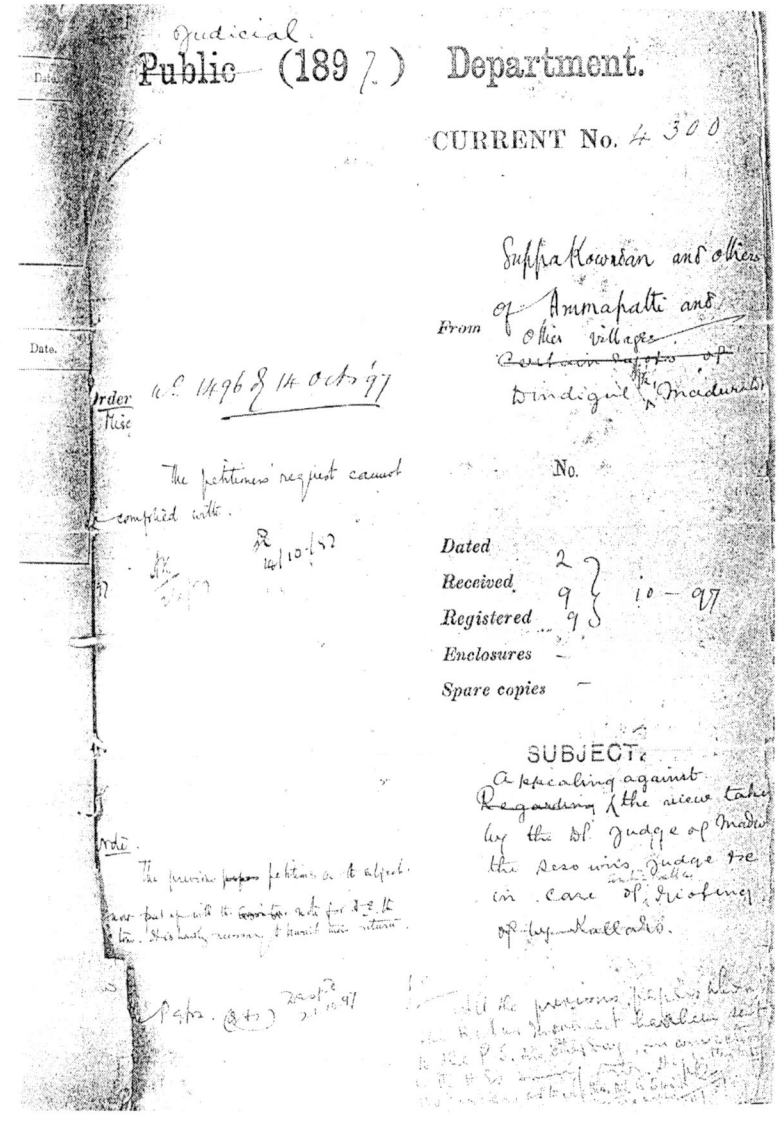

குற்றப்பரம்பரைச் சட்டம் - 1871

1871: Act XXVII.]   *Criminal Tribes.*

THE CRIMINAL TRIBES ACT, 1871.

CONTENTS.

PREAMBLE.
SECTIONS.
  1. Short title.
     [*Commencement.*] *Repealed.*
    Local extent.
  1A. Definition of tribe, gang and class.

PART I.

CRIMINAL TRIBES.

2. Local Government to report what tribes should be declared criminal.
3. Report to contain certain particulars.
4. Occupation of wandering tribe to be stated; also proposed residence and means of livelihood.
5. Notification declaring tribe to be criminal.
6. Bar of jurisdiction of Courts in questions relating to notification.
7. Register of members of such tribes.
8. Procedure in making register.
9. Penalties for failing to appear, refusing or giving false information.
10. Charge of register.
    Reporting desirable alterations.
11. By whom alterations to be made.
    Notice to persons affected.
12. Complaints of entries in register.
13. Settlement of tribe in place prescribed by Local Government.
14. Removal to other place.
15. Arrangements to be made prior to settlement or removal.
16. Transfer of register of persons ordered to be removed.
17. Power to place tribe in reformatory settlement.
17A. Power to place children in reformatory settlements established for children and to apprentice them.

குற்றப்பரம்பரைச் சட்டம் - 1911

NOTE SHOWING THE PROGRESS MADE IN THE SETTLEMENT
OF CRIMINAL TRIBES IN THE MADRAS PRESIDENCY
UP TO SEPTEMBER 1916

to which are appended Memoranda setting forth the criminality of the notified tribes of the Presidency.

Origin of the Criminal Tribes Act, 1911.

The Criminal Tribes Act, 1911, had its origin in the report of the Indian Police Commission, 1902-1903. The Commission laid down the principle that it should be the aim of every police system to obtain knowledge of and to secure supervision over all persons addicted to crime. Starting from this principle, the Commission declared that the police should have more powers of control over criminal tribes, and with that object recommended certain amendments to the Criminal Tribes Act of 1871 then in force. In due course this recommendation was taken up by the Government of India who found it necessary to repeal the Act and to substitute in its place the Act of 1911.

Difference between the Act of 1871 and that of 1911.

The new Act is more comprehensive than the old one. In the first place the Act of 1871 only applied to certain provinces in Northern India, namely, Bengal, the United Provinces, the North West Frontier Province and the Punjab. It was not extended to Madras, whereas the present Act applies throughout British India. Moreover the application of the old Act involved certain practical difficulties which the new Act was designed to remove. One of the objects of the new Act was to enlarge the power of control by enabling Local Governments to proclaim criminal tribes on their own authority, and provide for the registration of their members without reference to the question of settlement or the provision of the means of livelihood.

Provisions of the new Act.
Section 3.
Sections 4-9.
Section 10.

Sections 11 to 15.

Section 16.
Section 17.

The new Act enables the Local Government (1) to declare any tribe, gang or class to be a criminal tribe, if it is satisfied that that tribe, gang or class is addicted to the systematic commission of non-bailable offences, (2) to order the registration of the members of any criminal tribe and the taking of their finger impressions, and (3) to direct that every registered member shall report himself at fixed intervals or notify his place of residence and changes thereof. The Local Government can also declare, with the sanction of the Government of India, that a criminal tribe shall be restricted in its movements to any specified area or shall be settled in any specified place of residence. But before such action is taken, the Government of India must be satisfied that it is expedient to restrict the movements of such tribe or settle it in a place of residence and that the means by which it is proposed that such tribe shall earn its living are adequate. A settlement may be industrial, agricultural or reformatory. Another important feature of the Act is that the Local Government is authorized to establish industrial, agricultural or reformatory schools and to separate the children from their parents. This provision is a most useful portion of the Act as it enables the Local Government to secure the children, to educate them and to bring them up in a more wholesome atmosphere than that in which they would have been left if the tribe had not been settled. It was hoped that by these means the children would grow up as honest citizens and the criminal habits of the tribe would in the course of a generation or two be entirely eradicated.

First activities of the Madras Government.

The question of the establishment of settlements for the reclamation of criminals had been engaging the attention of this Government since 1910, and the passing of the Criminal Tribes Act, 1911, added an impetus to their activity. The first thing done when the Act was passed was the framing of rules for the registration and supervision of criminal tribes. These rules were finally issued in May 1913 and were followed by notifications of tribes under sections 3 and 10 (b) of the Act.

Criminal tribes notified.

The following twenty-five tribes, the combined operations of which extended to no less than twenty districts of this Presidency, were declared

தமிழகத்தில் குற்றப்பரம்பரை சட்டத்தின் கீழ் கொண்டுவரப்பட்ட பழங்குடியினர் பட்டியல்

District.	Name of criminal tribe.	C.I.D. gang number.	Government Order applying sections 3 and 10 (b), Criminal Tribes Act.	Government Order applying section 10 (c), Criminal Tribes Act.	Remarks.
(1)	(2)	(3)	(4)	(5)	(6)
Chingleput.	Jogis	...	481, Judl., 21 Feb. 1914.	1579, Home (Judl.), 1 Aug. 1917.	
	Kal Oddars ...	...	393, Judl. (Police), 3 Aug. 1923.	393, Judl. (Police), 3 Aug. 1923.	
	Nokkars ...	...	645, Judl. (Police), 10 Dec. 1924.	645, Judl. (Police), 10 Dec. 1924.	
	Koravars ...	...	8, Judl. (Police), 8 Jan. 1925.	8, Judl. (Police), 8 Jan. 1925.	
	Yanadis ...	...	147, Judl., 26 Mar. 1925.	147, Judl., 26 Mar. 1925.	
	Adi-Dravidas ...	...	1590-L., 25 July 1927.	1590-L., 25 July 1927.	
	Telaga Pamulas or Peddati Gollas.	C	2543-L., 1 Dec. 1932.	2543-L., 1 Dec. 1932.	
Salem.	Salem Melurnad Koravars.	...	1645, Judl., 14 Aug. 1913 (sec 3) and 872, Judl., 27 Apr. 1917 (sec. 10 (b)) 805, Judl., 28 Oct. 1921 and 812, Judl., 31 Oct. 1921.	2009, Judl., 5 Sep. 1918, 805, Judl., 28 Oct. 1921 and 812 Judl., 31 Oct. 1921.	
	Attur Kilnad Koravars.	...	2066, Judl., 13 Oct. 1913 (sec. 3) and 872, Judl., 27 Apr. 1917 (sec. 10-b).	1579, Judl., 1 Aug. 1917.	
	Thalli Koravars (Hosur taluk).	...	1817, Judl., 9 Aug. 1918.	1817, Judl., 9 Aug. 1918 and 72, Judl., 10 Feb. 1926.	
	Uppu Koravars.	...	581, Judl. (Police), 30 Oct. 1923.	581, Judl. (Police), 30 Oct. 1923.	
	Do.	...	31, Judl. (Police), 12 Jan. 1924	31, Judl. (Police), 12 Jan. 1924.	
	Do.	...	646, Judl. (Police), 10 Dec. 1924.	646, Judl. (Police), 10 Dec. 1924.	
	Saragapalli Koravars.	...	282, Judl. (Police), 28 May 1924.	282, Judl. (Police), 28 May 1924.	
	Monda Koravars.	...	342, Judl. (Police), 27 June 1924.	342, Judl. (Police), 27 June 1924.	
	Koravars ...	...	72, Judl., 10 Feb. 1926.	72, Judl., 10 Feb. 1926.	
	Sooramarai Oddars.	...	1230-L., 2 June 1934	1230-L., 2 June 1934.	
Madura North.	Vaduvarpatti Koravars.	...	1690, Judl., 29 July 1916.	1579, Home (Judl.), 1 Aug. 1917.	
	Piramalai Kallars.	...	1331, Home (Judl.), 5 June 1918. 1689, Home (Judl.), 24 July 1919 and 562, Home (Judl.), 26 Mar. 1920.	1331, Home (Judl.), 5 June 1918.	
	Salem Melurnad Koravars.	...	470, Home (Judl.), 4 Mar. 1921.	470, Home (Judl.), 4 Mar. 1921.	
	Valayars ...	...	499, Judl. (Police), 18 Sep. 1923.	499, Judl. (Police), 18 Sep. 1923.	

தமிழகத்தில் குற்றப்பரம்பரை சட்டத்தின் கீழ் கொண்டுவரப்பட்ட பழங்குடியினர் பட்டியல்

District. (1)	Name of criminal tribe. (2)	C.I.D. gang number. (3)	Government Order applying sections 3 and 10 (b), Criminal Tribes Act. (4)	Government Order applying section 10 (a), Criminal Tribes Act. (5)	Remarks. (6)
Madura South.	Vaduvarpatti Koravars.		1890, Judl., 27 July 1916.	1578, Home (Judl.), 1 Aug. 1917.	
	Piramalai Kallars.	..	1331, Home (Judl.), 5 June 1918, 1688 Home (Judl.), 24 July 1919 and 862, Home (Judl.), 26 Mar. 1920.	1331, Home (Judl.), 5 June 1918.	
	Salem-Melnad Koravars.	...	470, Home (Judl.), 4 Mar. 1921.	470, Home (Judl.), 4 Mar. 1921.	
Ramnad.	Chettinad Valaiyars.	...	619, Judl., 1 May 1915.	1579, Home (Judl.), 1 Aug. 1917.	
	Vaduvarpatti Koravars	...	1890, Judl., 27 July 1916	Do.	
	Piramalai Kallars.	...	1172, Judl., 18 Oct. 1922.	1172, Judl., 18 Oct. 1922.	
	Karumbaravas ..	...	53, Judl., 31 Jan. 1923.	53, Judl., 31 Jan. 1923.	
	Sembanad Maravars.	..	72, Judl., 17 Feb. 1923.	72, Judl., 17 Feb. 1933.	
	Kaladis ..	...	552-L., 2 Mar. 1932.	552-L., 2 Mar. 1932	
	Pillirusathbam mixed gang.		2544-L., 1 Dec. 1932.	2544-L., 1 Dec. 1932.	
	Appanad-Kondayankottai Maravars.	...	2093-L., 25 Sep. 1933.	2093-L., 25 Sep. 1933.	
	Members of Solliampatti Karutaswami gang.	...	2164-L., 29 Sep. 1934.	2164-L., 29 Sep. 1934.	
	Kal Oddars ...	...	2556-L., 23 Nov. 1934.	2555-L., 22 Nov. 1934.	
Tinnevelly.	Uppu Koravars (Anavaradanallur and Koilpatti).	...	2494, Judl., 12 Oct. 1915	..	
	Koravars (Mela Eral, etc.).	...	1834, Home (Judl.), 1 Sep. 1917.	...	
	Koravars of Vaduvarpatti (Ramnad district) (1).	..	1890, Home (Judl.), 27 July 1916.	1579, Home (Judl.), 1 Aug. 1917.	
	Koravars of Vaduvarpatti (Ramnad district) (2).	...	553, Judl., 28 Apr. 1922.	553, Judl., 28 Apr. 1922.	
	Maravars of Poolam.	..	405, Home (Judl.), 18 Feb. 1919.	405 Home (Judl.), 18 Feb. 1919.	
	Koravars (Mela Eral, etc.).	...	..	G.O. No. 178-L., 23 Jan. 1929.	
	Uppu Koravas (Anavaradanallur and Kovilpatti).	...	...	G.O. No. 2088-L., 26 July 1929.	
	Maravars ...	..	1141-L., 27 May 1932, 2112-L., 10 Oct. 1932, 2240-L., 26 Oct. 1932 and 2545-L., 1 Dec. 1932.	1141-L., 27 May 1932, 2112-L., 10 Oct. 1932, 2240-L., 26 Oct. 1932 and 2545-L., 1 Dec. 1932.	

மிஸ்டர் ஹெச்.ஜி. கிளின்ச் (மதுரை மாவட்ட எஸ்.பி.) அறிக்கை 14.03.1914

(15)

Note on the Kilagudi Kallas by Mr. H. G. Clinch, District Superintendent of Police, Madura, dated 14th March 1914.

NAME OF THE GANG OR TRIBE.

The people whose proclamation as a criminal tribe is now asked for are the Kilagudi Kallas, i.e., the Kallas with headquarters at Kilagudi, a village situated at 6 miles to the west of Madura town at the entrance to Kallarnad or home of the Piramalai Kallas, of whom they form a part. The Piramalai Kallas, i.e., those residing beyond the Nagamalai hills, are themselves a portion of the Melnad portion of the Kalla tribe.

The following extract is taken from Mullaly's "Criminal Classes"* showing the history of the tribe:—

"Though not a wandering tribe, the Kallas, like the Maravas, are the principal "criminals of the southern districts of the Presidency—Tanjore, Trichinopoly, Madura "and Tinnevelly. In the Madura and Trichinopoly districts they form the most "remarkable class.

"They are a dark race of small stature with many distinctive peculiarities "pointing them out as having sprung from an aboriginal tribe.

"The word 'kallan' means thief or robber in many of the languages of Southern "India and is supposed to have been applied to them as indicative of the peculiar mode "of earning a livelihood—their violent and lawless habits. Their profession is that "of stealing with or without violence as opportunities offer. Before the British entered "the country they were in constant warfare with their neighbours.

* Not printed.

இரா. சுந்தரவந்தியத்தேவன் | 691

பேடிசன் அறிக்கை - 1918

(35)

Piramalai Kallas. Madura District.

Letter from G. F. Paddison, Esq., M.A., I.C.S., District Magistrate of Madura, to the Secretary to Government, Home (Judicial) Department (through the Inspector-General of Police), dated the 27th April 1918, No. R.O.C. 15-B. & G./Mgl.

I have the honour to invite the attention of Government to the Hon'ble Mr. Knapp's letter written while District Magistrate of Madura R. Dis. No. 29-Mgl., dated the 8th April 1914, in regard to the proclamation of a section of the Kallas of this district as a criminal tribe. The particular section of the Kallas who were then proclaimed were the Kallas of Kilagudi, but, as he pointed out, it was intended to deal similarly with other sections of the tribe. Since then the Act has been extended to the Kallas of Melaurappanur and Pusalapuram in G.O. No. 2333, Judicial, dated the 16th September 1915. It is unnecessary, I submit, for me to dilate at length on the criminal propensities of the Kallas. They are referred to in paragraph 2 of Mr. Knapp's letter quoted above and the District Gazetteer of Madura, Mr. Thurston's Castes and Tribes of Southern India, Mr. Mullaley's Criminal Classes. Theft, if not their chief occupation, is, at all events, their principal recreation and theft with them is apt to take the form of cattle-theft which is the most irritating and most disastrous form of loss to the ordinary ryot population of this and the neighbouring districts. In past years many attempts have been made to wean the Kallas from hereditary practice. There was a special police post in this district for some time, a special first-class magistrate to deal with them under the security sections, special efforts were made to form co-operative societies in the Kailarnad, Kallas have been given special preference under the darkhast rules. A voluntary settlement has been started for them at Gudalur, and special efforts are being made to recruit them for the army, though so far with but little success.

2. My main object in dealing with the Kallas in this district has been to induce them to give up theft of their own accord. This was done in Melur by the Kilnad Kallas and what can be done in the Kilnad can certainly be done in the Melnad among what are called the Piramalai Kallas, if the Kallas so choose. When I first came to the district I pointed out to them the discomforts of the Criminal Tribes Act and warned them that the Act would be extended to other villages if they did not make a substantial effort to reform. A few isolated panchayats were started but it was found that they were used as a means of suppressing the reporting of crimes rather than of preventing its occurrence or bringing it to the notice of the authorities.

3. The result of the application of the Act, as far as it has gone, has been satisfactory. In the first place it has confined the operations of the registered Kallas to petty crimes, in the neighbourhood of their villages. Secondly, it is acting as a reforming influence as the Kallas are within the Act, and as it is possible thereunder to check the Kallas who are in the habit of spending their nights away; there is a distinct inducement for the Kallas to stay at home and thus by their continued good conduct to earn cancellation of registration. I have already removed the names of a number of persons from the register and hope that the number will increase. The number of Kallas affected by the present registration is however very small and the effect upon the general problem has not been great. Cattle-theft and theft of all sort

is still rampant, and the Piramalai Kallas have not as yet shown a disposition to follow in the footsteps of their Kilnad neighbours and abjure the profession of crime. It is time, therefore, I submit, to take a further step forward. The great hope lies in the fact that the Kallas have a strong dislike to the Act of being applied to their villages; and it is really brought home to them that, unless they make an honest effort to improve, the Act will be more widely extended, I hope and believe it may be possible to induce them to take measures for themselves. At present they know that the Act can only be applied after a laborious collection of statistics to particular villages by a special proclamation and consider it worth their while to take the risk of their villages being not one of those chosen.

4. I propose therefore after consultation with the police authorities that the whole of the Piramalai Kallas should be proclaimed a criminal tribe. Of their criminality, as I showed above, there can be no doubt. As far as figures are concerned, the District Superintendent of Police has given me a list which shows over 1,800 previous convictions of non-bailable offences; but as has been noted by all who know the Kallar system this does not represent a tenth of the crime which they commit. A pair of bullocks are stolen; unless the thieves are captured that night redhanded, the cattle are far away next morning; an offer is made through a third party to restore the bulls on payment of tuppucuIi or blackmail. The man knows that, if he does not pay, he will never see his cattle again. So in nine cases out of ten on promise of recovery he pays the money and his cattle are returned. If he then reports the matter to the police, it is extremely probable that his ricks will be burned down. It is this infamous system which has to be broken down.

5. Although, however, I would recommend that the whole tribe be notified, I would not propose that they should all be registered. At all events none but adult males should be brought under the Act. Though the application of the Act is held over all villages, it would only be applied village by village to those which refused to reform, and any village which by sending a number of recruits to the army or of coolies to a labour corps showed its readiness to induce its younger members to lead an honest life need have no fear of the application of the Act. The register will have to be kept open for longer than the usual period, in order that the villages may be dealt with one by one and I request that orders to that effect may be passed. This general application of the Act to the Piramalai Kallas would also have a good effect indirectly on the Gudalur criminal settlement where there are 1,800 acres of land for the Kallas who want them. There would be no difficulty in filling up the settlement in a few months with Kallas, but unfortunately the leaders in crime are not anxious to go where they know they will be watched. If they know that their movements would be watched in their villages, they would be ready to go to the settlement where an effort could be made to reform them.

I have the honour therefore to request that the enclosed notification may be published in the *Fort St. George Gazette*.

மேலஉரப்பனூர் சிவனாண்டித் தேவன் கடிதம்

No. 2956, JUDICIAL, 2ND DECEMBER 1915

ENCLOSURE.

Petition—from SIVANANDI TEVAN and others, residents of the village of Mela-Urappanur in Tirumangalam taluk, Madura district (through their Counsel Mr. George Joseph, Madura).
To—His Excellency the Governor in Council, Fort St. George.
Dated—Madras, the 20th November 1915.

RESPECTFULLY SHEWETH that,—The petitioners are residents of the said village of Mela-Urappanur and are Kallans by caste and they and their fellow villagers belonging to the same caste have now been notified as a criminal tribe within the meaning of the Criminal Tribes Act, 1911 and the District Magistrate of Madura has deputed the Probationary Deputy Collector of Madura for the purpose of preparing the register contemplated by the Act.

2. For purposes of caste and communal discipline and organization the Paramalai Kallans of the Madura district are divided into eight nadus (territorial divisions), the petitioners' village having the status of a separate unit as being the rajathani or capital of the whole Kallanad ; in the caste meetings which take place from time to time, the representatives of Mela-Urappanur have precedence in ceremonial honours and parivattam.

3. In the village of Mela-Urappanur there are 300 Kalla households with a total population of over 1,000 paying a total Government assessment of Rs. 6,000 annually. Every one of them has Government lands which are being cultivated in the usual course.

4. In the unsettled times previous to the advent of British rule in the Madura district and during a considerable portion of the present rule, it has to be admitted that the Kallans had earned a bad name as dacoits, thieves and cattle-lifters.

5. In the last decade of the last century, a definite effort was made by the Government to break down crime amongst the Kallans ; and as a result of that effort, a large number of offenders were convicted and sent to prison for various long terms ; the consequence was that the old gangs were broken up and it is to be doubted whether any of them has come into existence subsequently.

6. It must also be stated that besides the Paramalai Kallans there was a considerable Kalla population in the tract now commanded by the Periyar system who had as bad a name as any of the other Kallans. The coming of the Periyar water effected a revolution in the habits of these people ; and as soon as the beneficial possibilities of Periyar were realized, the Kallans resolved to abandon their evil habits and take to agriculture, formed voluntary caste and communal associations to put down crime and to help the police and magistracy with information as to offences. The consequence is that, speaking generally, the Periyar Kallans (known in the old days as the Melur Kallans) ceased to be a problem to the police and have merged into the community as an agricultural law-abiding people.

7. A similar economic change may be said to have come to the Kallans in the Tirumangalam taluk with the advent of Cambodia cotton and groundnuts ; and the larger portion of the people who have been benefited by Cambodia cotton in the Tirumangalam taluk belong to the Kalla community. In the year 1910-11, Mr. A. Vedachala Ayyar, then Deputy Collector of Usilampatti division (Tirumangalam being one of the taluks of Usilampatti), and now one of the Assistant Registrars of Co-operative Credit Societies, felt that the coming of co-operation and the economic possibilities of the new cotton and the groundnuts may bring about for the Paramalai Kallans as beneficial a result as followed from the Periyar water for the Kallans of the Melur and Melakkottai taluks. He got the heads of the Mela-Urappanur village (as the rajathani) to convene a caste meeting, and at the meeting, he invited the kallans to live down their old name and become useful members of society by organizing Co-operative Credit Societies and resorting to cultivation of cotton and groundnuts, besides the usual raising of grains. At the same time, he dealt more firmly with the undesirables, and bound them over under the preventive sections of the Criminal Procedure Code.

8. The response to the appeal of Mr. Vedachala Ayyar was immediate and ample. Out of the co-operative societies in Madura, a large majority are Kalla societies. There was a large expansion in the growth of cotton and groundnuts ; wells were sunk at considerable expense, and it seemed for a while as if a great career was open to the Kallans of Tirumangalam. Mr. Vedachala Ayyar was, however, transferred in 1911 and the distinctive Kalla nature of the new departure was lost sight of to a certain extent. The net result is that, during the last three years, dacoities have ceased ; a sounder public opinion has developed and the fascination which crime had for a certain type of mind has practically vanished. It can be affirmed confidently that public opinion has set in directly against crime.

9. In this state of affairs, in the year 1914 Government notified the Kallans resident in Keelakadi, a village a few miles from Madura, as a criminal tribe and their registration has been effected.

10. It was then proposed by the District Superintendent of Police, Madura, that the petitioners should also be notified in a similar manner. The District Magistrate of Madura, the District Superintendent of Police and the Deputy Inspector-General of Police inspected the village and the land of petitioners and it was ascertained that the lands were all cultivated.

No. 2956, JUDICIAL, 2ND DECEMBER 1915

Subsequently, there was a discussion of the whole matter between the District Magistrate, Madura, and the Counsel for the petitioners as to what was to be done in the future. It was mentioned that one of the difficulties encountered by the police and magistracy in dealing with Kalla crime was the unwillingness of the members of the caste to give information against fellow castemen even in true cases. The District Magistrate then drew attention to the experience of the Kallans in the Periyar area, and special reference was made to the creation of caste panchayats to deal with crime in Mela-Urappanur and to co-operate with the police and magistracy in the matter. The petitioners felt themselves bound to carry out the suggestion made by the District Magistrate, and two agreements were executed whereby all the elder members of families undertook to refrain from crime and constituted a caste panchayat to help forward the new departure. It is also noteworthy that crime is now unknown in the village and in the rare cases that occurred, they have been duly reported to the authorities.

In spite of these things, and without giving the new experiment a fair chance of trial and success, the petitioners have been notified as a criminal tribe. The petitioners beg to protest against it and to ask for its cancellation or temporary suspension of registration for the following reasons :—

(i) The petitioners are not the class of people contemplated by the Act at all. They are agriculturists—nor can it be said that the calling of cultivation is a mere mask for unlawful pursuits, because every scrap of arable land in the village is cultivated, and the petitioners make their livelihood out of it. The Act is really meant to control tribes which make crime a tribal profession, and amongst whom there is no sense that crime is a wrong or undesirable thing. If the general public opinion in the community approves of crime, there would be occasion for the operation of the Act. The presence of a few criminals in a community constitutes just one of the problems of good and stable Government, which have to be solved in the case of every community. There are large landholders amongst the petitioners; they have sunk over seventy wells for agricultural purposes each costing on an average Rs. 300.

(ii) The petitioners submit that the voluntary agreements that have been executed in the village, and the panchayat that has been constituted, are the result of a genuine desire of the people concerned for improvement and thereby they make a bona fide offer of good conduct. It is unfair that the offer should be brushed aside without giving it a chance of trial. The community has met in solemn assembly, and sworn before their village god that they would honestly, sincerely, and with one accord abide by the conditions of the agreement. To suggest that they are insincere in their profession is to cast an unmerited slur on a people who are under the domination of a large impulse for good.

(iii) They are prepared at the present moment to make a contribution towards the erection of a new school and the maintenance thereof. The American Mission already maintains a school in the village in which a number of Kalla lads are being educated; there is at present a distinct movement for sending in larger numbers. The contribution that the petitioners are prepared to make may be utilized either for expanding the existing school on an equitable basis, or for the erection of a new building under public control. If the Government should so order, the petitioners will deposit the required sum as soon as the next harvest is gathered in.

(iv) As a further proof of their intention and desire to lead honourable and respectable lives, and for the good of the village, the petitioners are prepared to organize a co-operative society and a village panchayat under the auspices of the district authorities. The villagers now borrow money at high rates of interest from Madura and Tirumangalam, and the existence of a co-operative society will result in great good.

(v) The petitioners feel that their registration will be a disgrace and disaster to them which, they respectfully submit, they would attempt to resist and avoid by all the means within their power. They feel that it would be an insult to their caste and community. They have a just pride in themselves. They are the residents of the Rajathani of the Kallans who number many lakhs and who pay a total assessment of 20 lakhs. The Kallans have had their chiefs and princes; they have their copper plate grants from Tirumala Naik; they are sturdy, loyal, robust, men of their word, fearless and faithful to their community. Any disgrace imposed upon the petitioners will be a disgrace to the Kallas of the eight nadus. The petitioners beg to present herewith mahazars from the eight nadus, protesting against the registration of the petitioners under the Act.

(vi) The petitioners beg to submit that the registration of the petitioners may be temporarily suspended and a chance given them to make good their promise of improvement. Any interference by the Government at this stage is likely to check that good development and to shake the confidence of the Kallans in the Government's good intentions towards them. There is no recrudescence or general contagion of crime, now in the Kallanad; registration will have the sole effect of handing over the petitioners' liberty to the subordinate police. As a question of policy, it is inexpedient at the present time to raise wide-spread alarm and agitation amongst a people numbering many lakhs.

(vii) The petitioners submit that a period of three years should be given to them for working out their good resolves; they willingly undertake that, if at the end of the three years, or such other period as the Government may be pleased to prescribe in that behalf, the petitioners fail to give a good account of themselves, they may be registered without further objection. There is a genuine popular movement for good which it would be disastrous to crush by executive action.

No. 2956, JUDICIAL, 2ND DECEMBER 1915.

Wherefore it is prayed that the Government may be graciously pleased to cancel the notification or to order that the registration of the Kallans of Mela-Urappanur may be suspended for three years, or such other period as the Government may prescribe in that behalf.

Order—No. 2956, Judicial, dated 2nd December 1915.

The Government have carefully considered the memorial submitted by the Kallans of the Mela-Urappanur village in the Madura district praying for cancellation of the notification declaring them to be a criminal tribe and are pleased to issue the following orders.

2. The Government are satisfied that there is sufficient evidence to prove that the Kallans at Mela-Urappanur, or at least an appreciable number of them, are addicted to the systematic commission of non-bailable offences, and they therefore see no reason to cancel the notification above referred to.

3. The District Magistrate, Madura, will, however, be informed that he should exercise freely the power of exempting individual members of the tribe from registration which is conferred on him by the proviso to section 5 of the Criminal Tribes Act, 1911, and that this power should be exercised before registration and not after it. The members of the tribe who are not exempted should be registered and their finger impressions taken unless the District Magistrate should consider it unnecessary to enforce the last measure in every case. It might perhaps be expedient for him to enforce the taking of finger impressions only in the case of the worst characters, that is, men who are known to be active criminals at the present day and whose finger impressions are, therefore, necessary for purposes of detection if they are caught committing crime at a place where they are not known.

4. When the registration is finished, the District Magistrate may, if he thinks fit, inform the members of the tribe that no further action will be taken under the Criminal Tribes Act if they will give him satisfactory assurances that they will reform and in particular that they will hand over to the police any member of the community who may commit crime or be wanted by the police on suspicion of having committed crime.

5. The petitioners are referred to the District Magistrate, Madura, for orders.

(True Extract.)

C. G. TODHUNTER,
Ag. Secretary to Government.

To the District Magistrate, Madura.
,, the Inspector-General of Police.
,, G. Joseph, Esq., Bar.-at-Law, Madura (paragraph 5 of Order only).

மதுரை ஜில்லா

பிரமலைக்கள்ளர் வாலிபர் சங்கம்,

இரண்டாவது மஹாநாடு.

அழைப்பிதழ்.

அன்புடையீர்!

தென்மதுரை ஜில்லா போலீஸ் சூப்பிரென்டெண்டு கான்சாஹிப் **Y. A.** சையத் சாஹிப் பஹதூர் ***B. A., I. P.*** அவர்கள் ஆதரவின் கீழ் நிகழும் 1946-ம் ஹு மே மீ 19-ம் தேதி ஞாயிற்றுக்கிழமை ஷை சங்க இரண்டாவது மஹாநாடு உசிலம்பட்டி ஹைஸ்கூலில் இராமநாதபுரம் ஜில்லா டிப்டி தாசில்தார் ஸ்ரீமான் **P. முத்துமாயத் தேவர் B. A.,** அவர்களின் தலைமையில் நடைபெறும். அவ்வமயம் சமூக அபிமானிகள் ஆண், பெண் இருபாலரும் பெருவாரியாகத் திரளாக வந்து மஹாநாட்டைச் சிறப்பிக்குமாறு வேண்டுகிறேன்.

இங்ஙனம்,

M. அய்யர்த்தேவர் B. A.,

7-5-46. காரியதரிசி.

குறிப்பு:- மஹாநாட்டுக்கு விஜயம் செய்யும் பிரதிநிதிகள் பிரதிநிதிக் கட்டணம் ரூபாய் 3/-ம் 12-5-46 க்குள் உசிலம்பட்டி சங்க ஆபீஸில் செலுத்தி பிரதிநிதிகளாகப் பதிவு செய்து கொள்ளுமாறு வேண்டிக் கொள்ளப்படுகிறது.

2. மஹாநாட்டுக்கு விஜயம் செய்யும் பிரதிநிதிகள் தங்கள் ரேஷனையும் கொண்டு வருமாறு கேட்டுக் கொள்ளப்படுகிறது.

3. தீர்மானம் கொண்டுவரும் பிரதிநிதிகள் தீர்மானங்களை உசிலம்பட்டி சங்கம் ஆபீசுக்கு 15-5-46 மாலை 5 மணிக்குள் அனுப்பிவைக்குமாறு கேட்டுக் கொள்ளப்படுகிறது.

கள்ளர் பஞ்சாயத்தார் கடைப்பிடிக்க வேண்டிய விதிமுறைகள்

யாதாஸ்து.

1. கிராமத்திலுள்ள கள்ளத் தேவமார்களில் யாராவது எவ்விதமான கிரிமினல் குற்றம் செய்தால் அதையும், செய்வதாய் எத்தனித்தால் அதைப் பற்றியும், செய்ததாய் அநுமானப்பட்டவனைப் பற்றியும் தாமதமின்றி உடனே இலாகா போலீஸ் இன்ஸ்பெக்டருக்கும், மகா-ா-ா-ஸ்ரீ கள்ளர் ஸ்பெஷல் ஆபீஸர் அவர்களுக்கும் யாதாஸ்து அனுப்பவேண்டும். அத்துடன் திட்டமாய்த் தெரியப்பட்ட குற்றவாளிகளையும் பிடித்து போலீஸ் ஸ்டேஷனுக்கு அனுப்பவேண்டும்.

2. எவ்வித கிரிமினல் கேஸைப்பற்றியும் கிராமத்தில் பஞ்சாயத்து செய்யலாகாது. குற்றவாளிகளுக்கு அபராதமும் போடலாகாது.

3. பள்ளிக்கூடத்துக்கு சரிவர (ஆண் பெண்) பிள்ளைகளைத் தவறாது அனுப்பவேண்டும். அனுப்பாதவரியவர்களைப் பற்றியும் ரிப்போர்ட் செய்யவேண்டும்.

4. சந்தேகப்படக்கூடிய அன்னியஸ்தன் கிராமத்திற்கு வந்ததாய்த் தெரிந்தவுடன் அவன் பேர் ஊர் வீட்டைத் தெரிந்து உடனே மேற்கண்டபடி ரிப்போர்ட்டுகளை அனுப்பவேண்டும்.

5. கிராமத்திலிருந்து வெளியேறி வேறு ஊருக்குப் போகிற ஒவ்வொருவருடைய பெயரையும், தகப்பன் பெயரையும் உடனே தெரிவிக்கவேண்டும்.

6. கிராமத்தில் யாதொரு முகாந்தரத்தைக் கொண்டும் பொதுவில் பணம், வரி முதலியது தண்டல் செய்யக்கூடாது. அவ்வாறு தண்டல் சம்பந்தமாவது, ஜாதிக்கட்டு விஷயமாய் வழக்கத்தில் வந்த காரியங்களுக்காவது பொதுவில் வரி தண்டல் செய்ய நேரிட்டால், மகா-ா-ா-ஸ்ரீ ஸ்பெஷல் ஆபீஸரவர்கள் அநுமதி பெற்று அவ்வாறு வசூல் செய்யவேண்டும்.

7. கிராமத்திற்கு எந்தச் சமயத்தில் இலாகா சப்-இன்ஸ்பெக்டராவது அவருடைய எழுத்து மூலமான உத்திரவுபெற்ற போலீசாராவது கிராமத்து நபர்களை ஆஜர் பார்க்க வந்தால் உடனே பஞ்சாயத்தார்கள், [illegible]யார்கள் முன்னிலையில் அவ்வாறு ஆஜர்பார்த்து, அவர்களுக்கு சகல ஒத்தாசையும் செய்து கொடுக்கவேண்டும்.

8. கிராமத்தில் யாராவது ரேகை கொடுக்காத பிரமலைத் தேவர்களிருந்தால், அவர்களை மகா-ா-ா-ஸ்ரீ கள்ளர் ஸ்பெஷல் ஆபீஸரவர்களிடம் உடனே ஆஜர் செய்து ரேகை கொடுக்கும்படி செய்யவேண்டும்.

9. மேற்கண்ட சமாசாரத்தைப்பற்றி எழுதத் தவறினால், பஞ்சாயத்துக்கு பங்கம் வருமென்பது கண்டிப்பாய் அறியவும்.

[illegible] இந்தப் புத்தகத்திலிருக்கும் 3 பிரதிகளிலும் மேலே [illegible] விஷயங்களின் சம்பந்தமாய் ரிப்போர்ட்டு செய்ய வேண்டுவதைத் தாக்கல் செய்யவேண்டும். பிறகு இரண்டாம் பிரதியை இலாக்கா சப்-இன்ஸ்பெக்டருக்கு நேரில் கொண்டு போய் கொடுக்கவேண்டும். மூன்றாம் பிரதியை மகா-ா-ா-ஸ்ரீ கள்ளர் ஸ்பெஷல் ஆபீஸரவர்களுக்கு சமீபத்திலுள்ள போஸ்டாபீசில், அட்ரஸைச் சரிவர எழுதி, போஸ்டு செய்யவேண்டும்.

உ

மகா-ா-ா-ஸ்ரீ

இந்தியா கெவர்ன்மெண்டு சக்கரவர்த்தி அவர்கள் சமூகத்திற்கு.

பஞ்சாயத்து சீர்திருத்த எக்ரீமெண்டு.

1911-வருஷத்திய கிரிமினல் டிரைப்ஸ் ஆக்ட் என்ற சட்டத்தின்படி மதுரை ஜில்லாவிலுள்ள பிரமலைக் கள்ளர்களை ரிஜிஸ்டர் செய்யுமாறு சென்னை கவர்ன்மெண்டார் உத்திரவிட்டு மதுரை ஜில்லா கள்ளர் ஸ்பெஷல் ஆபீஸர் அவர்கள் பரிசீலனைக்குட்பட்டு ரிஜிஸ்டரேஷன் முடிவு பெற்று வருகிறது.

அவ்விதம் ரிஜிஸ்டர் செய்து வருவதில் மேற்படி பிரமலைக் கள்ளர்கள் என்று அழைக்கப்படும் இந்திர குலத்தவர்களுக்கு ஏற்படும் குற்றம் குறைவுகளைப் பற்றி மேற்படி குலத்தில் முக்கியஸ்தர் ஒருவரை மதுரையில் பிரசன்னமான சமது மாட்சிமை தங்கிய கவர்னர் துரை அவர்களிடம் தெரிவித்துக் கேட்டுக்கொண்டதிலிருந்து மேற்படி குலத்தவர்கள் பேரில் கருணை கூர்ந்து குற்றத்தை அழிக்கும் பொருட்டும் மேற்படி விஷயத்தில் யோக்கியதையான நல்லொழுக்கத்தை யூட்டும் பொருட்டும் ஜாதிப் பஞ்சாயத்துகள் கூடி, திருட்டை நிறுத்தப்படும் கிராமங்களை மேற்படி கிரிமினல் டிரைப்ஸ் ஆக்ட் சம்பந்தமான நிர்ப்பந்தத்திலிருந்து விலக்கிக் கொடுக்கத் தயை கூர்ந்து இருப்பதாகத் தெரியவந்ததால்

தாலூகா கிராமத்

திலிருக்கும் கள்ளர்கள் என்றழைக்கப்படும் இந்திர குலாதிபராகிய நாங்கள்

லக்கம்	பஞ்சாயத்தார்கள் பெயர்.	பஞ்சாயத்தார்கள் தகப்பன் பெயர்.	பஞ்சாயத்தார் இருப்பிடம்.

மெம்பர்கள்கொண்ட பஞ்சாயத்தொன்றை அடியிற்கண்ட விதிகளுக் குட்பட்டும் அடியிற்கண்ட நோக்கங்களை முன்னிட்டும் ஸ்தாபிக்க ஒத்துக்கொள்ளுகிறோம்.

1:—இந்த கிராமத்துக்குடிகள் யாதொரு திருட்டு முதலிய குற்றமும் செய்யாதபடி மேற்படி பஞ்சாயத்து பார்த்துக் கொள்ளவேண்டும். இவ்விஷயத்தில் ஆயத்தமாகவும், நல்லெண்ணத்துடனும் பஞ்சாயத்தாரோடு ஒத்துழைக்கச் சம்மதிக்கிறோம்.

2:—பஞ்சாயத்தாரின் புத்திமதியை மீறி குற்றம் செய்பவர்களை [illegible] சர்க்காருக்கு மேற்படி குற்றத்தைப் பற்றி தெரியப்படுத்தி, குற்றவாளிகளின் குற்றத்தைக் கண்டுபிடிக்கு [illegible] சாயத்தாருடனும், சர்க்காருடனும் இவ்விஷயத்தில் ஒத்துழைக்கச் சம்மதிக்கிறோம்.

இரா. சுந்தரவந்தியத்தேவன் | 699

தென்னிந்திய கள்ளர் பிரச்சனை பற்றிய லவலக் அறிக்கை

18th March 1921.   T. E. MOIR,
                                                      Commissioner of Labour.

ENCLOSURE II

The Kallar problem in the South India and how it is being solved.

The Kallars of South of India, or at least one or two sections of the tribe, have for centuries believed that their mission in life is to distribute the wealth of the country by 'robbing Peter to pay Paul'—Peter being the man with property of any description and Paul being the one without! Needless to say they generally regard themselves as being in the position of Paul!

Some sections of the tribe are much more criminally inclined than others. The Kallars of Tanjore taluk, Trichinopoly town and taluk and the Piramalai Kallars of the Madura and Ramnad districts have earned the greatest notoriety in the past, and owing to their numbers, it has been very difficult for the Police and Government to devise any satisfactory method of dealing with them.

It must be remembered that a large number of these Kallars do not consider it in any way wrong to commit crime. The successful criminal is a hero, and is considered a most eligible 'parti' by the girls of his village. A Kalla youth belonging to some of these communities *has* to commit crime in order to prove himself a man; after such a feat, he is regarded by the other youths of the village in the same way as 'junior school boys in England' regard the boy who has been given his first eleven colours.

This spirit of emulation brings more recruits to crime than it is possible for the police to tackle.

It makes little difference to a Kalla's popularity, whether he gets convicted or whether he escapes.

Any Kalla convicted three or four times is looked on rather as a martyr; and his family is given every assistance while he is in jail. Amongst the active criminals, however, naturally those leaders who are luckiest in escaping from their victims and the police, have the greatest following, and one elderly Kalla who has recently been arrested boasted that he had been responsible for 900 house-breakings and thefts in his life time, but had only been convicted once. This was probably a gross exaggeration; but the police have been able to trace his handiwork in at least twenty reported cases during the last year.

The majority of the individuals belonging to even the criminal sections of the tribe have property and should be economically independent of crime. Recent investigations have however disclosed the interesting fact that it is not the poorest of the members of this tribe who are the worst criminals. It is the sons of the well-to-do who embark on a life of crime, more from a love of adventure, rather than for any other reason. Very naturally, villagers belonging to other communities throughout these districts thoroughly dislike the Kalla, beat him unmercifully, and sometimes kill him when they catch him 'in flagrante delicto'.

Some thirty years ago, an anti-Kalla movement was started in Madura district and Kallars were driven from different localities by the other inhabitants of these areas. This movement threatened a sort of civil war, and was stopped by the authorities.

No. 596, LAW (GENERAL), 16TH JUNE 1921

The Kallars derive an income from other people in two ways:—
(1) By means of the tuppu-cooly system—cattle are stolen and returned to their owners through a Kalla intermediary on payment of about half their value;
(2) By means of the kaval system, which they force the villagers to accept after subjecting them to a continuous loss of property through house-breakings and thefts.

There are of course, gangs of Kallars who form a law unto themselves. Each gang has its recognized leader, and changes the scene of its operations regularly, without attempting to impose any kaval system, and without any idea of returning stolen property through tuppu-cooly agents.

Should however any village accept Kalla kavalgars, that village is generally exempt from the operations of any of these gangs, and if any crime occur within its limit, the property can generally be recovered from such a gang through these kavalgars. In return for such complaisance, these Kalla gangs find a safe asylum in any Kalla village; and, if they have to take to the hills, every Kalla is bound to give or bring them food, etc., on being requested to do so.

It sometimes happens that two different sets of Kallars claim the right to kaval fees in one particular village. The lot of the residents of that village is then very distressing as each set of kavalgars attributes each crime to the machinations of the opposite set. Such a state of affairs generally results in the villagers having to pay kaval fees to both of the Kalla factions.

In 1909 a cattle-branding system was evolved by the then District Superintendent of Police, by means of which each owner of cattle could have his animals identified by particular letters and numbers. It was hoped that this would make it more difficult for the Kallars to dispose of such animals to other persons than to their owners, and it would be impossible for thieves to account for any stolen animals found in their possession. This system was in force for over ten years but it has had to be given up owing to several causes.

The owners of cattle believed that branding spoiled the skins of their animals, and thought that it did not act as a deterrent to Kallars stealing them. It only made the Kallars more careful to keep the stolen cattle in better hiding places, until tuppu-cooly was forthcoming. The Kallars also demanded a higher percentage of tuppu-cooly for agreeing to restore branded animals.

There is no doubt also that, in order to deter villagers from having their cattle branded, the Kallars would occasionally slaughter such animals, and the owners lost the whole value of their cattle instead of only half. The work of branding cattle was very onerous, and the branding had to be repeated every year or so, because, if too strong chemicals were used, considerable pain was caused; and in any case, all marks become obliterated within two years.

The system was a voluntary one, and the villagers could never be persuaded to have more than one-fifth of their cattle treated in this fashion. As a rule, they would only allow the police to brand those animals which were so old and useless that no self-respecting Kalla would ever demean himself by stealing them. Finally, in 1920, it was realized that even if we did stop cattle thefts by means of this system, or by the Rahadari system tried in Malabar, the only effect of such success would be to drive the Kallars to some other form of crime. This then was the problem.

The Kallars considered crime an honourable occupation. Convictions and imprisonment only made the criminal more popular and had no deterrent effect whatever. Their numbers were so large (100,000 or so) that no settlement could be made large enough to deal with even the worst characters of the tribe and in any case agricultural settlements have generally been failures. Crime was increasing rapidly, and Madura, the home of the Piramalai Kalla, had become one of the heaviest criminal districts in the Presidency.

The Kalla had distinctly got the upper hand of the police; and, in many areas, it was openly stated that the British Raj was powerless against the Kallar Raj.

Blackmail under the kaval system was openly practised; and the police had begun to connive at it, as they found it increasingly difficult to obtain help from any villager in their continuous struggle against the powerful Kalla despotism. Witnesses in cases were intimidated, and their houses were looted, if they came forward to give evidence. No portion of any property was ever returned if any report had been made to the police regarding the loss of it.

The Indian Penal Code and all ordinary methods of dealing with the tribe having proved of no avail, some new scheme had to be evolved.

In February and March 1920, new ideas were proposed to Government, and after various discussions and references, the authorities determined to give the new plans a chance.

In the meanwhile, Government had sanctioned the registration under the Criminal Tribes Act of the whole of the active adult males of the tribe, the registration from 1915 onwards of one or two of the worst villages having had little effect on the total volume of crime. It had to be recognized that practically every Piramalai Kalla was not only a potential, but also a probable criminal. All estimates as to the total number of adult males to be registered proved very wide of the mark. Over 20,000 were actually registered during the year, and the total final number will probably exceed 25,000 active adult males.

It was obvious that unless the police force in the district were to be increased by at least 50 per cent, it would not be possible to work the Criminal Tribes Act effectively in the 850 or so Kalla villages of the district. According to section 10 (a) and (b) of the Criminal Tribes Act,

No. 596, LAW (GENERAL) 16TH JUNE 1921

a registered member of a criminal tribe may be compelled to attend a roll call once or twice every night of his life, besides being made to take a passport if he leaves his residence between sunset and sunrise.

One would think that this section was sufficiently drastic in itself to make it impossible for a registered criminal to commit crime. Many ways of evading the rules have however been discovered by all criminal tribes and a small police force was obviously powerless to work such a section effectively when dealing with 25,000 possibly active criminals scattered over an area of 4,000 square miles.

The ideas underlying the new proposals were three in number. It was obviously necessary to make the criminal as thoroughly unpopular with the members of his own community, as he was with the outside public, secondly, it was necessary to provide an alternative occupation, by means of which the Kallars, as a community, could be rendered economically independent of crime, and thirdly, it was imperative to divert the energies of the younger and more adventurous Kallars to other channels than that of crime.

The methods by means of which these ideas could be made operative were also three in number. First of all the principle of making the community responsible for the acts of each individual within that community was introduced. Panchayats have been or are being elected in each of the 650 Kalla villages of the district and each panchayat promises on behalf of the Kallars who have elected them to observe certain conditions. These conditions make it compulsory for the panchayatdars to report any crime in their village or any crime committed by any of the Kallar residents of the village. The levying of all kaval fees is abolished. All cases of tuppu-coolie have to be reported to the police immediately. All criminals wanted by the police have to be surrendered, and if the panchayatdars should find themselves unable to surrender such criminals and unable to prevent them committing crime they must ex-communicate them, prevent them marrying any girls of the village, and generally make their lives so unbearable that they will be forced eventually to obey their orders.

So long as a panchayat tries to carry out these conditions honestly the village is exempt from the operation of section 10 of the Criminal Tribes Act.

Directly the Kallars of any such exempted villages begin again to misbehave, the exemption of the whole village is cancelled, and all the adult males have to report themselves at police checking centres twice each night at 11 p.m. and 3 p.m. The immediate result of the introduction of this system has been to change entirely public opinion in each Kallar village about their criminals. Instead of being the heroes and providers of cheap stolen goods to their fellow castemen, they have become intolerable nuisances. Their activities only result in the whole of the village getting into serious trouble; and the women particularly are dead against them. So emphatically has Kalla public opinion changed during the last three months that the Kalla panchayats have themselves brought in all their warrantees and bad characters (some thirty to forty in number) who have been wanted by the police during the last three or four years. In addition, crime has almost ceased in that portion of the district in which the panchayat system has been introduced whereas it has increased elsewhere. The figures are eloquent on this point.

In Tirumangalam Circle, there were two house-breakings in January 1921 as compared with 21 house-breakings in January 1920.

In Tirumangalam, Madura town and taluk circles, the figures were seven house-breakings this January as against 39 in January 1920.

In the Dindigal, Palni, Periyakulam and Uthamapalaiyam circles, where the system has not yet been introduced there were 48 house-breakings in January this year as compared with 42 in January 1920. Other crime has followed suit and the startling results already obtained have proved the soundness of the system. A special police officer has been appointed by Government to form similar panchayats throughout the district; and he is also acting as a sort of general 'father and mother' to the tribe in other ways. The panchayat system having succeeded in making the life of a criminal unpopular and his personal freedom most insecure, the alternative occupations offered him, became more attractive. Cottage industries, such as tape and rope making (learnt by many of the Kallars while serving sentences in jail) have been introduced widely oil pressing, lime kilns and mat making have been started in several centres, while looms have been purchased by the Special Kallar Officer, and experts have been engaged to teach the Kallars how to weave cloths. Contracts for the provision of road metal have been .... and Kalla labourer is being given preference in many other directions.

The planters have promised to take a thousand *families* provided the Kallars now employed labour for themselves.

Dry .... lands available near each Kalla village are being handed over to those Kallars who have not sufficient lands to support their families. Such lands are made inalienable, as the Kallars are generally improvident, and are only too willing to mortgage their lands to the local ...... And the last but not the least of the principles to be put into effect has been the .... education of the children of the members of the tribe. It is believed that education .... direct the thoughts of the coming generation from crime, and .... other walks of life better suited for the more adventurous and energetic spirits ...... One of the conditions to which panchayatdars have to agree is the compulsory attendance of all children of the tribe at any school opened in their locality.

மார்க்கேயன் கோட்டை எம். அய்யர் தேவரின் இளங்கலை பட்டம்

University of Madras

FACULTY OF ARTS.

The Senate of the University of Madras hereby makes known that M. Ayyar has been admitted to the Degree of Bachelor of Arts, he having been certified by duly appointed Examiners to be qualified to receive the same, and having been by them placed in the Third Class in English forming Part I. of the Examination held in March 1930, and in the Third Class in Optional Group (V-B) History and Economics forming Part II of the Examination held in March 1931.

Given under the seal of the University.

Senate House.

August 6, 1931.

J. Bertram, ..., D.D.
The Vice-Chancellor

சந்தனத்தேவனின் கொலை வழக்கு ஆவணம்

IN THE SESSIONS COURT OF MADURA.

Session Case 15 of 1907.

(APRIL SESSIONS.)

Committed by M.R.Ry. A. R. Rajagopala Chettiar, 2nd Class Magistrate of Periakulam. (R.C. No. 4 of 1907.)

Prisoner:—Sandana Thevan—Defended by M.R.Ry. S. Palaniandi Mudaliar (appointed by Court).

Charge:—Dacoity with murder, Section 396 I.P.C.

Caste of { *1st Assessor* :—Brahmin.
{ *2nd Assessor* :—Reddy.

Opinion of Assessors :—Guilty.

Finding of the Judge :—Guilty.

Sentence :—Death subject to confirmation by the High Court.

JUDGMENT:—The same crime was dealt with in Session Case 80 of 1906.

Karuthapatty is a small Kallar village within the limits of Vellanathi Police Station in Periakulam Taluk. Ramakrishnapuram is a village only a furlong away east of Karuthapatty. A mile further east lies its hamlet Kolingipatty. A few fields south of the hamlet lies the village of Palakombai. The accused, Sandana Thevan, is said to have married the daughter of Periyakaruppa Thevan, the chief man of Karuthapatty, some 2 or 3 years ago and since that time frequented that village and shared the fortunes of his father-in-law. The Karuthapatty Kallars apparently earned their livelihood by that system of blackmail known in this district as Kaval. The surrounding villages paid kaval fees for a couple of years, but in January 1906 the inhabitants became dissatisfied with the conduct of these kavalgars and dismissed them from office. The immediate result was an epidemic of cattle thefts and arson. In April 1906 the ryots of Palakombai petitioned the Collector—vide Exhibit B dated 5—4—1906.

2. One of the chief sufferers from these acts of lawlessness was Periya Ocha Mooppan of Kolingipatty, prosecution 1st witness in this case. In April 1906 his house and straw heap were burned—vide Exhibit G dated 28—4—1906 the Village Munsif's report. On the 3rd May, he surprised some 10 or 11 men in the act of house-breaking and lodged a complaint against 7 of the Karuthapatty Kallars. On the 4th May at noon, when the Village Munsif arrived to make his inspection, the complaint had to be supplemented by another complaint of dacoity of a pair of bulls perpetrated in broad day-light by the Kallars of the same village an hour before the Village Munsif arrived. On May 15th Periya Ocha Mooppan was given

R. 3119 M.S. / 46.

விளம்பரம் செய்யப்பட்ட பிரமலைக்கள்ளர் ஜாதியைச் சேர்ந்த நபர்களுக்குக் கொடுக்கப்பட்ட தள்ளுபடி உத்தரவு.

[1924-ம் வருத்திய சி. டி. ஆக்ட் VI. பிரிவு 7 (1)]

மதுரை ஜில்லா மாஜிஸ்ட்ரேட் அவர்கள் 11-5-46 தேதியுள்ள டி. டிஸ். நி 1864/17/46 தரவுப்படி அடிமிற் கண்டவரை விளம்பரம் செய்யப்பட்ட ஜாதியாரின் பதிவு புத்தகத்திலிருந்து தள்ளுபடி செய்யப்பட்டிருக்கிறது.

நீக்கப்படுபவர்களின்

முழுப் பெயர் : மாடசாமித் தேவன்
நம்பர் : 8722   வயது 45
தகப்பன் பெயர் : ராமத் தேவன்
போலீஸ் ஸ்டேஷன் : உசிலம்பட்டி

மதுரை }   ஜில்லா போலீஸ் சூப்பரிண்டென்டு,
               தென்மதுரை.

பெருங்காமநல்லூர் தியாகிகளுக்கு கிராமத்தார் வைத்த நடுகல்லில் ஒன்று

முதல் பதிப்பு வெளியீட்டு விழா

மதுரை ஜில்லா பிறமலைக் கள்ளர் வாலிப சங்க முக்கியஸ்தர்களில் சிலர்
(1939)

மா. அய்யர்தேவர் B.A.,
(பிறமலைக் கள்ளர் சமூகத்தின் முதல் பட்டதாரி)

'இராவ் பகதூர்' வேதநாயகத் தேவர்

'சப்ரிஜிஸ்ட்ரார்' பெருமாள் தேவர் B.A.,

போத்தம்பட்டி நாட்டாமைக்காரர்
P.K. துரைச்சாமித்தேவர்

'கல்லூத்து' N. ஒச்சாத்தேவர் B.A. L.T.,

கே.வி. டேவிட் தேவர்
(CPI மாநிலச் செயலாளர்
தா. பாண்டியனின் தந்தையார்)

மூக்கத் தேவர் என்ற விருமாண்டித்தேவர்
எம் கல்லுப்பட்டி

O.A.K. தேவர்

அமெரிக்க ஜான் ஹாப்கிங்ஸ் பல்கலைக்கழக மானுடவியல் பேராசிரியர் திரு. ஆனந்தபாண்டியன் அவர்களுடன் நூலாசிரியரும் அவரது தாயாரும்

நூலாசிரியருடன் அவரது உதவியாளர் செல்வி. ஆ. வனிதா ஒச்சம்மாளும், முக்கியத் தகவலாளி திரு. சோலை கருப்பத்தேவனும்

மேலூர் அம்பலக்காரர்களின் முக்கியத் தகவலாளி கிடாரிப்பட்டி கடுக்கான் அய்யாவு அம்பலம்

'அய்யன்பிடிக்கி' பெரிய ஆங்கன் (எ) ரமேஷ்

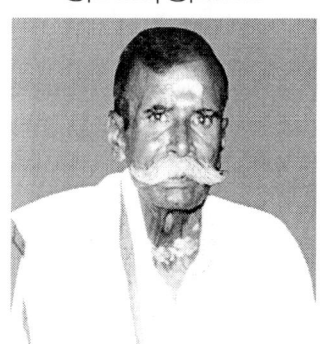

ப.மு. வீரணத்தேவர்

வீரம்மாள் - கவணம்பட்டி முக்கியத் தகவலாளி

'ம. கன்னியம்பட்டி' அய்யர் தேவர் B.A. L.T.,

கீழக்குயில்குடி முக்கியத் தகவலாளி பொன். அரிச்சந்திரன்

இவ்வாய்விற்கு பெரிதும்
உதவிய பொறியாளர்
ம. இளங்கோவன்

நூலாசிரியருடன் இலண்டன்
பல்கலைக்கழக மாணவி
திவ்யா ஜனார்த்தனன்

களஆய்வில் நூலாசிரியர் - பெருங்காமநல்லூர்

1950களில் மதுரை நகரத்தில் வாழ்ந்த ஒரு பிறமலைக் கள்ளர் குடும்பம்

லூயிஸ் டூமண்ட் தங்கியிருந்த வீடு – தேன்கல்பட்டி

களப்பணியில் பெரிதும் துணை நின்றவர்கள்

ஜெகவீரபாண்டியன் – வாலாந்தூர்

அருளானந்தம் – கருமாத்தூர்

கருணா அம்பலம் மேலூர் – வெள்ளளூர்